जागतिकीकरणातील लोकप्रशासन

जागतिकीकरणातील लोकप्रशासन

सिद्धान्त आणि व्यवहार

बिद्युत चक्रवर्ती

प्रकाश चंद

(अरिंदम रॉय यांच्या सहकार्याने)

SAGE | bhasha

Los Angeles | London | New Delhi
Singapore | Washington DC | Melbourne

Originally Published in 2012 in English by
SAGE Publications India Pvt Ltd as *Public Administration in a Globalizing World: Theories and Practices*

This edition published in 2018 by

SAGE | bhasha

SAGE Publications India Pvt Ltd
B1/I-1 Mohan Cooperative Industrial Area
Mathura Road, New Delhi 110 044, India
www.sagepub.in

SAGE Publications Inc
2455 Teller Road
Thousand Oaks, California 91320, USA

SAGE Publications Ltd
1 Oliver's Yard, 55 City Road
London EC1Y 1SP, United Kingdom

SAGE Publications Asia-Pacific Pte Ltd
3 Church Street
#10-04 Samsung Hub
Singapore 049483

Published by SAGE Publications India Pvt Ltd, Translation Project Coordinated by Sunidhi Publishers, Pune and printed at Repro India Ltd., Mumbai.

ISBN: 978-93-515-0705-5 (PB)

Translators: Ms Sadhana Kulkarni, Ms Neha Wadekar, Ms Devyani Deshpande, Ms Shweta Deshmukh
SAGE Team: Mahesh Sachane, Siddharth Khandekar

आमच्या बौद्धिक सर्जनशीलतेला पाठिंबा देण्यासाठी
आमची मुले–अर्कामिता, गौरव, भव्य, बार्बी आणि पाब्लो

Thank you for choosing a SAGE product!
If you have any comment, observation or feedback,
I would like to personally hear from you.

Please write to me at **contactceo@sagepub.in**

Vivek Mehra, Managing Director and CEO, SAGE India.

Bulk Sales

SAGE India offers special discounts for purchase of books in bulk. We also make available special imprints and excerpts from our books on demand.

For orders and enquiries, write to us at

Marketing Department
SAGE Publications India Pvt Ltd
B1/I-1, Mohan Cooperative Industrial Area
Mathura Road, Post Bag 7
New Delhi 110044, India

E-mail us at **marketing@sagepub.in; sagebhasha@sagepub.in**

Get to know more about SAGE

Be invited to SAGE events, get on our mailing list.
Write today to **marketing@sagepub.in**

This book is also available as an e-book.

अनुक्रमणिका

संक्षिप्त रूपांची यादी

एआयएस	अखिल भारतीय सेवा
एएमयुएल	आणंद दूध संघ लि.
एआरसी	प्रशासकीय सुधारणा आयोग
एएसपीए	अमेरिकन सोसायटी फॉर पब्लिक ॲडमिनिस्ट्रेशन
बीएफआयआर	औद्योगिक आणि वित्तीय पुनर्निर्माण मंडळ
सीएजी	नियंत्रक महालेखापाल
सीबीआय	केंद्रीय गुप्तवार्ता विभाग
सीडीपी	समुदाय विकास कार्यक्रम
सीआयआय	भारतीय उद्योग महासंघ
सीएमएस	प्रसारमाध्यमे अभ्यास केंद्र
सीपीए	तुलनात्मक लोकप्रशासन
सीएसआरई	ग्रामीण रोजगार धडक योजना
सीव्हीसी	केंद्रीय दक्षता आयोग
डीडीपी	ओसाड प्रदेश विकास कार्यक्रम
डीपीएपी	दुष्काळप्रवण क्षेत्र कार्यक्रम
ईजी	स्वयंरोजगाराभिमुख शासन
ईजीएस	रोजगार हमी योजना
एफडीआय	थेट परकीय गुंतवणूक
एफएफडब्ल्यू प्रोग्राम	कामाच्या बदल्यात अन्न योजना
एफआरबीएम	वित्तीय तुटीची जबाबदारी आणि अर्थ व्यवस्थापन
जीईएम	लिंगभाव सक्षमीकरणावरील उपाय
जीएमएफसी	कमाल अन्नधान्य उत्पादन मोहीम
जीएनपी	सकल राष्ट्रीय उत्पादन
जीओएनजीओ	शासनसंचालित बिगरशासकीय संस्था
एचएडीपी	पर्वतीय क्षेत्र विकास परियोजना
एचएनएफडीसी	राष्ट्रीय अपंग अर्थसाहाय्य आणि विकास
एचवायव्हीपी	उच्च उत्पादकता नमुना कार्यक्रम

आयएएपी	कृषिबहुल क्षेत्र योजना
आयएडीपी	कृषिबहुल जिल्हा योजना
आयएएस	भारतीय प्रशासकीय सेवा
आयसीडीपी	पशुधन विकास धडक योजना
आयसीडीएस	एकात्मिक बाल विकास सेवा
आयसीपीएस	एकात्मिक बाल संरक्षण योजना
आयसीटी	माहिती आणि प्रसारण तंत्रज्ञान
आयएमएफ	आंतरराष्ट्रीय नाणेनिधी
आयआरडीपी	एकात्मिक ग्रामीण विकास कार्यक्रम
आयटी	माहिती तंत्रज्ञान
जेयूएसई	जपानी शास्त्रज्ञ आणि अभियंते संघटना
एमएफएएल	सीमान्त शेतकरी आणि शेतमजूर
एमजीएनआरईजीए	महात्मा गांधी राष्ट्रीय ग्रामीण रोजगार हमी योजना
एमएमपी	विशेष प्रणाली परियोजना
एमएनसीज	बहुराष्ट्रीय कंपनी
एमआरटीपी ॲक्ट	एकाधिकार आणि अनुचित व्यापार प्रथाविरोधी कायदा
एनसीडब्ल्यू	राष्ट्रीय महिला आयोग
एनईजीपी	राष्ट्रीय ई-गव्हर्नन्स योजना
एनइएस	राष्ट्रीय विस्तारित सेवा योजना
एनजीओ	बिगरशासकीय संस्था
एनएचएफडीसी	राष्ट्रीय अपंग अर्थसाहाय्य आणि विकास महामंडळ
एनआयसी	राष्ट्रीय माहिती केंद्र
एनपीए	आधुनिक लोकप्रशासन
एनपीसी	राष्ट्रीय पोलीस आयोग
एनपीएम	आधुनिक सार्वजनिक व्यवस्थापन
एआरईजीए	राष्ट्रीय ग्रामीण रोजगार हमी योजना कायदा
एनआरईपी	राष्ट्रीय ग्रामीण रोजगार कार्यक्रम
एनएसई	राष्ट्रीय शेअर बाजार
एनवायएसई	न्यूयॉर्क शेअर बाजार
ओईसीडी	वित्तीय सहकार्य आणि विकास संघटना
पीडीएस	सार्वजनिक वितरण व्यवस्था
पीआयएल	सार्वजनिक हित याचिका

पीआयओ	सार्वजनिक माहिती अधिकारी
पीओएसडीसीओआरबी	नियोजन, संघटन, नेमणुका, निर्देशन, नियंत्रण, अहवाल देणे आणि आर्थिक नियोजन
पीपीबीएस	नियोजन, कार्यक्रम आखणी आणि आर्थिक नियोजन व्यवस्था
पीपीपी	सार्वजनिक–खाजगी भागीदारी
पीएसयू	सार्वजनिक क्षेत्रातील एकक
आरबीआय	भारतीय रिझर्व बँक
आरएलईजीपी	ग्रामीण भूमिहीन रोजगार हमी योजना
आरएमके	राष्ट्रीय महिला कोश
आरटीआय	माहितीचा अधिकार
आरडब्ल्यूपी	ग्रामीण बांधकाम कार्यक्रम
एसएपी	संरचनात्मक अनुकूलन कार्यक्रम
एससीओव्हीए	स्वयंसेवी संस्थांच्या स्थायी समिती
एससीएस	वरिष्ठ नागरी सेवा
एसईबीओय	भारतीय प्रतिभूती आणि विनिमय मंडळ
एसएफडीए	लहान शेतकरी विकास अभिकर्ता
एसपीसी	सांख्यिकी प्रक्रिया नियंत्रक
एसक्यूआय	गुणवत्तापूर्ण सेवा मोहीम
एसएसए	सर्व शिक्षा अभियान
टीएडीपी	आदिवासी क्षेत्र विकास कार्यक्रम
टीएमटी	उच्च व्यवस्थापन गट
टीक्यूएम	संपूर्ण गुणवत्ता व्यवस्थापन
टीआरएआय	भारतीय दूरसंचार नियामक प्राधिकरण
टीआरवायएसईएम	ग्रामीण युवक स्वयंरोजगार प्रशिक्षण
टीएसपी	आदिवासी उपयोजना
यूईई	प्राथमिक शिक्षण सार्वत्रिकीकरण
यूजीसी	विद्यापीठ अनुदान आयोग
यूएनडीपी	संयुक्त राष्ट्रे विकास कार्यक्रम
यूपीएससी	केंद्रीय लोकसेवा आयोग
डब्ल्यूसीपी	महिलांच्या अंगीकृत परियोजना
झेडबीबी	शून्याधारित अर्थसंकल्प

प्रस्तावना

प्रस्तुत पुस्तक हा आमच्या स्वप्नकल्पनेतील प्रकल्प आहे. व्यापक प्रसिद्धीकरता सदर पुस्तक प्रकाशित करण्याचे मान्य केल्याबद्दल सेज प्रकाशनांचे आभारी आहोत. सांप्रत लोकप्रशासन विषयातील सिद्धान्त आणि पद्धती सखोलपणे अभ्यासणारी मोजकी पुस्तके उपलब्ध आहेत. त्यामुळे, विविध सामाजिक-आर्थिक तसेच राजकीय संदर्भात वापरली जाणारी अभिशासन ही गुंतागुंतीची संकल्पना विद्यार्थ्यांना अधिक सुस्पष्ट होण्यास हे पुस्तक उपयुक्त होईल. लोकप्रशासनाचे तथाकथित सार्वत्रिक क्लिष्ट अभिकल्प असताना, प्रस्तुत पुस्तक हे लोकप्रशासनाचे समयोचित आदर्श प्रतिमानांची मांडणी करते. नवटेलरवादी सैद्धान्तिक मांडणीला आव्हान देतानाच, प्रस्तुत पुस्तक लोकप्रशासनाची व्याप्ती आणि प्रक्षेत्र यांची पुनर्आखणी करण्याकरता निःसंशय महत्त्वाचे प्रश्न उपस्थित करते. सन १९६८मध्ये भरलेल्या पहिल्या मिनॉवब्रुक परिषदेमध्ये ड्वाइट वाल्डो यांनी प्रकट केलेल्या काही चिंता पुन्हा एकदा मांडत असताना 'राजकारणा'च्या लोकप्रशासनातील भूमिकेची पुनर्मांडणी करण्याच्या दिशेने आमचे प्रयत्न आहेत. राजकारण हे अभिशासनाला विशिष्ट प्रकारच्या 'सत्तासंबंधांतर्गत' स्वरूप प्राप्त करून देते. असे स्वरूप ते ज्या सामाजिक-आर्थिक मुशीतून विकसित झाले आहे त्याव्यतिरिक्त कधीच समजून घेता येणार नाही. आधुनिक सार्वजनिक व्यवस्थापनाच्या (एनपीएम) परिप्रेक्ष्यातून लोकप्रशासनाच्या संकल्पनात्मक मांडणीकडे पाहिल्यास तिला पाश्चात्त्य विकसित देशांव्यतिरिक्त इतर देशांत कोणतेही आधार सापडत नाहीत आणि हीच एक प्राथमिक चिंता सन २००८च्या तिसऱ्या मिनॉवब्रुक परिषदेमध्ये सहभाग घेतलेल्या अभ्यासकांना वाटत होती. समकालीन मानवी समूहाच्या समस्यांना सामोरे जात असताना ही ज्ञानशाखा समर्पक आणि अर्थपूर्ण असावी असे त्यांचे प्रयत्न होते. बाजाराचे वर्चस्व असणाऱ्या बदलत्या परिस्थितीत, कालसुसंगत राहण्याच्या दृष्टीने, लोकप्रशासन हे त्या त्या काळातील क्लिष्ट समस्यांबाबत प्रतिसादात्मक असणे गरजेचे आहे. लोकप्रशासन हे नेहमीच नोकरशाहीकेंद्री असते. अभिशासनाचा गुरुत्वमध्य हा नोकरशाहीपासून दूर गेला आहे आणि ती लोकप्रशासनातील केवळ एका अभिकर्त्याच्या रूपात अस्तित्वात आहे. सार्वजनिक व्यवस्थापक हे एकात्म

संघटनांचे एकात्म नेते राहिलेले नाहीत. त्याऐवजी ते ज्या समस्या एकाच संघटनेद्वारे सोडवल्या जाऊ शकत नाहीत किंवा सहजपणे सोडवल्या जाऊ शकत नाहीत अशा बहुसंघटनात्मक व्यवस्थेमध्ये कार्यरत असतात. आपण लोकप्रशासनाला दैनंदिन जीवनामध्ये 'एकमेकांशी जोडलेले अभिशासन' आणि सहकार्यात्मक 'सार्वजनिक व्यवस्थापन' यादृष्टीने प्राप्त होत असलेले वाढते महत्त्व यासंदर्भात पुनर्शोध घेणे आवश्यक आहे. ड्वाइट वाल्डो यांनी या ज्ञानशाखेला मूलतः दिलेले महत्त्व लक्षात घेतल्यास तिने अभिशासनाची समस्या सोडविणारी यंत्रणा म्हणून स्वतःला पुनर्कल्पित केली पाहिजे आणि बदलत्या सामाजिक-आर्थिक परिस्थितीमध्ये एक प्रक्रिया म्हणून आपले आधुनिक सैद्धान्तिक मापदंड विकसित केले पाहिजेत.

वैश्विकरणातील जगाच्या संदर्भात लोकप्रशासनाच्या पुनर्सांकल्पनिकरणातील दोन कल्पना या सर्वांत क्लिष्ट आहेतः एक, वेबरची सैद्धान्तिक रूपरेषा, ज्यामध्ये आजच्या अभिशासनात नागरी सहकार्य संघटनांना दिले जाणारे महत्त्व लक्षात घेता, प्रशासनाचे क्लिष्ट स्वरूप समजावून घेणे केवळ अशक्य आहे. सार्वजनिक निर्णय प्रक्रियेमध्ये बहुविध कर्ते सहभागी असल्याने लोकप्रशासनाचे स्वरूप हे आता केवळ नोकरशाही संचालित स्वरूपाचे राहिलेले नाही. सन २०११मध्ये अण्णा हजारे यांनी कणखर लोकपालाकरता केलेले आंदोलन हे याचे उत्तम उदाहरण म्हणून देता येईल. या आंदोलनाने लोकपाल विधेयकाच्या निर्मितीकरता महत्त्वाचे स्रोत उपलब्ध करून दिले. भ्रष्टाचारावरील संस्थात्मक मार्गाने उपाययोजना करण्याकरता 'जनतेचा आक्रोश' लक्षात घेऊन लोकपालाची निर्मिती करण्याचा शासकीय नोकरशाही, संसद आणि नागरी संघटनांचे कार्यकर्ते यांनी एकमेकांच्या सहकार्याने हा अर्थपूर्ण निर्णय घेतला. दुसरे, एक ज्ञानशाखा म्हणून लोकप्रशासन ही खऱ्या अर्थाने 'आंतरविद्याशाखीय' ज्ञानावर आधारित 'बहुविद्याशाखीय' ज्ञानशाखा म्हणून पुढे आली आहे. तिसऱ्या मिनॉवब्रुक परिषदेत सिमॉन्स आणि वाल्डेन यांच्या दृष्टिकोनांचे प्रतिनिधित्व करण्यात आलेः सिमॉन्स समर्थक हे अर्थशास्त्र, संघटन सिद्धान्त आणि व्यवस्थापन या बाजूला होते, तर जे वाल्डेनच्या पद्धतिशास्त्रातील साधनांचे चाहते होते त्यांना राज्यशास्त्र, समाजशास्त्र, तत्त्वज्ञान आणि इतिहास यामधून बौद्धिक पाठबळ सापडले. या दोन महत्त्वाच्या दृष्टिकोनांचे प्राबल्य लक्षात घेता, एक अभ्यासक्षेत्र म्हणून लोकप्रशासनाचे स्वरूप हे निश्चितपणे तुलनेने 'वैविध्यपूर्ण' आणि 'बहु-सैद्धान्तिक' राहील.

पुस्तकलेखन हा नेहमीच सहकार्यात्मक प्रकल्प आहे. आम्ही अत्यंत नशिबवान आहोत कारण आम्हाला शिकवणाऱ्या शिक्षकांनी आमच्यामध्ये जिज्ञासू वृत्ती रुजवली, ज्यामुळे आम्हाला अज्ञात जगामध्ये उडी घेण्यास उद्युक्त केले. आम्ही आमच्या शिक्षकांप्रती ऋणी आहोत. सेज पाठ्यपुस्तकांच्या प्रकल्पाशी जोडून

आम्हाला सन्मानित करण्यात आले आहे. या मालिकेतील तिसरे पुस्तक प्रकाशित करून सेजने आमच्यावर विश्वास दाखवला, ही एक सुखद भावना आहे. आम्ही आमच्या वाचकांप्रती आभार व्यक्त न केल्यास तो कृतघ्नपणा ठरेल, कारण त्यांनी केलेल्या उपयुक्त सूचनांमुळे प्रेरक युक्तिवादाभोवती असलेल्या मजकुराच्या सादरीकरणामध्ये लक्षणीय सुधारणा झाली आहे. न्यूयॉर्क येथील सिराकस विद्यापीठातील मॅक्स्वेल स्कूलमधील प्राध्यापक रोझमेरी ओ'लिअरी, ज्या १९८८ आणि २००८च्या मिनॉवब्रुक परिषदेमध्ये सहभागी झाल्या होत्या, त्यांनी आपल्या विचारप्रवर्तक टिपण्या दिल्यामुळे पुस्तकाच्या अंतिम मसुद्यामध्ये उपयुक्त बदल करण्यात आले. भारतातील बर्दवान विद्यापीठातील अरिंदम रॉय, जे सध्या पश्चिम बंगालमध्ये आरोग्य आणि राजकारण या विषयावर अत्यंत विचारप्रवर्तक कार्य करत आहेत, त्यांनी दिलेल्या औदार्यपूर्ण सुबुद्ध सूचनांशिवाय प्रस्तुत पुस्तकाला आजचे स्वरूप प्राप्त झाले नसते. शैक्षणिक वर्गामध्ये क्रियाशील असलेले आमचे भारतातील तसेच परदेशातील विद्यार्थी आमच्या विचारांचे प्रमुख स्रोत ठरले आहेत. या विद्यार्थ्यांना हे पुस्तक जर उपयुक्त आणि बुद्धीला आव्हान देणारे वाटले तर आम्हाला जे साध्य करावयाचे आहे ते झाले असे म्हणता येईल.

सरतेशेवटी, जे सदोदित आमच्या पाठीशी उभे राहिले त्या आमच्या कुटुंबीयांचे ऋणी आम्ही आहोत. या पुस्तकाची हस्तलिखिते तयार करण्याच्या दरम्यान आमचे लक्ष विचलित करून आमच्या मुलांनी आम्हाला लेखकाच्या विचारचौकटीमधून बाहेर येण्यास मदत केली आणि आमचे काम सोपे आणि आनंददायी झाले. आम्ही प्रस्तुत पुस्तक आमच्या मुलांना, त्यांचे आयुष्य संघर्षाशिवाय आणि भावनिकदृष्ट्या समाधानी जावो, या आशेसह अर्पण करतो.

विषयप्रवेश

१

शासन हे लोकप्रशासनाच्या माध्यमातून कार्यरत असते. लोकप्रशासन हा अभिशासनाला प्रसंगानुसार दिलेला प्रतिसाद असतो. प्रसंग हा महत्त्वपूर्ण असल्याने, 'अभिशासनाची कला' ज्या विचारसरणीमधून निर्माण होते, तीवर लक्ष ठेवावे लागते. विल्सन यांच्या पद्धतीने राज्यशास्त्रापासून लोकप्रशासनाची स्वतंत्रपणे संकल्पनात्मक मांडणी करण्यास सुरुवात केल्यास, ती ज्ञानशाखा ही नेहमीपेक्षा अधिकच क्लिष्ट स्वरूप धारण करते. याचे कारण सांप्रतचे शासन हे नेहमीच प्रचलित सामाजिक-आर्थिक आणि राजकीय या विभागणीमुळे प्रभावित झालेले असते. त्यामुळे, ज्या वातावरणात लोकप्रशासन आकारीत होत आहे त्याकडे दुर्लक्ष करू नये. याचबरोबर लोकप्रशासनाचे स्वरूप हे प्रसंगानुरूप बदलत असते हेही विचारात घ्यावे. म्हणजेच, त्याचे सर्वव्यापी असे एकच कल्पित असू शकणार नाही. एक वेळ वेबरच्या 'संघटनेच्या आदर्श रचने'चे सैद्धान्तिक महत्त्व दुर्लक्षिले तरीही चालेल, मात्र लोकप्रशासनाचे 'स्थानीय' स्वरूप दुय्यम समजणे हे चूक ठरेल. ऐतिहासिकदृष्ट्या प्रशासनाची प्रारूपे ही आकस्मिकता ठरेल. आज जे कालसुसंगत आहे ते येत्या काळात असेलच असे नाही.

जागतिकीकरणाचे दृष्य परिणाम लक्षात घेतल्यास, प्रशासनामध्ये बिगर-राज्य कर्त्यांचे महत्त्व वाढत असल्याने, परंपरागत नोकरशाहीने आपली लक्षणीयता गमावली असण्याची शक्यता आहे. 'राज्याचे बहुलवादी स्वरूप' याच्याशी संबंधित कारणांमुळे प्रशासनाप्रती असलेला साधनात्मक दृष्टिकोन हा अनुकरणीय वाटत नाही. स्थानिक प्रशासनात आंतरराष्ट्रीय शक्तींचा वाढता प्रभाव पाहाता, नोकरशाहीचे राज्यकेंद्रित सिद्धान्त हे विकसित आणि विकसनशील देशांतील लोकप्रशासनाचा आमूलाग्र कायापालट समजावून घेण्यास अपुरे ठरतात. यावरून आपण असे प्रतिपादन करू शकतो की, एका बाजूला विसावे शतक हे संघटनांचे पर्व ठरले, ज्यामध्ये नोकरशाहीच्या रूपाने लोकप्रशासनाच्या गाभाभूत मूल्यांचे प्रतीकात्मक स्वरूप समोर आले, तर दुसऱ्या बाजूला एकविसाव्या शतकाने नवउदारमतवादी मूल्यांमधून पुढे आलेल्या 'एकमेकांशी जोडलेल्या संघटनांचे जाळे' या पर्वामध्ये प्रवेश केला.

जागतिकीकरण ही अशी ताकद आहे, ज्याला आपल्यापासून सहजासहजी वेगळे करता येणार नाही. शासनाचा केवळ संरचनात्मक पातळीवरच नव्हे, तर विचारसरणीच्या पातळीवर नवउदारमतवादी मूल्ये यशस्वी होत असलेल्या वातावरणातही 'पुनर्शोध' घेण्यात आला. राज्य आपल्या परंपरागत कार्यक्षेत्रातून माघार घेत आहे, तर शासन आपल्याला वेगळे करत आहे. जागतिकीकरणामुळे शासनामध्ये कॉर्पोरेट शिस्त आणि उद्योजकीय विचारप्रेरणा यांचा 'मिलाफ' घडून आला, त्याच जोडीला त्याची परंपरागत 'कर्त्या'ची भूमिका नाकारली गेली आहे. 'बाजारीय प्रेरणा' सामावून घेण्याकरता शासन हे आता 'सक्षम' होत आहे. अशा प्रकारे जागतिकीकरण हे राष्ट्रीय सरकारांवर निर्बंध आणते आणि त्यांच्या धोरणात्मक पर्यायांवर मर्यादा घालते. यातून एक नवीनच परिस्थिती उदयास आली आहे आणि शासकीय कार्यप्रणाली ही नव-पुराणमतवादी सैद्धान्तिक मापदंडांनुसार पुनर्व्याख्यित करण्यात आली. कॉर्पोरेट स्टेट हे प्रत्यक्षात येत आहे, परिणामतः परंपरागत राज्यपद्धती ही संकुचित होत आहे. भांडवलाच्या जागतिकीकरणाला समर्थन देत असतानाच, राज्य हे वाढत्या प्रमाणात नवउदारमतवादी मूल्यांनुसार मार्गक्रमण करत आहे. लोकप्रशासनाचे संकल्पनाचित्र मांडत असताना सार्वजनिक आणि खाजगी प्रशासनातील भेद यात कोणतीही संदिग्धता आढळून येत नाही. नागरिक हे ग्राहक आहेत आणि जे लोकप्रशासनात सहभागी आहेत ते 'कॉर्पोरेट' संस्कृतीशी जवळीकता साधू इच्छिणारे अधिकारी आहेत. सार्वजनिक नोकरशाहीमधील उत्तरदायित्वाची शाश्वती ही केवळ अंतर्गत पातळीवर नसून ती नागरिकांच्या जाहीरनाम्यासह अन्य बहिर्गत अभिकर्त्यांचे माध्यमातून दिली जाते. लोकप्रशासन हे आता 'अभिशासन' आहे, जे दुसरे तिसरे काही नसून ती नवउदारमतवाद स्थिरस्थावर करण्याकरता अभिकल्पित विशिष्ट कृतींची पडताळणी सूची आहे. नवउदारमतवादी विचाराला, ज्या तिसऱ्या जगातील 'कर्जाखाली दबलेल्या' राष्ट्रांतील प्रकल्पांना अर्थसाहाय्य देत होत्या अशा जागतिक बँक आणि आंतरराष्ट्रीय नाणेनिधी या पाश्चात्त्य देणगीदार अभिकर्त्यांची जोड मिळाली. 'परिवर्तना'बाबतचे वैचारिक अभिसरण हे 'संरचनात्मक समायोजन कार्यक्रम' या नव्याने उदयास आलेल्या घटकासंदर्भात परमोच्च बिंदूवर पोहोचले आहे. त्याला जागतिक व्यापार संघटनेने आखून दिलेल्या नवीन अटी आणि शर्तींनुसार मुबलक प्रमाणात अर्थसाहाय्य, वस्तू आणि सेवा उपलब्ध होण्याची तसेच नवीन माहिती तंत्रज्ञान क्रांती (इन्टरनेट, फॅक्स, वेब आधारित संप्रेषण) यांची सुविधा मिळाली. अन्य शब्दांत सांगावयाचे झाल्यास, संरचनात्मक समायोजन कार्यक्रम ज्यामधून विकसनशील देशांमध्ये आर्थिक सुधारणा घडून आल्या त्याने 'सर्वश्रेष्ठ राज्या'ची भूमिका 'अवैध' ठरवली आणि आंतरराष्ट्रीय अभिकर्त्यांनी विकसनशील देशांना अटी आणि शर्तींवर दिलेल्या कर्जांमुळे त्यांना जागतिक भांडवलावर अवलंबून राहण्यास भाग पाडले. विकसनशील देशांकरता

विकासाकरता शाश्वत आधार देणारी प्रभावी भागीदार म्हणून गृहीत धरलेली पर्यायी वैचारिक शक्तिकेंद्र ही खूपच कमकुवत ठरली असल्याने हे एक दुष्टचक्र सिद्ध झाले आहे, ज्यातून बाहेर पडण्याचा कोणताही पर्याय नाही. याही पुढे, 'विकासाला राजकीय रंग न देण्या'च्या विचारावर दिलेला भर 'सत्ता', 'वर्ग' आणि 'राजकारण' हे घटक पद्धतशीरपणे अस्पष्ट करतो. विकासावर टीका करणाऱ्या घडामोडी या 'नागरी संघटने' सभोवती घडत असतात. अशी संघटना ही परिणामांनुसार, विकास हा केवळ तांत्रिक-अर्थशास्त्रीय प्रयत्न आहे हे सिद्ध करणारी राजकीय क्षेत्राव्यतिरिक्तची जागा आहे. सदर युक्तिवाद हा विकासातील विचारसरणीची भूमिका, विशेषतः विकसनशील देशांमध्ये, जिथे लोकप्रशासन हे ऐतिहासिक कारणास्तव काटेकोरपणे 'पक्षपाती' असते, स्पष्टपणे डळमळीत करतो.

या सर्वाचा शासन आणि लोकप्रशासन यावरील प्रभाव या संदर्भातील युक्तिवाद हा जागतिक बँकेच्या विविध अहवालांमध्ये जोरकसपणे आणि पद्धतशीररित्या मांडण्यात आला आहे. सोविएत संघाच्या पडझडीने लोकप्रशासनाविषयी विकसित होत गेलेल्या वैचारिक दृष्टिकोनामध्ये विचारसरणी आणि संस्थात्मकतेने गतिशील निर्णायक वळण घेतले, जे अलीकडील काळात 'सुधारणा' आणि 'नवोपक्रम' या नवनिर्मित शब्दांनी ओळखले जाते. जागतिक स्तरावर शासकीय सुधारणा करण्याच्या प्रयत्नांमध्ये जरी, 'विकसित' देशातील परिस्थिती, संघटित खाजगी क्षेत्र, अधिक सक्षम नियमनात्मक संरचना यासंबंधीच्या मापदंडांबाबत मतभेद असले तरीही, उल्लेखनीय एकवाक्यता आढळून येते. अभिशासन हा आजच्या काळाचा मूलमंत्र झाला आहे. संकल्पनात्मक दृष्टीने लोकप्रशासनापेक्षा भिन्न असलेले अभिशासन हे प्रशासनाला त्याच्या उद्दिष्टांकरता स्वतंत्रपणे स्पष्ट करू इच्छिते. प्रशासनातील 'संरचना' आणि 'प्रक्रिया' याच्याशी साधर्म्य असणारे अभिशासन हा लोकप्रशासनाची 'उद्दिष्टे'ना क्षीण करून दिलेला नवउदारमतवादी प्रतिसाद आहे. लोकप्रशासनातील 'लोक' या घटकाने आपले महत्त्व गमावले आहे असे जाणवते आणि बाजार या घटकाला अभिशासनात प्रमुखता मिळाली आहे. मुख्यत्वेकरून नवउदारमतवादी व्यक्तिवादानुसार, नागरिक हे आता पक्षकार म्हणून पुढे येत आहेत. बेन्थमच्या प्रतिपादनानुसार नोकरशहा हे 'भाडे वसुली' करणारे आहेत, समाजाचे 'हितचिंतक पालक' नाहीत. नागरिकांची 'पसंती' दृष्टिकोनातील सार्वजनिक नोकरशाहीमधील विकृतींचे स्पष्टीकरण करण्याकरता अभिशासन हे सामूहिक वर्तनाची 'पद्धतशीर व्यक्तिवाद' या दृष्टीने व्याख्या करण्याकरता सांकल्पनिक चौकट उपलब्ध करून देते, ज्यामध्ये लोक समाजामध्ये जे कोणते कार्य स्वीकारतात त्यामागे त्यांचे स्वार्थी हितसंबंध हेच प्रेरक घटक असतात. अशा प्रकारची टोकाची स्थिती सहजासहजी स्वीकारली जाणार नाही. जरी अशा परिस्थितीमुळे अनेक समस्या निर्माण झाल्या

असल्या, तरी अलीकडच्या काळात लोकप्रशासनाचे बदलते स्वरूप अर्थपूर्ण रीतीने स्पष्ट करण्याकरता त्या समस्या सोडवणे गरजेचे आहे. सभ्य भाषेमध्ये ज्यांना 'इतिहासाचा अंत' असे म्हटले जाते त्यामध्ये ज्या आपत्तींची मुळे सापडतात त्याला प्रतिसाद देण्याकरता वेबरची परंपरागत चौकट अपुरी ठरते. प्रशासनिक संकल्पना आणि आकृतिबंध म्हणून वाढते महत्त्व लक्षात घेता ही अभिशासनाची एक 'लाट' आहे हे कोणीही नाकारू शकत नाही. सार्वजनिक नोकरशाही ही पूर्वापार त्यांच्यावर जी कामे सोपविली जातात त्याकरता प्रचंड भाडेवसुली करणारी आहे, अशी टीका करून जागतिक बँक पुरस्कृत अभिशासन मोहिमेने लोकप्रशासनाकडे पाहण्याचा पारंपरिक दृष्टिकोन मुळातूनच बदलला.

२

विशेषतः ज्या विकसनशील देशांमध्ये लोकप्रशासन हे पाश्चिमात्य प्रारूपाचे व्युत्पन्न रूप म्हणून आकारास आलेले नाही तिथे अनेक आव्हाने आहेत. भारतीय प्रशासनावर ओझरती नजर टाकल्यास असे निश्चितपणे लक्षात येते की, जरी त्यांनी १९९१ साली नवीन आर्थिक धोरण स्वीकारले तरीसुद्धा, त्यामध्ये काटेकोरपणे नवउदारमतवादी वैशिष्ट्ये आढळून न येता नेहरूप्रणित समाजवादी रचनेच्या समाजाची वैशिष्ट्ये आढळून येतात. त्यामुळेच कालसुसंगत प्रारूप हे सैद्धान्तिकदृष्ट्या व्यवहारी आणि व्यावहारिकदृष्ट्या अर्थपूर्ण असते. ज्या कालखंडात वसाहतवाद हा सर्वांत निर्णायक होता अशा विशिष्ट ऐतिहासिक परिस्थितीमध्ये, भारतातील उत्तर वसाहतवादी शासनाने अखिल भारतीय सेवांसह अनेक प्रशासकीय संरचना, ज्यांनी ब्रिटिश शासनातील परदेशीय हितसंबंध सुरक्षित राखले, या तशाच पुढे कायम ठेवल्या. या प्रशासकीय संरचानांची १९४७ साली झालेल्या फाळणीच्या वेळच्या दंगलींच्या संदर्भात भूमिका पाहता, जरी त्या संरचना या साम्राज्यवादी मूळ असलेल्या होत्या तरीसुद्धा, त्या भारतीय लोकप्रशासनाच्या भाग झाल्या. त्यांचा साम्राज्यवादी वारसा अव्याहत ठेवत असतानाच स्वतंत्र भारतात त्याची पोलादी चौकट तशीच राखून ठेवण्यात आली. जेव्हा हा विषय घटना समितीपुढे चर्चेकरता ठेवण्यात आला, समिती सदस्यांमध्ये त्याबद्दल एकमत झाले नाही. त्या संरचानांची स्वातंत्र्यसंग्रामातील वादग्रस्त भूमिका लक्षात घेता, एम. ए. अय्यंगार आणि एस. एल. सक्सेना यांसारख्या सदस्यांनी स्वतंत्र भारतामध्ये अखिल भारतीय सेवांचे अस्तित्व पुढे सुरू ठेवण्यास कडाडून विरोध केला. या सेवांकरता शासनावर पगारापोटी फार मोठा आर्थिक बोजा पडणार असल्याकारणाने या सेवा मोडकळीत काढण्याच्या विचारांचे या समितीमधील काही सदस्यांनी समर्थन केले. समितीतील काही सदस्य हे, ज्यांनी 'प्रामाणिकपणे, कळकळीने आणि स्वच्छपणे' देशसेवा म्हणून यापुढेही आपल्या सेवा करण्याची इच्छा व्यक्त केली

होती, त्यांच्या सेवांचे मूळ आणि त्यांचे संगोपन हे राष्ट्रवादी हितसंबंधांच्या विरोधात असल्याने, अशांकडून लेखी हमी घ्यावी असा आग्रह धरला. वल्लभभाई पटेल यांच्या व्यावहारिकदृष्ट्या अखिल भारतीय सेवा आहे तशाच राहाव्यात या आग्रहामुळे ही सेवा कमीअधिक प्रमाणात *अव्याहत* ठेवण्यात आली.

प्रतिकूल वातावरण असतानाही सरतेशेवटी या पोलादी चौकटीचे अस्तित्व कायम राखण्याचे समर्थन का करण्यात आले, हे समजून घेण्याकरता घटना समितीमध्ये झालेल्या चर्चा अत्यंत उपयुक्त आहेत. या समितीमधील चर्चा या केवळ घटनाकर्त्यांच्या मनोभूमिकेकडे आपले लक्ष वेधत नाहीत, तर ब्रिटिशांविरुद्ध लढून ज्यांनी स्वातंत्र्यलढा जिंकला अशा नेत्यांच्या कारभाराखाली भारतामध्ये विकसित होत असलेल्या लोकप्रशासनाचे स्वरूप समजून घेण्याकरता महत्त्वपूर्ण आहेत.

ब्रिटिश नोकरशाहीची 'पोलादी चौकट' ही केवळ तिच्या संरचनात्मक उपयोगितेमुळे स्वीकारल्याची शक्यता लक्षात घेत असताना, घटनाकर्त्यांनी लोकशाही अभिशासन व्यवस्थेअंतर्गत तिचे कामकाज होण्यासाठी तिच्या स्वरूपामध्ये आमूलाग्र बदल केले. निर्णय प्रक्रियेत सहभागी असलेल्या लोकांचा सहभाग लक्षात घेऊन, नोकरशाहीचे कार्यात्मक स्वरूप लक्षणीयरित्या बदलण्यात आले आणि प्रशासकाला ही वैशिष्ट्ये तिच्या कार्यशैलीमध्ये आत्मसात करावी लागली. 'लोकांशी जवळकीचे संबंध प्रस्थापित करणे, लोकसंपर्क वाढवणे आणि लोकांची मनं जिंकून त्यांना आपल्या बाजूने करणे' या सगळ्याचा यामध्ये समावेश होतो. हा 'एका राजकारणी व्यक्तीचा लोकांची मनं जिंकून, त्यांना मदत करून आपल्या बाजूने करण्याचा मार्ग' आहे. त्यामुळे प्रशासन हे केवळ नैमित्तिक पठडीबद्ध काम नव्हते, तर तो ज्यामध्ये लोकांकडे निर्णयात्मक भूमिका होती असा एक मानवी समस्यांना दिलेला सर्जनशील प्रतिसाद होता. दोन कारणांकरता हे एक क्रांतिकारी पाऊल होतेः एक म्हणजे, नोकरशाहीची प्रचलित व्यवस्था दूर करण्याऐवजी, उत्तरवसाहतवादी कालखंडातील नेत्यांनी त्याच संरचनेला स्वतंत्र भारताच्या नागरिकांनी अभिव्यक्त केलेली लोकशाही मूल्ये आणि सांस्कृतिक गुणवैशिष्ट्ये यांनुसार आकार देण्याचा प्रयत्न केला. दुसरे म्हणजे, ब्रिटिशांविरुद्ध दीर्घकाळ दिलेल्या लढ्यानंतर उदयास आलेल्या राष्ट्राचे ध्येय साध्य करण्याकरता पोलादी चौकटीप्रमाणे असलेले तिचे पूर्व स्वरूप आमूलाग्र बदलले. गमतीची गोष्ट अशी की, प्रचलित नोकरशाहीकरता, साम्राज्यवादी कारकीर्द ते स्वतंत्र भारतामधील एक नवी कारकीर्द असा गुणात्मक पातळीवर होत गेलेला हा बदल सहजसोपा होता आणि स्वातंत्र्यप्राप्तीनंतर ज्यांनी लगोलग प्रशासन ताब्यात घेतले त्यांना कोणत्याही अडचणीशिवाय प्रशासकीय सुधारणा करणे अत्यंत सोपे गेले.

समाजाकरता समाजवादी आकृतिबंध स्वीकारल्यामुळे या समस्त संरचनांमध्ये आमूलाग्र बदल होणे क्रमप्राप्त होते. सन १९९०मध्ये मात्र, हे चित्र पूर्णतः भिन्न

होते. भारतीय नोकरशाहीने, राज्यप्रणित सुनियोजित आर्थिक विकासाला आव्हान देणाऱ्या नवउदारमतवादी धोरणाला, संरक्षित मार्गाने का होईना, काही प्रमाणात प्रतिकार केला. शासनाने, जागतिकीकरण आणि नवउदारमतवादी विचारांवर टीका करणाऱ्या शक्तींनी त्याच्यावर लादलेले विचारसरणीचे ओझे आहे असे गृहीत धरून, सावधपणे स्वतःचा 'पुनर्शोध' घेतला.

भारतीय लोकप्रशासनात अलीकडे झालेले लक्षणीय स्वरूपातील बदल हे अंतर्गत आणि बहिर्गत स्रोतांकडून मिळालेल्या निविष्टीची देणगी आहे. प्रशासकीय बदल हे भारत सरकारने वेळोवेळी नेमलेल्या सुधारणा समितीच्या अहवालांमध्ये स्पष्ट केले जातात. सन १९९७ मधील पाचव्या वेतन आयोगाने, वेतन आयोग म्हणून असणाऱ्या आपल्या पारंपरिक मर्यादा ओलांडून प्रशासकीय सुधारणा आयोग म्हणून भूमिका निभावत असताना, भारतीय अभिशासनातील महत्त्वपूर्ण समस्यांना स्पर्श केला. जरी या वेतन आयोगाने 'सुप्रशासना'चा नवीन कार्यक्रम प्रत्यक्ष कृतीमध्ये आणला असला तरी, १९८२ सालच्या चौथ्या वेतन आयोगाने प्रामुख्याने आकर्षक पगारवाढ आणि इतर स्वरूपातील फायदे देऊन लोकप्रशासनात 'कार्यक्षमता' सुधार होण्याच्या दृष्टीने पावले उचलण्याची सूचना केली. चौथ्या वेतन आयोगाचे अद्वितीयत्व असे की, या आयोगाने वैश्विक पातळीवरून आलेल्या संकेतांमुळे शासनाची बदलती भूमिका सुस्पष्टपणे मांडली. शासनाने त्याचा आकार कमी केला पाहिजे आणि त्याचे नोकरशाहीत्मक स्वरूप संपुष्टात आणले पाहिजे. शासनाने स्वतःला प्राधान्याने जी कार्ये खाजगी क्षेत्राकडून केली जात नाहीत अशा आपल्या 'गाभाभूत कार्यां'भोवती मर्यादित केले पाहिजे. प्रत्येक कार्य हे खाजगी उद्योजकाकडे सोपवली पाहिजेत. १९९७ सालच्या पाचव्या वेतन आयोगाने, केवळ नागरी सेवांकरता वेतन संरचना सुचवली नाही, तर अतिव्यापक स्वरूपामुळे त्याचा वाढलेला आकार, कार्यक्षमता, मनोधैर्य आणि प्रेरणा, प्रशिक्षण आणि नेमणुका आणि सर्वसाधारण कार्यान्वयन प्रक्रिया याबाबत शिफारशी केल्या. सन १९९८ सालची *प्रभावी आणि प्रतिसादात्मक शासनाकरता कृतियोजना* ही पाचव्या वेतन आयोगाने दिलेली ध्येय साध्य करण्याकरता सुनिश्चित केलेली प्रस्तावित उपाययोजना स्पष्टपणे मांडते. सन १९९६च्या मुख्य सचिवांच्या परिषदेच्या माध्यमातून पुढे आलेल्या योजनेने (*अ*) प्रशासन हे उत्तरदायी आणि नागरिकांशी सुसंवादी असावे, (*आ*) पारदर्शी व्यवहाराची हमी देणारे आणि माहितीचा अधिकार देणारे असावे आणि (*इ*) नागरी सेवांचे शुद्धीकरण आणि त्यांना प्रेरणा देण्याकरता उपाययोजना आखणारे असावे, याकरता प्रयत्न केले. प्रशासनातील उभी पद्सोपान संरचना ही 'गतिशील निर्णय प्रक्रिया होण्यासाठी किंवा खालच्या स्तरावरील तल्लख, हुशार

तरुणांना निर्णय घेण्याकरता आणि त्याचे उत्तरदायित्व स्वीकारण्याकरता सक्षम होण्यासाठी अयोग्य आहे' असा प्रस्तुत कृतियोजना स्पष्ट निर्देश करते.

३

जागतिकीकरणामुळे लोकप्रशासनामध्ये जागतिक पातळीवर आमूलाग्र बदल झाले, यात शंकाच नाही. त्याचे परिणामही विविध स्तरावर झाले आहेत. विकसित देशांमध्ये सार्वजनिक नोकरशाही ही, प्रशासनावरील नवउदारमतवादी विचारांचा पगडा सामावून घेऊन आपली भूमिका पुनर्निर्धारित करते. मानवी अस्तित्वाशी संबंधित एक विचारसरणी सोडून दुसरी विचारसरणी स्वीकारणे हे विकसनशील देशांइतके खडतर नसते. याची करणे शोधणे फारसे अवघड नाही. पहिले म्हणजे, ऐतिहासिकदृष्ट्या दीर्घकाळ वसाहतवादी कालखंड असलेल्या जवळपास सर्वच विकसनशील देशांमध्ये लोकप्रशासन हे राज्यांच्या छत्रछायेखाली वाढले. निर्वसाहतीकरणानंतरही, सार्वजनिक नोकरशाही ही सातत्याने संपूर्ण शासकीय यंत्रणेमधील निर्णयात्मक कळ होती. दुसरे म्हणजे, राज्यसंचालित केंद्रवर्ती नियोजनबद्ध विकास साधत असताना या उत्तरवसाहतवादी राज्यांना भांडवलवादी पाश्चात्त्यांनी अवलंबलेल्या मार्गाव्यतिरिक्त पर्याय शोधावा लागला, कारण या भांडवलवादी पाश्चात्त्यांनी प्रचंड दारिद्र्य आणि त्याच्याशी संबंधित इतर समस्या अशी आव्हाने कधीही अनुभवली नव्हती, जी या देशांपुढे होती. कारणं काहीही असोत, केंद्रवर्ती नियोजन हे आर्थिक विकासाचे अपेक्षित ध्येय साधण्यात अपयशी ठरले. 'संरक्षित' अर्थव्यवस्था आणि नोकरशाही आधारित लोकप्रशासन यावर या अपयशाचे खापर फोडण्यात आले आणि विकासाचे बिगर भांडवलवादी/भांडवलवादविरोधी मार्ग अपुरे सिद्ध झाल्याने, जागतिकीकरणामुळे अन्य पर्यायी मार्ग शोधण्याची संधी निर्माण करून दिली. बदलत्या परिस्थितीत, मध्यवर्ती नोकरशाही ही बदल आणि सुधारणा यांमधील मोठा अडथळा ठरला. परिणामी, 'नवीन सार्वजनिक व्यवस्थापन प्रक्षेत्र' याखाली आले विकसित आणि विकसनशील देशांनी सार्वजनिक अभिकर्त्यांची कामगिरी ही निविष्टीपेक्षाही उत्पादनावर अधिक लक्ष ठेवणारी करण्याबरोबरच 'प्रक्रियाभिमुख' न ठेवता 'परिणामाभिमुख' केली. वरकरणी, परिणामाभिमुख प्रशासन हे अधिक आकर्षक वाटू शकत असले तरीसुद्धा; अशा स्वरूपाचा अभिशासनाचा प्रकार हा लोकप्रशासनाच्या 'सार्वजनिक चेहऱ्या'चे समर्थन करू शकत नाही. अन्य शब्दांत सांगायचे झाल्यास, परिणाम काहीही असले तरी परिणामाभिमुख लोकप्रशासनाचा कल हा विशेषतः 'काय' साध्य केले यावर असल्याने, 'उदार पालक' म्हणून असलेल्या त्याच्या स्वरूपाला धक्का पोहोचू शकतो.

सार्वजनिक नोकरशाहीची संकल्पना नव्याने मांडण्याशिवाय, आर्थिक सुधारणांनी वेबरप्रणित सत्तेच्या शुंडाकार संरचनेला पर्याय शोधण्यातसुद्धा आपले योगदान दिले. गांधीप्रणित आणि बिगरगांधी अशा दोनही ढाच्याचे विकेंद्रीकरण हे विशेषतः सर्वांत खालच्या स्तरावरील 'लोकशाही उर्मी'च्या संदर्भातील प्रशासकीय सुधारणा आणि नवोपक्रम यांकरता महत्त्वाचे मुद्दे पुरवतो. ज्या अभिशासन पद्धतीमध्ये पदसोपान उतरंड रचनेची जागा ही 'समुद्र वर्तुळलहरी' या गांधी विचारधारेतील संकल्पनेने घेतली आहे, अशा पद्धतीचा वेबरप्रणित सैद्धान्तिक चौकटीत कोणताही संकेत सापडत नाही. लोकसहभागातून पुढे आलेल्या, पंचायती राज पद्धतीच्या संकल्पनांभोवती संरचित अभिशासन, हे नोकरशाहीकरणाच्या रूपातील मोर्चेबंदीमुळे निर्माण झालेल्या कोंडीवर निर्मितीक्षम उपाय सुचवते. ही निःसंशयपणे आपले पुनर्रचित ध्येय आणि त्यानुसार आपले स्वरूप जाणून घेऊ इच्छित आहे अशा प्रशासनाविषयीची सैद्धान्तिक चर्चा आहे, जे वरकरणी भूतकाळात जोपासलेल्या सामाजिक, आर्थिक आणि राजकीय पूर्वग्रहांमुळे स्वतःमध्ये बदल करण्यास नाखूष आहे. एक प्रकारे, जागतिकीकरण ही अभिशासानाच्या प्रारूपांचे उचित स्पष्टीकरणार्थ आमच्या माहितीतील एक महत्त्वपूर्ण सामग्री आहे.

४

सारांशाने, अलीकडील काळात या अभ्यासपद्धतीला 'नवी' दिशात्मकता प्राप्त होण्याच्या दृष्टीने पुढील चार आंतरसंबंधी विषय पुढे आले आहेत: 'जागतिकीकरण', 'संपर्कजाल' प्रशासन, 'अभिशासन' आणि 'लोकशाहीकरणाद्वारे सहभाग'. पहिला विषय हा विविध राष्ट्रांमध्ये नव्याने उदयास येत असलेल्या खोल आणि व्यापक स्तरावर एकमेकांशी जोडलेल्या जागतिक व्यवस्थेशी संबंधित आहे. हा घटकविषय बाह्यतांचे व्यवस्थापन, तसेच स्थानिक गरजा आणि आंतरराष्ट्रीय दुवे यांदरम्यान समतोल साधण्याच्या दृष्टीने विविध राष्ट्रांवर त्यांच्या लोकप्रशासनाची पुनर्रचना करण्यास भाग पाडतो. दुसरा विषय, जो पहिल्या आणि तिसऱ्याशी संबंधित आहे, हा लोकप्रशासनाचे पारंपरिक संकुचित आणि दर्जात्मक पदसोपान पद्धतीचे स्वरूप इथपासून ते शृंखलांच्या माध्यमातून विविध दिशांना विस्तारत जाणारे 'संपर्कजाल' स्वरूप इथपर्यंतचा अकल्पित कायापालट चिन्हांकित करतो. यामुळे पूर्वीच्या लोकप्रशासनावरील एकाधिकारशाही प्रभावामुळे उद्भवलेल्या बऱ्याचशा समस्या टाळण्याकडे कल निर्माण झाला आहे. 'अभिशासन' या तिसऱ्या विषयाने स्थानिक पातळीवरील लोकप्रशासनाच्या कक्षा अपरिहार्यतेने रुंदावल्या आहेत आणि त्याला वर्तमान उपलब्ध साहित्यामध्ये लक्षणीय स्थान प्राप्त झाले

आहे. जागतिकीकरणाचा प्रचंड विस्तार झालेल्या या जगात आज अभिशासन या विषयाचे, त्यातील विविध बहिर्गत कर्त्यांची गुंतागुंतीची शृंखला लक्षात घेता, व्याप्ती वाढविण्याची गरज भासत आहे. लोकप्रशासन या अंतर्गत चर्चिला गेलेला चौथा विषय हा प्रशासकीय स्थित्यंतरांमधील जागतिकीकरण आणि नवउदारमतवाद या दोनही मतप्रवाहांना दिलेली प्रतिक्रिया म्हणून जोरकसपणे पुनर्जीवित करण्यात आला आहे. एक शासन प्रकार म्हणून नव्हे, तर संरचनात्मक आणि प्रक्रियात्मक वैशिष्ट्ये म्हणून लोकशाही हे लोकप्रशासनाचे समकालीन लक्षात घेण्याजोगे महत्त्वाचे तत्त्व गृहीत धरले गेले आहे. आज शासनाच्या धोक्यात आलेल्या 'अधिमान्यते'चे संरक्षण करण्यासाठी आधुनिक सार्वजनिक व्यवस्थापनाच्या माध्यमातून समान वाटपाचे धोरणाखाली, त्याचप्रमाणे विकेंद्रीकरण, खुलेपणा, पारदर्शकता आणि उत्तरदायित्व याद्वारे खऱ्या अर्थाने शासनावर असलेले लोकांचे नियंत्रण ठळकपणे व्यक्त करण्यातून 'आम्ही कर्ते आहोत' अशी नागरिकांमध्ये जागरूकता आढळून येत आहे.

५

बदलत्या राष्ट्रीय आणि आंतरराष्ट्रीय अशा दोनही पातळ्यांवरील लोकप्रशासनाचे क्लिष्ट स्वरूप लक्षात घेता, अशक्य नसले तरी, त्याच्याशी संबंधित प्रत्येक प्रश्नावर लक्ष देणे अवघड आहे. इथे लोकप्रशासन या अभ्यासविषयामध्ये देशात आणि परदेशांत वेगाने घडत असलेल्या घडामोडी आत्मसात करण्याकरता सर्वकष चित्र उभे करणे हे आमचे ध्येय आहे. हा प्रयास नावीन्यपूर्ण आणि प्रेरणा देणाराही आहेः नावीन्यपूर्ण याकरता की वर्तमान अभ्यास हा लोकप्रशासनात, जे वेबरच्या प्रारूपापासून दूर आहे, प्रामुख्याने अधोरेखित झालेल्या प्रश्नांवर लक्ष केंद्रित करतो; प्रेरणादायी याकरता की हा प्रयास जिथे नवउदारमतवादी राजकीय–आर्थिक मूल्यांनी तद्विरोधी अन्य विचारसरणींच्या मार्गांवर प्राप्त केलेले वर्चस्व लक्षात घेता संपूर्ण जगभरात सार्वजनिक नोकरशाहीशी संबंधित प्रश्न उपस्थित करतो. म्हणजेच, प्रस्तुत पुस्तक हे ज्ञानाच्या कक्षा रुंदावणे, तसेच आगामी संशोधनाचा पाया तयार करणे असे दोन उद्देश साध्य करतो. समकालीन लोकप्रशासनाचे जटिल स्वरूप उलगडत असताना, प्रशासनाची संरचना आणि प्रशासनाची प्रक्रिया सुस्पष्ट होत जाणारे सभोवतालचे वातावरण यांमधील दुवे समजावून घेणे महत्त्वाचे असते. आंतरविद्याशाखीय देवाणघेवाणीला मान्यता देत असतानाच, प्रस्तुत पुस्तक हे अभ्यासविषय आणि प्रत्यक्ष व्यवहार या दोन्ही दृष्टीने लोकप्रशासनाची पुनर्रचना करण्यामध्ये मध्यस्थी करते.

प्रस्तुत पुस्तक हे सार्वजनिक हित साधण्याचा प्रयत्न म्हणून लोकप्रशासनाचा परिपूर्ण लेखाजोखा मांडते. बदलते स्वरूप समजावून घेत असताना दोन कारणांमुळे भारतीय लोकप्रशासन हे त्याचे सर्वांत उचित उदाहरण ठरेलः सन १९४७ मध्ये स्वातंत्र्यप्राप्तीनंतर लगेचच ज्या ऐतिहासिक परिस्थितीमध्ये भारतीय प्रशासनाने आकार धारण केला ती परिस्थिती हे त्याचे पहिले कारण. या प्रशासनाचे स्वरूप हे पूर्णतः पाश्चात्त्य नव्हते की शुद्ध 'देशी' नव्हते, तर या दोन्हींचे अद्वितीय मिश्रण होते. हा ढाचा आजही तसाच असल्याचे जाणवते. सन १९९१मध्ये नवीन आर्थिक धोरण स्वीकारल्यानंतर सुद्धा लोकप्रशासन हे अद्यापही विकासाच्या प्रक्रियेत जरी ते 'बाजार भाषे'चे समर्थन करत असले तरीसुद्धा 'सार्वजनिक क्षेत्रा'शी वचनबद्ध आहे. दुसरे म्हणजे, प्रेरणा आणि आशय या दोनही बाबतीत भरीव सातत्य ठेवत असताना, भारतीय प्रशासन हे नवउदारमतवादी हिमपाताला, भारतातील विशिष्ट सामाजिक–आर्थिक परिस्थितीवर आधारित सर्जनशील प्रतिसाद देते. लोकप्रशासनाचे स्पष्ट सेंद्रिय स्वरूप लक्षात घेता, त्याचे भारतीय उदाहरण हे लोकप्रशासनाच्या पायाभूत मूल्यांकडे आपले लक्ष वेधते. आपण या मूल्यांची नोंद घेणे टाळू शकत नाही, कारण बदलत्या परिस्थितीमध्ये लोकप्रशासनाचा पुनर्शोध घेत असताना हीच मूल्ये महत्त्वपूर्ण ठरतात. म्हणूनच, लोकप्रशासन हे कदापिही स्थिर किंवा गतिहीन असू शकत नाही, तर सातत्याने नवीन आकार घेत स्वतःला बदलत असते.

६

लोकप्रशासन या विद्याशाखेमध्ये होत असलेल्या अलीकडील घडामोडीविषयी वाचकांना अवगत करणे हे प्रस्तुत पुस्तकाचे ध्येय आहे. अभिशासनाच्या आकलनातील महत्त्वपूर्ण समस्या समजावून घेत असताना, प्रस्तुत पुस्तक हे या क्षेत्रातील पुढील नवसंशोधनाकरता नवीन मुद्दे उपलब्ध करून देते. पाठ्यपुस्तकाच्या ढाच्यामध्ये केलेला हा स्वाध्याय, जागतिकीकरण हे नोकरशाहीकेंद्री नसलेल्या लोकप्रशासनाची रूपरेषा लक्षणीयरित्या कशाप्रकारे बदलतो यावर केवळ प्रकाश टाकत नाही, तर त्याचबरोबर नागरी समाज संघटना यासुद्धा प्रशासनातील तितक्याच महत्त्वाच्या भागीदार आहेत यावर भर देतो. या विद्याशाखेतील हा एक नवीन प्रवाह आहे, जो प्रस्तुत पुस्तकातील सुलिखित १२ प्रकरणांमध्ये बांधण्याचा आम्ही प्रयत्न केला आहे आणि त्याचबरोबर, हे पुस्तक, नेहमीच संदर्भवाही असणाऱ्या लोकप्रशासनाचे अद्वितीय स्वरूप आणि संदर्भमूल्य यांना जोडून त्यावर मूलभूत युक्तिवाद करते. म्हणूनच, लोकप्रशासनाची वैश्विक प्रारूपे शोधणे हे अनुचित आहे, कारण 'एकाच मापाने सगळ्यांना मोजणे' हा दृष्टिकोन सैद्धान्तिकदृष्ट्या निरुपयोगी आहे आणि वेगाने बदलत जाणाऱ्या अभिशासनाचे अनुबंध स्पष्ट करण्यास अपुरा आहे.

प्रकरण १

लोकप्रशासन:
ज्ञानशाखा म्हणून उत्क्रांती व विकास

अध्ययनाची उद्दिष्टे

- लोकप्रशासनाचा अर्थ, स्वरूप आणि व्याप्ती समजावून घेणे
- ज्ञानशाखा म्हणून लोकप्रशासनाची उत्क्रांती व विस्तार यांचा मागोवा घेणे
- या ज्ञानशाखेतील नवीन विचारप्रवाहांची उकल करणे

लोकप्रशासन हा आपल्या दैनंदिन जीवनाचा अविभाज्य भाग आहे. आपल्या रोजच्या खाण्यापिण्याच्या पद्धती, कपडे वापरण्याच्या विशिष्ट सवयी, दैनंदिन बाजारहाट, प्रवास आणि वाहतुकीसाठी बांधलेले रस्ते, दळणवळण व वाहतुकीच्या अत्याधुनिक सोयी; याशिवाय शिक्षण, वैद्यकीय सेवा, घरांच्या किंवा राहण्याच्या सोयी, मनोरंजन, जीव आणि संपत्ती यांची सुरक्षितता आपण उपभोगत असलेल्या सर्व सेवा व इतर अशाच तऱ्हेच्या अनेक बाबी या केवळ लोकप्रशासनामुळेच सहजपणे शक्य झालेल्या आहेत. आपल्या राहणीमानाचा वाढलेला उच्च दर्जा, शेती आणि उद्योग, दळणवळण, प्रवास, वैद्यक, शिक्षण व इतर अनेक क्षेत्रांतील प्रगती फक्त लोकप्रशासनिक प्रयत्नांनीच साधणे शक्य झालेले आहे (कॉर्सन आणि हॅरिस १९६७: १-२). एकूणच लोकप्रशासन हे प्रत्येक प्रसंगी अगदी जन्मापासून मृत्यूपर्यंत आपल्या सोबतच असते. या प्रकरणात 'लोकप्रशासन' या संकल्पनेचा अर्थ, व्याप्ती आणि महत्त्व या मुद्द्यांवर चर्चा केलेली आहे. लोकप्रशासन या ज्ञानशाखेचा उदय आणि विकास कसा झाला व या शास्त्रातील महत्त्वाचे दृष्टिकोन यांचा विचार केलेला आहे.

लोकप्रशासनाचा अर्थ

लोकप्रशासन हा 'प्रशासन' या व्यापक संकल्पनेचा एक 'उपविभाग' किंवा 'उपघटक' आहे. प्रशासन म्हणजे 'लोकांना सेवा उपलब्ध करून देणे' किंवा 'लोकांची काळजी घेणे' आणि त्यासाठी 'योग्य कामकाज पद्धतीचे व्यवस्थापन करणे' होय. या अर्थाने, प्रशासन म्हणजे एखाद्या संस्थेच्या अथवा संघटनेच्या कामकाजाचे किंवा व्यवहारांचे व्यवस्थापन होय. जेव्हा आपण लोक आणि प्रशासन हे एकत्रित जोडतो, तेव्हा

त्याचा अर्थ 'लोकप्रशासन' किंवा 'शासकीय कारभार' असा होतो. याचाच अर्थ लोकप्रशासन म्हणजे शासनव्यवहारांचे आणि प्रक्रियांचे व्यवस्थापन होय. डिमॉक आणि डिमॉक यांनी लोकप्रशासनाची व्याख्या राजकीयदृष्ट्या निश्चित केलेली उद्दिष्टे साध्य करणे' अशी केली आहे. तथापि, त्यांच्या मते,

> कार्यक्रमांची तंत्रशुद्ध वा क्रमबद्ध अंमलबजावणी याही पेक्षा, त्या बरोबरीने लोकप्रशासन हे धोरणाशीही संबंधित असते... लोकप्रशासन....हे, समस्या निर्मूलनासाठी आणि सामाजिक उद्दिष्टे साध्य करण्याकरता पुरेसे व्यावहारिक असावे लागते, याशिवाय ते व्यापक धारणांवर आधारित सामूहिक परिणामकारी कृतीतूनच पुढे आलेल्या अधिक उत्कृष्ट पद्धती शोधण्यासाठी शोधक आणि नवनवीन कल्पनांना चालना देणारे असावे लागते (डिमॉक आणि डिमॉक १९६९ः ३, ११).

लोकप्रशासन या ज्ञानशाखेतील ज्येष्ठ वुड्रो विल्सन यांनी 'सार्वजनिक कायद्याची तपशीलवार आणि पद्धतशीर अंमलबजावणी म्हणजे लोकप्रशासन. सर्वसाधारण कायद्याचे प्रत्येक विशिष्ट उपयोजन म्हणजे प्रशासन होय' (विल्सन १९५३ः ६५–७५) अशी लोकप्रशासनाची व्याख्या केलेली आहे. लोकप्रशासन याचा अर्थ काय, तर सर्वसाधारणपणे राष्ट्रीय, राज्यस्तरीय आणि स्थानिक पातळीवरील शासनांची कार्यकारी शाखांद्वारे केलेली विविध कार्य होय (सायमन, स्मिथबर्ग आणि थॉम्पसन १९५०ः ७). एल. डी. व्हाईट यांच्या मते, 'कोणत्याही काळात आणि कोणत्याही अधिकारकक्षेत सार्वजनिक धोरणांची परिपूर्ती किंवा अंमलबजावणी करण्याकरता असलेले नियम, कायदे, नियमने, परंपरा, परस्परसंबंध, रूढी आणि संकेत यांचा समूह म्हणजे लोकप्रशासनाची पद्धत होय' (व्हाईट १९५५ः २). लोकप्रशासन म्हणजे निर्णय घेणे, काम पूर्ण करण्याकरता नियोजन करणे, उद्दिष्टे आणि ध्येय ठरवणे, शासकीय कार्यक्रमांकरता लोकसहभाग आणि निधी उपलब्ध व्हावा म्हणून कायदेमंडळ आणि नागरी संघटना यांबरोबर काम करणे होय. कॉर्सन आणि हॅरिस यांच्या मते, 'लोकप्रशासन ही सरकारची प्रत्यक्ष कृती आहे आणि शासनाची उद्दिष्टे आणि ध्येये प्रत्यक्षात आणण्याचे साधन आहे' (कॉर्सन आणि हॅरिस १९६७ः १). फिफनर आणि प्रेस्थुसच्या (१९५३ः ३) मते, लोकप्रशासन हे प्रामुख्याने राजकीय मूल्ये जोपासणाऱ्या साधनांशी संबंधित आहे... त्यांनी 'सार्वजनिक धोरणे राबवण्यासाठी व्यक्तिगत आणि सामूहिक पातळीवर केलेल्या प्रयत्नांमधील समन्वय' अशी लोकप्रशासनाची व्याख्या केलेली आहे. लोकप्रशासन हे प्रामुख्याने दैनंदिन शासकीय कामकाजात व्यस्त असते. लोकप्रशासनाची एकच एक साररूप व्याख्या करता येत नाही. असे असले तरीसुद्धा, त्याची व्याख्या तयार करण्याच्या दृष्टीने ते सारांशरूपात स्पष्ट करता येईल. त्यांचे मते लोकप्रशासन हेः

- सार्वजनिक स्तरावर केलेले सहकार्यात्मक सामूहिक प्रयत्न आहेत;
- कार्यकारी मंडळ, कायदेमंडळ आणि न्यायमंडळ व त्यांचे परस्परसंबंध यांना सामावून घेते;
- सार्वजनिक धोरणांच्या निर्मितीचे महत्त्वाचे काम करते, पर्यायाने, राजकीय प्रक्रियेचा भाग असते;
- खाजगी प्रशासनापासून लक्षणीयरीत्या भिन्न असते; आणि
- समुदायाला सेवा देण्याकरिता अनेकविध खाजगी समूह आणि व्यक्तींशी त्याचे निकटचे संबंध असतात (निग्रो १९६५, १९७१: २१).

आपल्या दैनंदिन जीवनात लोकप्रशासन हे असे सर्वव्यापी असले तरीसुद्धा, त्याची निश्चित सर्वसंमत अशी एखादीच व्याख्या अस्तित्वात आहे. वास्तविक, ही अभ्यासपद्धती अद्यापही एका सर्वमान्य व्याख्येच्या शोधात आहे. उदाहरणार्थ, अगदी अलीकडेच २००८ मधील मिनॉवब्रुक परिषदेत, जी 'तिसरी मिनॉवब्रुक परिषद' म्हणून विशेषत्वाने प्रसिद्ध आहे, विद्वानांनी लोकप्रशासनाची २१व्या शतकाच्या संदर्भात व्याख्या करण्याचा प्रयत्न केला. तिसऱ्या मिनॉवब्रुक परिषदे (२००८) मधून लोकप्रशासनाची जी व्याख्या उदयास आली तिचा येथे विशेषत्वाने उल्लेख केला पाहिजे. कारण या व्याख्येत या अभ्यासपद्धतीच्या उत्क्रांत स्वरूपाचे, विशेषतः या ज्ञानशाखेशी संबंधित विद्वानांकडून जे घटक दीर्घकाळपासून टाळले गेले होते त्यांचे, प्रतिबिंब पडते. या परिषदेत, ''लोकप्रशासन ही सर्व मानवांच्या भरभराटीला विकासाला चालना देण्याकरता सामूहिक नातेसंबंध, संवाद आणि कृती यावर आधारित सामुदायिक प्रक्रिया आहे.'' अशी लोकप्रशासनाची व्याख्या करण्यात आली. या व्याख्येत, लोकप्रशासनाला आपले कार्य करणे अपेक्षित असलेल्या, नव्याने उदयास आलेल्या जागतिकीकरण आणि बहुसांस्कृतिक व्यवस्थेची ओळख गर्भित अर्थाने करून दिली आहे.

या व्याख्यांच्या आधारे, लोकप्रशासन हे राजकीय निर्णय प्रत्यक्षात उतरवण्याचे साधन आहे, ते शासनाची प्रत्यक्ष कृती आहे, शासनाची उद्दिष्टे आणि ध्येय प्रत्यक्षात आणण्याचे साधन आहे, असा निष्कर्ष आपण काढू शकतो. लोकप्रशासनाच्या प्रक्रियेमध्ये, शासनाचे हेतू आणि इच्छा यांचा ज्यांवर परिणाम होऊ शकतो अशा कृतींचा समावेश होतो. अशा प्रकारे, संस्थात्मक आणि व्यवस्थापन यंत्रणेच्या माध्यमातून, कायदेमंडळाने संमत केलेल्या आणि न्याययंत्रणेने अर्थांकन केलेल्या कायद्यांच्या अंमलबजावणीचा, शासनाचा सातत्याने सक्रीय 'कार्यकारी' भाग आहे.

लोकप्रशासनाचे स्वरूप आणि व्याप्ती

लोकप्रशासनाच्या अभ्यासाचे दोन प्रमुख दृष्टिकोन आहेतः एक व्यवस्थापकीय दृष्टिकोन आणि दुसरा सर्वंकष दृष्टिकोन. व्यवस्थापकीय दृष्टिकोनानुसार, संघटनेच्या व्यवस्थापन कार्यात ज्या व्यक्ती प्रत्यक्ष सहभागी असतात, अशाच व्यक्तींचा केवळ प्रशासनामध्ये समावेश होतो. लुथर गुलीक, हेन्री फेयॉल, हर्बर्ट सायमन, डोनाल्ड डब्ल्यू. स्मिथबर्ग आणि विक्टर थॉम्सन हे लोकप्रशासनाच्या व्यवस्थापकीय दृष्टिकोनाचे मुख्य समर्थक होत. गुलीकने व्यवस्थापकीय कार्ये ही पीओएसडीसीओआरबी (POSDCORB) या आद्याक्षरांमध्ये सूत्रबद्ध केली आहेत. ही मुख्य अधिकार्याने करावयाची सात कार्ये आहेतः पी.-प्लॅनिंग = नियोजन, ओ-ऑर्गनायझिंग = संघटन, एस-स्टाफिंग = नेमणुका, डी-डायरेक्टिंग = मार्गदर्शन, सीओ-कोआर्डीनेटिंग = समन्वय, आर-रिपोर्टिंग = अहवाल सादर करणे आणि बी-बजेटिंग = आर्थिक नियोजन. व्यवस्थापकीय दृष्टिकोनानुसार, व्यवस्थापकीय कार्य पार पाडणाऱ्या व्यक्ती याच प्रशासनाचे मुख्य घटक असतात. लोकप्रशासनाच्या या चौकटीमधून कर्मचाऱ्यांची कारकुनी, श्रमाची आणि तांत्रिक कामे वगळली आहेत. हा दृष्टिकोन योजना पूर्ण करून घेण्यावर भर देतो; परंतु प्रत्यक्ष करण्यावर नव्हे. हा दृष्टिकोन प्रशासनाचा संकुचित दृष्टिकोन म्हणूनही ओळखला जातो. व्यवस्थापकीय दृष्टिकोनाच्या विरोधी मांडला गेलेला सर्वंकष दृष्टिकोन हा, प्रशासनात संघटनेच्या प्रत्यक्ष उद्दिष्टपूर्तीकरता एकूण सर्वच क्रियांचा-श्रमिक, कारकुनी, तांत्रिक-समावेश होतो असे प्रस्तावित करतो. या दृष्टिकोनानुसार शासकीय कार्यालयातील शिपायापासून ते सचिव पातळीवरील सर्व कर्मचाऱ्यांच्या कार्याचा लोकप्रशासनात समावेश होतो. संघटनेच्या यशस्वी उद्दिष्टपूर्तीकरिता त्या संघटनेतील सर्वच कर्मचाऱ्यांच्या सहभागाची गरज असते. वुड्रो विल्सन, एल.डी. व्हाईट, मार्शल इ. डिमॉक व जॉन एम. फिफनर हे या दृष्टिकोनाचे समर्थक होत. हा दृष्टिकोन संघटनेचे विस्तृत स्वरूप दाखवणारा आणि तिच्या सर्व उद्दिष्टांची परिपूर्ती करताना सर्वांगीण विचार करणारा आहे.

लोकप्रशासनाच्या स्वरूपाबाबत जसे वाद आहेत, त्याप्रमाणेच परंपरागत अनुयायांमध्ये आणि आधुनिक अनुयायांमध्ये त्याच्या व्याप्तीबाबत अनेक वाद आहेत. येथे व्याप्तीचा संदर्भ हा लोकप्रशासनातील मुख्य चिंता आणि क्षेत्र याच्याशी आहे. परंपरावादी लेखक हे लोकप्रशासनाला शासनाच्या कार्यकारी मंडळापर्यंतच मर्यादित ठेवतात. आधुनिक लेखक लोकप्रशासनाच्या व्याप्तीचा विस्तार करून, त्यामध्ये शासनाच्या तीनही शाखांचा समावेश करतात. त्यांच्या मते, लोकप्रशासन म्हणजे सर्व शासकीय यंत्रणा कार्यरत होणे. ते असाही युक्तिवाद करतात की, कायदेमंडळ आणि न्यायमंडळाच्या सर्व कृती या लोकप्रशासनाच्या कार्यपद्धतीवर जाणवण्याइतपत

परिणाम करतात व त्या साकार करतात. अशा प्रकारे, लोकप्रशासनाच्या अभ्यासामध्ये कार्यकारीमंडळाच्या कार्याबरोबरच कायदेमंडळ आणि न्यायमंडळाच्या कार्यातील लोकप्रशासनावर लक्षणीयरीत्या प्रभाव पाडणाऱ्या घटकांचाही समावेश होतो. हा दृष्टिकोन आज व्यापक प्रमाणात स्वीकारला गेला आहे. भारतात आपण लोकप्रशासनाचा संकुचित दृष्टिकोन स्वीकारू शकत नाही. कारण भारतात शासनाची तीनही मंडळे ही मोठ्या प्रमाणात परस्परांवलंबी आहेत. त्यांचे परस्परसंबंध हे मोठ्या स्वरूपात त्यांच्यातील आंतरप्रक्रियांवरच अवलंबून आहेत. त्यामुळेच भारतीय लोकप्रशासन हे व्यापक अर्थाने विचारात घ्यावे लागते. एका विस्तृत राजकीय प्रक्रियेचा एक भाग म्हणूनच त्याचा अभ्यास करण्याची गरज भासते.

सार्वजनिक आणि खाजगी प्रशासन

लोकप्रशासनाच्या स्वरूपासंबंधी एक मुद्दा विशेष चर्चिला जातो, तो म्हणजे सार्वजनिक विरुद्ध खाजगी प्रशासन. सार्वजनिक आणि खाजगी (व्यावसायिक) प्रशासन या दोन्हीमधील साम्य आणि भेद यांचा न टाळता येणारा संदर्भ हा लोकप्रशासनाच्या क्रमिक पुस्तकातील नेहमीच मुद्दा ठरलेला आहे. यातील भेदांचे संदर्भात केलेल्या अर्थांकनाचे लोक आणि संस्था यांबाबतीतील भिन्न भिन्न अर्थ आहेत. भेदांचे स्वरूप लक्षात घेता, लेखक कृतीची भिन्न गाभामूल्ये किंवा एखाद्या भिन्न संदर्भात, युक्तिवाद करतात. पॉल एच. ॲपलबी, हर्बर्ट ए. सायमन आणि पीटर ड्रकर यांनी लोकप्रशासन आणि खाजगी प्रशासनातील भेद स्पष्ट केले आहेत. येथे रेखाटलेले दोन्ही प्रशासनपद्धतीतील भेद हे लोकप्रशासनाच्या काही ठळक वैशिष्ट्ये दर्शवतात.

लोकप्रशासनाचा मूळ उद्देश लोकांना सेवा उपलब्ध करून देणे हा असतो, तर खाजगी प्रशासनाचा उद्देश मालकाला नफा मिळवून देणे हा असतो. खाजगी प्रशासनाकडे व्यवसायवृद्धीचे मापन करण्याकरिता प्राप्त केलेला नफा हा एकमेव मुद्दा असतो. अर्थातच नफा मिळवण्यासाठी खाजगी प्रशासनाला, खर्चावर नियंत्रण ठेवणे, उत्पादन प्रक्रियेत सातत्याने सुधारणा घडवणे, अकार्यक्षम कर्मचाऱ्यांना कामावरून कमी करणे आणि हाताखालील कर्मचाऱ्यांकडून त्यांच्यावर जबाबदारी टाकून काम करून घेणे, यावर भर द्यावा लागतो. दुसरीकडे, नागरिकांना सेवा देणे आणि सामाजिक सलोखा राखणे हा सार्वजनिक संघटनांचा प्रमुख उद्देश असतो. एक, सरकारला नफा मिळवून देणे हा या संस्थांचा प्रमुख दृष्टिकोन नसतो. सरकार बरेचदा नुकसान सोसून अन्न, आरोग्य, शिक्षण, संरक्षण यासारख्या अनेक महागड्या सेवासुद्धा लोकांना त्यांच्या भल्याकरिता पुरवते. या अर्थाने लोकप्रशासन हे खरोखरीच 'लोक'

प्रशासन ठरते. दुसरे म्हणजे लोकप्रशासकाच्या कार्यकक्षा या कायद्याच्या चौकटीने निश्चित केलेल्या असल्यामुळे कायदेमंडळाच्या संमतीशिवाय इतर कोणतेही कार्य त्याला अनुसरता येत नाही. दुसऱ्या बाजूला, खाजगी उद्योजक नफा कमावून देणारा कोणताही व्यवसाय करण्यास मुक्त असतो आणि नफा कमावून न देणारा तोट्यातील व्यवसाय तो बंद करू शकतो.

लोकप्रशासकाच्या अधिकारकक्षा आणि स्वातंत्र्य हे स्पष्टपणे मर्यादित असते. कायदेमंडळ, कार्यकारी मंडळ आणि मध्यवर्ती कर्मचारी अभिकरणे यांनी संमत केलेले अनेकविध कायदे, नियम आणि बंधने व त्यातील दुरुस्त्या यामुळे त्याची कार्यकक्षा, कार्यपद्धती (का व कसे) यावर मर्यादा आणतात. राजकीय सत्तेचा आणि सार्वजनिक निधीचा दुरुपयोग आणि गैरवापर टाळावा आणि कायदेमंडळाने आणि कार्यकारीमंडळाने आखलेल्या धोरणानुसार सार्वजनिक योजनांची अंमलबजावणी विहित पद्धतीने व्हावी याकरिता हे निर्बंध घातले जातात. जरी खाजगी प्रशासन हे काही विशिष्ट सरकारी नियमांच्या अधीन असले तरी सरकारी प्रक्रियेला लागू असणाऱ्या नियमांची त्याच्याशी तुलना होऊ शकत नाही. सामान्यपणे सार्वजनिक क्षेत्रातील कर्मचाऱ्यांना खाजगी क्षेत्रात काम करणाऱ्या त्यांच्या समपदस्थ कर्मचाऱ्यांपेक्षा नोकरीची हमी (सुरक्षितता) जास्त असते. शासकीय कर्मचाऱ्यांच्या नोकरीच्या सुरक्षिततेमध्ये नागरी सेवा आयोगातील निवड पद्धती, तक्रारनिवारणामध्ये बाजू मांडण्याचा अधिकार, कामगार संघटना, संघटनाचा अधिकार आणि निवृत्तीवेतन यांचा समावेश होतो. आजमितीस खाजगी क्षेत्रातील श्रमिक संघटनांना प्रखर ऐतिहासिक पार्श्वभूमी आहे, जी शासकीय श्रमिक संघटनांना नाही.

जनतेप्रती उत्तरदायित्व ही लोकप्रशासनाची प्रमुख ओळख ठरते. लोकप्रशासक त्याची कर्तव्ये जणूकाही 'काचेचे भांडे' हातात घेऊन पार पाडत असतो. त्याची प्रत्येक कृती जनतेच्या समोर येते आणि त्यावर नेहमीच टीका (चिकित्सा) केली जाते. त्याच्या चुका लोकांसमोर जाहीरपणे आणल्या जातात, तर त्याने संपादन केलेले यश नेहमीच दुर्लक्षित केले जाते. म्हणूनच लोकप्रशासनाची कार्यपद्धती कायद्याचा पहारा आणि न्यायिक परीक्षण याला उत्तरदायी असते. दुसरीकडे, 'लोकांप्रती उत्तरदायित्व' हे मूल्य खाजगी प्रशासनामध्ये महत्त्वपूर्ण आणि परिणामकारक ठरत नाही. लोकप्रशासकाला नेहमीच त्याच्या कर्तव्यनिष्ठेमध्ये सातत्य राखावेच लागते. त्याने लोकांना सेवा देताना दुजाभाव करता कामा नये. त्याने जर कोणालाही वाहतुकीच्या किंवा कुठल्याही कराच्या अधिनियमांत अपवादात्मक सूट दिली असेल तर इतर सर्व व्यक्ती त्या 'सुटी'साठी पात्र ठरतात. म्हणजेच सर्वांना समान वागणूक देण्याचे त्याच्यावर कायदेशीर बंधन असते. खाजगी क्षेत्रातील प्रशासकाला मात्र

अशा कुठल्याही पद्धतीच्या 'समान वागणुकीचे' बंधन नसते. त्यामुळे खरोखरीच तो कोणत्याही प्रकारच्या व्यवसायपद्धतीचे तंत्र छोट्या आणि मोठ्या ग्राहकासाठीही राबवू शकतो (कॉर्सन आणि हॅरिस १९६७ः १४)!

आपल्या राजकीय गुणवैशिष्ट्यांमुळे लोकप्रशासन हे खाजगी प्रशासनाच्या तुलनेत आपले वेगळेपण सिद्ध करते. लोकप्रशासन हे राजकीय निर्देशांनुसार आणि नियंत्रणानुसारच चालते. कायदेमंडळात आणि कार्यकारीमंडळात निवडून आलेल्या सदस्यांनी तयार केलेल्या योजनांची अंमलबजावणी त्याला करावी लागते. खाजगी प्रशासन मात्र राजकीय निर्देशांनुसार चालत नाही. बाजारपेठेच्या प्रभावानुसार ते आपली कर्तव्ये मोठ्या प्रमाणात पार पाडत असते. शेवटी हेच म्हणावे लागेल की लोकप्रशासनाची व्याप्ती ही खाजगी प्रशासनापेक्षा फारच मोठी आहे. पॉल एच. ॲपलबी यांनी त्याच्याही पुढे असे म्हटले आहे की, सुसंघटित सरकारद्वारे लोकप्रशासनात असा परिणाम साधला जातो की, समाजात अस्तित्वात असणाऱ्या प्रत्येक घटकावर त्याचा प्रत्यक्षपणे प्रभाव असतो. लोकप्रशासन जनतेकरिता अन्न, आरोग्य, शिक्षण, निवारा, वाहतूक इत्यादी, म्हणजे सर्व सुविधा उपलब्ध करत असते. मात्र, खाजगी प्रशासन फक्त ज्यामधून नफा मिळवता येईल अशाच सोईसुविधा उपलब्ध करते. त्यामुळेच लोकप्रशासनाची व्याप्ती, त्याचे प्रभावक्षेत्र आणि त्यापुढील विषय यांची खाजगी प्रशासनाशी तुलना होऊ शकत नाही.

काही विशिष्ट बाबतीत लोकप्रशासन आणि खाजगी प्रशासन यामध्ये काही भिन्नत्व असले तरीही, त्यात काही समानता आढळून येतात. हेन्री फेयॉल, एम. पी. फोलेट, ल्युथर गुलिक, लेन्डॉल उर्विक यांसारख्या प्रशासन या विद्याशाखेतील काही विचारवंतांनी खाजगी आणि लोकप्रशासनात भेद केलेला नाही. नियोजन, संघटन, समन्वय, अंदाजपत्रक तयार करणे इत्यादी व्यवस्थापनाची तंत्रे दोन्ही प्रशासनात एकसारखी असतात. दोन्हीमध्ये पदसोपान किंवा श्रेणीबद्धतेच्या तत्त्वानुसार संघटन होत असते. आधुनिक युगात, खाजगी क्षेत्रांनाही अनेक शासकीय नियम व बंधने घालण्यात आली आहेत. दोन्ही प्रशासनांतील संघटनात्मक, कर्मचारीविषयक आणि आर्थिक समस्यादेखील थोड्याफार फरकाने सारख्याच असतात. प्रशासनाच्या आधुनिक व्यवस्थापकीय प्रारूपानुसार सार्वजनिक क्षेत्रानेही खाजगी क्षेत्राप्रमाणे उच्च कार्यक्षमतेचे, काटकसरीचे आणि नफ्याचे तत्त्व पाळणे अपेक्षित आहे. आजच्या काळात बाहेरून काम करून घेणे, कंत्राटीपद्धतीने काम करवून घेणे आणि स्वेच्छा-सेवानिवृत्तीसारख्या योजना या सार्वजनिक क्षेत्रात सर्रास दिसून येत आहेत. अनेक प्रकारे खाजगी आणि सार्वजनिक उद्योगधंद्यातील अंतर कमी होत आहे. सध्याच्या काळात या दोनही क्षेत्रात कर्मचारी प्रवर्गात, विशेषतः उच्च अधिकारीवर्गाच्या पातळीवर लक्षणीय एकसारखेपणा आढळतो आणि अनुदाने, कर, नियमने, करारबद्धता याबाबत

वाढता सरकारी हस्तक्षेप दोनही क्षेत्रात आढळतो. त्यामुळे खाजगी आणि सरकारी क्षेत्रात हल्ली फारसा फरक राहिलेला नाही. अलीकडे सरकार आपल्या योजना आणि प्रकल्पांच्या उभारणीमध्ये सार्वजनिक आणि खाजगी क्षेत्रांच्या भागीदारीमध्ये (public–private partnership - PPP) स्वारस्य दाखवत आहे. दिल्ली मेट्रो हे पीपीपी या प्रारूपाचे एक यशस्वी उदाहरण आहे. एकूणच सार्वजनिक आणि खाजगी प्रशासन परस्परसहकार्याने चालत असून परस्परपूरक ठरत आहे.

लोकप्रशासनाचे महत्त्व

आधुनिक युगात लोकप्रशासन अतिशय महत्त्वाची भूमिका पार पाडत आहे. सर्वप्रथम, लोकप्रशासन हे सेवा पुरवणारे साधन आहे. ते कायदा आणि सुव्यवस्था राखून लोकांच्या जीविताची आणि मालमत्तेची सुरक्षा राखते. लोकप्रशासन हे लोकांना इतर अनेक सुखसुविधांबरोबर सार्वजनिक आरोग्य, शिक्षण, निवारा, सामाजिक सुरक्षा इत्यादी सेवा पुरवते. लोकप्रशासन विविध प्रकारच्या सेवा–सुविधा पुरवून प्रत्येक नागरिकाच्या जन्मापासून मृत्यूपर्यंत त्याच्या जीवनावर परिणाम साधते. लोकप्रशासनाशिवाय कोणत्याही सरकारी सेवांचा लाभ घेणे आपल्याला शक्यच होणार नाही. लोकप्रशासन कायद्यांची आणि सरकारी धोरणांची अंमलबजावणी करण्यास जबाबदार असते. लोकप्रशासन हे सरकारी निर्णयांची प्रत्यक्षात अंमलबजावणी करते. लोकांसाठी आखलेल्या धोरणांची आणि कार्यक्रमांची अंमलबजावणी करून लोकप्रशासन नागरिकांना देण्यास वचनबद्ध असलेल्या प्रमाणित वस्तू व सेवा योग्य त्या लाभार्थ्यांपर्यंत पोहोचवत असते. अशा प्रकारे प्रमाणित वस्तू व सेवा लोकांपर्यंत पोहोचवून लोकप्रशासन समाजात सौहार्द आणि परस्पर सामंजस्य राखते. यातूनच सामाजिक स्थिरता निर्माण केली जाते. भारतात आणीबाणीच्या काळात (१९७५ ते १९७७) लोकनियुक्त सरकार अस्तित्वात नव्हते. त्यावेळेस नोकरशाहीने नागरिकांना वस्तू व सेवा पुरवल्या आणि कायदा व सुव्यवस्था राखली. एक प्रकारे, नोकरशहांनी समाजाला स्थैर्य बहाल केले.

लोकप्रशासन हे सामाजिक–आर्थिक बदलांचे एक साधन म्हणूनही कार्य करते. दुसऱ्या महायुद्धानंतर उदयाला आलेल्या तिसऱ्या जगातील राष्ट्रांना दारिद्र्य, बेकारी, सामाजिक व आर्थिक मागासलेपण या समस्यांनी ग्रासले होते. लोकप्रशासन हे या राष्ट्रांमध्ये या समस्यांतील बदलाचे साधन म्हणून उदयास आले. या देशांत त्या काळात अस्तित्वात असणाऱ्या नोकरशाहीने मोठ्या प्रमाणावर विकासात्मक कार्य करताना गरिबी हटाव कार्यक्रम, रोजगार हमी योजना, सामाजिक विकासाचे कार्यक्रम, ग्रामीण विद्युतीकरण योजना, रस्तेबांधणी, यांसह इतर अनेक क्षेत्रांत पायाभूत विकास योजना राबवल्या. या सर्व सुधारणांनी नागरिकांमधे पूर्वापार चालत

आलेला शारीरिक आणि मानसिक वसाहतवादी मागासलेपणा पूर्णपणे नाहीसा झाला व या देशांचा पूर्ण चेहराच बदलून गेला.

भारतात दारिद्र्य निर्मूलन, रोजगार हमी योजना, ग्रामीण विकास, जमीन सुधारणा, हरितक्रांती, औद्योगिक विकास आणि पायाभूत विकासात्मक योजनांच्या यशस्वी अंमलबजावणीचे श्रेय नोकरशाहीला जाते. लोकप्रशासन हे राष्ट्रीय एकात्मता साधण्याचेही एक माध्यम आहे. भारतीय प्रशासनाने फाळणीनंतर फार महत्त्वाची भूमिका पार पाडली. भारतात आलेल्या निर्वासितांच्या पुनर्वसनाची जबाबदारी पार पाडण्यात प्रशासनाने मदत केली. राजेशाही संस्थाने भारतीय राज्यात विलीन करून घेण्यामध्ये लोकप्रशासनाची मदत झाली.

भारत हे विविधतेने नटलेले राष्ट्र आहे. भारतात विविध जाती आणि वर्ग आहेत. विविध धर्माचे लोक येथे राहतात. याबरोबरच भारत हे राष्ट्रीय एकात्मतेचे उदाहरण आहे. याचे सारे श्रेय प्रामुख्याने भारतीय नोकरशाहीलाच जाते. या नोकरशाहीने भारतीय राज्यघटनेच्या उद्दिष्टांची यशस्वी अंमलबजावणी केली आहे जी, समानता, बंधुता आणि सामाजिक न्यायावरती विश्वास ठेवणारी आहे. आज, भारत हे यशस्वी लोकशाही शासनप्रणाली असणारे सर्वांत मोठे उदाहरण आहे. आपल्या येथे नियमितपणे निवडणुका होतात, न्यायव्यवस्था स्वतंत्र आहे आणि वृत्तपत्रस्वातंत्र्य अबाधित आहे. नियम आणि कायदे यांची विहित अंमलबजावणी, लोकांना सेवा देणाऱ्या कार्यक्षम पद्धतीची तरतूद भारतीय प्रशासनाने केलेली आहे. अशा पद्धतीने, प्रशासनाने भारतीय लोकशाहीला स्थिरता प्रदान केलेली आहे.

उदारीकरण आणि खाजगीकरणाच्या या काळात राज्याच्या कामाची व्याप्ती कमी झालेली आहे. या प्रकाराने प्रशासकीय यंत्रणेचा तसेच नोकरशाहीचाही आकार कमी होतो आहे. या सर्व परिस्थितीमध्ये नोकरशाहीची भूमिका बदलली आहे. आता ही भूमिका खाजगी क्षेत्राला प्राधान्य देणारी, त्याला उच्च स्थान देणारी आणि त्याला प्रेरणा देणारी आहे. यात खाजगी बाजारपेठांच्या प्रचालनाकडे लक्ष देण्याचा भाग प्रामुख्याने येतो. अवैध मार्गाने अफाट नफा मिळवणाऱ्यावर प्रतिबंध घालणे हे राज्याचे कर्तव्य आहे. अशा प्रकारच्या गैरव्यापाराला आळा घालून समाजाच्या व्यापक हिताचे रक्षण करणे हे शासनाचे कर्तव्य आहे. या संदर्भात राज्याची भूमिका ही नियंत्रकाची भूमिकाच ठरते. यासाठी राज्याला सामाजिक हिताच्या रक्षणासाठी व त्याला चालना देण्यासाठी, ज्यायोगे खाजगी उद्योगांवरही कायदेशीर नियंत्रण ठेवता येते, नियंत्रण यंत्रणेची गरज लागते. एकूणच मुक्त बाजारपेठ अर्थव्यवस्था असणाऱ्या या काळात लोकप्रशासनाने खाजगी क्षेत्रावर कायदेशीर नियंत्रण ठेवून व्यापक लोकहिताचे रक्षण करणे आवश्यक ठरते. एकूणच योग्य प्रशासनाचा अभाव असणे हा नवीन अर्थव्यवस्थेच्या काळात एक उपहासाचा विषय ठरेल.

थोडक्यात, आधुनिक काळात लोकप्रशासन हे अत्यंत महत्त्वाची भूमिका निभावत आहे. ते एक सार्वजनिक धोरणांची निर्मिती आणि अंमलबजावणी करणारे माध्यम आहे. ते कायदा आणि सुव्यवस्था राखते. ते सामाजिक बदलांचे आणि आर्थिक विकासाचे साधन आहे. लोकप्रशासन लोकांना विविध प्रकारच्या वस्तू आणि सेवांचा पुरवठा करते. राष्ट्रीय एकात्मतेला चालना देते. उदारीकरण आणि खाजगीकरणाच्या युगात लोकप्रशासनाची व्याप्ती व भूमिकेमध्ये बदल झालेला आहे. आता लोकप्रशासनाने व्यापक सार्वजनिक हिताकरिता खाजगीकरणाला चालना देणारी, प्रोत्साहित करणारी त्याचबरोबर त्यावर नियंत्रण ठेवणारी भूमिका घेतली पाहिजे.

लोकप्रशासनाच्या अभ्यासाचे विविध दृष्टिकोन

लोकप्रशासन ही अशी एक सर्वसामान्य मानवी प्रक्रिया आहे, जी व्यापक सामूहिक उद्दिष्टे प्राप्त करण्यासाठी आवश्यक मानव आणि मानवेतर संसाधनांची जुळणी करते, जी बव्हंशी विविध सामाजिकशास्त्रांमधून पुढे आली आहे. लोकप्रशासनाच्या जन्मापासून त्याचे अभ्यासक्षेत्र विविध दिशांनी वाढते आहे आणि आज या अभ्यासात अनेक गुंतागुंतीच्या समस्या आणि प्रक्रियांचा समावेश होतो आहे. विविध व्यासंगी विद्वानांनी लोकप्रशासनाबाबत विविधांगी स्पष्टीकरणे देण्याचा आतापर्यंत प्रयत्न केलेला आहे. परिणामी लोकप्रशासनात विविध आणि विशिष्ट धारणांची आणि दृष्टिकोनांची भर पडलेली आहे. विविध यथार्थवादी अभ्यासामुळे लोकप्रशासन या विद्याशाखेची रचना आणि कार्यपद्धती आकाराला आलेली आहे. प्रत्येक दृष्टिकोन हा लोकप्रशासन प्रकियेची एक ठरावीक बाजू स्पष्ट करतो. हे विविध दृष्टिकोन लोकप्रशासनाच्या अभ्यासाचे विविध मार्ग खुले करणारे ठरतात. लोकप्रशासनाच्या अभ्यासाचे विविध दृष्टिकोन आज अस्तित्वात आहेतः

संस्थात्मक दृष्टिकोन

संस्थात्मक दृष्टिकोन हा लोकप्रशासनाच्या अभ्यासाचा कदाचित सर्वांत प्रारंभीचा अभ्यास असावा. हा दृष्टिकोन मूलतः मोठ्या प्रमाणावर शासनाचे कायदेशीर अधिकार आणि कर्तव्ये यावर आधारित आहे. या दृष्टिकोनाचा कल हा प्रामुख्याने शासनाच्या तीनही मंडळांमधील औपचारिक संबंध आणि सत्ताविभाजनाचे तत्त्व यावर आधारित आहे. शासनातील राजकर्त्यांनी म्हणजे कायदेमंडळ आणि कार्यकारी मंडळाने तयार केलेल्या योजनांची प्रत्यक्ष अंमलबजावणी करण्याची जबाबदारी ही प्रशासनाकडे असते, या गृहीतकानुसार योजनांची आखणी आणि प्रत्यक्ष अंमलबजावणी हे स्वतंत्र ठेवण्यात येते. या दृष्टिकोनाचे स्पष्टीकरण शासनसंस्थेच्या संस्थात्मक स्वरूपाचे औपचारिक विश्लेषण आणि शासनाच्या तीनही विभागांना (कायदेमंडळ,

कार्यकारीमंडळ आणि न्यायमंडळ) असलेले घटनाप्रदत्त अधिकार व जबाबदारीच्या तत्त्वानुसार करण्यात येते. या दृष्टिकोनाचा प्रमुख भर सामान्यपणे जबाबदारीचे मापन करणाऱ्या प्रश्नांवर दिला गेलेला आहे. संस्थात्मक दृष्टिकोनामध्ये लोकप्रशासनाची कार्यपद्धती ही प्रामुख्याने शासनातील लोकनियुक्त प्रतिनिधी आणि पर्यायाने सामान्य नागरिक यांना जबाबदार राहील यावर भर देण्यात येतो (प्रेस्थूअस १९७५: ७).

संरचनात्मक दृष्टिकोन

संरचनात्मक दृष्टिकोनावर प्रामुख्याने शास्त्रशुद्ध व्यवस्थापन पद्धतीचा प्रभाव दिसतो. अमेरिकेतील निगमीकरणाच्या प्रक्रियेला मिळालेल्या यशाचा, ज्यात मुख्यत्वे संघटनात्मक रचना आणि कर्मचारी व्यवस्थापनावर भर देण्यात आला, त्याचाही प्रभाव या दृष्टिकोनावर दिसून येतो. या दृष्टिकोनाचे समर्थन करणाऱ्या विद्वानांनी त्यांचे विचार आणि लक्ष औपचारिक प्रशासकीय रचना, त्यांचे कार्य आणि त्यांच्या कार्यावर लादलेल्या मर्यादा या मुद्द्यांवर केंद्रित केलेले आहे. त्यांचे मतानुसार लोकप्रशासन ही बिगर-राजकीय, विशिष्ट शास्त्रीय तत्त्वांवर आधारित तंत्रशुद्ध संघटना आहे. लोकप्रशासनाचा राजकारणाशी आणि धोरणनिर्मितीशी काहीही संबंध नाही, असे त्यांचे ठाम मत आहे. राजकीय धोरणानुसार ठरलेल्या योजनांची कार्यक्षमतेने आणि परिणामकारकरित्या अंमलबजावणी करणे हे लोकप्रशासनाचे मुख्य कार्य आहे. त्यांचा असाही दृष्टिकोन आहे की, कुठल्याही संघटनेची कार्ये ही पूर्वनिर्धारित असतात आणि काम करणाऱ्या कर्मचाऱ्यांनी संघटनेने त्यांच्यावर सोपवलेल्या कार्याशी स्वतःला जुळवून घ्यायचे असते. काही प्रमाणात, तथाकथित अनौपचारिक संघटना आणि संघटनेतील व्यक्तीची भूमिका याकडे येथे जाणीवपूर्वक दुर्लक्ष करण्यात येते. हा दृष्टिकोन विशिष्ट राजकीय परिस्थिती विचारात घेत नाही, कुठलीही संघटना ही त्यात काम करणाऱ्या कर्मचाऱ्यांमुळेच आकाराला येते आणि संघटनेत जे निर्णय घेतले जातात ते घेणाऱ्या या एक व्यक्तीच असतात, संघटनेतील व्यक्ती या निर्णयप्रक्रियेत पूर्णपणे सामील असतात, या वास्तवाचा येथे विचार केला जात नाही, अशी या दृष्टिकोनावर टीका केली जाते. त्यामुळे, या दृष्टिकोनावर अनेकदा 'लोकांशिवायची संघटना' अशी टीका केली जाते.

वर्तनवादी दृष्टिकोन

लोकप्रशासनाच्या अभ्यासातील वर्तनवादी दृष्टिकोन हा एखाद्या संघटनेतील कर्मचाऱ्यांच्या वैयक्तिक आणि सामूहिक वर्तनावर आपले लक्ष केंद्रित करतो. या दृष्टिकोनानुसार लोक अमुक एकप्रकारे कृती का करतात? हे जोपर्यंत आपण समजावून घेत नाही तोपर्यंत आपण एखाद्या संघटनेचे कार्य समजावून घेऊ शकत

नाहीत. म्हणूनच वर्तनवादी विचारवंतांनी संघटनेतील प्रत्यक्ष मानवी वर्तनाचा सखोल अभ्यास करण्याकरिता सामाजिक मानसशास्त्र, मानववंशशास्त्र, मानसशास्त्र या आणि अनेक ज्ञानशाखांचा आधार घेतला. प्रशासकीय प्रसंगांमध्ये मानवी वर्तन कसे असेल हे समजावून घेणे, त्याचा अर्थ लावणे आणि त्याचा अंदाज वर्तवणे याविषयी शास्त्रीय दृष्टिकोन मांडणे हा वर्तनवादी दृष्टिकोनाचा मुख्य उद्देश आहे.

या अगोदरच्या दृष्टिकोनांच्या उलट, वर्तनवादी दृष्टिकोन हा सर्वेक्षण तंत्राद्वारे संघटनात्मक वास्तव जाणून घेणे आणि लोकप्रशासन आणि निर्णय प्रक्रियेतील मानवी घटक जाणून घेणे, याद्वारे प्रामुख्याने कार्यपद्धतीविषयक समस्यांवर लक्ष केंद्रित करतो. हा दृष्टिकोन संघटना आणि प्रशासन यांचे वर्णनात्मक आणि विश्लेषणात्मक स्पष्टीकरण देण्याचा प्रयत्न करतो. त्याच्या एका आदर्शात्मक गृहीतकानुसार संघटनांचे आणि संघटनेत काम करणाऱ्यांचे वर्तनाचे काळजीपूर्वक संशोधन करून प्रशासनशास्त्राची रचना करणे शक्य आहे. हर्बर्ट सायमन आणि रॉबर्ट थाल हे लोकप्रशासनातील वर्तनवादी दृष्टिकोनाचे जनक होत.

व्यवस्थावादी दृष्टिकोन

सर्वसामान्यपणे, व्यवस्था सिद्धान्त याचा अर्थ, विविध आंतरसंबंधी आणि परस्परावलंबी विभागांची आणि गटांची व्यवस्था, या दृष्टीने प्रशासनाकडे पाहणे. प्रशासकीय व्यवस्थेकडे लोकांकडून मागणीच्या स्वरूपात काही 'कच्चामाल' (माहिती व मुद्दे) येतो आणि प्रशासन त्याचे वस्तू आणि सेवा रूपातील 'उत्पादना'त रूपांतरण करते. व्यवस्था सिद्धान्ताचे मूळ हे जीवशास्त्रज्ञ लुडविग फॉन बर्टालानके यांच्या संशोधनात सापडते. समाजशास्त्रात, टालकॉट पार्सन्स यांनी सामाजिक संरचनेचा अभ्यास करण्यासाठी व्यवस्था सिद्धान्ताचा वापर केला. तसेच डेव्हीड इस्टोन आणि जी. आल्मोंड यांसारख्या राज्यशास्त्रज्ञांनी व्यवस्था विश्लेषणाचा राज्यशास्त्रात वापर करून अनुभववादी राजकीय सिद्धान्तामध्ये महत्त्वाचा लेखनसहभाग नोंदवला. आधुनिक काळात व्यवस्था सिद्धान्ताचा संस्थात्मक विश्लेषणाकरिता व्यापक स्तरावर उपयोग केला जातो. व्यवस्थावादी सिद्धान्त हा एखाद्या संघटनेचे संकल्पनाचित्र आणि तिचे अंतर्गत व बहिर्गत संबंध स्पष्ट करणारे अत्यंत उपयुक्त साधन म्हणून सिद्ध झाला आहे. व्यवस्थावादी दृष्टिकोन संघटनेच्या विभागांतर्गत माहितीच्या देवाणघेवाणीची सुविधा उपलब्ध करतो. हा दृष्टिकोन बहुव्याप्त संरचना असलेल्या, क्लिष्ट सार्वजनिक संघटनांच्या अभ्यासाकरिता सुसंगत आहे.

पर्यावरणीय दृष्टिकोन

पर्यावरणीय दृष्टिकोन हा सार्वजनिक नोकरशाहीला एक सामाजिक संस्था मानतो, जिची सातत्याने समाजातील आर्थिक, राजकीय आणि सामाजिक-सांस्कृतिक

उपव्यवस्थांशी आंतरप्रक्रिया सुरू असते. नोकरशाहीवर या पर्यावरणीय व्यवस्थांचा जसा प्रभाव दिसून येतो, तसा नोकरशाही या व्यवस्थांवर आपला प्रभाव पाडत असते. अशा प्रकारे, हा दृष्टिकोन सार्वजनिक नोकरशाही आणि तिच्या सभोवतालचे वातावरण यांच्या आवश्यक परस्परावलंबित्वावर भर देतो. फ्रेड डब्ल्यू. रिग्ज हे पर्यावरणीय दृष्टिकोनाचे कट्टर समर्थक आहेत. त्यांच्या मते, प्रशासकीय संघटना या त्यांच्या सामाजिक, आर्थिक, सांस्कृतिक आणि राजकीय वातावरणानुसार प्रभावित झालेल्या असतात आणि त्यानुसार त्या आकार घेत असतात. त्यामुळे, एखाद्या विशिष्ट प्रशासकीय व्यवस्थेचे वास्तव स्वरूप, तिची कार्यपद्धती आणि वर्तन पद्धती समजून घेण्यासाठी त्या पद्धतीवर प्रभाव पाडणाऱ्या विविध पर्यावरणीय घटक शोधून त्यांचा सखोल अभ्यास केला पाहिजे, यावर त्यांनी भर दिला आहे. पर्यावरणीय दृष्टिकोन प्रशासकीय व्यवस्था कशा पद्धतीने प्रत्यक्षात कार्य करते ते निश्चित करतो. म्हणूनच हा दृष्टिकोन प्रशासकीय व्यवस्थेचे वास्तव स्वरूप समजावून घेण्यास उपयोगी आहे.

लोकप्रशासनाच्या अभ्यासाचा तौलनिक दृष्टिकोन

लोकप्रशासानाच्या अभ्यासाचा तौलनिक दृष्टिकोन हा सांस्कृतिक वैविध्य असलेल्या विविध देशांतील प्रशासकीय संरचनांचा तौलनिकदृष्ट्या शोध घेतो. तौलनिक प्रशासनिक गटाने, वैविध्यपूर्ण संस्कृती आणि राष्ट्रीय विविधता यांमधील उपयोजित लोकप्रशासन आणि ज्याद्वारे त्या लोकप्रशासनाचे प्रत्यक्ष परीक्षण व निरीक्षण करता येईल, अशी वस्तुस्थितीपूर्ण माहिती व तथ्ये म्हणजे तौलनिक दृष्टिकोन अशी व्याख्या केली आहे. लोकप्रशासनातील समान वैश्विक घटक शोधणे आणि लोकप्रशासनाची सिद्धान्तप्रणाली तयार करणे हा या तुलनात्मक अभ्यासाचा उद्देश आहे. वुड्रो विल्सन हा लोकप्रशासनाच्या तौलनिक अभ्यास पद्धतीची गरज प्रतिपादन करणारा सर्वांत पहिला विचारवंत होय. सन १९४७ मध्ये रॉबर्ट ढाल यांनी त्यांच्या 'द सायन्स ऑफ पब्लिक ॲडमिनिस्ट्रेशनः थ्री प्रॉब्लेम्स' या शोधनिबंधात लोकप्रशासनाच्या तुलनात्मक अभ्यासावर लोकप्रशासनाचा शास्त्र म्हणून विकास होण्याकरिता भर दिला आहे. लोकप्रशासनाचा तौलनिक दृष्टिकोन हा दुसऱ्या जागतिक महायुद्धानंतर आशिया, आफ्रिका आणि लॅटिन अमेरिकेत नव्याने उदयास आलेल्या राष्ट्रांच्या निर्मितीनंतर सर्वज्ञात झाला. ही नवनिर्मित राष्ट्रे आधुनिकीकरणाच्या आणि तांत्रिक विकासाच्या आव्हानांना सामोरी जात होती. लोकप्रशासनाची तौलनिक अभ्यासपद्धती या समस्यांविषयक जाणीवजागृती निर्माण करेल आणि सर्वसाधारण प्रशासनिक वर्तनासंबंधी उपयुक्त गृहीतकांची निर्मिती होईल अशी त्यातून आशा होती. या क्षेत्रात फेरेल हेडी आणि फ्रेड रिज हे दोन मान्यवर विचारवंत होते. लोकप्रशासनाचा

तौलनिक दृष्टिकोन हा केवळ लोकप्रशासनशास्त्राच्या सिद्धान्तबांधणीसाठी उपयुक्त आहे असे नाही, तर एखाद्या विशिष्ट देशात अस्तित्वात असलेली लोकप्रशासनाच्या पद्धती दुसऱ्या राष्ट्रात लागू होऊ शकतात का? हेही यावरून अभ्यासता येते. या आधारे, प्रशासकीय प्रारूपांच्या उपयोजितेचे परीक्षण केले जाऊ शकते आणि इतर राजकीय व्यवस्थांमध्ये त्या वापरता येतात.

सार्वजनिक धोरण दृष्टिकोन

सार्वजनिक धोरण दृष्टिकोनाचा उद्देश हा सार्वजनिक धोरणांच्या प्रक्रियेमध्ये सुधारणा करणे असतो. सार्वजनिक धोरणाचा हा पद्धतशीर आणि शास्त्रशुद्ध अभ्यास आहे. सार्वजनिक धोरण दृष्टिकोनाचा सार्वजनिक धोरण निर्मितीतील प्रक्रिया समजावून घेणे आणि त्यात सुधारणा करणे याच्याशी संबंध आहे. सार्वजनिक धोरण दृष्टिकोनाची संकल्पना ही सन १९५१ मध्ये *द पॉलिसी सायन्स* यामधून सर्वप्रथम डी. लर्नर आणि हेरॉल्ड लासवेल यांनी मांडली. सार्वजनिक धोरण हा राजकीय व्यवस्थेचा महत्त्वाचा भाग आहे. सार्वजनिक धोरण हे प्राथम्याने लोक आणि त्यांच्या प्रश्नांशी संबंधित आहे. समाजाची उन्नतीसाठी प्रयत्न करणे ही सार्वजनिक धोरणाची प्रमुख भूमिका आहे. सार्वजनिक धोरणासंदर्भात आपली भूमिका स्पष्ट करताना डब्ल्यू. पार्सन्स असे म्हणतात की, केवळ वस्तू आणि सेवांचा पुरवठा करणे हा सार्वजनिक धोरणाचा उद्देश हा नसून, जाणीव निर्माण करणे, समाजातील प्रत्येक व्यक्तीचा संपूर्ण विकास साधणे, सार्वमताचा विकास करून सामाजिक जागृती निर्माण करणे, कायद्याचा आदर करण्याची वृत्ती निर्माण करणे हा व्यापक उद्देश आहे. सार्वजनिक धोरणांमुळे केवळ वस्तू व सेवा प्रदानाची कार्यक्षमता व परिणामकारकता वाढते असे नाही, तर सार्वजनिक धोरणांमध्ये लोकांमध्ये लोकशाही आणि राजकीय क्षमता निर्माण करणे याचा समावेश होतो. याचा अर्थ, सार्वजनिक धोरणाचे लोकसहभागात्मक आणि लोकशाहीत्मक असेही वैशिष्ट्ये आहे. सातत्याने वाढणाऱ्या सामाजिक गुंतागुंतीचा प्रतिवाद करण्याचे महत्त्व सार्वजनिक धोरणाने अधोरेखित केले आहे. सार्वजनिक धोरण सरकारी कामकाजाची कारणे आणि त्याचे परिणाम सुस्पष्ट करण्यास मदत करते. सार्वजनिक धोरणे केवळ सामाजिक वेदना जाणून घेण्यास साहाय्य करत नाही, तर भूत-भविष्याचा विचार करून सामाजिक आणि आर्थिक व्यवस्था निर्माण करण्याकरता नवीन साधने आणि यंत्रणा उपलब्ध करून देते.

राजकीय आर्थिक दृष्टिकोन

राजकीय आर्थिक दृष्टिकोन हा, राज्यशास्त्र आणि अर्थशास्त्र अधिकाधिक जवळ येऊन त्यामध्ये सैद्धान्तिक सुसंगतपणा निर्माण व्हावा आणि अधिक चांगल्या प्रकारे

धोरणात्मक मार्गदर्शन मिळावे या उद्देशाने मांडला आहे. ॲन्थनी डाऊन्स आणि गॉर्डन टुलॉक यांसारख्या अर्थतज्ज्ञांनी राजकीय समस्यांवर उपाययोजना करण्यासाठी अर्थशास्त्रीय पद्धती प्रायोगिक स्वरूपात वापरण्याकरता या आंतरविद्याशाखीय दृष्टिकोनाचे उपयोजन केले. अशा प्रकारे लोकप्रशासन ही राज्यशास्त्राचीच एक शाखा ठरते आणि ती स्वतःहून अर्थशास्त्राच्या अधिकाधिक जवळ गेली आहे. राजकीय अर्थव्यवस्था ही सर्वसामान्यपणे अर्थशास्त्र, कायदा आणि राज्यशास्त्र यांच्या आंतरविद्याशाखीय अभ्यासाद्वारे राजकीय संस्था, राजकीय वातावरण आणि आर्थिक व्यवस्था यांचा एकमेकांवरील प्रभाव स्पष्ट करते. यातील 'पारंपरिक' मुद्द्यांत, आर्थिक धोरणांवरील निवडणुकांचे परिणाम, निवडणुकांच्या परिणामांचे निर्धारक घटक, राजकीय व्यवहारचक्र, आर्थिक पुनर्वाटपविषयक धोरणांवरील संघर्ष आणि विकसनशील देशातील सुधारणांना झालेल्या विलंबाचे आणि अतिरिक्त तुटीचे राजकारण यांचा समावेश होतो. सन १९९०च्या उत्तरार्धात हे क्षेत्र विस्तारले गेले आणि त्यात राजकीय संस्थांचा उगम आणि त्यांच्यातील बदलांचा दर, आर्थिक परिणाम आणि विकास यांच्या स्पष्टीकरणातील संस्कृतीची भूमिका, या विषयांचा शोध घेण्यात आला आणि त्यांचे स्पष्टीकरण देण्यात आले. अधिकाधिक सूक्ष्मतेने याचा अर्थ लावल्यास हा दृष्टिकोन सार्वजनिक धोरणाचे एकाधिकारशाही, बाजारपेठांना संरक्षण, संस्थात्मक पातळीवरील भ्रष्टाचार आणि भाडे मागणी यादृष्टीने विश्लेषण करतो. सन १९७०च्या कालखंडातील अधिकांशाने अभिजात-उदारमतवादी दृष्टिकोन हा 'सार्वजनिक निवडी'च्या सिद्धान्तांच्या प्रकारांप्रमाणे वैयक्तिक प्रातिनिधित्वाची उपयोगिता व्यापक करण्याच्या दृष्टीने सामाजिक योजनाकारांच्या दातृत्ववृत्तीबद्दल प्रश्नचिन्ह निर्माण करतो.

अर्थशास्त्रज्ञ आणि लोकप्रशासक हे दोघेही—कार्यक्षमता आणि अर्थव्यवस्था या दोन्हीमध्ये असलेले त्यांचे समान हितसंबंधांबाबत—आपल्याला अनेक बाबी माहीत नाहीत हे जाणून आहेत. तसेच, आर्थिक प्रारूपे आणि लोकप्रशासनातील दीर्घकालीन अंतर्दृष्टी यातील सातत्यपूर्ण वैचारिक आदान-प्रदान आणि परस्परप्रतिक्रिया यातून बरेच शिकण्यासारखे आहे, हेही ते ओळखतात.

सार्वजनिक निवडीचा दृष्टिकोन

लोकप्रशासनाच्या अभ्यासातील सार्वजनिक निवडीचा दृष्टिकोन हा सन १९६०च्या पूर्वार्धात उदयास आला. व्हिन्सेंट ऑस्ट्रोम यांच्या लेखनात या सिद्धान्ताचे सुरुवातीचे संदर्भ आढळतात. जेम्स बुकानन, गॉर्डन टुलॉक, विल्यम ए. निसकानेन आणि विल्यम सी. मिशेल हे सार्वजनिक निवडीच्या दृष्टिकोनाचे अन्य समर्थक होत. सार्वजनिक निवडीचा सिद्धान्त ही समाजात ज्या स्रोतांची कमतरता असते त्या

स्रोतांच्या संदर्भातील निर्णयात्मक प्रक्रियांचा अभ्यास करणारी पद्धती आहे. ही पद्धती उपभोक्त्याच्या रूपातील नागरिकांच्या संदर्भात निवडीच्या घटकावर भर देणारी आहे. ही पद्धती वस्तू व सेवांच्या पुरवठ्याबाबत नागरिकांच्या बाजूने उभी राहते. वैयक्तिक पातळीवर प्रत्येक व्यक्ती त्याच्या गरजा आणि मागण्यांबाबत समंजसपणे निर्णय घेऊ शकते, असे या पद्धतीचे समर्थक गृहीत धरतात. कोणतीही व्यक्ती ही आपला निर्णय अधिक व्यापक करण्याकरता त्याच्या स्वहिताचा विचार करून वागू शकते. एकूणच, या दृष्टिकोनाचे समर्थक हे, सरकारच्या कृती या नेहमीच नागरिकांच्या हिताशी आणि मूल्यांशी साधर्म्य राखणाऱ्या असाव्यात अशी मागणी करतात. व्हिन्सेंट ऑस्ट्रॉम यांच्या मते, सार्वजनिक निवडीचा सिद्धान्त हा लोकप्रशासनाच्या अभ्यासातील सर्वांत उचित मार्ग आहे. पारंपरिक नोकरशाहीच्या दृष्टिकोनाऐवजी सार्वजनिक निवडीचा दृष्टिकोन स्वीकारा असे लोकप्रशासनाचा अभ्यास करणाऱ्या विद्वानांना, ते सूचित करतात.

लोकप्रशासनाची ज्ञानशाखा म्हणून झालेली उत्क्रांती

लोकप्रशासन हे प्रत्यक्ष व्यावहारिक कृतीचे आणि पद्धतशीर अभ्यासाचे क्षेत्र आहे. शासकीय व्यावहारिक कृतीचा भाग म्हणून, जेव्हापासून संघटित राजकीय व्यवस्था उदयास आली तेव्हापासून लोकप्रशासन अस्तित्वात आहे. तथापि, पद्धतशीर अभ्यासाचे क्षेत्र म्हणून याचा उगम या अलीकडच्या काळातच झालेला आहे. वास्तविक, लोकप्रशासनाचा उगम नेमका कधी झाला याची इतिहासात नोंद सापडत नाही. असे असले तरीसुद्धा, सन १८८७ मधील वुड्रो विल्सन यांच्या एका निबंधाची प्रसिद्धी हा सांकेतिक प्रारंभ समजला जातो. विल्सन यांचा *द स्टडी ऑफ ॲडमिनिस्ट्रेशन* हा लेख पॉलिटिकल सायन्स क्वार्टरलीमध्ये जेव्हा प्रसिद्ध झाला होता, तेव्हा भ्रष्टाचाराच्या निर्मूलनाची, कार्यक्षमता सुधारण्याची आणि लोकहित राखण्याच्या दृष्टीने सेवा पुरवठा सुव्यवस्थित करण्याची तीव्र गरज होती. 'प्रशासनाचे एक शास्त्र असण्याची गरज आहे' हे त्यांचे समर्थन हे त्याच्या ऐतिहासिक संदर्भात बघितले पाहिजे. विल्सनचे मूळ गृहीतक हे 'एका चौकटीत बसवून राज्यपद्धती चालवणे कठीण होत जाणार आहे' अशा पद्धतीचे होते. प्रचंड प्रमाणात भ्रष्टाचार बोकाळलेल्या पार्श्वभूमीवर लिहिलेल्या या लेखातून विल्सन यांना शास्त्र यात, प्रशासनातील संघर्ष समजावून घेऊन तो संपुष्टात आणण्यासाठी एक पद्धतशीर आणि शिस्तबद्ध ज्ञान असणाऱ्या गटाची निर्मिती करणे अपेक्षित होते. प्रशासकांच्या कार्यक्षेत्राबद्दल बोलताना विल्सन यांनी, प्रशासकांनी लोकनियुक्त पदाधिकाऱ्यांना आपले पर्यायी मत देण्याऐवजी शासन चालवण्याकडे आपले लक्ष अधिकाधिक

द्यायला हवे, असे मत मांडले. प्रशासन हे राजकारणापासून अलग होते आणि धोरणांची अंमलबजावणी करण्याशी सीमित होते. म्हणून, राजकारण आणि प्रशासन या दोहोत स्पष्ट फरक आहे.

विल्सन यांनी हे आवाहन केले असतानाच, फ्रँक जे. गुडनाऊ यांनी लोकप्रशासनाची ज्ञानशाखा विकसित व्हावी म्हणून अमेरिकेत प्रत्यक्ष एक चळवळच सुरू केली. *पॉलिटिक्स अ‍ॅण्ड अ‍ॅडमिनिस्ट्रेशन* या त्याच्या पुस्तकात त्याने राजकारण आणि प्रशासन यांच्या कर्तव्यातील फरक स्पष्टपणे दाखवलेला आहे. तो लिहितो, राजकारण हे राजकारणाशी किंवा राज्याच्या इच्छांच्या प्रकटीकरणाशी संबंधित असते, तर प्रशासन हे धोरणांची अंमलबजावणीशी संबंधित असते (गुडनाऊ १९००: १०-११). सन १९२० मध्ये लोकप्रशासनाला शैक्षणिक अधिमान्यता मिळण्यास सुरुवात झाली. या संदर्भात सन १९२६ मधील लिओनार्ड डी. व्हाईट यांचे *Introduction to the Study of Public Administration* हे नोंद घेण्यासारखे एक प्रकाशन आहे, जे या क्षेत्राला सर्वस्वाने वाहिलेले पहिले क्रमिक पुस्तक आहे. यात लोकप्रशासनाची सर्वसामान्य वैशिष्ट्ये निःपक्षपातीपणे प्रतिबिंबित झाली आहेत. लोकप्रशासन हे 'मूल्यनिरपेक्ष' शास्त्र असून अर्थव्यवस्था आणि कार्यक्षमता हे प्रशासनाचे प्रमुख कार्य आहे. एक अंगभूत भाग म्हणून राजकारण न नाकारता, या कालखंडातील लोकप्रशासनातील सुधारकांनी प्रशासकीय कार्याचा विस्तार करून (नियोजन आणि विश्लेषण), राजकीय कार्यांपासून (निर्णय घेणे) त्यांना अलग ठेवून, एका चांगल्या सरकारी प्रारूपाचा शोध लावला. राजकारण आणि प्रशासन हा वाद कल्पनाभिमुखतेमधून उदयास आला आहे, ज्याद्वारे सरकारचे जग प्रशासन आणि राजकारण या दोन कार्यक्षेत्रात विभागले जाते.

डब्ल्यू. एफ. विलोबी यांचे *Principles of Public Administration* (१९२७) हे या क्षेत्रातील दुसरे क्रमिक पुस्तक ठरले, ज्या पुस्तकाने लोकप्रशासनाच्या संदर्भात एक नवीन विचारप्रवाह आणला. तत्कालीन लोकप्रशासनात अस्तित्वात असलेली, शोधता येण्याजोगी काही खास शास्त्रीय तत्त्वे होती आणि सदर तत्त्वे प्रशासनात कशी लागू करायची हे त्या प्रशासकाने शिकून घेतले, तर ते त्यांच्या कामात नक्कीच तज्ज्ञ होतील अशी होती (हेन्री २००७: २७-२८). फ्रेडरिक टेलरने केलेले कार्य आणि शास्त्रीय व्यवस्थापन पद्धती यांनी पहिल्या आणि दुसऱ्या महायुद्धांच्या दरम्यानच्या काळात लोकप्रशासनावर आपला सखोल ठसा उमटवला. त्याची शास्त्रीय व्यवस्थापनाची तत्त्वे जागतिक पातळीवर वापरता येण्याजोगी होती असा टेलर यांना पूर्ण विश्वास होता. त्यामुळेच ही तत्त्वे लोकप्रशासनात लागू करण्यास अतिशय उत्सुक होता आणि त्याचबरोबर त्याच्या शिष्यवर्गाने संरक्षण

आस्थापनांमध्ये शास्त्रीय व्यवस्थापनाची तंत्रे उपयोजित करण्याकरता केलेल्या प्रयत्नांना त्याने पाठिंबा दिला. या उपयोजनाची पहिली चाचणी ही अर्थव्यवस्था आणि कार्यक्षमता या विषयावरील टाफ्ट कमिशनने जेव्हा संघीय प्रशासनाची पहिली व्यापक चौकशी केली तेव्हा झाली. त्याच्या शिफारशींमध्ये शास्त्रीय व्यवस्थापनाची तत्त्वे बारकाईने वापरण्यात आली होती. या काळाने १९३७ मध्ये, जेव्हा ल्युथर गुलिक आणि उर्विक यांनी आपल्या 'द सायन्स ऑफ ॲडमिनिस्ट्रेशन' या निबंधात पीओएसडीसीओआरबी (POSDCORB) (नियोजन, संघटन, नेमणुका, दिशादर्शन, समन्वय, अहवाल पाठवणे आणि अंदाजपत्रक तयार करणे) ही सात मुख्य तत्त्वे मांडली, तेव्हा कळसाध्याय गाठला. अशा प्रकारे, हा कालखंड, राजकारण आणि प्रशासनातील दर्जात्मक भिन्नतेची कल्पना अमलात आणणारा आणि व्यवस्थापनाचे मूल्य-मुक्त शास्त्र उदयास आणणारा, मानला जातो. यामध्ये, प्रशासनाची काही निश्चित तत्त्वे आहेत आणि या तत्त्वांचा शोध घेऊन त्यांच्या उपयोजनाचा प्रसार करणे, हे विद्वानांचे काम होते हा मध्यवर्ती विश्वास होता. अर्थव्यवस्था आणि कार्यक्षमता ही प्रशासन व्यवस्थेची मुख्य उद्दिष्टे होती.

जर विल्सनला या ज्ञानशाखेचे जनक मानले, तर मॅक्स वेबर हा या ज्ञानशाखेला भरीव सैद्धान्तिक आधार देणारा पहिला सिद्धान्तक ठरतो. त्याच्या 'आदर्श' पद्धतीची नोकरशाही ही कोणत्याही संघटनेच्या सांकल्पनिकरणाकरता मूलभूत ठरते. वेबरची मांडणी ही 'मूल्य-तटस्थ' म्हणून ओळखली जाते. ही मांडणी सामाजिक संघटनेच्या ढाच्याचे सर्वव्यापक वैशिष्ट्यांसह सांकल्पनिकरण उपलब्ध करते. या मांडणीचे परीक्षण तीन वेगवेगळ्या दृष्टिकोनातून करता येऊ शकते, अर्थातच, ही तत्त्वे एकमेवाद्वितीय नाहीत.

पहिले तत्त्व, नोकरशाही ही विशुद्ध संरचनात्मक वैशिष्ट्यांच्या स्वरूपात लक्षात घेतली पाहिजे. वास्तविक, नोकरशाहीवरील चर्चेत तिचे संरचनात्मक आयाम हेच अधिक लक्ष वेधून घेतात. कामांचे विभाजन आणि पदसोपान रचना ही संरचनेचे प्रमुख भाग म्हणून ओळखले जातात. दुसरे म्हणजे, नोकरशाही ही तिच्या वर्तनात्मक गुणवैशिष्ट्यांवरून निश्चित केली जाते. काही विशिष्ट वर्तनात्मक प्रतिमाने ही नोकरशाहीच्या अनिवार्य भागांना आकार देतात. वेबरच्या मते, नोकरशाही प्रक्रिया ही जसजशी अधिकाधिक 'अमानवी' होत जाते, तसतशी ती, व्यावहारिक हिशेबांमध्ये अडथळा ठरणारे कार्यालयीन कामकाजाबद्दलचे प्रेम, मत्सर आणि इतर निव्वळ वैयक्तिक, अविवेकी आणि भावनिक घटक दूर करण्यात यशस्वी होते. हेच *'नोकरशाहीचे स्वाभाविक वैशिष्ट्य आणि खास गुण आहे'* (वेबर १९४६: २१५) (विशेष भर दिला आहे). तिसरे म्हणजे, उद्दिष्ट साध्य करण्याचे साधन या

दृष्टिकोनातूनही नोकरशाहीकडे पाहिले जाऊ शकते. हा नोकरशाहीकडे पाहण्याचा साधनवादी दृष्टिकोन आहे. पीटर ब्लॉउ यांनी सुचविल्याप्रमाणे, नोकरशाही ही एक अशी संघटना आहे ज्यामुळे प्रशासकीय कामकाजातील कार्यक्षमता वाढते किंवा ती प्रशासकीय कार्यक्षमतेच्या वाढीच्या दृष्टीने केलेली संघटित सामाजिक कृतीची संस्थात्मक पद्धत आहे (ब्लॉउ १९५६ः ६०).

वेबरच्या मांडणीतील वेगळेपण हे आहे की, ही मांडणी म्हणजे नोकरशाहीचे 'आदर्शवादी' चित्र किंवा नोकरशाहीचे 'पूर्णतः विकसित' रूपातील मानसिक पातळीवरील नकाशा तयार करण्याचा प्रयत्न आहे. हे आदर्श चित्र केवळ मानसिक कल्पना आहे, जी प्रत्यक्ष व्यवहारात दिसून येत नाही. वेबरच्या मते, नोकरशाही आकृतिबंध हा, विस्तृत आकाराच्या, गुंतागुंतीच्या प्रशासनाकरिता, आधुनिक जगामध्ये आजपर्यंत विकसित झालेला, सर्वाधिक कार्यक्षम संघटनात्मक आकृतिबंध आहे. हा आकृतिबंध अन्य आकृतिबंधांच्या तुलनेत, अचूकता, स्थिरता, शिस्तपालन आणि विश्वसनीयता याबाबतीत श्रेष्ठ दर्जाचा आहे.

दुसऱ्या महायुद्धानंतरच्या काळात, तत्पूर्वी स्वीकारल्या गेलेल्या लोकप्रशासनाच्या अनेक सिद्धान्तांवर टीका करण्यात आली. दुसऱ्या महायुद्धाच्या काळातील निर्णयप्रकियेभोवतीच्या संघर्षात्मक वातावरणात वॉशिंग्टन यांनी राजकारण आणि प्रशासन यामधील भिन्नत्व हे मिथ्या असल्याचे त्वरेने उघडकीस आणले. युद्धजन्य वातावरणातील हालचालींच्या निर्णयांबाबतच्या वेगाने, लवचीकता, सर्जनशीलता आणि निर्णय-प्रक्रियेतील अधिकारिता यांची गरज निदर्शनास आणली. अतिशय ताठर आणि अधिकारांच्या उतरंडीवर आधारित प्रशासकीय व्यवहाराचे सर्व प्रवाद हे अशा वातावरणात संपूर्णपणे निष्प्रभावी ठरले. सरतेशेवटी, या अनुभवांचा परिणाम म्हणून, कर्मठ व्यवस्थापकीय प्रभाव बाजूला सारून अधिक व्यापक सामाजिक, नैतिक आणि राजकीय सैद्धान्तिक प्रभाव वाढवण्यावर लक्ष केंद्रित करण्याचा नव्याने प्रयत्न केला गेला.

सन १९३८ मध्ये चेस्टर आय. बर्नार्ड यांनी *The Functions of the Executive* या त्यांच्या पुस्तकात राजकारण आणि प्रशासन यातील दर्जात्मक भिन्नतेला आव्हान दिले. ड्वाइट वाल्डो या ज्येष्ठ टीकाकाराने उद्योगजगतातील शास्त्रशुद्ध व्यवस्थापनाच्या चळवळीमधून उचललेल्या प्रशासकीय तत्त्वांच्या वैधतेबद्दल प्रश्नचिन्ह उपस्थित केले. व्यापक अभ्यासावर आधारित प्रशासनाचे तत्त्वज्ञान किंवा सिद्धान्त विकसित करण्याची गरज प्रतिपादन केली. तसेच लोकप्रशासनाचा अभ्यास हा त्याच्या राजकीय आणि सामाजिक साच्यामधून केल्यास फलदायी ठरू शकत नाही हे तथ्य निदर्शास आणून दिले. हरबर्ट सायमनच्या

Administrative Behavior: A Study of Decision-making Processes in Administration Organization (१९४७), या पुस्तकात त्याने या तत्त्वांची भयंकर चिरफाड केलेली आहे. प्रचंड बौद्धिक ताकद असलेल्या या पुस्तकाने सायमनला १९७८ मध्ये नोबल पुरस्कार मिळवून दिला. सायमनने सिद्धान्तांवर आणि तर्कसंगत सकारात्मक पद्धतीवर आधारित प्रशासनाच्या नवीन शास्त्राचा विकास करण्याचा प्रस्ताव मांडला. या शास्त्राचा मुख्य भर हा निर्णय प्रक्रियेवर असणार होता. त्यापुढे जाऊन त्याने असे सूचित केलेले आहे की, शास्त्रीयता टिकवण्यासाठी या शास्त्राने मूल्यमापन न करता तथ्यांवर लक्ष केंद्रित करावे, संज्ञांच्या व्याख्या स्वीकाराव्यात, विश्लेषणाच्या काटेकोर पद्धतींचा अवलंब करावा, प्रशासनाबद्दलच्या वस्तुस्थितीवर आधारित विधानांचे किंवा दाव्यांचे परीक्षण गृहीतकांनुसारच असावे. यात कायदेशीर मत वगळून वास्तविकतेच्या तथ्यांवरच लक्ष दिले गेले पाहिजे (कॉर्सन आणि हॅरिस १९६७: १). सायमनचे लेखन लोकप्रशासनातील शास्त्रीय विश्लेषणाच्या अपरिहार्य गरजा जगासमोर मांडते. काही अभिजात 'सिद्धान्तां'विषयी सायमनचा असा निष्कर्ष होता की, हे सिद्धान्त हे अशास्त्रीय पद्धतीने तयार झाले असून त्यांचे महत्त्व 'प्रवादां' इतकेच आहे.

सन १९२०च्या उत्तरार्धात वेस्टर्न इलेक्ट्रिक कंपनीच्या हॅवथॉर्न प्रकल्पात केल्या गेलेल्या प्रयोगातील निष्कर्षांमधून पुढे आलेल्या प्रवर्तक अभ्यासाने प्रोत्साहने आणि मानवाचे समूहातील वर्तन याबाबतच्या प्रचलित कल्पनांना आव्हान दिले. दुसऱ्या महायुद्धानंतर अशा प्रकारचे अनेक संशोधन अभ्यास विविध विद्यापीठांमध्ये संपन्न झाले. मानवी वर्तनावारील हे संशोधन अभ्यास प्रशासनातील मानवी घटकावर; अस्मिता, सुरक्षितता आणि आत्मसमाधान या कर्मचाऱ्यांच्या गरजांवर; तसेच सामाजिक पर्यावरणाचे महत्त्व आणि कामाच्या ठिकाणी असलेली समूहाचा दृष्टिकोन यावर अधिक भर देतात. उत्पादनाभिमुख, वर्चस्ववादी पर्यवेक्षणापेक्षाही कर्मचारीभिमुख पर्यवेक्षण हे अधिक प्रभावी असल्याच्या निष्कर्षाप्रत ते येतात (कॉर्सन आणि हॅरिस १९६७: १). अशा प्रकारे, या अभ्यासांनी कामाच्या ठिकाणी असलेल्या सामाजिक आणि मानसिक घटकांकडे लक्ष वेधून, संघटनेचे यांत्रिकीकरण कल्पनेच्या मर्यादा स्पष्ट केल्या.

लोकप्रशासन हे एक शास्त्र आहे या दाव्याला ढाल यांनी त्यांच्या '*The Science of Public Administration: Three Problems*' १९४७' या पुस्तकात आव्हान दिले. प्रशासनातील सिद्धान्तांच्या शोधात मूल्ये, वैयक्तिक व्यक्तिमत्त्व आणि सामाजिक चौकट हे तीन घटक अडथळे आणतात, असा युक्तिवाद त्यांनी केला. ढाल पुढे म्हणतात की, जोपर्यंत आपल्याकडे तौलनिक लोकप्रशासन उपलब्ध

होत नाही, तोपर्यंत लोकप्रशासनाच्या शास्त्राचा उगम होणे अशक्य आहे. त्याने पुढे अशी आशा व्यक्त केली आहे की, लोकप्रशासनाचा अभ्यास हा अनिवार्थपणे अधिकाधिक व्यापक आधारावर एक ज्ञानशाखा म्हणून पुढे यावा. हा अभ्यास तंत्र आणि प्रक्रियांच्या संकुचित चौकटीवर आधारलेला असू नये, तर त्याहीपेक्षा विविध ऐतिहासिक, सामाजिक, आर्थिक आणि इतर सापेक्ष घटकांना सामावून घेणारा असावा.

अशा प्रकारे, सन १९४० मध्ये मुख्यधारेशी मतभेदाने विभागलेला लोकप्रशासन विषय एकमेकांना बळकटी देणाऱ्या दोन दिशांना प्रवाहित झाला. त्यात एक आक्षेप असा होता की राजकारण आणि लोकप्रशासन कधीही एकमेकांपासून कोणत्याही पद्धतीने वेगळे होऊच शकत नाही. दुसरा आक्षेप असा होता की, प्रशासनाचे सिद्धान्त हे व्यवस्थापकीय तर्कसंगततेच्या अंतिम व्यष्टीकरणापेक्षा काही प्रमाणात कमी आहेत.

दुसऱ्या महायुद्धानंतरच्या काळात, अशिया, आफ्रिका आणि लॅटिन अमेरिका या नव्याने उदयास आलेल्या राष्ट्रांनी लोकप्रशासनाच्या अभ्यासाचा एक नवीन काळ निर्माण केला. पाश्चिमात्य, विशेषतः अमेरिकेतील विद्वानांनी, या नवनिर्मित स्वतंत्र राष्ट्रांच्या वेगवेगळ्या प्रशासकीय प्रतिमानांच्या अभ्यासात विशेष रुची दाखवली. या संदर्भात, त्यांनी पर्यावरणीय घटकांच्या तर्कसंगत मांडणीचे महत्त्व आणि विविध प्रशासकीय पद्धतींचा या देशांवर पडलेला प्रभाव ओळखला. हा घटक मोठ्या प्रमाणावर लोकप्रशासनाच्या अभ्यासाकडे प्रशासनाच्या तौलनिक, पर्यावरणीय आणि वैकासिक परिप्रेक्ष्यातून पाहतो (नायडू, अप्पाराव आणि मल्लिकार्जुन १९८६ः २२). या संदर्भात फेरल हेडी, एफ. डब्ल्यू. रिग्ज आणि एडवर्ड विएडनर यांचे योगदान सुद्धा महत्त्वपूर्ण ठरले आहे. प्रशासन पद्धतीच्या आंतर-सांस्कृतिक आणि आंतरराष्ट्रीय अभ्यासांनी लोकप्रशासनाच्या व्याप्ती वाढवण्याच्या गरज लक्षात आणून दिली.

१९६०च्या दशकाचा उत्तरार्ध हा विवध शैक्षणिक अभ्यासाला चालना देण्याचा काळ होता, ज्यातून अभ्यासाचे नवीन परिप्रेक्ष्य निर्माण झाले, जे खऱ्या अर्थाने लोकांशी संबंधित होते. हे नवीन पद्धतीचे लोकप्रशासन होते. १९६०च्या दशकाच्या उत्तरार्धात तरुण अमेरिकन विद्वानांच्या एका गटाने या अभ्यासविषयाच्या समकालीन स्वरूपाबद्दल जोरदार विरोध करून आपला राग व्यक्त केला. १९६८ साली संपन्न झालेल्या पहिल्या मिनॉवब्रुक परिषदेत त्यांनी, नवलोकप्रशासन म्हणून ज्ञात असलेल्या लोकप्रशासनाची बाजू मांडली. यामध्ये नव्याने उदयास आलेल्या उत्तर औद्योगिक समाजाच्या गरजांच्या तर्कसंगत विषयांचा अभ्यास आणि प्रत्यक्ष व्यवहारपद्धतीची निर्मिती करणे अपेक्षित होते. ही परिषद लोकप्रशासन ही ज्ञानशाखा समाजाभिमुख

आणि उत्तरदायी होण्याकरता, कार्यरत समविचारी सिद्धान्तक आणि प्रशासक यांच्याकरता जाग आणणारी होती. ही परिषद जागतिक पातळीवरील अशांततेच्या पार्श्वभूमीवर पार पडत होती. या काळात अमेरिकेतील शहरांमध्ये सर्वत्र पसरलेले वांशिक दंगे, विद्यापीठांच्या आवारातील विद्वेष, व्हिएतनाम युद्ध आणि त्याचे 'अमेरिकी समाजावर' दिसलेले पडसाद आणि असे अनेक प्रसंग एकामागून एक घडत होते. या सर्व घडामोडींच्या जोडीलाच या ज्ञानशाखेच्या तत्कालीन स्थितीबाबत प्रशासकांच्या मनात खोलवर असमाधानाची भावना निर्माण झाली होती. विशेषतः, कार्यक्षमता आणि अर्थव्यवस्था या संदर्भातील आग्रहामुळे लोकप्रशासनात गुणात्मक सुधारणांचा समावेश झाला, पुढे जाऊन ज्याचे नवलोकप्रशासन असे नामकरण झाले. पहिल्या मिनॉवब्रुक परिषद ही लोकप्रशासनात नवीन युगाचा प्रारंभ करण्याकरता प्रसिद्ध आहे. हे नवीन लोकप्रशासन कालसुसंगत, सामाजिक मूल्ये, समाजिक एकता आणि बदलांनी परिपूर्ण होते. यातील चर्चाविश्वाच्या केंद्रस्थानी लोकहिताचा विचार होता. प्रशासनाला 'राजकारण' जोडणे हा या नवीन लोकप्रशासनाच्या विचारधारेचा केंद्रबिंदू होता.

सार्वजनिक निवड विचारधारा हा लोकप्रशासनाच्या विकासातील आणखी एक महत्त्वाचा टप्पा आहे. नोकरशाही ही 'समर्पक' आणि 'कार्यक्षम' आहे या विचारांना त्यांनी स्पष्ट नकार दिला. या विचारधारेतील प्रमुख समर्थक हे लोकप्रशासनाची संरचना आणि प्रत्यक्ष कार्यवाही याबाबत शंकास्पद होते. निसकानेन, डाऊन्स आणि टुलॉक यांचा या संदर्भातील युक्तिवाद हा प्रशासकीय अहंतेच्या गृहीतकावर आधारित होता. यांच्या मते, नोकरशहांचा दृष्टिकोन हा व्यक्तिवादी आणि स्वार्थकेंद्री असतो. जर 'त्यांच्या स्वार्थकेंद्री कृत्यावर काळजीपूर्वक मर्यादा घातल्या नाहीत' तर ते 'लोककल्याण करण्याऐवजी त्यात बाधा आणतात' (दास १९९८: ७). या नोकरशाहीच्या वाढत्या प्रभावातून अधिकाऱ्यांचा अधिकाधिक फायदा होतो आणि भरपाई मिळते हे स्पष्ट होते. नोकरशाहीतील ही मक्तेदारीची वाईट पद्धती रोखण्यासाठी, निसकानेन (१९७१) यांनी पुढील उपाय सुचवले:

- उच्च अधिकारी किंवा कायद्याद्वारे नोकरशहांवर कडक नियंत्रण ठेवणे;
- सार्वजनिक सेवांच्या पुरवठ्यामध्ये अधिकाधिक स्पर्धात्मकता आणणे;
- खाजगीकरण किंवा खाजगी करार करून नुकसान कमी करणे; आणि
- स्पर्धात्मक पातळीवर आणि स्पर्धात्मक दरात मिळणाऱ्या सार्वजनिक सेवांच्या उपलब्ध पर्यायांबाबत लोकहितास्तव अधिकाधिक माहिती प्रसारित करणे.

सार्वजनिक निवड विचारधारा ही नागरिकांना मिळणाऱ्या सेवांना पर्याय उपलब्ध आहेत याकडे लक्ष वेधण्यात यशस्वी झाली. स्पर्धात्मक रूपबंध ठरलेल्या बाजारपेठांच्या

भूमिकेने राज्याच्या वर्चस्वाला आव्हान दिले. तसेच, बिगरनोकरशाही नागरिकस्नेही संस्थात्मक पर्याय निर्माण करून नोकरशाहीची अधिकारशक्ती कमी करण्यात आली.

सन १९९८ मध्ये संपन्न झालेली दुसरी मिनॉवब्रूक परिषद ही लोकप्रशासनाच्या विकासामधील आणखी एक महत्त्वपूर्ण टप्पा ठरली. या परिषदेच्या परिणामस्वरूप अभिशासनातील नवीन सार्वजनिक व्यवस्थापन (एनपीएम) या दृष्टिकोनाला जन्म दिला. पाश्चात्त्य राष्ट्रांतील अनेक बदल उदयाला आलेल्या या नवीन दृष्टिकोनात प्रतिबिंबित झाले. सन १९७०च्या उत्तरार्धात संपूर्ण जगातच सामाजिक न्याय प्रक्रियेतील राज्याच्या भूमिकेवर मोठ्या प्रमाणात प्रश्नचिन्ह निर्माण केले गेले. राज्याच्या जवळपास सर्वच–सामाजिक, राजकीय व आर्थिक क्षेत्रातील उद्वेगजनक कामगिरीबद्दल लोकांमध्ये विरोधी सूर होता. प्रगत पाश्चात्त्य देशांतील अलीकडे झालेल्या अभिशासनाच्या ढाच्याच्या बदलांनीसुद्धा नवीन सार्वजनिक व्यवस्थापनाच्या विकासात सहभाग घेतला. सन १९८०च्या उत्तरार्धापासून ते १९९०च्या सुरुवातीच्या काळात सार्वजनिक क्षेत्रातील व्यवस्थापन हे विकसित पाश्चात्त्य लोकशाही देशांमध्ये ठळकपणे बदल झाले. नवीन सार्वजनिक व्यवस्थापन हे लोकप्रशासनाचे पुढील अनेक परस्परावलंबी घटकांचा अंतर्भाव असलेले निर्देशात्मक सांकल्पनिक चित्र म्हणून रंगवले गेलेः नागरिकांसाठी मौल्यवान उच्चदर्जाच्या गुणात्मक सेवा पुरवणारे; सार्वजनिक क्षेत्रातील व्यवस्थापकांची राजकीय स्वायत्तता वाढवणारे; ज्या संस्था किंवा व्यक्ती यांना त्यांची अपेक्षित उद्दिष्टे पूर्ण करण्यास प्रोत्साहन देणारे; उत्तम कामगिरी बजावण्याकरता व्यवस्थापकाला आवश्यक मानवी आणि तांत्रिक स्रोत उपलब्ध करून देणारे; आणि सार्वजनिक क्षेत्रामध्ये काम करत असताना खाजगी क्षेत्राप्रमाणे स्पर्धात्मकता, वृत्तीतील खुलेपणा इत्यादी गुणांना, सार्वजनिक हेतू साध्य करत असताना प्रोत्साहन देणारे.

नवीन सार्वजनिक व्यवस्थापनाची मुख्य वैशिष्ट्येः

- संस्थेच्या नेतृत्वाकरता अनुकूल होईल अशा प्रकारे संस्थेची संरचना निर्माण होण्याकरता आमूलाग्र संस्थात्मक सुधारणा सुचवते. संस्थात्मक पुनर्बांधणी यात संस्थात्मक प्रक्रियांचे सुलभीकरण, पदसोपान रचना एकाच पातळीवर आणणे, इत्यादींचा समावेश होतो.
- नागरिकांना देण्यात आलेले अधिकार हे याचे मुख्य व ठळक वैशिष्ट्ये होय. नागरिकांना कायमच समाधानी ठेवण्याकरता, पारंपरिक सार्वजनिक क्षेत्राप्रमाणे विचार न करता याने 'कृतिशील ग्राहकाचा दर्जा' देऊन नागरिकांचे नवीन सांकल्पनिक चित्र तयार केले.

- त्याने सार्वजनिक क्षेत्रातील व्यवस्थापकाला अधिक स्वायत्तता देण्याची मागणी केली. करारावरील नियुक्ती करणे, कामाच्या ठिकाणी तडजोड करणे आणि इतर बाबींद्वारे सार्वजनिक व्यवस्थापकाला त्याच्या कामात भरपूर लवचीकता आणून व्यवस्थापकीय नेतृत्वासाठी मोकळीक देण्यासाठी शिफारस करते;
- कामगिरीच्या मोजमापाचे कठोर तंत्र हे नवीन सार्वजनिक व्यवस्थापनाचे आणखी एक ठळक वैशिष्ट्य आहे;
- सार्वजनिक नोकरशाहीचे मध्यस्थी संस्थामध्ये. ज्या एकमेकाशी कामाप्रमाणे वेतन याआधारे व्यवहार करतील, रूपांतरण करण्यास असहमती दर्शवते.
- नवहक्क तत्त्वज्ञान यापासून प्रेरणा घेऊन नवीन सार्वजनिक व्यवस्थापन, सार्वजनिक क्षेत्रात उत्पादन खर्च कमी करण्याचे धोरण स्वीकारते.
- आजारी व भांडवलाची निकड असणाऱ्या सार्वजनिक क्षेत्राला उत्तम दर्जाच्या व्यवस्थापनाची खात्री देण्याकरता सार्वजनिक व्यवस्थापन आभासी बाजारपेठांना आणि करारबद्ध सेवा घेण्याच्या पद्धतीला प्रोत्साहन देते; आणि
- ते अभिशासनाच्या विकेंद्रीकरणावर विश्वास ठेवते. ते सर्व प्रकारच्या संघटनात्मक आणि स्थानिक विकेंद्रीकरणाला प्रोत्साहन देते.

नवीन सार्वजनिक व्यवस्थापन हे उद्योजक सरकारवर लक्ष केंद्रित करते. हे सहभागात्मक व्यवस्थापन आणि समूहाच्या मालकीचे अभिशासन आहे, ज्यामध्ये नागरिक हे कृतिशील ग्राहक समजले जातात. ते केवळ निष्क्रीय स्वीकारकर्ते नसतात. प्रत्येक धोरणात आणि कार्यक्रमात त्यांचा कृतिशील सहभाग असतो. नागरिकांना अधिकार देणे हाच यामागचा मुख्य उद्देश आहे.

ओसबार्न आणि गॅबलर (१९९२) लिखित *Reinventing Government* या प्रकाशनात शासनाच्या कर्तव्यांची नव्याने व्याख्या करण्यात आली. यात लेखकांनी 'उद्योजक सरकार' या संकल्पनेच्या बाजूने युक्तिवाद केला आहे, ज्यामुळे निश्चितपणे पुढीलप्रमाणे आमूलाग्र बदल होतील: (*अ*) कामगिरी, सुधारणा आणि मूल्यमापन याद्वारे सार्वजनिक व्यवस्थापनात सुधारणा करणे, (*आ*) अंदाजपत्रकीय खर्चावर नियंत्रण ठेवणे, (*इ*) सरकारचा आकार कमी करणे, (*ई*) सार्वजनिक क्षेत्रातील काही निवडक भागांचे खाजगीकरण करणे, (*उ*) निवडक भागात कराराने काम करून घेणे. अशा प्रकारे, नागरिकांचे हित साधण्यासाठी यात नोकरशाहीचा विग्रह करणे, लोकशाही तत्त्वांचा वापर आणि प्रशासकीय कार्यवाहींचे विकेंद्रीकरण यावर लक्ष केंद्रित केले जाते. पुढे जाऊन अभिशासनाची कल्पना ही सार्वजनिक व्यवहार संघटित

करण्यातील आणि पार पाडण्यातील विविध मध्यस्थांची भूमिका ओळखली गेली. औपचारिक सरकारांबरोबरच अशासकीय संस्था (एनजीओ) आणि समूहाधारित संस्था यांनासुद्धा सहायक सार्वजनिक अभिकर्ते म्हणून मान्यता मिळाली आहे.

१९९०च्या अखेरीस जेनेट आणि रॉबर्ट डेनहर्ड यांनी नवीन सार्वजनिक व्यवस्थापनाच्या प्रभावाला प्रतिसाद म्हणून लोकसेवेचे एक नवीन प्रारूप प्रस्तावित केले. नवीन सार्वजनिक व्यवस्थापनाचा आधुनिक प्रकार हा नवीन युगातील डिजिटल संकेतांचा असेल, जो शासकीय जबाबदाऱ्यांच्या पुनर्मांडणीतील विषयांवर लक्ष केंद्रित करेल, गरजेवर आधारित कर्तव्यांची साकल्याने पूर्तता करणारा असेल आणि सांख्यिकी संकेतांचे संगणकीकरण केले जाईल (म्हणजे नवीन माहिती आणि तंत्रज्ञानाच्या रूपांतर करण्याच्या क्षमतांचा पुरेपूर वापर सांख्यिकीय संकेत साठवून केले जाईल). सार्वजनिक सेवेचे आणखी एक नवीन प्रारूप हे नवीन सार्वजनिक अभिशासन म्हणून ओळखले जाते; असा एक दृष्टिकोन ज्यामध्ये, सत्तेच्या केंद्रीकरणाचा समावेश होतो; पक्षपाती-राजकीय कर्मचारी वर्गाची संख्या, भूमिका आणि प्रभाव यात वाढ केली जाते; वरिष्ठ सार्वजनिक सेवांमधील नियुक्त्या व्यक्तिगत-राजकीयकरणाद्वारे केल्या जातात; आणि प्रचलित सरकारकरता सार्वजनिक सेवा मोठ्या प्रमाणावर पक्षपाती असतात अशा गृहीतावर आधारित असतात.

जागतिकीकरण हा आणखी एक असा घटक आहे, ज्याने लोकप्रशासनाची व्याप्ती आणि स्वरूप यांची रूपरेषाच पूर्णपणे पालटली. जागतिकीकरणाने या अभ्यासविषयाला त्याच्या संरचनात्मक अभिजात बंधनातून अक्षरशः मुक्त केले आणि अधिक लवचीक, अधिकारांची अल्प उतरंड असलेल्या आणि सामावून घेणाऱ्या संपर्कजालातून आणि सहकार्याने काम करणाऱ्या अशा प्रशस्त मार्गावर नेऊन ठेवले. तथापि, गेल्या दोन दशकांच्या कालखंडात, जागतिकीकरण हा राष्ट्र-राज्यांवरचा आजपर्यंतचा पहिला सर्वांत मोठा आघात होता, मात्र या स्थितीतही लोकप्रशासनाची ऐट अजिबात कमी झाली नाही. उलटपक्षी, लोकप्रशासन संपणार अशी मिथ्या भाकिते पुसून, भविष्यातील नवीन आव्हानांसाठी स्वतःला सज्ज ठेवून, स्वतःला नवीन स्वरूपात सामावून घेऊन पुनर्जन्म घेतला. वास्तविक, जागतिकीकरणाने अधिक क्रियाशील लोकप्रशासनाची गरज उत्कटतेने मांडली. असे असले तरीसुद्धा, छत्रछायेखालील नोकरशाही असणारे, अधिकारांची ताठर उतरंड असलेली आणि संस्थात्मक तत्त्वे असलेली पारंपरिक लोकप्रशासन कल्पना ही आज कुठेही अस्तित्वात नाही. लोकप्रशासनाने संरचनात्मक पद्धतीची आणि कार्यात्मक पद्धतीची विविध रूपांतरणे अनुभवली आहेत. संरचनात्मकदृष्ट्या विचार

करायचा झाल्यास, जागतिकीकरणाच्या दरम्यान अत्यंत ताठर, उतरंड असलेल्या अधिकारशाहीने व्याप्त आणि नोकरशाही स्वरूपातील अभिशासनाला दूर करून त्याऐवजी पदसोपान पद्धतीविरहित आणि नोकरशाहीपश्चातचे जाळीय संबंधांचे आणि भागीदारीवर आधारित जे अभिशासन अस्तित्वात येऊन, जे सामाजिक-आर्थिक-राजकीय रूपांतरण घडले, त्याला धन्यवादच द्यावे लागतील. समांतरपणे, कार्यात्मक पातळीवर लोकप्रशासन वस्तू आणि सेवा उपलब्ध करण्याच्या प्रक्रियेत होणाऱ्या सखोल रूपांतरणाचा साक्षीदार ठरले. अगदी अलीकडच्या काळापर्यंत, वस्तू व सेवा पुरवणे हे लोकप्रशासनाचे महत्त्वाचे कार्य मानले जात होते. मात्र, जसजसा जागतिकीकरण प्रक्रियेचा प्रारंभ झाला आणि त्यापाठोपाठ सहकार्यावर आधरित लोकप्रशासनाच्या नव्या आकृतिबंधात कल्याणकारी राज्याच्या संकल्पनेने प्रवेश केला, तसतसा राज्य प्रशासनाला सामाजिक स्तरावर कार्यरत असणाऱ्या इतर असंख्य सहकारी आणि स्वयंसेवी संस्था यांच्या सहकार्याने सार्वजनिक वस्तू व सेवांचे वितरण करण्याकरता स्वतःमध्ये बदल करावे लागले.

म्हणून, या जागतिकीकरणाच्या युगात, कल्याणकारी सेवांचे वितरण खाजगीकरणाद्वारे करून, लोकप्रशासन 'अधिकार प्रदाता' किंवा 'सुविधा देणारा' ही नवी भूमिका वठवतो. कल्याणकारी सेवांकरता खाजगीकरणाला, करार करणे, खाजगी तरतुदीला प्रोत्साहन देणे, आभासी बाजारपेठांचा समावेश करणे, ऐच्छिक क्षेत्रांना चालना देणे आणि अशाच प्रकारच्या सुविधा उपलब्ध करून देण्यात आल्या. असे असले तरीसुद्धा, प्रत्यक्ष सेवा देणारा याऐवजी कल्याणकारी सेवा सुविधा उपलब्ध देणारा असा भूमिकेत बदल झाल्यानंतरही लोकप्रशासनाचे अस्तित्व अनावश्यक ठरले नाही. प्रत्यक्षात, त्याचे महत्त्वाचे स्थान टिकून आहे. लोकप्रशासनाचे मध्यवर्ती स्थान ना राज्याने नाकारले ना बाजारपेठेने. जरी, लोकप्रशासनाचे अस्तित्व असावे की नाही याबाबत व्यापक मतमतांतरे असली तरी, राज्याकरता, आपले अस्तित्व टिकवून ठेवण्यासाठी प्रभावी लोकप्रशासन ही त्याची मूलभूत गरज त्याचे असते. असे लोकप्रशासन हे शासन चालवण्याकरता राज्याला आवश्यक सहायक यंत्रणा उभ्या करत असते. बाजारपेठीय व्यवस्थेमध्ये, एक साधन म्हणून लोकप्रशासनाला प्रचंड महत्त्व आहे, जे केवळ बाजारपेठेचे कार्य सुरळीतपणे पार पाडण्यासाठी सुविधा उपलब्ध करून देत नाही, तर त्याचबरोबर समाजामध्ये या सर्व कार्यांना कायदेशीर अधिमान्यता मिळवून देते. बाजारपेठीय व्यवस्था हीसुद्धा महत्त्वाच्या सामाजिक सेवा उपलब्ध करून आपल्याला मानवी चेहरा देण्यास उत्सुक आहे. जागतिकीकरण झाले तरीसुद्धा लोकप्रशासन या संकल्पनेचे व्यापक स्वरूप लक्षात घेतल्यास, स्वअस्तित्वाची जाणीव असलेला

उपक्रम आणि व्यवसायक्षेत्र म्हणून त्याचे अस्तित्व कायम राहील, असा फरजमंड यांना विश्वास आहे (फरजमंड १९९९). जागतिकीकरणाने राज्याचे अनुषंगिक बदल करून 'स्वरूप आणि वैशिष्ट्ये यात बदल करून पारंपरिक प्रशासकीय कल्याणकारी राज्य ते महामंडळीय कल्याणकारी राज्य' असे त्याचे स्वरूप बदलले आहे (फरजमंड १९९९). लोकप्रशासनाच्या पारंपरिक स्वरूपातील संचात, सार्वजनिक सेवा सुरळीत उपलब्ध होण्यासाठी, विस्तृत प्रशासकीय तंत्र निर्माण करण्यात आले होते, जे 'लोकप्रशासनाचे कल्याणकारी सेवा उपलब्ध करणारे प्रारूप' म्हणून प्रसिद्ध होते. हे प्रारूप निःपक्षपाती आणि कार्यक्षम प्रशासन या कल्पनांवर आधारित होते. तसेच नोकरशाही संरचना, व्यावसायिक विचाराचा प्रभाव, लोकांप्रती उत्तरदायित्व, समान वागणूक या पाच वैशिष्ट्यांचा अंतर्भाव सांगणारे होते. (बुचर १९९५). तथापि, अशाप्रकारची स्वाभाविक रचना असणाऱ्या सेवांना पाश्चिमात्य देशात सन १९७०च्या उत्तरार्धात ते १९८०च्या प्रारंभीच्या काळात नवीन हक्क चळवळीने पर्यायी बाजारपेठांच्या विकल्पांना समर्थन दिल्यामुळे बऱ्याच कठोर आव्हानांना तोंड द्यावे लागले होते. कल्याणकारी सेवा उपलब्ध करण्याकरता, कार्यक्षमता आणि आर्थिकदृष्ट्या परवडणारे या सबबींखाली खाजगीकरणाचे धाडसी पाऊल उचलण्याचा उपाय सुचवला होता. 'संरचनात्मक समायोजन कार्यक्रम' या नावाखाली १९९०च्या दशकाच्या प्रारंभालाच ओळख करून देण्यात आलेल्या जागतिकीकरणाने, पुढे नवीन हक्क चळवळीच्या समर्थकांच्या मागण्यांनी जोर धरला होता.

तिसरी मिनॉवब्रुक परिषद, २००८

अभ्याससंशोधन क्षेत्र म्हणून लोकप्रशासनाच्या उत्क्रांतीमध्ये सन २००८ मध्ये संपन्न झालेली तिसरी मिनॉवब्रुक परिषद ही त्यापूर्वी सन १९६८ आणि १९८८ मध्ये संपन्न झालेल्या मिनॉवब्रुक परिषदांइतकीच महत्त्वाची होती. सन १९६८ मध्ये संपन्न झालेल्या पहिल्या मिनॉवब्रुक परिषदेने नवीन लोकप्रशासनाची सुरुवात झाल्याची नोंद केली. सन १९८८ मध्ये संपन्न झालेल्या दुसऱ्या मिनॉवब्रुक परिषदेत अभ्यासक्षेत्रातील सैद्धान्तिक चर्चा या दृष्टीने नवीन लोकप्रशासनाचा जागतिकीकरणाच्या संदर्भातील प्रभावाचे प्रतिबिंब दिसले. पहिल्या मिनॉवब्रुक परिषदेचे आणि सन १९८८च्या दुसऱ्या मिनॉवब्रुक परिषदेचे संदर्भ हे फारसे वेगळे नव्हते. कारण जरी सन १९८८च्या दुसऱ्या मिनॉवब्रुक परिषदेच्या वेळी जागतिकीकरण विविध स्वरूपात आपले अस्तित्व स्पष्ट करत होते, तरीही ते सहभागी प्रतिनिधींच्या समजण्यापलीकडे होते. पहिल्या दोन मिनॉवब्रुक परिषदांपेक्षा तिसऱ्या मिनॉवब्रुक परिषदेचे स्वरूप भिन्न होते. ती दोन भागात झालीः परिषदेच्या पहिल्या भागात, मूळ मिनॉवब्रुक शहरातील ब्ल्यू मांउटन

लेक या जागेत परिषदपूर्व कार्यशाळा पार पडली, ज्यात कनिष्ठ विषयअभ्यासकांनी समकालीन लोकप्रशासन शास्त्रातील समस्या' यावरील चर्चासत्र आरंभ करण्यासाठी आपली मते मांडली; दुसरी कार्यशाळा लेक प्लासीड येथे पार पडली, ज्यात सर्व वयोगटातील आणि अनुभववैविध्य असलेल्या विद्वानांनी भाग घेतला होता. अशा प्रकारे या परिषदेचे दोन भागात केलेले विभाजन हे जागतिकीकरणातील लोकप्रशासनाला, दोन भिन्न तरीही परस्परपूरक परिप्रेक्ष्यातील, तोंड द्यावे लागणाऱ्या समस्यांचे यथार्थ चित्र मांडण्यासाठी उपयुक्त ठरले: त्यातील पहिल्या परिप्रेक्ष्याची मुळे ही जागतिकीकरणाच्या क्लिष्ट स्वरूपामध्ये सापडतात. या प्रयत्नामधून लोकप्रशासनाचे वैश्विक प्रारूप निर्मिती होऊ शकेल आणि दुसरे परिप्रेक्ष्य हे संदर्भ-विशिष्ट प्रारूपाचा शोध घेण्याशी, त्याचवेळेस विस्तृत जागतिक विभागणी आणि तिचे परिणामसुद्धा अधोरेखित करण्याशी संबंधित होते आणि म्हणूनच, या परिषदेच्या प्रसंगाने फ्रेडरिकसन, लॅम्ब्राईट आणि रोजमेरी ओ'लिअरी यांसारख्या ज्येष्ठ आणि त्यांचे तरुण सहकारी यांच्या सहभागाने लोकप्रशासनाचा भविष्यातील प्रवासाचा नकाशा आखला. कणखर युक्तिवादाच्या साहाय्याने आशयानुगामी परिप्रेक्ष्याचा पक्ष मांडून, तरुण सहकाऱ्यांनी चर्चेदरम्यान ठामपणे आपले मुद्दे मांडले आणि, या तरुण अभ्यासकांनी केलेल्या या समीक्षेतूनच तिसऱ्या मिनॉवब्रुक परिषदेची विषयपत्रिका तयार झाली, यात संशयच नाही. या समीक्षेतून जे अभ्यासक नव्या जगातील मानवी अपेक्षांच्या प्रश्नांना उचित प्रतिसाद देण्यास सक्षम असलेल्या लोकप्रशासनाचे सेंद्रिय अभ्यासक्षेत्र म्हणून सांकल्पनिक चित्र तयार करत होते, त्याचे प्रतिबिंब उमटले, हे अगदी स्पष्टच होते. सुरुवातीला, अभ्यासकांनी समकालीन संशोधनातील क्लिष्ट स्वरूपाच्या चार नेमक्या 'अस्वस्थ' मुद्द्यांवर लक्ष केंद्रित केले. हे चार मुद्दे पुढीलप्रमाणे: (*अ*) जागतिकीकरण झालेल्या बदलत्या वातावरणातील जगामधील लोकप्रशासनाचे स्वरूप, (*आ*) नवीन बाजाराभिमुख सार्वजनिक व्यवस्थापनातील गुंतागुंत, (*इ*) या ज्ञानशाखेच्या गाभाभूत संशोधनपद्धतीवर पडलेले आंतरविद्याशाखीय पद्धतींचे प्रभाव आणि (*ई*) वेगाने बदलत असलेल्या राजकीय, सामाजिक व आर्थिक वातावरणामध्ये लोकप्रशासनाचे नव्याने सांकल्पनिक चित्र तयार करण्यातील जाळीय संबंधांचे अभिशासन आणि सहकार्याधारित सार्वजनिक व्यवस्थापनाचे वाढते महत्त्व. अशा प्रकारे, लोकप्रशासनातील मानवी प्रयत्न हे प्रत्यक्ष व्यवहारात, तितक्याच गुंतागुंतीच्या सामाजिक आणि आर्थिक परिस्थितीमध्ये होत असल्यामुळे ते गुंतागुंतीचे क्षेत्र ठरले आहे. म्हणूनच अभ्यासकांनी ज्ञानशाखेच्या अर्थपूर्ण पुनर्मांडणीसाठी पुढील आव्हाने उपायात्मक चर्चेसाठी ठळक स्वरूपात पुढे मांडली. पूर्वपरिषदेतील कार्यशाळेत पुढील पाच मुख्य आव्हानांवरील चर्चेवर भर करण्याचे

ठरलेः (*अ*) काळाशी सुसंगत राहण्याचे आव्हान (*आ*) अमेरिकी अध्यक्षपदासाठीच्या निवडणुकीत निवडून आलेल्या पहिल्या आफ्रिकी-अमेरिकी नामनिर्देशित व्यक्तीच्या निवडीनंतरचे लोकप्रशासन समजावून घेण्यातील आव्हान, (*इ*) आशियाई देशांमध्ये लोकप्रशासन शिकवत असताना या ज्ञानशाखेवर स्पष्टपणे जाणवणारा पाश्चात्त्य प्रभाव, (*ई*) लोकप्रशासनावर जागतिक पातळीवर चर्चासंवाद घडवून आणणे आणि (उ) कथितपणे, अर्थशास्त्राने लोकप्रशासन ही ज्ञानशाखा 'झाकोळली' (लागिर) आणि 'गुंडाळली' (चेहरा बदलला) असल्याने स्वतंत्र ज्ञानशाखा म्हणून लोकप्रशासनाचा लौकिक टिकवून ठेवणे (ओ'लिअरी आणि इतर २०११: ९).

लेक प्लासीड येथील चर्चांमध्ये सहभागी झालेल्या ज्येष्ठ विषयअभ्यासकांनी त्यांच्या कनिष्ठ सहकाऱ्यांप्रमाणेच पुढील महत्त्वाचे विषय निवडले होते. या सहभागी विषयअभ्यासकांचे लोकप्रशासनाच्या अभ्यासातील बाजाराधिष्ठित दृष्टिकोनाविषयी आणि वेबरप्रणीत नोकरशाही प्रभावाविषयी असमाधान लक्षात घेता, या विषयांवर सूत्रबद्ध पद्धतीने चर्चा करून या अभ्यासविषयाचा पुनर्शोध घेणे आवश्यक होते. सन २००८च्या मिनॉवब्रुक परिषदेतील दस्तऐवजांमधून स्पष्टपणे पुढे आलेल्या पुढील पाच प्रमुख विषयांकडे सर्वच सहभागी अभ्यासकांचे लक्ष वेधून घेतले होते (ओ'लिअरी आणि इतर २०११: १२):

- सन २००८ मधील लोकप्रशासनाचे अभ्यासक्षेत्र हे १९६८ आणि १९८८च्या अभ्यासक्षेत्रापेक्षा कसे भिन्न आहे? सन २००८ मधील लोकप्रशासनाचे स्वरूप कसे आहे?
- मागील ३० वर्षांचा इतिहास असलेल्या बाजाराधिष्ठित नवीन सार्वजनिक व्यवस्थापनविषयक दृढ सैद्धान्तिक आणि अनुभवाधिष्ठित निष्कर्ष काढणे शक्य आहे का?
- विविध ज्ञानशाखांतील अभ्यासकांचा लोकप्रशासन शास्त्राकडे असलेला ओढा लक्षात घेता, हा अभ्यासविषय सैद्धान्तिक बैठक विकसित करण्यापासून खूप दूर आहे की त्याच्या जवळ आहे?
- जाळीय संबंधांचे अभिशासन आणि सहकार्यात्मक सार्वजनिक व्यवस्थापन याबद्दलच्या नवीन संकल्पना या लोकप्रशासन, सार्वजनिक व्यवस्थापन आणि सार्वजनिक सेवा यांकडे पाहण्याचा आपला दृष्टिकोन कसा बदलत आहेत? या संकल्पना लोकप्रशासनाची व्यवहारपद्धती बदलत आहेत का? आपल्या शैक्षणिक कार्यक्रमात आपण जे शिकवत आहोत त्यातही ते बदल करतील का?

- अमेरिका, विकसित जग, विकसनशील आणि संक्रमणावस्थेतील देश यांतील लोकप्रशासन, सार्वजनिक व्यवस्थापन आणि सार्वजनिक सेवा यांचा अभ्यास आणि कार्यपद्धती यांच्यासामोरील महत्त्वाची आव्हाने समजून घेण्यावर जागतिकीकरणाचा कसा परिणाम झाला आहे?

ज्ञानशाखा म्हणून आणि प्रत्यक्ष कार्यपद्धती म्हणून हे सर्व महत्त्वाचे विषय लोकप्रशासन शास्त्राकरता मार्गदर्शन म्हणून सिद्ध झाले आहेत. लोकप्रशासनाच्या बदलत्या स्वरूपावर आपले लक्ष देत असताना, सहभागी सदस्यांनी त्याच्या मोठमोठ्या सैद्धान्तिक चर्चा करण्याऐवजी 'काय करणे योग्य ठरेल आणि काय नाही' यावरच आपले लक्ष जास्त प्रमाणात केंद्रित केले. सैद्धान्तिकदृष्ट्या, तिसऱ्या मिनॉवब्रुक परिषदेने सायमन आणि वाल्डो या दोघांच्या परिप्रेक्ष्याचे प्रतिनिधित्व केले असे म्हटल्यास वावगे होणार नाहीः ज्यांनी सायमनचा परिप्रेक्ष्य हा सर्वसाधारणपणे अर्थशास्त्र, संघटनात्मक सिद्धान्त आणि व्यवस्थापन यावर आधारित होता आणि वाल्डोची पद्धतीमध्ये राज्यशास्त्र, समाजशास्त्र, तत्त्वज्ञान आणि इतिहास याविषयातील मान्यताप्राप्त अभ्यासचौकटी आणि प्रतिमाने यावर आधारित उपकरणांनी सज्ज होती. या दोन्ही महत्त्वाच्या (आणि एकमेकांना पूरक) परिप्रेक्ष्यांमुळे, एक अभ्यासक्षेत्र म्हणून लोकप्रशासन हे सातत्याने, सापेक्षतेने बहुव्याप्त आणि 'बहुसैद्धान्तिक' स्वरूपाचे असल्याचे निश्चितपणे म्हणता येते. याचे पुढीलप्रमाणे लाभ स्पष्ट होतातः एक प्रयोगशील शास्त्र म्हणून लोकप्रशासन हे आशयानुगामी आहे आणि शेवटच्या मिनॉवब्रुक परिषदेतील सहभागी सदस्यांनी हरबर्ट सायमन व डवाइट वाल्डोच्या तात्त्विक प्रश्नांचा आदर राखून या ज्ञानशाखेची आंतरविद्याशाखीय वीण अधिक बळकट केली. अर्थात, ही फक्त सैद्धान्तिक चर्चा नसून, समस्या-निर्मूलन साधनही आहे. एक प्रघात म्हणून, लोकप्रशासन हा, संदर्भ आणि ऐतिहासिकदृष्ट्या स्पष्ट होत जाणारे, सामाजिक-आर्थिक शक्तींच्या स्वरूपात रुजलेले मानवी व्यवहार, हे फार मोठ्या प्रमाणात समजावून घेण्याचा प्रयत्न आहे. ज्ञानशाखेचे हे 'सेंद्रिय स्वरूप' ठळक करून तिसऱ्या मिनॉवब्रुक परिषदेने पुन्हा एकदा तिचा 'मानवी चेहरा' शोधण्याचा प्रयत्न केला, जो १९८८च्या दुसऱ्या मिनॉवब्रुक परिषदेने स्पष्टपणे दुर्लक्षित केला होता. असे दुर्लक्ष करत असताना, या परिषदेने आर्थिक मागासलेपणाच्या प्रश्नाला सामोरे जात असताना नवउदारमतवाद आणि बाजाराधिष्ठित संरचनात्मक समायोजन कार्यक्रम (कुर्तझोन अर्थशास्त्र आणि गॅरी वाल्मसले लोकप्रशासन विषयातील तज्ज्ञ या दोघांतील तीव्र वाद याशिवाय, ज्यात पुढे जाऊन गॅरी वाल्मसलेने बाजाराधिष्ठित परिप्रेक्ष्यावर तीव्र स्वरूपाची टीका केली) निःसंदिग्धपणे स्वीकारला. सहभागी

झालेल्या अभ्यासकांनी वाद आणि चर्चासत्रामध्ये, लोकप्रशासनातील गुंतागुंत समजावून घेण्यासाठी, सायमन आणि वाल्डोच्या परिप्रेक्ष्यात ज्याचा अजिबातच समावेश नव्हता, असे खऱ्या अर्थाने 'बहुविद्याशाखीय' असण्याचे महत्त्व ठळकपणे मांडले. वास्तविक, हा सक्षम करण्याचा' प्रयोग होता, ज्याने अभ्यासविषयातील 'सार्वत्रिकते'वरील टीकेला जोरदार गती दिली होती.

सन २००८च्या मिनॉवब्रुक परिषदेने भूतकाळाशी दोन विशिष्ट कारणांकरता निःसंशयपणे छेद घेतला होताः पहिले कारण म्हणजे, पहिल्या मिनॉवब्रुक परिषदेमधील काही प्रमुख समस्या पुन्हा एकदा फिरून मांडण्यात आल्या. सहभागी अभ्यासकांना अशी एक विषयपत्रिका पुढे ठेवावीशी वाटली, जी सहकार्यात्मकता, आंतरक्रिया आणि हितसंबंधीयांशी केलेल्या अर्थपूर्ण गुंतवणुकीवर आधारित होते. सार्वजनिक समस्या, सरकारची आकलनशक्ती आणि कार्यक्षमता यांच्या मध्ये कायमच लक्षणीय अंतर असते. अशा प्रकारे, याकरता ध्येयाधिष्ठित सहभागात्मक व्यवस्थापनाची गरज होती, जे शासनाचा आकार संकुचित करण्याच्या या काळातील निश्चितपणे नावीन्यपूर्ण सैद्धान्तिक सांकल्पनिकरण होते. या अर्थाने, तिसऱ्या मिनॉवब्रुक परिषदेने पहिल्या मिनॉवब्रुक परिषदेतील मुद्दे नव्याने मांडले आणि 'बांधीलकी, सामाजिक एकता आणि सहभाग' यावर भर देऊन लोकप्रशासनाचा नवीन आराखडा तयार करण्याचा प्रत्यत्न केला (फ्रेडरिक्सन १९८०ः ४-१२). समकालीन लोकप्रशासनाच्या विशिष्ट स्वरूप लक्षात घेता, अशी परिस्थिती निर्माण केली की, त्यामुळे सार्वजनिक समस्या सोडवण्यात शासनाव्यतिरिक्त अन्य सामाजिक कर्त्यांचे महत्त्व वाढू लागले. म्हणूनच लोकप्रशासनातील 'लोक' याची व्याख्या नव्याने करावी लागली, कारण लोकप्रशासन ही आता केवळ सरकारी कृती म्हणून लक्षात घेतली जात नाही. दुसरे म्हणजे, सार्वजनिक समस्यांना सामोरे जाताना आलेल्या बिगरपाश्चात्त्य अनुभवातून धडे घेत असताना' २००८ची परिषद ही वंशकेंद्रित लोकप्रशासनाच्या विरोधी ठरली. लोकप्रशासनातील संस्थाच्या कार्यातील गुंतागुंत समजण्याकरता, आपण सार्वजनिक अभिशासनाप्रती वैश्विक दृष्टिकोन स्वीकारला पाहिजे. तांत्रिक प्रगती लक्षात घेतल्यास, अभ्यासकांना परस्पर संवाद आणि समन्वय साधणे तुलनेने सोपे आहे; त्याद्वारे वैविध्यपूर्ण समुदायातील विस्तृत स्वरूपाची प्रतिबद्धता आणि शिकण्याची संधी उपलब्ध होते. जागतिकीकरणाच्या संदर्भात, लोकप्रशासन हे त्याची संदर्भानुरूप वैशिष्ट्ये लक्षात घेऊनही, विविध स्वरूपाच्या मानवी समस्या उचित पद्धतीने सोडवण्यासाठी अशा प्रकारे सुसज्ज आहे. अशा प्रकारे ही ज्ञानशाखा आता मानवी समस्यांवर योग्य उपाय योजणारा विद्वत्तापूर्ण उपक्रम आणि उत्तम आराखडा असलेले, ध्येयाधिष्ठित साधन ठरली आहे.

बदलत्या जागतिक पर्यावरणातील सार्वजनिक प्रशासनाचा नवीन आराखडा

जागतिकीकरणाच्या प्रक्रियेत लोकप्रशासनावर जगात अन्यत्र घडणाऱ्या विविध घटना-प्रसंगांचा प्रभाव पडत असल्यामुळे ते देशकेंद्री राहूच शकत नाही. अनेक 'नवीन' इच्छा-आकांक्षा लक्षात घेऊन या ज्ञानशाखेने आपली 'वंशकेंद्रित' वैशिष्ट्ये सोडून देणे आवश्यक आहे. तौलनिक लोकप्रशासनामध्ये या समस्येचे प्रतिबिंब स्पष्ट स्वरूपात दिसते, जे संरचनात्मक कार्यात्मक या एका जुन्या दृष्टिकोनावर आणि व्यवस्थावादी सिद्धान्तावर आधारित आहे. गॅब्रिएल अल्मोंड, फ्रेड डब्ल्यू. रिग्ज आणि फेरेल हेडी यांच्या संशोधनातून सैद्धान्तिक प्रेरणा घेण्याऐवजी समकालीन तौलनिक लोकप्रशासन हे व्यापक प्रमाणात लोकप्रशासनाच्या आणि अभिशासनाच्या सिद्धान्ताभिमुख आहे. याचा अर्थ असा की, लोकप्रशासन हे यापूर्वीच्या त्याच्या अवताराप्रमाणे प्रचंड जड सैद्धान्तिक आणि 'ताठर' स्वरूपाचे न राहता, खऱ्या अर्थाने, आंतरविद्याशाखीय स्वरूपाचे आहे आणि अन्य ज्ञानशाखांमध्ये वैचारिक देवाणघेवाण करण्यास प्रोत्साहन देते. याशिवाय, त्याच्या सैद्धान्तिक परिप्रेक्ष्यामध्ये झालेल्या लक्षणीय बदलांमुळे तौलनिक लोकप्रशासनाच्या विचारांचा केंद्रबिंदू आमूलाग्र बदलला आहे. यापूर्वी जेव्हा नोकरशाही हा लोकप्रशासनाच्या व्यवहार पद्धतीतील केंद्रबिंदू होता, त्याच्या अगदी उलट लोकप्रशासनाचे वर्तमान स्वरूप बहुआयामी आहे, ज्यामध्ये नोकरशाही ही अभिशासनाची एक यंत्रणा म्हणून सिद्ध झाली आहे. प्रशासनिक सुधारणांच्या अनेकविध दृष्टिकोनांमध्ये-ज्यामध्ये यापूर्वीच्या प्रशासनिक बदलांच्या सांकल्पनिकरणामध्ये ज्याला फारसे महत्त्व दिले गेले नाही, अशा हितधारकांच्या अभिशासनातील भूमिकेचा समावेश होतो-प्रतिबिंब उमटले. प्रशासनिक सुधारणा हा एकदाच उद्‌भवणारा प्रसंग नाही याची आलेले भान ही तिसऱ्या मिनॉवब्रुक परिषदेची एक महत्त्वाची फलनिष्पत्तीपैकी होती; ही एक सातत्यपूर्ण प्रक्रिया आहे, ज्यामध्ये सार्वजनिक नोकरशाही व्यतिरिक्त अन्य यंत्रणांची भूमिकाही तितकीच महत्त्वाची आणि निर्णायक असते. त्याच बरोबरीने, अशा प्रकारच्या सांकल्पनिकरणामधून, तौलनिक लोकप्रशासनाच्या पूर्वीच्या अभ्यासकांच्या वंशकेंद्री विचारावर टीका करणारा एक नवीन परिप्रेक्ष्य पुढे आलाः भिन्न-सांस्कृतिक वैचारिक देवाणघेवाणीचे महत्त्व अधोरेखित करताना, या परिषदेने विविध सामाजिक-आर्थिक आणि राजकीय परिस्थितींमधील संदर्भगत वैशिष्ट्ये समजावून घेणारी अर्थपूर्ण पद्धती विकसित होण्याकरता विविध अनुभवांतून शिकण्यावर भर दिला. 'ऊर्ध्व-अधोगामी प्रारूपा'चे टीकाकार असणाऱ्या सहभागी अभ्यासकांना विकसनशील देशातील ताठर, इतकेच नाही तर अयोग्य नोकरशाहीमध्ये असलेली सुधारणांमधील अपयशाची कारणे

स्पष्ट करण्याऐवजी 'सुधारणांच्या विस्ताराची कारणे' यांवर लक्ष केंद्रित करावेसे वाटले. सन २००८च्या मिनॉवब्रुक परिषदेमध्ये, लोकप्रशासनाचे त्याच्या वर्तमान अवतारात नव्याने सांकल्पनिकरण करण्यातील जे भिन्न-सांस्कृतिक अनुभव सर्वांत निर्णायक असतात, अशा जागतिकीकरण झालेल्या जगातील सार्वजनिक अभिशानाचे बदलते स्वरूप समजावून घेण्याकरता प्रामाणिक प्रयत्न झाले पाहिजेत, हा एक मूलभूत मुद्दा पुढे आला. या परिषदेत, लोकप्रशासनाच्या, बिगरअमेरिकी सामाजिक-आर्थिक वातावरणात विकसित झालेल्या सैद्धान्तिक प्रारूपांचे, वैविध्यपूर्ण स्वरूप उलगडून दाखवण्याचा प्रयत्न करण्यातील आव्हान मोठ्याने स्पष्ट केले गेले. म्हणूनच वर्तमान संदर्भात आपले अर्थपूर्ण अस्तित्व टिकवण्यासाठी, वैश्विक परिप्रेक्ष्यात अनेकविध राष्ट्रांच्या संदर्भात, या ज्ञानशाखेचे वैशिष्ट्येपूर्ण स्वरूप अधोरेखित करून लोकप्रशासनाचा नव्याने शोध घेण्याची गरज आहे.

तिसरी मिनॉवब्रुक परिषद ज्या संदर्भात भरवण्यात आली होती, त्याकडे विशेषत्वाने लक्ष देण्याची गरज आहे. आपला समाज संजालीय संबंधांचा आहे. संजालीय संबंधांचा समाज विकसित होण्यात तंत्रज्ञान, प्रामुख्याने माहिती आणि दळणवळण तंत्रज्ञान, ही महत्त्वाची शक्ती असते आणि त्याची वाढ ही त्या समाजातील कर्ते आणि संस्था यांच्या नवीन तंत्रज्ञानाच्या रूपरेषांचे फायदे घेऊन नव्याने उदयास आलेल्या जाळीय संबंधात संवादात्मकतेने आणि प्रभावीपणे कामगिरी करण्याच्या क्षमतांवर अवलंबून असते. जाळीय संबंधांचा समाज हा एक प्रकारे 'नवीन' आहे, जाळीय संबंध हे खाजगी किंवा सामाजिक आयुष्याशी संबंधित राहणार नाहीत, तर ते अर्थोत्पादन, त्याचबरोबर सार्वजनिक धोरण निर्मिती आणि त्याची अंमलबजावणी यासंबंधातील महत्त्वपूर्ण कळीचा घटक ठरला आहे. जाळीय संबंध असलेला समाज हा माहिती आणि दळणवळण तंत्रज्ञानाद्वारे संचालित जाळ्यातून निर्माण होतो. जे तंत्रज्ञान जाळीय संबंधात साठवलेल्या ज्ञानाच्या आधारावर माहितीची निर्मिती, प्रक्रिया आणि प्रसारण करते. (बँग, हेन्रीक, एसमार्क आणि ॲण्डर्स). अशा प्रकारच्या संदर्भात, सहयोगी अभिशासन कल्पनेच्या 'सेंद्रिय मुळां'नी जोर धरल्याचे परिषदेत सहभागी झालेल्या अभ्यासकांनी त्याआधीच स्पष्ट केले होते.

तिसऱ्या मिनॉवब्रुक परिषदेने, 'सरकारी सुस्तपणा' किंवा 'नोकरशाहीमुळे होणारा उशीर' यावरील उपायात्मक उत्तम सुरक्षाकवच म्हणून 'सहयोगी अभिशासना'चे महत्त्व वाढवण्यावर विशेष भर दिला. परस्परावलंबी जगात, सहयोगी अभिशासन हे संस्थात्मक समन्वयाचा मार्ग दाखवते आणि बहुसंस्थात्मक व्यवस्थेत जाळीय संबंध असलेल्या सरकारी मध्यस्थी संस्थांमधील निर्णय घेण्याच्या प्रक्रिया प्रस्थापित

करते. निर्णय घेण्याच्या आणि त्यांची अंमलबजावणी करण्याच्या प्रक्रियेत सहभागी असणाऱ्या विविध संस्थांमध्ये अर्थपूर्ण समन्वय राखणे ही प्रभावी निर्णयक्षमतेची गुरुकिल्ली आहे. त्याहीपुढे जाऊन असे म्हणता येईल की, धोरणात्मक निर्णय आणि शासनाची सक्षमता यामध्ये सुसंगत जुळणी गरजेची असते; तसे घडले नाही तर धोरणे कमकुवत होण्याची शक्यता असते; कारण सरकारची संस्थात्मक क्षमता ही अत्यंत अल्प प्रमाणात निर्णय प्रत्यक्ष कृतीत उतरवण्यास अपुरे ठरेल. 'विश्वसनीय विज्ञान' म्हणून लोकप्रशासनाच्या होणाऱ्या वाढीमध्ये हा एक अडथळा आहे असेल असे तिसऱ्या मिनॉवब्रुक परिषदेमध्ये अधोरेखित केले गेले. शासकीय संस्था आणि अभिकर्ते यांच्यातील समन्वयाच्या अभावामुळे उद्‌भवणाऱ्या विविध समस्या संबोधतांना परिषदेने 'आंतरप्रचालनता' ही नवीन संकल्पना उपयोगात आणली, जी अभियांत्रिकी विज्ञानातून घेतली आहे, जी विभाजित व्यवस्था आणि संघटना यांच्यामध्ये एकत्रितपणे कार्यरत होण्याची क्षमता निर्माण करण्याशी संबंधित आहे. ही निष्कर्षांवर परिणाम करणारे शक्य तितके सर्वच सामाजिक, राजकीय आणि संस्थात्मक घटक विचारात घेऊन एकत्रितपणे कार्यरत होण्याच्या प्रक्रियेशी संबंधित आहे. माहिती आणि दळणवळण तंत्रज्ञानाच्या क्रांतीचा जागर होत असताना, आंतरप्रचालनता ही 'एकमेकांना जोडणारी (जाळीय संबंधांची) व्यवस्था, जी अधिक उत्तम निर्णय प्रक्रियेची क्षमता, शासकीय कार्यक्रमांमध्ये उत्कृष्ट समन्वय आणि नागरिक व व्यवसाय यांना वाढत्या सेवा उपलब्ध करून' लोकप्रशासनात मूल्यसंवर्धन करते (पार्डो, गिल-गार्शिया आणि ल्युना रेस २००१ः १३३). आंतरप्रचालनतेच्या बांधणीत तंत्रज्ञान, प्रामुख्याने नवीन माहिती व दळणवळणाचे तंत्रज्ञान, हा महत्त्वाचा घटक आहे. परिषदेने काढलेल्या निष्कर्षांनुसार, खालील यादी ही आंतरप्रचालन पद्धती ही अर्थपूर्ण आणि लोकाधिकारी अभिशासन निर्माण करण्यात कशा प्रकारे योगदान देते हे पुढील यादी उदाहरणादाखल स्पष्ट करतेः

- *लोकशाही आणि नागरिकांचा सहभाग*ः राजकीय कृतीत सक्रिय होऊन सामील होण्यासाठी माहिती उपलब्ध करून देणे, जसे की, (*अ*) युक्तिवाद करणे, चर्चा करणे आणि मतदान करणे; (*आ*) नागरिकांना सामावून घेण्यासाठी, नवीन इलेक्ट्रॉनिक व्यासपीठ तयार करणे.
- *पारदर्शिता आणि विश्वास*ः सरकारच्या एकात्मिक आणि समग्र दृष्टिकोनातील स्रोत आणि कृती यांमध्ये पारदर्शिता निर्माण करणे, तसेच सरकारप्रती नागरिकांचा विश्वास आणि निष्ठा तयार करणे.
- *नागरिक आणि व्यावसायिक सेवा*ः (*अ*) शासकीय लाभ आणि सेवा यांविषयीची जी माहिती नागरिकांना मिळू शकत नाही किंवा त्याच्यापर्यंत ती

पोहोचू शकत नाही अशी माहिती त्यांना करून देणे; (*आ*) वापरण्यास सोप्या, सहज उपलब्ध आणि भौगोलिकदृष्ट्या विखुरलेले नागरिक आणि व्यवसाय सेवा (बहुविध मार्गांनी पैशाच्या मोबदल्यात सेवा व विविध अर्ज उपलब्ध करणे).

- *सरकारी व्यवस्थापन आणि आर्थिक विकास*: (*अ*) नागरिक आणि व्यवसाय यांना सेवा पुरवणाऱ्या सहायक कार्यालयातील प्रक्रियांना पाठिंबा देण्यासाठी सरकारी क्रियांसाठी अंतर्गत आधुनिक पायाभूत सुविधा निर्माण करणे आणि आर्थिक पारदर्शिता आणि उत्तरदायित्व याकरता माहिती उपलब्ध करणे; (*आ*) सुधारित शासनः नैसर्गिक आपत्ती व सार्वजनिक आरोग्यविषयक समस्यांना तोंड देण्याकरता विस्तृत समन्वयावर काम करणे; (*इ*) उपभोक्ता आणि उत्पादक याच्यात संजालीय संपर्क निर्मिती करणे आणि रास्त व्यापार व्यवहार यांसारख्या पर्यायी व अधिक शाश्वत बाजारपेठांची निर्मिती करणे.
- *सरकारी दीर्घकालीन रणनीती आणि धोरणेनिर्मिती*: (*अ*) सरकारी दीर्घकालीन रणनीती व धोरणनिर्मिती यांसाठी संकलित केलेली तथ्ये आणि संग्रहित तथ्यांतून माहितीचा पुरवठा करणे. (*आ*) सुधारित सरकारी क्रियांना वाढीव प्रतिष्ठा देणे आणि नागरिक व व्यवसाय याकरता नवीन आणि नावीन्यपूर्ण सेवा उपलब्ध करणे याद्वारे गुंतवणुकी आकर्षित करून, स्थानिक, प्रादेशिक आणि राष्ट्रीय पातळीवर अर्थव्यवस्थांना प्रोत्साहन देणे (पार्डो, गिल गार्शिया आणि ल्युना-रेस २००१: १३३).

लोकप्रशासनाचा केंद्रबिंदू असलेल्या जनतेप्रती शासनाला संवेदनशील करणे हाच आजच्या सार्वजनिक अभिशासनासमोरील मुख्य काळजीचा मुद्दा आहे, ही अगदी उघड बाब आहे. तसेच, आंतरप्रचालनता ही सहकार्यात्मक अभिशासनाच्या वाढीसाठी आणि एकत्रीकरणासाठी संदर्भ उपलब्ध करून देते. जे संदर्भ 'सार्वजनिक निर्णय प्रक्रिया आणि व्यवस्थापन यांच्या प्रक्रिया आणि संरचना यांचे चित्रण करते. जे चित्रण सार्वजनिक कर्त्यांमध्ये अंतर्गत पातळीवर किंवा दोन भिन्न कर्त्यांमध्ये, सरकारी पातळीवर, खाजगी आणि सार्वजनिक हितांच्या क्षेत्रात, सर्वसामान्य लोकांमध्ये सक्षम विधायक बांधीलकी निर्माण करते.' (इमर्सन आणि मर्की २०११: १४२). कार्लसनच्या युक्तिवादानुसार, सहकार्यात्मक अभिशासनात 'अनेकविध सेवा ज्यांमध्ये सार्वजनिक खाजगी आणि नागरी ही सर्वच क्षेत्रे, सार्वजनिक प्रश्नांवर उपाय शोधण्यासाठी, ज्यावर कोणत्याही क्षेत्राला स्वबळावर उपाय साध्य करणे हे त्याच्या क्षमतेपलीकडे असते, एकत्रितपणे काम करण्यासाठी राबवले जाते (कार्लसन २००७: ६). हे पाऊल फक्त विचारी नागरी बांधीलकीशी संबंधित नसून, एकत्रित सहभागातील लोकशाहीची खात्रीशीर हमी देणारे आहे. या दोनही बाबी 'सार्वजनिक भावने'ला बळवटी देतात

आणि शासकीय अभिशासन व्यवस्था रुजवण्याची संधी उपलब्ध करून देतात आणि उच्च दर्जाची पारदर्शिता, उत्तरदायित्व आणि अधिमान्यता मिळवून देऊन शासनाच्या प्रतिसादामध्ये सुधारणा घडवून आणतात (हेनटॉन आणि मेलविल २०५: ५).

लोकप्रशासन आणि सामाजिक-आर्थिक वैशिष्ट्ये यांचे एक घट्ट नाते असते आणि म्हणून लोकप्रशासनाला नेहमीच एक संदर्भमूल्य असते. सहकार्यात्मक अभिशासन हे लोकप्रशासनातील 'सार्वजनिकपणा'वर भर देण्याकरता काही विशिष्ट तंत्रे (जी तंत्रे प्रासंगिक असतात) अर्थपूर्ण रीतीने वापरते. हे एक महत्त्वाचे सैद्धान्तिक सांकल्पनिकरण आहे, ज्याद्वारे अभिशासनाचा सार्वजनिक पाया घट्ट करण्याच्या कृती दृढ आणि सक्षम होतात. प्रामाणिक लोकसहभागाचा पाया घालून, सहकार्यात्मक अभिशासन हा सन १९६८च्या पहिल्या मिनॉवब्रुक परिषदेतील, लोकप्रशासनाचा लोककल्याणाची काळजी असलेला यावर भर देणारा 'मानवी चेहरा' लोकांसमोर आणण्याशी संबंधित सिद्धान्त प्रत्यक्ष कृतीत आणून त्यांना समर्थन देण्याचा प्रयत्न आहे. अशा प्रकारे ही सुस्पष्ट कृती आहे, जी सर्वच हितकर्ते आणि मध्यस्थी संस्थामध्ये अधिक प्रभावी बांधीलकी व चर्चा करण्यासाठी उत्तेजन देते, ज्यामध्ये (पारदर्शकता आणि समन्वय याकरता) योग्य वातावरणनिर्मिती करणे आणि (साधने आणि कौशल्ये उपलब्ध करून) लोकांना विधायक रीतीने सामावून घेण्याकरता सक्षम करणे याचा समावेश होतो. (इमर्सन आणि मर्की २०११: १४३). समकालीन सार्वजनिक निर्णय प्रक्रियेत होत असलेला लोकशाही प्रथा-परंपरांचा लक्षात येण्याजोगा झालेला ऱ्हास आणि त्यासापेक्ष नोकरशाही प्रथा-परंपरांचे वाढते वर्चस्व, या आणखी एका मूलभूत महत्त्वपूर्ण मुद्द्यासंबधात लक्ष वेधून घेतले. ज्याचे स्पष्टीकरण ज्या लोकशाहीने स्वतःहूनच या प्रक्रियेत आपली मुळे घट्ट केलीत त्या 'हेतुपुरस्सर लोकशाही'चे अपयश असे दिले जाते. अभिशासनाच्या या युगात लोकप्रशासन हे प्रक्रियानुगामी कृतीशी संबंधित असते, ज्यामध्ये नागरिकांचे अस्तित्व हे नगण्य असल्यासारखे भासते आणि याउलट हेतुपुरस्सर लोकशाही या कल्पनेत, 'नागरिकांसमवेत केलेल्या तार्किक चर्चा आणि त्यांचा सामूहिक कल जाणून ते शासकीय निर्णयामध्ये प्रतिबिंबित होतील' असे पाहिले जाते (नाबातची २०११: १५९). सन १८८७मध्ये प्रकाशित झालेल्या वुड्रो विल्सन यांच्या *The Study of Public Administration* या ग्रंथात दिलेल्या नोकरशाहीकेंद्रित लोकप्रशासनावर दिलेला परंपरागत भर यामध्ये याची कारणे शोधली पाहिजेत. ल्युथर गुलीकने १९३७मध्ये मांडलेल्या पीओएसडीसीओआरबीच्या (नियोजन, संघटन, नेमणुका, निर्देशन, समन्वय, अहवाल देणे आणि अंदाजपत्रक तयार करणे) सांकल्पनिक मांडणी केली आणि हरबर्ट सायमनच्या बंधनात्मक तर्कशक्ती या धारणेने या परिप्रेक्ष्याला बळकटी दिली. त्यामुळेच ज्ञानशाखा म्हणून,

एका विशिष्ट मर्यादेत सार्वजनिक निर्णयप्रक्रियेतील नोकरशाहीच्या सहभागाचे विविध पैलू स्पष्ट करत, लोकप्रशासन हे मर्यादित राहिले. याचा उघड परिणाम असा झाला की, 'नागरिकत्वाची कमतरता' म्हणून जे संकल्पनाचित्र रंगवले गेले ते सार्वजनिकदृष्ट्या होणाऱ्या परिणामातून नागरिकांना वगळणे असे होते. परिणामी, सार्वजनिक प्रशासन हे जिथे राजकीय व्यवस्था ही सामूहिक पसंती किंवा निर्णय यातील नागरिकांच्या सहभागानुसार कृती करते, अशा लोकशाहीतील सार्वजनिक प्रशासनांच्या विषयांशी पुरेश्या प्रमाणात रुजवात करण्यास व समजून घेण्यास अपयशी ठरले. आजपर्यंत सार्वजनिक निर्णय प्रक्रियेच्या परिघात असणाऱ्या अनेकविध नवीन समस्यांनी लोकांचे लक्ष वेधून घेतले. एकविसाव्या शतकात बदललेल्या सामाजिक-आर्थिक परिस्थितीत, लोकप्रशासन हे बिगरचेहऱ्याचे राहिलेले नाही, तर एक असे कार्य आहे ज्यात विविध नियमांचे आणि तत्त्वांचे संच जसे की, राज्यपद्धतीचे मूल्य, नागरिकत्व, सार्वजनिक हित आणि सामाजिक एकता' यांचा समावेश होतो (नाबातची २०११ः १६९). जॉन गौस, मार्शल डिमॉक, पॉल ॲपलबी, नॉर्टन लाँग, फ्रेडरिक मोशेर आणि ड्वाइट वाल्डो या प्रथितयश विद्वानांनी, लोकशाही प्रथापरंपरांवर आधारित सैद्धान्तिक रूपरेषेमध्ये लोकप्रशासनाचे संकल्पनाचित्र उभे केले. या लेखकांनी प्रशासनिक व्यवहारांमध्ये लोकशाही मूल्ये एकीकृत करून सार्वजनिक प्रशासनाचा केवळ नव्याने शोध घेतला नाही, तर त्यांनी या ज्ञानशाखेत लोकप्रशासनाचे स्वरूप समजावून घेत असताना संदर्भाचे निर्णायक महत्त्व सूचकपणे मांडून एका नवीन चर्चेची सुरुवात केली. वेबरच्या सैद्धान्तिक मांडणीवर आधारित लोकप्रशासनाच्या एका नवीन वैश्विक प्रारूपनिर्मितीच्या प्रयत्नांना आव्हान देण्यासाठी पुढाकार घेतला. 'चर्चात्मक लोकशाही' हा लोकप्रशासनातील लोकशाही प्रवृत्तींचा नव्याने शोध घेण्याचा सैद्धान्तिक आराखडा आहे. सर्वसमावेशकता, एकता, सहभाग आणि सार्वजनिक हित या लोकशाहीच्या मूलभूत मूल्यांवर आधारित ही रूपरेषा औपचारिकरित्या सार्वजनिक निर्णय प्रक्रियेत नागरिकांना सहभागी करून घेण्याकरता एक संस्थात्मक रचना उपलब्ध करते. कारण हितसंबंधियांचा आपापसातील संवादामुळे वाद आणि चर्चा करण्याकरता असे एक व्यासपीठ निर्माण होते, ज्यामधून सर्वसामान्यपणे मतैक्य घडून येते आणि एका अर्थाने ही प्रक्रिया केवळ व्यक्तिगत दृष्टिकोन एकत्रितपणे न मांडता त्याहीपेक्षा अधिक आहे. चर्चात्मक लोकशाही ही अशा प्रकारे, एक प्रभावी यंत्रणा आहे, ज्यात सार्वजनिक व्यवहारांना आकार देणाऱ्या (आणि प्रत्यक्षात तशी कृती करताना) अभ्यासविष+यातील 'सार्वजनिकता' पुनर्स्थापित करताना लोकप्रशासनातील नोकरशाही आणि लोकशाही प्रवृत्तींमधील तणाव संतुलित राखण्याकरता मदतीचा मार्ग उपलब्ध करून देते (नाबातची २०११ः १६२).

भविष्यातील आव्हाने

सन १९८८ मधील दुसऱ्या मिनॉवब्रुक परिषदे प्रमाणेच II १९८८ प्रमाणेच तिसरी मिनॉवब्रुक परिषद हीसुद्धा लोकप्रशासनाचा आढावा घेणे आणि जागतिकीकरणाच्या जगातील बदललेल्या सामाजिक-आर्थिक वातावरणात त्याची भविष्यातील वाटचाल कशी असेल हे स्पष्ट करेल. जागतिकीकरणाच्या संदर्भात 'लोकप्रशासनाचे पुनर्स्थितीनिर्धारण' करण्याच्या प्रयत्नांचे सिंहावलोकन करताना, परिषदेतील सहभागी सदस्यांनी त्यांच्या अपेक्षा अजूनही पूर्ण झाल्या नसल्याचे मान्य केले. एक ज्ञानशाखा म्हणून, लोकप्रशासन हे प्रशासनिक राज्याचे, म्हणजेच अधिकारितेच्या, व्यावहारिकतेच्या आणि क्षेत्रीय पातळीवर, व्यवस्थापन करण्यास करण्यास सुसज्ज नाही, असे वाटते. यामधूनच सातत्याने बदलणाऱ्या जागतिक वातावरणाच्या संदर्भात, प्रशासनाचे क्लिष्ट गुंतागुंतीचे स्वरूप समजून घेण्यासाठी आंतरविद्याशाखीय देवाणघेवाणीच्या शक्यता निर्माण करते. आजही अर्थपूर्ण सैद्धान्तिक मापदंडाची खरोखरीच कमतरता आहे. एकेकाळी वेबरचे नोकरशाहीचे आणि व्यवस्थापनाचे प्रारूप ज्या प्रमाणात कालसुसंगत होते, तेवढे आता निःसंशयपणे राहिलेले नाही. असे जरी असले तरी, ती 'अद्यापही अभिशासनाची संकल्पना (जी) नेमक्या व्याख्येअभावी गोंधळलेली असल्याने, एखाद्या तीक्ष्ण बौद्धिक हत्यारांच्या संचाप्रमाणे टिकून आहे' (फ्रेडरिकसन आणि स्मिथ २००३: २०९). असे असले तरीसुद्धा, अभिशासनाची संकल्पना ही पूर्णपणे दुर्लक्षित करता येणार नाही, कारण ही संकल्पना जागतिक पातळीवरील सामाजिक-आर्थिक परिस्थितीमध्ये असलेले चढउतार आणि त्याच्या जोडीने अभ्यासविषयातील लोकप्रशासनाचे पुनर्संकल्पनिकरण आणि पुनर्स्थितीनिर्धारण हे औपचारिकरित्या ओळखते. लोकप्रशासनाने या अडचणीवर उपाय शोधले पाहिजेत आणि अभिशासनाने, उघडउघड त्याच्या सैद्धान्तिक मर्यादा असूनही, वास्तविक बदल अवगत करण्यासाठी, शक्य तेवढी साधने उपलब्ध करावीत. अभिशासानाला मिळालेली वाढती मान्यता दुय्यम दाखवण्याकरता लोकप्रशासन हेसुद्धा ज्ञानशाखा म्हणून या पुढे 'मर्यादांच्या चौकटीत' राहणार हे बजावून सांगते आणि तिसऱ्या मिनॉवब्रुक परिषदेमध्ये पुढे आलेल्या मुद्द्यांमध्ये नवीन कल्पनांप्रती, याच्या जोडीला दशकभरात व्यापलेले वैचारिक मुद्दे यात वाढता खुलेपणा होता याचे प्रतिबिंब दिसले. सन २००८च्या परिषदेने लोकप्रशासनाला, त्याचे 'परंपरावादी' रूप बदलून, जणू एक नवीनच व्यक्तिमत्त्व बहाल केले. या रूढीप्रियतेने एक ज्ञानशाखा म्हणून लोकप्रशासनाची प्रचलित सामाजिक-आर्थिक परिस्थितीशी असलेली सेंद्रिय कडी कायम ठेवून वाढीत अडथळा आणला होता.

सहभागी सदस्यांमध्ये अनेक मुद्द्यांवर मतभेद असतानाही, त्यांचे काही मुद्द्यांवर मतैक्य झाले होते, ज्यामधून लोकप्रशासनातील भविष्यकाळातील संशोधनाची विषयपत्रिका निश्चित आकाराला आली. तिसऱ्या मिनॉवब्रुक परिषदेमध्ये सर्वप्रथम, लोकप्रशासनाच्या क्षेत्रावर जागतिकीकरणाचा पडलेला प्रभाव हा अत्यंत स्पष्टपणे व महत्त्वाचा मुद्दा संबोधित केला गेला होता. दुसऱ्या परिषदेनंतर आणि निश्चितच पहिल्या मिनॉवब्रुक परिषदेनंतरही झालेला हा एक महत्त्वाचा बदल होता. अस्तित्वाच्या पातळीवर आजचे जग हे एकच आहे, किमान भौतिक पातळीवर तसे म्हणता येईल. जागतिकीकरणाच्या ठळक पार्श्वभूमीवर अशा परस्परसंबंधी अस्तित्वाचा शोध घेण्याचा प्रयत्न करत असताना, परिषदेतील सहभागी अभ्यासकांनी जोडलेपण, परस्परावलंबित्व, अभिशासनातील ज्ञान-माहितीचे सामायिकरण, विविध शासकीय अभिकर्ते आणि आंतरराष्ट्रीय सीमारेषांच्या पलीकडील संस्था यांमधील सहभागी सार्वजनिक व्यवस्थापन, या नवीन पैलूंवर आपले लक्ष अधिक प्रमाणावर केंद्रित केले. म्हणूनच, बदलत्या वातावरणातील लोकप्रशासनाचे आकलन करणे हे केवळ विश्लेषकांसमोरचे आव्हान नाही, तर वेबरच्या नोकरशाही-संचलित प्रारूपात क्वचित आढळणारी अधिकारी प्रशासनाची व्यवच्छेदक वैशिष्ट्ये शोधून काढणे हेही आहे.

लोकशाही (उदारमतवादी दृष्टीने) अभिशासनाचे, पारदर्शित्व आणि उत्तरदायित्वाचे साधन म्हणून, नव्याने सांकल्पनिकरण करण्यासंबंधी एक मूलभूत प्रश्न उपस्थित केला जातो, अगदी पारंपरिक अर्थाने लोकशाही पद्धतीने स्थापन न झालेल्या राजकीय व्यवस्थांबाबतही.

सहभागात्मक अभिशासनाला आकार देणे आणि त्यांचे एकत्रीकरण करण्याबाबतचे प्रयत्न यासंबंधीच्या दुसऱ्या मुद्द्याने लक्ष वेधून घेतले होते, कदाचित हाच कमकुवत आणि अपर्याप्त प्रशासनावरील रामबाण उपाय होता. पदसोपान परंपरा असणाऱ्या किचकट अभिशासनातील, अभिशासन प्रारूपे ही संजालीय संपर्क, करारबद्ध करणे आणि माहिती व तंत्रज्ञानावर आधारित नावीन्यपूर्ण शोध यांच्या माध्यमातून, एकमेकांना जोडलेल्या प्रशासनाच्या रूपबंधांचे महत्त्व अधोरेखित करते, ज्यामध्ये सरकार हे मुख्य संस्थात्मक कर्ता असते, परंतु एकमेव किंवा सर्वांत महत्त्वाचा असे नसते. याचा निष्कर्ष म्हणून, सहकार्य हे प्रशासनातील मुख्य मानक ठरते आणि सत्ता ही 'विविध संस्थात्मक यंत्रणा आणि धोरणात्मक साधने' यांच्याद्वारे प्रसारित होते. जी सत्ता लोकप्रशासनामध्ये सेवासुविधा उपलब्धता करणे, तडजोडी करणे, एकमेकांच्या सहकार्याने समस्या सोडवणे आणि वाद सोडवणे' यांसारख्या व्यवस्थापकीय साधनांना वाढते महत्त्व मिळण्यातून व्यक्त होते (वॅन स्लाईकी, ओ' लिअरी आणि कीम २०११: २८४). अभिशासन हा केवळ लोकप्रशासनाला

दिलेला व्यवस्थापकीय प्रतिसाद नाही; तर तो सामाजिक समस्यांमधील निर्णायक सार्वजनिक प्रतिबद्धता अधोरेखित करणारा प्रतिसादही असतो. धोरणात्मक चर्चा आणि धोरणांची अंमलबजावणीमधील लोकसहभाग आणि सार्वजनिक प्रतिबद्धता यांची ग्वाही हा काळजीचा मुद्दा होता. लोकप्रशासनाला 'लोकशाहीवादी' आणि 'पारदर्शक' स्वरूप देण्याच्या दृष्टीने निर्णयप्रक्रियेतील लोकांच्या अर्थपूर्ण सहभागाची गरज असते. अशा लोकसहभागाचे स्वरूप भिन्न असले तरीही, हितकर्त्यांमध्ये प्रभावी संवाद घडण्यासाठी त्याद्वारे व्यासपीठे निर्माण केली जातील. या परिप्रेक्ष्यात नवीन लोकप्रशासनाचे सांकल्पनिक चित्र १९६८च्या पहिल्या मिनॉवब्रुक परिषदेच्या संदर्भात उभे केले गेले होते. तिसऱ्या परिषदेमध्ये विषयाचा केंद्रबिंदू स्पष्टपणे बदलला: लोक हे, किमान सांकल्पनिक पातळीवर तरी, निर्णायक घटक ठरतात आणि म्हणूनच लोकप्रशासनात लोक ही प्रेरक घटकही समजले जातात. लोकप्रशासनात लोकांना केव्हा आणि कसे समावून घ्यावे हा एक अतिशय महत्त्वाचा मुद्दा परिषदेमध्ये उपस्थित करण्यात आला होता. परिस्थिती कोणताही असो हा प्रश्न सातत्याने उद्‌भवतो: लोकांच्या प्रतिसादातून लोकांचे सांकल्पनिकरण करणे सोपे आहे; परंतु जोपर्यंत परिस्थिती आमूलाग्र बदलली जात नाही तोपर्यंत सार्वजनिक अभिशासनातील समस्यांप्रती लोकांना 'सक्रीय' करणे अवघड आहे. असे असले तरीसुद्धा, अभिशासनातील सार्वजनिक सहभागाचे महत्त्व अधोरेखित करणारा मूलभूत मुद्दा हा लोकप्रशासन सामाजिकशास्त्रांच्या अभ्यासक्षेत्रामध्ये नव्या अवतारात पुनर्स्थापित करण्यासाठी फार उपयोगी ठरेल.

दळणवळणाच्या नवीन साधनांच्या सहज उपलब्धतेमुळे आणि त्यापाठोपाठ झालेल्या माहिती-तंत्रज्ञानातील क्रांतीमुळे लोकप्रशासनाला प्रचंड लाभ झालेला आहे. सार्वजनिक क्षेत्रात माहिती-तंत्रज्ञान साधनांची वाढती भूमिका आज कोणीही नाकारू शकत नाही; वास्तविक, एरवी जी माहिती उपलब्ध होणे अशक्यच होते, ती माहिती प्रचंड खजिन्यातून खात्रीशीर मार्गाने मिळवण्याची सोय उपलब्ध करून, या साधनांनी निर्णय प्रक्रिया सोईस्कर झाली आहे. माहिती-तंत्रज्ञान साधनांनी सुसज्ज असलेल्या लोकप्रशासनामधील एक अतिशय महत्त्वाची निष्पत्ती म्हणजे ई-गव्हर्नन्स. समकालीन अभिशासनातील सर्वांनी स्वीकारलेला हा रूपबंध आहे, जो केवळ खर्च आटोक्यात आणणारा नाही, तर अत्यंत पारदर्शी आणि वेळेची बचत करणारा सुद्धा आहे. धोरण, व्यवस्थापन आणि तंत्रज्ञान यांच्या मिश्रणातून आंतरप्रचालनता या नवी संकल्पनेची निर्मिती झाली आहे, मिसळलेली नवीन आंतरप्रक्रियांची कल्पना, ज्या संकल्पनेने समकालीन अभिशासनामध्ये अग्रस्थान मिळवले आहे. हे युग जाळीय संबंधांच्या अभिशासनाचे आहे, जे हितकर्त्यांच्या दरम्यान होणाऱ्या विविध

स्रोतांतील माहिती व ज्ञानाच्या सामायिकरणाच्या, प्रभावी समन्वयावर आधारित आहे. या समन्वयाचे दोन पद्धतीने स्पष्टीकरण दिले आहेः (*अ*) ज्यायोगे माहिती एका कर्त्याकडून अन्य कर्त्याकडे पाठविली जाते, असे माहितीचे सामायिकरण आणि (*आ*) माहितीचे एकीकरण ज्यामध्ये तिचे स्थानांतरणच केले जात नाही, तर सामूहिक समस्या-निर्मूलनासाठी नवीन तंत्रे विकसित होण्याकरता माहितीचा अनुवाद केला जातो आणि त्यात प्रक्रियात्मक परिवर्तन केले जाते. वरील दोनही संकल्पना या निविष्टीच्या एकात्मिक माहितीखजिन्यात अभिसरण घडवून आणतात जे भविष्यकाळात अशाच प्रकारच्या समस्या उद्‌भवल्यास त्यावर उपाय करण्यास उपयुक्त ठरतात. माहितीची उपलब्धता, निर्णायकपणे समस्या सोडवण्यासाठी अपुरी असली तरी, ही अपूर्ण माहितीच इतर लक्ष केंद्रित करण्यासारख्या समस्यांवर पुढे संशोधन करण्याची गरज उत्पन्न करते. त्यामुळे, माहिती व तंत्रज्ञान तंत्रांचा वापर केल्यामुळे, लोकप्रशासन हे जे नोकरशाही प्रभावित काळात कल्पनेपलीकडे होते, अशा सैद्धान्तिक साधनांनी सुसज्ज झाले आहे. मात्र जाळीय संबंधांचे जागतिक खेड्याचे एकत्रीकरण झालेले असल्याने एकात्मिक पातळीवर समकालीन लोकप्रशासनाशी जोडलेले असण्याची शक्यता असते.

याचा अर्थ अगदी, तिसऱ्या मिनॉवब्रुक परिषदेने भूतकालीन संदर्भाचे सातत्य ठेवले, सन १९६८च्या पहिल्या परिषदेपासूनच परिषदेतील सहभागी अभ्यासकांचे प्रमुख मुद्दे एकसारखेच होते. सन १९६८च्या पहिल्या परिषदेपासून चार दशकांमध्ये संपन्न झालेल्या सर्व मिनॉवब्रुक परिषदांमध्ये कालसुसंगत राहणे हाच एकच आव्हानात्मक सामान्य विषय होता. सहभागी अभ्यासकांनी लोकप्रशासनातील जे ज्ञान आणि प्रत्यक्ष व्यवहारपद्धती समजावून घेतल्या होत्या त्यांमध्ये स्पष्ट जाणवण्या इतकी उणीव होती, जी उणीव जागतिकीकरणाच्या काळात ही ज्ञानशाखा कालसुसंगत ठरण्यासाठी अर्थपूर्ण रितीने भरून काढणे आवश्यक होते. दुसऱ्या शब्दांमध्ये सांगायचे झाल्यास, लोकप्रशासनाचे स्वरूप ही प्रत्यक्ष व्यवहारावर आधारित आहे हे लक्षात घेतल्यास, इतर सामाजिकशास्त्रांपेक्षा भिन्न असलेल्या लोकप्रशासनाच्या स्वरूपावर मुख्य भर देणे आवश्यक आहे. त्यामुळे लोकप्रशासन हे कोणत्या पद्धतीने कालसुसंगत होईल? हा सर्वांत औचित्यपूर्ण प्रश्न आहे. संपूर्ण चर्चा याच प्रश्नाभोवती फिरत राहिली आणि डेव्हिड रोझेनब्लूम यांनी चर्चेचा समारोप करताना जी निरीक्षणंही नोंदवली, त्यामध्ये लोकप्रशासन 'अधिक प्रभावी आणि जोमदार क्षेत्र होण्याकरता' सक्रियपणे अनुसरण करायच्या पुढील चार पायऱ्या मांडल्या (फॉन स्लिक, ओ'लिअरी' आणि किम २०११ः २८४).

पहिली, सहभागात्मक संशोधनाला पाठिंबा देऊन, रोझेनब्लूम यांनी 'ज्ञानाचा संचय करण्याकरता ज्ञान एकत्रित करण्याच्या गरजे'वर अधिक भर दिला.

लोकप्रशासन हे मानवी समस्यांचे विश्लेषण करणारे अर्थपूर्ण साधन होण्याच्या दृष्टीने, अभ्यासकांनी केवळ ज्ञानशाखेतील समपदास्थांकडून नव्हे, तर इतर ज्ञानशाखांतूनही देवाणघेवाणीच्या पातळीवर एक सामाईक चौकट विकसित करायला हवी, असा युक्तिवाद रोझेनब्लूम यांनी केला. विषयचौकटी बाबत अत्यंत जाणीवपूर्वक ताठर राहून, अभ्यासकांनी अपेक्षेपेक्षा जास्त नुकसान करून ठेवले आहे. लोकप्रशासनाने आपले परंपरागत स्वरूप बाजूला सारून आंतरविद्याशाखीय होणे गरजेचे आहे. लोकप्रशासनामध्ये रोसेनब्लुमने, 'पद्धतिशास्त्र आणि ज्ञानमीमांसावादी बहुलवाद यांचे सातत्य राखले गेले पाहिजे' अशा मागणीच्या रूपाने दुसरा मुद्दा उपस्थित केला होता. येथे एक पद्धती म्हणून निवडलेल्या आमच्या पद्धतीनुसार बहुलवाद स्वीकारण्याचा प्रयत्न केला गेला आहे, कारण एक किंवा वर्चस्ववादी किंवा ज्ञानमीमांसा पद्धती लादणे म्हणजे अभ्यासक्षेत्राला 'संकुचित आणि कमकुवत' करण्यासारखे आहे. तिसरे, बिगर-पाश्चात्त्य प्रशासन समजून घेण्यात अपयश आल्याने समकालीन लोकप्रशासन कमकुवत झाले. असे होण्याचे एक कारण म्हणजे समकालीन प्रशासनाशी निगडित प्रश्न हाताळताना–उपयुक्ततावाद, साधनवाद, सम नतावाद, उदारमतवाद, करारवाद–यासारख्या एकाच विषयात मूल्यसंचाला चिकटून राहण्याची उदारता होय. समकालीन लोकप्रशासनातील गुंतागुंत लक्षात घेता, जी गुंतागुंत सामाजिक-आर्थिक आणि राजकीय घटकांमध्येही तितक्याच प्रमाणात असल्याने, सैद्धान्तिक उदारता ही सर्जनशील प्रतिसाद देण्यात निश्चित अडथळा ठरते. सरतेशेवटी, रोझेनब्लूम हा संकुचित-सीमा असलेल्या लोकप्रशासनावर तीव्र टीका करतो. तो सीमांचा विस्तार करण्याला प्रोत्साहन देतो. जोपर्यंत ची लोकप्रशासनाच्या मर्यादांबाबत अभ्यासकांच्या मनावर असलेला आग्रही प्रभाव जाणार नाही, तोपर्यंत ही ज्ञानशाखा आवश्यक तेवढी व्यवहारी होऊ शकणार नाही, असा त्यांनी युक्तिवाद केला. रोझेनब्लूम यांच्या मते, व्यापक सामाजिक-आर्थिक समस्या हाताळण्याकरता ही ज्ञानशाखा सुसज्ज होण्याच्या दृष्टीने, लोकप्रशासनाचा तौलनिक परिप्रेक्ष्यातून सखोल धांडोळा घेणे, ही एक महत्त्वपूर्ण पायरी ठरेल; आणि अर्थशास्त्र, समाजशास्त्र, व्यवसाय प्रशासन आणि राज्यशास्त्र यांसारख्या ज्ञानशाखांमध्ये झालेला विकास स्वीकारल्यामुळे लोकप्रशासनातील अभ्यासकांच्या समस्या निवारणासाठी करावयाच्या सामूहिक मध्यस्थी क्षमतेमध्ये अधिक विस्तार होऊ शकेल.

लोकप्रशासनातील विकासाचा समकालीन संदर्भात धांडोळा घेत असताना तिसऱ्या मिनॉवब्रुक परिषदेमध्ये, पहिल्या मिनॉवब्रुक परिषदेमधील सहभागी अभ्यासकांनी मांडलेले काही मुद्दे पुनःपुन्हा मांडले, हे वरील चर्चेवरून दिसून

येते. तत्कालीन समकालीन मानवी समस्या सोडविण्याच्या दृष्टीने ही ज्ञानशाखा समयोचित व अर्थपूर्ण होण्यासाठीच हे सर्व प्रयत्न केले गेले होते. बदलत्या वातावरणात, बाजारपेठांचा वाढता प्रभाव असताना, लोकप्रशासन हे समयोचित राहण्यासाठी खाजगी उद्यमांकडे झुकल्यासारखे वाटते. मुख्य आधाराची स्थिती ही मध्यबिंदूपासून सरकली आहे, ज्यामध्ये सरकारी सेवा उपलब्ध करण्यातील सरकारची स्थिती ही सध्या परस्परावलंबी नसून ते पूर्णपणे खाजगी आणि स्वयंसेवी संस्थांवर अवलंबून आहे' असा युक्तिवाद केला गेला (फॉन स्लीक, ओ'लिअरी आणि कीम २०११: १४). अभिशासनात असलेले नोकरशाहीचे स्थान हे केंद्रवर्ती न राहता, ती लोकप्रशासनातील अनेक अभिकर्त्यांपैकी एक ठरली आहे. म्हणूनच, बदलत्या सामाजिक-आर्थिक वातावरणात अभिशासनाचे नव्याने सांकल्पनिकरण करण्याकरता नवीन सैद्धान्तिक मापदंडांची गरज भासणार होती. सन २००८ मधील तिसरी मिनॉवबुक परिषद हे निश्चितपणे या संदर्भातील महत्त्वाचे पाऊल होते. सहभागी सदस्यांमध्ये जरी अनेक मुद्द्यांवर एकमत नव्हते, तरीही गुंतागुंतीच्या प्रशासकीय प्रक्रियांचे स्पष्टीकरण करण्याकरिता ते स्वीकार्य सैद्धान्तिक कल्पितांच्या संशोधनाकरता एकत्र आले. आजच्या आपल्या अशाश्वत सामजिक विकासाच्या अवस्थेमध्ये लोकप्रशासनाला अर्थपूर्ण आणि कालसुसंगत राहायचे असेल तर ते सर्जनशील असणे गरजेचे आहे.

निष्कर्षात्मक निरीक्षणे

समकालीन सामाजिक-आर्थिक आणि राजकीय परिस्थितीकडून प्राप्त झालेल्या नवीन परिस्थितीला प्रतिसाद देत असताना लोकप्रशासनामध्ये प्रचंड मोठे बदल घडून आले. त्यामुळे, वेबरने त्याच्या संकल्पनेत अधोरेखित केलेल्या ताठर, नियमांनी बद्ध आणि अधिकारांची उतरंड ही वैशिष्ट्ये असलेल्या लोकप्रशासनाचे आकलन करून घेणे ही बाब जरी अशक्य नसली तरी, कठीण मात्र नाही. त्याऐवजी, ज्यामध्ये नागरिक हे उपभोक्ते असतात, जे उपलब्ध आहे, पारदर्शी आणि जबाबदार आहे असा प्रशासनाचा आकृतिबंध हा अधिक पसंत केला जातो. त्याही पुढे, लोक प्रशासनातील 'लोक' कल्पनेला नवीन आयाम प्राप्त झाले आहेत. ज्यात सार्वजनिक आणि खाजगी हा फरक वास्तवापेक्षा विश्लेषणात्मक अधिक आहे. जेव्हापासून सार्वजनिक आणि खाजगी या दोन्ही क्षेत्राला समन्वय आणि सार्वजनिक व खाजगी क्षेत्रातील आरोग्यदायी स्पर्धा या दोन्हींचा पाठिंबा मोठ्या प्रमाणातील सामाजिक विकासाच्या इराद्याने मिळतो आहे. सारांशाने, एक अभ्यासपूर्ण ज्ञानशाखा म्हणून लोकप्रशासन हे त्याच्या उत्क्रांतीच्या व वाढीच्या काळात विविध अवस्थांमधून गेले

आहे. त्याची उत्क्रांती प्रक्रिया ही त्याच्या बदलत्या ज्ञानशाखीय सीमा सातत्याने निर्माण होणाऱ्या सामाजिक गरजांना योग्य प्रतिसाद देणाऱ्या आहेत हे दर्शवते.

संदर्भ

Bang, Henrik, Esmark and Anders, 'Good Governance in Network Society: Reconfiguring the Political from Politics to Policy'. Available at http://findarticles.com/p/articles/mi_7440/is_200903/ai_n39229449/?tag=content;col1

Blau, Peter M. 1956. *Bureaucracy in Modern Society*. New York: Random House.

Butcher, Tony. 1995. 'The Major Government and White Hall: The Civil Service at the Crossroads', *Teaching Public Administration*, 15 (March): 19–31.

Carlson, C. 2007. 'A Practical Guide to Collaborative Governance: Policy Consensus Initiative, 2007'. Available at www.policycinsensus.org

Corson, John and Joseph Harris. 1967. *Public Administration in Modern Society*. London: McGraw-Hill.

Dahl, Robert H. 1947. 'The Science of Public Administration: Three problems', *Public Administration Review*, Vol. 7.

Das, S.K. 1998. *Civil Service Reform and Structural Adjustment*. New Delhi: Oxford University Press.

Dimock, M.E. and G.O. Dimock. 1969. *Public Administration*. New York: Holt, Rinehart and Winston.

Emerson, Kirk and Peter Murchie. 2011. 'Collaborative Governance and Climate Change: Opportunities for Public Administration', in Rosemary O'Leary, David M. Van Slyke, and Soonhee Kim (eds), *The Future of Public Administration around the World: The Minnowbrook Perspective*. Washinton DC: Georgetown University Press.

Farazmand, Ali. 1999. 'Globalization and Public Administration', *Public Administration Review*, 59 (6): 509–22.

Frederickson, H. George. 1980. *New Public Administration*. Alabama: The University of Alabama Press.

Frederickson, H. George and Kevin B. Smith. 2003. *The Public Administration Theory Primer*. Boulder: Westview Press.

Goodnow, Frank J. 1900. *Politics and Administration*. New York: Macmillan.

Henry, Nicholas. 2007. *Public Administration and Public Affairs*. New Delhi: Prentice-Hall of India.

Henton, D. and I. Melville. 2005. *Collaborative Governance: A Guide for Grantmakers*. Menlo Park, CA: William and Flora Hewlett Foundation. Available at www.hewlett.org

Kim, Soonhee, Rosemary O'Leary, David M. Van Slyke, H. George Frederickson, and W. Henry Lambert. 2011. 'The Legacy of Minnobrook', in Rosemary O'Leary, David M. Van Slyke, and Soonhee Kim (eds), *The Future of Public Administration around the World: The Minnowbrook Perspective*. Washington DC: Georgetown University Press.

O'Leary, Rosemary, David M. Van Slyke, and Soonhee Kim (eds). 2011. *The Future of Public Administration around the World: The Minnowbrook Perspective.* Washington DC: Georgetown University Press.

Nabatchi, Tina. 2011. 'Why Public Administration Should Take Deliberative Democracy Seriously', in Rosemary O'Leary, David M. Van Slyke, and Soonhee Kim (eds), *The Future of Public Administration around the World: The Minnowbrook Perspective.* Washington DC: Georgetown University Press.

Naidu, S.P., J. Apparao, and G. Mallikarjunayya. 1986. *Elements of Modern Public Administration.* New Delhi: S. Chand & Co.

Nigro, Felix A. 1965, 1971. *Modern Public Administration* (2nd ed.). New York: Harper International Edition.

Niskanen, William A. 1971. *Bureaucracy and Representative Government.* Chicago: Aldine Atherton.

Osborne, David and Ted Gaebler. 1992. *Reinventing Government: How the ntrepreneurial Spirit Is Transforming the Public Sector.* London: Plume.

Pardo, Theresa A., J. Ramon Gil-Garcia, and Luis F. Luna-Reyes. 2011. 'Collaborative Governance and Cross-boundary Information Sharing: Envisioning a Networked and IT-enabled Public Administration', in Rosemary O'Leary, David M. Van Slyke, and Soonhee Kim (eds), *The Future of Public Administration around the World: The Minnowbrook Perspective.* Washington DC: Georgetown University Press.

Pfiffner, John and R. Presthus. 1953. *Public Administration.* New York: Ronald Press.

Presthus, Robert. 1975. *Public Administration.* New York: The Ronald Press Company.

Simon, H.A., D.W. Smithburg, and V.A. Thompson. 1950. Public Administration. New York: Knopf.

Van Slyke, David M., Rosemary O'Leary, and Soonhee Kim. 2011. 'Challenges and Opportunities, Crosscutting Themes, and Thoughts on the Future of Public Administration', in Rosemary O'Leary, David M. Van Slyke, and Soonhee Kim (eds), The Future of Public Administration around the World: The Minnowbrook Perspective. Washington DC: Georgetown University Press.

Weber, Max. 1946. 'Bureaucracy', in H.H. Gerth and C. Wright Mills (eds), From Max Weber: Essays in Modern Society. Oxford: Oxford University Press.

White, L.D. 1955. Introduction to the Study of Public Administration. New York: Crowell-Collier and Macmillan.

Wilson, Woodrow. 1953. 'The Study of Administration', in Dwight Waldo (ed.), Ideas and Issues in Public Administration. New York: McGraw-Hill.

प्रकरण २

प्रशासकीय सिद्धान्त

अध्ययनाची उद्दिष्टे

- या विद्याशाखेचा प्रथमच अभ्यास करणाऱ्या वाचकांना विद्याशाखेप्रती पाहण्याचा दृष्टिकोन देण्यासाठी पुरेशी संकल्पनात्मक साधने उपलब्ध करून देणे
- लोकप्रशासनातील सिद्धान्त बांधणीच्या संदर्भातील अव्यवस्थित जगताचे स्पष्टीकरण वाचकांना उपलब्ध करून देणे
- लोकप्रशासनातील महत्त्वाचे सिद्धान्त स्पष्ट करणे
- लोकप्रशासनातील सिद्धान्त बांधणीतील सद्यःस्थितीचे मूल्यमापन करणे

प्रशासकीय सिद्धान्ताचे क्षेत्र हे लोकप्रशासनातील सर्वांत वादग्रस्त क्षेत्र आहे. सिद्धान्त म्हणजे सामान्यीकरणाद्वारे जगातील व्यवहारांचा अर्थ लावण्याची प्रक्रिया होय. ढोबळमानाने सांगावयाचे झाल्यास कोणत्याही सैद्धान्तिक बांधणीची उपयुक्तता तिच्या वर्णन, स्पष्टीकरण करण्याच्या आणि भविष्यकथन करण्याच्या क्षमतेवर अवलंबून असते (फ्रेडरिकसन आणि स्मिथ २००३).[१] एक स्वतंत्र विद्याशाखा म्हणून लोकप्रशासन स्वतःकडे एक भक्कम सैद्धान्तिक पाया असल्याचा दावा करू शकत नाही. काही भाष्यकार अशा मताचे आहेत की, लोकप्रशासनाला स्वतःची पद्धतशीर सैद्धान्तिक मांडणी अजून विकसित करता आली नसल्याने, या विद्याशाखेला क्षमता असूनही विशिष्ट बौद्धिक पातळी[२] गाठण्यात यश आले नाही (एडन १९७१). त्यातील गमतीचा भाग असा की, 'लोकप्रशासनात सैद्धान्तिकरणास भरपूर वाव आहे. खरे तर, कैडन म्हणतात त्याप्रमाणे लोकप्रशासनात अनेक सिद्धान्त आहेत', परंतु त्यात सर्वसामान्य सिद्धान्त मात्र नाहीत. लोकप्रशासनातील सिद्धान्त बांधणीचा प्रयत्नांचे वैशिष्ट्य असे की परस्परविरोधी दावे, संकल्पना, रूपरेषा आणि प्रारूपे आहेत. टीकाकार असे म्हणतात की अशा प्रयत्नांमुळे, पद्धतशीर ज्ञानसमुच्चय होण्याऐवजी तुटक गृहीतके, असार अनुमाने, विस्कळीत समजुती निर्माण होतात (डून्न आणि फोझुनी १९७६)[३] याच अनुषंगाने, लॅन्दाव या विचारवंतांचे मत असे की, प्रशासकीय सिद्धान्त अजूनही आपल्या पूर्व-रूपरेषीय अवस्थेत आहे.[४] कुन्हच्या मते,

> प्रशासकीय सिद्धान्तात बरेच परस्परविरोधी विचारप्रवाह, बहुभाषिकता आणि त्यामुळे तार्किकतेच्या संदर्भात गोंधळ झालेला दिसतो. तिथे संशोधनाची समान

> परंपराही नाही आणि चिकित्सेचे समान क्षेत्र असण्याबाबत आवश्यक अशी सहमतीही नाही. विविध विचारप्रवाह एकमेकांनाच वैचारिक आव्हान देतात, त्यातील धाडस बेसुमार आहे आणि नियंत्रणाची सर्वमान्य मानके अस्तित्वातच नाहीत (लॅन्दाव १९६६ कैडन १९७१ मध्ये उद्धृत).

लोकप्रशासन अजूनही पूर्व-रूपरेषीय अवस्थेत का आहे? लोकप्रशासनातील सिद्धान्त बांधणी इतक्या गोंधळलेल्या अवस्थेत कशामुळे आहे? असे काही सतावणारे प्रश्न या विद्याशाखेकडे प्रथमच पाहणाऱ्या व्यक्तीच्या मनात निश्चितपणे येतात. लोकप्रशासनातील सिद्धान्त क्षेत्राच्या या अराजकतेला अनेक गोष्टी कारणीभूत आहेत. प्रथमतः, एक स्वतंत्र विद्याशाखा म्हणून लोकप्रशासनाची आजची गोंधळलेली[५] अवस्था सिद्धान्तन बांधणी संदर्भातल्या दारिद्र्याला कारणीभूत आहे, असे मानले जाते. एक स्वतंत्र विद्याशाखा म्हणून लोकप्रशासनाला अजूनही शाश्वत स्वरूपाची ओळख मिळावयाची आहे. एक विद्याशाखा म्हणून आणि प्रत्यक्ष व्यवहारात आणण्याचे एक व्यवस्थापनशास्त्र म्हणून लोकप्रशासन आपल्या स्थापनेपासूनच ओळख मिळवण्याच्या संघर्षात अडकले आहे. १०० वर्षांचा काळ जाऊनही ही विद्याशाखा अजूनही स्थिर ओळख मिळवण्याच्या प्रयत्नांमध्ये आहे (वाल्डो[६] १९६८). व्यावहारिक जगताशी लोकप्रशासनाचा सतत संपर्क येत असल्यामुळे लोकप्रशासन ही विद्याशाखा आणि व्यवसाय या दोन्ही भूमिकेतून अनेक आव्हानांना तोंड देत आहे, ज्यात अन्य आव्हानांबरोबरच लोकशाही, नवा उजवा विचार आणि त्याचे सार्वजनिक नवे रूप, जागतिकीकरण यांचाही त्यात समावेश आहे. त्याचबरोबर व्यवस्थापन, स्त्रीवादी व्युत्पत्तिशास्त्र, सुशासनाचे चर्चाविश्व, सामाजिक-सांस्कृतिक विविधता, उत्तर आधुनिकता इत्यादींचेही आव्हान लोकप्रशासनापुढे आहे. परिणामी, सिद्धान्त बांधणीचे प्रयत्न खुरटत गेले आहेत. दुसरे असे की, विद्याशाखेबरोबरच त्याचे स्पष्टीकरण जोडले गेले आहे. अभ्यासकांनी अशा सिद्धान्त बांधणीतील विस्कळीतपणा लोकप्रशासन सिद्धान्ताचा घोषित उद्दिष्टांमध्ये शोधला, जे उद्दिष्ट सर्व विद्याशाखांमध्ये होणाऱ्या आंतरकृतींवर भर देते. उदाहरणार्थ, स्टीफन बेलीच्या[७] लोकप्रशासनातील सिद्धान्त बांधणीमागील भूमिकेसंदर्भातील निवेदनाचा इथे उल्लेख करता येईल.

> लोकप्रशासन सिद्धान्ताची उद्दिष्टे म्हणजे मानवतावादी दृष्टी आणि सामाजिक व वर्तनवादी शास्त्रांमधील तर्कशुद्ध निष्कर्ष यांना एकत्र करणे होय. या शासनसंस्थेच्या प्रक्रियांचे उद्दिष्ट म्हणजे या हेतूंना राजकीय अधिमान्यता मिळाली आहे ते घटनासंमत मार्गांनी प्राप्त करणे होय (बेली १९६८: १२८-३९).

प्रशासकीय वास्तवाच्या अधिकाधिक निकट जाण्याच्या प्रयत्नांमध्ये लोकप्रशासनाने आपल्या विद्याशाखेच्या ताठर सीमारेषा ओलांडून सामाजिकशास्त्रांच्या

विविध विद्याशाखांमध्ये शिरण्याचा प्रयत्न केला आहे. अन्य नुकत्याच उदयास येत असलेल्या विद्याशाखांनी हे सहजपणे स्वीकारले, *अन्य क्षेत्रातील प्रशिक्षित तज्ज्ञांनीही* लोकप्रशासनात शिरण्याचे धाडस केले आणि त्यामुळे लोकप्रशासन विद्याशाखेचा आणखी विस्तार झाला. तिसरे कारण, लोकप्रशासनात इतक्या मोठ्या संख्येने सिद्धान्त मांडले गेले परंतु कैडन (Caiden) म्हणतात त्याप्रमाणे, लोकप्रशासनाच्या म्हणून ज्या नेमक्या समस्या आहेत त्यांना भिडण्याऐवजी या सिद्धान्तानी एकतर खूप मोठ्या किंवा खूप छोट्या प्रश्नांना भिडण्याचा प्रयत्न केला (कैडन १९७१: २२५-२६). चौथे कारण, लोकप्रशासन जरी समाजातल्या सर्वांच्या हितसंबंधांचा विचार करत असले तरी सिद्धान्त मात्र हितसंबंधांचा अर्थ किंवा उद्दिष्टे यांसारख्या समस्यांचा विचार करत नाहीत. लोकप्रशासन या हितसंबंध आणि उद्दिष्टांची प्राप्ती कशी करेल याचाही विचार सिद्धान्त करत नाहीत. वर्तनवादाच्या प्रभावाखाली असणाऱ्या या सिद्धान्तांनी राजकारण आणि प्रशासनाच्या कडव्या वास्तवापासून[८] दूर राहण्याचा प्रयत्न केला आणि केवळ अचूकता आणि वस्तुनिष्ठता यावरच भर दिला. प्रशासनासंबंधीचे नैतिक प्रश्न त्यांनी तत्त्वज्ञांकडे सोपवले. पाचवे कारण, लोकप्रशासनातील सिद्धान्त बांधणीशी जोडलेला आणखी एक सर्वसामान्य प्रश्न असा की लोकप्रशासन प्रत्यक्ष वापरणारे व्यावसायिक, कळत-नकळतपणे, संघटित समाजाचे तत्त्वज्ञान गृहीत धरतात. परिणामी, त्यांना कोणीच जाब विचारत नाही. खरे तर, 'राजकीय परिणामांची जाणीव असल्याने', कैडन (१९७१: ६६) लिहितात, 'लोकप्रशासन व्यावसायिक सार्वजनिक कृती आणि सार्वजनिक संस्था यांच्या सिद्धान्तीकरणात जे सखोल असे तात्त्विक, नैतिक आणि राजकीय मुद्दे असतात, त्यापासून ते दूर राहतात. वर्तनवादी प्रशासनशास्त्रांच्या मागे ते स्वतःला लपवतात'. सहावे कारण, प्रशासकीय सिद्धान्त बांधणीचे आणखी एक वैशिष्ट्य म्हणजे अधिमान्यतेची भूमिका, ज्यामुळे प्रशासकीय सिद्धान्तात अधिकच गोंधळ निर्माण झाला आहे. टीकाकार असा दावा करतात की, प्रशासकीय सिद्धान्त ही गरजेतून[९] निर्माण झालेली बाब नाही, तर बऱ्याच वेळा अधिमान्यतेची साधने म्हणून ती अस्तित्वात आली आहेत.[१०] म्हणूनच, प्रशासकीय सिद्धान्त प्रबळ हितसंबंधांना अधिमान्यता मिळवून देण्यासाठी उत्पादित केल्या जातात, परिणामी अनेक सिद्धान्त अस्तित्वात येतात व त्यातील गोंधळ वाढतो.

गेरॉल्ड इ. कैडन (१९७१) या विचारवंताने लोकप्रशासनातील सुमार दर्जाच्या सिद्धान्त बांधणीमागील कारणे शोधली आहेतः (*अ*) लोकप्रशासनाच्या अभ्यासात सैद्धान्तिक मांडणी करण्याइतपत वैशिष्ट्यपूर्ण असे काही नाही. खरे तर राज्यशास्त्र, इतिहास, कायदा, शासनसंस्था, कायदेमंडळ इत्यादीमुळे लोकप्रशासनाचा विकास झाला आहे; (*आ*) सैद्धान्तिकरणाची केवळ अशाच परिस्थितीत शक्य होईल तिथे

मोठ्या शासनसंस्थांचा उदय अन्य असंख्य सार्वजनिक प्राधिकरणे सार्वजनिक कायदा आणि सार्वजनिक सेवा यांच्यासह अपरिहार्य ठरणार आहे; (*इ*) लोकप्रशासनातील सिद्धान्ताच्या संदर्भातील आणखी एक अडचण म्हणजे लोकप्रशासनाचे तात्त्विक विचारवंत काय किंवा लोकप्रशासन व्यावसायिक काय, या दोहोंनाही ते काय करतात याचे तात्त्वीकरण करणे किंवा विद्याशाखेतील गूढता उघड करणे यात औत्सुक्य नाही; (*ई*) लोकप्रशासनात ज्ञानाची कमतरता नाही, परंतु सामाजिकशास्त्रांच्या विकासाने या विद्याशाखेला एक योग्य अशी सैदान्तिक किनार दिली आहे; (*उ*) सिद्धान्त तेव्हाच मांडले जातात जेव्हा समस्या असतात, परंतु त्यांची योग्य उत्तरे दृष्टिपथात नसतात. असंख्य सिद्धान्तांनी लोकप्रशासन ग्रस्त झाले आहे, कारण या क्षणी तरी या विद्याशाखेसमोर कोणताही गंभीर प्रश्न नाही; (*ऊ*) (अमेरिकी) लोकप्रशासन सिद्धान्त हे संस्कृतीशी फारच बांधलेले असल्याने त्यांचा इतरत्र वापर होत नाही.

प्रस्तुत प्रकरणात विचारवंतांनी दिलेल्या योगदानाच्या संदर्भात प्रशासकीय सिद्धान्ताच्या विकासाचा आढावा घेण्याचा प्रयत्न केला आहे.

अभिजात संघटना सिद्धान्त

अभिजात संघटना सिद्धान्त[११] असे गृहीत धरतो की, प्रशासन ही सार्वजनिक स्वरूपाची संरचनात्मक बांधणी असून परिस्थिती आणि संदर्भ यांचा विचार न करता ती जागतिक पातळीवर लागू करता येते आणि ती समान स्वरूपाचे प्रश्नही निर्माण करते. म्हणूनच, या सिद्धान्ताच्या समर्थकांचे असे मत आहे की, काही सार्वत्रिकरित्या लागू करता येतील अशी संघटनेची तत्त्वे निश्चित करता येतील की ज्यामुळे संघटनांना सुरळीतपणे काम करणे शक्य होईल. संदर्भ देऊन [१२] सांगावयाचे झाल्यास, अभिजात संघटना सिद्धान्ताचा जन्म अठराव्या शतकाच्या उत्तरार्धात आणि एकोणिसाव्या शतकाच्या पूर्वार्धात एका खास पाश्चिमात्य वातावरणात झाला आहे, जेव्हा औद्योगिक क्रांतीने वरचे टोक गाठले होते आणि कार्यक्षमता व काटकसर हे दोन औद्योगिक उत्पादनाचे परवलीचे शब्द झाले होतेः अभिजात संघटना सिद्धान्ताने आपल्या अंगभूत संरचनात्मक दृष्टीने उत्पादकतेत सुरळीतपणा आणून परिस्थितीला योग्य प्रतिसाद देण्याचा प्रयत्न केला. अभिजात संघटना सिद्धान्ताची बांधणी चार महत्त्वाच्या स्तंभांच्या आधारे करण्यात आली आहे. श्रमविभागणी, पदसोपान रचना, संरचना आणि नियंत्रण कक्षा (स्कॉट १९६१).

संघटनेचा अभिजात सिद्धान्त खालील मूलभूत विचारांवर आधारलेला आहेः

१ कार्यक्षमता आणि काटकसर ही सर्व संघटनांची सार्वत्रिक उद्दिष्टे असतात.

२. कार्यक्षमता आणि काटकसर ही उद्दिष्टे साध्य करण्यासाठी संघटनात्मक संरचनांचे आरेखन आणि पुनअरिखन अशा तऱ्हेने करणे आवश्यक ठरते

की ज्यामुळे संघटनेचे विविध संरचनात्मक भाग समन्वय व सलोख्याने काम करू शकतील.

३. संरचनांची निर्मिती अधिकाधिक शास्त्रशुद्ध पद्धतीने व्हावी म्हणून संघटनांनी औपचारिक आरेखनाची आणि पुनअरिखनांची विशिष्ट 'तत्त्वे' संघटनात्मक भागांसाठी अवलंबावीत की, ज्यामुळे कमीतकमी प्रयत्नांमध्ये आणि कमीत कमी साधनसामग्री वापरून जास्तीत जास्त कार्यक्षमता आणि काटकसर ही दोन्ही उद्दिष्टे साध्य करता येतील.

अभिजात संघटना सिद्धान्ताची काही महत्त्वाची तत्त्वे खालीलप्रमाणेः

१. प्रशासनही एक वैश्विक संरचनात्मक बांधणी असून संघटनेची काही समान तत्त्वे त्यात अंतर्भूत करता येतात असा विचार हा सिद्धान्त मांडतो.
२. या दृष्टिकोनाच्या समर्थकांनी संघटनेत प्रत्यक्षात आणता येईल असा श्रमविभागणीचा खरा आधार शोधण्यात अधिक रस दाखवला आहे.
३. या दृष्टिकोनाचे पुरस्कर्ते अर्थातच, संघटनात्मक कामकाजाच्या अतिविकेंद्रीकरणाच्या धोक्यांबाबत अजाण नाहीत. म्हणूनच, ते संघटनेच्या अंतर्गत योग्य समन्वय असावा यावर भर देतात.
४. प्रशासकीय बाबी हाताळताना त्या संयमाने हाताळाव्यात व त्यात संयम असावा अशी भूमिका या विचारप्रवाहाची आहे.
५. या विचारप्रवाहाचे समर्थक आज्ञैक्य आणि मार्गदर्शन यांना विशेष महत्त्व देतात.
६. अधिकाराच्या केंद्रीकरणाला या विचारप्रवाहाची अधिक पसंती आहे.
७. या विचारप्रवाहाचे आणखी एक वैशिष्ट्य म्हणजे व्यवस्थापकीय परिप्रेक्ष्य होय. या पारंपरिक दृष्टिकोनाचे अनेक अभ्यासक प्रशासनाकडे पाहण्याचा एक खास व्यवस्थापकीय दृष्टिकोन स्वीकारतात आणि संघटनेला यश मिळावे म्हणून अनेक तंत्रांचा किंवा तत्त्वांचा पुरस्कार करतात.

हेन्री फेयॉल, लुथर गुलिक, लिंडॉल उर्विक, जे. डी. मूने, ए.सी. रिले, मेरी पार्कर फॉलेट, आर. शेल्टन हे विचारवंत या अभिजात संघटना सिद्धान्ताचे समर्थक आहेत.

हेन्री फेयॉल

प्रशासनाच्या वैश्विक अथवा सार्वत्रिक तत्त्वांची चर्चा करणारा फेयॉल हा कदाचित पहिलाच प्रशासकीय सिद्धान्तक आहे. स्वतःच्या व्यक्तिगत अनुभवातून फेयॉलने

एखाद्या व्यवस्थापकांच्या भूमिकेतून प्रशासनाचा अन्वयार्थ लावण्याचा प्रयत्न केला आणि प्रशासनाचे पाच कळीचे घटक स्पष्ट केलेः नियोजन, संघटन, आज्ञा, समन्वय आणि नियंत्रण. त्याने खाणकाम, अभियांत्रिकी, भूगर्भशास्त्र इत्यादी विषयांवर खूप निबंध लिहिले व त्यातील 'जनरल प्रिन्सिपल ॲडमिनिस्ट्रेशन' (१९०८), 'जनरल अँड इंडस्ट्रियल मॅनेजमेंट' (१९१६), 'द ॲडमिनिस्ट्रेटिव्ह ऑफ द स्टेट' (१९२३) यांचा विशेषत्वाने उल्लेख करावा लागेल. तसेच फेयॉल या अभ्यासकाने व्यवस्थापन व प्रशासन यातील लोकप्रिय भेद नाकारला. किंबहुना त्याचे असे मत होते की, माणसांच्या सर्व व्यवहारांमधील समान कृती ही प्रशासन असून ती घर, उद्योग अथवा शासनसंस्था इथेही आढळते. आणखी पुढे जाऊन फेयॉलने प्रशासनाची चौदा तत्त्वे विकसित केली. श्रमविभागणी, अधिकार आणि जबाबदारी, शिस्त, आज्ञैक्य, आदेशांचे ऐक्य, व्यक्तिगत हितांची सर्वसाधारण हितांच्या संदर्भात दुय्यमता, आर्थिक मोबदला, केंद्रीकरण, पदसोपान रचना, समानता, सेवकांची कायमस्वरूपी सेवानिश्चिती, आदेश, उपक्रमशीलता आणि ती अधिक व्यापक करण्यासाठी आवश्यक संघभावना. तो अशाही मताचा होता की चांगल्या प्रशासनासाठी कार्यक्षमत व्यवस्थापकांची गरज असते आणि आपल्या व्यवस्थापकांजवळ- शारीरिक गुणवत्ता, मानसिक गुणवत्ता, नैतिक गुणवत्ता, शिक्षण, विशेष ज्ञान आणि अनुभव- ही गुणवैशिष्ट्ये असावीत असे त्याला वाटत होते.

लुथर गुलिक आणि लिडॉल उर्विक

या दोन्ही विचारवंतांचे योगदान स्वतंत्ररित्या तर महत्त्वाचे आहेच, परंतु 'पेपर्स ऑन द सायन्स ऑफ ॲडमिनिस्ट्रेशन' (१९३७) या शीर्षकाखाली प्रसिद्ध झालेले लेखन त्यांनी एकत्रितपणे केले आहे. प्रस्तुत पुस्तकात त्यांनी प्रशासनाचा गाभा व्यक्त करणारे 'POSDCORB' हे संक्षिप्त रूप प्रशासकीय सिद्धान्तात आणले. परंतु व्यक्तिगतरित्याही दोन्ही विचारवंतांनी स्वतंत्रपणे त्यांच्या कामाची दखल घ्यावी असे योगदान प्रशासकीय सिद्धान्ताला दिले आहे. विभागीकरणाचा सिद्धान्त आणि संघटनेची तत्त्वे यासाठीचे गुलिकचे योगदान मोठे आहे. विभागीकरणाचा सिद्धान्त संघटनेत कामाच्या वाटणीच्या संदर्भात निर्माण होणाऱ्या समस्यांच्या निराकरणाविषयी आहे. संघटनेतील विभागांमध्ये कामाच्या वाटणीवरून अनेक वेळा संघर्ष निर्माण होतात त्यावर मात करण्यासाठी गुलिकने हा सिद्धान्त मांडला.

मेरी पार्कर फॉलेट

अभिजात संघटना सिद्धान्ताचा पुरस्कार करणारी आणखी एक व्यक्ती म्हणजे मेरी पार्कर फॉलेट. राज्यशास्त्राची तज्ज्ञ म्हणून जरी फॉलेटचे प्रशिक्षण झालेले असले

तरी कालांतराने त्यांनी सामाजिक प्रशासनात प्रवेश केला. आपल्या संपूर्ण कारकिर्दीत फॉलेट यांनी प्रामुख्याने संघर्ष आणि एकात्मिकरणाच्या प्रश्नांचाच विचार केला आणि 'रचनात्मक संघर्ष' ही एक अभिनव कल्पना मांडली. फॉलेट या संघर्षांना प्रत्येक संघटनेत होणाऱ्या सामाजिक आंतरक्रियांचा एक सहज आणि अटळ असा परिणाम मानले. त्यामुळे संघर्षांना 'परस्परांशी जुळवून न घेता आल्यामुळे झालेला एक अनुपयुक्त उद्रेक' असे मानू नये तर ती एक सहज घडणारी प्रक्रिया मानावी, जिच्याद्वारे सामाजिकदृष्ट्या मोलाची भिन्नता सर्व संबंधित व्यक्तींच्या प्रगल्भतेसाठी नोंदल्या जातात. प्रत्येक संघटनेने आपल्या सुधारणेसाठी संघर्षाच्या या वापरल्या न गेलेल्या क्षमतेचा वापर करावा असे या विदुषीला वाटते. हाच विचार तिने पुढीलप्रमाणे संक्षिप्त स्वरूपात शब्दबद्ध केला आहेः 'मतभेद किंवा संघर्षामुळे चकाकी येते. व्हायोलिनमधून संगीत आपल्याला घर्षणामुळे मिळते आणि घर्षणामुळेच अग्नीचा शोध आपण लावला आणि रानटी अवस्थेचा त्याग केला. रचनात्मक संघर्षाची संकल्पना मांडल्यानंतर संघर्ष निराकरणाच्या प्रभुत्व, तडजोड आणि एकात्मीकरण या तीन लोकप्रिय मार्गामधील एकात्मीकरणाच्या मार्गाला तिने प्राधान्य दिले. फॉलेटचे आणखी एक महत्त्वाचे योगदान म्हणजे तिने मांडलेली आदेशांचे निर्व्यक्तीकरण (de-personalizing order) ही कल्पना. तिच्या मते, आदेश जारी करणे ही संघटनांमधील एक कायमस्वरूपी समस्या असते. प्रशासक आदेश जारी करण्याचे टाळतात. कारण त्यामुळे काही नकारात्मक परिणाम होतील अशी त्यांना भीती वाटते. फॉलेटने, म्हणूनच आदेशांच्या निर्व्यक्तीकरणाची कल्पना मांडली. जी परिस्थितीमुळे निर्माण होते आणि प्रशासकीय आदेश प्रत्यक्ष परिस्थितीमुळे निर्माण होत असल्याने त्यात व्यक्ती हा घटक महत्त्वाचा ठरणार नाही.

अभिजात संघटना सिद्धान्तावर बरीच टीका झाली, कारण या सिद्धान्तानी संघटनेतील मानवी घटकांकडे दुर्लक्ष करून संस्थात्मक संरचनांवर अवाजवी भर दिला. हर्बर्ट सायमन या विचारवंताने या सिद्धान्ताची खिल्ली उडवताना असे म्हटले की, हा सिद्धान्त म्हणजे 'घरगुती म्हणी, मिथके, घोषणा आणि पोकळ विचार' आहे. अभिजात संघटना सिद्धान्त मांडणारे विचारवंत संघटनेच्या औपचारिक संरचनात्मक भागाचाच अधिक विचार करण्यात गुंतले होते आणि काही वेळेस तर मानवी घटकांची किंमत देऊन त्यांनी हे केले हा विचार नाकारता येणार नाही. मानवी संबंध सिद्धान्त मांडणाऱ्या विचारवंतांनी वर्तनवादी आणि नव अभिजात सिद्धान्तकर्त्यांनी दाखवलेले या सिद्धान्तातील दोष किंवा उणिवा लक्षात घेऊनही अभिजात संघटना सिद्धान्ताचे महत्त्व नाकारता येत नाही. खरे तर संघटनेच्या या अभिजात सिद्धान्तानेच आधुनिक संघटना सिद्धान्तांसाठी आवश्यक पार्श्वभूमी निर्माण केली.

शास्त्रीय व्यवस्थापन सिद्धान्त

शास्त्रीय व्यवस्थापन सिद्धान्ताचा उदय ही औद्योगिक व्यवस्थापन क्षेत्रातील एक अत्यंत महत्त्वाची घटना मानली जाते. औद्योगिक क्रांतीमुळे मोठ्या प्रमाणावरील उद्योगांची पायारोवणी झाली आणि त्यांच्या वाढत्या विस्तारामुळे पाश्चिमात्य जगताला त्यांच्या व्यवस्थापनात एक अभूतपूर्व गोंधळ अनुभवावा लागला. पहिल्या महायुद्धासारख्या घटनांमुळे ती समस्या आणखी तीव्र झाली. साधनसामग्रीची वाढती कमतरता, स्पर्धा आणि उद्योगाच्या व्यवस्थापनातील गुंतागुंतीमुळे एका कार्यक्षम अशा व्यवस्थापनशास्त्राची गरज वाटू लागली. याच गरजेपोटी शास्त्रीय व्यवस्थापन सिद्धान्त आकारास आला. अधिकाधिक कार्यक्षमता व त्याचा परिणाम म्हणून वेळ आणि साधनसामग्रीची बचत याची हमी देत या सिद्धान्ताने व्यवस्थापनाची वेगळीच पुनर्व्याख्या केली. अन्य शब्दांत सांगावयाचे झाल्यास, कामाच्या पद्धतीचे प्रमाणीकरण, कामाच्या परिस्थितीत सुधारणा इत्यादी बाबींबरोबरच एकूण उत्पादकतेसाठी व्यवस्थापकांना समान रीतीने जबाबदार ठरवणे अशा सुधारणांच्या द्वारे या सिद्धान्ताने जुनी व्यवस्थापक कामगार संबंधावर आधारलेल्या औद्योगिक संबंधात क्रांतिकारक बदलांचा प्रस्ताव मांडला. या सिद्धान्ताने असेही सुचवले की, शास्त्रीय तंत्रज्ञानाच्या वापराने कोणत्याही उद्योगातील एकूण उत्पादकता वाढेल आणि त्याचा परिणाम म्हणजे कामगार आणि कर्मचारी यांच्या उत्पन्नात वाढ होईल व त्यांच्यातील संघर्षही कमी होतील.

फ्रेडरिक डब्ल्यू टेलर, शास्त्रीय व्यवस्थापन सिद्धान्ताचा जनक मानला जातो. परंतु 'शास्त्रीय व्यवस्थापन' ही संज्ञा बऱ्याच काळानंतर म्हणजे १९१०मध्ये लुईस ब्रँडेस यांनी टेलरच्या कल्पनांनाच पाठिंबा देत मांडली. टेलरच्या मते, प्रत्येक व्यवसायात काम करण्याचा 'एक सर्वोत्तम मार्ग' असतो आणि परिस्थितीचा जास्तीत जास्त फायदा करून घेण्यासाठी हा सर्वोत्तम मार्ग शोधणे हे व्यवस्थापकाचे उद्दिष्ट असले पाहिजे. शास्त्रीय व्यवस्थापन सिद्धान्ताचे मर्म टेलरच्या स्वतःच्याच शब्दांत अधिक चांगल्या प्रकारे सांगता येईलः

> प्रत्येक व्यवसायाच्या प्रत्येक घटकांत वापरल्या जाणाऱ्या अनेक पद्धती आणि साधनांमध्ये एक पद्धती आणि एक मार्ग नेहमीच असा असतो की, जो जलद असतो आणि अन्य साधनांपेक्षा उत्तम असतो आणि ही सर्वोत्तम पद्धती किंवा हे सर्वोत्तम साधन शोधणे किंवा विकसित करणे तेव्हाच शक्य आहे, जेव्हा वापरात असलेल्या सर्व पद्धती आणि साधनांचा शास्त्रीय अभ्यास आणि विश्लेषण बिनचूक, सूक्ष्म, हालचाली आणि वेळेच्या अभ्यासाबरोबर केले जाईल (टेलर, निग्रो आणि निग्रो १९८३ मध्ये उद्‌धृत केलेले).

टेलरने केलेल्या योगदानात पुढील लेखनाचा अंतर्भाव होतोः 'अ पीस-रेट सिस्टिम' (१८९५), 'शॉप मॅनेजमेंट' (१९०३), 'द आर्ट ऑफ कटिंग मेटल्स' (१९०६) आणि 'द प्रिन्सिपल्स ऑफ मॅनेजमेंट' (१९११).[१३]

शास्त्रीय व्यवस्थापनाची उद्दिष्टे

या विचारप्रवाहाची बाजू मांडणाऱ्या अभ्यासकांनी स्पष्ट केलेली शास्त्रीय व्यवस्थापन सिद्धान्ताची उद्दिष्टे साररूपाने पुढीलप्रमाणे सांगता येतीलः

- औद्योगिक कल आणि बाजारपेठ यांचा अंदाज घेणे व त्यानुसार गुंतवणूक टिकेल, रोजगार देणारे अभिकरण म्हणून व्यवसाय चालू राहील आणि कामकाज व रोजगार सातत्याने चालू राहील या दृष्टीने कामकाजाचे नियमन करणे;
- कर्मचाऱ्यांना कामाच्या उपलब्धतेची आणि रोजगाराची बाजारपेठेच्या अंदाजानुसार केवळ हमी देणे नव्हे तर योजनाबद्ध आणि संतुलित कामकाज पद्धतीद्वारा पटावरील कर्मचाऱ्यांना अधिक वेतन मिळवण्याच्या संधी सातत्याने देणे;
- टाकाऊची निर्मिती अधिक न करता त्यातून बचत करण्याचे व्यवस्थापन आणि प्रक्रिया तंत्रे वापरून उत्पन्न वाढवणे, मनुष्यबळ आणि साधनसामग्री यावर होणाऱ्या खर्चातूनही मोठे उत्पन्न मिळवणे, जे उत्पन्न कामगार आणि व्यवस्थापन कर्मचारी यांच्यात वाढीव वेतन आणि नफा या स्वरूपात उपलब्ध होईल;
- कामगारांना वाढीव उत्पन्न मिळाल्यामुळे त्यांच्या जीवनमानात सुधारणा घडवून आणणे शक्य करणे;
- एकूण परिस्थितीतील तंटा निर्माण करणारे घटक दूर करून (वाढीव उत्पन्न देऊन) कामगारांना एका सुखी घराची आणि सामाजिक जीवनाची हमी देणे;
- निकोप आणि व्यक्तिगतरित्या आणि सामाजिकदृष्ट्या मान्य ठरतील अशी कामाची परिस्थिती निर्माण करणे;
- कामाचे विश्लेषण आणि निवड, प्रशिक्षण, कामाची जबाबदारी, कामगारांच्या बदल्या आणि बढत्या या सर्वांबाबत शास्त्रीय पद्धतीचा अवलंब करून आपल्या क्षमतांचा पूर्ण वापर करण्याची त्यांना जास्तीतजास्त संधी मिळेल याची हमी देणे;
- प्रशिक्षण आणि निरीक्षणाद्वारे मार्गदर्शक सूचनांसह कामगारांना नव्या आणि उच्च क्षमता निर्माण करण्याची आणि वरिष्ठ पदांवरील बढतीसाठी पात्रता निर्माण करण्याच्या संधी देणे;

- स्वतःचे काम आणि सर्वसाधारण नियोजन आणि कामाच्या पद्धती योग्य प्रकारे समजून घेण्याच्या संधी उपलब्ध करून देऊन कामगारांमध्ये आत्मविश्वास आणि स्व-आदर निर्माण करणे;
- संशोधन आणि मूल्यमापनाच्या वातावरणातून प्रेरणात्मक प्रभाव निर्माण करणे ज्यायोगे कामगारांमध्ये स्व-अभिव्यक्ती व स्व-आदर यांचा विकास होईल, योजना आणि पद्धतींचे योग्य आकलन होईल असे वातावरण निर्माण करणे, संघटनेत वरिष्ठ आणि कनिष्ठ पातळीवर कार्यात्मक संघटनेतले वावरण्याचे स्वातंत्र्य देणे; आणि
- कामाचे योग्य संचलन करून त्याद्वारे चारित्र्याची बांधणी करणे;
- वेतनदरात आणि अन्यत्र आढळणारा भेदभाव नष्ट करून त्याद्वारे न्याय प्रस्थापित करणे; आणि
- वातावरणातील उपद्रवी ठरणारे आणि संघर्षाचे कारण असणारे घटक नष्ट करून त्याद्वारे सामंजस्य, सहिष्णुता आणि संघवृत्ती जोपासणे. (एच.सी. पर्सन, सप्रू १९९६ मध्ये उल्लेखित)

शास्त्रीय व्यवस्थापनाची तत्त्वे

टेलरच्या शास्त्रीय व्यवस्थापनाची काही आगळीवेगळी वैशिष्ट्ये खाली नमूद केली आहेतः

१. *कामाचे एक खरे शास्त्र विकसित करणे*: शास्त्रीय व्यवस्थापन सिद्धान्त कामाचे एक खरे शास्त्र शोधू इच्छिते, जे परिणामी कामगार आणि व्यवस्थापक अशा दोहोंनाही सारखे फायद्याचे ठरेल. अशास्त्रीय पद्धतीने काम करण्याचा प्रघात मोडून त्याजागी शास्त्रीय पद्धत लागू करणे, हा या तत्त्वाचा मुख्य उद्देश आहे. टेलर असा दावा करतो की, कोणतेही काम करण्याचा एक सर्वोत्तम मार्ग असतो. हा मार्ग कामगाराला नेमून दिलेल्या कामातील प्रत्येक घटकाचे निरीक्षण करून त्याचे विश्लेषण करून व त्याला लागणारा वेळ विचारात घेऊन शोधता येतो. या कार्यपद्धतीचा अवलंब केल्याने काम करण्याची आदर्श पद्धत कोणती किंवा सर्वोत्तम मार्ग कोणता हे ठरवता येते. टेलरच्या मते हे 'संघटित ज्ञान' म्हणजे 'कामाचे शास्त्र' होय.

२. *कामगारांची शास्त्रशुद्ध पद्धतीने निवड, त्यांचे प्रशिक्षण आणि त्यांचा अधिकाधिक विकास*: कामगारांची निवड शास्त्रशुद्ध पद्धतीने करणे आणि त्यांची उत्तम घडण करण्यावर हा सिद्धान्त खूप भर देतो. उत्साही आणि दमदार कामगारवर्ग असेल तर उत्पादकतेत झपाट्याने वाढ होते असे हा

सिद्धान्त मानतो. शास्त्रशुद्ध पद्धतीने निवड करणे म्हणजे योग्य कामासाठी योग्य माणूस निवडणे. यासाठी अर्थातच निवड करण्याच्या काही प्रमाणित पद्धती असल्या पाहिजेत. कामगारांचे कौशल्य आणि त्यांचा अनुभव आणि विशिष्ट कामासाठी लागणारे कौशल्य व अनुभव हे जुळले पाहिजेत. अशा पद्धतीने निवड केलेल्या कामगारांना जे काम त्यांना नेमून दिले आहे, त्याचे प्रशिक्षण दिले पाहिजे. प्रशिक्षणामुळे कामगाराला नव्या पद्धती, साधने स्वीकारता येतील व कामगार स्वेच्छेने व उत्साहाने हे सर्व आत्मसात करतील. टेलरच्या मते, योग्य निवड आणि प्रशिक्षण पद्धती अमलात आणणे आणि कामगारांच्या बौद्धिक, मानसिक आणि शारीरिक क्षमता व संबंधित कामासाठी आवश्यक गुण यांचा मेळ बसतो आहे की नाही हे पाहण्याची जबाबदारी व्यवस्थापनाची असते.

३. *कामाचे शास्त्र आणि शास्त्रशुद्ध रीतीने केलेली निवड व प्रशिक्षण यांच्यात अत्यंत निकटचा समन्वय असावा*: हा सिद्धान्त असे मानतो की, कामाचे शास्त्र आणि प्रशिक्षित मनुष्यबळ यांच्यात संघटना सुकर पद्धतीने चालावी यासाठी अतिशय उत्तम समन्वय असला पाहिजे. टेलर असे म्हणतो की, उत्तम परिणाम मिळावेत म्हणून कोणीतरी शास्त्र आणि कामगार यांना एकत्र आणले पाहिजे. त्याला असे वाटते की, हे काम करणे ही केवळ व्यवस्थापनाचीच जबाबदारी आहे. टेलरच्या मते कामगार व्यवस्थापनाला सहकार्य करण्यास नेहमीच तयार असतात. परंतु त्यास व्यवस्थापनाच्या बाजूनेच अधिक विरोध केला जातो. या दृष्टीत बदल व्हावा म्हणून त्याने 'मानसिक क्रांती' सुचवली आहे.

४. *व्यवस्थापन आणि कामगार यांच्यातील काम व जबाबदारी यांची विभागणी*: शास्त्रीय व्यवस्थापन सिद्धान्ताचे हे आणखी एक वैशिष्ट्य आहे. हा सिद्धान्त औद्योगिक उत्पादकतेची जबाबदारी व्यवस्थापन आणि कामगार यांच्यावर समान रीतीने टाकतो. याचा अर्थ असा की, औद्योगिक कल्याण ही संयुक्त जबाबदारी असून ती दोन्ही घटकांनी उचलली पाहिजे.

वरीलपैकी एकही तत्त्व अलग करून शास्त्रीय व्यवस्थापन असे त्याला म्हणता येणार नाही. ती सर्व तत्त्वे एकत्रितपणे शास्त्रीय व्यवस्थापन सिद्धान्त मांडतात. 'द प्रिन्सिपल ऑफ सायंटिफिक मॅनेजमेंट' (१९११) या पुस्तकात टेलरने असे म्हटले आहे की, 'कोणतेही एक नाही' परंतु ही सर्व तत्त्वे एकत्रितपणे अशी सांगता येतील:

- शास्त्र, अशास्त्रीय (किंवा अंगठा छाप) प्रक्रिया नाही
- सलोखा, संघर्ष नाही
- सहकार्य, व्यक्तिवाद नाही
- अधिकाधिक उत्पन्न, मर्यादित उत्पन्नाऐवजी
- प्रत्येक व्यक्तीच्या क्षमतेचा जास्तीत जास्त विकास व त्यातून समृद्धी (टेलर १९४७: १४०).

ही सर्व वैशिष्ट्ये म्हणजे शास्त्रीय व्यवस्थापनाचे तत्त्वज्ञान होय.

शास्त्रीय व्यवस्थापन सिद्धान्त प्रत्यक्षात लागू करता यावा म्हणून टेलरने अनेक तंत्रे वापरली आहेत. कार्यात्मक नेतृत्व, शारीरिक हालचालींचा अभ्यास, प्रत्येक वस्तूंचे मूल्य निश्चित करणारी योजना, असामान्य तत्त्व, साधनसाहित्याचे प्रमाणीकरण इत्यादी. शास्त्रीय व्यवस्थापन यशस्वी व्हावे म्हणून टेलर व्यवस्थापक आणि कामगारांचा त्यांच्या कामाकडे सहकार्यांकडे आणि आपल्या सर्व समस्यांकडे पाहण्याच्या त्यांच्या वृत्तीत बदल होण्यासाठी 'एका मानसिक क्रांती'ची गरज असल्याचे स्पष्ट करतो. ही मानसिक क्रांती किंवा नवा दृष्टिकोन निर्माण होण्यासाठी दोन्ही पक्षांच्या (कामगार आणि व्यवस्थापक) व्यक्तींनी असे जाणले पाहिजे की, त्यांचे समान हितसंबंध परस्परविरोधी नाहीत आणि दोहोंचाही विकास सहकार्यातूनच होईल, संघर्षातून नाही आणि दोहोंचाही विकास सहकाऱ्यातूनच होईल, संघर्षातून नाही. टेलरला असे खात्रीने वाटते की, या महत्त्वाच्या दोन्ही गटातील मानसिक बदलाशिवाय किंवा नव्या दृष्टिकोनाशिवाय शास्त्रीय व्यवस्थापन अस्तित्त्वात राहणार नाही. टेलर असे सुचवतो की, कोणत्याही संघटनेत कामगार आणि व्यवस्थापक अशा दोन्ही गटांनी परस्पर सहकार्य करावे आणि उत्पादकता वाढवण्याचा प्रयत्न करावा. संघटनात्मक कार्यक्षमता वाढल्याने कामगारांना चांगले वेतन देता येईल आणि उत्तम नफा व्यवस्थापनाला मिळेल आणि संघर्षाच्या वातावरणाची जागा शांतता व सलोख्याने भरली जाईल.

शास्त्रीय व्यवस्थापन सिद्धान्तावरील टीका

औद्योगिक समस्या कमी होतील अशी आशा शास्त्रीय व्यवस्थापन सिद्धान्तामुळे निर्माण झालेल्या सुधारणा चळवळीने निर्माण केली. अर्थात या सिद्धान्ताला विरोधही तितक्याच लोकांनी केला. श्रमिक गटांचा संताप तर इतका तीव्र होता की मिडवेल स्टील येथे सुरुवातीच्या त्याच्या कारकिर्दीत कामाचा वेग वाढवल्या कारणाने टेलरला जीवे मारण्याच्या धमक्या येऊ लागल्या, नंतर जेव्हा तो बेथलेहेम स्टील या कारखान्यात काम करत होता. तेव्हा नियोजन कार्यालय अद्भूतपणे जाळण्यात

आले. टेलरप्रणीत 'मानसिक क्रांती'ची व्यवस्था मालक आणि कामगार यांच्यातील सर्व तंटे दूर करणारी आणि म्हणूनच कामगार संघटनांची भूमिका अनावश्यक ठरवणारी होती. यामुळे, कामगार संघटनांच्या नेत्यांना टेलरचे तत्त्वज्ञान केवळ कामगार संघटनाच नष्ट करणारे नाही तर सामूहिक सौदेबाजीचे तत्त्वही नष्ट करणारे वाटले. यामुळे बेरोजगारी वाढेल अशीही भीती त्यांना वाटत होती. व्यवस्थापकांनीही टेलर तत्त्वज्ञानावर हल्ला चढवला. 'काम आणि जबाबदारी यांचे समान वाटप' या तत्त्वाचा अवलंब केल्याने त्यांचेही काम वाढले. व्यवस्थापनातील उच्च पदावर बढती मिळण्यासाठी धडपडणाऱ्यांनीही टेलर तत्त्वज्ञानाला विरोध केला. कारण या तत्त्वज्ञानानुसार व्यवस्थापकांचे प्रशिक्षण आणि त्यांचे मूल्यमापन हे उच्च प्रशिक्षित तज्ज्ञांकडून होणे अपेक्षित होते. कंपनी व्यवस्थापकांशी मतभेद झाल्याकारणाने टेलरला मिडवेल स्टील आणि बेथलेहेम स्टील कंपनीतील आपल्या पदांचा राजीनामा द्यावा लागत होता. मानवी संबंध सिद्धान्तकांनीही टेलरच्या तत्त्वांवर ती अती व्यक्ती निरपेक्ष आणि मानवी घटकांना दुय्यम मानणारी आहेत म्हणून टीका केली. वर्तनवाद्यांनीही टेलरच्या सर्व पद्धती कामगारांतील उपक्रमशीलता, त्याचे व्यक्तिगत स्वातंत्र्य आणि त्याच्या बुद्धीचा वापर आणि जबाबदारीची भावना या सर्वच बाबी त्याज्य ठरवल्या आहेत. हर्बर्ट सायमन आणि जेम्स जी. मार्च या विचारवंतांनी शास्त्रीय व्यवस्थापन तत्त्वाचे 'शरीरशास्त्रीय संघटना सिद्धान्त' असे वर्णन केले आहे. टेलरच्या सिद्धान्तावर अशीही टीका केली जाते की मानवी प्रेरणेचे आर्थिक मोबदल्याच्या स्वरूपात अतिसुलभीकरण केले आहे आणि प्रेरणेच्या सामाजिक आणि मानसशास्त्रीय बाजू पूर्णतः दुर्लक्षित केल्या आहेत. त्याचप्रमाणे, माणूस हा त्याच्या सामाजिक पर्यावरणापासून अलग राहिला आहे हे गृहीतकही चुकीचे आहे.

फ्रेडरिक डब्ल्यू. टेलरचे योगदान

टेलर यांना शास्त्रीय व्यवस्थापन सिद्धान्ताचे जनक मानले जाते. व्यावसायिक अभियंता म्हणून टेलर यांना कार्यक्षमता आणि काटकसर यांचा ध्यास लागला होता. सुव्यवस्थितपणा हे त्याच्या विचारांचे वैशिष्ट्य होते. त्याचवेळी संघटनांमध्ये आढळलेल्या अव्यवस्थेला त्याने प्रतिकार केला. विज्ञानाच्या वृत्तीशी त्याची खरी बांधीलकी असल्याने त्याला नेहमीच असे वाटत होते की एखादे काम करण्याचा एक सर्वोत्तम मार्ग असतो आणि शास्त्रशुद्ध तंत्रांचा वापर करून व्यवस्थापकाने तो सर्वोत्तम मार्ग शोधण्याचा प्रयत्न केला पाहिजे. अशास्त्रीय पद्धतीने काम करण्याऐवजी कामगारांना अधिक स्वायत्तता द्यावी व त्यांनीच आपापसात कामाच्या पद्धती ठरवाव्यात आणि त्यानुसार साधने निवडावीत, यास त्याने प्राधान्य दिले. शास्त्रीय व्यवस्थापन सिद्धान्ताव्यतिरिक्त टेलर त्याच्या सहभागी व्यवस्थापन कल्पनेसाठीही

प्रसिद्ध असून कामगारांना अधिक स्वायत्तता असावी यातच ती अंतर्भूत आहे. याप्रकारे, अनेक मर्यादा असूनही, शास्त्रीय व्यवस्थापनाच्या संकल्पनांनी प्रशासकीय विचारांना आणि नंतरच्या काळातील व्यवस्थापकीय व्यवहारांना फार मोठ्या प्रमाणावर प्रभावित केले. सुरुवातीच्या काळात विरोध होऊनही, या विचारांनी अमेरिकेतील जुन्या पद्धतीच्या औद्योगिक व्यवस्थापनाचे किल्ले जिंकले आणि एकूणच औद्योगिक व्यवहारांवर त्यांचा प्रचंड परिणाम झाला (ग्रॉस १९६४: १२७). या विचारांनी फ्रान्स, जर्मनी, इंग्लंड, पूर्वीचे सोव्हिएट युनियन आणि अन्य युरोपीय देशांमधील प्रशासकीय व व्यवस्थापकीय व्यवहारांवर प्रभाव टाकला.

नोकरशाही सिद्धान्त

कोणत्या ना कोणत्या नोकरशाहीच्या रूपात आजपर्यंतच्या संघटना अस्तित्वात राहिल्या आहेत. खरे तर प्रत्येक सामूहिक कृतीसाठी कोणत्यातरी स्वरूपाची नोकरशाही रचना आवश्यक असते. नोकरशाही स्वरूपाचे शासनव्यवहार अटळ झाले असून ते आधुनिक संघटनांमध्ये सर्वत्र आढळतात. तसेच नोकरशाही संरचनांचा स्वीकारही सर्वच संघटना करतात कारण नोकरशाहीच्या पुढील गुणवैशिष्ट्यांमुळे, उदाहरणार्थ, अचूकता, नेमकेपणा, गती, निःसंदिग्धता, सातत्य, कार्यक्षमता, नियमितता, एकसारखेपणा, बचत, संघर्षाचे कमीतकमी प्रसंग आणि साधनसामग्री व मनुष्यबळाची किंमत, ऐक्य, व्यक्तिगत हितसंबंधांची काटेकोर दुय्यमता इत्यादी. नोकरशाही संघटनेच्या केंद्रस्थानी असूनही तिचे सिद्धान्तन करण्याचा मॅक्स वेबरच्या आधी कोणीही प्रयत्न केला नाही. गमतीची बाब अशी की वेबरच्या इतक्या मूलगामी योगदानानंतरही नोकरशाहीच्या महत्त्वावर भर देणारे गंभीर स्वरूपाचेही काम झाले नाही. वेबरनंतर नोकरशाहीसंबंधी जे सिद्धान्त मांडले गेले ते प्रामुख्याने नोकरशाहीवर आधारलेल्या संघटनांमधील अकार्यक्षमता आणि समस्यांभोवतीच फिरत राहिल्या. हे लेखन इतके झाले की शासनव्यवहारांचा नोकरशाहीवर आधारलेला प्रकार अतिशय बदनाम झाला. म्हणूनच, नोकरशाही या संज्ञेच्या नेमक्या अर्थासंबंधी बराच गोंधळ आहे. मार्टिन अलब्रोच्या प्रास्ताविकातील नोंदीत याचा पुरावा आढळतो:

> या क्षेत्रात येणारा विद्यार्थी गोंधळून जाणार आहे. काही वेळेस 'नोकरशाही' चा अर्थ प्रशासकीय कार्यक्षमता असा वाटतो तर काही वेळेस त्याच्या अगदी उलट. 'सनदी सेवा' या अर्थाची ती कधी अगदी सोपी संज्ञा वाटते तर कधी आधुनिक संघटनांच्या संरचनांच्या काही वैशिष्ट्यांचा सारांश व्यक्त करणारी एक गुंतागुंतीची कल्पना वाटते. नोकरशाही म्हणजे प्रशासकीय अधिकाऱ्यांचा एक वर्ग वाटतो तर कधी कार्यालय प्रशासनाचे नेहमीचेच काम (अल्ब्रोः १९७०: १४).

यापुढील भागात प्रशासकीय सिद्धान्तातील नोकरशाहीचे काही प्रमुख शीर्षकाखाली विश्लेषण केले आहे.

- मॅक्स वेबरप्रणीत आदर्श नोकरशाही
- मार्क्सप्रणीत साधनसंकल्पना सिद्धान्त
- मेर्टनप्रणीत नोकरशाहीचा कार्यात्म सिद्धान्त
- लोकांच्या निवडीच्या अधिकाराचा सिद्धान्त
- उपचारपद्धती सिद्धान्त

मॅक्स वेबरप्रणीत नोकरशाहीचा आदर्श प्रकार

नोकरशाहीवरील कोणत्याही चर्चेची सुरुवात जर्मन समाजशास्त्रज्ञ मॅक्स वेबरच्याच उल्लेखाने होते हे नाकारता येणार नाही. किंबहुना मॅक्स वेबरनेच सर्वप्रथम नोकरशाहीचे पद्धतशीर सिद्धान्तन करण्याचा प्रयत्न केला. अर्थात, नोकरशाहीच्या वेबरप्रणीत प्रारूपाची प्रशंसा करण्यापूर्वी प्रस्तावना म्हणून थोडी चर्चा केली पाहिजे. पहिली बाब अशी की, वेबरने नोकरशाहीची स्पष्ट शब्दांत व्याख्याही केली नाही आणि नोकरशाहीला सामाजिकशास्त्रांच्या परिभाषेचा भागही मानले नाही. या शब्दाच्या त्याने वारंवार केलेल्या वापरातून असे दिसते की, त्याने दररोजच्या व्यवहारांमधून हा शब्द जुळवला. दुसरे असे की, आपल्या नोकरशाहीच्या कल्पनेत त्याने अधिकाऱ्यांचा समावेश केला नाही. आपल्या नोकरशाहीच्या संकल्पनीकरणात निर्वाचित किंवा काही मोजक्या निवडक अधिकाऱ्यांचा समावेश करण्यास वेबरने नकार दिला. वेबरप्रणीत नोकरशाहीचे एक वैशिष्ट्य म्हणजे अधिकाऱ्यांची नेमणूक केली जाते (अल्ब्रो १९७०). तिसरी बाब अशी की, नोकरशाहीची पद्धतशीर मांडणी करूनही त्याविषयीचे वेबरचे लेखन मात्र विस्कळित आहे. चौथी बाब अशी की, वेबरने नोकरशाहीसंबंधी जी मांडणी केली आहे त्यात बरीच विसंगती आढळते. काही वेळेस नोकरशाही ही संज्ञा त्याने सर्वसाधारण स्वरूपात वापरली आहे, तर अन्यत्र मात्र नोकरशाहीच्या विशुद्ध आणि तार्किक प्रकारावर भर दिला आहे. पाचवे असे की, वेबरच्या नोकरशाहीचा विचार करताना तो एकूणच समाजशास्त्रीय परिप्रेक्ष्यांतर्गत करणे आवश्यक आहे.

वरील मुद्दे लक्षात घेऊन वेबरचे नोकरशाहीचे संकल्पनीकरण एक विशुद्ध समाजशास्त्रीय विचार म्हणूनच स्वीकारले पाहिजे. नेमक्या शब्दांत सांगायचे झाल्यास, एक विवेकी किंवा तार्किक-वैधानिक अधिसत्तेचा आविष्कार म्हणजे आदर्श प्रारूपाची नोकरशाही हा वेबरचा सिद्धान्त अधिक बुद्धिमान्य ठरतो. जर तो त्याच्या प्रभुत्वाच्या सिद्धान्ताचा पार्श्वभूमीवर अभ्यासला तर (भट्टाचार्य १९९६) वेबरच्या

मते प्रभुत्व म्हणजे आज्ञापालन उद्युक्त करणारी केवळ एक आदेशाची संरचना नाही, तर ते तत्परतेने स्वीकारले जाते. वेबरने अधिमान्यतेची तीन उगमस्थाने शोधली आहेत, पारंपरिक, दिव्यवलयी आणि विवेकी-वैधानिक, पैकी विवेकी वैधानिक अधिसत्ता नोकरशाहीत संहित होते. पारंपरिक अधिकारात, अधिमान्यता परंपरेतून निर्माण होते. मूलतः पारंपरिक समाजव्यवस्थांमध्ये अशा प्रकारचा अधिकार दिसतो. कारण तेथील पुरुषश्रेष्ठ, आदिवासी किंवा कुलप्रमुखांना त्यांचा अधिकार असंख्य रूढी, परंपरा आणि संकेतांमधून मिळत असतो. दिव्यवलयी सत्ता मात्र व्यक्तिगत गुणवैशिष्ट्यांवर अवलंबून असते. ज्यात त्या व्यक्तीचे आकर्षक व्यक्तिमत्त्व, वीरश्रेष्ठता किंवा काही गुणांची देणगी यांचा समावेश असतो. अर्थात, वेबर सांगतो त्याप्रमाणे अशा प्रकारची अधिमान्यता ही अंगभूतरित्या अस्थिर आणि अल्पजीवी असते. दिव्यवलय, वेबरच्या मते, दैनंदिन किंवा नेहमीचीच झाले की ते उडून जाते. याउलट विवेकी-वैधानिक अधिकार मात्र कायद्याचा पाठिंबा प्राप्त करतो.

वेबरच्या मते, नोकरशाही हे सार्वत्रिक स्वरूपाचे आणि आत्यंतिक पुरोगामी असा संघटनांचा आधुनिक प्रकार असून तो विवेकी-वैधानिक अधिकारावर अधिष्ठित असतो. आधुनिक समाजात सुव्यवस्था निर्माण करण्यात आणि तिचे निमंत्रण करण्यात नोकरशाही एक अतिशय महत्त्वाची भूमिका पार पाडते. नोकरशाहीवर वेबरने पुढील शब्दात स्तुतिसुमने उधळली आहेतः

> अचूकता, स्थैर्य, कडक शिस्त या संदर्भात नोकरशाही अन्य कोणत्याही प्रकारापेक्षा श्रेष्ठ असून नोकरशाहीवर विसंबून राहता येते. संघटनांच्या प्रमुखांना अन्य संबंधित व्यक्तींना परिणामांचे मोजमाप जवळजवळ अचूकपणे करणे नोकरशाही प्रकारात शक्य असते. अंतिमतः नोकरशाही प्रकार, तीव्र स्वरूपाची कार्यक्षमता आणि आपल्या कार्याच्या व्याप्तीच्या संदर्भात सर्वश्रेष्ठच असतो, तसेच सर्व प्रकारच्या प्रशासकीय कृती प्रत्यक्ष लागू करण्यात नोकरशाही औपचारिकदृष्ट्या सक्षम असते (वेबर १९४६: २२०).

समाजाच्या विकासातील नोकरशाहीचे हे केंद्रस्थान लक्षात घेऊन वेबरने जी सर्व प्रकारच्या समाजांना लागू करता येईल, अशा नोकरशाहीच्या एका संरचनेची कल्पना मांडली. वेबरने नोकरशाहीची पुढील वैशिष्ट्ये स्पष्ट केली आहेत.

- या संरचनेत अधिकाऱ्यांची स्पष्ट पदसोपान रचना असते;
- अधिकाऱ्यांची कार्ये निःसंदिग्धपणे स्पष्ट केलेली असतात;
- अधिकाऱ्यांची नेमणूक कंत्राटी पद्धतीने केली जाते;
- कर्मचारी वर्ग व्यक्तिगत पातळीवर मुक्त असतो. आपापल्या पदाची कर्तव्ये मात्र व्यक्ती निरपेक्षतेने पार पाडतो;

- व्यावसायिक गुणवत्तेच्या आधारावर त्यांची निवड होते आणि परीक्षेद्वारे प्राप्त केलेल्या पदविकेद्वारे ती गुणवत्ता सिद्ध झालेली असते;
- अधिकाऱ्यांना पैशाच्या रूपात वेतन मिळते आणि निवृत्तिवेतनाचा हक्क असतो. पदसोपान रचनेतील पदानुसार वेतनश्रेणी ठरवली जाते. अधिकाऱ्यांना कधीही आपले पद सोडता येते आणि विशिष्ट परिस्थितीत त्यांना पदावरून काढूनही टाकता येते;
- अधिकाऱ्यांचे पद हे त्याचे पूर्ण वेळाचे काम असते;
- नोकरशाहीत वरिष्ठ पदांवर जाता येईल अशी रचना असते, सेवाज्येष्ठता आणि गुणवत्ता या निकषांवर बढती मिळणे शक्य असते आणि ते ठरवण्याचा अधिकार वरिष्ठांना असतो;
- अधिकाऱ्यांना आपले पद आणि त्याबरोबर येणारी साधनसामग्री किंवा आर्थिक बळ यापैकी काहीच बरोबर नेता येत नाही; आणि
- सर्व अधिकाऱ्यावर एका समान नियंत्रण आणि शिस्तीच्या नियमावलीचे बंधन असते.

वेबरप्रणीत नोकरशाही प्रारूपावरील टीका

नोकरशाहीच्या प्रत्यक्ष व्यवहारांमध्ये वेबरने सांगितलेल्या आदर्शांचा समावेश होताना दिसत नाही. खरे तर, नोकरशाही असे अनेक परिणाम कार्यात अडथळे निर्माण करते की, ज्यांची अपेक्षा केलेली नसते. म्हणूनच, नोकरशाही प्रारूपावर अनेक मुद्द्यांच्या आधारे टीका केली जाते. नोकरशाही प्रारूपाला 'यांत्रिक सिद्धान्त' असे म्हटले असून संघटनेत औपचारिक संरचनांचा अतिआग्रह धरल्यामुळे हे प्रारूप बंदिस्त व्यवस्था निर्माण करते व पर्यावरणीय घटकांकडे दुर्लक्ष करते. टीकाकारांचा असा दावा आहे की, नोकरशाही प्रारूप ताठर, अचल आणि अलवचीक स्वरूपाचे आहे. अगदी सुरुवातीचे एक टीकाकार रॉबर्ट मेर्टन (१९४९ः ३६५) असे म्हणतात की, नियमांनाच सतत चिकटून राहिल्याने नियमच अंतिम हेतू बनतात आणि उद्दिष्टे मात्र विस्थापित होतात. या प्रक्रियेतून अंतिमतः नोकरशाहीत ताठरता, लालफितीचा कारभार निर्माण होतो, संघटना बदलांना विरोध करू लागते. नोकरशाही कार्यपद्धतींमुळे अनावश्यक विलंब लागतो व ते निराशाजनक असते. केवळ नियम आणि कायद्यांनाच अनुसरून काम करण्यास उत्तेजन दिल्यामुळे मूलगामी वर्तनाला आणि नवनिर्मिती क्षमतेला वावच राहत नाही. याप्रकारे, मिशेल क्रोझियर या अभ्यासकाने नोकरशाहीला एक अतिशय ताठर अशी संघटना म्हटले आहे, जी आपल्या चुकांमधून शिकूनही आपले वर्तन सुधारू शकत नाही. वेबरच्या सिद्धान्तात मानवतावादाच्या विरोधीही काही सूर सापडतो. प्रत्येक व्यक्ती एक सामाजिक प्राणी असते आणि तिला हितसंबंध,

पूर्वग्रह आणि काही साशंकता असते याकडे वेबरने फारसे लक्ष दिलेले नाही. म्हणूनच नोकरशाही प्रारूप हे संघटनेच्या प्रत्यक्ष कामकाजाचे एक अपुरे वर्णन आहे. नोकरशाहीवर अशीही टीका केली जाते की, ती सतत स्वतःचे हितसंबंध जपणारी व्यवस्था आहे, कारण हळूहळू ती स्वतःच एक दबावगट बनते आणि त्यांनाच सर्व बाबींच्या केंद्रस्थानी ठेवते. रॉबर्ट प्रेस्थस या विचारवंताला असे वाटते की वेबरप्रणीत हे प्रारूप पाश्चात्त्य संस्कृतीची निर्मिती असून ते विकसनशील देशांसाठी योग्य नाही. आपला सामाजिक आर्थिक विकास जलद गतीने साध्य करण्यासाठी विकसनशील राष्ट्रांना एका लवचीक कल्पक दृष्टीची गरज असते. परंतु वेबरप्रणीत काटेकोर नियमांनी ताठरपणे बांधलेली नोकरशाही अनेक प्रकारची गुंतागुंतीची कामे कराव्या लागणाऱ्या व्यवस्थेशी विसंगत ठरते. नियमांबाबतचा अवाजवी काटेकोरपणा किंवा नियमपालनाचा ध्यास हा विकसनशील राष्ट्रांमधील बदलत्या परिस्थितीवर मात करण्याच्या क्षमतेला धोका निर्माण करतो.

नोकरशाही विस्ताराच्या किंवा ज्याला वेबरने नोकरशाहीकरण म्हटले आहे, त्या समस्येची वेबरला पूर्ण कल्पना होती. जरी या क्षेत्राकडे त्याच्या अभ्यासात दुर्लक्ष झालेले असले, तरी नोकरशाहीचे दोष थोपवण्यासाठी त्याने काही संरक्षण यंत्रणांचा उल्लेख केला होता, उदाहरणार्थ, सामूहिकता, सत्ता विभाजन, प्रत्यक्ष लोकशाही आणि प्रतिनिधित्त्व. *सामूहिकता* हे नोकरशाहीला नियंत्रित ठेवण्याचे सर्वांत प्रभावी साधन आहे असे वेबरला वाटत होते. सामूहिकता ही एक अशी संकल्पना आहे की, जी नोकरशाहीच्या मक्तेदारी सामूहिक ही एक अशी संकल्पना आहे की जी नोकरशाहीच्या मक्तेदारी सामूहिक निर्णय प्रक्रियेद्वारा नियंत्रण ठेवू शकते. सत्ताविभाजन हे तत्त्व तर सातत्याने वापरले गेलेले आणि यशस्वी ठरलेले तंत्र मानण्यात आले. जेव्हापासून मॉंटेस्क्यूने निरंकुश सत्तेवरील उतारा म्हणून ते तत्त्व मांडले, वेबरनेही नोकरशाहीवरील नियंत्रणासाठी *सत्ताविभाजनाचा* मार्ग सुचवला व एकाच कार्याच्या जबाबदारीचे विभाजन करावे असे सांगितले. प्रत्यक्ष लोकशाही ही आणखी एक यंत्रणा वेबरने नोकरशाहीच्या अधिकारशाहीवरील नियंत्रणासाठी सांगितली. अंतिमतः, प्रतिनिधित्व हे नोकरशाही नियंत्रणाखाली ठेवण्याचे सर्वांत महत्त्वाचे साधन आहे असे वेबरचे मत होते (अल्ब्रो १९७०).

याप्रकारे, अनेक उणिवा असूनही नोकरशाही संघटनांच्या पद्धतशीर अभ्यासाची सुरुवात वेबरने केली म्हणून या अभ्यासाचे श्रेय त्याला दिले पाहिजे. अनावश्यक पसंती देणे आणि पुतणेशाही टाळून प्रशासनात व्यावसायिकता विकसित करण्यास त्यामुळे मदत झाली. संघटनेच्या उद्दिष्टांची तर्कशुद्ध रीतीने प्राप्ती करण्याची हमी या सिद्धान्ताने दिली. नोकरशाही प्रारूपाचे 'कायमस्वरूपी' हे वैशिष्ट्य विकसनशील

राष्ट्रांच्या दृष्टीने फार महत्त्वाचे आहे. राज्यकर्ते वारंवार बदलत असले तरी नोकरशाही राज्य करतच असते. लालफितीचा कारभार, पुतणेशाही आणि भ्रष्टाचार यांचे टोपणनाव म्हणजे नोकरशाही असे जरी म्हटले जात असले तरी जगातील कोणत्याच राज्याने ती नष्ट केली नाही यातूनच नोकरशाहीची उपयुक्तता सिद्ध होते. लोकप्रशासन विद्याशाखेचे विल्सन जनक असतील तर मॅक्स वेबर हे या विद्याशाखेला मजबूत सैद्धान्तिक पाया देणारे पहिले सिद्धान्तक ठरतील. संघटनांच्या कोणत्याही संकल्पनीकरणात वेबरप्रणीत नोकरशाहीचे आदर्श प्रारूप हे नेहमीच मूलभूत राहील.

कार्ल मार्क्सप्रणीत साधनवादी सिद्धान्त

नोकरशाहीविषयक साधनवादी सिद्धान्त हा क्रांतिकारक सामाजिक बदलांसंबंधी कार्ल मार्क्स आणि त्याचे अधिभौतिक कथन याच्याशी जोडलेले आहे. मार्क्सला नोकरशाहीचे कोणतेही एक पद्धतशीर विवेचन करावयाचे नव्हते. त्याचा नोकरशाहीविषयक सिद्धान्त हा त्याने मांडलेल्या सामाजिक बदलाच्या एकूण योजनाबद्ध चौकटीत समजून घेतला पाहिजे. कार्ल मार्क्सने नोकरशाहीला राज्य करणाऱ्या वर्गाचे उपांग मानले व त्याच्या मते प्रस्थापित राजवट चालू ठेवण्यासाठी ते राजाबरोबर काम करते. या संदर्भात १७८९ मधील फ्रेंच नोकरशाहीचे उदाहरण देऊन नोकरशाहीने कशी राज्यकर्त्या भांडवलदार वर्गाला मदत केली हे त्याने दाखवून दिले. नोकरशाही, मार्क्सच्या मते, आघात प्रतिबंधकाचे काम करते, राज्याला धक्का देणाऱ्या बाबी नोकरशाही शोषून घेते. म्हणूनच, सामाजिक बदलांचा एक खरा शास्त्रज्ञ या दृष्टीने कार्ल मार्क्सने नोकरशाहीची यथास्थिती राखण्यातील आत्यंतिक महत्त्वाची भूमिका ओळखली होती आणि म्हणूनच राज्य आणि नोकरशाही दोन्हीही एकाचवेळी नष्ट करण्याचे सुचवले होते.

मार्क्सने वेबरप्रमाणे नोकरशाही किंवा लोकप्रशासन यावर प्रदीर्घ चर्चा कधीच केली नाही. त्याचे या संदर्भातील हितसंबंध वरवरचे होते. याचे कारण लोकप्रशासन हे केवळ भांडवलशाहीलाच पूरक असते असा त्याने विचार केला होता. तरीही, त्याचे विचार दोन दृष्टींनी महत्त्वाचे आहेतः (*अ*) भांडवलशाहीचा उदय आणि अस्त यासंबंधीची आपली भूमिका स्पष्ट करताना तो विकसित भांडवलशाहीच्या खऱ्या वेगाच्या स्पष्टीकरणात अधिकाधिक गुंतत गेला, जो वेग त्याला भांडवलशाहीचे समर्थक आणि विरोधक यांच्या संघर्षात दिसला. या प्रक्रियेत नोकरशाहीला दुसरा पर्यायच उरत नाही आणि वर्गीय भेद निर्माण करणाऱ्या उत्पादन व्यवस्थेचे शेपूट म्हणून औपचारिकरित्या काम करावे लागते. (*आ*) नोकरशाहीची संस्थात्मक पाळेमुळे शोधताना मार्क्सने लोकप्रशासनाचे एक संदर्भीय स्पष्टीकरण दिले जे वेबरने

मांडलेल्या प्रशासनाच्या सार्वत्रिक प्रारूपाच्या अगदी विरुद्ध होते. नोकरशाही तेव्हाच 'विवेकी/तार्किक/शास्त्रशुद्ध असते जेव्हा तिचे संकल्पनीकरण सामाजिक आर्थिक चौकटीच्या आत केले जाते. म्हणूनच, नोकरशाहीचे अर्थपूर्ण सार्वत्रिक आरेखन असूच शकत नाही' असे मार्क्स म्हणतो. इथेच कार्ल मार्क्सची लोकप्रशासनातील एक अत्यंत सर्जनशील सिद्धान्तक म्हणून ओळख होते. ज्याच्या मते, लोकप्रशासन किंवा नोकरशाही ही केवळ एक संरचना नाही तर वर्तनाच्या संदर्भात ती विचारसरणी असते व हे वर्तन ज्या सामाजिक, आर्थिक व राजकीय वातावरणात केले जाते त्याचाही परिणाम विचारसरणीवर होत असतो (चक्रवर्ती २००७ः २५).

रॉबर्ट मेर्टन प्रणीत कार्यात्म सिद्धान्त

वेबरप्रणीत आदर्श प्रारूप नोकरशाहीवरील टीका म्हणून रॉबर्ट मेर्टनने जे लिहिले त्यातून नोकरशाही संबंधीचा कार्यात्म दृष्टिकोनातून मांडलेला सिद्धान्त उदयास आला. 'ब्युरोक्रॅटिक स्ट्रक्चर अँड पर्सनॅलिटी' या शीर्षकाच्या लेखात मेर्टनने असे ठामपणे म्हटले आहे की प्रशासनातील अचूकता आणि त्याची विश्वासार्हता यावरील अवाजवी भर अनुत्पादक ठरू शकतो. कारण काही उद्दिष्टे साध्य करण्यासाठी बनवलेले नियमच मग उद्दिष्टे बनतात. त्याचबरोबर, पदसोपानरचना, व्यक्ती निरपेक्षता इत्यादींवर अवाजवी भर दिल्याने नोकरशाही एक कारकीर्द सेवा एका निष्क्रिय संघटनेत खालावली जाईल.

निवड सिद्धान्त

लोकांना निवड करण्याचे स्वातंत्र्य असावे असे मानणारा हा निवड सिद्धान्त म्हणजे राजकीय प्रक्रिया आणि संस्थांचा अभ्यास अर्थशास्त्रीय दृष्टीने करणे होय. पद्धतिशास्त्राप्रमाणे, लोकांचा निवड करण्याचा अधिकार मान्य करणारा हा सिद्धान्त काही घटकांवर आधारलेला आहे. (*अ*) व्यक्तिवाद, (*आ*) विवेकबुद्धीने केलेली निवड. हा सिद्धान्त आपल्याला आवश्यक पाठिंबा नव्या उजव्या तत्त्वप्रणालीकडून मिळवतो. नवा उजवा दृष्टिकोन म्हणजे विचारवंतांचा असा एक गट की ज्याचा विश्वास अनेक प्रकारच्या विचारसरणींवर असून त्याद्वारे ते अन्य काही बाबींप्रमाणेच मुक्त बाजारपेठ, कल्याणकारी राज्यास विरोध, उदारमतवाद हे वृद्धिंगत करतात आणि काही वेळेस सामाजिकदृष्ट्या अधिकारशाहीच्या (पुराणमतवादी) धोरणांचा पुरस्कार करतात (जेरी आणि जेरी २०००). हा सिद्धान्त उघडपणे बाजारपेठेच्या बाजूने असल्याने या सिद्धान्ताला नोकरशाही दूर करावयाची आहे. कारण त्यांच्या मते नोकरशाही अतिरिक्त पुरवठा करण्याची व अति खर्च करण्याची प्रवृत्ती असते.

सार्वजनिक नोकरशाहीच्या बाबतीतील या दृष्टिकोनाची ही टीका अनेक क्षेत्रांशी संबंधित आहे.

अतिरिक्त पुरवठा

लोकांच्या निवड करण्याच्या अधिकाराला प्राधान्य देणारा हा सिद्धान्त असे मानतो की सार्वजनिक नोकरशाहीला अतिरिक्त पुरवठा करण्याची सवय असते. स्वतःच्या हितसंबंधाची राखण करणारी संस्था म्हणून नोकरशाही अन्य अनेक हितसंबंधी गटांसह अतिरिक्त पुरवठ्याच्या आपल्या प्रवृत्तीचे समर्थन करते.

अर्थसंकल्पात वाढ

अर्थसंकल्पात वाढ करणे ही एक बऱ्यापैकी मुक्तोत्तरी प्रक्रिया असते आणि तिचे स्वतःची अशी उत्पन्न वाढवण्यासंबंधीची कारणे असतात. नोकरशाही मात्र राजकीय कार्यकारी मंडळांच्या जोडीने वाढीव खर्चाचे समर्थन करण्यासाठी मुद्दाम काम 'तयार करतात'. लोकप्रशासनातील हे एक प्रभावी असे विश्लेषणाचे प्रारूप असून त्याला प्रोत्साहन लोक निवड सिद्धान्त व विवेकनिष्ठ निवड सिद्धान्तातून मिळाले. या विश्लेषणातून नोकरशहा कशाप्रकारे अर्थसंकल्पातून आपल्या व्यक्तिगत उपयुक्ततेच्या बाबी वाढवण्याचा प्रयत्न करतात. विल्यम निस्कानेन या विचारवंताने फार पूर्वी म्हणजे १९७१ मध्ये 'ब्युरोक्रसी अॅन्ड रिप्रेझेंटेटिव्ह गव्हर्नमेंट' या शीर्षकाच्या त्याने प्रसिद्ध केलेल्या पुस्तकात हे विश्लेषण मांडले आहे. त्यात त्याचा दावा असा आहे की, 'विवेकनिष्ठ नोकरशहा हे नेहमीच आणि सर्वत्र आपल्या अर्थसंकल्पीय तरतुदी वाढवतात व त्याद्वारे आपली सत्ता वाढवतात, परिणामी, राज्याच्या विकासात भर पडते आणि सामाजिक अकार्यक्षमता बऱ्याच प्रमाणात कमी होते' (निस्कानेन १९७१, १९७३).

अर्थात, लोक निवडीच्या सिद्धान्ताचे समर्थकांचे केवळ सार्वजनिक नोकरशाहीवर टीका करून समाधान झालेले नाही. समस्यांवर मात करण्यासाठीच्याही काही सूचना त्यांनी दिल्या आहेत. त्या अशा कंत्राटे बाहेर देणे, सध्याच्या नोकरशाहीचे विभागीकरण करणे, कामगिरीवर आधारित वेतन, सल्लागारांची नेमणूक करणे, खर्चात कपात करणे इत्यादी.

- *कंत्राटे बाहेर देणे/कंत्राटीकरण*: नव्या उजव्या विचारसरणीचे समर्थक असे सुचवतात की, कामाचे कंत्राट बाहेरच्या घटकांना देणे हा शासनसंस्थांच्या विविध शाखांमध्ये कार्यक्षमता आणि काटकसरीचे धोरण परत आणण्याचा सर्वांत प्रभावी मार्ग आहे, कारण, शासकीय संरचनेत जमलेली अतिरिक्त मांद्य त्यामुळे आपोआपच कमी होईल. स्पर्धात्मक सौदेबाजीच्या द्वारे खाजगी

उद्योजकांना अथवा सेवा पुरवठादारांना शासनाचे कार्यक्रम राबवण्यास व सेवा उपलब्ध करून देण्यास कंत्राट देणे हा सार्वजनिक धोरण अंमलबजावणीचा सर्वांत आर्थिकदृष्ट्या सक्षम असे तंत्र असून ते सध्या अतिशय लोकप्रिय होत आहे. कंत्राटी पद्धतीमुळे सेवा पुरवठादारांमध्ये स्पर्धेची भावना निर्माण होते व त्यामुळे सेवेचा दर्जा आणि गुणवत्ता सुधारते. तसेच बाहेर कंत्राट दिल्याने संघटनांतर्गत सेवा पुरवठादारांच्या मक्तेदारी स्थानांना आव्हान मिळते आणि परिणामी कामगार संघटना आणि व्यावसायिकांच्या अडथळे निर्माण करण्याच्या वृत्तींवर नियंत्रण येते (डनलेव्ही १९८६).

- *नोकरशाहीचे विभाजन*: संस्थात्मक सुधारणांबाबतची त्यांची दुसरी सूचना अशी की, प्रचलित नोकरशाहीचे विभाजन करावे. लोक निवड सिद्धान्ताचे विचारवंत असे मानतात की, नोकरशाहीमध्ये आपली व्याप्ती वाढवण्याची एक अंगभूत प्रवृत्ती असते, मग नोकरशाही कोणत्याही प्रकारची असो आणि तिचे स्थान कोणतेही असो. म्हणूनच, अनेक लहान स्थानिक संस्था असण्याची गरज ते सांगतात. याचे कारण असे की, अशा लहान संस्था एकजिनसी सामाजिक गट सामावून घेतील आणि लोकांच्या पसंतीनुसार सेवा देणे सोपे जाईल.
- *कामगिरीवर आधारित वेतन*: लोकांच्या निवडीला प्राधान्य देणारा हा सिद्धान्त, कर्मचाऱ्यांची वेतनश्रेणी ठरवण्यासाठी एक अवघड स्वरूपाची कामगिरी-मूल्यमापन व्यवस्था असावी असे मानतो. पारंपरिक नोकरशाहीकडून व्यवस्थापन केल्या जाणाऱ्या शासनामध्ये ज्याप्रमाणे सेवाज्येष्ठता हा बढतीचा निकष असतो व त्यानुसार वेतनात वाढ होते, तसे होऊ न देता, निवड सिद्धान्ताचे समर्थक असे सुचवतात की, सार्वजनिक नोकरशाहीतील वेतनश्रेणी रचना ही कामगिरीवर आधारित असावी. याचे कारण असे की, नोकरशाहीमार्फत ज्या संघटनांचे व्यवस्थापन होते तिथे कामगिरीपेक्षा सेवाज्येष्ठतेला प्राधान्य दिले जाते. या संदर्भात, एक व्यवस्थापन सिद्धान्तक लॉरेन्स जे. पीटर यांनी असे दाखवून दिले आहे की नोकरशाही व्यवस्थापित संघटनांमध्ये कर्मचाऱ्यांना त्यांच्या अकार्यक्षमतेच्या पातळीपर्यंत कशी बढती दिली जाते. पीटरने आपल्या प्रसिद्ध 'पीटर तत्त्वात' असे दाखवले आहे की एखाद्या नेहमीच्या पदसोपान रचनेवर आधारलेल्या संघटनेत एखाद्या कार्यक्षम कर्मचाऱ्याला वरच्या पदांवर (केवळ सेवाज्येष्ठता या तत्त्वानुसार) नियमित बढती दिली जाते, तोपर्यंत तो कर्मचारी अशा एक पदापर्यंत येऊन पोहोचलेला असतो जे त्याच्या कुवतीबाहेरचे असते. अन्य शब्दात, पीटरच्या मते, प्रत्येक

कर्मचारी अकार्यक्षमतेच्या एका पातळीपर्यंत येऊन पोहोचतो किंवा ज्याला 'पीटर प्रतल' असे म्हटले आहे, जिथे त्याची बढतीसाठी आवश्यक गुणवत्ता शून्य असते (पीटर आणि हल १९७२).

- *सल्लागार सेवा विकत घेणे*: निवड सिद्धान्ताच्या समर्थकांनी आणखी एक सूचना मांडली आहे व ती म्हणजे सल्लागार सेवा विकत घेणे. या सिद्धान्ताचे समर्थक असे मानतात की, सल्लागारांच्या नेमणुकांमुळे राज्याच्या नोकरशाहीवर, विशेषतः तिचे माहिती आणि सल्ला यावर असणाऱ्या, मक्तेदारीवर नियंत्रण येईल.
- *खर्चात कपात*: लोकांना निवड करण्याचा अधिकार असावा असे मानणारे विचारवंत असे म्हणतात की, सार्वजनिक नोकरशाहीच्या अतिरिक्त पुरवठा करण्याच्या व अनावश्यक कर्मचारीवर्ग नेमण्याच्या प्रवृत्तीवर नियंत्रण ठेवण्यासाठी सार्वजनिक खर्चात मोठ्या प्रमाणावर कपात केली पाहिजे.

निदानात्मक सिद्धान्त

सिद्धान्तकांच्या एका गटाने नोकरशाही या घटकावर अतिशय कठोर टीका करून त्यात अनेक आजार दिसून येत असल्याचे म्हटले आहे. नोकरशाहीतील उपचारायोग्य लक्षणसमूह या सिद्धान्तकांनी शोधला आहे. तो एक विशिष्ट प्रकारचा आजार असून शासनाच्या सर्व संघटनांना त्याने ग्रासले आहे, परिणामी धोरण आणि कार्यक्रम यांच्या यशस्वी अंमलबजावणीतील नोकरशाहीची कार्यक्षमता त्यामुळे मोठ्या प्रमाणावर कमी होते. व्हिक्टर थॉम्पसन या विचारवंताने नोकरशाहीतील रोगाच्या स्वरूपाचे स्पष्टीकरण दिले आहे, ज्याला तो 'नोकरशाहीतील रोगनिदानशास्त्र' असे म्हणतो, ज्याचा अर्थ असा की, 'असुरक्षिततेच्या भावनेने पछाडलेले लोक आपल्या अधिकाराचा वापर इतरांना दडपण्यासाठी व त्यांच्यावर नियंत्रण ठेवण्यासाठी करतात, अशांच्या वर्तनपद्धती होय' (डीहुग २०००: १३३) नोकरशाहीचा हा रोगनिदानशास्त्रीय किंवा उपचारपद्धती शास्त्रीय दृष्टिकोन अशा प्रकारे नोकरशाही स्वरूपाच्या शासनव्यवहाराविरोधीच्या सार्वत्रिक नाराजीतून आणि तिरस्कारातून उदयास आला आहे. अमेरिकन प्रशासकीय संदर्भाच्या पार्श्वभूमीवर लिहिलेल्या एका लोकप्रिय पुस्तकाच्या सारांशातून नोकरशाही रोगशास्त्राचा गाभा अतिशय संयुक्तिकपणे व्यक्त होतोः

> बऱ्याच अमेरिकन लोकांना 'नोकरशाही' हा संघर्षमय शब्द वाटतो. नोकरशाहीपेक्षा फार थोड्या बाबी अमेरिकनांना आवडत नाहीत, नोकरशहांच्या व्यवसायापेक्षा फार कमी व्यवसाय ते कमी प्रतिष्ठेचे मानतात. दोहोंवरही वृत्तपत्रांमध्ये वारंवार टीका होते आणि राजकीय वर्तुळातले वक्ते आणि सामान्य नागरिकही नोकरशाहीची

वारंवार अवहेलना करतात. नोकरशहांवर तीव्र टीका करण्यासाठी भावनावश होऊन वापरलेले काही शब्द म्हणजे, 'अकार्यक्षम', 'दप्तरदिरंगाई', 'मूर्खपणा', 'गोपनीयता', 'स्व-संतुष्टता', 'आक्रमकता' आणि 'स्वार्थीपणा' (स्टिलमन दुसरा २००५: ५०).

नोकरशाहीचा आजार आविष्कृत करणाऱ्या इथे दोन सिद्धान्तांचा उल्लेख करता येईल, 'पार्किन्सनचा नियम' आणि 'पीटरचे तत्त्व'. पार्किन्सनने आपल्या आगळ्यावेगळ्या स्वरूपाच्या पार्किन्सन नियमाच्या मांडणीत नोकरशाहीच्या अंतर्गत असणारे गुंतागुंतीचे व्यवहार उघडपणे मांडले. त्याच्या मते, स्वतःच्या हितसंबंधांची जोपासना करणारा एक दबावगट म्हणून नोकरशाही आपला आकार खालील नियमांच्या द्वारे वाढवते: पहिला नियम, उपलब्ध वेळ भरण्यासाठी काम पूर्ण करण्यास मुद्दाम वेळ लावला जातो; दुसरा नियमः खर्च व उत्पन्नाची तोंडमिळवणी करण्यासाठी खर्च वाढवला जातो; तिसरा नियम, क्षुल्लकीकरणाचा नियम. यापैकीचा पहिला नियम असा की, संघटनेत जे काम करावयाचे असते त्याचा भार आणि संघटना चालवत असलेले कर्मचारी यांच्यात थेट सहसंबंध नसतो. 'अधिकारी एकमेकांसाठी काम काढतात ही पहिल्या तत्त्वाची तार्किक परिणती आहे. संबंधितांच्या मनात असा एक प्रश्न निर्माण होत असेल की, वास्तवात ही फुगलेली लोकशाही कोणते काम करत असेल? कारण, अनेक बाबतीत तर ती प्रमाणाबाहेर फुगवलेली असते. आपल्या संघटनेच्या अंतर्गत अनेक संस्थांचा लवाजमा तयार करून नोकरशाही आपल्या अतिरिक्त मनुष्यबळाचे समर्थन कसे करते हे दुसऱ्या तत्त्वाद्वारे स्पष्ट होते.' नोकरशाही अर्थसंकल्पात विनाकारण वाढ करते हा नव्या उजव्या विचारवंतांचा नोकरशाहीविरुद्ध जो आक्षेप आहे त्याचेच समर्थन दुसरा नियम 'उत्पन्नवाढीसाठी खर्चात वाढ' करतो. संघटनात्मक खर्चाबाबतच्या नोकरशाहीच्या वृत्तीची तुलना पाकिन्सनने एखाद्या पत्नीच्या तिच्या पतीच्या वेतनासंबंधी असणाऱ्या वृत्तीशी केली आहे! नोकरशाही संघटनांमधील अर्थसंकल्पीय वाढ दर्शवण्याबाबत पार्किन्सनने जी उपमा वापरली आहे त्यातून त्याला असे स्पष्ट करावयाचे आहे की अर्थसंकल्पीय वाढ ही एक खास सर्वत्र आढळणारी घरगुती घटना आहे. कारण, कर्त्या व्यक्तीच्या वेतनाबरोबरच त्याच्या कुटुंबाच्या गरजाही वाढू लागतात. पार्किन्सनच्या मते, विशिष्ट कामासाठी उपलब्ध असलेला निधी भरून काढण्यासाठी गरजा मुद्दाम निर्माण केल्या जातात. तिसरा नियम, क्षुल्लकीकरणाचा - राज्याच्या तिजोरीतून होणारा प्रचंड खर्च लपवण्यासाठी किंवा तो धूसर करण्यासाठी नोकरशाही ज्या तडजोडी करते, त्यांच्यासंबंधीचा आहे. 'क्षुल्लकीकरणाचा नियम' हे एक नेहमीच वापरले जाणारे तंत्र असून त्यानुसार नोकरशहा मुद्दाम खर्चाचे मोठे मोठे आकडे क्षुल्लक मानू लागतात आणि त्याद्वारे असा समज पसरवतात की तो नेहमीचाच खर्च आहे.

नोकरशाहीच्या रोगनिदानाशी संबंधित आणखी एक अलीकडचाच सिद्धान्त म्हणजे 'पीटर तत्त्व' होय. अकार्यक्षमता आणि दुबळ्या प्रकारचा संघटनात्मक व्यवस्थांसाठी हा अपकीर्तीचा शब्द वापरला जातो. याचा अर्थ असा की कोणत्याही व्यक्तीचे किंवा संघटनेचे असे वर्तन जे तर्कविसंगत आणि अकार्यक्षम स्वरूपाचे असूनही केवळ पदसोपान रचनेमुळे त्यास पाठिंबा मिळतो (पॅडॉक २०००: १५७). लॉरेन्स जे. पीटर या विचारवंताने आपल्या एका प्रसिद्ध सिद्धान्त मांडणीत एका खास पदसोपान रचनेवर आधारित संघटनेच्या संदर्भात (जिथे बढतीच्या तत्त्वाची निश्चिती प्रामुख्याने सेवाज्येष्ठतेनुसार होते) अकार्यक्षमता ही कशी पद्धतशीरपणे दृढ केली जाते व तिचे कौतुक केले जाते, असे दाखवून दिले आहे. संघटनेच्या वेगवेगळ्या प्रकारातील नोकरशाहीच्या काऱ्याचे सूक्ष्म निरीक्षण करून त्या आधारे त्याने ही मांडणी केली आहे. तो अशा एका गृहीतकापासून सुरुवात करतो की पदसोपान रचनेला अती चिकटून राहिल्याने प्रत्येक संघटनेतील कर्मचारी अकार्यक्षमतेच्या वरच्या पातळीवर बढती देऊन पाठवले जातात आणि एक वेळ अशी येते की त्यांच्यातील बढतीसाठीची गुणवत्ता शून्यावर येते आणि ते एका सपाट पातळीवर येतात, ज्याला 'Peter's Plateau' असे म्हटले आहे.

उत्तर नोकरशाही सिद्धान्त

अस्थायी स्वरूपाच्या कामाच्या पद्धती असणाऱ्या एका नव्या संघटनात्मक वास्तवाचे नवे बदललेले रूप चलाखीने पुढे मांडण्याचा प्रयत्न उत्तर नोकरशाही सिद्धान्ताने केला आहे. यातील कल्पना अशी की, आकार, सीमारेषा आणि कार्यपद्धतीच्या संदर्भात या शतकाच्या सुरुवातीपासून फार मोठे बदल झाले आहेत. म्हणूनच नव्या संघटनात्मक वास्तवाशी जुळवून घेण्यात नोकरशाहीचा पारंपरिक रचनेला अपयश आले आहे. वॉरेन बेन्नीस हा उत्तर नोकरशाहीचा एक प्रमुख समर्थक होता. त्याच्या मते नोकरशाहीचे हे 'यंत्र प्रारूप' संघटनेच्या सुव्यवस्था, अचूकता यांच्या गरजेपोटी आणि औद्योगिक क्रांतीच्या सुरुवातीच्या काळात कामगारांनी केलेल्या निःपक्षपाती वागणुकीसाठी म्हणून अस्तित्वात आले आहे. बेनिसच्या मते नोकरशाही, औद्योगिक क्रांतीच्या सुरुवातीच्या काळात पुतणेशाही, क्रौर्य, व्यक्ती नियंत्रण, लहरी आणि व्यक्तीसापेक्ष निर्णय यासारख्या समस्यांच्या विरोधातील व्यवस्थापकीय व्यवहार म्हणून ती निश्चितच फायद्याची ठरली, परंतु आता मात्र ती उपयुक्त राहिली नाही. बेनिसने नोकरशाहीला धोका निर्माण करणाऱ्या चार मुद्दे उपस्थित केले. अनपेक्षित व जलद गतीने होणारे बदल, आकारमानात वाढ जिथे संघटनेच्या पारंपरिक कृतींचा भारही वाढ पेलू शकत नाही, आधुनिक तंत्रज्ञानाची गुंतागुंत जिथे कृती आणि खूप विविधता आणि अती

विशेषीकृत क्षमतांची गरज असते अशा व्यक्ती यांच्यातील सुसूत्रीकरणाची गरज असते आणि व्यवस्थापकीय वर्तनातील बदलातून आकारात येणारा मानसशास्त्रीय धोका (बेनिस १९६८, निग्रो आणि निग्रोमध्ये उद्धृत १९८३: १८७).

बेनिस या विचारवंताने भविष्यातील संघटनांच्या सामाजिक संरचनांची रूपरेषा आखली असून त्या रूपरेषेत तो 'अस्थायी व्यवस्था' असे म्हणतो.

यातील कळीचा शब्द 'अस्थायी' असेल. जुळवून घेणाऱ्या आणि जलदगतीने बदलणाऱ्या अस्थायी व्यवस्था तिथे असतील या व्यवस्था म्हणजे समस्यांभोवती संघटित झालेले कृती दल असतील व त्यांचे निराकरण वैविध्यपूर्ण व्यावसायिक कौशल्ये असलेल्या व काही प्रमाणात अनोळखी अशा गटांकडून सोडवल्या जातील. या गटाचे संघटन कार्यक्रमबद्ध भूमिकांकडून असणाऱ्या अपेक्षांपेक्षा एकजिनसी किंवा सेंद्रिय अपेक्षांवर आधारित केले जाईल. कार्यकारी प्रमुख याप्रकारे विविध कृती दलांमधील समन्वयक असेल अथवा त्यांना जोडणारी पिन असेल. कार्यकारी प्रमुखपदी अशी व्यक्ती असली पाहिजे की जी संशोधनाची बहुभाषिक शास्त्रीय भाषा बोलू शकेल आणि माहिती पुढे देण्याचे त्याच्याजवळ कौशल्य असेल, तसेच विविध गटांमध्ये मध्यस्थी करू शकेल. लोकांचे मूल्यमापन त्यांच्या श्रेणीनुसार नाही तर त्यांच्या कौशल्ये आणि व्यावसायिक प्रशिक्षणानुसार होईल. संघटनात्मक तक्त्यांमध्ये स्तरीकरण झालेले कार्यात्मक गट असणार नाहीत तर प्रकल्प गट असतील–असे प्रकल्प गट लवचीक, पटकन सामावून घेणारे असतील. विविध क्षेत्रातील विशेषज्ञ समस्या निराकरणाच्या अस्थायी व्यवस्थेचे भाग असतील. एक सेंद्रिय किंवा एकजीव रचनेत हे सर्व परस्परांशी जोडलेले असतील व त्यांना जोडण्याचे काम कार्यकारी विशेष समन्वय व कृतीच्या परीक्षणाद्वारे करतील. अशा प्रकारचे संघटना प्रारूप हळूहळू नोकरशाही प्रारूपाला दूर करून अस्तित्वात येईल. या प्रकारच्या संस्थात्मक मांडणीमुळे यापूर्वी उल्लेखिलेल्या आंतर-गट संघर्ष तर कमी करतीलच पण त्याचबरोबर संघटनेत एक प्रामाणिकपणाची व चांगल्या प्रकारच्या सर्जनशील सहकाऱ्याची भावना निर्माण करतील. (बेनिस यांच्या *बियॉण्ड ब्युरोक्रसी* याची निग्रो आणि निग्रो १९८३:१९७ मधील संक्षिप्त आवृत्ती).

सागरी वर्तुळांचे गांधींनी मांडलेले प्रारूप

महात्मा गांधींनी मानवी संस्कृतीला जे योगदान दिले आहे ते त्यांच्या विशेषतः 'राष्ट्र' व 'राज्य' यांच्याविषयीच्या पर्यायी दृष्टीतून व्यक्त होते. महात्मा गांधींनी अनेक प्रकारच्या प्रभुत्वाला, मग ते प्राचीन असो अथवा आधुनिक किंवा उपखंडातील असो, आव्हान देत एक अतिशय व्यापक असा सिद्धान्त मांडला जो राष्ट्रीय सीमारेषा ओलांडून जातो व 'एका चांगल्या समाजाची' मूलभूत रूपरेषा ठरवतो, अहिंसेचे

महत्त्व स्पष्ट करतो, वांशिकता, धर्म आणि भारताची अन्य सामाजिक-आर्थिक वैशिष्ट्ये विचारात घेऊन महात्मा गांधींनी राष्ट्राचा एक असे वैशिष्ट्यपूर्ण उद्दिष्ट व्यक्त केले की जे शहरी-औद्योगिक संस्कृतीवरील एक अत्यंत प्रभावी टीकाही होती. त्यांनी जे प्रारूप विकसित करण्याचा प्रयत्न केला ते इतिहासाच्या चिकित्सेवर आणि आधुनिकता, आधुनिकीकरण आणि राष्ट्र राज्य याबाबत जे मतभेद होते, त्यावर ते प्रारूप आधारलेले होते. या विचारांचे व्याख्यात्मक पावित्र्य गांधींनी नाकारले कारण त्यांच्यामते त्यांचे बौद्धिक मूळ पश्चिमकेंद्री बुद्धिवादात आहे. एक कृतीशील सिद्धान्तक म्हणून गांधींनी त्यांची पुर्नव्याख्या विचारसरणीच्या आणि क्षेत्राच्या संदर्भात केली व त्यासाठी ते सातत्याने प्रश्न विचारत होते जे आज सुटल्यासारखे वाटतात. आपल्या स्वातंत्र्याच्या आंदोलनात महात्मा गांधींनी जो विचार जोपासला त्यातून राष्ट्रवादी विचारांचे एक नेमके क्षेत्र उभे राहते, जे वेगळे असले तरी त्याची मुळे राष्ट्रवादाच्या प्रबोधनोत्तर तत्त्वज्ञानात आढळतात. *हरिजन*चे सार्वजनिक स्वरूप पाहता, गांधींनी जी मते व्यक्त केली ती अत्यंत काळजीपूर्वक तयार करण्यात आली होती आणि म्हणूनच इथे महात्मा गांधी कमी संदिग्ध असल्याचे दिसते. भारतीय संस्कृतीच्या चौकटीत आधुनिक संस्कृतीच्या अंतर्गत जे स्वीकारण्यायोग्य आहे ते स्वीकारण्याचा प्रयत्न करत महात्मा गांधी 'राष्ट्रवादी' विचाराच्या पारंपरिक दृष्टीच्या खूप पुढे गेले. ही पारंपरिक दृष्टी जी तथाकथित भारतीय दृष्टी मानली जात होती, तिने विनाचिकित्सा एका पंथाच्या राजकीय विचारांचे गौरवीकरण केले. महात्मा गांधींची *हिंद स्वराज्य* कल्पना म्हणजे पाश्चात्त्य संस्कृतीच्या सैद्धान्तिक अधिष्ठानाला गांधींनी दिलेला एक सर्जनशील प्रतिसाद होता. हिंदू धर्माच्या आणि परंपरेच्या संस्कृतीय साधनांच्या आधारे त्यांनी वसाहतवाद आणि औद्योगिक भांडवलशाही या दोहोंचे संकल्पनीकरण करण्यासाठी एक नवी सैद्धान्तिक चौकट मांडली. विश्वस्त सिद्धान्त ही गांधींची सर्वांत वादग्रस्त अशी आर्थिक मांडणी होती, जी त्यांनी भांडवलशाही व समाजवाद या दोहोंवरील प्रतिक्रिया म्हणून मांडली. भांडवलदार आपल्या जवळची संपत्ती समाजाच्या सेवेसाठी एका विश्वस्ताप्रमाणे बाळगतील या विचारावर हा सिद्धान्त आधारलेला होता. विश्वस्त कल्पनेकडे याप्रमाणे, श्रीमंत आणि उर्वरित समाज यांच्यातील एक नैतिक करार म्हणून पाहिले गेले. या सिद्धान्तावर खूप तीव्र टीका झाली. परंतु जागतिकीकरण झालेल्या भांडवलशाहीच्या संदर्भात जेव्हा नियंत्रित अर्थव्यवस्था मागे पडत आहे. तेव्हा गांधीप्रणीत विश्वस्त कल्पनेने, उद्योगाला नैतिक आणि मूल्यात्मक अधिष्ठान असण्याच्या गरजेवर जो भर दिला आहे, त्यातून काही महत्त्वाचे प्रश्न उभे केले आहेत.

दमनात्मक व अन्यायकारी यथास्थिती यांच्यावर तीव्र शब्दात टीका केल्याने गांधी क्रांतिकारी ठरले. त्यांची हिंसेची व्याख्या केवळ शारीरिक हिंसेपुरती मर्यादित नव्हती.

गांधींनी संरचनात्मक हिंसा आणि प्रत्यक्ष व्यवहारात अदृश्य असलेल्या यथास्थितीच्या हिंसेवरही भाष्य केले आहे. विकसित अथवा विकसनशील राष्ट्रांनी निर्माण केलेली विधायक कृतींची अनेक धोरणे गांधींच्या या विचारावर आधारलेली दिसतात. 'वितरणात्मक न्याय' या संकल्पनेचा समावेश असलेली गांधींची लोककल्याण योजना हा भारताच्या संविधानांच्या चौथ्या भागाचा म्हणजेच 'राज्याच्या ध्येय धोरणाची मार्गदर्शक तत्त्वा'चा गाभा आहे. यातील तरतुदींनी समकालीन भारतातील धोरणात्मक बदलांवर त्यांचा प्रभाव आहे. इतकेच नव्हे तर महात्मा गांधींची लोकशाही विकेंद्रीकरणाची कल्पना ही नोकरशाहीवरील टीकाही होती व सहभागी शासनव्यवहारांचा एक मार्गही होता. ज्याचे स्थानिक पातळीवरील लोकशाही संस्थांना, ज्याचे वर्णन महात्मा गांधी पंचायती राज असे करतात, संविधानात्मक हमी भारतीय धोरणकर्त्यांनी महात्मा गांधींचेच सूत्र प्रत्यक्ष व्यवहारात आणले आहे.

कार्ल मार्क्स प्रमाणेच महात्मा गांधींनीही लोक प्रशासनाचे एक प्रारूप मांडले जे गुणात्मकदृष्ट्या वेबरप्रणीत 'नोकरशाहीच्या आदर्श प्रकारापेक्षा' वेगळे होते. लोकप्रशासनाला गांधींनी दिलेल्या योगदानाचा आढावा घेण्यापूर्वी तीन मुद्दे सर्वप्रथम विचारात घेतले पाहिजेतः (*अ*) महात्मा गांधींनी प्रशासनाबाबत कधीही बोलले नाहीत किंवा प्रशासन आणण्याच्या त्याचा क्षमतेवर त्यांनी कधी विश्वास ठेवला नाही म्हणूनच ते या संपूर्ण योजनेत बसत नाहीत. त्यांची भूमिका अराज्यवादाच्या निकट जाणारी आहे कारण अराज्यवाद असे मानतो की राज्य ही नियमन करणारी संस्था असून ती व्यक्तीच्या कल्याणाचे साधन म्हणून अनावश्यक आहे. (*आ*) महात्मा गांधी विकासाचे एकच एक प्रारूप सांगणाऱ्या विधायक विवेकवादाचेही टीकाकार होते, कारण त्यांच्या मते प्रत्येक समाजाचा स्वतःचा असा एक वैशिष्ट्यपूर्ण मार्ग असतो. याप्रकारे, एकाच साच्यात सर्व समाजांना घालून आकार देण्याच्या प्रवृत्तीला त्यांनी विरोध केला. (*इ*) भारतीय समाजातल्या नव्या समाजघटकांना क्रियाशील बनवणे हा गांधींचा हेतू होता. त्यांचा असा सहभाग अर्थपूर्ण करणे व त्याचबरोबर चळवळीला एक परिप्रेक्ष्य देणे हाही हेतू होता. त्यानुसार गांधींनी अनेक प्रकारचे सामाजिक आणि आर्थिक कार्यक्रम विकसित केले की जे शेतकरी, कलाकार, कारागीर आणि *हरिजन* थोडक्यात प्रत्येक समाजाला ताबडतोब भावतील.

महात्मा गांधींनी लोक प्रशासनाचे कोणतेही सैद्धान्तिक प्रारूप दिले नाही हे खरे आहे. परंतु मानवी जीवनाविषयी त्यांनी केलेल्या लिखाणातून काही विचार आपण समजावून घेऊ शकतो. १९४६ मधील वृत्तपत्राला दिलेल्या मुलाखतीतून त्यांनी समाजाविषयीची त्यांची कल्पना स्पष्टपणे मांडली. ते म्हणतातः

> जीवन हे पिरॅमिडसारखे नसते. ज्याचे शिखर तळाशी असणाऱ्या घटकांमुळे टिकवले जाईल. किंबहुना ते सागरी वर्तुळांप्रमाणे असेल ज्याचे केंद्रस्थान व्यक्ती असतील

ज्या सदैव आपल्या गावासाठी काम करण्यास तयार असतील, गावांच्या या चक्राकार रचनेसाठी नष्ट होण्यास त्या तयार असतील आणि असे शेवटपर्यंत चालेल जोपर्यंत संपूर्ण गावाचे जीवन त्यातील व्यक्तींसह एकच होईल, या प्रकारच्या रचनेत कोणीही उद्धट आणि आक्रमक असणार नाही परंतु सर्व विनम्र असतील, ज्या सागरी वर्तुळांचे ते सर्व एकात्म भाग आहेत त्या सागरी वर्तुळाचे वैभव हे सर्वांचेच असेल:

महात्मा गांधी आधुनिक राज्याच्या स्वरूपाबाबत कमालीचे अस्वस्थ होते. *स्वराज्य* अथवा खरी लोकशाही किंवा अहिंसा यावर आधारलेला समाजच आधुनिक राजाला पर्याय म्हणून नैतिकदृष्ट्या स्वीकारण्यायोग्य होता, असे त्यांना वाटत होते. त्यांच्या मते, *स्वराज्या*वर आधारित राज्यसंस्थेत लहान, सुसंस्कृत, उत्तमरित्या संघटित झालेल्या, पूर्णतः उपक्रमशील अशा आणि स्वयंशासित खेड्यांच्या समुदायाचा समावेश असेल. या समुदायांनी निवडलेल्या एका छोट्या गटाचे लोक न्यायदान करतील, सुव्यवस्था राखतील, महत्त्वाचे आर्थिक निर्णय घेतील आणि त्यामुळे अर्थातच ते केवळ प्रशासकीय आणि प्रबळ असे आर्थिक व राजकीय एकके असे त्यांचे स्वरूप राहणार नाही. असे झाल्याने, साहजिकच त्यांच्यात प्रबळ ऐक्यभावना असेल, ते एक खरीखुरी समूहभावना निर्माण करतील आणि नागरी गुणांचा जोपासनेस मदत करतील.

गांधींच्या लेखनाचा अभ्यास केल्यास असे दिसते की, त्यांनी नोकरशाहीवर खास असे कोणतेही भाष्य केले नाही. परंतु भारताला योग्य ठरेल अशा लोकप्रशासनाचा आराखडा त्यांनी मांडला होता. बऱ्याच मोठ्या प्रमाणात त्यांच्या मतांवर इतिहासामुळे मर्यादा आल्या होत्या. आधुनिक राज्याविषयीची त्यांची टीका ही अर्थातच निर्दयी वासाहतिक राज्याच्या राजवटीखाली जो रोजच्या रोज संघर्ष करीत होते, त्यातून आली होती. समूहावर आधारित शासनव्यवहार याला त्यांनी प्राधान्य दिले आणि तो लोकशाही विकेंद्रीकरण प्रत्यक्षात आणण्याचे एक प्रभावी मार्ग होता. गांधींची लोकशाही विकेंद्रीकरणाची कल्पना ही नोकरशाहीवरील टीकाही होती आणि सहभागी शासनव्यवहाराचे साधनही होते. स्थानिक पातळीवरील लोकशाही संस्थांना ज्याचे वर्णन महात्मा गांधींनी पंचायती राज्य असे केले, संविधानात्मक हमी देऊन भारतीय धोरणकर्त्यांनी गांधीजींचे सूत्र प्रत्यक्ष व्यवहारात आणले. शेवटचे पण अत्यंत महत्त्वाचे म्हणजे गांधीजींचा शासनव्यवहारात *धर्म* असण्यावर भर दिला. त्यामुळे नोकरशाहीची पुर्नव्याख्या करण्याचा प्रयत्न झाला. त्यातूनच काही आधुनिक चिंतेच्या बाबी समोर आल्या. जो आजही प्रशासकीय नावीन्याचा गाभा आहे–शासनाचा पुनर्शोध किंवा नोकरशाहीच्या आकारमानात घट हे समकालीन काळातील महत्त्वाचे प्रशासकीय मुद्दे आहेत.

मानवी संबंध सिद्धान्त

मानवी संबंध सिद्धान्त हा मानवी संबंधांना संस्थात्मक घटकांपेक्षा अधिक प्राधान्य देतो, जो सिद्धान्त लोकप्रशासनाच्या पारंपरिक विचारप्रवाहाने लोकप्रिय केला. नावाप्रमाणेच हा सिद्धान्त लोकप्रशासन या विद्याशाखेत एक नवा मार्ग दर्शवणारा असून या सिद्धान्ताने संघटनेकडे एक सामाजिक व्यवस्था म्हणून पाहिले व त्यासाठी मानवी वर्तन हे विश्लेषणाचे मूलभूत एकक मानले. या सिद्धान्तातील कर्मचाऱ्यांना माणूस म्हणून वागवले जाते, केवळ एक यंत्राची जोड मानली जात नाही. हा सिद्धान्त एका साध्य गृहीतकावर आधारलेला आहे व ते म्हणजे मानवी समस्यांना मानवी उत्तर असले पाहिजे, कारण समाधानी कामगार हे संघटनेच्या यशाचे गुपित असते. या सिद्धान्ताच्या समर्थकांनी असे दाखवून दिले आहे की, सार्वजनिक संघटनांकडे मानवी समस्यांचे निराकरण मानवतेवर माहितीच्या आधारे करण्याचा प्रयत्न झाला आहे. पारंपरिक दृष्टिकोनात ज्याप्रमाणे 'आर्थिक माणूस' याचे उदात्तीकरण केले आहे, त्याच्या अगदी उलट या सिद्धान्तात 'सामाजिक माणूस' याचे उदात्तीकरण आहे. अभिजात सिद्धान्तकांनी दुर्लक्ष केलेल्या चार घटकांवर मानवी संबंध सिद्धान्त भर देतो. ते चार घटक म्हणजेः (*अ*) संघटना ही एक सामाजिक व्यवस्था आहे; (*आ*) कामगार किंवा कर्मचारी माणसासारखी माणसे असतात; (*इ*) संघटनांच्या एकूण उत्पादकतेत अनौपचारिक घटकही महत्त्वाची भूमिका पार पाडत असतात; (*ई*) संघटनांमधील कर्मचारी व्यक्तिगत नीतिमूल्यांपेक्षा सामाजिक नीतिमूल्यांना प्राधान्य देतात.

एल्टन मेयो हा विचारवंत मानवीसंबंध सिद्धान्ताचा जनक मानला जातो. हार्वर्ड विद्यापीठातील ग्रॅज्युएट स्कूल ऑफ बिझनेस ॲडमिनिस्ट्रेशन येथे औद्योगिक संशोधना संबंधीच्या शाखेत प्राध्यापक असणाऱ्या एल्टन मेयो यांनी महत्त्वपूर्ण संशोधनकार्य हाती घेतले. त्यापैकीच एक म्हणजे हॉर्थार्न संशोधन. वैद्यकशाखेतील मूळ पदवीचे प्रशिक्षण घेतलेल्या. एल्टन मेयो यांनी नंतर मानसशास्त्र व तत्त्वज्ञानाच्या अभ्यासाला सुरुवात केली. वैद्यकशास्त्र, मानसशास्त्र आणि तत्त्वज्ञानाच्या अभ्यासामुळे एल्टन मेयो यांना औद्योगिक संबंधांचे आकलन अधिक सर्वसमावेशक रितीने करता आले. किंबहुना, औद्योगिक समाजशास्त्राच्या स्वतंत्र अभ्यासाला त्यांच्या प्रयत्नांमुळे सुरुवात झाली. त्यांनी प्रसिद्ध केलेल्या साहित्यात पुढील ग्रंथांचा समावेश आहे. *द सोशिअल प्रॉब्लेम्स ऑफ अन इंडस्ट्रीअल सिव्हीलायजेशन* (१९३३), *द सोशिअल प्रॉब्लेम्स ऑफ अन इंडस्ट्रीअल सिव्हीलायजेशन* (१९४५) आणि *द पोलिटिकल प्रॉब्लेम्स ऑफ अन इंडस्ट्रीअल सिव्हीलायजेशन* (१९४७).

हॉथॉर्न प्रयोग

मानवी संबंध सिद्धान्ताचे मूळ हॉथॉर्न प्रयोगात शोधता येईल या प्रयोगातील धक्कादायक निष्कर्षांमुळे संघटनाविषयक सिद्धान्तामध्ये एक नवे पर्व निर्माण केले जे कालांतराने मानवी संबंध सिद्धान्त म्हणून ओळखले जाऊ लागले. शिकागो येथील वेस्टर्न इलेक्ट्रिक कंपनीच्या हॉर्थार्न कारखाना म्हणजे अमेरिकेतील एक अतिशय प्रगतिशील औद्योगिक संस्था होती आणि उत्तम वेतन, सुकर कामाच्या वेळा, मालक-कामगार यांमधील निकोप संबंध यासाठी नावाजलेली होती. परंतु, १९२०च्या सुरुवातीपासून मात्र सुमार किंवा मर्यादित उत्पादकतेच्या समस्येने या औद्योगिक संस्थेस ग्रासले होते. मोठ्या प्रमाणावर प्रोत्साहके देऊन आणि कामाच्या ठिकाणचे वातावरण अतिशय उत्तम ठेवूनही संस्थेला मर्यादित वाढीच्या दरावर समाधान मानावे लागत होते. कारखाना व्यवस्थापकांनी शास्त्रीय व्यवस्थापन सिद्धान्ताने आणि अभिजात संघटना सिद्धान्ताने सुचवलेल्या सर्व उपाययोजनांच्या आधारे परिस्थितीवर मात करण्याचा प्रयत्न केला. परंतु त्याचा फायदा झाला नाही. अशा परिस्थितीत कंपनी व्यवस्थापकांनी एल्टन मेयो आणि हार्वर्ड बिझनेस स्कूलच्या त्यांच्या सहकार्यांशी समस्या निराकरणासाठी संपर्क साधला. हार्वर्ड बिझनेस स्कूलने ९२० च्या अखेरीस आणि १९३० च्या सुरुवातीस ही जबाबदारी स्वीकारली आणि त्यासाठी नंतरच्या काही वर्षात अनेक प्रयोग करण्यास सुरुवात केली. त्यातील काही महत्त्वाचे प्रयोग म्हणजे ग्रेट इल्यूमिनेशन एक्सपरीमेंट (१९२४-२७), ह्युमन अॅटिट्यूडस् अॅण्ड सेण्टिमेंट्स (१९२८-३१), बँक वायरिंग एक्सपरीमेंट (१९३१-३२).

प्रकाशयोजनेवर आधारित प्रयोग

कामाच्या ठिकाणी असणाऱ्या वातावरणाचा औद्योगिक उत्पादनावर कसा परिणाम होतो याचे मूल्यमापन करणे हा या प्रयोगाचा हेतू होता. प्रस्तुत प्रयोगात टेलिफोन रिलेची जुळवणी करण्याचे काम करणाऱ्या महिलांपैकी काही जणींची निवड करण्यात आली व त्यांना दोन स्वतंत्र प्रयोग खोल्यांमध्ये ठेवण्यात आले. हा प्रयोग सुमारे दीड वर्षे चालू होता आणि कामाच्या ठिकाणी असणारी प्रकाशयोजना, खोलीचे तापमान, आर्द्रता, वेतन, कामाचे तास, विश्रांतीच्या वेळा इत्यादी कामाचे भौतिक वातावरण ठरवणाऱ्या बाबींमध्ये त्यांचा उत्पादकतेवर कोणता परिणाम होतो हे अजमावण्यासाठी हेतूपूर्वक बदल करण्यात आले. अपेक्षेच्या अगदी उलट निदर्शनास आले की अभ्यास गटातील महिलांचे वर्तन अंदाज खोटा ठरवणारे ठरले आणि त्यामुळे कामासंबंधी जे गृहित धरले होते ते पूर्णतः चुकीचे ठरले. प्रोत्साहन देणाऱ्या योजनांना आणि कामाच्या ठिकाणच्या भौतिक वातावरणातील बदलांना अनुकूल अथवा प्रतिकूल प्रतिसाद देण्याऐवजी या गटाने उत्पादकतेत सातत्यपूर्ण वाढ दर्शवली आणि ती

बाब संशोधकांना कोड्यात टाकण्यास कारणीभूत ठरली. या विशिष्ट प्रयोगाने, संशोधन गटाच्या दाव्याप्रमाणे, शास्त्रीय व्यवस्थापन सिद्धान्ताने मांडलेल्या केवळ प्रोत्साहकांच्या द्वारे उत्पादनात वाढ करण्याविषयीच्या गृहीतकाला त्याज्य ठरवले.

मानवी अभिवृत्ती आणि भावना

सन १९२८ ते १९३१ या कालावधीत झालेल्या आणखी एका अभ्यासाद्वारे मेयो आणि त्याच्या गटाने मानवी अभिवृत्ती आणि भावनांचा अभ्यास करायला सुरुवात केली. कामाच्या ठिकाणची परिस्थिती आणि व्यवस्थापनाची धोरणे याविषयी कामगारांना काय आवडते अथवा आवडत नाही याविषयी मोकळेपणाने बोलण्यास सांगितले. २१,०००पेक्षाही अधिक कामगारांची मुलाखत घेतल्यानंतर या गटाने असा निष्कर्ष काढला की कंपनीच्या समस्यांविषयी कामगारांकडून माहिती घेऊन ती गोळा करण्याची पद्धती कामगारांना आवडली. आपल्याला मुक्तपणे बोलू दिले जात आहे याची त्यांना जाणीव झाली आणि आपल्याकडेही काही महत्त्वाचे सांगण्यासारखे आहे हेही त्यांना समजले. संशोधन करणाऱ्या गटाच्या असेही लक्षात आले की आपल्या सहकाऱ्यांशी वागताना व त्यांना समजून घेण्याच्या संदर्भात कामगारांनी काही नवी कौशल्ये आत्मसात केली आहेत. कामगारांच्या भावना आणि विचार योग्य तऱ्हेने समजून घेण्याच्या कोणत्याही व्यवस्थेच्या अभावी त्यांचे खरे प्रश्न त्यांची व्यक्तिगत भावना आणि कर्मचाऱ्यांचा व्यक्तिगत इतिहास व कामाच्या ठिकाणची सामाजिक परिस्थिती यातून निर्माण होणाऱ्या त्याच्या भावना हे सर्व समजून घेणे अतिशय अवघड आहे हे संशोधन गटाने ओळखले. एकूणात सांगावयाचे झाल्यास असे म्हणता येईल की मानवी अभिवृत्ती आणि भावनांचा अभ्यास कामगार आणि व्यवस्थापन अशा दोहोंनाही फायद्याचा असतो.

तारजोडणीचे काम करणाऱ्या कामगाराच्या संदर्भातील प्रयोग

औद्योगिक उत्पादकतेवर परिणाम करणाऱ्या गटाच्या मानसशास्त्राचे तत्त्व या वैशिष्ट्यपूर्ण प्रयोगाने समोर आणले. या प्रयोगात पुरुष कामगारांच्या एका गटाला तारा जुळवण्याचे काम देण्यात आले होते. ज्यात लोखंडी पट्ट्यांना छिद्रे पाडून ते जोडण्याच्या कामाचाही समावेश होता. कामगारांचे वेतन संपूर्ण गटासाठीच्या प्रोत्साहक योजनेवर आधारित होते आणि एकूण गटाने किती काम केले आहे. त्याप्रमाणात प्रत्येक सदस्याला त्याचा वाटा मिळणार होता. टेलरप्रणीत शास्त्रीय व्यवस्थापन सिद्धान्ताच्या गृहीतानुसार कामगारांनी या आर्थिक प्रोत्साहकांना विधायक प्रतिसाद देणे व त्यातून उत्पादन वाढणे अपेक्षित होते. परंतु प्रत्यक्षात मात्र असे दिसून आले की केवळ 'आर्थिक माणूस' म्हणून कृती करण्यास त्यांनी नकार दिला व आपापसात उत्पादन पातळी मध्यम ठेवण्याचे ठरवले. कामगारांची ही वर्तनशैली

केवळ व्यवस्थापनाविषयी त्यांच्या मनात खोलवर असणाऱ्या अविश्वासातून निर्माण झाल्याचे स्पष्ट झाले. कामात अती वाढ केल्यास किंवा ते अगदीच कमी केल्यास आपण बेरोजगार होऊ अशी कामगारांची भावना होती. या संदर्भात आणखी संशोधन केल्यानंतर संशोधकांच्या असे लक्षात आले की कामगार आपल्या स्वतःच्या एका निकट गटाचे सदस्य असतात आणि गटाची म्हणून काही वागण्याची रीत प्रस्थापित करतात व त्यानुसार 'अती काम करणारा', 'खूप कमी काम करणारा' आणि 'चहाडखोर' (इतरांविषयी घातक माहिती वरिष्ठांना देणारा) अशा तीनही प्रतिमा गटाने नाकारल्या.

मानवी संबंध सिद्धान्ताचा गाभा

मानवी संबंध सिद्धान्ताच्या गाभ्याचा सारांश पुढीलप्रमाणे देता येईल. प्रथमतः मानवी संबंध सिद्धान्त संघटनेकडे एका सर्वसमावेशक सामाजिक दृष्टिकोनातून पाहिला. एखाद्या यंत्रप्रारूप संघटनेप्रमाणे नाही. दुसरे असे की, मानवी संबंध सिद्धान्तात कामगारांकडे माणसे सर्व गुणधर्म असलेला माणूस म्हणून पाहिले जाते. कामगारांना एखाद्या यंत्रातील एकजीव झालेले सुटे भाग म्हणून पाहण्याऐवजी प्रत्येक काम गाराच्या वेगळेपणावर हा सिद्धान्त भर देतो. मानवी संबंध सिद्धान्त असे मानतो की प्रत्येक कामगार आपल्याबरोबर त्याची संस्कृती, त्याच्या अभिवृत्ती, समजुती आणि जीवनपद्धती घेऊनच फिरत असतो. म्हणूनच उद्योग कारखान्यात कर्मचारी नियुक्त करतात. या सामाजिक सांस्कृतिक बाजूची योग्य दखल घेतली पाहिजे. तिसरे, मानवी संबंध सिद्धान्ताचे आणखी एक वैशिष्ट्य म्हणजे या सिद्धान्ताने अनौपचारिक गटांचे महत्त्व ओळखले होते कारण असे गट एकूण संघटनेच्या उत्पादकतेत फार मोठी भूमिका पार पाडतात. चौथी बाब अशी की, मानवी संबंध सिद्धान्त व्यक्तिगत नीतिमूल्यांपेक्षा सामाजिक नीतिमूल्यांवर भर देतो. बदलत्या परिस्थितीतील प्रतिसाद देत मानवी संबंध सिद्धान्ताने 'मानवी सहकार्य आणि सामाजिक एकजूटता' यावर आधारित सामाजिक नीतिमूल्यांवर भर दिला, जो टेलरप्रणीत व्यक्तिगत नीतिमूल्यांवरील भरीपेक्षा वेगळा होता (निग्रो आणि निग्रो १९८३). अंतिमतः असे म्हणता येईल की मानवी संबंध सिद्धान्ताने 'सहकार्यात्मक व्यवस्थापन' या व्यवस्थापनाच्या नव्या प्रकाराची रुजूवात केली.

चेस्टर आय. बर्नार्डप्रणीत संघटना सिद्धान्त

बर्नार्ड हा मानवी संबंध सिद्धान्ताचा आणखी एक समर्थक होय. बर्नार्डच्या संघटनाविषयक कल्पना या मूलतः एटी ॲण्ड टी या टेलिफोन कंपनीतल्या कार्यकारी प्रमुख पदावर काम केल्याने त्यातून आलेल्या व्यक्तिगत खाजगी अनुभवातून विकसित झाला आहे. संघटनेच्या व्यावहारिक जगतातून आल्याने बर्नार्डने सिद्धान्त आणि

व्यवहार यांची उत्तम सांगड घालून संघटनाविषयक एक अतिशय पद्धतशीर आणि सूक्ष्मभेदी असा सिद्धान्त मांडला. त्याच्या मते, संघटना ही एक सेंद्रिय स्वरूपाची आणि उत्क्रांत होणारी सामाजिक व्यवस्था असते. संघटनेने व्यवस्थापन ही त्याच्या दृष्टीने सर्वांत प्राधान्याने करावयाची बाब होती. *द फंक्शन्स ऑफ एक्सिक्यूटिव्ह* या त्याच्या प्रसिद्ध ग्रंथातून संघटनेच्या कामकाजासंदर्भात त्याला असणारे व्यावहारिक शहाणपण व्यक्त होते. सन १९२० आणि १९३०च्या कालावधीतील अमेरिकेतील अस्थिरतेच्या पार्श्वभूमीवर हे लिखाण त्याने केले व त्यातून व्यापारी महामंडळांना वाटणारी खरी काळजी व्यक्त झाली व ती अशी की आर्थिक मंदी व न्यू डील अशा घटनांनी जी आव्हाने उभी केली आहेत. त्यावर संघटना मात कशी करतील. बर्नार्डप्रणीत संघटना सिद्धान्त यात सैद्धान्तिक आशय कमी होता. परंतु कार्यकारी प्रमुखांनी काय केले पाहिजे हेच सांगण्याचा प्रयत्न होता. बर्नार्डप्रणीत संघटना सिद्धन्ताची आणखी काही वैशिष्ट्ये पुढीलप्रमाणे सांगता येतील.

- *संघटना एक सहकार्यात्म व्यवस्था*: बर्नार्डने संघटनांकडे एक सहकार्यात्म व्यवस्था या दृष्टीने पाहिले. या सिद्धान्ताचे मूलभूत तत्त्व असे की व्यक्तीवरील आपापल्या व्यवहारांचे व्यवस्थापन करण्यासंदर्भातल्या अंगभूत मर्यादांमुळे सामाजिक आणि शारीरिक अशा दोन्ही प्रकारच्या व्यक्तीला सहकार्य नितांत गरजेचे ठरते. म्हणूनच सहकार्य हा कोणत्याही संघटनेचा आत्मा असतो.
- *औपचारिक आणि अनौपचारिक संघटना*: बर्नार्डने औपचारिक आणि अनौपचारिक अशा दोन्ही प्रकारच्या संघटनांना समान महत्त्व दिले. औपचारिक संघटनेच्या सर्वोच्च पदावर असल्याने, बर्नार्डने, अन्य कार्यकारी प्रमुखांप्रमाणे, अनौपचारिक संघटनांकडे दुर्लक्ष केले नाही. किंबहुना औपचारिक आणि अनौपचारिक संघटनांच्या परस्परपूरकतेवर त्याचा विश्वास होता म्हणूनच, संघटनात्मक कार्यपद्धतीचा एक सहभागी निरीक्षक या नात्याने बर्नार्डला संघटनेच्या औपचारिक आणि अनौपचारिक संरचनांमध्ये योग्य संतुलन हवे होते.
- *अधिकाराचा संमती सिद्धान्त*: चेस्टर बर्नार्डचे आणखी एक महत्त्वाचे योगदान म्हणजे त्याने मांडलेला अधिकाराचा संमती सिद्धान्त किंवा अधिकार स्वीकार सिद्धान्त होय. संघटनेतील अधिकारविषयक पारंपरिक कल्पनेऐवजी त्याने अधिकाराचा संमती सिद्धान्त मांडला. ज्यानुसार 'स्वीकार' किंवा 'संमती' हे त्याने अधिकाराचे अधिष्ठान मानले. बर्नार्डच्या मते संघटनेतील अधिकाराची परिणामकारकता ही दुय्यम पातळीवरील कर्मचाऱ्यांच्या आदेश पालनासंदर्भातील इच्छेवर अवलंबून असते. अधिकाराचा किंवा आदेशाचा

स्वीकार करण्यामागील चार कारणे बर्नार्डने शोधली होती. ती अशीः आदेशाची संघटनेच्या उद्दिष्टांशी असणारी त्यांची सुसंगतता, व्यक्तिगत हिताशी जुळणारी आणि आदेशांची पूर्तता करण्यासाठी आवश्यक शारीरिक आणि मानसिक कुवत. बर्नार्डने असे मत व्यक्त केले की, जे आदेश कर्मचारी स्वीकारतील असेच आदेश देण्याची जबाबदारी कार्यकारी प्रमुखांवर असते. ज्यांना आदेश दिले आहेत त्यांना आदेश स्वीकारार्ह वाटावा म्हणून बर्नार्डने 'तटस्थता क्षेत्र' ही नवी कल्पना मांडली, जिचा अर्थ असा की अधिकाराचा विनाअट स्वीकार केला जाण्याची परिस्थिती. अर्थात अशी परिस्थिती कायम स्वरूपी नसते, ती परिस्थितीनुसार बदलते. 'तटस्थता क्षेत्र' शोधण्याचे काम कार्यकारी प्रमुखांचे असून त्यांनी उत्तेजन देण्याचा विविध मार्गांचा क्रमशः अवलंब करावा.

- *उत्तेजन-योगदान यांच्यातील संतुलन*: बर्नार्डच्या संघटना सिद्धान्ताचे आणखी एक महत्त्वाचे वैशिष्ट्य म्हणजे योगदान आणि समाधान यांच्यातील संतुलना एखाद्या व्यक्तीचे संघटनेतील श्रमाच्या संदर्भातील योगदान आणि प्रोत्साहकांच्या स्वरूपात ज्याचे मोजमाप करता येईल असे त्याचे समाधान आणि यातील निश्चित केलेले संतुलन यांच्यात असणाऱ्या अभावाची जाणीव बर्नार्डला होती.
- *नैतिक जबाबदार*: बर्नार्ड कार्यकारी प्रमुखांवर असणाऱ्या त्यांच्या नैतिक जबाबदारांची आठवण करून देतो. संघटना सुरळीतपणे चालण्यासाठी कार्यकारी प्रमुख नीतिमान असणे महत्त्वाचे असते असे तो म्हणतो.
- *संसूचन*: बर्नार्डच्या लेखनातून सरळ व सहजपणे आणि विनाअडथळा होणाऱ्या संसूचनांची आवश्यकता ठळकपणे व्यक्त होते. त्याच्या सहकार्यात्मक संघटना व्यवस्थेचे यश हे संसूचनांच्या जाळ्याच्या स्वरूपावर अवलंबून आहे.

बर्नार्डचे लेखन हे काही वादांचे उगमस्थान ठरले आहे. अँड्र्यूने संदर्भात जे भाष्य केले आहे. त्यानुसार बर्नार्डच्या लिखाणात सादरीकरणात अमूर्ततेच्या अभाव (बर्नार्ड १९३८: २६३). बार्कर या विचारवंतानेही बर्नार्डच्या लिखाणात प्रत्यक्ष व्यवहारात घडलेल्या उदाहरणांचा उल्लेख नाही (बर्नार्ड १९३८: १५). त्याचप्रमाणे कार्यकारी नेतृत्व आणि अधिकाराची व्याख्या याबाबत ही बर्नार्डचे विचार स्पष्ट नाहीत. टीकेचे हे काही मुद्दे बाजूला ठेवल्यास बर्नार्ड हा आधुनिक प्रशासकीय विचाराचा एक सर्वोत्तम सिद्धान्तक मानला जातो. *द फंक्शन्स ऑफ एक्सिक्यूटिव्ह* (१९३८) हा त्याचा ग्रंथ आजही प्रशासन क्षेत्रातील सर्वोत्तम अभिजात निर्मिती मानली जाते.

मानवी संबंध सिद्धान्ताची समीक्षा

मानवी संबंध सिद्धान्ताने कामगारांचे सामाजिक सांस्कृतिक विश्व महत्त्वाचे असते याची दखल घेऊन निश्चितच एक नवा आणि ताजा परिप्रेक्ष्य संघटनाविषयक सिद्धान्तात आणला. परंतु, या सिद्धान्तावर तीव्र टीकाही करण्यात आली आहे. टीकेच्या मुद्द्यांचा सविस्तर विचार करण्यापूर्वी मानवी संबंध सिद्धान्तावर उर्विक या विचारवंताने जे भाष्य केले आहे त्याचा उल्लेख इथे केला पाहिजे.

> व्यक्तीच्या व्यक्तिगत आवडीनिवडींशी समायोजन करत व व्यक्ती केंद्रस्थानी ठेवून संघटना बांधल्या जाण्याची कल्पना संघटनेच्या निकोप तत्वांसाठी आवश्यक अशी वर्तनशैली कर्मचाऱ्यांनी अवलंबून संघटनेशी जमवून घ्यावे याऐवजी व्यक्तीच्या व्यक्तिगत आवडीनिवडींशी समायोजन करत व व्यक्ती केंद्रस्थानी ठेवून संघटना बांधल्या जाण्यात ही कल्पना म्हणजे यंत्रशास्त्राच्या नियमांनुसार एखादे यंत्र तायर करण्याऐवजी आपल्या एखाद्या स्त्री नातेवाईकाच्या तऱ्हेवाईक स्वभावानुसार ते तंत्र तयार करण्याइतकेच मूर्खपणाचे आहे (उर्विक, निग्रो १९६५: ९३ मध्ये उल्लेखित).

वरील विधानाने प्रशासनातील मानवी घटकांसंबंधी भ्रमनिरास नेमक्या शब्दांत पकडला आहे. मानवी संबंध सिद्धान्तावर करण्यात आलेल्या मुख्य टीकेचा सारांश पुढीलप्रमाणेः

- प्रथमतः, टीकाकार असे म्हणतात की, मानवी संबंध सिद्धान्त हा संघटनेविषयीच्या चुकीच्या आणि अतिशय सोप्या गृहीतांवर आधारलेला आहे. संघटनेतील कोणत्याही समस्येचे निकारण हे मानवी संबंध कौशल्यांचा उपयोग करून उत्तमप्रकारे केले जाऊ शकते.
- दुसरे असे की, काही भाष्यकारांनी एक पाऊल पुढे जाऊन असे म्हटले आहे की, हॉथॉर्न प्रयोगातील निष्कर्ष अनेक व्यवस्थापकांना अनुकूल होते (निग्रो १९६५: ९५). काही विश्लेषकांनी परिस्थितीजन्य विश्लेषणाच्या आधारे असा निष्कर्ष काढला आहे की, मानवी संबंध चळवळीमागे कामगारांनी तीव्र टंचाई हे कारण होते. त्यांच्या मते, मानवी संबंध चळवळ दुसऱ्या महायुद्धाच्या काळात व त्यानंतर ही श्रमिकांच्या वाढत्या मागण्याची पूर्तता करण्यासाठी अस्तित्वात आली (अरोरा १९७९).
- तिसरे, मानवी संबंध सिद्धान्तावर अशीही टीका केली जाते की, 'तो सिद्धान्त अतिशय संदिग्ध, अवघड मानसशास्त्रीय परिभाषेत मांडलेला आणि संघटनात्मक पर्यावरण दूषित करणारा आणि प्रशासकीय बाजू वेगळ्या न मानणारा आहे' (कैडन १९७१: २२५).

- अंतिमतः, मूलभूत संरचनात्मक घटकाची किंमत देऊन संघटनेतील केवळ मानवी घटकावरच अवाजवी भर देणारा सिद्धान्त असा आरोप मानवी संबंध सिद्धान्तावर करण्यात आला आहे.

टीकेचे वरील मुद्दे लक्षात घेऊनही संघटना सिद्धान्त मानवी संबंध दृष्टिकोनाने जे योगदान दिले आहे, ते दुर्लक्षित करता येत नाही. सकारात्मक सामाजिक पर्यावरणाचा कामगाराच्या उत्पादकतेवर परिणाम होतो ते सत्य या सिद्धान्ताने निदर्शनास आणून दिले. संघटनेतील कनिष्ठ पातळ्या आणि वरिष्ठ पातळ्या यांमध्ये पुरेशी संचरण/संसूचन व्यवस्था या सिद्धान्तामुळे निर्माण झाली. व्यवस्थापकाच्या कार्यशैलीचे महत्त्व ठळकपणे सांगितल्यामुळे या सिद्धान्ताने व्यवस्थापन प्रशिक्षण कार्यक्रमामध्ये क्रांती घडवून आणली. अनौपचारिक संघटनांचा शोध लावणाऱ्या हॉथॉर्न प्रयोगांचे महत्त्वही दुर्लक्षित करता येणार नाही. सामाजिक गरजा आणि व्यवसायाची मानवी बाजू यावर भर देऊन मानवी संबंध सिद्धान्तकांनी अभिजात संघटना सिद्धान्तामध्ये सुधारणा घडवून आणली.

निर्णय प्रक्रिया सिद्धान्त

हा सिद्धान्त जरी हर्बर्ट सायमनची सर्वांत मोठी कामगिरी मानली जात असली, तरी निर्णय प्रक्रिया सिद्धान्तातील अन्य तीन सिद्धान्त, सौदेबाजी परिप्रेक्ष्य, सहभागी परिप्रेक्ष्य आणि लोकांचा निवड करण्याविषयीचा सिद्धान्त यांचाही त्यात समावेश होता. या उपघटकांत हर्बर्टच्या प्रसिद्ध सिद्धान्तासह या अन्य तीन सिद्धान्तांचीही चर्चा करणार आहोत.

निर्णय प्रक्रिया सिद्धान्त प्रशासन म्हणजे निर्णय प्रक्रिया असे मानतो. संघटनेच्या प्रत्येक टप्प्यावर निर्णय घेतले जातात आणि निर्णय प्रक्रिया ही एकाच विशिष्ट वेळी जाणारी अथवा एकाच व्यक्तीचे काम नाही, या प्रक्रियेत अनेक टप्प्यांनी साखळीच असते व प्रतिसाद व त्यानुसार करावयाच्या कृती यांचाही समावेश असतो व यात प्रक्रियेत अनेक व्यक्ती समाविष्ट असातत. गमतीची बाब अशी की, त्यामुळे एकच एक असा निर्णय प्रक्रिया सिद्धान्त असत नाही जो सामान्यतः हर्बर्ट सायमनच्या विवेकी निर्णय प्रक्रियेच्या क्रांतिकारक विश्लेषणाबरोबरच या सिद्धान्ताशी संबंधित अन्य अनेक सिद्धान्त अस्तित्वात आले.

निर्णय प्रक्रिया

निर्णय घेण्याची प्रक्रिया गुंतागुंतीची असून त्यात अनेक टप्प्यांचा समावेश असतो. त्यांची क्रमवार मांडणी पुढीलप्रमाणेः

पहिली पायरीः समस्या ओळखणे, समस्येचे ठिकाण ओळखणे.

दुसरी पायरीः समस्येशी संबंधित माहिती गोळा करणे आणि पर्याय शोधणे.

तिसरी पायरीः कनिष्ठ पातळीवरील कर्मचाऱ्यांची मते अजमावून तात्पुरत्या उपाययोजनांचा अंदाज घेणे.

चौथी पायरीः एखाद्या पर्यायावर पूर्ण लक्ष केंद्रित करणे.

पाचवी पायरीः निर्णयांच्या परिणामकारकतेचे मूल्यमापन करणे.

सहावी पायरीः प्रतिसाद मिळवणे आणि परिस्थितीची तशी निकड असल्यास आवश्यक दुरुस्त्या करणे.

यादृष्टीने, निर्णय प्रक्रिया ही मुख्य कार्यकारी अधिकाऱ्याची किंवा एखाद्या मुरलेल्या व्यापाऱ्याची केवळ एकाच वेळी केलेली कृती नसते. त्यासाठी अन्य व्यक्तींमध्येही व ती सुद्धा थेट कार्यकारी प्रमुखापासून ते शेवटच्या पातळीवर असणाऱ्या कर्मचाऱ्यांपर्यंत संपूर्ण संघभावना असावी लागते. वरील क्रम एखाद्या संघटनेच्या मांडणीच्या संदर्भात अधिक विस्ताराने आपण पाहिला तर निर्णय प्रक्रियेतील गुंतागुंत आपल्या अधिक चांगली लक्षात येईल. एखाद्या खऱ्या संघटनात्मक रचनेत, समस्येची ओळख होणे किंवा तिचे स्थान समजणे ही निर्णय प्रक्रियेतील पहिली पायरी असते.

प्रशासन अथवा संबंधित अधिकारी यांच्या चातुर्य आणि प्रशासकीय कार्यक्षमतेवर अवलंबून असते. अर्थात, समस्या ओळखणे हे अंतिम साध्य नसते. समस्येची पूर्ण जाण प्राप्त करण्यासाठी त्यांच्याशी संबंधित प्रशासनाला पुरेशी माहितीची, विविध दृष्टिकोनांची संख्याशास्त्रीय आकडेवारीची गरज असते. साधारणतः संघटनेतील साहाय्यकारी संघटना ही सर्व माहिती कार्यकारी प्रमुखाला उपलब्ध करून देतात. साहाय्यकारी संघटनांच्या मदतीने मिळवलेल्या माहितीच्या आधारे प्रशासक समस्या निराकरणासाठी व्यावहारिक ठरतील असे पर्याय शोधू लागतो आणि त्याबाबत चाचपणी करण्यासाठी दुय्यम पातळीवरील कर्मचाऱ्यांचे मत विचारात घेतो. अंतिमतः, कोणत्या तरी एका पर्यायाची निवड तो निश्चित करतो. निर्णय प्रक्रिया, अर्थातच, एखाद्या पर्यायाच्या अंतिम निवडीपर्यंत थांबत नाही. त्यात प्रतिसाद आणि प्रतिसादानुसार केलेल्या कृतींचाही समावेश असतो.

सायमनप्रणीत विवेकनिष्ठ निर्णय प्रक्रिया

हर्बर्ट सायमन या विचारवंताशी निर्णय प्रक्रिया सिद्धान्त जोडला गेला आहे व त्यांनी संघटना सिद्धान्तात विवेकी किंवा विवेकनिष्ठ निर्णय प्रक्रिया हा दृष्टिकोन

मांडला. संघटना म्हणजे पूर्णतः निर्णय प्रक्रियेशी संबंधित संरचना या दृष्टीने सायमन यांनी संघटनेकडे पाहिले. त्यांच्या मते, निर्णय प्रक्रिया ही संघटनेच्या एका विशिष्ट भागाचे एक निश्चित कार्य होऊ शकत नाही; संघटनेत निर्णय प्रत्येक पातळीवर होत असतात. निर्णय घेण्याची प्रक्रिया अधिक परिणामकारक आणि शास्त्रीय करण्याच्या उद्देशाने सायमनने निर्णयाच्या अंतर्गत असणाऱ्या गुंतागुंतीच्या बाबी उघड करण्याचा आणि त्याआधारे अनेक मूल्यांचा विचार केल्याने त्याचा निर्णयावर कोणता परिणाम होतो याचाही शोध त्याने घेतला. या संदर्भात सायमनने निर्णय प्रक्रियेवर परिणाम करणाऱ्या अनेक मूल्यांचा शोध घेतला, त्यापैकी काही मूल्ये म्हणजे निर्णयकर्त्यांची पसंती अथवा आवडनिवड, त्याच्यावरील सामाजिक संस्कार इत्यादी. सायमनने निर्णय प्रक्रियेची तीन टप्प्यांमध्ये विभागणी केली आहेः माहिती संकलित करण्याच्या कृती, आरेखन कृती, निवड कृती. माहिती संकलन करण्याच्या कृतीत निर्णय पर्यावरणाचे सूक्ष्म अवलोकन करतो, निर्णय घेण्याचे प्रसंग शोधतो, आरेखन कृती म्हणजे पर्यायांचा शोध घेणे किंवा पर्याय विकसित करणे होय. निवड कृती म्हणजे जे पर्याय उपलब्ध आहेत, त्यातून एखादा पर्याय किंवा मार्ग निवडणे. अर्थात, वास्तव जीवनात, सायमन यांनी मान्य केल्याप्रमाणे हे सर्व टप्पे स्वतंत्र नसतात, तर ते निर्णय प्रक्रियेतील मूलभूत घटक आहेत (डेनहार्ट २००८-७८).

याप्रकारे, सायमनच्या मते पर्यायी कृती योजनांमधून निवड करणे म्हणजे निर्णय घेणे होय आणि ही निवड सुद्धा वस्तुस्थिती आणि निर्णयकर्त्यांची मूल्ये यांच्या तर्कशुद्ध समन्वयातून येतो. सायमनच्या निर्णय प्रक्रिया दृष्टिकोनाचे आणखी एक वैशिष्ट्य म्हणजे विवेकनिष्ठतेचा निकष. निर्णय प्रक्रियेत महत्त्वाकांक्षी उद्दिष्टे डोळ्यांसमोर ठेवण्याच्या समस्येचे सायमनला भान होते आणि त्याच्या मते बऱ्याचश्या प्रसंगांत ती अप्राप्य आणि स्वप्नाळूच ठरतात. म्हणूनच त्याने विवेकनिष्ठेच्या किमान पातळीचा (सीमित विवेकनिष्ठ) आग्रह धरला. कारण व्यावहारिक पातळीवरील समाधान त्यातून मिळते. याप्रकारे, सायमनप्रणीत निर्णय प्रक्रिया सिद्धान्तातील महत्त्वाचे घटक पुढीलप्रमाणे सांगता येतीलः

- *निर्णय घेण्याच्या प्रक्रियेतील वास्तव आणि मूल्ये यांचा समन्वय*: सायमनच्या मते, संघटनेतील निर्णय प्रक्रिया ही वास्तवाचे भान आणि निर्णयकर्त्यांची मूल्ये यांच्यातील समन्वयावर आधारित असते. प्रत्येक निर्णय म्हणजे वास्तव परिस्थिती आणि मूल्ये यांच्या योग्य प्रमाणाचे संमिश्रण असते.
- *निर्णय प्रक्रियेतील विवेकनिष्ठता*: सायमनप्रणीत निर्णय प्रक्रिया सिद्धान्ताचे आणखी एक वैशिष्ट्य म्हणजे विवेकनिष्ठेचा निकष अर्थात हा शब्दप्रयोग त्याने आर्थिक दृष्टीने केला नाही. खरे तर, प्रशासकीय निर्णय प्रक्रियेत

विवेकनिष्ठा परिपूर्णतेने आणणे शक्यच नसते असे त्याचेही मत होते. त्याने विवेकनिष्ठेचे स्पष्टीकरण साधने साध्य या संदर्भात दिले. सायमनने विवेकनिष्ठेच्या वेगवेगळ्या प्रकारांचा उल्लेख केला आहे. त्याच्यामते, प्रशासकीय व्यवस्थेत निरंकुश किंवा अमर्याद विवेकनिष्ठा ही अगदी अशक्य आहे. म्हणूनच त्याने मर्यादित अथवा सीमित विवेकनिष्ठेचा आग्रह धरला आहे. व ती सुद्धा समाधानकारक पातळीपर्यंतची असावी, असे त्यास वाटते 'Satisfycing' हा शब्द प्रथमतः सायमनने निर्माण केला व प्रशासकाच्या मध्यम पातळीपर्यंतच्या समाधानी मनोवस्थेचे वर्णन त्याने याद्वारे केले. satisfactory आणि sufficing या दोन शब्दांची जोड करून satisfycing हा शब्द अस्तित्वात आणला. म्हणूनच सायमनच्या मते निर्णयकर्ता हा अशा मर्यादित समाधानाचा माणूस असून त्याची भूमिका व्यावहारिक आहे. सायमनच्या या satisfycing चे नेमके स्वरूप त्याच्याच या शब्दात व्यक्त होते:

> आर्थिक माणूस त्याला उपलब्ध असलेल्या सर्व पर्यायांमधून सर्वोत्तम पर्यायाची निवड करतो तर त्याचाच चुलतभाऊ ज्याला आपण प्रशासकीय माणूस म्हणू, तो मात्र अशा एका पर्यायाची निवड करतो जो पर्याय समाधानकारक आणि चांगला आहे (सायमन, निग्रो १९६५/१९७१: १८३).

प्रशासनाची एक मूलनिरपेक्ष बांधणी करण्याचे सायमनने जे प्रयत्न केले त्यावर (सेव्हनिक) या विचारवंताने टीका केली. सेव्हनिकच्या मते सायमनचे हे प्रयत्न साधन आणि साध्याला परस्परांपासून अलग करतात (सेव्हनिक १९५७: ७९-८२). सायमनच्या विवेकनिष्ठेच्या कल्पनेवर आर्गिसिस या विचारवंताने टीका केली व त्याचे म्हणणे असे की सायमनने निर्णय प्रक्रियेतील आंतरिक साद, परंपरा, विश्वास यांसारख्या घटकांची दखल घेतली नाही. (आर्गिसिस १९७३: २५५) सायमनचा सिद्धान्त 'यथास्थिती' राखण्यावर लक्ष केंद्रित करतो असे आर्गिसिसला वाटते. समाधानकारकतेचा मुद्दा अकार्यक्षमतेच्या समर्थनासाठी वापरला जात आहे. आणखी एका टीकाकाराने असे म्हटले आहे की, विवेकनिष्ठेची संकल्पना ही केवळ भांडवलदारांची अनैतिकता समर्थनीय ठरवण्यासाठी वापरली आहे. ही सर्व टीका लक्षात घेऊनही असे म्हणता येईल की प्रशासकीय सिद्धान्ताच्या उत्क्रांतीत सायमनचे योगदान निश्चितपणे क्रांतिकारक ठरले. त्याच्या प्रारूपाने सार्वजनिक धोरण ठरवताना विविध व्यवस्थापन कौशल्ये वापरण्यास प्रोत्साहन दिले आहे आणि त्याच्या मांडणीने धोरणशास्त्राला सुरुवातीस आवश्यक असणारी गती दिली आहे.

सौदेबाजी दृष्टिकोन

निर्णय प्रक्रियेसंबंधीचा सौदेबाजी सिद्धान्त असे सुचवतो की, संघर्ष हे निर्णय प्रक्रियेतील नियम असतात आणि ते विवेकनिष्ठ विश्लेषणाद्वारे सोडवता येत नाहीत. त्यासाठी 'पक्षपाती परस्पर तडजोड' आवश्यक असते, याचा अर्थ निर्णयकर्त्यांमधील परस्पर खेचाखेची उत्तम निर्णयासाठी उत्तम आशादायी वातावरण तयार करते (भट्टाचार्य १९९९). चार्लस ई. लिंडब्लॉम या विचारवंताच्या मते निर्णय प्रक्रिया ही प्रामुख्याने मूल्याने भारलेली आणि संघर्ष निर्माण करणारी असते. लिंडब्लॉमने, येल विद्यापीठातील अर्थातून आणि सार्वजनिक धोरणाच्या संदर्भातील या निष्णात अभ्यासकाने शासकीय पातळीवर होणाऱ्या निर्णय प्रक्रियेबाबत एक अत्यंत नवा संकल्पनात्मक परिप्रेक्ष्य आपल्या 'द सायन्स ऑफ मडलिंग थ्रू' (लिंडब्लॉम १९५९) या महत्त्वपूर्ण निबंधात मांडला.

चेस्टर बर्नार्ड आणि हर्बर्ट सायमन यांनी मांडलेल्या सिद्धान्ताचा आधार घेऊन लिंडब्लॉमने निर्णय प्रक्रियेसंबंधीचा आपला विचार सादर केला. लिंडब्लॉमच्या मते निर्णय प्रक्रियेचे दोन स्वतंत्र प्रकार आहेतः एक, विवेकनिष्ठ- सर्वसमावेशक किंवा मूलगामी पद्धती आणि दोन, यथाक्रम मर्यादित तुलना अथवा शाखा पद्धती. या दोन्हींपैकी दुसरा सिद्धान्त हा प्रशासकीय वास्तवाच्या अधिक जवळ जाणारा आहे. विवेकनिष्ठ सर्वसमावेशक किंवा मूलगामी पद्धतीत निर्णयकर्ता आपले ठरलेले उद्दिष्ट प्राप्त करण्यासाठी सर्व संबंधित मूल्यांची मांडणी तर्कशुद्ध रितीने करतो. त्यानंतर तो अनेक पर्याय आखतो व त्यापैकी सर्वोत्तम पर्यायाची, आधीच ठरवलेल्या मूल्याच्या आधारे निवड करतो. ही पद्धती अतिशय तर्कशुद्ध आणि सर्वसमावेशक असूनही लिंडब्लॉमने दुसऱ्या पद्धतीवर विशेष लक्ष केंद्रित केले कारण त्याच्या मते ही दुसरी पद्धत म्हणजे प्रत्यक्षात होणाऱ्या प्रशासकीय निर्णयांच्या प्रक्रियांचा आत्मा आहे. लिंडब्लॉमच्या मते प्रत्यक्ष व्यवहारात या तथाकथित तर्कशुद्ध मूल्यांबाबत बरीच तडजोड केली जाते आणि अशीच मूल्ये निवडली जातात जी त्वरित अंमलबजावणीत आणता येऊ शकतात. एवढेच नव्हे, तर कृतीचा योग्य मार्ग निवडतानाही प्रशासक सर्व शक्यतांचा अंदाज कधीच घेत नाहीत, तर त्यांच्या अनुभवाच्या आधारे त्यांना ज्या सुधारणा व्यावहारिक वाटतात, त्यांचीच ते निवड करतात. लोकप्रशासक व्यावहारिक चातुर्याने लगेच राबवता येतील आणि हाताशी असणाऱ्या पर्यायांची व ज्या तडजोडीमुळे गटांचे व संबंधित व्यक्तींचे समाधान होणार आहे, अशा पर्यायांची निवड करतात. लिंडब्लॉमच्या मते, प्रशासकीय निर्णय प्रक्रियेच्या वास्तवाची काही वैशिष्ट्ये आहेत, ती पुढीलप्रमाणेः एक, निर्णयात सुधारणा केल्या जातात. याचा अर्थ असा की, प्रशासकीय निर्णय एकाच वेळी (एकाच फटक्यात) होत नाहीत तर ते

छोट्या आणि विचारपूर्वक टप्प्यांनी घेतले जातात. दोन, ते सर्वसमावेशक नसतात. याचा अर्थ असा की प्रशासकाला त्याच्याजवळ उपलब्ध असलेल्या सर्वच्या सर्व पर्यायांचा विचार करणे शक्य नसते. तीन, निर्णय प्रक्रियेच्या शाखा पद्धतीत पुनःपुन्हा तुलना केली जाते, कारण धोरण हे कधीच कायमस्वरूपी करता येत नाही तर त्यात सातत्याने बदल करावे लागतात व त्यासाठी मर्यादित निवड मध्ये सतत तुलना करून निर्णय घ्यावे लागतात. चार, प्रत्यक्ष व्यवहारात निर्णय प्रक्रियेतून एखादा आदर्श वाटणारा टोकाचा पर्याय निवडण्याऐवजी मध्यमस्वरूपाचा समाधान देणारा पर्याय निवडला जातो. पाच, लिंडब्लॉमप्रणीत हा सिद्धान्त सार्वजनिक क्षेत्रातील अनेकतावादी संकल्पनेवर आधारलेला आहे, जिथे परस्परांशी स्पर्धा करणारे अनेक हितसंबंधी गट धोरणात्मक बाबींवर आपला प्रभाव निर्माण करण्यासाठी संघर्ष करत असतात, स्पर्धकांमध्ये काही तरी सर्वमान्य तोडगा काढण्यासाठी मध्यस्थ म्हणून काम करणाऱ्या प्रशासकांवर सातत्याने दबाव आणतात. तडजोडीची ही राजकीय कला या प्रकारे निर्णय प्रक्रिया पद्धतीचा (स्टीलमन दुसरा २००५) एक महत्त्वाचा भाग बनते.

सहभागी निर्णय प्रक्रिया दृष्टिकोन

हा दृष्टिकोन म्हणजे राजकीय लोकशाहीचा आत्मा होय. निर्णयांचा ज्या सर्वसामान्य लोकांवर परिणाम होणार आहे, त्यांचा निर्णय प्रक्रियेत सहभाग असावा असे हा सिद्धान्त मानतो. सहभागी निर्णय प्रक्रिया ही सर्वांत परिणामकारक आहे याचे कारण या पद्धतीत जीवनाच्या विभिन्न क्षेत्रांतील अनेक हितसंबंधी व्यक्ती सर्वांनाच फायद्याचे ठरतील असे निर्णय घेण्यासाठी एकत्र येतात. अशा प्रकारे घेतल्या गेलेल्या निर्णयांची काही उदाहरणे म्हणजे पर्यावरण, आरोग्य, प्राण्यांना क्रूर वागण्यापासूनचे त्यांचे संरक्षण आणि अन्य अशा क्षेत्राशी संबंधित निर्णय. या प्रकारात अगदी तज्ज्ञांपासून ते बिगर शासकीय संघटना आणि स्वयंसेवकांपासून ते सामान्य माणसांपर्यंत सर्वांना सामावून घेता येते. निर्णय घेण्याच्या प्रक्रियेत जेव्हा कर्मचारी सहभागी होतात, तेव्हा सहकारी आणि वरिष्ठांबाबतच्या त्यांचे दृष्टिकोन बदलतात, त्यांची जाण वाढते आणि संघटनेतील मनुष्यबळाचे मूल्यही वृद्धिंगत होते. वरिष्ठ व्यवस्थापन गटाने अवलंबलेल्या सहभागी निर्णय प्रक्रियेमुळे निर्णय प्रक्रिया परिपूर्ण होते आणि अंतिम निर्णयाबाबत गटातील सदस्यांची बांधीलकीची भावना वाढते (लिंग आणि इतर, कारमेल्ली, शिफर आणि हलेवी २००९: ६९७). सहभागी निर्णय प्रक्रियेत गटातील प्रत्येक सदस्याला आपला दृष्टिकोन मांडण्याची संधी असते, आपल्या कल्पना व्यक्त करता येतात आणि गटाची कार्यक्षमता उंचावण्यासाठी आवश्यक कौशल्ये प्राप्त करता येतात. गटाच्या निर्णयात प्रत्येक सभासदाचा वाटा असल्याने निर्णयातून जे साध्य करावयाचे आहे, ते उत्तमप्रकारे करण्याची संधी असते. निर्णयाची परिणाम

कारकता आणि संघटनेची कामगिरी यांच्यात एक विधायक संबंध प्रस्थापित होतो. या प्रकारे जितकी अधिक परिणामकारकता, तितकी अधिक चांगली कामगिरी. जेव्हा संघटनेतील प्रत्येक व्यक्ती निर्णय घेण्याच्या प्रक्रियेत सहभागी होते, तेव्हा संघटनात्मक संचरण कितीतरी अधिक प्रमाणात प्रभावी होते आणि प्रत्येक जण अधिक कार्यक्षमतेने काम करू लागतो.

लोक निवड सिद्धान्त

लोकांना सेवांच्या संदर्भात निवड करण्याचा अधिकार असतो कारण सर्वसामान्य माणसे आपल्या हितसंबंधांना जपत विवेकाच्या आधारे उपयुक्तता वाढवणाऱ्या सेवाच निवडतात. हे या सिद्धान्ताचे मूलभूत गृहीत तत्त्व आहे. त्यानुसार निर्णय प्रक्रियेसंबंधीच्या लोक निवड सिद्धान्ताने असे दाखवून दिले आहे की, नोकरशहा गरजा वाढवण्याचा सतत प्रयत्न करतात आणि त्यांनी स्वतःचे हित जपले जावे म्हणून शासनाच्या आकारमानात मुद्दाम वाढ केली आहे. निर्णय प्रक्रियेसंबंधीचा लोक निवड सिद्धान्त, या विरुद्ध जाऊन असे मानतो की, शासनाची काही कामे खासगी क्षेत्राकडे हस्तांतरित करावीत. हा सिद्धान्त खाजगीकरणाचा आणि अकार्यक्षम अशा सरकारी क्षेत्रात कपात करण्याचा पुरस्कार करतो.

निर्णय प्रक्रियेतील सर्वसाधारण चुका

निर्णय प्रक्रिया जरी विचारपूर्वक करावयाची बाब असली तरी ती पूर्णतः निर्दोष नाही. या प्रक्रियेत अनेक सामान्य त्रुटी असतात की, ज्यामुळे निर्णय घेण्याच्या प्रक्रियेत अडथळे निर्माण झाले आहेत. निग्रो या विचारवंताने अशा पाच त्रुटी स्पष्ट केल्या आहेत. त्या पुढीलप्रमाणे, (*अ*) दूरदृष्टीचा अभाव, (*आ*) अतिसुलभीकरण, (*इ*) एखाद्याच्या अनुभवावर अवाजवी भिस्त (*ई*) पूर्वग्रह दूषित कल्पना, (*उ*) निर्णय घेण्याविषयी अनिच्छा.

१. *दूरदृष्टीचा अभाव*: एखाद्या समस्येचे निराकरण तात्पुरत्या मार्गाने करणे किंवा अगदी नजिकची उद्दिष्टे डोळ्यांसमोर ठेवून करण्याच्या माणसातील अंगभूत प्रवृत्ती म्हणजे दूरदृष्टीचा अभाव होय. अल्पकालीन फायदा मिळवण्याच्या दृष्टीने कृती करण्याची वृत्ती माणसांमध्ये दिसून येते. निर्णय प्रक्रियेतील या समस्येवर मात करण्यासाठी संघटनेमध्ये त्यातील विविध पातळीवर कार्यरत असलेल्या अधिकाऱ्यांमध्ये उत्तम समन्वय असण्याची आवश्यकता असते. एखाद्या समन्वय प्रस्थापित झाला की अधिकारी आपल्या अल्पकालीन उपाययोजनांचे समर्थन करणे बंद करतील आणि संघटनेकडे एका व्यापक दृष्टीने पाहतील.

२. *अतिसुलभीकरण*: निर्णय प्रक्रियेतील आणखी एक महत्त्वाची त्रुटी म्हणजे अतिसुलभीकरण करण्याची वृत्ती. निर्णयकर्ते अनेक वेळा सोयीचे निर्णय घेण्यासाठी प्रशासकीय वास्तवाचे अतिसुलभीकरण करतात. निर्णयकर्त्यांच्या अशा प्रयत्नांचा प्रशासनावरही नकारात्मक परिमाम होऊ शकतो.

३. *एखाद्याच्या अनुभवावर अवाजवी भिस्त ठेवणे*: निर्णय प्रक्रियेतील ही कदाचित अगदी सर्वसामान्य समस्या असून यात प्रशासक आपल्या व्यक्तिगत अनुभव आणि समज यावर संघटनात्मक उद्दिष्टांपेक्षा अधिक अवलंबून असतात.

४. *पूर्वग्रहदूषित कल्पना*: काही वेळेस निर्णयकर्त्यांच्या पूर्वग्रहदूषित कल्पनांमुळे निर्णय प्रक्रियेत अडथळे येतात. संघटनात्मक निर्णय प्रक्रियेत काही वेळेस अशा प्रकारची परिस्थिती निर्माण होते की जिथे प्रशासक आपल्या प्रबळ सामाजिक समजुती, गैरसमज आणि पूर्वग्रह आणि वैयक्तिक अनुभव व अंदाज यांच्या प्रभावामुळे निर्णय घेताना निरपेक्ष राहत नाहीत, त्यांच्या दृष्टीच्या 'रंगाने'ने निर्णय घेतात.

५. *निर्णय घेण्याची अनिच्छा*: निर्णय घेताना कच खाणे किंवा धाडस न दाखवणे ही अंगभूत मानवी प्रवृत्ती निर्णय प्रक्रियेसमोर मोठे आव्हान निर्माण करते. चेस्टर बर्नार्ड या विचारवंताने या मानवी प्रवृत्तीला 'निर्णय घेताना कच खाण्याची नैसर्गिक वृत्ती' (बर्नार्ड १९५६) असे म्हटले आहे. 'कच खाण्याच्या या नैसर्गिक वृत्ती' म्हणजे जबाबदारी झटकून ती इतरांवर टाकण्याची वृत्ती, जी अमेरिकेत 'passing the buck' (निग्रो आणि निग्रो १९८३) म्हणून ओळखली जाते. डाल आणि लिंडब्लॉम यांनी या प्रवृत्तीचे आणखी स्पष्टीकरण देताना असे म्हटले आहे की, 'निर्णय घेताना कच खाणे आणि तो इतरांनी घ्यावा म्हणून प्रयत्न करणे, ज्याला अमेरिकन passing the buck म्हणतात, ही बाब नोकरशाही संरचनांमध्येही अंतर्भूत असते (डाल आणि लिंडब्लॉम, निग्रो १९६५, १९७१ मध्ये उल्लेखित).

फ्रेड रिग्जप्रणीत पर्यावरणीय दृष्टिकोन

फ्रेड रिग्ज हा राजकीय विकास आणि तौलनिक लोकप्रशासन या क्षेत्रातील एक समकालीन सिद्धान्तक असून या विचारवंतांला प्रामुख्याने प्रशासकीय व्यवस्था आणि त्यांचे पर्यावरण यांच्यातील आंतरसंबंधांचे सामाजिक, सांस्कृतिक, ऐतिहासिक आणि राजकीय पर्यावरणातील फरकांचा व प्रशासनावर होणाऱ्या त्यांच्या परिणामांचा अभ्यास केला आहे. समाजाचाच एक भाग असणाऱ्या प्रशासकीय व्यवस्थेचा समाजावर कसा परिणाम होतो याचाही अभ्यास या विचारवंताने केला आहे. पर्यावरणाची प्रशासनाबरोबर होणारी ही आंतरक्रिया म्हणजेच प्रशासनाचे 'पर्यावरण' असे त्याने म्हटले आहे. फ्रेड

रिग्जप्रणीत पर्यावरणीय दृष्टिकोन त्याच्या पुढील पुस्तकांमध्ये आढळतो: *द इकॉलॉजी ऑफ पब्लिक अॅडमिनिस्ट्रेशन* (१९६१) आणि *अॅडमिनिस्ट्रेशन इन डेव्हलपिंग कंट्रीज: द थिअरी ऑफ प्रीझ्मॅटिक सोसायटी* (१९६४).

शेतीप्रधान समाज आणि उद्योगप्रधान समाज असे समाजाचे वर्गीकरण करून रिग्जने आपले पहिले प्रतिमान १९५६मध्ये विकसित केले. १९५७मध्ये त्याने समतोल किंवा संतुलन प्रारूप विकसित केले. त्याला त्याने 'संक्रमणीय' असे नाव दिले. संक्रमणावस्थेतील समाज असा त्याचा अर्थ होता. रिग्जच्या सिद्धान्तावर बरीच टीका झाल्याने व त्यावरील मर्यादा स्पष्ट झाल्याने त्याने विकसनशील देशांमधील प्रशासकीय व्यवस्थांचे विश्लेषण करण्यासाठी आणखी एक प्रारूप विकसित केले ज्याला प्रतिमान किंवा प्रारूप मानले जाते.

लोलकसदृश प्रारूप

रिग्जने जरी तीन प्रकारचे आदर्श वाटणारे असे वर्गीकरण दिलेले असले तरी त्याचे लक्ष प्रामुख्याने लोलकसदृश व्यवस्था यांच्यातील आंतरक्रियांवर केंद्रित झालेले आहे. संमिश्र आणि विकसित अशा दोन टोकाच्या मध्ये असणारे समाज लोलकदृश असतात. रिग्जच्या मते, लोलकसदृश समाजाची तीन अत्यंत महत्त्वाची वैशिष्ट्ये आहेत. उदाहरणार्थ,

१. *बहुजिनसीत्व*: लोलकसदृश समाजामध्ये फार मोठ्या प्रमाणावर 'बहुजिनसीत्व' असते, याचा अर्थ अगदी वेगळ्या प्रकारच्या संस्था, व्यवहार आणि दृष्टिकोन एकाच वेळी अस्तित्वात असतात. शहरी भागातील आधुनिक प्रशासकीय संरचना आणि ग्रामीण भागातील पारंपरिक प्रशासकीय व्यवस्था यांचे सहअस्तित्व असते.

२. *परिदृढता*: लोलकसदृश समाजात परिदृढतेचे प्रमाण फार मोठे असते. याचा अर्थ असा की औपचारिकदृष्ट्या तयार केलेले आणि प्रत्यक्ष व्यवहारातील संकेत व वस्तुस्थिती मोठा फरक असतो. या परिदृढतेमुळे व्यक्तिगत हितसंबंधाना प्राधान्य देणाऱ्या अधिकाऱ्याचे प्रत्यक्षातील वर्तन हे नेमून दिलेला कायदा आणि नियमनापेक्षा वेगळे होऊ शकते. या प्रकारे, अतीपरिदृढतेमुळे सरकारी भ्रष्टाचार वाढतो.

३. *सरमिसळ*: विकसित समाजातील भिन्नीकरण झालेल्या संस्था आणि अविकसित समाजातील भिन्नीकरण न झालेल्या संरचना यांचे सहअस्तित्व कोणत्या पातळीपर्यंत असू शकते याचा विचार येथे केला जातो. विकसनशील समाजात म्हणजे लोलकसदृश समाजात जरी आधुनिक सामाजिक संरचना

निर्माण केल्या जात असल्या तरी प्रत्यक्षात मात्र जुन्या, भिन्नीकरण न झालेल्या संस्थाचेच सामाजिक व्यवस्थेवर प्रभुत्व चालू राहते. अशा तऱ्हेने, प्रत्यक्ष व्यवहारात, मात्र नव्या संरचनांना जुजबी महत्त्व दिले जाते आणि पारंपरिक संरचनांना महत्त्व देताना नव्या संस्थांकडे दुर्लक्ष केले जाते. संस्था आणि कार्यांच्या या सरमिसळीचे अनेक दुष्परिणाम दिसून येतात, उदाहरणार्थ, (*अ*) पुतणेशाही आणि खास वागणूक देणे, (*आ*) जमातवादी वैरभावना (विविध गटांमध्ये शत्रूभावना व तशा स्वरूपाच्या आंतरक्रिया) (*इ*) जमातवादी सदस्यावर आधारित हितसंबंधी गटांचे अस्तित्व.

विकसनशील प्रशासकीय उपव्यवस्थांचे प्रारूप

विकसनशील समाजात विविध प्रकारच्या सामाजिक, आर्थिक, राजकीय आणि प्रशासकीय उप-व्यवस्था असतात. प्रशासकीय उपव्यवस्थेला रिग्जने Sala प्रारूप असे म्हटले आहे. विकसनशील समाजात कुटुंब कल्याण, पुतणेशाही, असमर्थनीय अशी मेहेरबानी दाखवणे इत्यादी बाबी विविध प्रशासकीय पदांच्या नियुक्ती करण्यात आणि काही प्रशासकीय कार्ये पार पाडण्यात अत्यंत महत्त्वाची भूमिका बजावतात. अशा विकसनशील समाजात कुटुंब आणि नातेसंबंधांचा प्रभाव असलेल्या व्यवस्थेवर नव्या औपचारिक संरचना लादण्याव्यतिरिक्त ही व्यवस्था कायद्याच्या सार्वत्रिकीकरणाचा आदर करत नाही. या व्यवस्थेतील Sala अधिकारी सामाजिक कल्याणापेक्षा आपली सत्ता आणि संपत्ती यात वाढ करण्याला प्राधान्य देतो.

तसेच अनेक जमातवादी गटांचे अस्तित्व ही काही प्रशासकीय समस्या निर्माण करतो. सैद्धान्तिक पातळीवर शासकीय अधिकाऱ्यांनी निःस्पृहपणे कायद्यांची अंमलबजावणी केली पाहिजे. परंतु शासकीय अधिकारी शासनाशी एकनिष्ठ राहण्यापेक्षा आपल्या जाती-समूहाच्या सदस्यांशीच अधिक एकनिष्ठ राहतात. परिणामी भरतीद्वारे एखाद्या प्रभावी समूहाचेच किंवा जातीचेच सदस्य अधिक प्रमाणात घेतले जाण्याची शक्यता असते व त्यामुळे बहुसंख्य लोकांमध्ये नाराजी पसरते. दबावगटही एखाद्या गटाशीच संबंध प्रस्थापित करून त्यांच्याच हितसंबंध रक्षणाचे कार्य करतात आणि समान कायदा लागू व्हावा आणि त्याद्वारे उद्दिष्टे साध्य करण्याकडे दुर्लक्ष करतात.

औपचारिक आणि पारंपरिक वर्तनविषयक संकेतांची सरमिसळ होत असल्याने त्याचा परिणाम म्हणून असे म्हणता येईल की विकसनशील/लोलकसदृश समाजातील सामाजिक आंतरक्रियांमध्ये वर्तन संकेत कसे असावेत याबाबत सहमती निर्माण होत नाही. रिग्ज ज्याला Sala अधिकारी म्हणतो ते सनदी सेवांमध्ये त्यांच्या

उच्च शैक्षणिक पात्रतेमुळे किंवा स्पर्धा परीक्षांमधील यशामुळे प्रवेश करतात परंतु त्यांच्या बढती आणि सेवेतील चांगल्या कामगिरीसाठी मात्र ते पारंपरिक दुव्यांवर, सेवाज्येष्ठतेच्या नियमावर किंवा वरिष्ठ अधिकाऱ्यांच्या कृपादृष्टीवर अवलंबून असतात. या व्यवस्थेतील सत्ता संरचनामध्ये आत्यंतिक केंद्रिकृत आणि अधिकाराचे अती केंद्रीकरण झालेल्या संरचनाचा समावेश असतो, नियंत्रण व्यवस्थेची सरमिसळ झालेली असून ती एकाच ठिकाणी असते.

रिग्जने विकसनशील लोलकसदृश समाजाला असंतुलीत राज्यव्यवस्था असे म्हटले असून यात राजकीय व्यवस्था दुबळी असल्याने राजकीय-प्रशासकीय व्यवस्थेवर नोकरशहांचे वर्चस्व असते. परिमामी हे पारंपरिक अधिकारी निर्णय प्रक्रियेत एक अत्यंत प्रभावी भूमिका पार पाडतात. शासनाची कामगिरी ही या पारंपरिक अधिकाऱ्याच्या योगदानावर अवलंबून असल्याने, रिग्जच्या मते, नोकरशाहीचे वर्तन आणि प्रशासकीय फलित यांच्यामध्ये अत्यंत निकटचा संबंध प्रस्थापित होतो. नोकरशहा जितका सत्ताधारी तितका तो अकार्यक्षम प्रशासक होतो. परिणामी, या व्यवस्थेत पदांची भरती करताना पुतणेशाही आणि संस्थआत्मक भ्रष्टाचार ही या व्यवस्थेची वैशिष्ट्ये होतात, स्वतःच्या हिताच्या रक्षणासाठी सत्ता प्राप्त करावयाची या हेतूने कायद्याचे प्रशासन होत असल्याने अकार्यक्षमता निर्माण होते.

बाजार कँटीन प्रारूप

लोलकसदृश अथवा विकसनशील समाजातील आर्थिक उपव्यवस्थेला रिग्जने 'बाजार कँटीन प्रारूप' असे म्हटले आहे. सर्व पातळ्यांवर इथे विषमता असते आणि काहींना विशेष पसंती दिली जाते. वस्तूंच्या किमती ठिकाण, वेळ आणि व्यक्ती या तीनही बाबतीत वेगवेगळ्या असतात. कोणत्याही वस्तू अथवा सेवेची किंमत कौटुंबिक संपर्क, व्यक्तिगत हितसंबंध, सौदेबाजीची क्षमता आणि राजकारण इत्यादी बाबींवर अवलंबून असते. बाजार कँटीन प्रारूपात लोकांच्या एका छोट्या गटाला सर्व फायदे प्राप्त होतात. कारण त्यांचे आर्थिक संस्थांवर नियंत्रण असते आणि अनेक लोकांचे शोषण ते करतात. शोषण, दारिद्र्य, सामाजिक अन्याय ही या बाजार कँटीन प्रारूपाची वैशिष्ट्ये ठरतात.

सारांशरूपाने सांगावयाचे झाल्यास, रिग्जचे योगदान हे केवळ विकसनशील समाजाच्या प्रशासकीय समस्यांच्या अभ्यासासाठी संकल्पनात्मक बांधणी आणि विश्लेषणाची साधने निर्माण करण्यापुरतीच मर्यादित नाहीत तर अशा अभ्यासांना प्रथमतःच त्याने स्थूल परिप्रेक्ष्यातून पाहण्याचा प्रयत्न केला. त्याचे लोलकसदृश किंवा विकसनशील परंतु परंपरेचा प्रभाव असणारे प्रशासन प्रारूप आणि विकासाचे मूल्यनिरपेक्ष संकल्पनीकरण यामुळे विविध सांस्कृतिक-प्रशासकीय अभ्यास अधिक

वस्तुनिष्ठ झाले आहेत. त्याने मांडलेल्या काही प्रारूपांमुळे विकसनशील देशांच्या प्रशासकीय व्यवस्थांचा अधिक वास्तवपूर्ण अभ्यास करण्यास प्रोत्साहन मिळाले आहे. प्रशासकीय विकासाच्या प्रक्रियेचे त्याने केलेले विश्लेषण विविध देशांमधील धोरणकर्त्यांना मार्गदर्शक ठरू शकेल.

सामाजिक–मानसशास्त्रीय दृष्टिकोन/सिद्धान्त

सामाजिक मानसशास्त्रीय दृष्टिकोन किंवा सिद्धान्त म्हणजे संघटनेतील मानवी वर्तनाचा सामाजिक आणि मानसशास्त्रीय अन्वयार्थ लावणारे अनेक दृष्टिकोन, जे प्रामुख्याने समाजशास्त्रज्ञ आणि मानसशास्त्रज्ञांनी मांडले आहेत. हे सर्व सामाजिक–मानसशास्त्रीय सिद्धान्त मानवी वर्तनावर प्रामुख्याने लक्ष केंद्रित करीत असल्याने त्यांचा समावेश वर्तनवादी विचारसरणी या एका व्यापक विचारप्रवाहांतर्गत केला जातो. संकल्पनात्मक दृष्ट्या, या वर्तनवादी विचारप्रवाहाने संघटनात्मक वर्तनाच्या संदर्भात पुढील विषयांवर अधिक लक्ष केंद्रित केले आहेः प्रेरणा, नेतृत्व, संचरण, संघटनात्मक संघर्ष/वाद, संघटनात्मक बदल आणि विकास, गटांमधील आंतरसंबंध या विचारप्रवाहातील प्रमुख विचारवंत म्हणजे अब्राहम मॅस्लो, फ्रेडरिक हर्झबर्ग, डग्लस मॅकग्रेगर, रेन्सीस लिकर्ट, ख्रिस आर्गिरिस इत्यादी.

सामाजिक मानसशास्त्रीय दृष्टिकोनाला खऱ्या अर्थाने संघटना सिद्धान्त म्हणता येणार नाही. या दृष्टिकोनाचा मुख्य हेतू म्हणजे वैविध्यपूर्ण अशा सामाजिक वातावरणातील मानवी वर्तनाचा शास्त्रीय दृष्टीने अभ्यास करणे हा आहे. वर्तनवादी दृष्टिकोनाची मुळे ही सुप्रसिद्ध हॉथॉर्न प्रयोगात व त्यातून उदयास आलेल्या मानवी संबंध सिद्धान्तात आढळतात. या दृष्टीने पाहता वर्तनवादी सिद्धान्त हा मानवी संबंध सिद्धान्ताचेच पुढचे रूप आहे असे म्हणता येईल. अर्थात मानवी संबंध सिद्धान्तातील समाधानी कामगार या संकल्पनेत समाधान न मानता वर्तनवादी सिद्धान्त आणखी पुढे जाऊन कामगार विशिष्ट वर्तन का करतात याचे उत्तर शोधण्यासाठी मानवी मानसशास्त्रात खोलवर जातात. मानवी संबंध सिद्धान्तकांकडून, विशेषतः एल्टन मेयो आणि प्रसिद्ध हार्वर्ड गटाकडून काही आशय घेऊन, हॉथॉर्न प्रयोगात सक्रिय सहभाग असणाऱ्या चेस्टर बर्नार्ड याने व्यवस्थापनाच्या मानसिक–सामाजिक बाजूवर भर देत वर्तनवादी दृष्टिकोन मांडला. आपल्या 'द फंक्शन ऑफ द एक्झिक्युटिव्ह' या प्रसिद्ध ग्रंथांत चेस्टर्ड बर्नार्ड हे 'एखाद्या पूर्णपणे विकसित झालेल्या वर्तनवादी अभ्यासकासारखे वाटतात' (भट्टाचार्य १९९६). हर्बर्ट स्पेन्सर या विचारवंतांचे योगदानही अत्यंत महत्त्वाचे आहे. सायमनने आपल्या सुप्रसिद्ध निर्णय प्रक्रिया सिद्धान्तातून मानवी वर्तनाचे अनेक बारकावे शोधले. यापूर्वीच म्हटल्याप्रमाणे, वर्तनवादी विचारप्रणाली

म्हणजे अनेक दृष्टिकोन एकत्र असलेला एक संमिश्रण आहे. या भागात आपण वर्तनवादी विचारप्रणालीच्या काही महत्त्वाच्या अभ्यासकांची व त्यांनी मांडलेल्या दृष्टिकोनाची चर्चा करू.

प्रेरणात्मक दृष्टिकोन

अब्राहम मॅस्लो

अब्राहम मॅस्लो हा प्रेरणा सिद्धान्ताचा एक महत्त्वाचा समर्थक आहे. फ्रॉईडप्रणीत मनोविश्लेषणाच्या आधारे मास्लेने मानवी वर्तन समजून घेण्याचा आणि तो संघटनात्मक वर्तनाला लागू करण्याचा प्रयत्न केला. प्रेरणेविषयीचा त्याचा गरज सिद्धान्त हा प्रामुख्याने मानसशास्त्रज्ञ म्हणून त्याला मिळालेल्या वैद्यकीय अनुभवातून अस्तित्वात आला आहे. मॅस्लोप्रणीत गरजांची उतरंड स्पष्ट करणारा सिद्धान्त असे म्हणतो की मानवी गरजांची पूर्तता झाल्यानंतर उच्च दर्जाच्या गरजा निर्माण होत असतात. मॅस्लोच्या मते अन्य प्राण्यांप्रमाणेच माणसेही गरजांच्या पूर्तीसाठी धडपडत असतात किंवा अन्य शब्दांत सांगावयाचे झाल्यास, गरजांची पूर्तता करणेही माणसांना नेहमीच प्रेरणा देणारी बाब आहे.

मॅस्लो या विचारवंतांने पाच प्रकारच्या गरजा चढत्या क्रमाने स्पष्ट केल्या आहेतः सर्वांत कनिष्ठ पातळीवर शारीरिक आणि सुरक्षिततेच्या गरजा असतात तर स्वतःमधील *अंतःशक्तीचा पूर्ण आविष्कार ही सर्वांत उच्च पातळीवरील गरज असते.* दरम्यान, सामाजिक प्रतिष्ठा आणि आत्मसन्मान यासारख्या गरजा मध्यम पातळीवर असतात. शारीरिक गरजा मात्र माणसांच्या सर्वांत मूलभूत गरजा असतात. अन्य गरजांचे समाधान हे पूर्णतः या गरजांच्या पूर्ततेवर अवलंबून असते. या गरजांमध्ये भूक, तहान, शारीरिक सुख इत्यादींचा समावेश होतो. *सुरक्षिततेच्या गरजां*मध्ये सुरक्षितता या कायमस्वरूपी असणाऱ्या गरजेचा समावेश होतो. अन्य व्यक्तींशी *जोडलेले असण्याची गरज* माणसे स्वभावतःच समाजशील वृत्तीची असतात आणि कळपात राहण्याची नैसर्गिक प्रवृत्ती स्पष्ट करतात. मॅस्लो असे म्हणतो की, शारीरिक आणि सुरक्षिततेच्या गरजांची पूर्तता झाली की माणूस प्रेम आणि आपुलकी मिळवण्यासाठी प्रयत्न करू लागतो. सन्मान अथवा प्रतिष्ठेची आवश्यकता वाटणे ही सुद्धा एक महत्त्वाची गरज आहे. ही *आत्मसन्मानाची गरज* होय. अंतिमतः आपल्यातील *सुप्त गुणांचा संपूर्ण आविष्कार* ही मॅस्लोप्रणीत गरजांच्या पदसोपानातील सर्वोच्च गरज होय. पदसोपानाच्या सर्वांत वरच्या पातळीवर माणूस पूर्णतः आविष्कृत होतो म्हणजेच आपल्या व्यक्तिगत महत्त्वाकांक्षा आणि पदावरील जबाबदाऱ्या यांचे यशस्वी एकत्रीकरण होते. मॅस्लोप्रणीत गरजांच्या पदसोपानाचा अर्थ असा की, कार्यक्षमता

वाढवण्यासाठी व्यवस्थापनाचे गरजांचा पदसोपान विचारात घेऊन त्याच्या गरजांची पूर्तता करावी.

फ्रेडरिक हर्झबर्ग

या विचारप्रणालीचा आणखी एक प्रमुख विचारवंत म्हणजे फ्रेडरिक हर्झबर्ग होय. हर्झबर्ग आपल्या प्रेरणा पर्यावरण सिद्धान्त किंवा दोन घटकांच्या सिद्धान्तासाठी प्रसिद्ध आहे. त्याचा प्रेरणा-पर्यावरण सिद्धान्त त्याने प्रत्यक्षात क्षेत्रीय पातळीवर केलेल्या अभ्यासातून निर्माण झाला आहे. जो त्याने पेनसिल्व्हानिया - पिट्सबर्गच्या आजूबाजूला सुमारे २०० हिशेब तपासनीस आणि अभियंते यांच्यावर केला व त्यातून कर्मचाऱ्यांना कशामुळे कामाची प्रेरणा मिळते हे शोधण्याचा प्रयत्न केला. संशोधनाच्या निष्कर्षांच्या आधारे हर्झबर्गने प्रेरणा देणारे आणि पर्यावरणीय घटक असे दोन गट शोधले. हर्झबर्गच्या मते, प्रेरणा देणाऱ्या बाबी म्हणजे प्रामुख्याने समाधान देणाऱ्या बाबी अथवा कर्मचाऱ्यांमध्ये 'कामाचे समाधान' निर्माण करणारे घटक असतात. या गटात हर्झबर्गने पाच घटकांचा समावेश केला आहे, ते म्हणजे, संपादणूक, कौतुक/प्रशंसा, कामाचे स्वरूप, जबाबदारी आणि प्रगती. पर्यावरणीय घटकात हर्झबर्गने कर्मचाऱ्यांमध्ये असमाधान निर्माण करू शकतील अशा घटकांचा समावेश केला आहे. असे एकूण पाच असमाधान निर्माण करणारे घटक हर्झबर्गने सांगितले आहेत. त्यात कंपनींचे धोरण आणि प्रशासन, देखरेख, वेतन, आंतरव्यक्ती संबंध आणि कामाच्या ठिकाणी असलेली परिस्थिती यांचा उल्लेख केला आहे.

प्रेरणा-पर्यावरण सिद्धान्ताचे सार असे की कामाबाबत असमाधान निर्माण करणाऱ्या घटकांपेक्षा स्वतंत्र आणि वेगळे आहेत. संपादणुकीतून विकास होतो आणि विकासासाठी काम करावे लागते. पर्यावरणीय घटकांचा कामाशी संबंध नसतो. कामाविषयीचे समाधान याच्या विरुद्ध कामाविषयीचे असमाधान असू शकत नाही किंवा केवळ कामाचे समाधानच नाही असाही याचा अर्थ नाही. समाधान आणि असमाधान या परस्परविरोधी भावना नाहीत. एकाच सातत्याने चाललेल्या कामाच्या दोन परस्परविरोधी टोकेही नाहीत. हर्झबर्गने त्यांचे वर्णन 'एकधुव्रीय गुणवैशिष्ट्ये' असे केले आहे. असमाधान रोखण्यात पर्यावरणीय घटकांचा जो प्रभाव असतो त्यापेक्षा कितीतरी अधिक प्रभाव प्रेरकांचा समाधान दीर्घकाळ टिकवण्यावर असतो. कामाच्या अनुभवात प्रेरके जास्त प्रमाणात समाधान टिकवून धरतात आणि ते सातत्याने केल्या जाणाऱ्या देखरेखीवर अवलंबून नसतात. पर्यावरणीय गरजा, अर्थातच अशा गोष्टींशी संबंधित आहेत की ज्यांच्याविषयीची आपली भूक कधीच पूर्णतः भागत नाही. पर्यावरणीय घटकांमध्ये सुधारणा करण्याचे काम मात्र सातत्याने केले पाहिजे. कामाच्या अनुभवात प्रेरके जास्त प्रमाणात समाधान टिकवून धरतात

आणि ते सातत्याने केल्या जाणाऱ्या देखरेखीवर अवलंबून नसतात. पर्यावरणीय गरजा, अर्थातच अशा गोष्टींशी संबंधित आहेत की ज्यांच्याविषयीची आपली भूक कधीच पूर्णतः भागत नाही. पर्यावरणीय घटकांमध्ये सुधारणा करण्याचे काम मात्र सातत्याने केले पाहिजे.

नेतृत्वाची प्रारूपे

रेन्सिस लिकर्ट

लिकर्टने वर्तनवादी विश्लेषणाची व्याप्ती व्यक्तिमत्त्व आणि प्रेरणा यापासून संघटनात्मक परिणामकारकता इथपर्यंत वाढवली आहे. एखाद्या संघटनेची कामगिरी अन्य संघटनेपेक्षा चांगली कशी होते? एखादा पर्यवेक्षक संघटनेच्या व्यवस्थापनात इतरांपेक्षा अधिक सरस कसा ठरतो? अशा काही गोंधळात टाकणाऱ्या प्रश्नांनी लिकर्ट या विचारवंताला संघटनात्मक नेतृत्व आणि परिणामकारकता यावर प्रदीर्घ संशोधन करण्यास उद्युक्त केले. संशोधनादरम्यान त्याने आपली 'Management systems I – IV model', 'Linking Pin model' ही दोन प्रसिद्ध प्रारूपे सादर केली व त्याद्वारे संघटनात्मक नेतृत्व आणि कर्मचाऱ्यांमधील सुसंवादी संबंध यांचे महत्त्व अधोरेखित केले. यांना आपण 'व्यवस्थापन पद्धतीची पाच प्रारूपे असे म्हणून या.'

व्यवस्थापन पद्धतीची १ ते ४ प्रारूपे

व्यवस्थापन पद्धतींच्या वेगवेगळ्या प्रकारांचे विश्लेषण करून लिकर्टने आपला 'व्यवस्थापन पद्धतीची पाच प्रारूपे' हे प्रारूप मांडले. या प्रारूपात लिकर्टने अशा काही व्यवस्थापन पद्धतींचे वर्णन केले आहे, जेथे प्रत्येक व्यवस्थापन पद्धती व्यवस्थापन पद्धतीच्या कमी कार्यक्षमता व्यवस्थेकडून अधिक कार्यक्षम व्यवस्थेकडे जाण्यासाठी नियंत्रण आणि कार्यपद्धतीची वैशिष्ट्ये या निकषांच्या आधारे लिकर्टने व्यवस्थापन पद्धतीचे चार प्रकार स्पष्ट केले आहेत. कार्यक्षमतेची चढती कमान विचारात घेऊन व्यवस्थापन पद्धतींचे पुढीलप्रमाणे वर्गीकरण करण्यात आले आहेः शोषणात्मक–अधिकारशाही, दयाळू–अधिकारशाही, विचारविनिमयात्मक स्वरूप असलेली आणि सहभागी स्वरूपाची व्यवस्थापन पद्धती.

१. *व्यवस्था–१ः शोषणात्मक–अधिकारशाही*ः अशा प्रकारच्या संघटनात्मक व्यवस्थेत तीव्र स्वरूपाची पदसोपान रचना, केंद्रीकृत निर्णय प्रक्रिया, अधोगामी संचरण किंवा वरून खाली येणारे एकदिशीय संचरण, कठोर पर्यवेक्षण, व्यक्ती आणि व्यक्तीमधील संबंधापेक्षा गट आणि गट संबंध, दबावाखाली केले जाणारे काम आणि अत्यल्प प्रेरणा इत्यादी वैशिष्ट्ये असतात.

२. *व्यवस्था-२: दयाळू-अधिकारशाही*: अशा प्रक़ारच्या व्यवस्थापन व्यवस्थेत अधिकारशाही असतेच परंतु ती कमी शोषण करणारी आणि संघटनेतील सदस्यांबाबत अधिक कनवाळू भूमिका घेणारी असते. अशा प्रकारच्या व्यवस्थेत दुय्यम पातळीवरील कर्मचाऱ्यांना बोलण्याचे थोडे तरी स्वातंत्र्य असते आणि अंमलबजावणीत पुरेशी लवचीकताही असते. संचरण निश्चितच चांगले असते आणि कनिष्ठ व्यवस्थापकांना भेटू शकतात. या व्यवस्थेत व्यवस्थापक दयाळूपणा दाखवतात पण त्यांच्यावर विश्वास ठेवता येत नाही.

३. *व्यवस्था-३: विचारविनिमयात्मक नेतृत्व*: या प्रकारच्या व्यवस्थापन पद्धतीत काम करण्याची रीत ही एकमेकांचा सल्ला घेण्यावर आधारलेली असते. व्यवस्थापक, विशेषतः संघटनेची उद्दिष्टे ठरवताना, आपल्या कनिष्ठांशी सल्लामसलत करून निर्णय घेतात. मुक्त संचरणाला या व्यवस्थेत परवानगी असल्याने कनिष्ठ कर्मचारीही आपली मते स्वतंत्रपणे मांडू शकतात.

४. *व्यवस्था-४: सहभागी स्वरूप*: लिकर्टच्या मते ही व्यवस्थापन शैली आदर्श आहे. प्रत्येक संघटनेने या व्यवस्थापन शैलीचा अंगिकार करण्याचे प्रयत्न करावेत. या व्यवस्थेचे व्यवच्छेदक लक्षण, जे अन्य व्यवस्थांमध्ये दिसत नाही. ते म्हणजे व्यवस्थापनाचे सहभागी स्वरूप असून येथे कनिष्ठांना 'आपली मते' मांडता येतात व त्या मतांची व्यवस्थापक योग्य ती दखल घेतात.

लिकर्टने असे स्पष्ट केले आहे की त्याच्या प्रस्तावित प्रारूपातील व्यवस्था-१ किंवा शोषणात्मक अधिकारशाही व्यवस्था आणि व्यवस्था-४ किंवा सहभागी अखंड रचनेच्या अनुक्रमे वरची व खालची अशा दोन बाजू असतील. व्यवस्था-२ आणि व्यवस्था-३ या मात्र मध्यम पातळीवर असतील. 'लिकिंग पिन' या प्रसिद्ध सिद्धान्तासाठीही लिकर्टचे नाव घेतले जाते. या प्रारूपात लिकर्टने असे दाखवले आहे की संघटनेतील प्रत्येक व्यक्ती संघटना एकत्र बांधून ठेवण्यासाठी एकमेकांना जोडणाऱ्या पिनेसारखी काम करते.

डग्लस मॅकग्रेगर

एक प्रसिद्ध व्यवस्थापन मनोविश्लेषणतज्ज्ञ म्हणून मॅकग्रेगरने संघटनेच्या वर्तनवादी सिद्धान्ताच्या विकासात मोठी भर घातली आहे. *The Human side of the enterprise* या आपल्या प्रसिद्ध लेखनात मॅकग्रेगरने मानवी स्वभावाविषयीचे त्याचे सुप्रसिद्ध 'सैद्धान्तिक गृहीत' मांडले आहे, मानवी स्वभावाचे योग्य आकलन झाल्यास त्यामुळे संघटनेची रूपरेषाच बदलते असे त्याचे म्हणणे आहे. ही गृहीते 'सिद्धान्त क्ष' आणि 'सिद्धान्त य' या नावाने ओळखली जातात.

सिद्धान्त क्षः बळजबरी आणि सक्ती

'क्ष' सिद्धान्तातील मानवी स्वभावाविषयीचे गृहीत पुढीलप्रमाणे आहेः

- सर्वसामान्य माणसांमध्ये एक अंगभूत अशी कामाबद्दल अनिच्छा असते आणि टाळता आल्यास ते न करण्याकडे त्यांचा कल असतो.
- अशा प्रकारच्या अंगभूत स्वभावामुळे अनेक लोकांना काम करण्यासाठी बळजबरी करावी लागते, त्यांच्यावर नियंत्रण ठेवावे लागते आणि संघटनात्म क उद्दिष्टे साध्य करण्यासाठी त्यांनी पुरेसे प्रयत्न करावे म्हणून त्यांना शिक्षेची भीती दाखवावी लागते.
- सर्वसामान्य माणसाला, त्याला किरकोळ महत्त्वाकांक्षा असल्याने, कोणीतरी त्याला मार्गदर्शन करावे असे वाटत असते आणि जबाबदारी टाळण्याची त्याची इच्छा असते. सुरक्षितता ही त्याची मुख्य चिंता असते.

सिद्धान्त 'य': सुसूत्रीकरण आणि स्व-नियंत्रणाची पर्यायी गृहीत

'य' सिद्धान्तात मॅकग्रेगरने मानवी स्वभावाविषयीचे एक वेगळेच चित्र उभे केले असून त्यात ३ माणूस उद्यमशील असल्याचे म्हटले आहे. ही गृहीते पुढीलप्रमाणेः

- कामाच्या ठिकाणी होणारे शारीरिक आणि मानसिक परिश्रम अथवा व्यय हा खेळ आणि विश्रांती इतका नैसर्गिक आहे.
- सामूहिक कृती, स्वयंनिर्देशन आणि स्वनियंत्रण या मूल्यांशी त्याची बांधीलकी असते.
- उद्दिष्टांशी बांधीलकी हे त्यांच्या प्राप्तीबरोबर येणारे बक्षीसांचे कार्य आहे.
- योग्य वातावरण असल्यास सामान्य माणूस केवळ जबाबदारी स्वीकारणे एवढेच शिकत नाही तर ती पार पाडण्याचाही प्रयत्न करतो.
- संघटनेतील समस्या सोडवण्यासाठी मोठ्या प्रमाणावर निर्मितीक्षमता, कल्पकता आणि चातुर्य वापरण्याची क्षमता ही मोजक्या लोकांकडे नाहीतर बऱ्याच लोकांकडे असते.
- आधुनिक औद्योगिक जीवनाच्या परिस्थितीखाली सामान्य व्यक्तीच्या बौद्धिक क्षमतेचा वापर भव्य प्रमाणात आणि अंशतःच होतो (मॅकग्रेगर १९६०).

ही गृहिते ज्या संघटनात्मक तत्त्वाचा निर्देश करतात ते तत्त्वं एकात्मीकरण हे आहे; अशा प्रकारची परिस्थिती निर्माण करणे की जिथे एखादी व्यक्ती संघटनेची उद्दिष्टे साध्य करीत असतानाच आपली स्वतःची उद्दिष्टेही साध्य करते. कामगाराचे संघटनेत एकात्मीकरण झाले पाहिजे. याचा अर्थ असा की व्यवस्थापकांनी आपल्या

कर्मचाऱ्यांच्या गरजा आणि इच्छा निश्चित करण्याची काळजी घेतली पाहिजे आणि तीसुद्धा एका खुल्या आणि सहभागी वर्तन शैलीद्वारे आणि त्यानंतर व्यक्तिगत उद्दिष्टांना अशी दिशा द्यावी की ज्यायोगे संघटनेची उद्दिष्टे साध्य करतानाच त्या उद्दिष्टांचीही प्राप्ती होईल (डेनहार्ड २००८: ९४).

ख्रिस आर्गिरिस

व्यक्ती आणि संघटना यांच्यातील संबंधांचा एक अतिशय तरल अन्वयार्थ ख्रिस आर्गिरिस या विचारवंतांचा लिखाणात सापडतो. *Personality and organization* (१९५७) या त्याच्या प्रकाशित साहित्यामुळे ख्रिस आर्गिरिस लवकरच प्रसिद्धीस आला. प्रस्तुत ग्रंथांत त्याने व्यक्तीचे व्यक्तिमत्त्व आणि संघटनेची मागणी यांच्यातील परस्परसंबंधाविषयी असणाऱ्या आधीच्या साहित्याचा आढावा आणि घेतला व त्यातून एक सारांश/गोषवारा काढला. ख्रिस आर्गिरिसने प्रचलित संघटनात्मक धोरणे आणि व्यक्तीची समाधान प्राप्तीची गरज यांच्यात दिसणाऱ्या विसंवादावर लक्ष केंद्रित केले व तेच संघटनेतील संघर्षांचे मूळ असल्याचे सांगितले. औपचारिक संघटनेच्या कामाचे विशेषीकरण, पदसोपान रचना, आज्ञैक्य, नियंत्रण कक्षा इत्यादी तत्त्वांवर 'ख्रिस आर्गिरीसने बरीच टीका' केली. औपचारिक संघटनेत उपलब्ध मनुष्यबळावर कठोर नियंत्रण आणि पदसोपान रचनेद्वारे सर्व बाजूंनी ताबा मिळवण्याची वृत्ती असते, ज्याचा मानवी भांडवलावर अपरिहार्यपणे अयोग्य परिणाम होतो असे ख्रिस आर्गिरिसचे मत होते. व्यक्तिगत उन्नती आणि संघटनात्मक उद्दिष्टे यांच्यातील संबंध परस्परविरोधी मानू नयेत. कारण व्यक्तिगत उन्नती आणि संघटनेचे कल्याण यात अंगभूती विसंगती नसते. खरे तर, ते परस्परपूरक आहेत. म्हणूनच प्रत्येक व्यक्तींमधील अंतःशक्तीला ज्याला स्व-आविष्काराची क्षमता म्हटले आहे, खुले करणे आवश्यक आहे. स्व-आविष्काराची प्रत्येक व्यक्तीला गरज असते हे तत्त्व स्वीकारल्यास त्याचा फायदा कालांतराने संघटनेलाही होईल असे त्याचे मत आहे.

संघटनेच्या धोरणांमध्ये आणि गृहीतांमध्ये संपूर्ण बदल होणे आवश्यक आहे असे आर्गिरिस म्हणतो. आर्गिरिसप्रणीत संघटनेच्या या नव्या प्रकारात जुन्या पिरॅमिड रचना आणि संघटनेचा नवा माट्रिक्स प्रकार यांचे एकत्रीकरण असेल, जे जुन्या पारंपरिक संघटनेत नव्हते. संघटनात्मक बदल आणण्याच्या प्रयत्नांच्या एक भाग म्हणून आर्गिरिसने आंतरव्यक्ती क्षमतांचा विकास करावयाचा झाल्यास तीन प्रकारच्या पूर्वअटी ख्रिस आर्गिरिसने सांगितल्या आहेत, त्या अशाः स्वतःचा स्वीकार, निश्चितता आणि आवश्यकता.

संघटनात्मक विकासाचा एक आवश्यक भाग म्हणून ख्रिस आर्गिरिसने कार्यक्रम बद्ध अध्ययनाच्या तंत्रांवर बराच भर दिला. या संदर्भात, आर्गिरिसच्या कर्मचाऱ्यांची

व्यक्तिगत कौशल्ये विकसित करणाऱ्या टी-ग्रुप अथवा संवेदनशीलतेविषयीच्या प्रशिक्षणाचा उल्लेख करावा लागेल. टी-ग्रुप प्रशिक्षण, नावाप्रमाणेच प्रयोगशाळेवर आधारलेला प्रशिक्षण कार्यक्रम असून कर्मचाऱ्यांमध्ये संवेदनशीलता निर्माण करणे हा त्याचा हेतू आहे. पदसोपान रचना आणि अधिकार यावर आधारित बंदिस्त पारंपरिक आंतरव्यक्ती संबंधांना बाजूला सारून हा नवा टी-ग्रुप प्रशिक्षण कार्यक्रम अन्य व्यक्तींबद्दल अधिक संवेदनशील होण्यास प्राधान्य देतो. इतकेच नव्हे तर हे प्रशिक्षण त्याच्या दाव्यानुसार अधिक खुळी आणि सहमती साधता येईल अशी निर्णयप्रक्रिया प्रत्यक्षात आणू शकते. संघटनांसंबंधीच्या चर्चा विश्वात एक तर मानवी मानसशास्त्र किंवा संघटनात्मक समाजशास्त्र याला जे अनावश्यक महत्त्व दिले आहे त्यावरही ख्रिस आर्गिरिसने टीका केली आहे. मानसशास्त्र आणि समाजशास्त्र यांच्या परिपूर्ण मिलाफाला त्याने प्राधान्य दिले.

आर्गिरिसच्या लिखाणात व्यक्ती आणि संघटना यांच्या परस्परसंबंधाविषयीच्या मानवी संबंधविषयक साहित्यात आपणास एक अतिशय प्रगत आणि सर्वसमावेशक परीक्षण आढळते. परंतु हे कामसुद्धा साधनवादी परिप्रेक्ष्यात अथवा दृष्टिकोनात सीमित झालेले दिसते. आर्गिरिस प्रणीत स्व-आविष्काराच्या कल्पनेवरही टीका करण्यात आली आहे कारण ती अतिशय स्वप्नाळू कल्पना असून ती प्रत्यक्ष व्यवहारात आणण्याचे कोणतेही निकष नाहीत. सायमनच्या मते स्व-आविष्कार म्हणजे अराजकासारखे आहे (सायमन १९७३ः ३५२). टी-ग्रुप उपाययोजना ही उथळ स्वरूपाची असून जोपर्यंत नियोक्ता आणि कर्मचारी यांच्यातील हितसंबंधांमध्ये मूलभूत संघर्ष आहे तोपर्यंत). किंबहुना ही तंत्रे यथास्थितीचे जतन करण्याव्यतिरिक्त आणखी काही वेगळे करू शकत नाहीत. आपण अशी आशा करू शकतो की आर्गिरिसप्रणीत अध्ययनावर भर हा अनेक दूरवरच्या निकषांपर्यंत नेऊ शकेल, त्यांचा विचार अगदी आर्गिरीसनेही केला नसेल. साधनवाद आणि समीक्षण यांच्यात नव्या संबंधाची रचनाही शक्य आहे. कोणत्याही प्रकारे पाहता असे म्हणता येईल की आर्गिरिसने सार्वजनिक आणि खाजगी संघटना सिद्धान्तावर, विशेषतः संघटनात्मक बदलाच्या समस्येच्या संदर्भात, मोठ्या प्रमाणावर प्रभाव टाकला आहे हे स्पष्ट होते.

निष्कर्षात्मक निरीक्षणे

प्रस्तुत विश्लेषणात लोकप्रशासनाच्या वादग्रस्त क्षेत्रात शिरकाव करण्याचा प्रयत्न करण्यात आला आहे. साहजिकच असे करताना आम्ही पँडोराची पेटी उघडली आहे. कारण लोकप्रशासनात सैद्धान्तिक मांडणी करण्याचे फार मोठ्या प्रमाणावर

प्रयत्न झाले आहेत आणि त्याद्वारे प्रशासकीय वास्तवाचे अधिक व्यापक प्रतिनिधित्व केल्याचा दावा ही हे सिद्धान्त करीत आहेत.

प्रशासकीय सिद्धान्तांच्या विश्लेषणातून असे दिसते की त्या सिद्धान्तांनी आपापल्या पद्धतीने चालू स्थितीला प्रतिसाद देण्याचा प्रयत्न केला आहे. अठराव्या शतकाच्या अखेरीस व १९ व्या शतकाच्या सुरुवातीस पश्चिमी देशातील औद्योगिक क्रांतीला एक प्रतिसाद म्हणून अभिजात सिद्धान्त मांडण्यात आले. या सिद्धान्तानी अतिशय यशस्वीपणे संघटनेची काही सार्वत्रिक तत्त्वे मांडली की ज्यामुळे संघटनांचे कामकाज सुरळीत करण्यात त्यांची मदत झाली. वाढते औद्योगिक संघर्ष टाळण्यासाठी टेलरप्रणीत शास्त्रीय व्यवस्थापन सिद्धान्त उदयास आला. कार्यक्षम रितीने संघटनेची पूर्वनियोजित उद्दिष्टे साध्य करण्यासाठी साधनसामग्री व मनुष्यबळ एकत्रीकरण करण्यावर या सिद्धान्ताने भर दिला. पूर्वनियोजित धोरणाच्या अंमलबजावणीसाठी 'एक सर्वोत्तम मार्ग' शोधणे हे उद्दिष्ट होते. संघटनेतील मानवी घटकांकडे केवळ एक यांत्रिक साधन म्हणून पाहिल्याची टीका या सिद्धान्तावर झाली असली तरी लोकप्रशासनाच्या सुरुवातीच्या अभ्यासावर व प्रत्यक्ष व्यवहारावर टेलरचा प्रभाव फार मोठा होता.

टेलरपासून ते वेबरपर्यंतच्या सर्व अभिजात सिद्धान्तकांनी संघटनेच्या भौतिक आणि यांत्रिक बाजूंवरच भर दिला. कार्यक्षमतेबाबतचा त्यांचा दृष्टिकोन अगदीच साधा व सोपा होता. कारण त्यांच्या मते संघटना आणि व्यवस्थापनाची काही तत्त्वे अमलात आणल्यास कार्यक्षमता साध्य करता येते. समकालीन युरोपमधील औद्योगिक क्रांतीच्या पर्यावरणीय आणि संघटनात्मक वैशिष्ट्यांनी या पारंपरिक सिद्धान्तकांच्या विचारांना मोठ्या प्रमाणावर प्रभावित केले (भट्टाचार्य २००८:९२).

लोकप्रशासनाला अभिजात तत्त्वे अविचाराने लागू करण्याबाबत जे प्रयत्न झाले त्यावरील हल्ला दुसऱ्या महायुद्धानंतर वाढला. सर्व सामाजिक शास्त्रे आणि प्रशासकीय निर्णयप्रक्रियेचा अभ्यास करणारे संशोधक या सर्वांच्या प्रयत्नांमुळे माणसाचा एक सामाजिक आणि राजकीय प्राणी म्हणून विचार करावा व त्याच्या परिणामांची दखल घ्यावी हा विचार पुढे आला. अभिजात सिद्धान्त हा शास्त्रीय होता याचे कारण म्हणजे या सिद्धान्ताने कामाच्या विभागणीचे मार्ग, देखरेख, नियोजन, अहवाल आणि समन्वय इत्यादी कार्ये करण्याचे सर्वोत्तम मार्ग शोधण्यावर भर दिला. या नियमांना कामगारांनी दिलेल्या प्रतिसादाकडे दिलेल्या प्रतिसादाकडे या सिद्धान्तानी लक्ष दिले गेले नाही आणि कामगारांचे वर्तन ज्या घटकांनी नियंत्रित होते त्याकडेही दुर्लक्ष करण्यात आले. प्रशासकांच्या वर्तनासंबंधीच्या सर्वसाधारण स्पष्टीकरण शोधताना संशोधक मानसशास्त्र, समाजशास्त्र आणि राज्यशास्त्र या विषयांमध्ये

शिरले. असे करताना साहजिकच आदर्शवादाकडे झुकलेल्या अभिजात सिद्धान्तांना बाजूला करून एक अधिक वर्णनात्मक स्वरूपाचा आधुनिक सिद्धान्त त्यांनी पुढे आणला. लोकप्रशासनाचेही शास्त्रीय विश्लेषण होऊ शकते. या दाव्यासमोर प्रश्नचिन्ह उभे केले. कारण अनौपचारिक मानवी स्वभाव या घटकांच्या समावेशामुळे वर्तनाबाबत अंदाज बांधणे खूप कमी झाले. राजकारण हे प्रामुख्याने मूल्यांमधील संघर्ष सोडवण्याशी संबंधित असते आणि मूल्ये ही व्यक्तीच्या आवडीनिवडी आणि पसंतीचे प्रतिनिधित्व करतात आणि म्हणूनच त्यांची पडताळणी होऊ शकत नाही, या सर्व बाबींमुळे लोकप्रशासनाला शास्त्र लागू करता येईल का याबाबत उदासीनता निर्माण झाली. हर्बर्ट सायमन या विचारवंतांने संशोधनात वस्तुस्थिती आणि मूल्ये याविषयीच्या प्रश्नांचे हेतूपूर्वक विभाजन केले जावे असा आग्रह धरला. राजकारणाच्या क्षेत्रात मूल्यांचा समावेश करून धोरणाची दिशा एकदा निश्चित केल्यानंतर कार्यक्रम अंमलबजावणीचा 'एक सर्वोत्तम मार्ग' शोधता येईल (मॉरो १९७५: ४७).

टेलर आणि गालिक यांच्या विचारांच्या निकट जात सायमनने असेही सुचवले की कर्मचाऱ्यांच्या अभिवृत्तींवर परिणाम करणाऱ्या सामाजिक आणि मानसशास्त्रीय घटकांच्या संघटनेच्या वर्णनात्मक विश्लेषणात समावेश केला जावा. सामाजिक-मानसशास्त्रीय घटकांकडे दुर्लक्ष करणे याचा परिणाम कमी कार्यक्षमता असा होऊ शकतो असे सायमनचे मत आहे.

अभिजात सिद्धान्ताबाबत जे घडले त्याचप्रमाणे दुसऱ्या महायुद्धानंतरच्या सिद्धान्ताला खाजगी संशोधनाने चालना मिळाली. वेस्टर्न इलेक्ट्रिक कंपनीने पुरस्कृत केलेल्या सुप्रसिद्ध हॉथॉर्न प्रयोगांकडे, जे १९२७ ते १९३२ या काळात करण्यात आले असले तरी, लोकप्रशासनातंर्गत लगेच दखल घेतली गेली नाही. मानवी संबंध सिद्धान्ताचा उद्‌गाता असणाऱ्या एल्टन मेयोने उत्पादनवाढीसाठी कामगारांना प्रोत्साहन देण्यासाठी बिगर आर्थिक घटकांवर अधिक भर द्यावा असे सांगितले. मानवी संबंध दृष्टिकोन कालांतराने अधिक परिपक्व झाला. कारण, ख्रिस आर्गिरिस, डग्लस मॅकग्रेगर, रनेसिस लिकर्ट आणि अब्राहम मॉस्लो यासारख्या सामाजिक-मानसशास्त्रातील विचारवंतांनी त्यात बरेच संशोधन आणि लिखाण केले. आधुनिक संघटनांमधील दोष किंवा उणिवा दूर करण्यासाठी उत्तम नेतृत्व, प्रभावी संचरण, संघवृत्ती, सहकार्य इत्यादी बाबी आवश्यक असल्याचे या विचारप्रणालीतील अभ्यासकांनी सांगितले. या विचारप्रणालीमार्फत जे लिखाण प्रकाशित करण्यात आले त्याला 'नव मानवी संबंध' दृष्टिकोन असे म्हटले जाते.

प्रशासकीय सिद्धान्तातील नवे संशोधन हे प्रामुख्याने मानवी संबंध विचारप्रणालीवर आधारलेले आहे. यातील बरेचसे संशोधन हे व्यवस्था सिद्धान्तावर भर देणारे आहे. कारण व्यवस्था सिद्धान्तानुसार कोणतेही वर्तन हे, व्यक्ती आणि संघटनांचे बाह्य

पर्यावरणीय घटकांशी जी आंतरक्रिया होते त्याला प्रतिसाद देणारे असते. काही अभ्यासकांनी खेळ सिद्धान्तावर भर दिला आहे. ज्यानुसार व्यक्तींमधील आपणच ठरवलेल्या बक्षिसांसाठीच्या स्पर्धांचे गणिती पद्धतीने विश्लेषण केले जाते. निर्णय सिद्धान्ताने हे स्पर्धेचे प्रारूप एखाद्या निर्णयाशी संबंधित व्यक्तीच्या भूमिकांचे विश्लेषण करण्यासाठी वापरले.

प्रशासकीय सिद्धान्ताच्या क्षेत्रात झालेल्या वरील घडामोडींच्या आधारे दोन मोठे प्रवाह आपल्याला आढळतात. एक, या क्षेत्रात पाश्चिमात्यांच्या बाजूने कल असल्याचे दिसते. सर्व प्रकारच्या विचार आणि संकल्पनांवर अमेरिकेचा प्रभाव असून जगभरच्या अमेरिकन समाजशास्त्रज्ञांनी तो मुद्दाम रुजवला आणि वाढवला आहे व त्याचे एकमेव उद्दिष्ट म्हणजे अमेरिकेच्या आर्थिक व्यवस्थेचे आणि तिच्या राजकीय प्रभुत्वाशी संबंधित मुख्य हितसंबंधाचे रक्षण करणे हाये. दुसरे असे की, लोकप्रशासनाला स्वतःचे असे भक्कम अधिष्ठान नाही. या विद्याशाखेने आपल्या ऐतिहासिक उत्क्रांतीत स्वतःचा सैद्धान्तिक आधार निर्माण करण्याचा प्रयत्न केला नाही. त्यामुळे आता त्यात नव्या ज्ञान निर्माण करणे अवघड झाले आहे (मनोहर, राव आणि राव १९९१). अशा तऱ्हेने पाश्चिमात्य भांडवलशाही व्यवस्थांमध्ये निर्माण झालेल्या या सर्व सिद्धान्तांचा हेतू एकच होता व तो म्हणजे भांडवलशाही व्यवस्थेला अधिमान्यता मिळवून देणे व ती अधिकाधिक भक्कम करणे. विकसनशील देशांमधील बदलत्या समाजाच्या विशेष गरजा पूर्ण होतील या दृष्टीने लोकप्रशासनात काही प्रतिमाने निर्माण करण्याचा प्रयत्न अगदी २००८ साली झालेल्या तिसऱ्या गिनोब्रुक परिषदेतही झाला नाही.

या समस्यांना प्रतिसाद देण्यासाठी या विद्याशाखेचा आणखी विकास होणे आवश्यक आहे.

टिपा

१. अधिक माहितीकरता पहा *द पब्लिक ॲडमिनिस्ट्रेशन थिअरी प्रायमर* (फ्रेडरिकसन ॲण्ड स्मिथः २००३) ज्यामध्ये त्यांनी एखाद्या सिद्धान्त बांधणीतील मूल्यांकनाचे मानदंड ठरणाऱ्या *वर्णन करण्याची*, *स्पष्टीकरणाची* व *अंदाज वर्तवण्याची* या तीन प्रकारच्या क्षमता नमूद केल्या आहेत.

२. लोकप्रशासनाने वैश्विक सिद्धान्ताची बांधणी अत्यल्प प्रमाणात केलेली असल्याने बौद्धिक व्युत्पत्ती म्हणून लोकप्रशासनाकडे नेहमीच दुय्यम दृष्टिकोनातून पाहिले जाते.

३. संदर्भासाठी पहा विल्यम एन. डून आणि बहामन फोजौनी लिखित *टुवर्डस् अ क्रिटिकल ॲडमिनिस्ट्रेशन थिअरी* (१९७६). या छोट्याशा पुस्तिकेत प्रशासकीय सिद्धान्तावरील उत्कृष्ट दर्जाचे टीकात्मक विश्लेषण केलेले आहे.

४. पूर्वप्रतिमान अवस्था ही अनेक अकार्यक्षम आणि अपूर्ण सिद्धान्तांनी नमूद केली गेली. या विशिष्ट काळात सिद्धान्त बांधणी करण्यावर अत्यल्प प्रमाणात जाणीवपूर्वक प्रयत्न झाले झाली. थॉमस कुन्ह यांनी त्यांच्या *द स्ट्रक्चर ऑफ सायंटिफिक रिव्होल्युशन* (१९६२) या शीर्षकाखालील प्राथमिक लेखनात हीच संज्ञा वापरली आहे. त्यांनी वैज्ञानिक इतिहासाचा मागोवा, पूर्वप्रतिमान अवस्था, प्रतिमान अवस्था आणि क्रांतिकारी वैज्ञानिक अवस्था या वैज्ञानिक इतिहासाच्या पाठोपाठ येणाऱ्या तीन अवस्थांवरून तयार केला होता.

५. एक ज्ञानशाखा म्हणून लोकप्रशासन हे कोणतीही स्पष्ट व्याख्या किंवा निश्चित सीमा स्पष्ट केलेली नसल्याने आणि स्वतःपुरतीच सैद्धान्तिक बांधणी केलेली असल्याने, जेव्हापासून अस्तित्वात आले आहे तेव्हापासून विभ्रमावस्थेतच आहे.

६. ड्वाइट वाल्डो यांनी सर्वप्रथम लोकप्रशासनाला एक स्वतंत्र ज्ञानशाखा म्हणून ओळख प्राप्त होण्यामधील स्पष्ट जाणवणारी असुरक्षितता आणि संभ्रमावस्था यावरील चर्चेला सुरुवात केली.

७. एस. के बेली (१९६८) यांचा लोकप्रशासन सिद्धान्ताच्या अभ्यासाच्या पुढील अवस्थेकरता संदर्भ घेता येऊ शकतो.

८. 'राजकीय पाशवी वास्तविकता' या अनुषंगाने आपण सामान्यपणे दारिद्र्य, गरिबी, असमानता आणि अशा इतर, राजकारणातील न टाळता येणाऱ्या वास्तविकता लक्षात घेतो.

९. सर्वसामान्यपणे सामाजिकशास्त्रांतील सिद्धान्त हे परिकल्पित असून, जेव्हा खरोखरच संघर्षात्मक प्रसंगाची वेळ येते, तेव्हा कोणतीही तयार उपाययोजना उपलब्ध नसते. संघर्षात्मक प्रसंगावर उपाययोजना उपलब्ध करून देणे हा सिद्धान्ताचा मूलतः उद्देश असतो.

१०. तरीसुद्धा, प्रत्येकच सिद्धान्ताची निर्मिती ही गरजेतूनच झालेली नसते. वस्तुस्थिती अशी आहे की, नेहमीच वर्चस्व गटांचे हित जपण्यासाठी काल्पनिक धुसर पडद्याप्रमाणे त्यांची निर्मिती ही केली जाते.

११. अभिजात संघटना सिद्धान्त हा 'संघटना सिद्धान्त', 'संरचना सिद्धान्त', 'औपचारिक संघटना सिद्धान्त', 'यांत्रिक सिद्धान्त', 'अभियांत्रिकी सिद्धान्त', 'पारंपरिक सिद्धान्त' म्हणूनही ओळखला जातो.

१२. एखाद्या विशिष्ट सिद्धान्ताचे अथवा सैद्धान्तिकांचे मूल्यमापन करताना 'समयोचितता' हा सर्वांत महत्त्वाचा घटक ठरतो कारण त्या सिद्धान्ताने किंवा सैद्धान्तिकांनी नेमका दृष्टिकोन का दिला आहे हे एखाद्या व्यक्तीस समजण्यास तो सहाय्य करतो.

१३. हे सर्व लेखन पुढे जाऊन *सायंटिफिक मॅनेजमेंट* (१९४७) या शीर्षकाखाली एकाच खंडात प्रकाशित झाले.

संदर्भ

Albrow, Martin. 1970. *Bureaucracy*. London: Macmillan.

Argyris, Chris. 1973. 'Some Limits of Rational Man Organizations Theory', *Public Administrative Review*, 33 (3, May–June).

Arora, Ramesh K. 1979. *Perspective in Administrative Theory*. New Delhi: Associated Publishing House.

———. 2007. 'Organization Theories: Concerns and Orientations', in Rakesh Hooja and Ramesh Arora (eds), *Administrative Theories: Approaches, Concepts, and Thinkers in Public Administration*. Jaipur, New Delhi: Rawat Publications.

Bailey, S.K. 1968. 'Objectives of Theory of Public Administration', in J.C. Charlesworth (ed.), *Theory and Practice of Public Administration: Scope, Objectives and Methods*, pp. 128–39. Philadelphia: American Academy of Political and Social Science.

Baker, R.J.S. 1972. *Administrative Theory and Public Administration*. London: Hutchinson University Library.

Barnard, Chester I. 1938. *The Functions of Executive*. Cambridge: Harvard University Press.

———. 1956. *Organization and Management: Selected Papers*. Massachusetts: Harvard University Press.

Bennis, Warren G. 1968. 'Beyond Bureaucracy', in Warren B. Bennis and Philip E. Slater (eds), *The Temporary Society*. New York: Harper and Row Publishers. Reprinted in an abridged version in F. Nigro and G. Nigro, *Readings in Public Administration* (New York: Harper and Row Publishers, 1983).

Bhattacharaya, Mohit. 1996. *Public Administration and Planning*. Calcutta: World Press Pvt. Ltd.

———. 1999. *New Horizons of Public Administration*. New Delhi: Jawahar Publishing.

———. 2008. *New Horizons of Public Administration*. New Delhi: Jawahar Publisher and Distributions.

Caiden, Gerald E. 1971. *The Dynamics of Public Administration: Guidelines to Current Transformations in Theory and Practice*. Hinsdale, Illinois: Dryden Press.

Carmelli, A., Z. Sheaffer, and M.Y. Halevi. 2009. 'Does Participartory Decisionmaking in Top Management Teams Enhance Decision Effectiveness and Firm Performance,' *Personal Review*, Vol. 38, pp. 696–714.

Chakrabarty, Bidyut. 2007. *Reinventing Public Administration: The Indian Experience*. New Delhi: Orient Longman.

Crozier, Michel. 1946. *The Bureaucratic Phenomenon*. Chicago: University of Chicago Press.

DeHoog, Ronald Hoogland. 2000. 'Bureaupathology', in Jay M. Shafritz (ed.), *Defining Public Administration-Selections from the International Encyclopedia of Public Policy and Administration*. Colorado: Westview Press (Indian reprint: Jaipur/New Delhi: Rawat Publications).

Denhardt, Robert B. 2008. *Theories of Public Administration*. Australia: Thomson.

Dunleavy, Patrick. 1985. 'Bureaucrats, Budgets, and the Growth of the State', *British Journal of Political Science*, 15: 229–328.

———. 1986. 'Explaining the Privatization Boom', *Public Administration*, 61: 13–14.

Dunn, William N. and Bahman Fozouni. 1976. *Towards a Critical Administrative Theory*. Beverly Hills, London: SAGE Publications.

Fayol, Henry. 1937. 'The Administrative Theory of the State', in L. Gulick and Lyndall Urwick (eds), *Papers in the Science of Administration*. New York: Columbia University Press.

———. 1949. *General and Industrial Management*. London: Pitman (originally written and published in 1916 in French).

Felix, A. 1970 [1965]. *Modern Public Administration*. New York: Harper and Row Publishers.

Frederickson, H. George and Kevin Smith. 2003. *The Public Administration Theory Prime: Essentials of Public Policy and Administration*. Colorado: Westview Press.

Gross, Bertram M. 1964. *The Managing of Organization: The Administrative Struggle*, Vol. 1. New York: The Free Press.

Gulick, Luther and Lyndall Urwick (eds). 1937. *Papers on the Science of Administration*. New York: Columbia University Press.

Jary, David and Julia Jary. 2000. *Collins Dictionary of Sociology* (3rd edition) Glasgow: HarperCollins Publishers.

Kuhn, Thomas. 1996 [1962]. *The Structure of Scientific Revolution*. United States University of Chicago Press.

Lindblom, Charles E. 1959. 'The Science of Muddling Through', in *Public Administration Review*, Vol. 19, no. 2. Reprinted in Richard Stillman II, *Public Administration: Concepts and Cases*, 2nd edition (Boston, New York: Houghton Mifflin company, 2005).

Manohar, K. Murali, K. Seetha Rama Rao, and B.J. Janardhan Rao. 1991. *Administrative Theory: Trends and Perspectives*. Warangal: Book Bird Publisher.

Mayo, Elton. 1933. *The Human Problems of an Industrial Civilization*. Boston: Harvard Business School.

———. 1945. *The Social Problems of an Industrial Civilization*. London Routledge and Kegan Paul.

———. 1947. *The Political Problem of Industrial Civilization*. Boston: Harvard Business School.

McGregor, Douglas. 1960. *The Human Side of the Enterprise*. New York: Grew Hill Book Co.

Merton, Robert. 1949. 'Bureaucratic Structure and Personality', in Robert Merton (ed.), *Social Theory and Social Structure*. New York: Free Press of Glencoe.

Morrow, William L. 1975. *Public Administration: Politics and Political System*. New York: Random House.

Nigro, F.A. 1965. *Modern Public Administration*. New York: Harper & Row

Nigro, F. and G. Nigro. 1983. *Readings in Public Administration*. New York: Harper and Row Publishers.

Niskanen. 1971. *Bureaucracy and Representative Government*. New York Aldine-Atherton.

———. 1973. *Bureaucracy: Servant or Master?* London: Institute for Economic Affairs.

Paddock, Susan C. 2000. 'Peter Principle', in Jay M. Shafritz (ed.), *Defining Public Administration: Selections from the International Encyclopedia of Public Policy and Administration*. Colorado: Westview Press. [Indian reprint: Jaipur/New Delhi: Rawat Publications].

Parkinson, C.N. 1957. *Parkinson's Law and Other Studies in Administration*. Boston: Houghton Mifflin.

Peter, Laurence J. and Raymond Hull. 1972 [1969]. *The Peter Principle*. New York: Willam Morrow & Co.

Prasad, Rajendra D., V.S. Prasad, and P. Satyanarayana. 2001. *Administrative Thinkers*. New Delhi: Sterling Publishers Pvt. Ltd.

Raghuvulu, C.V., 'Chris Argyris', in Rajendra D. Prasad, V.S. Prasad, and P. Satyanarayana. 2001. *Administrative Thinkers*. New Delhi: Sterling Publishers Pvt. Ltd.

Sapru, R.K. 1996. *Theories of Administration*. New Delhi: S. Chand and Co. Ltd.

Scott, William G. 1961. 'Organization Theory: An Overview and an Appraisal', *Journal of the Academy of Management*, 4 (1, April): 27–41.

Selznick, Phillip. 1957. *Leadership and Administration*. Evanson: Row, Peterson and Sons.

Simon, Herbert. 1973. 'Organisational Man: Rational or Self-actualisation', *Public Administration Review*, 33 (4, July–August).

Stillman, Richard, II. 2005. *Public Administration: Concepts and Cases* (2nd edition). Boston, New York: Houghton Mifflin Company.

Taylor, F.W. 1947. *The Principles of Scientific Management*. New York: Harper and Row.

Waldo, Dwight. 1968. In J.C. Charlesworth (ed.), *Theory and Practice of Public Administration*. Monograph 8, American Academy of Political and Social Science.

Weber, Max. 1946. *Essays in Sociology*. Oxford: Oxford University Press.

प्रकरण ३

लोकप्रशासनातील नवे विचारप्रवाह[१]

अध्ययनाची उद्दिष्टे

- लोकप्रशासन या विद्याशाखेतील समकालीन घडामोडी समजून घेणे
- लोकप्रशासनातील ठळक रूपरेषात्मक बदलांचे आकलन करून घेणे
- लोकप्रशासनाकडे पाहण्याचा नवा दृष्टिकोनांचा विचार करणे

लोकप्रशासन ही उत्क्रांत होत असलेली विद्याशाखा आहे. सातत्याने निर्माण होणाऱ्या सामाजिक गरजांचा प्रतिसाद देण्याचा प्रयत्न या विद्याशाखेने केला आहे. ही पार्श्वभूमी विंचारात घेऊन प्रस्तुत प्रकरणातून या विद्याशाखेतील अलीकडच्या काळातील व महत्त्वाच्या घटना-घडामोडींचा वेध घेण्याचा प्रयत्न केला आहे. उदाहरणार्थ, नवलोकप्रशासन, लोकप्रशासनाचा व्यवस्थापनविषयक दृष्टिकोन, सुशासनविषयक सिद्धान्त आणि व्यवहार, सार्वजनिक धोरणाच्या व प्रशासनाच्या संदर्भातील स्त्रीवादी आणि पर्यावरणविषयक दृष्टिकोन आणि निगम प्रशासन.

नवलोकप्रशासन

नवलोकप्रशासन (एनपीए) लोकप्रशासनाच्या विकासातील एक नवा आणि गुणात्मकदृष्ट्या वेगळा टप्पा असून तो प्रामुख्याने समानता, सामाजिक न्याय, बदल आणि बांधीलकी या राजकीय मूल्यांना प्राधान्य देणारा आहे. हा नवा टप्पा अर्थातच लोकप्रशासनाला एक स्वतंत्र विद्याशाखा म्हणून ओळख मिळवण्यासाठीच्या संघर्षाशी जोडलेला आहे. अर्थात, या 'अस्मितेच्या संघर्षा'शी ही विद्याशाखा अस्तित्वात आल्यापासूनच लढा देत आहे. किंबहुना, नवलोकप्रशासन हा समाजाशी असलेल्या आपल्या मूलभूत बांधीलकीवर भर देऊन लोकप्रशासनाला एक कायमस्वरूपी ओळख प्राप्त करून देण्यासाठी लोकप्रशासन प्रत्यक्ष व्यवहारात आणणाऱ्यांकडून केला गेलेला हा एक गंभीर प्रयत्न आहे.

नवलोकप्रशासनाची सुरुवात ही सिराकूझ विद्यापीठात १९६८मध्ये भरवण्यात आलेल्या पहिल्या मिनोब्रुक परिषदेपासून झाली, ज्या परिषदेत सामाजिकशास्त्रांच्या विविध शाखांमधील तरुण बुद्धिमान अभ्यासक उपस्थित होते. लोकप्रशासन विद्याशाखा सामाजिकदृष्ट्या उपयुक्त करणे आणि तिचे समाजाप्रतीचे उत्तरदायित्व वाढवणे यासाठी लोकप्रशासनाचा सिद्धान्तक आणि प्रशासक यांना परिषदेने

जागे करण्याचा प्रयत्न केला. एका प्रक्षुब्ध वातावरणाच्या पार्श्वभूमीवर ही परिषद भरवण्यात आली होती आणि अमेरिकेतील विविध शहरांमध्ये होणाऱ्या वांशिक चकमकींमुळे महाविद्यालयाच्या परिसरातील तंटे, व्हिएतनाम युद्ध आणि त्याचे अमेरिकन समाजावर झालेले परिणाम यांसारख्या बाबींमुळे निर्माण झालेली सामाजिक खळबळ यामुळे निर्माण झालेले ते प्रक्षुब्ध वातावरण होते. वरील घडामोडींबरोबरच या विद्याशाखेचा कार्यक्षमता व काटकसर या दोनवर असलेला अवाजवी भर ही प्रशासकांमध्ये विद्याशाखेच्या स्थितीविषयी एक तीव्र असमाधान निर्माण करणारा होता. त्यातूनच नवलोकप्रशासनाच्या नावाने या विद्याशाखेत एक गुणवत्तेचा आग्रह धरणारा सुधारणेचा नवा टप्पा उदयास आला. मोहित भट्टाचार्य (१९९८) यांनी याला प्रति-संस्कृती, असे म्हटले आणि प्रशासनात 'राजकारणा'ला 'प्राथम्य' किंवा 'महत्त्व' देण्याचे सुचवले.

सिराकूझ विद्यापीठातील मिनोब्रुक परिषदेचे ठिकाण हे लोकप्रशासनाच्या विद्यार्थ्यांसाठी एक लोकप्रिय असे घरगुती ठिकाण ठरले आणि लोकप्रशासनाच्या विकासाशी संबंधित तीन सलग परिषदा भरवण्याचा सन्मानही विद्यापीठाला मिळाला. वीस वर्षांच्या अंतराने (१९६८, १९८८, २००८) या केंद्राने पहिली दुसरी आणि तिसरी मिनोब्रुक परिषद भरवली. उपयुक्तता, समता, बदल आणि सामाजिक न्याय यांचा अंतर्भाव लोकप्रशासनात करावा अशी भूमिका पहिल्या मिनोब्रुक परिषदेत घेण्यात आली व त्यामुळे लोकप्रशासनात एक नवे पर्व सुरू झाले. विद्याशाखेच्या दुरवस्थेमुळे निर्माण झालेल्या असमाधानातून बाहेर पडून अभ्यासकांनी या परिषदेत लोकप्रशासन विद्याशाखेच्या सीमा निश्चित करण्याचे काम हाती घेतले. धोरणात्मक भूमिकांच्या समर्थनासाठी कार्यक्षमता व काटकसर यांच्याबरोबर सामाजिक समतेचाही समावेश करण्यात आला. कायद्याचे समान संरक्षण ही बाब जे कायद्यांची अंमलबजावणी करतात त्यांच्यासाठीही प्रतिनिधी इतकीच महत्त्वाची आणि बंधनकारक आहे असे मानण्यात आले. नीतिमत्ता, प्रामाणिकपणा आणि जबाबदारी ही मूल्ये शासनव्यवहारात व लोकप्रशासनात परत आली. १९५० आणि १९६०च्या दरम्यान प्रचलित असलेल्या सिद्धान्तानुसार सनदी सेवेतील प्रशासकांनी केवळ अंमलबजावणीचेच काम करावे हा विचार प्रभावी होता, परंतु आता नव्या परिस्थितीत मात्र प्रशासकांनी किंमत आणि लाभ यांचे लोकांमध्ये योग्य वितरण करून उत्तम सेवा पुरवाव्यात व नागरिकांचा विश्वास संपादन करावा, असा नवा विचार पुढे आला. केवळ वृद्धी किंवा वाढ नाही तर परिवर्तन किंवा बदल हा एक अत्यंत महत्त्वाचा सैद्धान्तिक प्रश्न मानण्यात आला. प्रतिसादात्मक शासन वाढते (जिथे नव्या गरजा स्पष्ट होतात) आणि कमीही होते (जिथे अभिकरणांच्या सेवा महत्त्वाच्या अथवा आवश्यक वाटत नाहीत). बदलाचे व्यवस्थापन करणे हे

परिणामकारकतेचे प्रमाण आहे. कार्यक्षम लोक प्रशासनाचा अर्थ आता सक्रिय आणि सहभागी नागरिक वर्गाच्या संदर्भात पाहिला जातो. विवेकी प्रारूपाची अचूकता आणि पदसोपान रचनेच्या संकल्पनेची उपयुक्तता यांना आता मोठे आव्हान देण्यात येत आहे.

या नव्या विचारांचा पाठपुरावा करण्याबरोबरच पहिल्या मिनोब्रुक परिषदेतील सहभागी विचारवंतांनी अमेरिकन सोसायटी फॉर पब्लिक ॲडमिनिस्ट्रेशन या आपल्या क्षेत्रातील पहिल्या व्यावसायिक संघटनेवर बराच प्रभाव टाकला. त्यांच्या कृतींनी व त्यांना सहकार्य करणाचा अन्य लोकांच्या प्रयत्नांमुळे (ASPA) ही संघटना अधिक मुक्त लोकशाहीवादी होण्यास मदत केली. आता या संघटनेच्या खुल्या निवडणुका होतात अल्पसंख्याक आणि महिलांसाठी विभाग आहेत आणि नेतृत्वाच्या प्रेरणादायी इतिहास आहे. या संस्थेने नैतिकतेच्या पालनासंबंधीची संहिता तयार केली असून या संस्थेच्या आधीच्या भूमिकेच्या अगदी विरुद्ध भूमिका घेऊन आता सार्वजनिक धोरणांच्या प्रश्नांवर भूमिका घ्यायला सुरुवात केली आहे (फ्रेडरिक्ससन १९९९: ७०५).

नवलोकप्रशासनाची काही वैशिष्ट्ये विचारात घेऊनही या दृष्टिकोनावर बरीच टीका झाली आहे. महत्त्वाचा बदल, 'लोकप्रशासनाच्या क्षेत्रात रूपरेषात्मक बदल, रूपरेषात्मक परिवर्तन किंवा रूपरेषात्मक क्रांती' (डून आणि फोझौनी १९७६) या भ्रामक कल्पनेचा प्रसार करण्यासंबंधी या दृष्टिकोनाला जबाबदार धरले जाते. या संदर्भात असा युक्तिवाद केला जात आहे की, 'नवलोकप्रशासनाने बौद्धिक गोंधळ निर्माण केला असून महत्त्वाच्या तात्त्विक आणि पद्धतिशास्त्रांच्या समस्यांचे अतिसुलभीकरण केले गेले आहे आणि या क्षेत्रात बेशिस्त सुमारपणाचे संस्थीकरण केले गेले आहे' आणि त्यामागे यथास्थिती राखण्याचा एक निश्चित राजकीय हेतू आहे. एवढेच नव्हे तर, नवलोकप्रशासनावर अशीही तीव्र टीका केली जाते की, हा दृष्टिकोन तात्त्विकदृष्ट्या संदिग्ध असून त्याच पद्धतीसाठी कष्ट घेतल्याचे दिसत नाही आणि स्वचिकित्सेचाही अभाव आहे (डून आणि फोझौनी १९७६). अर्थात, नवलोकप्रशासन हा नावीन्याचा एक शोधही आहे व प्रयोगही आहे. सिद्धान्त आणि व्यवहार यांच्यात एक व्यापक एकसूत्रता आणून या सिद्धान्ताने लोकप्रशासनाची उपयुक्तता वाढवली आहे.

लोकप्रशासनाचा व्यवस्थापकीय दृष्टिकोन

आज, सार्वजनिक क्षेत्राची दुरवस्था ही संपूर्ण जगात होत आहे आणि त्यावरील एक नेमका उपाय म्हणून व्यवस्थापकीय दृष्टिकोनाची शिफारस केली जाते. अर्थात व्यवस्थापकीय दृष्टिकोनाचा नेमका अर्थ सांगणे अवघड आहे. कारण, सार्वजनिक

क्षेत्राला उर्जितावस्था आणणारा एक नवा मंत्र म्हणून जशी या दृष्टिकोनाची प्रशंसा केली जात आहे, तसाच तो पूर्णतः नाकारलाही जात आहे. ख्रिस्तोफर हुड या समर्थकाने या विषयाची हाताळणी करताना येणाऱ्या पेचाचा विचार अतिशय समर्पकरित्या मांडला आहेः 'व्यवस्थापकीय दृष्टिकोनाची जरी पुरेशी व्याख्या करण्यात आली नसली तरी, सनदी नोकरशहांमध्ये या दृष्टिकोनाने काही विविध स्वरूपाच्या आणि प्रखर भावना निर्माण केल्या आहेत'. काही लोकांनी अशी टोकाची भूमिका घेतली होती की, ''जुन्या'' लोकव्यवस्थापनातील दुरुस्तीची कोणतीही शक्यता नसलेल्या अपयशावर आणि अगदी नैतिक दिवाळखोरीवर एकमेव योग्य उपाय व्यवस्थापकीय दृष्टिकोन हाच आहे (हूड, १९९१). पुढे तो असेही म्हणतो की, 'व्यवस्थापकीय दृष्टिकोन म्हणजे केवळ न मागता दिलेला सल्ला असून एक वैशिष्ट्यपूर्ण सनदी सेवेसाठी नीतीमूल्ये आणि संस्कृती निर्माण करण्याचा जो एक शतकापासून प्रयत्न चालू होत त्याचा टीकाकारांनी केलेला विध्वंस आहे' (हूड, १९९१). या परिप्रेक्ष्याभोवती असणारे शब्दांचे जंजाळ दूर करून असे म्हणता येईल की आजारी सार्वजनिक क्षेत्र परिणामकारक करण्यासाठी सार्वजनिक क्षेत्रातल्या व्यवस्थापनात केलेले हे नवे प्रयोग आहेत आणि ते कार्यक्षमता व काटकसर या बाजारपेठीय तत्त्वांना प्राधान्य देत करण्यात आले आहेत. सार्वजनिक क्षेत्राच्या व्यवस्थापनातील ही १९९०च्या शेवटी घडलेली घटना असून १९९०मध्ये पुनर्शोधाची चळवळ आणि शासन व्यवहाराविषयीच्या चर्चाविश्वासह या दृष्टिकोनाची बरीच चर्चा झाली.

लोकप्रशासनातील वेबर आणि विल्सन यांचे पारंपरिक प्रारूपाला बाजूला ठेवून या नव्या व्यवस्थापन दृष्टिकोनाने सार्वजनिक क्षेत्राच्या व्यवस्थापनात कार्यक्षमता, काटकसर आणि परिणामकारकता यांच्या आधारे महत्त्वपूर्ण बदल घडवून आणण्याविषयी आवाहन केले. इतकेच नाही तर, सार्वजनिक क्षेत्राची उतरती विश्वासार्हता पुन्हा प्राप्त करण्यासाठी व्यवस्थापनवादी परिप्रेक्ष्याने सार्वजनिक क्षेत्रात बाजारपेठीय तत्त्वे मुक्तपणे लागू करावीत असे सांगितले. सन १९८०च्या उत्तरार्धापासून पश्चिमेत सार्वजनिक क्षेत्रात आमूलाग्र सुधारणा घडवून आणण्यासाठी झपाट्याने बदल करण्यासाठी राबवण्यात आलेल्या उपक्रमांचा एक भाग म्हणून या परिप्रेक्ष्याकडे पाहणे उचित ठरेल. एका संपादित खंडात, मार्क बेविर, या विचारवंताने लोकप्रशासनाच्या व्यवस्थापकीय दृष्टिकोनाला सार्वजनिक क्षेत्राच्या व्यवस्थापनाची पहिली लाट असे संबोधून त्यावर शिक्कामोर्तब केले आहे. ख्रिस्तोफर हूड याने व्यवस्थापकीय दृष्टिकोनाला 'दोन परस्परविरोधी विचारांमधील विवाह' असे म्हटले असून त्यातील एक विचार नवा संस्थात्मक अर्थशास्त्राचा असून दुसरा व्यवसाय स्वरूपाच्या व्यवस्थापनवादांच्या सलग आलेल्या लाटा होय (हूड, १९९१). वास्तविक पाहता, लोकप्रशासनाच्या या नव्या व्यवस्थापन दृष्टिकोनाने सुरक्षित

नोकरशाहीच्या क्षेत्रात शत्रुवत वाटावी अशी घुसखोरी किंवा शिरकाव करण्याचा प्रयत्न केला असून सुरक्षित नोकरशाहीच्या जागी एक अधिक लवचीक, बाजाराधिष्ठित लोकप्रशासन आणण्याचा हा प्रस्ताव आहे. लोकव्यवस्थापन दृष्टिकोनाने पूर्वीच्या शब्दप्रयोगांऐवजी व्यवस्थापक, सेवा पुरवठादार, ग्राहक असे अनेक नवीन शब्दप्रयोग तयार केले. थोडक्यात सांगावयाचे झाल्यास, या दृष्टिकोनाने लोकप्रशासनाची एक अशी प्रतिमा रंगवली आहे की, ज्यात लोकप्रशासन म्हणजे कमीतकमी शासन, निर्नोकरशाहीकरण, विकेंद्रीकरण आणि सार्वजनिक सेवांना कंत्राटीकरण, खाजगीकरण आणि कामगिरी मूल्यमापन याद्वारे बाजाराभिमुख करणे होय.

लोकप्रशासनाच्या या नव्या व्यवस्थापनवादी परिप्रेक्ष्याचा उगम हा पश्चिमेतील प्रशासकीय सुधारणांच्या उपक्रमांमध्ये, विशेषतः आर्थिक सहकार्य आणि विकासासाठीची संघटना या १९७०च्या शेवटी अस्तित्वात आलेल्या राष्ट्रांच्या गटात आढळतो (हूड, १९९१). ख्रिस्तोफर हूड याने असे दाखवले आहे की, व्यवस्थापन दृष्टिकोन हा चार 'प्रशासकीय स्वरूपाच्या मोठ्या प्रवाहा'बरोबर विकसित झाला आहेः

१. सार्वजनिक खर्चातील बेसुमार वाढ आणि नोकरभरती या दोन बाबींमधून शासनामार्फत केला जाणाऱ्या विकासाची गती मंदावली आहे व वाढीची दिशा उलटी झाली आहे, हे दाखवण्याचे प्रयत्न या काळात करण्यात आले;
२. खाजगीकरण किंवा अर्धखाजगीकरणाकडे झुकलेला कल आणि केंद्रस्थानी असलेल्या शासनाच्या संस्थांपासून लांब जाण्याची प्रवृत्ती, सेवा देण्यासाठी दुय्यम संख्यांवर नव्याने दिला जात असलेला भर;
३. स्वयंचलित व्यवस्थांचा विकास, विशेषतः माहिती व तंत्रज्ञान क्षेत्रात, सार्वजनिक सेवांची निर्मिती व वितरण व्यवस्थेत.
४. आंतरराष्ट्रीय स्वरूपाच्या विषयपत्रिकेची निर्मिती, ज्यात सार्वजनिक व्यवस्थापनाच्या सर्वसामान्य प्रश्नांवर, धोरण नमुना, निर्णयशैली आणि आंतरशासकीय सहकार्य यांच्यावरील वाढता भर. एखाद्याच राष्ट्रापुरती मर्यादित असणारी लोकप्रशासनाची जुनी, पारंपरिक विषयकपत्रिकेत या नव्या विषयपत्रिकेची भर पडली (हूड, १९९१).

नवलोकव्यवस्थापन दृष्टिकोनाच्या अभ्यासकांमध्ये या दृष्टिकोनाचा उदय कसा झाला याबाबत अर्थातच एकमत नाही. सार्वजनिक क्षेत्राला व्यवस्थापन दृष्टिकोन लागू करण्याच्या या अत्यंत महत्त्वाच्या बदलाला अक्षरशः अनेक घटक कारणीभूत

आहेत. विश्लेषणात्मक सोईसाठी आपण या घटकांचे चार शीर्षकाखाली वर्गीकरण करू: (*अ*) राज्याची आणि सार्वजनिक क्षेत्राची घसरत चाललेली विश्वासार्हता; (*आ*) नव्या उजव्या दृष्टिकोनाचा उदय; (*इ*) वेबर आणि विल्सन यांच्या नोकरशाहीविषयक विचारांनंतर उदयास आलेली नोकरशाहीविषयक संकल्पना; (*ई*) प्रगत पाश्चिमात्य देशांमधील प्रशासकीय बदल.

१. *राज्याची घसरती विश्वासार्हता*: १९७०च्या उत्तरार्धापासून सामाजिक न्याय देणारी एक सर्वांत महत्त्वाची संस्था म्हणून राज्यसंस्थेच्या भूमिकेबाबत जगभर प्रश्न उपस्थित केले जात आहेत. सामाजिक, राजकीय आणि आर्थिक अशा सर्वच क्षेत्रांत राज्यसंस्थेने निराशाजनक कामगिरी केल्याने लोकमत राज्याच्या विरोधात गेले आहे.
२. *नव्या उजव्या विचारसरणीचा उदय*: नवी उजवी विचारसरणी ही सार्वजनिक क्षेत्रात सुधारणा घडवून आणण्याच्या या झपाट्याने आलेल्या सुधारणांना आणि व्यवस्थापन दृष्टिकोनाला नवी उजवी विचारसरणी कारणीभूत मानली जाते. साधारणतः नवी उजवी विचारसरणी ही एक अतिशय व्यापक संज्ञा आहे आणि त्यात मुक्त बाजारपेठेशी संबंधित सर्व विचार आणि सिद्धान्तांचा समावेश होतो, तसेच मूलग्राही उजवा, स्वातंत्र्यवादी पुरवठा बाजूचे अर्थशास्त्र, चलनीकरण, थॅचरवाद आणि रेगनप्रणीत अर्थशास्त्र इत्यादीचाही समावेश होतो. ही विचारसरणी १९६०च्या उत्तरार्धात आणि १९७०च्या सुरुवातीला रोनाल्ड रेगन आणि मार्गारेट थॅचर यांच्या विचारांमधून उदयास आली. नव्या उजव्या विचारसरणीने केन्सप्रणित मागणी व्यवस्थापन आणि राज्यावर लादलेल्या समानतावादी लोककल्याणकारी कार्यक्रमांना आव्हान दिले. नव्या उजव्या विचारसरणीने उभे केलेले हे आव्हान हे पूर्णतः सार्वजनिक धोरणनिर्मात्यांच्या विरोधात असल्याचे म्हटले जाते. परंतु, ते तसे नाही असे डेव्हिड जी. ग्रीन यांनी म्हटले आहे. किंबहुना अर्थशास्त्र, समाजशास्त्र आणि राजशास्त्रासारख्या सामाजिकशास्त्रांचा पूर्ण आवाका विचारात घेते.

या विचारांच्या समर्थकांमधील वरवर आढळणारे मतभेद विचारात घेऊनही असे म्हणता येईल की, नवी उजवी विचारसरणी ही एकूणच कोणत्याही सामाजिक राज्याच्या भूमिकेसंबंधी संशयग्रस्त आहे. या विचारसरणीनुसार, राज्याची गुंतवणूक किंवा हस्तक्षेप 'हा नेहमीच मक्तेदारी वाढवणारा, अंदाजपत्रकीय खर्च वाढवणारा आणि उद्योगशीलता दडपणारा, निवडीवर मर्यादा आणणारा, अनावश्यक सेवांचे अतिरिक्त उत्पादन करणारा

आणि वाया घालवण्याच्या वृत्तीस व अकार्यक्षमतेस प्रोत्साहन देणारा असतो' (घुमन, २००१). म्हणूनच या विचारसरणीच्या अभ्यासकांनी एक सहा कलमी सुधारणा कार्यक्रम सुचवला आहे. ज्यामध्ये सार्वजनिक निर्नियमीकरण, खाजगीकरण, भाववाढ नियंत्रण या सेवा देताना उपाययोजना कराव्यात, त्याचबरोबर कर कमी करावेत, कर प्रणालीची भूमिका वाढवावी आणि बाजारपेठीय शक्ती वाढवाव्यात असे म्हटले आहे.

३. *लोकप्रशासनविषयक नव्या विचाराचा उदय-वेबर आणि* विल्सन *यांच्या नंतरचा कालखंड*: लोकप्रशासनाच्या बदलत्या रूपरेषेने, विशेषतः वेबरप्रणीत पारंपरिक नोकरशाही व विल्सनप्रणीत राजकारण-प्रशासन वादाचा व्यावहारिक पातळीवर त्याग केल्यापासूनचे जे स्थित्यंतर झाले, त्यामुळे सार्वजनिक क्षेत्राच्या व्यवस्थापनात सातत्यपूर्ण आणि सहज बदल होऊ लागले. वेबर व विल्सन यांच्यानंतरच्या काळातील लोकप्रशासनाच्या स्वरूपाने या विद्याशाखेत एक अत्यंत नावीन्यपूर्ण बदल घडवून आणला आणि लोकप्रशासनात लोकशाही, कार्यक्षमता, लवचीकता आणि संचरणाचे मुक्त आदान-प्रदान यांचा समावेश झाला.

४. *प्रगत पाश्चिमात्य जगातील प्रशासकीय बदल*: प्रगत अशा पाश्चिमात्य देशांमध्ये अलिकडच्या काळातील शासन व्यवहारांमध्ये झालेल्या बदलांनी नव लोक व्यवस्थापन दृष्टिकोनाच्या विकासाला हातभार लावला. सन १९८०च्या उत्तरार्धापासून ते १९९०च्या सुरुवातीपर्यंतच्या काळात या प्रगत पाश्चिमात्य राष्ट्रांमधील शासनव्यवहारात फार मोठ्या प्रमाणावर बदल झाले. मोहित भट्टाचार्य यांनी हे बदल उत्तमरितीने स्पष्ट केले आहेत: (*अ*) संचरनात्मकदृष्ट्या एका ताठर, पदसोपान रचनेवर आधारलेल्या आणि नोकरशाही स्वरूपाच्या लोकप्रशासनापासून ते एका लवचीक आणि बाजाराधिष्ठित असे सार्वजनिक क्षेत्राचे व्यवस्थापन असा एक बदल; (*आ*) समाजातील शासनसंस्थेच्या भूमिकेत महत्त्वपूर्ण बदल; (*इ*) नागरिक आणि शासनसंस्थेच्या संबंधांमध्ये फार मोठा बदल (भट्टाचार्य १९९८).

नवलोक व्यवस्थापन दृष्टिकोनातील महत्त्वाचे घटक

ख्रिस्तोफर हुड या तज्ज्ञाने व्यवस्थापन दृष्टिकोनाच्या वैचारिक घटकांचे एका कोष्टकाच्या स्वरूपात सादरीकरण केले आहे. आपल्या चर्चेच्या सोईकरता आपण हूडच्या कोष्टकावर अधिक भर देऊ. त्यावरून, नव सार्वजनिक व्यवस्थापनातील प्रमुख सिद्धान्त पुढीलप्रमाणे:

- *सार्वजनिक क्षेत्राचे व्यावसायिक व्यवस्थापन*: सार्वजनिक क्षेत्राला व्यावसायिक व्यवस्थापनासारखे अधिक स्वातंत्र्य दिले पाहिजे.
- *कामगिरीचे निःसंदिग्ध मूल्यमापन आणि प्रमाणीकरण*: लोकप्रशासनाच्या व्यवस्थापन दृष्टिकोनाचा कामगिरीच्या बिनचूक मोजमापावर भर आहे. म्हणजेच, उद्दिष्टे अथवा हेतू, लक्ष्य आणि निदर्शके ही स्पष्टपणे मांडली जातात.
- *निष्पत्ती परिणाम नियंत्रणावर भर*: लोकप्रशासनाच्या व्यवस्थापन दृष्टिकोनाचा कोणती कार्यपद्धती अवलंबली, यापेक्षा निष्पत्ती अथवा परिणाम काय आहे यावर विशेष भर आहे.
- *सार्वजनिक क्षेत्रातील एककांचे विलगीकरण*: लोकप्रशासनाच्या व्यवस्थापन दृष्टिकोनानुसार सार्वजनिक क्षेत्राच्या ही चिरेबंदी संरचना नष्ट करून त्याजागी व्यवस्थापनास सोईची ठरतील अशी लहान एकके आणावीत. तसेच, (U) आकाराच्या व्यवस्थापन पद्धती रद्द करून त्यांच्याजागी उत्पादनाच्या संदर्भात कार्पोरेट पद्धती आणावी, विकेंद्रित एकरेषीय अर्थसंकल्पांचा अवलंब करावा आणि सर्व घटकांमध्ये समन्वय व संचरण असावे.
- *सार्वजनिक क्षेत्रात स्पर्धा आणावी*: सार्वजनिक क्षेत्रातील उद्योगांमध्ये स्पर्धात्मक वृत्ती आणाव्यात असे हा दृष्टिकोन मानतो. कारण, स्पर्धेमुळे उत्पादित वस्तू/सेवा यांची किंमत खाली येते आणि त्यातून कार्यक्षमता निर्माण होते.
- *खाजगी क्षेत्रातील व्यवस्थापन व्यवहार शैलीवर भर*: दुरवस्थेतील सार्वजनिक क्षेत्राला अधिक जिवंत करण्यासाठी खाजगी क्षेत्रात यशस्वी ठरलेल्या व्यवस्थापन साधनांचा वापर करावा असे लोकप्रशासनाचा व्यवस्थापन दृष्टिकोन मानतो. ताठर पदसोपान रचनेवर आधारलेले नोकरशाही व्यवस्थापन तंत्र हे सार्वजनिक क्षेत्रासाठी घातक ठरले आहे, म्हणूनच खाजगी क्षेत्रातील व्यवस्थापन तंत्रांचा याही क्षेत्रात मुक्तपणे वापर करावा असे हा दृष्टिकोन मानतो.
- *साधनसंपत्तीच्या वापरात अधिक शिस्त आणि काटकसर*: अंतिमतः व्यवस्थापन दृष्टिकोन असे सूचित करतो की साधनसंपत्तीच्या वापरात अधिक शिस्त आणली जावी व प्रत्यक्ष किंमत कपात करणे, श्रमिकांमध्ये अधिक शिस्त आणणे, कामगार संघटनांच्या मागण्यांना प्रतिबंध, उद्योगासंबंधी पूर्तता किंमत मर्यादित करणे इत्यादी. मार्गांनी आर्थिक बचत करावी (हूड १९९१).

निकोलस हेन्री या आणखी एका विचारवंताने व्यवस्थापन दृष्टिकोनाची 'मूलभूत पाच वैशिष्ट्ये' सांगितली आहेत:

- *सजगता*: समस्या निर्माण झाल्यानंतर ती सोडवण्याऐवजी शासनाने समस्या निर्माण होण्यापूर्वीच त्यांचा अंदाज घेऊन ती सोडवण्याचा प्रयत्न करावा.
- *तत्परता*: शासन हे अधिक उद्यमशील वृत्तीचे, खुले आणि संवादानुकूल' असावे. तत्परतेने समस्यांचे निराकरण करणारे असावे.
- *समावेशन*: आपल्या कार्यक्रम आणि सेवांची गुणवत्ता सुधारण्याचा शासनाने सातत्याने प्रयत्न करावा आणि जनतेच्या मागण्या सामावून घेण्याचा प्रयत्न करावा.
- *अन्य संस्थांचे सहकार्य*: आपली सामाजिक उद्दिष्टे साध्य करण्यासाठी शासनाने अन्य शासनसंस्था, बिगर शासकीय संस्था आणि विविध नागरी संघटनांबरोबर सहकार्य प्रस्थापित करावे.
- *उत्तरदायित्व*: शासनाचा अंतिम हेतू हाच असावा की, जनतेच्या गरजांवर पूर्ण लक्ष केंद्रित करणे (हेन्री २००७).

पॅट्रिक डनलिव्ही या आणखी एका विचारवंताने लोकप्रशासनाच्या व्यवस्थापन दृष्टिकोनाचे आणखी तीन महत्त्वाचे घटक विशद केले आहेत, व ते पुढीलप्रमाणे: *विघटन-पुनर्संघटन* (नोकरशाहीची लहान विभागात विभागणी), स्पर्धा आणि प्रोत्साहनीकरण.

नोकरशाहीचे *विघटन* किंवा *पुनर्संघटन* म्हणजे मोठ्या नोकरशाहीचे लहान घटकांमध्ये रूपांतर करणे आणि त्याद्वारे अवाजवी उंच पदसोपानरचना सपाट करणे होय. त्याचबरोबर सेवक प्रशासन, माहिती तंत्रज्ञान, साधनसामग्री उपलब्धता इत्यादी कामांमध्ये लवचीकता आणणे होय. या घटकाच्या अंतर्गत अन्य अनेक बाबींचा समावेश होतो. उदाहरणार्थ, खरेदीदार आणि पुरवठादार यांच्यात फारकत, अभिकरणांची निर्मिती, धोरण पद्धती, निर्जोड करणे, निमशासकीय संस्था वाढवणे, सूक्ष्म पातळीवर असणाऱ्या अभिकरणांमधून फारकत साधणे, खाजगी उद्योग एकत्र आणणे, कॉर्पोरेट स्वरूप देणे आणि एक प्रबळ संघटनात्मक व्यवस्थापन उभे करणे, निर्व्यावसायीकरण करणे, कामगिरी मूल्यमापनात सुधारणा करणे इत्यादी.

स्पर्धा म्हणजे अर्थातच लोकप्रशासनाच्या व्यवस्थापन दृष्टिकोनाला अभिप्रेत असलेली स्पर्धात्मक वृत्ती जी हा दृष्टिकोन संभाव्य पुरवठादारांमध्ये आणू इच्छितो. अन्य अनेक बाबींसह यात प्रामुख्याने पुढील बाबींचा समावेश होतो. निमबाजारपेठ, व्हाऊचर व्यवस्था, कंत्राटी पद्धतीने बाहेर काम देणे, सक्तीचे बाजारपेठ परीक्षण, शासनाच्या अंतर्गत कंत्राटे देणे, सार्वजनिक/खासगी उदारीकरण, नियम शिथिलता, ग्राहकांशी जोडलेले वित्तीय साहाय्य, उपभोक्ता नियंत्रण इत्यादी.

प्रोत्साहनीकरण म्हणजे संघटनेची अंतर्गत उत्पादकता वाढावी म्हणून पैशावर आधारित आणि कामगिरी विचारात घेऊन दिले जाणारे प्रोत्साहन. या घटकातही अन्य अनेक बाबींचा समावेश होतो. उदाहरणार्थ, मालमत्ता हक्काची पुनर्मांडणी, मर्यादित नियमन, प्रकल्पांमध्ये भांडवल बाजाराची गुंतवणूक, संपत्तीवरील मालकीचे खाजगीकरण, भाडेतत्त्वाविरोधी उपाययोजना, व्यवसायांशी जोडलेले विशेषाधिकार काढून घेणे, कामगिरीवर आधारित वेतन, खाजगी वित्त उपक्रम, खाजगी-सार्वजनिक भागीदारी, मोबदला व सूट देण्याविषयीच्या दरांमध्ये समानता, सार्वजनिक क्षेत्रातील समतेच्या मूल्याची कदर, कार्यक्षमतेच्या संदर्भातील लाभ देणे बंधनकारक करणे इत्यादी (डनलेव्ही १९९१).

सारांशरूपाने, लोकप्रशासनाच्या व्यवस्थापन दृष्टिकोनाचे चित्र स्पष्ट करावयाचे झाल्यास ते पुढीलप्रमाणे करता येईलः

> .... अनेक परस्परसंबंधित घटकांचा समावेश असलेल्या लोकप्रशासनाचे एक आदर्श सांकल्पनीकरणः नागरिक ज्याची कदर करतील अशा उच्च दर्जाच्या सेवा देणे; सार्वजनिक व्यवस्थापकांना वाढती स्वायत्तता; ठरवून दिलेली उद्दिष्टे पूर्ण होत आहेत की नाही या निकषाच्या आधारे संघटना आणि व्यक्तींना मोबदला देणे; उत्तम कामगिरी करण्यासाठी व्यवस्थापकांना ज्या मनुष्यबळाची व तांत्रिक साधनसामग्रीची गरज असते ते उपलब्ध करून देणे; आणि स्पर्धेच्या फायद्याचे महत्त्व जाणणे, कोणत्या सार्वजनिक सेवा सार्वजनिक क्षेत्राने देण्यापेक्षा खाजगी क्षेत्राने द्याव्यात याबाबतचा विचार खुल्या वृत्तीने करणे (बोरीन्स १९९५).

लोकप्रशासनाच्या नव्या व्यवस्थापन दृष्टिकोनाची काही ठळक वैशिष्ट्ये

वर नमूद केलेल्या घटकांच्या आधारे नव सार्वजनिक व्यवस्थापनाची काही वैशिष्ट्ये पुढीलप्रमाणे सांगता येतीलः

संघटनात्मक संरचनेत पुनर्संघटन

नव लोक व्यवस्थापन दृष्टिकोन असे प्रस्तावित करतो की, संघटनात्मक नेतृत्वाला पोषक ठरेल अशा दृष्टीने संघटनात्मक संरचनेची पुनर्बांधणी केली पाहिजे. संघटनात्मक पुनर्रचनेत अर्थातच संघटनात्मक कार्यपद्धतीचे सुलभीकरण, पदसोपान रचनांचे स्पष्टीकरण इत्यादींचा समावेश आहे.

नागरिकांचे सक्षमीकरण

नव लोक व्यवस्थापनाचे आणखी एक महत्त्वाचे वैशिष्ट्य म्हणजे नागरिकांचे सक्षमीकरण करणे होय. पारंपरिक सार्वजनिक क्षेत्राच्या अगदी उलट नव

लोक व्यवस्थापन दृष्टिकोन नागरिक हे 'क्रियाशील ग्राहक' असतात व त्यांना नेहमी समाधानी ठेवणे आवश्यक असते. नागरिकांच्या संदर्भात सार्वजनिक क्षेत्रातील नोकरशहांच्या दृष्टिकोनात मोठा आणि मूलभूत फरक होणे आवश्यक आहे असे नव लोक व्यवस्थापन मानते. अगदी अलीकडच्या काळापर्यंत, सार्वजनिक क्षेत्रात, राज्य देत असलेल्या वस्तू आणि सेवांचे 'निष्क्रिय स्वीकारकर्ते' असा नागरिकांबाबतचा दृष्टिकोन होतो. त्यांना निवडीचे कोणतेही स्वातंत्र्य असू नये असा विचार केला जात असे. परंतु नव लोक व्यवस्थापन मात्र आता नागरिकांना निवड करण्याचे स्वातंत्र्य असावे, असा आग्रह धरतात. अल्बर्ट हर्शमनने म्हटल्याप्रमाणे निवडीचे हे स्वातंत्र्य तीन विशिष्ट प्रकारच्या स्वातंत्र्याखाली द्यावे असे न्हटले आहे. उदाहरणार्थ, 'बाहेर पडण्याचे स्वातंत्र्य' 'तक्रार करण्याचे अथवा आवाज उठवण्याचे स्वातंत्र्य' आणि 'निष्ठा' इथे बाहेर पडण्याचे स्वातंत्र्य' याचा अर्थ असा की, कोणत्याही बाजारपेठीय व्यवहारातून माघार घेण्याचा किंवा त्यापासून दूर जाण्याचे स्वातंत्र्य, तक्रार करण्याचे स्वातंत्र्य म्हणजे नागरिकांना सेवा किंवा वस्तूंविषयी तक्रार करण्याचे अशा प्रकारचे स्वातंत्र्य की, ज्यामुळे सेवा आणि उत्पादित वस्तू यांच्या पुरवठ्याने काही बदल होतील आणि 'निष्ठा' म्हणजे सेवांच्या दर्जाचा विचार न करता त्याच पुरवठादाराशी एकनिष्ठ राहणे.

सार्वजनिक क्षेत्रातील व्यवस्थापकांना वाढती स्वायत्तता

सार्वजनिक क्षेत्रातील व्यवस्थापकांना अधिकाधिक स्वायत्तता द्यावी असे हा दृष्टिकोन मानतो. खाजगी क्षेत्रात नियमव्यवस्था लवचीक असते, परंतु सार्वजनिक क्षेत्रातील व्यवस्थापकांना मात्र काटेकोर नियम आणि उपनियमांना अधीन राहून काम करावे लागते. त्यामुळे त्यांना काही नवे निर्माण करण्यास अथवा वेगळा विचार करण्यास संधी नसते. सार्वजनिक क्षेत्रातील व्यवस्थापकांना सेवक प्रशासन धोरणाच्या संदर्भात कंत्राटी नेमणुका, कामाच्या ठिकाणांबाबत वाटाघाटी इत्यादी बाबत अधिक लवचीकता देऊन व्यवस्थापकीय नेतृत्वाला अधिक वाव द्यावा असे हा दृष्टिकोन मानतो (भट्टाचार्य १९९८).

कामगिरी मोजमाप तंत्राचे काटेकोर अवलंबन

कामगिरी मोजमाप तंत्राचे काटेकोर अवलंबन हे नव लोक व्यवस्थापनाचे आणखी एक वैशिष्ट्य आहे. गुणवत्ता खात्रीपूर्वक मिळवण्याचे एक तंत्र म्हणून कामगिरी मोजमाप संकल्पनेचे मूळ फ्रेडरिक टेलरप्रणीत शास्त्रीय व्यवस्थापन सिद्धान्तात असून त्यात याचा जोरदार पुरस्कार केला आहे. खाजगी क्षेत्रातील व्यवसाय उद्योगांमध्ये हा जरी परवलीचा शब्द झालेला असला तरी, सार्वजनिक क्षेत्रात तो लागू करण्याचा प्रयत्न अलीकडच्या काळात झाला आहे. सन १९९०च्या सुरुवातीस अमेरिकेत

उदयास आलेल्या शासनाच्या पुनर्शोध मोहिमेला याचे श्रेय देता येईल. कारण टीक्यूएम प्रतिसेवा, नागरिकांची सनद यासारखी कामगिरी मूल्यमापनाची अनेक तंत्रे ही नोकरशाही परिभाषेचा एक भाग बनली. अर्थात, कामगिरी मोजमाप तंत्राबाबत. कारण, बेंचमार्किंग आणि अहवाल तक्ता यासारख्या कामगिरी मूल्यमापन तंत्राचा वापर केल्याने प्रत्येक परिस्थितीत उत्पादकतेच्या संदर्भात निर्भेळ यश मिळेलच याची खात्री नसते. काही वेळेस वस्तुस्थिती अथवा समस्या विचारात न घेताच या तंत्रांचा यंत्रवत अवलंब केला जातो (कॅम्पो आणि सुंदरम २००४).

सार्वजनिक नोकरशाहीचे विकेंद्रीकरण

सार्वजनिक नोकरशाहीला आपला अनावश्यक पसारा वाढवण्याची आणि अमाप खर्च करण्याची सवय असते. लोक निवड सिद्धान्तकांनी नोकरशाहीची कशी बेसुमार वाढ होते आणि समाजातील साधनसामग्रीचा मोठा वाटा नोकरशाही कसा गिळंकृत करते हे दाखवून दिले आहे. नोकरशाही आपला विस्तार कसा वाढवते यातील बारकावे पार्किन्सन या विचारवंताने आपल्या प्रसिद्ध पार्किन्सन कायद्याद्वारे स्पष्ट केले आहेत. नव लोक व्यवस्थापन दृष्टिकोनानेही सार्वजनिक नोकरशाहीचे वापर व किंमत तत्त्वावर परस्परांशी व्यवहार करणाऱ्या लहान अभिकरणांमध्ये विभाजन करावे असे म्हटले.

किंमत कपात

नव लोक व्यवस्थापन दृष्टिकोनाने सार्वजनिक क्षेत्रात आर्थिक बचतीचा जोरदार पुरस्कार केला आहे. नव्या उजव्या विचारसरणीकडून प्रेरणा घेऊन नव लोक व्यवस्थापन दृष्टिकोन सार्वजनिक क्षेत्रातील खर्च कमी करण्यावर भर देतो.

उद्दिष्टाभिमुखता

नव लोक व्यवस्थापन दृष्टिकोनाचे आणखी एक महत्त्वाचे वैशिष्ट्य म्हणजे उद्दिष्टांवर पूर्ण लक्ष असणे होय. नव लोक व्यवस्थापन दृष्टिकोन पूर्णतः उद्दिष्ट प्राप्त करण्याशी बांधील आहे.

निम-बाजारपेठ आणि कंत्राटी पद्धतीने काम करण्याचे तंत्र

रोख रकमेच्या टंचाईने ग्रस्त झालेल्या सार्वजनिक क्षेत्राचे योग्य व्यवस्थापन व्हावे म्हणून नव लोक व्यवस्थापन सिद्धान्ताने निम बाजारपेठा आणि कंत्राटीकरण तंत्रांना प्रोत्साहन दिले आहे.

व्यवस्थापकीय आधार सेवांवर भर

सार्वजनिक क्षेत्रातील व्यवस्थापकांना आपली पूर्वनिश्चित उद्दिष्टे साध्य करता यावीत यासाठी त्यांना व्यवस्थापकीय आधार सेवा उपलब्ध करून द्याव्यात असे नव

लोक व्यवस्थापन दृष्टिकोन मानतो. व्यवस्थापकीय आधार सेवांच्या अंतर्गत मानवी संसाधन व्यवस्थापन या एका नावाखाली अनेक प्रकारची धोरणे कार्यान्वित केली आहेत. याचा मूलभूत हेतू असा की, आकर्षक वेतन, अन्य सुविधा, प्रोत्साहके आणि अन्य फायदे देऊन बाजारात उपलब्ध असलेले सर्वोत्तम मनुष्यबळ सार्वजनिक क्षेत्रात आणणे. इतकेच नव्हे तर, नव लोक व्यवस्थापन असेही सुचवते की, कौशल्य सुधारणा प्रशिक्षण कार्यक्रम नियमितपणे घेऊन मनुष्यबळाची स्पर्धात्मक बाजू वाढवावी.

संघटनात्मक आणि स्थानानुसारी विकेंद्रीकरण

नव लोक व्यवस्थापनाचा विकेंद्रित स्वरूपाच्या शासन व्यवहारावर भर आहे. सर्व प्रकारच्या संघटनात्मक आणि स्थानानुसारी विकेंद्रीकरणाला हा दृष्टिकोन प्रोत्साहन देतो.

नव लोक व्यवस्थापन दृष्टिकोनाचे परिणाम

नव लोक व्यवस्थापनाने संपूर्ण जगभर प्रशासकीय सुधारणांच्या प्रयत्नांना चालना दिली. घुमन या विचारवंताने या प्रशासकीय सुधारणांचे पाच गटात वर्गीकरण केले आहे.

१. *शासनाचे पुनर्संघटन आणि आकारमान कपात*: नव लोक व्यवस्थापन दृष्टिकोनाने शासनाच्या आकारमानात कपात करावी, असे थेटपणे जरी सुचवलेले नसले तरी, पुनर्संघटना आणि पुनर्रचनेच्या त्यांनी सुचवलेल्या उपाययोजनांमधून शासन प्रमाणबद्ध असावे हेच सूचित होते.

२. *कामगिरीवर आधारित संघटना*: सार्वजनिक क्षेत्रातील व्यवस्थापनासाठीचा नव लोक व्यवस्थापनाचा एक थेट परिणाम म्हणजे कामगिरी' हेच संघटनेचे अधिष्ठान बनवणे हे होय.

३. *वरिष्ठ सनदी सेवांची निर्मिती*: धोरण निर्मिती आणि प्रशासन यांच्यात फारकत करून एका समान सनदी सेवांची निर्मिती करण्याच्या कल्पनेला नव लोक व्यवस्थापनाने पाठिंबा दिला आहे. धोरणांची प्रभावी अंमलबजावणी व्हावी म्हणून नव लोक व्यवस्थापन सेवा देण्याचे कार्य हे बिगर शासकीय किंवा निमशासकीय संस्थांना द्यावे असे सुचवते की, ज्यामुळे महत्त्वाचे धोरणात्मक निर्णय घेण्याचे काम हे अनुभवी व मुरलेल्या सनदी सेवकांकडून नियंत्रित केल्या जाणाऱ्या महत्त्वाच्या विभागांकडे देता येईल. हा दृष्टिकोन अशीही शिफारस करतो की, लेखी रोजगार कंत्राटदार वरिष्ठ सनदी सेवकांचा एक शिस्तबद्ध गट तयार करावा आणि सार्वजनिक धोरणांच्या

परिणामकारक अंमलबजावणीसाठी त्यांना कामगिरीवर आधारित अंशतः वेतन दिले जावे.

४. *खाजगी क्षेत्रातील व्यवस्थापन शैली आणि व्यवहारांचा अवलंब*: नव लोक व्यवस्थापन दृष्टिकोन असे मानतो की सार्वजनिक क्षेत्राच्या व्यवस्थापनासाठी खाजगी क्षेत्रातील व्यवस्थापन पद्धतींचा अवलंब करावा. कॅटरप्रणित नोकरशाहीच्या सपाट प्रारूपापासून (पदसोपान रचना नसलेले) आणि संघटनांच्या संरचनांवरील अनावश्यक भरीपासून नवलोक व्यवस्थापन आता दूर गेलेले असून ऑस्बॉर्न आणि गेबलर (१९९२) यांनी सुचवलेल्या उद्योगप्रधान शासन व्यवहारांवर याचा आता विशेष भर आहे. म्हणूनच नव लोकप्रशासन सार्वजनिक आणि खासगी क्षेत्रातील व्यवस्थापनांमध्ये अधिक समन्वय असे सांगते.

५ *ग्राहकाभिमुख प्रशासन*: एकूणच शासन व्यवहारांवर नव लोक व्यवस्थापनाचा झालेला आणखी एक विधायक परिणाम म्हणजे ग्राहकाभिमुख प्रशासनाचा आग्रह होय. पारंपरिक नोकरशाहीद्वारा सार्वजनिक क्षेत्राचे जे व्यवस्थापन होते. त्यात नागरिकांना कोणतेही महत्त्व नसते परंतु, नव लोक व्यवस्थापन दृष्टिकोनाने मात्र नागरिकांना चर्चाविश्वाच्या केंद्रस्थानी आणून त्यांचा दर्जा उंचावला. ग्राहक समाधान निर्देशांक 'हाच एकमेव' सार्वजनिक सेवांचा निकष मानण्यात आला. नागरिकांची सनद, त्यांचा प्रतिसाद यासारख्या कार्यपद्धतीतील नावीन्यपूर्ण बाबी नागरिकांची निवड प्रतिबिंबित करण्यासाठी तयार करण्यात आल्या (घुमन २००१).

नव लोक व्यवस्थापन विशेषतः ते ज्या पद्धतीने आकर्षक आवरणात बंद करून ते विकल्पाचा प्रयत्न झाला त्यावरून, या दृष्टिकोनावर बरीच टीका झाली. सार्वजनिकतेच्या दाव्यासंबंधी प्रश्न उपस्थित करण्यापासून ते त्याचा शेवट झाल्याची घोषणा इथपर्यंतच्या या दृष्टिकोनातील सर्व मुद्द्यांवर टीका झाली आहे. प्रस्तुत प्रकरणाच्या या भागात आपण प्रामुख्याने या दृष्टिकोनावरील मोठ्या टीकेवर लक्ष केंद्रित करणार आहेत. संस्कृती आणि संदर्भ यांचा विचार न करता व्यवस्थापनातील दोषांवर मात करण्याचा एक विश्वासू उपाय म्हणून नव लोक व्यवस्थापन सार्वजनिकरित्या लागू करता येते, हा जो या दृष्टिकोनाचा दावा आहे. त्यावर अव्यवहार्य म्हणून टीका करण्यात आली आहे. ख्रिस्तोफर हूड या विचारवंताने या सिद्धान्तावर काही महत्त्वपूर्ण आक्षेप घेतलेले आहेत. एक, सुरुवातीचा या दृष्टिकोनाने निर्माण केलेला गवगवा आणि अतिरेकी उत्साह लक्षात घेऊनही असे म्हणता येईल की, नव लोक व्यवस्थापनाने केवळ वरवरचे बदल घडवून आणले. अनेक जुन्या

समस्यांना आणि दोषांना मात्र धक्का न लावता ते तसेच सोडले. एकच अर्थपूर्ण बदल घटून आला व तो म्हणजे सार्वजनिक क्षेत्रात सार्वजनिक व्यवस्थापक जी भाषा वापरतात त्यात बदल झाल्याचे दिसते. दोन, नव लोक व्यवस्थापनांचा किंमत कपातीचा अथवा आर्थिक बचतीचा दावाही फसवा आहे, कारण सेवा देणाऱ्या एककांच्या किमती खाली आल्या नाहीत. टीकाकार असे म्हणतात की नव लोक व्यवस्थापनाचा एकूण परिणाम म्हणजे, 'व्यवस्थापनाची आक्रमकता' आणि नव्या अहवाल पद्धतीच्या मध्यम पातळीचे झपाट्याने झालेले नोकरशाहीकरण हे असून त्याचा सार्वजनिक सेवांवर विपरीत परिणाम झाला आहे. तीन, सार्वजनिक कल्याण वृद्धिंगत करण्याच्या नावाखाली नव लोक व्यवस्थापन दृष्टिकोनाने प्रत्यक्षात मात्र नव्या व्यवस्थापनवादी अभिजन गटाचे (म्हणजेच वरिष्ठ व्यवस्थापक, अधिकारी, व्यवस्थापन सल्लागार, उद्योगविषयक शिक्षण देणाऱ्या संस्था इत्यादी) व्यावसायिक हितसंबंध जोपासले आहेत. चार, नव लोक व्यवस्थापनाचा त्यांची तत्त्वे सर्वत्र लागू करता येतात, हा सार्वजनिकरित्या उपयोगितेचा दावा ही योग्य नाही कारण विविध प्रशासकीय मूल्यांसाठी वेगवेगळ्या प्रकारच्या प्रशासकीय व्यवस्थांची गरज असते (हूड, १९९१).

पेट्रिक डनलिव्ही आणि अन्य काही टीकाकार टोकाची भूमिका घेत नव लोक व्यवस्थापन संपुष्टात आले असून त्यानंतरच्या काळात अंकीय शासनव्यवहाराचे युग आले आहे असे म्हणतात. काही भाष्यकार, ज्यांना इतकी टोकाची भूमिका घ्यावयाची नाही, त्यांनी 'नव लोक व्यवस्थापनातील विचारांमध्ये एक मोठा बदल' झाल्याचे दाखवले आहे. उद्योगप्रधान शासनसंस्था या आधीच्या प्रकारात नव लोक व्यवस्थापनाचा भर शासनसंस्थेचे महत्त्व अधिकाधिक कमी करण्यावर आणि खाजगीकरणावर होता. शासनसंस्थेचा आकार प्रमाणबद्ध असावा. ते चातुर्यपूर्ण आणि प्रतिसादात्मक असावे अशी अधीची अपेक्षा होती, परंतु विकासविषयक चर्चाविश्वात आणि राष्ट्रबांधणीच्या कार्यात शासन केंद्रस्थानी असतेच हे लक्षात आल्याने नव लोक व्यवस्थापनाच्या अलीकडच्या दृष्टिकोनाने कमी शासनापेक्षा चांगल्या शासनावर भर दिला आहे (अरोरा, २००७).

काही टीकाकार असे मानतात की, नव लोक व्यवस्थापनाच्या स्वरूपातील व्यवस्थापनवाद म्हणजे एक डब्ल्यू टेलरप्रणीत शास्त्रीय व्यवस्थापन तत्त्वांचे पुनरुज्जीवन आहे. पोलिट या एका कडवट टीका करणाऱ्या विचारवंताच्या मते, टेलरप्रणीत शास्त्रीय व्यवस्थापन तत्त्वांचे पुनरुज्जीवन करून त्याचे प्रतिनिधित्व करणारा व्यवस्थापनवाद हा संघटनात्मक वर्तनाच्या (मानवी संबंध दृष्टिकोन) विकासाच्या विरोधात आहे. त्याच्या मते, नव लोक व्यवस्थापनाचा संपूर्ण भर हा उद्दिष्टे स्पष्टपणे निश्चित करणे, ती उद्दिष्टे साध्य करण्यासाठी कामगिरीच्या मूल्यमापनाचे निकष

विकसित करणे आणि ज्या व्यक्ती उद्दिष्टे साध्य करून दाखवतात त्यांना गुणवत्ता पारितोषिके देऊन किवा बढती किंवा अन्य स्वरूपात मोबदला देऊन वेगळे करणे यावर आहे. कामाच्या ठिकाणी निर्माण होणारे संकेत, समजुती आणि व्यक्तींच्या महत्त्वाकांक्षा यांच्यातील गुंतागुंतीचा अधिकृतपणे स्वीकार फारच कमी प्रमाणात केला जातो. त्याचप्रमाणे निर्णय प्रक्रियेतील प्रेरणात्मक स्वरूपाचे पूर्वग्रह आणि आंतरविभागीय परस्परावलंबन यांच्यातील तितक्याच महत्त्वाच्या गुंतागुंतीचाही स्वीकार कमी प्रमाणात केला जातो. पोलिट या विचारवंताने असे म्हटले आहे की १९७० आणि १९८०च्या दशकातील व्यवस्थापनविषयक सुधारणांवर कार्यक्षमता, काटकसर आणि परिणामकारकता या तीन मूल्यांचा विशेष प्रभाव होता, तर न्याय्य वर्तन, समानता, न्याय आणि सहभाग ही मूल्ये एक तर विषयपत्रिकेवर नव्हतीच किंवा उच्च उत्पादकतेसाठी केल्या जाणाऱ्या प्रयत्नांवरील मर्यादा म्हणून त्यांच्याकडे पाहिले जात होते.

सारांशरूपाने सांगावयाचे झाल्यास, नव लोक व्यवस्थापन हा एक सुधारणा घडवून आणण्याचा कार्यक्रम असून विकसित आणि विकसनशील राष्ट्रांना त्याचे आकर्षण वाटले, तसेच त्याचे उद्दिष्टही लोकप्रशासन अधिक कार्यक्षम, परिणामकारक आणि प्रतिसादात्मक करणे हे होते. अर्थात, सर्व प्रश्नांवरचा उपाय म्हणूनही नव लोक व्यवस्थापनाकडे पाहिले जात नाही. सार्वजनिक क्षेत्रापेक्षा खाजगी क्षेत्राला प्राधान्य देण्याचे या परिप्रेक्ष्यातील तत्त्वांवर आणि नीतिमूल्ये आणि तत्सम स्वरूपाच्या अन्य महत्त्वाच्या बाबींकडे या परिप्रेक्ष्याने केलेले दुर्लक्ष यावर टीकाकारांनी बरीच चर्चा केली आहे. अर्थात, एक मात्र निश्चित आहे की, नव लोक व्यवस्थापन सार्वजनिक क्षेत्राला बाजाराभिमुख करण्याचा, आधुनिक व्यवस्थापन मार्ग आणि तंत्रे स्वीकारण्याचा, नोकरशाहीचे आकारमान कमी करण्याचा आणि कनिष्ठ पातळ्या सक्षम करण्याचा आणि शासनव्यवहारात लोकांचा सहभाग वाढवण्याचा प्रयत्न आहे. शासनाच्या क्षेत्रात समता ही नितांत महत्त्वाची असते. म्हणूनच नव लोक व्यवस्थापनावर आधारित प्रशासकीय सुधारणांमधून काटकसर, कार्यक्षमता, परिणामकारकता आणि समता या चार मूल्यांमध्ये योग्य समतोल साधून त्या वृद्धिंगत केल्या पाहिजेत.

शासनव्यवहारः सिद्धान्त आणि व्यवहार

सध्याच्या सामाजिकशास्त्रांच्या चर्चाविश्वात शासनव्यवहार या प्रकाराला अनन्यसाधारण महत्त्व प्राप्त झाले आहे, शासनव्यवहार म्हणजे केवळ 'शासन' करणे किंवा 'प्रशासन' करणे नव्हे. जागतिकीकरणाच्या संदर्भात शासनव्यवहाराला एक विशेष अर्थ प्राप्त झाला आहे. ढोबळमानाने, शासनव्यवहार म्हणजे सत्ता वापरण्याची

एक पद्धती होय. हे लोकप्रशासनापेक्षा वेगळे आहे, कारण प्रशासकीय संरचना आणि कार्यपद्धती व्यतिरिक्त लोकप्रशासन आपल्या 'उद्दिष्टां'चे महत्त्व ही अधोरेखित करते. शासनव्यवहार हा प्रामुख्याने सार्वजनिक अधिकाराची 'क्षमता' आणि तिचे 'उत्तरदायित्व' यांच्याशी संबंधित असतो. क्षमतेमध्ये राज्याच्या 'हार्डवेअर'चा आर्थिक स्रोतांचा आणि प्रशासकीय सुविधांचा तसेच, धोरणात्मक निर्णयांच्या अंमलबजावणीच्या परिणामकारकतेचा समावेश होतो. उत्तरदायित्वामध्ये राज्याच्या सॉफ्टवेअरचा समावेश होतो, जिथे राजकीय व्यवस्था तिच्या कामगिरीशी जोडलेली असते. शासनव्यवहार, म्हणजे बदलत्या जागतिक परिस्थितीत लोकप्रशासनाचे नव्या प्रकारे संकल्पनीकरण करणे होय. या संकल्पनेचे चिकित्सक मूल्यमापन करण्यापूर्वी पुढील तीन मुद्द्यांचा विचार चर्चेसाठी उपयुक्त ठरेलः (*अ*) एका विशिष्ट ऐतिहासिक टप्प्यावर सब-सहारन आफ्रिकेच्या संदर्भात जागतिक बँकेने त्याचे संकल्पनीकरण केले या अर्थाने एक संकल्पना म्हणून आणि एक उदाहरण म्हणूनही व्यावसायिकाचे लोकप्रशासनाला दिलेले योगदान आहे. अन्य बाबींबरोबरच जागतिक बँकेच्या कर्जाची परतफेड करण्यात आलेले अपयश हे या संकल्पनेच्या निर्मितीस कारणीभूत ठरले; (*आ*) शासनव्यवहाराची जागतिक बँकेने केलेली व्याख्या अतिशय मर्यादित असून ती प्रामुख्याने लोकप्रशासनात कार्यक्षमता आणण्यासाठी करावयाच्या प्रशासकीय आणि व्यवस्थापकीय कार्यक्रमांशी संबंधित आहे; आणि (*इ*) पाश्चात्त्य प्रकारच्या स्पर्धात्मक लोकशाहीचा आग्रह याचाही समावेश असल्याने शासनव्यवहार संकल्पना राजकीयही आहे. एका अर्थाने, शासनव्यवहार, हा एक उत्तम प्रकारे स्पष्ट केलेली प्रशासकीय रचना असून तिची भिस्त 'सहभागी लोकशाही' वर आहे. त्याचे ऐतिहासिक मुळाकडे दुर्लक्ष करता येणार नाही. कारण, शासनव्यवहाराचा आविष्कार शासनाच्या नेतृत्वाखाली विकास प्रारूपाशी सोव्हिएट युनियनच्या वतीने करण्यात आला होता. तो कोसळला. इथे दोन प्रकारची उद्दिष्टे आहेतः एक, शासन व्यवहाराचे संदर्भीकरण केल्याने वाचकांना शासनव्यवहारांच्या मुळांची ओळख होईल, जी सम कालीन जगातल्या सामाजिक, आर्थिक आणि राजकीय परिस्थितीत आणि विशेषतः सोव्हिएट युनियनच्या विघटनानंतरच्या काळात सापडतात. दोन, शासनव्यवहारांचे संकल्पनात्मक मूळ नवउदारमतवादी सैद्धान्तिक चर्चाविश्वात असल्याने विश्लेषण कर्त्यावर एक विशेष जबाबदारी आहे व ती म्हणजे राज्यनिर्देशित महत्त्वाची बौद्धिक विकास रूपरेषा शोधणे.

शासनव्यवहारः व्याख्या करण्यातल्या अडचणी[२]

सामाजिकशास्त्रावरच्या आंतरराष्ट्रीय विश्वकोशात गव्हर्नन्स (Governance) या संज्ञेविषयी नोंद अस्तित्वात नाही. सामाजिकशास्त्रांच्या चर्चेत या संज्ञेचा नव्यानेच

समावेश झाला आहे. याचा हा स्पष्ट पुरावा आहे. नवउदारमतवादी विचारसरणीने राज्याच्या भूमिकेचे महत्त्व कमी करून 'बाजारपेठे'चे महत्त्व वाढवण्यास सुरुवात केली आणि सामाजिक नियंत्रणाबाबत राज्याच्या मक्तेदारीला आव्हान देण्याकडे कल वाढला. 'शासनव्यवहार' ही कल्पना अधिकाधिक महत्त्वाची ठरू लागली आणि त्यातून राज्याच्या मक्तेदारीऐवजी नियमांची अनेकविधता हा विचार व्यक्त झाला. 'शासन संस्थांविषयक' सिद्धान्तापासून 'शासनव्यवहार'विषयक सिद्धान्ताकडे झालेल्या संक्रमणातून राजकारण आणि राज्यसंस्था यांच्याविषयी एक प्रक्रियेला प्राधान्य देणारा दृष्टिकोन व्यक्त होतो. पदसोपान रचनेवर आधारित संरचना जी संपूर्ण समाजाचे नियंत्रण करण्याची क्षमता बाळगून आहे, अशी शासन संस्थेबाबतची कल्पना त्याज्य ठरवण्यात आली. फ्रेडरिकसन या विचारवंताने असे म्हटले आहे की, लोकप्रशासनाच्या परंपरांपासून आणि नोकरशाहीवरील टीकेपासून अंतर राखण्यासाठी लोकप्रशासनाऐवजी 'शासनव्यवहार' ही संज्ञा वापरली जाते (फ्रेडरिकसन, १९९९: ७०५) नव लोक व्यवस्थापनाप्रमाणे 'शासनव्यवहार' संज्ञेची सोपी व्याख्या करणे अवघड आहे (ऱ्होड्स, १९९३),[३] परंतु त्यातून एक अधिक बहुलवादी राजकीय जगाची, राष्ट्र-राज्याच्या मर्यादित भूमिकेची आणि सामाजिक प्रश्नांच्या एका गुंतागुंतीच्या स्वरूपाची कल्पना व्यक्त होते. शासनव्यवहार संकल्पनेबाबतचा आदर सातत्याने वाढत आहे, तो एक महत्त्वाचा बदल अनेक सामाजिक बदलांबरोबर घडून आला आहे. काही वेळेस त्यांचे, सिद्धान्तीकरण 'शासन संस्थेकडून शासनव्यवहारांकडे' असे करण्यात आले आहे. जागतिकीकरणाच्या संदर्भात सांगावयाचे झाल्यास सामाजिक नियंत्रणाच्या समन्वयित पदसोपान संरचना आणि प्रक्रिया यापासून प्रक्रिया आणि देवाणघेवाणीच्या आंतरजाळावर आधारित प्रक्रियांपर्यंतचा हा बदल आहे. समाज म्हणजे वाटाघाटी करणाऱ्या एककांचे जाळे असते आणि त्यातील एककांची रचना भिन्न भिन्न असते. त्याचप्रमाणे सत्तेच्या संरचनेतील त्यांचे स्थानही वेळेनुसार आणि विषयानुसार बदलते. 'शासनसंस्था' या दृष्टीने पाहता, एक निश्चित स्वरूपाची संरचना गृहीत धरलेली असते. या प्रकारे विचार करता धोरण आणि कार्यक्रम यांच्यातील साधारण स्पष्ट फरक आणि संबंध परिणाम आणि त्यांचे मूळ यांचा शोध घेणे शक्य असते. 'शासनव्यवहार' या दृष्टीने पाहता धोरण प्रक्रियेला सतत तर्क आणि विवेकनिष्ठा यांच्या संदर्भात तडजोड करावी लागते.

'उत्तम शासनव्यवहार' या संकल्पनेबाबत अनेक दृष्टिकोन आहेत (जेरिसॅट २००४: १००४-०६) आणि ते सर्व दृष्टिकोन 'अयोग्य शासनव्यवहार' वरील अंतिम इलाज असल्याचे सिद्ध करण्याचा प्रयत्न करतात. बदलत्या जगात एका अधिक गतिमान, निर्णयक्षम, पारदर्शी आणि उत्तरदायी शासन एका बाजूला आणि

दुसऱ्या बाजूला शासनाच्या औपचारिक संस्थांमध्ये बाजारपेठ आणि खाजगी क्षेत्र आणि नागरी समाज यांच्यात मेळ घालण्याचा प्रयत्न या दृष्टिकोनांमध्ये आहे. उत्तम शासनव्यवहाराबाबत जाणकारांनी अशीही धोक्याची जाणीव करून दिली आहे की, उत्तम शासन व्यवहारामध्ये काही दोष किंवा त्रुटी आहेत. शासनाला 'निर्राजकीय' (depoliticize) बनवण्याची आणि नागरिकांनी संघर्ष करून हस्तगत केलेल्या राजकीयदृष्ट्या राज्य करण्याच्या लोकशाही हक्काची किंमत देऊन अधिकाधिक तंत्रज्ञान आणि तज्ज्ञता आणण्याची प्रवृत्ती दिसते. आंतरराष्ट्रीय विकासात उत्तम शासन व्यवहाराबाबत जे चिंतेचे वातावरण निर्माण झाले, ते विशिष्ट प्रकारच्या राजकारणातून निर्माण झाले. जेव्हा शासनाचे आकारमान कमी करण्याच्या आवश्यकतेतून जे महत्त्वाचे युक्तिवाद पुढे झाले शासनव्यवहाराच्या संपूर्ण चर्चाविश्वात, शासन व्यवहारांमध्ये सुधारणा घडवून आणण्याच्या दृष्टिकोनाचे संदर्भ दिले जात आहेत, शासन करण्याची कृती ही जास्तीत जास्त अराजकीय आणि तांत्रिक प्रयोग असावा हा त्यामागील विचार होता. कळीचा मुद्दा असा की, शासन व्यवहार हे सत्ता आणि राजकारणासंबंधी असतात. तिसऱ्या जगातील विविध भागात 'हक्का' साठी जे झगडे आणि लोकसंघर्ष झाले त्याच्या सर्व प्रकारांनी असे स्पष्टपणे निर्देशित केले आहे की, लोकशाही टिकायची असेल तर समावेशन, समानतावाद आणि समता या प्रश्नांचा समावेश असलेला सामाजिक पुनर्रचनेसाठीचा सातत्याने चालणारा एक प्रयोग याच दृष्टीने 'शासनव्यवहार' याकडे पाहिले पाहिजे.

शासनव्यवहार हे एक संकल्पनात्मक कोडे आहे. शब्दशः त्याचा अर्थ शासनामार्फत चालवले जाणारे प्रशासन. म्हणूनच ते लोकप्रशासनाच्या चौकटीत अभ्यासणे आवश्यक आहे. परंतु सब-सहारन आफ्रिकन देशांना कर्जाची दिलेल्या कर्जाच्या वसुलीबाबत जागतिक बँकेला वाटणाऱ्या काळजीत याचे मूळ आहे हे लक्षात घेता, शासनव्यवहार ही संकल्पना आजच्या जागतिक राजकारणातील नवउदारमतवादी विचारसरणीशी घट्ट जोडली गेलेली आहे. आजच्या परस्परावलंबी जगात परस्परांना जोडल्या गेलेल्या समाजापुढील आव्हानांचा सामना करण्याचे आणि त्यावर मात करण्याचे एक तंत्र म्हणून कदाचित शासनव्यवहार संकल्पना जोरकसपणे मांडली जात आहे. 'शासनव्यवहार हे एका चांगल्या समाजाची कल्पना आणि ती साध्य करण्याचे साधन' म्हणूनही ओळखले जात आहे. विवेकनिष्ठांची बांधणी किंवा विवेक विचारांची बांधणी आणि अनेकविध राजकीय तंत्रज्ञान हे या जाळीय संबंधांच्या समाजातल्या कर्त्यांमध्ये सातत्याने वाटाघाटी करत असतात' (साल्स्कोव्ह-इव्हर्सन, हान्सेन आणि बिस्लेव्ह २०००: १८६). शासनव्यवहार ही अशा प्रकारे विकासाची पूर्वअट आहे, असे सार्वत्रिकीकरण करण्यात आले. याचा

अर्थ असाही होतो की, विकासाच्या प्रयत्नांना आलेले अपयश हा प्रामुख्याने सुमार शासनव्यवहारा'चा परिणाम असून तो राजकारण विशिष्ट' संज्ञांद्वारे आणि अकार्यक्षमता निर्माण करणाऱ्या लोकशाही प्रक्रियांमधून स्पष्ट करण्यात आला.

सर्वसाधारणतः शासनव्यवहार म्हणजे 'शासन करण्याची कृती किंवा प्रक्रिया, विशेषतः अधिकारयुक्त मार्गदर्शन आणि नियंत्रण होय' (*वेब्स्टर्स न्यू युनिव्हर्सल अनअॅब्रीज्ड डिक्शनरी* १९७९). अधिक नेमकेपणाने सांगावयाचे झाल्यास. सदस्य, नागरिक किंवा समुदायातील रहिवासी, समाज आणि राज्ये यांच्या कृतींवरील राजकीय मार्गदर्शन व नियंत्रण' अशीही शासनव्यवहाराची व्याख्या करता येईल (*रॅण्डम हाऊस कॉलेज डिक्शनरी* १९८४: ५७१). कर्जबाजारी सबसहारन आफ्रिकी राष्ट्रांच्या संदर्भात उत्तम शासनव्यवहारांचे सांकल्पनीकरण झालेले असल्याने, जागतिक बँकेला (१९८९बः १८) साहजिकच पुढील बाबी महत्त्वाच्या वाटल्याः

> ... राजकीय परिस्थिती अनुकूल नसेल तर, चांगले वातावरण निर्माण करण्याचे आणि क्षमता बांधणीचे प्रयत्न वाया जातील. अंतिमतः चांगल्या शासन व्यवहारांसाठी राजकीय पुनर्निर्माण आवश्यक असते. म्हणजेच वरच्या पातळीपासून ते खालच्या पातळीपर्यंत भ्रष्टाचारावर एकत्रितपणे हल्ला. उत्तम पायंडे पाडून, उत्तरदायित्व अधिक भक्कम करून सार्वजनिक क्षेत्रात चर्चा घडून आणून आणि मुक्त वृत्तपत्रांच्या द्वारेच करता येईल... याचा असाही अर्थ आहे की, शेतकऱ्यांच्या संघटना, सहकारी संस्था आणि महिला गटांसारख्या बिगरशासकीय संघटना आणि महिला गटांसारख्या बिगरशासकीय संघटना आणि स्थानिक पातळीवरील संघटना यांची वाढ आणि प्रसार झाला पाहिजे.

वर उल्लेखिलेल्या उद्दिष्टानुसार जागतिक बँकेने (१९९२अः २९) 'उत्तम शासनव्यवहारा'ची व्याख्या पुढीलप्रमाणे केली आहेः

> अचूक अंदाज करता येतील अशी खुल्या आणि प्रगल्भ धोरणनिर्मिती, सार्वजनिक कल्याण वृद्धिंगत करणारी आणि व्यावसायिक नीतिमूल्यांना प्राधान्य देणारी नोकरशाही, कायद्याचे अधिराज्य, पारदर्शी प्रक्रिया आणि सार्वजनिक व्यवहारांमध्ये सहभागी होणारा प्रबळ नागरी समाज या सर्वांमधून उत्तम शासनव्यवहार आविष्कृत होतो.

यावरून असे सिद्ध होते की, उत्तम शासनव्यवहारात चार कळीच्या घटकांचा समावेश आहेः (*अ*) सार्वजनिक क्षेत्र व्यवस्थापन; (*आ*) उत्तरदायित्व; (*इ*) विकासासाठी कायद्याची चौकट; आणि (*ई*) माहितीप्रसारण आणि पारदर्शकता. शासनव्यवहार सुधारणा करण्यापूर्वी संस्थात्मक पर्यावरणाचे मूल्यमापन

झाले पाहिजे. उत्तरदायित्व, कायद्याचे अधिराज्य, खुलेपणा आणि पारदर्शकता या बाबी देशातील परंपरेने चालत आलेले स्वरूप स्पष्ट करतात. 'उत्तम शासनव्यवहार' हे 'सुमार शासनव्यवहारां'च्या अगदी विरोधी आहेत, कारण सब-सहारन आफ्रिकी देशातील राष्ट्रराज्यांमध्ये निकोप विकासाचा जो अभाव दिसून येतो, त्यास हे 'सुमार शासनव्यवहार' जबाबदार धरले जातात. जागतिक बँकेनुसार (१९९२बः २७) 'सुमार किंवा दर्जाहीन शासनव्यवहारांमध्ये धोरणनिर्मिती पूर्ण विचारांती केली जात नाही, नोकरशाही कोणासही उत्तरदायी नसते, अंमलबजावणी न केलेली किंवा अन्याय्य स्वरूपाची कायदेव्यवस्था असते, कार्यकारी सत्तेचा गैरवापर गेलेला असतो, सार्वजनिक जीवनात नागरी समाज गुंतलेला नसतो आणि भ्रष्टाचार सर्वत्र असतो'. जागतिक बँकेनुसार सुमार व दर्जाहीन शासनव्यवहाराची काही लक्षणे पुढीलप्रमाणे सांगता येतीलः

१ सार्वजनिक काय आणि खाजगी काय याच्यात स्पष्ट फरक न करता येण्यातील अपयश व त्यामुळे सार्वजनिक साधनसामग्री खाजगी फायद्यासाठी कळवण्याची प्रवृत्ती;
२. विश्वासार्ह व बिनचूक अशी कायद्याची चौकट प्रस्थापित करण्यातील अपयश, शासनाचे वर्तन विकासाला अनुकूल करण्यातील अपयश किंवा नियम आणि कायद्यांच्या अंमलबजावणीत मनमानी वर्तन;
३. अनावश्यक व अवाजवी नियम, निर्बंध, परवानाविषयक निर्बंध इत्यादी ज्यामुळे बाजारपेठेच्या कार्यात अडथळे निर्माण होतात आणि गैरव्यवहारांना चालना मिळते;
४. विकासाशी विसंगत असे प्राधान्यक्रम ज्यामुळे, साधनसामग्रीचे नको त्या कामासाठी वाटप होते; आणि
५. अवाजवी संकुचित किंवा अपारदर्शी अथवा गोपनीय स्वरूपाची निर्णय प्रक्रिया (जागतिक बँक १९९२कः ९).

आफ्रिकेच्या विकासाविषयक समस्यांच्या स्तवनामागे, याप्रकारे 'शासन व्यवहाराबाबतचा गोंधळ' आहे. जागतिक बँकेने अधिकृत उत्तरदायित्वाचा अभाव, माहितीवरील नियंत्रण आणि कायद्याच्या अधिराज्याबद्दलचा आदर करण्यासंदर्भातील अपयश याबाबत चिंता व्यक्त केली. शासनव्यवहार हे सार्वजनिक क्षेत्र विकसित करण्यासाठी नियमसंस्था संरचनांचे जाणीवपूर्वक केलेले व्यवस्थापन असल्याने न्यायालयासाठी स्वातंत्र्य, सार्वजनिक पैशाचे पारदर्शी उत्तरदायित्व, कार्यकारी मंडळाला नाही परंतु कायदेमंडळाला जबाबदार असलेले स्वतंत्र सार्वजनिक

लेखापरीक्षक यांच्यावर जागतिक बँकेने भर दिला आहे. (जागतिक बँक १९८९बः १९२). सार्वजनिक संस्थांमधील हा विपर्यास न टाळता येण्यासारखा वाटतो, कारण ते राजकीय आणि आर्थिक व्यवस्थांवर लादले गेले आहेत जिथे त्यांचे मूळ नाही, उत्तरदायित्वाचा अभाव सुरुवातीपासूनच आहे... घराणेशाहीने या संस्था काबीज केल्या आहेत, त्यांचे राजकीयीकरण केले, युरोपमधील सुरुवातीच्या काळात पुरुषसत्ताक राजांमध्ये अशा प्रकारचे लोक आढळत (ब्राउटीगम १९९१: ८). 'अपव्यवस्थापन' किंवा 'कुव्यवस्थापन' आणि 'भ्रष्टाचार' यांचे मूळ नागरिकांच्या उत्तरदायित्व आणि राज्यकर्त्यांच्या तडजोडी या संदर्भातील मागण्यांच्या नैसर्गिकरित्या उत्क्रांत होणाऱ्या प्रक्रियेपेक्षा राज्यसंस्था आणि नोकरशाही संस्थांना वासाहतिक सत्तांनी जे लादले त्यात दिसून येते' (ब्राउटीगम १९९१: ९). कार्यक्षम शासनव्यवहार निर्माण व्हावेत म्हणून जागतिक बँकेने जे प्रयत्न केले, त्यानुसार जागतिक बँकेने *शासनव्यवहार* आणि *विकास* (१९९२क) या आपल्या दस्तऐवजात 'शासनव्यवहार' या संज्ञेची व्याख्या पुढीलप्रमाणे केली आहेः 'देशाच्या आर्थिक आणि सामाजिक साधनसंपत्तीचा विकासासाठी करावयाच्या व्यवस्थापनात सत्तेचा वापर करण्याची एक पद्धती'. यात पुढील अर्थ अभिप्रेत आहेतः (*अ*) राजकीय व्यवस्थेचा प्रकार (संसदीय किंवा अध्यक्षीय, लष्करी किंवा नागरी आणि अधिकारशाही किंवा लोकशाही, (*आ*) सत्तेचा वापर ज्या पद्धतीने केला जातो ती पद्धत. (*इ*) आपली कर्तव्ये पार पाडण्यासाठी धोरणांची निश्चिती, आखणी आणि अंमलबजावणी करण्याची शासनाची क्षमता. यातील पहिला मुद्दा जागतिक बँकेच्या परिघाबाहेरचा आहे, तर दुसरा आणि तिसरा मुद्दा मात्र जागतिक बँक म्हणत असल्याप्रमाणे अतिशय महत्त्वाचे आहेत (जागतिक बँक १९९२कः ५८, १). जागतिक बँकेच्या विषयपत्रिकेला मान्यता देणाऱ्या अन्य आंतरराष्ट्रीय अभिकरणांनी या संकल्पनेचे जे अधिक स्पष्टीकरण दिले आहे, त्यांचा बारकाईने विचार करता असे म्हणता येईल की, या तीनही बाजू शासनव्यवहारातील परस्परनिगडित असल्याचे स्पष्ट होते. जागतिक बँकेचीही भूमिका स्वीकारत किंवा जागतिक बँकेचा हा विचार आत्मसात करत संयुक्त राष्ट्रांच्या विकास कार्यक्रमाने 'सर्व पातळ्यांवरील देशाच्या व्यवहारांचे व्यवस्थापन करण्याच्या आर्थिक, राजकीय आणि प्रशासकीय अधिकाराचा शासनव्यवहार हा गाभा आहे, असे म्हणून ही संज्ञा अधिक तपशीलवारपणे सांगितली. शासनव्यवहारात नागरिक आणि आपल्या हितसंबंध आविष्करणाची, आपले कायदेशीर अधिकार वापरण्याची, आपल्या स्थानिक जबाबदाऱ्या पार पाडण्यासाठी आणि आपल्यातील मतभेदांच्या निराकरणासाठी नागरिक आणि त्यांचे गट ज्या माध्यमांचा, प्रक्रियांचा आणि संस्थांचा उपयोग करतात, त्या सर्वांचा समावेश 'शासनव्यवहार' या संकल्पनेत होतो' (संराविका १९९७: ९).

संयुक्त राष्ट्रांच्या विकास कार्यक्रमात 'शासनव्यवहारा'ची आठ महत्त्वाची वैशिष्ट्ये सांगितली आहेत (संराविका १९९७: १९). शासनव्यवहार हा सहभागी स्वरूपाचा असतो. तो सहमतीकडे नेणारा असतो, उत्तरदायी, पारदर्शी, प्रतिसादात्मक, परिणामकारक आणि कार्यक्षम, समान स्वरूपाचा आणि सर्वसमावेशक स्वरूपाचा असतो व कायद्याचे अधिराज्य या संकल्पनेचा अवलंब करणारा असतो. भ्रष्टाचार निर्मूलनाची, अल्पसंख्याकांची मताची दखल घेण्याची, समाजातल्या दुर्बल घटकांचा आवाज निर्णय प्रक्रियेत ऐकला जाईल याची हमी 'शासनव्यवहार' देतो. समाजाच्या वर्तमान आणि भविष्यकालीन गरजांना तो प्रतिसाद देणारा असतो.

सहभाग

स्त्री आणि पुरुष असा दोहोंचा सहभाग ही उत्तम शासन व्यवहाराची महत्त्वाची कोनशिला आहे. सहभाग हा प्रत्यक्ष अथवा अधिमान्य मध्यस्थ संस्था किंवा प्रतिनिधी यांच्यामार्फत असू शकतो. प्रातिनिधिक लोकशाही म्हणजे समाजातील दुर्बल घटकांची बाजू निर्णय प्रक्रियेत विचारात घेणे एवढाच प्रातिनिधिक लोकशाहीचा अर्थ नाही, हे इथे निर्देशित करणे महत्त्वाचे आहे. सहभाग हा अर्थपूर्ण आणि संघटित असला पाहिजे. याचा अर्थ एका बाजूला संस्था स्थापन करण्याचे आणि अभिव्यक्तीचे स्वातंत्र्य पाहिजे, तर दुसऱ्या बाजूला एक संघटित नागरी समाज असला पाहिजे.

कायद्याचे अधिराज्य

उत्तम शासनव्यवहारांसाठी एका न्याय्य कायदेविषयक चौकटीची आणि तिच्या निःस्पृह अंमलबजावणीची आवश्यकता असते. मानवी हक्कांचे, विशेषतः अल्पसंख्याक समूहाच्या हक्कांचे संपूर्ण संरक्षण उत्तम शासनव्यवहारात अभिप्रेत आहे. कायद्याच्या निरपेक्ष अंमलबजावणीसाठी स्वतंत्र न्यायमंडळाची आणि एका निःस्पृह आणि भ्रष्टाचारयुक्त पोलीस दलाचीही गरज असते.

पारदर्शकता

पारदर्शकता म्हणजे निर्णय घेण्याचे आणि त्यांच्या अंमबजवाणीचे हे कार्य नियमांनुसार आणि केले जाणे होय. अशा निर्णयांचा आणि त्याच्या अंमलबजावणींचा ज्या लोकांवर परिणाम होणार आहे, त्यांना त्यासंबंधीची सर्व माहिती सहजपणे उपलब्ध असली पाहिजे, माहितीपर्यंत त्यांना प्रत्यक्ष पोहोचता आले पाहिजे असाही उत्तम शासनव्यवहाराचा अर्थ आहे. पुरेशा माहितीची उपलब्धता आणि ती सहजरित्या समजेल अशा प्रकारात आणि माध्यमातून उपलब्ध असणे असाही याचा अर्थ आहे.

प्रतिसादात्मकता

उत्तम शासनव्यवहारांमध्ये असेही अभिप्रेत आहे की, संस्था आणि प्रक्रिया आपल्या सर्व संबंधित लाभार्थी/हितसंबंधी घटकांना विशिष्ट वेळेच्या आत सर्व सेवा उपलब्ध करून देतील. प्रतिसादात्मकतेमुळे शासकीय संस्थांना सार्वजनिक क्षेत्रात अधिमान्यता प्राप्त होते आणि आपोआपच त्यांना व्यापक स्वीकारार्हता मिळते व शासनव्यवहार परिणामकारक होतात. उत्तम आखणी केलेल्या संरचनात्मक उपकरणांव्यतिरिक्त, जेव्हा नागरी समाजाची सार्वजनिक व्यवहारांमध्ये गंभीर स्वरूपाची गुंतवणूक असेल तेव्हाच सार्वजनिक संस्थांची प्रतिसादात्मकता ही अर्थपूर्णरित्या प्रत्यक्ष वापरात येईल.

सहमतीच्या दिशेने

कोणत्याही समाजात अनेक कर्ते आणि अनेक दृष्टिकोन असतात. संपूर्ण लोकसमुदायाच्या दृष्टीने सर्वोत्तम बाब कोणती आणि ती कशी प्राप्त करावयाची याबाबत एक व्यापक सहमती निर्माण व्हावी म्हणून समाजातील विविध हितसंबंधांमध्ये चर्चा आणि देवाणघेवाण झाली पाहिजे. अशी सहमती कोणत्याही समाजाच्या ऐतिहासिक, सांस्कृतिक आणि सामाजिक संदर्भात किंवा पार्श्वभूमीच्या योग्य आकलनातून साध्य होईल.

समानता आणि सर्वसमावेशकता

आपल्या हितसंबंधाची जपणूक होत आहे आणि आपल्यापैकी कोणालाच समाजाच्या मुख्य प्रवाहापासून वगळले जात नाही, या भावनेवर कोणत्याही समाजाचे कल्याण अवलंबून असते. यासाठी सर्व लोकसमूहांना आणि विशेषतः दुर्बल समाज घटकांना आपल्या परिस्थितीत सुधारणा घडवून आणण्याची व आपले कल्याण साधण्याची संधी मिळाली पाहिजे.

परिणामकारकता आणि कार्यक्षमता

उत्तम शासनव्यवहार म्हणजे प्रशासनात गुंतलेल्या प्रक्रिया आणि संस्थांनी त्यांना उपलब्ध असलेल्या साधनसंपत्तीचा उत्तम वापर करून समाजाच्या गरजांची पूर्तता करणे होय. उत्तम शासनव्यवहाराच्या संदर्भात वापरल्या जाणाऱ्या कार्यक्षमता' या संकल्पनेत नैसर्गिक साधनसंपत्तीचा टिकाऊ वापर आणि पर्यावरणाचे रक्षण यांचाही अंतर्भाव होतो.

उत्तरदायित्व[४]

उत्तम शासनव्यवहारांसाठीचा उत्तरदायित्व हा कळीचा मुद्दा आहे. केवळ शासकीय संस्थाच नाही, तर खाजगी क्षेत्र आणि नागरी समाज संघटनाही जनतेला आणि त्यांच्याशी संबंधित लोकांना जबाबदार असल्या पाहिजेत. कोण कोणाला जबाबदार

असेल ही बाब निर्णय किंवा कृती संघटनांच्या किंवा संस्थांच्या अंतर्गत केल्या आहेत की बाहेर केल्या गेल्या आहेत, यावर अवलंबून असेल. साधारणतः, असे म्हणता येईल की, संघटना अथवा संस्थांचे उत्तरदायित्व हे त्यांच्या निर्णयांचा व कृतींचा ज्यांच्यावर परिणाम होणार आहे, त्यांच्याशीच असते. पारदर्शकता आणि कायद्याचे अधिराज्य असल्याशिवाय उत्तरदायित्व साध्य करता येत नाही.

दूरदृष्टी[1]

नेते आणि सर्वसामान्य जनता यांना उत्तम शासनव्यवहार आणि मानवी विकासासंबंधी एक व्यापक आणि दीर्घकालीन दृष्टिकोन, अशा विकासासाठी काय आवश्यक आहे, या जाणिवेसह असतो. हा दृष्टिकोन ज्या पार्श्वभूमीवर निर्माण झालेला असतो. त्याच्यातील ऐतिहासिक सांस्कृतिक आणि सामाजिक गुंतागुंतीचीही जाण असते.

शासनव्यवहार या प्रकारे, सार्वजनिक व्यवहारांच्या व्यवस्थापनाच्या निकषांची एक अत्यावश्यक सूचीच असते. लुईस टी प्रेस्टॉन (१९९२: ५) अध्यक्ष, जागतिक बँक यांनी *शासनव्यवहार* आणि *विकास* याच्या प्रस्तावनेत स्पष्टपणे म्हटले आहे की,

> निकोप आर्थिक धोरणांना उत्तम शासनव्यवहारांमुळे आवश्यक पाठिंबा मिळतो. सार्वजनिक क्षेत्राकडून कार्यक्षम आणि उत्तरदायित्वाचे व्यवस्थापन आणि विश्वासार्ह व पारदर्शी धोरणात्मक चौकट बाजारपेठा आणि शासनसंस्थांच्या कार्यक्षमतेसाठी अत्यंत महत्त्वाच्या असतात. म्हणूनच त्या आर्थिक विकासासाठी आवश्यक असतात.

व्यापक दृष्टिकोनातून विचार केल्यास संकल्पनात्मकदृष्ट्या उत्तम शासनव्यवहाराला तीन आयाम किंवा बाजू आहेत. पहिली, उत्तरदायित्व, पारदर्शकता आणि सहभाग यांचा लोकप्रशासनाने केलेल्या स्वीकाराशी संबंधित आहे. दुसरी, राजकीय सत्तेचा आविष्कार आणि वापर यांच्याशी संबंधित प्रक्रियांचा विचार ही होय. प्रचलित मूल्ये, धोरणे आणि संस्था यांच्यातील गुंतागुंतीच्या आंतरक्रियांचा या प्रक्रियेत समावेश होतो, ज्या संबंधित समाजासाठी केल्या जाणाऱ्या आणि अंमलबजावणीत आणल्या जाणाऱ्या निर्णयासाठी फार महत्त्वाच्या असतात. राज्य, बाजारपेठ आणि नागरी समाज यांच्यातील आंतरक्रियांचे महत्त्व शासनव्यवहाराच्या दृष्टीने असते. तिसरी बाजू, तत्त्वे आणि प्रक्रिया या दोन्ही दृष्टीने शासनव्यवहार यशस्वीपणे लागू करणे हे शासनाच्या समाजनियमन क्षमतेवर अवलंबून असते. नियंत्रणाशिवाय शासनव्यवहार केल्यास त्यातून त्याप्रमाणे दडपशाही निर्माण होऊ शकते, त्याचप्रमाणे ते राबवण्याची क्षमता नसल्यास उत्तम शासनव्यवहार ही एक पोकळ घोषणा ठरू शकते. या सर्व वैशिष्ट्यांच्या अभ्यासातून असे सूचित होते की, शासनव्यवहार ही जादू नाही.

किंबहुना शासनाचे अस्तित्व ज्या क्षेत्रात अतिशय कमी आहे, तेथे शासनाच्या कार्यात सुधारणा घडवून आणणे आणि जिथे शासनाचे अस्तित्व आहे परंतु तिथे ते पक्षीय हितसंबंधांने बळकावले आहे अशा क्षेत्रांमधील सुधारणांचा एक मार्ग म्हणून शासनव्यवहार कल्पना पुढे येत आहे. म्हणूनच असे म्हटले आहे कीः

> शासनव्यवहार ही सातत्यपूर्ण बाब आहे, ती एकाच दिशेने जाणारी असतेच असे नाही, काळाबरोबर तिच्यात आपोआप, सुधारणा होतील असेही म्हणता येणार नाही. ते एखाद्या रोपट्यासारखे असून त्याची सतत निगराणी करावी लागते. नागरिकांनी उत्तम शासनव्यवहारांची मागणी केली पाहिजे अशा मागणीची त्यांची क्षमता साक्षरता, शिक्षण आणि रोजगाराच्या संधी यांच्याद्वारे वाढवता येते. त्या मागण्यांना आपण प्रतिसाद देत आहोत हे शासनाने सिद्ध केले पाहिजे. बाह्य अथवा अंतर्गत धोक्यांना प्रतिसाद म्हणून काही वेळेस बदल घडून येतात. असे बदल विविध हितसंबंधी गटाच्या दबावामुळे घडून येऊ शकतात. ज्यातील काही केवळ लोकप्रिय मागण्यांच्या स्वरूपात असतील. शासनव्यवहारात सुधारणा घडवून आणण्यासाठी सावकार आणि आर्थिक मदत करणाऱ्या यंत्रणा साधनसंपत्तीत आणि काही नव्या विचाराच्या स्वरूपात भर घालतील परंतु बदल जर परिणामकारक व्हावयाचा असेल तर मात्र तो संबंधित समाजात भक्कमपणे रुजलेला असला पाहिजे अन्यथा तो बाहेरून लादता येत नाही (जागतिक बँक १९९२कः ११-१२).

जागतिक बँकेने सुचवलेल्या या सूत्राचा गंभीरपणे विचार केल्यास त्यातून नव्या शासनव्यवहार प्रारूपासाठी आवश्यक बाबींची एक सूची तयार होतेः

१. कोणताही निर्णय घेण्यापूर्वी आपण करत असलेल्या प्रत्येक कृतीचे आर्थिक मूल्य पूर्ण विचारात घेतील अशा प्रशासकांसह धोरणाकडून व्यवस्थापनाकडे जाण्यावर सर्वसाधारण भर देणाऱ्या एका मोठ्या बदलाची शिफारस;
२. प्रशासकीय व्यवस्थांच्या रचनेच्या प्रारूपात बदल, पिरॅमिडसारख्या रचनेपेक्षा लहान समूहांनी युक्त अशी प्रशासकीय व्यवस्था. (उदाहरणार्थ. स्वायत्त यंत्रणा शासनाच्या विविध प्रकल्पांमध्ये समान भागीदार म्हणून महत्त्वाच्या खात्यांशी संबंधित राहून दुवा साधण्याचे काम करतात);
३. निर्णयांचे नियोजन आणि त्यांची पदसोपान रचनेनुसार अंमलबजावणी याऐवजी महत्त्वाच्या धोरणात्मक कृती आणि सुसंगत कार्यात्मक सेवांमध्ये विभागणी स्वीकारली जावी;
४. प्रक्रियाभिमुख प्रशासन हे नेहमीच अपेक्षित परिणाम आणि बदल दाखवणारे असते. (म्हणूनच कामगिरी निर्देशक, मूल्यमापन आणि कामगिरीवर आधारित वेतन आणि गुणवत्ता सुधारणा यावर भर असला पाहिजे);

५. व्यक्तिगत वापरासाठीच्या वस्तूंच्या उत्पादनात ते सामूहिकरित्या करण्याऐवजी त्यात अधिक लवचीकता आणणे. (नागरिकांच्या जागी आता ग्राहक आहेत आणि लोकप्रशासनाची उत्पादन पद्धती अधिक विकेंद्रित स्वरूपाची झाली असून कंत्राट पद्धती आणि खाजगीकरण यांचा त्यात समावेश आहे);
६. खर्च करण्यापेक्षा आर्थिक काटकसर, करण्यावर व उत्पादन खर्च कमी करण्यावर भर. (आधुनिक प्रशासकाचे ध्येय म्हणजे पैशांची किंमत केली जावी' (Value for money) मोजक्या उपलब्ध साधनसंपत्तीत अधिक चांगले वा सर्वोत्तम सेवा अथवा वस्तू देणे);
७. मालकी हक्काचा उद्देश कार्यक्षम व्यवस्थापन असावा, ती बळकावणे असा असू नये (अर्थसंकल्प हा केवळ उत्पन्न आणि खर्च दाखवणारा असू नये तर आर्थिक उत्पन्न वाढवणारा असावा. जर खाजगी क्षेत्रात कमीत कमी किमतीत सार्वजनिक सेवा देता येणे शक्य असल्यास सर्व सार्वजनिक सेवांचे खाजगीकरण करता येईल का याचा विचार करावा).[६]

अशा प्रकारे, पुढील काही अपवादात्मक मुद्दे वगळता सुशासानाचे एकमेव ठरावीक गुणवैशिष्ट्य आहे असे म्हणता येणार नाही. हे मुद्दे पुढीलप्रमाणे होत (*अ*) कायद्याच्या राज्याचा आदर- कायद्याचे राज्य अबाधित व सुरक्षित राहील याची खात्री करून घेणे हे सुसंस्कृत समाजाचे कर्तव्य आहे; (*आ*) वंचित आणि अशक्त जनांची विशेष काळजी; (*इ*) बहुसांस्कृतिकवादाची मूल्ये रुजविणे, म्हणजेच, विविधतेतील एकता हे सूत्र जपून ठेवण्यासाठी सहिष्णुता आणि व्यापक विचारसरणीला खतपाणी घालणे; (*ई*) खऱ्या अर्थाने लोकशाही तत्त्व, मुख्यत्वे क्रियात्मक लोकशाही, उचलून धरणाऱ्या संस्थांचा आदर करणे.

सुशासनाच्या व्याख्येवरील चर्चेची गोळाबेरीज करताना पुढील काही मुद्दे मांडता येतीलः अभिशासन हा संकल्पनात्मक दृष्टिकोन आहे (*अ*) राजकीय आचारसंहितेचे नियम प्रस्थापित करणारे 'राज्यघटनात्मक' स्वरूपाचे 'व्यापक महत्त्वाचे प्रश्न' लक्षात घेणे हे यामध्ये समाविष्ट आहे; (*आ*) मानवी क्षमता व्यक्त करणाऱ्या रचनांमध्ये निर्मितीक्षम राजकीय हस्तक्षेप देखील अभिशासनातून अभिप्रेत आहे; (*इ*) अभिशासन संकल्पने अंतर्गत सामाजिक घटक आणि राष्ट्र यांच्यातील आंतरक्रिया व तसेच, सामाजिक घटकांमधील परस्पर आंतर्क्रिया ह्यांच्या स्वरूपावर भर दिला जातो; (*ई*) राजकीय कर्त्यांमधील सामाजिक मान्यता असणाऱ्या विशिष्ट आंतरक्रिया लक्षात घेणेदेखील अभिशासन संकल्पनेत अभिप्रेत आहे.[७] वरील सर्व गुणवैशिष्ट्ये एकत्रितपणे विचारात घेतली असता असे लक्षात येते की, अभिशासन,

'अधिकार वापरासंबंधीच्या, नागरिकांना मतप्रदर्शन करण्यास वाव देणाऱ्या आणि लोकहितासंबंधीचे निर्णय कसे घेतले जातात यासंबंधीच्या परंपरा, संस्था आणि प्रक्रिया ह्यांच्याशी संबंधित आहे'[८] अशा प्रकारे, अभिशासन मुळात 'राजकीय' स्वरूपाचे आहे असे म्हणता येईल. याचे कारण असे की, 'यामध्ये विविध हितसंबंध आणि संसाधने असणाऱ्या घटकांमधील वाटाघाटी आणि समेट, जेते आणि पराजित अशा बाबींचा समावेश होतो' (लेअर ज्यु., हेन्रीच आणि हिल २००१: १०). अशा प्रकारे, अभिशासन हे शासन आणि विविध भागीदारांमधील परस्परक्रियांसाठी असलेले व्यासपीठदेखील मानले जाते. मात्र, या दोन्ही बाजूंचे इष्टक्षेत्र वेगवेगळे असल्याने या परस्परक्रिया मतभेदरहित नाहीत असे लक्षात येते. हे तथ्य लक्षात घेता, 'परस्परक्रिया संबंधित अभिशासन' अशीदेखील अभिशासनाची व्याख्या केली जाते. ज्यायोगे शासन आणि सुसंस्कृत समाज यांच्यातील परस्परक्रिया पूर्वीच औपचारिकपणे लक्षात घेतल्या जातात. प्राथमिकपणे, मूल्य आधारित अभिशासन व्यवस्थेमध्ये शासनाच्या योजना राबविण्याच्या क्रियेवर भर दिला जातो. संयुक्त राष्ट्र विकास कार्यक्रमाअंतर्गत सुसंस्कृत समाजाची महत्त्वाची भूमिका असलेल्या 'प्रक्रिया' अशी अभिशासन संकल्पनेची व्याख्या केली आहे. म्हणूनच, परस्परक्रिया संबंधित अभिशासन ही एक सैद्धान्तिक मांडणी आहे ज्यायोगे अधिकार राबविण्याची पद्धत आणि भागीदारांच्या दृष्टिकोनातून वेगवेगळ्या यंत्रणा आणि प्रक्रिया ह्यांना वैधानिक दर्जा कसा प्राप्त होतो हे अधोरेखित केले आहे. अधिकारवाटप आणि नागरिकांचे सबलीकरण, म्हणजेच, अभिशासन क्षेत्रामधील सहभागी व्यक्तींचे सबलीकरण यासंबंधी व अशा अनेक महत्त्वाच्या नमुनात्मक प्रश्नांना प्रतिसाद देणे हे या संकल्पनीकरणाचे वेधक वैशिष्ट्य आहे.[९] अशा प्रकारे, अभिशासन जागतिक बँकेच्या संकल्पना कोशामध्ये आणि तिसऱ्या जगातील देशांसाठी योजना राबविण्यासाठी अविभाज्य संकल्पना ठरते. 'याद्वारे केवळ राजकीय वैधानिकता आणि लोकशाहीचे मुद्दे लक्षात घेतले जात नसून बाजारीकरण आणि स्पर्धा यांच्या माध्यमातून प्रशासकीय कार्यक्षमतेची गरज देखील अधोरेखित करण्यात येते' (साल्स्को-इवेर्सन, हान्सेन आणि बिस्लेव २०००:१९४).

लोकप्रशासनाचा बदलता दृष्टिकोन

लोकप्रशासनाचे प्रतिरूप म्हणून 'अभिशासनाचे' संकल्पनीकरण समजून घेण्यासाठी तत्कालीन संदर्भाचा आधार घेणे गरजेचे ठरते. तसेच, या संकल्पनेच्या सैद्धान्तिक मांडणीसाठी 'जागतिकीकरण' महत्त्वपूर्ण माहिती पुरविते यात शंका नाही. विशिष्ट दृष्टिकोनाचा आधार घेतला असता असे लक्षात येते की, जागतिकीकरणाचे मूळ सूत्र

आणि त्याचे वेगवेगळे परिणाम याबाबतचे अर्थग्रहण वादातीत आहे. अर्थशास्त्रज्ञ आणि आंतरराष्ट्रीय व्यापार तज्ज्ञ आपापल्या ज्ञानशाखेच्या दृष्टिकोनातून याकडे बघत आले आहेत. राज्यशास्त्रज्ञ आणि समाजशास्त्रज्ञांनी देखील याबाबत आपापले दृष्टिकोन कायम ठेवले आहेत असे दिसते इ. मुळात लोकप्रशासन ही एक अंतर्मुख पद्धतीची ज्ञानशाखा राहिली आहे ज्यामध्ये देशातील अंतर्गत व्यवहारांचे व्यवस्थापन लक्षात घेतले जाते. अगदी अलीकडे या ज्ञानशाखेने अंतर्गत प्रशासन व्यवस्थापनावरील विद्यमान जागतिकीकरण प्रक्रियेचे परिणाम लक्षात घेतले आहेत असे दिसून येते. लोकप्रशासनाने जागतिकीकरण प्रक्रिया लक्षात घेतली आहे तेव्हापासून नव्याने उदयाला आलेल्या जागतिक व्यवस्थेमध्ये या ज्ञानशाखेचा 'पुनराविष्कार' व 'पुनर्विलोकन' करण्याचे प्रयत्न सुरू आहेत. अशा प्रकारे, आता लोकप्रशासन म्हणजे 'पूर्वीच्या मानक' ठरलेल्या 'नोकरशाही नमुन्या' पेक्षा व शासकीय संस्था व कर्मचारी यांबाबतची प्रत्यक्ष भूमिका पार पाडत नसून यापासून भिन्न अशा महत्त्वपूर्ण भूमिकेत शिरलेले दिसते' (लेअर ज्यु., हेन्रीच आणि हिल २००१: १).

परंपरागत दृष्टिकोनातून बघितले असता, लोकप्रशासन म्हणजे देशातील औपचारिक शासकीय यंत्रणेच्या योजना व कार्ये यांच्याशी संबंधित ज्ञानशाखा मानली जाते. या यंत्रणेमध्ये संघटनात्मक रचना, निर्णयप्रक्रिया आणि वर्तणूक संबंधी पैलूंचा समावेश होतो. मात्र, सद्यःस्थितीत देशातील लोकव्यवहार संबंधी व्यवस्थापनावर जागतिकीकरणाचे संदर्भीय व संज्ञीय परिणाम झालेले दिसतात. सद्यःस्थितीतील जागतिकीकरण प्रक्रिया आणि परिसंवाद ह्यांच्या चौकटीतून लोकप्रशासन समजून घेणे व त्याचे परिणाम स्पष्टपणे मांडणे हा या चर्चेचा मुख्य विषय आहे. देशातील लोकप्रशासन व्यवस्था तातडीने पुनर्रेखित व्हावी याबाबत वैश्विक एकमान्यता असल्याचे दिसून येते. मात्र, पुनर्रेखनाची दिशा व संदर्भ स्पष्ट नसल्याचे दिसून आले आहे. जागतिकीकरणाची वेगवेगळ्या प्रकारे व्याख्या करण्यात आली असून त्याच्या नावीन्यपूर्ण स्वरूपाला प्रस्तुत आव्हाने देखील आहेत. वस्तू आणि सेवांचा वाढता ओघ आणि त्याचप्रमाणे गुंतवणूक आणि भांडवलाचा ओघ व कामगारांची गतिशीलता या माध्यमातून जगातील देशांचे आर्थिक व बाजापेठीय एकत्रीकरण ही सर्वसामान्यपणे 'जागतिकीकरणाची' मुख्य खुण ठरली आहे. या प्रक्रियेचा गाभा सर्वतोपरी अर्थशास्त्रीय वाटत असला तरी, सद्यःस्थितीतील जागतिकीकरणाचा परिसंवाद आंतरराष्ट्रीय देवाण घेवाण व मुख्यत्वे, वस्तू, सेवा व इतर उत्पादकांचा आंतरराष्ट्रीय व्यापार या बाबींमुळे असे झाल्याचे लक्षात येते. या महत्त्वाच्या बदलाबरोबरच राष्ट्रीय सीमा पार करणाऱ्या अनेक संस्थांच्या व्याप्ती व वृद्धी लक्षणीयरित्या वाढलेली दिसते. या संस्थांमध्ये बहुराष्ट्रीय

कंपन्या, आंतरराष्ट्रीय संस्था व जगभरातील अशासकीय संस्थांचा समावेश होतो. याशिवाय, थेट परदेशी गुंतवणूक (FDI), बहुराष्ट्रीय कंपन्यांची भूमिका (MNCs) आणि जागतिक भांडवल बाजारपेठांचे एकत्रीकरण यांसारख्या अनेक क्षेत्रांमध्ये वृद्धी व आंतरराष्ट्रीय देवाण घेवाण झालेली दिसते. राष्ट्रीय अथवा अंतर्गत पातळीवर साधारणपणे अनेक महत्त्वपूर्ण क्षेत्रांमध्ये शासकीय योजनांची पोहोच दिसून येते. या क्षेत्रांमध्ये व्यापार, आंतरराष्ट्रीय गुंतवणूक वाटाघाटी, तसेच, आरोग्य, शिक्षण, दारिद्र्य निर्मूलन यांसारख्या अत्यावश्यक सामाजिक विकास क्षेत्रांचा समावेश होतो. या संपूर्ण प्रक्रियेमध्ये शासनाच्या कार्यांमध्ये अनेक अडचणी येताना दिसतात. याचे कारण, हे देश सभासद असलेल्या अनेक आंतरराष्ट्रीय संस्थांनी (उदाहरणार्थ जागतिक व्यापार संघटना, WTO) तयार केलेले व 'लादलेले' नियम आणि नियामके होत.

अभिशासनाची ऐतिहासिक पाळेमुळे

ऐतिहासिक परिस्थितीने अभिशासनाला लोकप्रशासनाची एक रीत म्हणून मान्यता दिलेली दिसून येते. मोजक्या शब्दांत सांगावयाचे झाल्यास, ऐतिहासिक संदर्भाने अभिशासनाचे संकल्पनीकरण 'प्रशासन अधिकारांचा शेवट म्हणून नसले तरी अधिकारांचा ऱ्हास' असे केले जाते. आर्थिक सहकार व विकास संस्थेच्या (OECD) मांडणीनुसार अभिशासनातील या महत्त्वपूर्ण बदलांना ऐतिहासिक विकासाच्या मुख्य *चार प्रकारांनी* प्रभावित केलेले दिसते. एक, 'अधिक लोकशाहीकरण व स्पर्धात्मक बाजारपेठ' यासंबंधीच्या संघर्षाचा परिणाम. दुसऱ्या प्रकारामध्ये 'आर्थिक उत्पादकतेतील बदल व स्थावर मालमत्तेमुळे अभिशासनाच्या उद्दिष्ट व पद्धतींमध्ये झालेल्या बदलांचा' समावेश होतो. तिसरा प्रकार अति नियमांनी ग्रासलेली व प्रस्थापित प्रशासन पद्धती बदलण्यावर भर देण्यात आला आहे. शेवटच्या व चौथ्या प्रकारामध्ये, 'संस्था व संघटनांची रचना आणि आराखडा बदलण्यासाठी' व्यवस्थापनातील नावीन्य व त्याची अंमलबजावणी यावर लक्ष केंद्रित केलेले दिसून येते (मिचाल्स्की, मिलर आणि स्टीवन्स २००१: ९). अभिशासनाच्या नव्या संकल्पनेच्या शोधाची मुळे संयुक्त रशिया च्या विघटनामध्ये देखील दिसून येतात, ज्यामध्ये, मार्क्स व लेनिनवादातील 'पर्यायी व्यवस्थापन पद्धती' समजून घेऊन यशस्वीरीत्या राबविण्यात आल्या. याच सुमारास, विकसित भांडवलवादी राष्ट्रांमध्ये मोठ्या प्रमाणात नोकरशाही व राष्ट्रविरोधी टीका झाल्याचे दिसून येते. यातूनच 'कल्याण योजनेचे तीव्र पडसाद' म्हणून 'शासनावर अतिभार' हा टीकेचा मुद्दा उत्पन्न झालेला दिसतो. तथाकथित राष्ट्राने अनेक वर्षांपासून बरीच कार्ये स्वतःवर ओढवून घेतल्यामुळे शासनाच्या अर्थसंकल्पीय व वित्तीय बाजूंवर भार आलेला दिसून येतो

आणि यातूनच नोकरशाहीची अति-वृद्धी' झाल्याचे लक्षात येते. या परिस्थितीमध्ये शासनाचा 'आकार लहान' करून बाजारपेठ व सुसंस्कृत समाजाला अधिक वाव देण्यात यावा अशी मागणी झाल्याचे दिसून येते. यातूनच नवउदारमतवादा'ची विचारसरणी पुढे आल्याचे दिसते.

जागतिकीकरणाची सुरुवात झाल्यापासून प्रशासनातील अ-शासकीय कर्त्यांची भूमिका अधिक महत्त्वाची ठरत असल्याने पारंपरिक नोकरशाहीचे महत्त्व कमी झाल्याचे लक्षात येते. म्हणूनच, प्रशासनाबाबतचा साधनभूत दृष्टिकोन 'राष्ट्राच्या बहुवचनवादी' स्वरूपामुळे समर्थनीय ठरत नाही. विकसित तथा विकसनशील देशांमध्ये राष्ट्र केंद्रित नोकरशाहीचे सिद्धान्त लोकप्रशासनाचे पुरोगामी स्वरूप हाताळण्यास अपुरे ठरतात. याचे कारण असे की, 'अंतर्गत प्रशासनामध्ये देखील बहुराष्ट्रीय शक्तींची भूमिका अधिक व्यापक बनलेली दिसते. अशा प्रकारे, अगदी सहजपणे असे मानता येईल की, विसाव्या शतकामध्ये लोकप्रशासनाची मूळ तत्त्वे नोकरशाही व्यवस्थेमधून प्रतिबिंबित होत होती. एकविसाव्या शतकामध्ये मात्र, उदारमतवादी तत्त्वांमधून पुढे आलेल्या आंतरसंबंध आधारित संघटनेच्या' नव्या काळाला सुरुवात झाली.

अशा प्रकारे, जागतिकीकरण ही एक अविभाज्य बाब आहे जी सहजपणे टाळता येऊ शकत नाही. जागतिकीकरणाच्या वातावरणामध्ये, म्हणजेच, जेथे उदारमतवादी मूल्ये यशस्वी ठरली असे मानले जाते अशा काळामध्ये शासनसंस्थेचा रचनात्मक तथा मूल्यात्मक 'पुनर्शोध' घेण्यात येत आहे. सरकारे आणि शासनसंस्था त्यांच्या पारंपरिक कर्तव्यांपासून माघार घेताना दिसतात. जागतिकीकरणाच्या व्यापारी व्यावसायिकता आणि उद्योजकीय भावनेने शासनाला त्याच्या पारंपरिक 'कर्त्याच्या' प्रतिमेपासून दूर केले. बाजारपेठीय तंत्र आत्मसात करण्यासाठी शासनाची भूमिका 'साहाय्यभूताची' झाल्याचे लक्षात येते. बदललेल्या परिस्थितीत सरकारची कर्तव्ये नव सनातनी विचारांच्या चौकटीत पुनर्व्याख्यीत करण्यात आली. कॉर्पोरेट शासनसंस्था ही एक वस्तुस्थिती झाली असून परिणामतः शासनाच्या पारंपरिक कर्तव्यांचा संकोच झालेला दिसून येतो. नव उदारमतवादी मूल्यांनी प्रभावित सरकारांकडून भांडवलाच्या जगतिकीकरणास पुष्टी मिळताना दिसते.

लोक व खासगी प्रशासनातील फरक लोकप्रशासनाचे संकल्पनीकरण करताना महत्त्वपूर्ण ठरत नाही. नागरिक हे ग्राहक आहेत आणि लोकप्रशासनात सहभागी असलेले लोक 'कॉर्पोरेट' संस्कृती आत्मसात करताना दिसतात. लोक नोकरशाहीतील उत्तरदायित्व केवळ अंतर्गतच नव्हे तर नागरी सनदीसारख्या बाह्य माध्यमांनी देखील साध्य केले जाते. विद्यमान लोकप्रशासन हे असे 'अभिशासन'

आहे ज्यामध्ये बाजारपेठ-चलित उदारमतवादी मूल्ये स्थिर व एकत्रित करण्यासाठी गरजेच्या कार्यांची नमुना यादी केली जाते. जागतिकीकरणाचा अपरिहार्य परिणाम म्हणून आलेल्या संरचनात्मक सुधारणांनी प्रभावशाली राज्याची भूमिका पूर्वीपेक्षा सौम्य केली आणि बहुराष्ट्रीय संस्थांच्या सशर्त कर्जांनी त्यांना जागतिक भांडवलावर अवलंबित केले. १९८९ च्या जागतिक बँकेच्या अहवालाप्रमाणे आर्थिक मदतीस पात्र होण्यास राष्ट्रांना त्यांच्या अर्थ-सामाजिक आणि राजकीय ध्येयांची जागतिक बँकेच्या सल्ल्याप्रमाणे पुनराखणी करावी लागणार होती. अशा प्रकारे, अहवालात भर दिल्याप्रमाणे

> ... ज्या राष्ट्रांनी उचित मध्यम-कालीन आर्थिक धोरण चौकटीचा अंगीकार केला आहे टी राष्ट्रे बँकेच्या मदतीला पात्र ठरतील. दिली जाणारी मदत मध्यम-कालीन सुधारणा कार्यक्रमाची क्षमता आणि प्रकरण-सापेक्ष घटकांवरून ठरविली जाईल... कर्ज बोज्याचे गांभीर्य, स्वयंप्रेरित बाजाराधिष्ठित व्यवहारांना असलेला वाव, मध्यम-कालीन वित्तीय आराखडा, बँकेच्या साहाय्यातून संभाव्य फायदे, मुख्यत्वे गुंतवणूक आणि वृद्धी यासाठीचे साहाय्य (जागतिक बँक १९८९अः ४९).

जागतिक बँक आणि इतर आंतरराष्ट्रीय करदात्यांच्या परतलेल्या कर लाटेत अनेक उत्तर वसाहतवादी देशांनी या करदात्यांनी सुचविलेला सुधारणा कार्यक्रम स्वीकारला. 'यामध्ये कमीतकमी शासन नियंत्रित मुक्त आणि खुल्या बाजारपेठीय अर्थव्यवस्थांचा पुरस्कार करून द्वितीय महायुद्धोत्तर कालीन शासन पुरस्कृत विकास नमुन्यांना पर्याय देण्याचा हेतू होता' (लेफत्वीच १९९३ः ६०७). संरचनात्मक कार्यक्रमात दोन प्रक्रिया सुरू असलेल्या दिसतात. एकीकडे, संबंधित अर्थव्यवस्थांना 'सार्वजनिक खर्चात कपात' आणि 'चलन अवमूल्यन' अशा उपायांनी स्थैर्य आणण्याचा प्रयत्न दिसतो. तर दुसरीकडे, 'खाजगीकरण, नोकरशाहीतील कपात, निर्बंधमुक्त, अनुदानातील कपात व अधिक उत्पादकतेसाठी आणि कार्यक्षमता वाढीसाठी सुयोग्य किंमत शोधन या उपायांच्या कमी-जास्त मात्रेद्वारे आर्थिक संरचना आणि संस्थांमधील बदलांसाठी प्रयत्न होताना दिसतो' (लेफत्वीच १९९३ः ६०७).

पर्यायी वैचारिक सत्ताकेंद्रे विकास प्रयत्नात प्रभावी भागीदार होण्यास सबळ नसल्याने विकसनशील देशांपुढे संभवतः दुष्टचक्र असल्याचे दिसून येते की जिथून बाहेर पडण्याचा मार्ग उपलब्ध नाही. याखेरीज, 'विकासाच्या अ-राजकीयीकरणाच्या' प्रयत्नाने 'सत्ता', 'वर्ग' आणि 'राजकारण' यांमधील दरी पद्धतशीरपणे नाहीशी केली जाते. विकासासाठी 'सुसंस्कृत समाजा'शी संबंधित कार्ये महत्त्वाची असतात. परिणामी, विकास हा तांत्रिक-आर्थिक प्रयत्न मानला जातो जो राजकीय परिघाबाहेर

घडताना दिसतो. हा युक्तिवाद विकासातील विचारधारेची भूमिका रद्दबातल करतो. विशेषतः विकसनशील देशांमध्ये, जेथे, लोकप्रशासन ऐतिहासिक कारणांमुळे टीकात्मकदृष्ट्या 'पक्षपाती' असते.

अभिशासनाचा सैद्धान्तिक उगम

संकल्पनात्मक दृष्टिकोनातून अभिशासनाला नवउदारमतवादाच्या वैचारिक विजयाशी जोडले गेले आहे. अभिशासन संकल्पनेची सैद्धान्तिक पाळेमुळे नवउदारमतवादी विचारसरणीत, विशेषतः, 'नव्या उजव्या विचारसरणीत' रुजलेली आहेत. शासनाची बाजार संदर्भात लोकप्रशासनाची फायदेशीर शाखा अशी 'पुनर्व्याख्या' करण्यात आली. नवीन स्वरूपात अभिशासन हे राज्य, बाजार आणि सुसंस्कृत समाज यातील आंतरसंवाद आहे. अभिशासन संकल्पनेची बीजे ही (*अ*) नवउदारमतवादी विचारांचे राज्या'वरील संनियंत्रण आणि बाजाराला' सक्षम सामाजिक संस्था म्हणून प्रतिष्ठित करण्याचे व सुसंस्कृत समाजास स्थानिक सामाजिक सेवा सुविधांचा पुरवठादार म्हणून पुढे आणण्याचे प्रयत्न. (*आ*) तसेच, आंतरराष्ट्रीय वित्तपुरवठादारांचा (विशेषतः जागतिक बँकेचा) अधिक जबाबदार, पारदर्शक आणि सहभागात्मक अभिशासनाचा आग्रह व (*इ*) जगाचे अर्थ-सामाजिक एकीकरण करणारा आर्थिक, तांत्रिक आणि राजकीय घटकांनी कार्यान्वित असलेला जागतिकीकरणाचा नवोदित प्रवाह या घटकांमध्ये आहे.

नवीन उजवी विचारसरणी मुक्त बाजारपेठेचा पुरस्कार करून आणि अभिशासनाचा आकार आणि समाजातील भूमिका यांमध्ये कपातीची मागणी करून लोकप्रशासनाची नवीन व्याख्या करू पाहते. जरी हा युक्तिवाद बाजारास व्यापक भूमिका आणि राज्यास कमी दायित्व पुरस्कृत करतो तरी नव उजव्या विचारसरणीमध्ये नव उदारमतवादी आणि नव सनातनी पक्ष समाविष्ट आहे. यातील नव उदारमतवादी पक्ष व्यक्तिस्वातंत्र्याचा आणि नव सनातनी पक्ष पारंपरिक मूल्यस्थापनेचा आग्रह धरतो.

नव उजव्या विचारसरणीची चार प्रमुख विचारपीठे म्हणजे- शिकागो, ऑस्ट्रियन, सार्वजनिक निवड आणि पुरवठा बाजू. यातील पुरवठा बाजू दृष्टिकोनास स्वतंत्रपणे बघितले पाहिजे. प्रस्तुत संदर्भात याची नोंद घेता येईल की, वरील सर्व विचारप्रवाह हे नव सनातनी सूक्ष्म अर्थशास्त्रीय सिद्धान्तावर आधारित असून त्याचा मुख्य भर हा आर्थिक वाढीसाठी व्याजदर कमी करण्यावर आहे.

दुसऱ्या महायुद्धानंतरच्या काळात आणि १९७० च्या दशकामध्ये प्रभावशाली असलेल्या केन्सच्या विचारांवर साक्षेपी टीका करण्यात मिल्टन फ्रीडमन या शिकागो विचारपीठातील अर्थतज्ज्ञाची प्रमुख भूमिका होती. त्यांच्या युक्तिवादाप्रमाणे

अनुभवजन्य पुराव्यांच्या विश्लेषणानुसार बाजार हा सामाजिक उद्दिष्टे साध्य करताना सरकारपेक्षा अधिक प्रभावी ठरताना दिसतो. त्यांच्या या युक्तिवादाचा प्रभाव त्यांनी संकल्पनीकरण केलेल्या सरकारच्या वैध भूमिकेत जे की, बव्हंशी मर्यादित शासन या विचारसरणीवर आधारित आहे, दिसून येतो. मर्यादित शासन या संकल्पनेचे ॲडम स्मिथ हे जनक आहेत.

फ्रीडमन वैध सरकारची चार कार्ये मांडतात–व्यक्तीचे बाह्य आक्रमणापासून संरक्षण; न्यायदानाचे प्रशासन; सार्वजनिक सेवा सुविधांची तरतूद; आणि सामिपतेच्या समस्यांची हाताळणी आणि असक्षम घटकांची काळजी उदाहरणार्थ, मुले आणि मानसिकदृष्ट्या कमकुवत व्यक्तींची सुरक्षा. फ्रीडमन हे सत्य मान्य होते की, सरकारी हस्तक्षेप हा आपल्याला फायदेशीर करण्यासाठी बाह्य शक्ती राजकारणावर प्रभाव टाकू शकतात. त्यांच्या मते, वित्त पुरवठा हे महागाईचे मुख्य कारण असून नियमबद्ध मौद्रिक धोरणांद्वारे सोडविता येऊ शकतो. फ्रीडमन मर्यादित सरकार आणण्यासाठी घटनात्मक सुधारणांच्या बाजूने होते.

ऑस्ट्रियन विचारकर्त्यांच्या पुरस्कर्त्यांपैकी इतरांबरोबरच कार्ल मंगर, फ्रेडरिक हायेक आणि लुन्दुयिंग वोन मायसेस ह्यांचा कल देखील मुक्त बाजारपेठेकडे होता व त्यांनी निरंकुश अर्थव्यवस्थेसाठी (लेझे फेअर) अधिक तात्विक भूमिका घेतली. ऑस्ट्रियन अर्थशास्त्राची तीन व्यवच्छेदक वैशिष्ट्ये पुढीलप्रमाणेः (*अ*) सामाजिक शास्त्रे ही सहेतुक मानवी कार्यांचा अभ्यास होय. (*आ*) केवळ व्यक्ती ही स्वतंत्र अभ्यासवस्तू आहे आणि (*इ*) मूल्य हे व्यक्तीसापेक्ष असते. आता आपण हायेक च्या योगदानाकडे लक्ष देऊ. हायेक हा सर्वांत प्रभावी ऑस्ट्रियन अर्थतज्ज्ञ असून त्याने राजकीय तत्त्वज्ञान आणि शास्त्रीय पद्धतीशास्त्रात केलेले योगदान मोलाचे आहे. आपल्या मर्यादित हेतूसाठी समर्पक पुस्तकांची यादी पुढीलप्रमाणेः *The Road to Serfdom* (१९९४), *The Fatal Illusion* (१९८९), *Law, Legislation and Liberty* (१९७३) आणि *The Constitution of Liberty* (१९६०). त्याच्या विचारात वारंवार येणारे मुद्दे पुढीलप्रमाणेः

१. समाज ही एक उत्स्फूर्त व्यवस्था आहे. उत्क्रांत आणि उत्स्फूर्त व्यवस्थेला नियमबद्ध समाजापेक्षा अधिक प्राधान्य असावे

२. स्वातंत्र्यामुळे उपलब्ध ज्ञानाचा शक्य तितक्या उत्तम उपयोगास वाव मिळतो आणि त्याने ज्ञानवृद्धीची शक्यता निर्माण होते, व्यक्तीला संकल्पना आणि तंत्राबाबत प्रयोग करून पाहता येतात. म्हणून, स्वातंत्र्याला साधनात्मक मूल्य आहे.

३. समाजवाद हा अ-लोकशाही आणि असाध्य आहे. उत्पादन ही बहुसंख्य उपभोक्त्यांद्वारे न ठरविली जाता मूठभरांची मक्तेदारी होऊन बसते. समाजाला कुठलाही सर्वमान्य असा सामाजिक उद्देश नसतो. खासगी मालमत्तेचा हक्क आणि कराराच्या नियमांना मान्यता यांमुळे कुठलाही सामाजिक हेतू साध्य होत नसून व्यक्तीला तिची (खासगी) स्वतःची उद्दिष्टे साध्य करता येतात. समाजवादी नियोजनास सुद्धा किंमत तंत्राशिवाय (price mechanism) उपभोक्ता मागणी ठरविण्याचा कुठलाही अन्य मार्ग उपलब्ध नाही. नियोजन कर्त्यास काय व कुठल्या किमतीवर उत्पादन करायचे हे ठरविण्यास मार्ग नाही.

४. सामाजिक न्यायाची निरर्थकता ही हायेक ची विवाद्य संकल्पना आहे. सामाजिक किंवा वितरणात्मक न्याय हे राज्याच्या कार्याचे एक तत्त्व म्हटल्यास कोणास काय ध्येय आहे यावर सहमती आणि (ते साधण्यास) राज्यांच्या हाती पुरेशी सत्ता आवश्यक ठरते. यामध्ये वस्तू आणि सेवांच्या वितरणासाठी योग्यतेचा काही एक निकष अध्याहृत आहे आणि यावर सहमती कठीण आहे कारण योग्यतेबद्दलचा प्रत्येकाचा दृष्टिकोन भिन्न असू शकतो (असतो). स्वतंत्र समाजात संपत्तीच्या (वस्तूंच्या) वितरणाबाबत सर्वसहमती असू शकत नाही.

पुन्हा जेव्हा राज्य ठरविणाऱ्याच्या भूमिकेत जाते तेव्हा जो राज्य नियंत्रित करतो तो लोकांनी काय करावे हे ठरवितो. उत्पन्न वितरणाचे धोरण हे उपभोक्त्याच्या समाधानापेक्षा राजकीय प्रभावाखाली आखले जाते. अशा परिस्थितीत, सरकार हे उत्पन्नाच्या एका विवक्षित राजकीय वितरणासाठी संघर्षरत अशा दबाव गटातील लढाई होऊन बसते. हायेकच्या म्हणण्यानुसार, न्याय हा प्रक्रियात्मक आहे. उत्पन्नाचे नियम, ताब्याची हमी आणि स्वयंप्रेरित व्यवहार या त्या प्रक्रिया होत. यातून साधले जाणारे उत्पन्नाचे वितरण हा सरकारच्या वैध चिंतेचा विषय असू शकत नाही.

हायेक यांना स्वतंत्र घटनेचे असे तंत्र निर्माण करण्यात रस होता की जेथे सरकारचे कर्तव्य हे अशी चौकट (किंवा व्यवस्था) निर्माण करणे असेल ज्यामध्ये व्यक्ती आणि गट त्यांची उद्दिष्टे साध्य करू शकतील आणि गरज पडल्यास (शासन) त्याची सक्तीची (coercive) सत्ता अशा सेवा सुविधांच्या पुरवठ्यासाठी म्हणून महसूल उभारणीसाठी वापरू शकेल ज्यांची तरतूद बाजारव्यवस्थेद्वारे होऊ शकत नाही. हायेक ह्यांच्या मते, लोकनियुक्त प्रतिनिधी हे दबाव गटांच्या प्रभावाखाली येतात जे राजकीय सत्तेचा वापर त्यांच्या संकुचित ध्येयांसाठी करू पाहतात आणि म्हणून, हायेक अशा एका तत्त्वाचा शोध घेऊ पाहत होते की ज्याद्वारे सरकार एका मर्यादेपलीकडे जाऊ शकणार नाही हे सुनिश्चित करता येईल.

'सार्वजनिक निवडी'च्या तत्त्वाची चर्चा करण्यासाठी आता आपली तयारी झाली आहे. मर्यादित सरकारच्या सूत्राची सार्वजनिक निवडीच्या प्रारूपात पराकाष्टा होते. सार्वजनिक निवडीचा सिद्धान्त हा राजकारणाचा सिद्धान्त आहे. त्यांस 'राजकारणाचे अर्थशास्त्र' म्हणूनही ओळखले जाते. राजकीय घटक हे स्वतःची ध्येये साध्य करू पाहणारे आणि 'उपयुक्तता महत्तम करू पाहणारे' घटक आहेत या गृहीत तत्त्वावर राजकीय वर्तनाचे विश्लेषण केले जाते व अंदाज वर्तविले जातात. तार्किक निवडीच्या सार्वजनिक निवड या उपशाखेने खाजगीकरण मोहिमेत हातभार लावण्यास आणि बाजार-तर्कशास्त्र शासकीय निर्णय प्रक्रियेत लागू करण्यास व्यूहात्मक भूमिका बजावली आहे. हे राजकारणास हेतूंचे लक्ष्यसाधन म्हणून पाहणाऱ्या सिद्धान्ताच्या अगदीच विरुद्ध आहे. बहुतांश सार्वजनिक निवड सिद्धान्तावरील लेखक यावर एकमत होताना दिसतात की, शासनसंस्था या सर्वसामान्य लोकांच्या अपेक्षेपेक्षा जास्त व्यापक झाल्या आहेत कारण, त्या राजकारणी, नोकरशाह आणि दाबवगटांचे प्राधान्यक्रम सांभाळतात.

सार्वजनिक निवडीच्या व्हर्जिनिया विचारपीठाने राजकारणाच्या आणि नोकरशाहीच्या स्वरूपाविरुद्ध (प्रस्तुत) बौद्धिक मोहीम सुरू केली आहे. जेम्स बुकानन यांनी 'कल्याणकारी राज्यातील' आधुनिक राजकीय जीवनातील दुर्दैवांकडे लक्ष वेधले. त्यांच्या मते, 'अमेरिकेत संपत्ती हक्कांच्या मूलभूत संरचनेस गेल्या दोन शतकांच्या इतिहासात कधी नव्हे तो इतका गंभीर धोका निर्माण झाला आहे'. पुन्हा त्यांचा युक्तिवाद असा कीः

> "जरी सरकारचे स्थापित कार्यक्षमता निकषावरील अपयश अनुभवाने आणि विश्लेषणाने दाखविणे शक्य असले तरी यामुळे जादू झाल्याप्रमाणे संस्थात्मक सुधारणा होतील असे मानायला मी तयार नाही. आपण जी परिस्थिती बघितली मात्र त्यावर काही उपाय योजिला नाही त्यासाठी मी घटनात्मक क्रांतीलाच आकर्षक पर्याय मानतो."

याच धर्तीवर गोर्डन तुलोक ह्यांनी पुढील तर्क अधोरेखित केला आहेः

> आपण मोठ्या आणि मुळात अकार्यक्षम अशा नोकरशाही ने ग्रासलेले आहोत. अर्थशास्त्रीयदृष्ट्या पाहू केल्यास, या क्षेत्रात कार्यक्षमता आपले राष्ट्रीय उत्पन्न आणि वृद्धिदर वाढवू शकेल. राजकीय दृष्ट्या हे नागरिकांचे, पर्यायाने, मतदारांवरील नियंत्रण वाढवू शकेल आणि त्यांचे स्वातंत्र्य मर्यादित करू शकेल.

अशा प्रकारे, व्हर्जिनिया विचारपीठाचे उदारमतवादी लोकशाही घटना असणाऱ्या प्रगत समाजाचे वेगळे अर्थनिर्णयन आहे आणि त्याचा मूळ गाभा कल्याणकारी

राज्य नाकारण्याकडे होता. या मताप्रमाणे, सार्वजनिक क्षेत्र धोरण-निर्मिती आणि अंमलबजावणीच्या अंतर्गत व्यवस्था अपयशाने ग्रासले असून राजकीय अपयशाची जाणीव बाजार अपयशापेक्षा अधिक टोकदार आहे.

सार्वजनिक निवड सिद्धान्त हा प्रथमदर्शनी राजकीय अपयशाचे विज्ञान म्हणून समोर येतो. म्हणजे, उजव्या प्रवाहाचे सार्वजनिक क्षेत्राबद्दलचे मत. म्युलर यांच्या अधिकारपूर्ण भाष्यात ते मूल्य-तटस्थ व्याख्या देण्याचा प्रयत्न करतातः

> सार्वजनिक निवड सिद्धान्ताची व्याख्या बाजाराव्यतिरिक्त निर्णय प्रक्रियांचे अर्थशास्त्र किंवा अर्थशास्त्राचे राजकीय विज्ञानदृष्ट्या उपयोजन असे करता येईल. राजकीय विज्ञान आणि सार्वजनिक निवड शास्त्राची विषय वस्तू एकच आहेः राज्याचा सिद्धान्त, मतदानाचे नियम, मतदारांचे वर्तन, पक्षीय राजकारण, नोकरशाही इत्यादी सार्वजनिक निवडीचे पद्धतिशास्त्र मात्र अर्थशास्त्राचे आहे.

म्युलर यांची मांडणी नैतिकदृष्ट्या तटस्थ असून त्यात सार्वजनिक निवडशास्त्र समाजाचे दुर्दैव असलेल्या सार्वजनिक क्षेत्राचे विज्ञान असल्याचे अभिप्रेत नाही.

सार्वजनिक निवड सिद्धान्ताची व्हर्जिनिया आवृत्ती दोन ज्ञानमीमांसात्मक बांधीलकीवर आधारित आहेः (*अ*) सार्वजनिक क्षेत्रातील घटक हे त्यांची उद्दिष्टे महत्तम करण्याच्या दृष्टीने वर्तन करतात असे दिसते आणि (*आ*) सर्व सामाजिक घटक हे मूलतः स्वतंत्र एकक घटकांचे समूह असतात. बुक्यानन असे लिहितात की, सेंद्रिय घटक जसे की, पक्ष, प्रदेश किंवा राष्ट्र यांपेक्षा मूलभूत घटक हे खऱ्या अर्थाने कार्य करणारे, निवड करणारे, वर्तन करणारे घटक असतात आणि पुन्हा व्यक्ती तिची उपयोगिता महत्तम करण्याचा प्रयत्न करते. तिचे स्वतःचे संकुचितपणे व्याख्यीत आर्थिक कल्याण हे या उपयोगीतांचा महत्त्वाचा भाग असते.

अशा प्रकारे, पद्धती शास्त्रीय युक्तिवादाचे तत्त्वज्ञान आणि स्वार्थ महत्तम करण्याचे वर्तन प्रारूप हे दोन्ही मिळून सार्वजनिक क्षेत्राची संरचना आणि सार्वजनिक कार्यामागच्या प्रेरणेचा खुलासा करू पाहतात. या दोन गृहीतकांवर आधारलेली व्हर्जिनिया विचारपिठाची आवृत्ती सार्वजनिक क्षेत्राबद्दलचा सकारात्मक सिद्धान्त देते. याशिवाय, यात असलेला मानक (normative) सिद्धान्त हा थेटपणे नव उदारमतवादी उजव्या गटाची विचारसरणी आहे. विक्सेल ह्यांनी प्रस्तुत केलेल्या राज्याच्या सिद्धान्ताच्या अंशांनी या मानक दृष्टिकोनाचा पाया घातला गेला. कर कार्यक्षमतेचा विचार विक्सेलीयन राज्य सिद्धान्ताच्या मुळाशी असून त्याने व्यक्तिपरत्वे नुकसानभरपाईच्या नियमाची सूचना केली. केवळ सर्वसहमती च्या नियमानेच सार्वजनिक सेवांसाठी लागणाऱ्या महत्तम कराची तरतूद होऊ शकते.

विक्सेलीयन तत्त्वांनंतर बुक्यानन ह्यांनी सार्वजनिक निवडीची बांधणी करणारे दोन मानक नियम दिलेः (अ) राजकारण हा एक व्यवहार आहे आणि (आ) आर्थिक व्यवहार हे सार्वजनिक धोरण निर्मितीच्या मुळाशी असते.

प्रथम मानक नियमाचा अर्थ असा की, प्रत्येक सार्वजनिक धोरण हे सर्व सहमतीवर आधारलेले असले पाहिजे हे विक्सेलीयन एकमतवादी नियमाचे राजकारणातील उपायोजन आहे. बुक्यानन ह्यांनी म्हटल्याप्रमाणे, ''वैयक्तिक हित नसल्यास कुठलेही हित (वा व्यक्ती) स्व-हिताने प्रेरित होऊ शकत नाही' (बुक्यानन आणि तुल्लोक १९६५:३१२). या व्याख्येनुसार, राजकारण कुठलीही सार्वजनिक वस्तूची संकल्पना मानत नाही. फक्त धोरणे ही स्वतंत्र नागरिकांच्या सर्वसहमतीने बनविली जातात. दुसरा मानक नियम हा राजकीय टीका व्यक्त करण्याचे तंत्र आहे. बुक्यानन म्हणतात त्याप्रमाणे, 'वर्तमान घटना व नियम संरचना हे टीकेसाठी खुले आहेत. अनुमानात्मक प्रश्न हा की, वैध घटनात्मक प्रघातातील सहभागींच्या मान्यतेनुसार हे नियम येऊ शकले असते का?' अनुमानाचा प्रश्न हा की, घटना पुनरावलोकनाची सोय नसता घटनाबद्ध समाजास अन्य कोणता मार्ग सन्मान्य असू शकेल. सार्वजनिक निवड सिद्धान्त एकमत तत्त्व सोडता इतर सर्व मूल्यांकन पद्धती बाजूला सारतो. पुन्हा बुक्यानन म्हणतात त्यानुसारः

> धोरणाचे प्रत्यक्ष मूल्यांकन करण्याचे कुठलेही निकष नाहीत. अप्रत्यक्ष मूल्यांकन मात्र लोक व्यक्त झालेल्या राजकीय प्रक्रियांवर आधारलेले असू शकते. मूल्यांकनावरील लक्ष हीच एक प्रक्रिया मानली जात असून हे कार्यसिद्धी अथवा निष्पन्न स्वरूपाच्या विरुद्ध आहे.

सेवा प्रदान करण्यासाठी पर्याय उपलब्ध असतात हे दाखविण्यात सार्वजनिक निवड विचारधारा यशस्वी ठरली आहे. बाजाराच्या सक्षम प्रारूपाने राज्याच्या प्रभूसत्तेला आव्हान दिले आहे. शिवाय, गैर नोकरशाही आणि नागरिकाभिमुख संस्थांच्या शक्यतांनी नोकरशाहीची सत्ता दुर्बल केली. असे असले तरी, हा राज्य बनाम बाजारसंस्था असा वाद नाही. खरा मुद्दा राज्यात अधिक लोकशाहीवादी आणि नागरिकाभिमुख कसे करावे हा आहे. राज्यसंस्थेस संपूर्णपणे बाजूला सारून बाजारसंस्थेस त्याजागी आणण्याचा उद्देश यामध्ये नाही. सार्वजनिक निवडीची गृहीतके ही नेहमीच ग्राह्य आणि समर्थनीय ठरत नाहीत. पुन्हा परिस्थिती देशाप्रमाणे बदलू शकते आणि या सिद्धान्ताची शासनाच्या अवाजवी वाढीला तपासण्याची सूचना नेहमीच वैश्विकदृष्ट्या लागू होऊ शकत नाही. उदाहरणार्थ-तिसऱ्या जगातील देशांमध्ये सुरू असलेल्या शासन पुरस्कृत सुधारणा या नेहमीच सार्वजनिक निवड सिद्धान्ताच्या निकषांनी तपासता येऊ शकत नाहीत. हे शक्यतो खरे असेल की,

शासनसंस्थेच्या वाढीमुळे आणि गुंतागुंतीमुळे तसेच, बहुधा सार्वजनिक मताच्या आणि दबावाच्या कमकुवततेमुळे नोकरशाह आणि राजकारणी ह्यांना त्यांची स्वतःची उद्दिष्टे नागरी खर्चावर भागविण्यासाठी पुरेसे प्रोत्साहन मिळाले. परंतु, पीटर सेल्फ असे म्हणतात की, 'नोकरशाह असे किती प्रमाणात करतात हा वेगळाच मुद्दा आहे. ही समस्या सध्या/सामान्य गृहीतकांवर आधारित वर्तणुकीच्या औपचारिक नमुन्यांनी सोडविण्यासारखी नाही' (१९८५: ३१).

अभिशासन आणि राष्ट्र-राज्य

अभिशासन संकल्पनेचे राष्ट्र राज्याच्या कार्यांबरोबर घनिष्ट संबंध आहेत. याचे कारण असे की, अभिशासनामध्ये काही सामाजिक, राजकीय आणि प्रशासकीय कर्त्यांचा समावेश होतो ज्यायोगे समाजाला मार्गदर्शन, नियंत्रण व योग्य व्यवस्थापन याबाबत प्रयत्न केले जातात. प्राथमिकतः, वाढती वचनबद्धता व कार्ये यामुळे विसाव्या शतकात निर्वसाहतीकरण झालेल्या तिसऱ्या जगातील देशांमध्ये राष्ट्र राज्यांची खुंटलेली वाढ आणि त्याचबरोबर राष्ट्र राज्यांची मर्यादित अथवा ऱ्हास पावत चाललेली परिणामकारकता यामुळे १९८० च्या दशकामध्ये वैश्विक पातळीवर राष्ट्रावरील अविश्वासाच्या प्रसंगाला प्रारंभ झालेला दिसतो. या संकटकाळाची सुरुवात मुख्यत्वे सब-सहारन आफ्रिकेतील राष्ट्रांच्या निरुत्साहजनक कामगिरीमुळे, रशियन साम्राज्याच्या विघटनामुळे व इतरत्र झालेल्या अधःपतनामुळे झाल्याचे दिसून येते. या बाबींमुळे राष्ट्राची शासन करण्याची क्षमता अध्ययनाच्या केंद्रस्थानी आल्याचे दिसून येते. तिसऱ्या जगातील शासनसंस्था शासन करण्यास असमर्थ आहेत असे लक्षात आल्यावर सुशासन' या संकल्पनेच्या बरोबरीने 'दिशाभूल करणारे अभिशासन' ही संज्ञा देखील प्रकाशझोतात आली.

वरकरणी पाहता, अभिशासन हा लोकप्रशासानाचा केवळ एक प्रकार आहे असे लक्षात येते. परंतु, वैश्विक पातळीवरील सामाजिक, आर्थिक व राजकीय एकरेषीकरणाच्या दबावाच्या दृष्टिकोनातून अभिशासनाकडे बघितले असता, या संकल्पनेचे संपूर्णपणे वेगळे पैलू दिसून येतात. या प्रकारामध्ये उदारमतवादाचे सार समजून घेणे व उदारमतवादी उद्दिष्टे साध्य करण्याचा प्रयत्न केला जातो. विशिष्ट सैद्धान्तिक कारणमीमांसेमध्ये दडलेले अभिशासन म्हणजे प्रशासकीय कार्यांमधून उदयाला आलेली संकल्पना नव्हे. खेरीज, या संकल्पनेमध्ये विशिष्ट मूल्यात्मक धागे सापडतात. या धाग्यांना 'नव उदारमतवादातून' जन्माला आलेल्या तथाकथित एकध्रुवीय जगाने पुष्टी दिलेली दिसते. जागतिक बँक व आंतरराष्ट्रीय वित्त साठा यांसारख्या पाश्चिमात्य दात्य संस्था 'कराच्या बोज्याखालील' तिसऱ्या जगातील

विकास प्रकल्पांना आर्थिक मदत करण्यास गुंतलेले असतानाच्या काळामध्ये उदारमतवादी विचारांना पसंती देण्यात आली. नवी तंत्रज्ञान (IT) क्रांती (इंटरनेट, फॅक्स आणि इंटरनेट-आधारित संवाद) व जागतिक व्यापार संस्थेने घालून दिलेल्या नव्या नियमावली नुसार जागतिकीकरणाच्या काळातील निधी, वस्तू व सेवांचा विनाअडथळा ओघ यामुळे बदलाबाबतचे नवे विचार शिखरबिंदू वर पोचले.

जागतिकीकरणाच्या काळामध्ये, श्रेणीय पद्धतीवर आधारलेली नोकरशाही पद्धती तितकीशी महत्त्वपूर्ण राहिलेली दिसत नाही. अ-शासकीय कर्त्यांचा प्रशासनातील वाढता सहभाग हे यामागील मुख्य कारण होय. 'राष्ट्र बहुसत्तावादा'मुळे प्रशासनाबाबतचा वेबरचा संस्थात्मक दृष्टिकोन समर्थनीय ठरत नाही. अंतर्गत प्रशासनामध्ये बहुराष्ट्रीय कारकांच्या वाढत्या भूमिकेमुळे विकसित तसेच विकसनशील देशांमध्ये राष्ट्र केंद्रित नोकरशाहीचे सिद्धान्त लोक अभिशासनातील क्रांतिकारी कायापालट हाताळण्यास अपुरे ठरतात. अशा प्रकारे, विसाव्या शतकाच्या युगामध्ये अभिशासनाची सर्व मूल्ये नोकरशाहीमध्ये दिसत असली तरीदेखील एकविसाव्या शतकामध्ये मात्र नव-उदारमतवादी मूल्यांनी प्रेरित 'परस्परसंबंध-आधारित' संघटनांचे युग आहे असे विधान करण्यास संपूर्णपणे वाव आहे. गुंतागुंतीच्या सामाजिक-आर्थिक व राजकीय परिस्थितीमुळे पारंपरिक परीघ-आधारित सामाजिक शास्त्रे अपुरी पडतात हे उघडच आहे आणि म्हणूनच, आंतरशाखीय परस्परसंबंध असणे गरजेचे ठरते.

पुढील तीन मुद्दे मूलतः अभिशासनाशी संबंधित आहेतः (*अ*) शासन 'दिशानियंत्रक' असून प्रत्यक्ष कर्ता' नाही. शासन कृती करणारे नसून कृती करवून घेणारे आहे. पारंपरिकरित्या शासनाकडून पुरविल्या जाणाऱ्या सेवा आता मात्र कंत्राटे देऊन शासन नियंत्रकाची भूमिका बजाविताना दिसते. (*आ*) शासनाकडे कार्याचे पुनरावलोकन करणारी कॉर्पोरेट संस्था म्हणून बघितले जाते. खाजगीकरणाद्वारे हे पुनरावलोकन केल्याचा प्रयत्न केला जातो. (*इ*) राष्ट्र आणि नागरिक ह्यांच्यातील संबंध पुनर्व्याख्यीत केले जातात. नागरिक ग्राहक अथवा उपभोक्ता असून, वापर करण्यात आलेल्या सेवेचे मूल्य देखील मोजावे लागते.

अशा प्रकारे, अभिशासन ही एक यांत्रिक क्रिया ठरते जिचे नियमन राजकीय आदर्शांनी केले जात नसून बाजारपेठेद्वारे केले जाते व ग्राहकाच्या समाधानाला सर्वाधिक महत्त्व दिले जाते. नव्या स्वरूपातील लोकप्रशासन ही कार्यक्षमरित्या लोक सेवांचा पुरवठा करण्याची केवळ यंत्रणा असून यामध्ये ग्राहकांना व्यक्तिगत पातळीवर महत्त्व दिले जात असून 'राजकीय आदर्शांची' भूमिका नाकारली जाते. 'कुठल्या सेवा पुरवाव्यात हे ठरविले जाणे मात्र, त्या कशा पुरवाव्यात याबद्दल दिशा नसणे' यामध्ये खरे राजकारण दडलेले दिसते (सल्स्कोव-इवेर्सोन, हान्सेन आणि

बिस्लेव २०००:१९६). अभिशासन म्हणजे परस्परक्रियांमधील बहुत्त्व असे मानले तरी, सामूहिक सामाजिक समस्या सोडविताना अभिशासनाचा एक भाग म्हणून लिंग ही बाब कुठे स्थित आहे हा प्रश्न अनुत्तरित राहतो. अभिशासन संकल्पनेला केंद्रस्थानी मानून विकास प्रक्रियेतील महिला सबलीकरण कसे स्पष्ट करावे? हाच प्रश्न दुसऱ्या शब्दांत मांडावयाचा झाल्यास असे म्हणता येईल की, सामाजिक निर्णय प्रक्रियेमध्ये सुशासन अथवा अभिशासनाद्वारे स्त्रियांच्या सहभागाची काही विशिष्ट मानके स्पष्ट केली जातात का? अभिशासनाच्या उपलब्ध संकल्पनीकरणामध्ये या मुद्द्यावर पुरेसे लक्ष देण्यात आलेले नाही. तथापि, विकासामध्ये सामूहिक कार्यांवर भर देऊन अभिशासन नमुन्याद्वारे 'लिंग' एक महत्त्वाची बाब म्हणून सैद्धान्तिकदृष्ट्या त्याचे ग्रहण केले जाते. अशा प्रकारे, विद्यमान विकाससंबंधी चर्चांमध्ये सुशासन व लिंग समानता हे मुद्दे ठळकपणे पुढे आलेले दिसतात. कायद्यानुसार (de jure) व प्रत्यक्षातील (de facto) समानता यामधील दरी अभिशासनातील स्त्रियांच्या सहभागाचा मुद्दा अधिक ठळक बनविते. निर्णयप्रक्रियेमध्ये स्त्रिया 'टीकात्मक दृष्ट्या' सहभागी होत नाहीत तोवर त्यांच्या केवळ असण्याने अभिशासनाच्या फलितावर काहीही परिणाम होणे शक्य नाही. अभिशासन प्रक्रियेमध्ये स्त्रियांचा केवळ सहभाग असणे म्हणजे कायदे, शासनाच्या योजना व कार्यक्रम यांमध्ये लिंग संबंधी मुद्द्यांना मान्यता आहे असा अर्थ घेता येणार नाही. तथापि, काही कारणांच्या आधारावर असे मानता येईल की, स्त्रिया अधिक परिणामकारकरित्या व मोठ्या संख्येने सहभागी झाल्यास 'अभिशासनाचा परिणाम सामाजिकदृष्ट्या अधिक प्रतिसादात्मक' असेल. मात्र, त्याचबरोबर हे देखील तितकेच सत्य आहे की, प्रभावी पुरुषप्रधान समाजरचना असलेल्या समाजरचनेमध्ये अभिशासनातील जबाबदारी पार पडताना स्त्रिया पुरुषांच्या प्रभावापासून पूर्णपणे मुक्त राहून निर्णय घेऊ शकतीलच असे नाही. म्हणूनच, लिंग समानता साध्य करणाऱ्या योजना स्त्रियांना संसारी बंधनांतून मुक्त करण्याचा प्रयत्न करताना दिसतात. उदाहरणार्थ, १९९२ चा ७३ वा घटनादुरुस्ती कायदा होय. स्त्रियांना वैधानिकदृष्ट्या (३३% आरक्षण) स्थानिक अभिशासन रचनेमध्ये सामावून घेऊन या कायद्याद्वारे पितृसत्ताक पद्धतीवर आधारित ग्रामीण सत्ता रचनेला आव्हान दिले आहे असे दिसते.

लोकप्रशासनावरील विद्यमान चर्चेमध्ये काही महत्त्वाचे प्रश्न मांडून अभिशासन संकल्पना पुनर्रेखित करण्यात आली आहे ही बाब नाकारता येणार नाही. तथापि, जागतिक बँकेच्या नमुन्यामध्ये या नव्या मान्यतेच्या केंद्रस्थानी ठरावीक काळात वैश्विक उद्दिष्टे साध्य करण्यावर भर देण्यात आला आहे. ज्यामध्ये राजकारणाची भूमिका संपूर्णपणे नाहीशी झालेली नसून कमीत कमी असण्यावर भर देण्यात आला

आहे. या प्रश्नावरील जागतिक बँकेचा पूर्वीचा पवित्र अ-राजकीय असला तरी 'अभिशासनाच्या या मर्यादित दृष्टिकोनामध्ये वेबरीयान मूल्यांचा पाश्चिमात्य नमुना अधोरेखित होतो यात शंका नाही. या नमुन्याद्वारे मुक्त बाजारपेठा, व्यक्तिवाद आणि वैधानिक शासनातील तटस्थ मात्र, परिणामकारक लोकप्रशासन यांवर भर देण्यात आला आहे'(लेफत्वीच १९९६:१६). सत्ता समीकरणाखेरीज लोकशाहीला मर्यादित अर्थ उरतो. राजकारण ही वाटाघाटी व स्पर्धात्मकतेची एकमेव सामाजिक प्रक्रिया होय- राजकारणामध्ये संसाधनांचा वापर, उत्पादन आणि परिस्थिती यांसाठीचा संघर्ष, सहकार्य आणि वाटाघाटी ह्यांचा समावेश होतो. म्हणून, जॉन किर्लीन ह्यांनी असे मत मांडले की, 'लोकशाही व्यवस्थेला मूल्य आहे तोपर्यंत लोक व्यवस्थापनापेक्षा लोक प्रशासनाच्या महत्त्वाच्या प्रशांना महत्त्व देण्यात यावे' (किर्लीन १९९६:२१७). लोक संस्थांचे व्यवस्थापन करणारी शाखा अशा अर्थाने बघितले असता समाजातील लोकप्रशासनाची भूमिका घाटल्याचे लक्षात येईल. पहिली मिन्नुव्ब्रूक परिषद आणि ब्लाक्स्बार्ग जाहीरनामा या दोहोंमध्ये लोकहितासाठी लोकशाही अभिशासनाचा मुद्दा पुढे आणण्यात आला. 'तिसऱ्या जगा'च्या संदर्भाने विचार केला असता असे लक्षात येते की, रचनात्मक विकास कार्यक्रमांच्या नावाखाली लोकप्रशासन अधू बनविले जात आहे. यामुळे अभिशासनाचे 'बाजारपेठीय प्रारूप' अधिकाधिक पुढे येत आहे ज्यायोगे, विकसनशील देशांतील राष्ट्राची सामाजिक विकासासाठीची भूमिका दुर्लक्षित केली जात आहे. लोकप्रशासनाचे लक्ष लोक-केंद्रित बाबींकडे नसून भांडवल-केंद्रित बाबींकडे आहे आणि यामध्येच तिसऱ्या जगातील देशांवर बाह्य स्वरूपात लादण्यात आलेल्या प्रशासकीय सुधारणांचे धोके दडलेले आहेत. म्हणून, लेफत्वीच ह्यांनी योग्यच म्हटले आहे की,

> विकासप्रक्रियेमध्ये राजकारणाचे महत्त्व अभिशासन व व्यवस्थापन यांपेक्षा कमी लेखू नये. संस्था व नियमांचे महत्त्व कोणीही नाकारू शकत नाही. राजकीय प्रक्रियाच अशा संस्था अथवा नियम मांडत असून त्या टिकवून देखील ठेवतात (लेफत्वीच १९९६:२०).

व्यवस्थापन म्हणून लोकप्रशासनाची ज्ञानशाखा लोकशाही राज्यतंत्राचा व्यापक असा दृष्टिकोन लक्षात घेण्यास कमी पडते. लोकशाही मधील लोकप्रशासनाला सामूहिक कार्यांसाठी राजकीय व्यवस्थेची क्षमता, परिणामकारक नागरिकत्व, नागरिकांच्या हक्कांचे संरक्षण करण्यासाठी नागरी पायाभूत सुविधा जपणे, सामूहिक जीवनपद्धतीला प्रोत्साहन देणे हे अतिशय महत्त्वाचे ठरते. खासकरून तिसऱ्या जगासाठी नव्याने उदयाला आलेली व्यवस्थापन पद्धती अशुभ आहे असे लक्षात येते. कारण यायोगे नोकरशाहीचे दृढीकरण केले जाऊन पर्यायी लोकसंस्थांचा विकास

होण्यात अडथळा आणते. मात्र, लोकसंस्थांचा विकास हा राज्य करण्याची सामाजिक क्षमता वाढविण्यासाठी व लोकशाही तत्त्वे अधिकाधिक प्रमाणावर रुजविण्यासाठीची क्षमता गरजेची ठरते. अशा प्रकारे, 'नव-टेलरवाद' ज्याचे मुख्य वैशिष्ट्य आहे असे सुशासन 'एकमेव सर्वोत्तम तत्त्व' हे अभिजात प्रशासन सिद्धान्तातील तत्त्व पुन्हा वापरताना दिसते. मात्र हे तत्त्व विद्यमान वैश्विक संदर्भात सुसंगत ठरत नाही. याचे कारण असे की, विद्यमान वैश्विक परिस्थिती अभिशासनात कुठल्याही प्रकारच्या काटेकोरपणा पेक्षा 'मुक्त' व्यवस्थेची मागणी करते.

डिजिटल/ई-अभिशासन

जागतिकीकरणाच्या संदर्भाने विचार केला असता प्रशासकीय सुधारणांमध्ये अगदी अलीकडचे 'ई-अभिशासन किंवा डिजिटल अभिशासन'[१०] हे संकल्पनीकरण महत्त्वाचे ठरते. आधुनिक तंत्रज्ञान क्रांती (ICT) मधून स्वीकृत केल्या गेलेल्या ई-अभिशासनाचे मुख्य उद्दिष्ट शासकीय प्रक्रिया अधिक खुल्या करणे व नागरिकांना अधिकाधिक माहिती उपलब्ध करून देणे हे होय. डिजिटल व ई-अभिशासन या दोन्ही संकल्पना नव्याने उदयाला आलेल्या असून या संकल्पनांची वैश्विकदृष्ट्या मान्य अशी व्याख्या सापडणे काठीण आहे. नागरिकांना माहिती व सेवा पुरविण्यासाठी इंटरनेट, वेब पेज, मोबाईल फोन यांसारख्या माहिती व संपर्क तंत्रज्ञानाचा (ICT) वापर करणे म्हणजे डिजिटल/ई-शासन होय. यामध्ये शासनाने वेबसाईट वर शासकीय सेवांची माहिती टाकणे व या सेवांसाठी नागरिकांना अर्ज उपलब्ध असणे याचाही समावेश होतो. आयकर अर्ज भरणे, परपत्राचे नुतनीकरण करणे व ऑनलाईन पद्धतीने रक्कम भरणा करणे या सेवा देखील या माध्यमांतून पुरविल्या जातात. (शासन विभागांमध्ये) अत्त्युच्च कौउंटर सेवा उपलब्ध करून देणे व नागरिकांचे सेवा प्राप्त करण्यासाठीचे कष्ट वाचविणे' हे डिजिटल शासनाचे उद्दिष्ट आहे (कपूर २०००: ३९४). माहिती तंत्रज्ञानाच्या तंत्रांचा सुयोग्य वापर केल्यास लोकप्रशासनाच्या नव्या युगाला प्रारंभ होऊन शासनाची कार्ये व प्रक्रिया अधिक पारदर्शी व उपलब्ध होण्यास मदत होईल.

अशा प्रकारे, ई-अभिशासनाने तंत्रज्ञान नवप्रवर्तनाच्या माध्यमातून 'अभिशासनाचे मूळ स्वरूप बदललेले दिसते - म्हणजेच, कार्य करण्याची पद्धती, कार्याची शैली, मूल्य अभिमुखता व मूळ गाभा' बदललेला दिसतो (डे २०००:३०६). विकसित राष्ट्रांमध्ये, ई-अभिशासन व्यवस्थित प्रस्थापित झालेले दिसते ज्यामध्ये शासनाच्या सेवा नागरिकांना ऑनलाईन पोर्टल्स च्या माध्यमातून उपलब्ध करून दिल्या जातात. भारतामध्ये डिजिटल अभिशासनाला सन २००० च्या माहिती व तंत्रज्ञान कायद्यानुसार मान्यता देण्यात आली आहे. या कायदामध्ये पुढील तरतुदी आहेतः

'इलेक्ट्रोनिक व्यापार' म्हणजेच इलेक्ट्रॉनिक माध्यमातून करण्यात येणाऱ्या व्यवहाराला वैधानिक दृष्ट्या मान्यता देण्यात आली. या व्यवहारांमध्ये कागद हे माध्यम न वापरता माहिती साठविण्याच्या व संपर्काच्या इतर पर्यायी पद्धती वापरल्या जातात. तसेच, शासकीय संस्थांची कागदपत्रे इलेक्ट्रॉनिक पद्धतीने भरली जातात. (भारत सरकार २०००:२)

'इलेक्ट्रॉनिक अर्ज' म्हणजे आदानप्रदान माध्यमांमध्ये माहिती उत्क्रांत करणे, पाठविणे, स्वीकृत करणे किंवा साठविणे होय. या माध्यमांमध्ये मॅग्नेटिक, ऑप्टिकल कॉम्पुटर मेमरी , मायक्रो फिल्म व इतर साधनांचा समावेश होतो' या कायद्यानुसार खालील उपकरणांना वैधानिक मान्यता देण्यात आली आहेः

(अ) एका विशिष्ट पद्धतीने शासनाच्या नियंत्रणाखाली किंवा अखत्यारीत असलेल्या कुठल्याही कार्यालय अथवा संस्थेचा अर्ज किंवा इतर कुठलेही कागदपत्र भरणे;
(आ) एका विशिष्ट पद्धतीने पारपत्र, परवानगी, अनुमती अथवा मान्यता देणे;
(इ) विशिष्ट पद्धतीने पैसे घेणे अथवा देऊ करणे (भारत सरकार २०००:१०).

वैधानिकदृष्ट्या मान्यता असलेला हा कायदा म्हणजे भारतातील प्रशासकीय सुधारणांच्या संकल्पनीकरणातील वळणबिंदू ठरला आहे. अधिक महत्त्वाचे म्हणजे, ई-अभिशासन म्हणजे नोकरशाहीतील अनावश्यक विलंब व भ्रष्टाचार वाढविणाऱ्या दप्तर दिरंगाई ला करण्यात आलेला विरोध होय. याखेरीज, यामुळे नागरिकांच्या नित्य सहभागाची वाट मोकळी होते. आता नागरिकांना नागरी सेवांचे ग्राहक म्हणून तंत्रज्ञानाच्या माध्यमातून शासकीय कार्यांची प्रत्यक्ष माहिती मिळविता येते. तसेच, नागरिक शासनाची कार्ये ऑनलाईन केवळ बघू शकतात असे नाही तर ई-मेल्स व इतर उपकरणांच्या माध्यमातून शासनाला सल्ले देखील देऊ शकतात. म्हणून, नागरिकांचे सल्ले व पारदर्शकता एकाच नमुन्यात सांधणारे तंत्रज्ञान एक महत्त्वाचे साधन ठरते. तंत्रज्ञान-आधारित ई-अभिशासनामुळे शासकीय नव निर्मितीचे नावे युग सुरू झाले आहे असे म्हणता येईल. यामुळे पुढील क्षमतांचे दृढीकरण झाले आहे (*अ*) शासनाचा खर्च कमी करणे, (*आ*) शासनाला नागरिकांकडून देण्यात येणाऱ्या सल्ल्यांमध्ये वाढ घडवून आणणे, (*इ*) लोक निर्णयप्रक्रिया सुधारणे आणि (*ई*) शासनाच्या व्यवहारांमधील पारदर्शकता वाढविणे. या सर्व क्रियात्मक वैशिष्ट्यांखेरीज ई-अभिशासन भ्रष्टाचार कमी करण्यासाठीचे महत्त्वाचे पाऊल आहे. यामुळे निर्णय घेण्याचे स्वातंत्र्य वाढत असून स्वैर क्रियांच्या संधी कमी केल्या जातात. ई-शासनामुळे नागरिकांचे सबलीकरण देखील होते कारण, तंत्रज्ञानाच्या माध्यमातून शासकीय व्यवहारांमध्ये त्यांचा सहभाग वाढतो.[११]

तंत्रज्ञानातून उदयाला आलेल्या ई-अभिशासनामुळे लोकप्रशासनाकडे एका नव्या दृष्टिकोनातून बघितले जाते. मात्र, सरकारी क्षेत्रामध्ये याचा वापर मर्यादित दिसतो कारण, ई-अभिशासनामुळे शासनामध्ये कर्मचारी कपात होण्याचा धोका संभवतो. पुढील दोन कारणांसाठी शासन लोकांऐवजी ई-अभिशासनाचा अवलंब करू शकत नाही - एक, विकसित देशांमध्ये सुद्धा इंटरनेट ची उपलब्धता मर्यादित आहे. म्हणून तंत्रज्ञानाच्या माध्यमातून व्यवहार करावयाचे असल्यास ते पारंपरिक व्यवहारांपेक्षा स्वस्त पाडत असले तरीदेखील शासनाला 'नागरी' समाधान टिकवून ठेवण्यासाठी जुन्या व नव्या अशा दोन्ही पद्धतींमध्ये दुवा साधावा लागतो. असे न केल्यास, मोठ्या प्रमाणात 'लोक' शासकीय व्यवहाराच्या परिघाबाहेर राहतील. दोन, शासन क्षेत्राचा आकार कमी करणे व रोजगार कमी करणे यामुळे अनेक देशांमध्ये नोकरी गमावणाऱ्यांना हाल अपेष्टा सहन कराव्या लागतात आणि यामुळे साहजिकच राजकीय क्षेत्रावर देखील परिणाम होतात. अशा प्रकारे, नेतृत्व करताना इतर कुठलाही पर्याय उपलब्ध नसल्यास हा पर्याय उरतो.[१२] दुसऱ्या शब्दांत सांगावयाचे झाल्यास, ई-अभिशासनाचे नकारात्मक परिणाम बघता विकसित तथा विकसनशील देशांमध्ये त्याची अंमलबजावणी अनिश्चित व मर्यादित आहे.

सार्वजनिक धोरण व प्रशासनासाठीचा स्त्रीवादी दृष्टिकोन

प्रशासन अथवा स्त्रीवादी दृष्टिकोनातील स्त्रीवादी अथवा लिंग दृष्टिकोन म्हणजे १९६० च्या दशकातील अत्युच्च लिंग संवेदनशीलता म्हणजेच, स्त्रीवादी चळवळीची दुसरी लाट यामुळे झालेली अपरिहार्य निष्पत्ती होय. लोकप्रशासनाचे अलिंगीकरण करणे हे स्त्रीवाद्यांचे मुख्य उद्दिष्ट राहिले आहे. त्यांच्या मते, ही पुरुष दुराग्रहासंबंधीची बाब आहे. नागरी क्षेत्रातून स्त्रियांना पुरुषप्रधान पद्धतीच्या माध्यमातून पद्धतशीरपणे हटवून व राष्ट्र व लोकप्रशासनाचा ताबा घेऊन स्त्रियांची खासगी मोकळीक कुंठीत करणे या क्रिया स्त्रीवाद्यांद्वारे मांडण्यात आल्या आहेत. म्हणून, स्त्रीवादी दृष्टिकोनामार्फत लोकप्रशासनाची, मुख्यत्वे, नोकरशाही ची सार्वजनिक धोरणातील भूमिका लिंगाधारित दृष्टिकोनातून समजून घेण्याचा प्रयत्न केला जाताना दिसतो. तथापि, सुरुवातीलाच हा इशारा देणे योग्य ठरते की, स्त्रीवाद ही स्त्रियांवरील अन्याय दूर करण्यासाठीची एकसंध विचारधारा नाही किंवा स्त्री हक्कासाठी साठी एकमताने लढणारा एकसंध समूह देखील नाही. खरेतर, स्त्रीवादामध्ये अनेक छटा व पैलू आहेत ज्यामुळे कुठलीही सामान्यीकृत व्याख्या नाकारली जाते. केवळ एकच असा धागा आहे जो स्त्रीवादाला इतर अनेक दाव्यांपासून वेगळे ठरवितो. तो असा की, यामध्ये लिंग

समानता व लिंग न्याय याबाबतीत कुठलीही तडजोड नाही. लोकप्रशासनातील स्त्रीवादी सिद्धान्त नागरी संस्था व प्रशासकीय कार्यांमध्ये दडलेले लिंग संबंधी पूर्वग्रह शोधून काढण्याचा प्रयत्न करतो. कमिला स्ट्रायव्हर्स (२००२:१३२) यांच्या मते '...लोक प्रशासनातील स्त्रीवादी सिद्धान्त म्हणजे लिंगभाव ही बाब एका दुर्बिणीप्रमाणे वापरतात ज्यायोगे, स्त्रियांचे विद्यमान समाजातील स्थान व नागरी संस्थांमधील भूमिका यांचे टीकात्मकदृष्ट्या विश्लेषण केले जाते. तसेच, विचार व कार्यांमधील लिंगभावसंबंधी पूर्वग्रह प्रकाशात आणणे व नवीन सैद्धान्तिक दृष्टिकोन मांडणे हादेखील हेतू असतो.'

लोकप्रशासनातील स्त्रीवादी परिसंवादाचे दोन भाग पाडले गेले आहेतः वर्णनात्मक आणि संकल्पनात्मक. एकीकडे, वर्णनात्मक सिद्धान्तांमध्ये अनुभवजन्य अभ्यासावर आधारित नागरी संस्थांमधील प्रत्यक्ष लिंग असमानतेची उदाहरणे अधोरेखित केली जातात तर दुसरीकडे, संकल्पनात्मक लोकप्रशासनातील प्रस्थापित तत्त्वज्ञानावर पुनर्विचार करण्यासाठी लिंग या संकल्पनेचा विचार केला जातो. अगदी सुरुवातीला लोकप्रशासनातील स्त्रीवादी विचार वर्णनात्मक सिद्धान्तापुरता मर्यादित राहिला. संकल्पनात्मक सिद्धान्त लोकप्रशासनात अगदी अलीकडेच विचारात घेण्यात आला (स्ट्रायव्हर्स २००२). म्हणूनच, लोकप्रशासनाच्या सिद्धान्त व प्रत्यक्ष क्रियांमध्ये संपूर्ण स्त्रीवादी ज्ञानमिमांसा लागू होत असल्याचे दिसते. स्त्रीवादी सिद्धान्ताने हे दाखवून दिले आहे की, स्त्रियांना केवळ जैवशास्त्र दृष्टिकोनातून कमी लेखण्यात आले आणि सामाजिक व सांस्कृतिकदृष्ट्या मान्य असल्यामुळे लिंग भेद ही संकल्पना अधिक व्यापक बनलेली दिसते. म्हणून, अदृश्य अशा पुरुषी वर्चस्वाची बंधने झुगारून लावण्यासाठी लिंग सबलीकरणाचा सल्ला दिला जातो.

१९७० च्या मध्यातील घडामोडींमुळे लोकप्रशासनातील स्त्रीवादी विचारांना दुजोरा मिळालेला दिसतो. याचा उगम १९७६ साली झालेल्या 'लोकप्रशासनातील स्त्रिया' या परिसंवादातून झालेला दिसतो. नेस्टा एम. गल्लास ह्यांच्या अध्यक्षतेखाली हा परिसंवाद झाला होता. नेस्टा एम. गल्लास ह्या Association of Schools of Puclic Affairs (ASPA) च्या पहिल्या महिला अध्यक्षा होत्या. हा परिसंवाद *Puclic Administration Review* या प्रसिद्ध मासिकाच्या कृपाछत्राखाली आयोजित करण्यात आला होता. पुढील मुद्दे या परिसंवादाचे मुख्य मुद्दे आहेत असे मानता येईल - स्त्रियांची व्यवसायातील प्रगती का व कशी खुंटते (glass ceiling), स्त्रियांचा समाजातील दर्जा सुधारण्यासाठी कुठल्याप्रकारची सकारात्मक कृती व्हावी, महिला प्रशासकांकडून अधिक आश्वासक कार्य व्हावे म्हणून योजना आखणे, सामाजिक धोरणाचा आधार म्हणून स्त्रीहक्काची कल्पना मांडणे इत्यादी.

लोकप्रशासनाच्या वर्णनात्मक सिद्धान्ताची महत्त्वाची प्रकाशने पुढीलप्रमाणे लॉरेन डी. आयडी ह्यांचे 'The status of Women in State and Local Government' (१९७३) आणि जुडीथ मोर ह्यांचे *Why Not More Women City Managers?* (१९७३). या दोन्ही प्रकाशनांमध्ये स्त्रियांप्रतीच्या भेदभावावर प्रश्न उठविण्यात आला आहे. दुसरीकडे, संकल्पनात्मक सिद्धान्त मात्र असे लक्षात आणून देतात की, नागरी संस्थांच्या वस्तूनिष्ठतेमध्ये लिंग संबंधी भेदभाव दडलेले असतात. म्हणून, मूलभूत सैद्धान्तिक गृहीतके, दृष्टिकोन आणि संकल्पना ह्यांचे पुनरावलोकन होणे गरजेचे आहे. यबाबतचा सर्वप्रथम प्रयत्न रोबर्ट बी. डेन्हार्त आणि जान पर्किन्स (१९७६) ह्यांनी संयुक्तपणे लिहलेल्या लेखामुळे झाला. 'The Coming Death of dministrative Man' असे त्या लेखाचे शीर्षक होते. या लेखाच्या माध्यमातून त्यांनी असे भाष्य केले की, संघटना सिद्धान्त उघडपणे वैश्विक-तटस्थ अभिमुखता मान्य करीत असला तरी 'प्रत्यक्षात सांस्कृतिकदृष्ट्या पुल्लिंगी' आहे.

लोकप्रशासनाच्या स्त्रीवादी दृष्टिकोनाद्वारे नागरी संस्था व मूल्यांमधील रचनात्मक असमानतेवर विचार करण्याचा प्रयत्न केला गेला. म्हणून, असे सुचविण्यात आले की, लोकप्रशासन गाभ्याची पूर्णपणे सुधारणा करण्यात यावी व ही सुधारणा करताना स्त्री-संबंधित बाबींबद्दल संवेदनशीलता असावी. लोकप्रशासनातील स्त्रीवादी दृष्टिकोनाचे दोन मुख्य तर्क आहेतः (*अ*) स्त्रीवादी सिद्धान्त मांडणाऱ्यांच्या मते, सामाजिक शास्त्रातील इतर कुठल्याही शाखेप्रमाणे लोकप्रशासनाद्वारे देखील जैववादाचा आधार घेऊन स्त्रियांना सामाजिक क्षेत्रापासून वेगळे ठेवण्याचा प्रयत्नपूर्वक हेतू राबविण्यात आला. (*आ*) स्त्रीवादी विचारवंतांनी असे विधान केले की, पुरुषप्रधान समाजामध्ये, नागरी संस्था, नोकरशाही इ. वेगळे काही नसून दुजाभाव दर्शविणारी रचना आहे कारण, या संस्थांमध्ये पुरुषप्रधान मूल्ये दडलेली आहेत. म्हणून, वर सूचित केलेली समानता प्रस्थापित होण्यासाठी वरील संस्थांमधून पुरुषप्रधान रचना नाहीशा करणे गरजेचे आहे.

कॅमिला स्ट्रायव्हर्स ह्यांच्या 'लोकप्रशासनातील लिंग प्रतिमा' या प्रबंधातून असे लक्षात येते की, व्यावसायिक कुशलता, व्यवस्थापन, नेतृत्व आणि लोक सदाचार यांच्या प्रतीमांद्वारे प्रशासकीय अधिकारांचे समर्थन केले जाते मात्र, यातून लिंग संबंधी द्विधा मनस्थिती देखील पुढे येते. या प्रतिमांची वैशिष्ट्ये पुल्लींगत्वाशी संबंधित असून सांस्कृतिकदृष्ट्या स्त्रीवादी असल्या तरी, पुल्लिंगी गुणधर्मांना विशेषाधिकार दिले जातात. लोकप्रशासनातील पुल्लिंगत्व एकसंघ नसून रचनात्मक आहे असे दिसून येते. ते वरवरचे नाही हा अर्थ अभिप्रेत आहे. यामुळे समाजातील स्त्री-पुरुष नात्यातील अधिकारसंबंधांना दुजोरा मिळत असून ते शाश्वत ठरण्यासाठीही मदत

होते. समाजातील संसाधनांचे देखील लिंगाधारित वाटप केले जाते. यामुळे लोकांचे जीवनमान, स्वतःसंबंधीची जाणीव आणि समाजातील त्यांचे स्थान यावरही परिणाम होतो (स्ट्रायव्हर्स २००२:३).

लोकप्रशासनाकडे लिंगाच्या दृष्टिकोनातून बघितले असता, असे लक्षात येते की, त्याचे पैलू तटस्थ नसून लिंगाधारित आहेत. लोकप्रशासनामध्ये लोकांच्या वतीने सत्ता गाजविणे अभिप्रेत आहे आणि लोकसत्तेचे समर्थन होणे अपेक्षित आहे. प्रशासकीय निर्णयक्षमता, लोकसेवा पुरवठयासाठी लागणारी कुशलता, नागरी उद्दिष्टे साध्य करण्यासाठी लागणाऱ्या व्यवस्थापन क्षमता, उत्तर औद्योगिकीकरणाच्या काळातील गुंतागुंत लक्षात घेता गरजेचे असणारे प्रशासकीय नेतृत्व या सर्व लोकहिताच्या पैलूंच्या माध्यमातून सामान्यतः लोकसत्तेचे समर्थन केले जाते. परंतु, हे एका अर्थाने अडचणीचे ठरते कारण ऐतिहासिक दृष्ट्या नागरी क्षेत्राचा कल पुरुषत्वावर दिसून येतो, याविरुद्ध, घरगुती क्षेत्र ही मुख्यत्वे स्त्रियांची जबाबदारी मानली जाते (स्ट्रायव्हर्स २००२:३). अशा प्रकारे, नागरी क्षेत्रातून स्त्रियांना वगळण्यात आले असून या क्षेत्रावर पुरुषांचा प्रभाव राहिला आहे.

स्त्रीवादी सिद्धान्त मांडणाऱ्यांनी अभिजात उदार राष्ट्रावर टीका केली आहे. करण अशा राष्ट्रामध्ये व्यक्तिवाद आणि नागरी व खासगी क्षेत्रामध्ये स्पष्ट फरक केलेला दिसून येतो आणि यामध्ये स्त्रिया व त्यांच्या प्रश्नांना राजकीय क्षेत्रापासून वेगळे ठेवले गेले आहे असे लक्षात येते. कार्मिला स्ट्रायव्हर्स ह्यांच्या मते, अभिजात उदारमतवादामध्ये नागरी क्षेत्राभोवती सीमा आखलेल्या दिसून येतात. यायोगे, व्यक्तीचे खासगी' प्रश्न राष्ट्राच्या आवाक्याच्या बाहेर ठेवले जाऊन जुलूमशाहीला प्रतिबंध केला जातो. परंतु येथे विरोधाभास असा की, उदारमतवादी नागरी क्षेत्रातील आर्थिक व राजकीय क्रियांची व्यवहार्यता कुटुंबावर अवलंबून असते—म्हणजेच, अन्न, वस्त्र, निवाऱ्याची सोय व जनन व बालकांचा सांभाळ करणे इ. सिद्धान्तामध्ये व्यापकपणे आणि कृतीमध्ये नेटाने अवलोकन केले असता असे लक्षात येते की, कुटुंब हे स्त्रियांचेच क्षेत्र मानले जाते. म्हणूनच, घरगुती जबाबदाऱ्यांशी संबंधित स्त्री प्रश्न खासगी मानले जातात व व्याख्येनुसार, ते अ-राजकीय आणि म्हणूनच, लोकहिताच्या पलीकडील मानले जातात. म्हणून, केवळ घरगुतीच नव्हे तर, संपूर्ण मानवी प्रश्नांचे नागरी व खासगी अशा भागांमध्ये विभाजन करणे यावर लोक चर्चेमध्ये बंदी आणण्यात आली आहे.

संपूर्ण इतिहासाचा आढावा घेतला असता असे लक्षात येते की, स्त्रियांकडून उपजीविका व पालन पोषण यांसंबंधीच्या जबाबदाऱ्या पार पडणे अपेक्षित आहे ज्यायोगे पुरुषांकडून नागरी समस्या सोडविण्यासाठी वेळ व श्रम राखून ठेवले जातील.

सकारात्मक योजना आणि समान संधी असून देखील श्रमांचे असे विभाजन आजही बघायला मिळते. अशा योजनांमुळे स्त्रियांना पुरुषांच्या खांद्याला खांदा लावून काम करणे सहज शक्य झाले आहे. तसेच, मोबदला मिळेल असे काम करणे देखील शक्य आहे. विभागून केलेल्या पालकत्वाचे समर्थन केले असले तरीदेखील ही तरतूद मात्र, प्रत्यक्षात नसून कागदोपत्रीच जास्त बघावयास मिळते. अलीकडच्या काळामध्ये अनेक अभ्यासकांनी असे मत मांडले आहे की, सार्वजनिक आणि खासगी क्षेत्रामधील सीमारेषा वादातीत आहे आणि हा एक राजकीय प्रश्न आहे. यावर कॅमिला स्ट्रायव्हर्स असे म्हणतात की, या अर्थाने घरगुती कामांबद्दलचा न्याय हा लोकचर्चेचा विषय ठरू शकेल.

कॅमिला स्ट्रायव्हर्स ह्यांच्या मते, नागरी क्षेत्रातील इतर कुठल्याही क्रियांप्रमाणे लोकप्रशासन रचनात्मकदृष्ट्या पुल्लिंगीच आहे. यामध्ये तटस्थपणा व सांघिक, राष्ट्रीय आणि स्थनिक शासनामध्ये स्त्रियांची वाढती संख्या दिसत असली तरी, गाभा पुरुषप्रधान दिसून येतो. हे स्वरूप असेच 'टिकून राहू शकते' कारण, ज्याशिवाय जगणे अशक्य ठरू शकते अशा घरगुती कामांचा भार केवळ स्त्रियांवर आहे असे दिसून येते. याबाबतचे लोकप्रशासनाचे समर्थन पुढील मुद्द्यांच्या आधारे मांडता येते (*अ*) कितीही महत्त्वाची असली तरी स्त्रियांची कामे कमी महत्त्वाची मानली जातात व त्यांना दुय्यम दर्जा दिला जातो याबाबत स्पष्टता असणे आवश्यक आहे. (*आ*) स्त्रियांनी नागरी जीवनामध्ये सहभागी होण्याच्या संधी आणि वेळ व क्षमता या सर्वांवरच मर्यादा घातली जाते (स्ट्रायव्हर्स २००२:४). याबाबत चे लिंगात्मक पैलू विरोधाभासी आहेत. राष्ट्राचे (शासनाचे) कार्य घरगुती कामांवर आधारलेले आहेत मात्र, या कामांचे राजकीय महत्त्व नाखुशीने मान्य केले जाते. 'संपूर्ण उदारमतवादी सिद्धान्तामध्ये स्त्रियांना 'नागरिक' म्हणून वागविले जाते मात्र, त्यांच्याकडून घरगुती कर्तव्यांच्या वैधानिक व प्रत्यक्ष अपेक्षांमुळे प्रत्यक्षात नागरी जीवनातील त्यांच्या सहभागावर मर्यादा घातली जाते. स्ट्रायव्हर्स ह्यांच्या मते, अशाप्रकारच्या लिंग विरोधाभासामुळे स्त्रियांसाठी प्रशासकीय राष्ट्रामध्ये पेचप्रसंग निर्माण होतात (स्ट्रायव्हर्स २००२:३).

एक अशी साधारण प्रकृती दिसून येते की, सांस्कृतिकदृष्ट्या 'स्त्रीवादी' म्हणून मान्य केलेले मानदंड, जसे की, सहनशीलता, मान्यता आणि असुरक्षा इ. नागरी जीवनातून हद्दपार करावे. ज्यामुळे लोकप्रशासनामध्ये एक वेगळा दृष्टिकोन निर्माण होतो ज्यामध्ये स्त्री आणि पुरुष (दोन्ही) प्रशासक तांत्रिकदृष्ट्या तज्ज्ञ, कणखर आणि शौर्यपूर्ण असण्याचा प्रयत्न करतात; म्हणजेच, अधिक पुल्लिंगी 'कार्यक्षम प्रतिमा' दाखविण्याचा प्रयत्न होतो. स्ट्रायव्हर्स यांच्या मते, विद्यमान नोकरशाहीची

कार्यक्षमता आणि कुशलता याबाबतीतील चर्चा तटस्थ अनुभवजन्यतेवर भर देते. ही चर्चा स्वतंत्र स्व-अधिपत्याचे स्वरूप आणि माहितीचा आदर्श प्रकार यावर आधारित असते; या प्रकारची वस्तुनिष्ठता उदारमतवादी तत्त्वज्ञानामधील वैयक्तिक स्वातंत्र्याला साहाय्य करते ज्यायोगे राष्ट्राला तटस्थ मध्यस्थ ठेवले जाते. तथापि, स्त्रीवादी दृष्टिकोनातून हे उघड होते की, माहितीचा हा नमुना तटस्थ आहे. निसर्ग आणि स्त्रियांमधील जुन्या संबंधांमुळे उदारमतवादी विचारातील नागरी 'पुल्लिंगी' क्षेत्र खासगी (घरगुती) क्षेत्रापेक्षा वरचढ ठरविलेले दिसते. यामध्ये राष्ट्र कुठलीही मध्यस्थी करत नसून, असे सिद्ध होते की उदारमतवादी राष्ट्र स्त्रियांच्या दुय्यामतेवरच अवलंबून असते (स्ट्रायव्हर्स २००२: १३२).

सरतेशेवटी असे म्हणता येईल की, स्त्रीवादी सिद्धान्त हा वास्तविकतेवर टीका करणारा आहे. या दृष्टिकोनाद्वारे, काही मानवी क्रियांमधून स्त्रियांना वगळणे, जसे की, राजकारण आणि त्यांची भूमिका घरगुती कामांपुरतीच मर्यादित ठेवणे हे पुरुषांनी मुद्दाम केले नसले तरी, ते 'नैसर्गिक' नक्कीच नाही. स्त्रीवादी अभ्यासक असे मत मांडतात की, अशा रचनेमुळे पुरुषांपेक्षा स्त्रिया दुर्लक्षित दृष्टिकोनांकडे लक्ष वेधून घेतात व आपल्या एकूण अस्तित्वाच्या गुणवैशिष्ट्यांबाबत प्रश्न मांडण्याची शक्यता असते. स्त्रीवादी विचारवंतांमध्ये हे एकमत आहे की, स्त्रीवादी असणे म्हणजे, अशा दुर्लक्षित कल्पना पुढे आणणे होय. स्ट्रायव्हर्स ह्यांच्या मते, स्त्रीवादी सिद्धान्त नागरी व खासगी क्षेत्रातील अडचणींवर लक्ष वेधून घेतो. असा फरक वरवर पाहता, सर्वांचे स्वातंत्र्य सुरक्षित रहावे म्हणून आणि एकीकडे इतरांवरील जुलुमांचे समर्थन करण्यासाठी केलेला दिसतो. मानवजातीमधील हा भेद अभ्यासला नसता, धैर्याने कुठलीही कृती करणे शक्य नाही. सद्यपरिस्थितीत बदल घडवून आणण्यासाठी सजगपणे वेगवेगळ्या दृष्टिकोनांचा विचार करणे गरजेचे ठरते.

भारतातील पर्यावरणीय अभिशासन

अनेक वर्षांपासून जलद औद्योगिक वृद्धीची कास धरली असताना विकासात्मक उद्दिष्टे महत्त्वाची ठरून पर्यावरणाचा दर्जा ढासळलेला दिसतो. विद्यमान प्रशासकीय आणि संस्थात्मक रचना पर्यावरण संरक्षणाचे आव्हान पेलण्यास क्षीण व अकार्यक्षम ठरते. मात्र या आव्हानामुळे जगण्यावरच प्रश्नचिन्ह उठविले आहे. म्हणून, हे आव्हान पेलण्यासाठी नव्याने पर्यावरणीय भावनिष्ठा निर्माण करणे गरजेचे ठरते आणि नेमके यामुळेच न्यायव्यवस्थेची भूमिका कळीची ठरते. सर्वोच्च न्यायालयाचे माजी मुख्य न्यायाधीश पी. एन. भगवती ह्यांच्या मते, 'पर्यावरणीय कळीची समस्या लक्षात घेतली असता, शासनाला याबाबतीत सुयोग्य कायदे आणणे व राबविणे याबाबतीत

आलेले अपयश लक्षात घेता महत्त्वाच्या पर्यावरण संबंधी बाबींमध्ये मूळ तत्त्वे मांडण्यासाठी न्यायालयीन मध्यस्थीची गरज भासते' (विज्ञान आणि पर्यावरण केंद्र १९९९:२०३). पुढील भागांमध्ये भारतातील पर्यावरणीय अभिशासनावर चर्चा करण्यात आली आहे. यामध्ये शासन आणि न्यायव्यवस्था ह्यांच्या भूमिकेवर भर देण्यात आला आहे.

भारतातील पर्यावरण अभिशासनासाठी कायदेशीर व घटनात्मक तरतुदी

काही थोड्या देशांपैकी भारत एक देश आहे जिथे राज्यघटनेद्वारे पर्यावरण संरक्षण व प्रगती याबाबत बांधीलकी दर्शविली गेली आहे. जीवनमानाचा दर्जा सुधारण्यासंबंधीच्या काही सुधारणा राज्यघटनेमध्ये १९५० पासून नमूद करण्यात आल्या होत्या. मात्र, १९७६ च्या ४२व्या घटनादुरुस्ती कायद्याद्वारे प्रत्यक्षपणे पर्यावरणीय सुरक्षा व प्रगतीचा प्रश्न मांडण्यात आला. १९७२ च्या संयुक्त राष्ट्र मानवी पर्यावरण परिषदेमधून पर्यावरणीय संरक्षणासाठी वैधानिक व संघटनात्मक आराखडा असावा अशी सरकारांना जाणीव झाली. याद्वारे लोक जबाबदारी चा एक नवा पैलू पुढे आला. केंद्र शासन, राज्य शासन व प्रत्येक नागरिकाने पर्यावरणाचे संरक्षण व दर्जा सुधारण्यासाठी हातभार लावावा हे बंधनकारक करण्यात आले.

४२व्या घटनादुरुस्ती कायद्याने राज्यघटनेमध्ये दोन प्रकारच्या तरतुदी केल्या. एकीकडे, या दुरुस्तीद्वारे राष्ट्राने पर्यावरण रक्षण करावे असे सूचित करण्यात आले. दुसरीकडे, नैसर्गिक पर्यावरणाचे रक्षण करणे प्रत्येक नागरिकाचे कर्तव्य आहे असे मत मांडण्यात आले. निदेशक तत्त्वांतील कलम ४८अ द्वारे असे मांडण्यात आले की, 'राष्ट्राने पर्यावरण रक्षण व सुधारणा करावी व तसेच, देशातील वन आणि वन्यजीव ह्यांचे रक्षण करावे' (बसू १९९८: ४४६). कलम ५१अ मध्ये मुख्यतः पर्यावरण संबंधी मूलभूत कर्तव्य मांडण्यात आले. या कलमामध्ये असे नमूद करण्यात अये आहे की, वने, सरोवर, नद्या आणि वन्यजीव यासह संपूर्ण नैसर्गिक पर्यावरणाचे रक्षण करणे हे प्रत्येक भारतीय नागरिकाचे कर्तव्य आहे. तसेच जीवितांप्रती दया दाखविणे हा देखील या कर्तव्याचा एक भाग आहे' (बसू १९९८: ४४७). पुढे, राष्ट्र निदेशक तत्त्वांतील कलम ४७ मध्ये राष्ट्राचे लोकआरोग्य सुधारण्याचे कर्तव्य अधोरेखित करण्यात आले आहे.

पर्यावरण रक्षणसंबंधी मूलभूत हक्कांमध्ये कुठलीही प्रत्यक्ष तरतूद नाही. परंतु, सर्वोच्च व उच्च न्यायालयाद्वारे आरोग्यकारक पर्यावरणाची हमी राज्यघटनेतील कलम २१ मध्ये देण्यात आली आहे असे म्हटले आहे. कलम २१ मध्ये असे म्हटले आहे

की, वैधानिक प्रक्रियेचा भाग वगळता कुठल्याही व्यक्तीला जगण्याचा वा वैयक्तिक स्वातंत्र्याचा हक्क नाकारता येत नाही. पर्यावरणीय प्रदूषणामुळे दूषित वातावरणाचा होणारा त्रास हे देखील कलम २१ चे उल्लंघन मानले जाते. खरेतर, कलम २१ मधील जगण्याच्या हक्कामध्ये निसर्गाच्या वरदानाचे संरक्षण व टिकाव अनुस्यूत आहे कारण त्याशिवाय आनंदाने जीवन जगणे शक्य नाही. तथापि, पर्यावरणीय ऱ्हासाचा थेट परिणाम उपजीविका हक्कावर देखील होतो. उपजीविका हक्क देखील जगण्याच्या हक्काचाच एक भाग आहे.

भारतातील पर्यावरणाच्या वेगवेगळ्या विभागांचे संरक्षण करण्यासाठीची वैधानिक मान्यता वेगवेगळ्या कायद्यांमधून देण्यात आली. जवाहरलाल नेहरूंना वन्यजीव संरक्षणाचे विशेष महत्त्व होते. मात्र, १९७२ चा वन्यजीव (संरक्षण) कायदा अमलात आणण्याचे श्रेय इंदिरा गांधींना जाते. कायद्याच्या शीर्षकातूनच हे स्पष्ट होते की, वन्यजीव संरक्षण हे या कायद्याचे मुख्य उद्दिष्ट होते. मुख्यतः जलद गतीने नाहीश्या होणाऱ्या दुर्मिळ जाती, जसे की, सिंह, गेंडे इत्यादी.

१९७२ च्या वन्यजीव (संरक्षण) कायद्यानंतर लगेच १९७४ साली जल (संरक्षण व नियंत्रण) कायदा करण्यात आला. हा भारतातील पर्यावरण संरक्षणाचा आणखी एक महत्त्वाचा प्रयत्न ठरतो. हा कायदा १२ राज्यांमध्ये राबविण्यात आला. जल प्रदूषणाला आळा घालणे व नियंत्रण करणे हे या कायद्याचे मुख्य उद्दिष्ट होते. तसेच, पाण्याची आरोग्यकारकता टिकवून ठेवणे हे देखील एकच उद्दिष्ट आहे. या कायद्याची उद्दिष्टे साध्य करण्यासाठी केंद्र व राज्य पातळीवर मंडळे स्थापन करण्याच्या तरतुदी करण्यात आल्या ज्यायोगे त्या त्या भागातील जल प्रदूषणाला आळा घालता येऊन नियंत्रण करणे सोपे जाईल.

देशातील इतर अनेक पर्यावरणीय समस्यांपैकी जंगलतोडीची समस्या अधिक प्रकाशझोतात आली आहे. जंगल संसाधनांशी संबंधित वेगवेगळे हितसंबंध एकत्रित करण्यासाठी—स्वातंत्र्योत्तर काळात बदललेल्या सामाजिक अर्थी व राजकीय परिस्थितीमध्ये—शासनाने १९८० साली वन(संरक्षण) कायदा अमलात आणला. या कायद्यान्वये केंद्र सरकारला सल्लागार समिती स्थापन करता येईल अशी तरतूद करण्यात आली. ही सल्लागार समिती विभाग २ च्या अंतर्गत मान्यता देण्यासाठी शासनाला सल्ले देऊ शकेल आणि वन संरक्षणाशी संबंधित कुठल्याही समस्येवर केंद्र सरकारने मागणी केल्यास ही समिती सल्ला देऊ शकेल. या कायद्यातील तरतुदींची पूर्तता व्हावी म्हणून केंद्र सरकार नियमावली तयार करते.

१९८१ साली शासनाने वायू (प्रदूषण प्रतिबंध व नियंत्रण) कायदा मांडला. हा देखील एक महत्त्वाचा कायदा मानला जातो. या कायद्यान्वये पुढील तरतुदी

करण्यात आल्या- वायू प्रदूषण प्रतिबंध, नियंत्रण आणि उपशमन, या संबंधित बाबींवर निकाल देण्यासाठी अधिकार व कार्ये असलेली मांडले स्थापन करणे. या मंडळांचे कार्य अधिक कार्यक्षम पद्धतीने व्हावे म्हणून त्यांना वायू प्रयोगशाळा स्थापन करण्याचे अधिकार देण्यात आले आहेत.

१९८४ च्या भोपाळ वायू दुर्घटनेनंतर १९८० च्या दशकामध्ये पर्यावरण संरक्षणासंबंधी अधिक जलद पाऊले उचलण्यात आली. अशी दुर्घटना परत होऊ नये म्हणून १९८६ साली पर्यावरण (संरक्षण) कायदा तयार करण्यात आला. या कायद्यान्वये संरक्षण, पर्यावरण प्रदूषक उत्सर्गावर नियंत्रण, जोखीमेच्या पदार्थांची हाताळणी, पर्यावरण हानी करणाऱ्या अपघातांना जलद गतीने प्रतिसाद आणि मानवी पर्यावरणाची सुरक्षितता आणि आरोग्य धोक्यात टाकणाऱ्यांना प्रतिबधात्मक शिक्षा हे अपेक्षित होते. आधीचे सर्व कायदे लक्षात घेता हे पूल सर्वाधिक परिणामकारक मानले जाते.

अंमलबजावणीतील त्रुटी

भारत सरकारने घटनात्मक, वैधानिक आणि प्रशासकीय क्षेत्रांमध्ये पर्यावरणाचे रक्षण करण्यासाठी व त्याचा भविष्यातील ऱ्हास आणि प्रदूषण रोखण्यासाठी अनेक पाऊले उचलली आहेत हे स्पष्ट आहे. मात्र, केंद्र आणि राज्य सरकारांनी या बाबतीत पाऊले उचलली असली तरीही, पर्यावरण ऱ्हास आणि प्रदूषणाची समस्या अपेक्षेप्रमाणे सुटलेली दिसत नाही. यासाठी अनेक कारणे आहेत. एक, अनेक प्रशासकीय वा वैधानिक तरतुदी केवळ कागदोपत्री दिसत असून प्रत्यक्षात मात्र अंमलबजावणी मध्ये समस्या असलेल्या दिसतात. दोन, संपूर्ण संस्थात्मक रचनेमध्ये समन्वय व सहकार्याची कमतरता दिसून येते ही एक महत्त्वाची त्रुटी आहे. विद्यमान पर्यावरण संरक्षण कार्यक्रमामध्ये एक महत्त्वाची त्रुटी आहे, ती म्हणजे, या कार्यक्रमामध्ये शासनाने पर्यावरण रक्षण कार्यक्रम राबविताना अ-शासकीय संस्थांची महत्त्वपूर्ण भूमिका लक्षात घेतलेली दिसत नाही. वैधानिक दृष्ट्या, पर्यावरण कायद्यामधील त्रुटी कायद्याची अंमलबजावणी करताना अडथळे निर्माण करतात.

भारतातील स्थानिक सत्तारचना राज्यघटनेतील महत्त्वाकांक्षा प्रतिबिंबित करतीलच असे नाही. रेणू खातोर ह्यांच्या मते (देम्बोव्स्की २००१:६६ मध्ये म्हटल्याप्रमाणे) हीच परिस्थिती पर्यावरण नियमांच्या बाबतीतही आहे. भारताच्या पर्यावरणीय नोकरशाहीच्या संपूर्ण अपयशामागील प्रमुख पाच कारणे त्यांनी पुढीलप्रमाणे मांडली आहेत:

१. स्थानिक अधिकाऱ्यांना येणारा अंमलबजावणीचा खर्च;
२. प्रदूषण करण्याऱ्या व्यक्तींसाठी अनुपालनाचा खर्च;

३. केंद्र व राज्य अधिकाऱ्यामधील विरोधाभासी संबंध;
४. इतर राष्ट्र व केंद्रीय विभागांमधील हेवेदावे;
५. नोकरशाही रचनांचे राजकीयीकरण.

पर्यावरणाचे संरक्षण व सुरक्षितता टिकविण्यासाठी कार्यकारी शाखा सतत अपयशी ठरल्याने तक्रारनिवारणासाठी लोकांनी न्यायव्यवस्थेकडे धाव घेतली आहे आणि म्हणूनच, न्यायव्यवस्थेने गेल्या दोन दशकांपासून समाजातील दरिद्री आणि वंचित समूहांच्या सेवेसाठी अनेक कायदे अस्तित्वात आणलेले दिसतात आणि तसेच, न्यायव्यवस्थेने कायदेशीर यंत्रणेला म्हणजेच, लोकहित याचिकेला (PIL) वैधानिकता प्राप्त करून दिली आहे.

पर्यावरणीय अभिशासन आणि न्यायव्यवस्थेची भूमिका

१९८० च्या दशकाच्या सुरुवातीला भारतातील उच्चतर न्यायव्यवस्थेमध्ये परिवर्तन झाले. एका वेगळ्या प्रकारच्या बाबीमुळे अभियोगाचे स्वरूप पालटले. खासगी खटल्यांऐवजी सर्वोच्च व उच्च न्यायालयांकडून मानवी हक्क पायमल्ली संबंधी सार्वजनिक तक्रार निवारण करण्याची अपेक्षा करण्यात आली अथवा कायद्यांमधील वा घटनात्मक तरतुदींमधील सार्वजनिक योजनांना पुष्टी देण्याची अपेक्षा करण्यात आली. न्यायाच्या या नव्या प्रकाराला लोकहित याचिका (PIL) असे म्हटले जाते. भारताच्या पर्यावरण क्षेत्रातील सर्वाधिक क्रिया याच प्रकारामध्ये मोडतात.

म्हणून, लोकहित याचिका म्हणजे एक अशी प्रक्रिया होय ज्यामध्ये न्यायालयाद्वारे निर्धारित न्यायालयीन प्रक्रिया काटेकोरपणे न पाळता व न्यायालयीन शुल्क न घेता संबंधित नागरिकांकडून दरिद्री, पिडीत लोकांच्या वतीने याचिका दाखल करून घेतली जाते. तसेच, ही याचिका सर्वसामान्य लोकहित संबंधी देखील असू शकते. लोकहित याचिकेची अनेक गुणवैशिष्ट्ये नमूद करता येतील. यांपैकी प्रत्येक गुणवैशिष्ट्य नवे असून कायदेशीरदृष्ट्या पारंपरिक न्याय प्रक्रियेच्या आकलनाच्या विरुद्ध जाणारे आहे. ही गुणवैशिष्ट्ये खालीलप्रमाणेः

- वैध स्थिती (locus standi) (न्यायालयात प्रत्यक्ष सहभागी राहण्याबाबतचा नियम) नियमाचे शिथिलीकरण;
- प्रक्रियात्मक लवचीकता;
- कायदेशीर आणि मूलभूत हक्कांचे सर्जनशील व सक्रीय अर्थग्रहण;
- उपयासंबंधी लवचीकता आणि न्यायालयीन प्रक्रियेमध्ये सहभाग व देखरेख (पाल १९९९ः २२६).

वैध स्थिती नियमाचे शिथिलीकरण केल्यामुळे अनेक याचिका न्यायालयात दाखल होण्यास मदत झाली. यालाच लोकहित याचिका असे लोकप्रिय नाव आहे. उपेंद्र बक्षी ह्यांनी याला सामाजिक याचिका म्हटले आहे. त्यांच्या मते, 'सामाजिक कार्यवाही याचिका' ही संज्ञा अधिक योग्य ठरते[१३] कारण, यायोगे प्राथमिकपणे भारतातील वंचित समूहांना सेवा पुरविली जाते. अशा प्रकारची याचिका मानवी हक्क पायमल्लीच्या विरोधात राहिली आहे. तसेच, कार्यक्षम अभिशासन हे एक उद्दिष्ट असून पर्यावरण ऱ्हासाच्या विरोधात आहे (बक्षी १९८५: १०७-३२). १९९० च्या दशकामध्ये अभिशासनाऐवजी पर्यावरणाला अधिक महत्त्व देण्यात आले.

आजकालच्या काळात लोकहित याचिका म्हणजे पर्यावरणाकडे दुर्लक्ष होण्याविरुद्ध निषेध नोंदविण्याचे एक महत्त्वाचे साधन बनले आहे. सर्वोच्च व उच्च न्यायालयातील लोकहित याचिका क्रांती म्हणजे एकप्रकारे भ्रष्टाचारी व आत्मसंतुष्ट प्रशासकीय संस्थांबद्दलची नाराजी होय. एक लक्षात आणून देण्याजोगी बाब अशी की, अनेकदा अधिकृत संस्थांना दुर्लक्षित अथवा वगळले जाऊन मानवी हक्कांशी संबंधित समस्या या संस्थांकडे सुपूर्द करण्यात येत नव्हत्या आणि म्हणून लोक न्यायालयाकडे धाव घेऊ लागले. लोकहित याचिका दाखल करणाऱ्या व्यक्तीला वैयक्तिक कारणांखेरीज समाजातील उपेक्षित वर्ग, दरिद्री जन, बेघर व प्रभावहीन व्यक्तींचे प्रतिनिधित्व करण्याचे हक्क व अधिकार मिळाले.

सामाजिक कार्यवाही याचिकेद्वारे लोक सर्वोच्च न्यायालयाच्या अधिक जवळ आले आणि त्यायोगे सर्वोच्च न्यायालय अधिक प्रभावी संस्था म्हणून पुढे आले. जेव्हा न्यायालयाला एवढे अधिकार दिले जातात तेव्हा असा प्रश्न उद्‌भवतो की, न्यायालय कोणास उत्तरदायी ठरेल? आणि उत्तरदायित्वाची अंमलबजावणी कोणाद्वारे केली जाईल? घटनात्मक न्यायालयाला सतत सामाजिक वैधता टिकवून ठेवण्याचा प्रयत्न करावा लागतो. निःपक्षपाती आणि तात्त्विक निर्णयांमुळे लोकांचा न्यायालयावरील विश्वास शाश्वत राहतो. दरिद्री, उपेक्षित जन आणि प्रभावहीन अल्पसंख्यांक्याप्रती आस्था असलेल्या न्यायालयांकडून उत्तरदायित्व देखील राखले जाते. लोक आणि न्यायालय ह्यांच्यात कायम एक छुपा संवाद सुरू असतो व ते परस्परप्रभावी ठरतात. या संवादाला योग्य दिशा दाखविण्यासाठी न्यायालयांच्या निर्णयांची न्यायिक व लोकसहमतीने टीका होणे गरजेचे ठरते. मात्र, हेही तितकेच खरे आहे की, न्यायालय लोकांचे दृष्टिकोन व भावना यामुळे वाहवत जात नाही. ही संस्था मुळात बहुसंख्याकविरुद्ध असल्याने लोकांच्या भावनांनी वाहवत जाणे शक्य नाही. परंतु, बहुसंख्य लोकांना काय हवे आहे हे न्यायालयाला माहिती असणे गरजेचे असते. यामुळेच न्यायालयाला योग्य दिशा मिळणे सोपे होते.

पर्यावरणीय खटल्यांमधील जनहित याचिका

पर्यावरण संबंधी खटल्यांचा निकाल देताना आपल्या न्यायव्यवस्थेने न्यायिक सर्जनशीलता व दूरदृष्टी दाखविली आहे. सर्वोच्च आणि उच्च न्यायालयांच्या अनेक खटल्यांच्या सर्वेक्षणातून असे लक्षात आले आहे की, अनेकदा नवीन कायदेशीर साधने शोधून काढून तांत्रिक अडचणी बाजूला सारण्यात आल्या आहेत.

सर्वोच्च न्यायालयाच्या रतलाम *नगरपालिका विरुद्ध वर्धीचंद* (AIR १९८०: SC१६२२) या सीमाचिन्ह ठरलेल्या खटल्यामध्ये न्यायव्यवस्थेचा पर्यावरण रक्षणाचा नवा दृष्टिकोन दिसून येतो. या खटल्यात सर्वोच्च न्यायालयाने दोन मूलभूत तत्त्वे मांडली. एक, भारतातील कुठल्याही नगरपालिकेने रहिवाश्यांच्या आरोग्य आणि सुरक्षेचे कर्तव्य बजाविताना निधीची कमतरता हे कारण देऊ नये. दोन लोकांसाठी सोयी उपलब्ध नसणे आणि नागरिकांच्या आरोग्याला औद्योगिक प्रदूषक घटक ठरणे हे सभ्यता व प्रतिष्ठा या मानवी हक्कांचे उल्लंघन आहे व त्याची जबाबदारी नगरपालिकेवर जाते.

देहरादून येथील शिकारीच्या खटल्यामध्ये (AIR १९८५: SC६५२) पहिल्यांदा सर्वोच्च न्यायालयाने असे जाहीर केले की, आरोग्यकारक पर्यावरणाचा मूलभूत हक्क हा राज्यघटनेतील कलम २१ मधील जगण्याच्या मूलभूत हक्काचा एक भाग आहे.

जल प्रदूषणाचा प्रश्न, मुख्यत्वे गंगा नदीप्रदूषण प्रश्न *एम.सी. मेहता विरुद्ध भारत शासन* (AIR१९८७: SC४६३) या खटल्यामध्ये सर्वप्रथम आला. ही नदी तीन राज्यांच्या औद्योगिक परिसरातून वाहते. यातील बहूसंख्य उद्योग कातडी अथवा चामडी उद्योग होत. सर्वोच्च न्यायालयाने कानपूर येथील तीस कत्तलखाने गंगा नदी प्रदूषित करीत असल्याने बंद करण्याचे आदेश दिले. न्यायालयाने हे लक्षात आणून दिले की, कत्तलखाने बंद केल्यास बेरोजगारी निर्माण होईल. मात्र, 'जीवन, आरोग्य आणि पर्यावरण ह्यांचे लोकांप्रती अधिक महत्त्व आहे'

राज्यघटनेतील कलम २१ अन्वये देण्यात आलेल्या जगण्याच्या व वैयक्तिक स्वातंत्र्याच्या अधिकाराचे वेगवेगळे पैलू मांडतांना सर्वोच्च न्यायालयाने न्यायिक कृतीवाद पाळला आहे. एम.सी.मेहता या पर्यावरण-कायदे तज्ज्ञाने दाखल केलेल्या अनेक लोकहित याचिकांमुळे सर्वोच्च न्यायालयाने सुदृढ पर्यावरणाचा हक्क उलगडत नेला आहे. कलम २१ मधील 'जगण्याच्या' हक्कामध्ये जीवन आनंदाने जगण्याच्या सर्व पैलूंचा समावेश होतो. *Munn Vs People of Illinois* (AIR १९८८: SC२३६) या खटल्यामध्ये असे मांडण्यात आले की, 'जीवन' या संज्ञेचा

अर्थ केवळ अस्तित्वापेक्षा अधिक खोल आहे. प्रदूषणामुळे मानवाच्या शरीरावर अप्रतीवर्ती परिणाम होत असून त्यामुळे एकप्रकारे जगण्याचा हक्कच नाकारला जातो.

एम.सी. मेहता विरुद्ध भारत सरकार (मेहता १९८५) न्यायालयाद्वारे करण्यात येणाऱ्या पर्यावरण संरक्षणाचा आणखी एक महत्त्वाचा टप्पा मानला जातो. सर्वोच्च न्यायालयाने असे नमूद केले आहे कीः

१. शासनाने घातक रसायनांच्या जागेसंबंधी राष्ट्रीय योजना तयार करावी. यासाठी निर्मनुष्य अशी जागा ठरविण्यात यावी ज्यायोगे प्रदूषण कमी होण्यास देखील मदत होईल;
२. भारत सरकारने पर्यावरण विज्ञान समूह स्थापन करावा ज्यामध्ये विज्ञान व तंत्रज्ञानाच्या वेगवेगळ्या शाखेतील स्वतंत्र व व्यावसायिक तज्ज्ञ समाविष्ट असतील ज्यायोगे न्यायालयाला गरजेनुसार योग्य ती माहिती पुरविली जाईल;
३. पर्यावरण न्यायालये स्थापन करण्यात यावी ज्यामध्ये एक व्यावसायिक न्यायाधीश व पर्यावरण विज्ञान संशोधन समूहातील दोन तज्ज्ञ समाविष्ट असतील;
४. पर्यावरणीय प्रदूषणामुळे लोकांना झालेली हानी भरून काढण्यासाठी संपूर्ण जबाबदारी चे तत्त्व अस्तित्वात असावे;
५. प्रतीपुरकतेचे पाऊल उपक्रमांचे गांभीर्य व क्षमता लक्षात घेऊन उचलले जावे. याचे कारण असे की, त्याचा प्रतिबंधात्मक परिणाम होणे आवश्यक असते. हे कायदेशीर हेतूला ही सुसंगत ठरेल ज्यायोगे, १९८६ च्या पर्यावरण संरक्षण कायद्यान्वये कायद्याचे उल्लंघन केल्यास जास्तीत जास्त शासन केले जाते.

भोपाळ वायू दुर्घटनेमध्ये सर्वोच्च न्यायालयाने अतिशय महत्त्वाची भूमिका बजावली आहे. विषारी वायू दुर्घटनेमुळे बाधित झालेल्या लोकांच्या जीवन व स्वातंत्र्याविषयी सर्वोच्च न्यायालयाने चिंता व्यक्त केली. या दुर्घटनेमुळे पर्यावरण प्रदूषित होऊन अनेकांच्या आरोग्यावर परिणाम झाला व अनेकांना त्यांचे प्राण गमवावे लागले *Union Carcide Corporation vs. Union of India* (AIR १९९०: SC२७३). या खटल्यामध्ये सरकारने वायू दुर्घटनेच्या बाधितांना तातडीने साहाय्य देऊ करावे असे आदेश दिले. हे आदेश याआधी मे १९९३ मध्ये भारत सरकार व भारतीय रिझर्व्ह बँकेच्या अधिपत्याखाली देण्यात आले होते. न्यायालयाने

असे आदेश दिले की *Union Carcide Corporation* ने भारत सरकारला वायू दुर्घटनेची हानी भरून काढण्यासाठी ४७० कोटी इतकी रक्कम देऊ करावी. या दुर्घटनेच्या बाधितांना तातडीने मदत मिळणे हे न्यायिक तसेच मानवी कर्तव्य आहे असे मत सर्वोच्च न्यायालयाने मांडले. दुर्घटना झाल्यास ती भरून काढता येईल अशा समजामुळे जगण्याचा व सुदृढ पर्यावरणाचा अधिकार कुणालाही नाकारता येत नाही. सुदृढ पर्यावरणात राहण्याचा हक्क सर्वश्रेष्ठ ठरतो.

वर नमूद केलेल्या खटल्यांच्या निकालांवरून असे लक्षात येते की, न्यायव्यवस्थेने प्रदूषण नियंत्रणाची समस्या सोडविण्यासाठी गतिशीलता दाखविली आहे. पुढील सर्व बाबी नव्या न्यायिक कृतीवादात समाविष्ट होत- लोकहित याचिका, दंडात्मक तत्त्वावर आधारित निकाल देण्याऐवजी सकारात्मक कृतींवर आधारित निकाल देणे, आर्थिक विकासाच्या कमी घातक पर्यायांचा न्यायालयाकडून शोध, नव्या न्यायिक कृतीवादाचा एक भाग म्हणून सामाजिक हक्कांची अंमलबजावणी करण्यासाठी सामाजिक कार्यकर्त्यांना प्रेरित करणे.

पर्यावरण याचिकांच्या क्षेत्रातील न्यायिक क्रांतीमुळे पर्यावरणीय समस्या सोडविण्यासाठी नवे उपाय व योजना शोधून काढण्यात आल्या आहेत. लोक उपद्रवा-विरुद्धचा कायदा अधिक सक्षम झाल्याने नागरी आरोग्य व सुरक्षितता याला पाठींबा देण्यात आला आहे. स्वच्छ पर्यावरणाचा हक्क कलम २१ मध्येच समाविष्ट आहे. जबाबदारीची सक्ती हा नवा भारतीय पद्धतीचा न्याय कुठल्याही परकीय देशाच्या न्यायव्यवस्थेचा आधार न घेता पुढे आला आहे. *वैध स्थिती*चा (locus standi) नियम एका मर्यादेपर्यंत शिथील करण्यात आला आहे ज्यायोगे पर्यावरणीय न्याय साध्य करण्यासाठी न्यायिक कृतिवाद आणि लोकहित याचिकांना पाठींबा देण्यात आला आहे.

म्हणून, लोकहित याचिका हे सुसंस्कृत समाजाच्या प्रतिनिधींना त्यांचे म्हणणे मांडण्यासाठी मिळालेले एक साधन होय. यामुळे एक व्यासपीठ निर्माण झाले आहे जेथे शासनाची अ-कृतीशीलता व अपकार्य चर्चिले जाऊ शकते व त्यामुळे ग्रासलेल्या नागरिकांना एकप्रकारे दिलासा मिळतो. तथापि, लोकहित याचिकांबाबत अत्याधिक अंदाज करणे योग्य ठरणार नाही. तीन मुद्द्यांमुळे या याचिकेच्या यशावर शंका घेतली जाऊ शकते. एक, न्यायालयाच्या आज्ञेची अविश्वसनीयरित्या अंमलबजावणी, दोन, दूरस्थ इंग्रजी न्यायव्यवस्थेची मर्यादित उपलब्धता, तीन, मुळातच धीमे असलेले न्यायिक प्रशासन. दुसऱ्या शब्दांत सांगावयाचे झाल्यास, शासकीय अ-क्रियात्मकतेचे अनेक पैलू दूर करण्यासाठी राबविण्यात आलेल्या लोकहित याचिकेमाध्येच यातील अनेक पैलू प्रतिबिंबित होतात.

अधिक आदर्शवादी दृष्टिकोनातून बघावयाचे झाल्यास, पर्यावरण संबंधी खटले न्यायालयाच्या कार्यकक्षेत नसून प्रशासकीय कार्यकक्षेत आहेत. नियंत्रण व्यवस्था सुयोग्य असल्यास पर्यावरणीय निर्णय याच व्यवस्थेचा भाग असलेल्या निर्णय संस्थांनी घ्यावेत. प्रत्येक वेळी असे खटले न्यायालयासमोर जाणे बरोबर नाही व हे देखील लक्षात घेतले पाहिजे की, पर्यावरणीय यंत्रणा हाताळण्याची ही एकमेव यंत्रणा नाही. तत्त्वतः, प्रशासनाचे कार्य सुरळीत आहे अथवा नाही हे बघणे न्यायव्यवस्थेचे मुख्य कार्य होय. न्यायाधीशांनी निर्णय घेणे अपेक्षित असते व संशोधन करून निकाल देणे त्यांच्या कार्यकक्षेत येत नाही. याचा अर्थ असा होत नाही की, लोकहित याचिका हे प्रभावी तंत्र नाही. मात्र, ते प्रत्यक्षात उतरविण्यासाठी सामाजिक व राजकीय मर्जी असणे देखील आवश्यक ठरते. न्यायिक कृतीवाद स्वाभाविकतः होत नाही. घटनात्मक न्यायालयाच्या कृतीशिलतेचा तो एक महत्त्वाचा भाग आहे. हा लोकशाहीवरील बहुसंख्यांकविरोधी अंकुश आहे. तथापि, न्यायिक कृतीवाद म्हणजे न्यायालयाने केलेले अभिशासन नव्हे. हे कार्य न्यायिक प्रक्रियांच्या मर्यादांमध्येच व्हावे लागते. या मर्यादांमध्ये राहूनच शासनच्या इतर विभागांच्या कार्याबाबत नापसंती दर्शविता येऊ शकते.

कॉर्पोरेट (निगम) अभिशासन

मोठमोठ्या कंपन्या एकामागून एक कोसळत गेल्या नंतरच्या एकप्रकारच्या अस्पष्टतेतून कॉर्पोरेट अभिशासन ही बाब प्रकाशझोतात आली. एनरॉन, द हाउस टोन, वर्ल्डकॉम आणि टेलिकॉम बेहेमोथ्स यांसारख्या कंपन्यांनी त्यांच्या अनैतिक आणि अवैधानिक कारभाराच्या व्यापकतेने बिझनेस जगताला हादरवून सोडले होते. यातूनच हे स्पष्ट झाले की, संपूर्ण जगभरात कॉर्पोरेट अभिशासनाच्या क्षेत्रामध्ये काहीतरी चुकले होते. तेव्हापासून, संपूर्ण जगभरात कॉर्पोरेट अभिशासन हा एक विशिष्ट पारिभाषिक शब्द बनला. मुक्त बाजारपेठीय अर्थरचनेसाठी ही एक पूर्वअट बनली. अगदी सोप्या शब्दांत सांगायचे तर, कॉर्पोरेट क्षेत्र किंवा कॉर्पोरेट जगतासाठी काही विशिष्ट आचरण नियम मांडणे हे कॉर्पोरेट अभिशासनाचे गृहीतक होय. कॉर्पोरेट जगतामध्ये अनुशासन ठेवणे हा कॉर्पोरेट अभिशासनाचा गाभा आहे. निगम अभिशासनासाठीच्या प्रक्रिया व रचना ह्यांचे एकत्रीकरण अशी कॉर्पोरेट अभिशासनाची व्याख्या करता येईल. पारदर्शकता, उत्तरदायित्व, नावीन्यपूर्णता, सामाजिक जबाबदारी या बाबी साध्य करणे ही यातील अधोरेखित उद्दिष्टे होत. कॉर्पोरेट अभिशासन काही नवीन नसून, व्यापार व्यवस्थापनाची महत्त्वाची यंत्रणा म्हणून ते कायमच चर्चेत राहिले आहे. जागतिकीकरणाची सुरुवात आणि अर्थव्यवस्था खुल्या केल्या गेल्याने केवळ कॉर्पोरेट अभिशासनाची गरज अधोरेखित केली गेली.

स्वयंप्रेरित शिस्त असण्याची गरज मानवजातीच्या स्वरूपामध्येच अंतर्निहित आहे. मनुष्य जन्मतःच अधाशी वृत्तीचा असून त्यामुळे भ्रष्टाचार, सत्तेचा गैरवापर, स्व फायद्यासाठी सत्ता वापरणे, वशिलेबाजी इत्यादी बाबी पुढे येतात आणि म्हणूनच, अशाच माणसांपासून बनलेले कॉर्पोरेट क्षेत्र या समस्यांना बळी पडणे सहजशक्य आहे. एकीकडे मुक्त अर्थव्यवस्था उदयाला आली असली तरी नियंत्रण व्यवस्था मात्र अनुपस्थित होती आणि म्हणूनच बाजारपेठेचे कार्य सुसूत्र असावे यासाठी कंपन्यांची स्वयंप्रेरित वैधानिक नियमावली असणे गरजेचे ठरले. निगमांची विश्वासपात्रता कमी होण्याची जगभरातील समस्या हे कॉर्पोरेट अभिशासन संकल्पनेची इतक्या तातडीने गरज भासण्याचे महत्त्वाचे कारण आहे. अमेरिकेतील कॉर्पोरेट अपयशाची मालिका आणि त्यानंतरचा आभासी डॉमिनो (साखळी परिणाम) परिणाम यामुळे कॉर्पोरेट जगतामध्ये तातडीने उत्तरदायित्व यंत्रणेची मागणी न्याय्य ठरते. अशा प्रकारे, वैश्विक व्यापारजगताला या समस्येतून सोडविण्यासाठी कंपन्या चालविण्याची जुनी मूल्ये आणि पद्धती नव्या कॉर्पोरेट अभिशासन या व्यापक संकल्पनेअंतर्गत आणण्यात आल्या. परस्परसंबंधी वैश्विक व्यापार जगतामध्ये कुठलीही एक कंपनी दुसऱ्या कंपनीच्या प्रभावापासून विलग राहणे अशक्य आहे. खरेतर, जगाच्या कुठल्याही एका कोपऱ्यातील व्यापारातील अनियमितता संपूर्ण जगावर परिणाम करणे सहज शक्य आहे. म्हणून, संपूर्ण जगभरात सुशासन व्यापार जगतासाठी अत्यावश्यक ठरते. कॉर्पोरेट अभिशासनाची काही महत्त्वाची उद्दिष्टे पुढीलप्रमाणे आहेतः

- कंपनीमध्ये पुरेशी व सुयोग्य नियंत्रण यंत्रणा कार्यरत राहून त्याद्वारे मालमत्ता मूल्य सुरक्षेची हमी दिली जाते;
- कुठलीही एकच व्यक्ती अधिकारांनी प्रभावी बनण्यावर आळा बसतो;
- यामध्ये कंपनीचे व्यवस्थापन, संचालक मंडळ, समभागधारक व इतर भागीदारांचा समावेश होतो;
- याचा हेतू कंपनीच्या समभागधारक आणि इतर भागीदारांचे हित संरक्षण हा आहे; आणि
- याद्वारे कॉर्पोरेट व्यवस्थापन आणि कॉर्पोरेट कार्य यामध्ये गुंतवणूकदारांना कायम अपेक्षित असलेली पारदर्शकता आणि उत्तरदायित्व साध्य करण्याचा प्रयत्न केला जातो (मलीन २००७).

कॉर्पोरेट अभिशासनाची संकल्पना

कॉर्पोरेट अभिशासनाचे वित्तीय आयाम या प्रसिद्ध अहवालापासून, जो कॅडबरी अहवाल (१९९२) म्हणूनही ओळखला जातो, कॉर्पोरेट अभिशासनाचे संकल्पनीकरण

करण्यास सुरुवात होते. कंपन्यांचे विखुरलेले नियम एका आराखड्यात बांधण्यासाठी हा पहिला महत्त्वाचा प्रयत्न होता असे म्हणता येईल. 'कंपन्यांचे नियमन व नियंत्रण करणारी यंत्रणा' अशी कॉर्पोरेट अभिशासनाची व्याख्या कॅडबरी समितीने केली होती. कॅडबरी अहवालाचा हाच गाभा धरून आविससंने या संज्ञेची अधिक परिपूर्ण व्याख्या केली आहेः

> कॉर्पोरेट अभिशासन ही एक अशी व्यवस्था आहे ज्यायोगे व्यापार कंपन्यांचे नियंत्रण व दिशानिदेशन केले जाते. संस्थेच्या वेगवेगळ्या सहभागींमध्ये, म्हणजेच, संचालक मंडळ, व्यवस्थापक, समभागधारक आणि इतर सहभाग्यांमध्ये हक्क आणि जबाबदाऱ्यांची विभागणी कॉर्पोरेट अभिशासन रचनेद्वारे केली जाते. तसेच, कॉर्पोरेट क्षेत्रातील निर्णय घेण्यासाठीची प्रक्रिया व नियम देखील मांडले जातात. कंपनीची उद्दिष्टे, ती साध्य करण्याची साधने व कार्याचे मूल्यांकन या सर्वांबाबतची रचना देखील याद्वारे मांडली जाते (अर्जुन २००५:१२).

म्हणून, कॉर्पोरेट अभिशासनाची संकल्पना पुढीलप्रमाणे करता येईल, ''कंपनीची उद्दिष्टे मांडणे आणि ती साध्य करण्यासाठीची साधने ठरविणे व मूल्यांकन प्रक्रिया ठरविणे यासाठीची रचना, प्रक्रिया, संस्कृती आणि व्यवस्था म्हणजे कॉर्पोरेट अभिशासन होय.''

वरील व्याख्येवरून हे स्पष्ट होते की, कॉर्पोरेट जगतातील संशयास्पद क्रियांवर आळा घालण्यासाठी शिस्त व उत्तरदायित्वाचा आराखडा असणे गरजेचे ठरते. परंतु, ही शिस्त प्रत्यक्षात कशी राबवावी याबाबत स्पष्टता नाही. इतरवेळी सशक्त ठरणारा वैधानिक अथवा नियामक आराखडा कॉर्पोरेट जगाचे अभिशासन चालविण्यासाठी मात्र योग्य उपाय ठरत नाही. याविरुध्द, यामध्ये कंपनीच्या भागीदारांनी नैतिकतेचे पालन करावे अशी अपेक्षा वर्तविली जाते. कॉर्पोरेट अभिशासनाद्वारे नैतिकतेच्या पैलूवर दोन कारणांसाठी अधिक भर देण्यात आला आहे. एक, कॉर्पोरेट संस्थेचे स्वरूप अर्ध-स्वायत्त असून, अशी संस्था तिच्या स्वतःच्या नियमांमुळे कार्यरत राहते. म्हणून, अशा कंपनीला उत्तरदायित्वाची मूल्ये पाळायला लावणे म्हणजे तिच्या स्वायत्ततेवर घाला घालण्यासारखे आहे. दोन, कॉर्पोरेट संस्था आकाराने मोठ्या असल्याने त्यांच्यासाठी कुठलाही बंधनकारक स्वरूपाचा वैधानिक आराखडा तयार करणे शक्य नाही. म्हणून, कॉर्पोरेट अभिशासन केवळ वैधानिक आराखड्यावर अवलंबून राहत नाही.

कॉर्पोरेट (निगम) अभिशासनाचे मुख्य घटक

कॉर्पोरेट अभिशासन म्हणजे केवळ एक तत्त्व अथवा निकष नव्हे. खरेतर, कॉर्पोरेट अभिशासनामध्ये अनेक तत्त्वे समाविष्ट आहेत. त्यातील काही मुख्य तत्त्वे

पुढीलप्रमाणे-पारदर्शकता, नेतृत्व, अंतर्गत नियंत्रण, उत्तरदायित्व, मंडळाचे घटक व रचना, मंडळ मूल्यमापन, मंडळांचा विकास, कार्याधारित वेतन आणि नैतिक मूल्ये.

- *नेतृत्व* हा कॉर्पोरेट अभिशासनाचा महत्त्वपूर्ण घटक आहे. असे म्हटले जाते की, कुशल अभिशासन हे नेतृत्वाच्या दर्जावर अवलंबून असते. कंपनीच्या नेतृत्वामध्ये पुढील बाबींचा समावेश होतो- उपक्रमाला योग्य दिशानिर्देशन करणे, कल्पकतेच्या कृतियोजना तयार करणे, संघटनांची पुनर्बांधणी करणे, कृतियोजना व्यवस्थापन, भागीदार व्यवस्थापन, मूल्यांकन व कार्याचे नियंत्रण.
- *उत्तरदायित्व* हे कॉर्पोरेट अभिशासनाचे प्रमाण वैशिष्ट्य आहे. उत्तरदायित्व कॉर्पोरेट अभिशासनाचे मूलभूत तत्त्व मानले जाते. परिणामकारक उत्तरदायित्वाचे दोन घटक आहेत—जबाबदारी व परिणाम. वेळोवेळी प्रश्नांना उत्तरे देण्यासाठी जबाबदारी असणे गरजेचे असते. हे प्रश्न अधिकार, संसाधने आणि निष्पत्तीशी संबंधित असू शकतात. दोन, अंदाज व अर्थपूर्ण परिणामांची गरज असते (काम्पो आणि सुंदरम २००४). म्हणूनच, संस्थेने समभागधारकांप्रती उत्तरदायी असणे आवश्यक असते.
- *पारदर्शकता* हा उत्तरदायित्वाचाच एक भाग आहे. कॉर्पोरेट अभिशासनामध्ये वित्तीय धोरणाचे वृत्तांकन, कार्यकारी वेतन उघड करणे इ. चा समावेश होतो.
- *मंडळ मूल्यमापन* हा कॉर्पोरेट अभिशासनाचा आणखी एक महत्त्वाचा घटक आहे. संस्थेच्या कामकाजाचे वेळोवेळी मूल्यांकन करणे, मुख्यत्वे, मंडळाच्या, मुख्य कार्यकारी अधिकाऱ्याच्या कामकाजाचे मूल्यमापन करणे हे उत्तम कॉर्पोरेट अभिशासनाचे लक्षण आहे. यामुळे संपूर्ण मंडळ आणि संचालकांना आपापले कार्य पूर्ण विचार करून करणे गरजेचे ठरते. मंडळ मूल्यमापनाचा पूर्वीच्या चुका सुधारून भविष्य अधिक चांगले घडविण्याचा कल असतो.
- *मंडळांचा विकास*: कॉर्पोरेट अभिशासनामध्ये कार्यक्षम मंडळ तयार करणे देखील तितकेच महत्त्वाचे ठरते. संस्थेच्या उत्कृष्ट अभिशासनासाठी सामान्यपणे कार्यकारी व अ-कार्यकारी संचालक असावे असे सुचविले जाते.
- *मूल्ये* हा कॉर्पोरेट अभिशासनाचा गाभा आहे. कॉर्पोरेट अभिशासनाद्वारे कंपनीच्या भागीदारांनी नियम व मूल्ये पाळणे गरजेचे मानले जाते.

- *कार्याधारित कार्यकारी वेतन* हे चांगल्या कॉर्पोरेट अभिशासनाचे एक लक्षण आहे. याचे कारण असे की, कार्यकारी अधिकाऱ्यांची वेतन रचना असंबद्ध असते. येथे ग्रीनबरी अहवाल (१९९५) नमूद करता येईल ज्यामध्ये मुख्यत्वे वेतनाची समस्या लक्षात घेतली आहे. या अहवालामध्ये असे नमूद करण्यात आले आहे की, नियमकांच्या कार्यामध्ये वेतनाचे महत्त्व मान्य करायला हवे. तथापि, या अहवालाने कार्यकारी कामाच्या तुलनेत अमर्याद वेतन वाढीवरही लक्ष वेधले. म्हणून, या अहवालात असे मत मांडण्यात आले की, वेतन आणि कंपनी व व्यक्तीचे कार्य संबंधित असावे. तसेच कंपनीच्या प्रगतीमध्ये नियंत्रक व समभागधारक ह्यांचे हित संलग्न असावे (ग्रीनबरी १९९५).

कॉर्पोरेट अभिशासनाचा क्रमविकास

पूर्वी म्हटल्याप्रमाणे, कॉर्पोरेट अभिशासन ही संकल्पना मूलतः संस्थेच्या व्युत्पतीमध्येच दडलेली होती. कंपनीच्या नियामक आराखड्याप्रती निष्ठा बाळगणे यामध्येच कॉर्पोरेट अभिशासनाचे अस्तित्व दडलेले आहे. उदाहरणार्थ, क्रिस्टाइन ए. मलिन ह्यांनी म्हटल्याप्रमाणे, कॉर्पोरेट अभिशासनामध्ये पुढील बाबी गृहीत असतातः

> ... कंपनीला स्वतःची समभागधरकांप्रतीची नियमावली आहे का , ज्यायोगे, कंपनीचे मुख्य उद्दिष्ट म्हणून समभागधारकांचे मूल्य प्रस्थापित व वृद्धिंगत होईल. किंवा, कंपनीचा भागीदारांप्रती व्यापक दृष्टिकोन आहे का ज्यायोगे वेगवेगळ्या समूहांच्या हितावर, म्हणजेच, कर्मचारी, पतसंस्था, पुरवठादार, ग्राहक व स्थानिक समूह, भर दिला जाईल (मलिन २००७: ८६).

परंतु, याची सुरुवात मात्र युनायटेड किंगडम मधील १९९२ च्या कॅडबरी अहवालामध्येच होती असे म्हणावे लागेल. या अहवालाद्वारे केवळ युनायटेड किंगडम मध्येच नव्हे तर संपूर्ण जगभर चांगल्या कॉर्पोरेट अचाराबद्दलच्या चर्चेला सुरुवात करून दिली. हा अहवाल १९९१ साली स्थापन केलेल्या कॉर्पोरेट अभिशासन वित्तीय आयाम समितीच्या शिफारशीमुळे तयार करण्यात आला. या अहवालाचा संदर्भ युनायटेड किंग्डम (संयुक्त राज्य) मधील आला तरीही त्याची व्यवहार्यता संपूर्ण जगभर होती याचे कारण असे की, संपूर्ण जगभरच कॉर्पोरेट अपयशाची मालिका सुरू होती. या अहवालाद्वारे चांगल्या आचाराचे नियम मांडण्यात आले व असे प्रतिपादन करण्यात आले की, हे नियम पाळल्यास पतसंस्थांचा विश्वास संपादन करून चांगल्या कॉर्पोरेट आचारांचा पायंडा पाडला जाईल.

भारतातील कॉर्पोरेट अभिशासन

१९९० च्या दशकाच्या सुरुवातीला झालेल्या आर्थिक सुधारणांद्वारे १९८८ साली भारतीय प्रतिभूती आणि विनिमय बोर्ड (SEBI)ची स्थापना करण्यात आली. व संसदेच्या SEBI कायद्यानुसार १९९२ साली याला वैधानिक दर्जा देण्यात आला. विखुरलेल्या नियमन आराखड्याला पर्याय म्हणून भारतीय प्रतिभूती आणि विनिमय बोर्डाची स्थापना करण्यात आली. तसेच, गुंतवणूकदारांना पारदर्शकता निकष (अटी, नियम व इतर अत्यावश्यक माहितीचे प्रगटीकरण), जमाखर्च मानके, आरबीट्रेशन (व्यवहार) प्रक्रिया या माध्यमांतून संरक्षण देणे हा उद्देश होता. सेबीची व्यापक अशी तीन कार्ये आहेतः वैधानिक कार्यकक्षेनुसार नियमावली तयार करणे, कार्यकारी कार्याचा म्हणून तपास व अन्वेषण कार्ये करणे आणि न्यायिक कार्यकक्षेत येणाऱ्या प्रकरणांवर न्याय निवडा करणे. निःपक्षपात, पारदर्शकता आणि आदर्श पद्धती साध्य करण्यासाठी सेबीने काटेकोर नियमावली तयार केली आहे.

सन १९९० मध्ये जेव्हा भारतीय कंपन्या परकीय बाजारपेठांमध्ये निधी उभारू लागल्या तेव्हा भारतामध्ये कॉर्पोरेट अभिशासनाला महत्त्व प्राप्त झाले. सुरुवातीला भारतातील कॉर्पोरेट अभिशासन नियम सेबीने स्थापन केलेल्या काही समित्यांद्वारे, भारतीय केंद्रीय बँक, वित्त मंत्रालय यांद्वारे मांडण्यात आले. कॉर्पोरेट अभिशासन संबंधी वैश्विक प्रयत्न लक्षात घेता भारतीय व्यापारी संघाने १९९७ साली भारतीय स्वरूपात कॉर्पोरेट अभिशासन नियम मांडले. या नियमांना ईष्ट कॉर्पोरेट अभिशासनाची नियमावली असे शीर्षक देण्यात आले. या नियमावलीतील मुख्य तरतुदी पुढीलप्रमाणेः

- संपूर्ण मंडळ एकस्तरी असावे. हे मंडळ दोन महिन्यांतून एकदा व वर्षातून किमान सहा वेळा भेटणे गरजेचे आहे;
- मंडळामध्ये किमान ३०% अ-कार्यकारी संचालक असावेत, त्यातील एक अध्यक्ष असल्यास;
- मंडळामध्ये अ-कार्यकारी संचालक किमान ५०% असावेत, अध्यक्ष व व्यवस्थापकीय अधिकारी एकच व्यक्ती असल्यास;
- कुठलीही व्यक्ती एकावेळी १० किंवा अधिक कंपन्यांच्या संचालक पदी नसावी;
- अ-कार्यकारी संचालक सक्रीय असावे, त्यांच्या जबाबदाऱ्या ठरलेल्या असाव्यात व ते नफा आणि तोट्यासंबंधी परिचित असावेत;
- व्यावसायिक कार्याचा भाग म्हणून फी व्यतिरिक्त अ-कार्यकारी संचालकांना वेतन देण्यात यावे;

- मंडळाला कार्याची योजना व अर्थतरतुदीची माहिती असावी, तसेच दूरस्थ योजना, तिमाही निकालपत्रक, व अंतर्गत लेखापरीक्षा अहवाल याबाबत देखील माहिती असावी;
- किमान तीन अ-कार्यकारी संचालकांची मिळून एक लेखा परीक्षा समिति स्थापन करण्यात यावी. या समितीला वित्तीय माहिति उपलब्ध असावी (राजू २००३).

कॉर्पोरेट अभिशासनाच्या दिशेने आणखी हातभार कुमार मंगलम बिरला या समितीने लावला (२०००). या समितीच्या मुख्य शिफारशी येथे नमूद करता येतील:

- मंडळाच्या संचालकांमध्ये इष्ट असे कार्यकारी व अ-कार्यकारी संचालकांचे एकीकरण असावे;
- कंपनीच्या मंडळाने पात्र व स्वतंत्र लेखापरीक्षा समिति स्थापन करणे गरजेचे आहे. या समितीचे अधिकार व कार्ये स्पष्टपणे नमूद करावी;
- मंडळाने वेतन समिति स्थापन करावी. या समितीद्वारे मंडळाच्या सभासदांसाठी सुयोग्य वेतन ठरविण्यात येईल;
- समभागधारकांना देण्यात येणाऱ्या वार्षिक अहवालामध्ये व्यवस्थापनाची चर्चा आणि विश्लेषण अहवाल समाविष्ट असावा. या अहवालामध्ये संबंधित क्षेत्राची संरचना, संधी आणि धोके, विभागवार किंवा उत्पादनवार प्रगती, परिस्थिती, जोखीम आणि संभाव्य समस्या, अंतर्गत नियंत्रण व्यवस्था, वित्तीय आणि कियात्मक प्रगती, वित्तीय आणि क्रियात्मक प्रगती आणि मानवी संसाधने आणि व्यापारी संबंधांतील भौतिक प्रगती;
- अ-कार्यकारी संचालकाच्या अध्यक्षतेखाली एक मंडळ समिति स्थापन करण्यात यावी ज्यायोगे समभाग धारकांच्या तक्रारी लक्षात घेतल्या जातील;
- कंपन्यांनी अभिलेखाकारांकडून कॉर्पोरेट अभिशासन तरतुदींच्या अनुपालनासंबंधी प्रमाणपत्र घ्यावे. हे प्रमाणपत्र रोख विनिमय आणि सर्व समभागधारकांना पाठविण्यात यावे; आणि
- कंपनीने सर्व वैधानिक व नैतिक मानकांचे अनुपालन करावे (राजू २००३).

चंद्रा समितीने (२००३) बाह्य अभिलेखकांच्या भूमिकेबाबत अहवाल सादर केला. या समितीने असेही सुचविले की, वार्षिक खात्यांबाबत मुख्य कार्यकारी

अधिकारी (CEO) आणि मुख्य वित्तीय अधिकारी (CFOs) ह्यांच्याकडून प्रमाणपत्र घ्यावे. इराणी समिती (२००३) अहवालाने (शर्मा आणि कुमार २०११: ६५३) १९५६ च्या कंपनी कायद्यामध्ये काही महत्त्वाच्या दुरुस्त्या सुचविल्या, ज्यामध्ये, स्वतंत्र संचालकाच्या व्याख्येचाही समावेश होता. स्वतंत्र संचालक म्हणजे कंपनीचा अ-कार्यकारी संचालक असेल ज्याचे कंपनी, प्रवर्तक, व्यवस्थापन धारक कंपनी किंवा कुठलीही साहाय्यक कंपनी ह्यांच्याशी कुठलेही भौतिक, वित्तीय अथवा व्यवहारात्मक संबंध नसतील.

गोळाबेरीज करताना असे म्हणता येईल की, कॉर्पोरेट जगतातील भानगडींची मालिका व कॉर्पोरेट अभिशासनातील वाढते स्वारस्य यामुळे कॉर्पोरेट अभिशासन संबंधी वैश्विक पातळीवर अनेक मूल्ये व मानके उदयाला आली आहेत. भारतही या नियमाला अपवाद नाही. विविध समित्या आणि समूहांनी यावर विचार केला आहे. कागदोपत्री, भारतीय न्यायव्यवस्था जगातील सर्वोत्तम गुंतवणूकदार सुरक्षा पुरविते मात्र, प्रत्यक्ष चित्र वेगळेच दिसते. ज्यामध्ये, धीम्या गतीचा कारभार, कामाचा भर असणारी न्यायालये व भ्रष्टाचार दिसून येतो. मोठ्या कंपन्यांचे समभाग प्रवर्तक व कौटुंबिक व्यापारी समूहांकडे असलेले दिसतात व कॉर्पोरेट क्षेत्रावर त्यांचाच प्रभाव दिसून येतो. या क्षेत्रात कायदे राबविण्याचा दर्जा कनिष्ठ दिसून येतो.

भारतीय अर्थव्यवस्थेच्या या मर्यादा असल्या तरी, अलीकडच्या काळात वित्तीय बाजारपेठांची लक्षणीय वृद्धी होताना दिसते. याचे कारण असे की, भारत आता १९९० च्या दशकातील आर्थिक सुधारणा अधिक शाश्वत व जलद गतीने पुढे नेऊ इच्छितो हे स्पष्ट झाले आहे. याच सुधारणांचा एक भाग म्हणून सेबीने निःपक्षपात, पारदर्शकता आणि आदर्श पद्धती साध्य करण्यासाठी काटेकोर नियमावली तयार केली आहे. याच सुधारणांचा भाग म्हणून राष्ट्रीय शेअर बाजाराची (NSE) देखील स्थापना करण्यात आली. NASDAQ व न्यूयार्क शेअर बाजाराच्या खालोखाल राष्ट्रीय शेअर बाजार कार्यक्षम व पारदर्शक पद्धतीने मोठमोठ्या उद्योगांशी संबंधित काम करतो. या सर्व सकारात्मक प्रगतीमुळे भारतीय उद्योगजगताला मोठ्या प्रमाणात वित्तीय फायदा होण्याची शक्यता वाढते व हा फायदा सर्व गुंतवणूकदारांप्रती निःपक्षपातीपणे व पारदर्शक पद्धतीने पोहोचतो. भारतीय यशाची दूरस्थ शाश्वतता देशातील कॉर्पोरेट अभिशासनाच्या स्वरूपावर अवलंबून असेल (शर्मा आणि कुमार २०११: ६५६).

निष्कर्षात्मक निरीक्षणे

लोकप्रशासन या ज्ञानशाखेचा सतत पुनर्शोध घेतला जात आहे. अभिशासनाच्या युगामध्ये लोकप्रशासनाचा अभ्यास म्हणजे, प्राप्त परिस्थितीचे सखोल विश्लेषण

होय. ही परिस्थिती लोकप्रशासनावर परिणाम करीत असते. विद्यमान दाखल्यावरून असे लक्षात येते की, लोकप्रशासनाची व्याप्ती अधिक विस्तीर्ण आहे आणि पारंपरिक लोकप्रशासनामध्ये केंद्रस्थानी राहिलेली नोकरशाही व्यवस्था ही अभिशासनास जबाबदार असणाऱ्या अनेक संस्था/यंत्रणांपैकी एक आहे. विसावे शतक नोकरशाही केंद्रस्थानी असणाऱ्या लोकप्रशासनाचे युग मानले तर एकविसावे शतक म्हणजे, सहकार-आधारित संघटनेचे' युग मानता येईल. यामागील मूळ प्रेरणा उदारमतवादी बाजारपेठीय वर्चस्वातून येते. देशांतर्गत लोक व संघटना यांमधील अधिक परस्परसंबंध, एकीकरण व स्वायत्तता यासाठीचे प्रयत्न, म्हणजेच, जागतिकीकरण, लोकप्रशासनाच्या बदलत्या स्वरूपाचे द्योतक मानले जाते. पूर्वी केले जाणारा लोक व खासगी प्रशासनातील फरक आता पूर्वीइतका महत्त्वपूर्ण ठरत नाही.

उदारमतवादी मूल्ये बहुधा यशस्वी ठरलेली आहेत अशा वातावरणामध्ये शासनसंस्थेचा रचनात्मक व मूल्यात्मकदृष्ट्या पुनर्शोध घेतला जात आहे. राष्ट्राने माघार घेतलेली दिसून येते आणि पारंपरिक कामकाज क्षेत्रातून शासनाने माघार घेतल्याचे देखील लक्षात येते. शासनाची पारंपरिक 'कर्त्याची' भूमिका व कॉर्पोरेट ज्ञानशाखा आणि उद्योजकता यांना जागतिकीकरणाने एकत्र आणलेले दिसते. 'बाजारपेठीय तंत्र' सामावून घेण्यासाठी शासनाने 'समर्थकाची' भूमिका घेतलेली दिसते. अशा प्रकारे, जागतिकीकरण राष्ट्रीय शासनसंस्था व त्याच्या योजना पर्यायांना मर्यादा घालते असे लक्षात येते. एका नव्या काळाला सुरुवात झाली असून शासनाची कार्ये नव-सनातनी विचारमूल्यांनुसार पुनर्व्याख्यीत केली जाताना दिसतात. कॉर्पोरेट शासनसंस्था हे एक वास्तव बनले असल्याने शासनाच्या पारंपरिक भूमिका संकुचित झालेल्या दिसून येतात. नागरिक आता ग्राहक बनले असून लोकप्रशासनातील कार्यकर्ते कॉर्पोरेट संस्कृती पाळण्याच्या प्रयत्नात दिसतात. लोकनोकरशाहीतील उत्तरदायित्व केवळ अंतर्गतच नव्हे तर नागरी सनदी सारख्या अनेक बाह्य माध्यमातून देखील आश्वस्त केले जाते. विद्यमान लोकप्रशासन हे असे 'अभिशासन' आहे ज्यामध्ये बाजारपेठ-चलित उदारमतवादी मूल्ये स्थिर व एकत्रित करण्यासाठी गरजेच्या कार्यांची नमुना यादी केली जाते. म्हणून, लोकप्रशासनाचे संकल्पनीकरण करताना लोकप्रशासनातील 'लोक' ही संज्ञा पूर्वीइतकी महत्त्वपूर्ण ठरत नाही. विद्यमान परिस्थितीत लोकप्रशासनाचे बदलते (आणि अस्थिर) स्वरूप समजून घेण्यासाठी अनेक बाबी लक्षात घ्याव्या लागतात. असे न केल्यास लोकप्रशासनाची ज्ञानशाखा बुद्धिजीवी पातळीवर व्यर्थ नाही तरीदेखील मर्यादित ठेवल्यासारखे होईल. लोकप्रशासनातील विद्यमान बाबींकडे दुर्लक्ष केले असता विश्लेषण लोक अभिशासनाशी सुसंगत ठरेलच असे नाही.

टिपा

१. प्रस्तुत प्रकरण बिद्युत चक्रवर्तींच्या पुस्तकातील प्रकरण १ व २ वर आधारलेले आहे, *लोकप्रशासनाचा पुनराविष्कारः भारतीय अनुभव* (नवी दिल्लीः ओरीएन्ट लाँगमन, २००७).

२. नमूद केल्याप्रमाणे, सद्यःस्थितीतील ज्ञानशाखेच्या विवेचनामध्ये अभिशासन संकल्पनेत अभिशासन राबविण्यात आलेल्यांचा हातभार होय. तथापि, अनेक संस्था व अभ्यासातून असे पुढे आले आहे की, अभिशासन ही एक 'प्रकिया' आहे ज्यायोगे अधिकार राबविले जातात.

३. रोज व मिलर (१९९२) देखील बघणे.

४. संयुक्त राष्ट्रांच्या आर्थिक व सामाजिक आशिया आणि पॅसिफिक आयोगाच्या नागरी वसाहती या अहवालामधून हा भाग घेण्यात आला आहे. हा अहवाल www.unescap.org/huset/gg/governance.html या संकेतस्थळावर उपलब्ध आहे.

५. संयुक्त राष्ट्र विकास कार्यक्रमाच्या शाश्वत मानवी विकासासाठी अभिशासन, १९९७ या अहवालातून हा सारांश घेण्यात आला आहे.

६. केरौद्रान व व्यान विकर्लो (१९९८) मधून हे मुद्दे घेण्यात आले आहेत.

७. दक्षिण आफ्रिकेतील राष्ट्रीय पक्षाने तयार केलेल्या 'अभिशासन मापकः सुशासनासाठीची योजना मार्गदर्शक तत्त्वे' यातून घेण्यात आले आहे. ही माहिती www.gdrc.org/u-gov/governance-understand.html या संकेतस्थळावर उपलब्ध आहे.

८. अभिशासनाची ही व्याख्या कॅनडा येथील अभिशासन संस्थेकडून करण्यात आली आहे. www.log.ca/acout.html या संकेतस्थळावर उपलब्ध आहे.

९. गर्थ्री (२००३) मधून 'परस्परक्रिया संबंधित अभिशासन'वरील चर्चा घेण्यात आली आहे.

१०. राजकीय शासंसंस्थांच्या अभिशासनामध्ये लोकसहभाग वाढविण्यासाठी सुसंस्कृत समाज व शासनाने ICT चा वापर करावा हे सामावून घेतील इतक्या या संज्ञा व्यापक आहेत. उदाहरणार्थ, यामध्ये राजकारणी व राजकीय पक्षांकडून आपापल्या मतदारसंघात कार्यक्षम पद्धतीने इंटरनेट चा वापर करणे किंवा सत्तेविरोधातील काही मते सुसंस्कृत समाजामार्फत मांडण्यासाठी देखील हा वापर केला जाऊ शकतो. याविरुद्ध, डीजीटल वा ई- शासन ही अधिक संकुचित संकल्पना असल्याचे लक्षात येते कारण त्यायोगे शासनाची कार्ये अधिक गुणात्मक व्हावीत म्हणून शासनाने केलेले प्रयत्न लक्षात घेतले जातात.

११. या चर्चेसंबंधी अधिक माहितीसाठी भटनागर (२००३ः ८-९) बघणे.

१२. या चर्चेसंबंधी अधिक माहितीसाठी कामार्क (२००४:३६) बघणे.

१३. सामाजिक कृती अभियोग म्हणजे समाजातील उपेक्षित वर्गाप्रती सामाजिक आर्थिक न्याय प्रस्थापित करण्यासाठीचे एक साधन आहे. या प्रकारचा अभियोग इतर कुणी मांडण्याखेरीज न्यायालयाद्वारेच मांडला जातो. यामागे परिणाम सहन करीत असलेल्यांचे हितरक्षण हा उद्देश असतो.

संदर्भ

Arjoon, Surendra. 2005. 'Corporate Governance: An Ethical Perspective', *Journal of Business Ethics*, 61.

Arora, Ramesh K. 2007. 'Organization Theories: Concerns and Orientations', in Rakesh Hooja and Ramesh K. Arora (eds), *Administrative Theories: Approaches, Contemporary Developments in Public Administration*

Concepts, and Thinkers, in Public Administration. Jaipur/New Delhi: Rawat Publications.

All India Reporter (AIR).SC 1622. 1980. *Ratlam Minicipality vs. Vardhichand.*

AIR.SC652. 1985. *Rural Litigation and Entitlement Kendra Dehradun vs. State of UP.*

AIR.SC463. 1987. *M.C. Mehta vs. Union of India.*

AIR.SC236. 1988. *Munn vs. People of Illinois.*

AIR.SC273. 1990. *Union Carbide Corporation vs. Union of India.*

Basu, D.D. 1998. *Introduction to the Constitution of India*. New Delhi: Prentice-Hall of India.

Baxi, Upendra, 1985. 'Taking Suffering Seriously: *Social Action Litigation* in the Supreme Court of India', *Third World Legal Studies*, Vol. 4, no. 16 (June).

Bhaduri, Amit and D. Nayyar. 1996. *The Intelligent Person's Guide to Liberalization*. New Delhi: Penguin Books India.

Bhatnagar, Subhas. 2003. 'Administrative Corruption: How Does E-government Help?' *Global Corruption Report*. New York: Transparency International.

Bhattacharaya, Mohit. 1998. 'Conceptualizing Good Governance', *Indian Journal of Public Administration*, XLIV (3).

———. 2001. *New Horizons of Public Administration*. New Delhi: Jawahar Publishers and Distributors.

Borins, S. 1995. 'The New Public Management is Here to Stay', *Canadian Public Administration*, Vol. 38, No. 1 (March): 122–132.

Brautigam, Deborah. 1991. 'Governance and Economy: A Review', Working Papers, Policy and Review Departments, The World Bank (December).

Buchanan, James M. and Gordon Tullock. 1965. *The Calculus of Consent: Logical Foundation of Constitutional Democracy*. Ann Harbor: The University of Michigan Press.

Cadbury Report. 1992. Available at http://www.ecgi.org/codes/documents/cadbury.pdf (accessed on 31 December 2011).

Campo, S. Schiaro and P.S.A. Sundaram (eds). 2004. *To Serve and To Preserve: Improving Public Administration in a Competitive World*. Manila: Asian Development Bank.

Centre for Science and Environment. 1999. *The State of India's Environment: Fifth Citizen's Report*. New Delhi: Centre for Science and Environment.

Dembowski, Hans. 2001. *Taking the State to Court*. New Delhi: Oxford University Press.

Denhardt, Robert B. and Jan Perkins. 1976. 'The Coming Death of Administrative Man', *Public Administration Review*, 38 (July–August): 379–85.

Dey, Bata K. 2000. 'E-Governance in India: Problems, Challenges and Opportunities—A Future Vision', *Indian Journal of Public Administration*, XLVI (3, July–September).

Dunleavy, Patrick. 1991. *Democracy, Bureaucracy and Public Choice: Economic Explanation in Political Science*. London: Harvester.

Dunn, William N. and Bahman Fozouni. 1976. *Towards a Critical Administrative Theory*. Beverly Hills, London: SAGE Publications. Public Administration in a Globalizing World

Eyde, Lorraine D. 1973. 'The Status of Women in State and Local Government', *Public Personnel Management*, 2 (3, May–June).

Frederickson, H. George. 1999. 'The Repositioning of American Public Administration', The 1999 John Gaus Lecture, *PS: Political Science and Politics*, December.

Ghuman, B.S. 2001. 'New Public Management: Theory and Practice', *Indian Journal of Public Administration*, xlvi (4, October–December).

Government of India. 2000. *The Information Technology Act, 2000*. Reproduced in *Indian Journal of Public Administration*, XLVI (3, July–September): 417–55.

Greenbury. 1995. Available at http://www.ecgi.org/codes/documents/greenbury.pdf (accessed on 2 January 2012).

Gurthrie, Diane M. 2003. 'Engaged Governance: An Institutional Approach to Government–Civil Society Engagement', Background Paper for United Nations Department of Economic and Social Affairs, Interregional workshop on 'Engaged Governance', Colombo, Sri Lanka, 9–11 December.

Henry, Nicholas. 2007. *Public Administration and Public Affairs* (10th edition). New Delhi: Prentice-Hall of India.

Hood, Cristopher. 1991. 'A Public Management for All Seasons?' *Public Administration*, 69 (1).

Israel, Arturo. 1990. 'The Changing Role of the State: Institutional Dimension, Policy Research and External Affairs', Working Paper, Country Economics Department, The World Bank (August).

Iyer, Ramaswamy R. 2004. 'The Meaning of Good Governance', *Indian Journal of Public Administration*, 50 (1).

Jayal, Nirja Gopal and S. Pai. 2001. *Democratic Governance in India*. New Delhi: SAGE Publications.

Jreisat, Jamil. 2004. 'Governance in a Globalized World', *International Journal of Public Administration*, 27 (13–14).

Kamarck, Elaine. 2004. 'Government Innovations around the World', Faculty Research Working Paper, John F. Kennedy School of Government, Harvard University, February.

Kapoor, Jagdish C. 2000. 'IT and Good governance', *Indian Journal of Public Administration*, XLVI (3, July–September).

Keraudran, Philippe and Hans Van Vicrlo. 1998. 'Theories of Public Management Reform and Their Practical Implications', in Tony Verheijen and David Coombes (eds), *Innovations in Public Management: Perspectives from East and West Europe*. Cheltenham: Edward Elgar.

Kirlin, John J. 1996. 'The Big Question in a Democracy', *Public Administration Review* (September–October).

Kooiman, Jan. 2003. *Governing as Governance*. London: SAGE Publications.

Leftwich, Adrian. 1993. 'Governance, Democracy and Development in the Third World', *Third World Quarterly*, 14 (3).

———. 1996. 'On the Primacy of Politics in Development', in Adrian Leftwich (ed.), *Democracy and Development: Theory and Practice*. Cambridge: Polity Press.

Lyer, Lawrence E. Jr., Carolyn J. Heinrich, and Carolyn J. Hill. 2001. *Improving Governance: A New Logic for Empirical Research*. Washington DC: Georgetown University Press.

Mallin, Christine A. 2007. *Corporate Governance* (2nd edition). New Delhi: Oxford University Press.

Mehta, M.C. 1985. Writ Petition (civil) Ho. 13029 of 1985, *M.C. Mehta vs. Union of India*.

Michalski, Wolfgang, Riel Miller, and Barrie Stevens. 2001. 'Governance in the 21st Century: Power in the Global Knowledge Economy and Society', *Governance in the 21st Century: Future Studies*, OECD.

Minocha, O.P. 1998 'Good Governance: New Public Management Perspective', *Indian Journal of Public Administration*, XLIV (3).

Osborne, David and Ted Gaebler. 1992. *Reinventing Government: How the Entrepreneurial Spirit is Transforming the Public Sector*. New Delhi: Printice-Hall. Pal, Chandra. 1999. *Environmental Pollution and Development: Environmental Law, Policy and Role of Judiciary*. New Delhi: Mittal Publications.

Peters, B. Guy. 1996. 'Models of Governance for the I990s', in Donald F. Kitt and H. Brinton Milward (eds), *The State of Public Management*. Baltimore: The Johns Hopkins University Press.

Preston, Lewis T. 1992. *Governance and Development*. Washington DC: World Bank, Foreword. Raju, R. Satya. 2003. 'Principles and Practices of Corporate Governance', in Alaka Dhameja (ed.), *Contemporary Debates in Public Administration*. New Delhi: Prentice-Hall of India.

Random House College Dictionary (rev. ed.). 1984. New York: Random House.

Rhodes, R.A.W. 1999. 'Governance and Public Administration', in J. Pierre (ed.), *Debating Governance*. Oxford: Oxford University Press.

Rose, N. and P. Miller. 1992. 'Political Power Beyond the State: Problematics of Government', *British Journal of Sociology*, 43 (2).

Rosenau, Jemes E. 1992. 'Governance, Order and Change in World Politics', in Jemes E. Rosenau and Ernst-Otto Czempiel (eds), *Governance Without Government: Order and Change in World Politics*. Cambridge: Cambridge University Press.

Salskov-Iversen, Dorte, Hans Krause Hansen, and Sven Bislev. 2000. 'Governmentality, Globalization and Local Practice: Transformation of a Hegemonic Discourse', *Alternatives: Social Transformation and Human Governance*, 25 (2, April–June).

Self, Peter. 1985. *Modern Theories of Government*. London: George Allen and Unwin.

Sharma, Vijay Kumar and Anuj Kumar. 2011. 'Corporate Governance in India: Some Thoughts', in Mamata Mokta, S.S. Chauhan, Sanjeev Mahajan, and Simmi Agnihotri (eds), *Challenges in Governance*. New Delhi: Anamica Publishers.

Stoker, Gerry. 1998. 'Governance as Theory: Five Propositions', *International Social Science Journal* (March). Reprinted in Mohit Bhattacharaya and Bidyut Chakrabarty (eds). 2003. *Public Administration: A Reader*. New Delhi: Oxford University Press.

Strivers, Camilla. 2002. *Gender Images in Public Administration: Legitimacy and the Administrative State*. London: SAGE Publications.

Summary of the Employee Retirement Income Security Act (ERISA). 2009. 1974 by Patrick Purcell and Jennifer Staman, *Congressional Research Service*, 2009. Available at http://aging.senate.gov/crs/pension7.pdf (accessed on 2 January 2012).

United Nations Development Programme. 1997. *Reconceptualizing Governance*, Discussion Paper 2, New York, January.

Webster's New Universal Unabridged Dictionary. 1979. London: Dorset and Baber.

World Bank. 1989a. *The Bank and the Heavily Indebted Middle-income Countries*. Washington DC: World Bank.

———. 1989b. *Sub-Saharan Africa: From Crisis to Sustainable Growth—A Longterm Perspective Study*. Washington DC: World Bank.

———. 1992a. *World Development Report*. New York: Oxford University Press.

———. 1992b. *The World Bank in Governance: The World Bank Experience*. ashington DC: World Bank.

———. 1992c. *Government and Development*. Washington DC: World Bank.

प्रकरण ४

सार्वजनिक धोरण

अभ्यासाची उद्दिष्टे

- सार्वजनिक धोरण म्हणजे काय हे समजावून घेणे
- सार्वजनिक धोरणाची उद्दिष्टे आणि महत्त्व स्पष्ट करणे
- विविध प्रकारच्या सार्वजनिक धोरणांची ओळख करून घेणे
- सार्वजनिक धोरणाची विविध प्रारूपे आणि दृष्टिकोन स्पष्ट करणे
- सार्वजनिक धोरण निर्मितीमधील धोरण निश्चिती, अंमलबजावणी आणि मूल्यमापन अशा पायऱ्यांचे परीक्षण करणे

सार्वजनिक धोरण ही आपल्या नेहमीच्या आयुष्यामध्ये वापरली जाणारी एक संज्ञा आहे. आपण नेहमीच वर्तमानपत्रामध्ये सार्वजनिक आरोग्य धोरण, शैक्षणिक धोरण, पर्यावरण धोरण, शेतीविषयक धोरण, औद्योगिक धोरण इत्यादी, याबद्दल वाचत असतो. सार्वजनिक गरजा आणि मागण्या पूर्ण करण्यासाठी प्रामुख्याने शासन सार्वजनिक धोरण आखत असते. सार्वजनिक धोरण हे सामूहिक समुदायाच्या गरजा पूर्ण करण्याचे एक माध्यम आहे. धोरणाशिवाय शासन व प्रशासन दिशाहीन असते. यशस्वी धोरणेच शासन व प्रशासनाचे यश ठरवतात आणि म्हणूनच जेव्हा धोरणे अयशस्वी होतात तेव्हा शासनही अयशस्वी होते, अशी म्हण रूढ आहे.

हे प्रकरण दोन भागांत विभागले आहे. पहिल्या भागामध्ये सार्वजनिक धोरणाच्या सैद्धान्तिक पैलूंशी संबंधित आहे. ज्यामध्ये संकल्पना, कालसुसंगतता, प्रकार, प्रारूपे आणि दृष्टिकोनांचा समावेश आहे. दुसऱ्या भागांमध्ये सार्वजनिक धोरणाच्या कार्यात्मक परिमाणांचा विचार केला गेला आहे. यामध्ये धोरण निश्चिती, अंमलबजावणी आणि मूल्यमापन प्रक्रिया यांचा समावेश होतो.

सैद्धान्तिक आयामः एक संदर्भ

राज्यशास्त्रामध्ये सार्वजनिक धोरण हे तुलनात्मकरित्या नवीन क्षेत्र आहे. शासकीय निर्णयांचे पारंपरिक विश्लेषण हे राजकीय उपक्रमांचे अपुरे स्पष्टीकरण असे, हे मान्य करण्यात आले होते आणि याच गरजेमधून या क्षेत्राचा अभ्यासक्षेत्र म्हणून विकास झाला. समाज आणि समाजाच्या विविध संस्थांमधील संबंध हे जसजसे अधिकाधिक गुंतागुंतीचे आणि अधिक परस्परावलंबी होत गेले तसतशी–शासन काय करते ते

इतर धोरण पर्यायांपैकी काही धोरण पर्याय का व कसे निवडते याचे अधिक व्यापक परीक्षण करण्याची गरज निर्माण झाली (गेर्सटन १९७४: ३).

आधुनिक समाज आणि औद्योगिकीकरणाच्या उदयानंतर सार्वजनिक धोरण प्रक्रियेवर अधिक भर दिला जाऊ लागला आहे. एकोणिसाव्या शतकामध्ये जगाच्या काही भागांमध्ये प्रातिनिधिक लोकशाही व्यवस्था विकसित होऊ लागल्या. वाढत्या लोकसहभागामुळे शासन निर्णयांना अधिक महत्त्व आणि अधिमान्यता प्राप्त झाली. सामाजिक, आर्थिक आणि राजकीय समस्यांबाबतच्या परस्परविरोधी मूल्यांचे राजकारण व शासनावर गंभीर परिणाम होत गेले. या बदलांबरोबर शासनसंस्था आपल्या नागरिकांच्या समस्यांवर लक्ष केंद्रित करू लागल्या (गर्सटन १९७४: ४). समकालीन सार्वजनिक धोरण आणि धोरण पृथक्करण मुख्यत्वे अमेरिकी आणि विसाव्या शतकातील धाटणीचे आहे. सार्वजनिक समस्या व धोरण यांच्या अभ्यासाच्या अधिक एकात्म दृष्टिकोनासाठी प्रथमतः अमेरिकेमध्येच पुढाकार घेतला गेला. हेराल्ड लासवेलच्या *सायकोपॅथॉलॉजी अॅन्ड पॉलिटिक्स* (१९३०) आणि *द अॅनलिसिस ऑफ पोलिटिकल बिहेव्हिअर* (१९४८) या लेखनकार्याचा कळसाध्याय ठरलेले डॅनिअल लर्नरसह संपादित केलेले लासवेलचे 'द पॉलिसी ओरिएंटेशन'मध्ये, *द पॉलिसी सायन्सेस* या नावाने प्रकाशित झालेला लासवेलचा निबंध हे उल्लेखनीय कार्य आहे (सप्रू २०१०: २०). सार्वजनिक धोरणाची चळवळ सुरू होण्यामागील हॅरॉल्ड लासवेल हा प्रमुख कर्ता होता. सन १९६०च्या दशकाच्या शेवटी एडवर्ड एस. क्वॅडने म्हटल्याप्रमाणे युद्ध, दारिद्र्य, अपराध, वंशसंबंध आणि प्रदूषण यांसारखे अनेक एकत्र येणारे घटक धोरणशास्त्रांमधील अधिक औत्सुक्य निर्माण करण्यास कारणीभूत ठरू शकतात (क्वॅड १९७०: १). अलीकडील काळात सार्वजनिक धोरण हे प्रत्यक्षात सामाजिकशास्त्रांतील एक नवीन शाखा, तथाकथित धोरणशास्त्र म्हणून उदयास आले आहे.

सार्वजनिक धोरण म्हणजे काय?

सार्वजनिक धोरण या संज्ञेविषयी विचार करण्याअगोदर त्याचे 'सार्वजनिक' आणि 'धोरण' हे दोन भाग समजून घेणे श्रेयस्कर ठरेल. आपल्याला ज्ञात असल्याप्रमाणे 'खाजगी' हितापेक्षा 'सार्वजनिक' हित साधण्याचे राज्याचे एक साधन म्हणून लोकप्रशासनाचा उदय झाला. या अर्थाने 'सार्वजनिक' म्हणजे काही व्यक्तींच्या वैयक्तिक हितापेक्षा सामान्यपणे सर्व लोकांचे काही सामाईक (हित) असणे होय. राजकीय आयुष्यामध्ये, लोकांच्या गरजा आणि मागण्या भागवण्याचे शासन हे एक प्रमुख साधन आहे. 'धोरण' या शब्दाचा (संज्ञेचा) अर्थ दिलेल्या उद्दिष्टांप्रती

सर्वंकष कृतिकार्यक्रम असा होतो. रॉबर्ट प्रेस्थस याने 'धोरण' या शब्दाची व्याख्या पुढीलप्रमाणे केली आहेः 'धोरण म्हणजे एखाद्या व्यक्तीची किंवा व्यक्तींच्या गटाने केलेली निवड किंवा पसंती, जी एखादी विशिष्ट कृतींचे समर्थन करते, किंवा त्यांचे नेतृत्व करते अथवा त्या कृती निश्चित करते' (प्रेस्थस १९७५ः १४). अशा प्रकारे, विशिष्ट वातावरणामध्ये विशिष्ट उद्दिष्ट किंवा हेतू साध्य करण्यासाठी एखाद्या व्यक्तीने, गटाने; संस्थेने अथवा शासनाने सुचविलेली कृती होय, अशी धोरणाची ढोबळमानाने व्याख्या करता येईल.

राजकीय बदल समजून घेण्याचा दृष्टिकोन म्हणून, जितक्या धोरणविषयक समस्या आहेत तितक्याच सार्वजनिक धोरणाच्या विविध व्याख्या आहेत. ही संकल्पना नीट समजून घेण्यासाठी आपण त्यातील काही व्याख्यांचा अभ्यास करू. थॉमस आर वूश म्हणतात की, 'शासन जे काही करण्याचे किंवा न करण्याचे ठरवते ते म्हणजे सार्वजनिक धोरण' (पीटर्स १९९६ः ४). या व्याख्येमध्ये सार्वजनिक धोरणामध्ये सर्व क्रियांचा किंवा निष्क्रियतांचा समावेश होतो. याचाच विस्तार करण्याच्या दृष्टीने बी. गाय पीटर्स यांनी यामध्ये भर घातली की, सार्वजनिक धोरणाचा 'नागरिकांच्या आयुष्यावर परिणाम होत असतो आणि त्यामुळेच थेट किंवा प्रतिनिधींच्या माध्यमातून कृती करणाऱ्या शासनकृतींची गोळाबेरीज म्हणजे सार्वजनिक धोरण'. जेम्स इ. ॲन्डरसन सार्वजनिक धोरणाची पुढीलप्रमाणे व्याख्या करतात. 'संबंधितांच्या समस्या किंवा प्रकरण हाताळताना एखाद्या कर्त्याने किंवा कर्त्यांच्या गटाने अवलंबलेला उद्देशात्मक कृतींचा मार्ग म्हणजे सार्वजनिक धोरण' (ॲन्डरसन १९७५ः ३). धोरणाच्या या संकल्पनेमध्ये शासन किंवा सार्वजनिक अधिकाऱ्यांनी योजलेल्या किंवा सूचित केलेल्या कृतींपेक्षा प्रत्यक्षांमधील कृतींवर अधिक भर दिला आहे. तसेच धोरण हे स्पर्धात्मक पर्यायांमधील एक निवड असल्याने या संकल्पनेमध्ये धोरण आणि निर्णय यात फारकत केली आहे.

लॅरी एन. गर्सस्टन यांनी गतिशील सार्वजनिक धोरणामध्ये लोक आणि शासन या दोहोंच्या कृती आणि आदानप्रदान यांना प्रतिसाद देणाऱ्या व्याख्येची मांडणी केली आहे. त्यांच्यामध्ये 'अधिमान्य शासकीय पद असणाऱ्या किंवा त्यावर परिणाम करणाऱ्यांचे मूलभूत निर्णय, जबाबदाऱ्या आणि कृती यांचे मिश्रण म्हणजे सार्वजनिक धोरण होय' (गसर्स्टन १९७४ः ७). येझकेल ड्रॉरने सार्वजनिक धोरण निर्मितीची व्याख्या पुढीलप्रमाणे केलीः भविष्यकाळ सूचित करणाऱ्या कृतींसाठी महत्त्वाची मार्गदर्शक तत्त्वे निश्चित करणारी गतिमान प्रक्रिया म्हणजे सार्वजनिक धोरण निर्मिती होय. या मार्गदर्शक तत्त्वांचा (धोरणांचा) औपचारिक उद्देश हा सर्वांत उचित साधनांच्या साहाय्याने सार्वजनिक हित साध्य करणे हा

असतो' (ड्रॉर १९७४: १२). सार्वजनिक धोरणे ही शासकीय संस्था आणि अधिकाऱ्यांकडून निर्माण केली जातात. अर्थात, धोरण विकासावर अशासकीय कर्ते किंवा घटकांचा परिणाम होऊ शकतो. राजकीय व्यवस्थेतील 'ज्येष्ठ, प्रमुख, कार्यकारी अधिकारी, सांसद, न्यायाधीश, प्रशासक, सल्लागार, राजे आणि तत्सम' यांच्याकडून सार्वजनिक धोरण निर्माण केले जाते, ज्या तथ्यांमधूनच (डेव्हिड रस्टनच्या शब्दांत 'अधिकाऱ्यांकडून') सार्वजनिक धोरणाच्या विशिष्ट वैशिष्ट्यांचा उगम होतो. त्याच्या मते या व्यक्ती राजकीय व्यवस्थेच्या नियमित बाबींमध्ये व्यस्त असतात', तसेच त्यांना या जबाबदाऱ्या पार पाडण्यासाठी राजकीय व्यवस्थेच्या बहुतेक सदस्यांकडून मान्यता मिळालेली असते आणि ते आपल्या भूमिकेच्या मर्यादांमध्ये राहून अशा कृती करत असतात. ज्यांना 'बहुतेक सदस्यांकडून स्वतःला बंधनकारक असण्याची मान्यता मिळालेली असते' (इस्टन १९६५: २१२).

विविध अभ्यासकांच्या वरील व्याख्यांच्या आधारे आपण सार्वजनिक धोरण या संकल्पनेच्या काही अर्थांची मांडणी करू शकतो. प्रथमतः सार्वजनिक धोरण ही सहज वर्तनापेक्षा हेतुपुरस्सर किंवा उद्देशात्मक कृती आहे. दुसरे म्हणजे, सार्वजनिक धोरण हे शासनांनी सावर्जनिक हित साधण्यासाठी अंगिकारलेली आणि सातत्याने पाठपुरावा केलेली कृती आहे. तिसरं म्हणजे, सार्वजनिक धोरण म्हणजे शासनाचा जे करण्याचा हेतू असतो, त्याहीपेक्षा शासन प्रत्यक्षात जी कृती करते ती कृती आणि त्यानंतर होणारे परिणाम. चौथं म्हणजे सार्वजनिक धोरण हे सकारात्मक किंवा नकारात्मक असू शकते. सकारात्मकदृष्ट्या, विशिष्ट समस्या सोडविण्यासाठी त्यामध्ये शासनाच्या काही कृतींचा समावेश असू शकतो आणि काही बाबींबाबत जेथे शासनाचा सहभाग असतो तेथे शासकीय अधिकाऱ्यांनी एखादी कृती न करण्याबाबत किंवा काहीच न करण्याबाबत घेतलेल्या निर्णयांचा नकारात्मक बाजूमध्ये समावेश होतो. सरतेशेवटी, सार्वजनिक धोरणाला कायद्याचा आणि अधिमान्यतेचा आधार असतो. त्याच्या (सार्वजनिक धोरणाच्या) कायदेशीर बंधनांमुळे आणि दंडात्मक अधिकारांमुळे समाजाचे सदस्य कर भरणे, वाहतुकीचे नियम पाळणे आणि प्रदूषण नियंत्रणाचे नियम पाळणे या बाबी कायदेशीर मानतात.

सार्वजनिक धोरणाचे महत्त्व

सार्वजनिक धोरण हे कोणत्याही राजकीय व्यवस्थेचा महत्त्वाचा भाग आहे. ते मुख्यत्वे लोक आणि त्यांच्या समस्या यांच्याशी संबंधित असते. समाजाच्या सुधारणेसाठी समाजाला घडवणे हे सार्वजनिक धोरणाचे प्रमुख कार्य आहे. डब्ल्यू. पारसन्स

सार्वजनिक धोरणाची भूमिका स्पष्ट करताना म्हणतात, 'सार्वजनिक धोरणाचा व्यापक हेतू केवळ वस्तू आणि सेवा पुरवणे याहीपेक्षा समाजातील व्यक्तींचा जास्तीत जास्त विकास आणि प्रबोधन करणे, तसेच सहमती, सामाजिक भान आणि अधिमान्यता निर्माण करणे हा आहे'. अशा प्रकारे सार्वजनिक धोरणामध्ये केवळ सेवांच्या उपलब्धतेची कार्यक्षमता आणि परिणामकारकता वाढवणे यांचा समावेश होत नसून त्यामध्ये लोकांच्या लोकशाही आणि राजकीय क्षमतांमध्ये सुधारणा करणे याचा समावेश होतो. याचा अर्थ असाही होतो की सामाजिक धोरणाचे स्वरूप सहभागात्मक आणि लोकशाही स्वरूपाचे असते.

सार्वजनिक धोरण एक विकासात्मक भूमिका देखील पार पाडते. सुनियोजित धोरणे राष्ट्राच्या सामाजिक व आर्थिक विकासाला साहाय्यक ठरतात. स्वातंत्र्योत्तर काळात भारताने सामाजिक व आर्थिक परिवर्तनासाठी अनेक धोरणे आखली. यासाठी नियोजन आयोगाची स्थापना करण्यात आली आणि पंचवार्षिक योजना आखल्या गेल्या. शेती विकास, औद्योगिक वृद्धी, दारिद्र्य निर्मूलन, ग्रामीण विकास इत्यादीसाठी देखील धोरणे आखली गेली. आज आपण या धोरणांचे अनेक सकारात्मक परिणाम पाहू शकतो. सामाजिक धोरणे भारताला राष्ट्रबांधणीच्या कार्यातदेखील उपयुक्त ठरली. भारत केवळ बाह्य आक्रमणांपासून स्वतःचे संरक्षण करू शकला नाही, तर विविध गट, जाती, भाषिक आणि धार्मिक पंथांनाही एकात्म ठेवू शकला. अशा प्रकारे, स्वातंत्र्योत्तर काळापासून भारतातील सामाजिक धोरणे सामाजिक आर्थिक विकास साध्य करण्यासाठी आणि राष्ट्रीय एकात्मता आणि अखंडता राखण्यात उपयुक्त ठरली आहेत.

राज्यशास्त्रातील सार्वजनिक धोरणाचे महत्त्व स्पष्ट करताना थॉमस आर. डे ते शास्त्रीय, व्यावसायिक आणि राजकीय हेतू अशी तीन कारणे देऊन स्पष्ट करतो. सर्वांत पहिलं कारण म्हणजे सार्वजनिक धोरणाचा त्याच्या उदयाविषयी, ते ज्या पद्धतीमध्ये विकसित झाले ते त्या पद्धतींविषयी आणि त्यांचे समाजावरील परिणाम यांविषयी अधिक जाणून घेण्यासाठी सार्वजनिक धोरणाचा अभ्यास केला जाऊ शकतो. उलट, यामुळे सामान्यपणे राजकीय व्यवस्था आणि समाज यांविषयीचे आपले आकलन वाढेल. सार्वजनिक धोरणामध्ये व्यावसायिक उपयोगितादेखील असते. सार्वजनिक धोरणांची कारणे व परिणाम यांविषयीचे आकलन आपल्याला प्रत्यक्षातील समस्या सोडवण्यासाठी सामाजिकशास्त्रामधील ज्ञानाचा वापर करण्यास फायदेशीर ठरते. समाजातील अनिष्टतांवरील उपचारासाठी तथ्याधारित ज्ञान ही एक पूर्वअट आहे. जर विशिष्ट इच्छित अंतिम मूल्ये साध्य करावयाची असतील तर कोणत्या प्रकारच्या राजकारणाच्या माध्यमातून या गरजांची अंमलबजावणी

करू शकेल हा वास्तव प्रश्न आहे व त्यासाठी शास्त्रीय अभ्यासाची गरज आहे. दुसऱ्या शब्दांत सांगायचे तर, धोरण अभ्यासातून व्यावसायिक सल्ला देता येऊ शकतो.

सारांश, सार्वजनिक धोरणाला राजकीय उपयुक्तता असते. योग्य उद्दिष्टे साध्य करण्यासाठी राष्ट्र योग्य धोरणांचा अवलंब करेल याची हमी सार्वजनिक धोरण देते. असा युक्तिवाद नेहमीच मांडला जातो की मोठ्या सामाजिक आणि राजकीय पेचप्रसंगांमध्ये राज्यशास्त्र मूक किंवा शक्तिहीन राहू शकत नाही आणि तसेच राजकीय शास्त्रज्ञांवर स्पष्ट निश्चित सार्वजनिक धोरणांच्या ज्ञानाच्या आधारावर राजकारणी हे कार्य पूर्ण करतात.

समाजाच्या वाढत्या क्लिष्टतेमुळे सार्वजनिक धोरणाला मोठे महत्त्व प्राप्त झाले आहे. शासनाच्या कृतींची कारणे व परिणाम स्पष्ट करण्यासाठी सार्वजनिक धोरणांची मदत होते. सार्वजनिक धोरणे आपल्याला केवळ सामाजिक धोके (संकटे) समजून घेण्यासाठी मदत करत नाहीत तर आर्थिक व्यवस्थेला भूतकाळातून भविष्यकाळाकडे नेण्यासाठी साधन आणि रचना निर्माण करतात.

सार्वजनिक धोरणांचे प्रकार

राजकीय व्यवस्थेमध्ये शासन अनेक कृती करत असते. ते समाजामधील संघर्षांचे नियमन करते, इतर समाजांबरोबर असलेला संघर्ष सुरू ठेवण्यासाठी समाजाचे व्यवस्थापन करते, समाजातील सदस्यांना विविध प्रतीकात्मक लाभ आणि भौतिक सेवा वितरीत करते आणि समाजाकडून करांच्या रूपात पैसे काढून घेते. थिओडोर लोवी (१९६४) सुचवतात की धोरणे ही नियामक, वितरण आणि पुनर्वितरण व्यवस्था स्वरूपाची असू शकतात. प्रत्येक प्रकारचे धोरण हे एका विशिष्ट राजकीय प्रक्रियेशी निगडित असते.

नियामक धोरणे ही दंडात्मक तंत्रांनी व्यक्तींचे वर्तन नियमित आणि नियंत्रित करण्याशी संबंधित असतात. या धोरणांचा संबंध व्यापार नियमन, शैक्षणिक दर्जा, सुरक्षाविषयक उपाययोजना आणि तत्सम बाबींशी असतो. अशा प्रकारचे नियमन शासनाच्या वतीने काम करणाऱ्या स्वायत्त संस्थांकडून केले जाते. सिक्युरिटिज ॲन्ड एक्सचेंज बोर्ड ऑफ इंडिया (सेबी), टेलिकॉम रेग्युलेटरी ॲथॉरिटी ऑफ इंडिया (ट्राय), द ब्युरो ऑफ इंडियन स्टँडर्स आणि रिझर्व्ह बँक ऑफ इंडिया (आरबीआय) ही भारतातील नियामक संस्थांची उदाहरणे आहेत. वितरणविषयक धोरणे लोकांच्या विशिष्ट गटांना वस्तू आणि सेवा प्रदान करतात. सर्व लोक कल्याण कार्यक्रम हे वितरणाधारित असतात. शेतकऱ्यांना दिली जाणारी शेतीविषयक

अनुदाने, गरिबांसाठी असणारे अनुदानित अन्नधान्य आणि शासकीय आरोग्य सेवा ही अशा धोरणांची उदाहरणे आहेत. पुनर्वितरणावर आधारित धोरणांचा संसाधनाचे एका गटाकडून दुसऱ्या गटाकडे पुनर्वाटप करण्याचा हेतू असतो. सामाजिक आणि आर्थिक लाभांच्या पुनर्वाटपाच्या माध्यमातून समताधिष्ठित समाज निर्माण करणे हे अशा धोरणांचे उद्दिष्ट असते. आयकर धोरणांकडे नेहमीच पुनर्वाटप धोरणांची उदाहरणे म्हणून पाहिले जाते.

सार्वजनिक धोरणाच्या लोवीच्या त्रिमितीय विभागणीमध्येच फ्रेड एम. फ्रोहॉक (१९७९) आणखी दोन प्रकारांच्या धोरणांची भर घालतो. ते प्रकार म्हणजे भांडवलीकरण आणि नैतिक धोरणे. व्यापारी वर्गांना मिळणारी अनुदाने आणि सवलती यांचा समावेश भांडवलीकरणाच्या धोरणांमध्ये होतो. अशा वितरणांचा प्रत्यक्षात नसला तरी सैद्धान्तिक हेतू हा समाजातील संस्थांची उत्पादन क्षमता वाढवणे हा असतो. सामान्यपणे भांडवलीकरण धोरणांचा समावेश वितरणाधारित धोरणांमध्ये होत असला तरी ती कल्याणकारी कार्यक्रमांच्या प्राथमिक उपभोग्य वितरणाप्रमाणे नसतात. नैतिक धोरणांचा हेतू काही नैतिक समस्यांसाठी योग्य मार्ग स्थापन करणे हा असतो. उदाहरणार्थ, अमेरिकेच्या सर्वोच्च न्यायालयाच्या १९७३ मधील निर्णयाने (*रोये विरुद्ध. वाडे*) पहिल्या तीन महिन्याच्या काळातील गर्भपात हा कायदेशीररित्या ग्राह्य पर्याय म्हणून मान्यता दिली. कोर्टाने गर्भपाताची नैतिक समस्या सोडवली नाही; कायदेशीर मान्यता असूनही आजही काही लोक गर्भपात नैतिकदृष्ट्या चुकीचा आहे असे समजतात. परंतु न्यायालयीन निर्णयांचे पालन करून सार्वजनिक धोरणे ही दृढ नैतिक निष्ठांबाबत काय करावे किंवा करू नये हे निश्चित करतात. परिणामस्वरूप, सर्वोच्च न्यायालयाच्या निर्णयाने नैतिक मुद्द्यांबाबत कायदेशीररित्या मान्यता प्राप्त मार्गांची उभारणी केली.

निरनिराळ्या प्रकारची सार्वजनिक धोरणे शासनाकडून पार पाडली जाणारी विविध कार्ये स्पष्ट करतात. ती एकतर संघर्षात्मक हक्क (दावे) सोडवण्यासाठीच्या कृतींच्या प्रारूपांचे प्रतिनिधित्व करतात किंवा सहकार्यासाठी लाभ देऊ करतात. राजकीय आयुष्याला जीवन प्रदान करणे हा त्यांचा मुख्य हेतू असतो.

सार्वजनिक धोरणाची प्रारूपे आणि दृष्टिकोन

गतवर्षांमध्ये राजकीय जीवन समजून घेण्यासाठी राज्यशास्त्रज्ञांनी अनेक प्रारूपे आणि दृष्टिकोन विकसित केले आहेत. थॉमस आर. डे यांच्या मते अशा अभ्यासाचा हेतू म्हणजे शासन आणि राजकारण याविषयीची आपली धारणा सोपी आणि स्पष्ट करणे, समाजातील महत्त्वाच्या राजकीय शक्ती ओळखणे, राजकीय आयुष्याबद्दलच्या

प्रस्तुत ज्ञानाची देवाणघेवाण करणे, राजकारणातील पृच्छांना दिशा देणे आणि राजकीय घटना आणि परिणामांकरता स्पष्टीकरण सुचवणे (भट्टाचार्य २००८: १२७). येथे थोडक्यात परीक्षण केलेल्या सैद्धान्तिक दृष्टिकोनामध्ये व्यवस्था सिद्धान्त, अभिजनवादी सिद्धान्त, गट सिद्धान्त, तर्काधिष्ठित सिद्धान्त, वृद्धी सिद्धान्त, क्रीडा सिद्धान्त आणि संस्थात्मक सिद्धान्त याचा समावेश होतो. ही प्रारूपे सार्वजनिक धोरणाकडे पाहण्याचे निरनिराळे मार्ग सादर करतात. अर्थात ते परस्परांपासून भिन्न आहेत. प्रत्येक सिद्धान्ताचा रोख वेगळा आहे आणि प्रत्येक सिद्धान्त राजकीय जीवन आणि धोरणांबद्दल विशिष्ट गोष्टी सुचवतात. थॉमर आर. डे यांच्या वर्गीकरणावर आधारित प्रत्येक सिद्धान्ताचे थोडक्यात स्पष्टीकरण खालील प्रमाणे आहे. यामध्ये सार्वजनिक धोरणाकडे पाहू शकणाऱ्या वेगवेगळ्या मार्गांवर विशेष लक्ष दिले गेले आहे.

संस्थात्मक दृष्टिकोन

पारंपरिकरित्या, राज्यशास्त्रातील शासनाच्या राजकीय कृतींचा अभ्यास करण्यासाठी हा सिद्धान्त एक आधारभूत पृथक्करणात्मक साधन म्हणून सिद्ध झाला आहे. या दृष्टिकोनाप्रमाणे कायदेमंडळ, कार्यकारी मंडळ, न्यायालये, राजकीय पक्ष अशा शासकीय संस्थांमध्ये सार्वजनिक धोरणांचे मूळ असते. एखादे धोरण हे सार्वजनिक धोरण तेव्हाच बनते जेव्हा केवळ ते शासकीय संस्थांकडून अधिकाराने निर्णित केले जाते. एखाद्या धोरणाला शासन अधिमान्यता आणि वैश्विक स्वरूप बहाल करत असते. शासन संस्था अधिकृतपणे सार्वजनिक धोरण निश्चित करतात तसेच त्यांची अंमलबजावणी करतात व लागू करतात. (सार्वजनिक धोरणाचे) निश्चितीकरण, अंमलबजावणी व लागू करणे या बाबी अत्यंत अधिकारवाणीने शासनाकडून केल्या जातात. अशा प्रकारे सार्वजनिक धोरण आणि शासन यांचे अतिशय जवळचे संबंध असतात. संस्था आणि सार्वजनिक धोरण यांच्या जिवंत संबंधाकडे दुर्लक्ष केल्याची टीका संस्थात्मक दृष्टिकोनावर केली जाते. राज्यशास्त्रांमधील वर्तनवादी क्रांतीच्या जोरदार प्रवाहामध्ये धोरणांच्या संस्थात्मक अभ्यासाची प्रक्रिया बाजूला सारली गेली आणि गट, व्यवस्था आणि अभिजन वर्ग प्रारूपांवर भर देणाऱ्या अभ्यासांना पसंती दर्शवली गेली.

गट सिद्धान्त

गट सिद्धान्ताप्रमाणे गटांचे हितसंबंध आणि कल हे सार्वजनिक धोरण निश्चितीकरणामधील परिणामकारक घटक आहेत. सार्वजनिक धोरण हा गट संघर्षाचा परिणाम असतो. अर्ल लॅथम मांडतात त्याप्रमाणे 'एखाद्या दिलेल्या वेळी या संघर्षात्मक (गटां)मध्ये प्रस्थापित झालेल्या समतोलाला सार्वजनिक धोरण

म्हणता येईल आणि तसेच संघर्षात्मक घटक किंवा गट सतत जो समतोल आपल्या बाजूने अनुकूल करण्याचा प्रयत्न करत असतात अशा समतोलाचे ती प्रतिनिधित्व करतात' (भट्टाचार्य २००८: १२६). सार्वजनिक धोरणावर प्रभाव पाडण्यासाठी विविध हितसंबंध गट आपापसात संघर्ष करत असतात. त्यामुळे शासनातील प्रत्यक्ष धोरणनिर्मिती अधिक प्रभावी गटांकडे झुकण्याची प्रवृत्ती असते. याउलट, प्रभावहीन गटांच्या मागण्यांपासून सार्वजनिक धोरण दूर जात असते. अशा प्रकारे सार्वजनिक धोरण हे कोणत्याही वेळी प्रभावी गटांचे हितसंबंध परावर्तित करत असते. तथापि या सिद्धान्तामधील उणिवा म्हणजे या सिद्धान्तामध्ये गटांना अधिक महत्त्व दिले आहे आणि धोरण प्रक्रियेमध्ये सार्वजनिक अधिकारी जी सर्जनशील भूमिका पार पाडता त्यास कमी लेखले गेले आहे. त्याचप्रमाणे कल्पना आणि संस्था यांसारख्या घटकांकडे दुर्लक्ष करतो तसेच गट संघर्षाच्या भाषेत राजकारण आणि धोरण निर्मिती स्पष्ट करण्यामध्ये हा सिद्धान्त दिशाहीन आणि अकार्यक्षम आहे.

श्रेष्ठीजन सिद्धान्त

शासनकर्त्या अभिजनवाद्यांच्या दृष्टिकोनप्रमाणे पसंतीक्रम आणि मूल्ये म्हणजेच सार्वजनिक धोरण असे हा सिद्धान्त प्रतिपादन करतो. त्यांचा असा विश्वास आहे की लोक हे सार्वजनिक धोरणाबद्दल असहभागी, उदासीन आणि गैरसमज असतात. लोकांकडून सार्वजनिक धोरणाबद्दल पुढाकार घेतला जात नाही. प्रत्यक्षात अभिजनवर्ग लोकांच्या मतांना आकार देऊन धोरणात्मक प्रश्न तयार करतात. अशा प्रकारे सार्वजनिक धोरण हे वास्तवात अभिजनवाद्यांचा पसंतीक्रम म्हणूनच निर्माण होतो. सार्वजनिक अधिकारी आणि प्रशासक केवळ अभिजनवाद्यांनी निर्णित केलेली धोरणे राबवत असतात. या प्रारूपामध्ये धोरणे अभिजनवाद्यांकडून लोकांकडे प्रवाहित होतात, धोरणे लोकांच्या मागण्यांमधून निर्माण होत नाहीत.

अभिजनवादी सिद्धान्त गट सिद्धान्त यामध्ये साम्य आहे. कारण दोन्हीही सिद्धान्तांप्रमाणे समाजातील विशिष्ट हितसंबंधाच्या दबावामधून धोरणे निर्माण होतात. तथापि गट सिद्धान्त हा मूलतः अनेकत्ववादी आहे, तर अभिजनवादी सिद्धान्त तत्त्वतः एकाधिकारी आहे (भट्टाचार्य २००८: १२७).

तर्काधिष्ठित प्रारूप

तर्काधिष्ठित प्रारूप हे प्रारूप धोरण निर्मिती ही तर्काच्या आधारांवर केलेली धोरण पर्यायांमधील एक निवड असते, यावर भर देते. हरबर्ट सायमन, येझकेल, ड्रोर आणि थॉमर आर डे हे या प्रारूपाचे प्रमुख पुरस्कर्ते आहेत. रॉबर्ट हॅवमन (१९७०) असे मानतात की, विवेकी धोरण हे असे धोरण असते जे 'निव्वळ मूल्य प्रसाध्यता'

वाढवण्यासाठी योग्य अचूक पद्धतीने आखलेले असते. एक बौद्धिक प्रयत्न म्हणून विवेकवाद समाजामध्ये अस्तित्वात असलेल्या सर्व पसंतीक्रमांचा अभ्यास करण्याचा प्रयत्न करतो, प्रत्येक मूल्याला सापेक्ष महत्त्व प्रदान करतो, उपलब्ध असलेल्या सर्व धोरण पर्यायांचा शोध घेतो, प्रत्येक पर्यायाचा परिणाम जाणून घेण्याचा प्रयत्न करतो, एखाद्या धोरणाच्या निवडीच्या संधीच्या किमतीच्या संदर्भात इतर पर्यायांवर कसा परिणाम होतो याचे परीक्षण करण्याचा प्रयत्न करतो आणि अंततः, सामाजिक मूल्यांची किंमत आणि लाभ याबाबतीत अतिशय (सर्वांत) कार्यक्षम असणारा धोरण पर्याय निवडण्याचा प्रयत्न करतो (हेन्री २००७ः २९०). थॉमर आर. डे (२००४) विवेक आणि कार्यक्षमता यांना समान लेखतात. त्याच्या मते धोरण जेव्हा कार्यक्षम असते तेव्हाच ते तर्काधिष्ठित असते. कार्यक्षम म्हणजे जेव्हा प्राप्त केलेल्या मूल्यांचे आणि त्यामध्ये त्याग केलेल्या मूल्यांचे प्रमाण हे सकारात्मक आणि इतर धोरण पर्यायांपेक्षा अधिक असते. बरीचशी तर्काधिष्ठित प्रारूपे ही अधिक चांगल्या सार्वजनिक धोरणांची हमी देणाऱ्या सार्वजनिक धोरणांची बांधणी करतात. येझकेल ड्रॉर या धोरणाचा 'प्रतिकात्मक धोरण' किंवा धोरणनिर्मितीसाठी धोरण असा उल्लेख करतो.

तर्काधिष्ठित प्रारूपामध्ये, धोरण हे तर्कशुद्ध आणि तथ्यावर आधारितच असावे लागते. अशा प्रकारे, हर्बर्ट सायमन यांनी त्यांच्या 'निर्णय प्रक्रियेच्या तर्काधिष्ठित प्रारूपामध्ये' 'तथ्ये' ही 'मूल्यां'पासून अलग करून धोरण निर्मितीमध्ये संगणक आणि गणिती प्रारूपांसारखी शास्त्रीय तंत्रे यांचा वापर सुरू केला. हर्बट सायमन यांच्या मते जिथे वर्तनाच्या परिणामांचे परीक्षण करता येते अशा मूल्यव्यवस्थेत पसंत वर्तन पर्यायांच्या निवडीशी तर्काधिष्ठिततेचा संबंध असतो. त्यांच्या मते तर्काधिष्ठित धोरण निर्मिती प्रक्रियेमध्ये तीन प्रकारच्या कृती अंतर्भूत असतातः बौद्धिक कृती, अभिकल्प कृती आणि निवड कृती. कार्यक्षमता हा प्रशासनाचा प्राथमिक उद्देश आहे हे हरबर्ट सायमन मान्य करतात, त्याचप्रमाणे व्यक्तींच्या आणि संस्थांच्या संपूर्ण तर्काधिष्ठित वर्तनाच्या मर्यादाही ते जाणून आहेत. तर्कवाद या संकल्पनेचे वर्णन करण्याकरता हरबर्ट सायमन 'सीमित तर्कवाद' ही संकल्पना विकसित करतात, जी मर्यादित आहे, परंतु अतार्किक नाही.

तर्काधिष्ठित धोरणनिर्मितीमध्ये अनेक अडथळे असतात. तसेच कोणतीही एकसमान सामाजिक मूल्ये नसतात. आपल्याकडे केवळ काही विशिष्ट गटांची आणि व्यक्तींची मूल्ये असतात, जी संघर्षात्मक असतात. धोरणकर्ते अशा वातावरणामध्ये असतात, की त्यामुळे अनेक सामाजिक मूल्यांबाबत ते अनभिज्ञ असतात. माहिती संकलन हे अत्यंत खर्चिक असल्यामुळे, माहितीची उपलब्धता आणि संकलनासाठी लागणारा वेळ हे सर्व संभाव्य धोरण पर्याय आणि प्रत्येक

पर्यायाचे परिणाम याविषयीची आवश्यक माहिती मिळवण्यामधील अडथळे आहेत. धोरण निर्मात्यांच्या वैयक्तिक गरजा, मर्यादा आणि कमतरता असतात आणि या सर्व बाबी त्यांना उच्च तर्काधिष्ठित पद्धतीने कार्य करण्यास अटकाव करतात. त्यामुळे अगदी येझकेल ड्रॉर सारख्या तर्काधिष्ठित धोरण शास्त्रज्ञांच्या मते धोरण विश्लेषकांनी त्यांच्याकडील अतिरिक्त तार्किक माहिती व्यापक करून सामाजिक वास्तवतेच्या तीव्र आकलनशक्तीसह, प्रतिभा आणि अपवादात्मक नेतृत्वशैली यांचा वापर केला पाहिजे.

वर्धिष्णू प्रारूप

वर्धिष्णूता ही काही वर्धिष्णू परिवर्तनांसहित अगोदरच्या शासनाच्या कृतींत सातत्य ठेवणे या दृष्टिकोनातून सार्वजनिक धोरणाकडे पाहते. चार्ल्स ई. लिंडब्लम यांनी निर्णय निर्मितीच्या पारंपरिक विवेकी प्रारूपावर टीका करताना प्रथमतः वर्धिष्णू प्रारूपाची मांडणी केली. लिंडब्लम यांच्या मते, धोरणकर्ते वेळ, बुद्धिमत्ता आणि लागणारा खर्च यांच्या मर्यादांमुळे प्रचलित आणि प्रस्तावित अशा व्यापक धोरण-पर्यायांचे वार्षिक परीक्षण करत नाहीत. सामान्यपणे, धोरणकर्ते प्रस्थापित कार्यक्रमांची वैधता मान्य करतात आणि मूकपणे पूर्वीचीच धोरणे चालू ठेवण्यास मान्यता देतात. अगदी नव्या किंवा वेगळ्या धोरणांच्या अनिश्चिततेमुळे धोरणकर्ते अगोदरच्याच धोरणांची वैधता मान्य करतात. तसेच प्रचलित कार्यक्रमांमध्ये मोठ्या गुंतवणुकी (बुडीत खर्च) असतात. त्यामुळे कोणत्याही क्रांतिकारी बदलांची शक्यता रोखून धरतात. वर्धिष्णू प्रारूप हे राजकीयदृष्ट्या देखील उपयुक्त असते, कारण जेव्हा विविध गटांमधील संघर्षाचे मुद्दे हे व्यापक पातळीवरील धोरणविषयक समस्या किंवा 'सर्व किंवा कोणत्याही नाही' अशा स्वरूपाचे असण्यापेक्षा ते मुद्दे केवळ प्रचलित कार्यक्रमांत बदलांशी निगडित असतील तेव्हा त्यांच्यामध्ये एकवाक्यता आणणे सोपे असते. अशा प्रकारे, वर्धिष्णू प्रारूप हे संघर्ष कमी करण्यामध्ये, स्थिरता प्रस्थापित करण्यामध्ये आणि राजकीय व्यवस्था म्हणून स्वतःचे जतन करण्यामध्ये अतिशय महत्त्वाची भूमिका बजावते.

लोक हे मूलतः व्यावहारिक असतात. एखादी समस्या सोडवण्यासाठी ते नेहमी एकाच मार्गाचा अवलंब करत नाहीत, तर, 'जी उपयोगी असेल' अशा सभ्यतेने वागतात. अनेक प्रसंगी, प्रचलित कार्यक्रमांमधील सुधारणा विशिष्ट मागण्या पूर्ण करतात आणि मूल्यवृद्धीसाठी जे धोरणात्मक बदल आवश्यक असतात त्याकडे दुर्लक्ष केले जाते. सरतेशेवटी, कोणत्याही सर्वमान्य विशिष्ट सामाजिक उद्दिष्टांच्या अनुपस्थितीमध्ये, विशिष्ट सामाजिक उद्दिष्टांकडे नेणाऱ्या सर्वव्यापी धोरणाच्या नियोजनापेक्षा प्रचलित कार्यक्रम पुढे चालू ठेवणे हे शासनासाठी सुकर असते.

थोडक्यात, वर्धिष्णू प्रारूपामध्ये मर्यादित, व्यवहार्य आणि मान्य होण्याजोगे निर्णय घेतले जातात. वर्धिष्णू प्रारूप अस्तित्वात असलेली धोरणे चालू ठेवण्यास प्राधान्य देते, तसेच त्याच्याकडे बदलाची दृष्टी नसल्याने तो पारंपरिक स्वरूपाचा दृष्टिकोन आहे.

क्रीडा सिद्धान्त

क्रीडा सिद्धान्त हा संघर्षाच्या परिस्थितीमधील तर्काधिष्ठित निर्णयांविषयीचा अभ्यास आहे. 'क्रीडा' ही संकल्पना म्हणजे ज्यात निर्णयकर्ते स्वतंत्रपणे निवड करतात. प्रत्येक खेळाडूला (कर्त्याला) त्याची स्वतःची ध्येये आणि उद्दिष्टे असतात. प्रत्येकजण अधिकाधिक साध्य कसे करता येईल याचा विचार करत असतो; तरीही, इथे इतरही अनेकजण असे आहेत ज्यांची ध्येये त्यांच्या स्वतःच्या ध्येयांपेक्षा वेगळी आणि ज्यांच्या कृतींचा त्या परिस्थितीमध्ये गुंतलेल्या इतरांवर परिणाम होत असतो, हेही प्रत्येकाने लक्षात घ्यावे लागते. या खेळामध्ये, कोणतेही संभाव्य परिणाम असू शकतात. अशा प्रकारे, धोरणकर्ते हे परस्परावलंबी परिस्थितीमध्ये गुंतलेले असतात. सर्वांना आपल्या स्वतःच्या स्वतंत्र निवडी कराव्या लागतात. सर्वांना त्यांची स्वतःची स्वतंत्र निवड करावी लागते. परंतु फलित हे प्रत्येक कर्त्याने केलेल्या निवडीतूनच पुढे येते. जिथे कोणीही 'उत्कृष्ट' निवड करू शकेल अशी निवड उपलब्ध नसते आणि जिथे 'उत्कृष्ट' हे इतर काय करतात, यावर अवलंबून असते, अशा परिस्थितीतील धोरणनिर्मितीसाठी हे प्रारूप उपयोजित असते. युद्ध किंवा शांतताविषयक निर्णय आण्विक शस्त्रांचा वापर, आंतरराष्ट्रीय राजनय, संयुक्त राष्ट्रांमधील करार आणि विविध महत्त्वाच्या राजकीय परिस्थितींमध्ये क्रीडा सिद्धान्ताचा अवलंब करता येतो.

क्रीडा सिद्धान्ताची मांडणी बऱ्याचदा शासकीय अधिकाऱ्यांच्या धोरणनिर्मितीसाठी व्यवहार्य मार्गदर्शक याहीपेक्षा समाजशास्त्रज्ञांसाठी विश्लेषणाचे तंत्र म्हणून सुचवली जाते. क्रीडा सिद्धान्ताच्या अटींचा प्रत्यक्ष जीवनामध्ये क्वचितच अंदाज करता येऊ शकतो. तरीही, क्रीडा सिद्धान्त हा संघर्षात्मक परिस्थितीमध्ये धोरण निवडींविषयी स्पष्ट विचार करणारा औचित्यपूर्ण मार्ग उपलब्ध करतो.

व्यवस्था दृष्टिकोन

व्यवस्था दृष्टिकोनामध्ये सार्वजनिक धोरणाकडे राजकीय व्यवस्थेचे फलित म्हणून पाहिले जाते. डेव्हिड ईस्टनच्या व्याख्येप्रमाणे, राजकीय व्यवस्था ही समाजावर बंधनकारक अशा अधिकृत निर्णयांची (किंवा मूल्यांचे वाटप) निर्मिती करणाऱ्या समाजातील कृती आणि परस्परावलंबी संस्था यांनी मिळून बनलेली असते. सभोवतालच्या वातावरणामधून राजकीय व्यवस्थेकडे येणारे मुद्दे हे मागण्या आणि

पाठिंबा या स्वरूपात येतात. राजकीय व्यवस्थेच्या मर्यादेबाहेर असणाऱ्या सर्व परिस्थिती आणि घडामोडी यांनी मिळून वातावरण अस्तित्वात येते. आपले हितसंबंध साधण्यासाठी व्यक्ती किंवा गटांनी राजकीय व्यवस्थेप्रती केलेले दावे म्हणजे मागण्या होय. व्यवस्थेचे अधिकारयुक्त मूल्य वाटप म्हणजे उत्पादक निर्मिती होय; या वाटपांमधून धोरण निर्माण होते. प्रतिसादात्मक संकल्पना या, सार्वजनिक धोरणांचा वातावरणावर आणि त्यामधून निर्माण होणाऱ्या मागण्यांवर सुधारणात्मक परिणाम होऊ शकतो तसेच राजकीय व्यवस्थेच्या वैशिष्ट्यांवरही परिणाम होऊ शकतो, असे निर्देशित करतात. धोरणांच्या परिणामांमधून नवीन मागण्या निर्माण होऊ शकतात, ज्या पुढील धोरण निष्पत्तीस, सार्वजनिक धोरणांचा कधीही न संपणारं अव्याहत प्रवाह निर्मितीस कारणीभूत ठरतात.

अशा प्रकारे व्यवस्था प्रारूप हे महिती सिद्धान्ताच्या संकल्पना, मुख्यत्वे प्रतिसाद, आदान आणि प्रदान यावर आधारलेले आहे आणि यामध्ये मूलतः चक्रीय स्वरूपाच्या प्रक्रियांची बीजे असतात. धोरण हे निर्माण केले जाते, राबवले जाते, समायोजित केले जाते, त्याची नव्याने राबवले जाते, तसेच ते नव्याने समायोजित केले जाते (हेन्री २००७: २८५). थॉमस डे यांच्या मते, वाजवी समाधानकारक परिणाम निर्माण करून, व्यवस्था स्वतःमध्ये खोलवर रुतलेल्यावर संलग्न घटकांवर विश्वासून आणि बळाचा वापर करून किंवा वापर करण्याची भीती दाखवत, आपले संवर्धन करत असते.

अनेक घटकांमुळे सार्वजनिक धोरणाच्या अभ्यासासाठी व्यवस्था दृष्टिकोनाची उपयुक्तता मर्यादित आहे. असे म्हटले जाते की, या दृष्टिकोनाची ठेवण अतिशय सोपी आहे. बऱ्याच वेळा धोरणे अशा प्रकारचा तर्कसंगतता अवलंबताना दिसत नाहीत. तसेच 'ब्लॅक बॉक्स' समजल्या जाणाऱ्या राजकीय व्यवस्थेमध्ये निर्णय कसे घेतले जातात किंवा धोरणे कशी विकसित केली जातात, याकडे व्यवस्था दृष्टिकोन दुर्लक्ष करतो. या प्रारूपामधील दुसरी कमतरता अशी की संस्थांसहित धोरणकर्त्यांमध्ये ते ज्या वातावरणामध्ये काम करतात, त्या वातावरणावर प्रभाव टाकण्याची मोठी क्षमता असते. परंतु, या प्रारूपामध्ये धोरणनिर्मिती प्रक्रियेतील या महत्त्वाच्या घटकाकडे दुर्लक्ष केले आहे. तरीसुद्धा, धोरणाविषयीच्या आपल्या अभ्यासाचे व्यवस्थापन करण्यासाठी व्यवस्था सिद्धान्त हे उपयुक्त साधन आहे. हा सिद्धान्त आपल्यामधील सार्वजनिक धोरणामध्ये समाविष्ट बाबींवर परिणाम करण्यामधील वातावरणातील आदानाच्या भूमिकेविषयीचे भान आणतो. त्याचप्रमाणे राजकीय प्रक्रियेमधील पुढील काही महत्त्वाच्या प्रश्नांची उत्तरे देण्याचा प्रयत्न करतो: उदाहरणार्थ, राजकीय व्यवस्थेप्रती कोणते घटक जबाबदार ठरतात? कशा प्रकारे राजकीय व्यवस्था मागण्यांचे रूपांतर सार्वजनिक धोरणांमध्ये करते आणि त्याचे संवर्धन करते? अशा प्रकारे व्यवस्था

दृष्टिकोन शासनामध्ये प्रत्यक्षात कार्यान्वित असल्यामुळे या दृष्टिकोनाला धोरण प्रक्रियेकडे पाहण्याचे एक उपयुक्त साधन म्हणून मोठ्या प्रमाणावर मान्यता मिळाली आहे.

सार्वजनिक धोरण प्रक्रियेचे अधिक चांगले आकलन होण्यासाठी अगोदरच्या भागामध्ये विविध प्रारूपे आणि दृष्टिकोनांची चर्चा केली आहे. प्रत्येक प्रारूप राजकीय जीवनाकडे पाहण्याची वेगळी दृष्टी निर्माण करते आणि प्रत्येक प्रारूप सार्वजनिक धोरणाविषयी वेगवेगळ्या गोष्टी समजून घेण्यासाठी मदत करते. अशा प्रकारे कोणते प्रारूप हे 'सर्वांत चांगले' किंवा 'सर्वांत समाधानकारक' आहे, हे सांगणे शक्य नाही. त्यापेक्षा एखाद्या विशिष्ट धोरणाच्या किंवा राजकीय प्रक्रियेच्या समाधानकारक विश्लेषण आणि स्पष्टीकरणासाठी अतिशय उपयुक्त असलेल्या आयोजक संकल्पना म्हणून त्यांचा वापर करणे योग्य ठरेल. यातील प्रत्येक दृष्टिकोन सार्वजनिक धोरणाबद्दलचे आपले आकलन वाढवण्यास योगदान देऊ शकतो.

सार्वजनिक धोरणः कार्यात्मक आयाम

सार्वजनिक धोरण प्रक्रियेच्या–कार्यात्मक बाजूंच्या आपल्या चर्चेच्या मध्यवर्ती–मुद्द्याकडे येण्याअगोदर ज्यामध्ये ते कार्यरत असते ते पर्यावरण समजून घेणे योग्य ठरेल. या भागामध्ये धोरण निर्मिती ज्यामध्ये केली जाते ते पर्यावरण आणि धोरण निर्मिती आणि अंमलबजावणीमध्ये भूमिका बजावणाऱ्या काही अधिकारी आणि अनधिकृत अधिकारी यांविषयी चर्चा करू. येथे, धोरण निर्मितीमध्ये कोण आणि कशा प्रकारे भाग घेते तसेच धोरण वर्तनावर सामान्यपणे कोणत्या घटकांचा परिणाम होतो याबद्दलचे काही मत मांडणे हा उद्देश आहे.

धोरण पर्यावरण

धोरणनिर्मिती ज्या पर्यावरणामध्ये होते ते समजून घेतल्याशिवाय धोरणनिर्मिती योग्य पद्धतीने समजून घेता येणार नाही. धोरण कृतींसाठीच्या मागण्या या पर्यावरणामध्ये उत्पन्न होतात आणि राजकीय व्यवस्थेकडे पाठवल्या जातात, त्याचवेळी पर्यावरण हे धोरणकर्त्यांच्या कृतींवर मर्यादा आणि बंधने घालत असते. जेम्स ई. अॅन्डरसन हे राजकीय संस्कृती आणि सामाजिक आर्थिक चल घटक या पर्यावरणीय घटकांची व्याख्या आणि धोरणकर्त्यांवरील त्यांचा परिणाम स्पष्ट करतात. राजकीय संस्कृती म्हणजे शासकीय धोरणे आणि कृती यासंबंधीची व्यापकपणे मानलेली मूल्ये, विश्वास आणि दृष्टिकोन होय.

विविध देशांमधील सार्वजनिक धोरण आणि धोरण निर्मितींमधील फरक, हे किमान राजकीय–सांस्कृतिक बदलांच्या स्वरूपात अंशतः स्पष्ट करता येऊ शकतात. समाजशास्त्रज्ञ रॉबिन डब्ल्यू. विलियम्स यांनी अमेरिकी समाजातील अनेक 'प्रमुख मूल्याभिमुखता' सिद्ध केल्या आहेत. यामध्ये व्यक्तिगत स्वातंत्र्य, समता, प्रगती,

कार्यक्षमता आणि व्यवहारदक्षता यांचा समावेश होतो. ही आणि अशाप्रकारची मूल्ये, उदाहरणार्थ, लोकशाही आणि व्यक्तिवाद ही धोरणनिर्मितीमध्ये स्पष्टपणे महत्त्वाची असतात. राजकीय संस्कृती, राजकीय वर्तनामध्ये साहाय्य करते. सार्वजनिक धोरण अमेरिकेतील आर्थिक स्पर्धेसाठी अधिक अनुरूप असण्याची हमी देण्यासाठी राजकीय संस्कृतीतील फरक साहाय्य करतात, कारण व्यक्तिगत संधी हे तिथे व्यापकपणे मान्य असलेले मूल्य आहे, तर चीनमध्ये आर्थिक स्पर्धेला अधिक महत्त्व नसल्यामुळे तेथे धोरण हे औद्योगिक संघांना प्राधान्य देणारे असते.

सामाजिक-आर्थिक परिस्थिती हीसुद्धा बऱ्याच अंशी राजकीय कृतींवर प्रभाव टाकते. सार्वजनिक धोरणे ही लोकांच्या वेगवेगळ्या गटांमधील खाजगी आणि अधिकृत संघर्षामधून उत्पन्न होत असतात. विशेषतः आधुनिक समाजातील, संघर्षाची महत्त्वाची उगमस्थाने ही आर्थिक उपक्रमांमध्येच असतात. वेगवेगळ्या गटांच्या हितसंबंधांमध्ये संघर्ष विकसित होऊ शकतात. अर्थकारणामध्ये जे गट वंचित आहेत किंवा इतर गटांबरोबरील त्यांच्या सध्याच्या संबंधांबाबत असमाधानी आहेत, ते त्यांची परिस्थिती सुधारण्यासाठी शासकीय मदत घेऊ शकतात. अशा प्रकारे मालकांच्या खाजगी घासाघीशीतून प्राप्त होणाऱ्या रोजगाराबाबतीत असमाधानी असणाऱ्या कामगार गटांनी किमान वेतन कायदा साध्य केला. समूहाला सामाजिक हित, कल्याण आणि सेवा उपलब्ध करून देण्यासाठी शासन काय करू शकते यावर समाजाची आर्थिक विकासाची पातळी बंधने लादत असते. अमेरिकेसारख्या संपन्न समाजापेक्षा जगातील अनेक अविकसित देशांमध्ये अर्थातच आर्थिक कमतरता आर्थिक मर्यादा लादत असते. सामाजिक संघर्ष आणि बदलसुद्धा शासनाच्या कृतींच्या मागण्यांना चालना देतात. १९९०च्या दशकामध्ये, भारतामध्ये मागासलेल्या वर्गांमधून आरक्षणाची मागणी वाढत चालली होती. या वर्गांच्या उत्थानासाठी आरक्षण धोरण विकसित करण्यासाठी त्यांनी दबाव टाकला. विरोधी हितसंबंध आणि मूल्ये असणाऱ्यांनी अशा मागण्यांना विरोध केला. परिणामी सार्वजनिक अधिकाऱ्यांना योग्य धोरण पर्याय आखणे कठीण होऊ लागले.

वरील चर्चेमधून आपण, धोरणात्मक निर्णय कसे घेतले जातात आणि इतर निर्णयांऐवजी काही निर्णय कसे घेतले जातात, हे समजून घेण्यासाठी आपण सामाजिक, आर्थिक आणि राजकीय घटक समजून घेतले पाहिजेत, असा निष्कर्ष काढू शकतो.

अधिकृत धोरणकर्ते

सार्वजनिक धोरणनिर्मितीच्या कामात त्यांना अधिकृत धोरण कर्ते म्हटले जाते. यामध्ये कायदेमंडळाचे सदस्य, कार्यकारी मंडळांचे सदस्य, प्रशासक आणि न्यायाधीश यांचा

समावेश होतो. प्रत्येकजण धोरण निर्मितीचे कार्य इतरांपेक्षा थोड्याफार वेगळ्या पद्धतीने करतो. कायदेमंडळाचे सदस्य राजकीय व्यवस्थेतील धोरणनिर्मिती आणि कायदेनिर्मिती या मध्यवर्ती राजकीय कार्याशी निगडित असतात. मान्यता देण्याचे काम करत असताना कायदेमंडळ चर्चा करणे, काळजीपूर्वक छाननी करणे, टीका करणे आणि लोकांसाठी शासकीय धोरणे व त्यांचे परिणाम यांना प्रकाशित करणे अशी अनेक महत्त्वाची कामे सदनामध्ये करत असते. सामान्यपणे, कायदेमंडळ व्यापक उद्दिष्टे मांडत असते. ज्यांचा पाठपुरावा प्रशासन करत असते आणि अधिक महत्त्वाच्या बाबींमध्ये त्यांना पाठपुरावा करण्यासाठी यंत्रणा आणि कार्यपद्धतींची देखील मांडणी करत असते.

सगळीकडील आधुनिक शासने धोरणनिर्मिती आणि अंमलबजावणी या दोन्हींमध्ये मुख्यत्वे कार्यकारी नेतृत्वावर अवलंबून असते. संसदीय शासन पद्धतीमध्ये, सदनामध्ये विधेयक मांडण्याआधी सर्व धोरणांना शासनाच्या मंत्रिमंडळ आणि मंत्र्यांची मान्यता असावीच लागते. विकसित देशांपेक्षाही बहुतेकदा विकसनशील देशांमध्ये धोरण निर्मिती प्रक्रियेवर कार्यकारी मंडळांचा अधिक प्रभाव दिसून येतो. भक्कम नोकरशाही पायाचा अभाव आणि दबाव गटांचा अत्यल्प प्रभाव यामुळे शासकीय हातांमध्ये सत्तेचे केंद्रीकरण होते.

दुसऱ्या महायुद्धानंतरच्या कालखंडामध्ये राज्यशास्त्र-प्रशासन द्वैताची अभिजात तत्त्वप्रणाली ही चुकीची कल्पना म्हणून सिद्ध झाली आहे. आता, प्रशासकदेखील एका अर्थाने धोरण-निमिर्तीमध्ये गुंतलेले असतात यावर एकमत झाले आहे. गुंतागुंतीच्या औद्योगिक समाजांमध्ये अनेक धोरणात्मक प्रश्नांची तांत्रिकता आणि क्लिष्टता आणि सातत्यपूर्ण नियंत्रणाची गरज आणि इतरांमध्ये वेळ आणि माहितीचा अभाव यामुळे औपचारिकपणे 'कायदे करणारी शक्ती' म्हणून ओळखल्या जाणाऱ्या प्रशासकीय संस्थेकडे बरेचसे अधिकार सुपूर्द केले जातात. आजच्या काळात, सार्वजनिक अधिकारी तीन महत्त्वाच्या मार्गांनी धोरणनिर्मितीशी जोडले गेलेले असतात. एक, ते मंत्री किंवा कायदेमंडळाच्या सदस्यांना धोरणाच्या व्यवहार्यतांबाबत तथ्ये, आकडेवारी आणि विश्लेषणे सादर करतात आणि धोरणाला आशय प्रदान करतात. दुसरा, ते सातत्याने लोकांच्या संपर्कात असतात त्यामुळे त्यांच्या समस्या आणि धोरण स्वरूपात त्यांचे निरसन यांचे त्यांना अधिक चांगले आकलन असते. तिसरा, वेळ आणि माहितीचा अभाव या कारणांस्तव कायदेमंडळ कृति 'आराखडे' मान्य करतात आणि त्यांच्या प्रत्यक्ष 'आकार' देण्याचे काम प्रशासनावर सोपवतात आणि इथेच प्रशासकांना 'धोरणनिर्मिती' मध्ये सर्वांत जास्त व्याप्ती असते. न्यायमंडळसुद्धा सार्वजनिक धोरणांमध्ये महत्त्वाची भूमिका बजावते. ज्या देशांमध्ये न्यायालयांना न्यायालयीन धोरणनिर्मितीमध्ये महत्त्वाची भूमिका बजावली आहे. कायदेमंडळ आणि कार्यकारी मंडळ या शाखांच्या कृतींची घटनात्मक वैधता तपासण्याचा आणि

जर अशा कृती घटनात्मक तरतुदींच्या विरोधी आढळल्यानंतर त्या घटनाबाह्य ठरवण्याचा अधिकार त्यांना असतो. राष्ट्रीयदृष्ट्या महत्त्वाच्या सामाजिक, आर्थिक आणि राजकीय धोरणांना दिशा देण्याचे महत्त्वाचे काम ते करतात.

अनधिकृत सहभागकर्ते

अधिकृत धोरण कर्त्यांव्यतिरिक्त, हितसंबंधी गट, राजकीय पक्ष आणि वैयक्तिक नागरिक असे अनेक अनधिकृतकर्ते देखील धोरणनिर्मितीमध्ये सहभागी होऊ शकतात. बंधनकारक, धोरणात्मक निर्णय घेण्याचा कायदेशीर अधिकार नसतानाही ते धोरणनिर्मितीवर बऱ्यांपैकी प्रभाव पाडू शकतात.

राजकीय पक्ष

आधुनिक समाजांमध्ये राजकीय पक्ष सामान्यपणे, 'हितसंबंधाच्या एकत्रीकरणा'चे कार्य करतात. म्हणजेच ते हितसंबंधी गटाच्या विशिष्ट मागण्या धोरण पर्यायांमध्ये रूपांतरित करण्याचा प्रयत्न करतात. प्रत्येक राजकीय पक्षाकडे त्यांचे स्वतःचे कार्यक्रम व धोरणे असतात. लोकांचा पाठिंबा मिळवण्यासाठी हे कार्यक्रम धोरणे किंवा मूल्ये जाहीरनाम्याच्या स्वरूपात लोकांसमोर ठेवले जातात. (निवडणुकीच्या आधी) वचन देणे हा जाहीरनाम्याचा व्यावसायिक हेतू असतो. म्हणजेच जर पक्ष सत्तेवर आला तर त्यामध्ये वचनबद्ध केली धोरणे पक्ष राबवेल. कायदेमंडळात बहुमत (सर्वाधिक जागा) मिळालेल्या पक्षाकडून शासन निर्माण केले जाते. त्यामुळे पक्ष नेतृत्व जे पक्षाला बांधील असते ते धोरणनिर्मितीमध्ये सहभागी असते.

दबाव गट

सामाईक हितसंबंध असणाऱ्या सदस्यांच्या औपचारिक संरचनेच्या संघटना म्हणजे दबाव गट होय. ते कोणतेही राजकीय अधिकृत स्थान मिळवण्याचा प्रयत्न न करता शासनाच्या धोरणांवर प्रभाव पाडण्याचा प्रयत्न करतात. मागण्या व्यक्त करणे आणि धोरण कृतींना पर्याय सादर करणे ही या गटांची महत्त्वाची कार्ये आहेत. ते सातत्याने त्यांच्या सदस्यांच्या हितसंबंधांचे संरक्षण करण्याचा प्रयत्न करते. यासाठी ते त्यांच्या सदस्यांच्या हितसंबंधांशी एकवाक्यता असणारे निर्णय घेण्यासाठी एक तर शासनावर किंवा नोकरशाहीवर दबाव टाकत असतात. या हेतूसाठी ते प्रसिद्धी मोहीम, गटबाजी, अधिकारी किंवा कायदेमंडळाच्या सदस्यांबरोबर वैयक्तिक बैठका करणे, पत्र किंवा निवेदने लिहिणे इत्यादी पद्धतींचा वापर करतात.

वैयक्तिक नागरिक

आजच्या युगामध्ये, ज्यामध्ये नागरिकांच्या इच्छा प्रतीत होत नाहीत अशी धोरणे चिरकालपणे नागरिकांवर लादणे, शासनासाठी अशक्य आहे. सार्वजनिक धोरणे

नागरिकांच्या हितसंबंधांशी सुसंगतच असावी लागतात. एखादे लोकशाही शासन, ज्यांना नागरिकांचा मोठ्या प्रमाणामध्ये विरोध आहे, अशी धोरणे स्वीकारू शकत नाही. अशा प्रकारे, नागरिक धोरणनिर्मितीवर अप्रत्यक्षपणे प्रभाव टाकतात. मतदानाचा हक्क नागरिकांना सार्वजनिक धोरणाची निवड करण्याची कुवत प्राप्त करून देतो. राजकीय पक्षांनी मांडलेल्या धोरण-पर्यायांमध्ये निवड करण्यासाठी निवडणुका या नागरिकांसाठी उत्तम संधी असतात.

सार्वजनिक धोरण प्रक्रिया

अभ्यासकांनी धोरण प्रक्रियेच्या पायऱ्या स्पष्ट करण्यासाठी विश्लेषणांची मांडणी करण्यास उपयुक्त ठरणाऱ्या विविध पायऱ्या शोधल्या आहेत. या आराखड्यांमध्ये सार्वजनिक धोरण हे क्रमबद्ध कृतीचा नमुना असते. या पद्धती पुढे थोडक्यात दिलेल्या आहेतः

१. *समस्या निश्चिती*: धोरण समस्या म्हणजे काय? कशामुळे ही सार्वजनिक समस्या बनते? ती कशाप्रकारे शासनाच्या कार्यक्रम पत्रिकेवर येते?
२. *सूत्रण*: समस्यांशी संबंधित पर्याय कशाप्रकारे विकसित केल्या जातात? धोरण सूत्रणामध्ये कोण सहभागी होते?
३. *स्वीकार*: धोरण पर्याय कशा प्रकारे स्वीकारले किंवा कायद्यात रूपांतरित केले जातात? कोणत्या गरजा भागवल्या गेल्याच पाहिजेत? धोरण कोण स्वीकारते?
४. *अंमलबजावणी*: धोरण प्रत्यक्षात आणण्यासाठी काय केले जाते? धोरणातील आशयावर याचा काय परिणाम होतो?
५. *मूल्यमापन*: धोरणाची परिणामकारकता किंवा प्रभाव, कशाप्रकारे मोजतात? धोरणाचे मूल्यमापन कोण करतो? धोरण मूल्यमापनाचे परिणाम कोणते? तेथे बदल किंवा रद्द कराव्या अशा मागण्या आहेत का? (ॲण्डरसन १९७५: २६)

या आराखड्याचे अनेक फायदे आहेत. वास्तविकतः, धोरणनिर्मितीमध्ये वर उल्लेखलेल्या कृतींचा क्रम कालक्रमाप्रमाणे अवलंबला जातो. धोरण प्रक्रियेमधील कृतींचा प्रवाह संपादन करण्यास तो मदत करतो. तथापि, आपली चर्चा सोपी करण्यासाठी, आपण धोरणनिर्मिती प्रक्रियेची तीन प्रकारात विभागणी करू. ते म्हणजे (*अ*) धोरणनिर्धारण, (*आ*) धोरण अंमलबजावणी, (*इ*) धोरण मूल्यमापन. या तिन्हींचे तपशीलवार परीक्षण करू.

सार्वजनिक धोरण निर्धारण

सार्वजनिक धोरण निर्धारण ही एक गतिमान प्रक्रिया आहे. अनेक घटना, कर्ते आणि राजकीय संस्था यामध्ये सहभागी होतात. सार्वजनिक धोरण लोकांकडून आलेल्या मागण्यांना प्रतिसाद देण्याचा प्रयत्न करतं. जेम्स इ ॲन्डरसन धोरण निर्धारण प्रक्रियेमध्ये चार पायऱ्या स्पष्ट करतो. त्या पुढीलप्रमाणेः

- सार्वजनिक समस्या निश्चित करणे
- सार्वजनिक समस्या धोरण कार्यक्रमपत्रिकेमध्ये मांडणे
- समस्या हाताळण्यासाठी धोरणप्रस्ताव निश्चित करणे
- धोरणात्मक निर्णय घेणे

कृती करण्याच्या वेळी समाजातील एखाद्या किंवा अनेक गटांना भेडसावणाऱ्या समस्यांमधून सार्वजनिक धोरणे सिद्ध होतात. सर्वसामान्यपणे बोलायचे झाल्यास, नेहमीच्या जीवनात प्रत्येकालाच समस्या असतात. तथापि, सार्वजनिक धोरणाच्या निर्णयांची बीजे असणाऱ्या समस्या एका वैशिष्ट्यपूर्ण प्रकारांमध्ये मोडतात. समस्याग्रस्त व्यक्ती किंवा गट त्यांची प्रतिकूल परिस्थिती बदलून स्वीकारार्ह करण्यासाठी शासनाच्या कृतींवर विश्वासून असतात. शासनाच्या प्रतिसादाची आवश्यकता असणारी सार्वजनिक समस्या वैयक्तिक अडचणीपेक्षा अधिक व्यापक असते आणि अनेक व्यक्तींचा समान समस्येशी असलेला संबंध हा त्या समस्येचे सार्वजनिक धोरण मुद्द्यांमध्ये रूपांतर करू शकतो. लॅरी गर्स्टन हा सार्वजनिक धोरणाच्या निर्मितीसाठी पुढे येणारे मुद्दे ओळखणे आणि स्पष्ट करण्यामध्ये महत्त्वाची भूमिका बजावणारे असे चार कळीचे घटक स्पष्ट करतो. ते म्हणजे व्याप्ती, तीव्रता, वेळ आणि स्रोत. 'सार्वजनिक समस्या' ओळखणे हा सार्वजनिक धोरण प्रश्नाचा आरंभबिंदू आहे.

धोरण निर्धारणामधील दुसरी पायरी म्हणजे धोरणविषयक कार्यक्रमपत्रिका तयार करणे. शासनाप्रती केलेल्या हजारो मागण्यांपैकी केवळ काही मागण्यांकडेच सार्वजनिक धोरणकर्त्यांकडून तळमळीने लक्ष दिले जाते. ज्या मागण्या धोरणकर्ते एकतर निवडतात किंवा ज्यांच्यावर कृती करणे आवश्यक समजतात अशा मागण्यांनी मिळून धोरणविषयक कार्यक्रमपत्रिका तयार होते. डेव्हिड ट्रूमनने त्याच्या *द गव्हर्न्मेंट प्रोसेस* (१९५२) या पुस्तकामध्ये अशा प्रकारची एक शक्यता सुचवली आहे. ट्रूमन म्हणतात की, गट हे नेहमी स्वतःला योग्य समतोलामध्ये ठेवण्याचा प्रयत्न करतात आणि जर एखादी बाब या स्थितीला धोका उत्पन्न करत असेल तर ते त्याप्रमाणे प्रतिक्रिया देतात. राजकीय नेतृत्व हा कार्यक्रमपत्रिका तयार करण्यामध्ये महत्त्वाचा घटक असू शकतो. राजकीय फायदा किंवा लोकांच्या हिताविषयीची जाणीव किंवा

या दोन्ही गोष्टींनी प्रेरित राजकीय नेते विशिष्ट समस्या ताबडतोब समजून घेऊन कृती करतात. त्यांना प्रसिद्धी देतात आणि त्यांच्या उपाययोजना मांडतात. हिंसेसहित निदर्शने हे समस्या धोरणकर्त्यांच्या निदर्शनास आणण्याचा आणि धोरण कार्यक्रमपत्रिकेवर आणण्यासाठीचा दुसरा मार्ग आहे. अलीकडे, राजस्थान राज्य शासनाला 'गुज्जर' समुदायाच्या मागण्यांना त्यांच्या मोठ्या निदर्शनांमुळे सकारात्मकरित्या प्रतिसाद द्यावा लागला. त्यांना राज्य सरकारी सेवांमध्ये १ टक्का आरक्षण देण्यात आले.

लोकांच्या समस्या सार्वजनिक कार्यक्रमपत्रिकेवर आणण्यामध्ये प्रसारमाध्यमेदेखील फार मोलाची भूमिका बजावतात. बातम्यांचे अहवाल धोरणकर्त्यांमध्ये आणि त्यांच्या घटकांमध्ये जागृती निर्माण करतात. एकेकाळच्या खाजगी प्रश्नांना सामाजिक समस्यांचे स्वरूप देऊन प्रसारमाध्यमे प्रेक्षकांची संख्या वाढवतात आणि अशा प्रकारे धोरणनिर्मिती प्रक्रियेच्या गतिमानतेमध्ये बदल घडवून आणतात.

जेव्हा एखादी समस्या सार्वजनिक कार्यक्रमपत्रिकेचा भाग होते, तेव्हा धोरण प्रस्तावांची निर्मिती करणे ही त्याची पुढची पायरी असते. धोरणनिर्मितीमध्ये सार्वजनिक समस्या हाताळण्यासाठी समर्पक आणि स्वीकृती असणाऱ्या कृतींचा समावेश होतो. शासन हे धोरण प्रस्तावांच्या विकासामध्ये पुढाकार घेणारा महत्त्वाचे स्रोत असते. अनेक धोरण प्रस्ताव हे सार्वजनिक नोकरशाहीकडून तयार केले जातात. विशिष्ट धोरण क्षेत्रांचे परीक्षण करण्यासाठी आणि धोरण प्रस्ताव तयार करण्यासाठी शासनाकडून विशेष अभ्यास गट आणि सल्लागार मंडळे निर्माण केली जातात. तेलंगण राज्याच्या मागण्यांमध्ये लक्ष घालण्यासाठी नेमलेला श्रीकृष्ण आयोग हा अशा प्रकारच्या सल्लागार मंडळाचे उदाहरण आहे. कायदेमंडळ हे धोरणनिर्मितीमध्ये अतिशय महत्त्वाची भूमिका बजावते. कायदेशीर सुनावण्या आणि चौकशांच्या दरम्यान, प्रशासकीय अधिकारी आणि हितसंबंधी गटांच्या प्रतिनिधींकडून आणि त्यांचे स्वतःचे हितसंबंध आणि कृती यांच्या आधारावर कायदेमंडळ सदस्यांना समस्यांवरील कृती आणि प्रस्तावित कृतींसाठी सूचना प्राप्त होतात. अंततः, हितसंबंधी गट धोरण निमितींमध्ये मोठी भूमिका पार पाडतात. काहीवेळा ते कायदेमंडळाकडे कायदेनिर्मितीसाठी काही प्रस्ताव घेऊन जातात किंवा कदाचित ते एखादे अधिकृतपणे प्रस्तावित धोरण कदाचित त्यांच्या हितसंबंधांना अनुकूल असणाऱ्या सुधारणांसहित मान्य करणाच्या प्रक्रियेमध्ये कायदेमंडळ व कार्यकारी मंडळाबरोबर काम करतात. दिलेल्या समस्येशी संबंधित अनेक स्पर्धात्मक प्रस्ताव या स्रोतांकडून येऊ शकतात. सार्वजनिक अधिकारी आणि खाजगी हितसंबंधी गट या दोहोंचा सहभाग आणि तडजोडीच्या धोरणांचा स्वीकार ही बऱ्याचशा राजकीय व्यवस्थांची मूलभूत वैशिष्ट्ये आहेत.

धोरणनिर्मितीमधील अंतिम अवस्था म्हणजे धोरण सुसूत्रीकरण. धोरण सुसूत्रीकरण हे प्रत्यक्षामध्ये धोरण प्रक्रियेतील धोरण निर्णयाच्या पायरीशी समरूप झालेले असते. संभाव्य धोरण पर्यायांना मान्यता मिळवण्याच्या दिशेने सुसूत्रीकरणाचा प्रवास असतो; एखादा होकारात्मक निर्णय ही या संपूर्ण प्रक्रियेची फलप्राप्ती असते. धोरण निर्णयामध्ये एखाद्या संभाव्य (अधिक चांगल्या) धोरण पर्यायाला काही अधिकृत व्यक्ती किंवा संस्था यांनी समंती देणे, त्यामध्ये बदल सुचवणे किंवा तो नाकारणे यासारख्या कृतींचा समावेश होतो. सकारात्मकदृष्ट्या, धोरणात्मक निर्णयांना कायदेनिर्मिती किंवा कार्यकारी आदेशांचे स्वरूप प्राप्त होते. धोरणात्मक निर्णय प्रक्रियेमध्ये खाजगी व्यक्ती आणि संस्था जरी सहभागी होत असल्या तरीही, निर्णय घेण्याचे औपचारिक अधिकार हे सार्वजनिक अधिकारी, कायदेमंडळांचे सदस्य, कार्यकारी मंडळ, प्रशासक आणि न्यायाधीश यांच्याकडेच असतात. लोकशाहीमध्ये कायदेमंडळांची रचना ही सामान्य लोकांच्या हितसंबंधांचे प्रतिनिधित्व करण्यासाठी केलेली असते, म्हणूनच धोरणात्मक निर्णय घेण्याचे कार्य बहुदा कायदेमंडळावर सोपवलेले असते. कायदेमंडळांकडून घेतले जाणारे धोरणात्मक निर्णय योग्य पद्धतीने घेतले जातात, म्हणूनच त्या निर्णयांना कायदेशीर मान्यता मिळते आणि ते सर्व संबंधितांवर बंधनकारक असतात. योग्य अधिकृत यंत्रणेने धोरण अमलात आणल्याशिवाय धोरण सुसूत्रीकरणाची प्रक्रिया पूर्ण होत नाही.

सार्वजनिक धोरण अंमलबजावणी

सन १९७०च्या दशकापर्यंत विश्लेषकांनी धोरण अंमलबजावणीच्या बाजूकडे जवळपास दुर्लक्षच केले. १९७०च्या दशकाच्या मध्यावर असे दिसून आले की, अनेक धोरणे ही चांगली कामगिरी करू शकली नाहीत. यामधून हे उघड झाले की, लोकसंख्या, आरोग्य, शिक्षण आणि शेती यासारख्या क्षेत्रातील धोरणनिर्मिती ही अपेक्षित उद्दिष्टे साध्य करू शकली नाही, त्यामुळे लोकप्रशासन आणि धोरण विश्लेषण या विषयामधील संशोधकांनी आपले लक्ष धोरण अंमलबजावणीच्या प्रक्रियेवर केंद्रित करण्यास सुरुवात केली.

सोप्या शब्दांत सांगायचे झाल्यास, निर्धारित केलेली धोरणे प्रत्यक्ष व्यवहारात उतरवण्याचे कार्य म्हणजे अंमलबजावणी होय. याचा अर्थ धोरण योजनांना जाणीवपूर्वक प्रत्यक्षात उतरवणे. धोरणनिर्मिती प्रक्रियेचा हा एक 'स्वाभाविकपणे येणारा घटक' आहे. धोरणांची अंमलबजावणी धोरणनिर्मिती प्रक्रियेतील सामर्थ्य व कमतरता उघड करतात. उपरोधिकपणे, १९७३ पर्यंत या क्षेत्रामध्ये अत्यंत कमी अभ्यास केला गेला. १९७३ मध्ये प्रेसमन आणि वाइल्डव्हस्की यांनी या

क्षेत्राचे 'अंमलबजावणी' असे नामकरण केले. अंमलबजावणीच्या घटकांवर काही बाबतीत असहमती असतानाच, काही गृहीतकांना विस्तृत मान्यता मिळाली आहे. अंमलबजावणी होण्यासाठीः

- अंमलबजावणीचे कार्य पार पाडण्यासाठी तिथे पुरेशी साधने उपलब्ध असलेली यंत्रणा असली पाहिजे.
- अंमलबजावणी करणारी यंत्रणा सत्कृत्यांना कृतिआराखड्यामध्ये बदलण्याची सक्षमता असली पाहिजे.
- अंमलबजावणीची जबाबदारी सोपवलेल्या यंत्रणेने तिची जबाबदारी पार पाडली पाहिजे आणि ती तिच्या कृतींसाठी जबाबदार असली पाहिजे (रॅन्डाल, रिप्ले आणि फ्रॅन्कलिन १९८६ः १०-११).

अंमलबजावणीसाठी आवश्यक घटक ओळखणे हे कोणत्याही प्रकारे यशाचे मोजमाप होऊ शकत नाही. अशा प्रकारची जागरूकता केवळ धोरण उद्देश पूर्ण करण्याच्या मार्गातील अनेक अडथळे दूर करण्याकडे लक्ष वेधते.

अंमलबजावणीची प्रक्रिया

ज्या राजकीय प्रक्रियेने प्रत्यक्षात धोरण निर्माण केलेले आहे ती राजकीय प्रक्रिया पुढे सुरू ठेवण्याचा समावेश अंमलबजावणीमध्ये होतो. याच कारणामुळे वारशाच्या रूपाने पूर्वीच्या शासनाकडून मिळालेल्या धोरणांपेक्षा शासनाने स्वतः आखलेल्या धोरणांची अंमलबजावणी करणे सोपे असते. अंमलबजावणी प्रक्रियेची वैशिष्ट्ये खालीलप्रमाणेः

१. अंमलबजावणी धोरणे सामूहिक कृतींमध्ये परिवर्तित करते. ते लाभकर्ते आणि अक्रियाशील लोकांना एकत्र आणते, ज्यामुळे अंमलबजावणी परिणामकारक रीतीने कृतिशील होते.

२. अंमलबजावणीचा प्रशासनातील नियंत्रण आणि उत्तरदायित्वाच्या समस्येशी संबंध असतो.

३. अंमलबजावणी ही जास्तीतजास्त खालच्या श्रेणीतील स्वेच्छाधिकारावर अवलंबून असते. लुथर गुलिकला असे आढळून आले की, प्रशासनातील खरे स्वेच्छाधिकार हे अधिकाराच्या उतरंडीमध्ये अगदी तळाच्या श्रेणीमध्येच वापरले जातात, जिथे लोकसेवेचा संपर्क लोकांशी येतो.

४. धोरण अंमलबजावणीला कोणताही स्पष्ट अंत नसतो. जिथे अंमलबजावणीला कोणताही स्पष्ट अंत नसतो. जिचे अंमलबजावणीची प्रक्रिया पूर्ण होते. एखाद्या धोरणातील एखाद्या भागाच्या अंमलबजावणीचा शेवट हा दुसऱ्या

अध्यायाची किंवा समस्या क्षेत्राची सुरुवात असते. जोपर्यंत धोरण मागे घेतले जात नाही किंवा त्याचा निधी संपत नाही तोपर्यंत ही प्रक्रिया निरंतरपणे सुरू असते.

५. अंमलबजावणीमध्ये आंतरशासकीय तडजोडींचा समावेश होतो. प्रत्येक धोरणामध्ये अनेक यंत्रणांच्या सहकार्यात्मक प्रयत्नांचा सहभाग असतो. त्यामुळेच धोरण कार्यान्वित करण्यामधील त्यांचे परस्पर आकलन व सहकार्य, त्यांच्यामधील समन्वय आणि निधीचे वाटप हे सर्व घटक धोरण अंमलबजावणीमध्ये निर्णायक भूमिका बजावतात.

धोरणांची अंमलबजावणी कोण करते?

लोकप्रशासन हे मुख्यत्वे धोरणांची अंमलबजावणी करणारी संस्था आहे. कायदेमंडळ, न्यायालये, दबाव गट आणि समूहसंस्था असे अनेक घटक या प्रक्रियेमध्ये मदत करतात. आधुनिक राजकीय व्यवस्थेमध्ये सार्वजनिक धोरण हे प्रामुख्याने प्रशासकीय यंत्रणांच्या क्लिष्ट व्यवस्था करून राबवले जाते. या यंत्रणा शासनाची बहुतेक सर्व नित्याची कामे पार पाडत असतात आणि अशा प्रकारे त्यांच्या कृतींचा थेट नागरिकांवर परिणाम होत असतो. प्रशासकीय यंत्रणा नेहमीच विस्तृत आणि संदिग्ध अशा घटनात्मक लोकमताच्या पाठिंब्यावर काम करत असतात आणि हेच लोकमत त्यांना काय करावे किंवा करू नये हे ठरवण्याचे निर्णय घेण्याचे स्वेच्छाधिकार देत असते. राजकारण्यांमध्ये वेळ, उत्साह, माहिती आणि कौशल्य यांचा असलेला अभावदेखील या यंत्रणांकडे अधिकार सुपूर्द करण्यास कारणीभूत ठरतो. धोरण अंमलबजावणी हे काही सोपे काम नाही. उच्च पातळीच्या प्रशासनाच्या सहकार्याशिवाय, फार काही साध्य करता येऊ शकत नाही. धोरण अंमलबजावणीमध्ये, प्रशासक मुख्यत्वे वरिष्ठ कार्यकारी अधिकाऱ्यांना खालील कार्ये करावी लागतातः

(*अ*) प्रशासकीय अधिकाऱ्यांनी राज्यकर्त्यांनी आखलेल्या धोरणांचे स्वरूप आणि महत्त्व स्पष्टपणे जाणून घेतले पाहिजे. उद्दिष्ट साध्य करण्यासाठी आखलेल्या धोरणांचे सुसूत्रीकरण करण्यामध्ये आणि ही धोरणे अमलात आणण्यासाठी आवश्यक संसाधनांची जमवाजमव, आयोजन आणि व्यवस्थापन करण्यास सुद्धा ते जबाबदार असतात. (*आ*) संदिग्धता टाळण्यासाठी त्यांनी धोरणकर्त्यांना मदत करावी आणि अमलात आणण्याजोग्या धोरणांच्या महत्त्वाविषयी त्यांना सल्ला द्यावा. (*इ*) सामान्य धोरणे आणि त्यांची उद्दिष्टे साध्य करण्यासाठी त्यांनी प्रत्येक धोरणाचा अंदाजे खर्च आणि लाभ यांचे विश्लेषण करावे. धोरणांची अंमलबजावणी करण्यासाठी शक्यतो त्यांनी तर्काधारित दृष्टिकोन स्वीकारावा आणि व्यवस्थापन तंत्रांचा उपयोग करावा. (*ई*) धोरणे आणि धोरण साधने यांच्यातील समन्वयाच्या प्रश्नाकडे विशेष लक्ष

देण्यास ते सक्षम असावेत. कोणतीही विसंगती आढळते का हे पाहण्यासाठी त्यांनी प्रस्तुत धोरणाचे इतर धोरणांच्या संबंधात विश्लेषण करावे. किंवा अधिक चांगल्या परिणामांसाठी प्रस्तुत धोरण इतर धोरणांसाठी प्रशंसापूर्ण किंवा पूरक आहे का याचे परीक्षण करावे (ड्रोर १९७४: १२).

नोकरशाही व्यवस्थेच्या संघटनांवर प्रचंड टीका केली जाते. असे म्हटले जाते की, या संघटना लालफितीचा कारभार, अल्पप्रतिसादात्मक पदसोपान पद्धती आणि कठोर नियमांच्या चौकटी इत्यादी समस्यांनी अधिक प्रमाणात ग्रासलेल्या आहेत. इतके रोग असूनही त्यांना महत्त्व आहे. केनेथ मेअर लिहितात, 'जेव्हा शासन हे उल्लेखनीय पेचप्रसंग, जुनाट समस्या किंवा उदासीनता यांनी ग्रासलेले असते तेव्हा सकारात्मक राज्य (शासन) प्रतिसाद देते आणि या प्रतिसादात सामान्यपणे नोकरशाहीचा समावेश होतो.' बऱ्याच अंशी, नोकरशाही यंत्रणा या सार्वजनिक निर्देशांप्रती दिलेला प्रतिसाद असतात.

प्रशासकीय यंत्रणा या सार्वजनिक धोरणांची अंमलबजावणी करणाऱ्या प्राथमिक यंत्रणा असतानाच कायदेमंडळ देखील धोरण अंमलबजावणीमध्ये सहभागी असते. कायदेमंडळाच्या भूमिकेला जरी इतके महत्त्व नसले तरीही ते अनेक मार्गांनी प्रशासकीय संघटनांवर परिणाम करू शकतात. प्रशासकीय स्वेच्छाधिकार आणि सुपूर्द अधिकार आपल्या ताब्यात घेतात. अनेक उच्च पातळीवरील प्रशासकीय नेमणुकांसाठी संसदीय मान्यतांची आवश्यकता असते आणि याचा अंमलबजावणी प्रक्रियेवर प्रभाव पडू शकतो. न्यायमंडळदेखील अंमलबजावणी प्रक्रियेमध्ये महत्त्वाची भूमिका बजावते. काही कायदे प्रामुख्याने न्यायालयीन आदेशांच्या माध्यमातून लागू केले जातात. कायदे आणि प्रशासकीय कायदे आणि नियम यांचा अर्थ लावणे आणि त्यांच्यासमोर आणलेल्या घटनांमधील प्रशासकीय निर्णयांचा आढावा घेणे या माध्यमांतून न्यायालये प्रशासनावर परिणाम घडवून आणत असतात. न्यायालये त्यांच्या निर्णयांच्या माध्यमातून विशिष्ट धोरणांची अंमलबजावणी सुलभ करू शकतात, थांबवून धरू शकतात किंवा अधिकतम कायदेशीर दृष्टीने रद्द करू शकतात. राजकीय पक्ष देखील अंमलबजावणी प्रक्रियेवर परिणाम घडवून आणतात. त्यांचे हितसंबंध जपणाऱ्या धोरणांची अंमलबजावणी करण्यासाठी ते कार्यकारी अधिकारी आणि नोकरशाहीवर प्रभाव टाकण्याचा प्रयत्न करतात. काही वेळा त्यांच्या आदर्शांच्या विरुद्ध जाणाऱ्या धोरणांची अंमलबजावणी ते टाळतात. नागरी समाज गट, स्वयंसेवी संस्था, समुदाय गट देखील अंमलबजावणीकरता साहाय्य करतात. त्र्याहत्तराव्या घटना दुरुस्तीनंतर पंचायतीराज संस्था या सामान्य लोकांच्या यंत्रणांसाठी अविभाज्य साधने म्हणून काम करू लागल्या आहेत. थोडक्यात एखाद्या धोरणाच्या अंमलबजावणीवर विविध घटक परिणाम घडवून आणतात.

धोरण अंमलबजावणीमधील अडथळे

धोरण अंमलबजावणी हे काही सोपे काम नाही. खालील घटकांमुळे हे काम अधिक कठीण होतेः

- पुरेशा वित्तीय संसाधनांचा अभाव;
- निष्कर्ष अनुमाने सिद्ध करण्यासाठी माहिती उपलब्ध करण्यामध्ये नोकरशाही कमीतकमी सहकार्य करते;
- राजकीय पाठिंबा व राजकीय हस्तक्षेप यांचा अभाव;
- शासकीय यंत्रणा आणि दबावगट विरोधी माहिती सादर करतात आणि आपापल्या निष्कर्षांची कारणमीमांसा करतात;
- धोरण अंमलबजावणी कार्यक्रमामध्ये लोक सहभागाचा अभाव;
- प्रशासकीय इच्छाशक्ती आणि प्रेरणेचा अभाव;
- कमकुवत समन्वय आणि सहकार्य;
- मतदारांतील बलवान गटांना खूश करण्यासाठी धोरणांचे राजनीतिकरण करणे; आणि
- सत्तेचे केंद्रीकरण आणि श्रेणीबद्ध नोकरशाही रचना;

अंमलबजावणी ही एक क्लिष्ट समस्या आहे, यात काही शंकाच नाही. परंतु कोणत्याही शासन आणि प्रशासनाचे यश हे मुख्यत्वे यशस्वी धोरण अंमलबजावणीवर अवलंबून असते. धोरण स्वतःच स्वतःला लागू करत नाही. ते प्रत्यक्ष कृतीत आणावे लागते. त्यासाठी ठाम निश्चय, इच्छा आणि कृती यांची आवश्यकता असते. धोरणे ही प्रस्तावित केली पाहिजेत, संरचित केली पाहिजेत. त्यांना निधी उपलब्ध केला पाहिजे आणि दिशा दिली गेली पाहिजे, जेणेकरून अंमलबजावणी करणाऱ्या नोकरशाहीसमोर एक स्पष्ट आराखडा असेल. धोरणे यशस्वी होण्यासाठी प्रसार आणि कार्यक्षेत्र यांच्या स्पष्ट सीमारेषा आखल्या गेल्या पाहिजेत. अशा प्रकारे, धोरणकर्त्यांमध्ये नेमकेपणा असला पाहिजे, तर नोकरशाहीचे स्वेच्छाधिकार मर्यादित असले पाहिजेत. त्याचबरोबर अंमलबजावणीसाठी संबंधित कर्ते आणि संस्थांच्या स्वेच्छापूर्ण सहकार्याची आवश्यकता असते.

धोरण मूल्यमापन

धोरण प्रक्रियेची शेवटची अवस्था म्हणजे धोरण मूल्यमापन. सामान्यपणे, धोरण मूल्यमापन हे आकलनात्मक हेतू आणि परिणामांच्या संदर्भात सार्वजनिक धोरणाची परिणामकारकता तपासते. एखादी जबाबदारी त्याच्या मूळ आराखड्याप्रमाणेच

पुकारलेली आहे का हे माहीत करून घेण्यात रस असणाऱ्यांसाठी ही उत्तम संधी असते. तसेच एखादे अव्यवस्थितपणे हाताळलेले धोरण किंवा अनिष्ट परिणाम झाले असतील असे धोरण, पुन्हा निर्णय प्रक्रियेमध्ये आणण्याची ही शेवटची मोठी संधी असते. सार्वजनिक धोरणाचे शेवटचे टोक असल्यामुळे; मूल्यमापन हे धोरणनिर्मिती प्रक्रियेमधील महत्त्वाचा घटक तसेच पुढे घडणाऱ्या कृतींचा भविष्यवेत्ता ठरते.

धोरण लागू करण्यामधील समस्या दूर करणे हे धोरण मूल्यमापनाचे मुख्य उद्दिष्ट असते. धोरण मूल्यमापन सामान्यपणे धोरण कार्यक्षमता, धोरण परिणामकारकता आणि धोरणाचा परिणाम या परीक्षणाच्या तीन हेतूंपैकी एका किंवा अधिक हेतूंसाठी वापरले जाते. या हेतूव्यतिरिक्त मूल्यमापन धोरण सादरीकरणाबाबत विश्वसनीय माहिती उपलब्ध करते. येथे मूल्यमापनाचा हेतू हा धोरणाच्या समाजावरील परिणामाचे मोजमाप करणे हा असतो. मूल्यमापन विशिष्ट उद्दिष्टे किती प्रमाणात साध्य झाली आहेत हे उघड करते. धोरण समस्या किती प्रमाणात सोडवल्या गेल्या आहेत हे जाणून घेण्यास मदत करते.

मूल्यमापनाचे प्रकार

धोरणकर्ते आणि प्रशासक हे नेहमीच विशिष्ट धोरणे, कार्यक्रम आणि प्रकल्पांचे महत्त्व किंवा परिणामांसंबंधी मूल्यमापन करतात. जोसेफ एस. व्होली यांनी धोरण मूल्यमापनाच्या खालील तीन प्रकारच्या कृती मांडल्या आहेतः

- *प्रकार १*: कार्यक्रमाच्या परिणामाचे मूल्यमापन हे कार्यक्रमाचा सर्वकष एकूण प्रभाव आणि परिणामकारकता यांचे मूल्यांकन असते. यामध्ये मूलभूत उद्दिष्टे साध्य करण्यामध्ये कार्यक्रम कितपत यशस्वी आहेत हे निर्धारित करण्यावर आणि राष्ट्रीय कार्यक्रमांचे तुलनात्मक मूल्यमापन यांवर भर दिला जातो.
- *प्रकार २*: कार्यक्रमाच्या व्यूहरचनेचे मूल्यमापन यामध्ये कार्यक्रमाच्या व्यूहरचनांच्या आणि चल घटकांच्या सापेक्ष परिणामकारकतेचे मूल्यांकन केले जाते. कोणत्या व्यूहरचना या अधिक उत्पादनक्षम आहेत हे निर्धारित करण्यावर भर दिला जातो.
- *प्रकार ३*: प्रकल्प नियंत्रण यामध्ये स्थळ भेट आणि इतर कृतींच्या माध्यमांतून, प्रत्येक प्रकल्पाचे केलेले मूल्यांकन केले जाते. यामध्ये व्यवस्थापकीय आणि कार्यात्मक कार्यक्षमतेवर भर दिला जातो.

पद्धतशीर मूल्यमापनामध्ये धोरण ज्या सार्वजनिक समस्यांच्या दिशेने निर्देशित असते, त्या समस्यांवर या धोरणाचे जे परिणाम होतात त्यांकडे लक्ष वेधले जाते. 'हे धोरण काहीही पूर्णपणे साध्य करते का?' या प्रश्नांसाठी हे मूल्यमापन निदान काही संभाव्य प्रतिसाद देते. हे मूल्यमापन धोरणकर्त्यांना आणि सामान्य लोकांना

धोरणाच्या वास्तविक प्रभावाची काही कल्पना देते आणि वास्तवाच्या आधारावर काही धोरण चर्चा प्रदान करते.

मूल्यमापनाच्या पद्धती

पूर्वी, मूल्यमापन हे केवळ धोरणांच्या आर्थिक विश्लेषणांच्या कसोटीवर केले जात होते. त्यामुळेच मूल्यमापनाची बहुतेक साधने अर्थशास्त्रांमधून घेतली गेली आहेत. उत्पादक क्षमतेचे विश्लेषण, कार्यक्षमता मूल्यमापन आणि खर्च-लाभ अभ्यास यांची आर्थिक उद्दिष्टे ठरवणे हा त्यांचा उद्देश राहिला आहे. सामान्यपणे मूल्यमापनाची तीन साधने वापरली जातातः

खर्च-लाभ विश्लेषण

मूल्यमापन अभ्यासामध्ये हा अतिशय सामान्यपणे वापरला जाणारा दृष्टिकोन आहे. या दृष्टिकोनामध्ये धोरणांचे खर्च आणि लाभ यांमध्ये, नफा आणि तोट्याचे निव्वळ आर्थिक कसोटीवर मूल्यांकन करता येईल, अशा प्रकारे समतोल साधला जातो. या पद्धतीमध्ये मूलतः मोजता येण्यासारख्या किंवा मोजण्यास कठीण असणाऱ्या सर्व लाभ आणि सर्व खर्च यांच्या गणना करण्याची आवश्यकता असते आणि जर विशिष्ट प्रकल्पामध्ये बदल केला गेला तर यामध्ये वाढ होईल, ही सर्व माहिती जवळ असताना, विश्लेषक संपूर्ण खर्च संपूर्ण लाभांमधून वजा करून प्रत्येक धोरणामधील निव्वळ लाभ शोधण्यास सक्षम हवा. ही विश्लेषणाची अगदी विश्वसनीय, सोपी आणि स्पष्ट पद्धत होती. परंतु अमूर्त बाबीतील धोरणांचे मूल्यमापन करण्यास सक्षम नव्हती. उदाहरणार्थ, मुलांसाठीच्या मोफत जेवणाच्या धोरणाचा त्यांच्या कामगिरीवर झालेला परिणाम, खाणकामामुळे होणारा पर्यावरणाचा ऱ्हास, किनाऱ्यावरील सागरी आणि मानवी जीवनावर तेल शुद्धीकरण प्रकल्पांचा होणार परिणाम. सार्वजनिक धोरणामधील अशाप्रकारच्या क्लिष्ट चल घटकांचे परीक्षण खर्च-लाभ पद्धत यांचे विश्लेषण करण्यास सक्षम नाही.

कार्यक्रम-योजना आणि अंदाजपत्रकीय व्यवस्था (पीपीबीएस)

अलीकडील वर्षांमध्ये शासनयंत्रणांनी या पद्धतीमध्ये विस्तृत बदल केले आहेत. नोकरशाहीमधील निर्णय निर्मितीची कारणमीमांसा करण्याचा हा एक प्रयत्न आहे. अंदाजपत्रकाच्या प्रक्रियेचा हा एक भाग आहे. परंतु येथे यंत्रणा किंवा विभागाने नेमून दिलेल्या रकमेपेक्षा खर्च आणि उपलब्ध केलेले उत्पादन परिणामांचे उपयोग यावर लक्ष केंद्रित केले जाते. शासन कार्यक्रमांच्या फलश्रुती निर्देशित करणे आणि नंतर ते साध्य करण्यासाठीच्या खर्चात बचत करणे आणि लाभ हे खर्चांपेक्षा अधिक आहेत का याचा अभ्यास करणे हा या पद्धतीचा उद्देश आहे. कार्यक्रम-योजना आणि अंदाजपत्रकीय व्यवस्था यामधील पहिली

पायरी म्हणजे कार्यक्रमांची उद्दिष्टे निश्चित करणे. पुढची आणि कदाचित अवघड पायरी म्हणजे, प्रत्येक कार्यक्रमातील पातळी पूर्ण करणाऱ्या उपाययोजना विकसित करणे – 'निष्पत्ती'. त्यानंतर कार्यक्रमाचा खर्च निष्पत्तीच्या प्रत्येक एककासाठी मोजता येऊ शकतो. असे गृहीत धरले जाते की, निर्णयकर्त्यांना योजनेचा वास्तव खर्च-लाभाचे प्रमाण पाहणे शक्य होते; उदाहरणार्थ, एका विद्यार्थ्याला शिकवण्याचा किंवा पाळणाघरात ठेवण्याचा वर्षाचा खर्च किती होतो, इत्यादी.

प्रायोगिक पद्धत

या पद्धतीमध्ये, 'आदर्श' प्रयोगशाळा हा मूल्यमापनाचा आधार असतो. उदाहरणार्थ, अशी परिस्थिती ज्यामध्ये धोरण उपाययोजनांच्या अंतर्गत असलेल्या काही सेवा प्राप्त झाल्या आहेत आणि ज्यांना हे लाभ प्राप्त झाले नाहीत अशी लोकसंख्या यादृच्छिक निवडलेली आहे. अशा प्रकारच्या धोरण आणि कार्यक्रमाच्या कामगिरीचे मूल्यमापन करण्यासाठी ज्यांना मिळाले आहेत आणि ज्यांना मिळाले नाहीत अशा गटांचे विविध नमुने तुलनात्मक विश्लेषणासाठी निवडले जातात. प्रभावामधील फरक शोधून काढण्यासाठी तर्कसंगत चल घटकांचा कार्यक्रमाआधी, कार्यक्रमानंतर आणि कार्यक्रमादरम्यान देखील अभ्यास केला जातो. तत्पश्चात, तथ्यांच्या लक्षणीय पातळ्यांच्या परीक्षणासाठी सांख्यिकी पद्धती वापरल्या जातात.

मूल्यमापन करणाऱ्या यंत्रणा

मूल्यमापन करण्यामध्ये सहभागी विविध यंत्रणांची भूमिका हा धोरण मूल्यमापन क्षेत्रांमधील दुसरा महत्त्वाचा भाग आहे. कायदेमंडळ आणि त्यांच्या समित्या, लेखा परीक्षण कार्यालय, चौकशी आयोग आणि विभागीय मूल्यमापन अहवाल या प्रशासनामधील काही अधिकृत धोरण मूल्यमापन करणाऱ्या यंत्रणा आहेत.

कायदेमंडळ यंत्रणा

धोरण मूल्यमापनामधील कायदेमंडळांचा सहभाग हे लोकशाही देशांमधील सामाईक वैशिष्ट्य आहे. प्रश्न विचारणे आणि चर्चा करणे, यासारखी तंत्रे–लक्षवेधी सूचना, अविश्वासदर्शक ठराव, समितीकडून सुनावणी आणि चौकशी यासारखे ठराव–आणि अंदाजपत्रकांची प्रक्रिया यांच्या माध्यमातून कायदेमंडळ ही एक फार मोठी यंत्रणा असते. तसेच दैनंदिन कामांचे अधिक ओझे असल्याने तपशीलवार चौकशी आणि मूल्यमापनाचे काम कायदेमंडळांच्या काही समित्यांकडून केले जाते. भारतामध्ये, उदाहरणार्थ, आपल्याकडे लोक लेखा समिती, अनुसूचित जाती (अजा) आणि अनुसूचित जमाती (अज) यांच्या कल्याणासाठी असणारी समिती, अशा अनेक समित्या आहेत.

लेखापरीक्षण प्रक्रिया

भारतामध्ये, शासकीय यंत्रणांच्या उपक्रमांचे कार्यान्वयन आणि वित्त पुरवठा यांचे लेखापरीक्षण करणे, त्यांच्या कार्यक्रमांचे मूल्यमापन करणे आणि त्यांचे अनुमान संसदेला सादर करणे हे वैधानिक अधिकार लेखापरीक्षकाच्या कार्यालयाला असतात. नियंत्रक आणि लेखापरीक्षक (सीएजी) स्वतःच्या पुढाकाराने, कायदेमंडळांच्या निर्देशानुसार, वित्तीय समित्यांच्या विनंतीवरून किंवा काहीवेळा संसदेच्या प्रतिनिधीच्या वैयक्तिक विनंतीवरून मूल्यमापनाचा अभ्यास हाती घेऊ शकतात. संसदेचा एक हात मानला जाणाऱ्या भारताच्या नियंत्रक आणि लेखापरीक्षकाच्या कार्यालयाला, कार्यकारी मंडळाच्या संसदेप्रती असणाऱ्या जबाबदारीची हमी देण्यासाठी, विस्तृत वैधानिक अधिकार असतात. ते कायदेमंडळाला त्याच्या आर्थिक नियंत्रणाच्या कार्यकारी कृतीमध्ये साहाय्य करते.

प्रशासकीय यंत्रणा

सर्व शासन विभाग आपले अंतर्गत मूल्यमापन अहवाल तयार करतात. यामुळे त्यांना विभागाने हाती घेतलेल्या कार्यक्रम आणि प्रकल्पांच्या कामाचे मूल्यमापन करण्यास संधी उपलब्ध होते. त्याचप्रमाणे प्रत्येक विभाग अर्थमंत्रालयाकडे त्याच्या निधीविषयीच्या मागण्या पाठवत असतानाच त्या प्रक्रियेमध्ये स्वतःच्या वार्षिक योजना, कार्यक्रम, कामगिरी यांचे मूल्यमापन करत असतो. मंत्रालयांमधील संस्था आणि पद्धती विभागदेखील धोरण मूल्यमापनाचे कार्य करत असतो.

आयोग आणि स्वतंत्र यंत्रणा

शासन वेळोवेळी योजना आयोग, प्रशासकीय सुधारणा आयोग आणि विविध तदर्थ आयोग यासारखे काही आयोग नेमत असते. हे आयोग शासनाच्या विशिष्ट धोरणांचे परिणाम व प्रभाव यांचे तपशीलवार संशोधन अहवाल सादर करण्याच्या माध्यमातून सार्वजनिक धोरणांचे मूल्यमापनामध्ये महत्त्वाची भूमिका बजावत असतात. मूल्यमापनाचे कार्य शासनाच्या बाहेरही केले जाते. विद्यापीठातील संशोधक अभ्यासक खाजगी संशोधन संस्था, दबाव गट आणि सार्वजनिक हितसंबंधी संस्था धोरणांचे मूल्यमापन करत असतात. त्याचा सार्वजनिक अधिकाऱ्यांवर काही प्रमाणात प्रभाव होत असतो. तसेच ते अनेक लोकांना माहिती उपलब्ध करतात, धोरण कृती किंवा निष्क्रियता यांना प्रसिद्धी देतात, धोरणांची अंमलबजावणी करण्याचे किंवा मागे घेण्याचे समर्थन करतात आणि अनेकदा लोकांच्या कमकुवत गटाच्या (भागाच्या) मागण्यांना प्रभावीपणे वाचा फोडतात.

धोरण मूल्यमापनातील अडथळे

निःसंशयपणे असे सांगता येईल की, मूल्यमापन हा धोरण निर्मिती प्रक्रियेचा एक महत्त्वाचा भाग आहे व ते वस्तुनिष्ठ, पद्धतशीर आणि अनुभवजन्य असायलाच हवे. परंतु धोरणाचे मूल्यमापन करणाऱ्यांच्या मार्गामध्ये अनेक अडथळे असतात. पहिली समस्या म्हणजे धोरण उद्दिष्टांच्या अनिश्चिततेसंबंधीची समस्या. जेव्हा धोरणाची उद्दिष्टे ही अस्पष्ट किंवा पसरलेली असतात तेव्हा धोरण मूल्यमापन हे एक अवघड काम असते. अशा परिस्थितीमध्ये अधिकारी वेगळ्या प्रकारे उद्दिष्टे मांडू शकतात आणि त्याप्रमाणे कृती करू शकतात. दुसरे म्हणजे, कोणत्या मर्यादेपर्यंत ही उद्दिष्टे साध्य झाली आहेत, याचे मोजमाप करण्याची अडचण. मूल्यमापक स्वतः धोरण समस्येचा वस्तुनिष्ठ दृष्टिकोन अवलंबण्यास निःपक्षपाती असू शकत नाहीत. एकसमान परिस्थितीचा वेगळ्या मूल्यमापकांकडून वेगळा अर्थ लावला जाऊ शकतो. तिसरे, बिनचूक आणि समर्पक तथ्ये आणि सांख्यिकी यांच्या कमतरतेमुळे मूल्यमापकांच्या कामात अडथळे निर्माण होतात. अधिकृत प्रतिकार हा धोरण मूल्यमापनातील आणखी एक अडथळा आहे, कारण यंत्रणा आणि कार्यक्रम (योजना) अधिकारी मूल्यमापनाचे शक्य राजकीय परिणाम पाहत असतात, मूल्यमापनात्मक अभ्यास करण्यास नाउमेद करतात किंवा त्याला तुच्छ लेखतात, माहितीची उपलब्ध करण्यास नकार देतात किंवा नोंदी अपूर्ण ठेवतात. सरतेशेवटी, संघटनांचा बदल नाकारण्याकडे कल असतो, तर मूल्यमापनाचा अर्थ बदल असा असतो, असे एक सामान्य निरीक्षण आहे. अशा प्रकारे, इतर प्रतिकारांच्या प्रकारांबरोबरच, संघटनांची निष्क्रियता हा मूल्यमापनामधील मोठा अडथळा आहे.

सार्वजनिक धोरण मूल्यमापन ही एक अतिशय क्लिष्ट प्रक्रिया आहे. या प्रक्रियेमध्ये अनेक भागीदार सहभागी असतात आणि अनेक घटक या प्रक्रियेच्या निष्पत्तीवर परिणाम करतात. असे असले तरीही मूल्यमापनाने सार्वजनिक धोरण प्रक्रियेमध्ये महत्त्वाचे स्थान प्राप्त केले आहे; आश्वासनांची कामगिरी बरोबर तुलना करणारी ही एक संभाव्य प्रबळ यंत्रणा आहे, तसेच वर्तमान आणि भविष्यामधील दुवा आहे. अशा प्रकारे, मूल्यमापन जरी धोरणनिर्मिती चक्राच्या मोबदल्यात मिळालेल्या 'पाठच्या दरवाज्या'प्रमाणे वाटत असले, तरीही ते भविष्यात येणाऱ्या धोरणनिर्मिती निर्णयांसाठी खिडकीचे काम करते.

भारतामधील सार्वजनिक धोरण प्रक्रिया

भारतासारख्या लोकशाही देशामध्ये धोरणनिर्मिती हे शासनाचे महत्त्वाचे कार्य आहे. शासनाकडून अपेक्षित असलेल्या कृतीविषयीच्या लोकांच्या कल्पना आणि

मतांपासून धोरणनिर्मिती प्रक्रिया सुरू होते. अन्य शब्दांमध्ये सांगायचे झाल्यास, या कल्पना म्हणजे एखाद्या जाणलेल्या समस्येवर काही कृती करण्यासाठी राजकीय व्यवस्थेकडे नागरी समाज संघटना किंवा हितसंबंधी गटांकडून केल्या गेलेल्या मागण्या किंवा प्रस्ताव होत. लोकांच्या मागण्यांना हितसंबंधी गटांचा पाठिंबा असतो किंवा विरोध असतो. मात्र, असे लोक शासनाकडून त्यांच्या कल्पना कृतीत आणण्यासाठी शासनाकडून काही आश्वासने प्राप्त करतात (सप्रू २०१०: १५२). भारतीय संसदीय व्यवस्थेमध्ये, प्रधानमंत्र्यांच्या नेतृत्वाखालील मंत्रिमंडळाकडून शासनाचे उपक्रम राबवले जातात. मंत्रिमंडळामध्ये मंत्रिपरिषदेला ती शासनाच्या धोरणांशी संबंधित महत्त्वाचे निर्णय घेत असल्याने, मंत्रिपरिषदेला मंत्रिमंडळामध्ये महत्त्वाचे स्थान आहे. कॅबिनेट सर्व धोरणांचे सुसूत्रीकरण करते आणि संसदेकडे मान्यतेसाठी पाठवते. लोकसभा आणि राज्यसभा यांनी बनलेली संसद मान्यतेपूर्वी धोरणावर चर्चा करते. संसदेच्या दोन्ही सभागृहामध्ये भरपूर चर्चा आणि युक्तिवाद केले जातात. तथापि बहुमताच्या पाठिंब्यावर धोरणाच्या मान्यतेचा मार्ग मोकळा होतो. एकदा का हे दोन्ही गृहांमध्ये मान्य झाले की ते राष्ट्रपतीकडे मान्यतेसाठी पाठवले जाते. राष्ट्रपती धोरणाला मान्यता देण्याची किंवा राखून ठेवण्याची मुभा असते. काही प्रसंगी राष्ट्रपती विधेयक आपल्या सूचना आणि शिफारशींसहित संसदेकडे पाठवू शकतो. राष्ट्रपतींनी सुचवलेले बदल अंतर्भूत केल्यानंतर विधेयक पुन्हा राष्ट्रपतींकडे अनुमतीसाठी पाठवले जाते आणि अनुमती देणे त्याला बंधनकारक असते. दोन्ही सदनांमध्ये स्पष्ट बहुमत असल्यास संसद राष्ट्रपतींनी सुचवलेल्या बदलांकडे दुर्लक्ष करू शकते (डे १९८९: ७९). या प्रक्रियेमधून गेल्यानंतर एखाद्या विधेयकाचे धोरणामध्ये रूपांतर होते.

सार्वजनिक धोरण प्रक्रियेतील दुसरी अवस्था म्हणजे, धोरण अंमलबजावणी. धोरणाच्या प्रभावी अंमलबजावणीनंतर धोरणाची खरी फळे उपभोगता येतात. भारतामध्ये, कायदेमंडळ, कार्यकारी मंडळ, न्यायमंडळ, लोकसेवा, अशासकीय संस्था आणि इतर अशा विविध संस्था प्रत्यक्षपणे किंवा अप्रत्यक्षपणे धोरण अंमलबजावणी प्रक्रियेमध्ये सहभागी होतात. कायदेमंडळ प्रश्नोत्तरांच्या तासाच्या सत्रामध्ये आपली मते व्यक्त करून धोरण अंमलबजावणी प्रक्रियेमध्ये महत्त्वाची भूमिका बजावते. संसद सदस्य शासनाला कोणताही महत्त्वाचा प्रश्न विचारू शकतात. लोकलेखा समिती, अंदाज समिती आणि निवड समिती यांसारख्या अनेक समित्या सदस्यांना शासन निर्णयांची छाननी करण्यास सक्षम बनवतात. प्रत्येक वर्षी अंदाजपत्रकाच्या चर्चेवेळी संसद सदस्य त्यांची मते मांडू शकतात. न्यायमंडळ देखील धोरण अंमलबजावणी प्रक्रियेमध्ये महत्त्वाची

भूमिका बजावते. शासनाने आखलेले कोणतेही धोरण राज्यघटनेशी विसंगत होत असेल तर सर्वोच्च न्यायालय त्यास रद्दबातल ठरवते. जनहित याचिका देखील शासनाला त्यांची सदोष धोरणे दुरुस्त करण्यात आणि चुकीची धोरणे तपासण्यास निर्देश देण्याकरता सर्वोच्च न्यायालयाला सक्षमता प्रदान करतात. धोरण अंमलबजावणीमधील कार्यकारी मंडळांची भूमिका महत्त्वाची असते. लोकसेवांच्या सहकार्याने कार्यकारी मंडळ हे धोरण अंमलबजावणीसाठी प्रामुख्याने जबाबदार असते. नागरी सेवक त्यांचे योग्य कौशल्य, ज्ञान आणि अनुभवाच्या जोरावर धोरणे प्रत्यक्षात आणू शकतात. सार्वजनिक धोरणे ही नागरिकांच्या कल्याणासाठी असतात. म्हणूनच लोकसेवक सार्वजनिक धोरण अंमलबजावणीमध्ये नागरिकांशी सौहार्द सहकार्य राखतात.

यशस्वीपणे अंमलबजावणी झाल्यानंतर ज्ञात हेतू आणि परिणामांच्या कसोटीवर धोरणाच्या प्रभावीपणाचे मूल्यांकन करण्यासाठी धोरणाचे मूल्यमापन केले जाते. भारतामध्ये कायदेमंडळे आणि त्यांच्या समित्या, नियंत्रक आणि महालेखा परीक्षक, चौकशी आयोग, विभागीय मूल्यमापन अहवाल या धोरण मूल्यमापन करणाऱ्या अधिकृत यंत्रणा आहेत. मूल्यमापन हे शासनाबाहेरही केले जाते. विद्यापीठातील संशोधक, अभ्यासक, खाजगी संशोधन संस्था, दबावगट आणि सार्वजनिक हितसंबंधी संघटना काही प्रमाणात सार्वजनिक अधिकाऱ्यांवर प्रभाव असणाऱ्या धोरणांचे मूल्यमापन करतात. तसेच ते अनेक लोकांना माहिती उपलब्ध करतात. धोरण कृती किंवा निष्क्रियता यांना प्रसिद्धी देतात. धोरणांची अंमलबजावणी किंवा मागे घेण्याचे समर्थन करतात आणि अनेकदा लोकांच्या कमकुवत गटाच्या मागण्यांना प्रभावीपणे वाचा फोडतात. धोरणे मूल्यमापन प्रक्रियेमधून, धोरणकर्त्यांना अधिक चांगल्या धोरणनिर्मितीसाठी अभिप्राय मिळतात.

धोरण शास्त्र आणि सार्वजनिक धोरण प्रक्रियाः एक मूल्यमापन

डॅनियल लर्नरने (१९५१) लिहिलेल्या हॅरॉल्ड लासवेल यांच्या 'द पॉलिसी ओरिएन्टेशन' या निबंधापासून सार्वजनिक धोरणाच्या अभ्यासाचे नूतन नामकरण 'धोरण शास्त्रे' असे करण्यात आले. लासवेलच्या मते, धोरण शास्त्रे विशिष्ट समस्येच्या उपायांसाठी उपलब्ध ज्ञानाची समर्पकता ठरवण्याच्या किंवा निवडण्याच्या किंवा मूल्यमापन करण्याच्या प्रक्रियाचा अभ्यास करतात. येझकेल ड्रॉर या क्षेत्रातील एक अधिकारवाणी असणारे अधिकारी अभ्यासक यांच्या मते धोरण शास्त्रे म्हणजे अशी विद्याशाखा ज्यामध्ये धोरणाच्या तत्त्वाचा शोध घेतला जातो, जे सामान्य धोरण समस्या ज्ञान आणि धोरणनिर्मिती ज्ञान प्राप्त करते आणि त्यांना एका भिन्न

अभ्यासामध्ये एकत्रित करते. सन १९५०च्या दशकातील सार्वजनिक धोरणाच्या क्लिष्ट समस्या या सार्वजनिक अधिकार्यांकडे आणि ते ज्यांना सल्लामसलत करण्यासाठी निवडतात, त्यांच्यावर सोपवल्या गेल्या. सन १९६०च्या दशकात सार्वजनिक धोरणनिर्मितीच्या आखाड्यामध्ये अनेक विशेषज्ञ दाखल झाले. यामध्ये शहरी समस्या, पर्यावरणीय नियंत्रण, शस्त्रास्त्र व्यवस्था, दारिद्र्य योजना आणि नागरी हक्क या क्षेत्रांचा समावेश होता. सन १९७० आणि १९८०च्या दशकांमध्ये धोरण शास्त्रांनी कठोर शास्त्रीयतेशी चिकटून राहतानाच समर्पकता वाढवण्यासाठी अनेक प्रयत्न केले गेले. लासवेलने 'शास्त्रे' तसेच 'लोकशाही' या दोन्हीवर भर दिल्याने दोन वेगळ्या दृष्टिकोनांचा उगम झाला– धोरण विश्लेषण आणि धोरण प्रक्रिया. एक दृष्टिकोन धोरण प्रक्रियेच्या ज्ञानावर भर देतो, तर दुसरा धोरण प्रक्रियेमध्ये वापरल्या जाणाऱ्या ज्ञानावर भर देतो. सन १९९०च्या दशकानंतर, धोरण शास्त्रे त्यांचे लक्ष नमुन्यात्मक सत्यांकडे वळवत आहेत आणि निर्देशित धोरण चौकशीच्या स्वरूपात प्रशासकीय आणि राजकीय समूहाच्या ज्ञानाच्या गरजा भागवण्यासाठी आपली सक्षमता सुधारत आहेत. नमुन्यात्मक मूल्ये आणि सार्वजनिक व्यवस्थापन या आजच्या धोरण शास्त्रांच्या केंद्रीभूत जाणिवा आहेत.

सार्वजनिक धोरणे ही अस्तित्वात असलेली एखादी अनुभविक समस्या किंवा एखादी संधी याला प्रतिसाद म्हणून विकसित केली जातात. ती एका गतिमान प्रक्रियेचा परिपाक असतात. प्रक्रिया प्रारूप हे धोरणनिर्मितीमधील अनेक कृती समजून घेण्यासाठी उपयोगी असते. सार्वजनिक धोरण प्रक्रियेमध्ये चार महत्त्वाच्या पायऱ्या असतात. समस्या ओळखणे, धोरणाचे सुसूत्रीकरण करणे, धोरण अंमलबजावणी करणे आणि परिणामांचे मूल्यमापन करणे. या आराखड्यामध्ये सार्वजनिक धोरण हे क्रमबद्ध कृतीचा नमुना असते. ते आपल्याला धोरण प्रक्रियेमधील कृतींचा ओघ पकडण्यास मदत करते. धोरण प्रक्रियेमधील पहिली पायरी समस्येची रूपरेषा काढणे. यामध्ये केवळ समस्या आहेत हे ओळखण्याचा समावेश होत नाही, तर समस्या आणि समस्येची कारणे याचा तपशिलात अभ्यास करणे याचाही समावेश होतो. समस्या ओळखल्यानंतर आणि तिचा अभ्यास केल्यानंतर एखादे नवीन सार्वजनिक धोरण निर्माण केले जाते किंवा विकसित केले जाते. या पायरीमध्ये शासकीय अधिकारी, हितसंबंधी गट आणि वैयक्तिक नागरिक यांच्यादरम्यान संभाव्य अडथळे ओळखणे, पर्यायी उपाययोजना सुचवणे आणि स्पष्ट उद्दिष्टे ठरवणे आणि ती साध्य करण्यासाठी कोणती पावले उचलावी लागतील याची यादी करणे, यावर होणाऱ्या चर्चा आणि वादविवाद यांचा समावेश होतो. एखादे नवे धोरण अमलात आणले गेले पाहिजे आणि हे काम कोणत्या संघटनेने किंवा यंत्रणेने पार पाडावे हे निश्चित

करण्याची आवश्यकता असते. हे धोरण योजनांचे जाणीवपूर्वक वास्तविक रूपांतरण असते. ही सार्वजनिक धोरण प्रक्रियेतील तिसरी पायरी होय. धोरण अंमलबजावणी निर्णय प्रक्रियेतील सामर्थ्य आणि कमतरता उघड करते. सार्वजनिक धोरण प्रक्रियेतील शेवटची पायरी म्हणजे मूल्यमापन. यामध्ये सामान्यपणे मूळ समस्या सोडवण्यासाठी नवीन धोरण किती प्रभावी आहे याच्या अभ्यासाचा समावेश होतो. यामध्ये बहुतेकदा सार्वजनिक धोरणात अधिकचे बदल सुचवले जातात. यामध्ये धोरण सुरू ठेवण्याची हमी देण्यासाठी उपलब्ध साधने आणि निधी यांचे पुनरावलोकन केले जाते. थॉमस डे यांच्या शब्दांत, नमुन्याची पद्धतशीर आवृत्ती 'प्रतिसाद' दुवा चित्रित करते. सद्य धोरणांचे मूल्यमापन हे नवीन समस्या ओळखते आणि धोरणनिर्मिती प्रक्रिया पुन्हा एकदा सुरू करते. जरी बहुतेक धोरण मूल्यमापने ही अव्यवस्थित आणि प्रभाव पाडणारी असतात, तरीही ते अनुभवजन्य चुका, कमतरता, व्यर्थ खर्च आणि धोरणातील इतर चुकांना उत्तर शोधण्यासाठी धोरणांमध्ये सुधारणांना उत्तेजन देतात (डे २००४: ५४).

सामाजिक समस्या सोडवण्यामध्ये सार्वजनिक धोरणे महत्त्वाची भूमिका बजावतात. मात्र, त्याचवेळी आपण सामाजिक परिस्थितीवर प्रभाव पाडण्यामधील धोरणाच्या मर्यादाही लक्षात घेतल्या पाहिजेत. थॉमस डे अशा अनेक मर्यादा निर्देशित करतात. पहिली, काही सामाजिक समस्या ज्या पद्धतीने त्यांचा अर्थ लावला जातो, त्यामुळे त्यांना उपाययोजना करणे शक्य नसते. जर समस्या या संपूर्ण निरपेक्ष कसोटीपेक्षा सापेक्ष कसोटींवर स्पष्ट केल्या गेल्या तर सार्वजनिक धोरणानेः कधीही सोडविल्या जाणार नाहीत. उदाहरणार्थ, जर दारिद्र्य रेषेच्या व्याख्येमध्येच एक पंचमांश लोकसंख्येला दारिद्र्य रेषेखाली असतील तर 'गरीब' कितीही श्रीमंत झाले तरी, दारिद्र्य निर्मूलन शक्य होणार नाही. अशा प्रकारे, समाजातील सापेक्ष असमानता कधीही दूर करता येणार नाहीत. दुसरं, अपेक्षा या नेहमीच शासनाच्या सक्षमतांपेक्षा अधिक असू शकतात. तिसरं, जी धोरणे समाजातील दुसऱ्या गटासाठी समस्या निर्माण करू शकतात. उदाहरणार्थ, समाजातील असमानता नष्ट करण्याचा अर्थ करांचे पुनर्वाटप आणि खर्चीक धोरणे असा होऊ शकतो. यामध्ये सरासरीपेक्षा अधिक संपत्ती असलेल्या लोकांकडून संपत्ती घेणे आणि सरासरीपेक्षा कमी असलेल्याला देणे याचा समावेश होतो. नंतरचे धोरण उपाययोजनात्मक असू शकते, परंतु अगोदरच्या धोरणांनी गंभीर समस्या निर्माण होऊ शकतात. अशा प्रकारे, जी एकाच वेळी परस्परांपासून वेगळी उद्दिष्टे साध्य करू शकतात, अशी कोणतीच धोरणे नसतात. चौथं, सामाजिक समस्यांना अनेक कारणे असू शकतात आणि एक विशिष्ट धोरण समस्येचे निर्मूलन करू शकत नाही. उदाहरणार्थ, जर रोजगार

क्षमता ही असाध्य रोगाने प्रभावित आरोग्यसमस्या असेल, तर नोकरीचे प्रशिक्षण हे बेरोजगारीचे जटिल समस्या सोडवू शकत नाही. शेवटी, राजकीय व्यवस्था ही संपूर्ण तर्काधारित निर्णय घेण्यासाठी संरचित नसते. सामाजिक समस्येच्या उपाययोजनांसाठी सामान्यपणे तर्काधिष्ठित प्रारूपाची गरज असते; परंतु शासन तर्काच्या स्वरूपात धोरणनिर्मिती करण्यास सक्षम असू शकत नाही. त्याऐवजी राजकीय व्यवस्थेमध्ये तर्कापेक्षा गटाचे हितसंबंध, अभिजनवर्गाची पसंती, पर्यावरणीय शक्ती किंवा वाढीव बदल यांचा प्रभाव अधिक दिसून येतो. लोकशाही व्यवस्थेची रचना ही, मग ती तर्काधिष्ठित असो किंवा नसो, लोकांच्या प्रभावाचे प्रतिबिंबि पडण्यासाठी केलेली असते, असे गृहीत धरले जाते. निर्वाचित लोकप्रतिनिधी हे त्यांच्या मतदारांच्या मागण्यांना प्रतिसाद देतात आणि यामध्ये सार्वजनिक धोरणांप्रतीचे तर्काधिष्ठित दृष्टिकोन नाकारले जातात. अशा प्रकारे, सार्वजनिक धोरण हे सामाजिक समस्यांना प्रतिसाद असते, परंतु त्यावर ते ज्या परिस्थितीमध्ये तयार केले जाते त्या परिस्थितींशी सशर्त केले जाते. तथापि, अनेक मर्यादांशिवाय, सार्वजनिक धोरणाचा अभ्यास आपल्याला धोरण निर्णयांची कारणे आणि परिणाम समजून घेण्यास मदत करतो आणि समाजाबद्दल आपले ज्ञान वाढवतो. त्यामुळेच जोपर्यंत अभिशासन प्रक्रिया आहे तोपर्यंत आणि अभ्यासाचे क्षेत्र म्हणून सार्वजनिक धोरणाची प्रस्तुतता अव्याहत असेल.

निष्कर्षात्मक निरीक्षणे

थोडक्यात, धोरणनिर्मिती प्रक्रिया ही एक अतिशय क्लिष्ट, गतिमान प्रक्रिया आहे, जिचे विविध घटक, यामध्ये विविध योगदान देतात. मुख्यत्वे, शासकीय घटकांकडून होणाऱ्या भविष्याकडे निर्देशित असणाऱ्या कृतींची मुख्य मार्गदर्शक तत्त्वे ठरवते. ही मार्गदर्शक तत्त्वे किंवा धोरणे, सर्वोत्तम शक्य मार्गांनी ज्यामध्ये लोकहित आहे, ते साध्य करणाऱ्याचा औपचारिकपणे प्रयत्न करतात (गर्स्टन १९७४ः १४१-४२). जसजसे समाजाचे स्वरूप गुंतागुंतीचे होत जाते, तसतसे सार्वजनिक कार्यक्रमपत्रिकेवरील भरमसाट समस्या केवळ मर्यादित संसाधने आणि स्पर्धात्मक मूल्यांची चाचपणी करतील. धोरणनिर्मिती प्रक्रिया ही, संघर्षात्मक मागण्या या जर नेहमीच समाधानकारक पद्धतीने पूर्ण करता येत नसतील, तर निदान कशाप्रकारे ऐकल्या जातात, त्यांच्यात कशा प्रकारे समेट घडवला जातो आणि कशा प्रकारे क्रमबद्ध रीतीने सोडवल्या जातात हे समजून घेण्याचा एक मार्ग आहे. मूलतः, धोरणनिर्मिती प्रक्रिया, नित्य बदलत जाणाऱ्या समाजामधील 'राजकारण' नावाच्या कर्कश गोंधळाचे स्पष्टीकरण देते.

संदर्भ

Anderson, James E. 1975. *Public Policy Making*. New York: Thomas Nelson and Sons Ltd.

Bhattacharya, Mohit. 2008. *New Horizons of Public Administration*. New Delhi: Jawahar Publisher and Distributors.

Dey, Prabir Kumar. 1989. *Public Policy and System*. New Delhi: Pearson.

Dror, Yehezkel. 1974. *Public Policy Making Reexamined*. San Francisco: Leonard Hill Books.

Dye, Thomas R. 2004. *Understanding Public Policy* (3rd edition). New Delhi: Pearson Education.

Easton, David. 1965. *A Systems Analysis of Political Life*. New York: Wiley.

Frohock, Fred M. 1979. *Public Policy: Scope and Logic*. New Jersey: Prentice-Hall.

Gerston, Larry N. 1974. *Public Policy Making: Process and Principles* (2nd edition).

New York: M.E. Sharpe, Armonk.

Haveman Robert Henry. 1970. *The Economic of the Public Sectors*. New York: John Wiley.

Henry, Nicholas. 2007. *Public Administration and Public Affairs* (10th edition). New Delhi: Prentice-Hall of India.

Lowi, Theodore. 1964. *The Pursuit of Justice*. New York: Mc Graw-Hill.

Meier, Kenneth. 1994. *The Politics of Sin: Drugs, Alcohol and Public Policy*. Madrid:M.E. Sharpe.

Peters, B. Guy. 1996. *America Public Policy: Promise and Performance* (4th edition). New Jersey: Chathan House.

Presthus, Robert. 1975. *Public Administration* (6th edition). New York: The Ronald Press Company.

Quade, Edward S. 1970. 'Why Policy Sciences?' *Policy Sciences*, I (Spring).

Randall, D., B. Ripley, and Grace A. Franklin. 1986. *Policy Implementation and the Bureaucracy* (2nd edition). Chicago: Dorsey Press.

Sapru, R.K. 2010. *Public Policy: Art and Craft of Policy Analysis*. New Delhi: PHI Learning Private Limited.

Truman, David. 1952. *The Government Process*. Ithaca: Cornell University Press.

Wholey, Joseph S. 1970. *Federal Evaluation Policy*. Washington DC: The Urban Institute.

प्रकरण ५ वे

विकास प्रशासन

अध्ययनाची उद्दिष्टे

- विकास प्रशासन या संकल्पनेचे आकलन करून घेणे
- विकास प्रशासन या विषयाचे मूलस्रोत आणि विकास यांचा शोध घेणे
- विकास प्रशासनाच्या बदलत्या आकृतिबंधांचे परीक्षण करणे

सन १९५०च्या दशकामध्ये वसाहतवादोत्तर कालखंडात तिसऱ्या जगामध्ये वेगाने 'विकास' घडवून आणण्यासाठी विकास प्रशासन उदयाला आले असे म्हणता येईल. संपन्न देशांची गरीब देशांना साहाय्य करावयाची असलेली इच्छा आणि विशेषतः नव्याने उदयाला आलेल्या देशांना वसाहतवादी कालखंडातील नोकरशाहीचा कायापालट करून सामाजिक बदलासाठी अधिक विश्वासार्ह साधनांची गरज, या दोनही बाबींमध्ये विकास प्रशासानाचे मूलस्रोत आढळून येतात. साधनसंपत्ती आणि कौशल्यांची देवाणघेवाण यांमुळे कृषिप्रधान समाजरचनेकडून औद्योगिक समाजरचनेकडे वाटचाल यातून आधुनिकीकरणाची प्रक्रिया सुरू होईल आणि यासाठी शासकीय व शासनाने प्रायोजित केलेल्या साधनांचा वापर केला जाईल, अशी यामागील मूलभूत कल्पना होती (कैडन १९७१: २६५). एक दशकापेक्षा अधिक काळपर्यंत या विचारांनी अभ्यासकांचे लक्ष वेधून घेतलेले दिसून येते. यातूनच, प्रशासनाने 'विकास'विषयक गरजा अनुरूप करून घेण्यासाठी अनेक प्रयोग केले. विकास प्रशासनाची संकल्पना उत्कंठावर्धक वाटल्याने लोकप्रशासनाची उपशाखा म्हणून ओळखण्यात येऊ लागली. प्रस्तुत प्रकरणात विकास प्रशासनाचा प्रारंभ, त्याची संकल्पनात्मक चौकट, गुणवैशिष्ट्ये आणि बदलते स्वरूप यावर प्रकाश टाकण्यात आले आहे.

विकास प्रशासनाचा प्रारंभ

विकास 'प्रशासन' ही संज्ञा बहुतकरून केवळ आशिया, आफ्रिका आणि लॅटिन अमेरिकेतील विकसनशील देशांच्या संदर्भात वापरण्यात आली होती. आजपर्यंत तिसऱ्या जगातील देशांमध्ये सामाजिक-आर्थिक 'प्रगती' आणि 'राष्ट्रबांधणी' साध्य करण्यासाठीची यंत्रणा म्हणून विकास प्रशासनाकडे बघितले जात होते. मात्र,

विकास प्रशासनाची संकल्पनात्मक शैली प्रामुख्याने पाश्चिमात्य असल्याचे दिसून येते. रॉबर्ट दहल यांच्या 'द सायन्स ऑफ पब्लिक ॲडमिनिस्ट्रेशनः थ्री प्रॉब्लेम्स' या लेखामध्ये या शैलीचे प्रेरणास्रोत आढळून येतात. या लेखामध्ये रॉबर्ट दहल यांनी लोकप्रशासानावर त्याचे तौलनिक परिप्रेक्ष्य विकसित करण्याची असमर्थता या अर्थाने टीका केली (दहल १९४७). सन १९५५ मध्ये यू.एल. गोस्वामी या भारतीय नागरी सेवकाने त्यांच्या 'द स्ट्रक्चर ऑफ डेव्हलपमेंट ॲडमिनिस्ट्रेशन इन इंडिया' या लेखामध्ये सर्वप्रथम 'विकास प्रशासन' ही संज्ञा सामूहिक विकास कार्यक्रमाच्या संदर्भाने वापरली (सप्रू १९९८: ७६९). असे असले तरीही, या संज्ञेचे सांकल्पनिकरण व विस्तार पाश्चिमात्य, विशेषतः, जॉर्ज एफ. गांत, एफ. डब्ल्यू. रिग्ज, एडवर्ड वाइडनेर, मिल्टन जे. एस्मन, हान बी ली, जॉन डी. मोन्तगोमेरी, आल्फ्रेड डायमेन्ट यांसारख्या अमेरिकी अभ्यासकांनी केला. अमेरिकेमध्ये अमेरिकी लोकप्रशासन संस्थेच्या कृपाछत्राखाली १९६१ साली निर्माण झालेल्या तौलनिक प्रशासकीय समूहाने या क्षेत्रात सर्वांत महत्त्वाचे योगदान दिले. अमेरिकी शासनाच्या विकसनशील देशांमधील लोकप्रशासनासाठीच्या तांत्रिक साहाय्य कार्यक्रमाने निराश झालेल्या तौलनिक प्रशासकीय समूहातील सदस्यांनी काही विकसनशील देशांतील प्रशासकीय समस्यांवर संशोधन व परिसंवाद आयोजित केले. त्यांच्या निष्कर्षांतून असे लक्षात आले की, कदाचित लोकप्रशासनाच्या विकासविषयक पाश्चिमात्य प्रारूपे आणि संकल्पना विकसनशील देशांमध्ये योग्य व व्यवहार्य ठरणार नाहीत. यातूनच पुढे, विकसनशील देशांच्या वैकासिक गरजा पूर्ण केल्या जाव्यात यासाठी नव्या प्रशासकीय प्रारूपांचा शोध घेण्यात आला.

सन १९५०च्या दशकामध्ये अमेरिकेतील सामाजिकशास्त्रांच्या विचारधारांमध्ये तिसऱ्या जगातील 'विकास' यावर सशक्त बौद्धिक विवेचन करण्यात आले. याबाबत दोन आंतरसंबंधी उद्देश नमूद करता येतील. पुरेशी विदेशी मदत आणि सुधारलेली प्रशासकीय व्यवस्था यांच्या मदतीने नव्याने उदयाला आलेले देश पाश्चिमात्य औद्योगिक विकास पूर्णपणे साधू शकले नाहीत, तरी त्याचे लक्षपूर्वक अनुसरण करू शकतील हे प्रमुख साध्य आणि सुप्त उद्देश नमूद करता येईल. या मागे, मार्क्स व लेनिन यांच्या वर्गविहीन समाजाच्या आदर्श विचारसरणीला विरोध करणे हा गर्भित उद्देश होता, असे आता वाटते. नव्याने उदयाला आलेल्या देशांचा साम्यवादी आवाहनांपासून बचाव करणे गरजेचे होते. अशा प्रकारे, प्रशासनाकडे व्यवस्थेचे परीरक्षण करणे व व्यवस्था-स्थैर्य-बांधणी यासाठीची अव्यक्त क्षमता आहे, या दृष्टीने बघितले गेले. राजकीय व्यवस्थेचे स्थैर्य आणि अधिमान्यता कायम ठेवण्याच्या दृष्टीने नोकरशाहीकरण ही कार्यात्मक पूर्वावश्यकता मानली गेली.

थोडक्यात, विकास प्रशासन या संकल्पनेचा उगम आणि विकास यामागील प्रमुख कारणे पुढीलप्रमाणे आहेतः (*अ*) दुसऱ्या महायुद्धानंतर निर्वासाहतिकरणातून उदयाला आलेली नवी राष्ट्रे, (*आ*) विकसनशील देशांना साहाय्य करण्यासाठी विकसित झालेले आंतरराष्ट्रीय व अमेरिकी आर्थिक व तांत्रिक कार्यक्रम. (*इ*) तौलनिक प्रशासकीय समूहाची स्थापना व त्यातील सदस्यांनी विकसनशील देश आणि तेथील प्रशासकीय व्यवस्थांप्रती दाखवलेले औत्सुक्य. या काही घटकांमुळे १९६०च्या दशकापासून विकास प्रशासन ही अत्यंत प्रभावी संकल्पना ठरली व या संकल्पनेने विकसनशील देशांमध्ये अत्यधिक महत्त्व संपादित केल्याचे दिसून येते. प्रचलित शासनयंत्रणेचे रूपांतर सर्वस्वी नव्या यंत्रणेमध्ये करणे हे यामागील महत्त्वाचे उद्दिष्ट होते. हे उद्दिष्ट प्रशासनाच्या विकासातून, म्हणजेच, बाह्य प्रलोभनांच्या मदतीने शासनयंत्रणेचे आधुनिकीकरण करून, तंत्रज्ञानाची देवाणघेवाण करून, विदेशी तज्ज्ञांकडून प्रशिक्षण मिळवून आणि विकसनशील देशांमध्ये लोकप्रशासन संस्थांची स्थापना करून, साध्य करावयाचे होते. अशा प्रकारे, विकासाच्या नियोजनासाठी विकास प्रशासनाचा उदय हा विदेशी साहाय्य व पाश्चिमात्य सूत्रबद्ध झाला होता, असे म्हणता येईल. विकासाच्या नियोजनाची व्यवहार्यता तितक्याच बरोबरीने विकसनशील देशांसाठीही (आणि सार्वत्रिक) लागू होईल असे मानले गेले. विवेचनाचा पुढील भाग हा लोकप्रशासनाच्या या उपशाखेच्या संकल्पनात्मक चौकटीविषयी आहे.

विकास प्रशासनः अर्थ

तिसऱ्या जगातील देशांच्या वैकासिक क्रियांशी संबंधित असलेल्या प्रशासनाला विकास प्रशासन असे म्हणतात. शब्दाकोशानुसार, राष्ट्रांच्या, सामान्यतः नवोदित राष्ट्रांच्या प्रशासकीय क्षमतेचे तंत्र, प्रक्रिया, संघटित व्यवस्था यांच्यात 'वाढ अथवा सुधारणा करणे' अशी विकास प्रशासनाची व्याख्या होते (चॅन्डलर ॲण्ड प्लॅनो १९८२:२४). मार्टिन लांदौ यांनी 'सामाजिक परिवर्तन अभियांत्रिकी' अशी विकास प्रशासनाची व्याख्या केली (लांदौ १९७०:७४). मोत्गोमेरी यांच्या म्हणण्यानुसार, विकास प्रशासन म्हणजे, अर्थव्यवस्थेतील किंवा भांडवली पायाभूत संरचना यातील नियोजित बदल किंवा किमान, मुख्यतः आरोग्य व शिक्षण यांसारख्या सामाजिक सेवा 'पुढे नेणे' म्हणजे विकास प्रशासन होय (संदर्भः नायडू १९९६: १४८).

मेर्ले फेन्सोद यांच्या मते, आधुनिकीकरण व औद्योगिकीकरणाकडे वाटचाल करताना विकसनशील राष्ट्रांनी स्वीकारलेल्या विविध नव्या कार्यांचा विकास प्रशासनामध्ये समावेश होतो. सामान्यतः, विकास प्रशासनामध्ये आर्थिक वृद्धीची

आखणी करणाऱ्या व्यवस्थेची स्थापना आणि राष्ट्रीय उत्पन्न वाढवण्यासाठी साधनांची विभागणी यांचा समावेश होतो' (नायडू १९९६: १४८ मध्ये उदधृत). या उपशाखेचा आणखी एक प्रमुख पुरस्कर्ता, एडवर्ड विकास प्रशासनाची संयुक्तिक व वैज्ञानिक पद्धतीने ओळख करून देतो. ते विकास प्रशासनाकडे एका अवस्थेतून दुसऱ्या अवस्थेत बदल अथवा रूपांतर होण्याची एक गतिशील प्रक्रिया या अर्थाने पाहतात. वाइडनेर यांच्या मते, विकसनशील देशांमध्ये राष्ट्रबांधणी व सामाजिक-आर्थिक विकास ही विकासाची प्रमुख उद्दिष्टे होत. वाइडनेर विकास प्रशासनाची व्याख्या करताना म्हणतात की, विकास प्रशासन म्हणजे कृती-अभिमुख, उद्धिष्ट-अभिमुख प्रशासकीय व्यवस्था होय.... जी संघटनेला पुरोगामी राजकीय, आर्थिक आणि सामाजिक उद्दिष्ट साध्य करण्यासाठी मार्गदर्शन करते' (वाइडनेर १९७०:३९९).

फ्रेड डब्लू. रिग्ज विकास प्रशासनाची, 'समाजातील विकासविषयक उद्दिष्टे साध्य करण्याच्या दृष्टीने योजना अथवा प्रकल्प राबवण्यासाठी सत्ताधीशांनी केलेले संघटित प्रयत्न' (रिग्ज १९७०:७३) अशी व्याख्या करतात. डोनाल्ड सी. स्टोन यांच्या मते, सामान्यपणे, विकास प्रशासन राष्ट्राची प्रगती साध्य करण्याशी संबंधित आहे' (नायडू १९९६:१४९). त्यांच्या मते, विकास प्रशासन समाजातील विकासविषयक उद्देश व उद्दिष्टे साध्य करण्यासाठी योजना, धोरणे, कार्यक्रम व प्रकल्प यांची आखणी आणि कार्यान्वयनाच्या अनुषंगाने येणाऱ्या क्रिया व प्रक्रिया यांच्याशी संबंधित आहे. जर विकास प्रशासन प्रायोजिक व्यवस्थापनाने व्यग्र असेल तर विकासाशी संबंधित उद्दिष्टे साध्य करण्यासाठी सत्ताधिशांनी राबवलेले कार्यक्रम व योजना असाही त्याचा अर्थ लागू शकतो.

जॉर्ज एफ. गान्त यांच्या मते, विकास प्रशासन ही संज्ञा अभिकर्त्यांची गुंतागुंत, कारभार व्यवस्था आणि विकासात्मक उद्दिष्ट साध्य करण्यासाठी शासनाने सुरू केलेली प्रक्रिया होय. विकास प्रशासन ही एक शासकीय यंत्रणा आहे, जी राष्ट्रीय सामाजिक-आर्थिक उद्दिष्टे स्पष्ट करून ती साध्य करण्याकरता विकासाचे विविध घटक एकमेकांशी जोडले जातात. शासकीय कामांचा वाढता व्याप, विविधता आणि गुंतागुंत लक्षात घेता विकासासाठी जनतेच्या मागण्यांना प्रतिसाद देण्यासाठी हे नोकरशाहीने केलेले समायोजन आहे असेही म्हणता येईल. विकास प्रशासन म्हणजे विकासाची उद्दिष्टे साध्य करण्यासाठीच्या योजना, कार्यक्रम व प्रकल्प यांचे प्रशासन होय (गान्त १९७९:२०).

थोडक्यात, शासकीय संस्थेच्या मध्यमातून राष्ट्रबांधणी व सामाजिक-आर्थिक विकासाच्या दिशेने विविध कार्यक्रम व योजना राबविण्याची प्रक्रिया म्हणजे विकास प्रशासन होय. सामाजिक-आर्थिक बदल घडवून आणील अशी प्रशासकीय व्यवस्था बळकट करणे हे विकास प्रशासनाचे प्राथमिक उद्दिष्ट आहे.

समाजातील विविध सामाजिक समूहांमध्ये सामाजिक व आर्थिक लाभाच्या न्याय्य विभाजनातून सामाजिक न्यायाची प्राप्ती यांच्याशी विकास प्रशासन संबंधित आहे. औद्योगिकीकरणातून आर्थिक वृद्धीला चालना देणे हा विकास प्रशासनाचा मुख्य उद्देश होय. विकास प्रशासनामध्ये, (*अ*) समानता, (*आ*) राजकीय व्यवस्थांची मागणीनुसार उत्पादनक्षमता, (*इ*) आव्हाने स्वीकारण्याच्या व पूर्ण करण्याच्या दृष्टीने शासकीय भूमिका व संघटनेची भूमिका यांच्यातील फरक, याद्वारे राजकीय विकासाचाही समावेश होतो. लोकांमधील प्रचलित मूल्ये आणि दृष्टिकोन यांच्यात बदल घडवून आणण्यासाठी व हे बदल विकासाच्या दृष्टीने आश्वासक असावे यासाठी विकास प्रशासनाद्वारे प्रयत्न केला जातो. विकास प्रशासनाच्या यशासाठी, नवीन प्रशासकीय संरचनांची निर्मिती करणे आणि प्रचलित संरचनांचे विकासाच्या संदर्भात पुनःउद्‌बोधन करणे, याद्वारे प्रशासनाच्या आधुनिकीकरणाची देखील गरज भासते. अशा प्रकारे, सामाजिक, आर्थिक, राजकीय आणि प्रशासकीय अशा परस्परसंबंधित व विकासाच्या दृष्टीने महत्त्वपूर्ण घटकांच्या मदतीने संपूर्ण समाजाची पुनर्बांधणी करणे हा विकास प्रशासनाचा हेतू आहे असे म्हणता येईल.

विकास प्रशासनाचे गुणधर्म

अभ्यासकांनी विकास प्रशासनाची अनेक वैशिष्ट्ये अधोरेखित केली आहेत. जॉर्ज गान्त (१९७९) यांच्या मते विकास प्रशासन हे त्याचा हेतू, निष्ठा व दृष्टिकोन यांच्या माध्यमातून दर्शविले जाते. सामाजिक व आर्थिक विकासासाठी सुरचित कार्यक्रमांना चालना देणे व त्याचे सुलभीकरण करणे हा विकास प्रशासनाचा हेतू होय. प्रस्तुत हेतू विद्यमान स्थिती जपण्यापेक्षाही बदल, नवनिर्मिती व गतिमानता यांच्याशी संबंधित आहेत. बदल वेधक व शक्य करण्यासाठीचे ते हेतू आहेत. विकसित होत जाणारी राजकीय व्यवस्था आणि लोकशाही पद्धतीने होणारे निर्णय या माध्यमातून लोकांनी निर्दिष्ट केलेल्या संपूर्ण विकासासाठी योजना लागू करणे आणि कार्यक्रम राबवणे यासंबंधी हे हेतू आहेत. नोकरशाही लोकांना उत्तरदायी असते. विकास प्रशासनात नोकरशाही निष्ठा ही संस्थेच्या हिताकरता अथवा सत्ताधीश वा साम्राज्याकरता न बाळगता लोकांप्रती असावी. विकास प्रशासनाचे दृष्टिकोन हे नकारात्मक नसून सकारात्मक आहेत, प्रतिबंधात्मक नसून सामोपचारी आहेत. विकासविषयक उद्दिष्टे साध्य करण्यासाठी विकास प्रशासन इष्ट व आवश्यक असेल तेथे नवनिर्मिती व बदलांना प्रोत्साहन देते आणि परंपरागत मानदंडाप्रतीच्या अथवा स्वहिताबाबत असणाऱ्या निष्ठेपासून परावृत्त करते. विकास प्रशासनाचा दृष्टिकोन सर्वसमावेशक असून अंतर्वर्ती नाही (गान्त १९७९:२०-२१). अशा प्रकारे, विकास प्रशासन त्याच्या 'हेतूंनी' (सामाजिक आर्थिक), 'निष्ठांनी' (लोकांप्रती उत्तरदायित्व) आणि

दृष्टिकोन' (सकारात्मक, नवनिर्मिती व सामोपचाराशी संबंधित) यातून दर्शवले जाते. व्ही.ए. पै पाणंदीकर व एस.एस. क्षीरसागर यांनी विकास प्रशासनाचे पुढील चार गुणधर्म अधोरेखित केले आहेतः (*अ*) विकासाभिमुखता, (*आ*) निष्पन्नाभिमुखता, (*इ*) नागरिक सहभागाभिमुखता आणि (*ई*) कामाप्रती वचनबद्धता (पाणंदीकर आणि क्षीरसागर १९७८ः ३०९-१०). या क्षेत्रातील एडवर्ड वाइडनेर, या उद्‌गात्याने सुद्धा विकास प्रशासनाकडे कृती अभिमुख, उद्देशाभिमुख 'प्रशासन व्यवस्था' म्हणूनच बघितले (वाल्डोमधील वाइडनेरचा संदर्भ १९७०ः १२०).

वरील भाष्याचा आधार घेऊन विकास प्रशासनाचे अनेक गुणधर्म अधोरेखित करता येतील.

बदलाभिमुखता

विकास प्रशासन बदलाभिमुख असून अपेक्षित सामाजिक-आर्थिक बदल घडवून आणणे हे त्याचे मध्यवर्ती उद्दिष्ट आहे. देशाची आर्थिक, सामाजिक व सांस्कृतिक उद्दिष्टे साध्य करण्यासाठी नियोजित बदल घडवून आणणे हे विकास प्रशासनाचे उद्दिष्ट आहे. हे उद्दिष्ट विकास प्रशासनाला 'जैसे थे' परिस्थितीची जपणूक करणाऱ्या पारंपरिक प्रशासनापासून वेगळे ठरविते. विकसनशील देश गरिबी, बेकारी, कुपोषण आणि सामाजिक मागासलेपण यांसारख्या आव्हानांचा सामना करत असतात. अशा देशांमध्ये वर नमूद केलेल्या क्षेत्रांमध्ये विधायक बदल घडवून आणणे हे प्रशासनाचे मुख्य कार्य आहे. अशा पद्धतीचे सामाजिक आर्थिक बदल नियोजित पद्धतीने घडवून आणण्यासाठी स्वातंत्र्योत्तर काळात भारतीय शासनाने योजना आयोगाची स्थापना केली व त्या माध्यमातून पंचवार्षिक योजनाची आखणी केली.

उद्देशाभिमुख

विकास प्रशासन उद्देशाभिमुख आहे म्हणजेच, काही विशिष्ट उद्देश प्रायोजित पद्धतीने प्राप्त करण्याशी संबंधित आहे. विकसनशील देशांना अनेक सामाजिक आर्थिक अडचणींना तोंड द्यावे लागते. अशावेळी विकास प्रशासनाच्या माध्यमातून विकास, म्हणजेच, सामाजिक न्याय, औद्योगिक व कृषिसंबंधी वृद्धी आणि आधुनिकीकरण साध्य करणे सहज शक्य आहे. उदाहरणार्थ, पहिल्या पंचवार्षिक योजनेच्या काळात (१९५१-५६) कृषिविषयक विकास हे भारतीय प्रशासनाचे मुख्य उद्दिष्ट होते.

सेवार्थी अभिमुख

विकास प्रशासन सेवार्थींच्या गरजांची पूर्ततेशीही संबंधित आहे. प्राथमिकपणे, विकास प्रशासन समाजातील गरीब व पददलित जनांच्या उद्धाराशी संबंधित आहे. भारतामध्ये

अनुसूचित जाती-जमाती, स्त्रिया आणि दुर्बल जन हे विकास प्रशासनासाठी मुख्य सेवार्थी आहेत. या जनांचा उद्धार करण्यासाठी अनेक विकासात्मक योजना आखण्यात आल्या. या विकासात्मक योजनांमध्ये लोकांना सक्रियपणे सहभागी करून घेण्यात आले. ७४ व्या व ७५ व्या घटनादुरुस्ती कायद्यानुसार समाजातील दुबळ्या जनांचा स्थानिक अभिशासनामधील सहभाग सुनिश्चित करण्यासाठी पंचायती व नगरपालिकांमध्ये त्यांच्यासाठी काही जागा राखीव ठेवण्यात आल्या.

कालाभिमुख

विकास प्रशासन कालाभिमुख आहे. म्हणजेच, दिलेल्या वेळात विकास योजना पूर्णत्वाला नेणे हे त्याचे उद्दिष्ट आहे. विकासाचे उद्देश ठरविले जातात व ते उद्देश ठरावीक वेळेत साध्य करण्यासाठी परियोजनांची आखणी करून त्या राबविल्या जातात. सामाजिक आर्थिक उद्दिष्टे लवकरात लवकर साध्य करावयाची असल्याने विकास प्रशासनात कालबद्धतेला बऱ्यापैकी महत्त्व असते. पीटर सेवज (१९७०) यांनी विकास प्रशासनावर कालिक पैलूच्या बाजूने चांगले विवेचन केले आहे.

लोक-सहभागाभिमुख

विकास प्रशासनाच्या यशासाठी विकासात्मक योजनांमध्ये लोकांचा सक्रिय सहभाग गरजेचा असतो. विकासात्मक कार्यांमध्ये लोकांचे सहकार्य व सहभाग असल्याशिवाय इच्छित सामाजिक आर्थिक बदल साध्य करणे शक्य होणार नाही. म्हणूनच, लोकाभिमुख नोकरशाहीने विकासात्मक कार्यक्रमांमध्ये लोकांना सक्रियपणे समाविष्ट करून घेणे महत्त्वाचे आहे. 'लोक' आणि 'प्रशासन' यांमधील हा जवळचा संबंध हे विकासात्मक प्रशासनाचे महत्त्वाचे गुणविशेष आहे. म्हणूनच भारताच्या विकाससंबंधी रचनाकौशल्यामध्ये नियोजन व प्रशासन यातील पंचायती राज संस्थांच्या सहभागाला नव्याने पुरस्कृत केले गेले आहे.

पर्यावरणीय अभिमुखता

विकास प्रशासन ही एक खुली व्यवस्था आहे जी आजूबाजूच्या परिस्थितीशी सतत संपर्कात असते. ही व्यवस्था सामाजिक व्यवस्थेकडून असलेल्या मागण्यांनुसार प्रतिसाद देत असते. प्रशासनातील बदलांनी परिस्थितीमध्ये बदल होतो आणि परिस्थितीतील बदलांचाही प्रशासनावर प्रभाव असतो. विकास प्रशासनाला प्रशासनाकडून लवचीकता व प्रतिसादी गुणांची अपेक्षा असते. लोकप्रशासनातील पारिस्थितिक पैलूचा शोध घेण्याचे श्रेय फ्रेड डब्लू. रिग्ज यांना जाते.

नावीन्यपूर्णता

विकास प्रशासन नावीन्यपूर्ण आहे (कात्झ १९७०: १२०) कारण ते विकासात्मक उद्दिष्टे साध्य करण्यासाठी सामाजिक बदलांवर आधारभूत आहे. विचार आणि कृतींमध्ये विकास प्रशासन गतिमान आणि पुरोगामी आहे. कमीतकमी साधनांचा वापर करून व कमीतकमी वेळात उद्दिष्टे साध्य करण्यासाठी नवनवीन रचना, पद्धती, तंत्र, योजना आणि कार्यक्रम यांचा शोध घेऊन ते लागू करणे हा विकास प्रशासनाचा गाभा आहे. उदाहरणार्थ, भारताने अनेक नव्या योजना, कार्यक्रम, संस्था आणि प्रक्रिया यांच्याशी संबंधित नवे प्रयोग केले आहेत जे विकास प्रशासनाच्या क्षेत्रातील प्रमाण मानले जाऊ शकतील. भारतामध्ये आपण अनेक नवे विकासात्मक कार्यक्रम राबविले जसे की, राष्ट्रीय ग्रामीण रोजगार योजना (नरेगा), एकीकृत ग्रामीण विकास योजना, जमाती विकास कार्यक्रम इत्यादी. सामान्यपणे, गरिबी निवारण, बेरोजगारी व नोकरीसाठी नवीन संधी तयार करणे हे या कार्यक्रमांचे उद्देश म्हणता येतील.

वरील विवेचनावरून असे लक्षात येते की, विकास प्रशासन ही एक गतिमान संकल्पना आहे. परीयोजनांच्या संबंधातील बदल, उद्दिष्ट, सेवार्थी आणि कालबद्धता याबाबतीतील विशेष अभिमुखता हे विकास प्रशासनाचे मुख्य गुणधर्म आहेत. प्रशासनावर परिणाम करणाऱ्या पारिस्थितिक घटकांबाबत ते संवेदनशील असून कार्यक्रम व परियोजन यांमध्ये लोकांचा सहभाग सुनिश्चित करते. हे मूलघटक विकास प्रशासनासाठी अपरिहार्य आहेत कारण त्यायोगे विकास प्रशासनाला तिसऱ्या जगातील देशांमधील राष्ट्रबांधणी व सामाजिक आर्थिक बदल साध्य करता येतील.

परंपरागत प्रशासन विरुद्ध विकास प्रशासन

विकास प्रशासन हे वेगळेपण असलेले लोकप्रशासन आहे असे म्हटले जाते. जॉर्ज एफ. गान्त, फेरेल हेडी व इतर अभ्यासकांनी विकास प्रशासन आणि परंपरागत प्रशासनामधील वेगळेपण दाखवून देण्याचा प्रयत्न केला आहे. परंपरागत प्रशासन प्रामुख्याने कायदा व अनुशासन पालन, महसूल आकारणे आणि राष्ट्रीय जीवनमानाचे नियमन करणे यांच्याशी संबंधित आहे. या अर्थाने, ते विद्यमान स्थिती अभिमुख व नियामक आहे. ते केंद्रीय पद्धतीने निर्णय घेण्यावर आधारित आहे. लोकांना प्रशासनामध्ये आणि निर्णय प्रक्रियेमध्ये सामावून घेतले जात नाही. परंपरागत प्रशासन काटेकोरपणा, केंद्रीय पद्धतीचे अधिकार आणि कार्यपद्धती अभिमुखता यासाठी ज्ञात आहे. दुसरीकडे, विकास प्रशासन विकासाचा कृती–अभिमुख व बदलाभिमुख नमुना आहे. पुरोगामी सामाजिक आर्थिक बदल आणि राष्ट्रबांधणी ही त्याची प्रमुख उद्दिष्टे आहेत. परंपरागत प्रशासनाशी वैधर्म्य असलेले विकास प्रशासन अधिक

गतिमान, लवचीक, खुले आणि सहभागात्मक आहे. विकास प्रशासन कार्यपद्धती व रचनांऐवजी दृष्टिकोन व प्रक्रियांशी संबंधित आहे.

तथापि, डब्लू. वूड्स (इग्नू १९९९) सारखे काही अभ्यासक प्रशासनाचे असे काही विशिष्ट भागांमध्ये विभाजन करण्याच्या बाजूने नाहीत. त्यांच्यामते शासनातील सेवकांची विकासक व अविकासक अशी विभागणी केल्यास कुणा एका बद्दलचा आदर कमी होऊन दुसऱ्याला अधिकच महत्त्व दिल्यासारखे होईल. अशाने प्रशासनातील आत्मविश्वास नाहीसा होईल. नवनिर्मिती आणि नवीन योजनेकडे दुर्लक्ष होण्याची शक्यताही नाकारता येणार नाही. विकास या संज्ञेवर पुरेसे विश्लेषण झालेले नाही असे दिसून येते. एकीकडे, त्याकडे विस्तारित 'नाममात्र' कायदा व अनुशासन आणि महसूल गोळा करणारे राष्ट्र असे मानले जाते तर दुसरीकडे, त्याचे स्वातंत्र्य आणि वसाहतीकरण नंतरच्या घडामोडींशी विशेष संबंध असल्याचे दिसून येते. अशा प्रकारे, प्रशासनाचे परंपरागत आणि विकास या दोहोंमध्ये विभाजन केले असता प्रशासनाचा आत्मविश्वास नाहीसा होईल आणि प्रशासकीय व्यवस्थेमध्ये नवनिर्मितीच्या शक्यतांकडे दुर्लक्ष केल्यासारखे होईल. पाणंदीकर आणि क्षीरसागर (१९७८) यांना प्रशासनाच्या या दोन प्रकारांमध्ये खालील साम्ये आढळलीः

१. सामान्य प्रशासनाच्या प्रचलित असलेल्या रचनेचा विकास प्रशासनाच्या क्षमता व दुर्बलता यांच्यावर निर्णायक प्रभाव असतो.
२. शासनयंत्रणेमध्ये दोहोंच्या अधिकाराचा स्रोत एकच आहे असे दिसून येते. उदाहरणार्थ, मंत्रिमंडळ कायदे मंडळाला उत्तरदायी असणे.
३. अनेक महत्त्वाचे पदाधिकारी जसे की, विभागीय आयुक्त, जिल्हाधिकारी साधारण आणि विकासात्मक कार्यांना संसिमित करतात.

विकास आणि अविकास यांच्यातील द्विभाजनाव्यातिरिक्त ते दोन्ही एकमेकांना पूरक ठरण्यासही वाव आहे. विकासात्मक कार्यक्रम राबविण्यासाठी अविकास प्रशासनाचे मोठ्या प्रमाणात अस्तित्व असणे देखील गरजेचे असते; नव्हे, विकास प्रशासनाच्या निर्विघ्न आणि द्रुत कामकाजासाठी ही पूर्व अट आहे असे म्हणता येईल. जगन्नाधाम यांचा असा विश्वास आहे की, विकासात्मक आणि अविकासात्मक प्रशासन हा सद्यःस्थितीतील फरक हा 'दिशाभूल करणारा व घातक आहे'. दिशाभूल करणारा आहे कारण तो तथाकथीत विकासात्मक विभागांना अवाजवी महत्त्व देतो आणि अविकासात्मक कार्ये आणि विभागांकडे दुर्लक्ष करण्याच्या वृत्तीला प्रोत्साहन देतो. हा फरक घातक आहे कारण अविकासात्मक विभाग जसे की, पोलीस आणि महसूल यांकडे दुर्लक्ष केले असता राष्ट्राच्या मूलाधाराला क्षीण केल्यासारखे होते व त्यायोगे शासनाच्या मूळ गाभ्याला कमी लेखल्यासारखे होईल (नायडू १९९६ः १५).

अशा प्रकारे, परंपरागत व विकास प्रशासनामध्ये काटेकोरपणे केलेला फरक अर्थहीन आहे. खरेतर, दोन्ही एकमेकांशी सांधले गेले असून परस्परावलंबित आहेत. विकास प्रशासनाचे यश सद्यःस्थितीतील कायदा व अनुशासन प्रशासनाने तयार केलेल्या परिस्थितीवर अवलंबून असते. प्रशासनातील वाढती गुंतागुंत आणि लोकांच्या वाढत्या मागण्या लक्षात घेता विकास प्रशासनावर विविध विकासात्मक आणि कल्याणकारी कामे करण्याची जबाबदारी आहे. ही विकासात्मक कामे परंपरागत कामांपेक्षा पूर्णपणे वेगळी नाहीत. खरेतर, कुठल्याही अर्थव्यवस्थेसाठी विकासात्मक कार्यक्रम राबवताना कायदा व सुव्यवस्था आणि सुरक्षा अबाधित ठेवणे ही पूर्वअट आहे असे म्हणता येईल. परंतु, विकास प्रशासन अधिक विस्तृत, लोकांचा सहभाग सुनिश्चित करणारे, नावीन्यपूर्ण आणि बदल अभिमुख असल्याने त्याच्या प्रभावी भूमिकेकरता परंपरागत प्रशासनाला अनुकूल परिस्थिती निर्माण करावी लागते. मोहित भट्टाचार्य यांच्या मते, 'व्यावहारिकदृष्ट्या, विकास आणि अविकास प्रशासनातील फरक अत्यंत कृत्रिम आहे. प्रशासनाच्या व्यावहारिक जगामध्ये, प्रशासनाच्या सजातीय शाखांमध्ये बऱ्यापैकी अतिव्यापन आणि परस्परावलंबित्व असल्याचे दिसून येते आणि म्हणूनच, प्रशासनाचा विशेष भाग म्हणून विकास प्रशासन अस्तित्वात नाही' (भट्टाचार्य २००७: १७).

विकासाचे प्रशासन की प्रशासनाचा विकास: कोंबडी आणि अंड्याचे कोडे

विकास प्रशासन ही संज्ञा फ्रेड डब्ल्यू. रिग्ज दोन परस्परसंबंधी अर्थाने वापरतात. 'प्रथमतः, विकासात्मक कार्यक्रमांचे प्रशासन, मोठ्या संघटनांनी, विशेषकरून शासनाने योजना राबविण्यासाठी वापरलेल्या पद्धती आणि विकासात्मक उद्दिष्टे साध्य करण्यासाठी तयार केलेले आराखडे.' दुसरे म्हणजे, 'गर्भितार्थाने, प्रशासकीय क्षमतांचे दृढीकरण हे त्यात अंतर्भूत आहे' (रिग्ज १९७०: ७५-७७). 'कार्यात्मकदृष्ट्या विकासाचे प्रशासन' आणि 'प्रशासनाचा विकास' दोन्ही परस्परसंबंधी आहेत. रिग्ज यांनी योग्य ते निरीक्षण नोंदवले की, या दोन संज्ञांचा परस्पर संबंध 'कोंबडी व अंडे' यांच्यातील कार्यकारणभावाप्रमाणे आहे. सर्वसाधारणपणे, परिस्थितीच्या (आधारभूत संरचना) बंधनांमध्ये बदल झाल्याशिवाय प्रशासनामध्ये फारशी सुधारणा केली जाऊ शकत नाही. पारिस्थितिक बंधनांमुळे परिणामकारकता अडचणीत येते, परंतु विकासात्मक कार्यक्रमांचे प्रशासन सुदृढ केल्याशिवाय परिस्थितीमध्ये बदल घडवून आणता येत नाही.

'विकासाचे प्रशासन' ही संज्ञा विकासाचे प्रशासन चालविणे असा अर्थ दर्शवते. विकासात्मक कार्यक्रम राबवणे यामध्ये संघटनात्मक प्रयत्न याचाही समावेश होतो. म्हणूनच, विकास प्रशासन हे एक माध्यम म्हणता येईल ज्याद्वारे शासन

अर्थव्यवस्था आणि समाजामध्ये संख्यात्मक तसेच गुणात्मक बदल घडवून आणते. प्रशासन व्यवस्थेद्वारे विकास घडवून आणण्यात राज्य हे प्रमुख भूमिका बजावते. ही भूमिका चोख बजावण्यासाठी राज्याला प्रशासनाकडून विशिष्ट पद्धतीचे पाठबळ मिळणे आवश्यक असते. स्वर्दलो यांच्या म्हणण्याप्रमाणे, यासाठी 'विकसनशील देशामधील अडचणींची विशेष जाण' असण्याची गरज असते (स्वर्दलो १९६३: ७१४). अशा प्रकारे, विकास प्रशासनाला शासनाचा कर्ता अथवा क्रियाशील भाग म्हटले जाते. विकासात्मक उद्दिष्टे साध्य करण्याच्या प्रक्रियेला चालना देण्यासाठी ते क्रियाअभिमुख असते व प्रशासनाला केंद्रभागी ठेवते. अशा प्रकारे, विकासाचे प्रशासन म्हणजेः सामाजिक-आर्थिक क्षेत्रांमध्ये पुरोगामी सुधारणा घडवून आणण्यासाठी आखलेल्या कार्यक्रमांची अंमलबजावणी करणे, विकासासाठी नावीन्यपूर्ण योजनांचे उपयोजन करणे आणि कुठल्याही नवीन योजनेबाबत अनुकूलता अथवा प्रतिकूलता न बाळगता, मूल्ये आणि विश्वास व्यक्त करण्यासाठीचे प्रशासनाला असलेले पूर्ण स्वातंत्र्य होय.

लोकांच्या मागण्या पूर्ण करण्यासाठी विकास प्रशासन प्रभावी व कार्यक्षम असायला हवे. यासाठी प्रशासकीय व्यवस्थेच्या क्षमता वाढवणे आणि त्यात सुधारणा करणे हा विकास प्रशासनाचा उद्देश असावा लागतो. प्रशासनाच्या या विशिष्ट बाजूला 'प्रशासनाचा विकास' असेही म्हणतात. सोप्या भाषेत सांगायचे झाल्यास, प्रशासकीय व्यवस्थेचा विकास याचा प्रशासकीय व्यवस्थेमध्ये सुधारणांना सुरुवात करून प्रशासकीय स्वास्थ्याचा विकास असाही अर्थ होतो. ही प्रक्रिया प्रशासकीय रचना, कार्यपद्धती आणि प्रशासकांमधील सकारात्मकरित्या दृष्टिकोनात्मक आणि वर्तनात्मक बदल यांच्या आधुनिकीकरणावर अवलंबून असते. समाजाची उद्दिष्टे आणि प्रशासनाचा विकास समप्रमाणात व्हायला हवा. थोडक्यात, प्रशासनाचा विकास खालील मुद्द्यांशी संबंधित आहेः

- प्रशासकीय क्षमता आणि धारणक्षमता वाढवणे,
- तंत्रज्ञानाची देवाणघेवाण आणि प्रशिक्षण यांच्या माध्यमातून नोकरशाहीचे आधुनिकीकरण करणे,
- प्रशासकीय पुनर्बांधणी आणि तर्कसंगतता,
- प्रस्थापित संस्था व त्यांच्यावर सोपवण्यात आलेल्या प्रशासकीय अधिकारांचे पुनःउद्बोधन,
- त्यातील कर्मचारी वर्गात व्यावसायिक कौशल्ये वाढविणे व विशेषिकरण करणे.
- सामाजिक व आर्थिक विकासविषयक कार्यक्रमांना नेतृत्वाच्या माध्यमातून उत्तेजन व पाठिंबा देणाऱ्या प्रशासकांना प्रोत्साहन देणे.

वरील विवेचनाच्या आधाराने हे सिद्ध होते की, विकास प्रशासन आणि प्रशासनाचा विकास या परस्परसंबंधित आणि परस्परावलंबी संज्ञा आहेत. विकासाचे प्रशासन हे प्रशासनाच्या विकासाएवढेच महत्त्वाचे आहे. विकासात्मक उद्दिष्टे साध्य करण्यासाठी, साधनांचे योग्य मूल्यमापन, योग्य आराखडा मांडणे, मूल्यांकन आणि अंमलबजावणी, लोकांचा पुरेसा सहभाग तसेच तंत्रज्ञान संबंधी बदलांवर भर असण्याची गरज असते. त्याचप्रमाणे, कार्यक्षम नोकरशाही, प्रशासनातील सचोटी, उपक्रमशीलता, नावीन्यपूर्णता, अधिकारांचे प्रत्यायोजन, निर्णयक्षमतेचे विकेंद्रीकरण इत्यादीची देखील गरज असते. प्रशासकीय विकास हा प्रशासकीय बदल आणि सुधारणा याशिवाय होऊ शकत नाही. दोन्ही संज्ञा एकमेकांना पुष्टी देणाऱ्या आहेत. नेमकेपणाने सांगायचे झाले तर, या दोन संज्ञा विकास प्रशासनाच्या दोन महत्त्वाची कार्ये सूचित करतातः एक कार्य विकासात्मक उद्देश आणि उद्दिष्टे समजून घेण्याशी संबंधित आहे तर दुसरे, विकासात्मक उद्देश आणि उद्दिष्टे साध्य करतानाच्या प्रक्रियेत सहभागी असणाऱ्यांच्या क्षमता सुधारण्याशी व वाढवण्याशी संबंधित आहे.

विकास प्रशासनाचे राजकारण

सन १९५०च्या दशकामध्ये 'विकास' हा तिसऱ्या जगातील राजकारणाचा केंद्रबिंदू ठरला. मुळाशी असलेले विधान व सुप्त उद्दिष्ट असे होते की, पुरेसे परकीय साहाय्य आणि सुधारलेली प्रशासकीय व्यवस्था यांच्या मदतीने नव्याने उदयाला आलेले देश पाश्चिमात्य औद्योगिक विकास पूर्णपणे साध्य करू शकले नाहीत तरी, लक्षपूर्वक त्याचा पाठपुरावा करू शकतील (द्विवेदी यांनी सप्रू मध्ये म्हटल्याप्रमाणे १९९८: ७७०). आधुनिकीकरण असणे हे सुप्त उद्दिष्ट असले तरी, सध्या अस्तित्वात असलेल्या संरचना आणि प्रक्रिया मुळापासून काढून टाकावयाचे नव्हते. त्यायोगे गरीब आणि मागासलेल्या समाजरचना परावलंबित्व आणि अविकासाच्या चक्रात अडकून राहिल्या (द्विवेदी यांनी सप्रू मध्ये म्हटल्याप्रमाणे १९९८: ७७०). दुसरे कारण म्हणजे मार्क्सवादी-लेनिनवादी विचारांच्या वर्गविहीन समाजरचनेने सुचवलेल्या वैचारिक उपायांना उत्तर होते. नव्याने उदयाला आलेल्या देशांचा साम्यवादाच्या आव्हानांपासून बचाव करावयाचा होता. ला पालोम्बारा असे लिहितात की, अधिक मोकळा आणि जाणीवपूर्वक असा प्रयत्न असा असायला हवा की फक्त अमेरिकी तांत्रिक माहितीचीच देवाण-घेवाण नव्हे तर आमची राजकीय विचारधारा आणि राजकीय संस्थांची आणि प्रक्रियांची कारणयोग्य प्रतिकृती याचाही विचार व्हावा' (ला पालोम्बारा यांनी सप्रू मध्ये म्हटल्याप्रमाणे १९९८: ७७०). वरवर बघता, विद्यमान शासकीय यंत्रणेचे पूर्णपणे स्वतंत्र यंत्रणेमध्ये रूपांतर करणे हा कळीचा मुद्दा होता. हे प्रशासनाच्या विकासातून, म्हणजेच, बाह्य प्रलोभनांनी शासकीय यंत्रणेचे

आधुनिकीकरण, तंत्रज्ञानाची देवाण-घेवाण, विदेशी तज्ज्ञांकडून मार्गदर्शन आणि तिसऱ्या जगातील देशांमध्ये प्रशासकीय यंत्रणेचे पुनर्संघटन यातून साध्य करावयाचे होते.

शासनाच्या कृतीवर अवलंबून असल्याने आणि देशाच्या घटनेनुसार घडवून आणावयाचा असल्याने विकास राजकीय स्वरूपाचा आहे असे म्हणता येईल आणि म्हणूनच, देशाच्या विकासामध्ये राजकीय संस्कृतीचे प्रतिबिंब उमटते. राजकारणातील कारकीर्द, शासनातील पक्षांचे स्वरूप आणि राजकीय नेत्यांचे व्यक्तिमत्त्व याचा विकासावर परिणाम होत असतो. अशा प्रकारे, विकास प्रशासन राजकारणाशी एकीकृत झालेले असते असे म्हणता येईल. बऱ्याच विकसनशील देशांना पाश्चिमात्य पद्धतीचा प्रशासनाचा आराखडा वारशाने मिळाला अथवा त्यांनी तो उसना म्हणून घेतला. मात्र, या देशांमधील स्थानिक संस्कृतीचे स्वरूप पूर्णपणे वेगळे राहिले आहे. लिंडा के. रिश्टर यांच्या मते, विकसनशील देशांमधील बऱ्याचशा नोकरशाही पद्धतींमध्ये अजूनही वसाहतीकरण झाल्याने वारसा म्हणून आलेल्या भूमिका आणि दृष्टिकोनांचे अजूनही अस्तित्व दिसते. आर. पी. देगुझमन आणि इतर काही अभ्यासकांसाठी, पाश्चिमात्य व्यवस्थापनाची अनेक तंत्रे आणि प्रक्रिया या देशांनी स्वीकारलेल्या दिसतात. परंतु असे करताना, या तंत्र आणि प्रक्रियांची स्थानिक रीती, मूल्ये आणि नियम यांच्याशी सांगड घातली जाते का हे बघितले गेले नाही (हक १९९७: ३९). विकसनशील देशांमधील संस्कृती अनोख्या असून त्यांची काही वेगळ्या पद्धतीची मूल्ये आहेत. ती पुढीलप्रमाणे: आचारपद्धती, स्थितिदत्त मूल्ये, आश्रयदाता-सेवार्थी यांचे संबंध, परस्परभाव, जातिव्यवस्था, अनौपचारिक सुसंवाद, जेष्ठ्यतेनुसार अधिकार, एकत्र कुटुंब आणि सामूहिक जबाबदारी (हक १९९७: ४०). संस्कृती आणि प्रशासकीय क्षेत्रांच्या संबंधांच्या स्वरूपाचा विचार केला असता विकसनशील देशांमध्ये मूळची असलेली संस्कृतीमधील मूल्ये आणि नव्याने स्वीकारलेल्या नोकरशाही नमुन्याबरोबर वारशाने मिळालेली मूल्ये यामध्ये बऱ्यापैकी तफावत जाणवते. मार्टिन लांदौ, ओ.पी. द्विवेदी, केथ हेन्देर्सोन, कोर्नेलीस जे. लाम्मर्स आणि डेव्हिड हिक्सोन यांसारख्या अभ्यासकांनी मूल्यरहित प्रशासकीय व्यवस्थेच्या 'कल्पितां'वर टीका केली आहे आणि राष्ट्रे आणि नोकरशाही घडवण्यात सांस्कृतिक मूल्यांच्या महत्त्वाच्या भूमिकेवर भर दिला आहे. तसेच वेगळी मूल्यसंस्कृती असलेल्या समाजरचनेमध्ये आदत्त पाश्चिमात्य प्रशासकीय नमुने निष्प्रभावी ठरतात यावरही प्रकाश टाकला आहे (हक १९९७: ३८).

भारत आणि तिसऱ्या जगातील इतर अनेक देशांमध्ये नोकरशाहीची राजकीय भूमिका ही आधुनिकतेचा 'सिद्धान्त' आणि तत्सदृश विकास प्रशासन' यांमध्ये

अंतर्भूत असते–या दोन्ही संकल्पना अमेरिकी सामाजिक शास्त्रज्ञांनी विकसित केल्या असून, राष्ट्राने निर्देशित केलेले सामाजिक-आर्थिक बदल ज्याचा आदर्श पाश्चिमात्य उदारमतवादी भांडवलशाही राजवट असेल असे त्यामागील गृहीतक होते. आधुनिकीकरण आणि विकासाच्या या प्रायोजकांकडून तिसऱ्या जगातील अनेक देशांमधील स्वातंत्र्यपूर्व काळात असलेली नोकरशाही राजवट, अशक्त आधारभूत संरचना आणि मोठ्या प्रमाणात विभक्त आणि अनैतिक असलेली सामाजिक-आर्थिक संरचना दुर्लक्षित केली गेली. असे मानले जाते की, नोकरशाही, ज्याला स्वतःच्या फायद्याची अपेक्षा नसेल अशा एखाद्या वासनारहित राजाप्रमाणे वर्तन करेल. भारतामध्ये वसाहतवादी कालखंडातील प्रशासकीय संरचना स्वातंत्र्यप्राप्ती नंतरही थोड्याफार प्रमाणात तशाच कायम ठेवण्यात आल्या. याचाच अर्थ असा होतो की, नोकरशाहीच्या राजकीय भूमिकेला मान्यता देण्यात आली. म्हणजेच काही विशिष्ट महत्त्वाच्या पदांवरून नोकरशाही कार्यरत असणे. जसे की, विभागीय आयुक्त, जिल्हाधिकारी इत्यादी. आधुनिकीकरण, विकास आणि दारिद्र्य निर्मूलन यासाठी कायमच मागणी असली तरीही भारतीय राज्यपद्धतीच्या मूळ संरचनेमध्ये आमूलाग्र बदल घडवून आणण्यात आलेला नाही. खरेतर, अनेक संशोधनांमधून असे पुढे आलेले दिसते की, तथाकथित विकाससंबंधी योजनेने परंपरागत सत्तासंरचनांना अधिकच मजबूत केले. असे दिसून येते की, सामाजिक-आर्थिक विकासाच्या प्रक्रियेने आमूलाग्र पुनर्बांधणी घडवून आणण्याऐवजी मध्यमवर्गाचा असंतोष, स्थावर फायदा, नोकरशाही आणि राजकारणी अशी कारणे पुढे केली. या समूहांमधील नजीकच्या परस्परावलंबित्वाचे संबंध गेली अनेक वर्षे विकसित झाले. मोहित भट्टाचार्य यांच्या मते, प्रासंगिक कलह असू शकतील मात्र राष्ट्राच्या यंत्रणेवर एकाधिकार निर्माण करण्याच्या बाबतीतील त्यांचा एकजुटीचा पवित्रा आणि विकासाचा उपभोग घेणे यांच्याशी तुलना केली असता या काळाचे प्रमाण खूपच कमी आहे. या अर्थाने विचार केला असता, नोकरशाही हा स्वयंशासित वर्ग नसून प्रतिनियुक्त वर्ग आहे असे लक्षात येते; त्यावर वेबरच्या संरचनात्मक औपचारिकतेचा आणि वर्तणुकीतील तटस्थतेचा मुखवटा असतो. वास्तविक, तटस्थ आणि नियमांनी बांधील असूनही नोकरशाहीने प्रस्थापित 'हितसंबंधांसाठी' नियम नमवलेले दिसतात, हा स्वहित साधून घेण्याचाच प्रकार दिसतो (भट्टाचार्य २००३: ३२६).

सारांश लक्षात घेताना असे म्हणता येईल की, वेबरच्या साधनीभूत नोकरशाहीबाबत चुकीचे समज आणि शासनाने निर्देशित करावयाचे विकास प्रशासन जाणीवेच्या आड येते असल्यामुळे वास्तवातील नोकरशाहीच्या भूमिकेची जाणीव होत नाही. नोकरशाहीचे राजकारण हे नोकरशाहीचे नसून वर्चस्वी हितसंबंधांचे आहे, ज्याचा ती अविभाज्य

भाग आहे. जोपर्यंत लोक मोठ्या प्रमाणात 'सांस्कृतिक' पातळीवर राजकीय प्रक्रियेच्या बाहेर राहतील (ठरावीक काळापुरते व विधींपुरते राजकारणात राहिले तरीही) आणि भारतीय राष्ट्राचे सरंजामशाही-भांडवली शील टिकून राहील तोपर्यंत नोकरशाहीला अदृश्य व प्रभावी राजकीय भूमिका बजावावी लागेल. ही भूमिका केंद्रीकरणाला दुजोरा देणारी, विकेंद्रीकारणाला कमी लेखणारी आणि अनैतिक सामाजिक-आर्थिक संरचना कायम ठेवणारी असेल, ज्यायोगे नोकरशाहीचे स्वतःचे शक्तिस्थान कायम राखता येईल. मोहित भट्टाचार्य यांच्या मते, नोकरशाहीची खरी भूमिका समजून घेण्यासाठी प्रशासनातील नोकरशाही अशी विश्लेषण पद्धती बाजूला ठेवून समाजातील नोकरशाही अशी विश्लेषण पद्धती लक्षात घ्यावी लागेल (भट्टाचार्य २००३ः ३२६).

विकास प्रशासनाचे कालवाचक आणि दिशावाचक पैलू

प्रशासकीय व्यवस्था ही पोकळीमध्ये कार्यरत राहू शकत नाही. प्रशासनावर प्रभाव पाडणाऱ्या पर्यावरणीय वास्तविकता त्याच्या रचना आणि कामकाज या दोन्हीसाठी निर्णायक आहेत. समाज आणि संस्कृती यांची विशेष लक्षणे कुठल्याना कुठल्या प्रकारे प्रशासकीय व्यवस्थेमध्ये प्रतिबिंबित होतात. तसेच, ज्या परिस्थितीशी व्यवस्थेची परस्परक्रिया होते, त्यातही या लक्षणांचा समावेश होतो (सावेज यांनी वाल्डोमध्ये म्हटल्याप्रमाणे १९७०ः २५). फ्रेड रिग्ज यांच्या लेखनामध्ये विशेषतः अशा 'पर्यावरणीय' घटकांचा समावेश होतो. ज्याचा उपयोग प्रशासकीय व्यवस्थेचे वर्तन समजून घेण्यासाठी व विवरण करण्यासाठी होतो. विकास प्रशासन अधिक चांगल्या प्रकारे समजून घेण्यासाठी अभ्यासकांनी पर्यावरणीय दृष्टिकोनाव्यतिरिक्त कालवाचक आणि दिशावाचक पैलूंचे महत्त्व विशद केले. त्यांच्या मते, या चलघटकांकडे दुर्लक्ष झाल्याने तिसऱ्या जगातील देशांमध्ये पाश्चिमात्य आधुनिक प्रशासकीय तंत्रे अप्रभावी आणि अपकार्य दोष असलेली ठरली. अशा प्रकारे, तिसऱ्या जगातील देशांमध्ये देण्यात आलेले तंत्रज्ञान निष्फळ का ठरले यामागील कारणांचा शोध घेण्यासाठी अनेक अभ्यासकांनी विकास प्रशासनाच्या कालवाचक आणि दिशावाचक पैलूंचा अभ्यास केला. या अभ्यासाची सुरुवात फोर्ड संस्थापनाने अर्थसाहाय्य केलेल्या अमेरिकन सोसायटी फॉर पब्लिक ॲडमिनिस्ट्रेशनच्या तुलनात्मक प्रशासकीय समूहाने केली. ड्वाईट वाल्डो, पीटर सावेज, आल्फ्रेड दैमेंत आणि हान-बिन ली यांसारख्या अभ्यासकांनी विकास प्रशासन समजून घेण्यासाठी कालवाचक पैलूच्या महत्त्वावर प्रकाश टाकला. पारंपरिक आणि आधुनिक समाजातील कालवाचक परिप्रेक्ष्यात फरक करण्यासाठी पीटर सावेज यांनी कालवाचक पैलूचे सांस्कृतिक आणि राजकीय काळ अशा दोन भागांमध्ये विभाजन केले. त्यांच्या मते, सांस्कृतिक काळामध्ये समाजातील

कालाभिमुखता आणि काळाच्या परिसीमा यांचा समावेश होतो. समाजामधील काळाचे प्रमुख सांस्कृतिक आकलन स्थिर, गतिमान अथवा पुरोगामी असू शकते. उदाहरणार्थ, 'भारतातील वेळेची समज खूप वेगळी आहे, जी पाश्चिमात्य विचारानुसार साहजिक वाटते. भारतीय विचारांमध्ये, वेळ इतर कुठल्याही घटनेप्रमाणे, गतिशीलतेने बघण्यापेक्षा स्थिरतेच्या दृष्टीने बघितली जाते... वेळेची ही स्थिरतेची संकल्पना भारतीय विचारांमध्ये झिरपलेली दिसते' (सावेज यांनी वाल्डोमध्ये म्हटल्याप्रमाणे १९७०: २६). काळाच्या या स्थिर संकल्पनेमुळे भारताला जास्त विकास साधता आला नाही. दुसरीकडे, काळाची पाश्चिमात्य संकल्पना पुरोगामी आणि गतिमान आहे ज्यामुळे उत्कर्ष आणि विकास साधण्यासाठी बरीच मदत होते.

सांस्कृतिक वेळ कायमच भूतकाळ, वर्तमानकाळ आणि भविष्यकाळ यांच्याकडे बघण्याच्या दृष्टिकोनातून आणि त्याच्या वापरातून प्रतिबिंबित होत असते. तसेच रोजच्याच सामाजिक वर्तणुकीतून दिसून येते. जे. एल. सादी यांच्या निरीक्षणानुसारः

> भविष्याबद्दलची काळजी नसणे या एकमेव गुणविशेषणामुळे भटक्या जमातीतील लोक व तंत्रज्ञानाच्या दृष्टीने विकसित समुदाय या दोहोंमध्ये फरक करता येईल. भविष्य ही एक संकल्पना म्हणून त्यांच्या संस्कृतीचा भाग नाही. केवळ 'त्या दिवसापुरते' हा दृष्टिकोन भविष्यकाळात आयुष्य जगावयाला गरज पडेल म्हणून संचय करणे अशी प्रवृत्ती दाखवत नाही (सावेज १९७०: २६).

याचा मथितार्थ असा की प्रामुख्याने भविष्याऐवजी भूतकाळाविषयी असलेली काळजी प्रशासकीय परिस्थितीला पुरोगामी व सुधारणांप्रती अभिमुख बनवण्याऐवजी प्रतिगामी व अस्तित्वाभिमुख बनवते.

हान-बी ली विकास प्रशासनाच्या ऐहिक परिमाणाचीदेखील चर्चा करतात. त्यांच्या मते, सकारात्मक आणि भविष्याभिमुख लोक हे विकासवादी होत. नकारात्मक आणि भूतकाळाभिमुख दृष्टीचे लोक पलायनवादी होत. सरतेशेवटी, जे वर्तमानवादी आहेत ते शोधनवादी असतात. अतएव काळाचा आयाम प्रत्येक व्यक्तीत असतो. हा आयाम व्यक्ती-व्यक्तीच्या विकासात्मक दृष्टिकोनातील फरकास कारणीभूत आहे. हा आयाम कुठली व्यक्ती बदलाभिमुख आहे किंवा नाही हे समजून घेण्यासाठी मदत करतो.

राजकीय स्थिती हा विकास प्रशासनावर परिणाम करणारा आणखी एक महत्त्वाचा घटक आहे. तिसऱ्या जगातील राजकीय पुढारी आणि शिष्टजनांचा वर्ग भविष्य साकार करण्यासाठी राष्ट्रीय इतिहासाकडे पाहतो. एका बाजूने हा वर्ग भूतकाळाच्या एतद्देशीय आशयाचे गौरवीकरण करतो, तर दुसऱ्या बाजूने त्यातील वसाहतवादी अंशावर टीकाही करतो. या योजनेत भूतकाळास भविष्याला आकार देण्याचे साधन

म्हणून वापरले आहे. पीटर सावेज यांच्या मते यावर संकुचित कल्पितादर्शवादाचा प्रभाव राहिला असून या कथनात विकासासाठी आवश्यक आणि उपलब्ध वेळेचे अवमूल्यन झाले आहे. सत्ताधारी वर्ग हा पश्चिमेची बरोबरी करण्याच्या कल्पनेने पछाडलेला आहे. त्यांना सर्व काही एकाच दमात प्राप्त करायचे आहे. तरीसुद्धा, ऐहिक कार्यांनी तिच्या अंमलबजावणीकडे म्हणजेच तुल्यकलनता, क्रम आणि दर या बाबींकडे फारच थोडे लक्ष पुरवले गेले. अशाप्रकारे, स्थिती आणि ऐहिक क्रम वारीविषयक पाश्चात्त्य (विकास) प्रारूपातील अध्याहृत गृहीतके आणि त्याविषयीचा एतद्देशीय दृष्टिकोन यातील फरक समजावून न घेता बिगरपाश्चात्त्य नेते हे प्रारूप राबवू पाहतात. विकास प्रयत्नाच्या सुयोग्य क्रमवारीची गरज ओळखणे महत्त्वाचे आहे. कारण धोरणांमध्ये संघर्ष आणि अंमलबजावणीच्या दरात फरक असू शकतो. तरीही विकासात्मक उद्दिष्टांची सामाजिक वस्तुस्थितीशी सांगड घालण्याचे प्रयत्न दिसून येत नाहीत (बागाई २००९: ८).

तात्पर्य, ऐहिक दृष्टिकोन हा विकास प्रशासन समजून घेण्याचा एक महत्त्वाचा पैलू आहे. हा दृष्टिकोन ऐहिक कल्पनांच्या पाश्चात्त्य आणि बिगरपाश्चात्त्य भेदाबद्दल बोलतो. या फरकामुळे पाश्चात्त्य प्रशासकीय तंत्राच्या तिसऱ्या जगातील अपयशाची कारणे समजून घ्यायला मदत झाली. तिसऱ्या जगात प्रशासन धोरणनिर्मिती आणि अंमलबजावणी यात महत्त्वपूर्ण भूमिका पार पाडते. म्हणून तिसऱ्या जगातील देशात अशा धोरणनिर्मितीत दुर्लक्षित ऐहिक कल्पनांकडे लक्ष देण्याची जबाबदारी प्रशासकांवर येऊन पडते. त्यांनी विकासप्रक्रियेत तंत्रज्ञानाच्या अंमलबजावणीची सुयोग्य वेळ निर्धारित करावी. त्यांनी काळाच्या सांस्कृतिक धारणेच्या मर्यादेत धोरणाच्या उद्दिष्टप्राप्तीचा प्रयत्न करावा. ऐहिक पैलूशिवाय इतर काही विद्वानांनी जसे की, जेम्स जे. हेफे, हेन्री सी. हार्ट, बेरट्रॅम एम. ग्रॉस, स्टॅन्ले हॉफमन इत्यादींनी विकास प्रशासनाच्या अभ्यासात स्थानविषयक पैलूंचे महत्त्व अधोरेखित केले. स्थानविषयक पैलू स्थल विकासावर होणाऱ्या परिणामाच्या अभ्यासाच्या गरजेवर भर देतो. स्थानविषयक पैलू राष्ट्रनिर्मितीत महत्त्वाची भूमिका बजावतो, परंतु आपल्या आदिम राजकीय धारणेमुळे आपण त्याचे महत्त्व ओळखू शकलो नाही असे हॉफमन यांचे निरीक्षण आहे.

विशेषतः, पाश्चिमात्य संस्कृतीचे प्रादेशिक राजकीय समुदायाचे अभिसंस्करण हे वैशिष्ट्यपूर्ण आहे. पाश्चिमात्य संस्कृतीचे वेगळेपण असे की, यात प्रादेशिक राजकीय समुदायावर प्राथमिक लक्ष केंद्रित केले जाते. प्राचीन ग्रीक लोकांकडे समुदायास राष्ट्र याव्यतिरिक्त दुसरा शब्द नव्हता (हेफे १९७१: १). विकसनशील देशातील शिष्टजन तथापि इथल्या समाजातील बहुसंख्य लोक शिष्टजनासारखा सर्वसमावेशक दृष्टिकोन

स्वीकारत नाही. काही ठिकाणी सर्वसामान्य लोकांसाठी जगण्याचा अवकाश खेडे आणि बाजार ठिकाणच्या पलीकडे जात नाही तर काही वेळेस तो खेड्याच्या पलीकडे विस्तारत नाही. विकसनशील देशातील शेतकऱ्यांसाठी जरी इतर ठिकाणची परिस्थिती त्याच्या खेड्यासारखीच असली तरी खेड्याबाहेर पाऊल टाकणे हे संपूर्ण अनोळखी जागेत जाण्यासारखेच असते (हेफे १९७१: १०). तो त्याच्या खेड्याव्यतिरिक्त जागेशी जुळवून घेऊ शकत नाही. म्हणून विकसनशील देशातील ग्रामजीवनास 'असंबद्ध रंगीत तुकड्यांची' उपमा दिली आहे. तिसऱ्या जगातील शिष्टजन वर्गाच्या बाजूला, अविभाज्य राष्ट्राच्या सेवेकरता आदिम, वांशिक आणि धार्मिक भेदांना एकात्म राज्याच्या दिशेने वाटचाल करण्याकरता दिशा देण्याची जाणीव आहे. राजकीय शिष्टवर्गासमोर बहुसंख्यांमध्ये स्थलजाणीव आणि राष्ट्राच्या प्रदेशाशी जुळणारी राष्ट्रीय भावना वाढविण्याचे आव्हान आहे.

राष्ट्रबांधणी व्यतिरिक्त, सामाजिक-आर्थिक विकास हेदेखील तिसऱ्या जगातील देशांमधील नेत्यांचे महत्त्वाचे उद्दिष्ट आहे. हेफे यांच्या मते, आर्थिक कार्य काही केंद्रांमध्ये एकवटणे आणि देशातील इतर भाग दुर्लक्षित होऊन दुय्यम परिघावरती ढकलला जाणे अशी परिस्थिती टाळण्यासाठी उप-राष्ट्रीय म्हणजेच प्रादेशिक नियोजनाची गरज असते (फ्रीडमन आणि अलोन्सो यांनी हेफे मध्ये म्हटल्याप्रमाणे १९७१: १५). विकासाच्या दैशिक बाजू संबंधीचे निर्णय राजकीय विचारसरणी तसेच प्रादेशिक आर्थिक लाभ, लोकसांख्यिक संघटन यासारख्या प्रश्नांनी प्रभावित होतात. राजकीय शिष्टजनांसाठी एकात्म राष्ट्र हे पहिले प्राधान्य असते. तसेच, या राष्ट्रांमध्ये, लोकहितवादी निर्णय घेणाऱ्या लोकांमध्ये दूरदृष्टीचा अभाव नसतो. दैशिक चलघटकांमुळे, त्यांना हाताळण्यासाठी राजकीय शिष्टजनांचा वर्ग अनेक कृतियोजना तयार करतो. संपूर्ण देशापेक्षा मर्यादित भागाला केंद्रबिंदू मानणारे प्रादेशिकीकरण हे विकासाच्या दैशिक आयामाला हाताळण्यासाठीची सर्वांत महत्त्वाची योजना आहे. एका प्रकारच्या उत्पादन वा सेवांसाठी एक प्रदेश व दुसऱ्या हेतूंसाठी दुसरा प्रदेश अशी स्थापना करता येऊ शकते. दैशिक आयामांशी संबंधित आणखी एक योजना महत्त्वाची आहे ती म्हणजे, स्थानिक पातळीवर विकासामध्ये लोकांचा सहभाग वाढविण्याचा प्रयत्न करणे. ही दूरदृष्टी भारतीय रचनेमध्ये पंचायती राज व्यवस्थेमध्ये दिसून येते. संघराज्यपद्धती ही अजून एक योजना आहे, जी अनेक आशियाई व आफ्रिकन देशांमध्ये वापरली गेली आहे. तथापि, हेफे यांच्या मते, ही योजना फारशी यशस्वी ठरलेली नाही कारण, देशातील काही विशिष्ट जनांचा बहुसंख्याकांपासून बचाव करण्याची पद्धत आहे (हेफे १९७१: २१). व्यावसायिकीकरण हा देखील विकेंद्रीकरणाचा आणखी एक मार्ग आहे. या पद्धतीमध्ये तंत्रज्ञांना निर्णय घेण्याचे

स्वातंत्र्य दिले जाते. ही पद्धत विकासासाठी महत्त्वाची असली तरीसुद्धा विकसनशील देशांमध्ये या पद्धतीला मान्यता मिळालेली नाही.

विकासाचे दैशिक आयाम त्यांना हाताळण्यासाठी शिथिल पद्धतींची गरज आहे असे दर्शवतात. विकासासाठी नावीन्यपूर्णता आणि नवनिर्मितीचा अधिकार गरजेचा असतो. यातून समाजाची नवनिर्मिती करण्याची आणि नियंत्रण ठेवण्याची गरज एकाच वेळी असणे अपेक्षित आहे. अशा प्रकारे, एक अशी खुली व्यवस्था गरजेची आहे जी गरज पडल्यास नियंत्रण ठेवण्याची क्षमता बाळगते.

तात्पर्यात असे म्हणता येईल की, तिसऱ्या जगातील देशांमधील विकास समजून घेण्यासाठी ऐहिक आणि दैशिक दृष्टिकोन महत्त्वाचे आहेत. स्थळ काळाविषयी समजून घेतानाचे सांस्कृतिक फरक रचनांच्या आणि तंत्रज्ञानाच्या पारदर्शकतेत अडथळा आणते. पाश्चिमात्य प्रशासकीय तत्त्वे ही बिगरपाश्चिमात्यांसाठी पूर्णपणे असंबद्ध ठरतात. तथापि, राजकीय आणि सामाजिक-सांस्कृतिक व्यवस्थांची काही वैशिष्ट्ये अशी आहेत जी त्यांच्या प्रशासकीय रीतींच्या अडचणींच्या संबद्धतेला गंभीरपणे अडथळा करतात. म्हणूनच, विकासाच्या मानवकेंद्रित पद्धती सोडून स्थानिक परंपरा, संस्कृती आणि अभिशासनाची शैली यांच्या भूमिकेचा पुरस्कार करणे गरजेचे आहे (बागाई २००९: १२). विकसनशील देशांनी पाश्चिमात्यांनी प्रमाण म्हणून दिलेली योजना अंधपणाने न वापरता विकासाची स्थानिक पद्धत निर्माण करणे गरजेचे आहे.

विकास प्रशासनाचा बदलता आकृतिबंध

उत्तम समाजरचना साध्य करण्यासाठीचे अनिवार्य साधन म्हणून विकास प्रशासनाने तुलनात्मक प्रशासकांचे लक्ष वेधून घेतले आहे. ज्यायोगे, प्रशासनाचे कार्य सुधारण्याचे मार्ग शोधता येतील, तसेच विकासात्मक कार्यक्रमांचे नियोजन आणि अंमलबजावणी यांचे दृढीकरण करता येईल. हा प्रथमतः राष्ट्र-पुरस्कृत विकासाचा दृष्टिकोन होता ज्याद्वारे सामाजिक बदल साध्य करण्यासाठी शासन आणि लोक-प्रायोजित संस्थांचा प्रातिनिधिक स्वरूपात वापर केला जातो. या ऐतिहासिक संदर्भाने बघितले असता विकास प्रशासनाच्या नैसर्गिकपणे झालेल्या उदयाची जाण असणे महत्त्वाचे ठरते. सन १९५०च्या दशकामध्ये झालेल्या उदयापासून विकास प्रशासनाची उद्दिष्टे आणि आशय सतत बदलत गेला आहे. सन १९८०च्या दशकाच्या उत्तरार्धात 'नव अधिकार तत्त्वज्ञान' राष्ट्र-पुरस्कृत विकास धोरणावर वरचढ ठरलेले दिसून येते. अभिशासनाचे नव अधिकार तत्त्वज्ञान राष्ट्राची न्यूनतम भूमिका आणि बाजारपेठेशी मैत्रत्व यावर भर देते असे दिसून येते. प्राथामिकतः, ही विकास प्रशासनाच्या मूळ तत्त्वज्ञानाला दिलेली अस्वीकृती आहे. अशा प्रकारे, या पुढील विवेचनामध्ये विकास प्रशासनाच्या बदलत्या आकृतिबंधावर विचार केला आहे. हा विचार राष्ट्र-पुरस्कृत विकास नमुना या संदर्भाने होतो.

विकास प्रशासनाची गंधर्व म्हणून सुरुवात

तिसऱ्या जगातील देशांमध्ये आर्थिक वाढ आणि लोकांचा राहणीमानाचा दर्जा लक्षात घेता उत्पादन वाढवणे या गोष्टींना विशेष महत्त्व देऊन १९५०च्या दशकामध्ये विकास प्रशासनाची सुरुवात झाली असे म्हणता येईल. विकास प्रशासन राष्ट्र-पुरस्कृत विकास असणे अपेक्षित होते आणि तांत्रिक अर्थाने कल्पिली गेलेली संज्ञा होती. पुरेसे तांत्रिक साहाय्य आणि सुधारलेली प्रशासकीय व्यवस्था यांच्या मदतीने विकसनशील देश पाश्चिमात्यांप्रमाणे औद्योगिक विकास साधतील असे गृहीत धरण्यात आले होते. प्रचलित आणि नवीन साधने यांचा एकत्रितपणे वापर करून ठरलेली उद्दिष्टे साध्य करणे या अर्थाने विकास प्रशासनाकडे बघितले जात होते. बदलासाठी बाह्य प्रलोभनांची निर्मिती व तांत्रिक साहाय्य, तंत्रज्ञान आणि व्यवस्थांची देवाणघेवाण याद्वारे बदल घडवून आणणे अशा अर्थाने विकसित देशांच्या भूमिकेकडे बघितले गेले होते.

सन १९५०च्या दशकामधील विकास सिद्धान्त हा अभिजात अर्थशास्त्रज्ञांच्या विकाससंबंधी दृष्टिकोनावर आधारभूत होता. केन्स यांच्या आर्थिक वाढीशी संबंधित असलेल्या आर्थिक वृद्धीच्या प्रारूपाने विकासात्मक विचारांना मार्गदर्शन केले. ज्यायोगे, वर्णनात्मक, विशिष्टतावादी आणि कार्यानुरूप विखुरलेल्या उपेक्षित समाजरचनेचे आधुनिकता-प्राप्ती अभिमुखता, सर्वव्यापी आणि कार्यांची सुनिश्चितता असणाऱ्या समाजरचनेमध्ये परिवर्तित करावयाचे होते. १९५०च्या दशकामध्ये आणि १९६०च्या पूर्वार्धात विकास प्रशासनाच्या रचनेमध्ये प्रशासनाचा साधनभूत सिद्धान्त आणि लोकप्रिय शासन यांना आघाडीचे स्थान देण्यात आले. सन १९६०च्या दशकामध्ये अनेक तंत्रे आणि कार्यक्रम लोकप्रिय ठरले. जसे की, पंचवार्षिक योजना, अर्थसंकल्पना, सामूहिक विकास ज्यातून आधुनिकता आणि पाश्चात्त्याभिमुख प्रशासन साध्य करण्यासाठी बाह्य प्रलोभानांकडे असलेला कल प्रतिबिंबित होतो.

सन १९५०चे दशक आणि १९६०चा पूर्वार्ध लोकप्रशासनामधील तांत्रिक साहाय्याचा 'कालखंड' म्हणून ओळखला जातो. या काळात लोकप्रशासनासाठीच्या साहाय्यासाठी एकट्या अमेरिकन संघराज्याने १८ कोटी डॉलर्स इतका खर्च केला (इग्नू १९९९: २९). विकासाशी निगडित गुंतागुंतीच्या अडचणींना तोंड देण्यासाठीची क्षमता वाढावी म्हणून प्रशासकांना प्रशिक्षण देण्यावर भर देण्यात आला. तांत्रिक साहाय्य कार्यक्रमांद्वारे, एकीकडे, तिसऱ्या जगातील देशांमध्ये प्रशिक्षण केंद्रे सुरू करण्यावर भर देण्यात आला तर दुसरीकडे, या देशांमधील लोकांना साहाय्य करणाऱ्या देशांमधील एका देशात प्रशिक्षण देण्यावरही भर दिला गेला. उदाहरणार्थ, फोर्ड संस्थानाचे सल्लागार पॉल एच. अँपलबी यांनी केलेल्या शिफारसींनुसार भारतामध्ये १९५३ मध्ये इंडियन इन्स्टिट्यूट ऑफ पब्लिक ॲडमिनिस्ट्रेशनची स्थापना करण्यात

आली. तथापि, प्रशिक्षणाचे कार्यक्रम आणि मागणी असलेल्या देशांच्या गरजा यांमध्ये अनुकूलनाची तफावत असलेली दिसून येते.

तांत्रिक साहाय्य कार्यक्रमांचे अपयश

नियामक स्वरूपात प्रशासकीय क्षमता वाढवणे यासाठी तांत्रिक साहाय्य कार्यक्रमांनी स्पर्धात्मक विकास प्रशासनाच्या तत्त्वाला पाठिंबा दिला. तथापि, यावर अनेक अभ्यासकांनी टीका केली. ड्वाइट वाल्डो यांनी याला 'भाबडे' असे संबोधले व हे 'दुर्लभ अशी मानवी संसाधने वाया घालविणे होय' असेही नमूद केले. (इग्नू १९९९: ३०). इसमन यांनी तांत्रिक साहाय्य कार्यक्रमांवर दोन पद्धतींनी टीका केली आहे. एक, आर्थिक वृद्धी किंवा संस्थांचे आधुनिकीकरण एकरेशी अथवा ऐतिहासिकदृष्ट्या अटळ नाही. जलदगतीने झालेली आर्थिक वृद्धी, मुख्यतः शहरी औद्योगिक गुंतवणूक नमुन्यांतून झालेली वृद्धी तुलनेने आधुनिक क्षेत्रातील अल्पसंख्यांकांच्या बाबतीत विषम असलेली दिसते. ज्यायोगे खासकरून, ग्रामीण भागातील बहुसंख्य अनेक वर्षांपूर्वी होते तसेच अजूनही निराश्रित, असुरक्षित आणि असमर्थ राहिले. दुसरे, नियोजनातील कार्यक्षमता, शास्त्र आणि राष्ट्राची दानधर्मशील भूमिका यांवरील आत्मविश्वासाला धक्का बसलेला दिसतो. तिसऱ्या जगातील अनेक राष्ट्रांनी आर्थिक व्यवस्थापन आणि लोकसेवेची तरतूद यांबाबतीत नवीन कार्ये विस्तारित प्रमाणात हाती घेतलेली दिसतात. या राष्ट्रांमधील नोकरशाहीचा विस्तार झाला त्याचप्रमाणे अर्थसंकल्पाचा देखील विस्तार झालेला दिसतो. परंतु, अनेक राष्ट्रे अकार्यक्षम किंवा जुलमी किंवा दोन्ही म्हणून सिद्ध झाली (इग्नू १९९९: ३१).

तांत्रिक साहाय्य कार्यक्रमांच्या अपयशाच्या प्रमुख कारणांची खालीलप्रमाणे गोळाबेरीज करता येईल:

१. प्रशासनासाठीचा पारिस्थितिक आणि तांत्रिक संदर्भ यांची तर्कसंगतता लक्षात न घेता विकासाच्या नमुन्यांची व्यवहार्यता सर्व देशांमध्ये गृहीत धरली गेली.

२. कार्यक्षमता, व्यवहार्यता, आर्थिक रचना यांसारख्या संकल्पनांचा पाश्चिमात्य देशांसाठी व विकसनशील देशांसाठी वेगळ्या प्रकारे अर्थ लावता येऊ शकतो.

३. या काळामध्ये घडवून आणलेल्या प्रशासकीय सुधारणांमध्ये दृष्टिकोनात्मक बदलांपेक्षा रचनात्मक बदलांवर भर देण्यात आला.

४. सुरुवातीच्या विकास संबंधी सिद्धान्तांनी संस्था-सेवार्थी यांच्यामधील अनुबंधान आणि प्रशासनाच्या कृतीचे सेवार्थीवरील परिणाम दुर्लक्षित केले. ग्रामीण परीघाची किंमत मोजून शहरी भागाकडे कल असा या दृष्टिकोनाचा परिणाम झाला.

अशा प्रकारे, वारशाने मिळालेल्या अनेक उणिवांमुळे तिसऱ्या जगातील देशामध्ये तांत्रिक साहाय्य कार्यक्रमाला अपयश आले. तथापि, अमेरिकी अभ्यासकांची विकसनशील देशामधील प्रशासकीय व्यवस्थांमधील रुची कायम राहिली. यातूनच पुढे तुलनात्मक प्रशासकीय समूहाची स्थापना झाली.

तुलनात्मक प्रशासकीय समूहाची स्थापना

सन १९६१ मध्ये ए.एस.पी.ए.च्या आश्रयछायेखाली स्थापन केल्या गेलेल्या तुलनात्मक प्रशासकीय समूहाला विकास प्रशासनाच्या संकल्पनात्मक बांधणीचे श्रेय द्यायला हवे. विकसनशील देशांमधील लोकप्रशासनासाठी राबविण्यात आलेल्या तांत्रिक साहाय्य कार्यक्रमाच्या अपयशाने उदास आणि निराश झालेल्या काही राजकीय शास्त्रज्ञांनी आणि लोक प्रशासनाच्या अभ्यासकांनी तुलनात्मक प्रशासकीय समूहाची स्थापना केली. या समूहाचा बराच काळ अध्यक्ष राहिलेल्या फ्रेड डब्लू. रिग्ज (१९६१-७०) विकास प्रशासनाच्या क्षेत्रामधील अध्ययनविषयी अभिरुचीचा प्रमुख प्रणेता म्हणून संबोधले गेले. फोर्ड फाउंडेशनने तुलनात्मक प्रशासकीय समूहाला आर्थिक साहाय्य केले. या समूहाला प्रशासकीय व्यवस्था आणि त्यांचा सामाजिक राजकीय, आर्थिक आणि सांस्कृतिक संदर्भ, मुख्यत्वे विकसनशील देशांमधील, यांचा अभ्यास करण्यात रुची होती.

सन १९६०च्या दशकामध्ये तुलनात्मक प्रशासकीय समूहाच्या सभासदांनी विकास प्रशासनाच्या क्षेत्रात अनेक शोध घेतले. त्यांच्या संशोधनामधून असे पुढे आले की, पाश्चिमात्य विकासात्मक नमुने आणि तेथील लोकप्रशासनाच्या संकल्पना या विकसनशील देशांमध्ये चपखल बसत नसून व्यवहार्य देखील नाहीत. या अभ्यासातून हे उघड झाले की विदेशी तांत्रिक साहाय्य कार्यक्रम हाताळण्यासाठी विकसनशील देशांमधील प्रशासकीय व्यवस्था आणि प्रघात यांमध्ये फेरफार करावी लागेल. १९६०च्या दशकाचा काळ हा परिणाम, शंका आणि जुन्या नीतीची पुनरावृत्ती यांच्या मूल्यांकनाचा काळ म्हणून निर्देशित करता येईल. या काळाला दोन संस्कृतींमध्ये ग्राह्य असणाऱ्या नवीन संकल्पनांचा अथवा विश्लेषणात्मक रचनांचा शोध घेण्याचा काळ असेही संबोधता येईल. लोक प्रशासनातील अभ्यासाने विकास प्रशासनासाठी वेगवेगळ्या दृष्टिकोनांचा शोध घेतला. त्यांनी लोकप्रशासन व सामाजिक, आर्थिक, राजकीय आणि सांस्कृतिक परिस्थिती यांच्यातील संबंधांचा शोध घेतला. दुसऱ्या शब्दांत असेही म्हणता येईल की, लोकप्रशासनाकडे 'पारिस्थितिक' दृष्टिकोनातून बघण्यात आले. फ्रेड डब्लू. रिग्ज हा या दृष्टिकोनाचा सुप्रसिद्ध प्रणेता मानला जातो.

फ्रेड रिग्ज यांनी त्यांच्या *द इकॉलोजी ऑफ पब्लिक ॲडमिनिस्ट्रेशन* (१९६२) आणि *ॲडमिनिस्ट्रेशन इन डेव्हलपिंग कंट्रीज* (१९६२) या पुस्तकांमध्ये लोक प्रशासनातील

'पारिस्थितिक दृष्टिकोन' विशद केला. रचनात्मक-कार्यवादी दृष्टिकोनातून रिग्ज यांनी समाजाचे तीन आदर्श नमुने तयार केलेः संमिलीत, लोलकस्थित आणि विवर्तन समाज. त्यांनी विकसनशील देशांना लोलकस्थित प्रकारच्या नमुन्यामध्ये ठेवून असे म्हटले की हे देश परंपरागत संमिलीत आणि आधुनिकता विवर्तन यांमध्ये असून सामाजिक बदलाच्या प्रक्रियेमधून जात आहेत. त्यांनी ही विकासाची प्रक्रिया विशद करण्यासाठी दोन परिणामी दृष्टिकोन वापरले-विभेदन आणि एकीकरण. 'संमीलित' समाजामध्ये भूमिकांचे विशेषीकरण नसते. हा समाज अविकसित असतो कारण, कमी प्रमाणात रचनात्मक बदल असतात व तत्सम पातळीचे एकीकारण देखील असते. याविरुद्ध, 'विवार्तीत समाज' हा विकसित असतो करण तेथे मोठ्या प्रमाणात रचनात्मक बदल असतात व तत्सम पातळीचे एकीकरण असते. 'लोलकस्थित समाज' हा या दोहोंमध्ये असतो. हा विकसनशील समाज असतो कारण यांमध्ये जुन्या रचनांबरोबर एकीकरण होण्याच्या प्रक्रियेपेक्षा रचनात्मक फरक जलदगतीने होतो. तिसऱ्या जगातील देशांच्या स्थितीमुळेच 'लोलकस्थित' नमुन्याची बांधणी करण्याची प्रेरणा मिळाली असे म्हणता येईल.

रिग्ज यांच्या मते, 'लोलकस्थित' समाजाचे आकारवाद (वास्तविकता आणि नियम यांमधील दरी), परस्परव्यापी (ज्या मर्यादेपर्यंत प्रशासकीय वर्तणूक ही अप्रशासकीय कसोटी वापरून ठरविली जाते) आणि विविधता (जुन्या व नव्या मूल्यांचे मिश्रण) हे गुणविशेष असते. लोलकस्थित-साला नमुन्यामध्ये परिस्थितीला महत्त्व दिले जाते. या पारिस्थितिक प्रभावामुळे लोलकस्थित समाजातील नोकरशाही मध्ये आकारवाद, परस्परव्यापकता, विविधता अशी विशेषणे विकसित होतात. रिग्ज यांच्या मते, ही तीन विकास प्रशासनाची महत्त्वाची वैशिष्ट्ये आहेत. रिग्ज यांच्या लोलकस्थितसाला नमुन्याचा जलद गतीने सामाजिक आर्थिक आणि प्रशासकीय बदल होत असलेल्या समाजाची वास्तविकता समजून घेण्यास मदत होते. यातून असेही उघड झाले आहे की, विकसनशील समाजामधील लोलकस्थितीचा विकास प्रशासनावर प्रतिकूल परिणाम होतो. रिग्ज यांनी असा आग्रह धरला की, ज्या विशेषज्ञांना लोलकस्थित समाजाला आधुनिक करावयाचे असेल त्यांना व्यवस्थापनांशी संबंधित घटनांचा नवी आकृती लक्षात घ्यावी लागेल. त्यांना प्रशासकांच्या दृष्टिकोनातून संक्रमण होत असलेल्या समाजातील प्रशासनाकडे लोलकामधून बघता यायला हवे (मॅक कर्डी १९७७ः १६८). प्रशासकांसाठी हा नमुना उपयुक्त आहे, कारण, त्यायोगे त्यांना संक्रमण होणाऱ्या समाजातील स्थानिक स्थिती समजून घेऊन प्रशासकीय अडचणी सोडविण्यासाठी योग्य दिशेने प्रयत्न करता येतील.

तुलनात्मक प्रशासकीय समूहाने लोकप्रशासनाचे क्षितीज विस्तारण्यास मदत केली आणि परिस्थितीनुसार प्रशासकीय व्यवस्थांचा अभ्यास करून या क्षेत्राची कक्षा

अधिक रुंदावली. तसेच, विकास प्रशासनाच्या अडचणींच्या बाबतीतील सभासदांची रुची अधिक प्रोत्साहित केली.

विकास प्रशासनाची नेमकी दिशा कोणती?

१९६० च्या काळात लोकप्रिय झालेल्या अनेक तंत्रे आणि कार्यक्रम जसे की, पंचवार्षिक योजना, अर्थसंकल्प, प्रशिक्षण आणि वैयक्तिक प्रशासन आणि सामूहिक विकास यांनी बाह्य प्रलोभनांचा आधुनिकीकरण व पाश्चात्त्याभिमुख प्रशासन याकडील कल प्रतिबिंबित केला. १९६०च्या संपूर्ण दशकामध्ये संशोधन निष्कर्षामधून असे लक्षात आले की, आर्थिक वृद्धीसाठी प्रशासनाची क्षमता महत्त्वाची असते. असेही निदर्शनास आले की, तिसऱ्या जगामध्ये सामाजिक आर्थिक बदल घडवून आणण्यासाठी लागणाऱ्या परिस्थितीचा अभाव आहे. यामुळे, आर्थिक आधाराचा विस्तार करणे, कायदा आणि सुव्यवस्था, राजकीय वैधता, कर आकारणी, व्यावसायिकदृष्ट्या प्रशिक्षित केलेले मनुष्यबळ आणि सुराज्यासाठी गरजेची असणारी राजकीय- प्रशासकीय रचना इ. ने प्रेरित करण्यात आले. या गुणांच्या अभावाबरोबरच लोककार्ये हाताळण्यासाठी लागणाऱ्या कार्यक्षम कर्मचाऱ्यांची कमतरता होती. तसेच, विदेशी तज्ज्ञांनी केलेली नवनिर्मिती हा केवळ वरवरचा 'रचनात्मक बदल' ठरला व त्यायोगे विद्यमान परिस्थितीमध्ये फारशी फेरफार झाली नाही. जिथे प्रशिक्षित प्रशासक होते तिथेदेखील नोकरशाहीचे अकालिक संस्थापन झाल्यामुळे विकासात्मक उद्दिष्टांची गळचेपी झाली. पुढे, विकसनशील देशांमध्ये नोकरशाहीचा अभूतपूर्व विस्तार झाल्याने सामाजिक रचनेवर परिणाम झाला. अनेक आशियाई आणि आफ्रिकन देशांमध्ये नोकरशाही मध्यमवर्गाने जलदगतीने सर्वश्रेष्ठत्त्व प्राप्त केले. अधिकार आणि स्वेच्छानिर्णय संबंधीचे सामर्थ्य यांमुळे राष्ट्रातील नोकरशाहीने स्वहित साध्य करण्यासाठीची भूमिका बजावली. म्हणून, तिसऱ्या जगातील अविकसित देशांमध्ये पाश्चिमात्य-पुरस्कृत विकास प्रशासन अपयशी ठरले (सप्रू १९९८: ७७१-७२).

१९७०च्या दशकाच्या पूर्वार्धापर्यंत एकप्रकारच्या जागरूकतेची दखल घेण्यात आली. ही जागरूकता लोकप्रशासनातील विकासात्मक नमुना तात्कालिक अडचणी सोडविण्यासाठी असमर्थ आहे असे दाखविणारी होती. हे उघड झाले होते की अविकासाच्या अडचणींचे उच्चाटन करण्यासाठी बाह्य प्रलोभानांनी आधुनिकता घडवून आणणे याला अपयश आले होते. स्थूल राष्ट्रीय उत्पन्नामध्ये वाढ दिसत असली तरीही, गरिबी, आजारपण आणि उपासमारी यांमध्ये काहीही बदल झाला नव्हता किंवा परिस्थिती अधिकच खालावली होती असे म्हणता येईल. श्रीमंत आणि गरीब यांच्यातील वाढत्या दरीबद्दलही असेच म्हणता येईल. अनेक प्रदेशांमध्ये सवृद्धी सुधारणांना न्यायी सामाजिक आर्थिक व्यवस्था निर्माण करण्यात अपयश आले होते.

खरेतर वैफल्यग्रस्त सुधारणावादामुळे नैराश्यातून क्रांतीला खतपाणी घातले गेले (द्विवेदी १९९७:३१२). अशा प्रकारे, य क्षेत्राची प्रेरणा नाहीशी झाली व फ्रेड रिग्ज यांनी मान्य केले की, तुलनात्मक प्रशासकीय समूह लोक प्रशासनातील कार्यक्रमांना साहाय्य करण्यासाठी फारशी मदत करू शकला नाही (रिग्ज १९७०: ६४९). सरतेशेवटी, १९७३ साली तुलनात्मक प्रशासकीय समूह बंद करण्यात आला व १९७४ पासून त्याचे महत्त्वाचे नियतकालिक *द जर्नल ऑफ कंपॅरेटिव्ह ॲडमिनिस्ट्रेशन* देखील प्रकाशित करणे थांबविले गेले (सप्रू १९९८: ७७२).

१९७०च्या शेवटपर्यंत काहीतरी चुकले आहे हे उघड झाले. आर्थिक विकासाची पाश्चिमात्य शैली तत्पर नव्हती आणि तिसऱ्या जगातील देशांमधील जीवनमानाचा दर्जा अधिकच ढासळला. संपूर्ण आशिया, मिडल ईस्ट, लॅटिन अमेरिका, आफ्रिका येथे क्रमबद्ध बदलांऐवजी अशांतता आणि विखंडन यांनी मूळ धरले. १९७०च्या पूर्वार्धात आणि १९८०च्या उत्तरार्धात असलेल्या आर्थिक मंदीने विकासात्मक योजकांची रुची तिकडे वळविली आणि त्यामुळे तिसऱ्या जगामध्ये पाश्चिमात्य ज्ञान अजिंक्य असण्याबाबत शंका निर्माण झाली (द्विवेदी १९९७: ३१३).

१९८० नंतरचे तिसऱ्या जगातील विकास रूपरेषेचे प्रवाह

तुलनात्मक प्रशासकीय संघाचा लोप झाला तरी विकासप्रशासनातील संशोधन थांबले नाही याची नोंद घेणे आवश्यक आहे. याउलट रचनात्मक विकास प्रशासक जसे की मिल्टन इसमान आणि जेराल्ड कैदान यांच्या योगदानाने सातत्य राखले गेले आहे (सप्रू १९९८: ७७३). १९८०च्या दशकातील नवउदारमतावादी अर्थतज्ज्ञांच्या प्रभावाने आणि जागतिक बँकेने स्वीकारलेल्या नवउदारमतवादी दृष्टिकोनामुळे सार्वजनिक नोकरशाही आणि विकासाची उद्दिष्टे यांच्या संबंधाबद्दल भ्रान्तिजनक व्यापक असे विवरण करण्यात आले. तिसऱ्या जगातील राष्ट्रांच्या स्वरूपावर आणि विशेषतः अपयशावर बोट ठेवून नवउदारमतवाद विकासप्रशासनाच्या राजकीय वातावरणाच्या अधिष्ठानाचा भाग होताना दिसतो.

एका बाजूने शासन नेतृत्वाने होणाऱ्या विकासावर आणि विकास प्रशासनावर नवउदारमतवादी टीका सुरू असताना १९८०च्या दशकात जागतिक बँकेच्या पुढाकाराने होणाऱ्या सार्वजनिक उद्योगांच्या पुनरुभारणीमुळे याला बौद्धिक वर्चस्वाचा आयाम दिला. परिणामतः इसमान सारख्या रचनात्मक विकास प्रशासकाची संशोधनकार्यसूची नवउदारमतवादी विकासनमुन्यांच्या विवादास्पद दाव्याखाली आली. कैदानेसारख्या प्रशासकीय सुधारणांच्या शिलेदारांनीसुद्धा बाह्यतः प्रशासनविरोधी उपायांचा समावेश त्यांच्या प्रशासकीय सुधारणा सूचनांमध्ये केला आहे (सप्रू १९९८: ७७४).

१९८०च्या दशकात जेव्हा आर्थिकदृष्ट्या स्वयंपूर्ण होण्याऐवजी कर्जपरतफेडीसाठी विकसनशील देशांवर सक्ती करण्यात आली तेव्हा त्यांचा भ्रमनिरास झाला. १९८१मध्ये ३६ बिलियन अमेरिकी डॉलर्सची भरगोस मदत विकसनशील राष्ट्रांना देण्यात आली. १९८९मध्ये हे चित्र पालटून विकसनशील राष्ट्रांतून ३०० कोटी अमेरिकी डॉलर इतक्या भांडवलाचे निर्गमन झाले (सप्रू १९९८: ७७४). अशा प्रकारे, १९८०च्या दशकात सार्वजनिक क्षेत्र आणि सरकारबद्दल नकारात्मक भावना होती. बहुतांश विकसनशील राष्ट्रांना सार्वजनिक क्षेत्रास कात्री लावण्यास भाग पाडले गेले. त्यांच्याकडे सार्वजनिक उद्योगांचे खाजगीकरण आणि अर्थव्यवस्थेचे उदारीकरण अशा रचनात्मक सुधारणांचा आग्रह धरण्यात आला. पौर्वात्यराष्ट्र-गटातील केंद्रीय नियोजित अर्थव्यवस्थांच्या फसलेल्या व्यवस्थेने कमी दर्जाच्या सार्वजनिक सेवांच्या समस्येवर उपाय म्हणून सर्व सरकारी कामकाजाबद्दल व्यवस्थापकीय पुनर्विचाराची गरज दाखवून दिली.

समाजात आणि अर्थव्यवस्थेत गरजेपेक्षा जास्त सरकारी हस्तक्षेपामुळे संसाधनांचे अयोग्य वाटप आणि प्रस्थापित हितसंबंध तयार झाल्याचे निरीक्षण जागतिक बँकेच्या विकास अहवालात (१९९१) नोंदविले आहे. मनुष्यबळात गुंतवणूक, उद्योगांसाठी वातावरणात सुधारणा, आंतरराष्ट्रीय व्यापार आणि गुंतवणुकीसाठी अर्थव्यवस्था खुली करणे आणि जिथे बाजारव्यवस्थेचे काम करणे शक्य असेल तिथे सरकारी हस्तहक्षेप कमी करणे असे उपाय हा अहवाल सुचवितो. विकासाचे नव उदारमतवादी प्रारूप सरकारची भूमिका कमीत कमी करून किंमतस्थैर्यावर भर देत स्थूल आर्थिक स्थैर्य राखणे इतपत मर्यादित करते. व्यापार उदारीकरण, खाजगीकरण आणि किंमतस्थैर्याचा पुरस्कार करते.

नियंत्रण तंत्रे, प्रशासकीयसंस्था आणि प्रक्रियांची निर्मिती याऐवजी नवीन दृष्टिकोन सरकारी संस्था आणि उत्तरदायित्वाच्या संकुचनावर भर देतो. आर्थिक उदारीकरण, सार्वजनिक उद्योगांचे खासगी संस्थांकडे हस्तांतरण, सार्वजनिक नोकरशाहीत कपात, संस्थात्मक बहुवाद आणि विकेंद्रीकरण यांना कार्यात्मक सूचीवर उच्चस्थान देण्यात आले आहे. अपेक्षित सरकारी भूमिकेत बदल झाला आहे. सरकारी भूमिका सामाजिक आर्थिक विकासाचा मुख्य वाहक असण्यापेक्षा या विकासाचा मार्गदर्शक आणि प्रेरक अशी भूमिका अपेक्षित आहे. थोडक्यात, निवडक सरकारी कार्यशैलीचा १९९०च्या विकास प्रशासन प्रवाहावर प्रभाव राहिला आहे.

वरील चर्चेतून हे स्पष्ट आहे की, विकासप्रशासनाचा तिसऱ्या जगातील आर्थिक सामाजिक विकासाच्या अभियानातील गंधर्व म्हणून १९५०ला सुरू झालेला प्रवास १९७०च्या दशकाच्या अंतापर्यंत मंदावलेला दिसतो. यामागे त्याची 'पाश्चात्त्यमुळे' आणि 'अनुकूलभूमी'चा अभाव अशी कारणे असू शकतात. १९८०च्या दशकानंतर विकास

अभियान खासगी क्षेत्राच्या भूमिकेवर भर देणाऱ्या नवउदारमतवादी तत्त्वज्ञानाने अपहृत केले गेले. १९८०च्या उत्तरार्धात अंगिकारलेली रचनात्मक समायोजन किंवा NPM तंत्राच्या नावाने अंगिकारलेली विकास प्रारूपे 'विकासप्रशासन' या नामास पात्र ठरत नाहीत. विकास प्रशासनात शासनपुरस्कृत विकास अभिप्रेत आहे तर नवउदारमतवादी मतानुसार कमीत कमी सरकारी बहुमूक अपेक्षित आहे. मोहित भट्टाचार्यांच्या शब्दात सांगायचे तर यावरून सहजगत्या असा निष्कर्ष काढता येईल की विकास प्रशासनाची बाल्यावस्था आधीच सरली आहे आणि तिसऱ्या जगातील 'विकास' सद्यःकालीन आर्थिक जागतिकीकरणाच्या संदर्भात आपला मूळ आशय हरवत चालला आहे' (भट्टाचार्य २००७: १३८). पी. के. दत्त आणखी एक पाऊल पुढे जात अशी टिप्पणी करतात की, विकास प्रशासनाची ज्याप्रमाणे विकासाचे साधन अथवा परमेश्वराप्रमाणे रक्षक म्हणून कल्पना केली गेली होती ते विकास प्रशासन अपेक्षा पूर्ण करू शकले नाही (दत्त १९९१: २६). ते म्हणतात की, सर्व विकसनशील राष्ट्रात सर्वकाळी लागू असणाऱ्या विकास संकल्पनेबद्दल एकमत होणे अशक्य आहे. स्वतःची एतद्देशीय अशी विकासाची व्याख्या त्यांच्या राष्ट्रीय ध्येयांशी आणि गरजांशी जुळणारी असणे विकसनशील देशांसाठी वास्तववादी ठरू शकेल.

विकास प्रशासनाचे टीकात्मक विश्लेषण

तुलनात्मक प्रशासकीय समूहाने संकल्पित केलेल्या विकास प्रशासनाचा अनेक प्रकारे आढावा घेतला गेला व अनेक कारणांसाठी त्यावर टीका केली गेली. जी महत्त्वाची कारणे खालीप्रमाणे नमूद करता येतील:

एक, असे म्हटले जाते की, तुलनात्मक प्रशासकीय समूहाशी संबंधित अभ्यासकांनी एकत्रित प्राज्ञीकरण अथवा संघटनात्मक एकी दर्शविली नाही. तुलनात्मक प्रशासनाचा अभ्यास कसा करावा याबाबतच्या नमुन्याबाबतीतील एकमत दर्शविले गेले नाही जसे परदेशी तांत्रिक सहकार्य आणि साहाय्य कार्यक्रमांबाबत दिसून आले (सप्रू १९९८: ७७२). पीटर सावेज असे म्हणतात की, 'तुलनात्मक प्रशासन त्याच्या स्वतःच्या नमुन्यासह सुरू झाले नाही व त्याने कुठलाही नमुना विकसित केला नाही' (सावेज १९७६:४१६).

दोन, विकास प्रशासनाच्या योजनेवर पाश्चिमात्य देशांचा तिसऱ्या जगातील देशांमध्ये अस्थिरतेची लाट आणि साम्यवादी चळवळ मूळ धरावी म्हणून केलेला मुत्सद्दी प्रयत्न आहे या अर्थी प्रश्नचिन्ह उठविण्यात आले (चक्रवर्ती २००७: ४५).

तीन, विकास प्रशासनावर 'वैचारिक' आणि 'युरो केंद्रित' या अर्थानेही टीका केली गेली. आधुनिकीकरण आणि विकासाचा नमुना याकडे तिसऱ्या जगातील

देशांमध्ये विजोड असून निर्यात केलेला संस्कृतीचा नमुना असेदेखील बघण्यात आले. म्हणून, 'अ-मानववंश केंद्रित' विकासाचा सिद्धान्त असावा अशी सततची मागणी असल्याचे दिसून येते. हा सिद्धान्त तिसऱ्या जगातील विकासासाठी एक पर्यायी संकल्पना देईल (चक्रबर्ती २००७: ४५).

चार, फ्रेड रिगग्स, लुसियान पाय अणि सॅम्युअल एन. एसेन्सटात व इतर विकासविषयक अभ्यासकांकडून यांच्याकडून उप-इष्टतमीकरण या अर्थाने टीका केली गेली. त्यांनी नोकरशाही आणि मजबूतीकरण करणारी साधने यांबाबत सावध केले कारण त्यायोगे, राजकीय व्यवस्था आणि प्रक्रिया धोक्यात येऊ शकतील अथवा कमी लेखल्या जाऊ शकतील. रिग्ज यांच्या युक्तिवादाप्रमाणे, राजकीय व्यवस्थांच्या शक्तीशिवाय असलेले नोकरशाहीचे अस्तित्व प्रशासकीय परिणाम कारकता साधू शकेलच असे नाही' (चक्रबर्ती २००७: ४४). याच युक्तिवादात पुढे म्हटले आहे की, अविचल राजकीय मार्गदर्शन असल्याशिवाय प्रशासकांना चांगली सेवा देण्यासाठी प्रोत्साहन मिळत नाही. त्यांच्याकडे औपचारिक, नोकरशाहीत येण्याआधीचे प्रशिक्षण आणि व्यावसायिक शिक्षण असले तरीदेखील हे शक्य होत नाही. त्यांच्याकडून त्यांचा प्रभावी निग्रह त्यांच्यासाठी फायदेशीर असलेल्या नोकरशाहीमधील–कारकीर्द, वरिष्ठत्त्व, अधिकार, त्या अनुषंगाने येणारे फायदे आणि कार्यक्रमांच्या उद्दिष्टांच्या प्राप्तीऐवजी कार्यालयीन अधिकारांचे उल्लंघन करणे यासाठी वापरला जातो (चक्रबर्ती २००७: ४५).

पाच, असे म्हटले जाते की, विकास प्रशासन म्हणजे राष्ट्र नोकरशाहीचा मनुष्यावर वाढलेला अंकुश होय. विकास प्रशासनामध्ये सुप्त अधिकारवादी गृहीतके अंतर्भूत आहेत. नागरी सेवकांचा अधिकारवादी दृष्टिकोन योजना आणि कार्यक्रम राबविताना सक्रियपणे सहभागी करून घेण्याच्या आड येतो.

सहा, विकसनशील देशांमधील मूळच्या प्रशासकीय व्यवस्था या केवळ हितसंबंधांची रक्षा करणाऱ्या नाहीत तर एत्तद्देषीय नसून अनुसरण करणाऱ्या देखील आहेत. विकास प्रशासनामध्ये उसने घेतलेले प्रशासनाचे पाश्चिमात्य नमुने चपखल बसत नाहीत. स्वरूप आणि वास्तविकता यामध्ये मोठ्या प्रमाणात विसंगती दिसते. तसेच शासनाचे प्रस्ताव आणि त्यांची अंमलबजावणी यामध्ये मोठी दरी दिसून येते. याखेरीज, विकासात्मक कार्यांची अंमलबजावणी करू शकतील अशा तांत्रिकदृष्ट्या शिक्षित व प्रशिक्षित व क्षमता असलेल्या कर्मचाऱ्यांची कमतरता आहे.

सरतेशेवटी, नोकरशाहीची व्यवस्था विकासाला सर्वश्रेष्ठ उद्दिष्ट मानील असे विकासाच्या प्रक्रियेचे गृहीतक असते. परंतु, विकसनशील देशांमधील नोकरशाही अनुत्पादक अभिमुखतेवर भर देण्याची प्रवृत्ती दिसून येते. नागरी सेवकांची वर्तणूक

कमी नागरिक अभिमुखता असलेली आणि कामाशी कमी प्रमाणात बांधीलकी असलेली दिसून येते. त्यांच्याकडे गरीबांप्रती व त्यांच्या गरजांप्रती असावी अशी संवेदनशीलता दिसून येत नाही. नियम, विनियम आणि स्वरूप यांना अधिक महत्त्व दिले जाते. विकासात्मक कार्यक्रम राबविण्यासाठी गरजेची असणारी कौशल्ये आणि सक्षमता यांची त्यांच्याकडे कमतरता असल्याचे दिसून येते.

निष्कर्षात्मक निरीक्षणे

१९५०च्या दशकामध्ये विकास प्रशासनाचा आधुनिकीकरणाची रूपरेषा म्हणून प्रारंभ झाला. या रूपरेषाचा प्रारंभ तिसऱ्या जगाचा भांडवलशाही तत्त्वावर 'विकास' करण्यासाठी झाला. नोकरशाही संबंधित व्यवहार्यता, प्रशासकीय सुधारणांची साधने आणि व्यवस्थापन शास्त्राची जादूची कांडी यांनी एकत्रित मिळून विकास व्यवस्थापन केले जाईल असे मानले जात होते. हा राष्ट्र-पुरस्कृत विकास असणे अपेक्षित होते. १९६०च्या पूर्वार्धात आणि १९७०च्या उत्तरार्धात विकास प्रशासन मरगळ आणि अपयशाच्या खुणा दाखवू लागले. आधुनिकीकरणाचे अभियान दारिद्र्य निर्मूलन करण्यात आणि सामाजिक असमानता दूर करण्यात अपयशी ठरले. उत्तरेकडील श्रीमंत आणि दक्षिणेकडील गरीब लोकांमधील वाढती दरी यांमध्ये गरीब लोक टाळता येणार नाही अशा कर्जाच्या विळख्यात सापडले गेले. हे उघड झाले की पाश्चिमात्य नमुने तिसऱ्या जगातील देशांमधील विकास यशस्वीपणे निर्धारित करू शकले नाहीत. 'विकास' ही एक गुंतागुंतीची प्रक्रिया असून ठाम राजकीय इच्छा आणि दैशिक तोडगे शोधल्याशिवाय फक्त पाश्चिमात्यांचे अनुकरण करून यशस्वीरीत्या राबविली जाऊ शकत नाही.

अनेक दोष असूनही तिसऱ्या जगातील विकसनशील देशांमधील प्रशासनातील बदलांची गतिमानता समजून घेण्यासाठी विकास प्रशासनाच्या माध्यमातून एक उपयुक्त संकल्पना देऊ केली गेली. विकास प्रशासनातील प्रशासनाच्या परिस्थितीला दिले गेलेले महत्त्व केवळ राजकीय, आर्थिक आणि सामाजिक सांस्कृतिक पैलूंचे समकालीन यांनाच महत्त्व देत नाही तर विकास प्रशासनाच्या विविध संदर्भीय गुणविशेषांना देखील महत्त्व देते. राष्ट्रासमोर असलेल्या 'नवीन परिस्थिती'ने तातडीच्या मागण्या पुरविण्यासाठी उभी केलेली बहुपैलू आव्हाने साधण्यासाठी दैशिक प्रशासकीय साधने, प्रक्रिया, पद्धती आणि तंत्रे विकसित करणे याला महत्त्व दिले गेले आहे.

एक विचारधारा म्हणून, प्रशासकीय सिद्धान्ताच्या उत्क्रांतीचा विचार करता विकास प्रशासनाकडे एक सर्वसमावेशक संकल्पना म्हणून बघितले जाते. हे तीन

महत्त्वाच्या मार्गांनी केले जाऊ शकतेः (*अ*) यामुळे लोकप्रशासनाचे अभ्यासाचे एक क्षेत्र म्हणून 'पुनरुज्जीवन' झाले. ते असे की, पश्चिमेकडील राष्ट्रांवरील प्रकाशझोत वसाहतवादानंतरच्या विकसनशील राष्ट्रांकडे वळविला गेला. (*आ*) याने 'वैश्विक नमुना लक्षणाला' देखील आव्हान दिले गेले करण या योगे, विकसनशील देशांमधील प्रशासनाच्या परिस्थिती - निश्चित स्वभाववृत्ती समजून घेण्यातील अडचणींवर आपले लक्ष वेधण्यात आले. (*इ*) म्हणूनच विकास प्रशासन सर्वप्रथम 'सार्वत्रिक' पद्धतीच्या अभ्यासधारेला आव्हान देणारे ठरले ज्याची 'व्यवहार्यता' ही वेबरच्या श्रेणीय नोकरशाहीचा विनाशर्त स्वीकार करणे व त्याऐवजी दुसरा व्यवहार्य नमुना अस्तित्वात नसणे यात आहे. सरतेशेवटी, विकास प्रशासनाच्या प्रयोगातून असा धडा घेता येईल की, बाह्य पद्धतीने लादण्याचे दिवस इतिहासजमा झाले आहेत. सांस्कृतिक आणि सामाजिक-आर्थिक स्वरूपातील बदलांमध्ये फरक असल्याने तिसऱ्या जगातील देश विकासाच्या एकमेव नमुन्यावर अवलंबून राहू शकत नाहीत. स्थानिक क्षमतांच्या वृद्धीतून प्रत्येक देशाला विकासासाठीची आपापली योजना नवनिर्मित करावी लागेल. त्याआधी तथापि, तिसऱ्या जगातील देशांना विकासासाठीचे स्वतःचे सिद्धान्त व पद्धती विकसित करून बौद्धिकदृष्ट्या स्वावलंबी बनावे लागेल.

संदर्भ

Bagai, Anita. 2009. 'Development Administration: Temporal and Spatial Dimensions', *Indian Journal of Public Administration*, lv (1, January–March).

Bhattacharya, Mohit. 2003. 'Bureaucracy and Politics in India', in Bidyut Chakrabarty and Mohit Bhattacharya (eds), *Public Administration: A Reader*. New Delhi: Oxford University Press.

Bhattacharya, Mohit. 2007. *Social Theory, Development Administration and Development Ethics*. New Delhi: Jawahar Publishers.

Caiden, Gerald E. 1971. *The Dynamics of Public Administration: Guidelines to Current Transformations in Theory and Practice*. Illinois: Dryden Press.

Chakrabarty, Bidyut. 2007. *Reinventing Public Administration: The Indian Experience*. New Delhi: Orient Longman.

Chandler, Ralph C. and Jack C. Plano. 1982. *The Public Administration Dictionary*. New York: John Wiley and Sons.

Dahl, Robert. 1947. 'The Science of Public Administration: Three Problems', *Public Administration Review*, 7 (1): 1–11.

Dutta, P.K. 1991. *Public Administration and the State*. New Delhi: Concept.

Dwivedi, O.P. 1997. 'Development Administration: An Overview', *Indian Journal of Public Administration*, xliii (3, July–September).

Dwivedi, O.P. and J. Nef in R.K. Sapru. 1998. 'Development Administration: Crises and Continuities', *Indian Journal of Public Administration*, xliv (4, October–December).

Friedmann, W. and J. Alonso. 1971. 'Regional Development and Planning', in James J. Heaphey (ed.), *Spatial Dimensions of Development Administration*. Durham: Duke University Press.

Gant, George F. 1979. *Development Administration: Concepts, Goals, Methods*. London: The University of Wisconsin Press.

Haque, M. Shamsul. 1997. 'Incongruity between Bureaucracy and Society in Developing Nations: A Critique', *Peace and Change*, 22 (4, October).

Heaphey, James J. (ed.). 1971. *Spatial Dimensions of Development Administration*. Durham: Duke University Press.

Indira Gandhi National Open University (IGNOU). 1999. *Development Administration*, Block 1 (Concepts and Approaches). New Delhi: Indira Gandhi National Open University.

Katz. Saul M. 1970. 'A System Approach to Development Administration', in

F.W. Riggs (ed.), *Frontiers of Development Administration*. Durham: Duke University Press.

Landau, Martin. 1970. 'Development Administration and Decision Theory', in Edward W. Weidner (ed.), *Development Administration in Asia*. Durham: Duke University Press.

LaPalombara, Joseph in R.K. Sapru. 1998. 'Development Administration: Crises and Continuities', *Indian Journal of Public Administration*, xliv (4, October–December).

McCurdy, Howard E. 1977. *Public Administration: A Synthesis*. Sydney: Cummings Publishing Company.

Naidu, S.P. 1996. *Public Administration: Concepts and Theories*. New Delhi: New Age International Publishers.

Panandiker, V.A. Pai and S.S. Kshirsagar. 1978. 'Bureaucratic Adaptation to Development Administration', in S.K. Sharma (ed.), *Dynamics of Development: An International Perspective*. New Delhi: Concept.

Riggs, Fred W. 1962. *The Ecology of Public Administration*. Bombay: Asia Publishing House.

———. 1964. *Administration in Developing Countries: The Theory of Prismatic Society*. Boston: Houghton Mifflin Co.

———.'The Group and the Movement: Notes on Comparative and Development Administration', *Public Administration Review*, 36 (6, November–December).

———. 1970. 'The Context of Development Administration', in Riggs (ed.), *Frontiers of Development Administration*. Durham: Duke University Press.

Sadie, J.L. in Peter Savage. 1970. 'Of Time and Change: Temporal Perspectives in Development Administration', in Dwight Waldo (ed.), *Temporal Dimensions of Development Administration*. USA: Kingsport Press.

Sapru, R.K. 1998. 'Development Administration: Crisis and Continuities', *Indian Journal of Public Administration*, xliv (4, October–December).

Savage, Peter. 1970. 'Of Time and Change: Temporal Perspectives in Development Administration', in Dwight Waldo (ed.), *Temporal Dimensions of Development Administration*. USA: Kingsport Press.

———. 1976. 'Optimism and Pessimism in Comparative Administration', *Public Administration Review*, 36 (4, July–August).

Swerdlow, Irving. 1963. *Development Administration: Concepts and Problems*. New York: Syracuse University Press.

Waldo, Dwight (ed.). 1970. *Temporal Dimensions of Development Administration*. Durham: Duke University Press.

Weidner, Edward W. 1970. 'Development and Innovational Roles', in Weidner (ed.), *Development Administration in Asia*. Durham: Duke University Press.

World Bank. 1991. *The Challenges of Development*. Washington DC: World Bank Publications Department.

प्रकरण ६

विकेंद्रीकरण आणि स्थानिक अभिशासन

अध्ययनाची उद्दिष्टे

- लोकशाही विकेंद्रीकरण आणि स्थानिक अभिशासन या संकल्पनांचा शोध घेणे
- भारतामध्ये लोकशाही विकेंद्रीकरणाने स्थानिक अभिशासनाची सुरुवात कशी झाली ते समजून घेणे
- भारतातील स्थानिक अभिशासानाच्या संदर्भाने ७३वी व ७४वी घटनादुरुस्ती अभ्यासणे

स्थानिक अभिशासन साध्य करण्यासाठी विकेंद्रीकरणाची प्रक्रिया अतिशय महत्त्वाची मानली जाते. हे प्रकरण भारतातील स्थानिक अभिशासानाच्या प्रयोगामधील विकेंद्रीकरण आणि सुशासन यांतील तथाकथित संबंधांवर आधारित आहे. सन १९९०च्या दशकामध्ये भारतात सीमाचिन्ह ठरलेल्या घटनादुरुस्ती कायद्यांच्या माध्यमातून विकेंद्रीकारणाशी संबंधित काही महत्त्वाकांक्षी उपक्रमांचा प्रारंभ झाला होता. जसे की, ग्रामीण व शहरी दोन्ही पातळ्यांवर स्थानिक स्वशासित संस्थांना शक्ती प्रदान करून स्थानिक लोकशाही पुनर्बलित करण्यासाठी केल्या गेलेल्या ७३व्या व ७४व्या घटनादुरुस्त्या. भारतामधील विकेंद्रीकारणाशी संबंधित असलेल्या प्रयोगांनी, जे 'लोकतांत्रिक विकेंद्रीकरण' या नावाने प्रसिद्ध आहेत, स्व-शासित संस्था सक्रीय झाल्या–ग्रामीण व शहरी दोन्ही भागांमध्ये–ज्यायोगे लोकसेवा, लोकसेवेसाठीच्या वस्तूंची निर्मिती आणि संधारण तसेच संकल्पनात्मक उपक्रमांमध्ये स्वशासित संस्थांची प्रमुख भूमिका असेल.

विकेंद्रीकरणः संकल्पना

संकल्पनात्मक दृष्टीने बोलायचे झाले तर, सत्तेचे विकेंद्रीकरण करण्यासाठीचे जाणीवपूर्वक प्रयत्न विकेंद्रीकरणाच्या केंद्रस्थानी आहेत–प्रशासकीय, राजकीय अथवा वित्तीय सत्ता–ज्यात लोकांचा दर्जा सुधारणे हा दृष्टिकोन असतो. विकेंद्रीकरण या इंग्रजी शब्दाच्या व्युत्पत्तीचे मूळ हे लॅटिन शब्दांत सापडते, ज्याचा अर्थ 'केंद्रापासून दूर' असा होतो. याकडे अधिकारवाद आणि नोकरशाहीकरण यावरील अतिशय महत्त्वाचा उपाय म्हणूनही बघितले जाते. शिथिल आणि प्रवाही प्रपाठ या अर्थाने प्रत्येक वैचारिक शोधला हे अनुकूल आहे. विकेंद्रीकरण या संकल्पनेच्या

क्रमविकासाचा विचार केला असता असे लक्षात येते की, या संकल्पनेला निश्चित असे वैचारिक मूळ नाही. अधिक विचार केला असता असे लक्षात येते की, डाव्या व उजव्या गटांकडून आपापल्या हितासाठी या संकल्पनेचा वापर केला आहे. उजव्या गटासाठी, विकेंद्रीकरण ही एक अशी यंत्रणा आहे ज्याद्वारे राष्ट्र राज्याला विकेंद्रित करून बाजारपेठीकरणाची सुरुवात करणे, डाव्या गटांसाठी, याद्वारे सामाजिक सुसज्जतेसाठीची संधी प्राप्त होते. परंपरेनुसार, या संकल्पनेचे मूळ संघटनात्मक दृष्टिकोनात आहे. ज्याद्वारे असे मानले गेले की, हा एक संघटनांबाबतीतील नवोपक्रम आहे, ज्यामुळे लोक संघटनांमधील अति-नोकरशाहीकरणाचा ताण कमी करता येईल. परंतु, जागतिकीकरणाच्या सुरुवातीपासून विकेंद्रीकरण ही बाजारपेठ प्रतिनियुक्त संकल्पना झाली. तथापि, विकेंद्रीकरण या संज्ञेचा अचूक अर्थ लावणे खूपच कठीण आहे. याला कारण असे की, ही संकल्पना अनेक समान अर्थ असलेल्या संकल्पनांबरोबर संभ्रमित केली जाते. जसे की, विकेंद्रीभवन, अधिकारदान, अधिकार प्रत्यायोजन आणि खाजगीकरण. सर्वांत वाईट गोष्ट अशी की, अनेक भाष्यकारांनी या संकल्पनांकडे विकेंद्रीकरणाचे वेगवेगळे संघटनात्मक प्रकार या अर्थानेदेखील बघितले आहे (चिमा आणि रोन्दिनेल्ली १९८३).

म्हणून, नेमकेपणाने समजून घेण्याच्या हेतूने, विकेंद्रीकरणाची संकल्पना या कल्पनांपासून वेगळी करण्याची गरज आहे. वर उल्लेख केलेल्या सर्वच संकल्पना प्रशासकीय सत्ता अथवा अधिकार वरपासून खालच्या पातळीपर्यंत विभागणे अथवा हस्तांतरण करणे याविषयी बोलतात. परंतु, अशा हस्तांतरणाचे स्वरूप आणि प्रमाण परिस्थितीनुरूप बदलत जाते. विकेंद्रीभवनाचा अर्थ शासनाच्या खालच्या पातळीमधील कर्मचाऱ्यांना थोड्या प्रमाणात प्रशासकीय अधिकार वा जबाबदारी देणे; अधिकारदान म्हणजे नेहमीच्या नोकरशाही रचनेबाहेरील तसेच केवळ अप्रत्यक्षपणे केंद्र शासनाच्या अखत्यारित असलेल्या संस्थांमधील काही विशिष्ट संस्थानाबाबतच्या कार्यांची जबाबदारी हस्तांतरित करणे; अधिकार प्रत्यायोजन शासनातील उप-राष्ट्रीय विभागांची निर्मिती व मजबुतीकरण, ज्यांची कार्ये मोठ्या प्रमाणात केंद्र शासनाच्या प्रत्यक्ष नियंत्रणात नाही, असे दर्शवते.

दुसरीकडे, विकेंद्रीकरण ही अधिकव्यापक संकल्पना आहे जी जबाबदारी हस्तांतरित करण्याच्या वरील सर्व प्रकारांना सामावून घेते. चिमा आणि रोन्दिनेल्ली (१९८३) विकेंद्रीकरणाची पुढीलप्रमाणे व्याख्या करतातः 'नियोजन, निर्णय प्रक्रिया किंवा प्रशासकीय अधिकारांचे केंद्र शासनाकडून क्षेत्रीय कार्यालये, स्थानिक प्रशासकीय विभाग, निम-स्वायत्त वा सम-राष्ट्रीय संघटना, स्थानिक शासन किंवा अशासकीय संघटना यांकडे हस्तांतरण करणे.' याखेरीज, विकेंद्रीकरण ही प्रशसकीय वा वित्तीय

अधिकार विभागून घेण्याची स्थिर रचना नाही. खरेतर, हे केंद्रीकरणाकडून पूर्ण स्वायत्तता असे एक संततक आहे (मीनाक्षीसुंदरम १९९९). विकेंद्रीकरणाकडे 'वरिष्ठ' शासकीय विभागाकडून 'कनिष्ठ' शासकीय विभागाकडे जबाबदारी, अधिकार आणि कार्ये हस्तांतरित करण्याची प्रक्रिया या ही दृष्टीने बघितले जाते (फ्रीडमन १९८३ यांनी सिंघ मध्ये म्हटल्याप्रमाणे १९९६:१२). ही कार्ये नियोजन, व्यवस्थापन, संसाधने उभी करणे व त्याची विभागणी करणे यांच्याशी संबंधित असू शकतात. 'वरिष्ठ' विभागाचे क्रियात्मक अधिकारक्षेत्र हे साहजिकच अधिक व्यापक असते. तथापि, 'कनिष्ठ' विभाग हे 'वरिष्ठ' विभागाकडून काही प्रमाणात असलेल्या स्वायत्ततेची अंमलबजावणी करू शकतात. लोक उपक्रमांवरील अभ्यास गट आणि १९५७ मध्ये भारतीय शासनाने स्थापन केलेल्या राष्ट्रीय प्रसारण सेवा यांच्याद्वारे विकेंद्रीकरणाची व्याख्या पुढीलप्रमाणे करण्यात आली, विकेंद्रीकरण म्हणजे अशी एक प्रक्रिया होय ज्याद्वारे शासन काही कर्तव्ये व जबाबदाऱ्यांपासून स्वतःला बाजूला ठेवते आणि इतर कुठल्यातरी अधिकारी व्यक्तीवर ती सोपवते (भारतीय सरकार १९५७: ७). या अर्थाने, विकेंद्रित स्थानिक सत्तेकडे वेगळे कायदेशीर अस्तित्त्व, स्वतःचे आर्थिक अंदाजपत्रक आणि अनेक वेगवेगळ्या कार्यांसाठी महत्त्वपूर्ण संसाधनांची विभागणी करण्याचे अधिकार असतील. या स्थानिक सत्तेमध्ये असलेल्या लोकप्रतिनिधींकडून हे निर्णय घेतले जातात.

म्हणून, विकेंद्रीकरणाच्या संकल्पनेचे गुणधर्म पुढीलप्रमाणे आहेतः (*अ*) हे एक तत्त्वज्ञान व संस्थात्मक रचना आहे ज्याद्वारे स्थानिक लोकसमुदायाचे बळकटीकरण करण्याच्या दृष्टीने पारंपरिक केंद्रांकडून दूरस्थ भागांमध्ये अधिकार विकेंद्रित केले जातात. (*आ*) स्वायत्तता हा विकेंद्रीकरणाचा गाभा होय. हा एक निकष आहे ज्याद्वारे विकेंद्रीकरणाच्या स्वरूपाचा अंदाज येतो. (*इ*) विकेंद्रीकारणाला कुठलाही निश्चित वैचारिक गाभा नाही. खरंतर, डाव्या आणि उजव्यांकडून आपापल्या भूमिकांना न्याय देण्यासाठी या संकल्पनेचा वापर केला जातो. (*ई*) अगदी अलीकडे आलेल्या विकेंद्रीकरणाबाबतच्या उत्साहाचे श्रेय जागतिकीकरणाला द्यावे लागेल. जागतिकीकरणाच्या पुरस्कर्त्यांनी विकासासाठी विकेंद्रीकरण या माध्यमातून स्थानिकीकरणाचा सक्रियपणे पुरस्कार केला. कारण वसाहतवादामुळे छेडली गेलेली आशिया, आफ्रिका आणि लॅटिन अमेरिकेतील राष्ट्र–राज्ये जागतिक बाजारपेठेमध्ये केवळ आर्थिक प्रतिनिधी म्हणून अक्षरशः मागे पडली होती. (*उ*) केंद्राव्यतिरिक्त नवीन स्थानिक सत्ता तयार करून विकेंद्रीकरण लोकांचा सहभाग अधिक सुलभ करते व त्यायोगे लोकशाहीची पाळेमुळे अधिक घट्ट केली जातात. (*ऊ*) स्वतःची कामे स्वयंशासित करण्यासाठीचा आत्मविश्वास विकेंद्रीकारणामुळे स्थानिक लोकांच्या मनात

रुजविला जातो. म्हणून, कमी-अधिक प्रमाणात स्वतंत्र अस्तित्व आणि अधिकार व स्थानिक निर्णयक्षमता असलेल्या यंत्रणांमध्ये विकेंद्रीकरणाद्वारे जबाबदारीची जाणीव रुजविली जाते. म्हणूनच, निर्णय क्षमतेचा अधिकार संघटनांमधील कनिष्ठ पातळ्यांबरोबर विभागून घेऊन त्यांची कार्यक्षमता, परिणामकारकता आणि प्रतिसादक्षमता सुधारणे ही विकेंद्रीकरणामागील मूळ कल्पना आहे.

विकेंद्रीकरणाचे महत्त्व

लोकांचा अभिशासनामधील सहभाग आणि त्यावरील नियंत्रण हा लोकशाहीचा मथितार्थ आहे. अशा प्रकारचा सहभाग राज्याचे अधिकार जिल्हे, गावांचा समूह, खेडे या पातळ्यांना विकेंद्रित केले असतील तरच शक्य आहे. याचे कारण असे की, या पातळ्यांवर लोक त्यांच्या अडचणींवर चर्चा करू शकतात, तसेच योजनांच्या अंमलबजावणीवर लक्ष ठेवू शकतात. विकेंद्रीकरण ही एक प्रमुख यंत्रणा आहे, ज्यायोगे लोकशाही खऱ्या अर्थाने प्रातिनिधिक आणि प्रतिसादात्मक बनते. म्हणूनच, याला लोकशाही विकेंद्रीकरणाचा गाभा म्हटले आहे. जी, शब्बीर चिमा आणि रोनीस रोन्देनिल्ली यांनी विकेंद्रीकरणाच्या फायद्यांवर खालीलप्रमाणे चर्चा केली आहेः

- केंद्राच्या अखत्यारित असलेल्या राष्ट्रीय नियोजनातील त्रुटींवर विकेंद्रीकारणाद्वारे मात केली जाऊ शकते. त्यासाठी विकास, नियोजन आणि व्यवस्थापन यासाठी शासकीय अधिकाऱ्यांना मोठ्या प्रमाणात अधिकार प्रदान करणे असे मार्ग वापरता येऊ शकतात. विकेंद्रीकरणाद्वारे अनेक विषम प्रदेश आणि लोकसमूह यांच्या गरजांनुसार विशिष्ट पद्धतीच्या योजना आखणे सहज शक्य होते.
- याद्वारे मोठ्या प्रमाणातील दप्तर दिरंगाई व संरचित प्रक्रिया कमी करता येऊ शकतात. विकेंद्रीकरणाद्वारे केंद्रीय अधिकाऱ्यांना स्थानिक पातळ्यांवर नियुक्त करून स्थानिक अडचणींबाबत त्यांचे ज्ञान आणि संवेदनक्षमता वाढवणे शक्य आहे. शासनाचे अधिकारी आणि स्थानिक लोक यांमध्ये एकत्र सुसंवाद होणे शक्य होते.
- राष्ट्रीय योजनांचे दुर्गम भागात राजकीय आणि प्रशासकीय 'अंतर्वेशन' विकेंद्रीकरणातून साध्य करता येणे शक्य आहे. अनेक राजकीय, सामाजिक, वांशिक आणि स्थानिक जमातींचे निर्णयप्रक्रियेमधील प्रतिनिधित्व वाढवणे हेदेखील विकेंद्रीकरणातून अनुस्यूत आहे. यामुळे स्थानिक संस्थांची प्रशासकीय क्षमता वाढवणे शक्य होईल-शासकीय आणि खाजगी संस्था-ज्यायोगे या संस्था केंद्र शासनाशी संबंधित काही कार्ये स्वतःहून पार पडण्यासाठी घेऊ

शकतात. यामुळे व्यवस्थापनातील वरिष्ठ पातळ्यांना दैनंदिन कामातून सूट मिळणेदेखील शक्य होते.

- निर्णय घेण्याची काही पर्यायी साधने निर्माण करून विकासात्मक नियोजनामध्ये लोकांचा सहभाग संस्थापित करण्यासाठीदेखील विकेंद्रीकरणाची मदत होते. यामुळे प्रशासन अधिक लवचीक, सर्जनशील आणि निर्मितीक्षम बनते, ज्यामुळे नियोजनाचा खर्च कमी करून लोकसेवांमध्ये वाढ होण्यास मदत होते. स्थानिक लोकांचे निर्णय क्षमतेमधील योगदान वाढवून या मार्गाने राजकीय स्थैर्य प्रस्थापित करणेदेखील शक्य होते.

मोहित भट्टाचार्य असे मत मांडतात की, सद्यःस्थितीतील विकेंद्रीकरणावरील विचार सत्तासमानीकरण आणि लोकसहभाग याभोवती फिरणारा आहे. संघटना सिद्धान्त आणि राज्यशास्त्र, जे पूर्वी कधी निकट आलेले नव्हते, ते विकेंद्रीकरणाची संकल्पना ठोसपणे मांडण्यासाठी एकत्र आलेले दिसतात. संघटना सिद्धान्तातील वाढती चिंता व्यक्ती कल्याणाबाबतची आहे, जी सहभाग व्यवस्थापनातून व्यवहार्य आणि इष्ट मानली जाते. राज्यशास्त्रामध्ये, सहभागात्मक लोकशाही साध्य करण्यासाठीचे साधन म्हणून विकेंद्रीकरण नव्याने दिसून येते. सहभागात्मक लोकशाही प्रतिनिधित्व अखंडित राखण्यासाठीच्या परंपरागत निवडणूक प्रक्रियेच्या पलीकडे जाणारी आहे. सद्यकालीन विकेंद्रीकरणावरील विचाराकडे तीन बाजूंनी बघता येईल. प्रथम, विकेंद्रीकरणाचा एक साधन म्हणून विचार केला जातो, ज्यायोगे व्यक्तीची, कार्यकर्ता आणि नागरिक म्हणून आध्यात्मिक वृद्धी आणि वाढ घडवून आणता येईल. विकेंद्रीकरणातून निर्णय प्रक्रियेत सहभागी होण्याच्या संधी दिल्या जातात. व्यक्तीच्या पातळीवर, व्यक्तिमत्त्व विकास आणि वृद्धीसाठी विकेंद्रीकरणाची मदत होते. दुसरे, संघटनांच्या कार्यात सुधारणा घडवून आणण्यासाठी विकेंद्रीकरणाला उपकरणात्मक महत्त्व आहे. लोकप्रशासन शासनाच्या क्रियात्मक बाजूशी संबंधित आहे. ही कार्ये विकेंद्रीकरणाच्या माध्यमातून अधिक चांगल्या पद्धतीने करता येऊ शकतात, कारण याद्वारे स्थानिक माहिती आणि आकडेवारी उपलब्ध होणे सोपे जाते व प्रशासनाच्या कार्यांना स्थानिक लोकांचा पाठिंबा मिळेल अशी परिस्थितीदेखील निर्माण करता येते. विकेंद्रित व्यवस्थेमध्ये प्रशासन अधिक खुले असते, कारण त्यातून अहंकारी विशेषज्ञांनी केलेली गुपित कार्ये असा समज पूर्णपणे नाहीसा होतो. तिसरे, सध्याचे विवेचन लोकप्रशासनाच्या ज्ञानशाखेमधील निदर्शक स्थलांतर प्रतिबिंबित करते. नोकरशाहीचे प्रतिमान बराच काळ क्षेत्राला महत्त्व देत असले तरी, सद्यःस्थितीतील राजकीय–प्रशासकीय परिस्थिती स्पष्ट करण्यास अपुरे ठरते. विकेंद्रीकरण–सहभागसंबंधी चर्चा लोकप्रशासनामध्ये एका नवीन दृष्टिकोनाची भर

घालते व त्याच्या पुनर्रचनेची मागणी करते (भट्टाचार्य २००८: १६५). रजनी कोठारी विकेंद्रीकरणाकडे अभिशासनाची एक पर्यायी व्यवस्था म्हणून बघतात, जी स्थानिक पातळीवरील अडचणी सोडवण्यासाठी 'लोककेंद्रित' दृष्टिकोनावर आधारित आहे. ते पुढे असे मत मांडतात की, 'ही संपूर्ण प्रक्रिया लोकांना सत्तेच्या केंद्रस्थानी बसवण्यासाठी असेल जेणेकरून आतापर्यंत केवळ सेवार्थी राहिलेले लोक आता विकासात्मक प्रक्रियेचे मूलभूत यंत्र मानले जातील' (कोठारी १९८८: ४८).

विकेंद्रीकरणाचे दृष्टिकोन

जेम्स फेसलर (१९६५) यांनी स्पष्ट व सखोल पद्धतीने विकेंद्रीकरणाच्या संकल्पनेचे वेगवेगळे दृष्टिकोन मांडले आहेत. त्यांनी विकेंद्रीकरणाकडे संकल्पना आणि आचरण या दोन्ही अर्थांनी एक गुंतागुंतीचा मुद्दा या अर्थाने बघितले. त्यांनी या संकल्पनेकडे चार दृष्टिकोनांतून बघितले: विकेंद्रीकरण एक सिद्धान्त म्हणून, दिलेल्या राजकीय मांडणी मधील राजकीय प्रक्रिया म्हणून, एक प्रशासकीय अडचण म्हणून आणि सरतेशेवटी एक प्रशासकीय प्रक्रिया म्हणून जीमध्ये ओढूनताणून केलेली पर्याय निवड, कार्यात्मक आणि क्षेत्र संबंधित असलेले प्रशासन आणि नियामक–कायदा व सुव्यवस्था संबंधित–आणि नियुक्त केलेल्या व निवडून आलेल्या अधिकाऱ्यांची विकासात्मक कार्ये यांचा समावेश होतो. यापुढील विवेचनामध्ये फेसलर यांच्या विकेंद्रीकरणासंबंधीच्या दृष्टिकोनांवर भाष्य केले आहे.

सैद्धान्तिक दृष्टिकोन

सैद्धान्तिक दृष्टिकोन विकेंद्रीकरणाला 'अद्‌भूतरम्य आदर्शवाद' या प्रक्रियेद्वारे अंतिम हेतू म्हणून वागणूक देतो. परिणामी, स्थान आणि सांस्कृतिक प्रदेश या दोन्ही संबंधी अद्‌भूतरम्य दृष्टी असा अर्थ होतो. परंपरा आणि इतिहास या दोन्हीला केलेले आवाहन असा या युक्तिवादाचा अर्थ आहे. स्थानिक लोकसमुदायाला केंद्रबिंदू मानणे हे विकेंद्रीकरणाचे सर्वांत मजबूत उदाहरण आहे–शहर, गाव किंवा खेडेगाव. येथे काही कठोर सत्य मांडता येतील ज्याची सुरुवात, विशेषकरून, जनसमुदायाची प्रत्यक्ष वस्तुस्थिती आणि सर्वच देशांमधील त्याची मालकी ज्यायोगे स्थानिक शासनसंस्थांना काही अधिकार दिले जातात. स्थानिक स्वायत्ततेशी संबंधित ऐतिहासिक परंपरेला आवाहन करणे हे भावनाप्रधानतेच्या भूमिकेचे निर्देशक आहे. भारतामध्ये, पंचायती राजसंस्थेमध्ये प्राचीन काळातील स्थानिक स्वायत्ततेच्या परंपरेचा समावेश होतो असे मानले गेले आहे. अद्‌भूतरम्यता आदर्शवादाकडे झुकलेली असते. काळाप्रमाणे थोडे मागे जाऊन पारंपरिक मूल्ये पुनरुज्जीवित करणे आणि लोकांमध्ये समोरासमोर

होणारे व्यवहार पुनर्प्रस्थापित करणे अशी महत्त्वाकांक्षा आहे. म्हणून, सैद्धान्तिक दृष्टिकोनामध्ये, विकेंद्रीकरणाला अंतिम हेतू प्राप्त करण्यासाठीचे माध्यम म्हणून न बघता, आदर्शवादामुळे एक दृढीभूत सिद्धान्त असे स्थान दिले जाते.

राजकीय दृष्टिकोन

राजकीय मांडणीमध्ये विकेंद्रीकरण आढळून येते, असा राजकीय दृष्टिकोनाचा विश्वास आहे. विकेंद्रीकरणासंबंधीचा पुढाकार आणि विभागांचे विकेंद्रीकरण करण्यासाठी अधिकार आणि कार्ये सुपूर्द करण्याची तयारी आणि या विभागांना स्वायत्ततेच्या रचनेमध्ये प्रत्यक्षात काम करू देण्याची तयारी हे राजकीयदृष्ट्या निर्धारित केले जाते. काही धोरणांसंबंधीची निर्णयक्षमता उप-राष्ट्रीय निर्धारित क्षेत्रांकडे सुपूर्द करणे हे निश्चितच विकेंद्रीकरणाचे उद्दिष्ट आहे. स्थानिक स्व-शासित संस्थांचे अधिकारदानाच्या माध्यमातून विकेंद्रीकरण हा स्थानीय पातळीवर स्वायत्त संस्था स्थापन करण्याचा एक प्रयत्न आहे. म्हणूनच, स्थानिक संस्था निर्माण करणे आणि अबाधित ठेवणे ही एक राजकीय वचनबद्धता आहे. अशा वचनबद्धतेच्या अभावी स्थानिक स्वशासित संस्थांसह उप-राष्ट्रीय संस्थांना अधिकार प्रदान करणे हे कायद्यात अनुस्यूत असूनही प्रत्यक्षात उतरवणे शक्य होणार नाही. फेलसर 'भासमान विकेंद्रीकरणाच्या' अडचणीकडे आपले लक्ष वेधून घेतात. असे तेव्हा होते जेव्हा औपचारिक अधिकार किंवा प्रशासकीय रचना आशयतः विकेंद्रित केल्या गेल्या असूनही राजकीयदृष्ट्या केंद्राकडूनच नियमित वा प्रभावित केल्या जातात (फेलसर १९६५: ५५५). यामुळे पाश्चिमात्य देशांमधील पूर्वीच्या सोव्हिएत आणि पूर्वेकडील युरोपातील विकेंद्रीकरणासंबंधीच्या संशयी प्रतिक्रिया अधोरेखित होतात. एकपक्षीय राष्ट्रांमधील स्थानिक निवडणुका व जर त्या बरोबरीने पक्षामधील प्रभावी श्रेणीय नियंत्रण असेल तर असे लक्षात येते की, यामुळे निवड करण्याचे स्वातंत्र्य अबाधित राहात नाही, जो विकेंद्रीकरणाचा महत्त्वाचा घटक मानला जातो. फेलसर याला 'भासमान विकेंद्रीकरण' असे म्हणतात. सन १९९२च्या ७३व्या घटनादुरुस्ती कायद्यापूर्वी भारत 'भासमान विकेंद्रीकरणाच्या' जवळ होता. या घटनादुरुस्ती कायद्यानंतर स्थानिक शासन संस्थांना प्रत्यक्ष अधिकार आणि कार्ये यांद्वारे घटनात्मक दर्जा देण्यात आला.

प्रशासकीय दृष्टिकोन

विकेंद्रीकरणाचा प्रशासकीय दृष्टिकोन कार्यक्षमता आणि व्यवहार्यता या तत्त्वांवर आधारलेला आहे. जेव्हा विकेंद्रीकरणाच्या प्रक्रियेद्वारे क्षेत्रीय प्रशासकीय विभाग स्थापन केले जातात, ही योजना क्षेत्रीय पातळीवरील निर्णयक्षमता तत्परतेने समस्या

निवारण यासाठी सुयोग्य मानली जाते. या प्रक्रियेमध्ये, स्थानीय पातळी ते केंद्रीय (राष्ट्र) मुख्यालय यांमधील कुठल्याही पातळीवर स्थापन केले जाऊ शकतात. विशेषिकृत कार्यांची अधिकाधिक मागणी याबरोबरच कार्यात्मक विभागांचे बहुगुणीत्त्व स्थानीय पातळीवर दिसून येईल. प्रशासकीय स्थितीमधून सर्वसाधारण प्रदेशाधारित प्रशासकीय मागण्या आणि काही क्रियात्मक विभागांच्या विशेष क्रिया-केंद्रित मागण्या यांमधील ध्रुवीकरणाचे चित्र उभे राहते. सद्यःस्थितीतील, भारतीय जिल्हा प्रशासनासमोर अशी प्रदेश-कार्ये द्वैत ही सद्यःस्थितीतील समस्या आहे. अशा व्यवहार्य तत्त्वांना प्रोत्साहन देण्यासाठी विस्कळीत क्षेत्र प्रशासनामधील प्रदेश व कार्ये यांबाबतीतील परस्परविरोधी दावे वेळोवेळी पुनर्नियोजित करण्यासाठी प्रामाणिक प्रयत्नांची गरज आहे (भट्टाचार्य २००८: १६४).

दुहेरी भूमिकांचा दृष्टिकोन

दुहेरी भूमिकांच्या दृष्टिकोनाद्वारे क्षेत्र प्रशासनातील परंपरा आणि बदल यांतील संघर्ष अधोरेखित करण्याचा प्रयत्न केला गेला आहे. फेलसर यांच्या मते, मूळ संघर्ष कायदा व सुव्यवस्था अभंग ठेवणे आणि त्याच वेळी आर्थिक आणि सामाजिक विकासाला प्रोत्साहन देणे हा आहे. बऱ्याच क्षेत्र प्रशासकीय व्यवस्था या सहजसुलभ काळामध्ये विकसित केल्या गेल्या होत्या, जेव्हा करवसुली, कायदा व सुव्यवस्था अबाधित राखणे, स्थानिक जनमताचे मूल्यांकन अशा महत्त्वाच्या जबाबदाऱ्या क्षेत्रीय प्रतिनिधींवर होत्या. अर्थातच, हे उदाहरण नव्याने स्वतंत्र झालेल्या देशांना वसाहती राजवटीकडून वारसा म्हणून मिळालेल्या क्षेत्रीय व्यवस्थांचे आहे. परंतु, मूळ नियोजित कार्यांपेक्षा बऱ्याच प्रमाणात वेगळी कार्ये आज या व्यवस्थांकडून अपेक्षित आहेत. आर्थिक आणि सामाजिक विकास वेगाने साध्य करण्यासाठी प्रस्थापित कार्यपद्धतीत बदल घडवून आणणे हा उद्देश आहे. नवीन कार्यांसाठी लोकांच्या बाजूने नवीन कार्यपद्धतीचा स्वीकार व्हावा पुरेसा उत्साह असणे गरजेचे आहे. ज्यामुळे नेहमीच सामान्य नागरिकांकडून भरीव ऐच्छिक प्रयत्नांची सुरुवात होईल. कामाचा वाढलेला व्याप, सामान्यांकडून कनिष्ठ अधिकाऱ्यांना प्रातिनिधिक जबाबदारी देणे वा समन्वयकाबरोबर जबाबदारी वाटून घेणे अशी पारिस्थितिक मागणी करतो. क्षेत्रीय प्रशासनातील या दोन पूर्णपणे भिन्न बाबींमधील संघर्षावर उपाय म्हणून विकेंद्रीकरणाने बदलत्या परिस्थितीशी जुळवून घेणे महत्त्वाचे आहे.

फेलसर यांनी दिलेले विकेंद्रीकरणाचे चार दृष्टिकोन विकेंद्रीकरणाबाबतच्या वेगवेगळ्या समस्या आणि आवाहने यांबाबत भाष्य करतात. सैद्धान्तिक दृष्टिकोन विकेंद्रीकरणाला 'अद्भूतरम्य आदर्शवाद' या प्रक्रियेतून अंतिम हेतू म्हणून वागणूक देतो. राजकीय दृष्टिकोन विकेंद्रीकरणाच्या राजकीय स्वरूपावर भाष्य करते.

प्रशासकीय दृष्टिकोन कार्यक्षमता आणि व्यवहार्यता या तत्त्वांवर आधारलेला असून प्रदेश-कार्ये द्वैत अधोरेखित करतो. सरतेशेवटी, क्षेत्र प्रशासकीय व्यवस्थेमधील भूमिकांचे विद्यमान स्थितीपासून बदलाभिमुखतेकडे पुनर्दिशानिदेशन हा दुहेरी भूमिकांच्या दृष्टिकोनाचा गाभा आहे.

विकेंद्रीकरणाचे प्रकार

विकेंद्रीकरण वेगवेगळे रूप धारण करते आणि शासनाची विविध कार्ये आणि संस्था यांचा त्यात समावेश होतो. सामान्यपणे, विकेंद्रीकरणाचे चार प्रकार आहेतः राजकीय, प्रशासकीय, वित्तीय आणि कार्यात्मक. यशस्वी विकेंद्रीकरणाचे अनेक कंगोरे अधोरेखित करणे व त्यांच्यातील समन्वय साधण्यासाठी या संकल्पनांमध्ये फरक करणे उपयुक्त ठरेल. पुढील भागांमध्ये विकेंद्रीकरणाच्या या चार प्रकारांमधील फरकांवर उहापोह केला आहे.

राजकीय विकेंद्रीकरण

राजकीय विकेंद्रीकरणामध्ये शासनाच्या केंद्रीय पातळ्यांपासून स्थानिक राजकीय प्रतिनिधित्व असलेल्या स्थानिक संस्थांकडे कार्ये आणि अधिकारांचे हस्तांतरण गृहीत धरलेले असते. याचा अर्थ असा होतो की, ज्यांना अधिकार प्रदान केले आहे, अशा स्थानिक संस्था निवडून आलेल्या स्थानिक प्रतिनिधींकडून चालवल्या जाव्यात. लोक संबंधी निर्णय प्रक्रियेमध्ये लोकांना आणि त्यांनी निवडून दिलेल्या स्थानिक प्रतिनिधींना जास्तीत जास्त अधिकार देण्यात यावे असे त्याचे उद्दिष्ट आहे. या प्रकारचे विकेंद्रीकरण कायमच बहुसत्तावादी राजकारण आणि प्रातिनिधिक शासन यांच्याशी संबंधित असते, परंतु ते लोकांना अथवा त्यांच्या प्रतिनिधींना धोरणे तयार करणे व राबवणे यांमध्ये जास्त प्रभावी भूमिका देऊन लोकशाहीकरणालादेखील पाठिंबा देते. राजकीय विकेंद्रीकरणाचे पुरस्कर्ते, अधिक सहभागातून घेतलेले निर्णय हे राष्ट्रीय राजकीय अधिकाऱ्यांनी घेतलेल्या निर्णयांपेक्षा समाजातील विविध हितसंबंधांसाठी जाणीवपूर्वक आणि अधिक सुसंगत असतात, असे गृहीत धरतात. या संकल्पनेतून असे सूचित केले गेले आहे की, प्रतिनिधींची स्थानिक निवडणूक अधिकारक्षेत्रातून केलेली निवड लोकांना त्यांच्या राजकीय प्रतिनिधींना अधिक चांगल्या पद्धतीने जाणून घेण्याची संधी देते व तसेच नियुक्त अधिकाऱ्यांना लोकांच्या गरजा व इच्छा जाणून घेण्याचीही संधी देते. मोठ्या प्रमाणातील राजकीय विकेंद्रीकरणामुळे शासनाच्या निर्णयांमध्ये लोकांना अधिक मोठ्या प्रमाणात व्यक्त होण्याची संधी मिळते व शासनाची संवेदित वैधतादेखील वाढवली जाऊ शकते. यामुळे शासनसंस्था आणि लोकांमध्ये अधिक विश्वास आणि समन्वय प्रोत्साहित केला जातो ज्याअन्वये

धोरणांमधून अधिक चांगली निष्पत्ती होते. अशा प्रकारे विश्वास आणि वैधतेमधील वाढ ही राजकीय स्थैर्य वाढवण्यासाठी कळीची ठरते. राजकीय विकेंद्रीकरणासाठी संवैधानिक वा वैधानिक सुधारणा, बहुसत्तावादी राजकीय पक्षांचा विकास, स्थानिक राजकीय विभागांची स्थापना आणि कार्यक्षम लोकहितवादी गटाला प्रोत्साहन याची कायमच गरज असते. भारताने १९९२च्या पंचायतीराज कायद्याच्या माध्यमातून राजकीय विकेंद्रीकरणाचा आवाका बऱ्यापैकी वाढवला आहे. ज्यानुसार प्रत्येक राज्याने नियुक्त स्थानिक शासनांची जिल्हा, गट आणि खेडे अशी त्रिस्तरीय व्यवस्था प्रस्थापित करावी अशी तरतूद करण्यात आली.

प्रशासकीय विकेंद्रीकरण

कार्यांचे अधिकारदान किंवा केंद्र शासनाकडून केंद्राच्या स्थानिक 'शाखां'कडे अधिकारांचे हस्तांतरण करणे असा प्रशासकीय विकेंद्रीकरणाचा अर्थ होतो. जनसेवा पुरवण्यासाठी शासनाच्या अनेक पातळ्यांमध्ये अधिकार आणि जबाबदाऱ्यांचे पुनर्वितरण करणे हे यातून अभिप्रेत आहे. नियोजनासाठीच्या जबाबदारीचे हस्तांतरण, अर्थप्रबंध करणे, शासन संस्थांच्या क्षेत्रीय विभागांचे, शासनातील कनिष्ठ विभाग अथवा पातळ्यांचे अर्ध-स्वायत्त जन अधिकारांचे वा महापालिकांचे व्यवस्थापन करणे हे यातून उधृत आहे. यामागील कल्पना अशी आहे की, स्थानिक शासनसंस्थांना स्थानिक गरजांची अधिक चांगली जाण असते व स्थानिक प्रदेशांसाठी उचित धोरणे निवडणे अथवा धोरणांची दिशा अधिक चांगल्या प्रकारे ओळखणे यामध्ये त्या उत्तम भूमिका बजावू शकतात. उदाहरणार्थ, दारिद्र्य निर्मूलन कार्यक्रम राबवत असताना गरीब लोक कुठे केंद्रित आहेत वा ज्यादा शाळांची गरज कुठे आहे इत्यादी स्थानिक स्वराज्यसंस्थांना अधिक चांगल्या प्रकारे ठाऊक असते. एक पर्यायी मार्ग असाही दिसतो की, स्थानिक शासनसंस्था सेवा पुरवठा करणाऱ्यांचे (स्थानिक शिक्षक, परिचारिका इत्यादी) अधिक चांगल्या प्रकारे निरीक्षण करू शकतात आणि म्हणूनच, जनसेवांच्या पुरवठ्याची हमी देऊ शकतात. म्हणूनच असे म्हणता येईल की, प्रशासकीय विकेंद्रीकरण ही एक अशी यंत्रणा आहे ज्याद्वारे चांगली धोरणे निवडणे व ती चांगल्या पद्धतीने राबवणे यातून लोकहितामध्ये सुधारणा घडवून आणता येते.

वित्तीय विकेंद्रीकरण

वित्तीय विकेंद्रीकरणामध्ये पूर्वी केंद्रित असलेले कर लावण्याचे व महसूल उत्पन्न करण्याचे अधिकार शासनाच्या इतर पातळ्यांमध्ये विखुरले जातात; उदाहरणार्थ, स्थानिक शासनसंस्थांना त्यांच्या जबाबदाऱ्या पार पडण्यासाठी वित्तीय संसाधने वाढवणे व टिकवून ठेवणे यासाठीचा अधिकार दिला जातो. वित्तीय जबाबदाऱ्यांचे

विकिरण करणे हा विकेंद्रीकरणाचा महत्त्वाचा घटक आहे. स्थानिक शासनसंस्था आणि संघटनांना जर विकेंद्रित कार्ये अधिक प्रभावीपणे पार पाडावयाची असतील, तर त्यांच्याकडे महसुलाची पुरेशी पातळी असणे गरजेचे असते. हा महसूल स्थानिक पातळीवर मिळवलेला किंवा केंद्रशासनाकडून हस्तांतरित केलेला असू शकतो. स्थानिक शासन संस्थांकडे महसुलाबरोबरच तो खर्च करण्याचे निर्णय घेण्याचा अधिकारदेखील असावा लागतो. वित्तीय विकेंद्रीकरण खालील मार्गांनी संभव आहेः

- किंमत निर्धारणातून वित्तीय स्वयंपूर्णता किंवा किंमतवसुली;
- मालमत्ता अथवा स्थानिक विक्रीकर किंवा अप्रत्यक्ष दरातून स्थानिक महसुलात केलेली वाढ;
- केंद्र सरकारच्या करसंकलनातून गोळा झालेल्या महसुलाचे विशेष अथवा सर्वसामान्य हेतूंसाठी स्थानिक नगरपालिकांकडे आंतरशासकीय हस्तांतरण;
- नगरपालिकांच्या कर्जरोख्यांना मान्यता देणे आणि कर्जप्रत्याभूतीद्वारे राष्ट्रीय अथवा स्थानिक शासनसंस्थांसाठी वित्तउभारणी करणे.

अनेक विकसनशील देशांमध्ये स्थानिक स्थानिक शासनसंस्थांना किंवा प्रशासकीय विभागांना कर लावण्याचा वैधानिक अधिकार असतो, परंतु कराचा पाया कच्चा असल्याने आणि केंद्र शासनाकडून अर्थसाहाय्याच्या बाबतीतले परावलंबन अंतर्हित असल्याने हा अधिकार वापरण्याचा कुठलाही प्रयत्न केला जात नाही. दक्षिण आशियाई देशांमधील (अय्यर आणि इतर २०१०: २५९) विकेंद्रीकरणाच्या अभ्यासावरून असे लक्षात आले आहे की, जागतिक सरासरीशी तुलना केली असता भारतात बऱ्यापैकी विकेंद्रिकरण झाले आहे. उप-राष्ट्रीय (राज्य आणि स्थानिक) शासनसंस्थांना शासनाच्या एकूण उत्पन्नामधील ३४% खर्च करणे अपेक्षित असते आणि शासनाच्या खर्चापैकी ५२% खर्च करण्याचा अधिकार असतो. दक्षिण आशियाई देश–बांगलादेश, पाकिस्तान आणि श्रीलंका यांसारखे देश महसूल अधिकारांबाबतीत अतिशय केंद्रित पद्धतीचे आहेत. उप-राष्ट्रीय शासनसंस्थांना एकूण महसुलाच्या १०% पेक्षाही कमी महसूल गोळा करण्याचा अधिकार असतो. भारताशी तुलना करता असे लक्षात येते की, उप-राष्ट्रीय शासनसंस्था एकूण खर्चापैकी खूपच कमी वाटा खर्च करण्यास जबाबदार असतात. अशी आकडेवारी असूनदेखील, भारतामध्ये सत्तासंतुलन केंद्रशासनाकडे झुकलेले दिसते. भारतीय राज्यघटनेतील दोन तरतुदींमुळे याचे दृढीकरण होते–सर्व उर्वरित वैधानिक अधिकार केंद्र शासनाला दिले गेले आहेत आणि कायद्यासंबंधी राष्ट्र व राज्ये यात संघर्ष झाला असता राष्ट्रीय कायदे वरचढ ठरतील असे अपेक्षित असते. जरी उप-राष्ट्रीय शासनसंस्थांच्या गाव पातळीवर पंचायती राजसंस्था अशा अनेक पातळ्या असल्या तरी या कनिष्ठ

पातळ्यांना प्रशासकीय बाबींमध्ये मर्यादित स्वातंत्र्य दिले आहे. तसेच, स्वतंत्रपणे महसूल गोळा करण्याचे खूपच कमी स्रोत उपलब्ध आहेत. पंचायतीराजसंस्था आणि नगरपालिकांचा *स्थिती अहवाल* (२०००) असे सांगतो की, केरळ सोडले तर भारतातील इतर कुठल्याही राज्याने आपापले कायदे राबविताना वित्तीय विकेंद्रीकरण आवश्यक केलेले नाही. केरळ मध्ये प्रत्यक्षपणे तिन्ही स्तरांकडे निधी दिला गेला आहे (भारतातील पंचायाती राज, *स्थिती अहवाल* २०००: १४-१५). स्थानिक स्वराज्य संस्थांची वित्तीय क्षमता वाढविण्यासाठी राज्यशासनाकडून पंचायती आणि नगरपालिकांना निधी प्रक्रांती करणे महत्त्वाचे ठरते.

कार्यात्मक विकेंद्रीकरण

केंद्रीय संस्थांकडून इतर माध्यमिक किंवा स्थानिक संस्थांना त्यांच्या जबाबदाऱ्या पार पाडता याव्यात म्हणून कार्ये हस्तांतरित करणे म्हणजे कार्यात्मक विकेंद्रीकरण होय. उदाहरणार्थ, ७३व्या घटनादुरुस्तीनुसार राज्यघटनेमध्ये ११वे परिशिष्ट समाविष्ट करण्यात आले, ज्यायोगे राज्यशासनाकडून पंचायतींना अधिकारदान करता येतील अशा २९ कार्यांची यादी करण्यात आली. या यादीमध्ये ग्रामीण विकासाशी संबंधित विषयांचा समावेश होतो जसे की, शेती, किरकोळ सिंचन, पशुपालन, छोट्या प्रमाणातील उद्योग आणि इतर; सामाजिक पायाभूत सुविधा जसे की, शाळा आणि इस्पितळे, दारिद्र्य निर्मूलन कार्यक्रम, दुर्बल लोकांचे कल्याण आणि सार्वजनिक वितरण व्यवस्था; तसेच नागरी कार्ये जसे की, पिण्यायोग्य पाणी, बाजारपेठ आणि किमती आणि जनतेची मालमत्ता सुस्थितीत ठेवणे.

तथापि, ११वे परिशिष्ट बंधनकारक नसून सूचक स्वरूपाचे आहे. कुठली कार्ये सोपवावी हे राज्य सरकारवर अवलंबून असते. पंचायतींना केवळ 'विभाग' वाटून देणे, जसे की, 'शालेय शिक्षण' यातून भूमिकांमध्ये स्पष्टता येत नाही, कारण एका विभागामध्ये शासनसंस्था वेगवेगळ्या पातळ्यांवर वेगवेगळया भूमिका बजावत असतात. उदाहरणार्थ, शालेय शिक्षणामध्ये, केंद्र व राज्य शासनाने अभ्यासक्रम, पाठ्यपुस्तके व परीक्षापद्धती ठरवलेली असते, मात्र काही राज्यांमध्ये शाळांचे प्रशासन चालविणे मात्र पंचायातींकडे हस्तांतरित केले आहे. कार्यांच्या प्रक्रांतीला ठोस आकार द्यावयाचा असेल तर त्यामध्ये अचूकता असणे आवश्यक असते. प्रत्यक्षात, तथापि, अनेक राज्यांमध्ये, घटनादुरुस्ती नंतर पारित करण्यात आलेल्या पंचायत कायद्यांमध्ये हस्तांतरित केल्या गेलेल्या विषयांची यादी करण्यात आली आहे, ज्यात स्थूलमानाने पंचायतींनी विविध पातळ्यांवर करण्याची अचूक कामे नोंदवली गेलेली नाहीत. यामुळेच, पंचायती राजसंस्थांच्या भूमिकेबद्दल पूर्णपणे स्पष्टता नाही. शिवाय, अनेक राज्यांमधील कायद्यांमध्ये, जरी पंचायती राजसंस्थांना सोपवलेल्या कार्यांची

यादी केलेली असली, तरी त्यांमध्ये राज्य शासनाच्या कार्यकारी आदेशानुसार बदल करता येऊ शकतो. म्हणूनच, पंचायती राजसंस्थांचे स्पष्ट क्रियात्मक अधिकारक्षेत्र वर्तवलेले नाही आणि तेदेखील संबंधित राज्य शासनाच्या अखत्यारित येते असे लक्षात येते. शहरी स्थानिक मंडळालादेखील हेच लागू होते, ज्यांना घटनेतील १२व्या परिशिष्टानुसार १८ कार्ये देऊ केलेली आहेत.

लोकशाही पद्धतीचे विकेंद्रीकरण

'लोकशाही' या मूल्यवर्धित पूर्वप्रत्ययामुळे विकेंद्रीकरणाच्या संकल्पनेला एक विशेष गुणधर्म दिला आहे. याचे कारण असे की, विकेंद्रीकरणाचा अर्थ लोकतांत्रिक असाच होतो असे नाही किंवा त्याला कुठलेही अंगभूत मूल्य जोडलेले नाही. प्रशासकीय सोयीसाठी विकेंद्रीकरणाचा उपयोग पूर्णतः एकरेषीय व्यवस्थेकडून केला जातो (झा आणि माथुर १९९९). म्हणूनच, विकेंद्रीकरण हे साध्य नाही. खरेतर, लोकशाही वातावरण विकेंद्रीकरणाला सशक्तीकरणाचे प्रभावी साधन बनवते. विकसनशील देशांच्या संदर्भात लोकशाही विकेंद्रीकरणाला दोन वेगळ्या दृष्टिकोनातून संकल्पित केले गेले आहे–संस्थात्मक आणि उपकरणात्मक. उपकरणात्मक दृष्टिकोनातून, लोकशाही विकेंद्रीकरणाकडे स्थानिक लोकांचे सशक्तीकरण करून सहभागात्मक विकास सुनिश्चित करण्यासाठीचे साधन म्हणून बघितले गेले आहे; आणि संस्थात्मक दृष्टिकोनातून, त्याकडे स्व-शासनाची संस्था म्हणून बघितले गेले आहे. म्हणूनच, विकेंद्रीकरण ही एक यंत्रणा किंवा मार्ग आहे, ज्याद्वारे स्थानिक अभिशासानाच्या स्वरूपाची खातरजमा करून घेता येऊ शकेल.

स्थानिक अभिशासन

सर्व पारिभाषिक शब्दांपासून निर्लेपित, स्थानिक अभिशासनाची (किंवा काही भाष्यकार त्याला जुन्या स्वरूपापासून वेगळे ठरवण्यासाठी नवीन स्थानिक अभिशासन म्हणणे पसंत करतात) व्याख्या अशी करता येईल की, स्थानिक अभिशासन ही शासन करण्याची एक नावीन्यपूर्ण पद्धत आहे, जीमध्ये अनेक संरचनांचा व कर्त्यांचा समावेश होतो. जसे की, पारंपरिक शासनसंस्था, अ-शासकीय आणि आभासी-शासकीय विभाग, नागरी समाज, व्यापारी अभिजन इत्यादी. नवीन स्थानिक अभिशासनामध्ये, निर्णय घेण्याची प्रक्रिया, स्थानिक अभिशासनापेक्षा वेगळी, म्हणजेच सहायक प्रयत्न या अर्थाने समजून घेतली जाते. या प्रक्रियेमध्ये अनेक संस्था संलग्न-भागीदार म्हणून समाविष्ट असतात. वेगळ्या शब्दांत सांगावयाचे झाले तर, याच्या माध्यमातून अशासकीय संस्था, स्वयंसहायता गट आणि राजकीय समाजातील लोकांचा सहभाग यांसाठी एक वेगळी जागा निर्माण करण्याचा प्रयत्न केला गेला आहे.

नवीन स्थानिक अभिशासनाने संघटनेच्या उत्तर नोकरशाही आणि उत्तर फोर्ड[१] मतावर आधारित औपचारिकतावादा ऐवजी एकत्र येऊन वाटाघाटी करणे यावर भर दिला आहे. तथापि, राको आणि इम्री[२] यांनी म्हटल्याप्रमाणे, नवीन स्थानिक अभिशासनामध्ये स्थानिक राजकारण आणि धोरण राबवण्याच्या परंपरागत प्रणालींना साधने, अधिकार आणि प्रभाव यांसाठी संघर्ष करणाऱ्या नानाविध नव्या संस्था, जाल आणि संघटना यांच्याबरोबर सहअस्तित्व, सहकार्य आणि स्पर्धा करावी लागते (इम्री आणि राको १९९९: ४५-६३). याच बरोबरीने, नवीन स्थानिक अभिशासनाला स्थानिक निर्णय प्रक्रियेमध्ये व्यापारी अभिजनांच्या प्रवेशाचे स्वागत करावे लागते. निःसंकोचपणे हे नवीन स्थानिक अभिशासनाचे पूर्तता करणारे वैशिष्ट्य आहे. लोकशाही रचनेमध्येव्यापार आणि राजकारणामध्ये स्नेह-द्वेष या प्रकारचे संबंध असतात. या परस्परसंबंधांबाबत व्यापारी संस्था वा राजकारणी लोक आश्वासक[३] दिसत नाहीत. अनेक प्रकरणांमध्ये, हे परस्परसंबंध झाकून ठेवले जातात. स्थानिक अभिशासनासंबंधी निर्णयप्रक्रियेमध्ये व्यापारी अभिजनांना सामावून घेणे म्हणजे व्यापार आणि राजकारण यांमधील परस्परसंबंधांना उघड करणे आणि तसेच प्रक्रिया पारदर्शी बनवणे होय.

तथापि, या रूपरेषांमध्ये अनेक रचनात्मक, प्रक्रियात्मक आणि दृष्टिकोनात्मक बदल अपेक्षित असतात ज्यायोगे विकेंद्रीकरणाची प्रक्रिया अधिक सुकर करता येईल. *रचनात्मकरित्या*, स्थानिक अभिशासनाचा नमुना राष्ट्र-नियंत्रित व नोकरशाहीने व्यवस्थापन केलेल्या स्थानिक प्रशासनाचा कायापालट करण्यावर भर देतो. ज्यायोगे प्रशासन अधिक लवचीक आणि बाजारपेठेवर आधारित असे बदलले जाईल. नवीन स्थानिक अभिशासनामध्ये स्थानिक संस्थांना अधिकार विकेंद्रित करून देणे, श्रेणीय पद्धत नाहीशी करणे, नोकरशाहीचा व्याप कमी करणे इत्यादी वर सर्वांत जास्त भर दिला जातो. विशिष्ट प्रकारे केंद्रित स्थानिक शासनसंस्थांचे प्रशासकीय नूतनीकरण झाले असले तरीदेखील या नव्या रूपरेषांद्वारे स्थानिक संस्थांना थोडे अधिक वित्तीय स्वातंत्र्य[४] देण्यात आले आहे. हे स्वातंत्र्य देताना स्थानिक अर्थव्यवस्थेची राज्यशासनाकडून होणारी गळचेपी शिथिल करण्याचा प्रयत्न करण्यात आला आहे. त्याचप्रमाणे, *प्रक्रियात्मक* पातळीवर, या रूपरेषांद्वारे अनेक प्रक्रियात्मक बदल घडवून आणण्याचा प्रयत्न आहे, जसे की, सेवा कंत्राटाने बाहेर देऊ करणे;[५] कार्याचे मोजमाप करण्याच्या पद्धतींचा अवलंब करणे; तसेच दर्ज्याच्या शाश्वतीबाबतचे निकष अवलंबिणे जसे की,[६] गुणवत्ता सेवा उपक्रम, गुणवत्ता मंडल, संपूर्ण गुणवत्ता व्यवस्थापन,[७] नागरिकांचे प्रगतिपत्र,[८] आणि नागरिक सनद इत्यादी. नवीन स्थानिक अभिशासनामध्ये बदलाच्या अजून एका घटकाला महत्त्व आहे. हा घटक म्हणजे

स्थानिक शासनसंस्था तसेच नागरिकांमध्ये *दृष्टिकोनात्मक* किंवा संवेदनात्मक बदल घडवणे होय. नागरिकांना, विशेषतः वसाहतवादोत्तर देशांमधील नागरिकांना बराच काळ वस्तू आणि सेवांचे अक्रियाशील ग्राहक[९] म्हणून वागणूक देण्यात आली आहे. नवीन स्थानिक अभिशासनामध्ये नागरिकांकडे विकास प्रपाठाच्या केंद्रस्थानी मानले जाते. साहजिकच, नागरिकाबद्दलचा पूर्वीचा दृष्टिकोन पुनर्संकल्पित करून नागरिकांकडे 'कृतिशील ग्राहक'[१०] म्हणून बघितले गेले. म्हणून, नागरिकांना सेवा पुरवणे हा प्रशासनाचा केंद्रबिंदू होय. परिणामी, शासकीय आणि खाजगी यांमधील दरी अधिकाधिक धूसर[११] होत जाते. खरेतर, स्थानिक अभिशासनाचे यश हे मोठ्या प्रमाणात दृष्टिकोनात्मक बदलांवर अवलंबून आहे. तथापि, स्थानिक अभिशासनातील बदलाचे वारे वर थोडक्यात विवेचन केल्याप्रमाणे, एका रात्रीत निर्माण होत नाहीत. स्थानिक अभिशासनाच्या या नमुनाबदलाच्या प्रक्रियेमध्ये अनेक घटक जबाबदार असतात. डेंटर्स आणि रोझ (२००५) यांनी हे घटक दोन ढोबळ वर्गांमध्ये विभागले आहेत–दीर्घ वातावरण आणि सूक्ष्म वातावरण. दीर्घ प्रकारच्या वातावरणामध्ये स्थानिक शासन संस्थांना तीन महत्त्वाच्या घटकांना तोंड द्यावे लागते– शहरीकरण, जागतिकीकरण आणि युरोपियीकरण. सूक्ष्म प्रकारच्या वातावरणामध्ये, स्थानिक शासन संस्थांना मोठ्या प्रमाणातील ग्राहक जागरूकता ज्यायोगे मागण्या वाढीस लागतील अशा वातावरणात काम करावे लागते. याच अंगाने कॅरोलिना अँड्र्यू आणि मिशेल गोल्डस्मिथ त्यांच्या लेखामध्ये व्यक्त करतात कीः

> .....या प्रक्रियेचा मोठा भाग हा बाह्य बदलांचा परिणाम असतो ज्यामध्ये व्यक्तिगत स्थानिक सरकारांचा अत्यंत कमी प्रभाव असतोः उदाहरणार्थ, वाढते आर्थिक परस्परावलंबित्व, जागतिकीकरणाची प्रक्रिया, बदलते तंत्रज्ञान, किंवा पूर्वेकडील युरोपातील साम्यवादाचे अधःपतन..... आणि काही स्थानिक शासनसंस्थांमधून उत्पन्न केल्या जातात जसे की, पातळ्या नाहीशा करण्याची प्रक्रिया, खाजगीकरण आणि सेवांचे कंत्राट देणे; ग्राहक सेवा आणि नागरिकांचे संबंध सुधारण्याचे प्रयत्न करणे (अँड्र्यू आणि गोल्डस्मिथ १९९८).

वरील घटक स्थानिक शासनसंस्थांना बदलत्या वातावरणात पुनराभिमुख आणि पुनराविष्कृत होण्यास भाग पडतात.

लोकशाही विकेंद्रीकरण आणि भारतातील स्थानिक अभिशासन

नवीन स्थानिक अभिशासनाप्रती भारताच्या प्रवासाला चढउतारांचा इतिहास आहे.[१२] भारताला स्थानिक अभिशासानाची सर्वांत जुनी परंपरा[१३] आहे हे सत्य नाकारता येणार नाही, कारण पंचायत आणि ग्राम समित्या प्राचीन काळापासून अस्तित्वात

आहेत. त्या प्रामुख्याने गावामधील प्रभावी जात अथवा कुटुंबातील ज्येष्ठ व्यक्तींच्या अनौपचारिक समित्या होत्या', ज्यांना वस्तू व सेवांची योजना करणे, कायदा व सुव्यवस्था अबाधित राखणे, गावातील लोकांचे कल्याण करणे इत्यादी वेगवेगळ्या प्रकारची कामे नेमून दिलेली असतात. या समित्यांना गावातील लोकांनी बहाल केलेली संघटना, कार्ये आणि आर्थिक स्वायत्तता असते. अभिशासनाच्या प्रत्येक क्षेत्रामध्ये गावातील लोकसमूहांनी आभासी अतुलनीय कार्यस्वातंत्र्य वापरले होते. या प्रकारच्या अभिशासनाचे वेगळेपण असे होते की, हा एक पूर्णपणे स्वाभाविक विकास होता. कुठलाही बाहेरचा अधिकार वापरून या संस्थांना सत्ता अथवा अधिकार देण्यात आले नव्हते. तथापि, अशा प्रकारच्या अभिशासनाचे कुठल्याही प्रकारचे समान स्वरूप नव्हते, कारण गावातील लोकसमूहांचे संघटनेचेदेखील समान स्वरूप नव्हते (श्रीवास्तव २००२). भारतामध्ये एकापाठोपाठ एक होणाऱ्या मुस्लीम आक्रमणांचा व मुस्लीम राजवटीच्या प्रारंभाचा या खेड्यातील लोकसमूहांच्या कार्यावर खूपच कमी प्रभाव पडला. सर्वप्रथम, संपूर्ण उपखंड स्वतःच्या अखत्यारित आणून घेतलेल्या मुघल राज्यकर्त्यांना सुद्धा हे स्थानिक पद्धतीचे अभिशासन नाहीसे करावे असे वाटले नाही. त्याऐवजी, राज्यकर्ते पोलीस आणि महसूल या बाबींमध्ये अधिक गुंतलेले होते व गावातील ज्येष्ठ लोकांबरोबर आधी त्या बाबी निस्तरण्यावर त्यांनी भर दिला. केंद्रीय पातळीवर अनेक राजकीय चढउतार झाले असले तरी, ही रचना सतराव्या शतकाच्या मध्यापर्यंत आहे तशीच अबाधित राहिली. एकोणिसाव्या शतकामध्ये अगदी ब्रिटिशांचे आगमन झाले त्यावेळीदेखील या प्रकारचे एतद्देशीय स्थानिक अभिशासन अस्तित्वात होते. सर चार्ल्स मेटकाल्फ यांचे वर्णन अशा प्रकारच्या प्राचीन भारतातील स्थानिक अभिशासनाच्या परंपरेची साक्ष देते. हे वर्णन हाऊस ऑफ कॉमन्सच्या सिलेक्ट कमिटी समोर करण्यात आले होते. त्यांच्या शब्दांत:

> ग्रामीण लोकसमूह ही छोटी गणतंत्रे आहेत. ती स्वयंपूर्ण आहेत आणि कुठल्याही प्रकारच्या विदेशी संबंधांपासून स्वतंत्र आहेत. इतर काही टिकून राहिले नाही, तरी ते समूह टिकून राहतात. एका नंतर दुसरी राजवट येते; एकानंतर दुसरी क्रांती होते; परंतु गावातील लोकसमूह आहे तसेच टिकून राहतात. माझ्या मते, या छोट्या लोकसमूहांचे ऐक्य, ज्यांच्यातील प्रत्येक एक स्वतंत्र छोटे राज्य आहे, यामुळेच भारतीय लोकांचे ऐक्य टिकवून ठेवता आले आहे. लोकसमूहांचे त्यात सर्वाधिक योगदान आहे. अनेक क्रांती आणि बदल यांचा यावर परिणाम झाला असला तरी, हे लोकसमूह खूप मोठ्या प्रमाणात स्वातंत्र्य आणि स्वावलंबित्वाचे पोषक आहेत (मेटकाफ यांनी श्रीवास्तव मध्ये म्हटल्याप्रमाणे २००२).

परंतु, या छोट्या गणतंत्रांची बऱ्याच मोठ्या प्रमाणातील क्षमता अनावृत करण्याच्या दृष्टीने वसाहतवादी सत्ताधारी वा वसाहतवादोत्तर राष्ट्रे यांपैकी कुणीही प्रयत्न केले नाहीत. या संदर्भात अगदीच अपवादाने टागोर, गांधी यांसारख्या द्रष्ट्या विचारवंतांकडून,[१४] काही सुधारणावादी आणि वैयक्तिक पातळीवर प्रयत्न केले गेले. या 'छोट्या ग्राम गणतंत्रांचे'[१५] पुनरुत्थान करण्याच्या दृष्टीने वसाहतवादी सत्ताधाऱ्यांनी काहीही प्रयत्न केले नाहीत. स्थानिक अभिशासनामधील वसाहतवादी हस्तक्षेप केवळ साम्राज्य उभारणे[१६] आणि व्यापारीकरण या दोन उद्देशांपुरता मर्यादित राहिला. वसाहतवाद्यांनी स्थानिक अभिशासनाबाबत चोखंदळ दृष्टिकोन[१७] स्वीकारला असे दिसून येते. खरेतर, त्यांचे 'साम्राज्यीकरणाचे' उद्दिष्ट साध्य करण्याच्या दृष्टीने त्यांनी कलकत्ता, बॉम्बे आणि मद्रास यांसारखी शहरी 'केंद्रे'[१८] उभी केली आणि उर्वरित देशाला 'परिघाबाहेरील बाजू' या दृष्टिकोनातून बघितले, जी कुठल्याही प्रकारचा विकास नसतानादेखील केंद्रा'च्या उपयोगी पडतील. या भागांना केवळ त्यांच्या दुरस्थ भागांच्या उदरनिर्वाहाभिमुख अर्थव्यवस्थेवर विसंबून राहण्यास संमती होती. म्हणूनच, बंगाल ग्राम चौकीदारी कायदा, १८७० नुसार केला गेलेला ग्रामीण भागांमधील स्थानिक शासन यंत्रणेचा प्रारंभ हा स्वशासित संस्थांच्या गाभ्यापासून फार वेगळा होता. साम्राज्याचे हितसंबंध जपणे हे यातील अधोरेखित उद्दिष्ट होते. १८५७च्या उठावाच्या काळात जेव्हा साम्राज्य अभिशासनासंबंधी अत्यंत तीव्र आव्हानाला सामोरे जात होते, तेव्हा हा कायदा अमलात आणला गेला. वसाहतवादी सत्ताधाऱ्यांना अभिशासनासारखा नाजूक प्रश्न ईस्ट इंडिया कंपनीच्या हाती देणे जिकिरीचे वाटल्याने १८५८ साली त्यांनी उपखंडाचा कार्यभार स्वतःच्या हाती घेतला. म्हणूनच, बंगाल ग्राम चौकीदारी कायदा १८७०कडे साम्राज्याचा भारतामध्ये ब्रिटिश सत्तेचे दृढीकरण करण्यासाठीचा अत्यंत निकराचा प्रयत्न अशा दृष्टीने बघता येईल. ग्रामीण स्थानिक शासनसंस्था मुख्यत्वेकरून याच कायद्याची एक शाखा आहे असे म्हणता येईल. परंतु, यामागील खरा मानस मात्र साम्राज्याचे आर्थिक आणि सुरक्षासंबंधी पैलूंचे दृढीकरण करणे हा होता असे दिसून येते. कारण, या कायद्यायोगे, ग्रामीण पंचायतींना ग्रामीण चौकीदारींचे व्यवस्थापन करण्यासाठीचे कर रद्द करण्याचे अधिकार देण्यात आले. तसेच या अनुषंगाने देशाच्या दूरस्थ भागांमध्ये विश्वासार्ह अशी गुप्तचर यंत्रणा स्थापन करण्याचीही संधी होती, ज्याने लोकांवर अंकुश ठेवणे सोपे जाईल. साहजिकच, या काळात केले गेलेले ग्रामीण पुनरुत्थान आणि शहरी विकास यासंबंधी केले गेलेले प्रयत्न हे मुळात व्यवस्थापन कार्यांचा एक भाग होते, असे दिसून येते. ब्रिटिश वसाहतवादी राष्ट्राने व्यवस्थापन कार्यांचा एक भाग म्हणून स्थानिक स्वशासनयंत्रणांचे सुवहन करण्यासाठी अनेक

घटनात्मक योजना अमलात आणल्या. रिपन ठराव १८८२, बंगाल स्थानिक स्वराज्य संस्था कायदा १८८५, बंगाल ग्रामीण स्वशासित संस्था कायदा १९१९ या काही उल्लेखनीय घटना म्हणता येतील. वर म्हटलेल्या योजनांमध्ये, १९१९चा बंगाल स्वशासित संस्था कायदा म्हणजे भारतातील स्थानिक स्वशासन यंत्रणेचा प्रारंभ असे म्हणता येईल, ज्यायोगे द्विस्तरीय यंत्रणेची तरतूद केली गेली–निम्न पातळीवर सांघिक मंडळे आणि वरील पातळीवर जिल्हा मंडळे. तथापि, त्या स्वशासित रचना अंतर्वर्ती अथवा स्थानिक नव्हत्या, कारण त्यांमध्ये कायमची संसाधनांची कमतरता, अतिनोकरशाहीकरण आणि स्थानिक स्थावर संपत्ती असेल्या शिष्टजनांचा प्रभाव या गोष्टींची चिन्हे दिसत होती. या स्वशासित रचना प्रादेशिक शासनयंत्रणेच्या केवळ उपांग म्हणून उरल्या. स्वातंत्र्यामुळे अधिकार रचनेमध्ये बदल झाला मात्र स्थानिक अभिशासनासंबंधीचा दृष्टिकोन बदलला नाही. महात्मा गांधींनी *ग्रामीण स्वराज*[११] चा वारंवार पुरस्कार केला असूनदेखील स्वतंत्र भारतात हे एक मृगजळच राहिले. वारश्याने मिळालेली स्थानिक अभिशासनासंबंधीची विचारसरणी लक्षात घेऊन राज्यघटना तयार करणाऱ्या सदस्यांनी सबळ आणि चैतन्यपूर्ण स्थानिक अभिशासानाला राज्यघटनेद्वारे बजावण्यायोग्य नसलेला असा एक भाग इतपतच सीमित ठेवले, म्हणजेच, राज्य धोरणासंबंधीची निदेशक तत्त्वे होत. याच संदर्भाने, आधुनिक भारताच्या राज्यघटनेच्या दोन महत्त्वाच्या शिल्पकारांचे अभिप्राय महत्त्वाचे ठरतात, कारण त्यातून उच्चभ्रू मानसिकता प्रतिबिंबित होते ज्यामुळे स्थानिक अभिशासनाला भारतीय राज्यघटनेमध्ये वर उल्लेखिलेले स्थान मिळू शकले नाही. आंबेडकर म्हणतात की,

> ज्ञानी भारतीयांचे ग्रामीण लोकसमूहाबद्दलचे प्रेम करुणाजनक नसले तरी अपरंपार आहे. हे मुख्यत्वे मेटकाफ यांनी भरभरून केलेल्या स्तुतीमुळे होते असे म्हणता येईल. मेटकाफ यांनी असे वर्णन केले की, हे ग्रामीण समूह स्वशासित आहेत व कुठल्याही परदेशी राज्यापासून स्वतंत्र आहेत .....तसेच त्यांनी अनेक उतार चढाव निभावून नेले आहेत हेदेखील एक सत्य आहे. परंतु, केवळ चढ उतार निभावून नेणे याला महत्त्व नाही, तर ते कुठल्या स्तरावर जीवित आहेत हे महत्त्वाचे आहे. साहजिकच खालच्या, म्हणजेच स्वार्थी पातळीवर. मी असे सांगितले की ही ग्रामीण गणतंत्रे म्हणजे भारताचे अधःपतन होय. मला म्हणूनच आश्चर्य वाटते की, जे प्रादेशिकीकरण आणि जातीयतावादाचा धिक्कार करतात त्यांनी ग्रामीण भागाचे समर्थक म्हणून पुढे यावे. ग्राम म्हणजे खोलवर असलेली स्थाननिष्ठा, अनभिज्ञतेची गुहा, संकुचितता आणि जातीयतावाद यापेक्षा वेगळे काय आहे? (बाविस्कर आणि मॅथ्यू मध्ये आंबेडकरांनी म्हटल्याप्रमाणे २००९: १).

काहीशा समान अंगाने, नेहरूंनी लिहीले आहे की, 'गावामध्ये अपरिहार्यपणे सत्य आणि अहिंसा अंतर्भूत का असावी मला हे समजू शकलेले नाही. सर्वसाधारणपणे, ग्राम बौद्धिकदृष्ट्या आणि सांस्कृतिकदृष्ट्या मागासलेले असते आणि या मागासलेल्या वातावरणामध्ये प्रगती होणे कठीण असते. संकुचित मनोवृत्तीचे लोक अधिकच असत्य आणि हिंसक असू शकतात' (बाविस्कर आणि मॅथ्यू मध्ये नेहरूंनी म्हटल्याप्रमाणे २००९: १). वरील भावनांमुळे[२०] भारताला स्थानिक अभिशासनाचे स्वप्न पूर्ण होण्यासाठी जवळजवळ चार दशकांची वाट बघावी लागली. हे स्वप्न अखेर १९९३ साली पूर्णत्वास आले. दरम्यानच्या काळात काही प्रवर्तक असे प्रयत्न केले गेले मात्र ते निवडक स्वरूपाचे असून फक्त प्रादेशिक पातळीवरच सीमित राहिले. त्यातील काही उल्लेखनीय प्रयत्न म्हणजे बळवंतराय मेहता समिती, अशोक मेहता समिती, पश्चिम बंगाल, कर्नाटक, केरळ अशा काही मोजक्या राज्यांतील सरकारांनी केलेले लोकशाही विकेंद्रीकरणासंबंधीचे प्रयोग इत्यादी.

बळवंतराय मेहता समिती (१९५७)

पंचायतींचे संस्थीकरण करण्याच्या दृष्टीने पहिला प्रयत्न वरवर पाहता विसंगत वाटणाऱ्या एका गटाने केलेल्या अभ्यासातून केला गेला. हा गट लोकसमूह अभ्यास उपक्रम आणि १९५७ मधील राष्ट्रीय विस्तारण सेवेशी संबंधित होता, जिचे लोकप्रिय नाव अध्यक्षांच्या नावावरून, बळवंतराय मेहता, ठेवण्यात आले. या अभ्यासातून मुळात लोकसमूह विकास उपक्रमांचे मूल्यमापन होणे आणि त्यानुसार सुधारणा सुचवणे असे अपेक्षित होते. तथापि, अभ्यासांती लोकसमूह विकास कार्यक्रमांमध्ये लोकांच्या सहभागाचे संस्थीकरण करण्यासाठी पंचायतींचे दृढीकरण करण्याची गरज अधोरेखित करण्यात आली. या समितीने ग्रामीण स्थानिक शासनाच्या तीन स्तरीय रचनेची शिफारस केली होती, म्हणजेच, गरम स्तरावर ग्राम पंचायत, मध्य स्तरावर पंचायत समिती आणि जिल्हा स्तरावर जिल्हा परिषद, ज्यांत पंचायत समिती सर्वांत कार्यक्षम संस्था आहे. तथापि, पंचायतींचा स्थानिक अभिशासनाच्या संस्था म्हणून कायाकल्प करण्यात बळवंतराय मेहता समितीच्या अहवालाला अपयश आले. या अपयशासाठी काही घटक नमूद करता येतील. प्रथम, अभ्यासामागील मुख्य हेतू पंचायतींची लोकसहभागासाठीची संस्था म्हणून स्थापना करण्याऐवजी केंद्र शासनाच्या विकास कार्यक्रमांना वैधता प्राप्त करून देणे हा होता. दुसरे, शासन आणि प्रशासनातील पंचायतींच्या बाबतीतील शिष्टजन उदासीनतादेखील बळवंत राय मेहता समितीच्या अपयशाचा एक घटक ठरला.

अशोक मेहता समिती (१९७८)

भारतातील ग्रामीण स्थानिक शासनाच्या उत्क्रांतीमध्ये अशोक मेहता समितीचाही आवर्जून उल्लेख करणे महत्त्वाचे ठरते. पंचायतीराजसंस्थांचे कामकाज बघणे आणि त्यांचे दृढीकरण करण्यासाठी उपाययोजना सुचवणे यासाठी या समितीची नेमणूक करण्यात आली होती. अशोक मेहता समितीच्या म्हणण्यानुसार, काही घटकांमुळे पंचायतीराजसंस्थांना कमी लेखण्यात आले होते. जसे की, सहानुभूती नसलेली नोकरशाही, राजकीय आपखुशीचा अभाव, नियोजन आणि अंमलबजावणी मध्ये सहभागाचा अभाव आणि आर्थिक व सामाजिक शिष्टजनांचा ग्रामीण स्थानिक संस्थांवरील प्रभाव (डिसूझा २००२ः ३७१). या समितीने विकेंद्रीकरणाची कार्यात्मक गरज अधोरेखित केली आणि पंचायती राजव्यवस्थेच्या द्वि-स्तरीय योजनेची शिफारस केली. समितीकडून अशीही शिफारस करण्यात आली होती की, जिल्हा हा प्रशासनाचा व्यवहार्य पायाभूत विभाग असावा ज्यामध्ये नियोजन, समन्वय आणि संसाधनांची विभागणी व्यवहार्य होती तसेच तांत्रिक कुशलतेची उपलब्धतादेखील होती. पंचायतींना राज्यघटनेने मान्यता द्यावी अशी मागणी करणारी अशोक मेहता समिती पहिलीच समिती होती. या समितीने विधेयकाचा नमुनादेखील तयार केला होता जो अहवालाबरोबर सादर करण्यात आला, ज्यायोगे राज्यघटनेमध्ये घटनादुरुस्ती करण्यात यावी अशी मागणी करण्यात आली (कुमार २००६ः २३). अशोक मेहता समितीचे निर्णय अमलात आणण्यासाठी जनता पक्ष फार काळ सत्तेत राहू शकला नाही आणि अशी माहिती दिली जाते की, सुरुवातीच्या बैठकींमध्ये समितीच्या शिफारसींना राज्य सरकारांची मान्यता नव्हती. तथापि, या समितीच्या अहवालाचा प्रभाव महत्त्वपूर्ण ठरला आहे. वस्तुतः, कर्नाटक, आंध्र प्रदेश आणि पश्चिम बंगाल या राज्यांनी अशोक मेहता समितीच्या अहवालावर आधारित नवीन विधेयके पारित केली. वर नमूद केलेल्या शासनाच्या सामित्यांखेरीज, पश्चिम बंगाल आणि केरळ यांसारख्या राज्यांनी पंचायतीराजसंस्थांचे दृढीकरण करण्याच्या दृष्टीने वाखाणण्यासारखी भूमिका बजावली आहे. पुढील विभागामध्ये पश्चिम बंगालच्या उदाहरणावर विवेचन करण्यात आले आहे.

पश्चिम बंगालचा प्रयोग

भारतातील पश्चिम बंगाल राज्याने १९७७ साली–ग्रामीण आणि शहरी दोन्ही भागांसाठी–विकेंद्रित स्थानिक अभिशासनाचा सहभागात्मक प्रारूप स्वीकृत केले होते, जे प्रारूप प्रशासकीय आणि वित्तीय अधिकार प्रदानावर आधारित होते. या प्रकारच्या अभिशासनामध्ये नियोजनाची प्रक्रियादेखील विकेंद्रित करण्यात आली, ज्यायोगे अभिशासनाची प्रक्रिया जनसामान्यांपर्यंत पोहोचवणे सोपे जाईल. स्थानिक

अभिशासनाच्या या विकेंद्रित प्रारूपाचे किंवा ज्याला 'लोकशाही विकेंद्रीकरण' असे लोकप्रिय नाव आहे, राष्ट्रीय पातळीवर अनुकरण करण्यात आले होते, ज्यायोगे त्याचे सर्व भारतीय प्रारूपांमध्ये रूपांतर झाले. हे रूपांतर दोन घटनादुरुस्ती कायद्यांमुळे झाले. पश्चिम बंगालमधील स्थानिक शासन, खऱ्या अर्थाने स्वातंत्र्यप्राप्तीनंतर एका दशकानंतर सुरू झाले. पश्चिम बंगाल पंचायत कायदा १९५७ या सुरुवातीसाठी निमित्त ठरले. या कायद्यातून 'पंचायती राज'चा पुरस्कार करणारे घटनात्मक निदेश प्रतिबिंबित झाले. या कायद्यानुसार प्रत्येक गावात ग्रामपंचायत स्थापन करणे अनिवार्य झाले, जेणेकरून ती ग्रामसभेची, ज्यामध्ये गावामधील सर्व मतदारांचा समावेश होतो, कार्यकारी सभा म्हणून काम बघेल. या कायद्याने १९५७च्या बळवंतराय मेहता समितीच्या शिफारसींचा अंदाज बांधला असेही म्हणता येईल, ज्यायोगे स्वतंत्र भारतातील विकेंद्रीकरणाच्या भविष्याला आकार देण्यात आला होता. यापाठोपाठ, १९६३च्या जिल्हा परिषद कायद्यानुसार ग्रामीण स्थानिक शासनाची चार स्तरीय व्यवस्था स्थापन केली गेली ज्यामध्ये, जिल्हा परिषद सर्वांत वरच्या स्तरावरवर अथवा शिरोभागी, अंचलिक परिषद मध्यम स्तरावर आणि अंचल पंचायत आणि ग्राम पंचायत अनुक्रमे खालच्या स्तरावर अशी मांडणी झाली. या टप्प्यामध्ये राज्यात राजकीय, आर्थिक आणि सामाजिक संकटकाळ असल्याने पश्चिम बंगालच्या स्थानिक शासनाच्या उत्क्रांतीमध्ये १९६०चे दशक अस्थिर मानले गेले आहे. परिणामी, स्थानिक संस्थांमधील मतदान प्रक्रिया लांबणीवर पडली. पुढे, १९७३मध्ये पश्चिम बंगाल पंचायत कायदा पारित करण्यात आला, ज्यानुसार चार स्तरीय व्यवस्थेऐवजी तीन स्तरीय व्यवस्था प्रस्थापित करण्यात आली. हा कायदा म्हणजे पूर्वीच्या कायद्यांची सुधारणा होती यात शंका नाही. तथापि, पश्चिम बंगालमध्ये डाव्यांचे प्रभुत्त्व प्रस्थापित झाल्याशिवाय या विभागांमध्ये कुठलेही मतदान घेण्यात आले नाही. जून १९७८ मध्ये, डाव्या पुढारी सरकारच्या देखरेखीखाली पहिल्यांदाच या स्थानिक संस्थांमध्ये एकाचवेळी निवडणुका घेण्यात आल्या. या घटनेमुळे पश्चिम बंगालच्या स्थानिक अभिशासनामध्ये गुणात्मक परिवर्तन घडून आले. तेव्हापासून, या स्थानिक संस्थांमध्ये नियमित अंतराने मतदान ठेवण्यात आले. डाव्या पुढारी सरकारकडे सलग तीन दशके सत्ता असल्याने आणि स्थानिक अभिशासनमधील प्रयोगांमुळे पश्चिम बंगालमध्ये विकेंद्रित स्थानिक अभिशासनाचा एक नवा नमुना विकसित झाला असे म्हणता येईल. स्थानिक अभिशासनाच्या पश्चिम बंगाल प्रारूपांच्या वेगळेपणाचे श्रेय डाव्या विचारसरणीच्या स्थानाला देण्यात येते. वैचारिक दृष्टीने बघितले असता, लोकशाही विकेंद्रीकरणाचा डाव्यांचा कार्यक्रम, त्यांच्या नवउदारमतवादी विरोधकांपेक्षा वेगळा, म्हणजेच राजकीय सुसज्जता

यावर आधारलेला होता. विकेंद्रित अभिशासनाचा पश्चिम बंगाल नमुना अनेक अर्थांनी असाधारण ठरतो. एक, विचारसरणीच्या अंगाने लोकशाही केंद्रीकरणाकडे झुकलेल्या डाव्या सरकारने विकेंद्रीकरणाच्या स्थानिक अभिशासनाचा नमुना पुढे आणला. लोकशाही विकेंद्रीकरण निवडण्याची डाव्यांची मूळ विचारसरणी नवउदारमतवादी भूमिकांपेक्षा पूर्णपणे वेगळी होती. पश्चिम बंगालमधील डाव्या सरकारने विकेंद्रीकरण पर्यायी योजना विकल्प म्हणून निवडले होते. भारतीय राष्ट्राच्या उदारमतवादी रचनेमध्ये समाजवादी भूमिकेसदृश असलेला हा सामाजिक अभियांत्रिकीचा एक भाग होता. यातील एक रंजक भाग असा आहे की, समाजवादी सुसज्जता म्हणून डाव्या सरकारने १९७८मध्ये विकेंद्रीकरणाला सुरुवात केली आणि त्याची अंमलबजावणी करण्यासाठी पंचायतीराजव्यवस्थेची निवड केली. भारत सरकारला मात्र यासाठी १९९० पर्यंत वाट बघावी लागली आणि तीदेखील निधी पेढीने दिलेल्या आदेशांचा एक भाग म्हणून. दोन, पश्चिम बंगालमधील लोकशाहीच्या पाश्चिमात्य विचारसरणीला खोडून काढून डाव्यांनी त्यांच्या विकेंद्रित स्थानिक अभिशासनाच्या प्रयोगामध्ये लोकशाही आणि विकासाचे एकत्रीकरण केले आहे. पाश्चिमात्य विचारसरणीनुसार विकसनशील जगासाठी लोकशाही ही एक चैनीची गोष्ट आहे. मुख्यत्वे त्यांच्यासाठी जे आपल्या देशाला वाढीच्या गतीमार्गावर दर्शवू इच्छितात. विकेंद्रित स्थानिक अभिशासनाच्या पश्चिम बंगाल प्रारूपाची, जो लोकशाहीदृष्ट्या प्रत्यक्ष मतदानाने बनलेला आहे, वैशिष्ट्ये पुढीलप्रमाणे आहेत, जसे की, प्रशासकीय/कार्यात्मक स्वायत्तता, वित्तीय स्वायत्तता, नियोजन प्रक्रियेचे विकेंद्रीकरण, लोकशाही तत्त्वावरील मतदान, लोकसहभाग इत्यादी.

ग्रामीण स्थानिक शासन

पंचायती राजसंस्था

पंचायती राजसंस्था, आधी नमूद केल्याप्रमाणे, ग्रामीण स्थानिक अभिशासनाचे अखिल भारतीय स्वरूप आहे. पंचायती राजसंस्था ७३व्या घटनादुरुस्ती कायद्यानुसार १९९२ साली अस्तित्वात आल्या. या कायद्यान्वये ग्रामीण स्थानिक अभिशासनाच्या त्रिस्तरीय रचनेची सुरुवात झाली–ग्राम पंचायत खालच्या स्तरावर, पंचायत समिति मध्यम स्तरावर आणि जिल्हा परिषद सर्वोच्च स्तरावर.

७३वा घटनादुरुस्ती कायदा, १९९२

भारताच्या स्थानिक सरकारच्या इतिहासामध्ये ७३व्या घटनादुरुस्ती कायद्याला वळणबिंदू मानले जाते. या कायद्याने स्थानिक अभिशासनाला इच्छित असा घटनात्मक दर्जा देऊन त्याचे पारंपरिक स्वरूप अवलाम्बित्वापासून स्वावलंबन आधारित असे

बदलले आहे. ७३वा घटनादुरुस्ती कायदा पारित होईपर्यंत भारतीय राज्यघटनेने मान्य केलेला राज्य हा एकमेव उप-राष्ट्रीय विभाग होता. स्थानिक सरकारांसंबंधीची तरतूद राज्य सूचीमध्ये राहिल्याने त्याचे राष्ट्रव्यापी असे एकमेव स्वरूप नव्हते. या कायद्यानुसार त्रिस्तरीय पंचायतीराजसंस्थांची संपूर्ण देशभर सुरुवात करण्यात आली आहे. ग्रामीण स्थानिक (शासन) संस्थांचे क्रियात्मक क्षेत्र पाणीपुरवठा, स्वच्छता, स्थानिक रस्ते इत्यादी काही महत्त्वाच्या सेवांच्या पुरवठ्यापुरते मर्यादित होते. विकास कामांची कक्षा केंद्र किंवा राज्यशासन पुरस्कृत 'विकासात्मक' उपक्रम राबवण्याइतपत मर्यादित होती. या कायद्याने स्थानिक संस्थांना विकास कामांच्या योजना आणि अंमलबजावणीसाठी सक्षम केले.

संदर्भ

७३व्या घटनादुरुस्ती कायद्याचा वैधानिक आरंभ ६४व्या घटनादुरुस्ती विधेयकामध्ये सापडतो. ६४वे घटनादुरुस्ती विधेयक संसदेमध्ये १९८९ साली राजीव गांधी सरकारने मांडले. या विधेयकाची मांडणी म्हणजे ग्रामीण स्थानिक संस्थांना घटनात्मक मान्यता देण्याचा कदाचित पहिलाच प्रयत्न होता. हे विधेयक राज्यसभेमध्ये मंजूर झाले नसले, तरीही देशाच्या शतकानुशतके जुन्या ग्रामीण स्थानिक स्वराज्य संस्था पुनरुज्जीवित करण्याचा प्रयत्न कौतुकास्पद ठरला. एक महत्त्वाचे वक्तव्य असे होते की, या विधेयकानुसार स्थानिक अभिशासनाबाबत राज्य सरकारांना फारच कमी वाव देण्यात आला. तथापि, बराच खल झाल्यानंतर ग्रामीण स्थानिक सरकारांना घटनात्मक दर्जा देण्याचा मुद्दा १९९२च्या ७३व्या घटनादुरुस्ती कायद्यानंतर पुढे आला. या कायद्यामागील अभिव्यक्त कारण विकासासाठी कार्यक्षम यंत्रणा उभी करणे हे असले तरी राजकीय पुढाऱ्यांसमोर स्थानिक लोकशाहीचा मुद्दा प्रकाशात आणण्यासाठी काही गंभीर राजकीय निकड होती असे लक्षात येते. संपूर्ण देश १९७० आणि १९८०च्या दशकांमध्ये प्रस्थापना विरोधी चळवळींना समोरा गेला होता. या चळवळी वांशिक, धार्मिक आणि भाषीय आप्तभावावर आधारित होत्या. ईशान्य भारत, पंजाब आणि पश्चिम बंगालच्या उत्तरेकडील पर्वतीय प्रदेशातील लष्करी फुटिरतावादी चळवळी, बिहार व उत्तर प्रदेशमधील वेगळ्या राज्यांची मागणी करणाऱ्या चळवळी यांमुळे भारताच्या शासन करण्याच्या विश्वासार्हतेलाच तडा गेला होता. या परिस्थितीत, राष्ट्रावरील वाढता दबाव कमी करण्याच्या दिशेने तृणमूल पातळीवरील लोकांशी सत्ता वाटून घेणे हा एक महत्त्वाचा प्रयत्न ठरला. याखेरीज, विकेंद्रीकरणाच्या या योजनेने आणखी एका कारणासाठी लक्ष वेधून घेतले होते. या योजनेमुळे विरोधकांची सत्ता असलेल्या बेडर आणि असमाधानी राज्यांचे अधिकार कमी करून व राज्य शासनाला डावलून थेट जिल्हाधिकारी

व पंचायत राज संस्थांशी संबंध साधता येणे सोपे झाले होते. पंचायतींच्या संवैधानिकत्वामागील उद्देश काहीही असला तरी या कायद्याने ग्रामीण स्तरावरील स्थानिक अभिशासनाचा चेहरामोहराच बदलून टाकला आहे. या कायद्याची काही पूर्तता करणारी उद्दिष्टे खालीलप्रमाणे आहेतः

- या कायद्यानुसार तीन स्तरीय पंचायती राज संस्थांची सुरुवात झाली, ज्यामध्ये जिल्हा परिषद सर्वांत वरच्या स्तरावर, पंचायत समिती मध्यम पातळीवर आणि पंचायत खालील पातळीवर अशी रचना दिसते.
- या कायद्यानुसार स्वशासित संस्था म्हणून कार्ये पार पडण्यासाठी ग्रामीण स्थानिक संस्थांना सत्ता, अधिकार आणि जबाबदाऱ्या स्पष्टपणे सुपूर्द करण्यात आल्या (कलम २४३ जी).
- या कायद्यानुसार पंचायती राज संस्थांच्या सर्व स्तरांवर दर पाच वर्षांच्या ठरावीक अवधी नंतर निवडणुका घेणे अनिवार्य आहे. पंचायती राज संस्था लवकर वा अकाली बडतर्फ झाल्यास, सहा महिन्यांच्या आत परत मतदान घेतले जाते आणि नव्याने निवडून आलेले सदस्य पाच वर्षातील उरलेल्या कालावधीसाठी सत्तेवर राहतात (कलम २४३ ई).
- या कायद्यानुसार अनुसूचित जाती आणि जमातींसाठी पंचायतीतील अनुक्रमे त्यांच्या वाट्यानुसार पंचायतींच्या प्रत्येक पातळीवर आरक्षणाची तरतूददेखील करण्यात आली आहे. त्याचबरोबर, पंचायतींच्या प्रत्येक पातळीवर स्त्रियांसाठी एकतृतीयांश इतके आरक्षणदेखील अनिवार्य आहे ज्यांपैकी एकतृतीयांश जागा खासकरून अनुसूचित जाती आणि जमातीतील स्त्रियांसाठी असाव्यात. अनुसूचित जाती आणि जमातीसाठीची घटनात्मक तरतूद पंचायतींच्या सर्व तिन्ही स्तरांच्या अध्यक्षांसाठीदेखील लागू होते. त्यांच्यासाठी एकतृतीयांश अनिवार्य आरक्षण राखून ठेवलेले असते.
- या कायद्यानुसार पाच वर्षांसाठी राष्ट्रीय मतदान आयोगाची स्थापनादेखील सुचवली गेली आहे, ज्यायोगे स्थानिक संस्थांमधील मतदान स्वतंत्र आणि निःपक्षपातीपणे पार पाडणे सोयीचे जाईल.
- कायद्यानुसार राज्य शासनाला आणखी एक स्वतंत्र राज्य पातळीवरील आयोग स्थापन करण्याचा अधिकार देण्यात आला आहे. म्हणजेच पाच वर्षांसाठी स्थानिक संस्थांच्या वित्तीय परिस्थितीचे पुनरावलोकन करण्यासाठी वित्तीय आयोगाची स्थापना करण्यात यावी अशी तरतूद आहे. स्थानिक संस्थांना वित्त आणि कर वाटणीसंबंधी शिफारस करावी हेदेखील वित्तीय आयोगाचे काम आहे. वित्तीय आयोगाची स्थापना करण्याचा अधिकार

राज्याच्या राज्यपालांचा आहे ज्यायोगे पंचायतींची वित्तीय परिस्थिती बघून राज्यपालांकडे पुढील तरतुदी सदर केल्या जातील.

- लोकसहभागाविषयी प्रत्यक्ष मार्ग म्हणून कायद्यानुसार *ग्रामसभा*, ग्राम पंचायतीतील मतदारांची संस्था, स्थापनेची तरतूद करण्यात आली आहे. यामागील अधोरेखित उद्दिष्ट असे होते की, *ग्रामसभा* विकासात्मक प्रक्रियेमध्ये महत्त्वपूर्ण भूमिका बजावेल, ज्यामध्ये लोक विकासात्मक योजनांच्या मांडणी आणि अंमलबजावणीमध्ये सहभागी होऊ शकतील. तथापि, ही संस्था स्थानिक उत्तरदायित्व आणि पर्यवेक्षण यांसाठी कार्यरत असेल.

  पंचायती राजसंस्थांच्या २९ कार्यांची यादी देण्यासाठी ११वे परिशिष्ट (कलम २४३ जी) समाविष्ट करण्यात आले आहे.

कायद्याच्या कलम २४३ (जी) नुसार, 'पंचायतींना स्वशासित संस्था म्हणून कार्ये करण्यासाठी सत्ता आणि अधिकार देण्यात यावे'. हे पंचायतींना योग्य त्या पातळ्यांवर अधिकारदान आणि जबाबदाऱ्या देऊन करण्यात येईल जसे की (*अ*) आर्थिक विकास आणि सामाजिक न्यायासाठी योजना तयार करणे. (*आ*) आर्थिक विकासासंबंधीची योजना राबवणे. कलम २४३ (एच) नुसार पंचायतींना योग्य तेवढा कर, जकात आणि दंड लावणे व गोळा करणे यासंबंधीचे अधिकार आहेत. या दोन कलमांमध्ये पंचायती आणि राज्य शासन या दोन्हीचे सत्ता, अधिकार आणि जबाबदाऱ्या स्पष्टपणे मांडल्या आहेत. या कलमानुसार स्थानिक संस्थांना लोकसेवांचा पुरवठा, लोकसेवांची निर्मिती आणि देखरेख, विकासात्मक योजनांचे नियोजन आणि अंमलबजावणी आणि दारिद्र्य निर्मूलन आणि वितरण संबंधीची समानता यांबाबतीत महत्त्वपूर्ण भूमिका बजाविण्याची तरतूद आहे.

१९९२ पासून पंचायती राज व्यवस्थेच्या कार्याचे मूल्यांकन

वरील चर्चेवरून हे उघड आहे की, ७३व्या घटनादुरुस्ती कायद्यात काही पुरोगामी तरतुदी आहेत. या तरतुदींद्वारे पंचायती राज संस्थांच्या मूलभूत अडचणींना तोंड देण्याचा प्रयत्न केला गेला, जसे की (*अ*) पंचायती राज संस्थांना घटनात्मक दर्जा देणे; (*आ*) दलित, आदिवासी आणि स्त्रिया यांसारख्या सामाजिक आणि आर्थिकदृष्ट्या वंचित समूहांचे सबलीकरण करणे; (*इ*) स्वतंत्र, निःपक्षपाती आणि नियमित मतदान सुनिश्चित करणे; (*ई*) कार्यकाल सुनिश्चित ठेवणे; (*उ*) पंचायती राज संस्थांच्या अधिकारक्षेत्रात येणाऱ्या बाबींची यादी तयार करणे; (*ऊ*) पंचायती राज संस्थांसंबंधीच्या वित्तीय बाबींसंबंधी तरतूद करणे (डिसूझा २००२: ३७९). अशा प्रकारे, या कायद्याने राज्य ते स्थानिक पातळ्यांपर्यंत बऱ्याच

अंशी वित्तीय, प्रशासकीय आणि राजकीय विकेंद्रीकरण यासंबंधी तरतूद करण्यात आली.

आता अप्रत्यक्षपणे 'मूक क्रांती' असे संबोधल्या गेलेल्या लोकशाही विकेंद्रीकरणाच्या प्रयोगाचे दोन दशकांपाश्चात मूल्यांकन करणे गरजेचे ठरते. म्हणूनच लोकशाही विकेंद्रीकरणासंबंधी या संदर्भाने काही प्रश्न विचारणे गरजेचे ठरतेः आपण विकेंद्रीकरणासाठी खरेच तयार आहोत का? लोकशाही विकेंद्रीकरण हे एक साध्य आहे का? लोकशाही विकेंद्रीकरण स्थानिक लोकसमूहाचे खरंच सबलीकरण करते का? या प्रश्नांवर बरेच आत्मचिंतन होणे गरजेचे आहे. या भागामध्ये विकास आणि सामाजिक न्याय साध्य करण्यासाठीच्या लोकशाही विकेंद्रीकरणाच्या भूमिकेचे टीकात्मक विश्लेषण केले आहे.

बरीच प्रशंसा आणि गवगवा झाला असूनदेखील पंचायती राज संस्थांना भारतीय समाज आणि राजकारणामध्ये हवे तसे परिवर्तन घडवून आणण्यात अपयश आले आहे. खरेतर या संस्थांच्या दशकपूर्तीनंतरच त्यांच्या कामासंबंधी बरेच वैगुण्य निदर्शनास आले आहे. एक, पंचायत, स्थानिक स्व-शासनाची संस्था म्हणून योग्य ती ओळख न मिळाल्याने पेचात सापडली आहे. याचे कारण असे की, स्व-शासनाचा खरा अर्थ स्पष्टोच्चारित नाही. पंचायती राज संस्थांना साहाय्यकाची संस्कृती वारश्याने मिळाली आहे. ही संस्कृती वसाहतवादाच्या काळात जाणीवपूर्वक रुजवली गेली होती. ही संस्कृती स्वातंत्र्योत्तर काळात विकेंद्रीकरण साध्य करण्याच्या विरुद्ध होती असे म्हटले तर वावगे ठरणार नाही. ७३व्या घटनादुरुस्ती कायद्यात नमूद केल्याप्रमाणे स्त्रियांना पंचायती राज संस्थांमध्ये एकतृतीयांश एवढे आरक्षण आहे. यावरून हे सिद्ध होते की, पंचायती राज संस्था लिंग सबलीकरणाच्या बाबतीत स्पष्ट आहेत. तथापि, पंचायती प्रातिनिधिक लोकसहभागाला सामोरे जाताना दिसतात म्हणजेच स्त्रियांना आरक्षण असले तरी घरातील पुरुषाने स्त्रीच्या वतीने सत्ता गाजवणे हा प्रघात आहे. कुप्रसिद्ध असलेले *प्रधान-पती* लक्षण येथे चर्चेत आहे. चार, अति राजकीयीकरण ही या व्यवस्थेची आणखी एक उणीव आहे. अनेक वर्षे सत्तेत असलेल्या संसदीय लोकशाही मध्ये पंचायतींचे प्रशासन व पक्षाचे प्रशासन हे समान आणि अविभक्त असणारे घटक मानले गेले आहेत ज्यामुळे जबाबदाऱ्यांची परस्परव्याप्ती ओघाने येते. परिणामी, पंचायतींचे प्रशासन म्हणजे पक्ष प्रशासनाची वर्धित शाखा बनली आहे कारण व्यक्तींकडून एकाच वेळी दोन्ही कर्तव्ये पार पाडली जातात, ज्यायोगे अधिक अस्पष्टता निर्माण होते. तथापि, राजकीयीकरण काही विशेष नाही कारण भारतीय पंचायती राज व्यवस्थेने राजकीय गतिशीलतेला मान्यता दिली आहे. लोकशाही व्यवस्थेमध्ये राजकीय पक्षांच्या मुक्तपणे गतिशीलतेला वाव

दिला असता स्पर्धात्मक राजकीय सुसज्जतेद्वारे लोकांचा दर्जा वाढवण्यास मदत होऊ शकली असती. कारण, या व्यवस्थेमध्ये राजकीय पक्षांना सेवेचा दर्जा सुधारून त्यांच्या प्रतिस्पर्ध्यांवर मात करावयाची होती. राजकीय पक्षांनी अथवा सत्ताधारी इतर पक्षांनी एकतर्फी बऱ्याच काळासाठी सत्ता पेलली असेल तरच विपर्यास होण्याची शक्यता असते. पाच, स्थानिक अभिशासनाच्या संस्था म्हणून पंचायती राज संस्थांवर अति विसंबून राहणेदेखील धोक्याचे ठरते, कारण त्यामुळे 'अतिभार व्यवस्था' निर्माण होऊन अनेक विकासात्मक योजना पंचायतींनीच तडीस न्याव्यात असे अभिप्रेत असते. सहा, विकेंद्रीकरणाच्या उपक्रमांमध्ये स्वतंत्र भारतामध्ये प्रबळ केंद्रीकरणाची प्रवृत्ती अनुस्यूत आहे, ज्यामध्ये विकास हा राष्ट्राच्या केंद्रस्थानी आहे. तरीदेखील बळवंतराय मेहता समितीपासून अगदी अलीकडच्या ७३व्या घटनादुरुस्ती कायद्यापर्यंत केंद्रीय वृत्तीची वेगळीच परंपरा दिसून येते.

नवीन पंचायती राज व्यवस्थेच्या कार्यातून हे उघड आहे की, जवळजवळ सर्वच राज्यांमध्ये वैधानिक आणि मतदान संबंधी औपचारिक प्रक्रिया पूर्ण झाल्या असल्या तरी अंमलबजावणीच्या पातळीवर त्यामध्ये तफावत दिसून येते. ११व्या परिशिष्टामध्ये नमूद केलेले २९ विषय स्थानिक संस्थांना कायदा करण्यासंबंधीचे अधिकार देत नसून केवळ निर्णय घेण्यासंबंधीचे अधिकार देतात. राज्य वित्तीय आयोगाच्या शिफारशीदेखील अनिवार्य स्वरूपाच्या नाहीत. घटनात्मक योजनेनुसार स्थानिक संस्थांना कार्ये, अधिकारी, संसाधने यांसंबंधी अधिकार प्रदान करावे का नाही हे संपूर्णपणे राज्य शासनाच्या अखत्यारित येते. सन २००७ पर्यंत भारतातील २८ राज्यांपैकी केवळ ३ राज्यांनी, घटनादुरुस्तीमध्ये म्हटल्याप्रमाणे स्थानिक संस्थांना संपूर्ण २९ कार्यांचे अधिकार प्रदान करण्यासंबंधी कार्यकारी आदेश पारित केले. अगदीच काही अपवाद वगळता नोकरशाहीचे स्थानिक स्वायत्ततेवरील वर्चस्व अजूनही कायम राहते. आतापर्यंतच्या अनुभवावरून असे सिद्ध झाले आहे की, जिल्हा पातळीवर अनेक विभाग आणि संस्था त्यांची कार्ये आणि योजना जिल्हाधिकाऱ्याच्या देखरेख आणि नियंत्रणाखालीच राबवतात. म्हणूनच, पंचायती राज संस्थांना या दात नसलेल्या (अधिकार नसलेल्या) भूमिकेतच समाधानी राहावे लागते (विठ्ठल १९९७).

लोकशाही विकेंद्रीकरणाच्या अनुभवावरून हे स्पष्ट आहे की, अभिशासनासंबंधी प्रत्येकच समस्येवर उपाय असणे शक्य नाही. ताठर पितृसत्ताक व्यवस्था मागास जाती आणि स्त्रियांच्या ग्रामीण अभिशासनातील सहभागाला अटकाव करते. ७३वी घटनादुरुस्ती असे स्पष्ट करते की, पंचायतीतील सर्व जागा स्त्रियांसाठी 'आरक्षित' आहेत व अशीच तरतूद अनुसूचित जाती व जमातींसाठीदेखील आहे. उत्तर भारतामध्ये जात आणि लिंग असमानता मुख्यत्वे स्थितिस्थापक आहेत. परंतु, येथील स्थानिक

शिष्टजनांनी या मागणीशी हव्या त्या समूहातील 'प्रातिनिधिक' उमेदवार ठेवून त्यांच्या द्वारे सत्ता गाजवणे असे जुळवून घेतले आहे. पती (जो प्राथमिकतः चुकून सरपंच मानला जातो) प्रश्नांची उत्तरे देत असताना एका बाजूला असलेली दबलेली स्त्री सरपंच हे उत्तर भारतातील पंचायती राज संस्थांच्या टीकात्मक लेखनातील परिचित चित्र आहे (द्रेझ आणि सेन २००२: ३६२). तथापि, निवडून आलेले प्रतिनिधी हे प्रथमच निवडून आलेले असल्याने, त्यांना पंचायती राज संस्थांच्या कार्यासंबंधी पूर्वीपासून माहिती असेलच असे नाही. ग्रामीण दुर्बल जनांसाठी विकास प्रक्रियेत क्रियाशीलपणे सहभागी होणे सोपे नसते. अनुसूचित जाती, अनुसूचित जमाती आणि स्त्रियांमधील साक्षरतेची पातळी बऱ्यापैकी कमी असते. भारतातील ग्रामीण संपत्ती आणि अधिकार यांची विभागणी असमान आहे–३९% ग्रामीण कुटुंब (खालच्या जातींचे) केवळ ५% मालमत्ता धारण करतात आणि ५% उच्चजन ४६% मालमत्ता धारण करतात. यामुळे तृणमूल पातळीवर खऱ्या अर्थाने वंचित असलेली खेडी यांच्याकरता संधी आणि सामाजिक पसंतीक्रम या अत्यल्प असतात.

विकेंद्रित अभिशासनाच्या कार्यक्षम कामामध्ये अपुरी वित्तीय संसाधने हादेखील एक अडसर आहे. पंचायतींना राज्यशासनाकडून मिळणाऱ्या सहायक अनुदानावर आणि अधिकारदानावर अवलंबून राहावे लागते. पंचायतींनी महसूल प्राप्त करण्यासाठी काही स्वतंत्र स्रोत विकसित केले नाहीत. याखेरीज, बऱ्याच राज्यांनी स्थानिक संस्थांना कार्ये अंतरित झाली असली तरी निधी अंतरित केला नाही. एकूण १२ राज्यांच्या अभ्यासावरून असे लक्षात आले की, यातील ९ राज्यांमध्ये स्थानिक संस्थांचा–पंचायत आणि शहरी स्थानिक संस्था दोन्ही– करमहसूल राज्य शासनाच्या एकूण कर महसुलाच्या ५%हून ही कमी होता (राज्यघटना कामकाज पुनरावलोकन संबंधीची राष्ट्रीय समिती २००१: २९). पंचायतींना मर्यादित वित्तीय स्वयात्ततेमुळे बऱ्याच मोठ्या प्रमाणावर केंद्र आणि राज्य सरकारवर अवलंबून राहावे लागते.

संक्रमणात्मक अवस्थेमध्ये विकेंद्रीकारणाशी संबंधित बंधने आणि अडचणी यामुळे गोंधळ निर्माण होणे बरोबर नाही, कारण कुठल्याही संक्रमणाला सकारात्मक परिणाम दाखवण्यासाठी वेळ द्यावा लागतो. ग्रामीण भारतामध्ये मूक क्रांती घडून येते आहे, हे लोकांना त्यांच्या अधिकारांची जाणीव होते आहे यावरून लक्षात येते. पंचायती राज प्रयोगाची एक महत्त्वाची बाजू अशी की अनेक प्रकारे वंचित असलेले समूह, जसे की, दलित, आदिवासी, स्त्रिया यांचा समावेश आणि सहभाग यात अपेक्षित असतो. अधिकृतपणे ठरवलेल्या संख्येची (स्थानिक संस्थांमधील) तरतूद असल्याने मोठ्या प्रमाणात जाणीव निर्माण होण्यास मदत झाली हे निर्विवाद आहे. सबलीकरणाचे परिणाम धीम्या गतीने प्रत्यक्षात येत असले, तरीदेखील अभ्यासांती

असे लक्षात आले आहे की, स्त्री प्रमुख आहेत अशा पंचायतींमध्ये विकासात्मक फलनिष्पत्ती प्रभावशाली आहे (जयाल २००७: १३). लोकशाही विकेंद्रीकरणाच्या दिशेने जाणाऱ्या या नवीन चळवळीमुळे विकास प्रक्रियेमध्ये असलेली नोकरशाहीची मक्तेदारी नाहीशी होऊन सत्तेचा केंद्रबिंदू तृणमूल पातळीवर महत्त्वाच्या ठरणाऱ्या लोकांकडे हलवला आहे. नवीन पंचायती राज व्यवस्था एक महत्त्वाचे संस्थात्मक वळण दर्शविते, ज्यायोगे तृणमूल पातळीवरील राजकीय प्रक्रियेमध्ये 'लोकांना' परत आणण्यात आले. लोकांना व्यक्त होण्याची संधी देण्यात आली. अशा प्रकारे व्यक्त होण्यामुळे, व्यापक असमामितीय सत्तेच्या परिस्थितीमध्ये सुद्धा, असममितता नाहीशी होण्यास मदत होईल, ज्या प्रक्रियेचे परिणाम चांगलेच होतील. बी. बी. बाविस्कर यांच्या शब्दांत मांडावयाचे झाले तर ७३व्या घटनादुरुस्ती कायद्याला 'मूक क्रांती' म्हणणे योग्य ठरेल, ज्याने अनेक प्रकारे स्वशासनाच्या संस्थांना प्रादेशिक शासनाच्या केवळ 'अभिकर्ते' असण्यापासून 'स्वावलंबी' असणे असा बदल घडवून आणला' (बाविस्कर आणि मॅथ्यू २००९).

शहरी स्थानिक प्रशासन

रचना आणि कार्य

शहरी अभिशासन हे ग्रामीण अभिशासनासारखे श्रेणीय नाही. सन १९९२च्या (जो प्रत्यक्षात १९९३ साली राबवला गेला) ७४व्या घटनादुरुस्ती कायद्यात नमूद केल्याप्रमाणे भारतामध्ये शहरी स्थानिक संस्थांचे तीन प्रकार असावेत. संक्रमणात्मक भागासाठी नगर पंचायत, लहान शहरी भागांसाठी नगर समिती अथवा नगरपालिका आणि मोठ्या शहरी भागांसाठी महानगरपालिका. ७४व्या घटनादुरुस्ती कायद्यातील मापदंडांप्रमाणे नगरपालिका संबंधी कायदे करण्याची परवानगी राज्य शासनाला आहे.

कार्ये

राज्यघटनेतील कलम २४३ डब्लू हे 'महानगरपालिकांच्या सत्ता, अधिकार आणि जबाबदाऱ्या यांच्याशी संबंधित आहे' ज्यामध्ये १२व्या परिशिष्टात नमूद केलेली कार्यांची यादी आणि महानगरपालिकांची कार्ये हे दोन्ही समाविष्ट आहेत. या कार्यांसंबंधीचा तपशील राज्यघटनेतील १२व्या परिशिष्टात आहे. या कार्यांमध्ये पुढील कार्यांचा समावेश होतो – शहरी नियोजन, ग्राम नियोजनासहित; जमीन वापराचे नियमन आणि इमारतींचे बांधकाम; आर्थिक आणि सामाजिक विकासासाठीचे नियोजन; रस्ते व पूल; कौटुंबिक, औद्योगिक आणि व्यावसायिक क्षेत्रासाठी पाणीपुरवठा; लोकांचे आरोग्य, स्वच्छता, साफसफाई आणि घनकचरा

व्यवस्थापन; अग्निशमन सेवा; शहरी वनसंवर्धन, पर्यावरणाचे रक्षण, पारिस्थितिक बाबींचा विकास; समाजातील दुर्बल समूहाचे हितसंबंध जपणे, ज्यामध्ये अपंग आणि मानसिकदृष्ट्या आव्हान असलेल्या लोकांचादेखील समावेश होतो; झोपडपट्टी सुधारणा आणि श्रेणीवाढ; शहरी दारिद्र्य निर्मूलन; बाग, बगीचे, क्रीडा मैदान यांसारख्या शहरी सुविधांचा पुरवठा; सांस्कृतिक, शैक्षणिक आणि कलाविषयक बाबींचा प्रसार; पुरण्याची जागा व प्रेतदहन जागा आणि विद्युत प्रेतदहन; जनावरांचे खाद्य; जनावरांसंबंधी क्रौर्याला प्रतिबंध; जन्म मृत्यू यांसारखी महत्त्वपूर्ण नोंदणी; रस्ते रोषणाई यासारख्या लोकसुविधा, वाहनतळ व्यवस्था, बस स्थानक आणि लोक सुखसोयी; आणि कत्तलखाने आणि चामडी कमवण्याच्या जागांचे नियमन.

७४वा घटनादुरुस्ती कायदा, १९९२

भारताच्या शहरी अभिशासनामध्ये, १९९२च्या ७४व्या घटनादुरुस्ती कायद्याने नवीन टप्प्याची सुरुवात केली आहे. तथापि, कायदा १९९२च्या ७३व्या घटनादुरुस्ती कायद्याशी काही ठळक समानता दर्शवतो. भारतीय राज्यघटनेच्या कलम २४३, भाग ९अ मध्ये हा कायदा समाविष्ट आहे. या कायद्याच्या महत्त्वाच्या तरतुदी पुढीलप्रमाणेः

- शहरी स्थानिक संस्थांना, लोकसंख्येनुसार महानगर पालिका, नगरपालिका आणि नगर पंचायत असे संबोधले जाईल व या संस्था प्रौढ मतदानानुसार देशाच्या प्रत्येक शहरी भागात स्थापन केल्या जातील;
- यांची स्थापना ५ वर्षांच्या काळासाठी करण्यात यावी;
- शहरी स्थानिक संस्थांमध्ये एकूण जागांपैकी एकतृतीयांश पेक्षा अधिक जागा स्त्रियांसाठी राखीव असाव्यात;
- या संस्थांना आर्थिक विकास आणि सामाजिक न्याय संबंधीच्या १८ विषयांवर योजना तयार करण्याचा व राबवण्याचा अधिकार व सत्ता असावी.
- शहरी स्थानिक संस्थांना त्यांची कामे व्यवस्थित पार पडता यावीत यासाठी राज्याच्या कायदेमंडळाने त्यांना काही विशिष्ट कर, कर्तव्ये, जकात, उपकर सुरू करणे, गोळा करणे आणि वाढवणे यासंबंधीचे अधिकार द्यावेत.
- प्रत्येक राज्यात वित्तीय आयोगाची स्थापना करण्यात यावी. वित्तीय आयोगाने शहरी स्थानिक संस्थांच्या वित्तीय परिस्थितीचा आढावा घ्यावा, तसेच संसाधनांच्या अधिकारवाटपासंबंधी काही तत्त्वांची शिफारस करावी. ज्यामध्ये राज्यातील एकत्रित निधीपैकी या संस्थांसाठीचा सहायक निधीदेखील समाविष्ट आहे;

- शहरी स्थानिक संस्थांमधील मतदान चालवणे यासंबंधीचे मतदार याद्या तयार करतानाचे अधीक्षण, दिशादर्शन आणि नियंत्रण राज्य निवडणूक आयोगाकडे असावे;
- ३ लाखांपेक्षा अधिक लोकसंख्या असलेल्या नगरपालिकांमध्ये कायद्यानुसार वॉर्ड समिती स्थापन करण्याची तरतूद आहे; आणि
- विकासात्मक आराखडा तयार करण्यासाठी जिल्हा नियोजन समिती व महानगरीय नियोजन समिती यांची स्थापना करण्यात यावी.

अशा प्रकारे, ७४वा घटनादुरुस्ती कायदा महानगरपालिकांना घटनात्मक दर्जा देतो. त्यांची भूमिका, प्रभाव, कार्ये आणि वित्त यांची पुनर्व्याख्या करण्याचा या कायद्याचा प्रयत्न आहे. या कायद्यामुळे भारतामध्ये शहरी अभिशासन आणि शहरी व्यवस्थापनाचे एक नवीन पर्व सुरू केले आहे. या कायद्याला आणखी एका बाबीसाठी महत्त्वपूर्ण स्थान आहे, ते असे की, यानुसार शहरी संस्थांना परंपरागत कार्यांबरोबरच आर्थिक विकास आणि सामाजिक न्याय यासंबंधीची कार्येदेखील देण्यात आली आहेत ज्यायोगे या संस्थांची 'अभिकर्ता कार्ये' करणाऱ्या संस्था ते विकास नियोजनासाठीच्या जबाबदार संस्था असा प्रवास दिसून येतो. शहरी स्थानिक संस्थांना वित्तीय स्वायत्तता देण्याच्या दृष्टीने राज्य पातळीवर वित्तीय आयोग स्थापन करण्याची तरतूद एक सीमाचिन्ह म्हणता येईल. विशेषकरून स्त्रियांसाठी असलेली जागा आरक्षणाची तरतूद समाजातील सामाजिकदृष्ट्या वंचित असलेल्या लोकांचा सहभाग निश्चित करते. हा नवीन कायदा म्हणजे राजकीय साक्षरतेचे एक साधन बनले आहे. शहरी राजकारणाच्या संदर्भात बोलायचे झाले तर, लोक संघटित व्हायला शिकू लागले आहेत, अधिकाराच्या प्रस्थापित स्वरूपाविषयी प्रश्न विचारू लागले आहेत, त्यांच्या अधिकारांची मागणी करू लागले आहेत आणि भ्रष्टाचाराला विरोधदेखील करू लागले आहेत. या राजकीय साक्षरतेमुळे लोकांची केवळ स्थानिक लोकशाहीसाठी तयारी होत नसून एकूणातच राजकीय सहभागाबद्दलची सज्जता दिसून येते.

७४व्या घटनादुरुस्ती कायद्याने भारतातील शहरी ग्रामीण संस्थांचे पुनरुज्जीवन केले आहे मात्र अजूनही या संस्थांना अनेक अडचणींना तोंड द्यावे लागते. तीव्र वित्तीय कमतरता ही शहरी स्थानिक संस्था सामोरे जात असलेली एक गंभीर अडचण आहे. योग्य प्रमाणात निधी उपलब्ध नसल्यास सत्ता प्रत्यक्ष प्रयत्न आणि परिणाम यांसाठी वापरता येत नाही व म्हणून ती अर्थहीन ठरते. या नवीन कायद्यानुसार राज्य पातळीवर वित्तीय संसाधनांसंबंधी उहापोह करण्यासाठी वित्तीय आयोग स्थापन करण्याची तरतूद करण्यात आली असली तरी या आयोगाच्या शिफारशी ज्या त्या

राज्यांसाठी अनिवार्य नाहीत. शहरी संस्थांमध्ये लोकांचा सहभाग अत्यल्प आहे. लोकांच्या या दृष्टिकोनामागील एक महत्त्वाचे कारण असे दिसते की, लोकांच्या मनात नागरी संस्थांविषयी शंकेची भावना असते तसेच, त्यांच्या अडचणी व तक्रारींचे निरसन होणार नाही असे गृहीतक असते. तथापि, ११व्या परिशिष्टाप्रमाणे, शहरी स्थानिक शासनाच्या विविध विभागांमध्ये कार्याचे स्पष्ट विभाजन नाही, ते त्या त्या राज्यांवरच सुपूर्द केलेले आहे. यामुळे राज्यांना त्यांची आवडनिवड राबवण्याचे पूर्ण स्वातंत्र्य आहे, मात्र यामुळे सुरचना निर्माण होण्याऐवजी नेहमी गुंतागुंतच निर्माण झाली आहे. ही गुंतागुंत कुठले प्रातिनिधिक अधिकार द्यावेत आणि कुठले नाहीत यासंबंधी आहे. बदलत्या परिस्थितीमध्ये, शहरी स्थानिक संस्थांनी केवळ विकासाच्या कार्यासाठी स्वतःला वाहून घेण्याची गरज आहे आणि म्हणूनच त्यांना अधिकाधिक प्रमाणात स्वायत्तता असावी. परंतु, प्रत्यक्ष परिस्थिती याच्या अगदीच उलट दिसून येते. ७४व्या घटनादुरुस्ती कायद्यावर टीका करताना, निर्मल मुखर्जी असे म्हणतात की, 'ही जवळजवळ ७३व्या घटनादुरुस्ती कायद्याची दुसरी प्रत आहे' आणि 'उतावळी पश्चातबुद्धी' आहे. या कायद्याची ७३व्या घटनादुरुस्ती कायद्याशी तुलना करताना ते पुढे असे म्हणतात की, 'जसे की, एक दिवस पंचायतींमध्ये एक स्वतंत्र विचार शिरला आणि एक दिवस *महानगरपालिकावाल्यांना* अचानक जाग येऊन त्यांनी ''आम्हीदेखील'' असे वक्तव्य केले आणि म्हणून त्यांना पंचायत नावाचाच खाद्यपदार्थ नगरपालिका नावाच्या नव्या व्यंजनाबरोबर मिळाला'. दुसरे, 'अत्यंत अविचाराने या कायद्याने ग्रामीण शहरी असे एकीकरण अपेक्षित असतांना ग्रामीण स्थानिक कृत्रिम भिन्नतेला घटनात्मक स्वरूप दिले' (मुखर्जी १९९९). या कायद्यासंबंधी 'ग्रामीण भागांसाठी पंचायती' असा कल असणे किंवा पंचायत केवळ 'ग्रामीण' भागाशी संबद्ध असते असा आणखी एक लघुदृष्टी अशी आहे.

७३व्या व ७४व्या घटनादुरुस्ती कायद्याचा मथितार्थ

वर नमूद केलेले कायदे अनेक अर्थांनी असामान्य आहेत. या विभागामध्ये, काही अभिप्रेत अर्थ अधोरेखित केले आहेतः

१. *घटनात्मक स्वरूप देणे*: स्थानिक शासनाला घटनात्मक दर्जा देणे हा ७३व्या व ७४व्या घटनादुरुस्ती कायद्यांचा सर्वप्रथम अभिप्रेत अर्थ होय. सुरुवातीला भारतीय राज्यघटनेने स्थानिक शासनाला कुठलाही विशेष दर्जा दिला नव्हता; राज्यघटनेच्या ७व्या परिशिष्टामध्ये राज्य सूचीचा समावेश आणि राज्याच्या निदर्शक तत्त्वांमध्ये विशेष कलमाचा समावेश ज्यायोगे, राज्य शासनाने पंचायतींसंबंधीचे उपक्रम राबवावे असे अपेक्षित आहे, हे त्याला

अपवाद ठरतात. अगदी अलीकडच्या काळापर्यंत संपूर्ण देशभरात स्थानिक स्व-शासनासंबंधी काही साचेबंद स्वरूप नव्हते. स्थानिक सरकारे तयार करणे व त्याचे जतन करणे हा संपूर्णपणे राज्य सरकारच्या स्वेछेचा मुद्दा होता. मात्र हे कायदे पारित झाल्यापासून ग्रामीण व शहरी स्थानिक सरकारे स्थापन करणे राज्य सरकारसाठी अनिवार्य झाले आहे. म्हणूनच, ग्रामीण व शहरी स्थानिक सरकारांचे घटनात्मकीकरण झाल्याने स्थानिक सरकारांचे कायदेविषयक कार्यक्षेत्र, ज्याला शासनाचा 'तिसरा स्तर' असेही म्हणतात, तो धोक्यात आला आहे (मुखर्जी १९९९), ज्यामुळे अभिशासनाची प्रक्रिया आणि स्थानिक लोक यांमध्ये प्रत्यक्ष संबंध प्रस्थापित झाले आहेत.

२. *प्रशासकीय स्वायत्तता*: या कायद्यान्वये शहरी व ग्रामीण संस्थांशी संबंधित कार्यांचे अधिकार प्रदान करण्यासाठी अतिशय गरजेची असलेली प्रशासकीय स्वायत्तता बहाल करण्यात आली आहे. यापूर्वी, स्थानिक संस्था राज्य सरकारच्या केवळ 'प्रतिनिधी' मानल्या जात होत्या. यामध्ये स्थानिक संस्थांना राज्य नियंत्रण निरपेक्ष कुठलेही प्रशासकीय निर्णय घेण्यासंबंधीचे अधिकार नव्हते. परंतु, नवीन कायद्यांनी स्थानिक सरकारांना त्यांची कार्यांचे व्यवस्थापन करण्यास भाग पाडले आहे. उदाहरणार्थ, स्थानिक संस्थांच्या संपूर्ण क्षेत्राच्या विकासावर लक्ष ठेवण्याचा अधिकार येथे नमूद करता येईल, ज्यामध्ये आर्थिक विकास आणि सामाजिक न्यायासंबंधीचे नियोजन करणे याचा समावेश होतो. तसेच विविध विकास योजना राबवणे आणि स्थानिक संस्थांना उपयुक्त वाटतील असे विकासात्मक उपक्रम राबवणे याचाही समावेश होतो.

३. *आर्थिक स्वायत्तता*: वर नमूद केलेल्या कायद्यांचा आर्थिक स्वायत्तता हादेखील एक अभिप्रेत अर्थ होतो. आर्थिक स्वायत्तता हा कुठल्याही संघटनेचा महत्त्वाचा घटक असतो. भारतीय स्थानिक संस्था त्यांच्या बारमाही वित्तीय कमतरतेसाठी प्रसिद्ध होत्या. या कायद्यांनुसार वित्तीय कमतरता असलेल्या स्थानिक संस्था–शहरी व ग्रामीण दोन्ही संस्था–जवळजवळ नाहीशा केल्या, बऱ्यापैकी वित्तीय अधिकार देऊन त्या नाहीशा करण्यात आल्या. उदाहरणार्थ, नवीन कायद्यानुसार पंचायती आणि नगरपालिकांना त्यांची स्वतःची संसाधने निर्माण करण्याचीदेखील परवानगी देण्यात आली. शासनाकडून कायम मिळणाऱ्या सहायक अनुदानाव्यतिरिक्त संसाधने निर्माण करण्याची परवानगी देण्यात आली. याचबरोबर, या कायद्यांनुसार राज्य सरकारने दर ५ वर्षांच्या कालावधीनंतर एकदा वित्तीय आयोगाची स्थापना

करावी अशी अनिवार्य तरतूद केली, ज्यायोगे स्थानिक संस्थांच्या वित्तीय परिस्थितीचा तुलनात्मक आढावा घेणे शक्य होईल तसेच राज्य शासनाला खालील बाबींसंबंधी शिफारशी करणेदेखील अभिप्रेत आहेः (*अ*) राज्य आणि स्थानिक (पंचायत आणि नगरपालिका) संस्थांमध्ये कर, कर्तव्ये, जकात आणि राज्याने लावावे असे शुल्क यातून मिळणाऱ्या रकमेची विभागणी करणे. ही विभागणी स्थानिक संस्थांमध्ये (पंचायती आणि नगरपालिका) प्रत्येक पातळीवर त्यांच्या हिश्श्याप्रमाणे वाटप अशी करण्यात येते. (*आ*) स्थानिक संस्थांना (पंचायती आणि नगरपालिका) नेमून दिलेला किंवा त्यांनी लावावयाचा कर, कर्तव्ये, जकात आणि शुल्क यांचा अग्रक्रम ठरवणे; आणि (*इ*) राज्याच्या एकत्रिकृत निधीतून स्थानिक संस्थांना (पंचायती आणि नगरपालिका) सहायक अनुदान देणे.

४. *अभिशासनातील पारदर्शकता*: आजच्या युगात पारदर्शकता हा एक मूलमंत्र बनला आहे. स्थानिक सरकारांमध्ये सचोटी साध्य करण्यासाठीची पूर्वअट आणि सुशासनाचा अविभाज्य घटक म्हणून पारदर्शकतेप्रती बघितले जाते. म्हणूनच, या कायद्यांचा चौथा मथितार्थ असा आहे की त्यांनी अभिशासनाम ध्ये पारदर्शकता आणली आहे. विचारार्ह असणाऱ्या कायद्यांनीदेखील हा पारदर्शकतेचा घटक महत्त्वाचा मानला आहे. ७३व्या घटनादुरुस्ती कायद्यातील कलम २४३ जे आणि ७४व्या घटनादुरुस्ती कायद्यातील कलम २४३ झेड यांमध्ये पंचायती आणि नगरपालिकांच्या अनिवार्य लेखापरीक्षणासंबंधीच्या तरतुदी नमूद करण्यात आल्या आहेत.

५. *अभिशासनातील उत्तरदायित्व*: या कायद्यांमुळे स्थानिक संस्था लोकांच्या इच्छा–आकांक्षा पूर्ण करण्यासाठी उत्तरदायी आहेत. त्यांना तृणमूल पातळीवरील समस्या सोडवण्यासाठीचे अधिकार व कार्ये देण्यात आली आहेत.

६. *लोकशाही अधिक खोलवर रुजवणे*: भारतीय समाजात रुजलेली लोकशाही वृत्ती म्हणजे भारतातील लोकशाहीच्या यशाचे रहस्य होय, असे कायमच म्हटले जाते. नवीन कायद्यांनुसार पंचायतींमध्ये खालील पातळीवर स्थापन केलेली लोकप्रिय व सर्वव्यापी संस्था म्हणजेच *ग्राम सभा* (आणि पश्चिम बंगालमध्ये ग्रामसभेच्या खालोखाल *ग्राम संसद*) आणि नगरपालिकांमध्ये वॉर्ड समिती यांमुळे भारतीय समाजाच्या पोकळ्यांमध्येदेखील लोकशाहीचा मोठ्या प्रमाणात शिरकाव झाला. तथापि, नवीन कायद्यांमुळे देशातील मतदान प्रक्रिया नियमित केली आहे. या कायद्यांपूर्वी, स्थानिक संस्थांमधील मतदान हे कमी–अधिक प्रमाणात स्वेच्छेने घेतले जात होते. अगदीच काही थोडी

उदाहरणे सोडली तर अनेक वेळा हे मतदान वेळप्रसंगानुसार अधूनमधून घेतले जात असे. दर पाच वर्षांनी स्थानिक संस्थांचे मतदान घेण्यात यावे, असे नवीन कायद्यांनी नमूद केले. पंचायत किंवा नगरपालिका कार्यकाल संपण्याआधी स्थगित झाली असता, सहा महिन्यांच्या आत मतदान घेतले जावे, नव्याने निवडून आलेल्या प्रतिनिधींनी उरलेल्या कार्यकालासाठी सत्तेत राहावे.

७. *लिंगभाव सबलीकरण*ः स्थानिक संस्थांमध्ये जागा आरक्षित करून स्त्रियांच्या सहभागाचे संस्थापन हे या कायद्यांचे आणखी एक वैशिष्ट्य होय. भारतीय समाजातील स्त्रिया कायमच पितृसत्ताक व्यवस्थेमुळे शोषण सहन करत आल्या आहेत. त्यांना सत्तेच्या हमरस्त्यावरून कायमच 'वगळले' गेले आहे. या कायद्यांमुळे एकप्रकारे भारतीय स्त्रियांचा दर्जाच सुधारला आहे असे म्हणता येईल. या कायद्यांमुळे अवलंबित्त्वाच्या दर्जापासून स्वावलंबी दर्जाकडे स्त्रियांची वाटचाल झाली. 'प्रत्येक पंचायतीतील प्रत्यक्ष मतदानाने भरण्यात येणाऱ्या एकूण जागांपैकी एक तृतीयांशपेक्षा अधिक जागा स्त्रियांसाठी राखीव असाव्यात' असे या कायद्यांनी स्पष्टपणे नमूद केले. आपल्यासारख्या विषम पितृसत्ताक समाजामध्ये, स्त्रियांसाठीच्या जागांच्या आरक्षणामुळे स्त्रियांचा दर्जा सुधारला आहे. तथापि, याकडे स्त्रियांचे सबलीकरण करण्याचा *एकमेव* मार्ग म्हणून बघू नये. याची कायमच सबलीकरणाबरोबर तुलना केली जाते. परंतु, हे सबलीकरणाच्या दिशेने केवळ एक पाऊल असून सबलीकरण नव्हे. आरक्षणाचा मुद्दा कधीही कमी न होणाऱ्या फरक आणि समानता यांमधील द्वैतापर्यन्तचा आहे. स्त्रीवादी ज्ञानशास्त्र या कायमच्या द्विधा मनःस्थितीत सापडलेले दिसते. अधिक सडेतोडपणे बोलावयाचे झाले तर असे म्हणता येईल की, स्त्रियांनी समान हक्कांसाठी बाजू मांडवी की पुरुषांबरोबरची असमानता मान्य करावी, या प्रश्नांभोवती या चर्चेचा गाभा आहे.

८. *अत्यल्प लाभार्थींच्या सबलीकरणाद्वारे सामाजिक न्याय*ः आजकाल 'सर्वसमावेशक विकास' याबद्दल बोलणे ही एक रीत मानली जाते, ज्यामुळे वंचित समूह सीमेवर ढकलले जाणार नाहीत, असे समावेशनाचे सूत्र आणि विकासाचा आराखडा याबाबत बोलले जाते. रोनाल्ड ड्रोर्कीन, जॉन रॉल्स आणि इतर आधुनिक राजकीय तत्त्वज्ञांनी त्यांच्या समानता आणि सामाजिक न्याय याबाबतच्या वक्तव्यांमध्ये सर्वसमावेशक विकासाला पाठिंबा दिला आहे. आपल्या राज्यघटनेमधील बऱ्यापैकी भाग हा अनुसूचित जाती, अनुसूचित जमाती व इतर मागासलेल्या वर्गांसाठी आहे. याचबरोबर, नवीन कायद्यांनी अत्यल्प लाभार्थी गटांना–अनुसूचित जाती–जमाती–प्रतिनिधित्त्व

करण्याची मोठी संधी दिली आहे, कारण या कायद्यांनुसार शहरी व ग्रामीण स्थानिक संस्थांमध्ये त्यांच्यासाठी एकतृतीयांश जागा राखीव ठेवण्यात आल्या आहेत.

९. *लोक सहभाग*: या कायद्यांनी स्थानिक अभिशासनामध्ये लोक सहभागाचे संस्थापन केले आहे. या संदर्भात १९९२च्या ७३व्या व ७४व्या घटनादुरुस्ती कायद्यांमधील 'सहभागात्मक विकास' या वैकल्पिक रूपरेषांचा प्रारंभ म्हणून हे उदाहरण देता येते. या कायद्यांनी खालच्या पातळीवर *ग्राम सभा* किंवा वॉर्ड समिती अनिवार्यपणे स्थापन करून लोक सहभागाचे औपचारिक स्वरूप देऊ केले.

१०. *विकेंद्रित पद्धतीचे नियोजन*: विकेंद्रित पद्धतीचे नियोजन करण्याची प्रक्रिया हे या कायद्याचे आणखी एक महत्त्वाचे प्रमाणचिन्ह होय. आतापर्यंत, नियोजनाकडे मुरब्बी अधिकाऱ्यांच्या समूहाने करावयाचे अत्यंत तांत्रिक काम या दृष्टीने बघितले जात होते. थोडे उशिरा का होईना पण नियोजनाच्या कल्पनेमध्ये बराच बदल झाला असून, आता नियोजनाकडे परंपरागत 'वरून खाली' या दृष्टिकोनातून न पाहता 'खालून वर' या पद्धतीच्या नियोजनाचे प्रारूप या दृष्टिकोनातून बघण्यात आले आहे. नियोजन प्रक्रियेचे विकेंद्रीकरणासाठीचे सरकारचे प्रयत्न शहरी व ग्रामीण स्थानिक संस्थांमध्ये दिसून येतात. ग्रामीण स्थानिक संस्थांच्या बाबतीत, राज्य पुरस्कृत ग्रामीण विकास हा योजनांवर आधारित प्रक्रियांमधून होतो, ज्यामध्ये लोकांचा सहभाग असणे अपेक्षित होते. मात्र आता ही प्रक्रिया उलट करून लोकांनी सुरू केलेले ग्रामीण विकासाचे कार्यक्रम ज्यामध्ये सरकारचा सहभाग असेल अशी करण्यात आली आहे (पलानिथूराई २००५). लोकांना आता विकासाच्या प्रक्रियेतील भागीदार मानले जाते. उदाहरणार्थ, घटनादुरुस्ती कायद्यातील कलम २४३जी नुसार पंचायतींना 'स्वशासनाच्या संस्था' असा दर्जा देण्यात आला आहे व आर्थिक विकास व सामाजिक न्याय यांना प्रोत्साहन देण्यासाठी योजना तयार करण्याच्या जबाबदाऱ्या देण्यात आल्या आहेत. राज्य पंचायत कायद्याने, औपचारिकरित्या का होईना पण पंचायतींना योजना राबवण्यासाठीचे गरजेचे अधिकार व कार्ये देण्यात आली आहेत. तथापि, केरळ, कर्नाटक, तामिळनाडू या राज्यांचे काही अपवाद वगळता संपूर्ण देशात तृणमूल पातळीवरील नियोजनाचे यशापयश स्फूर्तिदायी आहे. खरेतर, केरळ राज्याने या दिशेने मोठी उडी घेतली आहे असे म्हणता येईल. उदाहरणारर्थ, केरळमधील अति गाजलेल्या 'नवव्या योजनेसाठी लोकांचे अभियान' नमूद करता येईल. या

कार्यक्रमांतर्गत, पंचायतींना संकलित आणि वैज्ञानिक पद्धतीने परियोजना तयार करणे व राबवणे यासंबंधी अधिकार देण्यात आले. नियोजन प्रक्रियेच्या प्रत्येक पातळीवर स्थानिक लोकांचा अधिकाधिक सहभाग या कार्यक्रमांतर्गत अभिप्रेत असतो. महानगर नियोजन समिती आणि जिल्हा नियोजन समिती यांच्याद्वारे ७४व्या घटनादुरुस्ती कायद्यानेदेखील विकेंद्रित नियोजनासंबंधी काही तरतुदी केल्या आहेत.

७३ व ७४ वी घटनादुरुस्ती कायदे: टीकात्मक विश्लेषण

या विभागामध्ये ७३ व ७४व्या घटनादुरुस्ती कायद्यांचे टीकात्मक विश्लेषण केले आहे.

१. 'स्व'शासन या संज्ञेची स्पष्ट व्याख्या, जी सत्ता, अधिकार आणि जबाबदाऱ्या यांच्या दानासाठी गरजेची असते ती वर नमूद केलेल्या घटनादुरुस्ती कायद्यांमध्ये तिच्या अभावामुळे उठून दिसते (म्हणजेच ही व्याख्या होणे गरजेचे आहे असे अनुस्यूत आहे).

२. राज्यघटनेतील भाग ९ व भाग ९अ यानुसार एकीकडे ग्रामीण व शहरी स्थानिक संस्था व दुसरीकडे राज्य शासन यांमध्ये अधिकार, कार्ये आणि जबाबदाऱ्यांचे स्पष्ट विभाजन नाही.

३. कर लावणे आणि गुंतवणूक करणे यासंबंधीची अस्पष्टता हीदेखील या कायद्यांमधील एक महत्त्वाची उणीव आहे. राज्यघटनेने, संघराज्य पद्धती लक्षात घेऊन गुंतवणुकीच्या जबाबदाऱ्या आणि निधी प्राप्त करणे या बाबींमध्ये केंद्र व राज्य पातळीवर फरक केला आहे. तथापि, भारतीय संघराज्याचा तिसरा स्तर म्हणून ११व्या व १२व्या परिशिष्टाचा समावेश झाला असूनही संसाधने उभारणी संबंधी काहीही वाच्यता केलेली नाही. यातून असे अभिप्रेत आहे की हा निर्णय राज्य शासनाचा असेल.

४. असे म्हटले जात होते की, ग्रामीण व शहरी भागांसाठी वेगवेगळे घटनादुरुस्ती कायदे 'अविचाराने घटनेत समाविष्ट' करण्यात आले आहेत. 'जेव्हा पूर्वोक्त विचारांनुसार या दोन्हीच्या सातत्यावर भर देण्यात आला होता, तेव्हा ग्रामीण व शहरी भागांमधील कृत्रिम द्विभाजन करण्यात आले' (मुखर्जी १९९९). १९६३च्या ग्रामीण-शहरी संबंध समितीने, जिची स्थापना शहरी स्थानिक संस्था आणि पंचायती राज संस्था यांतील संबंधांवर आधारित तरतुदी सुचवणे यासाठी करण्यात आली, केलेल्या निरीक्षणांचा आधार घेऊन निर्मल मुखर्जी त्यांचा मुद्दा स्पष्ट केला आहे. म्हणूनच, ग्रामीण व शहरी संस्थांचे

गरज नसताना विभाजन केले असता स्थानिक विकासाचे गरज नसताना कोष्टकीकरण होईल.

ग्रामीण व शहरी विकासामध्ये लोकांचा सहभाग

शहरी आणि ग्रामीण विकासामध्ये लोकांच्या सहभागाला सर्वांत जास्त महत्त्व दिले जाते. विकास वरपासून लादण्यापेक्षा, आजकाल, विकासाला खालून प्रोत्साहन दिले जाते.

ग्रामीण विकासः अशासकीय संस्थांची भूमिका

ग्रामीण विकासाला एक विशिष्ट राज्यसंबंधी कल आहे. अगदी अलीकडच्या काळापर्यंत त्याला राज्य-पुरस्कृत आणि राज्य-प्रेरित विकासाची योजना असे मानले मानले गेले होते. बाजारपेठेचे एकत्रीकरण आणि राष्ट्राने माघार घेणे या उदारमतवादी 'पद्धती'मुळे राष्ट्राला एकट्याने लोकसमूह विकासाची कार्ये पार पाडणे कठीण झाले. या परिस्थितीमध्ये अभ्यासकांचा आभासी संच पुढे आल्याने गुंतागुंत अधिकच वाढली. अनेक शक्यतांना तोंड फुटले ज्या 'राष्ट्राशिवाय ग्रामीण विकास' व त्यायोगे ग्रामीण विकासाचा अंत इथपर्यंत दृश्यमान होत्या. इतिहासाने सिद्ध केले आहे की, भारतासारख्या देशांनी विकासाच्या तिसऱ्या टप्प्यात प्रवेश केला असला तरीही ग्रामीण विकासासारख्या चुकीच्या 'भाकितांनी' मंदीची कुठलीही खूण दाखवली नाही. याविरुद्ध, भारताने मुक्त बाजारपेठेत प्रवेश केल्यापासून भारतातील ग्रामीण विकासाने लोककेंद्रित रूपरेषांवर आधारित शासन-संघटित अशासकीय-संघटना या एका नवीनच रूपरेषेचा अनुभव घेतला. या नवीन परिस्थितीमध्ये अशासकीय संघटना किंवा सुसंस्कृत समाज (अशासकीय संघटनेचे विस्तारित स्वरूप) यांचे महत्त्व खूपच वाढले. बदललेल्या ग्रामीण विकासाच्या रूपरेषांवर येथे चर्चा होणे महत्त्वाचे ठरते. या रूपरेषांमध्ये अशासकीय संघटना आणि लोक यांना विकासाच्या प्रक्रियेमध्ये नेहमीच्या मोहीम राबवणाऱ्या राज्याबरोबर समान वाटेकरी मानले गेले. परंपरेनुसार, राष्ट्र आणि स्वयंसेवी संस्थांमधील परस्परसंवाद एकतर गैरहजर असतो अथवा नियामक स्वरूपाचा असतो. त्यांना राष्ट्रबांधणीच्या प्रक्रियेतील 'समान भागीदार' मानले गेले नव्हते. त्यांची कार्ये मदत आणि कल्याणकारी उपक्रमांपर्यंत मर्यादित होती. तथापि, नवीन रूपरेषांनुसार शासन आणि अशासकीय संघटना यांच्यातील संसाधनांचा एकत्र संचय आणि ग्रामीण लोकांना सेवा देणे यासाठी साहचर्य अपेक्षित आहे. अशासकीय संघटना, म्हणूनच, ग्रामीण विकासाच्या प्रक्रियेत राष्ट्राला पूरक व अनुपूरक ठरतात. एकत्रितपणे (अशासकीय संघटना व शासन) ते लोक सबलीकरण व सर्वसमावेशक ग्रामीण विकासाचे उद्दिष्ट साध्य करू शकतात, ज्यासाठी देश अनेक दशकांपासून प्रयत्नात आहे.

पुढे, १९९३च्या ७३व्या घटनादुरुस्ती कायद्यानुसार ग्रामीण विकासामध्ये स्वयंसेवी संस्था आणि पंचायतींना 'एकमेकांचा दर्जा वाढवणारे घटक' असे म्हणण्यात आले आहे. थोडक्यात, ग्रामीण विकासामध्ये अशासकीय संघटनांची भूमिका पुढीलप्रमाणे मांडता येईलः (*अ*) लोकांना त्यांच्या स्वतःच्या विकाससंबंधी प्रयत्नांमध्ये मदत करणे; (*आ*) लोकांमध्ये मुळातच असलेल्या क्षमतांच्या वाढीला चालना देणे; (*इ*) सहभागात्मक विकासाच्या वृद्धीला चालना देणे; (*ई*) गरिबांसाठी सामाजिक न्याय प्रस्थापित करून त्यांना त्यांचे अधिकार व कर्तव्ये यांची जाणीव करून देणे; (*उ*) ग्रामीण भागातील जीवनामध्ये सामाजिक, राजकीय व आर्थिक बाबींसंबंधी वृद्धीला चालना देणे; (*ऊ*) राष्ट्रीय व आंतरराष्ट्रीय संघटनांशी करारबद्ध होऊन शाश्वत विकासाला चालना देणाऱ्या योजना तयार करणे.

स्वयंसेवी क्षेत्राविषयीची राष्ट्रीय योजना, २००७

स्वयंसेवी क्षेत्रासंबंधीच्या बाबी हाताळण्यासाठी व या क्षेत्राची विकासाच्या प्रक्रियेतील भूमिका समजून घेण्यासाठी भारत सरकारने अधिकृतपणे योजना अमलात आणली आहे. अगदी अलीकडच्या काळापर्यंत, हे क्षेत्र आणि त्याचे शासनाबरोबर असलेले संबंध तात्कालिकतेने प्रभावित होते. स्वयंसेवी क्षेत्रावरील या नव्या योजनेने भविष्यातील विकासासंबंधीचा आराखडा कल्पित केला आहे. या योजनेने स्वयंसेवी क्षेत्राच्या राष्ट्रीय विकासातील भागीदारी भूमिकेला मान्यता दिली आहे – यामध्ये समूहावर आधारित संघटना, अशासकीय संघटना, सुसंस्कृत समाज संघटना इत्यादी यादेखील समाविष्ट आहेत. ही योजना भागीदारीची तीन साधने नमूद करतेः (*अ*) विचारविनिमय, केंद्र, राज्य आणि जिल्हा पातळीवर सुसंवादाच्या अधिकृत प्रक्रियेद्वारे; (*आ*) योजनाबद्ध सहयोग, शाश्वत सामाजिक गतिशीलता ही दीर्घकालीन क्लिष्ट असताना गुंतागुंतीचे प्रसंग हाताळण्यासाठी; (*इ*) प्रमाणभूत योजनांमधून उपक्रमांसाठी निधी पुरविणे. शासनातर्फे मंत्रालये आणि राज्यांनी तयार केलेल्या योजनांमध्ये या तीन साधनांकडे लक्ष दिले जाईल याबाबत खातरजमा करून घेतली जाईल.

शहरी विकासामध्ये अशासकीय संघटना आणि नागरी समूहांची भूमिका

गेल्या काही दशकांमध्ये जागतिकीकरणामुळे शहरी अभिशासानाच्या रूपरेषेमध्येच आमूलाग्र बदल झालेला दिसतो. याला कारण आर्थिक, राजकीय आणि सामाजिक क्षेत्रांत झालेले दूरगामी बदल होत. जगभर उत्तरोत्तर झालेल्या व्यापार आणि जकातीच्या ऱ्हासाने आणि जागतिक बाजारपेठेच्या एकत्रीकरणाने या *सीमारहित* जगामध्ये (ओहमे १९९४) शहरे 'व्यवस्थापन केंद्र' किंवा 'रसदसंबंधी क्षेत्र' म्हणून

उदयाला आली (हॅरिस २००३). म्हणून, पूर्वी केवळ राज्याच्या अखत्यारीत मानले जाणारे शहरी अभिशासन आता शहरी भागातील वेगवेगळ्या भूमिका असणाऱ्या सर्व भागीदारांचा एकत्रित प्रयत्न म्हणून बघितले जाते. तथापि, यामागील मूलभूत प्रेरणा नव लोक व्यवस्थापनातून आणि त्याच्या राष्ट्राने माघार घेणे' या विहितकातून मिळते. म्हणूनच, राष्ट्र, बाजारपेठ आणि अशासकीय संघटना यांमध्ये भागीदारी असते, ज्याला सार्वजनिक-खाजगी भागीदारी असेही संबोधले जाते.

उल्लेखनीय ग्रामीण व शहरी विकासात्मक कार्यक्रम आणि त्यांचे व्यवस्थापन

या विभागामध्ये काही उल्लेखनीय ग्रामीण विकास कार्यक्रम आणि त्यांचे व्यवस्थापन यावर प्रकाश टाकला आहे. पहिल्या भागामध्ये स्वातंत्र्योत्तर भारतीय शासनाने प्रारंभ केलेल्या ग्रामीण विकास कार्यक्रमांचा आढावा घेतला आहे, तर दुसऱ्या भागात त्याच्या व्यवस्थापनाचे टीकात्मक विश्लेषण केले आहे.

समुदाय विकास कार्यक्रम

'संदर्भाशिवाय संहिता असणे अवघड असते.' या आधुनिक गृहीतकापासून सुरुवात करून असे म्हणता येईल की समुदाय विकास कार्यक्रम १९५२ मध्ये सुरू झाला नाही. खरेतर, व्यापक अशा समुदाय विकास कार्यक्रमाचा मूळ संदर्भ १९४३ मध्ये सापडतो आणि अधिक निश्चितपणे सांगायचे झाल्यास १९४३च्या दुष्काळाच्या काळात वाढत्या अन्नधान्य उत्पादनसंबंधी मोहिमेमध्ये याचे मूळ सापडते. ज्याने पुढे १९४७ पासून संघटित असे भरपूर अन्नधान्य पिकवा मोहीमे (ग्रो मोअर फूड कॅम्पेन) चे स्वरूप धारण केले. या मोहिमेचा दुहेरी स्वरूपाचा दृष्टिकोन होता. एक, अधिकाधिक क्षमता असलेल्या जमिनीचा शेतीमध्ये समावेश करून घेणे आणि दुसरा, शेतकऱ्यांना शेतमालाचे उत्पादन वाढविण्यासाठी प्रोत्साहित करणे. त्यानंतर, या मोहिमेचा आढावा घेण्यासाठी ठाकूरदास समिती व कृष्णमाचारी समिती अशा काही समित्या तयार करण्यात आल्या ज्यांनी सर्वव्यापी ग्रामीण विकास कार्यक्रमांचे महत्त्व अधोरेखित केले. म्हणून हा कार्यक्रम १९५२ साली ग्रामीण भागांमध्ये झपाट्याने बदल घडवून आणण्यासाठी सुरू करण्यात आला. मुळात, या कार्यक्रमाची देशव्यापी सुरुवात ५५ कार्यक्रमांनी झाली ज्यामध्ये २ लाख इतक्या लोकसंख्येचा समावेश होता. लवकरच, ग्रामीण पुनर्बांधणी आणि राष्ट्रबांधणीसाठीचे चिन्ह म्हणून या कार्यक्रमाकडे बघितले गेले. समुदाय विकास कार्यक्रमाने कृषिक्षेत्राला महत्त्व दिले असले तरीदेखील ग्रामीण जीवनातील इतर बाबींकडे दुर्लक्ष केले नाही. जसे की, दळणवळण, शिक्षण, आरोग्य, प्रशिक्षण, समाज कल्याण, पूरक रोजगार, घरबांधणी इत्यादी. एक विस्तारित

संघटनात्मक संरचना यासाठी तयार करण्यात आली, ज्यात केंद्र पातळीवरील समितीचे अध्यक्ष पंतप्रधान व राज्य विकास समितीचे अध्यक्ष मुख्यमंत्री होते. याशिवाय, तृणमूल पातळीवर विकासात्मक कार्यक्रम पोहचावेत म्हणून जिल्ह्यांचीदेखील तीन स्तरांमध्ये विभागणी करण्यात आलीः जिल्हा दंडाधिकाऱ्याच्या हाताखाली जिल्हा संघटना, उपविभागीय अधिकाऱ्यांच्या हाताखाली विभागीय संघटना आणि दहा *ग्राम सेवक* आणि दोन *ग्राम सेविकां*च्या हाताखाली ग्राम संघटना. समुदाय विकास कार्यक्रम राबवले जात असताना एकीकडे थोडी कमी महत्त्वाकांक्षी अशी राष्ट्रीय विस्तार सेवा योजनादेखील राबवली जात होती. जिचा प्रारंभ मुळात समुदाय विकास योजनेकडून अपेक्षित असलेल्या ग्रामीण भागातील सामाजिक आर्थिक विकासाला पूरक म्हणून १९५३ साली करण्यात आली.

प्रभावी कृषिविषयक जिल्हा कार्यक्रम

हा कार्यक्रम १९६० साली सुरू करण्यात आला ज्याचे मूळ उद्दिष्ट समुदाय विकास कार्यक्रमाचे कृषिसापेक्ष प्राधान्य सुधारणे हा होता. हा कार्यक्रम सुरू करण्यामागची तर्कमीमांसा अशी आहे की, १९५०च्या दशकामध्ये अन्नधान्याचा तीव्र तुटवडा झाल्याने परिणामी फोर्ड फाऊंडेशन (अमेरिका) च्या कृषी उत्पादक समितीने कृषिउत्पादन वाढविण्यासंबंधी शिफारशी केल्या होत्या. या समितीने 'भारताचा अन्नधान्य तुटवडा आणि तो भरून काढण्यासाठीची पावले' असा अहवाल भारत सरकारसमोर सादर केला व परिणामी १९६०मध्ये सखोल कृषिविषयक जिल्हा कार्यक्रमाचा प्रारंभ झाला. अन्नधान्य उत्पादनातील स्वावलंबित्व ही या कार्यक्रमामागील प्रेरणा होती. सुरुवातीला, हा कार्यक्रम राबवण्यासाठी सात जिल्ह्यांची निवड करण्यात आली. हे जिल्हे पुढीलप्रमाणे होतः तंजावूर (तमिळनाडू), पश्चिम गोदावरी (आंध्र प्रदेश), शहाबाद (बिहार), रायपूर (मध्य प्रदेश), अलिगढ (उत्तर प्रदेश), लुधियाना (पंजाब) आणि पाली (राजस्थान). पुढे असे सुचविण्यात आले की, हा कार्यक्रम देशातील पंधरा राज्यांच्या प्रत्येकी एका जिल्ह्यामध्ये राबवला जाईल. कृषि उत्पन्नात वाढ हा या कार्यक्रमाचा गाभा असल्याने साहजिकच शेतीचे नियोजन व व्यवस्थापनासाठी योग्य त्या पद्धती निवडणे हा याचा अविभाज्य भाग बनला. याशिवाय, कृषिउत्पन्न वाढवण्यासाठी या अंतर्गत अनेक उपाययोजना राबवण्यात आल्या. यातील काहीः पतपैशाची सुलभ उपलब्धता, उत्पादनासाठी जरुरी असलेल्या गोष्टींची उपलब्धता जसे की खत, कीटकनाशक आणि बियाणे; सहकारी संस्थांद्वारे कृषि उत्पादनासाठी बाजारपेठेची निर्मिती; योग्य तितकी साठवणीची सोय; वाहतूक सोईचे दृढीकरण इत्यादी. या कार्यक्रमामध्ये, कार्यक्रमाच्या अंमलबजावणीशी संबंधित मनुष्यबळाचे प्रशिक्षण यासाठीदेखील प्रयत्न

केले गेले. तथापि, या कार्यक्रमाला अपेक्षा पूर्ण करण्यात अपयश आले आणि त्याच दिशेने जाणाऱ्या आणखी एका पूरक कार्यक्रमाची यावेळी गरज भासली. त्यानुसार, सखोल कृषिविषयक विकासासाठी १९६४ साली एक नवीन कार्यक्रम राबवण्यात आला–सखोल कृषी विभाग कार्यक्रम. या दोन्ही कार्यक्रमांनी एकत्रितपणे वाढत्या कृषिविकासासाठी नवीन योजना राबवली. या नवीन योजनेची काही वैशिष्ट्ये (*अ*) अधिक उत्पादन देणाऱ्या बियाणांवर भर; (*आ*) सखोल कृषी कार्यक्रमाद्वारे खात्रीशीर पाऊस व जलसिंचन असेल अशा भागांमध्ये उत्पादनाचा इष्टतम वापर करणे; (*इ*) कमी अवधीसाठी असलेल्या पिकांची निवड करणे; (*ई*) जलसिंचन व्यवस्थेचा गुणात्मक उपभोग. हा नवीन कार्यक्रम अजूनही अमलात आहे.

विशिष्ट समूह आणि विभागनिहाय कार्यक्रम

विशिष्ट समूह आणि विभाग सापेक्ष कार्यक्रमांचे मूळ १९६०च्या दशकातील वृद्धीअभिमुख कार्यक्रमांच्या अपयशात आहे. अनेक अपेक्षा असूनदेखील, १९६०च्या दशकातील वृद्धीअभिमुख कार्यक्रम ग्रामीण भागात रचनात्मक दारिद्र्य आणि बेकारी निर्मूलन करण्यात अपयशी ठरले. परिणामी, १९७० पासून पुढे ग्रामीण भागातील दुर्बल जन आणि मागासलेले भाग लक्ष्य ठेवून अनेक विशिष्ट कार्यक्रम राबवण्यात आले. त्यातील काही महत्त्वाचे कार्यक्रम पुढीलप्रमाणे होतः छोटे शेतकरी विकास संस्था, सीमान्त शेतकरी व कृषी कामगार कार्यक्रम, दुष्काळप्रवण क्षेत्र कार्यक्रम, वाळवंट विकास कार्यक्रम, डोंगराळ प्रदेश विकास कार्यक्रम, आदिवासी क्षेत्र विकास कार्यक्रम, ग्रामीण द्रुतगती रोजगार योजना, कामाच्या बदल्यात अन्न कार्यक्रम, राष्ट्रीय ग्रामीण रोजगार योजना.

छोटे शेतकरी विकास संस्था

या संस्थेच्या निर्मितीमागील मूळ उद्देश, जे हरितक्रांतीचा फायदा उठवू शकले नाहीत आणि ज्यांनी सक्तीने केवळ गरिबीत आयुष्य काढले अशा छोट्या शेतकऱ्यांना थोडी उसंत देणे हा होता. भारतीय ग्रामीण पत पुनरावलोकन समितीने (१९६९) अशा प्रकारच्या संस्थेची शिफारस केली. चौथ्या पंचवार्षिक योजनेद्वारे या संदर्भात प्रयत्न केले गेले व ही संस्था १९७१-७२ साली सुरू झाली.

सीमान्त शेतकरी व कृषी कामगार योजना

या योजनेद्वारे अनेक लहान योजनांचा वापर करून सीमान्त शेतकरी व कृषी कामगारांना कमी उत्पादकता व कमी उत्पन्न या दुष्ट चक्रातून सोडवण्याचा प्रयत्न करण्यात आला. पीक कृषिकर्म व बहुविध पिके घेणे, जल संधारण तंत्रे, लघु जलसिंचन, पशुपालन ज्यामध्ये गुरे ढोरे, कोंबडी, मासे आणि अशा अनेक योजनांचा त्यात

समावेश होतो. या प्रकल्पाला सहकारी व व्यापारी बँकांकडून अंशतः आर्थिक अनुदान व अंशतः कर्ज देऊन अर्थसाहाय्य करण्यात आले.

छावणी क्षेत्र विकास अधिकारी

या कार्यक्रमाची सुरुवात १९७४ साली करण्यात आली. ज्यायोगे स्वातंत्र्योत्तर काळात सुरुवात केलेल्या विविध जलसिंचन क्षेत्रांत उपलब्ध पाणीपुरवठ्याच्या उपभोगाचे वैज्ञानिकदृष्ट्या आधुनिकीकरण साध्य करावयाचे होते.

दुष्काळप्रवण क्षेत्र कार्यक्रम

काही विशिष्ट हवामानविषयक आणि भौगोलिक बाबी लक्षात घेता असे लक्षात आले की, सामान्य ग्रामीण क्षेत्रातील कार्यक्रम दुष्काळप्रवण भागातील ग्रामीण विकासासाठी उपयुक्त ठरणार नाहीत. म्हणून, विशिष्ट क्षेत्र विकास कार्यक्रम चौथ्या पंचवार्षिक योजनेच्या मध्यात सुरू करण्यात आला. या कार्यक्रमाद्वारे दुष्काळाच्या परिणामांची तीव्रता कमी करून पर्यावरणीय समतोल राखणे व लोकांच्या उत्पन्नाचा समतोल राखणे यासाठी प्रयत्न करण्यात आले. याच दिशेने अनेक प्रयत्न चिन्हांकित करण्यात आले. जसे की, (*अ*) जलसंसाधनांचा विकास व व्यवस्थापन; (*आ*) मृदा व आर्द्रतेचे संवर्धन; (*इ*) वनीकरण; (*ई*) पीकपद्धतीची पुनर्रचना व कुरणक्षेत्र विकास; (*उ*) कृषिआर्थिक व्यवहारांमध्ये बदल करणे; (*ऊ*) पशुधन व दुग्ध विकास; (*ए*) लहान शेतकरी, मध्यम शेतकरी व कृषी कामगारांचा विकास.

वाळवंट विकास कार्यक्रम

राज्यांमधील वाळवंटीकरण कमी करण्यासाठी, खासकरून जी राज्ये वाळवंटाने वेढलेली आहेत अशा राज्यांमधील वनस्पती व प्राणिजातींवरील दुष्काळाचा परिणाम कमी करण्यासाठी, १९७७-७८ साली या कार्यक्रमाला सुरुवात करण्यात आली. या कार्यक्रमांतर्गत वाळवंटाचे द्विभाजन करण्यात आले–उष्ण वाळवंटी क्षेत्र, म्हणजेच, राजस्थान, गुजरात व हरियाना येथील उष्ण ओसाड क्षेत्रे; आणि थंड वाळवंटी क्षेत्र, म्हणजेच, जम्मू–काश्मिर आणि हिमाचल प्रदेश येथील थंड ओसाड क्षेत्रे आणि ग्रामीण विकासासंबंधी विविध योजना आणि कार्यक्रम तयार करणे. या कार्यक्रमांतर्गत सुरू केले जाणारे प्रकल्प म्हणजे वनीकरण, जलसंधारण, ग्रामीण विद्युतीकरण, पशुपालन त्याचबरोबर वाळू टेकाडाचे स्थायीकरण आणि उष्ण वाळवंटी प्रदेशात आडोसा क्षेत्राचे संवर्धन.

डोंगराळ प्रदेश विकास कार्यक्रम

डोंगराळ प्रदेश विकासासाठी विशेष धोरणाची गरज असते. म्हणूनच, खडकाळ प्रदेशात राहणाऱ्या लोकांच्या विकासासाठी या डोंगराळ प्रदेश विकास कार्यक्रमाची सुरुवात करण्यात आली.

रोजंदारी काम आणि पायाभूत सुविधा विकास कार्यक्रम

वर नमूद केलेले क्षेत्रविकास दृष्टिकोन संरचनात्मक ग्रामीण बेरोजगारीची अडचण असूनदेखील स्थगित झाले नाहीत. म्हणून, शासनाने या दिशेने अनेक पूरक रोजगारनिर्मिती योजनांची सुरुवात केली. जसे की, ग्रामीण बांधकाम कार्यक्रम, ग्रामीण द्रुतगती रोजगार योजना, रोजगार हमी योजना, राष्ट्रीय ग्रामीण रोजगार योजना, कामाच्या बदल्यात अन्न कार्यक्रम, ग्रामीण भूमिहीन रोजगार हमी योजन आणि इतर. यांपैकी काही योजनांचे येथे विश्लेषण केले आहे.

ग्रामीण द्रुतगती रोजगार योजना

नावाप्रमाणेच ग्रामीण विकासाची द्रुतगती योजना लहान कालावधीमध्ये महत्त्वपूर्ण प्रयत्न करून ग्रामीण विकास साधण्याचा प्रयत्न करते. या योजनेचा प्रारंभ १९७१ साली झाला. या कार्यक्रमाचे मुख्य उद्दिष्ट ग्रामीण दारिद्र्य निर्मूलन व त्याच बरोबर ग्रामीण भागांमध्ये टिकाऊ मालमत्ता निर्माण करणे हे होय.

कामाच्या बदल्यात अन्न कार्यक्रम

या कार्यक्रमाचे वैशिष्ट्य असे होते की यामध्ये अर्थसाहायित दरात अतिरिक्त धान्यसाठ्याचा रोजगार म्हणून वापर केला जात होता. या व्यवस्थेमुळे व्यक्तींना किमान उपभोगाची हमी व उपभोक्त्यांना किमान पोषणाची हमी दिली जाते. हा कार्यक्रम १९८० पर्यंत सुरू राहिला.

राष्ट्रीय ग्रामीण रोजगार योजना

हा कार्यक्रम सहाव्या पंचवार्षिक योजनेच्या काळात सुरू करण्यात आला. या कार्यक्रमाचा रोख दारिद्र्यविरोध हा होता. या कार्यक्रमाचे काही विशेष उद्देश पुढीलप्रमाणेः (*अ*) बेरोजगार व अल्प रोजगार असलेल्या ग्रामीण भागातील पुरुष व स्त्रियांसाठी अतिरिक्त उत्पन्न रोजगाराची निर्मिती करणे; (*आ*) टिकाऊ सार्वजनिक संपत्तीची निर्मिती करणे, ज्यायोगे ग्रामीण पायाभूत सुविधांचे दृढीकरण होऊन ग्रामीण अर्थव्यवस्थेची जलद गतीने वृद्धी होईल, तसेच ग्रामीण भागातील गरिबांच्या मिळकत पातळीमध्ये अव्याहत वाढ व त्यांच्या पोषणाचा दर्जा आणि जीवनमान सुधारेल (सिंग १९९६).

जवाहर रोजगार योजना

या योजनेचा प्रारंभ १९८९ साली दोन विद्यमान रोजगारनिर्मिती योजनांच्या एकत्रिकरणातून करण्यात आला, म्हणजेच, राष्ट्रीय ग्रामीण रोजगार योजना आणि ग्रामीण भूमिहीन रोजगार हमी योजना. या योजनेंतर्गत बेरोजगार ग्रामीण लोकांना उत्पन्न कमी असलेल्या काळात ज्यादा उत्पन्न संधी मिळाव्या म्हणून प्रयत्न करण्यात आले. सुरुवातीला या कार्यक्रमाने दारिद्र्यरेषेखालील लोकांना केंद्रस्थानी ठेवले, मात्र

नंतर अनुसूचित जाती, अनुसूचित जमाती आणि वेठबिगार कामगार यांनादेखील या योजनेत समाविष्ट करण्यात आले. जवाहर रोजगार योजनेचे मुख्य घटक पुढीलप्रमाणे होतः (*अ*) भौतिक संपत्तीची निर्मिती; (*आ*) अतिरिक्त रोजगार निर्मिती; (*इ*) इंदिरा आवास योजना; (*ई*) दशलक्ष विहीर योजना; (*उ*) रोजगाराने किमान वेतन कायदा पाळायला हवा; (*ऊ*) अन्नधान्य वाटप हा जवाहर रोजगार योजनेंतर्गत एक महत्त्वाचा घटक आहे; आणि (*ए*) खडू फळा योजना.

दुधाचा महापूर

दूध व दुग्धजन्य पदार्थांसंबंधी स्वयंपूर्ण होण्यासाठी 'दुधाचा महापूर' योजनेची सुरुवात १९७० साली झाली. देशभरातील जवळजवळ १ कोटी ग्रामीण दूध उत्पादक कुटुंबांना या कार्यक्रमात सहभागी करून घेण्यात आले ज्यायोगे, पुढे 'धवल क्रांती'ला सुरुवात झाली. या कार्यक्रमाचे मूळ १९६४ साली कैरा (खेड) जिल्हा सहकारी दूध उत्पादक संघ मर्यादित, जो आणंद मिल्क युनियन लिमिटेड (अमूल) या नावाने अधिक प्रसिद्ध आहे, या केंद्राने कान्जारी गावामध्ये देशातील सर्वप्रथम संगणकीकृत सुसज्ज पशुखाद्य योजना स्थापन केली. या कार्यक्रमाने खालील बाबींना महत्त्व दिलेः

- या अंतर्गत दुग्ध व्यवसाय प्रक्रियेच्या सुविधा आणि उत्पादनक्षमता वर्धित करण्याचा प्रयत्न करण्यात आला. तसेच नवीन शहरी दूध कारखान्यांची स्थापना करण्यात आली;
- शहरी बाजारपेठेचे मोठे क्षेत्र आधुनिक दुग्ध व्यवसायात समाविष्ट करण्यात आले;
- दळणवळणाच्या पायाभूत सुविधा विकसित करणे आणि प्रादेशिक आणि ऋतुनुसार भासणारी दुधाची कमतरता भरून काढण्यासाठी साठवणुकीच्या सोयीचे दृढीकरण करणे;
- ग्रामीण भागातील दूध प्रापण व्यवस्था सुधारणे;
- सरतेशेवटी, दुग्धशाळा निर्वाहाची सुधारणा घडवून आणणे. ही सुधारणा पोषण व व्यवस्थापन, पशुपैदास, पशुविषयक आरोग्य सेवा, पोषक आहार पुरवठा आणि यांच्याशी संबंधित इतर विस्तारित सेवा यांद्वारे होईल.

दुधाचा महापूर या योजनेद्वारे देशव्यापी दुग्धशाळा विकासाचे अमूल प्रारूप राबवण्याचा प्रयत्न झाला. यशाची ही गाथा अजूनही सुरू आहे.

अंत्योदय योजना

'अंत्योदय' याचा शब्दशः अर्थ 'सर्वांत शेवटच्या स्तरावरील व्यक्तीचा विकास' असा होतो. ही विशेष योजना १९७७ साली सर्वप्रथम राजस्थानमध्ये राबवण्यात

आली व नंतर अनेक राज्यांनी पुढे ती अमलात आणली. २५ गावांमधील १२५ कुटुंबांची क्षेत्रपातळीवर माहिती संकलित करून सर्वेक्षणानंतर या योजनेचा प्रारंभ झाला. या योजनेची अनेक वैशिष्ट्यपूर्ण आकर्षणे होती. जसे की, सार्वत्रिक व्याप्तीक्षेत्र, गरिबातील गरीब व्यक्तीचा एकसमान समावेश, संपूर्ण ग्रामीण गरिबांच्या समूहावर लक्ष केंद्रित करण्याऐवजी आधी गरिबातील गरीब म्हटल्या जाणाऱ्या गरिबांच्या सर्वांत लहान समूहाकडे लक्ष देणे, गरिबांना एक कल्पित समूह म्हणून वागणूक न देता गरीब कुटुंबांचा शोध घेणे, गरीब समूहांमध्ये जाऊन उपभोक्त्यांचा शोध घेणे. योजनेअंतर्गत उपभोक्त्या कुटुंबांना त्यांच्यासाठीचा साहाय्य संच ठरविण्यासाठी सोबत घेण्यात आले. उपभोक्त्या कुटुंबांची निवड करण्यासाठी या योजनेमध्ये आर्थिक निकषांवर अवलंबित्व होते. या योजनेमध्ये, सहकारी संस्थांकडून घेतलेल्या कर्जावर शासनातर्फे व्याज अर्थसाहाय्य दिले जात होते व साहाय्य पैशांच्या स्वरूपात नसून वस्तुस्वरूपात दिले जात होते. सरतेशेवटी, ही योजना लवचीक करण्यात आली.

एकात्मिक ग्रामीण विकास कार्यक्रम

हा कार्यक्रम म्हणजे भारतातील एकमेव दारिद्र्य निर्मूलनाचा कार्यक्रम मानला जातो. या कार्यक्रमाची सुरुवात १९७८-७९ साली २३०० गटांमध्ये करण्यात आली व नंतर संपूर्ण देशभरातील गटांमध्ये या कार्यक्रमाचा विस्तार झाला.

ग्रामीण भागातील गरिबांना दारिद्र्यातून मुक्त करणे यासाठी या कार्यक्रमांतर्गत प्रयत्न करण्यात आले. म्हणूनच दर वर्षी ६०० कुटुंबांना दारिद्र्य रेषेच्या वरच्या पातळीवर नेणे असे ध्येय ठरविण्यात आले. ऑक्टोबर १९८० पर्यंत या कार्यक्रमाचा विस्तार संपूर्ण देशातील ५०११ गट समाविष्ट होतील इतपत करण्यात आला. भारतीय ग्रामीण विकास कार्यक्रम संबंधी पडताळून बघण्यात आलेल्या व गुणात्मक वाटलेल्या अनेक दृष्टिकोनांचे एकत्रीकरण म्हणजे हा कार्यक्रम होय. हे दृष्टिकोन म्हणजे संकलित ग्रामीण विकास कार्यक्रमांचा संच म्हणता येईल, लहान व मध्यम शेतकरी विकास योजनेचा विशिष्ट समूह दृष्टिकोन, दुष्काळप्रवण क्षेत्र कार्यक्रम आणि प्रभाव क्षेत्र विकास कार्यक्रमाचा समूह दृष्टिकोन आणि अंत्योदय योजनचे *अंत्योदय* दृष्टिकोन इत्यादी खेडेगाव व उपभाक्त्यांची निवड करून कार्यक्रम यशस्वीपणे राबविण्यासाठी या कार्यक्रमाचा द्वय दृष्टिकोन ठेवला, म्हणजेच, गावांच्या निवडीसाठी समूह दृष्टिकोन व *अंत्योदय* दृष्टिकोन, ज्यायोगे गरिबातील गरीब व्यक्तीची उपभोक्ता म्हणून निवड करण्यात येईल.

या कार्यक्रमाद्वारे वृद्धिंगत ग्रामीण उत्पादन, अधिक सामाजिक आर्थिक विकास आणि विकासाच्या प्रक्रियेमध्ये मोठ्या प्रमाणात लोकांचा सहभाग अपेक्षित होता.

ग्रामीण युवक स्वरोजगार प्रशिक्षण

ग्रामीण युवकांमधील वाढती बेरोजगारी कमी करण्यासाठी एकात्मिक ग्रामीण विकास कार्यक्रमाचा महत्त्वपूर्ण भाग म्हणून १९७९ साली ग्रामीण युवक स्वयंरोजगार प्रशिक्षण योजना सुरू करण्यात आली. या कार्यक्रमामध्ये १८-३५ वयोगटातील ग्रामीण युवकांवर भर देण्यात आला. यायोगे युवकांना कौशल्य प्रशिक्षण देण्यात येऊन त्यांना उदरनिर्वाह करता यावा असे अभिप्रेत होते. प्रशिक्षण सुरू असताना व्यवस्थित पगार आणि प्रशिक्षणानंतर स्वयंरोजगारासाठी करावयाच्या प्रयत्नांमध्ये आर्थिक साहाय्य हेदेखील या कार्यक्रमाचे घटक होते.

राष्ट्रीय ग्रामीण रोजगार हमी कायदा

सन २००५चा राष्ट्रीय ग्रामीण रोजगार हमी कायदा म्हणजे भारताच्या ग्रामीण विकासाच्या इतिहासातील एक महत्त्वपूर्ण टप्पा मानला जातो. केंद्र सरकारद्वारे हा कायदा २००६ साली अमलात आणण्यात आला. हा कायदा पूर्वीच्या रोजगार निर्मिती योजनापेक्षा वेगळा होता कारण नरेगानुसार सर्वप्रथम भारतातील दरिद्री लोकांना कायद्याने रोजगार हमी देण्यात आली. या कायद्यानुसार प्रत्येक ग्रामीण कुटुंबाला १०० दिवस अकुशल कामांची हमी देण्यात आली. पुढे या कायद्यात असेही स्पष्ट करण्यात आले आहे की, सरकार जर गरिबांना रोजगार देऊ शकले नाही तर बेरोजगार भत्ता देण्यास बांधील आहे. ग्रामीण भागात दारिद्र्य निर्मूलन करणे आणि पाण्याचे टाके, मृदा संवर्धन यांसारख्या कामांतून गावांना स्वावलंबी बनविणे अशी उद्दिष्टे होती. सुरुवातीला, २७ राज्यांमधील २०० सर्वांत मागास जिल्हे हा कार्यक्रम राबविण्यासाठी निवडण्यात आले. केंद्रीय ग्रामीण विकास मंत्रालयाच्या माहितीनुसार, १.३६ कोटी पेक्षा अधिक लोकांना—एकूण भारतीय लोकसंख्येच्या १% पेक्षा अधिक—या कायद्यांतर्गत काम देण्यात आले. या कार्यक्रमाचे परिशिष्ट १ नुसार 'योजनेचा केंद्रबिंदू' म्हणून ८ प्रकारची कामे नमूद करण्यात आली. त्यातील काही पुढीलप्रमाणे:

१. जल संवर्धन व जल संधारण; दुष्काळ रोधन (वनीकरण व वृक्ष लागवड यांसहित), जलसिंचन कालवे (सूक्ष्म व लघु सिंचन);
२. जमीन सुधारणेअंतर्गत अनुसूचित जाती व जमातींच्या कुटुंबाच्या मालकीच्या जमिनीवर सिंचनाची सोय उपलब्ध करून देणे किंवा भारत सरकारच्या इंदिरा आवास योजनेअंतर्गत लाभार्थींना सिंचन व्यवस्था उपलब्ध करून देणे.
३. पारंपरिक जलसाठ्यांचे नूतनीकरण (टाक्यांमधील गाळ काढणे);
४. जमीन विकास;

५. पूरनियंत्रण व सुरक्षा कामे (पाणी साठलेल्या क्षेत्रातील जलनिःसारण);
६. सर्व प्रकारच्या हवामानात ग्रामीण भागात रस्तेजोडणी करणे.

याचबरोबर, शेष नऊ प्रकार आहेत, म्हणजेच अशी कुठलीही कामे जी राज्य सरकार बरोबर चर्चा करून केंद्र सरकार द्वारा अधिसूचित केली जाऊ शकतात.

या कायद्यानुसार, प्रत्येक राज्याने ग्रामीण रोजगार हमी योजना पारित झाल्यानंतर सहा महिन्यांच्या कालावधीच्या आत राबविणे गरजेचे असते. ठळकपणे सांगावयाचे झाले तर, ग्राम आणि मध्यम पंचायतींना योजना राबविण्याचे काम असून समन्वय साधण्याचे काम मात्र जिल्हा पातळीवर होते. नियोजन, अवलोकन आणि अधीक्षण मात्र सर्वच पातळ्यांवर होते. एप्रिल २००८ पासून हा कायदा सर्वत्र विस्तारित करण्याचा निर्णय शासनाने घेतला.

प्रमुख शहरी विकास कार्यक्रम

या विभागामध्ये चर्चेसाठी काही महत्त्वाचे शहरी विकास कार्यक्रम निवडण्यात आले आहेत. जसे की, जवाहरलाल नेहरू राष्ट्रीय शहरी नवीकरण कार्यक्रम, नेहरू रोजगार योजना, गरिबांसाठी शहरी मूलभूत सेवा; आणि शहरी झोपडपट्टी परिसर सुधारणा.

जवाहरलाल नेहरू राष्ट्रीय शहरी नवनिर्माण कार्यक्रम

ही एक अजस्त्र अशी शहर आधुनिकीकरण योजना आहे, ज्याची सुरुवात भारत सरकारने २००५ साली केली. २० अब्ज डॉलर्स एवढी प्रचंड गुंतवणूक सात वर्षांच्या कालावधी साठी यात केली गेली. ही मूळ योजना तत्कालीन पंतप्रधान मनमोहन सिंग यांनी २००५ साली सुरू केली. ज्याचे मूळ उद्दिष्ट शहरांमधील जीवनमान आणि पायाभूत सुविधांचा दर्जा सुधारणे हे होते. या कार्यक्रमासाठी देण्यात येणारे साहाय्य दोन प्रकारांत विभागले गेले आहे–वित्तीय साहाय्य व क्षेत्र साहाय्य. या प्रकल्पाचे दोन उप कार्यक्रम आहेत.

१. *शहरी पायाभूत सुविधा उप-कार्यक्रम आणि अभिशासन*: जलपुरवठा, स्वच्छता, नाल्यांसंबंधीची कामे, घन कचरा व्यवस्थापन, रस्त्यांचे जाळे, शहरी वाहतूक, जुन्या शहरांचा पुनर्विकास ज्यामध्ये तेथील पायाभूत सुविधा सुधारणे, औद्योगिक आणि व्यापारी वस्तीचे लांबच्या क्षेत्रांमध्ये पुनर्स्थापन इत्यादी.
२. *शहरी गरिबांसाठी मूलभूत सेवांचा उप-कार्यक्रम*: या कार्यक्रमाचे मुख्य उद्दिष्ट झोपडपट्ट्यांचा संयुक्तिक विकास करणे हे आहे. हे उद्दिष्ट साध्य करताना शहरी गरिबांसाठीची उपयुक्तता वाढवण्यासाठी निवारा, मूलभूत सेवा पुरवणे व इतर नागरी सुविधा पुरवणे यांचा समावेश होतो.

उद्दिष्टे

कार्यक्रमाच्या मूळ संहितेमध्ये म्हटल्याप्रमाणे जवाहरलाल नेहरू राष्ट्रीय शहरी नवनिर्माण कार्यक्रमाची काही महत्त्वाची उद्दिष्टे खालीप्रमाणे मांडता येतील:

- या कार्यक्रमांतर्गत येणाऱ्या शहरांमध्ये पायाभूत सेवांचा संयुक्तिक विकास यावर भर देण्यात आला आहे.
- शाश्वत कार्यक्रमासाठी मालमत्ता निर्मिती व मालमत्ता व्यवस्थापन यांमध्ये दुवा सांधणे
- शहरी पायाभूत सुविधांबाबतीतील उणिवा दूर करण्यासाठी पुरेशा निधीची व्यवस्था करणे;
- निवडलेल्या शहरांमध्ये नियोजित विकास ज्यामध्ये नागरी परिसीमान्त प्रदेश, वाढीव प्रदेश आणि शहरी मार्गिका इत्यादीचा समावेश होतो, ज्यायोगे शहरीकरण विस्तारित झाले आहे;
- नागरी सुविधा आणि सेवांचा पुरवठा वाढवणे, ज्यायोगे शहरी गरिबांना सार्वत्रिक उपलब्धता असेल;
- जुन्या शहरी भागातील दाटी कमी करण्यासाठी शहरी नवनिर्माण कार्यक्रमांवर विशेष भर.
- शहरी गरिबांना मूलभूत सेवा पुरवणे जसे की, परवडणाऱ्या किमतीवर कार्यकालाची शाश्वती, निवास सुधारणा, पाणीपुरवठा आणि स्वच्छता, शिक्षण, आरोग्य आणि सामाजिक सुरक्षिततेसाठी शासनाच्या इतर सार्वत्रिक सेवांचा पुरवठा.

मूल्यांकन

भारताच्या एकूण राष्ट्रीय नियोजनामध्ये ग्रामीण विकासाला इष्टतम अग्रक्रम आहे. सन १९५२ मध्ये प्रारंभ झालेला क्षेत्र विकास कार्यक्रम ५० वर्षांहून अधिक काळामध्ये नियोजन प्रक्रियेचा अविभाज्य भाग म्हणून अजूनही राबवला जात आहे. सामाजिक आर्थिक संदर्भ व केंद्रामध्ये असलेल्या राजकीय स्वरूपानुसार वेळोवेळी अग्रक्रम मात्र बदलत जाताना दिसतो. पंचवार्षिक योजनांचा आढावा घेतला असता हे सिद्ध करणे सोपे जाईल. उदाहरणार्थ, क्षेत्र विकास कार्यक्रम पहिल्या पंचवार्षिक योजनेमध्ये केंद्रस्थानी होता ज्यामध्ये समानतेसह राष्ट्रबांधणी समाविष्ट होती. दुसऱ्या पंचवार्षिक योजनेच्या काळातील ग्रामीण विकास कार्यक्रमांची पीछेहाट झालेली दिसते कारण या काळात औद्योगिकीकरणाला अग्रक्रम देण्यात आला होता. परिणामी, पहिल्या पंचवार्षिक योजनेमध्ये भर असलेल्या कृषी उत्पन्नामध्ये मोठ्या

प्रमाणात घट झाली. दुसऱ्या योजनेच्या काळात निर्माण झालेला अन्नधान्य तुटवडा आणि अन्नधान्य वाढविण्यासाठीचा नवीन दृष्टिकोन या दोन्हीवर प्रशासनामध्ये काम सुरू होते. याच काळात, फोर्ड फाऊंडेशन प्रायोजित अमेरिकी कृषी वैज्ञानिकांच्या एका गटाने अन्नधान्य तुटवडा भरून काढण्यासाठी एक पर्यायी संयुक्तिक कृषी उत्पन्न कार्यक्रम चर्चेसाठी पुढे मांडला. यावरून, संयुक्तिक कृषी विकास कार्यक्रमाचा जन्म झाला असे म्हणता येईल. हा एक संच कार्यक्रम म्हणून सुरुवातीला निवडलेल्या सात जिल्ह्यांमध्ये राबवण्यात आला. परंतु, १९६०-६१ पर्यंत आणखी जिल्हे यात समाविष्ट करण्यात आले. क्षेत्र विकास कार्यक्रमाच्या समानता आधारित निकषाच्या विरुद्ध या कार्यक्रमामध्ये संसाधने वाटपासाठी केंद्रित तत्त्वावर भर देण्यात आला. कृषी पातळीवर पूरक व्यवसाय आणि सेवा यांच्या मदतीने कृषी उत्पन्न वाढविणे हे या कार्यक्रमाचे मुख्य उद्दिष्ट होते. म्हणूनच, कृषी नियोजन हा या कार्यक्रमाचा गाभा होता. कृषी उत्पन्नाचा तुटवडा भारून काढण्यासाठी १९६०च्या शेवटाकडे अनेक वृद्धीअभिमुख कृषी विकास कार्यक्रम प्रारंभिले गेले. जसे की, संयुक्तिक कृषी क्षेत्र कार्यक्रम, वर्धित उत्पन्न बियाणे कार्यक्रम, संयुक्तिक पशु विकास कार्यक्रम. परंतु, नंतर असे लक्षात आले की, १९६०चे वृद्धी अभिमुख कार्यक्रम ग्रामीण दारिद्र्य कमी करण्यात अपयशी ठरले. म्हणून 'दुर्बल जनां'साठी व 'आर्थिकदृष्ट्या मागास क्षेत्रां'साठीचे विशेष कार्यक्रम राबवण्यात आले. यांमध्ये लहान शेतकरी विकास योजना, मध्यम शेतकरी विकास योजना, दुष्काळप्रवण क्षेत्र कार्यक्रम, आदिवासी क्षेत्र विकास कार्यक्रम इत्यादीचा समावेश होतो ज्यायोगे स्वयंरोजगाराच्या माध्यमातून ग्रामीण दारिद्र्य व मागासलेपण कमी करणे शक्य होईल. मध्यंतरीच्या काळात, इतर रोजगार निर्मिती कार्यक्रमांना पूरक म्हणून किमान गरजा कार्यक्रम सुरू करण्यात आला. त्याचबरोबर, नागरी सुविधा आणि सामूहिक सोयींची तरतूद करण्यात आली. तथापि, वरील सर्व प्रयत्न करूनदेखील ग्रामीण दारिद्र्य नष्ट झाले नाही. संयुक्तिक ग्रामीण विकास कार्यक्रम हा शासनाचा दारिद्र्य निर्मुलानासाठीचा एक उतावळा प्रयत्न ठरला. परंतु, ग्रामीण भारतातील परिस्थितीमध्ये सर्वंकष प्रगती घडवून आणण्यासाठी हा कार्यक्रम अपयशी ठरला. मध्यंतरी, काही जुने कार्यक्रम/योजना स्थगित करून नव्या योजना सुरू करण्यात आल्या व प्रयोग सुरूच राहिले. याखेरीज, राजकीय हस्तक्षेपामुळे व राजकीय पक्षांच्या वेगवेगळ्या विषय पत्रिकांमुळे व ग्रामीण विकासात हस्तक्षेप करून स्वतःचा मतदारसंघ तयार करणे यासाठीच्या धडपडीमुळे मध्यंतरीच्या काळात परिस्थिती अधिकच बिकट झाली. ग्रामीण विकास कार्यक्रमांमध्ये राजकीय हस्तक्षेप झाला की, अनेक उदाहरणे समोर येतात.

निष्कर्षात्मक निरीक्षणे

या आधीच्या विश्लेषणामध्ये १९९० पासून सुरू झालेल्या विकेंद्रीकरणाच्या प्रक्रियेला शोधण्याचा प्रयत्न करण्यात आला आहे. विकेंद्रीकरणाला सुशासनासाठीची एक पूर्वअट मानण्यात आले आहे. सर्वंकषवादी राजवटीपासून ते कथित लोकशाहीपर्यंत सर्वच संकल्पनांनी या प्रशस्त संकल्पनेचा आधार घेतलेला दिसतो. एक लवचीक आणि प्रवाही विचार म्हणून सर्वच विचारधारांना हा विचार मानवतो. या संकल्पनेचे मूळ शोधण्याचा प्रयत्न केला असता असे लक्षात येते की, या संकल्पनेचा उगम कुठल्याही विशिष्ट अशा विचारधारेत नाही. तसेच, डाव्या व उजव्यांनी त्यांच्या हितसंबंधांप्रमाणे ही संकल्पना वापरली आहे. पारंपरिकदृष्ट्या, सार्वजनिक संघटनेतील अति नोकरशाहीचा ताण कमी करण्यासाठीचा नव उपक्रम म्हणून या संकल्पनेकडे बघण्यात आले. परंतु, जागतिकीकरणाच्या आगमनापासून या संकल्पनेकडे बाजारपेठेचा पोशिंदा असे बघण्यात आले. भारतामध्ये विकेंद्रीकरणाच्या प्रयोगांची सुरुवात १९९२ सालापासून काही पठडीबाहेरील कायद्यान्वये करण्यात आली. भारतीय राजकारणाच्या तृणमूल पातळीवर महत्त्वपूर्ण बदल घडवून आणले म्हणून ७३ व ७४व्या घटनादुरुस्ती कायद्यांचे खूप कौतुक झाले. या कायद्यांद्वारे स्थानिक अभिशासनाचे स्वरूप अवलंबित्वाकडून स्वावलंबनाकडे असा बदल या योगे घडवून आणण्यात आला. या घटनादुरुस्त्यांच्या माध्यमातून ग्रामीण व शहरी स्थानिक संस्थांना घटनात्मक मान्यता देण्यात आली. तसेच, त्यांच्या माध्यमातून, अनियमित मतदान, भावनांचा बीमोड करणे, अपुरे प्रतिनिधित्व, तोकडे अधिकारप्रदान, प्रशासकीय व वित्तीय स्वायत्ततेची कमतरता आणि अपुरी संसाधने या सततच्या अडचणींवर विचार करण्यात आला. नव्या प्रक्रियेद्वारे, ग्रामीण व शहरी भागांमध्ये स्थानिक स्वराज्य संस्थांचे लोकशाहीकरण करण्यात आले. ज्यायोगे लोकशाहीला तृणमूल पातळीवर आणण्यात आले.

भारतामध्ये विकेंद्रीकरणाची सुरुवात आणि मुक्त बाजारपेठ अर्थव्यवस्थेमध्ये भारताचा प्रवेश या गोष्टी एकाच वेळी घडल्या असल्या तरी त्याचे श्रेय जागतिकीकरणाला देता येणार नाही. राजकीय पुढार्यांसमोरील अनेक राजकीय आव्हानांमुळे स्थानिक लोकशाहीचा मुद्दा पुढे आलेला दिसतो. १९७० व ८०च्या दशकांमध्ये संपूर्ण देशभर वांशिक, राजकीय आणि भाषीय संदर्भाने झालेल्या अनेक स्थापना विरोधी चळवळी याला कारण ठरल्या. ईशान्य भारत, पंजाब आणि उत्तरेकडील पश्चिम बंगाल या राज्यांमधील लष्करी फुटीरतावादी चळवळी व बिहार आणि उत्तर प्रदेश मधील वेगळ्या राज्यांसाठीच्या मागण्या यांमुळे भारतीय राष्ट्राच्या शासन करण्याच्या क्षमतेवर प्रश्नचिन्ह उठले. या काळात भारत राष्ट्रावरील तणाव कमी करण्यासाठी, तृणमूल पातळीवरील लोकांबरोबर सत्ता विभागून घेणे हा एक उतावीळ प्रयत्न केला

गेला असे मानले जाते. याखेरीज, विकेंद्रीकरणाच्या या योजनेने आणखी एका कारणासाठी लक्ष वेधून घेतले होते. या योजनेमुळे विरोधकांची सत्ता असलेल्या बेडर आणि असमाधानी राज्यांचे अधिकार कमी करून व राज्य शासनाला डावलून थेट जिल्हाधिकारी व पंचायत राज संस्थांशी संबंध साधता येणे सोपे झाले होते. या कायद्यांनुसार स्थानिक अभिशासनाचा चेहरा मोहराच बदलून टाकावा असे अपेक्षित होते. तथापि, सुरुवातीचा काळ लोटल्यानंतर सत्य परिस्थिती वेगळीच आहे असे लक्षात आले. अति राजकीयीकरण, उत्तरदायित्वाची कमतरता, अधिकार व सत्ता दानामध्ये अस्पष्टता, राष्ट्राचा हस्तक्षेप आणि त्यायोगे होणारा विषमतोलाचा विकास हे सर्व सत्य परिस्थिती चे घटक होते. म्हणूनच, स्थानिक शासनसंस्थांना खऱ्या अर्थाने स्वशासित संस्था बनविण्यासाठी पुढील पाऊले उचलणे गरजेचे आहेः एक, लोकांनी स्वशासनाची जबाबदारी उचलणे गरजेचे आहे. बऱ्याच वेळा अभ्यासकांना व नियोजकांना स्वशासनाची गरज वाटली म्हणून वरून लादण्यात आली असे लक्षात येते. म्हणून, स्थानिक अभिशासनात खऱ्या अर्थाने लोकसहभाग अपेक्षित असल्यास संबंधित लोकांच्या मताला महत्त्व देणे गरजेचे आहे. दुसरे, तथाकथित तिसऱ्या स्तराचे दृढीकरण होणे गरजेचे आहे. हे दृढीकरण उपराष्ट्रीय स्तरावरील अनेक पातळ्यांवरील भागीदारी ज्यामध्ये विकासाचे विविध भागीदार समाविष्ट असतील, जसे की, शासन, अशासकीय विभाग, सुसंस्कृत समाज संघटना, खाजगी व्यापारी संस्था इत्यादी याद्वारे होऊ शकेल. तिसरे, स्थानिक अभिशासनाकडे सकल्यक दृष्टिकोनातून बघणे गरजेचे आहे ज्यामध्ये ग्रामीण व शहरी स्वशासित संस्थांना कक्षीय पद्धतीने वागविले जाऊ नये. याचे कारण असे की, ग्रामीण व शहरी विकास परस्परावलंबी असल्याने एकाचे यश हे दुसऱ्याच्या यशावर अवलंबून असते. म्हणून, आपण घटनादुरुस्ती कायद्यांच्या 'ग्रामीण व शहरी कल' यापलीकडे बघितले पाहिजे.

टिपा

१. उत्तर फोर्डवादी संस्था संकल्पना फोर्डवादी संस्था संकल्पनेच्या विरुद्ध पुढील बाबींवर आधारित आहे

मोठ्या प्रमाणावर उपभोग्यता, भांडवलकेंद्री अर्थरचना, ताठर श्रेणीबद्ध आणि नोकरशाही स्वरूपाची व्यवस्थापकीय संरचना, अर्धकुशल कामगारांद्वारे काम, प्रबळ संघटन इत्यादीचा संबंध हा, मानकीय उत्पादनाचे मोठ्या प्रमाणावरील उत्पादनावर आधारित फोर्डवादी संकल्पनेपेक्षा उत्तर फोर्डवादी संकल्पना संस्थेच्या नवीन स्वरूपावर आधारित आहे. जसे की, लहान उपक्रम, बाजारपेठेतील विशिष्ट ग्राहकांना पुरवण्यासाठी काही विशिष्ट वस्तू व सेवांचे मागणीप्रमाणे उत्पादन करणे, याच्याशी आहे (जॅरी आणि जॅरी २०००).

उत्तर फोर्डवादी संस्थांची काही वैशिष्ट्ये पुढीलप्रमाणे होतः नवउद्योगांचा उदय आणि मोठ्या प्रमाणावरील उत्पादनकेंद्रांचा विलय (उदाहरणार्थ, धुराने काळवंडलेले कारखाने), कामगार प्रक्रियेचे आणि कार्यसंरचनेचे विकेंद्रीकरण आणि सुलभीकरण, कामगार संघटना वर्चस्वाचा विलय आणि पांढरपेशा कामगारांचा वाढलेला प्रभाव, व्यक्तीविशिष्ट उत्पादनांद्वारे उपभोगाच्या स्वरूपामध्ये झालेला बदल. अधिक तपशिलासाठी जॅरी आणि जॅरी (२०००) बघा.

२. इमरी आणि राको (१९९९) यांनी स्थानिक अभिशासनाची संकल्पना विशद केली आहे. अधिक तपशिलासाठी इमरी आणि राको (१९९९) बघा.

३. भारतामध्ये व्यापार आणि राजकारण यांमधील संबंध हे सूज्ञ स्वरूपाचे आहेत. भारतीय राजकारणामध्ये हे संबंध कायम प्रच्छन्न राहिले असून, जवळकीचे संबंध असूनदेखील उद्योजक आणि राजकारणी या परस्परसंबंधांबाबत आश्वस्त दिसत नाहीत.

४. स्थानिक स्वराज्य संस्थांना वित्तपुरवठा करणे हा नेहमीच वादाचा मुद्दा असतो. संसाधनांची कमतरता आणि अधिक प्रमाणात वित्त उपलब्ध असावे याबाबत स्थानिक संस्था कायम मागणी करताना दिसतात. स्थानिक अभिशासनाचा प्रारंभ आणि त्यायोगे स्थानिक संस्थांना स्वतः वित्तनिर्मिती करता यावी यासाठी परवानगी देणे यामुळे वर नमूद केलेल्या परिस्थितीमध्ये समाधानकारक सुधारणा झालेली दिसते.

५. खासगी उद्योजकांना स्पर्धात्मक लिलावाद्वारे सार्वजनिक सेवा कंत्राट पद्धतीने देऊ करणे ही सार्वजनिक सेवा सुधारणेची पद्धत संपूर्ण जगभर प्रचलित ठरली आहे. आर्थिक तोटा होत असलेल्या सार्वजनिक क्षेत्र उपक्रमांमध्ये स्पर्धात्मकतेच्या माध्यमातून चालना देऊन त्यांना मदतीचा हात पुढे करण्यासाठी ही पद्धत आता मोठ्या प्रमाणात वापरली जात आहे.

६. दर्जात्मक सेवा उपक्रमांमध्ये सर्वंकष दर्जा व्यवस्थापन (TQM), समोरासमोर सेवा, नागरी सनद इत्यादीचा समावेश होतो.

७. संपूर्ण दर्जा व्यवस्थापनाद्वारे ग्राहकांना अत्यंत सौजन्यशील मार्गाने जलद, अचूक आणि निःपक्षपाती पद्धतीने सेवा पुरवण्याचा प्रयत्न असतो. दर्जा व्यवस्थापन हे आता दर्जा हमी जाहीरनाम्याशी समानार्थी ठरले आहे. जपानी औद्योगिक रचना पुनरुज्जीवित होण्यासाठी हातभार लावणारे डब्लू. एडवर्ड डेमिंग यांच्या कार्यामध्ये या संकल्पनेचे मूळ सापडते.

८. सर्वसाधारणपणे एखादे विशिष्ट उत्पादन अथवा सेवेबाबत लोकांचे मत जाणून घेण्यासाठी नागरिकांची प्रगतिपुस्तक ही पद्धत वापरली जाते. या पद्धतीमध्ये नागरिकांना प्रश्नपत्रिकेच्या माध्यमातून सेवांच्या दर्जाबाबत मत व्यक्त करायला सांगितले जाते.

९. पारंपरिकरित्या, नागरिकांना कुठल्याही निवडीचे स्वातंत्र्य नसलेले अक्रियाशील ग्राहक मानले जाते. नव लोकव्यवस्थापन या नव्या पैलूमुळे मात्र या मानकामध्ये मोठ्या प्रमाणात बदल झालेला दिसून येतो.

१०. आजकाल, शासनाने हसतमुख ठेवावयाचे सक्रीय ग्राहक म्हणून नागरिकांकडे बघितले जाते.

११. स्थानिक अभिशासनाचे आता एकत्रित उपक्रम असे संकल्पनीकरण केले जाते. या उपक्रमामध्ये शासन, खाजगी संस्था आणि अशासकीय संस्था सहसंबंधित असतात.

१२. भारतामध्ये स्थानिक अभिशासनाला समृद्ध वारसा असूनदेखील घटनात्मक दर्जा मिळण्यासाठी १९९२ साल उजाडावे लागले. वसाहतवादी राज्यकर्ते हे ब्रिटिश राजवटीच्या हितसंबंधांसाठी कार्यरत होते. अशा प्रकारे, स्थानिक अभिशासन केवळ प्रशासकीय उपक्रम होता असे लक्षात येते. लॉर्ड रिपन यांच्या काळापासून झालेली स्थानिक अभिशासनाची औपचारिक संस्थात्मक दिशेने वाटचाल पुढे अपयशी ठरली. स्थानिक लोक कायम परिघाबाहेर राहिले. या लोकांना स्थानिक अभिशासनामध्ये सामावून घेण्यासाठी कुठलेही प्रामाणिक प्रयत्न केले गेले नाहीत. स्वातंत्र्योत्तर काळामध्ये देखील स्थानिक अभिशासनाचे चित्र फारसे बदललेले दिसले नाही. या काळामध्ये केवळ शासक बदलले असले तरी, मूळ अभिशासनामध्ये फारसा बदल झाला नाही. परिणामी, अभिशासनाचा मुद्दा राज्यघटनेतील केवळ शोभेचा भाग म्हणून नाममात्र उरला होता. त्यानंतर १९९२मध्ये नरसिंहराव यांचे सरकार असताना स्थानिक अभिशासनाला सरतेशेवटी घटनात्मक दर्जा देण्यात आला.

१३. परंपरागत भारतीय स्थानिक लोकशाहीमध्ये स्थानिक अभिशासन भारतीय संस्कृती इतकेच जुने मानले गेले आहे. भारतामध्ये शतकानुशतके सचेतन स्थानिक लोकशाहीची परंपरा कायम राहिली आहे. शिवाय, केंद्र पातळीवर साम्राज्याचे चढउतार असूनदेखील या लोकशाहीवर कुठलाही परिणाम न होता ती स्व-पर्याप्त राहिली. तथापि, महात्मा गांधी, टागोर इत्यादी काही द्रष्ट्या व्यक्ती सोडल्या असता या 'लहान ग्रामीण गणतंत्रांची' खरी ताकद जाणून घेण्याच्या दृष्टीने काही महत्त्वाचे प्रयत्न केले गेले नाहीत.

१४. टागोर आणि गांधी यांसारख्या विविध द्रष्ट्या विचारवंतांनी देशाच्या प्रगतीच्या दृष्टीने ही परंपरा कायम राहावी यासाठी आपापल्या पातळीवर प्रयत्न केले.

१५. ही लहान गणतंत्रे अभिशासनाची काही उल्लेखनीय उदाहरणे दर्शवतात.

१६. वसाहतवादी शासनाचे मुख्य उद्दिष्ट भारतावर राज्य करणे नव्हे तर ब्रिटिश राजवटीची सत्ता अधिक व्यापक बनवणे हे होते. म्हणून, वसाहतींमध्ये राहणाऱ्या लोकांचा विश्वास कायम राखण्याच्या दृष्टीने उचललेली अगदीच थोडी पावले वगळता वसाहतवादी शासनाने वसाहतींमध्ये अभिशासनाचा दर्जा सुधारण्याच्या दृष्टीने प्रयत्न केलेले दिसत नाहीत.

१७. स्थानिक अभिशासनाची तरतूद करताना वसाहतवादी सरकार चोखंदळ असल्याचे दिसून येते. वसाहतवादी सरकारने स्थानिक शासनाला प्रारंभ केला होता. मुख्यत्वे, शहरी भागांमध्ये, युरोपातील काही भागांमध्ये सैन्यदलांना व नागरिकांना सेवा पुरवण्याच्या दृष्टीने हा प्रारंभ झालेला दिसून येतो.

१८. साम्राज्य चालवण्याच्या सोईसाठी वसाहतवादी प्रशासनाने वसाहतवादी प्रशासनाचे केंद्रीकरण केले. शहरी स्थानिक अभिशासनासह मद्रास, बॉम्बे आणि कलकत्ता ही तीन महानगरीय केंद्रे किंवा प्रांत स्थापन केले व देशातील इतर सर्व भागांना या केंद्रांपासून दूर ठेवण्यात आले.

१९. *ग्राम स्वराज* ही संकल्पना गांधींच्या सामाजिक पुनर्बांधणी कार्यक्रमाचा गाभा होय. 'ग्रामीण स्व-राज्य' हा *ग्राम स्वराज* कल्पनेचा शब्दशः अर्थ होय. गांधींच्या मते स्वातंत्र्य ही एक सर्वसमावेशक कल्पना होय व स्वातंत्र्याचा आवाका केवळ शासक बदलण्याइतका सीमित नाही. त्यांच्या मते, विसंबून राहणे आणि अवलंबित्व यांपासून मुक्तता हे स्वातंत्र्याच्या संकल्पनेमध्ये अनुस्यूत आहे. हजारो भारतीय ग्रामीण भागांनी स्वावलंबी असावे असे त्यांना वाटे. यायोगे, प्रत्येक ग्रामीण भागाला स्वबळावर मूलभूत गरजा भागवता येतील. या गरजांमध्ये पुढील बाबींचा समावेश होतो – अन्न, वस्त्र, स्वच्छ जलपुरवठा, स्वच्छता, घरबांधणी आणि शिक्षण.

२०. भारतीय राज्यघटनेच्या शिल्पकारांना ग्रामीण गणतंत्रांबाबत तिरस्कार होता असे दिसून येते. पाश्चात्त्य आधुनिकता मानणारे हे शिल्पकार ग्रामीण गणतंत्रांना स्व-अभिशासन स्वरूपामध्ये रूपांतरित करणे हा संकुचित दृष्टिकोन मानत होते. म्हणून, त्यांनी ग्रामीण गणतंत्रांविरुद्ध युक्तिवाद केला.

संदर्भ

Andrew, Caroline and Michael Goldsmith. 1998. 'From Local Government to Local Governance: And beyond?', *International Political Science Review*, 19 (2, New Trends in Municipal Government, April): 101–17.

Baviskar, B.S. and George Mathew (eds). 2009. *Inclusion and Exclusion in Local Governance: Field Studies from Rural India*. New Delhi: SAGE Publications.

Bhattacharya, Mohit. 2008. *New Horizons of Public Administration*. New Delhi: Jawahar Publisher.

Cheema, G.S. and D.A. Rondinelli (eds). 1983. *Decentralization and Development:*

Policy Implementation in Developing Countries. Beverly Hills, California: SAGE Publications.

Denter, Bas and Lawrence E. Rose. 2005. *Comparing Local Governance: Trends and Developments*. New York: Palgrave Macmillan.

Desouza, Peter Ronald. 2002. 'Decentralization and Local Government: The "Second Wave" of Democracy in India', in Zoya Hasan, E. Sridharan, and R. Sudarshan (eds), *India's Living Constitution: Ideas, Practices, Controversies*. Delhi: Permanent Black.

Drèze, Jean and Amartya Sen. 2002. *India: Development and Participation*. New Delhi: Oxford University Press.

Fesler, James W. 1965. 'Approaches to the Understanding of Decentralization', *Journal of Politics*, 27 (3): 536–66.

GoI. 1957. 'Committee on Plan Projects: Study Team' (Chairman: Balwantrai G. Mehta). New Delhi: Planning Commission, Government of India.

Harris, Nigel. 2003. 'Globalization and the Management of Indian Cities', *Economic and Political Weekly*, 38 (25, 21 June).

Imrie, Rob and Mike Raco. 1999. 'How New Is the New Local Governance? Lessons from the United Kingdom', *Transactions of the Institute of British Geographers*, New Series, 24 (1): 45–63. Available at http://www.jstor.org/stable/623344 (accessed on 6 May 2008).

Iyer, Lakshmi, Ejaz Ghani, and Saurabh Mishra. 2010. 'Is Decentralization Helping the Lagging Regions?', in Ejaz Ghani (ed.), *The Poor Half Billion in South Asia: What Is Holding Back Lagging Regions?* New Delhi: Oxford University Press.

Jary, David and Julia Jary. 2000. *Collins Dictionary of Sociology* (3rd edition). Glasgow: HarperCollins Publishers.

Jayal, Nirja Gopal. 2007. *Local Governance in India: Decentralization and Beyond.* New Delhi: Oxford University Press.

Jha, S.N. and P.C. Mathur (ed). 1999. *Decentralization and Local Politics*. New Delhi: SAGE Publications.

Kothari, Rajni. 1988. *State against Democracy: In Search of Human Governance*. New Delhi: Ajanta.

Kumar, Girish. 2006. *Local Democracy in India: Interpreting Decentralization*. New Delhi: Sage Publications.

Meenakshisundaram, S.S. 1999. 'Decentralization in Developing Countries', in S.N. Jha and P.C. Mathur (eds), *Decentralization and Local Politics*. New Delhi: SAGE Publications.

Mukherjee, Nirmal. 1999. 'The Third Stratum', in S.N. Jha and P.C. Mathur (eds), *Decentralization and Local Politics*. New Delhi: SAGE Publications.

National Commission to Review the Working of the Constitution. 2001. 'Review of the Working of the Constitutional Provisions for Decentralization (Panchyats)', Consultation Paper, New Delhi.

Ohmae, Kenichi. 1994. *The Borderless World: Power and Strategy in Global Marketplace*. London: HarperCollins.

Palanithurai, G. 2005. 'Development Roles Reversed: People's Initiative and Government's Participation', in L.C. Jain (ed.), *Decentralization and Local Governance*. New Delhi: Orient Longman.

Rondinelli, D.A., J.R. Nellis, and G.S. Cheema. 1984. *Decentralization in Developing Countries*. Washington: World Bank.

Singh, Baldev. 1996. *Decentralization, Panchayati Raj and District Planning*. New Delhi: Atlantic Publisher and Distributers.

Singh, Katar. 2009. *Rural Development: Principle, Policies and Management* (3rd edition). New Delhi: SAGE Publications.

Srivastava, Ravi. 2002. 'Evaluation of Anti-Poverty Programmes in Uttar Pradesh: Study Report'. New Delhi: Planning Commission.

Vithal, B.P.R. 1997. 'Evolving Trends in the Bureaucracy', in Partha Chatterjee (ed.), *State and Politics in India*. New Delhi: Oxford University Press.

प्रकरण ७

समाजकल्याण प्रशासन

अध्ययनाची उद्दिष्टे

- समाजकल्याण आणि समाजकल्याण प्रशासन या संकल्पना समजून घेणे
- समाजकल्याण प्रशासनाची रचना व कार्ये उदाहरणासह स्पष्ट करणे
- समाजातील पददलितांच्या संरक्षणासाठी समाजकल्याण प्रशासनाची भूमिका विशद करणे
- भारतातील समाजकल्याण कार्यक्रमांची परिणामकारकता टीकात्मकदृष्ट्या अभ्यासणे व सदर कार्यक्रम अधिक परिणामकारक व फलदायी होण्यासाठी मार्ग सुचवणे

औद्योगिक समाजरचेनेतील सामाजिक समस्यांशी जोडीने 'समाजकल्याण' ही संकल्पना विकसित करण्यात आली. दारिद्र्य, आजारपण, पीडा आणि सामाजिक विसंघटन हे मानवजातीच्या इतिहासामध्ये अव्याहतपणे अस्तित्वात आहेत. परंतु, १९व्या व २०व्या शतकातील औद्योगिक समाजाला ज्या समस्या यापूर्वीच्या मानवी संस्थांना सोडवता येणे अशक्य होते, अशा अनेक सामाजिक समस्यांना तोंड द्यावे लागले. या संस्थांमध्ये कुटुंब, शेजार, चर्च आणि स्थानिक समुदाय यांचा समावेश होतो. म्हणूनच, सामाजिक सेवांच्या एका मोठ्या व्यवस्थेची गरज भासू लागली. त्या वेळेपासून, शासनाने नागरिकांच्या कल्याणाची अधिकाधिक जबाबदारी घेतलेली दिसते. प्रस्तुत प्रकरणामध्ये प्रामुख्याने 'समाजकल्याण' ही संकल्पना, समाजकल्याण प्रशासन व दुर्बल घटकांच्या रक्षणामधील त्याची भूमिका यावर चर्चा करण्यात आली आहे.

समाजकल्याणः संकल्पना

सामाजिक समस्या हाताळताना समाजासाठी केलेल्या संघटित तरतुदी व सेवा म्हणजे समाजकल्याण होय. या विषयातील काही उल्लेखनीय लेखकांनी समाजकल्याणाच्या याच व्यापक व्याख्येचे समर्थन केले आहे. वॉल्टर फ्रिडलँडर यांच्या मते, 'समाजकल्याण म्हणजे व्यक्ती आणि समूहांना त्यांच्या क्षमता विकसित करण्यासाठी व कुटुंब आणि समूहाच्या गरजा यांच्याशी एकसूत्र असलेले त्यांचे कल्याण याला प्रोत्साहन देण्यासाठी असलेल्या संघटित सेवा व संस्था होत. या सेवा व संस्था व्यक्ती

आणि समूहांना जीवनमान, आरोग्य, वैयक्तिक आणि सामाजिक संबंध यांबाबतीत समाधानकारक दर्जा साध्य करण्यास मदत करतात' (फ्रिडलँडर १९६७: ४). रिचर्ड तुतमस यांनी, 'व्यक्तीच्या विशिष्ट गरजा भागवण्यासाठी केलेले एकत्रित प्रयत्न किंवा व्यापक प्रमाणात समाजातील हितसंबंधांच्या गरजा भागवणे' अशी समाजकल्याणाची व्याख्या केली आहे. हॅरॉल्ड विलेन्स्की आणि चार्ल्स लेबॉक्स यांच्या मते समाजकल्याण म्हणजे अधिकृतपणे संघटित आणि समाजपुरस्कृत संस्था व कार्यक्रम होत, ज्यांचे मुख्य काम आर्थिक स्थिती, आरोग्य किंवा समाजाच्या काही भागांची वा संपूर्ण समाजाची आंतर्व्यक्तिगत सक्षमता कायम ठेवणे वा सुधारणे हे होय (विलेन्स्की आणि लेबॉक्स १९५८: १७). *एन्सायक्लोपेडिया ब्रिटानिका* (१९७२: ३८९) नुसार, समाजकल्याण 'कायदे व संस्थांची व्यवस्था आहे, ज्यायोगे शासन नागरिकांच्या आर्थिक व सामाजिक कल्याणाचे संरक्षण करण्याचा प्रयत्न करते. हे समाजकल्याण बेरोजगारी, अपघात, आजारपण, वार्धक्य यासारख्या विविध स्वरूपाच्या सामाजिक रक्षणावर आधारित असते'.

ढोबळमानाने, समाजकल्याणामध्ये मोठ्या प्रमाणात लोकांच्या कल्याण व हितसंबंधांचा समावेश असतो. यामध्ये लोकांच्या शारीरिक, मानसिक, आध्यात्मिक आणि आर्थिक गरजांचा समावेश असतो. अन्य शब्दांत सांगावयाचे झाल्यास असे म्हणता येईल की, समाजकल्याणमध्ये सामाजिक समस्या हाताळणे व सोडवणे यांसंबंधीच्या मूलभूत संस्था व प्रक्रिया यांचा समावेश होतो. या समस्या मोठ्या प्रमाणातील लोकांवर परिणाम करणाऱ्या असून त्या सोडवण्यासाठी सामूहिक प्रयत्नांची गरज असते. गरजू लोकांना मदत करणे हे कल्याणाचे उद्दिष्ट होय. तसेच, गरजूंना प्रतिकूल परिस्थितीतून बाहेर काढून स्वावलंबी बनवणे हे अंतिम उद्दिष्ट आहे. अमर्त्य सेन असे वक्तव्य करतात की, व्यक्तीच्या क्षमता वाढवण्यातून व्यक्तीला यश प्राप्त होण्याची संभावना असते व त्यावरच पुढे समाजाचे यश अवलंबून असते. स्वातंत्र्य वाढवणे हे विकासाचे एक साधन होय (सेन २०००). सेन पुढे असे म्हणतात की, जगभरातील अनेक लोक अनेक प्रकारांची 'पारतंत्र्ये' भोगत असतात, जी पारतंत्र्ये दुष्काळ, आरोग्यसेवेची कमतरता, लिंगभेद या स्वरूपांमध्ये असू शकतात. अशा परिस्थितीत, कल्याणाद्वारे व्यक्तींना आरोग्यदायी आयुष्य जगण्यासाठी लागणाऱ्या मूलभूत गरजा व सर्वांनाच मूलतः उपलब्ध असलेली स्वातंत्र्ये उपभोगण्याची क्षमता यांची तरतूद केली जाते. म्हणूनच, कल्याणाच्या स्वरूपामध्ये सरकारकडून साहाय्य आवश्यक असणाऱ्या उपेक्षित व्यक्तीसाठी कल्याणाचे महत्त्व अधिरेखित करणे गरजेचे ठरते. अँड्र्यू हेवूड यांनी कल्याणाच्या बाजूने खालील मते मांडली आहेत:

- याद्वारे सामाजिक सहयोग आणि राष्ट्रीय एकीचा पुरस्कार केला जातो, त्यामध्ये सर्व नागरिकांना समाजामध्ये 'हिस्सा' दिला जाऊन प्राथमिक सामाजिक मदतीची हमी दिली जाते;
- यायोगे स्वातंत्र्याची व्यापकता वाढवली जाते. म्हणजेच, लोकांचे दारिद्र्यापासून संरक्षण करून त्यांना त्यांच्या क्षमता जाणून घेण्यासाठी उपयुक्त अशी परिस्थिती निर्माण केली जाते;
- स्वसाहाय्य करू शकणार नाहीत अशांना मदत करून आणि सामाजिक वंचिततेवर मात करून कल्याणाद्वारे संपन्नतेची हमी दिली जाते;
- अधिकाधिक समानता प्रस्थापित करून आणि सामाजिक जबाबदारीच्या जाणिवेचे दृढीकरण करून कल्याणाद्वारे एक पुनर्वितरणाची यंत्रणा पुरवली जाते (हेवूड २००५ः १५२).

सामाजिक कल्याणाचे विविध दृष्टिकोन

विलान्स्की आणि लेबॉक्स (१९६७ः २३) यांनी त्यांच्या समाजकल्याणाच्या अभिजात विश्लेषणामध्ये दोन कल्पना मांडल्या आहेत–अवशिष्ट आणि संस्थासंबंधित. यातील पहिल्या कल्पनेद्वारे असे मांडण्यात आले की, पुरवठ्याच्या नैमित्तिक रचना, कुटुंब, बाजारपेठ यांचे विभंजन झाले तरच समाजकल्याण संस्था अस्तित्वात याव्यात. याविरुद्ध, दुसऱ्या कल्पनेमध्ये असे मांडण्यात आले आहे की, कल्याण सेवा या नैमित्तिक असून, त्या आधुनिक औद्योगिक समाजाची 'प्रथम रेषीय' कार्ये होत. कल्याण सेवांच्या मोहिमा या दोन कल्पनांभोवती केंद्रित आहेत. या मोहिमा एकीकडे, आर्थिक व्यक्तिस्वातंत्र्य आणि स्वतंत्र उपक्रम यांमधील तडजोड प्रतिबिंबित करतात आणि दुसरीकडे, सुरक्षा, समानता आणि मानवहितवाद यांमधील तडजोड दर्शवतात.

अवशिष्ट संकल्पना–कुटुंब आणि बाजारपेठेचे अर्थशास्त्र या दोन 'नैसर्गिक' मार्गांनी व्यक्तीच्या गरजा व्यवस्थित पुरवल्या जातात या पूर्वपक्षावर अवलंबून आहे. या पुरवठ्याच्या दोन अधिमान्य रचना आहेत. तथापि, या संस्था काहीवेळा त्यांची कार्ये पुरेशी बजावत नाहीत; कौटुंबिक जीवनाची उलथापालथ होते, उद्वेग दिसून येतो, किंवा काहीवेळा वार्धक्य अथवा आजारपणामुळे व्यक्ती नैमित्तिक मार्गाचा वापर करू शकत नाहीत. या कल्पनेनुसार, अशावेळी, गरजा भागवण्यासाठीची तिसरी यंत्रणा–म्हणजेच सामाजिक कल्याण रचना कार्यरत होते. याला आपत्कालीन कार्ये करणारी अवशिष्ट यंत्रणा मानले जाते आणि तसेच, नैमित्तिक सामाजिक रचना–कुटुंब आणि आर्थिक व्यवस्था–पुनः कार्यरत झाल्यानंतर या यंत्रणेने माघार

घेणे अपेक्षित असते. अवशिष्ट संकल्पना अमेरिकेमध्ये सद्यःस्थितीपेक्षा १९२९च्या आर्थिक मंदीच्या आधी लोकप्रिय ठरली.

संस्थासंबंधित संकल्पनेतून समाजकल्याणाप्रती गुंतागुंतीच्या व परस्परावलंबी समाजाचे अव्याहत कार्य आणि व्यक्तींना त्यांच्या क्षमतेची जाणीव करून देणारी व उपलब्ध संसाधनांचा योग्य वापर करणारी सर्वसाधारण सामाजिक संस्था म्हणून बघितले जाते. समाजकल्याण ही एक आपत्कालीन सेवा आहे या मान्यतेला ही संकल्पना छेद देते. व्यक्तींना स्वपूर्तता साध्य होण्यास मदत व्हावी म्हणून आधुनिक औद्योगिक समाजातील एक वाजवी, वैधानिक कार्य म्हणून समाजकल्याण याला मान्यता मिळाली आहे. आधुनिक जीवनाची गुंतागुंत मान्य केली गेली आहे. व्यक्तीची स्वतःसाठी तरतूद करण्याची किंवा कुटुंब वा कामाच्या रचनेमध्ये गरजा साध्य करण्याची अक्षमता याला 'सामान्य' परिस्थिती मानले जाते आणि साहाय्यकारी संस्थांना 'नैमित्तिक' संस्थांचा दर्जा प्राप्त होतो.

हे दोन दृष्टिकोन परस्परविरोधी दिसत असले तरी, प्रत्यक्षात अमेरिकी सामाजिक कार्याने या दोन्ही दृष्टिकोनांचे एकत्रीकरण करण्याचा प्रयत्न केला आहे व प्रचलित कल हे समाजकल्याणाचे मध्यम प्रवाह दर्शवतात. पॉल विबर्गर यांच्या मते कुठलीच विचारधारा ही अवकाशामध्ये अस्तित्वात नसून, ती व्यापक अशा सांस्कृतिक आणि सामाजिक परिस्थितीचे प्रतिबिंब असते आणि पुढे वाढत्या औद्योगिकीकरणामुळे दुसरी विचारधारा वरचढ ठरण्याची जास्त शक्यता असते.

समाजकल्याण आणि संबंधित संकल्पना

सर्वसामान्यपणे समाजकल्याण ही संकल्पना 'समाजसेवा', 'सामाजिक कार्य', 'सामाजिक सुरक्षा' या संकल्पनाबरोबर संभ्रमित केली जाते. लोककल्याण हे या सर्व संकल्पनांचे एकसारखे व मुख्य उद्दिष्ट असल्याने हा गोंधळ आणि संदिग्धता निर्माण झाली आहे. तथापि, या सर्व संकल्पनांचे अर्थ वेगळे असून त्यांना वेगवेगळे कंगोरे आहेत. व्यक्तींना किंवा समूहांना सामाजिक व वैयक्तिक समाधान व स्वातंत्र्य मिळावे यासाठी मदत करणारी व्यावहारिक सेवा म्हणजे समाजकार्य होय. ही सेवा मानवी संबंधांची वैज्ञानिक जाण व कौशल्य यावर आधारित आहे. सामाजिक संस्था किंवा त्यांच्याशी संबंधित संघटना यांच्याकडून समाजसेवा केली जाते. व्यावहारिक सामाजिक कार्यापेक्षा 'समाजकल्याण' या संज्ञेचे स्वरूप अधिक व्यापक आहे. व्यक्ती स्वतःच्या क्षमता व दूरदृष्टीने आणि कुटुंबाच्या मदतीने देखील ज्यांपासून स्वतःचे संरक्षण करू शकत नाही अशा आधुनिक जीवनातील आकस्मिक घटना लक्षात घेऊन समाजानेच पुरवलेल्या सुरक्षा योजनेला 'सामाजिक सुरक्षा' असे म्हणता येईल. या आकस्मिक घटनांमध्ये आजारपण, बेरोजगारी, वार्धक्यातील अवलंबित्व, औद्योगिक

अपघात आणि जुनाट आजारपण यांचा समावेश होतो. सामाजिक संरक्षणाचे हे उद्दिष्ट वेगवेगळ्या प्रकारच्या–सामाजिक विमा आणि प्रतिबंधात्मक आरोग्य व कल्याण सेवा–सार्वजनिक साहाय्याने संरक्षित केलेले असते. बहुतांश देशांमध्ये मात्र खाजगी समाजकल्याण उपक्रम समाजकल्याण रचनेचा महत्त्वाचा भाग मानले गेले आहेत. सरतेशेवटी, 'समाजसेवा' म्हणजे सामान्य नागरिकांसाठी असलेल्या सेवा होत. या सेवांद्वारे लोकांच्या मूलभूत गरजा पूर्ण करण्याचा प्रयत्न केला जातो. या सेवांमध्ये आरोग्य, शिक्षण, गृहनिर्माण इत्यादींचा समावेश होतो. या सेवा आर्थिक दर्जाच्या अपरोक्ष सर्वांसाठी उपलब्ध असतात. देशातील मानवी संसाधनांचा विकास करणे हे या सेवांचे उद्दिष्ट असते. दुसरीकडे, समाजकल्याण सेवा मात्र समाजातील असुरक्षित लोकांसाठी गरजेच्या असतात. यांमध्ये समाजातील परंपरागत वंचित समूहांसाठीच्या म्हणजेच स्त्रिया, बालक व मागासलेले वर्ग यांसाठीच्या सेवांचा समावेश होतो. दुसऱ्या शब्दांत सांगावयाचे झाले तर, सामान्य लोकांसाठी उपलब्ध असलेल्या सेवांचा उपभोग घेऊ शकणार नाहीत अशा लोकांसाठी तसेच समूहांसाठी सक्षम करणाऱ्या अशा या सेवा होत.

'समाजसेवा', 'समाजकार्य' आणि 'सामाजिक सुरक्षितता' या संज्ञा लोक-कल्याणाभिमुख आहेत. समाजकल्याण याला देशातील लोकांच्या कल्याणासाठी असलेली मुख्य क्रिया असे म्हणणे औचित्यपूर्ण ठरेल व इतर क्रियांना त्याची त्या त्या प्रदेशातील लोककल्याणाची साधने वा पूरक दृष्टिकोन असे संबोधता येईल.

समाजकल्याणाची मुख्य वैशिष्ट्ये

विलॅन्स्की आणि लेबॉक्स (१९६७: २५) समाजकल्याणाची पाच मुख्य वैशिष्ट्ये नमूद करतात, ही वैशिष्ट्ये एकत्र केली असता काही भेद दाखवून आपल्यासमोर त्याचे सार मांडतात. ही वैशिष्ट्ये पुढीलप्रमाणे होत:

१. *अधिकृत संघटना*: समाजकल्याण उपक्रम अधिकृतपणे संघटित केलेल्या असतात. व्यक्तिसापेक्ष दानधर्म, कल्याण वाढवणारे वा कमी करणारे असले तरी संघटित नसतात. आधुनिक समाजकल्याणाकडे व्यक्तीने व्यक्तिगत नातेसंबंधांपोटी व वैयक्तिक कारणासाठी न मागता केलेली मदत म्हणून न बघता अनोळखी व्यक्तीला केलेली मदत या दृष्टीने बघायला हवे. यामध्ये मदत करणारा व मदत घेणारा यांमधील सामाजिक अंतर गृहीत धरलेले असते. कल्याण सेवा ही वेगळ्या प्रकारची 'मदत' आहे. या सेवांमध्ये कल्याण कामे करणाऱ्या नियमित, पूर्ण वेळ आणि वैधानिक संस्था यांचा समावेश होतो.

२. *सामाजिक प्रायोजकत्व आणि उत्तरदायित्व*: सामाजिक आश्वासकतेमध्ये समाजमान्य उद्दिष्टे व पद्धती यांचा समावेश होतो. मात्र अधिकृत उत्तरदायित्व हे समाजकल्याण सेवेचे मुख्य उद्दिष्ट आहे. लोकांच्या इच्छा व्यक्त करणे आणि मोठ्या प्रमाणात लोकांना उत्तरदायी असणारी सेवा पुरवणे हा सामाजिक प्रायोजकतत्वाचा महत्त्वाचा भाग आहे. लोकशाही समाजामध्ये लोकसेवा ही शासनाच्या प्रातिनिधिक रचनेची एकमेव यंत्रणा आहे. स्वयंसेवी संस्थांसाठी उत्तरदायित्व कमी-अधिक प्रमाणात शासन मंडळाच्या माध्यमातून साध्य केले जाते. शासन व खाजगी पुरस्कृत अशा दोन्ही संस्थांमध्ये उत्तरदायित्वाचे तत्त्व मान्य केले जाते.

३. *नफा कमावणे हा हेतू नाही*: नफा कमावणे हा हेतू नसणे हे समाजकल्याण कार्यक्रमाचे प्रभावी वैशिष्ट्य आहे. बाजारपेठीय अर्थव्यवस्थेने उत्पादित केलेल्या वस्तू व सेवा आणि त्या त्या अर्थव्यवस्थेतील लोकांनी स्पर्धात्मक सहभागातून अशा सेवा विकत घेणे म्हणजे समाजकल्याण नव्हे. नफा प्राप्त करून देणाऱ्या व शुल्क असलेल्या सेवा यातून वगळण्यात आल्या आहेत. समाजकल्याणाची वैशिष्ट्ये नफा मिळवून देणाऱ्या उद्योगांशी संबंधित असू शकतात. जेव्हा खाजगी उद्योगांद्वारे मनोरंजन सुविधा, निवृत्तीवेतन योजना किंवा कामगारांच्या बालकांसाठी बालगृहे इत्यादी सोई दिल्या जातात तेव्हा असे होणे साहजिक असते. अशा सेवा संघटनांच्या उद्दिष्टाशी संलग्न असलेल्या मानवी गरजांशी संबंधित असल्याने नफा मिळवून देणाऱ्या व्यवहारांच्या स्वरूपामध्ये त्या बदल घडवून आणत नाहीत. उद्योगांमध्ये नफा मिळवून देण्याचा हेतू ठेवणाऱ्या सेवा कल्याणकारी नसून तसा हेतू नसलेल्या सेवा समाजकल्याण होत. कल्याणकारी सेवांच्या प्रशासनाच्या वेगवेगळ्या रचना कायमच विकसित होतात व त्या एक प्रकारच्या 'सामाजिक छत्रछाये'मध्ये समाविष्ट असतात या निरीक्षणामुळे या दृष्टिकोनाला दुजोरा मिळतो.

४. *कार्यात्मक सामान्यीकरण*: संस्कृतीला अनुकूलतेची संपूर्ण व्याप्ती असलेल्या मानवी गरजा पूर्ण होऊ शकत नसल्याने आणि विकसित होऊ शकणाऱ्या मानवी सेवा अनेक असल्याने परिणामी, या गरजा पुरवण्यासाठीच्या व क्षमतांची वृद्धी करणाऱ्या कल्याणकारी सेवांमध्ये काळानुरूप बदल केला जाईल. बालकांना दत्तक गृहात ठेवणे, सामाजिक विम्याचे व्यवस्थापन करणे, ग्रामीण भागामध्ये औषधसेवा विकसित करणे—या सर्व स्वतंत्र क्रियांमध्ये काही साम्य दिसून येत नाही. अनेकविध सेवा या 'कार्यात्मकदृष्ट्या सामान्यीकृत' म्हणून वर्णन केल्या जातात, म्हणजेच, कल्याणकारी सेवा या वैद्यकीय संस्था, कुटुंब, शिक्षण, उद्योग इत्यादींशी गरजेनुसार संलग्न

असतात. या गुणवैशिष्ट्यामुळे, थोडेफार का होईना, इतर व्यवसायांपासून समाजकार्याचे वेगळेपण ठरवणाऱ्या मानवी गरजांच्या व व्यक्तित्त्वाबद्दलच्या व्यापक दृष्टिकोनाचे आकलन होते.

५. *मानवी उपभोगात्मक गरजांशी थेट संबंध*: शासनाच्या कल्याणकारी सेवा व्यक्ती व कुटुंबाच्या मूलभूत उपभोगात्मक गरजा पुरवत असल्याने सम ाजाला दिल्या जाणाऱ्या इतर शासकीय सेवांपासून भिन्न ठरतात. मृदसंधारण आणि जलसंसाधनांचा विकास यातूनही मानवी कल्याणच अभिप्रेत असले तरीही या बाबी समाजकल्याण यात समाविष्ट नसून भुकेल्यांना अन्न देणे, परावलंबी बालकांसाठी घरे शोधणे अशाच बाबी समाजकल्याण यात समाविष्ट असतात. म्हणूनच, कल्याणकारी सेवांचे व्यक्ती आणि कुटुंबांच्या कल्याणावर थेट परिणाम होतात.

समाजकल्याण आणि कल्याणकारी राष्ट्र

कल्याणकारी राष्ट्र ही शासनाची एक अशी संकल्पना आहे, ज्यामध्ये नागरिकांच्या सामाजिक व आर्थिक हिताचे संरक्षण व विकास करण्यामध्ये राष्ट्र प्राथमिक भूमिका बजावते. ही संकल्पना संधीची समान उपलब्धता, मालमत्तेचे न्याय्य वितरण आणि चांगले आयुष्य जगण्यासाठी कमीतकमी सुविधा मिळवण्यास सक्षम नसलेल्यांबाबतची लोकांची जबाबदारी या तत्त्वांवर आधारित आहे. टी.एच. मार्शल (१९५०) या समाजशास्त्रज्ञाने कल्याणकारी राष्ट्राला लोकशाही, कल्याण आणि भांडवलशाही यांचे वैशिष्ट्यपूर्ण संयोजन असे म्हटले आहे. औद्योगिकीकरणामुळे शहरी दारिद्र्य व सामाजिक विभाजन, ज्यामुळे सनातनी, उदारमतवादी आणि समाजवादी राजकारण्यांचे वेगवेगळ्या मार्गांनी विभाजन झाले, असे सावट निर्माण झाले व त्यामुळे एकोणविसाव्या शतकामध्ये कल्याण करण्यामधील स्वारस्य दिसून आले.

एकोणविसाव्या शतकाच्या शेवटाकडे व विसाव्या शतकाच्या सुरुवातीला बऱ्याच देशांमध्ये कल्याणकारी राष्ट्राची संघटित व्यवस्था प्रारंभिली गेली. जर्मनीला पहिले समाज कल्याणकारी राष्ट्र मानले जाते. बिस्मार्क (१८१५-९८) यांनी सर्वप्रथम देशव्यापी सामाजिक विम्याची व्यवस्था राबवली. पहिल्या महायुद्धानंतर काही नाट्यपूर्ण बदल घडले. सन १९१७च्या रशियन क्रांतीने खाजगी मालमत्ता नष्ट करून केंद्रीय नियोजनाद्वारे राष्ट्राचे वर्चस्व प्रस्थापित केले. त्यामुळे सर्व आर्थिक क्रियांवर राष्ट्राचा अंमल प्रस्थापित झाला. अमेरिकेमध्ये आर्थिक मंदीच्या काळापर्यंत संघटित कल्याणकारी व्यवस्था अस्तित्वात नव्हती. त्यानंतर मात्र, राष्ट्रपती फ्रँकलिन डी.

रुझवेल्ट यांच्या कारकिर्दीत आपत्कालीन साहाय्य योजना सुरू करण्यात आल्या. भांडवलशाही विरुद्ध लोकांचे वाढते उठाव हा शासनासाठी चिंतेचा मुद्दा ठरल्याने शासनाने कमी किंवा अजिबातच उत्पन्न नसलेल्या कुटुंबांना साहाय्य करण्यासाठीची व्यवस्था उभी केली. आर्थिक मंदीच्या काळात कल्याणकारी राष्ट्राकडे साम्यवाद व भांडवलशाही या दोहोंमधील 'मध्यम मार्ग' म्हणून बघितले गेले.

इंग्लंडमध्ये आधुनिक कल्याणकारी राष्ट्राची सुरुवात १९११मध्ये झाली. ही सुरुवात डेविड ल्योड जॉर्ज यांनी सुरू केलेल्या राष्ट्रीय विमा योजनेद्वारे झाली. ही योजना पुढे क्लेमेंट ॲटली यांनी अधिक विस्तारित बनवली. येथील इतिहासातील सामाजिक कल्याणाचे आणखी एक सीमाचिन्ह म्हणजे बेवेरीज अहवाल (बेवेरीज १९४२) होय. या अहवालाद्वारे संपूर्ण जनतेसाठी 'जन्मापासून मृत्यूपर्यंत' समाजकल्याण व्यवस्था प्रस्तावित करण्यात आल्या. या अहवालाचे पालन करण्याच्या दिशेने ब्रिटनने एक सर्वसमावेशक सामाजिक सुरक्षा व्यवस्था विकसित केली. या व्यवस्थेमध्ये बेवेरीजमध्ये नमूद केलेल्या–आजारपण, अज्ञान, गलिच्छपणा, रिकामपण आणि गरजा या पाच दुःस्थितीचा सामना करावा असे अभिप्रेत होते. या अहवालाद्वारे कुटुंब भत्ता, करआधारित सर्वसमावेशक आरोग्य सेवा आणि वैश्विक अशी राष्ट्रीय उत्पन्न साहाय्य बिमा योजना, ज्यायोगे बेरोजगारी, आजारपण, निवृत्ती या अवस्थांमध्ये निर्वाहाइतके उत्पन्न पुरवले जाईल. तसेच, गर्भावस्था, विधुरपण आणि अंत्यविधीसाठी लागणारी रक्कम याचादेखील समावेश केला जाई.

दुसऱ्या महायुद्धामुळे, जगामध्ये झालेले वसाहतवादी सत्तेचे अधःपतन आणि आशिया व आफ्रिकेतील नव्याने उदयाला आलेली विकसनशील राष्ट्रे, ही आणखी एक घटना उघड झाली होती. ही नव्याने निर्वसाहतीकरण झालेली राष्ट्रे सामाजिक विम्यासाठी धडपडत होती. यामुळे अभिशासनासाठी जागरूक असलेल्या राष्ट्राचा उदय झाला. सन १९४५ नंतरच्या काळामध्ये पितृसत्ताक पुराणमतवादी, आधुनिक उदारमतवादी आणि सामाजिक लोकशाहीवादी एकत्र आल्याने समाजकल्याणाबाबतचे एकमत विकसित झाले असले तरी, १९८० व ९०च्या दशकांमध्ये समाजकल्याणाबाबत माघार घेतलेली दिसून येते. आर्थिक जागतिकीकरणाच्या वाढत्या दबावामुळे काही प्रमाणात सुरू झालेल्या या योजनांबाबत समाजवाद्यांनीदेखील माघार घेतलेली दिसते. तरीसुद्धा, विचारधारेसंबंधीच्या चर्चेमध्ये कल्याणासंबंधीचे मतभेद अद्यापही केंद्रस्थानी आहेत. ज्यामध्ये कल्याणाच्या बाजूने असलेले सामाजिक लोकशाहीवादी आणि आधुनिक उदारमतवादी एकीकडे व कल्याणाच्या विरोधात असलेले विमुक्तवादी व नवीन हक्काला पाठिंबा देणारे दुसरीकडे असे दोन गट पडतात.

समाजकल्याण प्रशासन

समाजकल्याणाची एक पद्धती म्हणून प्रशासनाला निर्णायक स्वरूपाचे महत्त्व आहे. याचे कारण असे की, लोककल्याणासाठी आखलेल्या योजना व कार्यक्रम आणि त्यांच्या अंमलबजावणीसाठी केलेली वित्तीय विभागणी यांचा पुरेशी प्रशासन यंत्रणा व प्रक्रिया उपलब्ध नसल्यास, अशा योजना व कार्यक्रम निरुपयोगी ठरतील. तसेच या प्रशासनामध्ये योग्य प्रकारे प्रशिक्षित व प्रेरित असा कर्मचारी वर्ग असणेदेखील तितकेच महत्त्व व मान्यता दिली जाते. सामाजिक धोरणांचे सामाजिक सेवांमध्ये परिवर्तन करण्याची प्रक्रिया अशी समाज कल्याणाची व्याख्या करता येऊ शकते; ही प्रक्रिया म्हणजे अंमलबजावणीची व योजनांचे प्रत्यक्ष कार्यक्रमांत रूपांतर करण्याची प्रक्रिया होय. आर्थर क्रूझ (१९६०) यांच्या मते, संस्थांची उद्दिष्टे कार्यक्षम व परिणामकारक सेवांमध्ये परिवर्तित होतील अशा प्रकारे प्रशासकीय प्रक्रियेद्वारे संपूर्ण संसाधने वळवणे होय. फोर्डर (१९७४: १) यांच्या मते, समाज प्रशासन हे कल्याण व्यवस्थेच्या अभ्यासाशी आणि प्रामुख्याने शासनपुरस्कृत समाजसेवांशी संबंधित आहे.

रिचर्ड टीटमस समाज प्रशासनाची पुढीलप्रमाणे व्याख्या करतातः

> ......कुटुंब आणि समूह यांच्या संबंधांमध्ये व्यक्तिजीवनाच्या परिस्थितीत सुधारणा घडवून आणणे हे समाजसेवांचे उद्दिष्ट आहे. समाजसेवांचा अभ्यास या सेवा विकसित करणे, वैधानिक आणि स्वयंसेवी दोन्ही, समाजसंबंधी कृतीमध्ये असलेली नैतिक मूल्ये, सेवांच्या भूमिका व कार्ये, त्यांची आर्थिक बाजू व सामाजिक प्रक्रियांमध्ये काही गरजा भागवण्यासाठीची त्यांची भूमिका इत्यादीशी संबंधित असतो. वर उल्लेखिलेल्या सर्व बाबी महत्त्वाच्या असून समाजकल्याण प्रशासनात त्यांचा अभ्यास करावा लागतो (टीटमस १९८५:१४-१५).

जॉन किडनेई समाजकल्याण प्रशासनाची व्याख्या पुढीलप्रमाणे करतातः 'सामाजिक योजनेचे सामाजिक सेवांमध्ये रूपांतर करण्याची प्रक्रिया–योजनेचे प्रत्यक्ष समाजसेवांमध्ये रूपांतर करणे व योजनेमध्ये दुरुस्त्या सुचवण्यासाठी अनुभवाचा वापर करणे अशी उभयमार्गी प्रक्रिया–होय' (किडनेई १९५९: ५८). या व्याख्येमध्ये अशी कल्पना अध्याहृत आहे की, प्रशासन ही अंमलबजावणी व योजनांचे प्रत्यक्ष कार्यक्रमांमध्ये रूपांतर करण्याची प्रक्रिया आहे. रोझमरी सर्री आणि आर्थर दुन्हम यांनी समाजकल्याण प्रशासनाच्या खालील कार्यांची नोंद केली आहेः

- सामाजिक जनादेशाचे कार्यात्मक धोरणे व संघटनात्मक वर्तनासंबंधी मार्गदर्शन करणाऱ्या उद्दिष्टांमध्ये रूपांतरण;
- उद्दिष्टे साध्य करण्यासाठी संघटनांच्या संरचना व प्रक्रिया आखणे;

- सामग्री, कर्मचारी वर्ग, ग्राहक या स्वरूपांमध्ये संसाधने प्राप्त करणे आणि उद्दिष्टे साध्य करण्यासाठी व संघटनेला अस्तित्वासाठी आणि सामाजिक अधिमान्यता प्राप्त करणे;
- आवश्यक तंत्रज्ञान निवडणे वा तयार करणे;
- वाढती कार्यक्षमता व परिणामकारकतेभिमुख संघटनात्मक वर्तनाचे अनुकूलन करणे;
- समस्या सोडवण्यासाठी पद्धतशीर व अव्याहतपणे संघटनात्मक कामगिरीचे मूल्यमापन करणे.

थोडक्यात, समाजकल्याणाच्या उद्दिष्टात्मक कार्यक्रमांची यशस्वीरीत्या अंमलबजावणी व्हावी म्हणून व्यावसायिक मूल्ये, कार्यक्षमता आणि संसाधने यांचा वापर करण्याची प्रक्रिया म्हणजे समाजकल्याण प्रशासन होय. ही अंमलबजावणी विविध सामाजिक संस्थांच्या माध्यमातून होते. जसे की, कर्मचारी व स्वयंसेवक– ध्येय, उद्दिष्टे, इच्छा, आकांक्षा यांच्या पूर्ततेसाठी. लोकांना समाजकल्याण सेवा पुरवण्यासाठी संस्था अधिक कार्यक्षम असणे गरजेचे असते. त्यासाठी संस्थांना काही प्रशासकीय, वित्तीय व प्रक्रियात्मक बदल करावे लागतात, जे संस्थेतील प्रत्येक अधिकारी व कर्मचारी यांनी समजून घेणे गरजेचे असते.

समाजकल्याण प्रशासन लोकप्रशासनाची शाखा, उपविभाग किंवा उपसंच होय. त्याची व्यापकता सामाजिक समस्यांच्या उत्पत्तीचे निदान करणे, सामाजिक कायदे व लोकांमधील जागरुकतेद्वारे त्यांचे निर्मूलन करण्यासाठी उपाय सुचवणे यांपासून ते समाजातील वंचित, मागास व मक्तेदारी नसलेल्या समूहांना त्यांच्या यातनांतून बाहेर काढण्यासाठी व सुधारणा घडवून आणण्यासाठी समाजकल्याण सेवा पुरवणे इतकी मोठी आहे. एक ज्ञानशाखा व व्यवसाय अशा दोन्ही बाबतीत समाजकल्याण प्रशासन नवजात अवस्थेत आहे. हे उघड आहे की, दानधर्म यासंबंधी संघटनांच्या चळवळींचा परिणाम म्हणून समाजकार्याच्या शाखा अस्तित्वात आल्या आहेत. या शाखांमधून प्रशासनसंबंधी ज्ञान व कौशल्ये यांची जाणीव करून देण्यात आली. न्यूयॉर्क दानधर्म संघटना समाजाने 'दरिद्री लोकांना मदत करण्यास उत्सुक असलेल्यांना त्यांच्याबद्दलची माहिती मिळावी म्हणून' स्वयंसेवी व इतरांसाठी एक उन्हाळी शाळा सुरू केली तेव्हा खऱ्या अर्थाने १८९८ साली अधिकृत शिक्षणाची सुरुवात झाली. याचेच पुढे १९०४मध्ये एकवर्षीय कार्यक्रमात व १९१०मध्ये द्विवर्षीय कार्यक्रमात रूपांतर करण्यात आले. याच काळामध्ये देशाच्या इतर भागांमध्ये शैक्षणिक नवोपक्रम सुरू होत होते. १९०१ साली शिकागो विद्यापीठामध्ये

विस्तारित विभागाद्वारे समाजकल्याण संबंधित अनेक अभ्यासक्रम सुरू करण्यात आले. पुढे १९०८मध्ये शिकागो विद्यापीठाची नागरिकशास्त्र व लोककल्याणशास्त्र ही शाखा पूर्वीच्या समाजसेवा प्रशासन या शाखेशी संलग्न करण्यात आली तेव्हा या अभ्यासक्रमाला अधिकृत दर्जा देण्यात आला. समाजसेवांच्या या प्रवर्तक अशा शाखांमधून विद्यार्थ्यांना अभ्यासक्रमाचा एक भाग म्हणून प्रशासनसंबंधी ज्ञान व कौशल्ये शिकवण्यात आली. सुरुवातीला, प्रशासनाला प्रत्यक्ष सेवा व उपक्रमांपासून वेगळे मानण्यात येत नव्हते. मात्र, १९१४ पासून समाजसेवेच्या कमीत कमी एका शाखेद्वारे तरी प्रशासनावरील अभ्यासक्रम प्रस्तावित केले जात होते. पहिले महायुद्ध व आर्थिक महामंदी या दोहोंमुळे ज्या नेत्यांना समाजसेवा कार्यक्रमांचे व्यवस्थापन बघावयाचे आहे अशांसाठीच्या अधिकृत शिक्षणाला अधिकच चालना मिळाली. सन १९३६ साली समाजकार्यावरील राष्ट्रीय परिषदेमध्ये पहिल्यांदाच प्रशासनावरील शोधनिबंध सादर करण्यात आला. सन १९४४पर्यंत प्रशासनाबाबत बऱ्यापैकी कुतूहल विकसित झाले होते. एवढे की, समाजकार्य विषयाच्या महाविद्यालयांनी नवीन अभ्यासक्रमामध्ये अमेरिकन असोसिएशन ऑफ स्कूल या संस्थेने मान्य केलेल्या 'मूळ आठ'च्या अंतर्गत प्रशासन समाविष्ट करण्यात येत होते. अमेरिकन नॅशनल कॉन्फरन्स ऑन सोशल वर्कमध्ये (१९४६) पहिल्यांदाच प्रशासनावरील एक उपविभाग पुरस्कृत केला गेला यावरून वरील माहितीला दुजोरा मिळतो.

भारतामध्ये समाजकल्याण प्रशासनामधील शिक्षण व प्रशिक्षण यासंबंधीची गरज भागवण्यासाठी अनेक विद्यापीठे व पदव्युत्तर महाविद्यालयांची स्थापना करण्यात आली. जसे की, सर दोराबजी टाटा ग्रॅज्युएट ऑफ सोशल वर्क, मुंबई (जे आता टाटा इन्स्टिट्यूट ऑफ सोशल सायन्सेस म्हणून ओळखले जाते) ही १९३६मध्ये स्थापन केलेली पहिलीच संस्था होय. त्यानंतर १९४७-४८ मध्ये दिल्ली विद्यालयाच्या समाजसेवा विभागाची स्थापना झाली, बरोडा विद्यापिठाची समाजसेवा शाखा व त्यानंतर असे अनेक विभाग स्थापन करण्यात आले. या विभागांनी त्यांच्या अभ्यासक्रमामध्ये एक महत्त्वाचा घटक म्हणून समाजकल्याण प्रशासनाचा समावेश केला होता. टाटा इन्स्टिट्यूट ऑफ सोशल सायन्सेस, मुंबई यांसारख्या काही संस्था व काही विद्यापीठांनी समाजकल्याण प्रशासनावर काही स्वतंत्र अभ्यासक्रम सुरू केले.

समाजकल्याण प्रशासनाची तत्त्वे

पुढे नमूद केलेली तत्त्वे समाजकल्याणाच्या प्रथा व अनुभव यांच्याशी सुसंगत आहेत असे मानले जाते व सर्व सु-प्रशासित सामाजिक संस्थांकडून ही तत्त्वे पाळली जातातः

- समाजकल्याण संस्थेचे उद्दिष्ट व कार्ये यांची स्पष्ट व्याख्या केलेली असावी;
- हे कार्यक्रम प्रत्यक्ष गरजांवर अवलंबून असावेत; व्याप्ती आणि प्रदेश यांचा विचार केला असता जिथे परिणामकारक काम करावयाचे आहे त्या क्षेत्रापुरतेच ते मर्यादित असावे;
- संस्था व्यवस्थित पद्धतीने संघटित असावी; त्यामध्ये योजना बनवणे व राबवणे, आज्ञा देणारे विभाग, व संघटनेतील सर्व विभाग व कर्मचारी यांच्यातील परिणामकारक समन्वय यांसंबंधी स्पष्ट भेद असावा;
- संस्थेचे कामकाज कर्मचारी वर्गासंबंधीच्या योजना आणि काम करण्यास सुयोग्य परिस्थिती या आधारावर चालावे. कर्मचारीवर्गाला त्यांच्या व्यावसायिक पात्रतेवर आधारित नोकरीची संधी देण्यात यावी, पुरेसा पगार देण्यात यावा, तसेच संस्थेच्या गरजा भागवण्यासाठी प्रमाण व गुणवत्ता यांबाबत पूरक कर्मचारीवर्ग असावा;
- मूलभूत मानवी गरजा पुरवणे व ज्यांची सेवा करावयाची आहे अशा व्यक्ती व त्यांच्या गरजा समजून घेणे हे संस्थेच्या कामाचे गुणविशेष असावे;
- संस्थेचे कामकाज वार्षिक अर्थसंकल्पावर आधारित असावे, संस्थेकडे पुरेशी लेखाकर्म व्यवस्था असावी. तेथील लेख्यांची कार्यक्षम व्यावसायिक अधिकाऱ्यांकडून वार्षिक तत्त्वावर लेखापरीक्षा व्हावी; आणि
- ठरावीक काळाने संस्थेने स्व-मूल्यमापनाची चाचणी करावी. यामुळे संस्थेची मागील वर्षातील यश व अपयश यांबाबत परीक्षण करता येईल व संस्थेचा सद्य:स्थितील दर्जा व कार्यक्रम आणि ग्राहकांची सेवा करताना अधिक चांगले काम व्हावे म्हणून उचलावयाची पाऊले या बाबीदेखील जाणून घेता येतील.

समाजकल्याण प्रशासन व भारतामधील दुर्बल समूहांचे संरक्षण

स्वातंत्र्योत्तर काळात लोककल्याण संबंधीच्या शासनाच्या उद्दिष्टांमध्ये समाजकल्याणाला महत्त्वाचे स्थान देण्यात आले. लोककल्याणाला प्रोत्साहन देण्यासाठी राष्ट्राच्या अपेक्षित भूमिकेचे राज्यघटनेच्या निर्मात्यांनी कौतुक केले आणि म्हणूनच, कल्याणकारी राष्ट्राचे स्वप्न साकार करण्याच्या दृष्टीने राज्यघटनेमध्ये काही तरतुदींचा समावेश करण्यात आला. कल्याणकारी राष्ट्राची मुख्य उद्दिष्टे दूरदृष्टीने राज्यघटनेच्या प्रास्ताविकामध्ये मांडण्यात आली तसेच, चौथ्या भागामधील निदेशक तत्त्वांच्या यादीतही समाविष्ट करून घेण्यात आली. घटनाकारांनी कल्याणकारी राष्ट्राच्या संकल्पनेला दिलेले हे

महत्त्व मूलभूत अधिकारांशी संबंधित तिसऱ्या भागामध्ये व राज्यघटनेतील अनुसूचित जाती, अनुसूचित जमाती व मागासवर्गांसाठी केलेल्या विशिष्ट तरतुदींमधूनदेखील दिसून येते.

भारतामध्ये 'समाजकल्याण' ही संज्ञा संकुचित पद्धतीने वापरण्यात आली आहे. समाजकल्याण सेवांची तरतूद उपेक्षित समूहांसाठी आहे–ज्यामध्ये अनुसूचित जाती, अनुसूचित जमाती, विधवा, अनाथ, स्त्रिया आणि बालके, सामाजिकदृष्ट्या कुसमायोजित, भिकारी, वेश्या, गुन्हेगार, शारीरिक व मानसिकदृष्ट्या अपंग इत्यादींचा समावेश होतो–आणि म्हणून समाजकल्याण योजना त्यांची परिस्थिती सुधारण्याप्रती अभिमुख असतात (संयुक्त राष्ट्रे १९७०: ६५). भारतीय राज्यघटनेने समाजकल्याण संबंधित अनेक तरतुदी केल्या आहेत. राज्यघटनेतील कलम १५ अन्वये धर्म, वंश, जात, लिंग किंवा जन्माचे ठिकाण यावरून दुजाभाव करण्यास प्रतिबंध केला आहे; कलम १६ अन्वये शासकीय रोजगारामध्ये समान संधींची तरतूद करण्यात आली आहे; कलम १७ अन्वये अस्पृश्यतेला प्रतिबंध करण्यात आला आहे; कलम ३८च्या अंतर्गत लोककल्याणाला प्रोत्साहन देण्यासाठी शासनाला सामाजिक सुरचनेचे संरक्षण करण्याचे आदेश आहेत; कलम ४२नुसार शासनाने कामाच्या ठिकाणी न्याय्य व माणुसकीचे जतन करणारी परिस्थिती व मातृत्व परिहार यासंबंधी तरतूद करावी असे आदेश आहेत; कलम ४६ समाजातील अनुसूचित जाती, अनुसूचित जमाती व इतर मागासलेले वर्ग यांच्या शैक्षणिक व आर्थिक हिताला प्रोत्साहन देते. नवव्या अनुसूची मध्ये अनुसूचित जाती व अनुसूचित जमातींचे हित जपण्यासाठी असलेल्या २५७ कायद्यांची तपशीलवार यादी आहे. कलम १६४ मध्ये अनुसूचित जाती, अनुसूचित जमाती व इतर मागासलेल्या वर्गांच्या कल्याणासाठी प्रभारी मंत्री असावा अशी तरतूद आहे. कलम ३३०, ३३४ व ३३५ मध्ये अनुसूचित जाती, जमाती यांच्यासाठी संसद, विधानसभा आणि सेवा व संस्था यांमधील राखीव जागांसंबंधीच्या तरतुदीचे वर्णन करण्यात आले आहे. कलम ३३८ व ३३९ मध्ये भारताच्या राष्ट्रपतींनी अनुसूचित जाती व जमातींसाठी राष्ट्रीय आयोग स्थापन करावे यासाठीच्या तरतुदी आहेत. कलम ३४० मागासवर्गांच्या परिस्थितीचा तपास घेण्यासाठी आयोगाची नेमणूक करावी यासंबंधीचे आहे.

समाजातील दुष्ट प्रथांचा सामना करणे व तसेच सामाजिक अन्यायापासून समाजातील दुर्बल घटकांचे संरक्षण करणे यासाठी शासनाने अनेक कायदेशीर उपाययोजना राबवल्या आहेत. दुर्बल घटकांच्या कल्याणासाठी अमलात आणल्या गेलेल्या योजनांना पूरक म्हणून या कायदेशीर उपाययोजना अत्यावश्यक ठरतात. काही कायदे येथे नमूद करता येतील. जसे की, अनुसूचित जाती व अनुसूचित

जमाती (अत्याचार प्रतिबंध) कायदा, १९८९; समान मोबदला कायदा १९७६; बालविवाह नियंत्रण घटनादुरुस्ती कायदा, १९७८; हुंडा प्रतिबंधक कायदा १९६१ (१९८४ साली घटनादुरुस्ती); महिला व बालिकांच्या अव्याहत तस्करीला प्रतिबंधक कायदा, १९५६ (१९७८ साली घटनादुरुस्ती); सती प्रथा (प्रतिबंध) कायदा, १९८७; बाल गुन्हेगार न्याय कायदा, १९८६; बाल कामगार (प्रतिबंध आणि नियमन) कायदा, १९८६; मातृत्व लाभ कायदा, १९६१ (१९७६ साली घटना दुरुस्ती); कर्मचारी राज्य विमा कायदा, १९४८; कर्मचारी भविष्य निर्वाह निधी व इतर तरतुदींचा कायदा, १९५२; उपदान देय कायदा, १९७२ आणि इतर.

भारतातील समाजकल्याण मंत्रालय

समाजकल्याण प्रशासनाचे महत्त्व जाणून भारत सरकारने १९८५ साली कल्याण मंत्रालयाची स्थापना केली. सन १९९८ साली या मंत्रालयाचे नाव बदलून सामाजिक न्याय व सशक्तीकरण मंत्रालय असे ठेवण्यात आले. समाजकल्याण योजना राबवण्याची जबाबदारी केंद्र व राज्य शासनामध्ये विभागलेली आहे. राज्याने राबवलेल्या पूरक सेवांमध्ये समन्वय साधणे व त्यांना प्रोत्साहन देणे याखेरीज केंद्र सरकारवर योजना व कार्यक्रम आखण्याची देखील जबाबदारी असते. सुरुवातीला हे मंत्रालय महिला, बालके, अनुसूचित जाती व जमाती यांच्या कल्याणासाठी देखील जबाबदार होते मात्र, २००७मध्ये बालविकास विभागाला महिला व बालविकास मंत्रालयामध्ये सामावून घेण्यात आले. सन १९९९मध्ये, आदिवासी विकास विभागाला वेगळे करून त्याचे स्वतंत्र आदिवासी व्यवहार मंत्रालयामध्ये रूपांतर करण्यात आले. या मंत्रालयाकडे प्रामुख्याने खालील वंचित व सीमान्त समूहांचे सशक्तीकरण करण्याची जबाबदारी आहेः

- अनुसूचित जाती (अजा)
- इतर मागासलेले वर्ग (इमाव)
- दिव्यांग व्यक्ती
- ज्येष्ठ नागरिक
- अमली पदार्थास बळी पडलेले

सदर मंत्रालयाचे कामकाज खालील कायदे, योजना व कायद्यांद्वारे चालतेः

१. अनुसूचित जाती व इतर मागास वर्गांचे सामाजिक सशक्तीकरण व शैक्षणिक व आर्थिक विकास;
२. दिव्यांग व्यक्तीचे सामाजिक सशक्तीकरण व पुनर्वसन तसेच शैक्षणिक व आर्थिक विकास;

३. जेष्ठ व्यक्तींना देखभाल, कल्याण, संरक्षण, आरोग्यसेवा आणि उत्पादनक्षम व स्वतंत्र आयुष्य या माध्यमातून मदत करणे;
४. अमली पदार्थांच्या बळींचे 'संपूर्ण व्यक्ती पुनर्स्थापन' या माध्यमातून पुनर्वसन करणे (भारत सरकार २०१०: १).

समाजकल्याण योजना व कार्यक्रम आखणे व राबवणे आणि त्यांच्या अंमलबजावणीबाबत खात्री करणे यासाठी हे मंत्रालय मध्यवर्ती संस्था मानली जाते. या कार्यामध्ये मंत्रालयाला त्याच्या हाताखालील काही संस्थांकडून मदत पुरवली जाते–राष्ट्रीय आयोग आणि राष्ट्रीय संस्था–ज्यांच्यावर मंत्रालयाचे प्रशासकीय नियंत्रण असते. या संस्थांमध्ये अनुसूचित जाती राष्ट्रीय आयोग; इतर मागास वर्गांसाठीचा राष्ट्रीय आयोग; सफाई कर्मचारी राष्ट्रीय आयोग; आर्थिकदृष्ट्या मागासलेल्या वर्गांसाठी राष्ट्रीय आयोग; भारत पुनर्वसन परिषद; डॉ. बी. आर. आंबेडकर प्रतिष्ठान; अस्थिरोग अपंग संस्था; पुनर्वसन, प्रशिक्षण व संशोधन राष्ट्रीय संस्था आणि सामाजिक सुरक्षा राष्ट्रीय संस्था. कल्याण मंत्रालयाचे १९९९ साली सामाजिक न्याय व सशक्तीकरण मंत्रालयात रूपांतर झाल्यापासून मंत्रालयातील मंत्री त्याचा मुख्य असून इतर दोन राज्यमंत्री त्याला साहाय्य करत असतात. मंत्रालयामध्ये सचिव व त्याच्या मदतीला इतर सचिव असतात, चार सहसचिव आणि एक उपसंचालक–सामान्य सहसंचालकाच्या श्रेणीचा असतो. उपसंचालक–सामान्य अनेक केंद्रांवर मुख्य म्हणून काम बघत असतो जसे की, अनुसुचित जाती विकास केंद्र, मागास वर्ग केंद्र, सामाजिक संरक्षण केंद्र, अपंगत्व व नियोजन केंद्र, संशोधन केंद्र, मूल्यमापन केंद्र आणि नियंत्रक केंद्र. सहसचिवाच्या श्रेणीची आर्थिक सल्लागार हे पददेखील असते.

अनुसूचित जातींसाठी कल्याणकारी तरतूद

अनुसूचित जातींच्या हिताचे पर्यवेक्षण करण्यासाठी सामाजिक न्याय व सशक्तीकरण मंत्रालय हे मध्यवर्ती मंत्रालय आहे. सन २००१च्या जनगणनेनुसार देशाच्या लोकसंख्येमध्ये अनुसूचित जातींची संख्या १६.२% इतकी आहे. त्यांची गणना समाजातील दुबळ्या व परिघाबाहेरील गटामध्ये होते. राज्यघटनेमध्ये या जातींचे संरक्षण व दक्षता यांबाबत उल्लेख केला आहे. हे संरक्षण व दक्षता त्यांना इतर नागरिकांसारखे अधिकार देऊन, त्यांचे शैक्षणिक व आर्थिक हित प्रोत्साहित करून आणि सामाजिक दुबळेपण नाहीसे करून साध्य करता येते. काही मुख्य दक्षता खालीलप्रमाणेः

१. अस्पृश्यता उच्चाटन व कुठल्याही स्वरूपात त्या प्रथेला मनाई करणे (कलम १७);

२. त्यांच्या शैक्षणिक व आर्थिक हिताला प्रोत्साहन देणे व सामाजिक अन्याय आणि सर्व प्रकारच्या शोषणापासून त्यांचे संरक्षण करणे (कलम ४६);
३. दुकाने, उपहारगृह इत्यादींमधील प्रवेशाबाबतची अक्षमता, बोजा, निर्बंध किंवा परिस्थिती दूर करणे. तसेच, लोक करमणुकीच्या जागा, विहीर, तळे, घाट, रस्ते इत्यादीचा वापर तसेच शासनाच्या निधीतून पूर्णपणे अथवा काही प्रमाणात व्यवस्थापन केली गेलेली अथवा सामान्य जनतेच्या वापरासाठी खुली असलेली पर्यटनस्थळे येथील प्रवेशाबाबत तरतुदी (कलम १५[२]);
४. २५ जानेवारी २०१० पर्यंत लोकसभा आणि राज्य विधानसभेमध्ये अनुसूचित जाती व जमातींना विशेष आरक्षण (कलम ३३०, ३३२, ३३४);
५. लोकसेवांमध्ये अपुरे आरक्षण असल्यास व नियुक्तीच्या वेळी अनुसूचित जाती-जमातींच्या मागणीचा राष्ट्राला विचार करावयाचा असल्यास त्याबाबतची परवानगी तसेच लोकसेवांमध्ये मागासवर्गांना आरक्षण देण्यासाठी राष्ट्राला परवानगी देणे (कलम १६ व ३३५); आणि
६. अनुसूचित व आदिवासी प्रदेशांचे प्रशासन व नियंत्रण यांबाबत विशेष तरतूद (कलम २४४ व पाचवे आणि सहावे परिशिष्ट) (सचदेव २०१०: ४१८).

राज्यघटनेतील कलम ३३० आणि ३३२ नुसार लोकसभा व राज्यातील विधानसभांमध्ये अनुसूचित जाती व जमातींसाठी त्यांच्या लोकसंख्येच्या प्रमाणानुसार राखीव जागा ठेवल्या जातात. सद्यःस्थितीत, लोकसभेतील ५४३ पैकी १२० जागा व वेगवेगळ्या राज्यांमधील विधानसभांमधील एकूण ४०९१ पैकी १०८१ जागा राखीव आहेत (सचदेव २०१०: ४१९). १९९२च्या ७३ व ७४व्या घटनादुरुस्ती कायद्यांच्या अंमलबजावणीपासून अनुसूचित जाती व जमातींना शहरी आणि ग्रामीण स्थानिक संस्थांमध्ये प्रतिनिधीत्व देऊन त्यांचे रक्षण करण्यात आले आहे. हे प्रतिनिधित्व त्या त्या प्रदेशामध्ये त्यांच्या लोकसंख्येच्या प्रमाणात दिले आहे.

राज्यघटनेतील कलम ३३५ आणि १६(४) मधील तरतुदींनुसार, खुल्या स्पर्धेतून भरती केली जाते अशा भारतव्यापी सेवांमध्ये देखील अनुसूचित जातींसाठी १५% रिक्त जागा राखीव असतात. राज्ये व केंद्रशासित प्रदेशांमध्ये गट क आणि ड, ज्याकडे उमेदवारांचे लक्ष वेधलेले असते, अशा जागांसाठी प्रत्यक्ष भरतीमध्ये अनुसूचित जाती व जमातींसाठी आरक्षण असते. गट ब, क आणि ड पुरते मर्यादित स्पर्धात्मक परीक्षांच्या निकालामध्ये रिक्त जागांमधील १५% आरक्षण अनुसूचित जातींसाठी असते. गट अ, ब, क आणि ड मध्ये सुस्वास्थ्याची अट पूर्ण केल्यास जेष्ठ्यतेच्या तत्त्वावर बढतीमध्ये देखील या जातींना आरक्षण आहे (सचदेव २०१०: ४१९).

राज्यघटनेच्या ६५व्या घटनादुरुस्ती कायद्याचे (१९९०) पालन करण्याच्या दृष्टीने १९९२मध्ये अनुसूचित जातींसाठी राष्ट्रीय आयोगाची स्थापना करण्यात आली. अनुसूचित जाती राष्ट्रीय आयोगाला मोठ्या प्रमाणात कार्ये व अधिकार देण्यात आले. या आयोगाची रचना पुढीलप्रमाणे आहे–एक अध्यक्ष, एक उपाध्यक्ष आणि पाच इतर सदस्य. त्यांची कारकीर्द रुजू झाल्यापासून पाच वर्षांच्या काळापर्यंत असते. आयोगाची मुख्य कार्ये पुढीलप्रमाणे आहेतः (*अ*) राज्यघटनेनुसार अनुसूचित जातींना देण्यात आलेल्या सर्व पूर्वदक्षतांशी संबंधित सर्व बाबींमध्ये संशोधन आणि अधीक्षण करणे; (*आ*) अनुसूचित जाती व जमातींना नाकारण्यात आलेले अधिकार व पूर्वदक्षता नाकारण्यात आले असता विशिष्ट तक्रारींची चौकशी करणे; (*इ*) अनुसूचित जाती व जमातींशी संबंधित नियोजन प्रक्रिया व सामाजिक–आर्थिक विकासामध्ये भाग घेणे व सल्ला देणे; (*ई*) पूर्वदक्षतांच्या कामाबाबतीतील अहवाल, आयोगाला योग्य वाटेल तेव्हा, वर्षातून एकदा राष्ट्रपतींसमोर सदर करणे; (*उ*) या अहवालांमध्ये केंद्र व राज्य शासनासाठी काही शिफारशी करणे. या शिफारशी अनुसूचित जातींशी संबंधित पूर्वदक्षता व संरक्षण, कल्याण आणि सामाजिक–आर्थिक विकास संबंधीच्या इतर योजनांची परिणामकारक अंमलबजावणी व्हावी यासाठी केलेल्या असतात; आणि (*ऊ*) केंद्र शासनाला योग्य वाटतील अशी अनुसूचित जातींच्या संरक्षण, कल्याण, विकास आणि प्रगती यांच्याशी संबंधित कार्ये पार पाडणे. या आयोगाला दिवाणी न्यायालयाचे अधिकार दिलेले असतात.

सन १९९४ मध्ये सफाई कर्मचारी अथवा झाडू कामगार यांचे हित आणि अधिकार याचे संरक्षण करण्यासाठी सफाई कर्मचारी राष्ट्रीय आयोगाची स्थापना करण्यात आली. केंद्र सरकारला सफाई कर्मचाऱ्यांसाठी दर्जा, सोई व संधी यांतील असमानतांचे उच्चाटन करण्यासाठी काही विशिष्ट कार्यक्रम सुचवणे हे या आयोगाचे मुख्य कार्य आहे. हे कार्यक्रम कालबद्ध पद्धतीचा अवलंब करणारे असतील. सफाई कामगारांच्या कल्याणासाठी काही कार्यक्रम व योजनांच्या अंमलबजावणीविषयी विशिष्ट तक्रारी व बाबी यासंबंधी शोध घेण्याचे अधिकार आयोगाला आहेत. सामाजिक मानहानी व अमानवी अत्याचाराचा सामना करावा लागणाऱ्या सफाई कर्मचाऱ्यांवर परिणाम होईल अशा काही महत्त्वाच्या धोरणसंबंधी बाबींमध्ये आयोगाचा सल्ला घेतला जातो. सफाई कर्मचाऱ्यांचे सशक्तीकरण करण्यासाठी सफाई कर्मचारी वित्त व विकास मंडळाची स्थापना करण्यात आली आहे. त्यांच्यावर अवलंबून असणाऱ्यांनादेखील सक्षम करून सफाई कर्मचाऱ्यांना त्यांच्या परंपरागत व्यवसायातून मुक्त करून स्वतःच्या पद्धतीने सामाजिक व आर्थिक जीवनामध्ये प्रतिष्ठेने व अभिमानाने जगता यावे यासाठी हे मंडळ कार्यरत असते. सफाई

कामगारांना मंडळाद्वारे कुठल्याही रोजगार निर्मितीच्या कामासाठी कमी व्याजदराने आर्थिक साहाय्य केले जाते.

अनुसूचित जातींसाठी कल्याण योजना

सामाजिक न्याय व सशक्तीकरण मंत्रालयाने अनुसूचित जातींच्या विकासासाठी अनेक योजना राबवल्या आहेत.

शैक्षणिक विकास

दहावीच्या पुढे शिकू इच्छिणाऱ्या अनुसचित जातींतील विद्यार्थ्यांना आर्थिक साहाय्य पुरवण्यासाठी अनुसूचित जातींतील विद्यार्थ्यांना दहावीनंतर शिष्यवृत्ती देण्यासाठी २००३ साली योजना राबवण्यात आली. आर्थिक साहाय्यामध्ये निर्वाह भत्ता, शैक्षणिक संस्थांकडून ना परतावा फीच्या रकमेची प्रतिपूर्ती, पुस्तकपेढी सुविधा आणि इतर भत्ते. अस्वच्छ काम करणाऱ्यांच्या बालकांसाठी दहावीपूर्वी शिष्यवृत्ती योजना, अनुसूचित जातींतील मुले व मुलींसाठी वसतिगृहे, पुस्तकपेढी योजना आणि अनुसूचित जातींतील विद्यार्थ्यांसाठी मोफत प्रशिक्षण या काही इतर योजना होत.

अनुसूचित जातींतील विद्यार्थ्यांना उच्च शिक्षणासाठी प्रोत्साहित करण्यासाठी राजीव गांधी राष्ट्रीय शिष्यवृत्ती ही योजना आहे. या योजनेद्वारे अनुसूचित जातींतील विद्यार्थ्यांना विद्यापीठे, संशोधन संस्था व वैज्ञानिक संस्थांमध्ये संशोधनात्मक अभ्यास म्हणजेच एम.फील., पीएच.डी. आणि तत्सम संशोधन पदव्या मिळवण्यासाठी आर्थिक साहाय्य पुरवले जाते. राष्ट्रीय परदेशी शिष्यवृत्ती ही आणखी एक महत्त्वाची शिष्यवृत्ती होय. या शिष्यावृत्तीद्वारे परदेशातील विशिष्ट क्षेत्रातील म्हणजेच अभियांत्रिकी, तंत्रज्ञान आणि विज्ञान इत्यादी पदव्युत्तर व पीएच.डी. अभ्यासक्रमातील अनुसूचित जातीच्या विद्यार्थ्यांना साहाय्य केले जाते. या योजने अंतर्गत संस्थांच्या फीच्या रकमा मासिक निर्वाह भत्ता म्हणून दिल्या जातात, व्हिसा फी आणि विम्याचा हप्तादेखील दिला जातो, वार्षिक आकस्मिक खर्च भत्ता, प्रासंगिक प्रवास भत्ता इत्यादी देखील दिले जातात.

सन २००१मध्ये सामाजिक न्याय व सशक्तीकरण मंत्रालयाने अनुसूचित जातींसह दुर्बल घटकांसाठी प्रशिक्षण व पूरक साहाय्य योजना सुरू केली. या योजनेच्या उद्दिष्टांमध्ये पुढील बाबींचा समावेश होतोः केंद्रीय लोकसेवा आयोग, कर्मचारी निवड आयोग, रेल्वे भरती मंडळे, राज्य लोकसेवा आयोग; बँकेच्या कर्मचारी श्रेणी परीक्षा; आणि सार्वजनिक क्षेत्र उपक्रम यांच्याद्वारे घेतल्या जाणाऱ्या गट अ आणि ब मधील परीक्षांसाठी दर्जेदार प्रशिक्षण देणे. तसेच, खाजगी क्षेत्रात रोजगार मिळवण्यासाठी गरजेच्या असणाऱ्या अभ्यासक्रमांसाठी/रोजगाराभिमुख

अभ्यासक्रमांसाठी प्रशिक्षण दिले जाते–माहिती–तंत्रज्ञान क्षेत्रातील नोकरी, जैवतंत्रज्ञान इत्यादी, जेथे वर्तनकौशल्यांची देखील गरज असते. या योजनेची अंमलबजावणी राज्य शासन, विद्यापीठे आणि खाजगी क्षेत्रातील संस्थांनी चालवलेल्या नामांकित प्रशिक्षण संस्थांद्वारे केली जाते.

आर्थिक सशक्तीकरण

अनुसूचित जातींच्या आर्थिक विकासाला प्रोत्साहन देण्यासाठी १९८०मध्ये विशेष नियंत्रण साहाय्याची सुरुवात करण्यात आली. स्व–रोजगार व प्रशिक्षण या माध्यमांतून अनुसूचित जातींतील लोकांना दारिद्र्यरेषेच्या वर आणण्यासाठी त्यांचा आर्थिक विकास घडवून आणणे हा या योजनेचा मूळ गाभा आहे. योजने अंतर्गत प्रकल्पाच्या एकूण निधी मधील ५०% रक्कम अर्थसाहाय्य म्हणून देणे स्वीकारार्ह आहे, प्रत्येक लाभार्थ्याला जास्तीत जास्त रु.१०००० अशी अट आहे. सन १९८९मध्ये भारत सरकारने राष्ट्रीय अनुसूचित जाती वित्त आणि विकास मंडळाची स्थापना केली. दारिद्र्यरेषेखालील अनुसूचित जातींच्या सर्व कुटुंबांना त्यांचा आर्थिक विकासातून उद्धार आणि विविध योजनांमधून आर्थिक सशक्तीकरण व्हावे यासाठी सवलतीच्या दरात कर्ज देऊन अर्थसाहाय्य करणे हे या मंडळाचे व्यापक असे उद्दिष्ट आहे (सद्यःस्थितीत ग्रामीण भागांमध्ये रु.४०००० प्रतिवर्ष आणि शहरी भागांमध्ये रु.५५००० प्रतिवर्ष). १ एप्रिल २००४ ते ३१ डिसेंबर २००९ या कालावधीमध्ये मंडळाद्वारे रु.८४५०० कोटी एवढे अर्थसाहाय्याचे संवितरण करण्यात आले, ज्यामध्ये २.८६ लाख इतक्या लाभार्थींना सामावून घेण्यात आले (भारत सरकार २०११: ९८५–८६).

इतर मागासवर्गांचे कल्याण

मंडल आयोगाच्या अहवालाने मागासवर्गांच्या अडचणी अधोरेखित केल्यापासून देशातील कल्याणकारी प्रशासनामध्ये इतर मागासलेले वर्ग असा एक वेगळा प्रवर्ग उदयाला आला. मंडल आयोगाने एकूण लोकसंख्येच्या ५२% लोकसंख्या इतर मागास वर्गांची आहे असा अंदाज वर्तवला होता. मंडल निवाडा (१९९२) या नावाने ओळखल्या जाणाऱ्या सर्वोच्च न्यायालयाच्या निवाड्याचे पालन करण्यासाठी, १९९३ साली मागासवर्ग राष्ट्रीय आयोगाची स्थापना करण्यात आली. या आयोगाची कायमस्वरूपी स्थापना करण्यात आली. इतर मागासवर्गांच्या यादीमध्ये अंतर्भाव, अंतर्भावासंबंधीच्या तक्रारी व कमी प्रतिनिधित्व यांसंबंधीचे परीक्षण आणि शासनाला सल्ला देणे हे आयोगाचे कार्य होय. कायद्यातील तरतुदीप्रमाणे, आयोगाने दिलेला सल्ला सामान्यपणे शासनासाठी बंधनकारक असेल.

सन १९९२मध्ये मंडल आयोगाने दिलेल्या निवाड्यानंतर, शासनाने केंद्र सरकारच्या अखत्यारित असलेल्या नागरी सेवा व पदांमधील रिक्त जागांमध्ये इतर मागासवर्गांना २७% एवढे आरक्षण द्यायला सुरुवात केली. २५ जानेवारी १९५० रोजी सरकारने नागरी सेवा परीक्षांमध्ये या वर्गांसाठी प्रत्यक्ष भरतीमध्ये उच्चतम वयाची मर्यादा तीन वर्षांनी शिथिल केली व प्रयत्न करावयाचा आकडा ७ इतका करण्यात आला. मागासवर्गांसाठी त्यांचा सामाजिक व आर्थिक दर्जा सुधारण्यासाठी करण्यात आलेला कुठलाही प्रयत्न त्यांच्या शिक्षणक्षेत्रामधील प्रवेशावर अवलंबून असतो आणि तसेच विशेष प्रशिक्षण कार्यक्रमांमधून त्यांची योग्यता वाढवणेदेखील गरजेचे ठरते. इतर मागासवर्गांमध्ये शैक्षणिक विकास घडून यावा म्हणून शासनाने अनेक योजनांचा प्रारंभ केला. जसे की, दहावी पूर्वीच्या परीक्षा व प्रशिक्षण आणि या वर्गांतील मुले व मुलींसाठी वसतिगृहे. दारिद्र्यरेषेखालील इतर मागासवर्गातील सदस्यांना सवलतीच्या दरात अर्थसाहाय्य करणे, या मुख्य उद्दिष्टाच्या पूर्ततेसाठी राष्ट्रीय मागासवर्ग वित्त आणि विकास मंडळाची स्थापना करण्यात आली आहे.

दिव्यांग व्यक्तींचे कल्याण

दिव्यांग व्यक्तींच्या कल्याणासाठी शासनाने अनेक कार्यक्रम हाती घेतले आहेत. दिव्यांग व्यक्ती (समान संधी, अधिकार संरक्षण आणि पूर्ण सहभाग) कायदा, १९९५ या व्यापक अशा कायद्याची निर्मिती करण्यात आली व १९९६ साली हा कायदा अमलात आणण्यात आला. हा कायदा पुनर्वसनाच्या प्रतिबंधात्मक आणि प्रवर्धनात्मक अशा दोन्ही बाजू हाताळतो. जसे की, शिक्षण, रोजगार आणि व्यावसायिक प्रशिक्षण, दिव्यांग जनांसाठी पुनर्वसन सेवांची सुविधा आणि तक्रार निवारण यंत्रणा, केंद्र व राज्य दोन्ही पातळ्यांवर. दिव्यांग व्यक्तींसाठी मुख्य आयुक्त हे कायदेशीररित्या एक महत्त्वाचे पदाधिकारी आहेत. यायोगे दिव्यांग व्यक्तींसाठीच्या राज्य आयुक्तांच्या कामाचा समन्वय साधला जातो. केंद्र सरकारने विभागून दिलेल्या निधी वापराचे अधीक्षणदेखील या मार्फत केले जाते. दिव्यांग व्यक्तींसाठी उपलब्ध असलेल्या अधिकार व सोईंचे जतन करणे व अधिकार नाकारले गेल्यास तक्रारींची दखल घेणे ही कामेदेखील मुख्य आयुक्त कार्यालयाद्वारे केली जातात.

दिव्यांग व्यक्तींकरिता असलेल्या राष्ट्रीय शिष्यवृत्ती योजनेअंतर्गत दरवर्षी दहावीनंतरचे अभ्यासक्रम, व्यावसायिक व तंत्रज्ञानसंबंधी अभ्यासक्रम करणाऱ्या ५०० विद्यार्थ्यांना शिष्यवृत्ती दिली जाते. दिव्यांग व्यक्तींसाठीच्या खरेदी/साहाय्य/उपकरणे साहाय्य या योजनेअंतर्गत शारीरिकदृष्ट्या अपंग गरजू व्यक्तींना टिकाऊ, आधुनिक आणि प्रमाण साहाय्य व उपकरणे यांद्वारे साहाय्य केले जाते. यामुळे

त्यांचे शारीरिक, सामाजिक आणि मानसिक पुनर्वसन प्रोत्साहित केले जाते. शासनाने राष्ट्रीय अपंग वित्त व विकास आयोगाची स्थापना केली. हा आयोग म्हणजे अग्र पातळीवरील वित्तसंस्था होय, ज्यायोगे दिव्यांग व्यक्तींच्या आर्थिक विकासासाठी त्यांना पतसंबंधी सोई उपलब्ध करून दिल्या जातात. दिव्यांग जनतेच्या बहुमितीय अडचणी परिणामकारकरित्या हाताळण्यासाठी शासनाने दिव्यांग व्यक्तींसंबंधित सर्व आयामांशी संबंधित राष्ट्रीय संस्थांची स्थापना केली; यातील काही महत्त्वाच्या संस्था पुढीलप्रमाणे– दृष्टीदोष अपंगत्व राष्ट्रीय संस्था, देहराडून आणि अस्थीदोष अपंगत्व राष्ट्रीय संस्था, कलकत्ता. नावीन्यपूर्ण संशोधन करणे, मनुष्यबळ विकासासाठी प्रशिक्षण कार्यक्रम आयोजित करणे आणि देशातील अपंग लोकांना सेवा पुरविणे–मुख्यत्वे यांसाठी या संस्था जबाबदार होत.

अनुसूचित जमातींचे कल्याण

सन २००१च्या जनगणनेनुसार, भारतातील आदिवासी लोक, जे अनुसूचित जमाती या विभागामध्ये येतात, ते एकूण लोकसंख्येच्या ८.२% इतके होत. सन १९९९मध्ये केंद्र शासनाने आदिवासी कल्याण मंत्रालयाची स्थापना केली आहे. हे मंत्रालय अनुसूचित (जातींच्या) जमातींच्या कल्याणासाठी राबवण्यात येणारे कार्यक्रम व योजना यांच्या एकूण नियोजन व समन्वयासाठीचे मुख्य मंत्रालय आहे. अनुसूचित जमातींचे हित जपण्यासाठी व प्रसारासाठी राज्यघटनेने अनेक संरक्षक तत्त्वे नमूद केली आहेत. या संदर्भात कलम १९, ४६, १४६, २४४, ३३०, ३३२, ३३४, ३३८, ३३९, ३४२ यांमधील तरतुदी व राज्यघटनेचे पाचवे व सहावे परिशिष्ट महत्त्वाचे ठरते.

सुरुवातीपासूनच, आदिवासी विकास दुहेरी प्रकारच्या योजनेवर आधारलेला आहे, (*अ*) वैधानिक प्रशासकीय साहाय्यातून त्यांच्या हितसंबंधांचे रक्षण व प्रसार; (*आ*) त्यांच्या जीवनमानाचा दर्जा वाढवण्यासाठी विकास योजनांची अंमलबजावणी. आदिवासी लोक व आदिवासी प्रदेश यांच्या विकासासाठी पाचव्या पंचवार्षिक योजनेच्या काळात विकसित करण्यात आलेली व राबवण्यात आलेली आदिवासी उपयोजना ही संकल्पना अजूनही एक महत्त्वाचे साधन ठरते. आदिवासी उपयोजना १७ राज्ये व २ केंद्रशासित प्रदेशांमध्ये कार्यरत आहे. या योजनेला पुढील योजनांमधून घेतलेल्या संसाधनांमधून निधी मिळतो (*अ*) राज्य योजना; (*आ*) विशेष केंद्र साहाय्य; (*इ*) केंद्रपुरस्कृत योजना; आणि (*इ*) संस्थांकडून वित्तसाहाय्य. केंद्रपुरस्कृत योजनांतर्गत तिसऱ्या पंचवार्षिक योजनेपासून अनुसूचित जातींतील मुलींसाठी वसतिगृहे सुरू आहेत. यामुळे अनुसूचित जातींतील मुलींना प्रोत्साहन देण्यास निश्चितच मदत झाली आहे. हैद्राबाद, गुवाहाटी, रांची, अहमदाबाद,

भोपाळ, कोझीकोडे, पुणे, उदयपूर, लखनऊ, इम्फाळ आणि कोलकता येथे आदिवासी संशोधन केंद्रे स्थापन करण्यात आली आहे. या केंद्रांद्वारे आदिवासी उपयोजनांसंबंधीचे कागदपत्र तयार करण्यासाठी संशोधन, मूल्यमापन, माहिती संकलित करणे, प्रशिक्षण आणि व्यावसायिक सल्ले देणे या विकासात्मक प्रयत्नांतून मदत केली जाते.

अनुसूचित जमातींमध्ये शिक्षणाला प्रोत्साहन देण्यासाठी शासनाने अनेक कार्यक्रम सुरू केले आहेत. अनुसूचित जमातींमधील विद्यार्थ्यांना दहावीनंतर काही अभ्यासक्रम करावयाचे असल्यास आर्थिक साहाय्य म्हणून शिष्यवृत्ती देण्यास सुरुवात करण्यात आली. शिक्षणासाठी पूरक अशा वातावरणामध्ये अनुसूचित जमातींसाठी निवासी शाळा स्थापन करणे हे आश्रमशाळा योजनेचे उद्दिष्ट आहे. यामुळे आदिवासी विद्यार्थ्यांमध्ये साक्षरता वाढवण्यास मदत होईल. अल्प साक्षरता असलेल्या जिल्ह्यांमध्ये, २००९ साली, अनुसूचित जातींतील मुलींच्या शिक्षणाचे दृढीकरण करण्यासाठी योजना सुरू करण्यात आली. अनुसूचित जातींमध्ये उच्च शिक्षणाला प्रोत्साहन देण्यासाठी राजीव गांधी राष्ट्रीय शिष्यवृत्तीला सुरुवात करण्यात आली आहे. अनुसूचित जमातींतील विद्यार्थ्यांना उच्च शिक्षण घेण्यासाठी शिष्यवृत्ती देणे हे या योजनेचे मुख्य उद्दिष्ट आहे. ही शिष्यवृत्ती विद्यापीठ अनुदान आयोगातर्फे एम.फील. व पीएच.डी. अभ्यासक्रमांमधून संशोधन करणाऱ्या विद्यार्थ्यांना देण्यात येणाऱ्या शिष्यवृत्ती स्वरूपावर आधारलेली आहे. सन २००९-१० दरम्यान या योजनेअंतर्गत एकूण ४५ कोटी इतक्या रकमेची तरतूद करण्यात आली होती. सन २००७ ते २००८ या दरम्यान आदिवासी विकास मंत्रालयातर्फे उच्च वर्ग शिक्षणासाठी एका नवीन योजनेची सुरुवात करण्यात आली. ५७ हुशार विद्यार्थ्यांना पदवी व पदव्युत्तर पातळीचे शिक्षण घेण्यासाठी प्रोत्साहन देणे हे या योजनेचे उद्दिष्ट होते. अनुसूचित जमातींमधील या विद्यार्थ्यांना देण्यात येणाऱ्या शिष्यवृत्तीमध्ये संपूर्ण अध्यापन शुल्क व इतर परतावा न होणाऱ्या रकमा (शासन/शासन पुरस्कृत संस्थांच्या संदर्भाने) समाविष्ट असतील (भारत सरकार २०११: ९९७).

महिला सशक्तीकरण

महिलांच्या सामाजिक, आर्थिक व राजकीय क्षमता वाढवणे म्हणजे महिला सशक्तीकरण होय. सन १९८५च्या नैरोबी येथील आंतरराष्ट्रीय महिला परिषदेमध्ये सशक्तीकरण ही संकल्पना पहिल्यांदा पुढे आली. या परिषदेमध्ये असे तात्पर्य काढण्यात आले की, सशक्तीकरण म्हणजे सकारात्मक हस्तक्षेपाद्वारे सत्ता व संसाधनांचे नियंत्रण यांचे स्त्रियांच्या बाजूने केलेले पुनर्वितरण होय. कैरो येथे घेण्यात आलेल्या लोकसंख्या व विकासावरील आंतरराष्ट्रीय परिषदेच्या (१९९४) कार्यवाही कार्यक्रमामध्ये महिला सबलीकरणाचे पाच घटक नमूद करण्यात आले:

- स्त्रियांची स्व-योग्यतेची जाणीव;
- निवड असण्याचा व ठरवण्याचा अधिकार;
- संधी व संसाधने उपलब्ध असण्याबाबतचा अधिकार;
- घरात व घराबाहेर स्वतःच्या आयुष्यावर ताबा असण्याचा अधिकार; आणि
- राष्ट्रीय व आंतरराष्ट्रीय पातळीवर अधिक न्याय्य सामाजिक व आर्थिक संरचना तयार व्हावी म्हणून सामाजिक बदलाची दिशा प्रभावित करण्याची क्षमता.

कैरो परिषदेद्वारे महिला सशक्तीकरणाकडे एक केंद्रबिंदू म्हणून लक्ष वेधून घेण्यात आले. पुढे, संयुक्त राष्ट्र विकास कार्यक्रमाद्वारे लिंग सशक्तीकरण निकष विकसित करण्यात आला. या निकषाद्वारे स्त्रियांचा समाजातील सहभाग प्रतिबिंबित करणाऱ्या तीन चलघटकांवर भर देण्यात आला– राजकीय सत्ता वा निर्णय क्षमता, शिक्षण आणि आरोग्य. बीजिंग परिषदेमध्ये (१९९५) महिला सशक्तीकरणाचे काही संख्यात्मक आणि गुणात्मक दर्शक मांडण्यात आले. हे दर्शक पुढीलप्रमाणे होतः (*अ*) स्व-प्रतिष्ठेमध्ये वाढ; (*आ*) वैयक्तिक व सामूहिक आत्मविश्वास; (*इ*) अभिव्यक्तीमध्ये वाढ; (*ई*) आरोग्य, पोषण, प्रजननासंबंधीचे अधिकार, कायदे आणि साक्षरता यांसंबंधी ज्ञान व जाणीव; (*उ*) कुटुंब आणि समूहांच्या भूमिका व जबाबदारी यांमध्ये बदल; (*ऊ*) सभांना हजर राहणे, सहभाग आणि अपेक्षित सहभाग याबाबतीत स्त्री-सहभाग पातळीत दृश्यमान बदल; (*ए*) कुटुंबात व कुटुंबाबाहेर स्त्रियांच्या आर्थिक योगदानाची जाणीव व या योगदानाला मान्यता; आणि (*ऐ*) काम आणि उत्पन्न याबाबतीत स्त्रियांची निर्णयक्षमता.

लिंग समानता आणि महिला सबलीकरणाला प्रोत्साहन देणे हे २०११ साली संयुक्त राष्ट्रांनी प्रकाशित केलेल्या संयुक्त राष्ट्रे सहस्रक विकास उद्दिष्टे अहवाल, २०११ मधील एक उद्दिष्ट आहे. या अहवालामध्ये असे दर्शवले आहे की, अनेक प्रदेशांमध्ये शिक्षणासंबंधी असमान प्रवेश असला तरीदेखील, मुलींना आता शिक्षणक्षेत्रात सामावून घेतले जात आहे. विकसनशील प्रदेशांमध्ये, २००९ साली प्राथमिक व दुय्यम शाळेत दर १०० मुलांमागे ९६ मुलींची नोंदणी झाली. सन १९९९ पासूनची ही एक महत्त्वपूर्ण सुधारणा ठरली जेव्हा, हे प्रमाण अनुक्रमे ९१ व ८८ इतके होते. तथापि, प्राथमिक शिक्षणामध्ये फक्त तीन प्रदेशांनी लिंग समानता (९७ आणि १०३ मधील लिंग समानता निर्देशक अशी व्याख्या केली जाते) साध्य केली आहे–कॉकसस, कॅरेबियन आणि दक्षिण-पूर्व आशिया. अपवादाने, पूर्व आशियामध्ये प्राथमिक शाळेत मुलींची संख्या मुलांपेक्षा जास्त दिसून येते.

विकसनशील जगाच्या बहुतांश इतर भागांमध्ये मुलींची प्रगती मागे पडली होती तसेच, उत्तर आफ्रिका, ओशनिया, दक्षिण आशिया, उपसहारा आफ्रिका आणि पश्चिम आशिया या प्रदेशांमध्ये सुरुवातीच्या वर्षांमध्ये शिक्षणात समान प्रवेश हे एक दूरगामी ध्येय राहिले आहे. या अहवालात असेही म्हटले आहे की, २००८-०९ साली मोठ्या प्रमाणात नोकऱ्या गेल्याने २०१० साली ही घट भरून काढण्यासाठी पुनःप्राप्ती म्हणून झालेल्या रोजगार वाढीमध्ये, विशेषकरून विकसनशील देशांमध्ये, पुरुषांपेक्षा स्त्रियांचे प्रमाण कमी होते. खासकरून, निर्मिती उद्योगामध्ये असलेल्या स्त्रियांवर याचा परिणाम झाला. राजकीय प्रतिनिधित्वाबाबत या अहवालात असे म्हटले आहे की, संसद-सदस्य म्हणून महिलांच्या आकड्यात वाढ झाली असली तरी, राजकारणामध्ये महिला व पुरुषांचा समान सहभाग हे ध्येय साध्य झालेले नाही. जानेवारी २०११च्या शेवटी, जगभरातील संसदेच्या एकमात्र वा कनिष्ठ मंडळामध्ये स्त्रियांनी १९.३% एवढ्या जागा व्यापल्या होत्या. हे तुलनेने सर्वाधिक प्रमाण होते. तरीदेखील, १९९५चे ११.६% एवढे जागतिक प्रमाण लक्षात घेता यातून संथगतीने का होईना, पण प्रगतीचे एक स्वरूप लक्षात येते (संयुक्त राष्ट्रे २०११: २०-२३). या पार्श्वभूमीवर, या अहवालाद्वारे शिक्षण, आर्थिक संधी व स्त्रियांचा राजकारणातील सहभाग या बाबींमधून लिंग असमानतेचे निर्मूलन करण्यात यावे असे सूचित करण्यात आले आहे. यातून २०१५ पर्यंत महिला सशक्तीकरण अधिक व्यापक बनवण्याचा प्रयास आहे.

भारतातील महिला सशक्तीकरण

भारताच्या एकूण लोकसंख्येमध्ये ४८% एवढ्या महिला आहेत (भारत सरकार २०११) स्त्रियांचा विकास सर्वाधिक महत्त्वाचा असून यामुळे सर्वंकष विकासाला देखील गती येते. १९८५ पासून, महिला व बालकसंबंधी बाबींमध्ये लक्ष घालण्यासाठी मानवी संसाधन विकास मंत्रालयाचा एक भाग म्हणून महिला व बालक विकासासाठी स्वतंत्र विभाग कार्यरत आहे. याचे महत्त्व लक्षात घेऊन, ३० जानेवारी २००६ मध्ये स्वतंत्र महिला व बालविकास मंत्रालय सुरू करण्यात आले. हिंसामुक्त वातावरणामध्ये देशाच्या विकासामध्ये समान भागीदार म्हणून योगदान देणे व स्त्रियांचे सशक्तीकरण होऊन त्यांना प्रतिष्ठेने जगता यावे हे या मंत्रालयाचे दूरगामी ध्येय आहे. तसेच, शोषणरहित वातावरणामध्ये स्त्रियांना वाढ व विकास यासाठी संधी देऊ करणे हे देखील अनुस्यूत आहे.

संसदेच्या विविध कायद्यांनी वेळोवेळी महिला कल्याणाला दिशा दिली आहे. जसे की, महिला व बालिका अनैतिक तस्करी कायदा, १९५६; हिंदू वारसा कायदा, १९५६; हुंडा बंदी कायदा, १९६१; मातृत्त्व लाभ कायदा, १९६१; समान मोबदला

कायदा, १९७६; सती (प्रतिबंध) कायदा, १९८७; जनन पूर्व निदान चाचणी (गैरवापर नियमन व प्रतिबंध) कायदा, १९९४; कौटुंबिक हिंसा स्त्री सुरक्षा कायदा, २००५; कामाच्या ठिकाणी लैंगिक शोषण सुरक्षा विधेयक, २००५. या सर्वांमध्ये १९९९चा सर्वोच्च न्यायालयाचा *गीता हरिहरन विरुद्ध भारतीय रिझर्व बँक*, १९९९ हा निवाडा क्रांतिकारक होय. या निवाड्याद्वारे भारतीय शासनाच्या सर्व विभागांसाठी सर्व व्यावहारिक कामांमध्ये, जसे की, शाळेतील प्रवेश, बँक खाते, परिपत्र इ. मध्ये वडिलांबरोबरच आईच्या नावाचा विचार करणे अनिवार्य करण्यात आले.

महिला सबलीकरणाचे पैलू हाताळण्यासाठी १९९२ साली राष्ट्रीय महिला आयोगाची स्थापना करण्यात आली. महिलांसाठी पुरविण्यात आलेल्या घटनात्मक आणि कायदेशीर पूर्वदक्षतांशी संबंधित सर्व बाबींचा अभ्यास व नियंत्रण करणे हे या आयोगाचे मुख्य ध्येय होय. तसेच, सध्या अस्तित्वात असलेल्या कायद्यांचा आढावा घेऊन त्यात आवश्यक सुधारणा सुचविणे हे देखील आयोगाचे काम होय. महिलांच्या तक्रारींचे जलदगतीने निवारण व्हावे यासाठी देखील आयोग दक्ष असतो. महिला कल्याण व विकास यासंबंधीच्या योजना अमलात आणण्याची मुख्य जबाबदारी महिला व बालकल्याण मंत्रालयाला देण्यात आली आहे. या मंत्रालयाद्वारे महिला कल्याण संबंधी अनेक योजना राबविल्या जात आहेत.

महिला प्रशिक्षण व रोजगार सहयोग योजना

महिला प्रशिक्षण व रोजगार सहयोग योजनेला १९८७ साली प्रारंभ करण्यात आला. परंपरागत म्हणजेच, शेती, पशुपालन, दुग्धोत्पादन, मत्स्यव्यवसाय, हातमाग, हस्तव्यवसाय, *खादी* आणि ग्रामीण उद्योग, सामाजिक वनविज्ञान आणि रेशीम उद्योग यांसारख्या क्षेत्रांमधील गरीब व मालमत्ता नसलेल्या महिलांना उत्पादकता वाढविणे व रोजगार निर्मिती यासाठी अद्ययावत कौशल्ये व ज्ञान पुरविणे. अद्ययावत कौशल्ये दिल्याने व महिलांना वर्धनक्षम समूहांमध्ये एकत्रित केल्याने व बाजारपेठ संबंधतेची आखणी, साहाय्य सेवा, पत उपलब्धता यांमुळे पारंपरिक क्षेत्रांमधील महिलांवर याचा महत्त्वपूर्ण परिणाम झाला. २००९-१० या काळामध्ये २१,९६३ एवढ्या गरीब महिलांना या योजनेचा फायदा झाला.

स्वाधार

२००१-०२ साली स्वाधार नामक केंद्र सरकारच्या योजनेला प्रारंभ करण्यात आला. कठीण परिस्थिती मध्ये असलेल्या म्हणजेच, निराधार, कुटुंबाने नाकारलेल्या विधवा, तुरुंगातून सुटलेल्या कैदी व कुटुंबाचा आधार नसलेल्या महिला, तस्करी झालेल्या महिला/बालिका, लैंगिक गुन्ह्यांच्या बळी व कुटुंबाने नाकारलेल्या इत्यादी अशा महिलांना सर्वंकष व एकत्रित सेवा पुरविणे हे या योजनेचे उद्दिष्ट होते. हा प्रकल्प

समाजकल्याण आणि महिला व बालकल्याण विभाग, नामांकित शासकीय-खाजगी न्यास किंवा स्वयंसेवी संस्था इत्यादींतर्फे राबविला जातो. मात्र अशा महिलांचे पुनर्वसन करण्यासाठी या संस्थांकडे पुरेसा अनुभव व कुशलता असणे गरजेचे ठरते. २००९-१० साली १६,८६० महिला या योजनेच्या लाभार्थी ठरल्या आहेत.

नोकरी करणाऱ्या महिलांसाठी वसतिगृहे

नोकरी करणाऱ्या महिलांसाठी वसतीगृहे बांधणे वा वसतिगृह साखळी अधिक व्यापक करणे आणि दिवसभर देखभाल करणे यासंबंधीची साहाय्य योजना १९७२-७३ पासून राबविली जात आहे. या योजनेंतर्गत अशासकीय संस्था, महिला विकास मंडळे, स्थानिक संस्था, विद्यापीठे इ. ना नोकरी करणाऱ्या महिलांसाठी वसतिगृहे बांधण्यासाठी आर्थिक साहाय्य केले जाते. २००९ पर्यंत देशभरात ८८७ वसतिगृहे पारित करण्यात आली असून त्याद्वारे ६४,९२२ महिलांना फायदा झाला आहे.

तात्पुरती निवासी गृह

१९६९ साली प्रारंभ झालेल्या तात्पुरती निवासी गृह योजनेद्वारे कुटुंबाने नाकारलेल्या किंवा काही गुन्ह्यामुळे ज्यांचे घर नाहीसे झाले आहे अशा महिला व बालिकांना स्वयंसेवी संस्थांमार्फत तात्पुरती राहण्याची सोय, देखभाल आणि पुनर्वसनात्मक सेवा पुरवल्या जातात. या योजनेअंतर्गत गरजू महिला व बालिकांना सहा महिने ते तीन वर्ष इतक्या कालावधीसाठी तात्पुरती राहण्याची सोय पुरवली जाते. आईबरोबर आलेल्या अथवा येथे जन्म झालेल्या मुलांना वयाची ७ वर्षे पूर्ण होईपर्यंत राहण्याची परवानगी दिली जाऊ शकते. त्यानंतर मात्र या बालकांना बालक सेवा केंद्र अथवा दत्तक सेवा केंद्रांमध्ये हलविले जाते.

कुटुंब समुपदेशन केंद्रे

१९८३ साली केंद्रीय सामाजिक कल्याण मंडळातर्फे या योजनेला सुरुवात करण्यात आली. अत्याचार, कुटुंब अपसमायोजन आणि सामाजिक बहिष्कार इत्यादींचा बळी असलेल्या महिला व बालकांना या केंद्रांद्वारे समुपदेशन, संदर्भित करणे आणि पुनर्वसनात्मक सेवा पुरविल्या जातात. तसेच, नैसर्गिक आपत्तीच्या काळात आणीबाणी अंतर्निरसन व आघात समुपदेशन देखील केले जाते. महिलांच्या स्थितीवर परिणाम करणाऱ्या सामाजिक समस्यांबाबत या केंद्रांद्वारे जागृती निर्माण केली जाते व लोकमत दृढ केले जाते.

राष्ट्रीय महिला कोश

महिलांसाठीचा राष्ट्रीय पत निधी ज्याला राष्ट्रीय महिला कोश (RMK) असेदेखील म्हटले जाते, याची सुरुवात महिला व बालविकास मंत्रालयाअंतर्गत राष्ट्रीय

पातळीवरील संस्था म्हणून १९९३ साली करण्यात आली. या योगे अनौपचारिक क्षेत्रातील गरीब व मालमत्ता नसलेल्या महिलांच्या पत संबंधी गरजा भागविणे हे देखील एक उद्दिष्ट होते. उपजीविका संबंधित कार्ये, गृह, लघु उद्योग, कौटुंबिक गरजा इत्यादींसाठी लघु अर्थसाहाय्य सेवा पुरविण्यासाठी ग्राहक हित जपून व सुकर मार्गाने कर्ज देण्याची यंत्रणा उभारण्यात आली आहे. ज्यायोगे गरीब महिलांचा सामाजिक व आर्थिक उद्धार होईल.

लिंग अर्थसंकल्पना

विकासाचे हित स्त्री व पुरुष दोहोंपर्यंत पोहोचावेत यासाठी लिंग मुख्यप्रवाहिकरण साध्य करण्यासाठी लिंग अर्थसंकल्पन हे एक प्रभावी साधन आहे. या द्वारे संधींची समानता साध्य करण्यापेक्षा निष्पत्ती समानता साध्य करण्याकडे लक्ष दिले जाते. अभिशासनाच्या विविध पातळ्यांवर व सर्व क्षेत्रांमध्ये लिंग संकल्पनाला प्रोत्साहन देण्यासाठी महिला व बालविकास मंत्रालय या मुख्य साधनाद्वारे बरेच प्रयत्न केले गेले आहेत. २००४ साली वित्त मंत्रालयाद्वारे सर्व मंत्रालये व विभागांमध्ये लिंग अर्थसंकल्प केंद्रे अनिवार्य करण्यात आली तेव्हा या प्रक्रियेला महत्त्वपूर्ण चालना मिळाली. आतापर्यंत भारत सरकारच्या ५६ मंत्रालयांनी व विभागांनी लिंग केंद्रे सुरू केली आहेत.

महिला सशक्तीकरणाची राष्ट्रीय मोहीम

महिलांचे सामाजिक, आर्थिक व शैक्षणिक दृष्टीने सशक्तीकरण करण्यासाठी सरकारने ८ मार्च २०१० रोजी महिला सशक्तीकरण राष्ट्रीय मोहिमेला (२०१०-१५) सुरुवात केली. या मोहिमेअंतर्गत मंत्रालये व विभागांनी केलेले लिंग अर्थसंकल्पन याचा आढावा घेणे व त्याचे नियमन करणे असे काम आहे. त्याचबरोबर महिला संबंधित विविध कायद्यांची परिणामकारक अंमलबजावणी करणे हे कार्य देखील या मोहिमेअंतर्गत केले जाते.

भारतीय राज्यघटनेतील ७३ व ७४ वे घटनादुरुस्ती कायदे (१९९३) राजकीय सत्ता रचनेमध्ये स्त्रियांचा समान प्रवेश व वाढता सहभाग याबाबत अत्यंत महत्त्वाचे ठरले आहेत. आता, स्थानिक अभिशासन संस्थांमध्ये महिलांसाठी ३३% आरक्षणाची तरतूद आहे. एक कोटीच्या वर महिला ग्रामीण पंचायत जागांमध्ये सरपंच, अध्यक्ष वा सभासद म्हणून रुजू झाल्याने या कायद्यांना महिला सबलीकरणामधील अत्यंत महत्त्वाची प्राप्ती मानली जाते. मतदान प्रक्रियेशी संबंधित पैसा व शक्ती सामर्थ्यामुळे अनेक स्त्रियांना राजकारणात प्रवेश घेण्यापासून अटकाव केला जात होता. हालचालीवरील निर्बंध, संसाधनांवरील नियंत्रणाचा अभाव, व कमी साक्षरता

हे सर्वज्ञात अडथळे होत. मात्र अलीकडच्या पंचायत मतदानामध्ये निवडून आलेल्या नेत्यांचा आकडा ३३% आरक्षणापलीकडे गेलेला दिसून येतो. राजकीय प्रक्रियेमध्ये महिलांच्या सहभागाचे महत्त्व जाणून, उत्तराखंड व झारखंड यांसारख्या राज्यांनी पंचायातींतील ५०% जागा महिलांसाठी आरक्षित केल्या. यामुळे स्त्रीला एक प्रकारे बळ, मान्यता व अभिशासनात सहभागी होण्याच्या पदाला कायदेशीर मान्यता मिळाली असे म्हणता येईल.

नवव्या पंचवार्षिक योजनेमध्ये (१९९७-२००२) महिलांसंबंधीच्या नियोजनातील संकल्पनात्मक धोरणामध्ये दोन महत्त्वपूर्ण बदल घडवून आणले गेले. एक, 'महिला सशक्तीकरण' योजनेतील नऊ प्राथमिक उद्दिष्टांपैकी एक बनले. अशा प्रकारे, या योजनेंतर्गत महिलांसाठी सक्षम वातावरण निर्माण करणे हा दृष्टिकोन मान्य करण्यात आला. अशा वातावरणामध्ये घरात व घराबाहेर महिला पुरुषांच्या बरोबरीने त्यांचे अधिकार वापरू शकतील. दोन, या योजनेद्वारे, महिला-विवक्षित व महिला- संबधित क्षेत्रांतील 'सद्यःस्थितीतील सेवा एककेंद्राभिमुख करण्याचा' प्रयत्न करण्यात आला. याप्रकारे, केंद्र व राज्य सरकारांना महिला घटक योजना ही विशिष्ट योजना अवलंबिण्याचे निर्देश देण्यात आले. या योजनेद्वारे सर्व साधारण विकास क्षेत्रांतून ३०% पेक्षा अधिक निधी/फायदे महिलांपर्यंत पोहोचावे असे अनुहृत होते. यातून असेही सूचित करण्यात आले की, परिणामकारक यंत्रणेद्वारे ठरवलेल्या निधीच्या प्रवाहावर विशिष्ट लक्ष देण्यात यावे. ज्यायोगे ही प्रस्तावित योजना महिला सबलीकरणाचा सर्वव्यापक दृष्टिकोन ठेवील याची खात्री करून घेता येईल (गोयल २०१०: १११-१२).

अकराव्या पंचवार्षिक योजनेद्वारे (२००७-१२), सर्वप्रथमच, महिलांना केवळ समान नागरिक म्हणूनच नव्हे तर आर्थिक आणि सामाजिक वृद्धीच्या कारक म्हणून मान्यता देण्यात आली. महिलांसंबंधी हस्तक्षेप हा विविध बाजूंनी केलेला असावा व त्या योगे त्यांना प्राथमिक हक्क दिले जावे या पुनर्रचनेवर लिंग समानतेचा दृष्टिकोन आधारलेला आहे. सद्यःस्थितीतील संस्थात्मक यंत्रणांचे दृढीकरण करणे, नवीन यंत्रणा प्रस्थापित करणे आणि लिंग प्रवाहीकरण व योजनांच्या परिणामकारक अंमलबजावणी वर याद्वारे भर देण्यात आला आहे.

भारत सरकारने २००१ हे वर्ष महिला सबलीकरणाचे वर्ष म्हणून जाहीर केले. महिलांची प्रगती, विकास, व सशक्तीकरण यासाठी २००१ साली महिला सबलीकरणाची राष्ट्रीय योजना पारित करण्यात आली. या योजनेच्या मुख्य उद्दिष्टांमध्ये (भारत सरकार २००१) पुढील बाबींचा समावेश होतोः

- सकारात्मक आर्थिक व सामाजिक योजनांद्वारे महिलांच्या पूर्ण विकासासाठी उपयुक्त असे वातावरण निर्माण करणे आणि महिलांना त्यांच्या क्षमता जाणून घेण्याबाबत सजग करणे;
- राजकीय, आर्थिक, सामाजिक, सांस्कृतिक आणि नागरी अशा सर्व क्षेत्रांमध्ये पुरुषांच्या बरोबरीने महिलांनी देखील प्रत्यक्ष व कायदेशीररित्या सर्व मानवी हक्क आणि आणि मूलभूत स्वातंत्र्याचा उपभोग घ्यावा;
- देशाच्या सामाजिक, आर्थिक व राजकीय जीवनामध्ये महिलांना सहभागाच्या समान संधी व निर्णय क्षमता असावी;
- महिलांना आरोग्य सेवा, सर्व पातळ्यांवर गुणात्मक शिक्षण, पेशा व व्यावसायिक मार्गदर्शन, रोजगार, समान मोबदला, व्यवसायातील आरोग्य व सुरक्षितता, सामाजिक संरक्षण व शासकीय कार्यालय या सर्व बाबतींत समान संधी असाव्यात;
- सर्व प्रकारच्या महिला शोषणाचे निर्मूलन करणे हे ध्येय असणाऱ्या कायदेशीर यंत्रणांचे दृढीकरण करणे;
- सामाजिक दृष्टिकोन व सामूहिक प्रथा यांमध्ये महिला व पुरुषांच्या सहभाग व समावेशाद्वारे बदल घडवून आणणे;
- विकासात्मक प्रक्रियेमध्ये लिंग दृष्टिकोनाचे प्रवाहीकरण करणे;
- महिला व बालिकांच्या संदर्भातील शोषणाचे व सर्व प्रकारच्या हिंसेचे निर्मूलन करणे; आणि
- सुसंस्कृत समजाबरोबर, खासकरून महिलांच्या संस्थांबरोबर भागीदारीला सुरुवात करून त्याचे दृढीकरण करणे.

भारतीय राज्यघटनेद्वारे जीवनाच्या विविध क्षेत्रांमध्ये महिलांच्या समानतेला मान्यता देण्यात आली आहे. तरीदेखील, अनेक महिला सुसज्ज नसून स्वतःला पारंपरिक असमाधानकारक सामाजिक आर्थिक परिस्थितीतून बाहेर काढण्यास सक्षम नाहीत. त्या गरीब, अशिक्षित व पुरेश्या प्रशिक्षित नाहीत. तसेच, शारीरिक व मानसिकदृष्ट्या कुटुंबाचे पोषण करण्याच्या संघर्षात पूर्णपणे गुंतलेल्या आहेत व त्याचमुळे कुटुंबाबाहेरील बाबींमध्ये त्यांना कुतूहल नाही. महिलांवरील जुलूम, शोषण व अत्याचार अजूनही माजलेले आहेत. भारताच्या अनेक भागांमधील सामाजिक रचनेमध्ये पितृसत्ताक व्यवस्था समाविष्ट आहे, ज्यामुळे जगण्याबाबतचे अधिकार अधिकाधिक महिलांना नाकारले जातात. समूहांमध्ये पितृसत्ताक व्यवस्थेला दिलेले महत्त्व इतके आहे की सामूहिक बाबींमध्ये स्त्रियांना स्वतंत्र असा आवाज नाही. स्त्री भ्रूण हत्येची प्रथा अजूनही नित्याची आहे. आकडेवारी वरून असे लक्षात येते की, अजूनही भारतीय

समाजात नर बालकाला मोठ्या प्रमाणात प्राधान्य दिले जाते ज्यामुळे, काही राज्यांमध्ये स्त्री पुरुष प्रमाणामध्ये असमतोल दिसून येतो. कौटुंबिक हिंसा कायदा, २००५ असून देखील, कौटुंबिक हिंसा मोठ्या प्रमाणात दिसून येते. समाजामध्ये हुंडा संबंधी गुन्हे देखील मोठ्या प्रमाणात दिसून येतात. शहरी व निम-शहरी भागांतील काही अपवाद वगळता, भारतीय महिला अजूनही सामाजिक न्यायासाठी भुकेल्या आहेत.

बालकल्याण

२००१ च्या जनगणनेनुसार एकूण लोकसंख्येच्या साधारणपणे २३.१४% इतकी बालकांची (०-१८ वर्षे) संख्या आहे. भारतीय राज्यघटनेमध्ये बालकांच्या संरक्षण, विकास व कल्याणाबाबत अनेक तरतुदी आहेत. कलम २४ अन्वये कारखाना, खाणी वा इतर कुठल्याही जोखमीच्या व्यवसायामध्ये बालकांना रोजगार देण्यास प्रतिबंध आहे. याचे अजून स्पष्टीकरण द्यावयाचे झाल्यास असे म्हणता येईल की, कलम ३९ (ई) व (फ) नुसार असे नमूद करण्यात आले आहे की, शासनाने बालकांच्या कोवळ्या वयावर परिणाम होणार नाही अशा योजना निर्देशित कराव्यात. राज्यघटनेचे हे तत्त्व डोक्यात ठेवून, १९७४ साली बालकांवरील राष्ट्रीय योजना सुरू करण्यात आली आणि १९७५ साली एकात्म बालविकास सेवा राबविण्यात आली. बालकाच्या सर्वसमावेशक विकासासाठी, हा कार्यक्रम जगातील सर्वांत मोठा व वेगळा कार्यक्रम ठरला आहे. या कार्यक्रमाद्वारे पूरक आहार, लसीकरण, आरोग्य तपासणी आणि आरोग्य व पोषण संबंधी शिक्षण असा सेवांचा संच पुरविला जातो. २००९-१० पासून महिला व बालविकास मंत्रालयाने एकात्म बाल संरक्षण योजना या केंद्र पुरस्कृत योजनेला प्रारंभ केला. या योजनेची उद्दिष्टे पुढीलप्रमाणे आहेत–कठीण परिस्थितीमध्ये बालकांचे हित सुधारणे, तसेच असुरक्षित परिस्थितींमध्ये घट करणे आणि अपशब्द बोलणे, दुर्लक्ष, शोषण आणि पालकांपासून बालकांना दूर करण्याची कृत्ये कमी करणे.

कठीण परिस्थितीमध्ये बालकांसंबंधीच्या आकस्मिक घटनांना तोंड देण्यासाठी शासनाने बालक मार्ग सेवांना सुरुवात केली आहे. सर्व दुर्लक्षित बालकांसाठी २४ तास मोफत सेवा म्हणून '१०९८' हा दूरध्वनी क्रमांक विशिष्ट याच कारणासाठी सुरू करण्यात आला आहे. अनौपचारिक शिक्षण व व्यावसायिक प्रशिक्षण पुरविण्यासाठी जानेवारी २००५ मध्ये काम करणाऱ्या बालकांच्या कल्याणाची योजना सुरू करण्यात आली. २००८ साली महिला व बालविकास मंत्रालयाने प्रायोगिक तत्त्वावर एक नवी योजना सुरू केली– 'धनलक्ष्मीः बिमा असलेल्या बालिकांसाठी परिस्थितीनुरूप पैसे हस्तांतरित करणे'. बालिकांना जपणे व त्यांना शिक्षणसुविधा देणे यासाठी प्रोत्साहन म्हणून कुटुंबांना वित्त स्वरूपात प्रलोभने देणे हे या योजनेचे उद्दिष्ट आहे. ५ मार्च

२००७ रोजी बालक हक्क संरक्षण राष्ट्रीय आयोग स्थापन करण्यात आला. ज्यायोगे बालकांच्या हक्कांची व्यवस्थित अंमलबजावणी होईल व बालक संबंधी कायदे व कार्यक्रम परिणामकारक पद्धतीने राबविले जातील.

समाजकल्याण योजना

भारत सरकारने वेळोवेळी अनेक समाजकल्याण योजना राबविल्या आहेत. पुढील विभागामध्ये रोजगार, शिक्षण आणि आरोग्य यांसंबंधी योजनांवर चर्चा केली आहे.

महात्मा गांधी राष्ट्रीय ग्रामीण रोजगार हमी योजना

महात्मा गांधी राष्ट्रीय ग्रामीण रोजगार हमी योजना (नरेगा) २००५, भारताच्या ग्रामीण विकास इतिहासातील एक महत्त्वाचा टप्पा मानला जातो. ही योजना केंद्र सरकार मार्फत २००६ साली राबवण्यात आली. सुरुवातीला हा कायदा राष्ट्रीय ग्रामीण रोजगार हमी योजना या नावाने ओळखला जात होता परंतु, २ ऑक्टोबर २००९ साली त्याचे महात्मा गांधी राष्ट्रीय ग्रामीण रोजगार हमी कायदा (मनरेगा) असे नामकरण करण्यात आले. ग्रामीण लोकांची क्रयशक्ती वाढविणे या प्रमुख उद्दिष्टाने या कायद्याला प्रारंभ करण्यात आला, त्यासाठी प्राथमिकपणे, ग्रामीण भागात राहणाऱ्या लोकांना, ते दारिद्र्य रेषेखाली असो किंवा नसो, उप अथवा कुठलेही कौशल्य लागणार नाही असे काम देण्यात आले. पूर्वीच्या रोजगार निर्मिती कार्यक्रमांच्या विरुद्ध मनरेगाने सर्वप्रथमच भारतातील दरिद्री लोकांना कायद्यानुसार रोजगाराची हमी दिली. या कायद्यानुसार प्रत्येक ग्रामीण कुटुंबाला १०० दिवस अकुशल नोकरीची हमी देण्यात आली. शासन ग्रामीण लोकांना रोजगार संधी देऊ न शकल्यास बेरोजगारी भत्ता देण्यास बांधील आहे असे या कायद्यात पुढे म्हटले आहे. ग्रामीण भागांतील विविध ठिकाणांमधून दारिद्र्य निर्मूलन करणे हे या कायद्याचे अधोरेखित असे उद्दिष्ट आहे. तसेच, पाण्याची टाकी, मृदा संवर्धन इ. उत्पादक मालमत्ता निर्माण करून ग्रामीण भागांना स्व-आधारित बनविणे हे देखील उद्दिष्ट आहे.

२ फेब्रुवारी २००६ रोजी आंध्र प्रदेश येथील अनंतपूर येथून मनरेगाला सुरुवात करण्यात आली व सुरुवातीला यामध्ये देशातील २०० सर्वांत 'गरीब' जिल्हे समाविष्ट करण्यात आले. ग्रामीण विकास मंत्रालयाच्या आकड्यांवरून असे दिसून येते की, सुरुवातीला या कायद्याअंतर्गत १.३६ कोटी पेक्षा अधिक लोकांना म्हणजेच, भारताच्या लोकसंख्येच्या १% पेक्षा अधिक लोकांना नोकरी देण्यात आली. २००८-०९ मध्ये या कायद्याने ४.४७ कोटी पेक्षा अधिक कुटुंबांना रोजगाराच्या संधी उपलब्ध करून दिल्या. या 'योजनेच्या केंद्रस्थानी' असलेल्या कामाच्या ८ विभागांची कायद्यातील परिशिष्ट १ मध्ये नोंद करण्यात आली आहे:

- जल संवर्धन व जल संधारण; दुष्काळ रोधन (वनीकरण व वृक्ष लागवड यांसहित), जलसिंचन कालवे (सूक्ष्म व लघु सिंचन);
- अनुसूचित जाती व जमातींच्या कुटुंबाच्या मालकीच्या जमिनीवर सिंचनाची सोय उपलब्ध करून देणे किंवा जमीन सुधारणेअंतर्गत किंवा भारत सरकारच्या इंदिरा आवास योजनेअंतर्गत उपभोक्ता असलेल्यांना आवास व्यवस्था उपलब्ध करून देणे.
- पारंपरिक जलसाठ्यांचे नुतनीकरण (टाक्यांमधील गाळ काढणे);
- जमीन विकास;
- पूर नियंत्रण व सुरक्षा कामे (पाणी साठलेल्या क्षेत्रातील जलनिःसारण);
- ग्रामीण जोडणी व सर्व ऋतूंमध्ये उपलब्धता
- याचबरोबर, शेष नऊ प्रकार आहेत, म्हणजेच अशी कुठलीही कामे जी राज्य सरकार बरोबर चर्चा करून केंद्र सरकार द्वारा अधिसूचित केली जाऊ शकतात.

या कायद्यानुसार, प्रत्येक राज्याने ग्रामीण रोजगार हमी योजना पारित झाल्यानंतर सहा महिन्यांच्या कालावधीच्या आत राबविणे गरजेचे असते. ठळकपणे सांगावयाचे झाले तर, ग्राम आणि मध्यम पंचायतींना योजना राबविण्याचे काम असून समन्वय साधण्याचे काम मात्र जिल्हा पातळीवर होते. नियोजन, अवलोकन आणि अधीक्षण मात्र सर्वच पातळ्यांवर होते. एप्रिल २००८ पासून हा कायदा सर्वत्र विस्तारित करण्याचा निर्णय शासनाने घेतला. हा कार्यक्रम प्रावस्थाबद्ध पद्धतीने राबविण्यात आला–२००७-०८ मध्ये १३० जिल्हे नव्याने सामील करून घेण्यात आले. देशभरातील ६२५ जिल्हे एवढी व्यापकता असलेल्या या योजनेमध्ये, संयुक्तिक पुरोगामी युती शासनाच्या महत्त्वपूर्ण योजनेमध्ये दारिद्र्यात असलेल्या ग्रामीण लोकांची क्रयशक्ती वाढविण्याची, संकट स्थानांतरण कमी करण्याची व ग्रामीण भारतात उपयुक्त मालमत्ता निर्माण करण्याची क्षमता आहे. तसेच, या योजनेतील २३% कामगार अनुसूचित जातींतील, १७% अनुसूचित जमातींतील व ५०% कामगार महिला असल्याने सामाजिक व लिंग समानता प्रोत्साहित करण्यास देखील मदत होते.

या कामगिरीखेरीज, मनरेगावर अनेक प्रकारे टीका करण्यात आली आहे. योजनेसाठी देण्यात आलेल्या निधीचा गैरवापर आणि भ्रष्टाचार याची नोंद अनेक अहवालांनी घेतली आहे. या लोक कार्य योजनेतून पूर्ण झालेली उत्पादने (उदाहरणार्थ, जल संधारण, मृदा विकास, वन संवर्धन, सिंचन व्यवस्थेची तरतूद, रस्ते बांधणी किंवा पूर नियंत्रण) निकृष्ट दर्जाची असून त्यावर समाजातील श्रीमंत लोकांनी मालकी

प्रस्थापित करण्याची काहीही शक्यता नाही. मध्य प्रदेश येथील मनरेगाच्या मूल्यमापक अभ्यासातून असे दिसून आले आहे की, संपूर्ण गावामध्ये केली जाणारी कार्ये जवळ जवळ सारख्याच दर्जाची होती, ज्यातून कमीतकमी स्थानिक विचारविनिमय प्रतिबिंबित होतो. स्थानिक शासनातील भ्रष्टाचारामुळे समाजातील विशिष्ट विभागांना वगळले जाते हे सत्य देखील काळजीचा मुद्दा आहे. असाही गैरप्रकार लक्षात आला आहे की, स्थानिक शासनाकडून प्रत्यक्षात काम करणाऱ्या कामगारांपेक्षा जास्त काम पात्रांचा दावा केला जातो. ज्या योगे अधिक निधी मिळविता येईल व परिणामी तो स्थानिक अधिकाऱ्यांकडून वापरला जाईल. काम पत्र मिळविण्यासाठी रु.५० इतकी जास्त लाच घेतली जाते. मनरेगामुळे कामगारांची उपलब्धता कमी झाली आहे अशी तक्रार बांधकाम उद्योगांकडून करण्यात येते. याचे कारण असे की, कामगार मनरेगा बांधकाम प्रकल्पांमध्ये काम करणे पसंत करतात. मनरेगामुळे शेती कामगार तुटवड्यामध्ये देखील भर पडली आहे अशी टीका केली जाते. जुलै २०११ मध्ये शासनाने राज्यांना असे सुचविले आहे की, शेतीचे काम अधिकतम असताना मनरेगा योजना स्थगित करण्यात यावी.

सरतेशेवटी, ग्रामीण दारिद्र्य व बेरोजगार माजलेल्या देशामध्ये या योजनेने दोन उद्दिष्टे साध्य केली आहेत–ग्रामीण विकास व रोजगार. ग्रामीण भागांना केंद्रस्थानी मानून, लोकांना प्रत्यक्ष मदत होईल अशा योजनेमध्ये त्यांचा सहभाग साध्य केला आहे जसे की, जल संवर्धन आणि साठवण, वनीकरण, ग्रामीण जोडणी, पूर नियंत्रण, बंधारे बांधणी व दुरुस्ती इत्यादी. हे लक्षात घेता, ही योजना एक मोठे यश ठरले आहे.

सर्व शिक्षा अभियान

सर्व शिक्षा अभियान किंवा 'सर्वांसाठी शिक्षण' ही भारत सरकारची एक महत्त्वाची योजना असून, प्राथमिक शिक्षणाचे सार्वत्रीकरण साध्य करण्यासाठी ही योजना कालबद्ध पद्धतीने राबविण्यात आली. भारताच्या राज्यघटनेतील ८६ व्या घटनादुरुस्तीने ६ ते १४ इतके वयवर्ष असणाऱ्या मुलांसाठी मोफत व अनिवार्य शिक्षण उपलब्ध करून देणे असे निर्देशित करण्यात आले. शिक्षणाचा मूलभूत हक्क, सर्व शिक्षा अभियान, राज्य शासनाबरोबर भागीदारी तत्त्वावर राबविला जात आहे. संपूर्ण देश व्यापून, १.१ कोटी कुटुंबांतील १९२ कोटी बालकांच्या गरजा पूर्ण करणे हे उद्दिष्ट आहे. शाळांची सुविधा नसलेल्या भागांमध्ये नवीन शाळा सुरू करणे हा या योजनेचा प्रयत्न आहे. तसेच, सद्यःस्थितीतील शाळांच्या मूलभूत संसाधनांचे दृढीकरण करणे, म्हणजेच, अधिक वर्गांची सोय, स्वच्छतागृहे, पिण्यायुक्त पाणी, व्यवस्थापन साहाय्य व शाळा सुधारणा साहाय्य करणे. अपुरे शिक्षक असलेल्या

शाळांमध्ये अधिक शिक्षक पुरविले जातात व तसेच, असलेल्या शिक्षकांची गुणवत्ता व्यापक प्रशिक्षण, शिकविण्याच्या व शिकण्याच्या साहित्याचा विकास, शैक्षणिक साहाय्य रचनेचे ग्राम समूह व जिल्हा पातळीवर दृढीकरण करून वाढविली जाते. सर्व शिक्षा अभियानातून गुणात्मक शिक्षणाबरोबरच जीवनाची कौशल्ये देण्याचा प्रयास आहे. या कार्यक्रमाअंतर्गत मुलींचे शिक्षण व विशिष्ट गरजा असलेल्या मुलांवर विशेष भर देण्यात आला आहे. तंत्रज्ञानाची दरी भरून काढण्यासाठी या योजनेअंतर्गत संगणक प्रशिक्षण देखील दिले जाते.[१]

सर्व शिक्षा अभियानाच्या परिणामकारक अंमलबजावणी मध्ये अनेक आव्हाने आहेत. सुधारणा आणि विकेंद्रीकरणाचा कार्यक्रम, शाळा स्वायत्तता आणि संस्थात्मक विकास यावर भर न दिल्यास सर्व शिक्षा अभियानाची उद्दिष्टे आपण साध्य करू शकू का? अमरजीत सिन्हा याचे उत्तर स्पष्ट 'नाही' असे देतात. शिक्षण नोकरशाही व शिक्षकांची विचारसरणी बदलणे तसेच त्यांना संसाधने देऊन नंतर सर्व मुलांच्या शैक्षणिक गरजा पूर्ण करण्यास त्यांना जबाबदार धरणे हे सर्व शिक्षा अभियानाचे आव्हान आहे. सर्व शाळा, केंद्रे आणि प्रदेशांमधील सर्व मुलांसाठी मूलभूत उपयुक्त शैक्षणिक परिस्थिती निर्माण करणे हे आव्हान आहे. शासनाची उदासीनता परिणामकारक विकेंद्रीकरणाची संथ गती आणि शाळा व्यवस्थेतील स्थानिक पातळीच्या उत्तरदायित्वावर समूहाचे नियंत्रण यातून प्रतिबिंबित होते. खाजगी विना अनुदानित शाळांच्या प्रसारामुळे व या शाळांना पालकांकडून देण्यात येणारे प्राधान्य यामुळे शासनाच्या निधीतून चालणाऱ्या शाळा मुख्यत्वे गरीब लोकांसाठीच आहेत असे चित्र दिसून येते. त्यामुळे त्यांच्या कामातील कुठलीही महत्त्वपूर्ण सुधारणा दारिद्र्य निर्मूलनावर सकारात्मक परिणाम करील. शिष्टजनांच्या मुलांना सरकारी शाळांमधून काढून टाकल्यामुळे शाळांची संख्या देखील कमी झाली आहे कारण, सरकारी शाळांच्या व्यवस्थापनासाठी ज्यांच्याकडून पैसा घेतला जातो त्यांच्यावर शाळा अनियमित व अकार्यक्षम पद्धतीने काम करत असल्यास फारसा परिणाम होत नाही. सिन्हा असा इशारा देतात की, शाळांमध्ये नसलेली मुळे मुख्यत्वे ग्रामीण व शहरी भारतातील गरीब कुटुंबांतील असतात, मुख्यतः दलित, अल्पसंख्यांक आणि आदिवासी घरांतील मुली व बालकांचा यात समावेश असतो, ज्यांचे आयुष्य शेत मजूर, स्थलांतरित मजूर, बांधकाम कामगार, निराधार स्त्रिया व कमी उत्पन्न असणारे हंगामी कामगार अशा स्वरूपाचे असते. त्यांच्याकडूनही त्यांच्या मुलांसाठी गुणवत्ता असलेल्या शालेय शिक्षणाची मागणी करण्यात आली आहे. ते अशी आशा करतात की लोकशाही त्यांना नमविणार नाही. म्हणून, या योजनेच्या यशातून समाजातील गरीब व अक्षम विभागांतील लोकांच्या आयुष्यात सुधारणा होईल.

राष्ट्रीय ग्रामीण आरोग्य अभियान

राष्ट्रीय ग्रामीण आरोग्य मोहिमेची सुरुवात केंद्र सरकारने एप्रिल २००५ मध्ये केली. त्याचा तपशीलवार आराखडा, ज्यामध्ये व्यापक प्रमाणात आरोग्य क्षेत्रात सुधारणा नमूद केल्या होत्या, जुलै २००६ मध्ये मान्य करण्यात आला. या मोहिमेचा आराखडा म्हणजे एक सर्वसमावेशक प्रक्रिया होती. हस्तक्षेप गरजेचा असलेल्या बाबींमध्ये लक्ष घालण्यासाठी लोक आरोग्य तज्ज्ञ, सुसंस्कृत समाजाचे प्रतिनिधी आणि शासनाचे सेवक यांच्याबरोबर अनेक कार्य गट स्थापन करण्यात आले. या कार्य गटांद्वारे पुढील बाबींवर विचार करण्यात आला–आरोग्य वित्त पुरवठा, प्राथमिक आरोग्य रचना, अशासकीय संस्थांबरोबर भागीदारी, वैद्यकीय व शुश्रुषा शिक्षण, ग्रामीण आरोग्य कार्यकर्त्यांची भूमिका इत्यादी. अशा चर्चात्मक प्रक्रियेतून राष्ट्रीय ग्रामीण आरोग्य मोहिमेचा आराखडा पक्का करण्यात आला. या गुणवत्तेची काही मुख्य वैशिष्ट्ये पुढीलप्रमाणेः

१. भौतिक संसाधने, मानवी संसाधने, यंत्रे, आकस्मिक वाहतूक, औषधे, रोगनिदान कौशल्ये व इतर साहाय्याच्या माध्यमातून राज्यांना ग्रामीण भागातील आरोग्य सेवा व्यवस्थेचे दृढीकरण करण्यासाठी मदत केली जाते;
२. यांमध्ये आरोग्यक्षेत्रातील सर्व योजना समाविष्ट आहेत. याला अपवाद, एड्स, मानसिक आरोग्य व कर्करोग हे आहेत;
३. ग्रामीण आरोग्य व स्वच्छता केंद्रांपासून ते जिल्हा इस्पितळांपर्यंत सर्व आरोग्य सेवांसाठी एकत्रितपणे निधी पुरवणे;
४. आरोग्याची विकेंद्रित व्यवस्थापन क्षमता वाढविण्यासाठी व्यवस्थापकीय साहाय्य पुरविणे;
५. आरोग्यसेवा पातळीवर समूह संस्थांची स्थापना करणे;
६. प्रत्येक ग्रामीण भागामध्ये आशा नावाचे समाज सेवक पुरविणे; आणि
७. राज्यांना नवनिर्मिती करण्याची परवानगी देणे आणि स्थानिक निर्णय क्षमतेला परवानगी देण्यासाठी परिस्थितीनुरूप वित्तसाहाय्याला प्रोत्साहन देणे.

गेल्या ७ वर्षांमध्ये, आरोग्य निर्देशकांमध्ये सुधारणा घडवून आणण्यासाठी या मोहिमेद्वारे राज्ये आणि केंद्रशासित प्रदेशांसोबतच्या भागीदारी मधून संसाधनांसह सुधारणेचा प्रयत्न केला गेला आहे. ही मोहीम राबविण्याच्या आराखड्याद्वारे पुढील बाबींना प्रोत्साहन देण्यात आले आहेः सुविधांचे सामूहिकीकरण, लोक उत्तरदायित्वाबरोबरच पुरेसा व परिस्थितीनुरूप वित्त पुरवठा, भारतीय लोक आरोग्य प्रमाणानुसार प्रगतीचे मूल्यमापन करणे, मानवी संसाधनांच्या बाबतीत नवनिर्मिती करणे, आरोग्यसेवेच्या परिणामकारक व कार्यक्षम विकेंद्रित व्यवस्थापनासाठी सर्व पातळ्यांवर हस्तक्षेप करून क्षमता वाढविणे. स्वतंत्र अभ्यास व आढावा मोहिमांनी

पुराव्यासह केलेल्या प्रगतीच्या विश्लेषणाच्या आधाराने, असे लक्षात येते की, राष्ट्रीय ग्रामीण आरोग्य योजनेने बाह्य रुग्ण, अंतर्गत रुग्ण, संस्थात्मक प्रसूती, रुग्णवाहिकांची उपलब्धता, प्रत्येक गावामध्ये सामाजिक आरोग्य सेवकांची उपलब्धता, औषधे व आरोग्यनिदान सोयींची चांगली उपलब्धता आणि अधिक महत्त्वाचे म्हणजे, विश्वासार्ह लोक आरोग्य सेवा तयार करण्यासाठी केलेले प्रामाणिक प्रयत्न यांमध्ये वाढ झाली आहे.

निष्कर्षात्मक निरीक्षणे

समाजकल्याण प्रशासन ही लोकप्रशासनाची एक शाखा अथवा उपविभाग आहे. त्याची व्यापकता सामाजिक समस्यांच्या उदयाचे निदान करण्यापासून सामाजिक कायदे व लोक जागृतीमधून त्यांच्या निर्मूलनासाठी उपाययोजना सुरू करण्यापर्यंत आणि वंचित, मागास, विशेष अधिकार नसलेल्या समूहांना त्यांची पीडा नाहीशी करण्याच्या दृष्टीने समाज कल्याणसेवा पुरविणे इतकी आहे. याला एक रचनात्मक ज्ञानशाखा, विशिष्ट कौशल्ये आणि वेगळ्या पद्धती, वेगळ्या शाखा व व्यवसायांमध्ये मान्यता प्राप्त करण्याची तंत्रे अशी मान्यता प्राप्त झाली आहे. परंतु, अजूनही या उपशाखेला स्वतःच्या विशेष ओळखीने एक स्वतंत्र ज्ञानशाखा म्हणून मान्यता मिळू शकलेली नाही. ही एक नव्याने उदयाला येणारी शाखा असून तिला एक स्वतंत्र शाखा म्हणून मान्यता प्राप्त व्हावयास अजून बराच काळ लागेल.

स्वातंत्र्योत्तर भारतामध्ये समाज कल्याणाचा विकास प्रशासकीय यंत्रणा पुरवणे, आर्थिक व्यय आणि वंचित विशेषाधिकार नसलेल्या लोकांसाठी अनेक समाजकल्याण योजना राबविणे अशा अनेक अर्थांनी असामान्य राहिलेला आहे. समाज कल्याणाच्या विकासामध्ये सामाजिक न्याय व सशक्तीकरण मंत्रालयाची स्थापना, महिला व बालविकास मंत्रालय, आदिवासी विकास मंत्रालय या पूर्णकाळ मंत्रालयांची स्थापना आणि त्यांच्या हाताखालील अनुसूचित जाती/अनुसूचित जमाती राष्ट्रीय आयोग, अल्पसंख्यांक आयोग, अपंग जनांसाठी राष्ट्रीय संस्था, लोक सहकार्य व बाल विकास राष्ट्रीय संस्था इत्यादी संस्था या सर्व संस्थांचा महत्त्वाचा वाट आहे. या संस्थांमार्फत प्रारंभ व विकसित केले गेलेले अनेक कार्यक्रम उल्लेखनीय आहेत.

दारिद्र्य, असमानता आणि अन्याय याविरुद्ध अनेक बाजूंनी प्रयत्न करून मिळवलेले यश वाखाणण्याजोगे असले तरी अजून बरेच काही मिळवावयाचे बाकी आहे. या योजना हिमनगाच्या टोकालाच स्पर्श करतात असे म्हटले तर वावगे ठरणार नाही. अजूनही संपूर्ण जगातील एकतृतीयांश भुकेली माणसे भारतात राहतात. आपल्या एकूण लोकसंख्येतील ३०% पेक्षाही अधिक लोकांना दोन वेळचे जेवण देण्यात आपण अपयशी ठरलो आहोत. देशातील एकूण कर्मचारी संख्येमध्ये एकचतुर्थांश बालकामगार

आहेत. ज्यामधील ४४ कोटी बालके अमानवी परिस्थितीमध्ये राहतात आणि जवळ जवळ ३ लाख मुली मांस उद्योगांशी संबंधित आहेत. सर्वव्यापी प्राथमिक शिक्षणाचे उद्दिष्ट केवळ कागदावरच यशस्वी झालेले दिसते. मुलींच्या बाबतीतले शोषण अजूनही चालू असलेले दिसते आणि महिलांना अजूनही त्यांचा पुरुषांबरोबरच्या समानतेचा कायदेशीर हक्क नाकारला जातो. हुंडा मागणी पूर्ण न केल्याने मृत्यू यासह इतर हिंसेलाही महिलांना सामोरे जावे लागते. पंचायतींमध्ये महिलांसाठी ३३% जागा राखीव असल्या तरीदेखील त्यांना त्यांच्या पुरुष जोडीदाराकडूनच मार्गदर्शन केले जाते. दलित विरोधी हिंसेचे प्रकार वाढतच जाताना दिसतात. विकासात्मक प्रकल्पांच्या नावाखाली आदिवासी लोकांचे विस्थापन केले जाते. समाजातील अक्षम समूहांना अप्रतिष्ठा व मानहानीला सामोरे जावे लागते. अति श्रीमंत व अति गरीब यांमधील दरी मोठ्या प्रमाणात वाढत चालली आहे (सचदेव २०१०: १२२).

म्हणून, समाज कल्याणातील अपुरेपणा व उणिवा यांना नियोजनामध्ये जास्त प्राधान्य देणे इष्ट असेल. राज्य आणि जिल्हा पातळीवरील कल्याण सेवांची नियोजन यंत्रणा अनुकुलतेनुसार अधिक दृढ बनविणे आणि प्रशासकीय यंत्रणेचे, विशेषकरून राज्य, जिल्हा व स्थानिक पातळीवरील एकरेषीकरण करणे महत्त्वाचे ठरते. कल्याण उपाययोजना, विशेषकरून, सामाजिक सुरक्षा योजना असंघटित कामगारांपर्यंत पोहोचणे गरजेचे आहे. कल्याण योजनांचे मूल्यमापन विविध राष्ट्रीय व स्वयंसेवी संस्थांकडून करण्यात यावे ज्या योगे, ठरावीक काळातील त्यांच्या कार्याचे विश्लेषण करून अडत्या व्यक्ती करून निधी गळती झाल्यास त्याकडे लक्ष देता येईल. तसेच, सेवा खरंचच लाभार्थीपर्यंत पोहोचत आहेत अथवा नाहीत याबाबत खात्री करून घेता येईल. सामाजिक स्वरूपाच्या कायद्यांना अधिकार देण्यात यावे आणि खंबीर राजकीय आपखुशीने ते राबविण्यात यावेत. बालक, महिला व अनुसूचित जातींतील लोकांवर होणारी हिंसा भक्कम उपाययोजनांनी हाताळण्यात यावी ज्यामध्ये विशिष्ट न्यायालये आणि विशिष्ट पोलीस दलाचा समावेश होतो. विकासाच्या नावाखाली आदिवासी लोकांना त्यांच्या दैशिक जगण्याच्या पद्धती, परंपरा आणि मूल्ये यांपासून लांब नेऊ नये आणि सरतेशेवटी, राज्यांनी केंद्र पुरस्कृत योजनांसाठी केंद्राकडून होणारे मार्गदर्शन व निधी याची वाट न बघता प्रदेश व लोक यांच्या विशिष्ट गरजांनुसार योजना आखण्यास व राबविण्यास प्रारंभ करून त्यांची जबाबदारी घ्यावी.

टिप

१. अधिक तपशिलासाठी सर्वशिक्षा अभियानाची बेवसाईट बघणे www/http://ssa.nic.in/ या संकेतस्थळावर उपलब्ध आहे.

संदर्भ

Beveridge, William. 1942. *Social Insurance and Allied Services*. New York: Macmillan.

Encyclopaedia Britannica. 1972. *Encyclopaedia Britannica Inc*. (Vol. 23). Chicago.

Forder, Anthony. 1974. *Concepts in Social Administration*. London.

Friedlander, Walter A. 1967. *Introduction to Social Welfare*. New Delhi: Prentice-Hall of India.

Goel, S.L. 2010. *Social Welfare Administration* (Vol. 2, Social Justice and Empowerment). New Delhi: Deep and Deep Publications.

Government of India. 2001. *National Policy for the Empowerment of Women 2001*.

Ministry of Human Resource Development, Government of India.

———. 2010. *Annual Report 2009-10*. Ministry of Social Justice and Empowerment, Government of India.

———. 2011. *India 2011*. Publication Division, Government of India.

Heywood, Andrew. 2005. *Key Concepts in Politics*. New York: Palgrave Micmillan.

Kidneigh, John C. 1959. 'Social Work Administration: An Area of Social Work Practice', *Social Work Journal*, 31 (April).

Kruse, Arthur. 1960. *Administration of Social Welfare Agencies* (Social Work Year Book). New York: National Association of Social Work.

Marshall, T.H. 1950. *Citizenship and Social Class and Other Essays*. Cambridge: Cambridge University Press.

National Rural Health Scheme. Available at http://mohfw.nic.in/nrhm/documents/5years-nrhm-final.fdf

Sachdeva, D.R. 2010. *Social Welfare Administration in India*. New Delhi: Kitab Mahal.

Sarva Siksha Abhiyan. Available at www/http://ssa.nic.in/

Sen, Amartya. 2000. *Development as Freedom*. New Delhi: Oxford University Press.

Sinha, Amarjeet. 'Is It Really Possible?' Available at www.india-seminar.com/2004/536/amarjeetsinha.htm

Titmus, Richard M. 1985. *Essays on the Welfare State*. London: George Allen and Unwin.

United Nations. 1970. *Social Welfare Planning in the Context of National Development Plans*. New York: United Nations.

———. 2011. *UN Millennium Development Goals Report, 2011*. New York: United Nations.

Wilensky, Harold L. and Charles N. Lebeaux. 1958. *Industrial Society and Social Welfare*. New York: Russell Sage Foundation.

———. 1967. 'Concepts of Social Welfare', in Walter A. Friedlander (ed.), *Introduction to Social Welfare*. New York: Prentice-Hall of India.

प्रकरण ८

नागरिक आणि प्रशासन

अध्ययनाची उद्दिष्टे

- नागरिक आणि प्रशासन यांमधील आंतरक्रिया समजून घेणे
- नागरिककेंद्री प्रशासनाच्या पूर्वअटी नमूद करणे
- प्रशासनातील लोकसहभागाचे परीक्षण करणे
- भारतातील प्रशासकीय उत्तरदायित्वावर चर्चा करणे
- भारतातील तक्रारनिवारण यंत्रणा सोदाहरण स्पष्ट करणे

नागरिक असणे हे प्रतिष्ठेपेक्षादेखील वरचढ आहे; नागरिकत्व हे व्यक्तीला मिळालेले अंगभूत हक्क आणि विशेषाधिकार आहेत, ज्यायोगे व्यक्तीला दर्जेदार आयुष्य मिळणे शक्य होते. म्हणून, नागरिकत्व हक्क आणि कर्तव्यांच्या एकत्रीकरणापेक्षा वरचढ ठरते, ती राष्ट्र आणि समाजाच्या कल्याणासाठीची अंगभूत अभिमुखता आहे. प्राचीन काळातील ग्रीकांना हे जाणवले होते आणि त्यांनी अथेन्सच्या राज्यपद्धतीने शहरी चौकटीमध्ये विविध सभा, समित्या, अधिकाऱ्यांच्या माध्यमातून नागरिकत्व संस्थापित केले होते. वर उल्लेख केलेल्या वातावरणामध्ये, नागरिकत्व म्हणजे, तत्त्वतः, योजनांच्या सहउत्पादनामध्ये भाग घेणे असा अर्थ अभिप्रेत आहे. या सहभागातून, माणसाचे 'समाधानी अष्टपैलुत्व' यावरील ठाम विश्वास अनुस्यूत आहे. तथापि, आधुनिक काळामध्ये, नागरिकत्वाच्या दर्जा संबंधित बाजूंवर अधिक भर दिला जात असून गुणात्मक बाजूंना खूपच कमी लेखले जाते असे दिसून येते. लोकप्रशासन, एक शाखा म्हणून, अगदी अलीकडच्या काळापर्यंत शासकीय धोरणे आखण्यात लोकांचा सहभाग आणि नागरिकत्व यापेक्षा राज्याच्या यंत्रणेमध्ये सुधारणा घडवून आणण्यासंबंधी अधिक केंद्रित होती (रौबॅन्ड १९९९). हीच प्रभावी प्रथा नागरिक प्रशासनापासून दुरावले जाणे आणि परिणामी, प्रशासनाविरुद्ध नागरिकांच्या तक्रारी वाढण्यास जबाबदार ठरली. या पार्श्वभूमीवर, प्रस्तुत प्रकरण नागरिक व प्रशासन यांच्यातील आंतरक्रियांचे, नागरिकांचे प्रशासनाबाबतचे आकलन, नागरिककेंद्री प्रशासनाच्या पूर्वअटी, प्रशासनातील लोकसहभाग, लोकउत्तरदायित्वाचे प्रकार आणि भारतातील लोकतक्रार निवारण यंत्रणेची भूमिका, हे काही महत्त्वपूर्ण पैलू हाताळते.

नागरिक आणि प्रशासन यांमधील आंतरक्रिया

प्रातिनिधिक सरकार सत्तेत टिकून राहावे यासाठी लोकशाहीमध्ये लोकांचा पाठिंबा आणि संमती गरजेची ठरते आणि या पार्श्वभूमीवर प्रशासन-नागरिक यांच्यातील आंतरक्रियेला महत्त्व आहे. राज्यावर म्हणजेच ओघाने प्रशासनावर नागरिकांना सर्व सुखसोयी पुरवण्याची महत्त्वाची जबाबदारी असते. जसे की, शिक्षण, आरोग्य, रोजगार संधी, दळणवळणाची विकसित साधने आणि पायाभूत सुविधा इत्यादी. यांमुळे बऱ्याच मोठ्या प्रमाणावरील संबंधित लोकांच्या वैयक्तिक आणि सामूहिक आयुष्यावर परिणाम होतो. लोकप्रशासनामध्ये, अलीकडच्या काळात दोन बाबी नव्याने लक्षात येत आहेत. एक, शासकीय प्रशासनाचा अधिक विस्तार झाला आहे आणि त्याचबरोबर, अधिकार आणि कार्यांची व्याप्तीदेखील वाढली आहे. दोन, सर्वसाधारणपणे शिक्षणाचा प्रसार, राजकीय आणि सामाजिक जागरूकता यांमुळे लोकांच्या प्रशासनाकडून असलेल्या अपेक्षेमध्येदेखील वाढ झाली आहे (इग्नू इपीए-०१: ५९).

विसाव्या शतकाच्या शेवटाकडे, ए.व्ही. डिके यांनी लोकशाहीमधील कायदे आणि लोकमत यांच्यातील आंतरक्रियेवर चर्चा केली होती (डिके १९४८). दुसऱ्या महायुद्धानंतर कल्याणकारी तसेच समाजवादी विचारधारेच्या राज्यांच्या उदयामुळे या विषयाचे महत्त्व अधिकच वाढले. समृद्ध समाजामधील लोक भौतिक सुख आणि चैन यापुढे स्वातंत्र्याच्या जुन्या संकल्पनेबाबत चिंतीत नव्हते. त्यामुळे, राज्य आणि समाजाच्या परस्परसंबंधांचा केंद्रबिंदू राजकीय स्वातंत्र्यापासून आर्थिक समृद्धी आणि सामाजिक न्यायाकडे संक्रमित झाला. राज्याने प्रौढ मतदानाद्वारे राजकीय पाया अधिक व्यापक बनवला. अशा प्रकारे, नागरी आयुष्याच्या प्रत्येक बाबीमध्ये प्रशासनाचा शिरकाव झाला. मोठ्या प्रमाणातील मतदार आणि लाभार्थी त्यांना सेवा कशा पुरवल्या जातात याविषयीच्या तरल बाजू जाणून घेण्यापेक्षा केवळ शासनाकडून सेवा मिळवण्यासाठी जास्त उत्सुक असतात (अगरवाल २००४: २७०). प्रशासकीय मदत आणि सेवांचे लाभार्थी ते अभिशासन प्रक्रियेतील अविभाज्य भाग असा नागरिकांच्या भूमिकेमधील बदल येथे लक्षात येतो.

दैनंदिन जीवनात नागरिकांच्या प्रशासनिक संस्थांशी वेगवेगळ्या पद्धतीने आंतरक्रिया घडत असतात. अशा संबंधांचे काही प्रकार मोहित भट्टाचार्य यांनी अशा आंतरक्रिया पाच भागात वर्गीकृत केल्या आहेत. त्या पुढील स्वरूपात असू शकतात:

- *ग्राहक*: या प्रकारामध्ये नागरिक शासकीय संस्थांकडून फायदे अथवा सेवा प्राप्त करून घेण्याचा प्रयत्न करत असतात. उदाहरणार्थ, वैद्यकीय तपासणी अथवा उपचारांसाठी नागरिकांची शासकीय रुग्णालयाला भेट.

- *नियंत्रक*: नियंत्रक म्हणून लोक पोलीस, आयकर विभाग, परवाना अधिकारी, अशा अनेक शासकीय संस्थांच्या संपर्कात येतात.
- *फिर्यादी*: फिर्यादी म्हणून लोक शासकीय संस्थांमधील 'अन्याया' विरुद्ध न्यायालयात जातात. उदाहरणार्थ, वाहन परवाना अधिकाऱ्याने परवाना देण्यास उशीर केल्यास लोक तक्रारनिवारणासाठी न्यायालयात जातात.
- *सहभागी*: या प्रकारामध्ये, लोक शासनसंस्थांच्या विविध पातळ्यांवर निर्णय प्रक्रियेत प्रत्यक्ष सहभागी होतात. जसे की, पालक शाळेच्या पालकत्व समितीचे सदस्य होतात, सिंचन योजनेमध्ये शेतकऱ्यांना वेगवेगळ्या निर्णय प्रक्रियांमध्ये सामावून घेतले जाते.
- *दैनंदिन संबंध*: या प्रकारामध्ये लोक दैनंदिन प्राथमिक सेवा आणि सुविधा पुरवण्यास जबाबदार असणाऱ्या संस्थांना भेटी देतात. जसे की, लोक नगरपालिका कर्मचाऱ्यांची पाणी, वीज आणि स्वच्छता यासंबंधीच्या सोयींसाठी भेटी घेतात (भट्टाचार्य २००८: २४८-४९).
- *विरोधक*: विरोधक म्हणूनही लोकांची वेगळ्या प्रकारेदेखील आंतरक्रिया होऊ शकते. शासनाच्या योजना आणि कार्ये यांमधील अन्यायाला विरोध करण्यासाठी लोक सार्वजनिक धोरणासंबंधी संस्थांशीदेखील संपर्कात येतात. उदाहरणार्थ, लोक त्यांच्या परिसरातील धरणाच्या बांधकामास विरोध करतात.

अशा प्रकारे, नागरिक त्यांच्या दैनंदिन जीवनात सतत प्रशासनाच्या संपर्कात येत असतात. संपर्क होण्याची कारणे अनेक असू शकतात, उदाहरणार्थ, पाणी, वीज, आरोग्यसेवा यांसारख्या मूलभूत सेवा मिळवण्यासाठी किंवा वाहन चालक परवाना वा आयकर विभागाकडून आयकर परताव्यासाठी. काहीवेळा, लोकांना शासनसंस्था किंवा प्रकल्पाचे सामाजिक धोरण तयार करण्याच्या व राबवण्याच्या प्रक्रियेत प्रत्यक्ष सहभागी होता येते. लोकांना सेवा वेळेत न मिळाल्यास किंवा शासन अधिकाऱ्यांकडून त्यांचा छळ झाल्यास ते तक्रारनिवारणासाठी न्यायालयात जाण्याचा मार्ग पत्करतात आणि तेथेही न्याय मिळत नाही असे वाटल्यास, शासनाची अन्यायकारक धोरणे किंवा कार्ये यांबाबत निषेध व्यक्त करतात. अशा समाधानकारक किंवा असमाधानकारक संबंधांतून लोकांचे लोकप्रशासनाबद्दलचे मत तयार होते.

नागरिकांचे प्रशासनाबाबतचे आकलन

आदर्शतः बोलायचे झाल्यास, नागरिक आणि प्रशासन यांच्यातील संबंध विश्वसनीय आणि अर्थपूर्ण आहेत असे वाटत असले तरी प्रत्यक्षात या संबंधांमध्ये कलह आणि

ताणतणाव दिसून येतो असे निरीक्षण नोंदवले गेले आहे. प्रशासनाची कामे आणि प्रशासनाकडून लोकांना असलेल्या अपेक्षा यांमध्ये मोठी तफावत असल्यामुळे नागरिकांमध्ये असमाधान दिसून येणे ही सामान्य बाब झाली आहे. योजना गैरसोईच्या आहेत, किंवा प्रशासनाची कामाची पद्धत अन्यायकारक आहे ही भावना सामान्यपणे लोकांमध्ये दिसून येते. भ्रष्टाचारामुळे राजकारण आणि प्रशासनामधील प्रामाणिकपणा आणि सचोटीचा ढासळलेला दर्जा ही आणखी एक महत्त्वाची अडचण आहे. नियम आणि आदेशांचे काटेकोर पालन, तक्रारींची दखल न घेणे आणि अनेक बाबींचा निचरा होण्यास विलंब होणे यांमुळे लोकांच्या प्रशासनसंबंधी अविश्वासात आणखी भर पडते.

भारतातील नागरिक-प्रशासन संबंधांबाबत संशोधनातील निष्कर्षांमधून महत्त्वपूर्ण आकडेवारी आणि माहिती निष्पन्न झाली आहे. डेव्हीस एच. बेले यांचे 'पोलीस ॲडमिनिस्ट्रेशन' (१९६९), राकेश हूजा यांचे 'रुरल डेव्हलपमेंट' (१९७८) आणि व्ही. जगन्नाधन यांचे 'अर्बन गव्हर्नमेंट' (१९७८) या अभ्यासांतून नागरिकांचे भारतातील लोकप्रशासनसंबंधीचे समज उघड झाले आहेत. मोहीत भट्टाचार्य यांच्या मते, या अभ्यासांतून उघडकीस येणाऱ्या नागरिकांच्या प्रशासनसंबंधी समजुतींमध्ये पुढील बाबी समाविष्ट आहेत:

- अमर्याद विलंब व प्रतीक्षा कालावधी;
- प्रशासनातील वशिलेबाजी;
- कामे करून घेण्यासाठी मध्यस्थाची (दलाल) गरज;
- कर्मचाऱ्यांचा, मुख्यत्वे निम्नस्तरावर काम करणाऱ्या कर्मचाऱ्यांचा सहकार्य न करण्याचा दृष्टिकोन;
- कामे पूर्ण करून घेण्यासाठी समाविष्ट असलेल्या प्रक्रियांबाबत नागरिकांचे अज्ञान; आणि
- प्रशासनातील गरीब-श्रीमंत असा भेदभाव म्हणजेच, श्रीमंतांना प्रशासनाशी सरळ संबंध प्रस्थापित करण्यासाठी असणारे प्राधान्य आणि गरिबांकडे आणि त्यांच्या गरजा आणि हिताकडे दुर्लक्ष करण्याची वृत्ती (भट्टाचार्य २००८: २५७).

माध्यम अभ्यास केंद्राच्या अगदी अलीकडच्या अभ्यासातून असे लक्षात आले आहे की, त्यांना पुरवल्या गेलेल्या लोकसेवांबाबत अधिकांश नागरिक समाधानी नाहीत. या अभ्यासातील अकरापैकी सात विभागांमध्ये पुरवल्या गेलेल्या सेवांबाबत एकतृतीयांशपेक्षाही कमी नागरिक समाधानी आहेत असे दिसून आले. प्रत्यक्षात, गरजांवर आधारित सेवांचा विचार केला असता वीस टक्के कुटुंबदेखील यामुळे समाधानी नाहीत. यांमध्ये ज्यांना अधिक अधिकार असतात आणि अधिकारक्षेत्र

मोठे असते, अशा पोलीस, न्यायव्यवस्था, नगरपालिका सेवांचा समावेश होतो. अत्यावश्यक सेवांच्या बाबतीतदेखील, सार्वजनिक वितरणप्रणाली, रुग्णालये, वीज व पाणीपुरवठा यांबाबतीत केवळ ३०-४०% लोक समाधानी आहेत असे दिसून येते (दुसरा प्रशासकीय सुधारणा आयोग २००९).

अशा प्रकारे, भारतातील प्रशासनाबद्दल सामान्यपणे प्रतिसाद न देणारे, असंवेदनक्षम आणि भ्रष्टाचारी असा समज असल्याचे दिसून येते. डब्ल्यू.ए. रोब्सन हे पुढील निरीक्षणे नोंदवतातः

> नोकरशाहीमध्ये अजूनही परंपरागत उणिवा आहेत, असा सामान्य नागरिकाचा समज आहे. या उणिवांमध्ये पुढील बाबींचा समावेश होतोः अधिकाऱ्यांची स्व-महतीची जाणीव किंवा त्यांच्या पदाच्या महत्त्वाबद्दलची फाजील समजूत, नागरिकाच्या व्यक्तिगत सोईच्या भावनिक अनास्था, आदेशांचे अवडंबर, प्रक्रियांची औपचारिकता, लोकशाही प्रक्रियेमध्ये राज्यकर्ते व आम जनता यांच्यातील संबंध समजून घेण्यात अपयश.

सहाव्या केंद्रीय वेतन आयोगाची (२००८) या संदर्भांतील मते नोंदवण्यासारखी आहेतः

> सामान्य व्यक्तीसाठी, नोकरशाही म्हणजे नियमित आणि पुनःपुन्हा कराव्या लागणाऱ्या प्रक्रिया, कागदी आखण्या आणि विलंब होय. कायदेशीर कार्यांमध्ये नोकरशाही आणि सरकार नागरिकांना सोईसुविधा उपलब्ध करण्यासाठी अस्तित्वात असले तरीदेखील, अधिकारांचे केंद्रीकरण आणि व्यवस्थेतील काटेकोरपणा, कुठलाही निर्णय घेताना श्रेणीय व वरील पातळीवरून खालील पातळीकडे जाणारी प्रक्रिया पाळणे, अधिक पातळ्या असल्याने निर्णयात विलंब होणे, अधिकारांचे उत्तरदायित्वापासून विभाजन आणि सूक्ष्म व्यवस्थापनाची वृत्ती यांमुळे अशी रचना निर्माण झाली आहे, ज्यामध्ये सत्त्वापेक्षा स्वरूपाला अधिक महत्त्व आहे आणि प्रक्रियांना परिणाम आणि उत्पादकतेपेक्षा जास्त महत्त्व दिले जाते. प्रशासकीय व्यवस्था अकार्यक्षम असणे, सेवांचा निकृष्ट दर्जा आणि प्रतिसाद न देणे, अधिकारांचा व्यक्तिनिष्ठ व नकारात्मक गैरवापर यांमुळे अभिशासन पद्धतीवरील उडालेला विश्वास लवकरात लवकर परत मिळवणे गरजेचे आहे. (भारत सरकार २००८: ३६५)

दुसऱ्या प्रशासकीय सुधारणा आयोगाने (२००९) विविध प्रसंगी राज्यांना भेटी दिल्या असता लोकांना भेटण्याचे प्रसंग आले. नागरिकांची अनेक निरीक्षणे सेवांचा निकृष्ट दर्जा, शासकीय सेवकांचा बेफिकिरीचा दृष्टिकोन, भ्रष्टाचार, अधिकारांचा गैरवापर आणि उत्तरदायित्व नसणे या बाबींशी संबंधित होती. दप्तरदिरंगाईचा

अतिरेक आणि प्रत्येक नियमित काम करण्यास होणारा विलंब ही सर्वसाधारण तक्रार दिसून येते. या आयोगाने नागरिककेंद्री प्रशासनाच्या १२व्या अहवालामध्ये नागरिककेंद्री प्रशासनातील पुढील पाच अडथळे नोंदवले आहेतः

- नागरी सेवकांचा काटेकोर, अलवचीक, स्व-शाश्वतता व आत्मकेंद्री दृष्टिकोन;
- नागरी सेवकांमधील उत्तरदायित्वाची कमतरता;
- दप्तर दिरंगाई;
- कायदे व नियमांची अकार्यक्षम अंमलबजावणी; आणि
- नागरिकांना अधिकार व कर्तव्ये यांबाबत जाणीव नसणे (दुसरा प्रशासकीय आयोग २००९: १४-१६).

अशा प्रकारे, प्रशासन नागरिककेंद्री नसण्याचे कारण हे काही शासकीय कर्मचाऱ्यांचे काम व दृष्टिकोन, विद्यमान संस्थांच्या रचनांमधील कमतरता आणि नागरिकांना अधिकार आणि कर्तव्यांची जाण नसणे यांमध्ये सापडते.

नागरिककेंद्री प्रशासनाच्या पूर्वअटी

बहुतांश लोकांच्या मनातील शासनाची खराब प्रतिमा अकार्यक्षम आणि अपरिणामकारक प्रशासनाकडे अंगुलीनिर्देश करते. यामुळे अभिशासन व्यवस्थेमध्ये मोठ्या प्रमाणात सुधारणा घडवून आणण्याची गरज अधोरेखित होते. प्रधानमंत्री मनमोहन सिंह यांनी त्यांच्या नागरी सेवा दिनाच्या भाषणामध्ये (२००७) पुढील निरीक्षण नोंदवलेः

या संदर्भामध्ये 'शासन सुधारणा' कालसुसंगत ठरते. 'प्रशासकीय सुधारणा' ही संज्ञा अनेक बाबींचा अर्थ दर्शवण्यासाठी व्यापकपणे वापरण्यात आली आहे. कुठल्याही तऱ्हेची शासकीय अडचण हाताळण्यासाठी कुठल्याही प्रकारचा बदल यासाठी ही संज्ञा वापरली जाते. प्रशासकीय सुधारणेकडे केवळ 'शासनाला चांगले काम करण्यास भाग पाडावयाचे' साधन या अर्थाने काहींनी बघितले. इतर काही जण 'सुधारणा' याकडे 'कमीत कमी शासन' या अर्थाने बघतात. मी शासनातील सुधारणा याकडे शासनाची कार्ये आणि काळज्या यामध्ये नागरिकांना केंद्रस्थानी ठेवण्यासाठीचे साधन मानतो आणि तसेच ती सामान्य लोकांच्या गरजा परिणाम कारकपणे हाताळण्यासाठीची शासनाची पुनर्रचना होय. (दुसरा प्रशासकीय आयोग २००९: १७)

नागरिककेंद्री प्रशासनातील अडचणींच्या विश्लेषणावरून हे उघड आहे की, प्रशासन नागरिककेंद्री करण्यासाठी अनेक पूर्वअटी पूर्ण करणे गरजेचे ठरते.

उत्तरदायित्व

उत्तरदायी, जबाबदार अथवा जाब देण्याची स्थिती अशी उत्तरदायित्वाची व्याख्या आहे. उत्तरदायी असणे म्हणजे बातमी, स्पष्टीकरण किंवा समर्थन करण्यास बांधील असणे होय. यामुळे अपेक्षेनुसार काहीतरी घडून येत आहे याबाबत खात्री पटते. उत्तरदायित्व हे चांगल्या प्रशासनाचे अत्यावश्यक सूत्र आहे. सेवकांनी लोकांना उत्तरदायी असावे, असा याचा अर्थ होतो. केवळ लोकांनी विचारलेल्या प्रश्नांना जाब देण्यास ते बांधील नसून, लोकांच्या मागण्यांना प्रतिसाद देणे व सेवा पुरवणेदेखील प्रशासनाकडून अपेक्षित आहे.

अभिगम्यता

चांगले प्रशासन लोकांच्या आवाक्यात असावे. लोकांना कुठलीही अडचण असल्यास प्रशासकीय कर्मचारी त्यांचे म्हणणे ऐकून घेण्यास व त्याप्रमाणे प्रतिसाद देण्यास तयार असावेत. नोकरशाहीचा दर्जा आणि काटेकोरपणा याबाबत लोकांच्या मनात भीती असता कामा नये. त्यांनी भेदभाव करू नये आणि गरीब जनतेला सहजपणे प्रशासनाशी संपर्क साधणे शक्य असणे देखील गरजेचे असते.

पारदर्शकता

पारदर्शकता ही चांगल्या प्रशासनाची एक अनिवार्य पूर्वअट आहे. लोकप्रशासनाची पारंपरिक निजखूण असलेल्या गुप्ततेच्या हे संपूर्ण विरुद्ध आहे. शासनाच्या योजना आणि कार्ये व्यापक समाजापर्यंत पोहोचावीत असा अर्थ यातून अभिप्रेत आहे. निर्णयांचा व त्यांच्या अंमलबजावणीचा ज्यांच्यावर परिणाम होणार आहे अशांसाठी माहिती मुक्तपणे उपलब्ध असणे आणि प्रत्यक्षपणे अभिगम्य असणे हा पारदर्शकतेचा अर्थ होतो. माहितीचे सहज आकलन होणे असादेखील त्याचा अर्थ होतो. शासनाच्या योजना, उपलब्ध अधिकार आणि शासनाकडून सेवा म्हणून कसली अपेक्षा करावी यांबाबत ज्ञात असण्यासाठी नागरिकांना पारदर्शकतेची मदत होते. माहितीचा अधिकार आणि नागरिकांची सनद ही प्रशासनात पारदर्शकतेची खात्री करून घेण्याची साधने होत.

सहभागात्मक

नागरिककेंद्री प्रशासनाला प्रोत्साहन देणे म्हणजेच नागरिकांना अभिशासन प्रक्रियेमध्ये अभिव्यक्ती देणे असाही एक अर्थ येथे अभिप्रेत आहे. प्रशासनिक कार्यांमध्ये लोकांना अंतर्भूत करून घेणे असाही त्याचा एक अर्थ होतो, विशेषकरून, योजनांच्या यशासाठी, योजना आखणे आणि राबवणे अशा दोन्ही पातळ्यांवर लाभार्थींचा

विकासात्मक कार्यांमध्ये सहभाग असणे. प्रशासकीय अधिकारांचा गैरवापर करणे यावर लोकसहभाग हा एक महत्त्वाचा वचक आहे. विकासासाठी मानवी आणि भौतिक संसाधने शोधण्याची ही एक पद्धत आहे. लोकांचा अभिशासनातील अर्थपूर्ण सहभाग हा पंचायती राज संस्था, भागीदारी योजना आणि नागरी समूहांना अभिशासनासंबंधी काही महत्त्वाच्या बाबींमध्ये सहभागी करून घेणे या माध्यमांतून साध्य करता येऊ शकतो.

प्रतिक्रियात्मक

प्रतिसादक्षम प्रशासन ही वरवर पाहता लोकप्रशासनातील एक नीतीविषयक संज्ञा आहे. यातून सार्वजनिक कार्याधिकाऱ्यांच्या लोकांप्रती असलेल्या प्रत्यक्ष उत्तरदायित्वाला साद घातली आहे. ही एक सूक्ष्म पातळीवरील संज्ञा असून या संज्ञेला देशातील लोकप्रशासनाच्या पुरवठा व्यवस्थेतून विश्वासार्हता आणि कायदेशीर मान्यता प्राप्त होते. प्रतिसादात्मक असल्याने, शासनसंस्थांना सार्वजनिक प्रांतामध्ये 'अधिमान्यता' प्राप्त होते ज्यायोगे साहजिकच मोठ्या प्रमाणात स्वीकृती आणि त्यातून अभिशासनातील परिणामकारकता साध्य होते. प्रतिसादात्मक प्रशासनामध्ये तक्रारनिवारण यंत्रणादेखील समाविष्ट असते.

परिणामकारकता आणि कार्यक्षमता

परिणामकारक व कार्यक्षम पद्धतीने लोकांना सेवा पुरवणे यावर प्रशासकीय व्यवस्थेचे यश अवलंबून असते. परिणामकारकता म्हणजे उद्दिष्ट किंवा ध्येय साध्य करण्याची मर्यादा होय. एखाद्या संस्थेने यशस्वीपणे उद्दिष्टे साध्य केली असतील, तर तिला परिणामकारक मानले जाते. म्हणून परिणामकारकता म्हणजे हेतू आणि निष्कर्ष यांची तुलना करणे होय. दुसरीकडे, कार्यक्षमता म्हणजे अशी प्रक्रिया होय ज्यामध्ये संस्था कमीतकमी साधनांच्या मदतीने जास्तीत जास्त उद्दिष्टे साध्य करते.

वर नमूद केलेल्या नागरिककेंद्री प्रशासनाच्या गरजेच्या पूर्वअटींव्यतिरिक्त, विकेंद्रीकरण आणि योजनांसंबंधी अधिकारप्रदान, आधुनिक तंत्रज्ञानाचा वापर आणि सुलभीकरणाची प्रक्रिया आणि नागरी सेवांमधील सचोटी ही यशस्वी प्रशासनाची काही इतर वैशिष्ट्ये व मानके होत. याच संबंधाने, डॉ. एस. राधाकृष्णन (भारताचे माजी उपराष्ट्रपती) यांनी, २० नोव्हेंबर १९५९ रोजी भारतीय लोकप्रशासन संस्थेच्या पहिल्या वर्धापनदिनी केलेली चर्चा येथे नमूद करणे योग्य ठरेल. त्यांना प्रशासन 'सर्व प्रकारे लोकांशी न्याय्य' असायला हवे होते तसेच, प्रशासकांना आपण लोकांवर अधिकार गाजवण्यासाठी नसून 'मूलतः लोकांचे सेवक आहोत' अशी जाणीव असणे गरजेचे आहे. त्यांनी असेही नमूद केले की, 'प्रशासकांनी स्वतःला विशेषाधिकार

असलेला वर्ग म्हणवून घेऊ नये. त्यांनी नोकरशाही मध्ये वरचढ ठरणे योग्य नव्हे'. डॉ. राधाकृष्णन असेही म्हणाले की, वरिष्ठ पातळीवर काम करणाऱ्या नागरी सेवकांना सामान्य पुरुष आणि स्त्री यांच्या गरजा आणि आकांक्षा समजून घेता यायला हव्यात. तसेच, त्यांच्यावर अधिकार गाजवणाऱ्या किंवा त्यांचा छळ करणाऱ्या सामान्य कर्मचाऱ्यांपासून त्यांचे संरक्षणदेखील करायला हवे'. या सगळ्याच्या व्यतिरिक्त ते असेही म्हणाले की, 'या देशामध्ये प्रशासकीय सचोटी त्यानंतर कार्यक्षमता आणि नंतर अर्थव्यवहार साध्य व्हावे ही चिंता मला सतावत राहते.' या पूर्वआवश्यकता साध्य केल्यास, आपल्याला समाधानी भारतीय समाजाची बांधणी करणे शक्य होईल.' म्हणून, त्यांनी चांगल्या अभिशासनासाठी प्रशासकीय सचोटीला इतर सर्व गरजांमध्ये प्राधान्य दिले (अग्रवाल २००४: iii-iv).

प्रशासनातील लोकांचा सहभाग

प्रशासकीय प्रक्रियेच्या यशासाठी लोकांचा सहभाग मूलभूत मानला जातो. प्रशासकीय निर्णयप्रक्रिया, योजना आखणी आणि अंमलबजावणी यांमध्ये नागरिकांचा प्रत्यक्ष समावेश असणे असा याचा अर्थ होतो. ध्येय ठरवणे, ध्येयप्राप्तीसाठी लागणारी संसाधने गोळा करणे आणि जीवनमान सुधारण्याचा दिशेने पावले उचलणे यासाठीचे लोकांचे सामूहिक आणि सततचे प्रयत्न असाही लोकसहभागाचा अर्थ होतो. विल्यम मॉरो यांच्या मते, सरकारी किंवा खाजगी शिष्टजनांऐवजी सर्वसाधारण स्त्री व पुरुषांचा योजना तयार करण्यामध्ये प्रत्यक्ष सहभाग असा नागरिक सहभाग या संज्ञेचा अर्थ होय. याउपर, विशेषाधिकार व मताधिकार नसलेल्या लोकांचा त्यांच्या आयुष्यावर परिणाम करणाऱ्या निर्णय प्रक्रियेमध्ये प्रत्यक्ष सहभाग यावरही या संज्ञेमध्ये भर दिला जातो (मॉरो १९८०: १९०).

अभिशासनातील लोकसहभाग म्हणजे नागरिक विकासाचे केवळ ग्राहक असणे ते विकासात्मक प्रक्रियेत सक्रिय सहभागी असणे असे विकासात्मक नमुन्यातील स्थलांतर होय. तसेच, विकेंद्रीकरण वाढवून अधिकार केंद्र सरकारपासून तृणमूल पातळ्यांच्या अधिक जवळ नेणे अशा 'वरच्या पातळीकडून खालच्या पातळीकडे' या स्वरूपापेक्षा 'खालील पातळीवरून वरील पातळीकडे' असा बदल दिसून येतो. नागरिकांची जीवन, व्यवहार आणि समूह यांबाबतीतील निर्णय प्रक्रियेमध्ये प्रभावी आणि कायदेशीर भूमिका आहे, यावर मूलतः नागरिक सहभागाची संकल्पना आधारित आहे. अन्य शब्दांत सांगावयाचे झाल्यास, नागरिक सहभाग म्हणजे अशी यंत्रणा किंवा रीत होय. ज्यायोगे नागरिक संसाधनांवर नियंत्रण प्रस्थापित करून त्यांच्या आयुष्यावर थेट परिणाम करणाऱ्या निर्णय प्रक्रियेमध्ये प्रभावी भूमिका बजावू

शकतील. विचारधारेच्या पातळीवर, नागरिकांचा अभिशासनामधील प्रत्यक्ष सहभाग सुदृढ लोकशाहीसाठी पूरक मानला जातो. याचे कारण असे की, यामुळे पारंपरिक प्रातिनिधिक लोकशाहीचे स्वरूप अधिक व्यापक बनून तृणमूल पातळीवरील लोकशाहीला अधिक प्रतिसादात्मक आणि सहभागात्मक स्वरूप प्राप्त होते. आता हे मान्य केले गेले आहे की, सुशासनामध्ये लोकसहभाग पुढील मार्गांनी योगदान देऊ शकतोः

- नागरिकांना शासनाला उत्तरदायी, अधिक प्रतिसादात्मक, कार्यक्षम आणि परिणामकारक करणे शक्य होते;
- शासनाच्या योजना आणि सेवा अधिक परिणामकारक आणि शाश्वत व्हाव्यात यासाठी मदत होते;
- गरीब आणि सीमान्त लोकांच्या आयुष्यात सुधारणा व्हाव्यात म्हणून सार्वजनिक धोरण आणि सेवा पुरवठा यावर प्रभाव प्रस्थापित करता येणे शक्य होते;
- व्यक्तीला नागरी प्रगल्भतेची जाणीव विकसित होण्यासाठी मदत होते. नागरिक अधिक सुशिक्षित, सहिष्णू आणि सहृदय बनतात ज्यायोगे धोरणाचा दर्जा सुधारण्यास मदत होते;
- अधिक चांगल्या सार्वजनिक धोरणानिर्मितीमध्ये नागरिकांची भूमिका अत्यावश्यक आहे ही जाणीव होण्यास याची मदत होते;
- लोकशाही मूल्यांची बीजे तृणमूल पातळीवर घट्ट रुजण्याकरता याचे साहाय्य होते; आणि
- शासन आणि जनता यांमध्ये यायोगे अधिक चांगले आकलन विकसित होते.

प्रशासनातील लोकसहभाग या प्रक्रियेमध्ये अनेक अडथळे आहेत. समाजामध्ये व्यापक प्रमाणावर जडत्व असल्यामुळे परिणामस्वरूप आढळणारी उदासीनता आणि निष्क्रियता हा त्यातील एक अडथळा आहे. त्याचबरोबर, लोकसहभागाच्या नावाखाली एक अशी परिस्थिती निर्माण होऊ शकते ज्याला विल्यम मॉरो 'पदत्याग', 'समेट', 'सहकार' आणि 'ग्राहक संघटन' असे म्हणतात. लोकसहभाग हा प्रतिनिधींनी त्यांच्या मतदारसंघात प्रतिनिधित्व करण्यात परिवर्तित होतोच असे नाही. खरे म्हणजे, ते (प्रतिनिधी) स्थानिक नोकरशाहीशी समेट करून लोकांना अप्रभावी ठरवू शकतात. हे प्रतिनिधी नोकरशाहीस सामोरे जाताना मतदारसंघाच्या हिताचे प्रातिनिधित्व न करता वैयक्तिक हिताचे प्रतिनिधित्व करतात. असेही निरीक्षण नोंदवले गेले आहे की, लोकसहभागाचे सुज्ञपणे दिशादर्शन केले गेले नाही,

तर त्यामुळे कारण नसताना निर्णय प्रक्रिया व अंमलबजावणीमध्ये विलंब आणि शेवटी दप्तरदिरंगाई मध्ये वाढ होते. (इग्नू २००५: १३६)

सहभागात्मक प्रयत्नांची प्रसंगी दिशाभूल होत असली तरी दिशाभूल होण्याचा अर्थ सहभागात्मक चळवळ मूळ ध्येयाबाबत अर्थहीन ठरणे असा याचा अर्थ घेणे योग्य ठरणार नाही. नागरिक सहभाग यशस्वी होण्यासाठी काही पूर्वअटी पूर्ण होणे गरजेचे असते. त्यातील काही महत्त्वाच्या अटी पुढीलप्रमाणे होतः (*अ*) ज्ञानी राजकीय नेतृत्व; (*आ*) नागरिक स्वीकारण्यास योग्य व सक्षम असावेत; (*इ*) सदसद्‌विवेकबुद्धी असणारे नागरी सेवक; (*ई*) सजग आणि सहकार्य करणारी सामान्य जनता; (*उ*) निर्णय घेण्यासाठी लागणारी माहिती स्पष्ट आणि नेमकी आहे याबद्दलची खात्री; (*ऊ*) सुसंघटित संप्रेषण यंत्रणा; (*ए*) अधिकारी आणि नागरिक हे दोघेही जबाबदारी घेण्यास तयार असावेत; (*ऐ*) मूळ हेतू लक्षात घेऊन परिस्थितीची पाहणी करणे; आणि (*ओ*) सर्व पातळ्यांवर सहभाग–ग्रामीण आणि शहरी दोन्ही (अवस्थी आणि माहेश्वरी २०१०: ६४३).

प्रशासकीय उत्तरदायित्व

सर्व आकृतिबंधांच्या लोकशाही सरकारांचे उत्तरदायित्व हे एक महत्त्वाचे वैशिष्ट्य आहे. शासन सेवकांकडून कार्यालयीन सत्ता आणि अधिकारक्षेत्रातील अधिकार यांच्या वापराबाबत लोकांप्रती उत्तर देण्याची बांधीलकी असणे असाही उत्तरदायित्वाच्या संकल्पनेचा अर्थ होतो. उत्तरदायित्व सत्तेचा गैरवापर आणि सरकारी अधिकाराचा दुरुपयोग यावरील एक परिणामकारक वचक आहे. मोहित भट्टाचार्य यांच्या मते, उत्तरदायित्व लोकप्रशासकांकडून किमान चार बाबींची मागणी करतेः

- कमीतकमी अपव्यय आणि विलंब टाळून अपेक्षेनुसार कायद्यांची अंमलबजावणी;
- प्रशासकीय अधिकारक्षेत्राचा वैध आणि संवेदनक्षम वापर;
- नवीन योजना सुचवणे आणि विद्यमान योजना आणि कार्यक्रमांमध्ये गरजेनुसार बदल सुचवणे; आणि
- प्रशासकीय संस्थांवरील नागरिकांचा विश्वास वाढवणे.

उत्तरदायित्वाच्या संकल्पनेला दोन मूलभूत घटक आहेत–उत्तरदायी असणे म्हणजेच सरकारी अधिकाऱ्यांनी त्यांची कार्ये, योजनांची अंमलबजावणी यांबाबत माहिती पुरविणे आणि स्पष्टीकरण देणे होय. म्हणजेच, लोकांप्रतीची कर्तव्ये पूर्ण न करणे व त्याबाबत संस्थांकडून दंडयोजना लादण्याची क्षमता होय.

भारतातील प्रशासकीय उत्तरदायित्व

भारतातील प्रशासकीय उत्तरदायित्वाची अनेक नियंत्रणांच्या माध्यमातून अंमलबजावणी केली जाते. शासन सेवकांनी त्यांचे अधिकारशक्ती व निर्णयस्वातंत्र्य हे कायदे व नियामनांप्रमाणे पार पाडावे हा नियंत्रणांचा मुख्य हेतू होय. स्थूलमानाने, प्रशासकीय नियंत्रकांचे दोन प्रकार आहेत, ते म्हणजे, अंतर्गत आणि बाह्य नियंत्रक. अंतर्गत नियंत्रक प्रशासकीय यंत्रणेमध्ये कार्यरत असतात. अर्थसंकल्पासंबंधीची व्यवस्था, श्रेणीय रचना, चौकशी व अन्वेषण, दबाव गट, पत्रकार आणि वार्षिक गोपनीय अहवाल या अंतर्गत नियंत्रणाच्या पद्धती होत. वैधानिक, कार्यकारी आणि न्यायालयीन नियंत्रणातून भारतामध्ये प्रशासनावर बाह्य नियंत्रण ठेवले जाते.

लोकशाहीमध्ये लोक सर्वोच्च असल्याने प्रशासन हे निवडून आलेल्या प्रतिनिधींप्रती जबाबदार मानले जाते. म्हणून, कायदेमंडळाला राज्यघटना आणि परंपरांद्वारे काही अधिकार देण्यात आले आहेत ज्यायोगे, प्रशासनातील गैरव्यवहार आणि अधिकारांचा गैरवापर यांवर कायदेमंडळाद्वारे प्रभावी अंकुश ठेवला जातो. कायदेमंडळ अनेक पद्धतींनी प्रशासनावर–प्रश्नोत्तरांच्या तासाला प्रश्न विचारणे, संसदीय चर्चा, संसदीय लेखापरीक्षा, अविश्वास प्रस्ताव आणि लोकपालाकडे तक्रारी नोंदवणे–याद्वारे नियंत्रण ठेवते. जबाबदार शासनामध्ये प्रशासनावर कार्यकारी नियंत्रण हेदेखील एक प्रभावी साधन आहे. कार्यकारी मंडळ प्रशासनावर अनेक मार्गांनी आणि पद्धतींनी नियंत्रण ठेवते, जसे की, नियुक्ती आणि पदच्युत करण्याचे अधिकार, नियम बनवण्याचे अधिकार, वटहुकूम, नागरी सेवा नियमावली, प्रत्यायुक्त विधिविधान, अंदाजपत्रकाची व्यवस्था आणि लोकमताची याचना करणे. प्रशासकीय उत्तरदायित्व साध्य करण्याचे आणखी एक महत्त्वाचे साधन म्हणजे न्यायमंडळाने केलेले नियंत्रण होय. न्यायिक पुनर्विलोकन, शासनविरुद्ध फिर्यादी व प्रधिलेख यासंबंधी कायदेशीर याचिका या मार्गांनी हे नियंत्रण ठेवता येते. प्रशासकीय कायद्याची वैधता साध्य करून नागरिकांचे हक्क आणि स्वातंत्र्य यांचे रक्षण करणे हे न्यायालयीन नियंत्रणाचे प्राथमिक उद्दिष्ट आहे (सिंग २००२: २१६-१७).

अभिशासन आणि उत्तरदायित्वाची बदलती धारणा

लोकप्रशासनामध्ये झालेल्या निदर्शक रूपरेषा बदलाच्या पार्श्वभूमीवर उत्तरदायित्वाच्या प्रश्नाचा विचार करावा लागतो. लोकप्रशासनाच्या आजच्या व्यवहारी जगामध्ये, दोन निकडीची स्पर्धा असणाऱ्या आणि पूरक निदर्शक रूपरेषा प्रभावी ठरतात: त्यातील एक 'नवीन सार्वजनिक व्यवस्थापन' आणि दुसरे 'सुशासन' होय. ऐतिहासिकदृष्ट्या, आधी

चर्चा केल्याप्रमाणे, उदारमतवादी लोकशाही यंत्रणेने उत्तरदायित्वाच्या मूळ यंत्रणेची निर्मिती केली जसे की, मंत्रिमंडळावरील नियंत्रण, संसदीय चर्चा, कायदेमंडळाच्या समित्या आणि लोकपाल व्यवस्था. अगदी अलीकडच्या काळामध्ये—रूपरेषेमधील बदलाचा प्रकार—सार्वजनिक अभिशासन प्रणालीमध्ये 'नवीन सार्वजनिक व्यवस्थापन' आणि सुशासन' यांच्या नियमावलीच्या अंतर्गत काही महत्त्वाचे बदल झाले आहेत.

समकालीन लोकप्रशासनामध्ये, अभिशासनासाठीच्या बाजारपेठकेंद्री, उदारमतवादी दृष्टिकोनाचे समर्थन केले जात आहे, ज्या अंतर्गत त्याची उद्दिष्टे आर्थिक वाढ आणि उत्पादकतेकडे स्थलांतरित झाली आहेत. त्याची प्रमाणक मानके कार्यक्षमता, स्पर्धा, नफा आणि पैशांचे मूल्य याकडे पुनर्दिशानिदेशित करण्यात आली आहेत. मानवी प्रगती व्यापक बनवणे, दारिद्र्य आणि बेरोजगारी निर्मूलन आणि नागरिकांच्या अधिकारांचे रक्षण, व न्याय आणि निःपक्षपातीपणाची हमी देणे या अभिशासनाच्या पारंपरिक मानदंड आणि उद्दिष्टांपासून मूलगामी प्रस्थान आहे. म्हणून, सध्याच्या सार्वत्रिक लोक प्रशासकीय बदलांच्या टप्प्यामध्ये उत्तरदायित्व समजून घेण्यासाठी असाधारण आव्हाने उदयाला आली आहेत. हक यांच्या मते, अभिशासनातील कार्यक्षमता, उत्पादकता, स्पर्धात्मकता, पैशांचे मूल्य आणि ग्राहकाभिमुखता असे वर्तमानकालीन बदल उत्तरदायित्वापुढे अवघड अशी राजकीय, व्यवस्थापकीय, पद्धतिशास्त्रासंबंधी आव्हाने उभी करतात. ही आव्हाने तीन विशिष्ट पैलूंची होतः

- उत्तरदायित्वाची मानके (उत्तरदायित्व कशासाठी?)
- उत्तरदायित्वाचे प्रतिनिधी (उत्तरदायित्व कोणासाठी?)
- उत्तरदायित्वाची साधने (उत्तरदायित्व कसे साध्य केले जाते?) (हक २००७: १३१)

उत्तरदायित्वाच्या मानकांचा विचार करता, अभिशासनाच्या प्रचलित पद्धतीमध्ये ही मानके उपकरणात्मक स्वरूपाची झाली आहेत ज्यायोगे समानता आणि प्रतिनिधित्व यांसारख्या मूळ निकषांपेक्षा कार्यक्षमता आणि उत्पादकता यांसारख्या कार्यप्रणाली संबंधी आणि आर्थिक निकषांवर अधिक भर दिला जातो. दुसऱ्या शब्दांत सांगावयाचे झाल्यास, लोक अभिशासानाचे बाजारपेठ आधारित आर्थिक कार्यांच्या बाबतीतले उत्तरदायित्व म्हणजेच कल्याण आणि न्याय यासाठीचे उत्तरदायित्व असा अर्थ घेता येत नाही. दुसरे, नव्या मानकानुसार लोक अनुशासन परतफेड करू शकणाऱ्या ग्राहकांना परिणामकारक सेवा पुरवण्यासाठी उत्तरदायी आहे मात्र, कमी उत्पन्न असलेल्या किंवा गरीब नागरिकांच्या, जे

त्यांच्या आर्थिक अडचणींमुळे अशा सेवा वापरू शकणार नाहीत त्यांच्या प्रती, अनुशासन तटस्थ राहू शकेल. ग्राहकवादावर आधारित अभिशासनाच्या या नमुन्यामध्ये लोक समूहापेक्षा खाजगी श्रीमंत नागरिकांप्रती उत्तरदायित्व आहे, परिणामी, मूलभूत सेवांसाठी सरकारवर अवलंबून असणारे मात्र, आर्थिकदृष्ट्या मागासलेले नागरिक, परतफेड करू न शकल्याने, ग्राहक म्हणून पात्र ठरत नाहीत. म्हणून, या ग्राहक दृष्टिकोनातून राज्य आणि नागरिकांचा विचार केला असता नागरिकांचे अधिकार कमी होतात व सामान्य नागरिकांना लोक उत्तरदायित्वाच्या समीकरणातून बाजूला सारले जाते. तिसऱ्या पैलूचा म्हणजेच, उत्तरदायित्वाच्या साधनांचा विचार करता, असे लक्षात येते की, अभिशासनाच्या उदारमतवादी नमुन्यामध्ये या पैलूला आव्हानाला सामोरे जावे लागते. कायमस्वरूपी कार्यकाल ही पद्धत काढून घेऊन नागरी सेवकांना कंत्राट पद्धतीवर नियुक्त केले जाणे या नवीन योजनेमुळे, नोकरीचे कंत्राट व कारकीर्द ज्यांच्या हातात आहे अशा राजकीय कार्यकारिणीसमोर आरक्षित असतात; सामान्य नागरिकांप्रती उत्तरदायित्व दुर्लक्षित करणाऱ्या मंत्र्यांप्रती मंत्र्यांच्या नियंत्रणामुळे (उत्तरदायित्वाचे एक साधन) नागरी सेवक एकनिष्ठ राहण्यास बांधील असतात.

अशा प्रकारे, जागतिक बँकेच्या अभिशासन नीतीच्या संदर्भाने उत्तरदायित्वाची कल्पना विकसित जगाबरोबर कशाप्रकारे संबंधित आहे त्याची मर्यादा उघड होते. लोक कार्यांशी संबंधित असलेल्या सदोष आणि अपरिणामकारक लोक संस्था रद्दबातल करणे हा येथे प्राथमिक उद्देश आहे. या संस्था आर्थिक विकास संबंधी आव्हानांच्या केंद्रस्थानी आहेत (चक्रबर्ती २००७: १३३-३४). थोडक्यात, अभिशासनाच्या काळामध्ये, प्रशासनाचे उत्तरदायित्व सामान्य नागरिकांप्रती असण्यापेक्षा परतफेड करू शकणाऱ्या ग्राहकांकडे आहे असे म्हणता येईल.

लोक तक्रार निवारण यंत्रणा

चेम्बर्स शब्दकोशानुसार, तक्रार म्हणजे, 'फिर्यादीची पार्श्वभूमी, अन्यायकारक अथवा गैरवाजवी परिस्थिती.' काही मागण्या अथवा अपेक्षा पूर्ण न झाल्यास तक्रार उद्‌भवू शकते. मागण्या शासनाच्या योजनांसंबंधी अथवा शासनाच्या योजना राबवण्याच्या प्रशासनाच्या कृतीसंबंधी असू शकतात. म्हणून, तक्रार म्हणजे एक प्रकारचे असमाधान होय, ज्याचे निवारण होणे गरजेचे असते. प्रशासनाच्या विरोधातील काही सर्वसाधारण तक्रारी खालीलप्रमाणे गटांमध्ये मांडता येतील:

- *भ्रष्टाचार*: कार्ये करणे अथवा न करणे यासाठी लाच मागणे अथवा स्वीकारणे.

- *वशिलेबाजी*: सत्तेत असलेल्या अथवा महत्त्वाच्या लोकांना बंधनात ठेवण्यासाठी कार्ये करणे अथवा न करणे.
- *आप्त पक्षपात*: स्वतःच्या आप्तेष्टांना मदत करणे.
- *असभ्यता*: शिवीगाळ करणे किंवा इतर कुठल्या प्रकारचे दुर्वर्तन.
- *कर्तव्यांची टाळाटाळ*: कायद्यानुसार मान्य असलेली कार्ये न करणे.
- *दुजाभाव*: गरीब व अप्रभावी नागरिकांच्या प्रामाणिक तक्रारींकडे दुर्लक्ष करणे.
- *विलंब*: सूचित वेळात कार्ये न करणे.
- *कुप्रशासन*: उद्दिष्टे साध्य करताना अकार्यक्षमता.
- *अपुरी तक्रार निवारण यंत्रणा*: लोकांच्या प्रशासन विरुद्ध तक्रारींची दखल घेण्यात अपयश. (इग्नू इ.पी.ए.-०१: १३).

आश्वासन दिली गेलेली सेवा पुरवठ्याची पातळी साध्य न झाल्यास यंत्रणेचा अवलंब करण्याचा नागरिकांना अधिकार आहे हे तक्रार निवारण यंत्रणेचे मूळ तत्त्व आहे. ही यंत्रणा योग्य तितकी लोकप्रिय, वापरण्यास सोपी, तत्पर आणि सर्वांत महत्त्वाचे म्हणजे, या यंत्रणेतून आपल्याला न्याय मिळेल असा नागरिकांना विश्वास असणे गरजेचे आहे.

भारतातील तक्रार निवारण यंत्रणा

भारतामध्ये केंद्र सरकार, राज्य सरकारे आणि त्यांच्या अखत्यारीतील अनेक संस्थांनी नागरिकांच्या तक्रारी हाताळण्यासाठी तक्रार निवारण यंत्रणा स्थापन केल्या आहेत. केंद्र पातळीवर, तक्रारी हाताळण्यासाठी केंद्र सरकारच्या दोन प्रमुख संस्था आहेत.

१. प्रशासकीय सुधारणा व लोक तक्रार विभाग, कर्मचारी मंत्रालय, लोक तक्रारी आणि सेवानिवृत्तिवेतन; आणि
२. लोक तक्रार निदेशालय, मंत्रिमंडळ सचिवालय.

या प्रमुख संस्थांशिवाय इतरही काही संस्थात्मक यंत्रणा आहेत, जसे की, केंद्रीय दक्षता आयोग आणि लोकायुक्त. या यंत्रणांकडे नागरी सेवकांकडून आलेल्या भ्रष्टाचार व कार्यालयीन गैरवापरासंबंधीच्या तक्रारी हाताळण्याचा जनादेश आहे. अनेक संस्थांनी, उदाहरणार्थ, भारतीय रिझर्व्ह बँक, तक्रार निवारणासाठी लोकपालाची स्थापना केली आहे. त्यांच्या निर्धारित अखत्यारीत पुढील काही संस्थादेखील लोकांकडून आलेल्या तक्रारी हाताळण्याचे काम करत असतात. जसे की, राष्ट्रीय व राज्य मानवी हक्क आयोग, राष्ट्रीय व राज्य महिला आयोग,

अनुसूचित जाती राष्ट्रीय आयोग आणि अनुसूचित जमाती राष्ट्रीय आयोग. हल्लीच्या काळात, जागरूकतेची पातळी वाढल्याने, लोकांच्या अपेक्षा वाढल्या आहेत आणि तसेच, त्यांच्या तक्रारींचे तत्पर आणि परिणामकारक निवारणदेखील अपेक्षित आहे. पुढील विभागांमध्ये, भारतामधील लोक तक्रार निवारणाशी संबंधित महत्त्वाच्या संस्था व इतर उपक्रमांच्या भूमिकांवर चर्चा केली आहे.

केंद्रीय दक्षता आयोग

भ्रष्टाचार प्रतिबंध समितीने केलेल्या शिफारशीनुसार, संथानम समिती या अधिक लोकप्रिय नावाने ओळखल्या जाणाऱ्या समितीच्या शिफारशीनुसार १९६४ साली भारत सरकारने केंद्रीय दक्षता आयोगाची स्थापना केली. प्रशासनातील सचोटी कायम ठेवण्याच्या दृष्टीने केंद्रीय दक्षता आयोगातर्फे केंद्र सरकारला सर्व बाबींमध्ये सल्ला देण्यात येतो. केंद्रीय अन्वेषण आयोगाच्या कारभारावर अधीक्षण करण्याचे काम केंद्रीय दक्षता आयोगाचे असते. केंद्रीय अन्वेषण आयोग म्हणजे भ्रष्टाचार विरुद्ध बाबींमध्ये अन्वेषण करण्याची केंद्र सरकारची मुख्य संस्था होय. तसेच, केंद्र सरकारच्या विविध संस्था आणि मंत्रालयांच्या दक्षता प्रशासनावरदेखील या आयोगाद्वारे अधीक्षण केले जाते.

लोकपाल आणि लोकायुक्त

पहिल्या प्रशासकीय सुधारणा समितीने लोकपाल स्थापन करण्याची शिफारस केली होती. लोकपाल विधेयक बरेच वेळा संसदेमध्ये मांडण्यात आले मात्र, वेगवेगळ्या कारणांमुळे त्याचे कायद्यात रूपांतर होऊ शकले नाही. मंत्री आणि संसदेच्या सभासदांच्या सचोटीवर लक्ष ठेवणे हे लोकपालचे काम आहे. लोकसेवकांविरुद्ध असणाऱ्या भ्रष्टाचार याचिकांची चौकशी करणे यासाठी लोकपाल विधेयकाद्वारे लोकपाल या स्वायत्त संस्थेची स्थापना करण्याची तरतूद करण्यात आली आहे. भ्रष्टाचार विरुद्ध याचिकांचे काम तक्रारी नोंदवून घेणे व चौकशी करणे या यंत्रणेमार्फत केले जाते.

पहिल्या प्रशासकीय सुधारणा समितीच्या शिफारशीनंतर अनेक राज्यांमध्ये 'लोकायुक्तां'ची स्थापना करण्यात आली आहे. याद्वारे, लोकसेवकांच्या वागणुकी संदर्भातील आरोप अथवा तक्रारींचा तपास करण्याचे काम केले जाते. लोकसेवकांमध्ये राजकीय कार्यकारिणी, आमदार/खासदार, राज्य शासनातील अधिकारी, स्थानिक संस्था, शासनाचे साहसी उपक्रम आणि शासनाची इतर साधने ह्यांचा समावेश होतो. लोकसभासद लोकायुक्तामार्फत कुठल्याही लोकसेवकाविरुद्ध विशिष्ट आरोप दाखल करू शकतो. नागरी सेवकाच्या वागणुकीसंदर्भात स्व-हस्तक्षेपातूनदेखील चौकशीला सुरुवात करू शकतो.

लोकपाल आणि लोकायुक्त विधेयक, २०११ची महत्त्वाची गुणवैशिष्ट्ये

लोकसभेमध्ये २२ डिसेंबर २०११ रोजी मांडण्यात आलेल्या लोकपाल आणि लोकायुक्त विधेयक, २०११ ची काही महत्त्वाची गुणवैशिष्ट्ये पुढीलप्रमाणे आहेत.

- लोकपाल विधेयकाचे दोन भाग आहेतः
    - पहिला भाग घटनादुरुस्ती विधेयक असून त्यायोगे लोकपालला घटनात्मक दर्जा देण्यात आला आहे.
    - दुसऱ्या भागानुसार लोकपाल आणि लोकायुक्त संस्थांची स्थापना करण्याचा प्रयत्न आहे. या संस्था राज्यांमध्ये भ्रष्टाचार विरोधी संस्था म्हणून काम करतील.
- लोकपालमध्ये नऊ सभासद असतील. ज्यामध्ये एक अध्यक्षदेखील समाविष्ट असेल. अध्यक्ष म्हणजे अशी व्यक्ती जी पूर्वी भारताची मुख्य न्यायमूर्ती राहिलेली आहे, किंवा सर्वोच्च न्यायालयातील न्यायाधीश राहिलेली आहे अथवा ख्यातनाम व्यक्ती आहे.
- लोकपाल मधील ५०% सभासद अनुसूचित जाती, अनुसूचित जमाती, इतर मागासलेले वर्ग, स्त्रिया यांमधील असावे.
- लोकपाल आणि त्याचे सभासद नियुक्त करण्याच्या समितीचे प्रधान मंत्री अध्यक्ष असतील. या सभासदांमध्ये सभापती, विरोधक पुढारी, भारताचे मुख्य न्यायमूर्ती किंवा त्यांनी नामनिर्दिष्ट केलेले सर्वोच्च न्यायालयाचे न्यायाधीश, व राष्ट्रपतींनी नामनिर्दिष्ट केलेला एक कीर्तिवंत कायदेपंडित यांचा समावेश असेल.
- प्रत्येक राज्यातील लोकायुक्तमध्ये एक अध्यक्ष व आठ इतर सभासद असतील.
- लोकायुक्त व इतर सभासद राज्यपालाद्वारा नियुक्त केले जातील. राज्याचे मुख्यमंत्री नियुक्ती समितीचे मुख्य असतील.
- लोकपाल संसदेला उत्तरदायी असेल.
- केंद्रीय अन्वेषण आयोग प्रशासकीयदृष्ट्या लोकपालाच्या नियंत्रणाखाली राहणार नाही.
- लोकपालमध्ये एक चौकशी कक्ष दल असावे–असे दल तयार होईपर्यंत केंद्र सरकारने मंत्रालये व इतर विभागांमधील अधिकारी व इतर कार्यकर्ते पुरवावेत अशी तरतूद असावी.

- लोकपाल मध्ये एक कार्यवाही दलदेखील असावे–असे दल तयार होईपर्यंत केंद्र सरकारने मंत्रालये व इतर विभागांमधील अधिकारी व इतर कार्यकर्ते पुरवावेत अशी तरतूद असावी.
- लोकपालकडे स्वतःहून अधिकाऱ्यांविरुद्ध कार्यवाही करण्याचे अधिकार नाहीत; अशी चौकशी सुरू करण्यापूर्वी लोकपालकडे तशी तक्रार नोंदविलेली असणे गरजेचे आहे.
- लोकपालच्या अधिकार क्षेत्रामध्ये पंतप्रधान, मंत्री, केंद्र सरकारमधील गट अ, ब, क, ड मधील अधिकारी यांचा समावेश होतो.
- पंतप्रधानांचा विचार करता लोकपालच्या अधिकारक्षेत्रात परराष्ट्र संबंध, बाह्य व अंतर्गत सुरक्षा, नागरी संरचना, अणु ऊर्जा व अवकाश संबंधी बाबी येत नाहीत.
- लोकपालला भ्रष्टाचाराचे आरोप असलेल्या नागरी सेवकांची बदली करणे अथवा त्यांना निलंबित करणे यासंबंधी केंद्र सरकारला सल्ला देण्याचा अधिकार आहे.
- लोकपाल केंद्रीय दक्षता आयोगासारख्या संस्थेकडे भ्रष्टाचारसंबंधी याचिका पाठवू शकते तसेच या संस्थांनी चौकशीनंतर लोकपालकडे अहवाल सदर करणे गरजेचे असते.

हे विधेयक लोकसभेमध्ये पारित करण्यात आले मात्र, राज्यसभेमध्ये या विधेयकाला बहुमत मिळू शकले नाही. भ्रष्टाचार विरोधी कार्यकर्ते अण्णा हजारे यांनी या विधेयकाला विश्वासघात आणि क्रूर विनोद असे म्हटले आहे. ते जनलोकपाल विधेयकावर भर देत आहेत. जनलोकपाल विधेयक, जे नागरिकांचे लोकपाल विधेयक म्हणूनदेखील ओळखले जाते, हा *भ्रष्टाचार विरोधी विधेयकाचा मसुदा* आहे. हा मसुदा सुसंस्कृत समाजातील काही नामांकित कार्यकर्त्यांनी तयार केला असून, त्यांच्या मते, जनलोकपाल, भ्रष्टाचार संबंधी चौकशी करावयाची स्वायत्त संस्था, स्थापन करणे गरजेचे आहे. विधेयकाच्या या मसुद्याद्वारे, डिसेंबर २०११ मध्ये संसदेमध्ये मांडण्यात आलेल्या लोकपाल आणि लोकायुक्त विधेयकामध्ये काही सुधारणा सुचविण्यात आलेल्या आहेत. 'जन' या पूर्वप्रत्ययामुळे हे स्पष्ट होते की, या सुधारणांमध्ये 'सामान्य नागरिकांच्या' सूचना समाविष्ट करण्यात आल्या आहेत. या सुधारणा सुधारकांद्वारे अथवा अशासकीय नागरी चर्चांमधून पुढे आलेल्या आहेत.

तक्ता ८.१

जनलोकपाल विधेयक व शासनाचे लोकपाल विधेयकः तुलना

जनलोकपाल विधेयक (लोकांचे लोकपाल विधेयक)	*शासनाचे लोकपाल विधेयक (२०११)*
लोकपालला स्व-हस्तक्षेपाने कार्ये करण्याचे अधिकार असतील व सामान्य नागरिकांकडून भ्रष्टाचारसंबंधी तक्रारी घेता येतील.	लोकपालला स्व-हस्तक्षेपाने कार्ये करण्याचे अधिकार नसतील व सामान्य नागरिकांकडून भ्रष्टाचारसंबंधी तक्रारी घेता येणार नाहीत. लोकसभेचे सभापती किंवा राज्यसभा अध्यक्ष यांच्याकडून आलेल्या तक्रारीच लोकपालला घेता येतील.
आरोपी असलेल्या कुणावरही लोकपालला कार्यवाही सुरू करण्याचा अधिकार असेल.	'कार्यक्षम संस्थेकडे' अहवाल सादर करणे या मर्यादित भूमिकेसह लोकपाल ही केवळ सल्लागार संस्था असेल.
लोकपालला पोलिसांचे अधिकार असतील व प्रथम पाहणी अहवाल नोंदवण्याचेदेखील अधिकार असतील.	लोकपालला पोलिसांचे कुठलेही अधिकार असणार नाहीत व प्रथम पाहणी अहवाल नोंदवून घेण्याची क्षमता असणार नाही. तसेच, गुन्हेगारी सर्वेक्षणदेखील करता येणार नाही.
लोकपाल व केंद्रीय सर्वेक्षण आयोगाचे भ्रष्टाचार विरोधी दल ही एक स्वायत्त संस्था असेल.	केंद्रीय सर्वेक्षण आयोग व लोकपाल यांच्यामध्ये काहीही संबंध असणार नाही.

तक्ता ८.१ मध्ये जनलोकपाल विधेयक व शासनाचे लोकपाल विधेयक २०११ यांमधील महत्त्वाचे फरक दाखवण्यात आले आहेत.

ई-शासनः लोक व प्रशासन यांच्यातील जवळीक

ई-शासन 'इलेक्ट्रॉनिक शासन' याचे संक्षिप्त स्वरूप होय. माहिती व तंत्रज्ञानाच्या साहाय्याने अभिशासन केले जात असेल तर त्याला ई-शासन असे म्हणतात. अशा प्रकारे, सामान्यपणे, ई-शासन म्हणजे कुठल्याही संस्थेमधील माहिती व तंत्रज्ञानाचा वापर, म्हणजेच, इलेक्ट्रॉनिक पद्धतीने शासन करणे होय. माहिती तंत्रज्ञान यांच्या वापराद्वारे शासनाच्या कार्यासंबंधी बोलताना ई-शासन ही संज्ञा मोठ्या प्रमाणात वापरली जात आहे. ज्याचा अधिक लोकप्रिय भाग म्हणजे इंटरनेट होय. अशा प्रकारे, ई-शासन म्हणजे शासनाच्या काम करण्याच्या पद्धतीमध्ये व माहिती देणे, अंतर्गत व बाह्य ग्राहकांना सेवा पुरविणे यांमध्ये बदल घडवून आणण्याची

प्रक्रिया होय. विशेषकरून, ई-शासन इंटरनेट, वेब, मोबाईल फोन यांसारखी माहिती व तंत्रज्ञानाची साधने वापरत असते. पहिली पायरी म्हणून, सेवांबद्दलची माहिती वेबसाईटवर प्रसारित केली जाते आणि नागरिक विविध सेवांसाठीचे अर्ज यावरून घेऊ शकतात. पुढची पायरी प्रत्यक्ष सेवा पुरवठ्यामध्ये माहिती व तंत्रज्ञानाचा वापर करण्याची होय. जसे की, कर परतावा अथवा परिपत्र नवीकरण यांसंबंधी माहिती भरणे. अधिक चांगल्या ॲप्लीकेशन्स असल्यास मोबदलादेखील त्याच माध्यमातून देता येतो (भटनागर २००८: २४७). अशा प्रकारे, ई-शासन नागरिकांना शासन सेवा इलेक्ट्रोनिक माध्यमांतून मिळविण्याची क्षमता देते. तसेच, शासनाबाद्दलची माहिती आणि शासनाचे व्यवहार कुठूनही व कधीही बघता येण्याची मुभा देते. शासन विभागांबाबत इलेक्ट्रॉनिक माध्यमांतून नागरिकांना माहिती मिळावी म्हणून क्षमता निर्माण करणे ही त्यामागील साधी कल्पना आहे. अशा प्रकारे, ई-शासनातून SMART (SIMPLE, MORAL, ACCOUNTABLE, RESPONSIVENESS, TRANSPARENCY) अभिशासनाचे उद्दिष्ट साध्य होते, म्हणजेच:

- *सुलभ*: यामध्ये प्रक्रिया गुंतागुंतीची नाही, कागदी काम नाही व शासन दरबारी सतत जाण्याची गरज नाही;
- *नैतिक*: ही व्यवस्था भ्रष्टाचार व इतर अनैतिक बाबींपासून मुक्त आहे;
- *उत्तरदायी*: संपूर्ण माहिती लोकांच्या अखत्यारीत असल्याने शासनाचे उत्तरदायित्व अधिक व्यापक होते;
- *प्रतिसादात्मकता*: माहिती व तंत्रज्ञानाच्या वापरामुळे शासन नियमितपणे लोकांच्या संपर्कात राहू शकते व त्यांच्याकडून नियमित प्रतिक्रियादेखील घेऊ शकते; आणि
- *पारदर्शकता*: इथवर सरकारी कागदपत्रांमध्ये कैद असलेली माहिती आता संगणकाच्या माध्यमातून सर्वांना उपलब्ध होऊ शकते.

माहिती व तंत्रज्ञानाच्या ई-क्रांतीमध्ये अभिशासन प्रक्रिया नव्या पातळ्यांवर नेण्याची क्षमता आहे. माहिती व तंत्रज्ञानामुळे माहिती परिणामकारकरित्या साठवून ठेवणे व हवी तेव्हा प्राप्त करणे याची सोय होते, माहितीची त्वरित देवाणघेवाण करणे शक्य होते, पूर्वीच्या हाताने काम करावयाच्या पद्धतीपेक्षा आता माहिती व आकडेवारीवरील प्रक्रिया अधिक जलदगतीने करता येते, शासकीय प्रक्रियांना वेग येतो, निर्णय जलद व न्याय्य पद्धतीने घेता येतात, पारदर्शकता वाढवून उत्तरदायित्व अमलात आणता येते. यामुळे भौगोलिक व लोकसंख्येच्या दृष्टीने शासनाची मर्यादा वाढण्यास मदत होते. इलेक्ट्रॉनिक्सचे वाढते महत्त्व लक्षात घेऊन भारत सरकारने

१९७० साली इलेक्ट्रॉनिक्स विभागाची स्थापना केली. त्यानंतर, १९७७ साली झालेली राष्ट्रीय माहिती केंद्राची स्थापना म्हणजे भारताने ई-शासनाप्रती ठेवलेले पहिले पाऊल होय. कारण यामुळे 'माहिती' व त्याची देवाणघेवाण केंद्रस्थानी आली. १९९० च्या दशकामध्येदेखील केंद्र व राज्य सरकारांकडून काही महत्त्वाचे उपक्रम राबवण्यात आले. या सर्वांचे एकत्रीकरण म्हणजे २००६ साली प्रारंभ झालेला राष्ट्रीय ई-शासन कार्यक्रम होय.

विकसित देशांमध्ये, अभिशासन हा एक सु-स्थापित नमुना आहे ज्यायोगे शासनाच्या सेवा नागरिकांना इंटरनेट पोर्टल्सच्या माध्यमातून पुरवल्या जातात. भारतामध्ये, संगणक अभिशासनाला माहिती तंत्रज्ञान कायदा २००० नुसार वैधानिक दर्जा देण्यात आला आहे. या कायद्यामध्ये खालील मान्यता आहेः

> शासकीय कागदपत्रांची पूर्तता करण्यासाठी वापरल्या जाणाऱ्या कागदाधारीत माहिती संकलन व संवादाच्या मार्गांना पर्यायी अशा इलेक्ट्रॉनिक माहिती आदान-प्रदानाच्या 'ई-व्यापार' पद्धतींना कायदेशीर मान्यता.

भारतामध्ये प्रशासकीय सुधारणांचे संकल्पनीकरण करण्यासाठी कायदेशीर पुष्टी दिल्यामुळे हा कायदा एक महत्त्वाचा टप्पा ठरला आहे. अधिक महत्त्वाचे म्हणजे, अभिशासन म्हणजे निश्चितच नोकरशाहीतील वशिलेबाजीवर केलेला हल्ला आहे, ज्यामुळे गरज नसताना विलंब व भ्रष्टाचार होताना दिसतो. हे एक साधन आहे, ज्यायोगे 'सुशासन, खासकरून, कार्यक्षमता, पारदर्शकता आणि शासनाशी अधिक सुलभ संबंध साध्य करता येतात.' अशा प्रकारे, नागरिक शासनाची कार्ये इलेक्ट्रॉनिक माध्यमांतून केवळ बघूच शकत नाहीत तर ई-मेल्स आणि इतर इलेक्ट्रॉनिक साधनांच्या माध्यमांतून सल्लेदेखील देऊ शकतात. म्हणून, तंत्रज्ञान हे एक महत्त्वाचे साधन आहे, ज्यायोगे नागरिकांचे सल्ले व पारदर्शकता एकाच नमुन्यामध्ये एकत्रित करता येऊ शकतात (चक्रबर्ती आणि भट्टाचार्य २००८: ५२).

माहिती तंत्रज्ञान आधारित ई-शासनामुळे शासनाची नवनिर्मिती व क्षमता याचे एक नवे युग सुरू झाले आहे ज्यामुळे, (*अ*) शासनाचा खर्च कमी होतो; (*आ*) नागरिकांनी शासनाला द्यावयाच्या सल्ल्यांमध्ये/माहितीमध्ये वाढ होते; (*इ*) नागरी निर्णयक्षमता सुधारते; (*ई*) शासन व्यवहारांमधील पारदर्शकता वाढते. 'शासनावर लक्ष देण्यासाठी नागरिकांना सुसज्ज करणे' हे ई-शासनाचे उद्दिष्ट आहे. व्यवस्थित स्पष्ट केलेल्या या कार्यात्मक गुणवैशिष्ट्यांमुळे, अभिशासन भ्रष्टाचार निर्मूलनासाठीचे एक महत्त्वाचे पाऊल ठरले आहे. स्व-अखत्यारितील अधिकार कमी करून अहेतुक कार्यांच्या संधी यांद्वारे कमी केल्या जातात. माहिती तंत्रज्ञानाच्या माध्यमातून नागरिकांना शासनाच्या व्यवहारामध्ये थेट प्रवेश मिळत असल्याने

एकप्रकारे नागरिकांचे सबलीकरण होते. भारतातील आंध्र प्रदेशमधील पश्चिम गोदावरी जिल्ह्यामध्ये सुरू झालेला ई-सेवा प्रकल्प हे येथे देण्यासाठी चांगले उदाहरण आहे. हा प्रकल्प म्हणजे 'ग्रामीण भागातील डिजिटल दुफळी कमी करण्याचे' साधन होय. ज्यामध्ये ग्रामीण भागातील लोकांना अनेक नागरिक ते नागरिक (C2C) आणि नागरिक ते शासन (C2G) सेवा पुरवण्याची सोय करण्यासाठी' माहिती-तंत्रज्ञानाचा अधिकाधिक वापर केला जातो. महिला स्वयंसेवी संस्थांचे व्यवस्थापन असलेला हा प्रकल्प उच्च दर्जाचा आहे कारण या योगे, 'स्थानिक महिला भागीदारांना' माहिती पुढारी' म्हणून उदयाला येण्यास मदत होते व ई-सेवा योजनेचे उद्दिष्ट साध्य करण्यासाठी त्या महत्त्वाच्या ठरल्या आहेत (चक्रबर्ती आणि भट्टाचार्य २००८: ५३).

माहिती तंत्रज्ञानाच्या मदतीने, ई-शासनाने लोक प्रशासनाला एका वेगळ्याच वळणावर नेले आहे. इलेक्ट्रॉनिक लोकसेवांसाठी नागरिक आणि शासन यांच्यामध्ये दुवा साधण्याचा प्रयत्न याद्वारे केला जातो. असे केल्याने, शासनाच्या निर्णयप्रक्रियेमध्ये लोकांच्या सुदृढ सहभागासाठी परिस्थिती निर्माण केली जाते. ई-शासन यशस्वीपणे राबविण्यासाठी विचारसरणीमधील बदल आवश्यक आहे. तसेच, यासाठी, मोठ्या प्रमाणात राजकीय इच्छा आणि निग्रहीपण आणि निःपक्षपाती व निर्णयक्षम नेतृत्व गरजेचे असते.

नागरिकांची सनद

नागरिकांची सनद हे एक असे साधन आहे ज्यायोगे संस्था पारदर्शक, उत्तरदायी व नागरिकांसाठी सुलभ बनवण्याचा प्रयत्न केला जातो. विद्यमान नागरी सनद योजनेचा प्रारंभ सर्वप्रथम १९९१ साली युनायटेड किंग्डम येथे करण्यात आला होता. ज्या नागरिकांना सेवा पुरविल्या जात आहेत त्यांच्याबाबात नागरी सेवांनी प्रतिसादात्मक असावे असे याचे उद्दिष्ट होते. मूलतः, नागरिक सनद ही सेवा पुरविणाऱ्या संस्थाप्रती सेवांच्या दर्जाबद्दल असलेली बांधीलकी होय. हे एक नागरी विधान होय ज्यामध्ये नागरिकांना देण्यात येणाऱ्या विशिष्ट सेवा, सेवांचा दर्जा, सेवेचा उपभोग घेणाऱ्यांनी पूर्ण करावयाच्या अटी, व मान्य केलेल्या दर्जाचे अनुपालन न केल्यास उपभोक्त्यांसाठी उपलब्ध असणारे उपाय ह्यांची व्याख्या केली आहे. सनद या संकल्पनेमुळे मान्य केलेला सेवांचा दर्जा मागून घेण्याचा अधिकार मिळतो. अशा प्रकारे, नागरी सेवा नागरिक-केंद्रित करणे हा या सनदीचा गाभा आहे. यामध्ये या सेवा मागणीनुसार दिल्या जात असून पुरवठ्यानुसार दिल्या जात नाहीत याबाबत खात्री करून घेतलेली असते. या संदर्भात, नागरिक सनद चळवळीची मूलतः मांडली गेलेली सहा तत्त्वे पुढीलप्रमाणेः

- सेवांचा *दर्जा* सुधारून दर्जात्मक सेवा देणे;
- शक्य तेथे उपभोक्त्यांना *पर्याय* देणे;
- ठरलेल्या वेळेमध्ये काय अपेक्षित असावे याबद्दलची *मानके*;
- करदात्यांच्या पैशांची *किंमत* असणे;
- सेवा पुरवणाऱ्याचे *उत्तरदायित्व* (व्यक्ती किंवा संस्था दोन्ही); आणि
- नियम, प्रक्रिया, योजना आणि तक्रार निवारण यांमध्ये *पारदर्शकता* (दुसरी प्रशासन सुधारणा समिती २००९: ३४).

सन १९९०च्या दशकामध्ये अगदी सुरुवातीला नागरिक सनदीचा प्रारंभ केला गेला तेव्हा नागरी सेवा पुरवठ्यामध्ये एक महत्त्वपूर्ण बदल दिसून आला. नागरिक सनदीमध्ये नागरिकांवर नागरी सेवांचा एक ग्राहक म्हणून भर देण्यात आला. भारतामध्ये आतापर्यंत १११ केंद्रीय मंत्रालये/विभाग/संस्थांनी नागरिक सनदीची आखणी केली आहे.

माहितीचा अधिकार: लोक तक्रार निवारणासाठीची उगवती यंत्रणा

माहितीचा अधिकार म्हणजे लोकांना शासनाची माहिती सुलभपणे उपलब्ध करून घेण्याचे स्वातंत्र्य असणे होय. नागरिकांना शासनाची कार्ये व प्रक्रिया यांसंबंधीचे संकलन व कागदपत्रे सहज उपलब्ध असणे असा अर्थ यातून अभिप्रेत आहे. सहभागात्मक लोकशाहीचे दृढीकरण करण्यासाठी माहितीचा अधिकार अत्यंत महत्त्वाचा मानण्यात आला आहे. तसेच, माहिती उपलब्ध असल्याने ती मागून घेणे, सार्वजनिक योजना व कार्यांबद्दल माहिती घेणे अशा प्रकारे नागरिकांचे सबलीकरण होते व त्यातूनच त्यांचे कल्याण होते. अशा प्रकारे, माहितीच्या अधिकाराने लोक-केंद्रित अभिशासनाला सुरुवात होते. पारदर्शकतेमुळे शासन संस्थांना अधिक तटस्थपणे व अंदाजयोग्यतेने काम करता येते व तसेच, नागरिकांना अभिशासन प्रक्रियेमध्ये अधिक परिणामकारक पद्धतीने सहभागी होता येते. मूलभूत अर्थाने, माहितीचा अधिकार ही सुशासनाची मूळ गरज आहे.

सार्वजनिक प्रक्रियांमध्ये पारदर्शकतेला मान्यता असण्याची गरज जाणून, भारतीय संसदेने ११ मे २००५ साली माहिती अधिकार कायदा पारित केला. या कायद्यानुसार, माहिती उत्स्फूर्तपणे मांडली जाणे, माहिती आयोगाची स्थापना करणे, लोक माहिती अधिकाऱ्याची नियुक्ती करणे, माहिती मिळविण्याची प्रक्रिया असावी इत्यादी तरतुदी करण्यात आल्या आहेत. हा लोकांचे सबलीकरण करण्यासाठी व पारदर्शकतेला प्रोत्साहन देण्यासाठी असाधारण कायदा आहे. या कायद्यामार्फत व्यवहार्य सत्ता स्थापन करण्याची तरतूद करण्यात आली आहे व नागरिकांचे नागरी अधिकाऱ्यांच्या अखत्यारीतील माहिती सुलभपणे मिळवण्यासाठी सबलीकरण करण्यात आले आहे.

या कायद्यानुसार नागरिकांना विनंती करून शासनाच्या वेगवेगळ्या पातळ्यांकडून माहिती मिळविण्याचा अधिकार आहे. तसेच, अशी विनंती केल्यास शासनाने उत्स्फूर्तपणे ती माहिती पुरविणे हे शासनाचे पूरक कर्तव्य आहे. या कायद्यामध्ये, 'माहिती' ची व्याख्या व्यापकपणे करण्यात आली आहे ज्यामध्ये केवळ इलेक्ट्रॉनिक किंवा छापील पद्धतीची माहिती नसून, कार्यांच्या स्थूल नमुन्यांची माहितीदेखील अपेक्षित आहे. व्यापकतेचा विचार केला असता, हा कायदा संपूर्ण भारतामध्ये लागू आहे (जम्मू आणि काश्मिर राज्य याला अपवाद ठरते), विशेषकरून, या कायद्याच्या माध्यमातून, केंद्र सरकार, राज्य सरकार आणि केंद्र शाषित प्रदेशाच्या प्रशासनाच्या अखत्यारीतील, स्थापन केलेल्या, मालकीच्या व वित्तपुरवठा केला जातो अशा अधिकाऱ्यांबद्दल माहिती मिळविण्याचा अधिकार नागरिकांना मिळतो. यामध्ये, पंचायती, नगरपालिका आणि इतर स्थानिक संस्थांचाही समावेश होतो (शर्मा आणि देवाशेर २००७: ३५६).

या कायद्यानुसार, संबंधित व्यक्तीने याचिका दाखल केल्यास ३० दिवस व इतर व्यक्तींनी याचिका दाखल केल्यास ४० दिवस अशी वेळेची मर्यादा आखून देण्यात आली आहे. नव्या दृष्टिकोनामध्ये, या वेळेच्या मर्यादा केवळ ४८ तास इतक्या कमी करण्यात आल्या आहेत जेथे हवी असलेली माहिती 'व्यक्तीच्या आयुष्य व स्वायत्ततेशी संबंधित आहे'. याचिकेचे मूल्य १० रुपये इतके असून, दारिद्र्यरेषेखालील लोकांकडून कुठलेही मूल्य आकारले जात नाही. या कायद्यानुसार, सर्व प्रशासकीय विभाग व कार्यालयांमध्ये लोक माहिती अधिकाऱ्यांच्या नियुक्तीची तरतूद करण्यात आली आहे. लोकांनी माहितीची विनंती केल्यास याची गरज भासू शकेल. उप-विभागीय व उप-जिल्हा पातळ्यांवर उप-लोक माहिती अधिकारीदेखील नियुक्त केले जातात. या तरतुदी खासकरून लोकांसाठी सुलभता वाढवणे आणि लोकांना स्थानिक प्रदेशांमध्ये याचिका दाखल करणे शक्य व्हावे म्हणून करण्यात आल्या आहेत. याचिका स्वीकार न केल्यास, कुठलेही कारण नसताना माहिती देण्यास विलंब केल्यास व अपूर्ण, चुकीची व दिशाभूल करणारी माहिती दिल्यास प्रत्येक लोक माहिती अधिकाऱ्याला रु.२५० (दर दिवशी) ते जास्तीत जास्त रु.२५,००० एवढा दंड केला जाऊ शकतो. माहिती लिखित स्वरूपात, ई-मेल्स सहित असावी व याचिका लोक माहिती अधिकाऱ्याकडे देण्यात यावी. कुठलाही प्रतिसाद न मिळाल्यास, याचा अर्थ नकार असा घेण्यात येईल. परंतु, याचिका लिखित स्वरूपात व अचूक कारण देऊन नाकारण्यात याव्यात.

या कायद्यामध्ये, संवेदनशील व उघड करण्यास मनाई आहे असे माहितीचे १० प्रकार सूचित करण्यात आले आहेत. यामध्ये, राष्ट्रीय सुरक्षा, परराष्ट्र शासनाने विश्वासाने दिलेली माहिती, मंत्रिमंडळाचे कागदपत्र व उद्योग आणि व्यापारासंबंधीची गुप्त माहिती याचा समावेश होतो. गुप्तवार्ता विभाग, संशोधन आणि विश्लेषण

विभाग, मिळकत गुप्तवार्ता निदेशालय, केंद्रीय आर्थिक गुप्तवार्ता विभाग, व विशिष्ट परिसीमा दल म्हणजेच सीमा सुरक्षा दल, केंद्रीय राखीव पोलीस दल, भारत तिबेट सीमा पोलीस दल, केंद्रीय औद्योगिक सुरक्षा दल इत्यादी केंद्र माहिती व सुरक्षा संस्था या कायद्यातून वगळण्यात आलेल्या आहेत. परंतु, भ्रष्टाचार व मानवी हक्कांसंबंधीची माहिती देणे अनिवार्य आहे, प्रसंगानुरूप यासाठी केंद्र व राज्य माहिती आयोगाची परवानगी असणे आवश्यक आहे. या कायद्यानुसार केंद्र व सर्व राज्यांमध्ये माहिती आयोगाची स्थापना करण्याची तरतूद आहे. ज्यामध्ये एक मुख्य माहिती अधिकारी व इतर दहा माहिती अधिकारी समाविष्ट असतील. या आयोगाद्वारे, कायदेपालनासंबंधीचे कुठलेही आदेश देता येणे शक्य आहे, ज्यामध्ये कागदपत्र उघड करणे, जन माहिती अधिकाऱ्यांची नियुक्ती व विशिष्ट माहिती प्रकाशित करणे यांचा समावेश होतो. कायद्यानुसार, केंद्रीय मुख्य माहिती अधिकाऱ्याची नियुक्ती एका समितीमार्फत केली जाईल ज्यामध्ये पंतप्रधान, विरोधी पक्षाचे पुढारी व्र पंतप्रधानांनी निर्वाचित केलेले केंद्रीय मंत्री हे समाविष्ट असतील.

सन २००५चा माहितीचा अधिकार म्हणजे भारतीय नागरिकांना उपलब्ध असणाऱ्या सबळ करणाऱ्या काही कायद्यांपैकी एक आहे. यानुसार, विद्यमान व उदयाला येणाऱ्या काही अडचणी सोडवण्यासाठी काही विशिष्ट क्रियांना वाव दिला आहे. या कायद्याला नकारात्मक योजना न मानता सकारात्मक दृष्टिकोन मानावे ज्यायोगे अभिशासनाच्या प्रत्येक पातळीवरील यंत्रणा सुधारण्यात येईल. लोकांना मिळालेल्या माहितीच्या बाबतीत त्यांची प्रतिक्रिया घेऊन नागरी सेवांना सजग ठेवणे अपेक्षित आहे. लोकांनी मागितलेल्या माहितीमुळे नागरी सेवकांना समाधानाची शाश्वती देण्यास मदत होते. तथापि, अभिशासनाची पद्धत न बदलता माहितीचा अधिकार केवळ लादला गेल्यास हा संपूर्ण प्रयोग निरर्थक ठरेल हेदेखील लक्षात घ्यायला हवे. येथे विद्यमान परिस्थिती लक्षात घ्यायला हवी, ज्यामध्ये अपुरी राजकीय इच्छा, व लोकांच्या माहितीच्या अधिकाराला मान्यता देण्यासाठीचा नोकरशाहीचा नकारात्मक दृष्टिकोन ह्यांचा समावेश होतो. अशा परिस्थितीमध्ये, खुल्या, पारदर्शी व उत्तरदायी अभिशासनाचे नवे युग सुरू करण्यासाठी सुसंस्कृत समाज संस्थांची भूमिका कळीची व महत्त्वाची ठरते. तृणमूल पातळीवरील लोकांना सुजाण नागरिक बनवण्यासाठी अशा जेवढ्या संस्था पुढे येतील तेवढी माहितीच्या अधिकाराची प्रचंड क्षमता जाणून घेण्यास मदत होईल.

स्वयंसेवी संस्थांची भूमिका

तक्रार निवारणाच्या शासनाच्या प्रयत्नांना पूरक म्हणून अशासकीय संस्थांची भूमिका महत्त्वाची ठरते. सातव्या पंचवार्षिक योजनेमध्ये, नोकरशाहीला नागरिकांच्या

कायदेशीर मागण्यांप्रती प्रतिसादात्मक बनविण्यासाठी स्वयंसेवी संस्था आणि इतर हित समूहांच्या सहभागावर भर देण्यात आला. या संस्थांद्वारे लोकांच्या अधिकारांबाबत जागृती निर्माण केली जाते तसेच, योजना व उपक्रम राबवण्यासाठी प्रशासकीय विभाग/मंत्रालये यांच्याबरोबर संवाद साधला जातो. त्यांच्याद्वारे समुपदेशन आणि प्रवक्ता संबंधी सेवादेखील पुरविल्या जातात. विविध विभागांमध्ये स्वयंसेवी संस्थांसंबंधीच्या स्थायी समित्या यापूर्वीच स्थापन करण्यात आल्या आहेत, जसे की, युवा कार्ये; क्रीडा, निवृत्तिवेतन आणि निवृत्तीवेतनधारक; आणि कल्याण आणि आरोग्य आणि कुटुंब कल्याण. भारतामध्ये, या क्षेत्रामध्ये काम करणाऱ्या काही अशासकीय संस्था पुढीलप्रमाणे- सेवा मंदिर (उदयपुर), सहेली (जयपूर), आस्था (उदयपूर) आणि सुलभ इंटरनॅशनल (नवी दिल्ली) (अहुजा आणि ओझा २००८: १८६).

सामाजिक क्षेत्रामधील, राष्ट्राने क्रमाक्रमाने माघार घेतलेली असल्याने, स्वयंसेवी संस्थांचे महत्त्व वाढले आहे. विकास म्हणून जे मानले जाते त्याला केवळ एक पर्याय म्हणून नव्हे तर पारंपरिक संस्थांची भूमिका कमीत कमी असावी यासंबंधीचा तुलनेने एक नवा प्रयोग म्हणूनदेखील याला महत्त्व प्राप्त झाले आहे. या संस्था योजना राबविणाऱ्या व सेवा पुरवणाऱ्या कार्यकर्त्यांची भूमिकादेखील पार पडतात आणि तसेच, 'जनमत उद्युक्त करणे, सामाजिक, आर्थिक व राजकीय अडचणींशी संबंधित आणि अशा अडचणींचा ज्यांच्यावर परिणाम झाला आहे अशा लोकांमध्ये जागृती निर्माण करणे, व त्यांना साहाय्य करणे' अशी कामेदेखील या संस्था पार पडतात. अशा प्रकारे, स्वयंसेवी संस्थांची भूमिका अधिकाधिक मान्यता पावते आहे. या संस्थांकडे स्थानिक परिस्थितीची माहिती असल्याने योजना आखणे व त्यांचे परिणामकारक मूल्यमापन करणे सोपे जाते. अशी माहिती असणे ही अशा संस्थांची विशेष उपयुक्तता आहे. राष्ट्राने अमलात आणलेल्या विविध विकास योजनांबाबत लोकांमध्ये जागृती वाढवण्याच्या त्यांच्या योगदानाची मोठ्या प्रमाणात दखल घेतली जात आहे. यामधून राष्ट्राचा स्वयंसेवी संस्थांप्रतीचा दृष्टिकोन आणि त्याचप्रमाणे उलटही (संस्थांचा राष्ट्राप्रतीचा दृष्टिकोन) बदल स्पष्ट दिसून येतो.

सुसंस्कृत समाज: लोक-केंद्रित अभिशासनाला प्रोत्साहन

अभिशासन नमुन्याने राज्य-केंद्रित लोक प्रशासनाला आव्हान दिले आहे. अपुऱ्या स्वरूपाच्या राज्य-निदेशित विकास नमुन्यामुळे स्थानिक लोक आणि स्थानिक संसाधनांना विकेंद्रित, लोक-केंद्रित आणि स्व-विकास पद्धतीमध्ये सामावून घेण्याच्या दृष्टिकोनाचा उदय झाला. राज्य आणि बाजारपेठ याव्यतिरिक्त तिसरे क्षेत्र

म्हणून विकसित झालेला सुसंस्कृत समाज विकासाच्या संकल्पनेबाबत निर्णायक ठरतो. लोकप्रशासनाच्या पारंपरिक संकल्पनात्मक स्वरूपापेक्षा महत्त्वाचा बदल ठरलेल्या सुसंस्कृत-समाजकेंद्रित अभिशासनामुळे राज्याने आधीच माघार घेतलेल्या क्षेत्रांमध्ये ऐच्छिक उपक्रमांना संपूर्ण वाव आहे. सुसंस्कृत समाजाला, विशेषकरून, विकसनशील देशांमध्ये महत्त्व प्राप्त झाले आहे. यामागील गृहीतक असे की, राज्य-निदेषित विकास नमुना दारिद्र्य निर्मूलन करण्यात मोठ्या प्रमाणात अपयशी ठरला आहे. तसेच, 'असंवेदनशील' आणि यांत्रिक पद्धतीच्या नोकरशाहीचा उदय रोखणेदेखील या नमुन्याला शक्य झाले नाही. सुसंस्कृत समाजाचे विकेंद्रित खालून वरच्या पातळीकडे निर्देशित आणि लोक-केंद्रित आणि तृणमूल पातळीवरील अभिशासनाचे एकत्रीकरण करण्यात मोठा वाटा आहे.

या नव्या स्वरूपामधील लोकप्रशासन राष्ट्र, बाजारपेठ आणि सुसंस्कृत समाज या त्रयींना एकत्रित करते. अभिशासन हे केवळ शासकीय नसून, बाजारपेठ चलित आणि सुसंस्कृत समाज-प्रेरित अशी मांडणी आहे. बाजारपेठ नागरिकांची ग्राहक किंवा उपभोक्ता अशी पुनर्व्याख्या करते आणि लोकप्रशासनाच्या नोकरशाही नमुन्यामध्ये क्वचित सापडणारी नागरी कार्ये समाविष्ट करून सुसंस्कृत समाजाद्वारे सार्वजनिक क्षेत्र अधिक व्यापक बनवले जाते. अशा प्रकारे, सुसंस्कृत समाज अभिशासनामध्ये सर्वाधिक परिणामकारकता आणू शकतो. याचे करण असे की, सुसंस्कृत समाज नागरिक आणि राष्ट्रामध्ये दुवा साधण्याचे काम करतो. लोकांच्या मागण्या/हित शासनापर्यंत पोहोचवणे, सहभागाची तत्त्वे रुजवणे आणि शासनाच्या दैनंदिन कार्यांमध्ये नागरिकांचा सहभाग वाढवून शासनाला अटकाव करणे या सर्व भूमिका सुसंस्कृत समाज पार पाडतो. उत्तरदायित्व भागीदारांमध्ये विभागले गेले असल्याने अभिशासनाच्या नव्या नमुन्याद्वारे उत्तरदायित्वाबद्दल खात्री साध्य केली जाते, कारण यायोगे सार्वजनिक नोकरशाहीमधील निर्णय घेण्याचे स्वातंत्र्य आणि अधिकारप्रदन एकत्रित प्रयत्नांमुळे कमी करण्यास मदत होते. यामुळे सहभाग अधिक अर्थपूर्ण आणि परिणामकारक बनतो, कारण निर्णयप्रक्रियेतील भागीदारांच्या सहभागामुळे संघटनात्मक रचनेमध्ये बदल होताना दिसतात. जसे की, श्रेणीय आणि केंद्रित पद्धतीमध्ये अधिक विकेंद्रीकरण होऊन स्व-व्यवस्थापनाचे लवचीक स्वरूप समोर आलेले दिसते. अशा प्रकारे, सुसंस्कृत समाज अभिशासनामधील सहभाग लोक-केंद्रित आणि विकासाभिमुख बनवतो.

अभिशासन परिचर्चा आणि नागरिकांची बदलती भूमिका

नागरिकत्वाची संकल्पना हा लोकप्रशासनाचा एक महत्त्वाचा घटक आहे. यामध्ये लोकहिताबाबत आस्था असून, सलोख्याच्या समाजरचना निर्मितीमध्ये नागरिकत्वाची

महत्त्वाची भूमिका आहे. तथापि, लोकप्रशासनाला उदारमतवादी प्रतिसाद असलेली अभिशासन परिचर्चा नागरिकांच्या भूमिकेत आमूलाग्र बदल घडवून आणताना दिसते. यायोगे, लोकशाहीमधील त्यांचे हित स्पष्ट करण्यासाठी व वाढवण्यासाठी अनेक मार्ग पुरवले जातात. तसेच, यामुळे नागरिकांना विविध क्षमतांमध्ये कार्य करण्याची मुभा दिली जाते. जसे की, नागरिक, मतदार, उपभोक्ते, ग्राहक आणि हितसंबंध समूहाचे सभासद. अभिशासन परिचर्चेद्वारे, नागरिकांचे नव्हे तर उपभोक्त्यांचे सबलीकरण, नागरिकांसाठी अधिक पर्याय, ग्राहकांच्या गरजा पुरविताना लोकांना पर्याय देणारे सबळ शासन यावर चर्चा केली जाते. उपभोक्त्याला दिलेले महत्त्व मानवी वर्तणुकीचा आर्थिक दृष्टिकोन प्रतिबिंबित करते. नागरिक आणि ग्राहक अथवा उपभोक्ता यांमध्ये स्पष्ट फरक आहे. नागरिक ही घटनात्मक राज्यामधील एक व्यक्ती आहे. या व्यक्तीवर कायदे, नियम, नियामक यांद्वारे दिले गेलेले भरपूर अधिकार व कर्तव्ये आहेत. दुसरीकडे, ग्राहक अथवा उपभोक्ता बाजारपेठीय वातावरणातील कर्ता आहे ज्याच्याकडे अधिकार व जबाबदाऱ्या असून, मिळालेल्या सेवांची परतफेड करण्यास तो तयार आहे (मेदुरी २०१०: १५९). अभिशासन दृष्टिकोन नागरिकांपेक्षा उपभोक्ते, त्यांचे अधिकार सार्वजनिक सेवांमधील त्यांचा सहभाग याला अधिक महत्त्व देतो.

लोकप्रशासनातील सर्वाधिक विद्यमान चळवळी नागरिकांचा सहभाग किंवा प्रशासकीय अभिशासनातील अंतर्भूतता याला महत्त्व देत असूनदेखील नागरी सहभागाच्या वेगवेगळ्या महत्त्वपूर्ण व्याख्या करतात. नवीन लोक व्यवस्थापन व्यवस्थापकीय दृष्टिकोन, व्यवस्थापकीय तंत्रांमध्ये लोकसहभाग वाढवणे, जे संपूर्ण दर्जा व्यवस्थापन व खाजगी क्षेत्रातील तत्सम व्यवस्थापकीय चळवळीमधून घेण्यात आले आहेत अशा प्रकारे सहभागाला महत्त्व देते (ओसबोर्न आणि हटचिन्स्टन २००४: १५).

या प्रारूपांमध्ये, नागरिक हे शासन सेवांचे उपभोक्ते अथवा ग्राहक आहेत आणि उच्च दर्जाची उत्पादने अथवा सेवा पुरवण्यासाठी त्यांचे सल्ले महत्त्वाचे ठरतात. नागरिक समाधान मंडळ अथवा पाहणी, कार्यांचे मूल्यमापन या स्वरूपामध्ये नागरिक सहभागाला प्रोत्साहन दिले जाते. विद्यमान प्रारूपांमध्ये नागरिक व्यवस्थापकीय प्रक्रियेला दिले गेलेले आदान होय. येथे हे बघणे महत्त्वाचे ठरते की, सहभागाची व्याख्या आदान किंवा उत्पादक प्रक्रियेमध्ये वापरण्यात येणारे कच्चे सामान अशी करण्यात आली आहे. जे लोक किंवा नागरी उत्पादन यंत्रणेपासून वेगळे आहे (बॉक्स २००७: ७८).

लोकप्रशासनातील 'लोक' या संकल्पनेचे महत्त्व कमी झालेले दिसून येते व अभिशासनामध्ये बाजारपेठेला महत्त्व प्राप्त झालेले दिसून येते. म्हणूनच, नागरिक

उदारमतवादी व्यक्तिस्वातंत्र्यापासून मार्गदर्शन घेतलेले ग्राहक बनले आहेत. बेंथम यांच्या मतानुसार, नोकरशाहीमध्ये काम करणारे कार्यकर्ते हे 'मोबदला घेणारे' असून समाजाचे 'उपकारी रक्षक' नाहीत. 'नागरी पर्याय' दृष्टिकोनामधून, नागरी नोकरशाहीचे विपर्यास स्पष्ट करताना, अभिशासन एक 'संकल्पनात्मक चौकट' पुरवते. ज्यायोगे कार्यप्रणालीतील व्यक्तिस्वातंत्र्य' या संदर्भातून सामूहिक वर्तणुकीची व्याख्या केली जाते. ज्यामध्ये लोकांचे स्वार्थी विचार हे समाजामधील त्यांच्या प्रत्येक कार्यास चालना देतात. लोकप्रशासन हे आता 'अभिशासन' आहे जे काही कार्ये करावयाची सूची आहे जिचा वापर उदारमतवाद स्थिर व दृढ करण्यासाठी केला जातो. बदललेल्या काळामध्ये, नागरिक हा ग्राहक अथवा उपभोक्ता आहे–सेवेचा वापर करावयाचा असल्यास त्याची किंमत मोजावी लागेल अशा अर्थाने. उमा मेदुरी यांच्या मते, कायम विरोधविकासी राहिलेले नागरिक आणि राष्ट्र यांच्यामधील संबंध आता सहजपणे सेवांचा उत्पादक आणि उपभोक्ता अशा प्रकारे बदललेले दिसून येतात. सहभाग आणि तक्रार निवारणातून ग्राहकांच्या गरजांचे समाधान हे प्रशासनाचे उद्दिष्ट आहे असे लक्षात येते. अशा पद्धतीच्या परिस्थितीतून काही प्रश्न पुढे येतात मूलतः राजकीय आणि विरोधविकासी असलेले संबंध बदलणे शक्य आहे का? आणि ग्राहक समाधानाने नागरिकांचे असमाधान कमी होऊन त्यांचा शासनावरील विश्वास परत मिळवता येईल का (मेदुरी २०१०: १६०)?

निष्कर्षात्मक निरीक्षणे

निष्कर्षामध्ये असे म्हणता येईल की, नागरिकांची प्रशासकीय मदत आणि सेवा यांसाठीचे केवळ प्राप्तकर्ते अशी भूमिका न राहता ते आता अभिशासन क्रियांचे मुख्य कर्ते झाले आहेत; स्थानिक लाभार्थी असा दर्जा ते सक्रीय 'सहभागी दर्जा' असा हा बदल आहे. लोकशाही मध्ये, लोकप्रशासनाचे मुख्य उद्दिष्ट हे लोकांची सेवा करणे होय. लोकांच्या अडचणी हाताळण्यासाठी उत्तरदायी, सुलभ, सहभागात्मक आणि प्रतिसादात्मक प्रशासन अपरिहार्य आहे. दैनंदिन जीवनामध्ये नागरिक प्रशासकीय संस्थांबरोबर वेगवेगळ्या प्रकारे संबंधात येतात. या निरीक्षणांतून लोकांकडून असे निरीक्षण नोंदवले गेले आहे की, भारतातील प्रशासन सर्वसाधारणपणे असंवादी, असंवेदनशील आणि भ्रष्टाचारी आहे. अशा प्रकारे, प्रशासनविरुद्ध नागरिकांच्या तक्रारी वाढतानाच दिसतात आणि त्याचवेळी शासनातर्फे तक्रार निवारणाचे अनेक मार्ग उपलब्ध करून देऊन लोकांच्या मनातील असंतोषाला वाट करून देण्याचा प्रयत्न केला जात आहे.

संदर्भ

Agarwal, U.C. (ed.). 2004. *Public Administration: Vision and Reality*. New Delhi: Indian Institute of Public Administration, p. 270.

Ahuja, Kanta and A.K. Ojha. 2008. *Governance and Reforms*. Jaipur: Aalekh Publication.

Avasthi, A. and S. Maheswari. 2010. *Public Administration*. Agra: Lakshmi Narain Agarwal.

Bhatnagar, Subhash C. 2008. 'E-Government: Building a SMART Administration for India's States', in Bidyut Chakrabarty and Mohit Bhattacharya (eds), *The Governance Discourse: A Reader*. New Delhi: Oxford University Press.

Bhattacharya, Mohit. 2008. *New Horizons of Public Administration*. New Delhi: Jawahar Publishers and Distributors.

Box, Richard C. (ed.). 2007. *Democracy and Public Administration*. New Delhi: Prentice-Hall of India.

Chakrabarty, Bidyut. 2007. *Reinventing Public Administration: The Indian Experience*. New Delhi: Orient Longman.

Chakrabarty, Bidyut and Mohit Bhattacharya (eds). 2008. *The Governance Discourse: A Reader*. New Delhi: Oxford University Press.

Dicey, A.V. 1948. *Lectures on Relation between Law and Public Opinion in England During the Nineteenth Century* (2nd edition). London: Macmillan.

Government of India. 2008. *Report of the Sixth Central Pay Commission*. New Delhi: Government of India, p. 365.

Haque, M. Shamsul. 2007. 'Significance of Accountability under the New Approach to Public Governance', in Bidyut Chakrabarty (ed.), *Reinventing Public Administration: The Indians Experience*. New Delhi: Orient Longman.

IGNOU. *Citizen and Administration*, EPA-01 (Administrative Theory). New Delhi: IGNOU.

IGNOU. 2005. *State, Society and Public Administration* (MPA-011). New Delhi: IGNOU.

Medury, Uma. 2010. *Public Administration in the Globalization Era: The New Public Management Perspective*. New Delhi: Orient Black Swan.

Morrow, William L. 1980. *Public Administration: Politics and the Political System*. New York: Random House.

Osborne, D. and Hutchinsons. 2004. *The Price of Government: Getting the Results We Need in an Age of Permanent Fiscal Crisis*. New York: Basic Books.

Rouband, Luc (ed.). 1999. *Citizens and the New Governance*. Amsterdam: IOS Press.

Second Administrative Reforms Commission (ARC). 2009. *Citizen Centric Administration: The Heart of Governance*. Government of India.

Sharma, Pradeep K. and Mandakini Devasher. 2007. 'Right to Information in India: Legislation and Beyond', in Satyajit Singh and Pradeep K. Sharma (eds), *Decentralisation: Institutions and Politics in Rural India*. New Delhi: Oxford University Press.

Singh, Amita. 2002. *Public Administration: Roots and Wings*. New Delhi: Galgotia Publishing.

प्रकरण ९

भारतामधील लोकप्रशासन[१]

अध्ययनाची उद्दिष्टे

- भारतातील लोकप्रशासनाची ऐतिहासिक पाळेमुळे समजून घेणे
- भारतीय प्रशासनामधील बदलांच्या अविभाज्य प्रक्रियांचे आकलन करून घेणे
- भारतातील प्रशासनामधील बदलांचा संदर्भ लावणे

ऐतिहासिक दृष्टीने, भारतामध्ये प्रत्यक्ष व्यवहारात असलेल्या लोकप्रशासनावर ब्रिटिश वासाहतिक प्रशासनाची छाप दिसून येते. तसेच, हा अभ्यासकांच्या आवडीचा विषय आहे. ब्रिटिशपूर्व काळामधील, साम्राज्यवादी राज्यव्यवस्थेमध्ये मुख्यत्वे, मुघलकालीन प्रशासकीय आकृतिबंध आणि कार्ये आत्मसात केली गेली. परंतु, आजही बहुतेक भागांमध्ये वसाहतवादी प्रशासकीय संरचनेचा प्रभाव दिसून येतो. स्वातंत्र्यानंतरसुद्धा सचिवालय संघटना आणि पद्धती, जिल्हा प्रशासकीय रचना आणि वरिष्ठ नागरी सेवा निरंतर सुरू राहिल्या आहेत आणि स्वातंत्र्यप्राप्ती नंतरच्या प्रदीर्घ कालखंडातील प्रशासकीय जीवनामध्ये फारसे बदल घडून आलेले नाहीत. ख्यातनाम इतिहासकारांनी सुजाणपणे प्रशासकीय विकासाचा ऐतिहासिक आढावा घेतला आहे.[२] प्रस्तुत प्रकरणाचा हेतू हा (*अ*) भारतातील लोकप्रशासनाच्या विकासामधील (प्रमुख) महत्त्वपूर्ण घटनांचे आकलन करणे आणि विश्लेषण करणे. (*आ*) भारतीय प्रशासनाच्या बहुस्तरीय जटिल रचना आणि प्रक्रिया प्रदीपित करणे आणि त्यांचे टीकात्मक विश्लेषण करण्यामध्ये महत्त्वपूर्ण योगदान देणाऱ्या, समाज, राज्यव्यवस्था आणि अर्थव्यवस्थेवर त्यांच्या होणाऱ्या परिणाम यांसह, भारतीय प्रशासकीय विचारांवर प्रकाश टाकणे.

भारतातील लोकप्रशासनाची मुळे ब्रिटिश वसाहतवादी राजवटीत दिसून येतात.[३] तथापि, त्यामध्ये काही ब्रिटिशपूर्व काळातील भारतातील राजवटींचा वारसा असलेल्या काही प्रशासकीय पद्धतींचा समावेश आहे. ब्रिटिश प्रशासनाचे स्वरूपदेखील वैविध्यपूर्ण होते, ईस्ट इंडिया कंपनीच्या कारभाराच्या काळात, राज्यपद हे प्रशासनामध्ये प्रत्यक्ष सहभागी नव्हते, तर ते ब्रिटिश राणीच्या संपूर्ण प्रशासकीय कार्यकक्षेमध्ये कार्य करणाऱ्या कंपनीला नियंत्रित करणारी सर्वोच्च सत्ता म्हणून बाह्यतः जोडले गेले होते. स्वामित्व हुकूम आणि दिग्दर्शकीय हुकूम या दोन संस्थांना कंपनीचा कारभार

चालवण्याची अधिकृत जबाबदारी दिली होती. या दोन सर्वाधिकारी संस्था मुख्यत्वे स्वतंत्र होत्या आणि कंपनीच्या भारतातील व्यवहारांबद्दल स्वतः निर्णय घेत असत. राणीच्या सनदेने या संस्थांना कोणत्याही निर्बंधांशिवाय त्यांची भारतातील उद्दिष्टे साध्य करण्याचे अधिकार दिले. केवळ व्यापारी हितसंबंधांनी पछाडल्याने कंपनी अगदी निर्दयीपणे कार्य करत होती. जरी कंपनीच्या शासनकर्त्यांनी प्रशासनामध्ये काही प्रमाणात सुधारणा घडवून आणण्याचा प्रयत्न केला, तरी त्याचे स्वरूप हे अधिकांश पुस्तकीच राहिले. कंपनीच्या गैरकारभाराविषयीच्या येणाऱ्या तक्रारींचा परिणाम म्हणून कनिष्ठ गृहाने तक्रारींची सत्यता पर्डताळण्यासाठी एक गुप्तता समितीची नेमणूक केली. समितीची अनुमाने ही पूर्णपणे कंपनीच्या विरोधामध्ये गेली. याचा परिणाम म्हणून १७७३चा रेग्युलेटिंग ॲक्ट अमलात आणला गेला. हा कायदा म्हणजे भारतीय भागावरील ब्रिटिश सर्वाधिकाराची पहिली औपचारिक अभिव्यक्ती होती. ज्यामुळे कंपनीची दुहेरी शासन व्यवस्था नष्ट केली गेली.

रेग्युलेटिंग ॲक्ट, १७७३

हा कायदा ही कंपनीच्या कारभारामध्ये प्रत्यक्ष हस्तक्षेप करण्यासाठी ब्रिटिश संसदेने केलेली पहिली कारवाई होती. कंपनीच्या संचालकांच्या अधिकारामध्ये जरी कोणताही बदल झाला नसला तरीही कंपनीने नेहमी भांडार विभागाला नेहमी माहिती पुरवण्याचे बंधन घालण्यात आले आणि त्यामुळे कंपनीचे स्वातंत्र्य प्रखरपणे कमी केले गेले. बंगालच्या गव्हर्नर जनरल वॉरेन हेस्टिंग्जला आता गव्हर्नर जनरल म्हणून नेमण्यात आले. त्याला साहाय्य करण्यासाठी राज्यपदाने शिफारस केलेल्या चार सदस्यीय परिषद नेमण्यात आली. या कायद्याप्रमाणे सर्वोच्च अधिकार हे गव्हर्नर जनरलकडे नव्हते तर भारताच्या बाबतीत निर्णय घेताना बहुमताच्या तत्त्वाप्रमाणे काम करणाऱ्या परिषदेकडे ते अधिकार दिले गेले. भारतामध्ये ही परिषद सर्वोच्च होती. परंतु परिषदेला लंडनमधील कोर्ट ऑफ डायरेक्टर्सच्या पर्यवेक्षण, मार्गदर्शन आणि नियंत्रणाखाली काम करावे लागे.

पुढील चार कारणांसाठी हा फायदा भारतीय लोक प्रशासनातील प्रमुख मैलाचा दगड मानला जातोः पहिलं म्हणजे, कंपनीला नियंत्रित करून, या कायद्याने केवळ प्रशासनामधील महत्त्वाच्या मूल्यांना मान्यता दिली. कंपनी भारतातील लोकप्रशासनामध्ये सहभागी (गुंतलेली) असल्यामुळे क्वचितच शासितांप्रती त्यांच्या असलेल्या जबाबदाऱ्या ती टाळू शकली नाही. राज्यपदाच्या हस्तक्षेपाने हे स्पष्टपणे दाखवून दिले की, कंपनीच्या भारतातील व्यवहार हाताळण्याच्या पद्धतीबद्दल ब्रिटिश शासन समाधानी नव्हते. त्यामुळे हा कायदा प्रामुख्याने भारतातील शासितांप्रती

इंग्लंडमधील शासनकर्त्यांची वैचारिक कळकळ याचा परिणाम होता. जरी या कायद्याने सामाजिक व राजकीय वातावरण निर्माण करण्यामध्ये योगदान दिले, ज्यामुळे त्या काळात कायदेनिर्मितीमध्ये सुधारणा घडवून आणल्या गेल्या, तरीही वसाहतवादी हितसंबंध हे सर्वश्रेष्ठ महत्त्वाचे राहिले हे वास्तव नाकारता येणार नाही. दुसरं, गव्हर्नरने सांगितल्याप्रमाणे, या कायद्याने व्यक्ती आधारित प्रशासन नाकारले त्यामुळे परिषदही राज्यपदाला जबाबदार राहिली. हा गतकाळाला एक महत्त्वपूर्ण मोडता घातला गेला कारण लोकप्रशासन म्हणजे केवळ शासन नव्हते. म्हणूनच, १७७३च्या रेग्युलेटिंग ॲक्टने प्रशासनाच्या रचनेची मांडणी करण्याव्यतिरिक्त कंपनीच्या सत्तेची वैचारिक बैठक बदलण्याचा प्रयत्न केला. आता प्रशासन हे राज्यपदाच्या अंतर्गत असलेल्या वेस्टमिनस्टर लोकशाहीच्या मोठ्या परंपरेमध्ये विकसित झालेल्या प्रशासनाच्या सुस्थापित तत्त्वांनी प्रेरित होते. तिसरं, या कायद्याने केंद्रीकरणाची सुरुवात केली. परिषदेमधील गव्हर्नर जनरल भारतामधील सर्वोच्च शासनकर्ता झाला आणि बंगाल, मद्रास आणि बॉम्बे या तीन इलाख्याच्या गव्हर्नरांना दुय्यम स्थान देण्यात आले. तथापि या कायद्याने, गव्हर्नर जनरलच्या सर्वंकष नियंत्रण कक्षेमध्ये, भारतातील लोकप्रशासनाच्या विकासामधील महत्त्वाची असलेली इलाख्याच्या गव्हर्नरांच्या अधिकारकक्षेतील प्रशासकीय क्षेत्रे निश्चित केली. परिषदेला प्रशासनामध्ये सहभागी करून या कायद्याने कंपनीच्या कारभारामध्ये एका नवीन वळणाचा प्रारंभ केला, जे निदान सैद्धान्तिकरित्या पूर्वीइतके जुलमी नव्हते. या कायद्यान्वये गव्हर्नर जनरलला परिषदेचा सल्ला घेणे गरजेचे होते, तसेच तो ब्रिटिश संसदेला जबाबदार असेल अशी तरतूद करण्यात आली. शेवटी या कायद्याचे सर्वांत महत्त्वाचे वैशिष्ट्य म्हणजे या कायद्यान्वये कलकत्ता येथे एका सर्वोच्च न्यायालयाची स्थापना करण्यात आली. इलिझा इम्पे यांना एका अधिकार बहाल केल्याचे पत्राद्वारे मुख्य न्यायाधीश आणि तीन इतर न्यायाधीशांसह या न्यायालयाची स्थापना करण्यात आली. ते प्रामुख्याने नोंदी ठेवण्याचे न्यायालय होते. तसेच या न्यायालयाला संपूर्ण इलाखा आणि इलाख्याच्या बाहेरील व्यक्तींसहित कंपनीच्या सेवेतील कोणतीही व्यक्ती यांच्यावर नागरी, गुन्हे विषयक, चर्चविषयक, आरमार विषयक, समन्यायी आणि पर्यवेक्षकीय अधिकार क्षेत्र होते.

हा कायदा अगदी स्पष्टपणे भारतातील लोकप्रशासनासाठी सर्वांत निर्णायक असा होता, कारण (*अ*) या कायद्याने आधुनिक भारतातील शासन व्यवस्थेचा आराखडा रचला आणि (*आ*) त्यानंतरच्या सर्व कायद्यांनी १७७३च्या कायद्याचा एकतर विस्तार केला किंवा तो अधिक सशक्त करण्याचा प्रयत्न केला असे म्हणता येईल. आजच्या संदर्भामध्ये या कायद्याविषयी मर्यादित आकर्षण असले तरी निश्चितपणे

या कायद्याचा दृष्टिकोन आणि गाभा हा मूलभूत होता. कंपनीला संसदेला जबाबदार धरून या कायद्याने कंपनी प्रशासनाला 'औपचारिक' लोकशाहीच्या तत्त्वांप्रमाणे आकार देण्याचा प्रयत्न केला. या कायद्याने परिषदेच्या गव्हर्नर जनरलकडे सर्वाधिकार देण्याचे सुचवून एकात्म व्यवस्थेची शिफारस केली. असे असले तरी इलाख्याचे गव्हर्नर हे निदान त्यांच्या संबंधित कार्यक्षेत्रांमध्ये स्वतंत्र राहिले. म्हणूनच हा कायदा 'मर्यादित' विकेंद्रीकरणाचे साधन देखील होता.

कंपनीच्या शासन काळामध्ये भारतामध्ये निर्माण झालेल्या प्रशासकीय विकृती सुधारण्यासाठी १७७३च्या रेग्युलेटिंग कायद्याकडे पुरेशी ताकद नव्हती. एडमंड बर्क यांच्या अध्यक्षतेखालील संसदीय समितीने गव्हर्नर जनरल आणि मुख्य न्यायाधीशांचा अनियंत्रित कारभार उघड केला आणि त्यांना परत बोलावण्याची शिफारस केली. परंतु, हे शक्य नव्हते. कारण मालक मंडळाने या शिफारशीला महत्त्व देण्यास नकार दिला. यामुळे घटनात्मक पेच निर्माण झाला. कारण, यामुळे कंपनीच्या भारतातील शासकीय अमलावर संसदेचा नियंत्रणाचा अभाव आहे याचा प्रत्यय आला. याला प्रतिसाद म्हणून १७८४ चा पीट्स इंडिया कायदा संमत केला गेला. या कायद्याप्रमाणे कंपनीच्या भारतातील व्यापारविषयक कारभारावर नियंत्रण ठेवण्याचे अधिकार कोर्ट ऑफ डायरेक्टर्सना देण्यात आले, तर राजकीय क्षेत्रामधील अधिकार सहा आयुक्तांनी बनलेल्या नियंत्रण मंडळ या नवीन घटकाकडे कोषागाराचा मुख्य अर्थमंत्री (Chancellor of the Exchequer) राज्याचा सचिव (Secretary of State) आणि चार प्रिव्ही कौन्सिलचे सदस्य यांचा समावेश होता. पूर्व भारतातील ब्रिटिश शासनाच्या अंमलाखालील प्रदेशांमधील सर्व नागरी व लष्करी कृतींवर (कामकाजावर, हालचालींवर) पर्यवेक्षण, मार्गदर्शन आणि नियंत्रण ठेवण्याचे संपूर्ण अधिकार या मंडळाकडे होते. कोर्ट ऑफ प्रोपरायटर्सनी (मालक संघाने) डायरेक्टर्सच्या निवडणुकीतील अधिकारांव्यतिरिक्त कंपनीच्या कारभारामधील त्यांचे वर्चस्व गमावले. असे असले तरी राजाला कंपनीच्या सेवेतील कोणत्याही व्यक्तीला परत बोलाविण्याचा अधिकार होता.

भारतातील लोकप्रशासनाच्या विकासामध्ये पीटस् कायदा हा दोन कारणांसाठी महत्त्वाचा कायदा होता. पहिलं, या कायद्याने कंपनीच्या नियंत्रणाखालील भूप्रदेशांवर ब्रिटिश राजपदाची सर्वोच्च सत्ता प्रस्थापित केली. आता प्रशासन हे राजाने नियुक्त केलेल्या आणि संसदेला जबाबदार असणाऱ्या (व्यक्तींचा) सदस्यांचा सहभाग असणारी अशी विस्तृत व्यवस्था होती. ब्रिटिश शासनाने भारतामध्ये विविध रचनात्मक यंत्रणांच्या माध्यमातून शासनव्यवस्था निर्माण करण्याचा प्रयत्न केला. ही व्यवस्था अगोदरच्या कोणत्याही प्रशासनापेक्षा गुणात्मकदृष्ट्या निराळी होती. दुसरं,

या कायद्याने भारतीय राजांशी संबंधित एक नवीन धोरण आखले आणि त्याअन्वये कंपनीने भारतीय राजांच्या कारभारामध्ये हस्तक्षेप न करण्याची तरतूद करण्यात आली. दुसऱ्या शब्दांत सांगायचे झाल्यास, कंपनीचे कार्यक्षेत्र केवळ त्यांच्या नियंत्रणाखाली असणाऱ्या क्षेत्रांपुरते मर्यादित करण्यात आले. परंतु, हे विनाहस्तक्षेपाचे धोरण फार अल्पकालीनच राहिले आणि अठराव्या शतकाच्या शेवटी, विशेषकरून वेलस्ली यांच्या गव्हर्नर जनरल म्हणून झालेल्या आगमनाबरोबर भारतीयांमधील ब्रिटिश साम्राज्याचे रूपांतर भारतातील ब्रिटिश साम्राज्यामध्ये झाले. कडक लष्करी शिस्त आणि भारतीय राजांबरोबरची डावपेचात्मक 'दुय्यम युती' या दोन्हींच्या माध्यमातून वेलस्लीने त्याचे कार्य कौशल्याने पूर्ण केले. वेलस्ली हा एक साम्राज्य निर्माता होताच, याशिवाय, कार्यक्षम प्रशासनाबद्दल त्याला असलेली आस्था ही उल्लेखनीय बाब होती. कारण, त्याच्या मते, कौशल्यपूर्ण प्रशासनाशिवाय साम्राज्य टिकू शकणार नाही. याच उद्देशाने कंपनीच्या (नागरी) मुलकी अधिकाऱ्यांच्या प्रशिक्षणासाठी फोर्ट विलियम येथे एक महाविद्यालय स्थापन केले गेले. येथूनच कोणीही नजीकच्या भविष्यात होऊ घातलेल्या भारतीय नागरी सेवेच्या प्रारंभाचा शोध घेऊ शकतो.

१८३३ चा चार्टर ॲक्ट

भारतातील ईस्ट इंडिया कंपनीचा कारभार नियंत्रित करण्यासाठी ब्रिटिश संसदेने पारित केलेल्या सर्व कायद्यांपैकी १८३३चा चार्टर ॲक्ट कदाचित भारतीय लोकप्रशासनामधील सर्वांत निर्णायक वैधानिक हस्तक्षेप होता. असा कायदा का आवश्यक होता? भारत आणि ब्रिटन दोन्ही देशांतील प्रशासनांना भारतातील ब्रिटिश साम्राज्याच्या विस्तारानंतर निर्माण झालेल्या नव्या परिस्थितींना सामोरे जावे लागले. साम्राज्य एकत्र बांधून ठेवण्यासाठी प्रशासकीय यंत्रणा पुरेशी नव्हती. ब्रिटनमध्ये, संसदीय सुधारणांमुळे शासनव्यवस्थेचे एक नवीन रूप निर्माण झाले आणि याला प्रबोध चळवळीच्या तत्त्वज्ञानाने प्रबोधनात्मक उदारमतवादाला दिलेले महत्त्व कारणीभूत ठरले. भारताबरोबरचा मुक्त व्यापार, युरोपीय लोकांचे भारतामध्ये होणारे अनियंत्रित स्थलांतर, कायद्यांची सुधारणा आणि भारतातील शिक्षणामध्ये सुधारणा यांना संसद सदस्य आणि नियंत्रण मंडळाचे (Board of Control) सचिव मॅकॉले आणि इंडिया हाऊस येथील भारतीय पत्रव्यवहारांचे परीक्षक असलेले जेम्स मिल या दोन उत्साही उदारमतवाद्यांनी ब्रिटिश दृष्टिकोनामध्ये बदलांची मांडणी केली.

चार्टर ॲक्टच्या स्वीकारानंतर कंपनीने आपली भारतातील व्यापारी एकाधिकारशाही गमावली, त्यामुळे भारतामध्ये होणाऱ्या युरोपीय स्थलांतरावरील

सर्व निर्बंध हटवण्यात आले. त्याशिवाय या कायद्याने भारतामध्ये प्रशासकीय नियंत्रणाच्या नवीन साधनांचा वापर सुरू केला ती पुढीलप्रमाणे: पहिलं, गव्हर्नर जनरल ज्याला आता भारताचा गव्हर्नर जनरल म्हणून नियुक्त करण्यात आले, त्याला नागरी, लष्करी आणि महसूल प्रशासनाच्या बाबतीत सर्वोच्च अधिकार देण्यात आले. केंद्रीभूत प्रशासनामध्ये प्रांतांचे गव्हर्नर हे गव्हर्नर जनरलला दुय्यम होते. गव्हर्नर जनरल हा भारतातील ब्रिटिश प्रशासनाचा मुख्य होता. दुसरं, या कायदान्वये गव्हर्नर जनरल आणि इतर गव्हर्नरांनी त्यांच्या अधिलिखित निर्णयांचे समर्थन नोंदीकृत निवेदनांच्या आधारावर केले गेले असावे अशी तरतूद करण्यात आली. सर्वोच्च अधिकार असणाऱ्यांवर अंकुश ठेवण्यासाठी ही अट घालण्यात आली होती. तिसरं, सर्व वैधानिक (विधिविषयक अधिकार) परिषदेच्या गव्हर्नर जनरलकडे एकवटले आणि प्रांतिक सरकारांनी त्यांचे विधिविषयक अधिकार गमावले. परिषदेच्या गव्हर्नर जनरलने मान्यता दिलेल्या कायद्यांना कायदा म्हणून दर्जा देण्यात आला व त्यांच्या वैधतेसाठी सुप्रीम कोर्टाच्या मान्यतेची अट मागे घेण्यात आली. हे कायदे सर्व न्यायालयांना लागू होते. चौथं, एका इंग्रज वकील कायदा सदस्याची परिषदेतील गव्हर्नर जनरलच्या सल्लागारपदी नेमणूक करण्यात आली. ही नेमणूक हे निश्चितपणे साम्राज्यवादी विधान परिषदेच्या निर्मितीमधील एक महत्त्वाचे पाऊल होते. गव्हर्नर जनरलच्या आदेशावरून अस्तित्वात आलेल्या भारतीय कायदा मंडळाचा अध्यक्ष या अधिकाराने या पहिले कायदा सदस्य असलेल्या मेकॉलेला भारतासाठी कायदे एकत्रित करण्याची जबाबदारीदेखील देण्यात आली. शेवटी हा चार्टर ॲक्ट कंपनीच्या सेवेमध्ये धर्म, जन्माचे ठिकाण, सभ्यता, वर्ण या किंवा यांपैकी कोणत्याही आधारावर होणाऱ्या भेदभावाविरुद्ध एक प्रबळ उत्तर होते. हे तत्त्व प्रत्यक्षामध्ये वसाहतवादाशी निगडित कारणांसाठी कृती वेगळी होती.

ब्रिटिश साम्राज्याच्या विस्ताराबरोबर भारतातील लोकप्रशासन हळूहळू क्लिष्ट होत गेले. १७७३च्या रेग्युलेटिंग ॲक्टने केंद्रीकृत प्रशासनाचा प्रारंभ केला, तर १८८३च्या चार्टर ॲक्टने भारतातील प्रशासनावर. राजाची सत्ता प्रस्थापित करून या प्रक्रियेचा कळस गाठला. परिषदेबरोबरच गव्हर्नर जनरलला सर्वोच्च स्थान प्राप्त झाले. स्पष्टपणे भारतीय प्रशासनाचा आत्मा आणि गाभा अधिक तर वेबरच्या सिद्धान्ताप्रमाणे होता. हे प्रशासन श्रेणीबद्ध आणि केंद्रीभूत होते. ब्रिटिश सत्तेच्या संपूर्ण संरचनेमध्ये प्रशासनाच्या अनेक पातळ्या अंतर्भूत होत्या. वसाहतवादाने प्रशासनाचा हेतू निश्चित केला होता आणि १९४७ मध्ये भारताला स्वातंत्र्य मिळेपर्यंत हा उद्देश निर्णायक प्रभाव राहिला.

भारतातील 'सुशासनासाठीचा' १८५८ चा कायदा

सन १८५८ कायदा हा भारतातील लोकप्रशासनाचे स्वरूप क्रांतिकारकरित्या बदलणारा एक अतिशय निराळा कायदा होता. या कायद्याने ईस्ट इंडिया कंपनीची एक शतकाची सत्ता संपुष्टात आणली. ज्याला स्वातंत्र्याचे पहिले युद्ध म्हटले जाते, अशा १८५७च्या भारतीय लष्कराच्या अपयशी उठावानंतरच्या परिणामस्वरूप निर्माण झालेल्या परिस्थितीमध्ये वसाहतवादी सत्ता मजबूत करण्यासाठी या कायद्यामध्ये प्रशासकीय यंत्रणांमध्ये सुधारणा घडवून आणण्यासाठी काही साधनांची तरतूद करण्यात आली. या साधनांच्या माध्यमातून भारतीय शासन इंग्लंडच्या राजाच्या पर्यवेक्षण आणि नियंत्रणाखाली आले. सन १८५८च्या राणीच्या जाहीरनाम्यामध्ये, ज्या अन्वये या कायद्याचा स्वीकार केला गेला, पुढील गोष्टी अधोरेखित केल्या गेल्याः

> आमच्या राज्याच्या मुख्य सचिवांपैकी एकाकडून वेळोवेळी प्राप्त होणारे आदेश व नियम यांना अधीन राहून आमच्या नावे शासन चालवण्यासाठी आणि सामान्यपणे आमच्या नावे आणि आमच्या वतीने कार्य करण्यासाठी आमच्या उल्लेखित भूप्रदेशामध्ये आणि त्यांच्यावर पहिले व्हाईसरॉय आणि गव्हर्नर जनरल म्हणून राणी व्हिसकाऊंट कॅनिंग यांची नियुक्ती करत आहे.
>
> पुढे, 'जेव्हा ईश्वरी कृपेने अंतर्गत स्थिरता प्रस्थापित होईल तेव्हा भारतामध्ये शांततामय उद्योगाला चालना मिळावी. लोकोपयोगी कामांना व सुधारणांना प्रोत्साहन द्यावे आणि तेथे राहाणाऱ्या आमच्या सर्व प्रजेच्या हितासाठी शासन चालवावे अशी आमची मनःपूर्वक इच्छा आहे. त्यांच्या उत्कर्षामध्ये आमचे सामर्थ्य असेल, त्यांच्या समाधानामध्ये आमची सुरक्षितता आहे आणि त्यांच्या कृतज्ञतेमध्ये आमचा मोबदला आहे.'

अशा प्रकारे, या घोषणेने १८५८च्या कायद्याला महत्त्वाचा गाभा प्रदान केला. कोर्ट ऑफ डायरेक्टर्स आणि नियंत्रण मंडळ बरखास्त करून या कायद्याने शासन, भूप्रदेश आणि महसूल यांचे कंपनीकडून राजपदाकडे हस्तांतर केले. भारतावर ब्रिटिश राजपदाचे सार्वभौमत्व प्रस्थापित झाले. या अर्थाने भारताच्या हुकमतीमधील ब्रिटिश संसदेचे महत्त्व अधोरेखित केले गेले. नियंत्रण मंडळ (Board of control) आणि (Court of directors) संचालक मंडळ यांचे सर्व अधिकार वसाहतवादी प्रशासन मुख्य म्हणून भारत सचिवामध्ये सामावले होते. कॅबिनेटचा सदस्य म्हणून भारत सचिवाला त्याचे वेतन भारतामधून गोळा केलेल्या महसुलामधून मिळत असे. सर्व शासकीय महसूल आणि खर्चाचे वार्षिक जमाखर्चाचे निवेदन मांडण्याचा आणि भारतातील सर्व नैतिक आणि भौतिक प्रगतीचा अहवाल सादर करण्याचा अधिकार त्याला होता. त्याच्या घटनात्मक प्रशासकीय जबाबदाऱ्या पार पाडण्यामध्ये त्याला साहाय्य करण्यासाठी

एक संसदीय व कायम (Under Secretary) उपसचिवाची नियुक्ती करण्यात आली. त्याची कार्ये अधिक कार्यक्षमतेने पार पाडण्यामध्ये त्याला साहाय्य करण्यासाठी एका परिषदेची स्थापना करण्यात आली. त्याला भारताची परिषद असे म्हटले गेले. विविध प्रसंगी गव्हर्नर जनरलच्या निर्णयांवर प्रभाव टाकण्यासाठी या परिषदेने इतर घटनात्मक यंत्रणांच्या माध्यमातून अतिशय करारी भूमिका घेतली. तथापि, परिषद ही एक सल्लागार यंत्रणाच राहिली आणि अशा प्रकारे तिची भूमिका मर्यादितच राहिली.

महसुलाचे संपूर्ण अधिकार परिषदेतील गव्हर्नर जनरलच्या हाती देण्याव्यतिरिक्त या कायद्याने वसाहतवादी प्रशासनामध्ये कोणतेही उल्लेखनीय बदल घडवून आणले नाहीत. या अर्थाने १८५८ चा कायदा हा पूर्वीच्या कायद्यांपेक्षा गुणात्मकरीत्या वेगळा नव्हता. प्रांतिक सरकारे पूर्णपणे परिषदेला दुय्यम स्वरूपाची झाली. बिगरसरकारी सदस्यांना प्रशासनात सहभाग देणारा दुसरा महत्त्वाचा कायदा म्हणजे १८६१ चा इंडियन कौन्सिल ॲक्ट. या कायद्यानुसार जरी प्रांतिक सरकारांना त्यांच्या प्रांतिक बाबींबाबत कायदे करण्याचा अधिकार दिला असला, तरी परिषदेचे कार्य केवळ कायदेनिर्मितीपर्यंत मर्यादित करण्यात आले आणि कार्यकारी मंडळाला नियंत्रित करण्याचे कोणतेही अधिकार परिषदेला देण्यात आले नाहीत. कार्यकारी परिषदेचा विस्तार करून त्यामध्ये चार भारतीय सदस्यांबरोबर प्रांतांच्या ॲडव्होकेट जनरलांचा समावेश करण्यात आला.

दोन महत्त्वाच्या कारणांसाठी इंडियन कौन्सिल ॲक्ट हा एक उल्लेखनीय कायदा आहे. पहिलं, हा कायदा म्हणजे विकेंद्रीकरणाच्या दिशेने निश्चितच एक महत्त्वाचे पाऊल होते आणि त्या अर्थाने तो अगोदरच्या कायद्यांपेक्षा वेगळा होता. केंद्रिभूत ब्रिटिश प्रशासनाला पर्यायाची (विकल्प) तरतूद करण्यासाठी प्रथमच अशी पावले उचलली गेली. दुसरं, या कायद्याने बिगर-सरकारी सदस्यांच्या समावेशाची शिफारस करून भारतीयांना प्रशासनामध्ये प्रथमच प्रवेश दिला. अभिजनवर्गातील भारतीयांना प्रशासनामध्ये सामावून घेण्यासाठी हेतूपुरस्सर केलेला हा एक आराखडा होता आणि १८५७च्या उठावानंतरच्या पार्श्वभूमीवर या कायद्याचा अत्यंत मोठा परिणाम झाला. नियुक्त केलेले भारतीय हे एकतर भारतीय राजे किंवा मोठे जमीनदार होते. तरीही निःशंकपणे लोक प्रशासनामध्ये भारतीयांच्या सहभागाची ही महत्त्वाची सुरुवात होती.

राजपदाच्या प्रशासनाच्या सुरुवातीच्या काळामध्ये दोन प्रक्रिया कार्यरत असलेल्या दिसून येतात. एका बाजूला परिषदेमधील गव्हर्नर जनरलला सामर्थ्यवान करण्याचे प्रयत्न केले गेले, तर दुसऱ्या बाजूला केंद्रीय सत्तेकडून होणाऱ्या अधिकारांच्या हस्तांतरणासाठीच्या दिशेने विशेषत्वाने आर्थिक अधिकारांच्या हस्तांतरणासाठी

पावले उचलली गेली. या संदर्भामध्ये १८७०चे मायो रेझोल्यूशन हे अतिशय उल्लेखनीय आहे. यात म्हटल्याप्रमाणे:

> शिक्षण, स्वच्छता, वैद्यकीय मदत आणि स्थानिक सार्वजनिक कार्य यांच्यासाठी वाहिलेल्या निधींच्या व्यवस्थापनाच्या यशासाठी स्थानिक आस्था, पर्यवेक्षण आणि काळजी यांची आवश्यकता असते. या ठरावाच्या अंमलबजावणीमध्ये प्रशासनामध्ये अगोदरपेक्षा अधिक प्रमाणात स्थानिक स्वराज्य संस्थांचा विकास, नगरपालिका म्युनिसिपल संस्थांचे सबलीकरण आणि स्थानिक आणि युरोपीय यांचा सहयोग यासाठी संधी उपलब्ध करून दिल्या जातील.

बॉम्बे, कलकत्ता आणि मद्रास येथे नगरपालिकांची स्थापना करण्यासाठी अनेक कायदे निर्माण केले गेले. याबाबतीतील सर्वांत (महत्त्वाची) (सुधारणा) म्हणजे निःसंशयपणे १८८२ चे रिपन रेझोल्यूशन) (रिपन ठराव) होय.

स्थानिक स्वराज्य संस्था या प्रामुख्याने 'प्रशासनामध्ये सुधारणा घडवून आणण्याच्या हेतूने निर्माण केल्या गेल्या नव्हत्या, हे अधोरेखित करून या ठरावाने स्थानिक स्वराज्य संस्थांचे समर्थन केले. राजकीय आणि सार्वजनिक शिक्षणाचा घटक म्हणून या संस्था चांगल्या आहेत.' या उद्देशाला अनुसरून १८८५चा बंगाल स्थानिक स्वराज्य संस्थांचा कायदा स्वीकारण्यात आला. या कायद्यान्वये बंगालमध्ये जिल्हा स्थानिक बोर्डाची स्थापना करण्यात आली.

ब्रिटिश सत्तेच्या सुरुवातीच्या मार्गक्रमणामध्ये टप्प्याटप्प्याने होणारे प्रशासनाचे विकेंद्रीकरण आणि प्रशासनामध्ये भारतीयांचा वाढता सहभागही दिसून येतो. दोन भरीव घटना वसाहतवादाची गती बदलण्यास कारणीभूत ठरल्या: (*अ*) कलकत्ता, मद्रास आणि बॉम्बे विद्यापीठांच्या स्थापनेमुळे ब्रिटिश सत्तेबद्दल शिक्षित भारतीयांचे जनमत विकसित होण्यास व व्यक्त होण्यास साहाय्य झाले. सुस्पष्ट कारणांसाठी प्रशासनामध्ये नेहमी परिघावर राहणाऱ्या भारतीयांमधील वाढता असंतोष यामध्ये सामावला होता; आणि (*आ*) सन १८८५ मधील भारतीय राष्ट्रीय काँग्रेसच्या स्थापनेने शासितांची गाऱ्हाणी (तक्रारी) मांडण्यासाठी एक व्यासपीठ निर्माण केले. तसेच अधिक चांगल्या शासनासाठी भारतीयांच्या मागण्या स्पष्टपणे मांडण्यासाठी काँग्रेस हे एक (forum) व्यासपीठ बनले. याचा परिणाम म्हणजे १८९२ च्या इंडियन कौन्सिल ॲक्टची निर्मिती. या कायद्यामध्ये अधोरेखित केल्याप्रमाणे त्याचा हेतू पुढीलप्रमाणे:

> भारतीय शासनाच्या कार्यांची विस्तार व वृद्धी करणे आणि बिगरशासकीय आणि भारतीय समाजात स्थानिक घटकांना शासनाच्या कार्यामध्ये सहभाग घेण्यासाठी

पुढील संधी देणे आणि त्या मार्गाने १८५८ मध्ये राजपदाने भारतीय शासन आपल्या हाती घेतल्यापासून भारतीय समाजाच्या वरिष्ठ वर्गांमध्ये दिसून येणाऱ्या राजकीय हित आणि राजकीय क्षमता या दोहोंच्या त्या उल्लेखनीय विकासाला अधिकृत मान्यता देणे.

या कायद्याने परिषदेच्या सदस्य संख्येच्या वाढीविषयी तरतूद केली. परिषदेसाठी नामनिर्देशित व्यक्तीना निवडण्याआधी शासनाने शासनमान्य प्रतिनिधी यंत्रणा आणि संस्थांचा सल्ला घेणे बंधनकारक होते. कायदेविषयक अधिकारांव्यतिरिक्त कार्यकारी मंडळाच्या आर्थिक बाबींमधील निर्णय बदलण्याचा किवा नाकारण्याचा अधिकार परिषदांना नव्हता, तरी कार्यकारी मंडळाच्या आर्थिक बाबी नियंत्रित करण्याचा अधिकारदेखील परिषदांना होता. तथापि परिषदांचे वाढते महत्त्व वसाहतवादी सत्तेमधील व्यापक बदलाचे द्योतक आहे. सेक्रेटरी ऑफ द स्टेट (भारत सचिव) मोर्ले याने स्पष्ट केल्याप्रमाणेः

> याबद्दल दोन विरोधी विचारप्रवाह आहेत. यामधील एका प्रवाहानुसार भारतातील चांगले शासन हे कार्यक्षमतेवर अवलंबून आहे आणि ती कार्यक्षमता म्हणजे वास्तवात भारतातील ब्रिटिश सत्तेचा अंत आहे. दुसऱ्या प्रवाहामध्ये क्षमतेकडे कार्यक्षमतेबरोबरच राजकीय सवलती या घटकाचाही विचार केला गेला आहे.

या घोषणेने भारतातील ब्रिटिश प्रशासनाचे पायाभूत तत्त्व प्रस्थापित केले गेले. पहिली पायरी म्हणून शासितांमधील वाढत्या असंतोषाच्या पार्श्वभूमीवर व्यवहार्यतेचा ऱ्हास होत असणाऱ्या प्रशासनामध्ये लक्ष घालण्यासाठी १९०७ मध्ये एक रॉयल कमिशन नेमण्यात आले. भारतामधील बदललेल्या सामाजिक, आर्थिक आणि राजकीय वास्तवांशी अनुकूल असणारे प्रशासन प्रदान करणे हा या कमिशनचा हेतू होता. सुधारणेच्या उपाययोजनांची शिफारस करताना कमिशनला पुढील घटक दिशादर्शक ठरलेः (*अ*) एका मुख्यालयातून मोठ्या भूप्रदेशावर राज्य चालवण्यामधील अडचणी आणि प्रशासनामधील मुत्सद्देगिरी आणि कार्यक्षमतेचे अपरिहार्य अपयश; (*आ*) सामाजिक आणि सांस्कृतिकदृष्ट्या भिन्न असणाऱ्या प्रांतांसाठी एकसमान विकास योजना अवलंबण्यामधील अडचणी. (*इ*) प्रांतिक आणि स्थानिक प्रशासनामध्ये सहभागी असणाऱ्यामध्ये जबाबदारीची जाणीव बिंबवणे; आणि (*ई*) आणि भक्कम प्रशासनाच्या मूल्यांबाबत लोकांना शिक्षित करून वसाहतवादी सत्ता मजबूत करणे. कमिशनच्या शिफारशींवर आधारित १९०८मध्ये एक ठराव पारित करण्यात आला. यातूनच १९०९चा मोर्ले मिंटो सुधारणा कायदा अस्तित्वात आला. भारतातील वासाहतिक सत्ता बळकट करण्यासाठीची एक राजकीय योजना म्हणून, १९०९च्या कायद्याने परिषदांमधील समुदायांच्या प्रतिनिधित्वावर दीर्घकालीन

परिणाम करणारे सखोल बदल केले. सन १९०६मध्ये मुस्लिम लीगची स्थापना झाल्यानंतर 'वेगळ्या मतदार संघा'ची मागणी करण्यात आली. गव्हर्नर जनरलकडे केलेल्या या मागणीमध्ये मुस्लिम लीगचे मुख्य आगा खान यांनी मुसलमानांचे 'लोकसंख्येचे प्रमाण,' 'राजकीय महत्त्व' आणि 'साम्राज्याच्या संरक्षणा'मध्ये त्यांनी केलेले 'योगदान' या आधारांवर त्यांच्या विभक्त मतदार संघाचे' समर्थन केले. या युक्तिवादाला मान्यता देऊन मिंटो यांनी आगा खान यांना खात्री दिली की, 'मुसलमानांच्या राजकीय हक्कांचे संरक्षण केले जाईल अशी मी त्यांना खात्री देतो'. म्हणूनच, भारतातील प्रतिनिधित्वाच्या इतिहासामध्ये १९०९ चा कायदा हा उल्लेखनीय आहे. मुसलमानांना वेगळा समुदाय म्हणून मान्यता देण्यात आली आणि त्या अनुषंगाने त्यांच्या निवडणूक हक्कांची हमी देण्यात आली. अशा प्रकारे ब्रिटिशांच्या 'फोडा आणि राज्य करा' या धोरणाचा अधिकृतपणे स्पष्टोच्चार करण्यात आला. या उघड कारणांसाठी लोकप्रशासन हे नेहमीच पक्षपाती राहिले. त्याच दरम्यान राष्ट्रीय चळवळीला चालना मिळाली आणि भारतातील राजकीय वातावरण बदलले. १९०९ चा मोर्ले मिंटो सुधारणा कायदा शासितांच्या तक्रारी सोडवण्यात अयशस्वी ठरला. १९०९ च्या सुधारणा योजनेने मांडलेली दडपशाही शासन पद्धती राबवण्यासाठी अनेक कायदे पारित केले गेले.

पहिल्या महायुद्धाच्या उद्रेकाबरोबर ब्रिटिश शासनाच्या दृष्टिकोनामध्ये बदल दिसून आला. युद्धामध्ये भारतीयांच्या पाठिंब्यासाठी विनवणी करण्यासाठी त्यांनी मुख्यत्वे डावपेचात्मक दृष्टिकोन ठेवला. याचा परिणाम म्हणजे १९१९च्या माँटेग्यू-चेम्सफर्ड सुधारणा योजनेचा अंगीकार करण्यात आला. 'प्रशासनाच्या प्रत्येक शाखेमध्ये भारतीयांचा सहभाग वाढवणे आणि भारतातील स्वराज्य संस्थांचा क्रमाक्रमाने होणारा विकास' या शासनाच्या कटिबद्ध उद्देशाने हा कायदा प्रेरित होता. वरवर पाहता हा कायदा अपूर्व वाटत होता आणि लोकप्रशासन भारताभिमुख करण्याची कटिबद्धता हे तत्त्व या योजनेच्या केंद्रस्थानी होते. या कायद्याने सुचवल्याप्रमाणेः

१. स्थानिक यंत्रणांमध्ये जितके शक्य असेल तितके पूर्ण लोकनियंत्रण असावे आणि त्यांना नियंत्रणमुक्त अधिकाधिक शक्य असेल तेवढे स्वातंत्र्य असावे.
२. प्रांत ही अशी क्षेत्रे आहेत, जिथे जबाबदार शासनाच्या प्रगमनशील परिपूर्तीच्या दिशेने प्रारंभिक पावले उचलली जातील. एक वेळ काही जबाबदारीच्या उपाययोजना दिल्या जाव्यात आणि सद्यपरिस्थितीमध्ये शक्य असेल त्या मर्यादेपर्यंत भारतीयांना त्यांच्या शासनामध्ये संपूर्ण उत्तरदायित्व प्रदान करणे हा ब्रिटिश शासनाचा हेतू आहे.

३. भारतीय शासन हे संपूर्णपणे संसदेला जबाबदार असायलाच हवे आणि या उत्तरदायित्वाबरोबर, प्रांतामध्ये आता सुरू केलेल्या बदलांचा परिणामांच्या अनुभूतीपर्यंत आवश्यक बाबींमधील प्रांतांचे अधिकार निर्विवादच राहावेत. दरम्यानच्या काळात भारतीय कायदेमंडळाचा विस्तार करावा आणि त्याला अधिक प्रातिनिधिक करावे आणि धोरणनिर्मितीमधील त्याचा प्रभाव वाढवण्याची आवश्यकता आहे.

मुख्यत्वे राष्ट्रीय पटलावर गांधींच्या आगमनानंतर जेव्हा राष्ट्रीय चळवळीचे महत्त्व वाढत होते, त्या संदर्भामध्ये १९१९ चा कायदा हा एक राजकीयदृष्ट्या योग्य डावपेच होता हे नाकारता येणार नाही. जरी प्रशासन हे वासाहतिक हेतूने प्रेरित होते तरी, एकनिष्ठ भारतीयांना शासनामध्ये सहभागी करून ब्रिटिश शासकांनी भारतामध्ये एक नवीन स्वरूपाचे लोकप्रशासन निर्माण केले. नवीन अंमलामध्ये प्रशासनामध्ये रचनात्मक बदल करण्यात आले. सगळ्यात उल्लेखनीय पाऊल म्हणजे दुहेरी शासनपद्धतीचा (dyarchy) स्वीकार. दुहेरी शासनपद्धती ही एक प्रशासकीय प्रयुक्ती होती. याद्वारे कार्यांची लोकनियंत्रणाखाली दिलेली कार्ये आणि ब्रिटिश सत्ताधाऱ्यांकडेच असावेत अशी कार्ये अशी कार्यांची विभागणी करण्यात आली. पहिल्या प्रकारच्या कार्यांना सोपीव कार्ये आणि दुसऱ्या प्रकारच्या कार्यांना 'राखीव विषय' म्हणण्यात आले. राखीव विषयांचा अधिभार कौन्सिलमधील गव्हर्नर जनरलकडे होता, तर प्रांतांमधील मंत्र्यांच्या साहाय्याने कार्य करणाऱ्या गव्हर्नरांच्या हाती सोपीव विषयाचा कारभार देण्यात आला.

वैशिष्ट्यपूर्ण असूनही, वसाहतवादामध्ये याची वैचारिक मुळे असल्याने दुहेरी (द्विदल) शासन पद्धती दुर्दैवाने अयशस्वी ठरली. दुहेरी शासन पद्धतीच्या कारभाराचे परीक्षण करण्यासाठी अलेक्झांडर मुडीमन यांच्या अध्यक्षतेखाली नेमलेल्या समितीनेदेखील असा निष्कर्ष काढला की ही व्यवस्था तिच्या अंगभूत दोषांमुळे आणि मतभेदांमुळे अपयशी ठरली. त्यास पुढील घटक कारणीभूत होतेः (*अ*) राखीव आणि सोपीव अधिकारांमधील विभागणी ही निरर्थक होती. कारण वास्तवामध्ये सत्ता ही गव्हर्नर जनरलकडेच होती; (*आ*) परिणामी, प्रांतिक मंत्री आणि तेथील गव्हर्नर किंवा गव्हर्नर जनरल यांच्यामध्ये क्वचितच परिणामकारक संवाद घडत असे; (*इ*) भारतीय नागरी सेवा अधिकाऱ्यांचे सहकार्य क्वचितच मिळत असल्याने भारतीय मंत्री हे अधिकच हतबल होते; आणि (*ई*) भारतीय शासनाच्या अर्थखात्याच्या सोपीव विषयांवर असणारे अमर्याद नियंत्रण.

प्रकटपणे भारतीयांना शांत ठेवण्यासाठी लोकप्रशासन सातत्याने पुनर्रचित केले जात होते. जरी वास्तव सत्ता ब्रिटिशांकडे होती, तरी दुहेरी शासनपद्धती हे प्रशासकीय

अधिकार सोपनाच्या दिशेने एक महत्त्वाचे पाऊल होते, ज्यामुळे मुख्यत्वे परिषदेच्या गव्हर्नर जनरलच्या भोवती फिरणाऱ्या भारतातील ब्रिटिश सत्तेमध्ये मूलभूत बदल घडून आले. प्रांतांमधील सोपीव विषयांच्या बाबींत स्वातंत्र्याचा हक्क असणाऱ्या गव्हर्नरांना दुहेरी शासनपद्धतीने सक्षम बनवले. तसेच, भारतीय मंत्र्यांच्या सहभागामुळे बाह्य स्वरूपाच्या का होईना, परंतु बदलांना प्रारंभ झाला. प्रशासनामधील अनुभवाव्यतिरिक्त भारतीय मंत्र्यांना कशाप्रकारे प्रशासन अगदी पक्षपातीपणे चालते याचे प्रत्यक्ष ज्ञान मिळाले. यामुळे त्यांना सहजगत्या लोकांना मान्य होईल असा राष्ट्रवादी जाहीरनामा मांडण्यात यश आले, कारण तो अनुभवाधारित होता. म्हणूनच निदान विसाव्या शतकाच्या पहिल्या दोन दशकांमध्ये ब्रिटिश भारतामधील लोकप्रशासनाचे स्वरूप संकल्पनाबद्ध करण्यासाठी दुहेरी शासनपद्धती ही अतिशय महत्त्वाची होती.

१९३५ चा भारत सरकारचा कायदा

भारतातील लोकप्रशासनाच्या निदान आशयामध्ये परिवर्तन होत होते तरी वसाहतवाद आणि सत्तेचे केंद्रीकरण हे हातात हात घालून जात होते. जर, लोकप्रशसानाचा विकास पाहिला तर १७७२च्या रेग्युलेटिंग ॲक्टच्या स्वीकारापासून प्रशासनामध्ये बदल घडून येताना दिसून येतो. ब्रिटिश राजवटीतील कदाचित सर्वांत शेवटची आणि महत्त्वाची घटनात्मक उपाययोजना म्हणजे १९३५चा गव्हर्नमेंट ऑफ इंडिया ॲक्ट होय. भारतीय वैधानिक मंडळ, सर्वपक्षीय परिषद, गोलमेज परिषदा आणि संसदेची संयुक्त संसदीय समिती यांमधून या कायद्यासाठी निविष्टी आशय संकलित करण्यात आला. जिथे घटक प्रांतांना स्वायत्त कायदेविषयक आणि कार्यकारी अधिकार असतील असे संघराज्यात्मक शासन प्रस्थापित करण्याच्या उद्देशाने, काही मर्यादांमध्ये कार्यकारी मंडळ, कायदे मंडळाला उत्तरदायी असेल अशी संसदीय शासनव्यवस्था निर्माण करण्याचा मार्ग या कायद्याने मोकळा केला. या कायद्याने नागरी सेवेसहित भारतातील लोकप्रशासनामध्ये मूलभूत बदल घडवून आणले होते. या कायद्याने अंगीकारलेले संघराज्य कधीही अस्तित्वात आलेच नाही. तथापि हा कायदा वसाहतवादी स्वरूपाच्या एकात्मिक प्रशासकीय व्यवस्थेविरुद्ध एक प्रभावी भाष्य होते. कायद्याच्या लक्षपूर्वक अवलोकनामध्ये खालील वैशिष्ट्ये आपले लक्ष वेधवून घेतातः

१. प्रांतांना एक वेगळी ओळख देऊन आणि काही विशिष्ट हेतू वगळून त्यांना केंद्रीय नियंत्रणापासून मुक्त करून प्रांताच्या स्वायत्तेला मान्यता देण्यात आली.

२. प्रांतिक शासन व्यवस्था आणि संघराज्यीय केंद्रीय शासन यांची क्षेत्रे यांच्या सीमारेषा ठरवून भारताचे संघराज्य स्थापन करण्यात आले.

३. प्रांतांमध्ये खंडित केलेली द्विदल पद्धती केंद्रामध्ये स्वीकारण्यात आली. परराष्ट्रसंबंध आणि संरक्षण हे विषय गव्हर्नर जनरलच्या नियंत्रणाखाली देण्यात आले आणि इतर केंद्रीय विषय हे प्रांतिक मंत्र्यांकडे त्यांच्या अखत्यारीतील विषय म्हणून सोपवण्यात आले.
४. केंद्रीय कायदेमंडळाच्या रचनेमध्ये संघराज्याचे तत्त्व स्वीकारण्यात आले. परंतु, गव्हर्नर जनरलकडेच वास्तव सत्ता राहिली.
५. १९३२च्या जातीय कम्युनल किंवा मॅक्डोनाल्ड ॲवॉर्डमध्ये योजना केल्याप्रमाणे अल्पसंख्याक समुदायामध्ये जागांचे वाटप करण्यासाठी विभक्त मतदारसंघ कायम ठेवला गेला.

या कायद्याने लोकप्रशासनामधील 'लोक' या शब्दाची पुन्हा व्याख्या केली. प्रांतीय स्वायत्ततेच्या सुरुवातीमुळे भारतीय मंत्र्यांना प्रशासनामध्ये प्रत्यक्ष सहभाग घेण्याची संधी मिळाली. परंतु, त्यांना वसाहतवादाच्या सर्वंकष नियंत्रणामध्ये कार्य करावे लागे. म्हणूनच या कायद्याला कोणत्याही भरीव गोष्टींशिवाय एक भव्य 'घटनात्मक देखावा' असे म्हटले गेले. तसेच हा कायदा म्हणजे भारतीय प्रश्नाचा शेवट निवडणुकीच्या राजकारणात करण्याचा ब्रिटिशांच्या निर्धाराचे प्रतीक होता. भारतीयांना प्रशासनामध्ये सहभागी करून या कायद्याने लोकप्रशासनाच्या मैदानामध्ये अधिक सवंगडी आणले गेले. यामध्ये काही शंकाच नाही की, या कायद्याने भारतीय राजकारण्यांना संसदीय जगाची ओळख करून दिली आणि कायद्यामध्ये तरतूद केलेल्या नवीन व्यवस्थेनुसार आता राजकारण आतापर्यंत परिघावर असणाऱ्या स्थानिक संस्थांपर्यंत झिरपत गेले. उपलब्ध पुरावेदेखील असे सुचवितात की, हा कायदा म्हणजे आपल्या साम्राज्याच्या अखंडतेसाठी ब्रिटिशांनी मोजलेली किंमत आहे. अशा प्रकारे असे दिसून येते की हेतुपूर्वक निःस्वार्थी दिसणारी कृती ही एक राजकीयदृष्ट्या फायदेशीर पाऊल होते. वास्तविक, सत्तेचा त्याग प्रांतिक पातळीवर केला गेला होता, तरीही त्यामुळे ज्यांनी या प्रयासामध्ये ब्रिटिश सत्तेला ग्रहण लागलेले पाहिले, अशा ब्रिटिश सत्तेच्या कैवाऱ्यांमध्ये भीतियुक्त आश्चर्य निर्माण झाले.

वसाहतवादी राजवटीमधील या निवडक परंतु प्रमुख, घटनात्मक घटनेप्रती एका टिकाविरहित दृष्टिकोनातून पाहिल्यास असा निष्कर्ष काढू शकतो की, या गोष्टींचा आरंभ ब्रिटिशांनी भारतीयांसाठी केला. म्हणूनच राष्ट्रवादाच्या खऱ्या आत्म्याला दुय्यम लेखले आहे. थोडा सखोल विचार केला, तर असे स्पष्ट दिसून येते की, प्रामुख्याने लोकांमधील असंतोष शमवण्याच्या ब्रिटिशांच्या प्रयत्नांमुळे लोकप्रशासनामध्ये बदल घडून आले. म्हणूनच सर्व घटनात्मक बदलांचा प्रारंभ ब्रिटिश राजवटीने केला हा युक्तिवाद पूर्णपणे निराधार आहे. इतिहास हे दाखवून

देतो की, अनेक घटनांमुळे ब्रिटिश सत्तेला आंदोलन दडपण्यासाठी उपाययोजना राबवणे भाग पडले. उदाहरणार्थ, १८९३चा सुधारणा कायदा येण्यासाठी १८८०च्या दशकामधील काँग्रेसच्या आंदोलनाचे मोठे योगदान होते. १९०९च्या मोर्ले मिंटो सुधारणांमागे *स्वदेशी* चळवळ आणि क्रांतिकारी दहशतवाद होता. तसेच, १९१९चा मॉंटफर्ड सुधारणा कायदा हा होम रुल लीगमुळे निर्माण झालेला आणि १९१९च्या रौलेट ॲक्ट *सत्याग्रह* आणि १९१०-२१ च्या असहकार चळवळीने पराकोटीला पोहोचलेला पेचप्रसंग सोडवण्यासाठी केलेले प्रयत्न होता. लोकप्रशासनामध्ये भारतीय राजकारण्याचा सहभाग करण्यासंबंधीच्या घटनात्मक उपाययोजना सुरू करण्यामागे गांधीजींच्या सविनय कायदेभंग चळवळ (१९३०-३२) मोठ्या प्रमाणावर कारणीभूत होती.

पुढे जाऊन, ज्या व्यापक सामाजिक-आर्थिक आणि राजकीय प्रक्रियांमध्ये या घटनात्मक योजना संकल्पनाबद्ध केल्या गेल्या. त्यांच्याशी संबंध जोडल्याशिवाय त्यांचे आकलन अपूर्णच राहते. व्यापक सामाजिक ढाचा आणि आर्थिक संबंध यांच्या संदर्भाशिवाय घटनात्मक राजकारणाची रचना आणि गतिमानतेचे विश्लेषण करणे व्यर्थ आहे. कारण, सुसंघटित प्रशासकीय आणि घटनात्मक रचनेच्या जगावर अतिक्रमण करणाऱ्या आर्थिक आणि राजकीय संपर्कजालात धार्मिक व सांस्कृतिक आस्था आणि राष्ट्रवादी विचारसरणीदेखील राजकीय-घटनात्मक रचनेमध्ये प्रतिबिंबित होतात. म्हणूनच विश्लेषकाचे निकडीचे आणि अपरिहार्य कार्य म्हणजे व्यापक सामाजिक-आर्थिक संदर्भाकडे संपूर्ण दुर्लक्ष करणे नसून विशिष्ट घटनात्मक प्रयत्नांना आकार देण्यामध्ये त्यांचे सापेक्ष महत्त्व निर्धारित करणे हे आहे. उदाहरणार्थ, असे म्हटले जाते की बंगाल आणि पंजाबमधील मुसलमानांच्या राजकीय कृतींचा विस्तार करण्यासाठी ब्रिटिशांनी १९३२ चे कम्युनल ॲवॉर्डचे पाऊल उचलले.

परंतु ज्याप्रमाणे, अभ्यासांमधून दिसून आले आहे त्याप्रमाणे साम्राज्याच्या सुलभ निर्वहनासाठी ब्रिटिशांना देणे भाग पडलेली ही एक सवलत होती. अशा प्रकारे स्थानिक अभिजनांबरोबर सत्ता वाटून घेणे हे ब्रिटिशांच्या पुढाकारांपेक्षा विचारांनी सूचित केले गेले होते.

अखिल भारतीय नागरी सेवा आणि लोकप्रशासन

अंदाजे (साधारणपणे) एकोणिसाव्या शतकाच्या मध्यात या व्यवस्थेचा आराखडा तयार केल्यापासून एका मोठ्या ऐतिहासिक कालखंडापासून भारतातील अखिल भारतीय नागरी सेवा तिची रचना, भूमिका, वर्तन आणि आंतरसंबंध यांचा विकास झाला होता.[४] मेकॉले समितीचा अहवाल हा भारतीय नोकरशाहीच्या विकासातील

एक पाणलोट क्षेत्रासारखा आहे. गुणवत्तेच्या आधारावरील नागरी सेवेची शिफारस करून या समितीने ईस्ट इंडिया कंपनीची दीर्घकालीन प्रतिपालक प्रणालीमध्ये बदल केला.[५] सर्वज्ञ प्रशासक 'अष्टपैलू' या कल्पनेचे समर्थन करून फुल्टॉन समितीने शासनामधील ज्ञान आणि अनुभवाच्या आधारे कोणताही विषय असला तरी कामे हाताळणारा एक प्रतिभासंपन्न सामान्य माणूस असे आदर्श प्रशासकाचे चित्र रेखाटले आहे (*फुल्टॉन समिती अहवाल* १९७५: १२५ मध्ये म्हटल्याप्रमाणे). भारतीय नागरी सेवेमधील सदस्यांची प्रशासक म्हणून असणारी कार्यक्षमता कदाचित आदर्श होती. परंतु, ते प्रामुख्याने साम्राज्यवादी हितसंबंधांनी प्रेरित होते आणि म्हणून अनेकदा (राजपदाच्या) हितसंबंधांसाठी देशाचे हितसंबंध लांबणीवर टाकले गेले'[६] यात काहीच शंका नाही. पुढे भारतीय नागरी सेवेमध्ये वेबरच्या सिद्धान्ताचा आयाम अंतर्भूत केला गेला. समाजाच्या सुखवस्तू वर्गातून घेतलेले नागरी अधिकारी काही उत्तम विद्यापीठांमध्ये प्रशिक्षित केले जात आणि स्पर्धा परीक्षेच्या आधारावर निवडले जात. म्हणूनच भारतीय नागरी सेवेमध्ये असणारे त्यांच्या विशेष वर्ग, जात आणि शैक्षणिक पार्श्वभूमीमुळे इतरांपेक्षा वेगळे असत.

दुसऱ्या शब्दांमध्ये सांगायचे झाल्यास, समाजामध्ये त्यांना वेगळा दर्जा होता जे वेबरच्या दृष्टीने खऱ्या नोकरशाहीसाठी आवश्यक होते. भारतातील ब्रिटिश अधिकाऱ्यांनी त्यांच्या खास वैशिष्ट्यांमुळे अगदी वेगळा असा समाज निर्माण केला होता आणि ते ज्या समाजासाठी काम करणार होते, त्याच्याशी त्यांचा कोणताच संघटनात्मक संबंध नव्हता.[७] वसाहतवादी राजवटीमध्ये भरभराटीस आलेल्या प्रशासकीय व्यवस्थेमध्ये भारतीय नागरी सेवेला महत्त्वाचे स्थान होते. साम्राज्य टिकवून ठेवण्यामधील नागरी सेवेचे प्रचंड महत्त्व ओळखून लॉईड जॉर्जने अशा प्रकारे १९२२ मध्ये हाऊस ऑफ कॉमन्समध्ये हे जाहीर केले की ते संपूर्ण रचनेची पोलादी चौकट आहेत. तुम्ही काय बांधता त्याची मी पर्वा करत नाही. जर तुम्ही पोलादी चौकट काढून टाकली तर (इमारत) संरचना कोसळून पडेल'.[८]

सन १९१९च्या गव्हर्नमेंट ऑफ इंडिया कायद्याने प्रांतांमधील भारतीय मंत्र्यांकडे काही अधिकार सोपवून प्रशासनामध्ये विकेंद्रीकरणाची सुरुवात केली. द्विदल शासनपद्धतीने नागरी सेवेच्या भारतीयीकरणाच्या मागणीला पुढील चालना दिली. सन १९२१ मध्ये केवळ तेरा टक्के अधिकारी हे भारतीय होते. यामुळे सुधारणा योजनेच्या मूळ हेतूला आव्हान निर्माण झाले. वरिष्ठ सेवांचे भारतीयीकरणाच्या मागणीच्या विरोधात सेवेमधील युरोपीय अधिकाऱ्यांनी ब्रिटिश पंतप्रधान लॉईड जॉर्ज यांच्याकडे सामंजस्य करार पाठवून ही चाल खेळण्यापासून माघार घेण्याचा प्रयत्न केला. लॉईड जॉर्ज यांनी त्यांच्या उत्तरामध्ये त्यांचे प्रसिद्ध 'पोलादी चौकटी'चे

भाष्य केले. त्यांनी ठामपणे असा युक्तिवाद केला की, त्यांना असा कोणताही काळ दिसत नाही, जेव्हा 'ते ब्रिटिश नागरी अधिकाऱ्यांकडून लहानसहान मार्गदर्शन आणि साहाय्य घेतल्याशिवाय पुढे चालू शकतील'. त्यांनी पुढे तपशीलवार स्पष्ट केले:

> तुम्ही यावर काय बांधता (संरचना) याची मला पर्वा नाही. जर तुम्ही ही पोलादी चौकट बाजूला कराल तर इमारत (संरचना) कोसळून पडेल. इथे अशी एक संस्था आहे, जिथे आपण हस्तक्षेप करणार नाही, अशी एक संस्था आहे, जिच्या कार्ये व विशेषाधिकारांपासून आपण तिला वंचित ठेवू शकत नाही आणि ती अशी संस्था आहे, ज्यामुळे आपण ब्रिटिश राजवटीची–भारतामधील ब्रिटिश नागरी सेवा, बांधणी करत आहोत.

भारतीय सेवा अव्याहतपणे सुरू ठेण्याबाबतचा प्रश्न नेहमीच विवादास्पद राहिला होता, कारण राष्ट्रवादी नेत्यांच्या मते प्रांतिक स्वराज्य, शासनांबरोबर या सेवा सुरू ठेवणे हे कालबाह्य आणि विसंगत होते. सन १९२४च्या सुधारणा चौकशी समितीमधील राष्ट्रवादी सदस्य आणि १९२८-२९ चे भारतीय केंद्रीय समितीमधील सदस्य जे भारतीय वैधानिक मंडळासाठी दुवा म्हणून काम करण्यासाठी नेमले होते, त्यांनी केंद्रीय सेवा रद्द करण्याविषयी परखड मत मांडले आणि नागरी सेवेच्या 'प्रांतिकरणा'चे महत्त्व अधोरेखित केले. तथापि भारतीय घटनात्मक सुधारणांबाबतच्या संयुक्त समितीने या दृष्टिकोनाला सहमती दर्शवली नाही आणि भारतीय सेवा ब्रिटिश राजवटीचा अविभाज्य भाग राहिल्या.

भारतीय सेवांचे सातत्य अव्याहत सुरू ठेवण्याबाबतचा प्रश्न स्वतंत्र भारताच्या घटना परिषदेमधील चर्चेमध्ये पुन्हा प्रामुख्याने चर्चेला गेला. यावर काहींचे मतभेद होते, तरी जवाहरलाल नेहरू आणि वल्लभभाई पटेल यांच्यासहीत राष्ट्रवादी नेते ही पोलादी चौकट पुढे नेण्यास उत्सुक होते. प्रशासनामधील कार्यक्षमता, प्रगत आणि व्यापक दृष्टिकोन, ताजेपणा आणि सामर्थ्य, तसेच विविध पातळीवरील कार्यक्षमता (केंद्र, प्रांत आणि जिल्हा) ही जर अखिल भारतीय सेवा कायम ठेवली तरच राखली जाईल. नागरी सेवा सुरू ठेवण्याचे समर्थन करताना पटेल यांनी म्हटल्याप्रमाणे:

> एक अनुभवी माणूस म्हणून मी तुम्हाला सांगतो, ज्या अवजारांबरोबर काम करायचे आहे त्यांच्यामध्ये दोष काढू नका. स्वतःमध्ये दोष असलेला कामगार आपल्या अवजारांमधील दोष काढत असतो. त्यांच्याकडून काम करून घ्या. प्रत्येकाला कोणत्यातरी प्रकारच्या प्रोत्साहनाची आवश्यकता असते. जेव्हा एखाद्यावर रोज लोकांमध्ये (सार्वजनिक) टीका होते किंवा खिल्ली उडवली जाते तेव्हा कोणीही काम करू इच्छित नाही.

स्वतंत्र भारतामध्ये भारतीय नागरी सेवेची जागा (ICS) भारतीय प्रशासकीय सेवेने घेतली.[९] विशिष्ट राजवटीला पाठिंबा देणाऱ्या, विहित कायदे आणि नियमांनुसार भारतीय प्रशासन चालवण्यामध्ये भारतीय नागरी सेवेने कार्यक्षम भूमिका बजावली होती, हे गृहीत धरून भारतीय नागरी सेवेच्या संरचनेचे मूळ साम्राज्यवादी व्यवस्थेमध्ये असूनही भारतीय राजकीय नेत्यांनी तीच संरचना सुरू ठेवण्याचे ठरवले. तथापि घटना परिषदेमधील चर्चेमध्ये भारतीय नागरी सेवेच्या भवितव्यावर एकमत नव्हते. ही सेवा सुरू ठेवण्यास विरोध असणाऱ्यांचा युक्तिवाद साम्राज्यवादाचा मदतनीस (मित्र) म्हणून असणाऱ्या भूमिकेवर आधारित होता. शिबन लाल सक्सेना म्हणतात, ''नागरी सेवेने पोलादी चौकट म्हणून .... आपल्याला गुलाम केले आणि आपल्या स्वातंत्र्यलढ्यादरम्यान राष्ट्राची हत्या करण्याबद्दल ते अपराधी आहेत. म्हणून (आपण) या युक्तिवादाप्रमाणे 'आजपर्यंत ज्यावर टीका केली आहे, त्यात सातत्य ठेवता कामा नये' (*घटना परिषद चर्चा* १९४९).[१०] भारतीय नागरी सेवेचे आणि तिच्या पोलादी चौकटीचे समर्थन करण्यामध्ये वल्लभभाई पटेल बहुतेक वेळा आघाडीवर होते. प्रामुख्याने ब्रिटिश राजवटीच्या अंताच्या वेळी जेव्हा देश गोंधळाच्या परिस्थितीमध्ये झोकला गेला होता, तेव्हा वल्लभभाई पटेल नोकरशाहीमध्ये फेरफार करण्याच्या बाजूने नव्हते. लवकरात लवकर म्हणजे १९४६मध्ये, पटेलांनी नोकरशाहीच्या भवितव्यावर एकमत निर्माण करण्यासाठी प्रांतिक प्रीमियरची परिषद बोलावली, ज्यामधून भविष्यात अखिल भारतीय सेवा निर्माण झाली (AIS). लोकप्रशासनाशी दीर्घकाळ संबंध असल्यामुळे, अखिल भारतीय सेवेमधील अधिकारी नवीन आणि क्लिष्ट आव्हाने पेलण्यास सर्वांत सुसज्ज होते. केवळ 'उपयोगी साधने म्हणून नव्हे, तर प्रांत आणि भारतीय शासन यांमधील संपर्क म्हणून भूमिका बजावतील, तसेच केंद्र आणि प्रांतामधील प्रशासनामध्ये काही प्रमाणात नाजूकपणा आणि सामर्थ्य निर्माण करतील' (पटेल माहेश्वरीमधील उल्लेख १९८४: २११). तत्पश्चात, घटना परिषदेमध्ये बोलत असताना त्यांनी स्पष्टपणे म्हटले की, 'जर तुमच्याकडे बोलण्याचे स्वातंत्र्य आणि सुरक्षिततेची भावना असणारी चांगली अखिल भारतीय सेवा नसेल तर तुमच्याकडे संयुक्त भारत असणार नाही'. तसेच त्यांनी संविधानाच्या यशाचे श्रेय हे अखिल भारतीय सेवेच्या अस्तित्वाला दिले आहे. त्यासाठी ते म्हणतात की, जर तुम्ही याचा अवलंब केला नाहीत, तर संविधानाचा स्वीकार करू नका... ही राज्यघटना सेवेच्या एका कक्षेत आणण्यासाठी तयार केली आहे, ज्यामुळे देश अखंड राहील. जर तुम्ही त्यांना बाजूला कराल', पटेल अशा प्रकारे मत व्यक्त करतात, 'तर मला इतर काही नाही तर संपूर्ण देशामध्ये गोंधळाचे चित्र दिसते.' कारण त्यांना तशी खात्री होती.

हुकूमशाही राजवटीपेक्षा लोकशाही राजवटी अंतर्गत उद्योगी आणि प्रामाणिक कामाचा परिणाम म्हणून असलेल्या संभावनांची हमी मिळालेली कार्यक्षम, शिस्तबद्ध आणि समाधानी नागरी सेवा ही निरोगी प्रशासनाचे लक्षण आहे. नागरी सेवा ही पक्षाच्या वर असली पाहिजे आणि त्याच्या भरती आणि शिस्तबद्धता व नियंत्रण यामधील राजकीय महत्त्व संपूर्णपणे दूर करता येत नसले तर त्याचे प्रमाण किमान मर्यादेपर्यंत आणता आले पाहिजे.[११]

जवाहरलाल नेहरू ज्यांनी भारतामध्ये साम्राज्यवादी राजवट टिकवून ठेवण्यामध्ये[१२] भारतीय नागरी सेवेने निभावलेल्या भूमिकेवर सडकून (फार) टीका केली त्यांनी देखील भारताच्या सुरक्षितता आणि स्थिरतेसाठी या सेवा सुरू ठेवण्यास पाठिंबा दिला व त्याचा पाठपुरावा केला... यामध्ये पंजाबमधील संहार आणि त्याचे परिणाम यांच्याशी झुंज देणे, हैद्राबादमधील विरोध चिरडून टाकणे आणि काश्मिरचा समावेश.[१३] पटेलांचे विचार भारतीय राज्यघटनेच्या ३११व्या कलमामध्ये प्रतिबिंबित करण्यात आले. यामध्ये असे म्हटले गेले की, कोणत्याही नागरी अधिकाऱ्याला त्याला ज्या आरोपांची माहिती दिली गेली आहे, त्यांची चौकशी केल्याशिवाय आणि त्या आरोपांविषयी बाजू मांडण्याची संधी दिल्याशिवाय बडतर्फ किंवा पदावरून काढून टाकले जाऊ नये.[१४]

म्हणूनच, ज्या साधनाने 'बळाच्या अत्यल्प वापर करून'[१५] भारतातील साम्राज्यवादी राजवट बळकट केली, तेव्हा साधन पूर्णपणे वेगळ्या राजकीय परिस्थितीमध्ये[१६] टिकून राहिले, कारण प्रथमतः ब्रिटिश शासनाने आणि नंतर स्वतंत्र भारतातील काँग्रेस सरकारने ते सुरू ठेवण्यास पाठिंबा दिला. पुढे, १९४७ मध्ये सत्तेचे हस्तांतरण झाल्यानंतर ज्याने सर्वोच्च राज्य केले अशा प्रबळ वर्गाला या सेवा सुरू रहाण्याने कोणतेही आव्हान निर्माण केले नाही. म्हणूनच एका सनदी अधिकाऱ्याने म्हटल्याप्रमाणे नवीन नागरी सेवेने तिच्या सर्व प्रत्यक्ष हेतूंसाठी जुनीच सेवा पुढे सुरू ठेवली होती. यामध्ये फरक हा होता की नवीन नागरी सेवा राजकीय कार्यकारी मंडळाची अनियंत्रित प्राथमिकता मान्य करून संसदीय व्यवस्थेच्या शासनामध्ये कार्य करणार होती आणि या बदल्यात कायदेमंडळातील त्यांच्या निर्वाचित प्रतिनिधींच्या माध्यमातून लोकांना जबाबदार असणार होती (अलेक्झांडर १९९८: ६२). तिची रचना जी कमीअधिक प्रमाणात पोलादी चौकटीचाच विस्तार होती, त्यामधील सातत्य हे अधिक खोल पातळीपर्यंत आहे. वसाहतवादी व्यवस्थेतील नागरी अधिकारी सनदी अधिकाऱ्यांचा लोकांप्रती एक पितृसत्ताक दृष्टिकोन होता आणि त्यांनी अधिकपणे नकारात्मक स्वेच्छाधिकारांचा वापर करून राज्य केले, 'त्यांच्या उत्तराधिकारी व्यवस्थेने लोकांच्या व्यापक अपूर्ण विकास गरजांची दखल घेऊन, मायबाप राज्यावर

वसाहतवादी अवलंबित्वाचे लक्षण अधिक मजबूत करून सकारात्मक स्वेच्छाधिकार आणि अनुदाने यांचा पर्याय उभा केला' (सुदर्शन १९९९: १११).

बी. पी. आर विठ्ठल या आयएएस अधिकाऱ्याने म्हटल्याप्रमाणे 'पदावर आलेल्या काँग्रेस नेत्यांना वरिष्ठ सनदी अधिकाऱ्यांची सामाजिक पार्श्वभूमी होती... जी त्यांना वसाहतवादी राज्यापासून वारशाने मिळाली होती' (विठ्ठल १९९७: २२४). या वास्तवामुळे पोलादी चौकट तिच्या कार्यात्मक उपयोगितेशिवाय कमीअधिक प्रमाणात *शाबूत* ठेवली गेली. अशा प्रकारे, उदाहरणार्थ, वरिष्ठ सनदी अधिकाऱ्यांबरोबर काम करताना नेहरूंना अधिक सहजता वाटे. तसेच, राजगोपालाचारींना ते मद्रासचे पंतप्रधान (१९३७-३९) असताना ते ज्या आयसीएस अधिकाऱ्यांबरोबर काम करत होते, त्यांच्याबरोबर काँग्रेसमधील इतर काही व्यक्तींबरोबर असण्यापेक्षा अधिक घरोब्याचे वाटे. स्वातंत्र्यानंतरच्या काळातील राजकीय प्रक्रियांमुळे राजकीय कार्यकारी घटकाच्या वर्गरचनेमध्ये बदल घडून आले. हे बदल सनदी सेवेच्या सामाजिक संरचनेमधील बदलांपेक्षा दूरगामी आणि अधिक वेगवान होते. राजकीय कार्यकारी (अधिकारी) हे प्रादेशिक भाषेतील शैक्षणिक पार्श्वभूमीचे होते आणि मुख्यत्वे ग्रामीण किंवा निमशहरी भागांमधून आले होते, तर पोलादी चौकटीमध्ये असणारे सामान्यपणे नागरी पार्श्वभूमीचे आणि इंग्रजीमध्ये शिक्षण घेतलेले होते'. सनदी सेवेने एका नवीन राष्ट्राच्या बांधणीमध्ये महत्त्वाची भूमिका बजावली होती. त्याचवेळी राजकीय कार्यकारी अधिकारी आणि सनदी अधिकारी यांच्या वर्गीय पार्श्वभूमीमधील वाढत्या विषमतेमुळे यांच्यामध्ये वेस्टमिनेस्टर संसदीय शासन पद्धतीमध्ये प्रशासकीय अधिकारी आणि राजकीय नेते यांमध्ये नेहमी मतभेद निर्माण होऊ लागले.

स्वातंत्र्यानंतर शासनाच्या कार्याची व्याप्ती आणि आशय सुद्धा वाढले आहेत. संसदीय शासन व्यवस्था अंगीकारल्यानंतर आणि ग्रामीण पातळीपर्यंत प्रतिनिधित्व संस्थांच्या स्थापनेनंतर अपेक्षांचा स्तर अपरिहार्यपणे वाढत राहिला आहे आणि कामगिरी अधिक व्यापक झाली आहे. ग्रामीण पातळीवर स्वराज्य संस्था निर्माण करण्याच्या उद्देशाने लोकांच्या संस्था स्थापन केल्या गेल्या. मात्र हा उद्देश नेहमीच दूरस्थ राहिला. त्याचप्रमाणे लोकांनी स्वातंत्र्य आणि पंचवार्षिक योजना यांचा अर्थ आर्थिक आणि सामाजिक समानता आणि कल्याण आणि गरजा तसेच पिळवणूकीपासून स्वातंत्र्य असा लावला. नियोजन युगाच्या सुरुवातीच्या दिवसामध्ये लोकांनी त्यांच्या मनोधैर्याच्या कमतरतेबद्दल खूप काळजी केली नाही, कारण भविष्यामध्ये त्यांना अपेक्षा आणि आश्वासन दिसत होते. काळाच्या ओघामध्ये, लोकांना हे समजून आले की, त्यांचा अपेक्षा भंग झाला आहे आणि ते प्रामाणिकपणा, संपन्नता आणि समाधान याच्याशी वचनबद्ध असलेल्या दुनियेच्या

जवळपासदेखील नाहीत'. स्वशासन विकेंद्रीकरण आणि समूहविकास ही वैशिष्ट्ये लक्षणीय उत्साह आणि डामडौलासहीत ध्वजांकित केली गेली. उदाहरणार्थ त्रिस्तरीय पंचायती राज्यव्यवस्था आणि शहरी स्थानिक संस्था यांचा विकासाचा प्रक्रियेचा वेग वाढवण्यासाठी एक योग्य पद्धतीने विणलेले संस्थांचे जाळे म्हणून विचार केला गेला.[१७] अगदी अलीकडे झालेल्या ७३व्या आणि ७४व्या (१९९२) घटनादुरुस्त्यांनी 'स्व-शासनाच्या' संकल्पनेचा विकास करण्याचा प्रयत्न केला आहे. म्हणूनच त्यामध्ये पुढील तरतुदी केल्या आहेतः (*अ*) नियमित निवडणुका, (*आ*) प्रशासकीय मान्यतेच्या माध्यमातून पंचायती राज्य यंत्रणांची कमीतकमी गळचेपी, (*इ*) राज्य वित्त आयोगाकडून होणाऱ्या वैधानिक वितरणाच्या माध्यमातून नियमित अर्थपुरवठा. कुलदीप माथूर (१९९२: १२) यांच्या मते याचा मुख्य हेतू म्हणजे 'राजकीय आणि प्रशासकीय तारतम्याचे अंतर कमी करणे आणि लोकांच्या सहभागाच्या आधारे या विकेंद्रित संस्थांना सामर्थ्य गोळा करण्यास अनुमती देणे हा आहे'.[१८] परंतु विविध कारणांमुळे राजकीय, प्रक्रिया ही आपण ज्याला उलट म्हणू शकतो अशी झाली आहे आणि केंद्र आणि राज्य या दोन्ही पातळ्यांवर मोठ्या प्रमाणावरील केंद्रीकृत आणि वैयक्तिकृत शासन व्यवस्था विकसित झाली. आज संसद आणि संसदीय संस्था किंवा पक्षव्यवस्था आणि पक्ष चालवण्यामधील लोकशाही प्रक्रिया, किंवा न्यायमंडळ, किंवा प्रसार माध्यमेसुद्धा अशा अनेक संस्थांचा ऱ्हास होत आला आहे. 'संस्थांचा ऱ्हास आणि त्यांचे धोके यांचे मूलभूत संस्थांची भूमिका आणि त्यांचे अधिकार क्षीण करणाऱ्या राजकीय प्रक्रियेचे नैसर्गिक आणि अपेक्षित परिणाम' असे विश्लेषण करताना (कोठारी १९८८: २८७), रजनी कोठारी एका वैशिष्ट्यपूर्ण वास्तवाशी भिडताना दिसतात, ज्यामध्ये स्वातंत्र्यानंतर भरभराटीस आलेल्या लोकशाही व्यवस्थेच्या मूलभूत संस्थानपासून लोकप्रशासन दुरावताना दिसते.[१९]

निष्कर्षात्मक निरीक्षणे

स्वातंत्र्यपूर्व काळातील, स्वातंत्र्यानंतरच्या काळातील भारतीय नोकरशाहीची कारकीर्द, मुख्यत्वे केंद्र आणि राज्यस्तरावरील, वरिष्ठ पातळीवरील, एकत्रितरित्या पाहता, सामाजिक-ऐतिहासिक आणि व्यवस्थापकीय दोनही दृष्टिकोनातून पाहता अगदी मनोरंजक अनुमाने पाहायला मिळतात. ब्रिटिश कालखंड आणि नंतरचे परिणाम या काळातील भारतीय ऐतिहासिक अनुभवामधून लोकांच्या गरजा आणि आकांक्षा यांना अनुरूप नसणारे असे लोकप्रशासन भारतात विकसित झाले. याची कारणे शोधणे अवघड नाही. कारण अभ्यासांमधून हे दिसून आले आहे की, वसाहतवादी प्रशासकीय संस्कृतीमध्ये निर्माण झालेले आणि प्रशिक्षित झालेले सनदी अधिकारी

पदसोपान रचना, दर्जा आणि कायदे व नियमांची ताठरता या वेबरच्या व्यवस्थेच्या वैशिष्ट्यांशी कटिबद्ध आहेत आणि प्रामुख्याने कायदा व सुव्यस्थेची अंमलबजावणी आणि महसूल गोळा करणे याच्याशी संबंधित आहेत. वसाहतवादी राजवटीसाठी अशाप्रकारची संरचना ही कदाचित अगदी योग्य होती, परंतु तिची उपयोगिता क्षीण झाल्यासारखी दिसते आणि बदललेल्या वातावरणामध्ये कार्य करण्याची क्षमता ही शंकास्पद दिसून येते. स्वातंत्र्यानंतर शासन हे भारताच्या लोकशाही व्यवस्थेच्या विकासातील महत्त्वाचे साधन बनले आहे. त्यामुळे अधिकाऱ्यांच्या भूमिकेमध्ये परिवर्तन झाले आहे. त्यांचा महत्त्वाचा हेतू प्रक्रियांपेक्षा परिणामांवर, पदसोपान रचना आणि दर्जा यांपेक्षा 'सांघिक कामगिरी, तसेच नियंत्रण आणि सत्ता यांपेक्षा लवचीकता आणि विकेंद्रीकरण यावर भर देणे हा आहे' (भट्ट १९७९: २५९). 'विकास प्रशासक' म्हणून पाहिले गेल्यामुळे नोकरशहाचे 'युक्ती व्यवहारवाद, गतिमानता, लवचीकता, कोणत्याही परिस्थितीमध्ये समायोजन क्षमता आणि प्रक्रिया आणि शिष्टाचारांविषयी अधिक विचार न करता जलद व तात्कालिक निर्णय घेण्याची इच्छाशक्ती, इत्यादी गुणांनी युक्त' अशी प्रतिमा रंगवली आहे (भट्ट १९७९: २८१).

संकल्पनात्मकदृष्ट्या, स्वतंत्र भारतातील लोकप्रशासन हे वेबरच्या सिद्धान्ताच्या प्रारूपावर आधारित आहे. प्रशासनामध्ये महत्त्वाची आहे ती नोकरशाही, जी साधनही आहे व संस्थाही आहे आणि तर्कसंगत पद्धतीने आपले वर्तन करते. सन १९५०च्या भारतीय राज्यघटनेवर संस्थेचा प्रभाव दिसून येतो, कारण कलम ३११ हे भारतीय सेवेमध्ये भरती झालेल्यांसाठी 'सुरक्षाकवच' प्रदान करते. संरचना आणि चेतना वेबरच्या प्रारूपाप्रमाणे असूनही १९४७च्या सत्तेच्या हस्तांतरानंतर जेव्हा तिचा हेतू हा आता वसाहतवादी हितसंबंधांनी प्रेरित राहिला नव्हता, तेव्हा निर्माण झालेल्या स्पष्ट कारणांमुळे भारतातील लोकप्रशासन हे नाट्यमयरित्या रूपांतरित झाले. 'राज्य निर्देशित विकास' प्रारूपामधून एक विकासशील राज्य निर्माण झाले. बदललेल्या सामाजिक-राजकीय वातावरणामध्ये बदलले साधन म्हणून लोकप्रशासनाने निदान स्वातंत्र्यानंतर लगेच भारताच्या नियतीवर आरूढ झालेल्यांचे आदर्शात्मक उद्दिष्टे पूर्ण करण्यात त्यांची भूमिका बजावलेली दिसून येते. हा बदल सुचवणारा गोष्टीचा एक भाग आहे, तर दुसरा भाग सातत्य दाखवून देतो कारण केंद्रीकृत अखिल भारतीय सेवेने भारतीय राज्याची एकात्म प्रवृत्ती कायम ठेवली आणि त्यामुळे जेव्हा राज्याच्या अस्तित्वालाच धोका होता तेव्हा तेथे कोणताही बदल करण्यात आला नाही. वास्तविक, जेव्हा ब्रिटिश संसद आणि राजपद या दोहोंची मान्यता असूनही ब्रिटिश नोकरशाही हा प्रांतिक स्वायत्ततेमधील अडथळा होता अशा वसाहतवादी इतिहासाचा नोकरशाही हा प्रबळ वारसा आहे. यामधून हेच सुचवले आहे की, लोकप्रशासन हे

भूतकाळामधील सातत्य आहे, तसेच भूतकाळाशी फारकतदेखील आहे. म्हणूनच बदलत्या सामाजिक, आर्थिक किंवा राजकीय परिस्थितींबाबत बदलण्याची क्षमता असताना लोकप्रशासनाला अचल किंवा स्थिर म्हणणे चुकीचे ठरेल. त्याऐवजी त्याच वैचारिक रूपरेषा आणि आर्थिक प्रकटीकरण याची पुनर्व्याख्या करताना सातत्याने पुनःपुन्हा त्याचा शोध घेतला जात आहे.

टिपा

१. हे प्रकरण म्हणजे चक्रवर्तींच्या (२००७) चौथ्या प्रकरणाचा विस्तार आहे. आमच्या शैक्षणिक प्रयासामध्ये आम्हाला पाठिंबा देण्याबद्दल मी ओरिएंट लॉन्गमन यांचा आभारी आहे.

२. पहा, चंदा (१९६७: १५-४२); मिश्रा (१९७७); (१९९६:१-३६); आणि पॉटर (१९९६).

३. या भागामधील चर्चा ही या पुस्तकांमधून घेतली आहे, अन्यथा तसे स्पष्ट केले आहे. तपशिलासाठी, पहा पिली (१९६५: ४७-११७); माहेश्वरी (२००३: १३-२८); माहेश्वरी (२०००); आणि भट्टाचार्य (२००७, प्रकरण २, पान १५-२६).

४. ब्रिटिश राजवटी दरम्यानच्या भारतातील सनदी सेवेच्या तपशीलवार माहितीसाठी, पहा मॅसन (१९९७).

५. अहवालामध्ये अधोरेखित केल्याप्रमाणे 'येथून पुढे कंपनीच्या सनदी सेवेमधील नियुक्ती ही मर्जीची बाब असणार नाही तर न्याय्यतेवर आधारित असणार आहे. ज्याला अशी नियुक्ती मिळेल ती केवळ त्याच्या स्वतःच्या क्षमता आणि मेहनत यामुळेच असेल'. मेकॉले समिती अहवाल (१८५४: १२५).

६. कोहन (१९९०: ५४५) मध्ये ट्रेव्हेल्यान (१९०७: ६७) ने उल्लेख केल्याप्रमाणे. ब्रिटिश प्रशासनामधील त्यांचा एकूण सहभाग लक्षात घेता हे साहजिकच आहे की, त्यांनी जे काही केले ते साम्राज्यवादाच्या हिताच्या दृष्टीनेच ते कार्यरत होते आणि त्या प्रक्रियेमध्ये त्यांचे वरिष्ठ स्थान सुरक्षित ठेवत होते किंवा वृद्धिंगत करत होते. तथापि, असाही एक विचारप्रवाह आहे जो 'भारतीय नागरी सेवा हे जेरेमी बेंथमच्या विचारांतील सामाईक हित (common good) साध्य करण्यासाठी कटिबद्ध असलेले परोपकारी (दयाळू) संरक्षकांचे प्रारूप (होते)' असल्याने, तो प्रशासनामध्ये कधीही साम्राज्यवादी हितसंबंध उरले नाहीत असे समर्थन करतो. अधिक तपशिलाकरता' पहा स्टोक्स (१९५९: १५९).

७. ब्रिटिश सनदी अधिकाऱ्यांचा स्वभाव स्पष्ट करताना बर्नार्ड एस. कोहन यांच्या प्रथम हेलेबरी स्कूल येथील भरतीनंतरचे प्रशिक्षण आणि नंतर ऑक्सब्रिज महाविद्यालयामधील प्रशिक्षण, ज्यामध्ये ब्रिटिश राजवटीदरम्यान भारतामध्ये झालेले सामाजिक संरचनात्मक बदल क्वचितच विचारात घेतले गेले, त्या प्रशिक्षणांमधून हा

युक्तिवाद विकसित करताना बर्नार्ड एस कोहन, *An Anthropologist among the Historians and other Essays, pp.* ५००–५३.

८. जॉर्जने मॅसन (१९९७: xv) मध्ये म्हटले आहे. डफरीन हा भारतीय सनदी सेवेच्या भूमिकेची प्रशंसा करण्यात कदाचित अधिक स्पष्ट होता. त्याच्या मते, 'जगामध्ये यासारखी दुसरी सेवाच नाही. जर भारतीय सनदी सेवा जशी आहे तशी नसती तर, देशाचे सरकार इतक्या सहजतेने कसे चालले असते?' आमच्याकडे २५ कोटी प्रजा आहे आणि संपूर्ण प्रशासन चालवण्यासाठी १,००० पेक्षा कमी ब्रिटिश नागरिक आहेत. (डफरीनने जगमोहनमध्ये उद्धृत केले आहे. *Riveting the steel frame of ICS हिंदुस्तान टाईम्स*, १ नोव्हेंबर १९९८).

९. ब्रिटिश राजवटी दरम्यान आणि त्यानंतरच्या भारतातील सनदी सेवेच्या वृत्तान्तासाठी पहा राव (१९६८, प्रकरण २३, पृष्ठ ७०८–२३).

१०. भारतीय सनदी सेवा सुरू ठेवण्याच्या निर्णयावर टीका करणाऱ्यांमध्ये एन. अनंतसायनम अय्यंगार हे आघाडीवर होते. दुसऱ्यांच्या हातांमध्ये खेळणं असणारे आणि केवळ त्यांना मिळणारा पैसा आणि वेतन याची चिंता करणाऱ्या व्यक्तींना हमी देण्यामागील तर्क समजून घेण्यात ते अयशस्वी ठरले'. अय्यंगार यांचे चर्चेमधील विधान पहा (१९९९: ४२).

११. वल्लभभाई पटेल यांचे घटना परिषदेतील भाषण पहा. *घटना परिषदेतील चर्चा* (१९४९: ४८–५२) घटना परिषदेतील त्यांच्या सहकाऱ्यांचे मन वळवण्यासाठी त्यांनी पुढील युक्तिवाद केला:

> जर या सेवेतील लोक त्यांच्या सेवांचे आणि अधिक गोष्टींचेही संपूर्ण मूल्य तुम्हाला देत आहेत, तर तुम्ही त्यांना दाद द्यायला शिका. भूतकाळ विसरा. आपण ब्रिटिशांविरुद्ध अनेक वर्षे लढलो. मी त्यांचा सर्वांत कडवट शत्रू होतो आणि ते मला तसे मानत होते... आपल्याला गांधीजींनी काय शिकवले? तुम्ही गांधीवादी विचारधारा आणि गांधीवादी तत्त्वज्ञान आणि प्रशासनाच्या गांधीवादी पद्धतीबद्दल तुम्ही बोलत आहात. फार छान, परंतु तुम्ही कैदेतून बाहेर येता आणि म्हणता, 'या माणसांनी आम्हाला कैदेत टाकले. आम्हाला बदला घेऊ द्या'. ती गांधीवादी पद्धत नाही. ती त्यापासून फार दूर जात आहे (*घटना परिषद चर्चा* १९४९: ५२).

१२. फार पूर्वी १९३४ मध्ये नेहरूंनी भारतीय सनदी सेवेविषयी म्हटले होते की, ती भारतीय नाही किंवा सनदी नाही किंवा सेवा नाही आणि म्हणूनच भारतीय प्रशासकीय सेवा आणि त्यासारख्या सेवा पूर्णपणे नष्ट व्हाव्यात (नेहरू १९४१: ४४५).

१३. जवाहरलाल नेहरूंचे घटना परिषदेमधील भाषण. पहा, *घटना परिषद चर्चा* (१९४७: ७९३–२३).

१४. कलम ३११ची तयारी आणि त्याच्या अंतिम मान्यतेदरम्यानच्या घटना परिषदेमधील तपशीलवार चर्चेसाठी पहा राव (१९६८: ७१३-२३).

१५. जवळजवळ दोनशे वर्षांपासून पोलादी चौकटीच्या अखंडतेबद्दल स्पष्ट करताना, फिलिप मॅसन म्हणतात. भारतातील प्रशासनः

> ...नंतरच्या आफ्रिकेतील भूप्रदेशासाठी भारतातील प्रशासन हे प्रचंड लाभकारक होते. त्यामुळेच विद्युत तारायंत्र आणि इंग्लंडचे निकटचे नियंत्रक यांच्याआधीच शासकीय रचना प्रस्थापित करणे शक्य झाले. अकबराच्या यंत्रणांचा उपयोग केला गेला आणि स्थानिक यंत्रणांमध्ये योग्य बदल केले गेले. कठोरपणे निवडलेला आणि जे प्रत्यक्षात करायचे आहे, ते करतच त्या सर्वांमध्ये प्रशिक्षित केलेला जिल्हाधिकाऱ्यांच्या दर्जाचा अधिकारी हे सर्व नियंत्रित करत असे. कारण ते संख्येने इतके कमी होते, की ते त्यांच्या हाताखालच्या अधिकाऱ्यांना त्यांचे स्वतःचे काम करू देत असत. वरिष्ठ अधिकाऱ्यांचा पाठिंबा त्यांना मिळेल हे त्याच्या व्यवसायाचे ठळक वैशिष्ट्य होते. त्यांनी स्वतःमध्ये आत्मविश्वास निर्माण केला होता आणि तसेच त्यांच्या आज्ञांचे पालन केले जाईल असा आत्मविश्वास त्यांनी मिळवला होता, ज्याचा अर्थ असा होता की, त्यांच्या आज्ञा पाळल्या जात होत्या. अतिशय कमी बळाचा वापर करून काही प्रशासकीय अधिकाऱ्यांनी अनेक जणांवर राज्य करू शकले. प्रत्येक गोष्ट भारतीयांकडून आणि असे भारतीय ज्यांना अधिकार सोपवलेले आहेत. त्यांच्यामार्फत केले गेले (मॅसन १९९७: ३४५-४६).

१६. स्वतः सनदी अधिकारी असणारे पी.सी. अलेक्झांडर असा युक्तिवाद करतात की, 'नवीन सनदी सेवा ही सर्व व्यावहारिक हेतूंसाठी जुन्या सेवेचाच विस्तार होता. फरक इतकाच होता की नवीन सनदी सेवाही आता एका संसदीय शासन व्यवस्थेमध्ये कार्यरत असणार होती, जिथे राजकीय कार्यकारी मंडळाची प्राथमिकता निःशंकपणे मान्य केली गेली होती,' पहा अलेक्झांडर (१९९८: ६२).

१७. पश्चिम बंगाल, उत्तर प्रदेश आणि कर्नाटकमधील पंचायती राज व्यवस्थेच्या चित्तवेधक परंतु काहीशा जुनाट वृत्तान्तासाठी पहा कोहली (१९८७) आणि दिल्लीच्या शहरी शासन व्यवस्थेसाठी पहा मेहरा (१९९१)

१८. माथूर यांच्या मते (१९९९: २२):

> विकेंद्रित संरचनांना राज्यघटनेचा भाग बनवणाऱ्या त्र्याहत्तराव्या आणि चौऱ्याहत्तराव्या घटना दुरुस्तीचे यश अजून लक्षात घ्यावयाचे आहे, कारण केवळ त्या १९९३मध्ये संमत करण्यात आल्या म्हणून नव्हे, तर राज्यांनी त्यांच्या स्वतःच्या कायद्याच्या माध्यमातून त्यांची अंमलबजावणी केल्याचे अत्यल्प पुरावे सापडतात.

१९. 'निर्संस्थीकरण' म्हणून ओळखल्या जाणाऱ्या प्रक्रियेमुळे नेहमीच एक धोरणशून्य शासन निर्माण होते. व्यक्ती आणि समूहांची विशिष्ट परिस्थिती लक्षात घेणाऱ्या पुरस्कार पद्धती आणि प्राधान्यता या साधनांच्या माध्यमातून असे शासन चालते, उपसहारातील आफ्रिकेमधील अगदी सर्वसामान्यपणे दिसते.

अशी शासन व्यवस्था ही 'खाजगी शासन व्यवस्थेकडे' कललेली दिसते. म्हणजेच शासकीय कार्यालये ही खासगी मालमत्ता समजली जाते आणि त्या अर्थाने धोरणांच्या विरुद्ध (उलटपक्षी) पुरस्कार पद्धती हे दूरदर्शी आणि तेही गुप्त पद्धतीने व्यवस्थापन करावे लागते. त्यांची जाहिरात करू शकत नाही किंवा सार्वजनिकरित्या चर्चा करता येत नाही (हेडन १९९७: २५२).

संदर्भ

Alexander, P.C. 1988. 'Civil Service: Continuity and Change', in Hiranmory Karlekar (ed.), *Independent India: The First Fifty Years*. New Delhi: Oxford University Press, p. 62.

Bhatt, Anil. 1979. 'Colonial Bureaucratic Culture and Development Administration: Portrait of an Old-fashioned Indian Bureaucrat', *Journal of Commonwealth and Comparative Politics*, 17 (3): 259.

Bhattacharya, Mohit. *Indian Administration*. Calcutta: World Press, Chapter 2, pp. 14–26.

Chakrabarty, Bidyut. 2007. *Reinventing Public Administration: The Indian Experience*. New Delhi: Orient Longman.

Chanda, Ashok. 1967. *Indian Administration*. London: Allen and Unwin.

Cohn, Bernard S. 1990. *An Anthropologist among the Historians and other Essays*. New Delhi: Oxford University Press.

Duffrin quoted in Jagmohan. 1998. 'Riveting the Steel Frame of the ICS', *Hindustan Times*, 1 November.

Hyden, Goran. 1997. 'Democratization and Administration', in Axel Hadenius (ed.), *Democracy's Victory and Crisis* (Nobel symposium no. 93). Cambridge: Cambridge University Press.

Kohli, Atul. 1987. *The State and Poverty in India: The Politics of Reform*. Cambridge: Cambridge University Press.

Kothari, Rajni. 1988. *State against Democracy: In Search of Human Governance*. New Delhi: Ajanta.

Maheshwari, S.R. 2000. *Public Administration in India*. New Delhi: Macmillan.

———. 2003. *Administration of India*. New Delhi: Macmillan, pp. 13–28.

Mason, Philip. 1997. *The Men Who Ruled India*. Calcutta: Rupa & Co., reprint.

Mathur, Kuldeep. 1999. 'Strengthening Bureaucracy: State and Development in India', *Indian Social Science Review*, 1 (1, January–June).

Mehra, Ajoy K. 1991. *The Politics of Urban Development: A Study of Old Delhi*. New Delhi: SAGE Publications.

Mishra, B.B. 1966. *Government and Bureaucracy in India, 1947–76*. New Delhi: Oxford University Press.

———. 1977. *The Bureaucracy in India*. New Delhi: Oxford University Press.

Nehru, Jawaharlal. 1941. *An Autobiography: With Musings in Recent Events in India*. London: John Land the Bodley Head, reprint.

Potter, David C. 1996. *India's Political Administrators, from ICS to IAS*. Oxford University Press, reprint.

Pylee, M.V. 1965. *Constitutional Government in India*, Part II. London: Asia Publishing House, pp. 47–117.

Rao, B. Shiva. 1968. *The Framing of India's Constitution (select documents)*, Vol. V. New Delhi: IIPA.

Stokes, Eric. 1959. *The English Utilitarians of India*. Oxford: Oxford University Press.

Sudarshan, R. 1999. 'Governance of Multicultural Polities: Limits of the Rule of Law', in Rajeev Bhargava (ed.), *Multiculturalism, Liberalism and Democracy*. New Delhi: Oxford University Press.

The Constituent Assembly Debates, Vol. X, 10 October 1949. Lok Sabha Secretariat, New Delhi, 1999 (third print).

The Constituent Assembly Debates, Vol. 1, 1947.

The Fulton Committee Report, Vol. 1. 1975. London: HMSO, p. 125.

The Macaulay Committee Report. 1854, in *The Fulton Committee Report*, Vol. 1 (London: HMSO, 1975).

Trevelyan, George. 1907. *The Competition Wallah* (2nd edition). London, quoted in Bernard S. Cohn. 1990. *An Anthropologist among the Historians and Other Essays*. New Delhi: Oxford University Press.

Vithal, B.P.R. 1997. 'Evolving Trends in the Bureaucracy', in Partha Chatterjee (ed.), *State and Politics in India*. New Delhi: Oxford University Press.

प्रकरण १०

भारतातील अर्थसंकल्प आणि वित्तीय प्रशासन

अध्ययनाची उद्दिष्टे

- अर्थसंकल्प ही संकल्पना समजावून घेणे
- अर्थसंकल्पाच्या विविध प्रकारांची ओळख करून घेणे
- भारतातील अर्थसंकल्प प्रक्रियेचे परीक्षण करणे
- भारतातील वित्तीय प्रशासनाचे मूल्यमापन करणे

जगभरातील इतर अनेक देशांप्रमाणे, भारतामध्ये अर्थसंकल्प आणि वित्त यांच्या संयुक्त व्यवस्थेला संक्षिप्तपणे आणि संकल्पनात्मक स्पष्टतेसाठी वित्तीय प्रशासन म्हणून संबोधले जाते. याउलट, दैनंदिन व्यवहारांमध्ये सर्वस्पर्शी वित्तव्यवस्थेचे असलेले मध्यवर्ती स्थान तसेच पिढ्यान्‌पिढ्या समाजातील संसाधनांच्या उत्पत्तीचे आणि वाटप व्यवस्थेचे माध्यम म्हणून अर्थसंकल्पाचे स्थान लक्षात घेता, सर्वच देशांमधील लोकप्रशासनामध्ये वित्तीय प्रशासनाचे महत्त्व अनन्यसाधारण आहे. उदाहरणार्थ, भारतामधील वित्तीय प्रशासनामध्ये देशाच्या शाश्वत वाढीला उत्तेजन देण्यासाठी मौद्रिक संसाधनांची निर्मिती, नियमन आणि वाटप यांसारख्या महत्त्वाच्या कार्यांचा समावेश होतो. भारतीय प्रशासन व्यवस्था असून प्रशासकीय व्यवस्था देशाच्या सामाजिक-आर्थिक आणि राजकीय व्यवस्थेचाही अविभाज्य घटक आहे आणि वित्तीय प्रशासन ही या प्रशासकीय व्यवस्थेची महत्त्वाची उपव्यवस्था आहे. भारतीय प्रशासकीय व्यवस्थेतील उच्चस्तरीय वित्तीय प्रशासनाचे महत्त्वाचे पैलू उलगडून दाखवणे हे या प्रकरणाचे उद्दिष्ट आहे. प्रकरणाच्या सुरुवातीलाच अर्थसंकल्प ही संकल्पना, अर्थसंकल्पाचे प्रकार आणि अर्थसंकल्पाचे महत्त्व स्पष्ट केले आहे. गेल्या काही वर्षांतील अर्थसंकल्पीय धोरणांचा दिशादर्शक आढावा या प्रकरणात घेतला आहे. त्याशिवाय, भारतातील अर्थसंकल्पीय प्रक्रियेची मूलभूत वैशिष्ट्ये आणि वित्तीय व्यवस्थापन व्यवस्था अधिक विस्ताराने मांडली आहे. सरतेशेवटी, अर्थसंकल्पीय आणि वित्तीय सुधारणांचे मूल्यमापन करून, भारतावरील त्यांच्या परिणामांच्या विश्लेषणाने या प्रकरणाची सांगता होते.

अर्थसंकल्प: संकल्पना

अर्थसंकल्प ही संकल्पना शासन आणि इतर सार्वजनिक संस्थांना भेडसावणाऱ्या मर्यादित संसाधनांच्या वाटपाशी निगडित आहे. शासनाच्या अंदाजित प्राप्ती आणि व्यय म्हणजेच अर्थसंकल्प होय. 'bougette' या फ्रेंच शब्दातून 'बजेट' या शब्दाची उत्पत्ती झाली आहे. 'bougette' म्हणजे चामड्याची पिशवी. आजच्या काळाच्या संदर्भात वापरला जाणारा बजेट हा शब्द सन १७३३ मध्ये ब्रिटनमध्ये सर्वप्रथम वापरला गेला. ब्रिटिश अर्थमंत्री सर रॉबर्ट वॉलपोल यांनी कनिष्ठ सभागृहामध्ये अर्थसंकल्पाचे प्रस्ताव बाहेर काढण्यासाठी जेव्हा चामड्याची पिशवी ती उघडली, तेव्हा काही सदस्यांनी 'बॅगॅट उघडली आहे' असे उद्‌गार काढले. तेव्हापासून बॅगॅट हा शब्द वित्तीय विवरणपत्रासाठी वापरण्यास सुरुवात झाली. आता मात्र 'बजेट' हा शब्द चामड्याच्या पिशवीसाठी न वापरता वित्तीय कागदपत्रांसाठीच वापरला जातो.

अर्थसंकल्प हा वित्तीय प्रशासनाचा गाभा असतो. 'अर्थसंकल्प म्हणजे निश्चित काळात अंदाजित प्राप्ती आणि खर्च यांचे विवरणपत्र होय' अशी व्याख्या लेरो बोलियो यांनी केली आहे. रेमो स्टॉर्म यांच्या मते, 'अर्थसंकल्प म्हणजे सार्वजनिक महसूल आणि व्यय यांना मान्यता देण्याची प्राथमिक योजना असणारा दस्तावेज होय. विलोबी यांच्या मतेः

> अर्थसंकल्प म्हणजे केवळ महसूल आणि व्यय यांचा अंदाज नव्हे. तो अहवाल, अंदाज आणि प्रस्ताव या स्वरूपात असतो अथवा असायला हवा. मुख्य कार्यकारी अधिकारी निधी उभारणाऱ्या आणि त्याला मान्यता देणाऱ्या अधिकाऱ्यापुढे आपला अहवाल सादर करतो. मुख्य कार्यकारी अधिकारी आणि त्याच्या अधीनस्थ अधिकाऱ्यांनी मागील आर्थिक वर्षात केलेल्या कामांचा हा अहवाल असतो. या अहवालाच्या आधारे मुख्य कार्यकारी अधिकारी आगामी वर्षातील नियोजित कामांचा आराखडा तयार करतो आणि या कामांना कशा प्रकारे आर्थिक पुरवठा व्हायला हवा याची योजना आखतो. (*एन्सायक्लोपेडिया ऑफ सोशिअल सायन्सेस, पृष्ठ ३१*)

अर्थसंकल्प हा अशा प्रकारे, मुख्य कार्यकारी अधिकाऱ्याने आगामी आर्थिक वर्षाकरता योजलेल्या कामांची आखणी असते आणि तो कार्यक्रम स्पष्टपणे मांडतो. विविध कार्यान्वयनांचे एकाच वेळी सहसंबंध जोडण्यासाठीची, त्यांच्यातील तुलना आणि मूल्यमापन करण्याची अर्थसंकल्प ही यंत्रणा आहे. शासनाच्या वित्तीय कामांचे सुनियोजित प्रशासन करण्याचे लक्षणीय कार्य अर्थसंकल्प करते (*एन्सायक्लोपेडिया ऑफ सोशिअल सायन्सेस, पृष्ठ. ३१*). अशा प्रकारे, अर्थसंकल्प हे केवळ शासनाचे महसूल आणि व्यय यांचे विवरणपत्र नसून, त्याचे स्वरूप त्याहीपेक्षा अधिक व्यापक असते.

अर्थसंकल्पाचे महत्त्व

शासनाच्या कार्यक्रम व्यष्टीकरणाचे अर्थसंकल्प हे महत्त्वाचे माध्यम आहे. कल्याणकारी राज्याच्या अर्थव्यवस्थेमध्ये अर्थसंकल्प महत्त्वाची भूमिका बजावतो. अर्थसंकल्पाद्वारे शासनाच्या विविध योजनांचा आणि कार्यक्रमांचा लाभ नागरिकांना घेता येतो. शासन कर धोरणाच्या माध्यमातून वर्गभेद आणि असमानता कमी करण्याचा प्रयत्न करते. दारिद्र्य, बेकारी आणि समाजातील सामाजिक-आर्थिक असमानता दूर करणे हे शासनाच्या अर्थसंकल्पीय धोरणाचे उद्दिष्ट असते. शासनाने उपभोग्य वस्तूंवर जादा कर आकारल्याने गुंतवणुकीला प्रोत्साहन मिळते आणि त्यातून देशाच्या आर्थिक वाढीला चालना मिळते. श्रीमंत वर्गावर कर लादून शासन आर्थिक असमानता कमी करू शकते. सामाजिक आणि तत्सम सेवांवर अधिकाधिक खर्च करण्यावर भर देण्याचा कल्याणकारी राज्याचा प्राधान्यक्रम अर्थसंकल्पामध्ये प्रतिबिंबित होतो. यावरून अर्थसंकल्प हा सामाजिक-आर्थिक परिवर्तनाची यंत्रणा आहे हे स्पष्ट होते.

अर्थसंकल्प हा सामाजिक संसाधनांची वर्गवारी करण्याचे काम करतो. लोक त्यांच्या गरजेच्या वस्तू आणि सेवा नेहमीच स्वबळावर मिळवू शकत नसल्याने त्यांना इतरांच्या मदतीवर अवलंबून राहावे लागते. शासन हे कर जमा करण्याची सक्ती करून समाजाच्या संसाधनांची वर्गवारी करते आणि त्यानंतर त्या कररकमेचा विनियोग कसा करायचा याचा निर्णय घेते. बाजारयंत्रणा समाजाच्या सर्व गरजा भागविण्यासाठी पुरेशी नसते, त्यामुळे शासनाकडून होणारी वर्गवारी ही आवश्यक बाब आहे. ज्या वस्तू आणि सेवांचे सुस्पष्ट विभाजन करता येत नाही अथवा त्यांचे मूल्य एकाच व्यक्तीवर लादता येत नाही, त्यांना सामूहिक मालमत्ता म्हणतात. साहजिकच, नफाप्रेरित बाजारयंत्रणा सामूहिक मालमत्तेचा पुरवठा करणार नाही. ज्या वेळी पुरवल्या जाणाऱ्या सेवांची निर्धारित केलेली किंमत त्यांचे योग्य मूल्य निर्देशित करत नाही, तेव्हा खाजगी क्षेत्र अशा सेवा पुरवणार नाही. मानसिक अपंगत्व असणाऱ्या व्यक्तींचे शिक्षणासाठीचे उपक्रम राबवणे हे याचे नेमके उदाहरण आहे. याच धर्तीवर, जेव्हा वस्तू आणि सेवा पुरवण्यामध्ये असामान्य जोखमी असतात, तेव्हा मुक्त उपक्रम सार्वजनिक क्षेत्राच्या भागीदारीशिवाय यात सहभागी होत नाहीत (कॉक्स III, बक आणि मॉर्गन: १९९४: ४५). अशा प्रकारच्या सर्व प्रसंगांत, या सेवा पुरवण्यासाठी आवश्यक असणारी संसाधने उपलब्ध करून देण्यासाठी शासनाने सत्तेचा वापर करणे अपेक्षित असते. याच कारणास्तव अर्थसंकल्प हा सामाजिक संसाधनांची वर्गवारी करतो असे म्हणणे रास्त ठरते.

अर्थसंकल्प हा प्रशासकीय व्यवस्थापनाचा गाभा आहे. ते समन्वय साधण्याचे सक्षम साधन आहे, प्रतिआवृत्ती आणि अपव्यय टाळणारी एक परिणामकारक यंत्रणा आहे. अंदाजित जमा-खर्चाचे योग्य औचित्य, विनियोजित निधीची देखरेख, खर्चाची सुयोग्य वेळ आणि अशा प्रकारच्या इतर बाबी यांद्वारे साध्य केल्या जातात. याद्वारे अर्थसंकल्प हा या संपूर्ण प्रक्रियेमध्ये कालबाह्य अथवा अनावश्यक कृती कोणत्या आहेत, हे लक्षात घेऊन वेळ पडल्यास त्या खंडित करून अर्थसंकल्पामध्ये समावेश असणाऱ्या कार्यक्रम आणि धोरणांचे मूल्यमापन करण्याची संधी उपलब्ध करून देतो. अशा प्रकारे, प्रकल्प नियोजनामधील सूत्राचे पालन करून अर्थसंकल्प प्रशासनामध्ये एक शिस्त आणतो आणि ते अधिक कार्यक्षम करतो. वरील सर्व पैलूंची गोळाबेरीज करून सांगायचे तर, अर्थतज्ज्ञांच्या दृष्टिकोनातून अर्थसंकल्प हा देशाची अर्थव्यवस्था सुधारण्याचे साधन आहे, राज्यकर्ते शासनाचे समर्थन करण्यासाठी अथवा त्यावर टीका करण्यासाठी त्याचा आधार घेतात; तर प्रशासकीय संरचनेमध्ये संपर्क आणि समन्वय घडवून आणण्याबरोबरच प्रशासकीय कामात शिस्त आणण्यासाठीची एक चौकट म्हणून प्रशासक अर्थसंकल्पाकडे पाहतो (माहेश्वरी २०१०: ५३०-३३).

अर्थसंकल्पाचे प्रकार

शासनाचे अनावश्यक खर्च आणि अपव्ययाचे नियमन करणे हे सर्व प्रकारच्या अर्थसंकल्पांचे समान उद्दिष्ट असते. तरीदेखील, अर्थसंकल्पाच्या विविध प्रकारांनुसार खर्चाच्या तरतुदी विभिन्न असतात.

रेषीय-शीर्ष अर्थसंकल्प

अगदी सुरुवातीच्या काळापासून वापरला जात असणारा अर्थसंकल्पाचा हा प्रकार शासनाचे खर्च आणि व्यवहार यांवर नियंत्रण ठेवण्यासाठी आवश्यक असतो. या प्रकारामध्ये टाचण्यांपासून ते कर्मचारीवर्गापर्यंत प्रत्येक बाबीच्या किमतीनुसार संसाधानांची वर्गवारी केली जाते. वस्तू विकत घ्या आणि पैसे द्या या तत्त्वावर हा अर्थसंकल्प आधारित असून, त्यामुळे कोणत्या बाबींवर किती खर्च झाला याचा तपशील उपलब्ध असतो. साधारणपणे, प्रत्येक बाबीवर मंजूर केलेलीच रक्कम खर्च करता येते. जोपर्यंत खर्चाला मंजुरी मिळत नाही, तोपर्यंत खर्च मंजूर करता येत नाहीत. याशिवाय, संस्थेअंतर्गत देखील निधी वर्ग करता येत नाही. या प्रकारचा अर्थसंकल्प हा जमाखर्चाचे उत्तरदायित्व घेण्याच्या परिप्रेक्ष्यातून फायदेशीर आहे. कारण क्ष, य, ज्ञ या बाबींसाठी खर्चाची नियोजित रक्कम सुस्पष्टपणे मांडलेली असल्यामुळे त्यांवरील खर्चदेखील नियंत्रित ठेवता येतो. पैसे कोणत्या कारणांसाठी

खर्च होतात हे शोधण्यासाठी, शिवाय निधी योग्य पद्धतीने वापरला जावा, यासाठी हे अत्यंत सुलभ साधन आहे. हा अर्थसंकल्प कामगिरीशी बांधील नाही, हा रेषीय-शीर्ष अर्थसंकल्पाचा मोठा तोटा आहे. परिणामी, रेषीय-शीर्ष अर्थसंकल्पातील ताठरपणामुळे कार्यक्रम अर्थसंकल्प हा नवीन प्रकार उदयास आला.

अर्थसंकल्प

कार्यक्रम अर्थसंकल्प संस्थेची सुरू असलेली कामे, पूर्ण झालेली कामे याविषयीचे तपशीलवार विवरण करतो. याशिवाय धोरणकर्त्यांना कामाचा बोजा आणि होणाऱ्या कामांवरील खर्च मोजण्यासाठीची आधारसामग्री उपलब्ध करून देणे आणि नागरिकांना त्यांनी खर्च केलेल्या पैशांचा योग्य मोबदला मिळतो की नाही, हे सांगणे ही या अर्थसंकल्पाची उद्दिष्टे आहेत. एखाद्या क्ष विभागावर तुम्ही किती खर्च करता यावर त्या विभागाची कामगिरी अवलंबून असते. या अर्थसंकल्पामध्ये कामगिरीचे स्तर निश्चित करून त्यांची पूर्तता कशाप्रकारे होते याची माहिती संकलित केली जाते. उत्पादन आणि निष्पत्ती हे कामगिरीचे सर्वसाधारण निकष आहेत. उत्पादनाचे निर्देशक हे उत्पादित एकक अथवा त्या त्या विभागाने, अभिकर्त्याने किंवा एखाद्या कार्यक्रमांतर्गत पुरवल्या जाणाऱ्या सेवांच्या दर्जाविषयी अहवाल देतात. या अहवालावरून शासकीय संस्था तिची निर्धारित ध्येये आणि उद्दिष्टे कशा प्रकारे साध्य करत आहेत हे स्पष्ट होते. शासनाकडून पुरवल्या जाणाऱ्या सेवांचा दर्जा आणि प्रभाव तपासण्याच्या हेतूने या निर्देशकांची आखणी केलेली असते. कार्यक्रम अर्थसंकल्पाचे मध्यवर्ती मुद्दे पुढीलप्रमाणेः

- पूर्ण झालेल्या कामांचा तपशील उपलब्ध होतो;
- कामांचा दर्जा अथवा त्याचे परिणाम मोजता येतात;
- वरील दोन्ही बाबींवरून आगामी काळात विभागाला किती रक्कम मंजूर होईल हे ठरते (होल्जर आणि श्वेस्तर २०११ः ३००).

निर्धारित उद्दिष्टांपेक्षा अधिक कार्यक्षमतेने काम करणाऱ्या विभागांना अधिक रक्कम मिळेल, तर ती उद्दिष्टे पूर्ण करण्यास सक्षम न ठरणाऱ्या विभागांना साहजिकच कमी रक्कम मिळेल. टीकाकारांच्या मते, कार्यक्षमतेचे मोजमाप हा अर्थसंकल्पाचा आधार मानणे उचित नाही. कारण आधीच डबघाईला आलेल्या विभागाकडून पैसे काढून घेण्यामुळे अधिक विपरीत परिणाम होऊ शकतो. कार्यक्षमतेचे मोजमाप करणे हेच मुळात अडचणीचे आहे, कारण कार्यक्षमतेचे निर्देशक आखणे हे व्यक्तिनिष्ठ आहे, असा काही लोक युक्तिवाद करू शकतात. याशिवाय, आकडेवारी संकलित करणे हे वेळखाऊ आणि महाग ठरते.

नियोजन, प्रणाली आणि अर्थसंकल्प पद्धती

नियोजन, प्रणाली आणि अर्थसंकल्प पद्धती (पीपीबीएस) ही अर्थसंकल्प तयार करण्याच्या प्रक्रियेतील अवैज्ञानिक आणि आणि विस्कळीत नियोजनावरील प्रतिक्रिया म्हणून पुढे आली. नियोजन, प्रणाली आणि अर्थसंकल्प पद्धती ही धोरणाची विविध कार्याक्रमांत विभागणी करून त्यांच्या फायदा तोट्याची संख्यात्मक मोजणी करून मूल्यमापन करते. परिव्यय–लाभ विश्लेषण हा कार्यक्रम अर्थसंकल्पाचा आधारभूत घटक आहे. तो एखादया प्रकल्पातून संबंधित अभिकरण अथवा विभागाला होणाऱ्या फायद्याच्या तुलनेत त्या प्रकल्पाच्या परिव्ययाचे मोजमाप करतो. तो फायदा बचत केलेल्या अथवा कमावलेल्या पैशांच्या अथवा सामग्रीच्या स्वरूपात असते. जे कार्यक्रम सर्वांत कमी किमतीला इच्छित उद्दिष्टे साध्य करतील त्यांची निवड नियोजन, प्रणाली आणि अर्थसंकल्प पद्धती करते. अर्थसंकल्प बांधणीतील तर्कसंगत दृष्टिकोनांपैकी नियोजन, प्रणाली आणि अर्थसंकल्प पद्धती हा एक दृष्टिकोन आहे. या संकल्पनेमध्ये लवचीकता आहे, कारण खर्चाचे कोणतेही संयोजन करण्याची मुभा मिळाल्याने कार्यक्रमाची उद्दिष्टे गाठणे तर शक्य होतेच, परंतु त्याचबरोबर त्यात गुंतवलेल्या किमतीतून महत्तम लाभ मिळवता येतो. धोरणकर्त्यांना एखाद्या उपक्रमाच्या संभाव्य यश अथवा अपयशाचे मूल्यांकन करण्यासाठी हा दृष्टिकोन साहाय्य करतो.

शून्याधारित अर्थसंकल्प

पारंपरिक पद्धतीनुसार, शासनाने मंजूर केलेल्या योजना कार्यान्वयन मूल्यमापनाच्या कोणत्याही टप्प्यावर असल्या तरी, वाढीव तत्त्वावर त्यांच्या निधीमध्ये वाढ करण्यात येते. परिणामी, योजनांसाठीच्या निधींमध्ये अनिर्बंध वाढ होऊन ती दरवर्षी गणिती पद्धतीने वाढत जाते आणि एका टप्प्यावर परिणामक्षम अभिकरणाची वित्तीय जबाबदारी ही अशक्य नसली तरी दुरापास्त बाब ठरते. विविध अभिकरणांसाठी केलेल्या संसाधनांच्या वर्गवारीच्या आधारे, त्यांच्याद्वारे राबवण्यात येणाऱ्या कार्यक्रमांचे पुनर्मूल्यमापन करून त्यांची आवश्यकता वेळोवेळी तपासली जाते. अभिकरण या कार्यक्रमांच्या अंमलबजावणीसाठी जबाबदार असल्याने एखादा कार्यक्रम पुढे चालू ठेवण्याविषयी अथवा खंडित करण्याविषयीचे स्पष्टीकरण त्यांच्या अर्थसंकल्पामध्ये सादर करावे लागते. यातूनच सामाजिक–आर्थिक जीवनाच्या वास्तवाला धरून नसणाऱ्या अथवा अनावश्यक अशा निधी योजनांना धोक्याचे संकेत या वाटप संस्था देतात. शून्याधारित अर्थसंकल्प अशा योजनांचे योग्य मूल्यमापन करण्यासाठी त्यांच्यावरील खर्च शून्यापर्यंत आणायचा अथवा कमी ठेवण्याचा प्रयत्न करतो (सिंह २००२: २००–०१). वेगळ्या शब्दांत सांगायचे तर, तात्पुरत्या गृहीत धरलेल्या शून्याच्या आधारे अभिकरण सर्व स्तरातील तिच्या कामगिरीचे मूल्यमापन करते.

शून्याधारित अर्थसंकल्पानुसार विभागप्रमुखांना प्राधान्यक्रम ठरवता येतो आणि अर्थसंकल्प तयार करताना कुठे कपात करणे शक्य आहे आणि निधी वाढवणे आवश्यक आहे याबद्दलचा निर्णय अर्थसंकल्प तयार करणाऱ्यांना घेता येतो. विभागाच्या विविध कार्यक्रमांची अंमलबजावणी कशा पद्धतीने करायची याविषयीची जाण असणाऱ्या विभागप्रमुखांना हे प्राधान्यक्रम ठरवू देण्यात तथ्य असते. शून्याधारित अर्थसंकल्प श्रमजीवी आहे, हा त्याचा तोटा आहे. निर्णयसंच सिद्ध करणे आणि त्याची प्रतवारी करणे हे डोईजड ठरू शकते. तसेच निर्णयसंचांच्या प्रतवारी करण्याच्या पद्धतीमध्ये व्यक्तिनिष्ठता येण्याची दाट शक्यता असते (होल्झर आणि श्वेस्टर २०११: ३०१-०३).

लिंगभावात्मक अर्थसंकल्प

लिंगभावात्मक अर्थसंकल्प ही अशी एक प्रक्रिया आहे, ज्यामध्ये अर्थसंकल्पाच्या विविध टप्प्यांवर लिंगभावात्मक परिप्रेक्ष्याचा, म्हणजेच नियोजन, धोरण आखणी, लक्ष्य गटांच्या गरजांचे मूल्यांकन करणे, संसाधानांचे विभाजन करणे, अंमलबजावणी करणे, प्रभावाचे मूल्यांकन करणे आणि संसाधनांचे पुनर्निर्धारण करणे यांचा अंतर्भाव होतो. या उद्देशासाठी वेगळा अर्थसंकल्प तयार करत नाही. लिंगभावात्मक अर्थसंकल्पाचा मुख्य उद्देश हा लिंगभाव-प्रतिसादक्षम अर्थसंकल्प तयार करणे हा असतो. लिंगभावात्मक अर्थसंकल्प तयार करणे म्हणजे एकप्रकारे शासनाच्या अर्थसंकल्पाचे विच्छेदन करणे होय. याद्वारे लिंगभावविषयक आश्वासनांचे अर्थसंकल्पीय आश्वासनांमध्ये रूपांतरण करून त्याचे लिंगभेदात्मक प्रभाव समजून घेता येतात. अशा प्रकारे, लिंगभावात्मक अर्थसंकल्प म्हणजे:

- लिंगभावात्मक अर्थसंकल्प हा शासनाच्या अर्थसंकल्पाकडे लिंगभावात्मक दृष्टिकोनातून सर्व क्षेत्रातील स्त्रियांच्या गरजांची पूर्तता कशा प्रकारे करायची याची पडताळणी करतो,
- स्वतंत्र अर्थसंकल्पाची निर्मिती करण्याचा प्रयत्न करण्यापेक्षा स्त्रियांच्या विशिष्ट गरजा भागवण्यासाठी आवश्यक असणारी सकारात्मक कृती पुरवण्याचा उद्देश असतो, तसेच शासकीय महसूल आणि स्त्रियांवरील खर्च यांचा प्रभाव याचा आढावा घेतो (भारत सरकार २००८: १०३-०६).

लिंगभावामक अर्थसंकल्प स्त्रियांचा दर्जा उंचावण्याची आवश्यक असणारी उद्दिष्टे साध्य करण्याकरता आवश्यक असणारी प्रशासकीय प्रक्रिया आणि कृती अधिक सक्षम करण्यासाठी प्रयत्नशील असतो. तो केवळ स्त्रियांसाठी गरजेच्या असणाऱ्या संसाधनांच्या वर्गवारीवर भर देत नाही, तर त्याहीपुढे जाऊन नेमून

दिलेल्या संसाधनांचा वापर, प्रभाव विश्लेषण, सार्वजनिक खर्चाच्या लाभग्राही प्रभावक्षेत्राचे विश्लेषण आणि लिंगभावात्मक परिप्रेक्ष्यातून तयार केलेले धोरण या मुद्द्यांवर देखील भर देतो. रुढार्थाने लिंगभावात्मक अर्थसंकल्प याचा अर्थ लेखांकन अभ्यास असा घेतला जातो. विकासाचे नियोजन, प्रक्रिया आणि अंमलबजावणीच्या सर्व टप्प्यांवर आणि पातळ्यांवर लिंगभावात्मक परिप्रेक्ष आणि संवेदनशीलता यांचा अंतर्भाव हा अर्थसंकल्प करतो. लिंगभावात्मक अर्थसंकल्पामुळे विकासाच्या प्रक्रियेमध्ये लिंगभावात्मक परिप्रेक्ष मुख्य प्रवाहात येण्यास आणि स्त्रियांच्या गरजा अधिक चांगल्या पद्धतीने पूर्ण करता येतील (गोएल २०१०: २४७).

विकासाचे लाभ पुरुषांइतकेच स्त्रियांना देखील प्राप्त होण्याकरता, लिंगभावात्मक अर्थसंकल्प हा लिंगभाव मुख्य प्रवाहात आणण्यासाठीचे प्रभावी साधन आहे. यातून संधीमधील नाही, तर निष्पत्तीमधील समत्व प्रस्थापित व्हावे हे उद्दिष्ट असते. महिला आणि बालविकास मंत्रालय ही लिंगभावात्मक अर्थसंकल्पासाठीचे प्रमुख अभिकरण असून, अभिशासनाच्या विविध पातळ्यांवर आणि क्षेत्रांमध्ये लिंगभावात्मक अर्थसंकल्पाचा प्रसार करण्यासाठी महत्त्वाची पावले उचलली आहेत. अर्थमंत्रालयाने २००४ साली सर्व मंत्रालये आणि विभागांमध्ये लिंगभाव अर्थसंकल्प कक्ष स्थापन करून या प्रक्रियेला उत्तेजना दिली. अद्यापपावेतो, भारत सरकारच्या पन्नास-साठ मंत्रालयांनी आणि विभागांनी लिंगभाव कक्ष स्थापन केले आहेत.

लिंगभावात्मक अर्थसंकल्पाशिवाय *हरित अर्थसंकल्प* ही अर्थसंकल्पविषयक आणखी एक नावीन्यपूर्ण संकल्पना आहे. विकासाच्या प्रक्रियेमध्ये पर्यावरण रक्षणावर या अर्थसंकल्पामध्ये अधिक भर दिला जातो. हा एक स्वतंत्र अर्थसंकल्प नसून यामध्ये अर्थसंकल्पीय वर्गवारीतील पर्यावरणीय घटकांवर विशेष भर दिला जातो. पर्यावरणीय विचारामुळे सर्व विकास प्रकल्पांना 'पर्यावरणीय प्रभाव मूल्यांकना'तून पार होणे अनिवार्य आहे. या प्रक्रियेद्वारे प्रकल्पाच्या अंमलबजावणीपूर्वीच तिचे मूल्यमापन करता येते. अशा प्रकारे, अर्थसंकल्पातील अशा नावीन्यपूर्ण पद्धतींद्वारे अनेक सामाजिक, आर्थिक आणि पर्यावरणीय आव्हाने पेलणे शक्य होते.

भारतातील अर्थसंकल्पीय धोरणाचा उगम

भारतातील वर्तमान अर्थसंकल्पीय व्यवस्थेची सुरुवात १८४३ साली, म्हणजेच वासाहातिक काळात, शासनाची वित्तीय कार्ये पार पाडण्यासाठी वित्त विभाग स्थापन करण्यातून झाली. सर्वप्रथम, सन १८६०मध्ये अर्थसंकल्प सादर केला गेला. त्यातूनच पुढे महसूल आणि खर्चाचे वार्षिक अंदाज मांडण्याची तसेच विधिमंडळातील विचारविनिमय आणि त्यानंतर मंजुरी देण्याची व्यवस्था अस्तित्वात आली. आधुनिक भारतातील अर्थसंकल्पीय व्यवस्थेमध्ये केलेले काही छोटेमोठे बदल आणि घातलेली

भर वगळता, वासाहतिक काळात या व्यवस्थेचे स्वरूप ढोबळमानाने एकसारखेच राहिले. तरीदेखील, भारताच्या अर्थसंकल्पीय व्यवस्थेमध्ये दोन कमजोर वैशिष्ट्ये होती. त्यामधील एक म्हणजे, अर्थसंकल्पावरील लोकनियंत्रणाचा अभाव आणि दुसरा म्हणजे अर्थसंकल्पातील वर्गवारीमध्ये सामाजिक-आर्थिक विकासासाठीच्या दृष्टिकोनाची उणीव. त्यामुळेच स्वातंत्र्यप्राप्तीनंतर वासाहतिक अर्थसंकल्प व्यवस्था विसर्जित करण्यात आली आणि राज्यघटनेमधील तरतुदींनुसार त्याच्या जागी प्रतिसादात्मक आणि विकासाभिमुख अर्थसंकल्पीय व्यवस्था निर्माण केली गेली.

जवाहरलाल नेहरू यांच्या कारकिर्दीच्या सुरुवातीच्या काळात अर्थसंकल्पाच्या धोरणाचे स्वरूप हे अनुच्छेद ११२मध्ये नमूद केलेल्या तरतुदींप्रमाणे भारतीय राज्यघटनेच्या तात्त्विक चौकटीवर आधारित होते. नेहरूंच्या काळात अर्थसंकल्पीय धोरण तयार करताना वासाहतिक रेषीय-घटक अर्थसंकल्पीय व्यवस्थेशी नाळ पूर्णपणे तुटू न देता, त्यामध्ये नियोजनासारख्या भारतीय अर्थव्यवस्थेतील महत्त्वाच्या घटकाचा समावेश केल्याने ते धोरण अधिक संपन्न झाले. काही काळाने, नियोजित घटकांसाठीची वर्गवारी केलेला योजनेतर निधी हा शासनाच्या आर्थिक व्यवस्थेतील विनानियोजित घटकांपेक्षा अधिक होता. परिणामी, अर्थसंकल्प हा धोरणाचा दस्तावेज होण्याऐवजी करआकारणीचे साधन झाले. याहीपुढे जाऊन अर्थसंकल्पातील अंदाजित खर्चाच्या बाजूचा जबाबदारी आणि निष्कर्षाभिमुखता याच्याशी मेळ न घालता तिला अधिक महत्त्व मिळाले. परिणामी, नेहरूंच्या काळात अर्थसंकल्पीय धोरण हे देशाच्या सामाजिक-आर्थिक विकास घडवून आणण्याबरोबरच शासनाच्या अवाढव्य खर्चांमध्ये कार्यक्षमता, मितव्ययी आणि परिणामकारकता आणण्यासाठीचे साधन म्हणून देखील प्रभावी ठरले नाही.

इंदिरा गांधींच्या काळात अर्थसंकल्पाच्या तत्कालीन व्यवस्थेत ओघाने आलेल्या त्रुटी दूर करण्यासाठी देशाच्या अर्थसंकल्पीय व्यवस्थेमध्ये अनेक ठळक धोरणात्मक उपाययोजना करण्यात आल्या. कार्यक्रम अर्थसंकल्पाच्या वरचढ तांत्रिक मूल्यामुळे, अंदाज समिती आणि प्रशासन सुधार आयोग यांच्यासह अनेक संस्थांनी या अर्थसंकल्पाची मागणी केली. प्रशासकीय कार्यक्षमता वाढवण्यासाठी लेखापद्धतीमध्ये गांभीर्याने सुधारणा करणे ही कार्यक्रम अर्थसंकल्प सुरू करण्यासाठीची पूर्वअट होती. यासाठी १९७६ साली शासनाने वासाहतिक काळापासून चालत आलेली पद्धत रद्द करून, लेखा आणि लेखापरीक्षा विभक्त करण्याचे महत्त्वाचे पाऊल उचलले. पाठोपाठ १९७७-७८ साली शासनाने मध्यवर्ती शासनाच्या विकासाशी संबधित निवडक विभागांमध्ये कार्यक्रम अर्थसंकल्पाची सुरुवात केली. याहीपुढे जाऊन, अर्थसंकल्पीय प्रक्रियेतील केवळ नियोजनाचे वर्चस्व वाढण्यापेक्षा, अर्थसंकल्पाशी

नियोजनाची जोडणी शासनाने नियोजन, प्रयोजना आणि अर्थसंकल्प पद्धती स्वीकारली.

भारतात १९९०च्या सुरुवातीच्या काळात आर्थिक उदारीकरणाच्या प्रक्रियेचा उदय झाल्यानंतर अर्थसंकल्पामागच्या धोरणात्मक भूमिकेमध्ये सूक्ष्म बदल करण्यात आले. तीन मार्गांनी हे बदल राबवण्यात आले. यातील पहिला म्हणजे, नियोजन हा संपूर्ण अर्थसंकल्पीय प्रक्रियेचा अविभाज्य घटक असूनदेखील, त्याचे अर्थसंकल्पाचा केंद्रबिंदू ठरवण्यातील स्थान पूर्वीप्रमाणे निर्णायक राहिले नाही. शासनाच्या सामाजिक-आर्थिक विकासासंबंधीच्या योजनांच्या व्यापक प्रतलाचे निर्देशक म्हणून केवळ मार्गदर्शन करणारे साधन असा तिचा पुनर्शोध घेण्यात आला. दुसरा म्हणजे, शासनाच्या वित्तीय कामकाजामधील कार्यक्षमता वाढवण्यासाठी आणि खर्चात बचत करण्यासाठी शासनाने अर्थसंकल्पीय प्रक्रियांमध्ये व्यवस्थापनातील अनेक नावीन्यपूर्ण पद्धती आणि सुधारणांचा सहज स्वीकार केला. उदाहरण द्यायचे तर, शासनाच्या विभागांमध्ये खर्च कपातीसाठी वापरण्यात येणारे शून्याधारित अर्थसंकल्प हे तंत्र अमेरिकेतील खाजगी क्षेत्राकडून स्वीकारले आहे. अर्थसंकल्पाचा पाया लोकानुनयी आणि नोकरशाही स्वरूपाचा असताना, अर्थसंकल्पीय तंत्रांद्वारे काही अंशी वित्तीय शिस्त आणण्यासाठी काही सूक्ष्म बदल करण्यात आले. यातून शासकीय संस्थांच्या अनुत्पादक भ्रष्ट व्यवहारांना लगाम बसेल आणि यातून वाचवता आलेली रक्कमेची नव्याने आखलेल्या सामाजिक क्षेत्रातील विकासकामांसाठी पुनर्गुंतवणूक करता येईल.

अगदी स्पष्ट शब्दांत सांगायचे झाल्यास, भारतातील अर्थसंकल्पीय धोरणांचे मार्गक्रमण हे प्रशासकीय औचित्य आणि वैचारिक सिद्धान्तांच्या पडावाखाली झाले आहे, हे तर स्पष्ट आहे. अर्थसंकल्पाचे साधनीभूत मूल्य लक्षात घेतले तर, वर्षानुवर्षे सरकारांनी अर्थसंकल्पीय सूत्रीकरणाचा उपयोग धोरणात्मक दस्तऐवज म्हणून करण्याऐवजी विशिष्ट कार्यक्रम आणि प्रकल्पांसाठी आवश्यक रक्कम प्राप्त करण्यासाठी केला. यामागचे प्राथमिक कारण म्हणजे, देशाच्या सामाजिक-आर्थिक विकासासंबधित शासकीय धोरणांच्या दृष्टिकोनांमध्ये नियोजन हा सर्वांत प्रभावी निर्णायक घटक होता. असे असले तरीदेखील, आर्थिक दूरदृष्टी आणि वित्तीय शिस्त बाणण्याच्या त्या त्या काळातील शासनांच्या इच्छाशक्तीमुळे अर्थसंकल्पीय आणि लेखाप्रक्रियांमध्ये त्यांनी अनेक सूक्ष्म सुधारणा घडवून आणल्या. परिणामी, शासनाच्या धोरणनिर्मितीमध्ये नकळतपणे अर्थसंकल्पाला महत्त्व प्राप्त झाले. यामागचे प्रमुख कारण म्हणजे बाजारपेठीय शक्तींच्या मुक्त-खेळीमुळे नियोजनाची सर्वव्यापी भूमिका आक्रसत गेली. सांप्रत, अर्थसंकल्पाला देशाच्या सामाजिक-आर्थिक विकासासंदर्भातील जाहीर धोरणांचे प्रमुख साधन म्हणून पुनर्मान्यता मिळाली.

भारतीय अर्थसंकल्प प्रक्रियेतील प्रमुख अभिकर्ते

भारतातील अर्थसंकल्प प्रक्रिया ही काहीशी क्लिष्ट स्वरूपाची असून तिच्या विविध टप्प्यांवर अनेक कर्ते आणि अभिकरण यांचा समावेश असतो. भारतीय राज्यव्यवस्थेचे लोकशाही स्वरूप लक्षात घेता, अर्थसंकल्पाची अवजड प्रक्रिया आणि त्यात अनेकविध अभिकरणांचा समावेश असणे ही स्वाभाविक बाब आहे. कारण अभिकरण अर्थसंकल्पीय व्यवस्थेच्या यशस्वी आणि प्रतिसादात्मक कार्यवाहीसाठी महत्त्वाची भूमिका बजावत असतात. इतर लोकशाही व्यवस्थांप्रमाणे, पैशाची मागणी करण्याबरोबरच त्या पैशांच्या खर्चाविषयीच्या जबाबदारीची व्यवस्था हे या व्यवस्थेचे तितकेच अतुलनीय वैशिष्ट्य आहे. भारतामध्ये संसदीय लोकशाहीचा स्वीकार केल्यामुळे, विधिमंडळ आणि कार्यकारी मंडळ यांच्यातील सहकार्याच्या संबंधांमुळे त्यांच्यात मूलभूत वित्तीय कामांची वाटणी होते. याशिवाय, लेखापरीक्षणाची स्वायत्त संस्था या इतर संस्थांच्या बरोबरीने देशाच्या एकूण वित्तीय प्रशासनाच्या कार्यवाहीसाठी तार्किक आदानाचा पुरवठा करतात. यापाठोपाठ भारतीय अर्थसंकल्पीय प्रक्रियेतील प्रमुख कर्ता आणि अभिकरण यांविषयीचे संक्षिप्त स्पष्टीकरण येते.

भारतीय संसद ही देशाच्या अर्थसंकल्पीय प्रक्रियेतील अग्रणी कर्ता म्हणून गणली जाऊ शकते. संसदीय लोकशाहीच्या सुसंवादी तत्त्वप्रणालीनुसार, देशातील सार्वजनिक पैशाचा अभिरक्षक म्हणून काम करणे ही संसदेची प्राथमिक जबाबदारी आहे. संसद हे निधी उभारण्याच्या आणि निधी मान्य करण्याच्या दुहेरी जबाबदाऱ्या पार पडणारे अभिकरण असल्याने, कोणताही कर आकारणे, रद्द करणे अथवा शिथिल करण्याच्या अधिकाराद्वारे ती देशाच्या अर्थसंकल्पावर संपूर्ण नियंत्रण ठेवते. भारतीय राज्यघटनेनेच संसदेला हे सर्वोच्च अधिकाराचे स्थान प्रदान केले आहेत. अनुच्छेद ११२ नुसार, राष्ट्रपती संसदेच्या दोन्ही सभागृहांसमोर 'वार्षिक वित्तीय निवेदन' सादर करतात. अर्थसंकल्पासाठी 'वार्षिक वित्तीय निवेदन' ही घटनात्मक संज्ञा प्रचलित आहे. तरीदेखील कनिष्ठ सभागृह म्हणजेच, लोकसभेचे अर्थसंकल्पीय प्रक्रियेवर संपूर्ण नियंत्रण असते; तर वरिष्ठ सभागृह अथवा राज्यसभेची यातील भूमिका नाममात्र असते.

भारतीय अर्थसंकल्पीय प्रक्रियेमधील तितकाच महत्त्वाचा कर्ता म्हणजे कार्यकारी मंडळ. वास्तविक पाहता, संसदीय लोकशाहीच्या गतिशीलतेमुळे संसदेची अर्थसंकल्पावरील सैद्धान्तिक मक्तेदारी ही अंतिमतः कार्यकारी मंडळाची मक्तेदारी ठरते. वेगळ्या शब्दांत सांगायचे तर, लोकसभेत कार्यकारी मंडळाला पूर्ण बहुमत असल्याने कार्यकारी मंडळाच्या योजना लोकसभा कोणत्याही विशेष अडथळ्यांशिवाय

पूर्णत्वाला नेते. कारण दोन्ही संरचनांची नियुक्ती एकाच पक्षाकडून अथवा एकाच विचारधारेच्या लोकांकडून झालेली असते. अर्थसंकल्पीय प्रस्तावांची व्यवस्था पाहण्याचे काम कार्यकारी मंडळ करत असल्याने या सर्व प्रक्रियेवर त्याचे वर्चस्व असते. या अधिकारांमुळे, कार्यकारी मंडळ सामाजिक-आर्थिक विकासासंबंधीचे कार्यक्रम आणि प्रकल्प, तसेच देशाचा संरक्षण आणि प्रशासनावर होणारा नियमित खर्च लक्षात घेऊन संसदेकडून पैशांची मागणी करण्यासाठी प्रस्ताव तयार करू शकते. अशा प्रकारे, भारतीय अर्थसंकल्पीय प्रक्रिया ही देशातील घटनात्मक अभिशासनाच्या दोन अत्यंत महत्त्वाच्या संस्थांमधील सुसंगत आणि सहकार्यपूर्ण कामाचे उत्तम उदाहरण आहे.

अर्थमंत्रालय हे अर्थसंकल्पाच्या अनेकविध पैलूंचे व्यवस्थापन करणारा कार्यकारी मंडळाचा प्रमुख विभाग आहे, याबाबत अनेक वाद असले तरी ते भारतीय अर्थसंकल्पीय प्रक्रियेचे केंद्रीय अभिकरण असे म्हणता येईल. सर्वसामान्यांच्या दृष्टीने अर्थमंत्रालय संपूर्ण देशपातळीवर अर्थसंकल्पीय प्रशासनाचा आराखडा तयार करते. देशाच्या वित्तीय व्यवहारातील भूमिका लक्षात घेता, तांत्रिकदृष्ट्या असमर्थनीय असले तरी, अर्थमंत्रालयाशी ही संकल्पना जोडली गेली असल्याने, देशाच्या वित्तीय व्यवहारांचे अंतिमतः योग्य व्यवस्थापन करण्यापर्यंतचे काम अर्थमंत्रालय करते. उदाहरणार्थ, संसदेपुढे महसूल आणि खर्चाचे अंतिम अंदाज मांडण्यापासून ते देशाच्या वित्तीय व्यवहारांचे अंतिमतः योग्य व्यवस्थापन करण्यापर्यंतचे काम अर्थमंत्रालय करते. अर्थविषयक व्यवहार खाते, महसूल खात आणि व्यय खाते या तीन संरचनात्मक विभागांवरून मंत्रालयाच्या कामकाजाची रूपरेषा स्पष्ट होते. वित्तीय व्यवस्थापनातील अशा सर्वव्यापी भूमिकेमुळे अर्थमंत्रालय हे भारतीय शासनातील अत्यंत महत्त्वाचे मंत्रालय आहे.

स्वतंत्र लेखापरीक्षण संस्था, ही लोकशाही समाजातील अर्थसंकल्पीय प्रक्रियेत अप्रत्यक्षपणे काम करणारी, परंतु लोकशाही प्रक्रियेतील महत्त्वाचा कर्ता आहे. भारतामध्ये, अशा प्रकारचे कार्य हे महालेखापरीक्षक या घटनात्मक अधिकाऱ्याकडे सोपवले आहे. घटनेच्या अनुच्छेद १४८मधील तरतुदींनुसार, 'महालेखापरीक्षक यांचे कार्यालय हे एका बाजूला शासकीय लेख्यांबाबत काटेकोरपणा आणि एकवाक्यता ठेवते, तर दुसऱ्या बाजूला स्वतंत्रपणे लेखापरीक्षणाची जबाबदारी पार पाडते.' (चक्रवर्ती आणि पांडे २००८: १५७). महालेखापरीक्षक हे संसदेच्या वतीने शासनाच्या विविध विभागांकडून करण्यात येणाऱ्या वित्तीय व्यवहारांचा शोध घेण्यासाठी आणि त्यांमधील पारदर्शकता, कायदेशीर वैधता आणि कार्यक्षमता याबाबतचा अहवाल तयार करण्याकरता लेखापरीक्षण करतात. भारताच्या अर्थसंकल्पीय प्रक्रियेतील

महालेखापरीक्षकांची निर्णायक भूमिका ही राज्यघटनेनुसार कार्यान्वित असणाऱ्या अभिशासनाच्या संसदीय लोकशाही व्यवस्थेचे प्रतिफल आहे. काळाच्या ओघात, भारतीय लेखापरीक्षेतील शासनाच्या अनुचित वित्तीय व्यवहार आणि भ्रष्ट व्यवहार यांच्यावर कडक अंकुश ठेवणारी संस्था म्हणून उदयास आली आहे आणि तिच्या भूमिकेवर अनेक टीकाकारांनी आक्षेप घेतला आहे.

सरतेशेवटी, संसदीय समित्या देशाच्या अर्थसंकल्पीय प्रक्रियेतील शेवटचे आणि महत्त्वाची भूमिका बजावणारे कर्ते आहेत. वेळेची कमतरता आणि तज्ज्ञांच्या अभावामुळे संसदेचे शासनाच्या वित्तीय व्यवहारांवर पुरेसे नियंत्रण नसते हे दर्शवून देणे, हे संसदीय समित्यांचे काम असते. सुरुवातीच्या काळात वैधानिक नियंत्रण ठेवण्यासाठी अंदाज समिती आणि लोकलेखा समिती या समिती होत्या. परंतु अलीकडच्या काळात, संसदेच्या विभागनिहाय स्थायी समित्या स्थापन केल्यामुळे शासनाच्या विविध विभागांच्या कार्यांमधील शासनाची भूमिका अधिक व्यापक झाली असून त्यात नेमकेपणा आला आहे. तरीदेखील, अर्थसंकल्पीय प्रक्रियेमधील या समित्यांची भूमिका भिन्नभिन्न आहे. उदाहरणार्थ, अंदाज समिती विविध शासकीय विभागांचे खर्च वास्तवदर्शी आणि आर्थिकदृष्ट्या रास्त होण्यासाठी सूचना करते. याउलट, लोकलेखा समिती ही महालेखापरीक्षकाने सादर केलेल्या अहवालाच्या आधारे विनियोजन लेख्यांचा उहापोह करते. याशिवाय या प्रक्रियेदरम्यान वित्तीय व्यवहारांतील अनियमिततेकडे संसदेचे लक्ष वेधते आणि त्यांवर उपचारात्मक उपाय सुचवते. अन्य विभागांशी वेगळेपण राखून, विभागवार स्थायी समित्या संबंधित विभागांवर वित्तीय नियंत्रण ठेवण्याबरोबरच वेळोवेळी त्यांच्या एकूण सर्वसाधारण कामकाजाची छाननी करतात.

थोडक्यात, भारताच्या अर्थसंकल्पीय प्रक्रियेमधील कार्यांच्या वैविध्यतेमुळे ती पार पाडणारी अनेक आणि विविध प्रकारची अभिकरणे यांचा यात समावेश होतो. अर्थसंकल्पीय व्यवस्थेची कार्यवाही सहजसुलभपणे होण्यामधील या कामांचे महत्त्वपूर्ण मूल्य लक्षात घेऊन त्यांचे तीन गटांमध्ये वर्गीकरण करता येते. निधी उभा करणारे आणि मान्यता देणारे अभिकरण म्हणून संसदेची कार्ये व्यापक आहेतच, तशीच कार्यकारी मंडळ आणि वित्तीय अर्थमंत्रालय यांसारख्या वित्तीय अंदाज प्रस्तावित करणाऱ्या उपअभिकरणांची भूमिका सर्वमान्य आहे. तरीदेखील, भारताबाबतचे एक खास वैशिष्ट्य म्हणजे, अर्थसंकल्पावर विधिमंडळाच्या विविध समित्या आणि स्वतंत्र लेखापरीक्षा या यंत्रणेद्वारे ठेवले जाणारे नियंत्रण होय. भारताच्या अर्थसंकल्पीय प्रक्रियेतील या सर्व कर्त्यांच्या समाधानकारक योगदानामुळे देशाचे वित्तीय प्रशासन यशस्वीरित्या कार्यरत आहे.

भारतीय अर्थसंकल्प व्यवस्था

प्रस्तुत विभागामध्ये अर्थसंकल्पाचे वर्गीकरण, निर्मिती आणि रचना याविषयी सखोल चर्चा केली आहे.

अर्थसंकल्पाचे वर्गीकरण हे शासनाच्या व्यवहारांची अर्थपूर्ण माहिती देणारे उपयक्त साधन मानले जाते आणि या वर्गीकरणाद्वारे स्पष्ट होणारे स्वरूप आणि रचना धोरणकर्त्यांना विश्लेषण आणि उपयुक्ततेसाठी आवश्यक असते. वेगळ्या शब्दांत सांगायचे झाले तर, अर्थसंकल्पाच्या वर्गीकरणामुळे अत्यंत क्लिष्ट माहिती आणि आकडेवारी सोप्या आणि पद्धतशीर रीतीने मांडता येते आणि त्यामुळे बिगरतांत्रिक क्षेत्रातील संसदपटूदेखील अर्थसंकल्पातील बारकावे समजून घेऊ शकतात आणि त्यावरील चर्चांमध्ये सहभागी होऊ शकतात. हे लक्षात घेऊन, जगामध्ये अर्थसंकल्पाचे वर्गीकरण करण्याच्या दोन वेगवेगळ्या पद्धती आहेत. पहिली म्हणजे पारंपरिक सूत्रबद्ध घटक पद्धत. या पद्धतीनुसार खर्च करणाऱ्या विभागांच्या आधारे आधारसामग्रीची मांडणी केली जाते. याउलट, दुसऱ्या पद्धतीला संपादनात्मक अर्थसंकल्प अथवा कार्यात्मक वर्गीकरण पद्धती असेही म्हणतात. या पद्धतीनुसार, विविध विभागांची कार्ये, प्रकल्प, कार्यक्रम आणि व्यवहारांच्या आधारे जमा आणि खर्चाचे वर्गीकरण केले जाते.

स्वातंत्र्यप्राप्तीनंतर देखील भारतातील अर्थसंकल्पाचे वर्गीकरण रेषीय शीर्ष पद्धतीच्या स्वरूपातच चालू ठेवल्याने त्यातील तरतुदी अपारदर्शी राहिल्या, परिणामी त्यांचे मूल्यमापन करणे कठीण होते. त्यामुळे अनेक समित्या आणि आयोगांच्या शिफारसींनुसार आणि अर्थतज्ज्ञांच्या सल्ल्यांनुसार शासनाने १९७४ साली अर्थसंकल्पाचे कार्यात्मक वर्गीकरण करण्याचा निर्णय घेतला. त्यामुळे अर्थसंकल्पाचे वर्गीकरण करते यावरुन त्या विभागाला असे नाव देण्यापेक्षा, शासनाच्या व्यवहारांचे तीन गट केले आहेत. पहिला म्हणजे, सर्वसामान्य अथवा नियामक सेवा, दुसरा सामाजिक आणि सामाईक सेवा आणि तिसरी म्हणजे आर्थिक सेवा! या गटांमध्ये देखील अर्थसंकल्पीय वर्गवारीचे पाच वर्गांमध्ये विभाजन होते असे की, क्षेत्रीय शीर्ष, मुख्य शीर्ष, संकीर्ण, उपशीर्ष आणि लेखाचे तपशीलवार शीर्ष.

अर्थसंकल्पाचे वर्गीकरण करण्याच्या उद्देशाने, सर्वसाधारण सेवांमध्ये शासनाच्या नियामक अथवा नियमित सेवांचा समावेश होतो. त्यामध्ये कोणत्याही उत्पादनक्षम अथवा विकासासंबंधी कृतींचा समावेश नसतो. ढोबळमानाने, यांचे सहा गटांत विभाजन होतेः (*अ*) राज्यसंस्थेची संसद, राज्यप्रमुख, न्यायव्यवस्था, लेखापरीक्षण, मंत्रिमंडळ आणि निवडणुका ही अंगे; (*आ*) राजकोषीय सेवा, त्यांमध्ये करवसुली करणाऱ्या अभिकरणांचा समावेश होतो; (*इ*) व्याज अदा करणे आणि कर्जसेवा; (*ई*) सर्वसाधारण प्रशासन, जसे की, लोकसेवा आयोग,

पोलीस आणि तत्सम प्रशासकीय सेवा; (*उ*) निवृत्तीवेतन आणि इतर सर्वसाधारण सेवा; आणि (*ऊ*) संरक्षण सेवा.

सर्वसाधारण सेवांपेक्षा, सामाजिक आणि सामाईक सेवांमध्ये, लोकांना मूलभूत सामाजिक सेवा पुरवण्यासाठी आखण्यात आलेल्या कार्यक्रम आणि कृतींचा समावेश होतो. या सेवा शासनाच्या सामाजिक विकास कार्यक्रमांचा गाभा असून त्यांमध्ये शिक्षण, स्वास्थ्य, गृहनिर्माण, पेयजल, तसेच निवृत्तीवेतन, अनुसूचित जाती आणि जमाती, महिला, अल्पसंख्याक आणि समाजातील इतर सीमान्त घटक यांचे कल्याण यांसारख्या सामाजिक सुरक्षिततेतंर्गत येणाऱ्या बाबींचा समावेश होतो. अलीकडच्या काळात, देशातील जनसामान्यांच्या भवितव्यामध्ये आमूलाग्र बदल करण्याच्या उद्देशाने शासनाने *सर्व शिक्षा अभियान*, माध्यान्ह भोजन योजना, राष्ट्रीय ग्रामीण आरोग्य अभियान, संपूर्ण स्वच्छता अभियान, राष्ट्रीय ग्रामीण रोजगार हमी योजना, एकात्मिक बालविकास योजना, जवाहरलाल नेहरू राष्ट्रीय नागरी पुनर्निर्माण अभियान आणि पल्स पोलिओ कार्यक्रम यांसारख्या प्रमुख योजना या सेवांच्या अंतर्गत सुरू केल्या (*द टाईम्स ऑफ इंडिया २००९*).

तिसऱ्या क्रमांकाचा म्हणजे, आर्थिक सेवांमध्ये शासनाच्या कामकाजातील उत्पादनक्षम आणि उत्पादनाबरोबर व्यापारउदीम याचादेखील समावेश होतो. या सेवांची पुन्हा सात उप-गटांमध्ये विभागणी करता येतेः यांमध्ये (*अ*) सर्वसाधारण आर्थिक सेवांमध्ये परकीय व्यापार आणि निर्यातीला उत्तेजन यांचा समावेश होतो (*आ*) कृषी आणि सहकार, छोटे पाटबंधारे प्रकल्प, पशुसंवर्धन, मत्स्यसंवर्धन, वने, मृद्संधारण, दुग्धविकास आणि अशा इतर संलग्न सेवा; (*इ*) उद्योग आणि खनिजे; यामध्ये अवजड आणि मध्यम उद्योग, ग्रामीण आणि लघु उद्योग, खाणी आणि खनिजे यांचा समावेश होतो, (*ई*) वाहतूक आणि दळणवळण यामध्ये नागरी उड्डाण, रस्ते वाहतूक, बंदरे, दीपगृहे आणि जहाजे यांचा समावेश होतो; (*उ*) रेल्वे; (*ऊ*) टपाल आणि तार. तरीदेखील, रेल्वे अर्थसंकल्प वेगळा सादर होत असल्याने, सर्वसामान्य परिस्थितीमध्ये आर्थिक सेवांच्या मथळ्याखाली रेल्वेचा समावेश करण्याला फारसे महत्त्व उरत नाही.

कार्यक्रम अर्थसंकल्प व्यवस्थेच्या तंत्रांचा स्वीकार करून अर्थसंकल्पाची वर्गवारी सुरळीत केल्यानंतर अर्थसंकल्पाची रचना अधिक अर्थपूर्ण आणि उत्तरदायी झाली आहे. प्रत्येक वर्षी एप्रिल ते मार्च महिना या आर्थिक वर्षात अर्थसंकल्पाची प्रक्रिया सुरू असते. अर्थसंकल्पाच्या अंतिम बांधणीची प्रक्रिया लांबलचक आणि बोजड असल्याने, ती सप्टेंबर अथवा ऑक्टोबरमध्ये सुरू होते. अर्थमंत्रालय या प्रक्रियेच्या सुरुवातीला विविध मंत्रालये आणि विभागांना त्यांचे आगामी वर्षातील

अंदाजित खर्च कळवण्यासाठी परिपत्रके पाठवते. जो खर्च करतो त्याने अंदाजित जमा खर्च आगाऊ तयार करून ते विधिमंडळापुढे सादर करावेत, हे त्यामागचे तत्त्व असते. हे अंदाजित जमाखर्च संबंधित विभागांच्या नियंत्रक अधिकाऱ्यांकडे पाठवून ते विभागाच्या अंदाजित जमाखर्चाला अंतिम स्वरूप देतात. नियंत्रक अधिकारी या अंदाजित रकमांची छाननी करतात आणि त्याला मान्यता देतात अथवा त्यात सुधारणा करून आवश्यकता असल्यास त्याचे सकारण स्पष्टीकरण देतात. अशा प्रकारे मान्यता दिल्यानंतर आणि त्याचे दृढीकरण केल्यानंतर, नोव्हेंबर-डिसेंबर या दरम्यान विविध मंत्रालयांचे आणि विभागांचे अंदाजित जमाखर्च अर्थमंत्रालयाकडे पाठवले जातात. अर्थमंत्रालय जानेवारीच्या अखेरीस अथवा फेब्रुवारीच्या सुरुवातीस महसूल आणि खर्चाचे विवरणपत्र तयार करते. यानंतर फेब्रुवारीच्या तिसऱ्या आठवड्यात अर्थसंकल्पाची प्रक्रिया अंतिम टप्प्यात आणण्यासाठी त्यावर संस्करण केले जाते.

अर्थसंकल्प तयार करण्याची प्रक्रिया पूर्ण झाल्यानंतर त्याला अंतिम रूप प्राप्त होते आणि त्याला तांत्रिक भाषेत 'वार्षिक आर्थिक विवरण' असेही म्हणतात. या विवरणपत्र अथवा अर्थसंकल्पामध्ये आवक आणि खर्चाच्या (जावक) बाबी हा महत्त्वाचा भाग असून, तो खालील स्वरूपात मांडला जातोः

१. मागील तीन वर्षांचे प्रत्यक्ष आकडे;
२. चालू वर्षाच्या अर्थसंकल्पातील मंजुरीत अंदाजित जमाखर्च;
३. चालू वर्षाचे सुधारित अंदाज;
४. अंदाजित जमाखर्चात वाढ अथवा घट करण्यासाठीच्या स्पष्टीकरणात्मक टिप्पणीसह पुढच्या आर्थिक वर्षासाठीचे प्रस्तावित अंदाज; आणि
५. अंदाजित जमाखर्च आखण्याच्या वेळी चालू वर्षाचे वास्तविक आकडे आणि मागील वर्षातील त्याच काळातील प्रत्यक्ष आकडे (थावराज, १९८७ः ४९६).

अर्थसंकल्प म्हणजे अर्थसंकल्पीय तरतुदींच्या हिशोबाचा तयार दस्तावेज असून त्यामध्ये शासनाच्या जमाखर्चाचे ढोबळ वर्णन असते. शासनाची एकूण प्राप्ती म्हणजे महसुली आणि भांडवली प्राप्ती यांची बेरीज. त्याचप्रमाणे, शासनाचा एकूण खर्च म्हणजे योजनेवरील आणि योजनेतर खर्चाची बेरीज होय. अर्थसंकल्पाचे प्रमुख वैशिष्ट्य म्हणजे दोन तूट निर्देशक आणि ते शासनाच्या वित्तीय स्वास्थ्याचे निर्देशक आहेत. महसुली तूट म्हणजे महसुली प्राप्तीपेक्षा महसुली खर्च अधिक असतो आणि वित्तीय तूट म्हणजे एकूण महसूल प्राप्ती आणि विशिष्ट कर्जाव्यतिरिक्त भांडवली प्राप्ती आणि कर्जे, निव्वळ परतफेड आणि इतर खर्च या दोहोंमधील फरक. ही

वित्तीय तूट म्हणजे वर नमूद केलेला फरक भरून काढण्यासाठी असलेल्या शासनाच्या एकूण कर्जाऊ गरजा होय.

भारताच्या अर्थसंकल्पीय व्यवस्थेचे बारकावे अर्थसंकल्पाच्या वर्गीकरण, निर्मिती आणि रचना यांमध्ये प्रतिबिंबित होतात. अर्थसंकल्पीय व्यवस्थेचे बहुतांश पैलू हे वासाहतिक चौकटीच्या परंपरा आणि नियमांचा वारसा असून वर्षानुवर्षे केलेल्या सुधारणांद्वारे त्यामध्ये स्फूर्तिदायित्व आणि एकजिनसित्व आले आहे. अशा प्रकारे, भारतीय अर्थसंकल्पीय व्यवस्था ही बदलत्या काळाच्या गरजा लक्षात घेऊन सातत्य आणि बदलाचे उत्तम उदाहरण आहे.

भारतीय अर्थसंकल्प प्रक्रिया

कोणत्याही देशातील अर्थसंकल्पाची प्रक्रिया गुंतागुंतीची आणि वेळखाऊ असते. भारताच्या बाबतीत बोलायचे झाले तर, येथील नियोजन आणि संसदीय लोकशाही राज्यपद्धती यांसारख्या अपारंपरिक घटकांच्या गतिशीलतेमुळे ही बाब विशेष सोपी राहिली नाही. खरेतर, भारतामध्ये अर्थसंकल्पाची प्रक्रिया वर्षभर अव्याहतपणे चालणारी प्रक्रिया आहे आणि त्यामुळे तिच्याशी निगडित अधिकाऱ्यांना सतर्क राहावे लागते. जसे की, वर्षाच्या तिसऱ्या तिमाहीत सुरू झालेली प्रक्रिया मार्च महिन्यामध्ये संसदेमध्ये अर्थसंकल्पाचा प्रस्ताव मांडल्याने पूर्ण होत नाही. संसदेची मान्यता मिळाल्यानंतर अर्थसंकल्पाच्या अंमलबजावणीच्या कठीण कामाबरोबरच त्याच्या जोडीला लेखांकनाची जबाबदारी येते. यानंतरची पायरी म्हणजे, विविध विभागांनी आपापल्या विनियोजन लेख्यांचे लेखापरीक्षण केल्याने खर्च करणारे विभाग त्यांच्या कृतींचा पाठपुरावा करू शकतात. याच्या पुढचा भाग म्हणजे, अर्थसंकल्प तयार करण्याच्या प्रक्रियेमध्ये त्यासाठीचे नियोजन, छाननी, अंमलबजावणी हे टप्पे पार करत सरतेशेवटी लेखांकन या अंतिम टप्प्यापर्यंत पोहोचेपर्यंतच्या पूर्ण प्रवासाचे संक्षिप्त विवेचन येते.

अर्थसंकल्पाचे नियोजन

अर्थसंकल्प तयार करून लोकसभेमध्ये सादर करण्यापूर्वी अर्थसंकल्पाच्या नियोजनामध्ये अनेक गुंतागुंतीच्या व्यवहारांचा समावेश असतो. अर्थसंकल्पाच्या नियोजनाची सुरुवात करण्यासाठी आणि अर्थसंकल्पाच्या तरतुदींमध्ये योजनेतील विकासाची उद्दिष्टे अंतर्भूत करण्यासाठी नियोजन आयोग आणि अर्थ मंत्रालयाच्या अधिकाऱ्यांमध्ये विस्ताराने चर्चा होते. या चर्चेमध्ये योजनांसाठी अर्थसंकल्पामध्ये केलेली निव्वळ तरतूद आणि मंत्रालय अथवा विभागनिहाय वर्गवारी या प्रमुख विषयांवर अंतिम निर्णय घेण्यात येतात (थावराज, १९८७: ४९६). भारताच्या

अर्थसंकल्पाच्या नियोजनामध्ये ही पायरी अत्यंत महत्त्वाची आहे, कारण देशाच्या सामाजिक आणि आर्थिक विकासासाठी आखल्या जाणाऱ्या दीर्घकालीन योजना आणि कार्यक्रमांची आखणी करण्यासाठी नियोजनाला प्रमुख स्थान आहे. तरीदेखील, नियोजन हा अर्थसंकल्पीय व्यवस्थेचा कमकुवत घटक आहे असे मानले जाते. कारण ते केवळ देशाच्या व्यापक नियोजनाचे साधन म्हणून उरले आहे, असा त्यावर आरोप केला जातो. या टीकेचे महत्त्व कमी न करता, नियोजन देशाच्या आर्थिक व्यवस्थेमध्ये इतके दृढ झाले आहे की, त्याकडे दुर्लक्ष करता येणार नाही. त्यासाठी अर्थसंकल्पाच्या तरतुदींमध्ये योजनेतील उद्दिष्टे सामावून घेण्याविषयी समन्वयात्मक दृष्टिकोन ठेवणे हा एकमेव उपाय आहे आणि त्यामुळे, एकदा नियोजनाशी संबंधित शंकाकुशंकांचे समाधान केल्यानंतर आणि संसदेसमोर सादर करण्यापूर्वी अर्थसंकल्प सिद्ध करण्याची जबाबदारी वित्त मंत्रालयाकडे येते.

अर्थसंकल्प: छाननी

भारतामध्ये अर्थसंकल्पीय तरतुदींची छाननी प्रशासकीय आणि वैधानिक अशा दोन पातळ्यांवर होते. प्रशासकीय छाननी म्हणजे विशिष्ट विभागाच्या आणि अर्थ मंत्रालयाच्या उच्च अधिकाऱ्यांनी केलेली छाननी होय. उदाहरणार्थ, सर्वसामान्यपणे, पायाभूत अंदाजित रक्कम ठरवणाऱ्या अधिकाऱ्यांनी तयार केलेल्या प्रस्तावांची वित्त सल्लागार आणि विभागप्रमुख छाननी करतात. या अधिकाऱ्यांकडून प्रशासकीय मान्यता मिळाल्यानंतर हे प्रस्ताव विभागाच्या अर्थसंकल्पामध्ये समाविष्ट केले जातात. त्यापुढची पायरी म्हणजे, उदाहरण घ्यायचे तर, एखादा प्रस्ताव बांधकामाशी संबंधित असेल तर सार्वजनिक बांधकाम विभागाकडे छाननीकरता सादर केला जातो आणि तो विभाग सदर प्रस्तावाला तांत्रिक मंजुरी देतो. प्रशासकीय छाननीतील अंतिम पायरी म्हणजे, अर्थमंत्रालय सर्व विभागवार अर्थसंकल्पांची आणि त्यातही 'नवीन बाबीं'ची अधिक बारकाईने छाननी करते आणि या विषयावरील त्या मत अंतिम असते.

संसदेमध्ये अर्थसंकल्प सादर केल्यानंतर, त्याची वैधानिक छाननी सुरू होते. यापूर्वी, विषयाच्या तांत्रिक स्वरूपामुळे आणि अर्थसंकल्पाच्या तपशिलात जाण्याइतका वेळ उपलब्ध नसल्याने, अर्थसंकल्पामधील तरतुदींच्या वैधानिक छाननीचे स्वरूप सामान्य विधानाच्या स्वरूपात आणि औपचारिक असे. परंतु, १९९३ सालापासून विभागनिहाय स्थायी समितींची स्थापना झाल्यानंतर अर्थसंकल्पाच्या वैधानिक चिकित्सेचे स्वरूप अधिक केंद्रिभूत आणि धारदार झाले. एका समीक्षकाने या व्यवस्थेच्या अन्य पैलूविषयी युक्तिवाद केला की, 'अर्थसंकल्पातील प्रस्तावांच्या वैधानिक छाननीला हे एक महत्त्वाचे योगदान आहेच; परंतु सभागृहात होणाऱ्या

अर्थसंकल्पाविषयीच्या चर्चेवरील लोकांचे लक्ष मात्र उडाले' (प्रसाद २००६: १४७). सरतेशेवटी, अर्थसंकल्पाच्या विविध पैलूंवरच्या चर्चा आणि विचारविनिमयाअंती संसदेकडून त्याला मंजुरी मिळते.

अर्थसंकल्पाची अंमलबजावणी

अर्थमंत्रालय हे या प्रक्रियेतील प्रधान अभिकरण आहे. विनियोजन कायदा पारित केल्यानंतर, अर्थमंत्रालय इतर मंत्रालयांना त्यांना वर्गीकृत केलेल्या निधीपैकी मिळालेला हिस्सा सांगणारी सल्लापत्रके देते. तद्नंतर मिळालेल्या रकमेची वर्गवारी अनेक संवितरण अधिकाऱ्यांमध्ये करण्याची जबाबदारी नियंत्रक अधिकाऱ्यांकडे, म्हणजेच सहसा विभागप्रमुखांची असते. संवितरण अधिकाऱ्यांना देखील मंजूर केलेल्या मर्यादेपर्यंतच पैसे खर्च करण्याचा अधिकार असतो. त्यापेक्षा अधिक खर्च करण्यासाठी कार्यक्षम मंजुरी अधिकाऱ्यांची परवानगी असणे अपरिहार्य असते. त्याच्याबरोबरीने प्रत्येक विभागाला नेमून दिलेल्या लेखांकनाच्या पद्धतीनुसार जमाखर्चाची नोंद ठेवणे अनिवार्य असते. अशा प्रकारे, प्रत्यक्ष पातळीवर, भारतातील अर्थसंकल्पाच्या अंमलबजावणीमध्ये, नियंत्रक अधिकारी, वित्तीय मान्यतेसाठी कार्यक्षम अधिकारी, आहरण आणि संवितरण अधिकारी आणि जमाखर्चाची नोंद ठेवण्यासाठी एक कार्यक्षम संरचना या सर्वांचा समावेश होतो. सार्वजनिक पैशांचा मितव्ययी, कार्यक्षम आणि परिणामकारक पद्धतीने उपयोग करण्यासाठी अर्थसंकल्पाच्या अंमलबजावणीच्या प्रक्रियेमध्ये संबंधित अधिकाऱ्यांनी सर्वोच्च दर्जाची दक्षता आणि वित्तीय धोरणीपणा बाळगणे अपेक्षित असते.

अर्थसंकल्पाचे लेखांकन

राज्यघटनेनुसार अर्थसंकल्पाचे लेखांकन ही महालेखापरीक्षक या स्वतंत्र आणि घटनात्मक अधिकाऱ्याची जबाबदारी असते. वास्तविक, केंद्र आणि राज्यशासनाची लेख्यांच्या नोंदीची पद्धत आणि स्वरूप हे महालेखापरीक्षक राष्ट्रपतींच्या संमतीने नेमून देतो. प्रशासनात अधिक दर्जेदार मोहीमक्षमता आणि उत्तरदायित्व आणण्यासाठी १९७६ साली लेखा आणि लेखापरीक्षण कार्य विभक्त केले असले तरी महालेखापरीक्षकाचे कार्यालय हे या लेखा आणि लेखापरीक्षण व्यवस्थेचे अभिरक्षक असते. महालेखापरीक्षक यांच्या अखत्यारीत प्रत्येक राज्यामध्ये महालेखापाल असतो. त्यांच्या कार्यालयात राज्याच्या प्रादेशिक मर्यादेमध्ये होणाऱ्या केंद्र आणि राज्य व्यवहाराचे लेखे उपलब्ध असतात (प्रसाद २००६: १४७). भारतीय लेखांकन हे कार्यकारी मंडळाचे कार्य असले तरी, ते महालेखापरीक्षक या वैधानिक-घटनात्मक पदाधिकाऱ्याच्या देखरेख आणि मार्गदर्शनाखाली होते, हे या व्यवस्थेचे वेगळेपण आहे.

अर्थसंकल्पाची लेखापरीक्षा

अर्थसंकल्प लेखापरीक्षा हे भारताच्या महालेखापरीक्षकांचे विशेष कार्य आहे. त्याच्या कार्याचे महत्त्व आणि शुचिता लक्षात घेऊन आणि त्यासाठी आवश्यक असणारे स्वातंत्र्य आणि कार्यात्मक स्वायत्तता लक्षात घेता, हे पद भारताच्या सर्वोच्च न्यायालयाच्या न्यायाधीशांशी समतुल्य आहे. वास्तविक, लेखापरीक्षण हे देशाच्या वित्तीय प्रशासनावरील वैधानिक नियंत्रण आणि उत्तरदायित्वाचा विस्तार आहे. लेखापरीक्षण हे खर्चांबाबत अतिशय काटेकोर आणि केंद्रिभूत असते, त्यालाच विनियोजन लेखापरीक्षण असे म्हणतात. विनियोजन लेखापरीक्षण म्हणजे,

> विधिमंडळाने मान्यता दिलेला निधी कार्यकारी मंडळ निश्चित केलेल्या उद्दिष्टांसाठी काटकसरीने आणि कार्यक्षमतेने वापर करते किंवा नाही याची खात्री करणे. त्यामध्ये खालील बाबींचा समावेश होतोः
>
> १. लेखांकन आणि वर्गीकरण या दृष्टिकोनातून केलेले लेखापरीक्षण;
> २. अधिकारीतेच्या दृष्टिकोनातून केलेले लेखापरीक्षण;
> ३. विनियोजन आणि वित्तीय लेख्यांचे लेखापरीक्षण;
> ४. औचित्याच्या दृष्टिकोनातून केलेले लेखापरीक्षण (थावराज, १९८७ः ६४४).

थोडक्यात सांगायचे तर, भारतातील अर्थसंकल्पाची प्रक्रिया ही एकात्मिक असून, त्यामध्ये देशाच्या सामाजिक-आर्थिक आणि राजकीय-प्रशासकीय उभारणीचे स्वरूप आणि संरचना प्रतीत होते. अर्थसंकल्पाचे नियोजन हे देशाच्या सामाजिक-आर्थिक विकासाच्या उद्दिष्टपूर्तीसंदर्भात अर्थसंकल्पाची गतिशीलता मांडणारे एक प्रमाणभूत विवरण आहे. तरीदेखील या प्रक्रियेत सूज्ञपणा, विश्वासार्हता, मितव्ययीता आणि उत्तरदायित्व भिनवण्यासाठी प्रशासकीय आणि वैधानिक छाननीची विस्तृत व्यवस्था आहे. अर्थसंकल्पाची अंमलबजावणी ज्या पद्धतीने केली जाते त्यावरून प्रशासकीय साधनभूत परिपक्वता आणि स्वायत्तता स्पष्ट होते. देशाचा विकास घडवण्यासाठी आवश्यक असणारी सर्वोच्च दर्जाची उद्यमशीलता आणि नावीन्यपूर्णता आणि पुढाकार या बाबी यंत्रणेत उपजाव्या, असा त्यामधील दृष्टिकोन असतो. सरतेशेवटी, संसदीय लोकशाही अभिशासन व्यवस्थेच्या तत्त्वांनुसार अर्थसंकल्पाचे लेखांकन आणि लेखापरीक्षा ही वित्तीय उत्तरदायित्वाची उत्तम उदाहरणे आहेत.

भारतातील वित्तव्यवस्थापन

वित्तीय व्यवस्थापनेमध्ये संसाधननिर्मितीपासून ते देशाच्या सामाजिक-आर्थिक विकासासाठी कराव्या लागणाऱ्या त्यांच्या व्यवस्थापनेपर्यंत समाविष्ट असणाऱ्या

कृती या गुंतागुंतीच्या असतात. खरे पाहता, वित्तीय व्यवहार हे अर्थसंकल्पाचा सर्वांत महत्त्वाचा पैलू आहे. लोकांचा सामाजिक-आर्थिक विकास साधण्यासाठी आखलेल्या विविध शासकीय योजना आणि कार्यक्रम वित्तीय पाठिंब्याशिवाय कार्यान्वित करणे शक्य नसते. वस्तुतः, अर्थसंकल्प आणि वित्त या एकाच नाण्याच्या दोन बाजू आहेत.[१] याबाबतीत निधी व्यवस्थापनामध्ये अर्थ मंत्रालय नियोजन आयोगाच्या सहयोगाने प्रधान अभिकरण म्हणून काम करते. भारताच्या आर्थिक व्यवस्थापनामध्ये दोन केंद्रवर्ती समस्या अंतर्भूत आहेत, एक म्हणजे, देशाचा सामाजिक-आर्थिक विकास शक्य तेवढा महत्तम करण्याच्या उद्दिष्टाने महसूलनिर्मिती करणे आणि दोन, त्याचा योग्य पद्धतीने व्यय करणे. तरीदेखील, तुटीचा वित्तपुरवठा या संकल्पनेकडे सर्वसाधारणपणे बऱ्याच विकसनशील देशांचा कल असल्याचे दिसून येते. सामान्यपणे, उत्पादक उद्दिष्टांसाठी वापरली जाणारी शासनाची संसाधने अधिकाधिक करण्यासाठी तुटीचा वित्तपुरवठा केला जातो, परंतु भारतामध्ये मात्र असे होताना दिसत नाही. याउलट, भारतामध्ये तुटीच्या वित्तपुरवठ्याची मदत घेताना शासन सर्रास अनुत्पादक बाबींवर खर्च करताना आढळून येते. वित्तीय व्यवस्थापनामधील हा मुद्दा महत्त्वाचा असल्याचे लक्षात येते.

वित्तीय आकारमान

भारतामध्ये वार्षिक अर्थसंकल्पामध्ये सादर केलेल्या अंदाजित रकमेवरून वित्तीय आकारमानाचा अंदाज येतो. तक्ता १०.१ मध्ये मागील साठ वर्षांतील भारतातील सार्वजनिक वित्तव्यवस्थेच्या आकारमानाचा कल ढोबळमानाने मांडलेला आहे. अर्थसंकल्पामध्ये महसूल आणि भांडवली अशी दोन खाती असून, या दोन्हींच्या जमा आणि खर्चांमधील फरक शासनाच्या एकूण वित्तीय स्थिती दर्शवतो. मागील काही वर्षांमध्ये शासकीय लेखाशीर्षांमध्ये झालेली वाढ तक्त्यातील आकडेवारी निर्देशित करते. त्यावरून भारतीय अर्थव्यवस्थेचा निश्चितपणे विस्तार होत असल्याचे लक्षात येते. उदाहरणार्थ, १९५०-५१ मध्ये महसूल खात्यामध्ये ४०६ कोटी रुपये एवढी जमा रक्कम होती. सन २००८-०९ साली या रकमेमध्ये ६ लाख २ हजार नऊशे पस्तीस करोड रुपयांपर्यंत वाढ झाल्याने अर्थव्यवस्थेची मोठ्या प्रमाणात वृद्धी होत असल्याचे स्पष्ट होते. शासनाच्या इतर विविध लेखाशीर्षांमध्ये अशाच प्रकारची वाढ झाल्याचे दिसते.

वित्तीय महसूल आणि खर्च

भारतामध्ये सार्वजनिक वित्तामधील महसूल म्हणजे महसूल अथवा चालू खाते आणि भांडवली खात्यांमधील जमा रक्कम होय. पुढे महसुली जमेची कर महसूल आणि करेतर महसूल अशी विभागणी होते. शासकीय वित्तीय महसुलामध्ये कर

तक्ता १०.१

भारतातील सार्वजनिक वित्तव्यवस्थेचे
सन १९५१पासूनचे आकारमान (रु. कोटीमध्ये)

	१९५०-५१ प्रत्यक्ष	१९८०-८१ प्रत्यक्ष	२००१-०२ प्रत्यक्ष	२००८-०९ संकल्पित
महसूल खाते				
जमा	४०६	१२,८३०	२,०१,४५०	६,०२,९३५
खर्च	३४७	१४,५४०	३,०१,६१०	६,५८,१२०
अतिरिक्त महसूल (+)				
महसुली तूट (-)	+५९	-१,७१०	-१,००,१६०	-५५,१८५
भांडवली खाते				
जमा	१२०	८,७७०	१,६१,०००	१.५७,९५०
संवितरण	१८२	९,६३०	६०,८४०	१२,७६५
तूट/अतिरिक्त	-६२	-८६०	१,००,१६०	+५५,१८५
एकूण अर्थसंकल्पीय तूट	-३	-२,५७०	काही नाही	काही नाही

स्रोत: दत्त आणि सुंदरम् (२००८: ८९५).

महसुलाचा वाटा मोठा असून, तो तीन प्रकारच्या करांद्वारे संकलित केला जातो. त्यातील पहिला म्हणजे, उत्पन्न आणि व्यय यांवरील कर, दुसरा मालमत्ता अथवा भांडवली मालमत्तेवरील कर आणि तिसरा म्हणजे वस्तू आणि सेवांवरील कर. यातील पहिल्या दोन कर प्रकारांना प्रत्यक्ष कर म्हणतात, तर तिसऱ्या प्रकाराला अप्रत्यक्ष कर म्हणतात. प्रत्यक्ष करांमध्ये उत्पन्न कर भारताच्या वित्तीय महसुलाचा भक्कम आधार आहे. उत्पन्न आणि व्यय करामधील इतर घटकांमध्ये निगम कर आणि व्याजावरील कराचा समावेश होतो. मालमत्तेवरील कराचे दोन घटक असतात, पहिला म्हणजे श्रीमंतीवरील कर आणि दुसरा म्हणजे भेटीवरील कर. अप्रत्यक्ष करांमध्ये सीमा शुल्क, अबकारी कर आणि अलीकडच्या काळात सेवा कर हे महसूल खात्याचे मध्यवर्ती भाग आहेत. वित्तीय महसुलामध्ये कर महसुलाच्या तुलनेत करेतर महसुलाचे योगदान तितकेसे उल्लेखनीय नाही. हा करेतर महसूल चलन, नाणी पाडणे, टांकसाळ, व्याजरूपी उत्पन्न, लाभांश आणि इतर करेतर महसूल या शासकीय उद्यमातून जमा केला जातो.

शासनाच्या भांडवली खात्याच्या जमा रकमेचे चार स्रोत आहेतः (*अ*) राज्यशासने, केंद्रशासित प्रदेश, सार्वजनिक क्षेत्रातील उपक्रम यांच्याकडून यापूर्वी दिलेल्या कर्जे आणि अग्रिमाची निव्वळ वसुली; (*आ*) बाजारपेठेतून घेतलेल्या ढोबळ कर्जाऊ रकमेतून सार्वजनिक ऋणाची परतफेड वजा केल्यावर उरणारी निव्वळ कर्जाऊ रक्कम; (*इ*) ढोबळ बचत संकलनातून राज्यांचा हिस्सा वगळता शिल्लक राहणाऱ्या निव्वळ छोट्या बचती; (*ई*) भविष्य निर्वाह निधी आणि त्याप्रकारचे भांडवली जमा (दत्त आणि सुंदरम् २००८: ८९४-९५).

शासनाने वित्तीय वर्ष १९८७-८८ पासून खर्चाचे योजनेवरील खर्च आणि योजनेतर खर्च असे नवीन पद्धतीने वर्गीकरण केले आहे. योजनेतर खर्चाचे उपविभाजन महसुली आणि भांडवली खर्च असे करण्यात येते. महसुली खर्चामध्ये महसुली भरणा, संरक्षणावरील महसुली खर्च याशिवाय खते, अन्न, निर्यात उत्तेजन, शेतकऱ्यांची कर्जमुक्ती, टपाल खात्यातील तूट, पोलीस, निवृत्तीवेतन आणि राज्याकडील विभाग, कर आकारणी, परराष्ट्र व्यवहार आणि अशा अनेक सेवांचा समावेश होतो. अर्थव्यवस्थेची कृषी, उद्योग, ऊर्जा, वाहतूक, दळणवळण, विज्ञान आणि तंत्रज्ञान, खाणकाम ही प्रमुख क्षेत्रे आणि इतर पायाभूत (सुविधा पुरविणाऱ्या) संरचनेचे विकास प्रकल्प यांसाठी मोठ्या प्रमाणात खर्च करण्याबरोबरच आरोग्य, शिक्षण सामाजिक सुरक्षा, रोजगार हमी योजना, माध्यान्ह भोजन योजना आणि अशा अनेक सामाजिक सेवांना अर्थसाहाय्य यांचा समावेश महसुली खर्चात होतो. अंतिमतः, राज्य, केंद्रशासित प्रदेश, तसेच इतर देशांना अनुदानांचे संवितरण शासनाच्या महसुली खर्चाच्या कोशातूनच होते.

यापूर्वी देखील नमूद केल्याप्रमाणे, भांडवली योजनेतर खर्चातून संरक्षणावरील भांडवली खर्च, सार्वजनिक क्षेत्रातील उपक्रमांना दिली जाणारी कर्जे, इतर देशांना देण्यात येणारी कर्जे आणि अनुदाने, राज्ये आणि केंद्रशासित प्रदेशांना देण्यात येणारी कर्जे या सर्व बाबींना वित्तपुरवठा केला जातो.

योजनेवरील खर्चातून कृषी, ग्रामीण विकास, जलसिंचन, पूरनियंत्रण, ऊर्जा, उद्योग, खाणकाम, खनिजे, वाहतूक, दळणवळण, विज्ञान आणि तंत्रज्ञान, पर्यावरण संरक्षण, सामाजिक सेवा आणि सुरक्षितता या क्षेत्रांमधील दीर्घ मुदतीच्या पायाभूत सुविधांच्या विकासासाठीच्या प्रकल्पांना शासन वित्तपुरवठा करते. या खर्चांसाठी पंचवार्षिक योजनेच्या दस्तावेजामध्ये पाच वर्षांच्या काळात विशिष्ट क्षेत्रासाठी होणाऱ्या एकूण खर्चाची योग्य ती विभागणी करून त्याची पूर्वनिर्धारणा करणे हे योजनेवरील खर्च समजून घेण्याचे सूत्र आहे. केंद्रशासनाच्या प्रकल्पांना वित्तपुरवठा करण्याशिवाय राज्ये आणि केंद्रशासित प्रदेशांच्या प्रकल्पांसाठी वित्तपुरवठा करणे

हा आणखी एक महत्त्वाचा पैलू आहे. भारतीय राजकोषीय व्यवहाराच्या वित्तीय खर्चामध्ये योजनेतर आणि योजनेवरील खर्चासोबत, या शीर्षांवर एका विशिष्ट वित्तीय वर्षासाठी केलेल्या अर्थसंकल्पीय तरतुदींच्या विस्तृत विवेचनाचा समावेश होतो.

निधी आणि शासकीय रोखे

राजकोषीय व्यवहाराच्या व्यवस्थापनाचा भाग म्हणून भारतीय शासन निधीचा कोष तीन विशिष्ट हेतूंसाठी तयार केलेल्या लेख्यांसाठी राखून ठेवते, त्यांना निधी आणि लेखे असे म्हणतात. सर्वप्रथम, भारतीय राज्यघटनेच्या अनुच्छेद २६६(१)च्या तरतुदींनुसार स्थापन केलेल्या एकत्रिकृत निधीतून इतर खर्चांबरोबर राज्यसंस्थेची न्यायव्यवस्था आणि इतर महत्त्वाच्या घटनात्मक कार्यालयांच्या कामकाजासाठी लागणाऱ्या खर्चांना, ज्यांना 'भारित खर्च' असेदेखील म्हणतात, वित्तपुरवठा केला जातो. या निधीमध्ये उत्पन्न कर, केंद्रीय अबकारी कर या करांतून तसेच सीमाशुल्क आणि इतर करेतर महसुलातून गोळा होणाऱ्या महसुली जमा यांचा समावेश होतो. शासनाने देशांतर्गत आणि देशाबाहेरून घेतलेली कर्जाऊ रक्कम या निधीमध्ये जमा होते. संसदेच्या मान्यतेस अधीन राहून सर्व शासकीय खर्च या निधीतून केला जातो. दुसरा म्हणजे, आकस्मिक निधी, जो भारतीय राज्यघटनेच्या अनुच्छेद २६७ मधील तरतुदींनुसार उभा केला जातो. ५० करोड रुपयांचा कोष या निधीमध्ये असून निकडीच्या आणि आकस्मिक परिस्थितीमध्ये लागणारे खर्च यातून भागवले जातात. एखाद्या निकडीच्या परिस्थितीमध्ये संसदेने निधी मंजूर केल्यानंतर आकस्मिक निधीतून घेतलेली आगाऊ रक्कम परत त्या निधीमध्ये जमा करतात. अशा प्रकारे, संकटकाळात शासनाची वित्तीय स्थिती पूर्वपदावर आणण्यासाठी हा निधी एक आधार म्हणून काम करतो. लोकलेखा हा या निधींमधील तिसरा आणि अंतिम असून अनुच्छेद २६६ (२) च्या तरतुदींनुसार स्थापन केला जातो. एकत्रिकृत निधीमध्ये समाविष्ट असलेल्या ऋणांव्यतिरिक्त इतर ऋणांसंदर्भातील व्यवहार या लेखाद्वारे केले जातात. हे व्यवहार शासनाच्या सामान्य जमांमध्ये मोडत नसून, या खात्यातून भरणा करण्यासाठी संसदेची अधिकृत परवानगी आवश्यक नसते. अशा प्रकारे, एकत्रिकृत निधी, आकस्मिक निधी आणि लोकलेखा निधी हे भारतीय शासकीय रोख्यांचा गाभा आहेत.

शासकीय रोखे हेदेखील भारतीय राजकोषीय व्यवहारव्यवस्थेचा महत्त्वाचा घटक आहेत. तांत्रिकदृष्ट्या शासकीय रोखे हे शासन आपल्या अथवा परकीय चलनांमध्ये आणते, त्यांना सार्वभौम रोखे असेही म्हणतात. कर आकारणीतून उभा केलेला निधी जेव्हा पुरेसा नसतो, तेव्हा सरकारचा खर्च भागवण्यासाठी शासन या रोख्यांद्वारे

पैसे उभे करते. उदाहरणार्थ, भारतीय शासनाने सामाजिक-आर्थिक विकासाच्या कार्यक्रमांना निधी पुरवण्यासाठी २००९-१० दरम्यान ४,५०,००० कोटी रुपये (*हिंदुस्तान टाईम्स २००९: २१*) बाजारपेठेतून कर्जाऊ घेतले. भारतातील अधिक वित्तीय तूट म्हणजे शासनाने बाजारपेठेतून घेतलेली जादा कर्जाऊ रक्कम होय. यासाठी शासकीय रोखे हा एकमेव स्रोत नसला तरी तो प्राथमिक स्रोत आहे.

एकूणातच, भारतीय राजकोषीय व्यवहाराचे व्यवस्थापन गुंतागुंतीचे आणि तांत्रिक असून तिच्याशी संबंधित व्यक्तींमध्ये उच्च दर्जाची व्यवस्थापकीय कौशल्ये आणि वित्तीय धोरणीपणा असणे गरजेचे असते. देशाच्या आर्थिक व्यवस्थेचा हा कार्यात्मक भाग असून वित्तीय संसाधने निर्माण करणे, त्यांचा निर्वाह आणि विनियोग करणे ही आव्हाने पूर्ण करण्यासाठी वित्तीय व्यवस्थापन ही शासनासाठी महत्त्वाची बाब ठरली आहे. त्याही पुढे जाऊन, वित्तीय व्यवस्थापनाचे महत्त्व लक्षात घेता, यासाठी आवश्यक असणाऱ्या मूलभूत सुसूत्रीकरणासाठी राज्यघटनेमध्ये काही विशिष्ट तरतुदी केलेल्या आहेत. वित्तीय व्यवस्थापन देशाच्या लोकशाही अभिशासनाच्या मापदंडानुसार करणे हा राज्यघटनेतील तरतुदींमागे राज्यघटनेच्या कर्त्यांचा तर्क होता. स्पष्टपणे सांगायचे झाल्यास, याचे फलित म्हणून वित्तीय संकटाचे काही प्रसंग सोडल्यास, भारतातील एकूण वित्तीय व्यवस्थापन सुरळीत चालू राहिले. यातून राज्यघटनाकारांचा धोरणीपणा आणि दूरदृष्टी प्रतीत होते.

भारतीय अर्थसंकल्प व्यवस्थेतील सुधारणा

वासाहतिक अर्थव्यवस्थेच्या गरजांना अनुकूल होण्यासाठी तयार केलेली अर्थसंकल्पाची प्रक्रिया भारतासारख्या नुकत्याच स्वतंत्र झालेल्या आणि विकासाभिमुख अर्थव्यवस्थेसाठी सुयोग्य नव्हती. पुढील काही वर्षांत, लोकशाही राज्यव्यवस्थेच्या तत्त्वप्रणालीवर आधारित सामाजिक आणि आर्थिक विकासाच्या उद्दिष्टांशी तादात्म्य पावणारी प्रक्रिया आखण्यासाठी तिच्यामध्ये अनेक सूक्ष्म बदल केले. परिणामी, भारतीय अर्थव्यवस्थेची धाटणी वासाहातिक न ठेवता ती विकासाभिमुख करण्यासाठी अर्थसंकल्पीय प्रक्रियेतील सुधारणांची रूपरेषा आखण्यात आली. या सर्वांतून पुढील बदल झाले; *अर्थसंकल्प हा देशाच्या सामाजिक आणि आर्थिक विकासाचे साधन झाला,* त्याचा कल खर्चापेक्षा निष्पत्तीकडे झुकला, वैधानिक आणि कार्यकारी मंडळांप्रती प्रशासनाचे राजकीय आणि प्रशासकीय उत्तरदायित्व वाढवण्याचे साधन ठरले. याशिवाय लेखा आणि लेखापरीक्षेच्या व्यवस्थेमध्ये योग्य तांत्रिक सुधारणा करण्यात आल्या.

अर्थसंकल्पातील सुधारणांमुळे वित्तीय प्रशासनाच्या सुरळीत चाललेल्या कार्यामध्ये व्यत्यय येऊ नये यासाठी हे बदल खंडशः आणि क्रमाक्रमाने केले. भारतामध्ये अर्थसंकल्पीय सुधारणा विविध टप्प्यांमध्ये झाल्या. त्यातील पहिल्या

टप्प्यामध्ये म्हणजे भारत स्वतंत्र झाल्यानंतर अर्थसंकल्पाच्या तांत्रिक स्वरूपामध्ये आमूलाग्र बदल करण्याऐवजी, देशाची वाटचाल नवोदित लोकशाही आणि विकसनशील अर्थव्यवस्थेतील विकास आणि उत्तरदायित्व या अत्यावश्यक तत्त्वांकडे वळवण्यासाठी अर्थसंकल्पाच्या प्रक्रियेमध्ये अनेक मूलगामी बदल केले गेले. दुसऱ्या टप्प्यामध्ये, १९६८ साली स्थापन केलेल्या पहिल्या प्रशासन सुधार आयोगाच्या शिफारसींनुसार कार्यक्रम अर्थसंकल्प आणि लेखाव्यवस्थेतील सुधारणांच्या धर्तीवर अर्थसंकल्पाच्या तांत्रिक स्वरूपामध्ये अनेक दूरगामी बदल केले गेले. अंतिमतः, समकालीन परिस्थितीमध्ये उदारीकरण आणि खाजगीकरण जोर धरत असताना संसदेचा अर्थसंकल्पाच्या प्रक्रियेवरील नियंत्रण कार्यक्षम आणि घट्ट करण्यासाठी संसदीय स्थायी समितींची स्थापना करण्यात आली. या समित्या विविध मंत्रालये आणि विभागांच्या अर्थसंकल्पीय वर्गवारीची जवळून छाननी करतात.

यापूर्वीदेखील खुलासा केल्याप्रमाणे, अर्थसंकल्पातील सुधारणांद्वारे त्यातील प्रक्रियांमध्ये सर्वांगाने बदल करण्यात आले. याची सुरुवात वासाहातिक लक्ष्य असण्यापासून ते विकासाभिमुख होण्याच्या दिशेने वाटचाल करणाऱ्या अर्थव्यवस्थेमधील अर्थसंकल्पाच्या दृष्टिकोनाची वैचारिक पुनर्मांडणी करण्यापासून झाली. या बदलाचा पूर्ण लाभ घेता येण्याच्या उद्दिष्टाने १९७७-७८ साली देशाच्या विकाससंबंधित मंत्रालयांचे अर्थसंकल्प तयार करताना विषयानुसारी पद्धतीच्या जागी कार्यक्रम अर्थसंकल्प व्यवस्था विकसित केली. कार्यक्रम अर्थसंकल्पाची तयारी करण्याच्या आणि लेखा आणि लेखापरीक्षेची व्यवस्था कार्यक्षम करण्याच्या उद्दिष्टाने, पूर्वीच्या एकात्म व्यवस्थेचा भाग असणारे लेखा आणि लेखापरीक्षा १९७६ साली विभक्त केले. काहीवेळा अर्थसंकल्प शून्याधारित अर्थसंकल्पाच्या प्रारूपावर आधारित करण्याचे देखील प्रस्ताव समोर आले. परंतु देशाच्या वैकासिक अपरिहार्यता आणि तिचे गुंतागुंतीचे स्वरूप लक्षात घेता अशा स्वरूपाचे प्रस्ताव प्रत्यक्षात उतरले नाहीत. शासनाची मंत्रालये आणि विभाग यांच्या कार्याची डोळसपणे आणि जवळून छाननी करण्यासाठी यातील सर्वांत महत्त्वाची सुधारणा म्हणजे संसदेच्या स्थायी समितींची स्थापना होय (कश्यप १९९७ः ३२४७). या सर्व अर्थसंकल्पीय सुधारणांचा परिपाक म्हणून, भारतीय अर्थसंकल्प व्यवस्थेत उल्लेखनीय सुधारणा झाल्या आहेत. उदाहरणादाखल सांगायचे तर अर्थसंकल्प हे केवळ सामाजिक आणि आर्थिक कायापालटाचे साधन नाहीत, तर, निर्धारित उद्दिष्टे पूर्ण करण्यासाठी संसाधानांची वर्गवारी करून ती जबाबदार आणि नेमकेपणाने केंद्रीभूत रीतीने अमलात आणण्यासाठी सरकारी अधिकाऱ्यांना अधिक जबाबदार करते. तरीदेखील, वाढत्या वित्तीय तुटीसारखे काही प्रश्न मात्र अर्थसंकल्पीय सुधारणांद्वारे तडीस गेलेले

नाहीत. परिणामी, भारतीय अर्थसंकल्पावर डोईजड वित्तीय तुटीचा भार असून त्यामुळे शासनाचा खर्च शिस्तबद्ध करण्याच्या अर्थसंकल्पाच्या क्षमतेवरती शंका उपस्थित होते. भारतीय अर्थसंकल्पाच्या सुधारणेची प्रक्रिया तर्कशुद्ध निष्कर्षापर्यंत नेण्यासाठी पुढील क्षेत्रांवर लक्ष केंद्रित करणे गरजेचे आहे; जसे की, शासकीय महसुलाचे संकलन वाढवणे, कार्यक्षमता वाढवणे, गरिबांना अर्थसाहाय्य करणे, ऊर्जाक्षेत्रातील क्लिष्ट प्रश्न सोडवणे, शासनाचे योग्य आकारमान विस्तार, शासकीय खर्चांचा प्राधान्यक्रम ठरवणे, कृषी आणि आरोग्य धोरणे एकमेकांना जोडणे इत्यादी (व्यासुलू २००९: २१-२३).

भारतीय वित्त व्यवस्थेतील सुधारणा

तांत्रिकदृष्ट्या पाहिले तर, भारतीय वित्तीय व्यवस्थेमध्ये अनेक संस्था, व्यवहार आणि अर्थव्यवस्थेवर प्रभाव असणारी उत्पादने यांचा समावेश होतो. देशांतर्गत बचती आणि परकीय भांडवल हे एका बाजूस अर्थव्यवस्थेच्या दृष्टीने उत्पादक गुंतवणुकीसाठी, तर दुसऱ्या बाजूस मोठ्या लोकसंख्येला भरणा, बचती, विमा, निवृत्तिवेतन आणि अशा कार्यक्षम प्रदानात्मक वित्तीय सेवांकडे वळवले जाते. स्वातंत्र्योत्तर काळात भारतीय वित्तीय व्यवस्था उभी करण्यामागे दोन उद्दिष्टे होती: पहिले म्हणजे *विकासाच्या वाटचालीला उत्तेजन देणे* आणि दुसरे म्हणजे *लोकांना सामाजिक आणि आर्थिक स्थिरता मिळवून देणे.* वित्तीय सुधारणा या, सर्वसामान्य लोकांच्या जीवनात अनपेक्षित आणि अहितकारक बदल करण्यास कारणीभूत न ठरता, भारतीय अर्थव्यवस्था अतिशय वेगाने बदलणाऱ्या जागतिक अर्थव्यवस्थेच्या बरोबरीने आणण्याच्या हेतूने, संदर्भ आणि स्वरूप ठरला.

वित्तीय सुधारणांमधील गुंतागुंत आणि वित्तीय सुधारणांच्या स्वरूप आणि परिणाम यांवरून होणारा सार्वजनिक प्रक्षोभ लक्षात घेता, शासनाने या सुधारणा टप्प्याटप्प्यांनी करणे हितावह होते. यातील १९९०च्या दशकामध्ये व्यवहार ताळेबंदामुळे उद्‌भवलेल्या आकस्मिक आर्थिक पेचप्रसंगांच्या संदर्भात वित्तीय सुधारणांचा पहिला टप्पा सुरू झाला. शासनाच्या सर्व व्यवहारांमध्ये वित्तीय सुधारणांसाठीची अनुकूलता असल्याचे पाहून आंतरराष्ट्रीय नाणेनिधी आणि आंतरराष्ट्रीय पुनर्रचना आणि विकास बँक या संघटनांना भारतीय वित्तीय व्यवस्थेमध्ये मूलभूत सुधारणा करण्यासाठी आग्रही राहणे सोयीचे ठरले. परिणामतः, या जागतिक वित्तीय संघटनांच्या देखरेखीखाली संरचनात्मक समायोजन कार्यक्रम आखले गेले. त्यामागे स्वतंत्र भारताच्या सुरुवातीच्या काळात समाजवादी आकृतिबंधाची पुनर्रचना करण्यासाठी उभारलेल्या संरचना आणि प्रक्रिया मोडून काढण्याचा हेतू होता. याव्यतिरिक्त व्याजदरांचे उदारीकरण आणि निर्देशित पत

यावर सुधारणांचा भर होता. तरीदेखील, या टप्प्यातील सुधारणा सूक्ष्म स्वरूपाच्या असून केवळ व्यापक स्वरूपावर लक्ष केंद्रित केल्याने देशाच्या प्रगतीला बाधा होऊ शकते अशी टीका यांवर झाली. म्हणून, आंतरराष्ट्रीय नाणेनिधीच्या अहवालामध्ये वित्तीय सुधारणांसाठी आणि त्यातून लाभ होत असल्याची लोकांची खात्री झाल्यावर या सुधारणांना गती मिळेल या हेतूने अनेक नेमक्या आणि स्पष्ट सुधारणांची सूची नमूद करण्यात आली. उदाहरणार्थ, व्यापारातून मिळणारे दाव्यांचे रूपांतरण इलेक्ट्रॉनिक स्वरूपात केल्याने आणि ते व्यापारी कागदपत्रे म्हणून विकण्यासाठी अनुकूल संरचना तयार केल्याने लघु आणि मध्यम आकाराच्या उपक्रमांसाठी पत उपलब्ध करून देण्यास दमदार चालना मिळेल, असे अहवालात सूचित करण्यात आले (प्रसाद आणि राजन २००८: ३७). अशा प्रकारे नवीन सहस्त्रकाच्या उदयाबरोबर भारतीय वित्तीय सुधारणांच्या दुसऱ्या टप्प्याची सुरुवात झाली.

पहिल्या टप्प्यामध्ये मूलभूत उद्दिष्टे साध्य केल्यानंतर, दुसऱ्या टप्प्यामध्ये भारतीय वित्तव्यवस्थेमध्ये अधिक व्यापक आणि सखोल सुधारणा करण्याची योजना तयार केली. या टप्प्यामध्ये ज्या क्षेत्रांमध्ये आणि बाबींविषयी सुधारणा करावयाच्या त्यांचे जटिल स्वरूप, तसेच या टप्प्यातील त्यांच्या सुधारणांची व्याप्ती लक्षात घेता, खालीलप्रमाणे त्यांची सूचक यादी होऊ शकते:

१. वित्तीय तूट कमी करून स्थूल अर्थशास्त्रीय अस्थैर्याची जोखीम कमी करणे आणि त्यातून खाजगी क्षेत्राला वित्त उपलब्ध करून देणे;
२. बँकांचे पत आणि जोखीम व्यवस्थापन सुधारण्यासाठी कायदेशीर विनियामक आणि पर्यवेक्षी चौकटीमध्ये सुधारणा करणे;
३. दुर्बल बँकांसाठीची व्यवस्था सुधारणे; भांडवली बाजारपेठ अधिकाधिक विकसित करणे;
४. दीर्घ मुदतीच्या गुंतवणुकी आणि पायाभूत सुविधांना वित्तपुरवठा करण्यासाठी निवृत्तीवेतन आणि विमासेवांचा विकास करणे;
५. ग्राहकांचे हित साधण्यासाठी आणि वित्तीय सेवांचे जागतिकीकरण झाल्याने निर्माण होणारी आव्हाने पेलण्यासाठी वित्तीय सेवांमध्ये सुधारणा करणे; आणि
६. परराष्ट्रीय भांडवली बाजारपेठांशी दुवा साधणे (हॅन्सेन आणि कथुरिआ १९९९: ९).

अशा प्रकारे, चलन आणि वित्तीय क्षेत्र राजकीयदृष्ट्या संवेदनक्षम असले तरी, दुसऱ्या पिढीतील भारतीय वित्तीय सुधारणांचा त्यावर भर असणे अपरिहार्य होते.

परिणामी, अर्थव्यवस्थेतील या क्षेत्रांमध्ये मोठ्या प्रमाणात मूलभूत बदल केल्याशिवाय लोकांना दीर्घकाळ उदारमतवादी अर्थव्यवस्थेचा लाभ खऱ्या अर्थाने घेता येणार नाही (रेड्डी २००४: ६४). या सुधारणांचा भर वित्तीय क्षेत्राच्या कार्यात्मक धोरणांपेक्षा संरचनात्मक व्यवस्थेवर असेल. अर्थव्यवस्थेला पुनरुज्जीवित करण्यासाठी आवश्यक ती वित्तीय प्रेरणा देण्याबरोबरच चिंताजनक ठरणाऱ्या वित्तीय तुटीला आळा घालण्याचे आव्हानदेखील शासनासमोर आहे. याशिवाय शासनाने मध्यम मुदतीत वित्तीय दृढीकरण करण्याच्या उद्देशाने वित्तीय पुनर्रचना कार्यक्रमाला संस्थात्मक स्वरूप देणे गरजेचे आहे. शासनाने भूतकाळातून धडे घेऊन केंद्र आणि राज्यांसाठीच्या वित्तीय पुनर्रचनेच्या योजनांची नव्याने आखणी करावी. परंतु, केवळ विधिविधान पारित केल्याने वित्तीय शिस्त बाणली जाते असे नाही, तर व्यवस्थेकडून अवाजवी हितसंबंध साधणाऱ्या आपमतलबी लोकांच्या कारवायांना बळी न पडता त्यांची काटेकोरपणे अंमलबजावणी करण्यासाठी राजकीय इच्छाशक्तीची आवश्यकता आहे (राव २००९: ८५).

निष्कर्षात्मक निरीक्षणे

सार्वजनिक अर्थसंकल्पाच्या प्रक्रियेमध्ये शासनाकडून विविध संसाधनांची आणि विशेषतः पैशाचे संपादन, वर्गवारी आणि उपयोजना यासंबंधीचे निर्णय घेणे आणि त्यांची अंमलबजावणी करणे यांचा समावेश असल्याने ते अभिशासनातील अत्यंत क्लिष्ट काम आहे. त्याची कारणे अगदी स्पष्ट आहेत. सार्वजनिक प्रश्नांच्या गंभीर बाजू सोडविण्यासाठी तांत्रिक कौशल्याबरोबरच अर्थसंकल्पाची जबाबदारी असणारे अधिकारी तत्कालीन राजवटीचा वैचारिक प्राधान्यक्रम लक्षात घेऊ शकतात, परिणामी राज्यव्यवस्थेचे स्वरूप हे तिचे आर्थिक स्वास्थ्य आणि राजकीय दिशा यांवरून ठरते आणि अर्थसंकल्पात घेतले जाणारे निर्णय हे राज्यव्यवस्थेच्या स्वरूपाचे सामाजिक आणि आर्थिक दर्शक असतात. याशिवाय अर्थसंकल्प काय सूचित करते आणि साध्य करते यातील अंतर ओळखण्याचे हे साधन आहे.

अर्थसंकल्प हे वित्तीय व्यवस्थापनातील वेळोवेळी तपासून घेतलेले तंत्र आहे यात शंका नाही. सत्तेत असलेल्या शासनाचा आर्थिक प्राधान्यक्रम आणि वैचारिक कल यांच्या आधारे तयार केलेल्या तत्त्वांनुसार हे व्यवस्थापन राबवले जाते. शासनाच्या विषयपत्रिकेतील भागधारकांच्या दृष्टीने महत्त्वाचे विषय समाविष्ट करून घेण्याचे प्रयत्न अर्थसंकल्प करत असते. 'लोकशाही' सारख्या इच्छित आदर्शाप्रत जाणे हा या प्रक्रियेतील सर्वांत कळीचा मुद्दा आहे. त्यामुळे सामाजिक आणि आर्थिक वैविध्यता असूनदेखील, 'लोकांची स्पष्ट भूमिका' हा अर्थसंकल्प तयार

करण्याच्या आणि त्याची अंमलबजावणी करण्याच्या प्रक्रियेतील कळीचा मुद्दा आहे. काही विशिष्ट परिस्थितीमध्ये लोक दृश्य स्वरूपात सहभागी होऊ शकत नाहीत, परंतु निर्णयकर्त्यांनी दीर्घकाळ त्यांच्याकडे दुर्लक्ष करणे महागात पडू शकते. यामध्ये शासनाच्या राजकीय प्राधान्यक्रमाला महत्त्व देऊन आखण्यात आलेल्या विचारसरणीचे महत्त्व अधिक असून तो अर्थसंकल्पाच्या धोरणांचा पाया आहे. भागधारक त्यांच्या 'वैचारिक प्राधान्यक्रमानुसार' शासनाने कृती करण्यासाठी उत्तेजन देतात. भारताहून इतर देशांच्या राजकीय व्यवस्थेमध्ये अर्थसंकल्पाच्या निर्मितीमध्ये आणि अंमलबजावणीमध्ये लोकांची भूमिका ही 'केवळ एक निर्णयांचा वाहक' अशी असते. यातून आतापर्यंत चर्चिलेल्या अर्थसंकल्पाच्या प्रक्रियेचा अभ्यास करणे हे अतिशय रंजक आणि खुलासा करणारे आहे. कारण यातूनच या गुंतागुंतीच्या प्रक्रियेचा अभ्यास करण्याला गती मिळेल, शिवाय जगभरातील सामाजिक आणि आर्थिकदृष्ट्या परस्परविरोधी धोरणांचा तौलनिक अभ्यास करण्यासाठीचे आदान यातून उपलब्ध होईल.

टिप

१. अर्थसंकल्पातील संकल्पना आणि त्याचे कामकाज, वित्त आणि त्यांचा परस्परसंबंध याची स्पष्टता येण्यासाठी, पहा एशियन डेव्हलपमेंट बँक अहवाल (२००९).

संदर्भ

Asian Development Bank. 2009. *Macroeconomic Management and Government Finances*. New Delhi: Oxford University Press.

Chakrabarty, Bidyut and Rajendra Kumar Pandey. 2008. *Indian Government and Politics*. New Delhi: SAGE Publications.

Cox III, Raymond W., Susan J. Buck, and Betty N. Morgan. 1994. *Public Administration in Theory and Practice*. India: Pearson.

Datt, Ruddar and K.P.M. Sundharam. 2008. *Indian Economy* (58th edition). New Delhi: S. Chand and Company.

Goel, S.L. 2010. *Social Welfare Administration*, Part II. New Delhi: Deep and Deep Publications.

Government of India. 2008. *Annual Reports, 2007–08*. Ministry of Women and Child Development, Government of India.

Hansen, James A. and Sanjay Kathuria. 1999. 'India's Financial System—Getting Ready for the Twenty-first Century: An Introduction', in James A. Hansen and Sanjay Kathuria (eds), *India: A Financial System for the Twenty First Century*. New Delhi: Oxford University Press.

Hindustan Times (New Delhi), 8 July 2009, p. 21.

Holzer, Marc and Richard W. Schwester. 2011. *Public Administration: An Introduction*. New Delhi: PHI Learning.

Kashyap, Subhash C. 1999. 'A New Parliamentary Initiative: Subject-based Standing Committees of Parliament', *Economic and Political Weekly*, 6 October: 3247.

Maheshwari, Arasthiand. 2010. *Public Administration*. Agra: Lakshmi Narain Agarwal.

Prasad, Eswar S. and Raghuram G. Rajan. 2008. 'Next Generation Financial Reforms in India', *Finance and Development*, 45 (9, September): 37.

Prasad, Kamala. 2006. *Indian Administration: Politics, Policies and Prospects*. New Delhi: Pearson Longman.

Rao, M. Govind. 2009. 'The Fiscal Situation and a Reform Agenda for the New Government', in *Economic and Political Weekly*, 20 June.

Reddy, Y.V. 2004. 'Monetary and Financial Sector Reforms in India: A Practitioner's Perspective', in Kaushik Basu (ed.), *India's Emerging Economy: Performance and Prospects in the 1990s and Beyond*. New Delhi: Oxford University Press.

Singh, Amita. 2002. *Public Administration: Roots Are Wings*. New Delhi: Galgotia Publishing.

The Encyclopedia of Social Sciences, vols. III and IV.

The Times of India, 3 June 2009 (New Delhi edition).

Thavaraj, M.J.K. 1987. *Financial Administration of India* (2nd edition). New Delhi: Sultan Chand and Sons, p. 496.

Vyasulu, Vinod, 2009. 'Budget 2009-2010: Beyond Fiscal Rectitude', *Economic and Political Weekly*, August 1: 21-23.

प्रकरण ११

भारतातील प्रशासकीय सुधारणा

अध्ययनाची उद्दिष्टे

- 'प्रशासकीय सुधारणा' ही संकल्पना समजून घेणे
- स्वातंत्र्योत्तर भारतातील प्रशासकीय सुधारणांचे विश्लेषण करणे
- उत्तर उदारमतवादी कालखंडात भारतातील सुधारणांचे बदलते स्वरूप स्पष्ट करणे

लोकप्रशासन ही एक अविरत प्रक्रिया आहे आणि या अर्थाने त्यामध्ये कायमच सुधारणा होत असते. म्हणून, लोकप्रशासनामध्ये 'सुधारणा हे एक लक्ष्य नसून एक प्रवाही प्रवास आहे' (संक्रमणातील अभिशासन १९९५: २). सार्वजनिक व्यवहारांचे व्यवस्थापन करणाऱ्या राज्याच्या संस्थांसमोर असणाऱ्या आव्हानांना प्रतिसाद म्हणजे सुधारणा होय. बदलत्या काळानुसार प्रशासकीय क्षमता अधिक व्यापक बनवण्याचा प्रयत्न करणे हे सूत्र सतत सुधारणा घडवून आणण्याच्या मुळाशी आहे. भारतामध्ये केंद्र आणि राज्य, दोन्ही पातळ्यांवर, प्रशासकीय सुधारणेच्या समस्येने सतत लक्ष वेधून घेतले आहे. स्वातंत्र्यापासून, प्रशासकीय संस्थांची संरचना, कार्यपद्धती आणि प्रक्रिया यांमध्ये मोठ्या प्रमाणात बदल झाले आहेत. हे बदल खूप धिम्या गतीने झाले असले आणि विशेष दृश्यस्वरूपात नसले तरी, त्यामधून प्रशासकीय व्यवस्थेमधील कार्यपद्धती व सातत्याने योजनेत नावीन्य आणि तसेच, परिस्थितीशी जुळवून घेणे, वाढत्या गरजा व शासनाच्या अडचणी या संदर्भात शासनाने केलेले प्रयत्न दिसून येतात. या पार्श्वभूमीवर, प्रस्तुत प्रकरणामध्ये, प्रशासकीय सुधारणांची संकल्पना समजून घेणे, स्वातंत्र्योत्तर काळातील सुधारणा उपक्रमांचे विश्लेषण करणे आणि उत्तर उदारीकरण काळात भारतातील प्रशासकीय सुधारणांचे बदलते स्वरूप समजून घेण्याचा प्रयत्न करण्यात आला आहे.

सुधारणांच्या आस्थेपोटी लोकप्रशासन या अभ्यासशाखेचा उदय झाला. तसेच, १८८७ मध्ये विल्सन यांचा मूळ निबंध प्रकाशित झाल्यापासून बदल आणि सुधारणा हे सतत प्रशासकीय विश्लेषणाचे केंद्रबिंदू राहिले आहेत. प्रशासनाला भ्रष्टाचार मुक्त करणे आणि अधिक व्यवहारी बनवणे यासाठी सुधारकांच्या राजकारण आणि प्रशासन एकमेकांपासून वेगळे करण्याच्या आस्थेमुळे लोकप्रशासन शाखेच्या

उदयाला वेग आला. या ज्ञानशाखेच्या वाढीसंबंधीचे पुढचे प्रयत्न निर्णयप्रक्रिया 'संघटित' करणे व योजना अधिक स्पष्ट करणे, कर्मचारी आणि व्यवस्थापकांची वर्तणूक पुनराभिमुख करणे आणि लोकप्रशासनाला अधिकाधिक खुल्या रचनेकडे घेऊन जाणे, परिस्थिती-संवेदनशील आणि ग्राहक-प्रतिसादात्मक दिशेने घेऊन जाणे हे त्याचे उद्देश होते. अलीकडच्या काळामध्ये, 'नागरी पर्याय' दृष्टिकोन हा एक महत्त्वाचा शोध म्हणता येईल, ज्यायोगे बाजारपेठ विरुद्ध राष्ट्र ही बाब पुढे आली व या ज्ञानशाखेचा नवउदारीकरणाच्या राजकीय-आर्थिक दृष्टिकोनातून परत शोध घेण्याचा प्रयत्न करण्यात आला. 'तिसऱ्या' जगामध्ये, लोकप्रशासन हे नवा केंद्रबिंदू, नवी उद्दिष्ट आणि कामाच्या नव्या पद्धती यांमुळे विकास प्रशासन म्हणून ओळखले जाऊ लागले. विकास-सुधारणा संबंधांबाबत जागतिक बँकेसारख्या आंतरराष्ट्रीय संस्थांकडून आणि तसेच, विकसनशील देशांकडून वेगवेगळ्या प्रकारचे प्रतिसाद पुढे आले. विद्यमान लोकप्रशासनाचे संकल्पनीकरण करण्याच्या दृष्टीने सुशासन, सहभागात्मक विकास आणि अनोकरशाहीकरण यांना महत्त्व प्राप्त झाले आहे.

प्रशासकीय सुधारणांचा सैद्धान्तिक मूलाधार

बदल आणि सुधारणा यांकडे झुकलेली ज्ञानशाखा म्हणून लोकप्रशासनाचा उदय झाला होता. 'सुधारणा' या संज्ञेचा शब्दशः अर्थ पुन्हा निर्माण करणे असा होतो. 'वेगळ्या आणि अधिक चांगल्या स्वरूपामध्ये रूपांतर करणे, स्वरूप, रचना वा घटकांमध्ये बदल करून दुरुस्ती अथवा सुधारणा करणे; पूर्वीच्या उणिवा किंवा अपूर्णतांपासून मुक्तता करणे' अशी *ऑक्सफोर्ड इंग्रजी शब्दकोशा*मध्ये 'सुधारणे'ची व्याख्या केली आहे. या व्याख्येनुसार, 'प्रशासकीय सुधारणा' म्हणजे लोकप्रशासनामध्ये अधिक चांगल्या व सुधारित स्वरूपामध्ये बदल करणे होय. दुसऱ्या शब्दांत सांगावयाचे झाल्यास, प्रशासकीय सुधारणा ही लोकप्रशासन सुधारण्याची एक हेतुपूर्वक, नियोजित केलेली प्रक्रिया होय (माहेश्वरी २००२: २). गेराल्ड कैडन प्रशासकीय सुधारणांची व्याख्या करताना असे म्हणतात की, 'प्रशासकीय सुधारणा म्हणजे प्रतिकार विरुद्ध प्रशासकीय परिवर्तनाचे कृत्रिम प्रलोभन होय' त्यांच्या मते, 'ते कृत्रिम आहे कारण ते नैसर्गिक, अपघाती किंवा स्वयंस्फूर्त नसून, मानवनिर्मित, हेतुपूर्वक आणि नियोजित आहे. ते घडवून आणलेले आहे कारण, त्यामध्ये पाठपुरावा करणे, चर्चा आणि सरतेशेवटी अनुशासनाचा धोका आहे; ते वैश्विक पातळीवर एकमेव स्पष्ट किंवा सत्य मार्ग म्हणून मान्य करण्यात आलेला नाही' (कैडन १९६९: ६५). प्रशासकीय सुधारणांचे स्वरूप आणि अर्थ यांना आकार देण्यासाठी राजकीय वातावरणाचे महत्त्व हे कैडन यांच्या व्याख्येमध्ये उल्लेखनीय आहे. हान-बी यांच्या मते, प्रशासकीय

सुधारणा म्हणजे 'राष्ट्र विकासाच्या सकारात्मक उद्दिष्टांसाठी प्रशासकीय व्यवस्थेला नव्या अथवा एकत्रितपणे काही कल्पना लागू करण्याकरता करण्यात आलेला प्रयत्न होय' (ली १९७६:११४). 'वास्तविकता व अपेक्षित परिस्थिती यांमधील दरी नाहीशी करण्यासाठी शासकीय यंत्रणेने घडवून आणलेला बदल' असे अर्ने लीमन्स प्रशासकीय सुधारणेचे वर्णन करतात (लीमन्स १९७६: ६५). प्रशासकीय सुधारणेची वैश्विकरित्या मान्य अशी एकमेव व्याख्या नसली तरी, परिणामकारकदृष्ट्या राष्ट्रीय उद्दिष्टे साध्य करण्यासाठी या सुधारणा प्रशासकीय सक्षमता आणि क्षमता यांच्या प्रगतीसाठी केल्या जातात याबाबत अभ्यासकांमध्ये मूलतः एकमत आहे. अन्य शब्दांत सांगावयाचे झाल्यास, या सुधारणांद्वारे परिणामकारक प्रशासनाला प्रोत्साहन दिले जाते. परिणामकारक प्रशासनामध्ये लोकसेवांची व्यापकता वाढवणे आणि दर्जा सुधारणे तसेच, नागरिकांना अशी उद्दिष्टे आणि सेवा अधिक व्यवहार्यपणे, कार्यक्षमतेने, व परिणामकारकदृष्ट्या पुरवणे या बाबी अभिप्रेत आहेत.

प्रशासन गतिशील असून ते स्थित असलेल्या बदलत्या परिस्थितीला प्रतिसाद देण्याच्या प्रक्रियेतून त्याची भूमिका सतत पुनर्व्याख्यित केली जात आहे. म्हणून, कैडन असे वक्तव्य करतात की, शासनाला योजना प्रत्यक्षात आणण्यासाठी परिणामकारक यंत्रणेची गरज असते आणि अशा तार्किक तत्त्वांवर बांधल्या गेलेल्या व्यवहार्य यंत्रणेवर प्रशासकीय सुधारणा आधारलेली आहे. यावरून असे सूचित होते की, (*अ*) प्रशासकीय सुधारणा म्हणजे व्यापक समाजावर परिणाम करणारा हेतुपूर्वक नियोजित बदल होय; (*आ*) या सुधारणा नव उपक्रमांशी समानार्थक आहेत; (*इ*) लोकसेवांची कार्यक्षमता आणि परिणामकारकता ही सुधारणांची हेतुपूर्वक निष्पत्ती आहे; आणि (*ई*) संस्थात्मक परिस्थितीमध्ये असणारी अनिश्चितता आणि वेगाने होणारे बदल यांच्याशी जमवून घेण्याची गरज लक्षात घेता सुधारणा न्याय्य आहेत.

प्रशासकीय बदलाच्या नैसर्गिक प्रक्रियेमध्ये होणाऱ्या अपकार्यामुळे प्रशासकीय सुधारणांची गरज भासते. बदलाच्या मार्गातील अडथळे दूर करणे किंवा बदल घडून येत आहे अशा ठिकाणी त्याचे निष्कर्ष सुधारणे या हेतूने सुधारणा चळवळींना सुरुवात होते. म्हणून, उणिवा दूर करून 'जैसे थे' स्थितीय सुधारणा घडवून आणणे, कुकर्मी किंवा चुकीचे मार्ग बंद करणे आणि प्रशासकीय उणिवा दूर करणे हे प्रशासकीय सुधारणेचे उद्दिष्ट होय. या अर्थाने, प्रशासकीय सुधारणेला नैतिक हेतू आहे असे कैडन (१९६९: ६५) मानतात. थोडक्यात, प्रशासनाची विकासाच्या बरोबरीने सुधारणा होणे व कार्यांमध्ये उणिवा असतील अशा ठिकाणी प्रशासकीय बदल अपुरा असल्यास प्रशासकीय सुधारणेची गरज असते. याचा अर्थ असाही

होतो की, 'प्रशासन काय करत आहे आणि काय केलेच 'पाहिजे' यामध्ये महत्त्वपूर्ण विरोधाभास आहे' (डाउन्स १९६७ः १९१). कैडन यांच्या मते पुढील परिस्थितींमध्ये प्रशासकीय सुधारणा गरजेची असतेः

१. जेव्हा प्रशासनाला त्याच्याकडून असलेल्या मागण्या पूर्ण करण्यात अपयश येते;
२. जेव्हा क्षमता असलेले प्रशासन भविष्यातील मागण्यांविषयी अंदाज बांधण्यात असमर्थ ठरते;
३. जेव्हा राखीव क्षमता असलेले प्रशासन भविष्यातील मागण्यांविषयी अंदाज बांधण्यात असमर्थ ठरते; आणि
४. जेव्हा क्षमता नसलेले व भविष्यातील मागण्या वर्तवण्याची क्षमता नसलेले प्रशासन परिणामकारक पद्धतींचा अवलंब करत नाही (कैडन १९६९ः १३१).

म्हणून, वर्तमानातील मागण्या पूर्ण करणे आणि भविष्यातील मागण्यांबद्दल अंदाज वर्तवणे याबाबतच्या प्रशासनाच्या अक्षमतेतून प्रशासकीय सुधारणांसाठी जागा निर्माण होते. प्रशासनाला नव्या भूमिकेशी जुळवून घ्यावे लागते. बदलाच्या अशा गरजेमुळेच सुधारणा घडवून आणणे भाग पडते आणि, अशा सुधारणेचे मूळ उद्दिष्ट प्रशासनात 'सुधारणा' घडवून आणणे हे असते, ज्याला कुप्रशासनावरील उपाय असेही म्हटले जाते; संसाधनांच्या कमीतकमी गुंतवणुकीतून परिणामकारक कार्य साध्य करणे आणि 'प्रशासकीय शाखांनी परिणामकारक व जबाबदार पद्धतीने सार्वजनिक योजना राबवण्यासाठी बदलांचा' विकास आणि अंमलबजावणी (फिअना आणि डीन १९६९ः १४२). मोशर (१९६९) यांनी प्रशासकीय सुधारणेची चार महत्त्वाची उपउद्दिष्टे सांगितली आहेतः

१. योजना आणि कार्यक्रम राबवण्याच्या पद्धतीमध्ये बदल;
२. प्रशासकीय परिणामकारकतेमध्ये सुधारणा;
३. उच्च दर्जाचा कर्मचारी वर्ग आणि कर्मचारी वर्गाचे अधिक परिणामकारक कार्य;
४. बाह्य टीका किंवा धोका यांसंबंधी अंदाज वर्तवणे.

प्रशासकीय सुधारणा घटनांवर आधारित अशा स्वरूपाची असते. जैसे थे परिस्थिती मध्ये प्रगती घडवून आणणे हे सुधारणेचे उद्दिष्ट असते आणि म्हणूनच, यामुळे प्रचलित रचनेपेक्षा भिन्न रचना दिसून येते. येथे, कैडन यांनी 'सुधारणा' आणि 'बदल' यांमध्ये केलेला फरक समयोचित ठरतो. बदल म्हणजे बदलत्या परिस्थितीला दिलेला स्व-अनुयोजित प्रतिसाद होय, तर सुधारणा नैसर्गिक प्रशासकीय प्रक्रियेतील

बिघाडावर उपाययोजना करण्याचे साधन होय. म्हणूनच, सुधारणा हे बदलाच्या अगदी विरुद्ध असे अव्याहत कार्य आहे ज्यायोगे रचना, प्रक्रिया आणि प्रशासनातील वर्तणूक रूपांतरीत करण्याचा प्रयत्न केला जातो. म्हणूनच, सुधारणा घडवून आणण्याच्या प्रयत्नांमध्ये तीन घटकांचा स्वतंत्रपणे अथवा एकत्रितपणे समावेश होतो.

- *संरचनात्मक सुधारणा* ही लोकप्रशासनामध्ये सर्वसाधारण प्रकारची आहे. कार्याचे विभाजन, अधिकारप्रदान आणि विकेंद्रीकरण, त्याचबरोबर स्वायत्त संस्थांची निर्मिती आणि परस्परावलंबित संस्थांच्या कार्यांना एकत्रित आणण्यासाठी समन्वय करणारी यंत्रणा स्थापन करणे यांच्याशी येथे मूळ संबंध आहे.
- *प्रक्रियात्मक सुधारणा* हीदेखील शासन संस्थांमध्ये वारंवार सूचित केली जाते आणि आणि अमलातदेखील आणली जाते. यांमध्ये वित्तीय नियम, कामाच्या प्रक्रियांमध्ये परिवर्तन (नोंदी करण्याच्या पद्धतींमध्ये बदल, प्रपत्रे आणि इत्यादी) आणि दप्तर दिरंगाई टाळण्यासाठीचे सर्वसामान्य प्रयत्न यांचा समावेश असू शकतो. वेगवेगळ्या प्रशासकीय परिस्थितींमध्ये व्यवस्थापन तंत्राचा अवलंब करणे हेदेखील या प्रकारच्या सुधारणेमध्ये अनुस्यूत आहे.
- *वर्तनातील सुधारणा* हा प्रशासकीय सुधारणेचा त्यामानाने नवा पैलू आहे. येथे, सार्वजनिक नोकरशाही केंद्रस्थानी आहे, ज्यावर व्यक्तिनिरपेक्ष स्वरूप आणि अमानवीकरणाच्या परिणामांमुळे टीका होत असते. म्हणून, वर्तणुकीतील बदल नोकरशाहीमधील माणसांमधील व समूहांमधील संबंध सुधारण्यासाठी सुचवण्यात आले आहेत. तसेच, प्रशासनाने लोकांची अधिक चांगल्या प्रकारे सेवा करावी यासाठी अशा बदलांचा पुरस्कार केला जातो. लोकप्रशासनामध्ये अलीकडच्या काळामध्ये सहभागात्मक व्यवस्थापन आणि संवेदनशीलतेचे प्रशिक्षण यांना मोठ्या प्रमाणात महत्त्व प्राप्त झाले आहे.

व्यापक स्वरूप बघता, प्रशासकीय सुधारणा अमलात आणणे खूप कठीण आहे. याचे कारण असे की, ते विद्यमान अधिकार संबंधांमध्ये प्रत्यक्ष किंवा अपेक्षित बदल प्रतिबिंबित करतात. सुधारणांच्या अंमलबजावणीचा विचार केला असता, कैडन (१९६९: १४५-५४) अंमलबजावणीच्या चार पद्धती सांगतातः

१. राजकीय क्रांतीतून लादल्या गेलेल्या सुधारणा;
२. संघटनात्मक साचेबंदपणावर उपाय म्हणून सुचवलेल्या सुधारणा;
३. कायदा व्यवस्थेतून आलेल्या सुधारणा;
४. दृष्टिकोनात्मक बदलांतून आलेल्या सुधारणा.

राजकीय क्रांती हे विशेषतः एक नाट्यमय तंत्र आहे, ज्यायोगे प्रशासकांवर प्रशासकीय सुधारणा लादल्या जातात. घटनात्मक लोकशाहीच्या उदयास कारणीभूत असलेला वसाहतवाद किंवा शासनाकडून सत्तेची आकस्मिक जप्ती यांसारखा क्रांतिकारक बदल सत्तेमध्ये आमूलाग्र बदल प्रतिबिंबित करतो. अशा आमूलाग्र राजकीय बदलानंतर मोठ्या प्रमाणात प्रशासकीय सुधारणा होणे अभिप्रेत असते. संस्था जेव्हा गरजेपेक्षा अधिक ताठर होते आणि त्यामध्ये ताणतणाव आढळून येतात तेव्हा प्रशासकीय बदलाची अंतर्गत मागणी वाढत जाते. प्रशासकीय परिवर्तनीयता नव्याने अमलात आणली जाते. पुनर्रचना, पुनराविष्कार, पुनर्विचार आणि पुनर्निर्मिती अशा स्वरूपांमध्ये बदल घडून येऊ शकतात. प्रशासकीय सुधारणा राबवण्यासाठी कायद्याच्या पद्धतीला वाढते महत्त्व प्राप्त होत आहे. माणूस हा संस्थेचा महत्त्वपूर्ण भाग असून, त्यांच्या दृष्टिकोनातील बदलामुळे सुधारणा घडवून आणण्यास मदत होते. संस्थेतील लोक जाणून घेत नाहीत व मान्य करत नाहीत तोपर्यंत कुठल्याही प्रकारचा कायदेशीर, संरचनात्मक किंवा राजकीय बदल हवी ती सुधारणा घडवून आणू शकत नाही. सुधारणेच्या मान्यतेचा विचार केला असता, कैडन यांच्या मते, सुधारणा तरच मान्य केल्या जातात जर (*अ*) त्या स्थानिक परिस्थितीला अनुसरून असल्यास, विद्यमान संस्थांच्या माध्यमातून राबवण्यात आल्यास आणि स्थानिक सहभाग सुनिश्चित केल्यास, (*आ*) विद्यमान संस्था व प्रचलित कार्ये यांबाबत नापसंती न दर्शवता, म्हणजेच, असुधारित संस्थांच्या उणिवा शोधण्यापेक्षा सुधारणांच्या विशेषतांची प्रशंसा केली असता, (*इ*) त्या अटीकात्मक अव्यवहार्यतेवर आधारित असण्यापेक्षा टीकात्मकतेवर आधारित असल्यास (कैडन १९६९: १४२).

सुधारणा घडवून आणणाऱ्याला त्याची साहाय्यकक्षा रुंदावणे गरजेचे असते. म्हणून, 'साहाय्याचे दृढीकरण करताना शक्य असल्यास हितसंबंधांना, विरोधक आणि तटस्थांना आपल्या बाजूने वळवून घेणे' ही सर्वांत अचूक योजना ठरते. शक्यतो सुधारणा दीर्घ अवधीच्या योजनांवर आधारित आणि विविध टप्प्यांमध्ये विभागलेल्या असू शकतात. सुधारणेच्या मूळ योजनेमध्येच प्रयोगशीलता असणे गरजेचे असते. अंमलबजावणीच्या कुठल्याही टप्प्यावर काही अडचण आल्यास अनुभवाला अनुसरून योजनेमध्ये गरजेनुसार तडजोड करता येऊ शकेल इतकी ती योजना लवचीक असणे गरजेचे असते. सुधारणांना उत्तेजन देण्यासाठी नेतृत्वाच्या भूमिकेवर क्वचितच भर दिला जातो. ज्यांनी सुधारणा सुचवली आहे त्यांना मोठ्या प्रमाणात अनुयायी वर्ग असणे गरजेचे असते तसेच, त्या त्या संस्थेमध्ये त्यांचे स्थान महत्त्वपूर्ण असणे गरजेचे असते. सुधारणांचा प्रस्ताव लोकप्रिय होण्यासाठी त्यांच्या

व्यक्तिमत्त्वाची म्हणजेच, नेतृत्वगुण आणि सर्वसाधारण मान्यता यांची मदत होते. यावरून असे लक्षात येते की, प्रशासकीय सुधारणेसाठी वैश्विक प्रणाली असणे क्वचितच शक्य आहे. कुठलीच परिस्थिती दुसऱ्या परिस्थितीसारखी नसते आणि सुधारणेची गरज दर्शवणारी प्रत्येक परिस्थिती विशेष असते. ज्याप्रमाणे एका देशापेक्षा दुसऱ्या देशात, एवढेच नव्हे तर, एका प्रदेशापेक्षा दुसऱ्या प्रदेशात प्रशासकीय संस्कृती वेगळी असते त्याचप्रमाणे, संस्था संस्कृती वेगवेगळ्या संस्थेमध्ये आणि तसेच एकाच संस्थेमध्ये देखील वेगळी असू शकते. 'एखाद्या मार्गाने संस्कृतीत बदल घडवून आणणे' हे सुधारणांचे उद्दिष्ट असते आणि 'अपेक्षित बदल जितके नाट्यमय आणि आमूलाग्र असतील तितकीच यश मिळण्याची संभवता अनिश्चित असते' (कैडन यांनी चक्रबर्ती मध्ये म्हटल्याप्रमाणे २००७ः ११५). सुधारणांचा आवाका जितका मोठा असेल तितकी चुका होण्याची शक्यता अधिक असते आणि अशावेळी, बदल पचवण्यासाठी अधिक कालावधी लागतो. म्हणूनच, लोकप्रशासनाचे परिस्थितीनुरूप असलेले विशिष्ट स्वरूप लक्षात घेतले असता, कुठल्याही प्रकारचा पुस्तकी तोडगा किंवा बदल ज्या परिस्थितीमध्ये सांधले अथवा अवलंबले जात आहेत त्या परिस्थितीच्या अनुषंगानेच आले असतील असे म्हणता येणार नाही.

प्रशासकीय सुधारणा ही एक प्रवाही प्रक्रिया आहे ज्याचा वापर समाजातील अनुत्तरित अशा बदलत्या गरजांशी प्रशासकीय यंत्रणेने शक्यतोवर जुळवून घ्यावे यासाठी केला जातो. सुधारणांचे विशिष्ट गतीतत्त्व लक्षात घेतले असता, त्यासाठी भक्कम राजकीय पाठबळ, लोकांचा पाठिंबा आणि अंतर्गत कार्यक्षम सुलभीकरणाची गरज असते. अशा प्रयत्नांचे यश सुधारणा यशस्वीपणे राबवण्याच्या यंत्रणेवरदेखील अवलंबून असते. अशा सुधारणांचे उद्दिष्ट केवळ नोकरशाहीची पुनर्रचना करणे हे नसून, ही व्यवस्था ज्या परिस्थितीमध्ये काम करते ती परिस्थिती अधिक व्यापक बनवणे असे असते. म्हणून, या संपूर्ण प्रयत्नांमध्ये सुधारणा राबवणे आणि त्यांचे मूल्यांकन करणे महत्त्वाचे असते.

सरतेशेवटी असे म्हणता येईल की, प्रशासकीय सुधारणा हा लोकप्रशासनातील एक महत्त्वाचा मुद्दा आहे. सुधारणांची गरज मोठ्या प्रमाणात भासते आणि सद्यःस्थितीत सुधारणांच्या विविध प्रकारांकडे मोठ्या प्रमाणात लक्ष पुरवले जात आहे. सुधारणांमुळे वेगवेगळी उद्दिष्टे साध्य केली जात असून त्यांचे विविध प्रकार आहेत. सुधारणा प्रस्ताव काही विशिष्ट अवस्थांमधून पारित होतात. सक्षम नेतृत्व, परिस्थितीचे सुयोग्य आकलन व जाण, वेळेची योग्य जाण, व्यापक पाठिंबा, प्रस्तावांचे काळजीपूर्वक नियोजन करून ते राबवण्याचे टप्पे ठरवणे, संसाधनांवरील ताबा आणि सर्वांत महत्त्वाचे म्हणजे, 'राजकारणा'ची पक्की समज यावर सुधारणांचे

यश अवलंबून असते. सुधारणांची अंमलबजावणी सुयोग्य नियोजित असणे गरजेचे असते आणि मूल्यांकन हा अंमलबजावणी प्रक्रियेचाच एक भाग असावा. सुधारणा अपेक्षित बदल घडवून आणते हे स्पष्टपणे सिद्ध केलेले असावे. म्हणून, मूल्यांकन हा सुधारणेचा अविभाज्य भाग असणे गरजेचे असते.

स्वातंत्र्यापासूनच्या कालखंडातील भारतातील प्रशासकीय सुधारणा

भारतातील 'सुधारणां'ची रूपरेषा जाणून घेण्यासाठी ब्रिटिश राज्याच्या आगमनापासून बऱ्याच व्यापक काळातील नोकरशाहीतील उतार चढाव बघावे लागतात. राजेशाहीच्या काळात प्रशासनाचे मूळ उद्दिष्ट वसाहतवादाची बैठक बसवणे हा होता. यामध्ये लोकांचे हित अगदीच दुर्लक्षित नसले तरी त्याला परिघाबाहेरील स्थान होते. म्हणून, ब्रिटिश साम्राज्याची शाश्वतता टिकवून ठेवणे हे प्रशासकीय सुधारणांचे एकमेव प्राधान्य होते. स्वातंत्र्याबरोबर प्रशासनाच्या नैतिक बैठकीमध्ये नाट्यमय बदल घडून आल्याने प्रशासनाचे स्वरूप आणि मथितार्थदेखील पूर्णपणे वेगळे असणे ओघानेच येते. ब्रिटिश राजवटीचा काळ आणि त्याच्या लगेचच नंतरचा काळ यांबाबतचा भारताचा ऐतिहासिक अनुभव लोकप्रशासनाच्या उदयाला कारणीभूत ठरला. मात्र हे लोकप्रशासन लोकांच्या गरजा आणि अपेक्षा यांना अनुरूप नव्हते. यामागील कारणे शोधणे फारसे अवघड नाही, कारण अभ्यासांती असे लक्षात आले आहे की, वसाहतवादी प्रशासकीय संस्कृतीमध्ये रुजलेले आणि त्यामध्ये प्रशिक्षित झालेले नोकरशाह हे वेबरने स्पष्ट केलेल्या नोकरशाहीच्या गुणवैशिष्ट्यांशी स्वतःला बांधील मानतात. म्हणजेच, श्रेणीय पद्धत, प्रतिष्ठा, नियम आणि नियामकांमधील काटेकोरपणा इत्यादी. तसेच, हे नोकरशाह मुख्यत्वे कायदा व सुशासनाची अंमलबजावणी करणे आणि महसूल गोळा करणे या कार्यांशी संबंधित असतात. ही संरचना वसाहतवादी राजवटीमध्ये सर्वोचित असली तरीदेखील, प्रशासनाच्या बदललेल्या परिस्थितीमध्ये कार्य करण्यास पूर्णपणे अक्षम आहे असे दिसते. बदललेली परिस्थिती म्हणजे, विकास उद्दिष्टाकडे कल असलेले प्रशासन होय. स्वातंत्र्योत्तर कालखंडात भारताने स्वीकारलेल्या लोकशाही संरचनेमध्ये शासन ही विकासाची मुख्य संस्था असल्याने, अधिकाऱ्यांच्या भूमिकांमध्ये देखील बदल झाले आहेत. 'पदसोपान पद्धती आणि प्रतिष्ठा यांपेक्षा निष्कर्ष आणि अंमल आणि अधिकार यांपेक्षा लवचीकता आणि विकेंद्रीकरणावर भर देणे' हे त्यांच्या बदललेल्या भूमिकेचे उद्दिष्ट आहे (भट यांनी चक्रबर्ती मध्ये म्हटल्याप्रमाणे २००७ः २२८). म्हणूनच, 'विकास प्रशासक म्हणून बघितले जाणाऱ्या नोकरशहाकडे 'चातुर्य, वास्तववाद, गतिमानता, लवचीकता,

कुठल्याही परिस्थितीतील अनुकूलक्षमता आणि प्रक्रिया किंवा शिष्टाचारांबाबत अधिक विचार न करता जलद आणि तात्कालिक निर्णय घेण्याची इच्छाशक्ती' असणे गरजेचे असते' (भट यांनी चक्रबर्ती मध्ये म्हटल्याप्रमाणे २००७ः २८२).

तथापि, आर्थिक विकास आणि सामाजिक बदलाची नवी आव्हाने बघता, भारताच्या बदललेल्या सामाजिक-राजकीय परिस्थितीमध्ये तत्कालीन प्रशासकीय संरचना रचनात्मकदृष्ट्या अपुरी आणि कार्यात्मकदृष्ट्या असिद्ध होती. त्यामुळे, ब्रिटिश राज्यकर्ते गेल्यानंतर भारतीय राज्यव्यवस्थेतील क्रमबद्ध बदलांना प्रतिसाद देऊ शकेल अशी संरचना असलेल्या प्रशासकीय सुधारणांची गरज होती. लोकांची जागरूकता आणि आकांक्षा वाढल्याने देखील ही गरज निर्माण झाली असे म्हणता येईल. काही उत्कृष्ट ब्रिटिश अधिकाऱ्यांची अचानक कमतरता भासू लागली होती आणि मुस्लिमांनी पाकिस्तानात जाणे पसंत केले होते (रामचंद्रन १९९६ः २१५). या सर्व घडामोडींमुळे समयोचित प्रशासकीय पुनर्समायोजनाची गरज अधोरेखित झाली.

नव्या आव्हानांना सामोरे जाण्यासाठी १९४७ नंतरच्या सत्तांतरणामध्ये विविध पावले उचलली गेली. प्रत्यक्ष सत्तांतरणाच्या आधी साम्राज्यवादी सरकारने केलेली सचिवालय पुनर्रचना आयोगाची स्थापना हे या दिशेने निःसंकोचपणे पहिले पाऊल होते. या आयोगाने ऑगस्ट १९४७मध्ये सादर केलेल्या अहवालामध्ये प्रशासनाच्या 'अप्रतिसादी' स्वरूपावर विस्ताराने चर्चा करण्यात आली आहे. ब्रिटिश राज्यकर्ते भारतातून निघून गेल्यानंतरच्या काळामध्ये 'नवीन आव्हाने' हाताळण्यासाठी या स्वरूपाचे प्रशासन अक्षम होते असेही नमूद करण्यात आले आहे. (भारत सरकार १९४९ः २२५). याच काळामध्ये भारतीय पोलीस सेवा, भारतीय परराष्ट्र सेवा, केंद्रीय सेवा यांसारख्या नागरी सेवांच्या जागी भारतीय प्रशासकीय सेवा स्वीकारण्यात आली असे दिसते. तसेच, भारतीय प्रशासकीय सेवेतील परीविक्षा अधिकाऱ्यांसाठी प्रशिक्षण केंद्रे देखील सुरू करण्यात आली.

सन १९४९च्या शेवटाकडे गोपालस्वामी अय्यंगार समितीने केंद्र शासन यंत्रणेच्या कामाचा व्यापक आढावा घेतला. हा आढावा संस्थेतील बदल, शासन कामकाजाच्या व्यवहाराच्या पद्धतीमध्ये सुधारणा यांच्याशी संबंधित होता. गोपालस्वामी अय्यंगार यांनी यायोगे 'मंत्रालय' आणि 'विभाग' यांमध्ये फरक करण्याची शिफारस केली. त्यांनी केंद्र या नावाने आर्थिक आणि सामाजिक सेवांसाठी जबाबदार असतील असे मंत्रालयांचे नावे समूह तयार करण्याची शिफारस केली. जसे की, कृषी आणि नैसर्गिक संसाधने, उद्योग आणि व्यापार, वाहतूक आणि दळणवळण आणि कामगार आणि समाजसेवा केंद्र (सिंग आणि अंसारी २००७ः ४७८).

विद्यमान प्रशासकीय यंत्रणा आणि पद्धती नियोजित विकासाच्या गरजांसाठी पुरेशा आहेत किंवा नाही हे बघण्यासाठी १९५१मध्ये नियोजन आयोगाने गोरवाला

समितीची स्थापना केली. लोक अंमलबजावणीमध्ये विलंब अनुभवत असून सचोटीची कमतरता दिसून येते आणि गरज नसताना निर्णयांमध्ये ढवळाढवळ आणि भ्रष्टाचार व तसेच, अधिकाऱ्यांचा अपुरा सहभाग हा या समितीचा मुख्य निष्कर्ष होता. या समितीद्वारे, जलद गती, कार्यक्षमता, परिणामकारकता आणि प्रतिसादात्मकता यासाठी शासनाची पुनर्रचना करण्याची शिफारस केली. प्रशासकीय सुधारणा अव्याहत ठेवणे आणि त्यांना प्रोत्साहन देणे या हेतूसाठी एक मंत्री आणि एक सचिव नियुक्त करावा असा सल्ला देखील या समितीने दिला.

प्रशासकीय सुधारणांच्या विश्वामधील आणखी एक महत्त्वाचा केंद्रबिंदू म्हणजे पॉल एच. ॲपलबी यांचे भारतीय प्रशासनावरील दोन अहवाल होत. *भारतातील लोकप्रशासनः सर्वेक्षणाचा अहवाल* (१९५३), या पहिल्या अहवालामध्ये केंद्र शासनामध्ये संघटना आणि कार्यपद्धती संस्था आणि लोकप्रशासन संस्था स्थापन करावी अशी शिफारस करण्यात आली होती. ही शिफारस तातडीने मान्य करण्यात आली (ॲपलबी १९५३). *भारतीय प्रशासन व्यवस्थेचे पुनर्संघटन (शासनाच्या औद्योगिक आणि वाणिज्य उपक्रमांचे प्रशासन या विशेष संदर्भाने)* हा ॲपलबी यांचा दुसरा अहवाल १९५६ साली सादर करण्यात आला. ॲपलबी यांच्या अहवालाचा परिणाम म्हणून, प्रत्येक शासन विभागामध्ये दैनंदिन कार्यपद्धतीतील कार्यक्षमता साध्य करण्यासाठी संघटना आणि कार्यपद्धती विभाग स्थापन करण्यात आले. भारत सरकारचे 'तज्ज्ञमंडळ' म्हणून मार्च १९५४ मध्ये भारतीय लोकप्रशासन संस्था स्थापन करण्यात आली. या संस्थेकडे संशोधनात्मक अभ्यास करणे, मार्गदर्शनासंबंधीची कामे करण आणि वरिष्ठ नागरी सेवकांसाठी प्रशिक्षण कार्यक्रम आयोजित करणे अशी कामे देण्यात आली होती.

या अहवालांद्वारे, पॉल ॲपलबी यांनी 'पुरातन', 'सरंजामशाही' आणि 'अपुऱ्या' अशा प्रशासकीय रचनेमध्ये क्रांतिकारी सुधारणा सुचवल्या. ज्यायोगे 'वसाहतवादाचा दीर्घ इतिहास' असलेल्या देशाचे प्राथमिक उद्दिष्ट साध्य करता येईल. केवळ 'उपकरणात्मक' महत्त्व असल्याने प्रशासकीय यंत्रणा' मान्य करणे हे त्यांना आश्चर्यकारक वाटत होते. परिणामी, वारशाने मिळालेल्या भारतीय लोकप्रशासनाच्या धोरणाधिष्ठित पायामध्ये क्रांतिकारी बदल व्हावेत म्हणून नंतरचे रचनात्मक बदल महत्त्वपूर्ण मानण्यात आले. येथे दुसऱ्या वेतन आयोगाच्या (१९५७-५९) अहवालाचे विश्लेषण करण्यात आले आहे. केंद्रशासन कर्मचाऱ्यांच्या 'वेतन आणि सेवांच्या अटींची रचना' यासाठी गरजेच्या 'तत्त्वां'चे परीक्षण करणे हे १९५७ साली नियुक्त करण्यात आलेल्या या आयोगाचे प्राथमिक काम होते. कार्यक्षमता साध्य व्हावी या दृष्टीने या आयोगाने शासन कार्यालयांची 'संलग्न' आणि 'दुय्यम' अशा दोन भागांमध्ये कार्यात्मक आधारावर विभागणी करावी असे सुचवले. तसेच संलग्न

कार्यालयांमध्ये एका मुख्यालय संघटनेच्या' अंतर्गत प्रसंगोचित सचिवालय स्थापन करावे असेही सुचवले. मालक आणि कामगार यांच्यातील तंटे मार्गी लावणे व वाटाघाटी करणे यासाठी एक यंत्रणा निर्माण करावी ही आणखी एक उल्लेखनीय शिफारस होती.

प्रशासनातील वाढता भ्रष्टाचार लक्षात घेऊन १९६४ साली प्रशासकीय भ्रष्टाचाराच्या अडचणीतून मार्ग काढण्यासाठी संथनम समितीची स्थापना करण्यात आली. या समितीने केंद्रीय मंत्रालये आणि विभागांमधील संघटना आणि तेथील दक्षता विभागांच्या कामकाजाचे परीक्षण केले आणि शासनाच्या सेवकांना लागू होणाऱ्या आचार नियमांमध्ये काही बदल सुचवले आणि ज्यायोगे नागरी सेवकांवर कायमस्वरूपी लक्ष ठेवणे शक्य होईल याकरता कायमस्वरूपी प्रशासकीय दल म्हणून केंद्रीय दक्षता आयोगाची स्थापना करावी अशी शिफारस केली. या शिफारसींचा परिणाम म्हणून भारत सरकारने केंद्रीय दक्षता आयोगाची स्थापना केली.

निर्वासाहतीकरणानंतर या दृष्टीने एक सर्वसमावेशक प्रयत्न म्हणून १९६६ साली मोरारजी देसाई यांच्या देखरेखीखाली प्रशासकीय सुधारणा आयोगाची स्थापना करण्यात आली. अमेरिकेमध्ये दुसऱ्या महायुद्धानंतर स्थापन केलेल्या हूवर आयोगाच्या धरतीवर या आयोगाची स्थापना करण्यात आली होती. हूवर आयोगामध्ये राजकीय आणि नागरी सेवक सभासद होते तसेच, अभ्यास व संशोधनाअंती अहवाल लिहिणारे तज्ज्ञदेखील या आयोगाचा भाग होते. या आयोगाच्या स्थापनेमध्ये दोन महत्त्वाच्या कल्पनांची प्रमुख भूमिका होती असे म्हणता येईल. एक, केवळ कायदा आणि सुशासन सांभाळणारी संस्था ते विकासासाठी जबाबदार असलेली यंत्रणा असा बदल प्रशासनाच्या स्वरूपामध्ये झालेला दिसतो. यामुळे प्रशासनाच्या पारंपरिक संकल्पनेमध्ये क्रांतिकारी बदल झाला. दुसरे, समाजवादी स्वरूपावर आधारलेल्या समाजाचे विचाराधिष्ठित उद्दिष्ट लक्षात घेता आतापर्यंत साचेबंद पद्धतीने जबाबदारी पार पाडणाऱ्या शासनाच्या यंत्रणेमध्ये आता मूलगामी नूतनीकरण होणे आवश्यक झाले. म्हणून, या आयोगाला व्यापक स्वरूपाचे अधिकार देण्यात आले आणि तसेच 'लोकसेवांमधील कार्यक्षमता आणि सचोटीचा उच्चतम दर्जा साध्य करण्याच्या निकाडीला अनुसरून काम करणे आणि तसेच, लोकप्रशासनाला विकासाची सामाजिक व आर्थिक उद्दिष्टे साध्य करण्यासाठीचे सक्षम साधन बनवणे व त्याचबरोबर लोकांप्रती प्रतिसादी बनवणे' यासंबंधीची कामे देण्यात आली (भारत सरकार १९६६-७०). या आयोगाने साधारण चार वर्षांच्या काळापर्यंत काम केले व त्यानंतर एकूण ५८१ शिफारशी केल्या. प्रशासकीय सुधारणा आयोगाच्या काही महत्त्वाच्या शिफारसींमध्ये पुढील शिफारसींचा समावेश होतो:

- भ्रष्टाचारसंबंधीच्या तक्रारी आणि लोकांच्या तक्रारींवर कार्यवाही करण्यासाठी लोकपाल (केंद्रात) आणि लोकायुक्त (राज्यात) यांची नियुक्ती करणे.
- सर्व विकास विभागांमध्ये कार्यक्रम अर्थसंकल्प सुरू करणे.
- केंद्र सरकारमध्ये मंत्रिमंडळ सचिवालयाच्या अखत्यारीत केंद्रीय कर्मचारी संस्थेची (कर्मचारी आणि प्रशासकीय सुधारणा विभाग) स्थापना आणि प्रत्येक मंत्रालयात स्वतंत्र कर्मचारी विभाग स्थापन करणे.
- जिल्हा पातळीवर विकाससंबंधी सर्व जबाबदाऱ्या जिल्हा परिषदेकडे (निवडून आलेल्या प्रतिनिधींची जिल्हा पातळीवरील संस्था) देणे आणि जिल्हा परिषदेचा मुख्य कार्यकारी अधिकारी म्हणून जिल्हा विकास अधिकाऱ्याची नियुक्ती करणे.
- राज्यघटनेतील कलम २६३ च्या अंतर्गत केंद्र-राज्य संबंध हाताळण्यासाठी राज्यांतर्गत परिषदांची स्थापना करणे.
- खालील श्रेणीमध्ये काम करणाऱ्या शासन सेवकांना अधिक संधी देण्यात याव्यात. जेणेकरून त्यांची कार्यक्षमता आणि कार्यांच्या प्रमाणात त्यांची जलद गतीने प्रगती होईल.
- नागरी सेवकांच्या तक्रार निवारणासाठी प्रशासकीय न्यायाधिकरणाची स्थापना करणे.
- शासन संस्थांमध्ये सकारात्मक संस्था संस्कृती आणि प्रेरणादायी वातावरण विकसित करणे.
- मंत्री-नागरी सेवक संबंधांमध्ये सेवेचे अराजकीयीकरण करणे.

बदललेल्या सामाजिक राजकीय परिस्थितीमध्ये प्रशासकीय सुधारणा आयोगाचा अहवाल म्हणजे बहुधा प्रशासन सुप्रवाही राहावे यासाठीची सर्वांत सर्वंकष यादी होय. कार्यालक्षी अर्थसंकल्पाची संकल्पना आणि तंत्र यांचा प्रस्ताव मांडण्याखेरीज लोकपाल आणि लोकायुक्तांची नियुक्ती करणे ही सर्वांत महत्त्वाची शिफारस होय. प्रशासकीय सुधारणा आयोगाच्या अहवालाचा परिणाम म्हणून १९६८ साली लोक-सभेमध्ये लोकपाल आणि लोकायुक्त विधेयक, १९६८ प्रस्तावित केले गेले. दुर्दैवाने, हे विधेयक राज्य सभेमध्ये पारित होऊ शकले नाही. संसदेमध्ये तीन वेळा प्रस्तावित केले असूनही लोकपाल विधेयक पारित होऊ शकलेले नाही. मात्र आतापर्यंत नऊ राज्यांनी लोकपाल प्रस्तावासमान प्रस्ताव अमलात आणले आहेत. सामाजिक कार्यकर्ते अण्णा हजारे यांच्या सार्वजनिक चळवळीने संसदेमध्ये लोकपाल विधेयक लवकरात लवकर पारित करण्यासाठी दबाव आणला आहे. हे सत्यात आल्यास भारतामधील लोक भ्रष्टाचाराला आळा घालण्यासाठी हे एक

महत्त्वपूर्ण पाऊल ठरेल. एप्रिल १९६८ मध्ये, संसदेमध्ये सर्वप्रथम केंद्र शासनाच्या चार मंत्रालयांशी संबंधित कार्यलक्षी अर्थसंकल्प तयार करून सदर करण्यात आले आणि १९७५-७६ पासून केंद्र सरकारच्या बहुतेक मंत्रालयांनी व विभागांनी हीच परंपरा कायम ठेवली हे प्रशासकीय सुधारणा आयोगाच्या अहवालाचे दुसरे महत्त्वाचे यश होय. या सर्व लहान यशाच्या खेरीज प्रशासकीय सुधारणा आयोगाचा अहवाल खूप प्रभावी ठरला नाही आणि वसाहतवादात मूळ असलेल्या भारतीय प्रशासनाचे मूलतः रूपांतर करण्यासाठी तो फार परिणामकारक ठरला नाही. कुलदीप माथुर यांच्या मते, हे अपयश अनेक कारणांमुळे आले, जसे की, आयोगाची नियुक्ती केलेल्या लाल बहादूर शास्त्रींचे अकाली निधन; तसेच पुढच्या प्रधानमंत्री स्वतःच्या राजकीय अस्तित्वासाठी संघर्ष करत असताना त्यांना प्रशासकीय बदलांवर लक्ष देणे शक्य झाले नाही. सरतेशेवटी, या आयोगाचे काम संपल्यानंतर देश बांगलादेश मुक्ती युद्धाला सामोरा जात होता आणि नंतर राष्ट्रीय आणीबाणीसारख्या खळबळजनक परिस्थितीमध्ये सापडला होता. अशा प्रकारे, प्रशासकीय सुधारणा आयोग ढीगभर अहवाल आणि वसाहतवादाच्या काळातील प्रशासकीय व्यवस्था सुधारण्याबाबतची राष्ट्रीय अक्षमता अशा विफलतेसह मागे पडला.

प्रशासकीय सुधारणा आयोगाच्या नंतरच्या काळातील सुधारणा उपक्रम

सन १९६६ मधील प्रशासकीय सुधारणा आयोगाची नियुक्ती आणि १९९७ साली प्रारंभ झालेला पाचवा वेतन आयोग यांमधील काळामध्ये प्रशासकीय सुधारणांशी संबंधित काही महत्त्वपूर्ण समित्या अथवा आयोग नेमले गेले नाहीत. पुढील तीन दूरस्थ प्रयत्न सोडले असताः (*अ*) सन १९७६ च्या कोठारी आयोग अहवालाचा उत्तरार्ध म्हणून प्राथमिक परीक्षेला प्रारंभ करून संयुक्त नागरी सेवा स्पर्धात्मक परीक्षांचे स्वरूप सुधारणे. ज्यायोगे यश मिळविण्यासाठी कमी क्षमता असलेले उमेदवार या टप्प्यात गाळले जातील; (*आ*) त्रिस्तरीय रचनेचे द्वीस्तरीय रचनेमध्ये रूपांतर करून (अशोक मेहता समिती अहवाल, १९७९) तृणमूल पातळीवरील अभिशासनाच्या पंचायती राज व्यवस्थेमध्ये नवचैतन्य उत्पन्न करणे आणि (*इ*) आर्थिक प्रशासनाची व्यवस्था बदलणे (झा समिती १९८६).

तथापि, नागरी सेवा परीक्षांच्या व्यवस्थेची पाहणी करण्यासाठी नेमण्यात आलेली सतीश चंद्र समिती हा प्रशासकीय सुधारणांच्या इतिहासातील आणखी एक घटनाक्रम होय. या समितीकडे ‘कोठारी समितीने प्रारंभलेल्या भरती योजना आणि निवड पद्धती (१९७४) च्या अनुषंगाने १९७९ पासून प्रारंभ झालेल्या वरच्या पातळीवरील

नागरी सेवा नियुक्ती व्यवस्थेचा आढावा घेऊन त्याचे मूल्यमापन करणे आणि या व्यवस्थेच्या पुढील सुधारणेबाबत शिफारशी करणे' हे काम होते. सन १९८९मध्ये या समितीने अहवाल सादर केला आणि त्यातील काही महत्त्वाच्या शिफारशी देशव्यापी आणि केंद्रीय सेवा परीक्षांसाठी १९९३ पासून लागू करण्यात आल्या (भारत सरकार १९९८: i-vii). नागरी सेवा (मुख्य) परीक्षेमध्ये २०० गुणांच्या 'निबंध प्रश्नपत्रिके'चा प्रारंभ करणे आणि व्यक्तिमत्त्व चाचणीसाठीच्या गुणांमध्ये २५० ऐवजी ३०० अशी वाढ करणे या दोन मुख्य शिफारशी मान्य करून अमलात आणल्या गेल्या. छपाई आणि तंत्रज्ञानाच्या माध्यमातून नागरी सेवा परीक्षांना जास्तीत जास्त लोकप्रिय बनवावे अशीही शिफारस या समितीने केली.

सुधारणा योजनांच्या या मालिकेत, १९८१च्या राष्ट्रीय पोलीस आयोगाच्या शिफारशी वेगळ्या ठरल्या. केवळ वेगळ्या दिशेने जाणाऱ्या म्हणूनच नव्हे, तर या संदर्भात एक महत्त्वाचा प्रश्न मांडणाऱ्या म्हणून देखील. ज्यांच्या हातात सत्तेची कायदेशीर ताकद आहे त्यांनी केवळ सबबीखाली त्यांच्या अधिकाराबाबत लोकांची दिशाभूल केलेली दिसते. सन १९७५-७७च्या आणीबाणी नंतर नियुक्त केल्या गेलेल्या या समितीने १९८१ साली आठ खंडात विभागलेल्या अहवालामधून पोलीस सुधारणेबाबत अनेक शिफारशी केल्या. आयोगाच्या शिफारसींमागे मुख्यत्वे दोन मुद्दे अधोरेखित होते (*अ*) पोलीस यंत्रणेचा गैरवापर; (*आ*) पोलिसांची कार्ये आणि उत्तरदायित्व. पोलीस यंत्रणेचा गैरवापर कमी करण्यासाठी या समितीने प्रमुख पोलीस मुख्याधिकाऱ्याचे कार्यालय विशिष्ट काळासाठी असावे अशी शिफारस केली. या पोलीस मुख्याधिकाऱ्याची नियुक्ती तज्ज्ञगटाद्वारे व्हावी असे या शिफारशीमध्ये नमूद करण्यात आले होते. तसेच, दरवर्षी पोलिसांच्या कार्यांचा आढावा घेण्यासाठी तीन वर्षांच्या निश्चित कालावधीसाठी व सहा सभासद समाविष्ट असलेला राज्य संरक्षण आयोग असावा अशीही शिफारस करण्यात आली. उत्तरदायित्व साध्य करण्यासाठी असे सूचित करण्यात आले की, ज्या लोकांसाठी कर्तव्ये पार पाडावयाची आहेत त्याचे समाधान व्हावे अशा पद्धतीने ती कर्तव्ये पार पाडण्यात यावीत. लोकांना त्यांच्या अधिकारांबाबत असलेली जाणीव आणि ते अधिकार जबाबदार पद्धतीने वापरण्याची इच्छा यावर उत्तरदायित्व अवलंबून असते असेही या आयोगाने नमूद केले (भारत सरकार १९८१).

उदारीकरणोत्तर काळातील सुधारणा

सन १९९०च्या दशकाच्या सुरुवातीला नवे आर्थिक धोरण मान्य केल्यानंतर केंद्रनिर्देशित आर्थिक विकासाचा आराखडा नाहीसा करण्यासाठी प्रयत्न करण्यात

आले. ही आणखी एका नव्या काळाची सुरुवात होती, म्हणजेच, आंतरराष्ट्रीय दायित्व संस्थांनी साहाय्य करताना 'अटींच्या बंधना'च्या माध्यमातून देशांतर्गत अर्थव्यवस्थेवर मोठ्या प्रमाणात वर्चस्व प्रस्थापित केले होते. सुरुवातीला या अटी केवळ साहाय्यावर चालणाऱ्या प्रशासनासाठी विहितक होत्या, परंतु नंतर अभिशासनाचा संपूर्ण आराखडा बदलण्यासाठी नमुना म्हणून या अटींकडे बघितले गेले. 'नवउदारमतवादाची' वाढती लाट बघता, कुठलाच देश यातून मुक्त नाही. नव्या अनुभवजन्य संदर्भाने 'शासनाचा पुनराविष्कार' या स्वरूपात नवा सांकल्पनिकरण पुढे आणण्यास मदत केली. शासनाचा पुनराविष्कार म्हणजे लोकप्रशासनाची नवी भूमिका स्पष्ट करण्याचा प्रयत्न होय. सन १९९०च्या दशकातील भारताच्या प्रशासनातील सुधारणा आर्थिक उदारीकरणासारख्या उपाययोजनांवर आधारित राहिल्या आहेत.

सन १९९१च्या औद्योगिक योजना ठरावाने उदारीकरणाला स्पष्ट भारतीय प्रतिसाद देण्याचा प्रयत्न म्हणून 'भारतीय औद्योगिक अर्थव्यवस्थेला नोकरशाहीच्या अनावश्यक नियंत्रण अस्पष्टतेतून मुक्त करण्यासाठी' राज्याच्या अखत्यारीत का होईना पण वेगवेगळी पावले सुचवली. यामध्ये चार विशिष्ट पावले सुचवण्यात आली. एक, संरक्षण व नीती, सामाजिकदृष्ट्या गरजेच्या, विषारी रसायने आणि पर्यावरणाला हानीकारक काही उद्योग यांची यादी वगळता शासनाने 'औद्योगिक परवाना योजना' रद्द करण्याचे ठरवले. दुसरे, शासनाने 'उच्च प्राधान्य असलेल्या उद्योगांमध्ये परकीय चलनामध्ये ५१% प्रत्यक्ष परराष्ट्र गुंतवणुकीला पुष्टी दिली'. कोणत्याही प्रकारची कोंडी टाळण्यासाठी १९७३च्या परकीय चलन नियंत्रण कायद्यामध्ये दुरुस्ती सुचवण्यात आली. तिसरे, शासनाच्या अखत्यारीतील 'अशक्त विभागांचे' संरक्षण काढून घेण्याचा निर्णय घेण्यात आला. तसेच, राज्य-पुरस्कृत उपक्रमांबाबत उत्तरदायित्व साध्य करण्यासाठी 'कार्य सुधारणेवर अधिक भर देण्यात येईल' असे ठरवण्यात आले. सरतेशेवटी, १९९१च्या धोरणानुसार 'एकाधिकार आणि प्रतिबंधात्मक औद्योगिक कृती कायद्यांतर्गत उद्योगांच्या मालमत्तेवर असणारी कमाल मर्यादा हटवण्याचा' प्रयत्न करण्यात आला. या कायद्यामध्ये दुरुस्ती करण्याचा प्रयत्न म्हणून १९९१च्या योजनेने नवे उपक्रम सुरू करणे, उपक्रमांची व्यापकता वाढवणे, विलिनीकरण, एकत्रीकरण आणि अधिपत्याखाली घेणे, काही विशिष्ट परिस्थितीमध्ये संचालकांच्या नियुक्त्या करणे यासाठी केंद्र सरकारच्या पूर्वमान्यतेची अट वगळण्यात यावी असेही सुचवले. हे बऱ्यापैकी स्पष्ट आहे की, योजनेचा भर खाजगीकरण वाढवणे, परिपत्र तरतूद काढून टाकणे आणि विकेंद्रीकरण यावर होता.

आर्थिक सुधारणांच्या काळामध्ये शासनाच्या अधिकारिता आणि नियंत्रण रचनेच्या भूमिकेला नवा अर्थ प्राप्त झाला. शासन अखत्यारीतील संस्थांमधील

कमी उत्पादकता, गरजेपेक्षा अधिक कर्मचारीवर्ग, तंत्रज्ञान श्रेणीवाढीची कमतरता, परताव्याचे कमी प्रमाण इत्यादी लक्षात घेता पुनर्रचनेसाठी मोठे उपक्रम हाती घेण्यात आले. संसाधने उभारण्यासाठी आणि लोकसहभाग अधिक व्यापक करण्याच्या दृष्टीने सार्वजनिक क्षेत्र उपक्रमांमध्ये म्युचुअल फंड, वित्तीय संस्था, सामान्य लोक आणि कर्मचारी यांना समभाग देऊ करण्याचा निर्णय घेण्यात आला. त्याचप्रमाणे, आर्थिकदृष्ट्या दीर्घकाळ अडचणीत असणाऱ्या सार्वजनिक उद्योगांचे पुनरुज्जीवन आणि पुनर्वसन करण्यासाठी या उद्योगांना औद्योगिक आणि वित्तीय पुनर्बांधणी मंडळाकडे हस्तांतरित करण्याचा निर्णय घेण्यात आला. सार्वजनिक उद्योग मंडळांना या धोरणान्वये अधिक व्यवस्थापकीय स्वायत्ततादेखील देण्यात आली. खाजगी उद्योजकांचा सहभाग वाढवण्यासाठी राष्ट्रीय खनिज धोरणान्वये (१९९३) तेरा खनिजसाठे खाजगी उद्योजकांसाठी अनारक्षित केले गेले. तसेच, १९९४च्या राष्ट्रीय दूरसंचार धोरणान्वये, मूलभूत दूरसंचार सेवांमध्ये खाजगी उद्योजकांना सहभागाची परवानगी देण्यात आली. सन १९९४च्या हवाई निगम कायद्यान्वये खाजगी हवाई संस्थांना नियमित अंतर्गत सेवा राबवण्याची परवानगी देण्यात आली. राष्ट्रीय महामार्ग वापरणाऱ्या लोकांवर जकात लावण्यासाठी राष्ट्रीय महामार्ग कायद्यात सुधारणा करण्यात आली (भारत सरकार १९९७ बः ९२). अशा प्रकारे, १९९१च्या नव्या आर्थिक धोरणाने राष्ट्राच्या भूमिकेचे लघु रूपांतर करण्याची कल्पना केली आणि तसेच, बाजारपेठेशी संबंध असलेल्या योजना तयार करण्यावर अधिक भर दिला.

सन १९९०च्या दशकाच्या उत्तरार्धामध्ये, सरकारी क्षेत्रातील उपक्रमांमध्ये निर्गुंतवणूक करण्याचे प्रयत्न केले गेले. परंतु, हे प्रयत्न वादविवादांमध्ये भरडले गेले आणि परिणामी, १९९६ साली निर्गुंतवणूक आयोगाची स्थापना करण्यात आली. पाचव्या वेतन आयोगाच्या अहवालाने (१९९४) असे नमूद केले की, ऊर्जा, दूरसंचार, रस्ते, बंदरे, इत्यादी क्षेत्रांमध्ये गुंतवणुकीची कमतरता जास्त असल्याने मोठ्या प्रमाणात खाजगी गुंतवणूक होणे गरजेचे ठरते. अनेक राज्यांनी त्या त्या प्रदेशातील औद्योगिकीकरण वाढवण्यासाठी काही विशिष्ट मार्गांनी प्रत्यक्ष परराष्ट्र गुंतवणूक वेधून घेण्यास प्रारंभ केला. औद्योगिक उपक्रम स्थापन करण्यासाठीच्या याचिका जलद गतीने पुढे जाव्यात म्हणून अनेक राज्यांनी एकल-खिडकी योजनेला सुरुवात केली. तसेच, मागासलेल्या प्रदेशांमध्ये उद्योग स्थापन करण्यासाठी उद्योजकांना उदारपणे प्रलोभने देऊ करण्यात आली. सन १९९१-९२ मध्ये १३२ कोटी अमेरिकी डॉलर्सपासून १९९५-९६ मध्ये ५.३ अब्ज अमेरिकी डॉलर्सपर्यंत अशी भारतातील एकूण परराष्ट्र गुंतवणुकीतील वाढ बघता या सुधारणांचा परिणाम दिसून येईल. आर्थिक सुधारणांचा एक भाग म्हणून, वैधानिक स्वतंत्र नियंत्रण यंत्रणेच्या निर्मितीला मोठ्या

प्रमाणात दुजोरा देण्यात आला. क्रीडा नियंत्रण संस्था स्थापन करणे शासनाच्या क्रीडा योजनेच्या मसुद्यामध्ये विचाराधीन आहे. त्याचप्रमाणे, केंद्र शासन ग्राहक आणि गुंतवणूकदारांना सुरक्षा मिळावी म्हणून स्थावर मालमत्ता विधेयक मसुद्याद्वारे नियंत्रण संस्था स्थापन करण्याच्या प्रयत्नात आहे. तसेच, माहिती आयोगाने स्वतंत्र नियंत्रण संस्था स्थापन करण्याचा सल्ला दिला आहे आणि तसेच, विद्यमान विद्यापीठ अनुदान आयोगाच्या जागी दुसरी संस्था स्थापन करावी असेही सूचित करण्यात आले. २००० साली दूरसंचार क्षेत्रामध्ये शासनाने विद्यमान दूरसंचार संस्थेची दोन भागांमध्ये पुनर्बांधणी केली, यामध्ये, नियंत्रक म्हणून भारतीय दूरसंचार नियंत्रण संस्था आणि तक्रारींचे निवारण करण्यासाठी दूरसंचार तक्रार समझोता आणि अपील न्यायासन यांचा समावेश आहे (मिनोचा २००७: ४०४-०५).

विकेंद्रीकरण आणि स्थानिक संसाधने व तृणमूल पातळीवरील विश्वसनीय अभिशासन यासाठी स्थानिक लोकांचे सबलीकरण करणे ही १९९०च्या दशकानंतरची आणखी एक महत्त्वाची घडामोड होय. तृणमूल पातळीवरील लोकांच्या सबलीकरणाबाबतीत ७३व्या व ७४व्या घटनादुरुस्त्यांनी अतिशय महत्त्वाचे बदल सुचविले. हे बदल पुढील माध्यमांतून सुचवण्यात आले (*अ*) नियमित निवडणुका; (*आ*) प्रशासकीय फर्मानांच्या माध्यमातून पंचायती राज संस्थांची होणारी गळचेपी कमी करणे; (*इ*) वित्तीय आयोगाकडून वैधानिक मार्गाने नियमित वित्त पुरवठा (चक्रबर्ती आणि पांडे २००८:२६२); (*ई*) स्त्रियांसहित समाजातील दुर्बल घटकांसाठी जागा राखीव ठेवणे. कुलदीप माथुर यांच्या म्हणण्यानुसार, 'राजकीय आणि प्रशासकीय अधिकारकक्षांमधील अंतर कमी करणे व विकेंद्रित संस्थांना लोकसहभागाच्या माध्यमातून अधिकाधिक बळ देणे' हे उद्दिष्ट होय (माथुर १९९२: २२). विकेंद्रीकरणाला स्पष्ट वैधानिक मान्यता असताना विकेंद्रीकरण पंचायतींच्या माध्यमातून लोकशाहीच्या काम करण्याच्या पद्धतीमध्ये मोठ्या प्रमाणात बदल घडवून आणू शकेल यात शंका नाही. हा केवळ स्थानिक अभिशासनामधील बदल नसून यायोगे राजकीय लोकशाहीची मुळे अधिक घट्ट रोवता येतील. पंचायती राज संस्थांच्या विचारधारा आधारित आराखड्यामध्ये जोपर्यंत बदल होत नाही तोपर्यंत 'संस्था उत्तेजित उपकरणात्मक विकेंद्रीकरण' अशी मर्यादा मात्र कायम राहते.

सन १९९६ मधील मुख्य सचिवांच्या परिषदेमध्ये या नव्या परिस्थितीवरील भारताचा प्रतिसाद स्पष्टपणे मांडण्यात आला. उत्तरदायी, खुले, नागरिकांशी मैत्रीपूर्ण असे शासन असावे यावर या परिषदेमध्ये भर देण्यात आला. तसेच, कार्ये आणि सचोटीमध्ये सुधारणा घडवून आणण्यावर देखील भर दिला गेला. या परिषदेने असे लक्षात आणून दिले की, नोकरशाहीची लोकांमधील प्रतिमा दूरस्थ, उदासीन, प्रक्रिया

अभिमुख, खराब दर्जा आणि संथपणा, भ्रष्टाचार आणि निष्कर्षासंबंधी उत्तरदायित्व नसणे या सर्व बाबींनी अधोरेखित केली गेली होती (भारत सरकार १९९७ सी: १). या परिस्थितीचा पाठपुरावा करण्यासाठी या परिषदेमध्ये पुढील बाबी सुचवण्यात आल्या:

- तक्रार निवारण यंत्रणा विकसित करणे;
- लोकांशी संबंध येणाऱ्या प्रत्येक मंत्रालयाने नागरी सनदी प्रस्तावित करणे;
- एच.डी. शौरी यांच्या अध्यक्षतेखाली माहितीचा अधिकार व पारदर्शकता यासंबंधी आंतरमंत्रालयीन कार्यगट स्थापन करावा;
- एन.विठ्ठल यांच्या अध्यक्षतेखाली कर्मचारी यंत्रणा व सार्वजनिक सेवांचे संगणकीकरण करण्याच्या मुद्द्यासाठी तज्ज्ञगट स्थापन करावा; आणि
- केंद्र व राज्यांमध्ये, विशेषकरून, बदल्या व बढती यांसंबंधी नागरी सेवा सुधारणांना प्रारंभ करणे.

अशा प्रकारे या परिषदेने परिणामकारक व प्रतिसादी प्रशासन स्वरूपावर राष्ट्रीय चर्चेला प्रारंभ करून दिला. याचाच परिणाम म्हणून, २४ मे १९९७ रोजी या परिषदेमध्ये कृती योजनेवर चर्चा होऊन ती मान्य केली गेली. या कृती योजनेचे तीन घटक आहेत:

- उत्तरदायी व नागरिकांशी मित्रत्व असलेले शासन असावे;
- पारदर्शकता व माहितीचा अधिकार; आणि
- सार्वजनिक सेवांची कार्ये व सचोटी यांमध्ये सुधारणा घडवून आणणे.

उत्तरदायी आणि नागरिकांशी मैत्रीचे नाते असणारे शासन असावे म्हणून, या कृतिगटाने केंद्र व राज्य पातळीवरील प्रत्येक विभाग आणि कार्यालयांमध्ये नागरी सनदींना प्रारंभ करावा असे सूचित केले. नागरी सनदी सर्वप्रथम ज्या विभागांचा लोकांशी जास्तीत जास्त संपर्क येतो अशा विभागांमध्ये पुढच्या तीन महिन्यांच्या काळामध्ये कार्यान्वयित व्हाव्यात असे स्पष्ट करण्यात आले. सर्व केंद्रीय व राज्य पातळ्यांवर विविध विभागांमध्ये व विविध पातळ्यांवर नागरी सानदी कार्यान्वित करण्यात याव्यात. लोकांच्या तक्रारींचे परिणामकारक व तत्पर निवारण व्हावे हा यामागील हेतू होता. तसेच, सचिवालयापासून ते खेडेगावापर्यंत ही पद्धत पुढील तीन महिन्यांमध्ये कार्यान्वयित व्हावी असेही स्पष्ट केले गेले. सर्व पातळ्यांवर मोठ्या प्रमाणात विकेंद्रीकरण व प्रशासकीय अधिकारदान होणे गरजेचे आहे हे या कृतियोजनेने मान्य केले. राज्यघटनेतील ७३व्या व ७४व्या घटनादुरुस्तींना अनुसरून लोकसहभागाचे दृढीकरण करण्यावर या कृतियोजनेमध्ये भर देण्यात आला. तसेच,

सेवा पुरवठा व प्रशासकीय अधिकारप्रदान यामध्ये देखील लोकांचा व स्वयंसेवी संस्थांचा सहभाग असावा यावर भर देण्यात आला. कार्यालयीन कार्यवाहीमधील भ्रष्टाचारासाठी व्यवहारातील गुप्तता व पारदर्शकतेची कमतरता कारणीभूत आहे हे या परिषदेने मान्य केले. अशा प्रकारे, शासनाची कार्ये व निर्णय यांसंबंधीची माहिती लोकांना सुलभपणे मिळू शकेल यासाठी पावले उचलणे गरजेचे होते. याबाबतीत, माहितीच्या अधिकारावरील कार्यगटाच्या अहवालाचे परीक्षण करण्यासाठी शासन लवकरात लवकर आवश्यक ती पाऊले उचलेल. जेणेकरून, माहितीच्या स्वातंत्र्याचा कायदा लवकरात लवकर संसदेत मांडता येईल. नागरी सेवांची कार्ये व सचोटी यावर भर देणे हेदेखील या कृती गटाचे उद्दिष्ट होते. सार्वजनिक सेवांमधील भ्रष्टाचाराचे निर्मूलन करावयाचे असेल तर प्रतिबंधात्मक, निरीक्षणात्मक आणि निवारक पद्धतीच्या कार्यवाहीची गरज आहे यावर एकमत होते. यासाठी, अन्वेषण संस्था व देखरेख यंत्रणेचे दृढीकरण करावे लागेल. व्यवहार्य आणि पारदर्शी निर्णय व्हावेत यासाठी संस्थात्मक रचना विकसित करण्याची गरज आहे हे मान्य करण्यात आले. या निर्णयांमध्ये पद नेमणूक, अधिकाऱ्यांची बढती व बदल्या असे निर्णय समाविष्ट होते. हे निर्णय काही महत्त्वाच्या क्षेत्रांमध्ये काम करणाऱ्या अधिकाऱ्यांच्या कार्यकालाची स्थिरता साध्य करण्यासाठी व त्यांचे मनोधैर्य कायम राहील या दृष्टीने प्रत्येक पातळीवर अराजकीयीकरण व्हावे या दृष्टीने महत्त्वाचे होते.

वर नमूद केलेले नागरी सेवा सुधारणेचे सु-निर्देशित आराखडे बघता, या दिशेने पाचव्या वेतन आयोगाच्या शिफारशी या दृष्टीने आणखी एक मैलाचा टप्पा होय असे लक्षात येते. सन १९९६च्या मुख्य सचिव परिषदेमध्ये मांडलेले हे उद्‌गार खरे मानून पाचव्या वेतन आयोगाच्या शिफारशी पुढीलप्रमाणे मांडता येतील: (*अ*) कार्यांचे, ज्यामध्ये 'वस्तूंचे अपकार्य व व्यावसायिक सेवांचा पुरवठा' यांचा समावेश होतो, व्यावसायीकरण करून शासनाचा आकार लहान करणे; (*आ*) 'शासनाची प्रत्यक्ष भूमिका नसेल अशा प्रकारे कार्यांचे खाजगीकरण करून' शासन व्यवहारांमधील पारदर्शकता, मुक्तपणा आणि आर्थिक व्यवहार साध्य करणे आणि तसेच, ज्या सेवांचे कंत्राट देणे शक्य असेल त्या सोयीस्करपणे खाजगी क्षेत्राकडे देणे' (भारत सरकार १९९७अ: १२२-२३); आणि (*इ*) व्यवहाराच्या काही ठरावीक क्षेत्रांमध्ये कंत्राट पद्धतीने नियुक्त्या करणे 'जेणेकरून कर्मचारी भरतीमध्ये एक प्रकारची लवचीकता साध्य करता येईल. ही लवचीकता तज्ज्ञांचा पार्श्वीय प्रवेश, कामाची निकड लक्षात घेता नियुक्त अधिकाऱ्यांचा आकडा कमी जास्त करणे आणि काही संवेदनशील/विशेष कामांसाठी कार्यक्षम व वचनबद्ध कर्मचाऱ्यांची उपलब्धता साध्य करणे या सर्व बाबतीत लागू आहे' (भारत सरकार १९९७अ: १७५).

या वेतन आयोगाने, केंद्र शासनाने नागरी सेवांच्या संख्येमध्ये ३०% नी कपात करावी असा सल्ला दिला. याचे कारण असे की, शासन संस्थेने 'अकार्यक्षमतेचा द्वीप' म्हणून आणि 'जडत्व' राखून कायम कामे करणे शहाणपणाचे ठरणार नाही असे या आयोगाचे मत होते. सेवेची २० वर्षे पूर्ण केल्यानंतर स्वमर्जीने निवृत्त होण्याची प्रक्रिया कायम ठेवण्यात येईल असे नमूद करण्यात आले. त्याचबरोबर, ज्या विभागांमध्ये गरजेपेक्षा अधिक मनुष्यबळ दिसून येते अशा विभागांसाठी आयोगाने स्वमर्जीने निवृत्त होण्याची एक विशिष्ट योजना असावी अशी शिफारस आयोगाने केली. अशा बाबींमध्ये, व्यक्तींच्या निवडक निवृत्तीची तरतूद असेल, यासाठी पुढाकार घेणे मात्र शासनाच्या हातात असेल. वेतन आयोगाने असे देखील स्पष्ट केले की, शासनाची भूमिका प्रत्यक्ष अभिशासनापेक्षा अभिशासन धोरण विकसित करण्यात अधिक असेल. सर्वाधिक शासन विभागांना प्रगतीला प्रतिबंध करण्यापेक्षा प्रगतीचे सुलभीकरण करण्याचे कार्य असेल. शासकीय व खाजगी क्षेत्रातील उपक्रम व देशांतर्गत आणि परराष्ट्र कंपन्या समान पातळीवर असाव्यात या दृष्टीने नवीन नियंत्रक संस्था निर्माण करून अमलात आणाव्यात असे सुचवण्यात आले. तसेच, नियंत्रित किंमत यंत्रणेऐवजी बाजारपेठ आधारित किंमत यंत्रणा अमलात आणावी अशी देखील शिफारस करण्यात आली (भारत सरकार १९९७ अ: ९३).

प्रशासनामधील 'मुक्तपणा' ही या आयोगाची आणखी एक महत्त्वाची तरतूद होती. 'वसाहतवादी काळातील कार्यालयीन गुप्तता कायदा' हटवण्याचा निर्णय योग्य मानून आयोगाने प्रशासनातील मुक्तपणावर भर दिला 'याचा अर्थ असा होतो की, शासनाने घेतलेले विविध निर्णय व त्यामागील कारणे जाणून घेण्याचा प्रत्येकाला अधिकार आहे' (भारत सरकार १९९७ अ: १५०). नागरी सेवा सुधारणांचा एक महत्त्वाचा भाग म्हणून आयोगाने 'परिणामकारक, जलद, व्यवहार्य, सुगम व सुलभ तक्रार निवारण यंत्रणा' निर्माण करण्यावर भर दिला (भारत सरकार १९९७ अ: १५७). परिणामकारक तक्रारनिवारण यंत्रणा कार्यक्षमपणे काम करत आहेत अशा कॅनडा, युनायटेड किंगडम, मलेशिया यांसारख्या देशांच्या उदाहरणांवरून आयोगाने नागरिकांचे शासन योजना आणि सेवा यांवरील अधिकार स्पष्ट करण्यासाठी नागरी सनदीची कल्पना मांडली. या योगाने सुचवलेली मान्यता आणि प्रक्रिया शासनाचे अनोकरशाहीकरण करणे आणि नागरिकांशी मित्रपूर्ण संबंध असणे या दृष्टीने महत्त्वाची ठरते. आयोगाने लक्षात आणून दिलेली ही बाब १९९७च्या मुख्यमंत्र्यांच्या परिषदेमध्ये प्रामुख्याने पुढे आली. या परिषदेमध्ये एक कृतियोजना मान्य करण्यात आली ज्यामध्ये (*अ*) प्रशासन उत्तरदायी आणि लोकांप्रती स्नेहपूर्ण करणे; (*आ*) पारदर्शकता आणि माहितीचा अधिकार साध्य करणे; आणि (*इ*) नागरी सेवा स्वच्छ आणि प्रोत्साहित करणे यांचा समावेश होतो.

नागरी सेवा परीक्षांच्या विद्यमान स्वरूपाचा आढावा घेण्यासाठी केंद्रीय लोकसेवा आयोगाने २००१ साली योगेंद्र कुमार अलघ यांच्या अध्यक्षतेखाली तज्ज्ञांची एक समिती नेमली. प्राथमिक परीक्षेच्या स्वरूपाबद्दल ती ज्ञानापेक्षा स्मरणावर अधिक आधारित आहे अशी मुख्य तक्रार होती. अभ्यासांती समितीने असा निष्कर्ष काढला की, उमेदवाराची योग्यता आणि स्वाभाविक कल आणि त्याला नियुक्त करण्यात आलेली सेवा यांमध्ये तफावत आहे. अलघ समितीने स्वाभाविक कल परीक्षेची शिफारस केली. ज्यामध्ये आकलन, तार्किक कारणमीमांसा, कूटप्रश्न सोडवणे आणि माहिती विश्लेषणावर भर असेल. या शिफारसींची दाखल घेऊन केंद्रीय लोकसेवा आयोगाने प्राथमिक परीक्षेचे स्वरूप बदलण्याचा निर्णय घेतला आहे. या परीक्षेमध्ये आता 'नागरी सेवा स्वाभाविक कल चाचणीचा' (CSAT) २०११-१२ पासून समावेश करण्यात आला आहे. या नव्या पद्धतीनुसार प्राथमिक परीक्षेमध्ये दोन वस्तुनिष्ठ पद्धतीच्या प्रश्नपत्रिका असतीलः (*अ*) सामान्य ज्ञान (जे विद्यमान परीक्षा स्वरूपामध्ये समाविष्ट आहे) आणि (*आ*) स्वाभाविक कल चाचणी; प्रत्येक पेपर २०० गुणांचा व दोन तासांचा असेल. तथापि, वैकल्पिक विषयावर आधारित पेपर असणार नाही आणि नव्या स्वरूपाद्वारे उमेदवारांना स्मरणशक्तीपेक्षा त्यांचा स्वाभाविक कल, निर्णयक्षमता कौशल्य, विश्लेषणात्मक कौशल्य यावरून पारखले जाईल.

नागरी सेवा सुधारणांच्या संपूर्ण व्यापकतेचे परीक्षण करण्यासाठी शासनाने नागरी सेवा सुधारणांवरील होटा समिती (२००४) या रूपाने आणखी एक प्रयत्न केला. या समितीने पुढीलप्रमाणे काही महत्त्वाच्या शिफारशी केल्याः

- अनारक्षित उमेदवारांसाठी नागरी सेवांमध्ये जाण्याची वयोमर्यादा २१-२४ वर्षे इतकी असावी. यामध्ये अनुसूचित जाती व जमातींच्या उमेदवारांना पाच वर्षे व इतर मागासवर्गांतील उमेदवारांना तीन वर्षे शिथिलता असावी;
- अधिकाऱ्यांसाठी वार्षिक कार्ये योजना;
- पंधरा वर्षांच्या काटेकोर आढाव्यानंतर अधिकारी प्रामाणिक नाहीत किंवा कार्याभिमुख नाहीत असे लक्षात आल्यास त्यांना सेवेतून काढून टाकणे;
- सर्व वरिष्ठ पदांची कर्तव्ये, कार्ये आणि जबाबदाऱ्या नमूद करणे आणि लोकांपर्यंत पोहोचवणे;
- भ्रष्टाचार/दिलेल्या उत्पन्नापेक्षा अधिक मालमत्ता सापडल्यास नागरी सेवकांना नोकरीवरून काढणे/हटवणे यांसंबंधी राष्ट्रपती/राज्यपाल यांना अधिकार असण्याच्या दृष्टीने राज्यघटनेतील कलम ३११ची दुरुस्ती करावी;

- शासनाच्या कालबाह्य नियम आणि पद्धती काढून टाकून त्याजागी नव्या व सुलभ बाबी समाविष्ट कराव्यात;
- शासन व्यवहारामध्ये कार्यक्षमता वाढवण्यासाठी व पारदर्शकता साध्य करण्यासाठी ई–शासनाला प्रोत्साहन देणे;
- नागरी सेवकांना पार्श्वीय पद्धतीने अशासकीय संस्थांकडे जाण्यासाठी प्रोत्साहन देणे;
- नागरी सेवांमधील महिलांचे प्रतिनिधित्व वाढवणे; विद्यमान परिस्थितीतील १३% च्या ऐवजी येत्या १५ वर्षांच्या काळामध्ये उच्च नागरी सेवांमधील २५% सभासद स्त्रिया असाव्यात असे प्रस्तावित करण्यात आले.

वांशिक, जातीय आणि प्रादेशिक अशा विविध प्रकारचा संघर्ष कायम होत असलेल्या भारतासारख्या देशामध्ये एकात्मता, स्थिरता व सुव्यवस्था टिकवून ठेवण्यासाठी नागरी सेवांची महत्त्वपूर्ण भूमिका व्यापकपणे मान्य करण्यात आली आहे. तरीदेखील, निष्कर्षाभिमुख शासन साध्य करण्याच्या दृष्टीने नागरी सेवांच्या कार्यांबाबत चिंता व्यक्त केली जात आहे. भारतातील नागरी सेवा निष्कर्षांपेक्षा अंतर्गत कार्यांशी अधिक संबंधित असतात असे निदर्शनास आणून देण्यात आले आहे. रचनेमधील काटेकोरपणा, गरज नसताना गुंतागुंत आणि धोरणे व व्यवस्थापन रचनांमध्ये अति केंद्रियीकरण यांमुळे नागरी सेवांमधील कार्ये गुंतागुंतीची व कायम निरुद्ध करणारी ठरतात. जलद गतीने होणारी आर्थिक वाढ, शहरीकरण, पर्यावरणाचा ऱ्हास, तंत्रज्ञान बदल आणि वाढलेली स्थानिक जागरुकता आणि ओळख या माध्यमातून देशात अनेक जलद आणि मूलभूत बदल घडून येत आहेत. या बदलांशी जुळवून घेण्यासाठी व प्रतिसाद देण्यासाठी लागणारा वेळ पूर्वीपेक्षा खूपच कमी आहे. सार्वजनिक सेवेचे साधन म्हणून, नागरी सेवकांना अशा बदलांचे व्यवस्थापन करण्यासाठी तयार राहावे लागते.

वरील परिच्छेदांमध्ये उल्लेखिल्याप्रमाणे नागरी सेवा सुधारणेच्या गरजेपोटी, शासनाने ३१ ऑगस्ट २००५ रोजी, वीरप्पा मोईली यांच्या अध्यक्षतेखाली दुसरा प्रशासकीय सुधारणा आयोग स्थापन केला. लोकप्रशासन व्यवस्था पुनरुज्जीवित करण्यासाठी हा आयोग एक रूपरेषा तयार करण्यात येणार होती. 'देशातील शासनाच्या प्रत्येक पातळीवर स्वयंप्रेरित, प्रतिसादी, उत्तरदायी, शाश्वत आणि कार्यक्षम प्रशासन' साध्य करण्यासाठी उपाययोजना सुचवण्याचे काम या आयोगाकडे होते. आयोगाने शासनासमोर पंधरा अहवाल सादर केले आहेत. आयोगाच्या काही महत्त्वाच्या तरतुदींमध्ये पुढील बाबींचा समावेश होतो:

१. लोकप्रशासन, अभिशासन आणि व्यवस्थापन यांमधील पदविका अभ्यासक्रम सुरू करण्यासाठी राष्ट्रीय लोकप्रशासन संस्थेची स्थापना करण्यात यावी;
२. नागरी सेवा परीक्षांना बसण्यासाठी अनारक्षित उमेदवारांचे वय २१-२५ वर्षे; इतर मागासवर्गांतील उमेदवारांसाठी २१-२८ वर्षे; अनुसूचित जाती व जमातींमधील व शारीरिक अपंगत्व असलेल्या उमेदवारांसाठी २१-२९ वर्षे इतके असावे;
३. अनारक्षित, इतर मागास वर्ग, अनुसूचित जाती/जमाती/शारीरिक अपंगत्व उमेदवारांसाठी परीक्षेसाठी अनुक्रमे तीन, पाच आणि सहा इतके वेळा प्रयत्न करता येतील;
४. सेवेच्या सुरुवातीला व अधून मधून प्रत्येक शासन सेवकाला प्रशिक्षण घेणे अनिवार्य असेल, हा क्षमता-बांधणी योजनेचा एक भाग होय;
५. केंद्रीय नागरी सेवा अधिकाऱ्याची स्थापना करण्यात यावी ज्यायोगे भारत शासनाच्या 'वरिष्ठ व्यवस्थापन पातळीवरील' नियुक्त्यांसंबंधी मार्गदर्शके मांडण्यात येतील;
६. सुशासन साध्य करू इच्छिणाऱ्या कुठल्याही शासन व्यवस्थेसाठी नागरिकांचे कल्याण व समाधान व्हावे यासाठी नागरिककेंद्री असणे गरजेचे असते. प्रशासन नागरिककेंद्री करण्यासाठी या आयोगाने अनेक योजना व साधने सुचवली. यातील काही पुढीलप्रमाणे होतः सुयोग्य आधुनिक तंत्रज्ञान स्वीकारणे, माहितीचा अधिकार, नागरी सनद, तक्रार निवारण यंत्रणा आणि नागरिकांचा सक्रीय सहभाग (दुसरा प्रशासकीय सुधारणा आयोग २००९);
७. अभिशासनामध्ये नैतिक मूल्ये साध्य करण्यासाठी, आयोगाने राष्ट्रीय ओम्बड्समनच्या, म्हणजेच, 'राष्ट्रीय लोकायुक्ताच्या' स्थापनेची शिफारस केली;
८. भ्रष्टाचारासंबंधी खटल्यांच्या कार्यवाहीवर देखरेख करण्यासाठी राज्य निरीक्षण आयोग/लोकायुक्त यांचे सबलीकरण करण्यात यावे असे सुचवण्यात आले;
९. अभिशासनाच्या स्थानिक संस्थांचे सबलीकरण करण्यासाठी अधिक प्रमाणात अधिकारदान व जबाबदाऱ्या देऊ करणेदेखील या आयोगाद्वारे सुचवण्यात आले. स्थानिक शासनाची मिळकत वाढवण्यासाठी व अधिक व्यापक करण्यासाठी सर्वसमावेशक उपाययोजना हाती घेण्यात यावी असेदेखील सुचवण्यात आले;
१०. लोकांशी अधिकाधिक संपर्क येणाऱ्या प्रत्येक कार्यालयाची स्वतःची अशी तक्रारींचा ऑनलाईन वेध घेणारी यंत्रणा असावी अशी शिफारसदेखील आयोगाद्वारे करण्यात आली;

११. *माहितीचा अधिकारः सुशासनाची गुरुकिल्ली* आयोगाच्या या पहिल्या अहवालामध्ये कार्यालयीन गुप्तता कायदा, १९२३च्या ऐवजी राष्ट्रीय संरक्षण कायद्यातील प्रकरण समाविष्ट करण्यात यावे अशी शिफारस करण्यात आली. 'कार्यालयीन माहितीच्या व्यवहारासंबंधी' २००५च्या माहितीच्या अधिकारातील तरतुदींप्रमाणे कार्यालयीन प्रक्रियेच्या हस्तलिखिताची पुनर्बांधणी करण्यात यावी. प्रशासकीय सुधारणा आयोगाने माहितीच्या अधिकारांतर्गत संसद सभासद व राज्य कायदेमंडळाचे सभासद यांना 'सार्वजनिक अधिकारी' म्हणून घोषित करण्यात यावे असे सूचित केले. मात्र, ते केवळ कायदेविषयक कामे करत असताना याला अपवाद ठरतील (दुसरा प्रशासकीय सुधारणा आयोग २००६).

अशा प्रकारे, दुसऱ्या प्रशासकीय सुधारणा आयोगाने भारतातील प्रशासकीय सुधारणांशी संबंधित सर्वसमावेशक मसुदा मांडला.

भारत सरकारने ५ ऑक्टोबर २००६ रोजी स्थापन केलेल्या सहाव्या केंद्रीय वेतन आयोगाने २४ मार्च २००८ रोजी अहवाल सादर केला. जलद तंत्रज्ञान सुधारणांसाठी व माहितीचा अधिकार आणि वित्तीय जबाबदारी व अर्थसंकल्प व्यवस्थापन कायदे राबवण्यात आल्यानंतर या शतकामध्ये स्थापन करण्यात आलेला हा पहिलाच केंद्रीय वेतन आयोग होय. म्हणून, शासन यंत्रणेने काटेकोर वित्तीय शिस्त आणि पुरवठा यंत्रणेअंतर्गत अधिक चांगल्या कार्यासाठी तयार असणे गरजेचे आहे. हे आदेश सहाव्या केंद्रीय वेतन आयोगाच्या 'संदर्भ अटीं'मध्ये प्रतिबिंबित होतात. ज्यामुळे आयोगाने पद्धतशीर बदलांची शिफारस करावी असे अधिकार आयोगाला देण्यात आलेः (*अ*) केंद्र शासन संस्थांना आधुनिक, व्यवहार्य आणि नागरिकांशी स्नेह असलेल्या व त्यांची सेवा करण्यासाठी अर्पित असलेल्या संस्था म्हणून रूपांतरित करावे; (*आ*) येऊ घातलेल्या वैश्विक आर्थिक रूपरेषेच्या मागण्यांनुसार केंद्र सरकारच्या कार्याचे ऐक्य करणे. अशा प्रकारे, सहाव्या केंद्रीय वेतन आयोगाकडे केवळ शासन कर्मचाऱ्यांना सुयोग्य वेतन देणे इतकेच काम नव्हते तर, सामान्य माणसाला अधिक चांगल्या सेवा पुरवण्यासाठी सेवा पुरवठा यंत्रणेमध्ये सुधारणा घडवून आणण्यासंबंधी शिफारशी करणे हे देखील काम होते. सुशासनावर परिणाम करणाऱ्या आयोगाच्या काही महत्त्वपूर्ण शिफारशी पुढीलप्रमाणे होतः

- *पातळ्यांमध्ये कपात करणे*: निर्णय प्रक्रिया व सेवा पुरवठा जलद गतीने व्हावा यासाठी आयोगाने शासन रचनेमधील पातळ्यांमध्ये कपात करावी अशी शिफारस केली.

- *लोकसेवांसंबंधीचा स्वाभिमान परत मिळवणे*: सार्वजनिक सेवांबाबत स्वाभिमान असावा यासाठी शासन कर्मचाऱ्यांना प्रेरित करावे. अशा प्रकारे, आयोगाने कार्य व्यापकता व कार्य संवर्धन यासंबंधी विविध उपाययोजनांची तरतूद केली. सध्या साहाय्यक व खाजगी सचिवांकडून केली जाणारी कार्ये आता कार्यकारी साहाय्यकांकडून केली जातील. शासनाच्या गट ड मधील सर्व पदांना गट क मध्ये बढती देण्यात आली. तसेच, शासन कर्मचाऱ्यांना पुनर्प्रशिक्षण दिल्याने व बहुकार्यत्वामुळे त्यांच्या कार्य व जबाबदाऱ्यांची व्यापकता वाढेल व त्या अधिक संपन्न होतील.
- *उत्तरदायित्वासह अधिकारदान*: निर्णय प्रक्रियेतील प्रत्येक पातळीवर उत्तरदायित्वासह अधिकारदानाची पुनर्स्थापना करणे हा आयोगाने मांडलेल्या महत्त्वाच्या भागांपैकी आणखी एक महत्त्वाचा भाग होय. शिक्षक, परिचारिका, शिपाई आणि इत्यादी महत्त्वपूर्ण कामांची श्रेणीवाढ करणे अशी शिफारस करण्यात आली. क्षेत्र कार्यालये आणि सचिवालयांमध्ये समानता प्रस्थापित करण्यासाठी विकेंद्रित पातळ्यांचे दृढीकरण करण्याची शिफारसदेखील आयोगाकडून करण्यात आली. याचे कारण असे की, सामान्य माणसाच्या सेवा पुरवठ्यामध्ये सुधारणा घडवून आणण्यासाठी क्षेत्र आणि कार्य अधिकाऱ्यांचे कार्य महत्त्वपूर्ण ठरते.
- *शासनामध्ये शक्य तितक्या सर्वोत्तम गुणवत्तेच्या उपलब्धतेची खात्री करून घेणे*: कार्याधारित कंत्राटांवर शासनाच्या आतील व बाहेरील शक्य तितक्या सर्वोत्तम गुणवत्तेच्या उपलब्धतेची खात्री करून घेण्यासाठी शासनाच्या उच्च पातळ्यांमध्ये पार्श्वीय पद्धतीने नियुक्त्या कराव्यात अशी शिफारस आयोगाने केली. क्षेत्राधारित सर्वोत्तम कौशल्य मिळवण्यासाठी व्यवसाय आधारित नियुक्ती करण्यापेक्षा पद आधारित नियुक्ती करावी असा बदल सुचविण्यात आला. प्रज्ञावंत तरुणांना आकर्षित करण्यासाठी प्रवेश पातळीवर अधिक वेतन आणि चांगली प्रलोभने देण्यात यावी अशी शिफारस करण्यात आली. निवृत्तीच्या वयामध्ये अधिक वाढ करू नये असे सुचविण्यात आले. कारण, तरुण कर्मचारी पुढील काळातील कार्यांसाठी सर्वोत्तम ठरतात. याव्यतिरिक्त, तरुण वैज्ञानिक आणि विशिष्ट कौशल्ये व व्यावहारिक कौशल्ये असणाऱ्या तज्ज्ञांना बाजारपेठ-चलित वेतन संच देण्यात यावा याला पुष्टी देण्यात आली.
- *कार्य-संबंधी प्रलोभन योजना*: कार्य, नवनिर्मिती, कल्पकता आणि एकत्रित निष्कर्ष व सेवा पुरवठ्यासाठी भागीदारांचा परस्परसंबंध असलेले प्रतिसादी अधिकारदान केलेले प्रशासन यांना मोबदला देण्यासाठी या योजनेला प्रारंभ

करण्यात आला. हे निष्कर्ष-आधारित व्यवस्थापनासाठी अर्थसंकल्प तटस्थ असे साधन आहे ज्यामध्ये, कामाचे ध्येय, मानके आणि निदर्शके आणि अधिक उत्तरदायित्व आहे.

सहावा वेतन आयोग अनेक कारणांसाठी भारतीय नागरी सेवांच्या उत्क्रांतीमधील महत्त्वाचा टप्पा होय. हा एक केवळ वेतन आयोग नाही कारण, या आयोगाद्वारे विद्यमान वैश्विक पद्धतींनुसार नोकरशाहीला पुनराकार देण्याचा प्रयत्नदेखील करण्यात आला आहे. प्रशासकीय श्रेणीय पद्धतीमध्ये महत्त्वपूर्ण बदल सुचवून आयोगाने 'अनोकरशाहीकरण' वास्तवात उतरवण्याचा प्रयत्न केला आहे.

माहिती तंत्रज्ञान प्रशासकीय सुधारणा घडवून आणण्यासाठी एक महत्त्वाचे साधन म्हणून उदयाला येत आहे. नागरिक व प्रशासकांचे सबलीकरण करणे हे त्याचे उद्दिष्ट आहे. राष्ट्रीय पातळीवर ई-अभिशासन अमलात आणण्यासाठी शासनाने प्रारंभ केलेल्या महत्त्वाच्या उपक्रमाला, म्हणजेच, राष्ट्रीय ई-अभिशासन योजनेला १६ मे २००६ रोजी मान्यता मिळाली. या योजनेमध्ये सत्तावीस कार्याधारित प्रकल्पांचा समावेश होतो ज्यामध्ये, विविध मंत्रालये/विभागांच्या कक्षेत येणाऱ्या केंद्रीय कार्याधारित प्रकल्प, अकरा राज्य कार्याधारित प्रकल्प आणि सात एकत्रित कार्याधारित प्रकल्प यांचा समावेश होतो. हे प्रकल्प केंद्र, राज्य आणि स्थानिक पातळीवर राबविले जात आहेत. राष्ट्रीय ई-अभिशासन योजनेअंतर्गत भारतीय पोर्टल प्रकल्प हा एक कार्याधारित प्रकल्प होय. ज्यायोगे भारतीय शासनाच्या केंद्र शासन, राज्य शासन, जिल्हा प्रशासन आणि पंचायती अशा प्रत्येक पातळीवरील माहिती आणि सेवांबाबत एकल खिडकी पद्धतीने माहिती पुरवली जाते. ही माहिती नागरिक, व्यापारी आणि परदेशी भारतीय अशा सर्वांना उपलब्ध असेल. राज्य शासन पातळीवरील ई-शासनाच्या तीन प्रकल्पांचा नोव्हेंबर २००८ मध्ये सादर झालेला मूल्यनिर्धारण अहवाल—हे तीन प्रकल्प म्हणजे, वाहन नोंदणी, मालमत्ता नोंदणी आणि जमीन नोंदणी (भारतातील बारा राज्यांमधून निवडलेली माहिती) यासंबंधी आहेत—या अहवालांमधील मुख्य शोध पुढीलप्रमाणे आहेतः

१. सरकारी कार्यालयांमधील खेपा ८ पासून १-२ इतक्या कमी करण्यात आल्या आहेत;
२. कार्यालयांमधील प्रतीक्षा काळ २०-३०% च्या श्रेणीमध्ये कमी झाला आहे;
३. लोकांनी संगणकीकृत रचनांसाठी दृढ प्राधान्य दाखवले आहे;
४. नागरिकांच्या प्रत्यक्ष किंमत बचतीमध्ये रु.५०-१०० इतका फरक झाला आहे;

५. जमीन नोंद प्रकल्पांमध्ये, नागरिकांच्या दृष्टिकोनामध्ये महत्त्वपूर्ण सुधारणा झाली आहे (सिंह २००९: २८-३०).

विविध सरकारांनी सुरू केलेल्या ई-शासन प्रकल्पांमध्ये पुढील बाबींचा समावेश होतो- सरकारी कार्यालयांमध्ये एकल खिडकी व्यवस्था, सार्वजनिक तक्रार निवारण यंत्रणा, अंतर्गत रेल्वे आणि विमान प्रवासासाठी ऑनलाईन पद्धतीने आरक्षणाची पद्धत सुरू करणे इत्यादी. यांमुळे या संस्थांच्या सेवा पुरवठ्याचा दर्जा सुधारल्याने सामान्य लोकांना फायदा झाला आहे. सुशासन साध्य करण्याच्या प्रयत्नांचा एक अविभाज्य भाग म्हणून ई-शासन योजना सुरू करण्यात आंध्र प्रदेश आणि महाराष्ट्र यांसारख्या काही राज्यांनी पुढाकार घेतला आहे. भारतासारख्या देशामध्ये क्षीण दर्जाची संसाधने, जास्त किंमत आणि संधींची कमतरता यांमुळे माहिती तंत्रज्ञानाच्या वापराला मर्यादा ठेवण्यात आली नाही तर बचतीच्या रूपाने प्रचंड असे साहाय्य होईल असे अनुमान गिरीश प्रधान यांनी केले आहे (प्रधान २००५: ३४४). अनेक विभागण्या व फरक असलेल्या देशामध्ये डिजिटल माध्यमातील फरक प्रोत्साहित करणे योग्य ठरणार नाही ही एकमेव चिंतेची बाब आहे. म्हणून, समाजातील जास्तीत जास्त वंचित आणि अक्षम लोकांना शासनाच्या किंवा खाजगी उद्योजकांच्या सर्वसाधारण सुविधांच्या माध्यमातून प्रवाहात सामावून घेणे हे ई-अभिशासनासमोरील एक आव्हान आहे.

निष्कर्षात्मक निरीक्षणे

बदलत्या विकास परिस्थितीला प्रतिसाद देण्यासाठी भारतीय प्रशासनाला वसाहतवादाच्या ओझ्यापासून मुक्त करावे या गृहीतकावर भारतातील सुधारणांसंबंधीचे प्रयत्न आधारित राहिले आहेत (माथुर २००५: २९२). सार्वजनिक सेवा पुरवठ्यासाठी नागरी सेवांना गतिशील, कार्यक्षम आणि उत्तरदायी यंत्रणेकडे पुनाराभिमुख करणे हे 'सुधारणे'चे उद्दिष्ट राहिले आहे. सन १९४७ साली सुरू झालेला प्रशासकीय सुधारणांचा पहिला टप्पा १९९० पर्यंत कायम राहिला. विविध प्रशासकीय सुधारणा समित्या व आयोगांनी नमूद केल्याप्रमाणे विविध अंतर्गत बदल हे या टप्प्याचे गुणविशेष होते. सुधारणेसाठी अनेक शिफारशी केल्या गेल्या होत्या, मात्र त्यांची अंमलबजावणी निकृष्ट, संथ, असमान आणि सर्वांत महत्त्वाचे म्हणजे प्रभावशाली नव्हती. परिणामी, स्वतंत्र भारताच्या लोकप्रशासनाच्या मूळ रचना, कामाच्या पद्धती आणि दृष्टिकोन आणि लोक नोकरशाहीची अभिमुखता यांमध्ये वसाहतवादी काळातील स्वरूपापेक्षा काही बदल झाला नाही.

सन १९९०च्या दशकापासून भारताने प्रशासकीय सुधारणेची गरज असलेली चार मुख्य क्षेत्रे नमूद केली आहेत. पहिले क्षेत्र देशातील लोकप्रशासनाला उत्तरदायी आणि नागरिकांशी स्नेहपूर्ण संबंध असलेले बनवणे याच्याशी संबंधित राहिले आहे. दुसरे, प्रशासकीय सुधारणांद्वारे पारदर्शकता साध्य करावी आणि नागरिकांना माहितीचा अधिकार द्यावा. तिसरे, प्रशासनातील व्यापक भ्रष्टाचाराचा विचार करता; प्रशासकीय सुधारणेद्वारे सार्वजनिक सेवांमधील सचोटीला प्रोत्साहन द्यावे आणि नागरी सेवांना प्रेरणा द्यावी. चौथे, लोकप्रशासन परिणामाभिमुख असावे आणि त्याच्या कार्यांमध्ये सुधारणा घडवून आणावी (महेश्वरी २००२ः २५१). प्रशासन लोकांप्रती प्रतिसादी आणि उत्तरदायी बनवण्यासाठी नागरिक सनदीचा वापर केला जात असून, माहितीच्या अधिकाराचे संस्थापनीकरण करण्यात आले आहे. भ्रष्टाचाराचा मुद्दा विचारात घेतला असता, केंद्रात लोकपालची स्थापना करण्यासाठी लोकांकडून मोठ्या प्रमाणात दबाव आणला जात आहे.

सन १९९०च्या दशकातील भारतातील प्रशासकीय सुधारणा नव लोकव्यवस्थापनाच्या तत्त्वावर आधारित आर्थिक उदारीकरणाच्या योजनेने उत्तेजित झालेल्या होत्या. या योजनेची सर्वोत्तम व्यवहारोपयोगिता पाचव्या वेतन आयोगाच्या अहवालात दिसून येते. नव लोक व्यवस्थापनाद्वारे सार्वजनिक संस्थांमध्ये नवीन व्यावसायिक आणि ग्राहकाभिमुख वातावरण निर्माण करण्याचा प्रयत्न केला जातो. अशा प्रयत्नांमध्ये संस्थांच्या आणि व्यक्तींच्या कामाचे आणि स्वायत्ततेचे मूल्यमापन करण्यावर भर दिला जातो. शासनाचे कामकाज सुधारण्यावर भर असला तरीदेखील या प्रक्रियेमध्ये खाजगीकरण, कामगारांची संख्या कमी करणे, बाजारपेठीकरण, कंत्राटीकरण, इत्यादी उद्दिष्टेदेखील महत्त्वाची असतात. बाजारपेठ आणि आर्थिक रचनेतील हितसंबंध यांच्यातील भेद आणि सामाजिक उद्दिष्टे साध्य करण्याच्या प्रक्रियेबाबत शंका उपस्थित होत आहेत (मेदुरी २०१०ः १३३).

भारतासारख्या विशाल देशात, विविध राज्यांमधील वेगवेगळ्या प्रशासकीय पद्धती आणि वेगवेगळी स्थानिक परिस्थिती असल्याने सुधारणेच्या व्यापकतेबाबत नियामक असणे कठीण आहे याची नोंद घेणे आवश्यक ठरते. तथापि, सुधारणा घडवून आणण्याची महत्त्वाची क्षेत्रे आणि तात्कालिक अग्रक्रम यांबाबत पुरेसे एकमत आहे हे उल्लेखनीय आहे. या प्राधान्यक्रमाच्या सूचीमध्ये, विशेषकरून, प्रशासन अधिक लोकाभिमुख, खुले, विकेंद्रित आणि लवचीक व भ्रष्टाचारमुक्त बनवणे यांचा उल्लेख करता येईल. देश प्रतिसादात्मक, लोककेंद्रित आणि उत्तरदायी प्रशासकीय व्यवस्थेकडे वाटचाल करतो आहे हे अलीकडच्या काही उपक्रमांवरून स्पष्ट होते. जसे की, स्थानिक स्व-शासित संस्थांना अधिकारांचे विकेंद्रीकरण, लोकांचा

माहितीचा अधिकार, शासन संस्थांकडून नागरी सनदीची सुरुवात, ई-अभिशासन उपक्रम आणि भ्रष्टाचारावर लक्ष ठेवण्यासाठी केंद्रात लोकपालाची नियुक्ती केली जावी यासाठीचा लोकांचा दबाव. तथापि, हे सर्व प्रत्यक्षात आणण्यासाठी सुदृढ अशी लोकांची व राजकीय इच्छाशक्ती ही पूर्वअट आहे.

संदर्भ

Appleby, Paul H. 1953. *Public Administration in India: Report of a Survey*. Cabinet Secretariat, Government of India.

Bhatt, Anil quoted in Chakrabarty, Bidyut. 2007. *Reinventing Public Administration: The Indian Experience*. New Delhi: Orient Longman.

Caiden, Gerald E. 1969. *Administrative Reform*. Penguin Press: Chicago.

Caiden, Gerald E. quoted in Chakrabarty, Bidyut. 2007. *Reinventing Public Administration: The Indian Experience*. New Delhi: Orient Longman.

Chakrabarty, Bidyut and Rajendra Kumar Pandey. 2008. *Indian Government and Politics*. New Delhi: SAGE Publications.

Downs, A. 1967. *Inside Bureaucracy*. USA: Boston Little Brown.

Fiana, W.F. and A.L. Dean quoted in Caiden, Gerard E. 1969. *Administrative Reforms*. Chicago: Penguin Press.

Governance in Transition. 1995. *Public Management in Reforms in OECD Countries*. Paris: OECD.

Government of India. 1949. *Report of the Secretariat Reorganization Committee*. New Delhi: Government of India Press.

———. 1959. *Report of the Commission of Enquiry as Emoluments and Conditions of Services of Central Government Employees*. New Delhi: Government of India Press.

———. 1966–70. *Administrative Reforms Commission's Report*. New Delhi: Ministry of Home Affairs.

———. 1981. *Report of the National Police Commission*. New Delhi: Government of India.

———. 1997a. *Action Plan for Effective and Responsive Administration*. Statement Adopted at the Conference of Chief Ministers, New Delhi.

———. 1997b. *Report of the Fifth Central Pay Commission*, Vol. 1. Ministry of Finance, Government of India.

———. 1997c. *The Report of the Fifth Pay Commission*, Vol. 1. New Delhi: Government of India Press.

———. 1998. *Annual Report, 1997–98*. Ministry of Personnel, Public Grievances and Pensions, New Delhi.

Hota Committee. 2004. *Report of Union Public Service Commission, 2003–04*. P.C.

Hota Committee as Civil Service Reforms, July.

Lee, Hann-Been. 1976. 'Bureaucratic Models and Administrative Reform', in Arne

F. Leemans (ed.), *The Management of Change in Government*. The Hague: Martinus Nijhoff.

Leemans, Arne F. 1976. 'A Conceptual Framework for the Study of Reform of Central Government', in A.F. Leemans (ed.), *The Management of Change in Government*. The Hague: Martinus Nijhoff.

Maheshwari, S.R. 2002. *Administrative Reforms in India*. New Delhi: Macmillan.

Mathur, Kuldeep. 1999. 'Strengthening Bureaucracy: State and Development in India', *Indian Social Science Review*, 1, January–June.

Mathur, Kuldeep. 2005. 'Administrative Reforms in India', in Bidyut Chakrabarty and Mohit Bhattacharya (eds), *Administrative Change and Innovation: A Reader*. New Delhi: Oxford University Press.

Medury, Uma. 2010. *Public Administration in the Globalization Era: The New Public Management Perspective*. New Delhi: Orient Black Swan.

Minocha, O.P. 2007. 'Revamping the Role of Government as a Regulator', *Indian Journal of Public Administration*, liii (3, July–September).

Mosher, F.C. quoted in Caiden, Gerard E. 1969. *Administrative Reforms*. Chicago: Penguin Press.

Pradhan, Gireesh. 2005. 'Civil Service Reforms in Independent India', in Bidyut Chakrabarty and Mohit Bhattacharya (eds), *Administrative Change and Innovation: A Reader*. New Delhi: Oxford University Press.

Ramachandran, Padma. 1996. *Public Administration in India*. New Delhi: National Book Trust.

Second ARC. 2006. *Right to Information: Master Key to Good Governance*. Second ARC, Government of India.

———. 2009. *Citizen Centric Administration: The Heart of Governance*. Second ARC, Government of India, February.

Singh, Deepali and Nafees Ansari. 2007. 'Administrative Reforms in India: An Overview', *Indian Journal of Public Administration*, liii (3, July–September).

Singh, Sujata. 2009. *Reforms in Governance: Six Decades of Administrative Reforms*. New Delhi: Indian Institute of Public Administration.

प्रकरण १२

जागतिकीकरण आणि लोकप्रशासन

अध्ययनाची उद्दिष्टे

- जागतिकीकरण ही संकल्पना समजून घेणे
- जागतिकीकरणाचा लोकप्रशासनावरील प्रभाव समजून घेणे
- विकसनशील देशांवरील जागतिकीकरणाच्या प्रभावाचे मूल्यमापन करणे
- जागतिकीकरणाच्या संदर्भात जागतिक न्यायाची संकल्पना समजून घेणे

जागतिकीकरणामुळे लोकप्रशासनाचे स्वरूप आणि व्याप्ती यांमध्ये उल्लेखनीय बदल झाले आहेत, हे तर स्पष्टच आहे. जागतिकीकरणाने लोकप्रशासन या विद्याशाखेची अभिजात साचेबद्धपणातून सुटका केली असून संपर्कजाल आणि सहकार्याच्या आधारे विद्याशाखेचे स्वरूप अधिक लवचीक, सौम्य अधिकारश्रेणीचे आणि सर्वसमावेशक होण्यास सुरुवात झाली आहे. याचा परिणाम म्हणून या विद्याशाखेचे मूळ स्वरूपच बदलले असून काही संदेहवादी आणि स्वतःची विशिष्ट शैली विकसित केलेल्या विश्लेषकांनी तर लोकप्रशासनाचे अस्तित्व पूर्णपणे संपल्याचे जाहीर केले. वास्तविक पाहता, देशांनी जागतिकीकारणाचा अंगीकार केल्यापासून गेल्या दोन दशकांमध्ये लोकप्रशासन या विद्याशाखेचा पाडाव झाल्याच्या यत्किंचितही खुणा दिसत नाहीत. याउलट, तिच्या अंताची सर्व भाकिते खोटी ठरवत लोकप्रशासन नवीन आव्हाने पेलण्यासाठी नव्या रूपात उदयास आले. जागतिकीकरणाने लोकप्रशासन अधिक सक्रीय होण्याची गरज निर्माण केली. परिणामी, नोकरशाहीचा पगडा, ताठर अधिकारश्रेणी, संघटनात्मक तत्त्व हे लोकप्रशासनाचे पारंपरिक स्वरूप आता अस्तित्वात नाही. लोकप्रशासनामध्ये संरचनात्मक आणि कार्यात्मक स्वरूपाचे आमूलाग्र बदल झाले. जागतिकीकरणामुळे सामाजिक, आर्थिक आणि राजकीय क्षेत्रांमध्ये अनेक रूपांतरणे झाली. त्याचा परिणाम म्हणून अभिशासनाचे ताठर, पदसोपानात्मक आणि नोकरशाही स्वरूप बदलून ते संपर्कजालाचे संबंध आणि भागीदारीवर आधारित असे लवचीक, पदसोपानरचना मुक्त, उत्तरनोकरशाही स्वरूपाचे झाले आहे. त्याचप्रमाणे कार्यात्मक पातळीवरसुद्धा, सार्वजनिक वस्तू आणि सेवा यांच्या वितरणाबाबत लोकप्रशासनामध्ये मूलभूत बदल झाले आहेत. वस्तू आणि सेवांचे वितरण हे लोकप्रशासनाचे कार्य आहे असा समज अलीकडच्या काळापर्यंत रूढ होता; परंतु जागतिकीकरणामुळे आणि कल्याणकारी

राज्याचे प्रभावक्षेत्र मर्यादित/संकुचित होत गेल्यामुळे लोकप्रशासनाचे स्वरूप पालटून ते सहयोगी झाले. या बदलाच्या पार्श्वभूमीवर राज्य प्रशासनाला सार्वजनिक वस्तू आणि सेवा यांचे वितरण करण्यासाठी सामाजिक पातळीवर कार्यरत असलेल्या अनेकविध कर्त्यांशी आणि स्वयंसेवी संस्थांशी नव्याने समायोजन करणे भाग पडले. परिणामी, जागतिकीकरणाच्या युगात लोकप्रशासन त्याच्या लोककल्याणाच्या कार्यामधील महत्तम भागाचे खाजगीकरण करून, 'सक्षम करणारा' किंवा 'सुविधा उपलब्ध करून देणाऱ्या'च्या भूमिकेत शिरताना दिसते आहे. कल्याणकारी वस्तू आणि सेवा लोकांपर्यंत पोहोचवण्याच्या कार्याचे खाजगीकरण सुलभ करण्यासाठी कंत्राटीकरण, खाजगी क्षेत्रासाठीच्या तरतुदींना प्रोत्साहन देणे, प्रतिरूप बाजारपेठा उघडणे, स्वयंसेवी क्षेत्रे कार्यान्वित करणे अशा अनेक पद्धती वापरल्या गेल्या आहेत.

लोकप्रशासन प्रदात्याच्या भूमिकेतून कल्याणकारी वस्तू आणि सेवा वितरणाच्या सुविधा देणाऱ्याच्या भूमिकेत जाऊनही त्याची आवश्यकता टिकून राहिली आहे. राज्यसंस्थेने अथवा बाजारपेठेने देखील त्याचे महत्त्वाचे स्थान अमान्य केलेले नाही, उलट लोकप्रशासन आपले प्रमुख स्थान टिकवून आहे. प्रत्येक देशाचे लोकप्रशासनाच्या उपयोगितेविषयीचे तर्क विभिन्न असले तरीदेखील त्यांच्या निर्वाहासाठी गतिक्षम लोकप्रशासन उभारणे ही त्यांची मूलभूत गरज आहे. लोकप्रशासन ही राज्याच्या अभिशासनासाठीची आधारयंत्रणा असते. बाजार अर्थव्यवस्थेमध्ये लोकप्रशासनाचे साहाय्यक मूल्य मोठे आहे. ते केवळ बाजारपेठेचे कार्य सुरळीत होण्यासाठी मदत करते असे नाही, तर समाजामध्ये तिला अधिमान्यता मिळवून देते. बाजारपेठीय अर्थव्यवस्था देखील सामाजिक सेवांची तरतूद करून तिला मानवी चेहरा मिळवून देण्यासाठी धडपड करत आहे. यामुळेच जागतिकीकरणाच्या आव्हानापुढे लोकप्रशासन टिकून राहणार आहे, तसेच लोकप्रशासन ही एक स्वजाणीव असणारा उपक्रम असून व्यापक पातळीवर विचार करता ते एक व्यावसायिक क्षेत्र आहे याची खात्री फरझमंड आपल्याला देतात. जागतिकीकरणाच्या आवेगामुळे लोकप्रशासनाचे बदलते स्वरूप लक्षात घेता, राज्यदेखील पारंपरिक 'प्रशासकीय कल्याणकारी राज्य' न राहता ते 'कॉर्पोरेट कल्याणकारी राज्य' होईल, असे त्यांचे मत आहे.[१] पारंपरिक लोकप्रशासनामध्ये सार्वजनिक सेवांच्या सुलभ वितरणासाठी तपशीलवार अशी प्रशासकीय यंत्रणा उभी केली, यालाच 'कल्याणकारी वितरणाचे लोकप्रशासकीय प्रारूप' असे म्हणतात. या प्रारूपानुसार लोकप्रशासन हे नोकरशाही संरचना, व्यावसायिक प्रभाव, लोकांप्रती उत्तरदायित्व, सर्वांना समान वागणूक आणि स्वयंपूर्णता या पाच वैशिष्ट्यांनी सिद्ध असून यातून निष्पक्षपाती आणि कार्यक्षम प्रशासन निर्माण होते.[२] परंतु सत्तरच्या दशकाच्या शेवटी आणि ऐंशीच्या

दशकाच्या सुरुवातीला नवीन उजव्या चळवळीने पुरस्कार केलेल्या बाजारपेठेच्या पर्यायामुळे सेवांच्या या खात्रीशीर स्वरूपाला आव्हान निर्माण झाले. कार्यक्षमता आणि काटकसरीच्या पार्श्वभूमीवर कल्याणकारी वितरणाचे खाजगीकरण करण्याचे धाडसी पाऊल उचलण्याचा सल्ला देण्यात आला. नव्वदच्या दशकाच्या सुरुवातीला संरचनात्मक समायोजन कार्यक्रमाअंतर्गत जागतिकीकरणाचा आरंभ झाल्यावर नवीन उजव्या विचारसरणीच्या पुरस्कर्त्यांनी लावून धरलेल्या मागणीचा जोर आणखी वाढला.

जागतिकीकरणाने लोकप्रशासनापुढे शक्यता आणि अडचणींची मिश्र खैरात वाढून ठेवली. याविषयी विस्ताराने चर्चा करण्यापूर्वी लोकप्रशासनावरील जागतिकीकरणाच्या प्रभावाचा धावता आढावा घेऊया.

जागतिकीकरणाचा लोकप्रशासनावरील सर्वांत महत्त्वाचा आणि स्पष्ट प्रभाव म्हणजे लोकप्रशासनाच्या व्यवहारातील राज्याचे मध्यवर्ती स्थान होय. लोकप्रशासन ही राज्य प्रशासनाला समानार्थी संज्ञा आहे. तरीदेखील जागतिकीकरणामुळे लोकप्रशासनाचा पाया असणाऱ्या राज्याच्या स्वरूपामध्ये कमालीचा बदल झाला आहे. जागतिकीकरणाने राज्याचा आवाका मर्यादित करून बाजारपेठेच्या हस्तक्षेपाचे नवउदारमतवादी धोरण आखून दिले. जागतिकीकरणामुळे लोकप्रशासनाचा अंत होणार असा समज सुरुवातीच्या काळात झाला होता. परंतु प्रत्यक्षात मात्र, राज्याला मर्यादित ठेवण्याचे धोरण अवास्तव मानले गेले. तर दुसऱ्या बाजूस राज्याची भूमिका मर्यादित करणारे धोरण प्रत्यक्षात आणणे शक्य आणि व्यवहार्य देखील राहिले नाही. याहीपुढे जाऊन त्याचे मध्यवर्ती स्थान अबाधित ठेवण्यावर भर देणाऱ्या मतांना देखील मान्यता मिळाली नाही. जागतिकीकरण हे बाजारपेठ, स्वयंसेवी संस्था, नागरी संघटना, लोकांचा पुढाकार आणि अशा अनेक सरकारेतर क्षेत्रांच्या संदर्भात राज्याची पुनर्स्थापना करण्याच्या उद्दिष्टाने राजकीय सत्तेची पुनर्मांडणी[३] करण्यास कारणीभूत ठरले आहे. फरझमंड यांच्यासारख्या काही अभ्यासकांच्या मते, जागतिकीकरणाचा लोकप्रशासनावर हानीकारक प्रभाव पडेल असे जे प्रकर्षाने सुरुवातीला वाटत होते, तसे घडले नाही. उलट, जागतिकीकरणामुळे आधुनिक राज्याच्या स्वरूपामध्ये पाच महत्त्वाचे बदल झाले आहेत असे त्यांचे म्हणणे आहे. पहिला म्हणजे जागतिकीकरणाच्या प्रक्रियेला सुरुवात झाल्यानंतर आंतरराष्ट्रीय नाणे निधी, जागतिक बँक, जागतिक व्यापार संघटना यांसारख्या अनेक व्यापक अधिक्षेत्रावरील अभिशासन संघटना स्थापन झाल्याने प्रशासकीय व्यवस्थेवर त्याचे गंभीर परिणाम झाल्याचे दिसते. कारण या संस्थांनी लादलेल्या एकसमान आचारसंहितेने लोकप्रशासनाच्या सार्वजनिक स्वरूपावर मोठ्या प्रमाणात मर्यादा आणल्या. दुसरा

बदल म्हणजे, जागतिकीकरणामुळे आधुनिक राज्यांचे परस्परावलंबित्व वाढल्यामुळे त्यांना राज्यांवर आणि लोकप्रशासनावर अपरिहार्यरित्या परिणाम करणाऱ्या अनेक प्रादेशिक आणि अतिप्रादेशिक प्रश्नांशी जुळवून घेणे सहज शक्य झाले. उदाहरणार्थ, पर्यावरणीय ऱ्हासाविषयीच्या जागतिक असुरक्षिततेविरुद्ध लढा देण्यासाठी युती स्थापन केली याचा उल्लेख करता येतो. तिसरा म्हणजे, माहितीच्या मुक्त संचाराचा विविध देशांवर वेगवेगळा प्रभाव पडला आहे. बहुतांश राज्यांना जरी माहितीच्या वापराच्या मुक्त संधीचा फायदा झाला असला तरी, प्रगतिशील देशांपेक्षा प्रगत देशांनी त्यांचा अधिक फायदा करून घेतला. चौथा म्हणजे, शासनाच्या सुलभीकरणाच्या आणि भागीदारीच्या भूमिकेवर अधिक भर देण्यात आला आणि त्यातही वस्तू आणि सेवांच्या वितरणामध्ये खाजगी क्षेत्र अग्रणी असणार आहे. लोकप्रशासनासाठी पाचवा बदल सर्वांत महत्त्वाचा समजला जातो, कारण त्यामुळे प्रशासकीय कल्याणकारी राज्याचे स्वरूप बदलून ते कॉर्पोरेट कल्याणकारी राज्य झाले.[४]

सर्वप्रथम, जागतिकीकरणाचा परिणाम म्हणून संघटनेच्या पारंपरिक नोकरशाही संकल्पनेनुसार निश्चित केलेले संघटनेचे प्रभावक्षेत्र, सीमारेषा, कार्यपद्धती आणि अशा अनेक घटकांमध्ये मोठ्या प्रमाणात बदल होऊन तिचे रूपांतर उत्तरनोकरशाही संघटनेमध्ये झाले. नव्या जागतिक व्यवस्थेमध्ये उदयास आलेल्या बहुराष्ट्रीय आणि आंतरराष्ट्रीय संघटनांना राष्ट्रीय सीमांच्या मर्यादा उरल्या नाहीत. या बदलातून आकाराला आलेल्या नव्या वास्तवाशी जुळवून घेण्याची क्षमता पारंपरिक नोकरशाही रचनेमध्ये नाही असा यामागील युक्तिवाद होता. वॉरन बेनिस (१९६८) यांनी जागतिकीकरणाची सुरुवात होण्यापूर्वी बराच काळ 'तात्पुरती कार्यव्यवस्था' असणाऱ्या उत्तरनोकरशाही संघटनेच्या उद्याचे भाकीत केले होते. दुसरा म्हणजे, जागतिकीकरणाने नवीन अभिशासनाविषयीची चर्चा केल्याने अभिशासनाच्या प्रक्रियेमध्ये लक्षणीय बदल झाले. आतापर्यंत संरक्षित नोकरशाहीच्या छत्रछायेखाली असणाऱ्या लोकप्रशासनाच्या चर्चेची जागा त्याने घेतली. लोकप्रशासनातील अभिशासन हे राज्य अथवा शासनाच्या औपचारिक संरचनेच्या पलीकडे जाऊन काम करते, याशिवाय त्याने अनेक स्वयंसेवी संस्था आणि नागरी संघटनांशी भागीदारी केल्याने लोकप्रशासनाच्या व्याप्तीच्या मर्यादा उघडकीस आल्या. तिसरा म्हणजे, जागतिकीकरणाने आतापर्यंत लोकप्रशासनाची मूलभूत जबाबदारी समजल्या जाणाऱ्या सार्वजनिक सेवांच्या वितरणाचे उदारीकरण केले. जागतिकीकरणाने सार्वजनिक सेवांचे बहुतांश प्रमाणात खाजगीकरण केल्याने लोकप्रशासनाची रूपरेषा बदलवून टाकली आहे. परिणामी, कल्याणकारी बाबींचे केवळ प्रशासन सांभाळण्यापेक्षा कल्याणकारी कार्याचे व्यवस्थापन करण्यावर त्यांनी भर दिला. साहजिकच याचा

परिणाम म्हणून जागतिकीकरणाच्या युगामध्ये सार्वजनिक वस्तू आणि सेवांच्या वितरणासाठी लोकप्रशासनाने समाजामधील इतर कार्यरत घटकांशी भागीदारी केली. चौथ्या बदलामध्ये जागतिकीकरणाच्या तर्कानुसार शासन चळवळ आणि नवीन सार्वजनिक व्यवस्थापनाचा नव्याने शोध घेतल्याने सार्वजनिक क्षेत्राच्या सुधारणेची चळवळ सुरू झाली. पाचवा म्हणजे, सार्वजनिक क्षेत्राच्या सुधारणेसाठीच्या चळवळीचा भाग म्हणून नागरी सेवांमध्ये सुधारणा करण्याची मागणी करण्यात आली. जागतिकीकरणाला प्रारंभ झाल्यापासून जागतिक न्याय, पारदर्शकता आणि प्रशासकीय कामकाजातील उत्तरदायित्व यांविषयी जागतिक स्तरावर जाणीवजागृती होत आहे. सहावा म्हणजे, लोकप्रशासनावरील जागतिकीकरणाच्या प्रभावामुळे नागरिकांचे सक्षमीकरण होत आहे ही महत्त्वाची बाब आहे. सैद्धान्तिकदृष्ट्या, दीर्घकाळापासून नागरिक आणि प्रशासनाचा सहयोग असून त्यांच्यामध्ये जवळीक आहे. लोकप्रशासन या विद्याशाखेची औपचारिकरित्या सुरुवात झाल्यापासून या सहयोगाचे संस्थीकरण झाले आहे. नागरिकांना सेवा पुरवणे हे लोकप्रशासनाचे प्रमुख उद्दिष्ट होते. तरीदेखील, ही बहुतांशी एकेरी वाहतूकच होती असे म्हणावे लागेल. राज्ये आणि शासनांनी पितृत्वभावाने नागरिकांना सार्वजनिक वस्तू आणि सेवांचे वितरण केले आहे. लोकप्रशासनाच्या उदयापासून नागरिकांना सामाजिक सेवा पुरवण्याचे यजमानपद राज्याकडे आहे. नागरिकांना त्यांची निवड करता यावी अथवा त्यांनी स्वतःचे मत मांडावे यासाठी प्रेरणा देण्याचा राज्यांनी अथवा शासनांनी प्रयत्न केला नाही. औद्योगिकरणाचा उदय झाल्यामुळे व्यवस्थापनाच्या नोकरशाही स्वरूपावरील भिस्त वाढत गेली आणि याशिवाय प्रशासकीय राज्यपद्धतीचा उदय झाल्यामुळे नागरिक आणि लोकप्रशासन यांच्यात असहयोग निर्माण झाला. तर्कसंगत आणि निष्पक्षपाती अभिशासन निर्माण करताना नोकरशाही ही लोकांची वास्तविक मालक झाली. परिणामी, ज्या जनतेला नोकरशाहीने सेवा पुरवायला हवी होती, त्यांनाच विकासाचा लाभ घेता येत नव्हता. कल्याणकारी धोरणाची सक्ती असल्यामुळे नोकरशहांना लोकाधिष्ठित विकास कार्यक्रमांशी संलग्न रहाणे सक्तीचे झाल्याने, लोकांना विकासाचे लाभार्थी असे मानून या अधिकाऱ्यांचे प्रयत्न दिशाहीन झाले. परिणामी, नोकरशाहीकडून ज्या प्रतीच्या सेवा मिळतील त्या स्वीकारणे भाग पडले. लोक हे राज्यसंस्थेकडून पुरवठा केल्या जाणाऱ्या वस्तू आणि सेवांचे निष्क्रीय प्राप्तकर्ता म्हणून उरले. युरोपमध्ये दुसऱ्या महायुद्धानंतरच्या पुनर्बांधणीच्या काळात, लोकधार्जिणे कल्याणकारी राज्य निर्माण करून देखील तेथील लोकांच्या परिस्थितीत बदल झाला नाही. अर्थशास्त्रामध्ये १९८० च्या दशकात पुढे आलेल्या सार्वजनिक विकल्प सिद्धान्तामुळे प्रशासनासंदर्भातील लोकांचे स्थान बदलू लागले.

लोकप्रशासनामध्ये नवीन सार्वजनिक व्यवस्थापन परिप्रेक्ष्याचा उगम झाल्यानंतर आणि कालपरत्वे शासनाचे रूपांतरण उद्योजक शासन असे झाल्याने प्रशासन लोकाधिष्ठित होण्याला चालना मिळाली. उदयास आलेले उद्योजक शासन हे नागरिक आणि राज्यसंस्था यांच्यातील सहयोग नव्याने निर्माण होण्यास साहाय्यभूत ठरले, कारण नागरिकांना ग्राहकाचा दर्जा देऊन प्रतिसाद देणे नोकरशाहीला भाग पडले. नवीन सार्वजनिक व्यवस्थापनामुळे प्रशासकांच्या लोकांप्रतीच्या दृष्टिकोनात मोठ्या प्रमाणात बदल झाला. उत्तर-वासाहतिक देशांमधील नागरिकांना वस्तू आणि सेवांचे निष्क्रिय प्राप्तकर्ता म्हणूनच वागणूक दिली जाते. जागतिकीकरणाची सुरुवात झाल्यापासून विकासाच्या चर्चाविश्वात लोकांना मध्यवर्ती स्थान मिळाले. 'नागरिका'ची पारंपरिक संकल्पना बदलून ती नव्याने सक्रीय 'ग्राहक' अशी केली गेली. खाजगी क्षेत्रामधील व्यवस्थापनातील अनुभवांच्या धर्तीवर लोकप्रशासनामध्ये ग्राहकाधिष्ठित दृष्टिकोन रुजला. 'ग्राहकाशी जवळीकते'पासून ते 'ग्राहकाचे सार्वभौमत्व' असे त्याचे दृढ रूप झाले.[५] लोकांना सेवा पुरवणे हे लोकप्रशासनाचे ध्येय बनले. परिणामी, सार्वजनिक आणि खाजगी यातील दरी भरून निघाल्यामुळे सार्वजनिक-खाजगी आणि स्वयंसेवी संस्था यांच्यातील संवादाला सुरुवात झाली. आठवा बदल म्हणजे, जागतिकीकरणाने खाजगी आणि सार्वजनिक अशा पारंपरिक भेदावर मात करून स्वयंसेवी क्षेत्र आणि नागरी समाजाच्या संघटना आणि खाजगी क्षेत्र यांना मोठा अवकाश निर्माण करून दिला. थोडक्यात, लोकप्रशासनाच्या 'सार्वजनिकते'ला आव्हान निर्माण झाले. यातूनच जागतिकीकरणाच्या प्रक्रियेमधून उभ्या ठाकलेल्या अगणित आव्हानांशी आणि निर्माण झालेल्या शक्यतांशी जुळवून घेण्यासाठी लोकप्रशासन विद्याशाखेला संरचात्मक, प्रक्रियात्मक आणि दृष्टिकोनात्मक समायोजन करावे लागले. लोकप्रशासनातील हे स्थित्यंतर सैद्धान्तिक चौकटीतून पाहताना या विद्याशाखेत प्रशासनाच्या वेबरच्या प्रारूपापासून ते नव-टेलरवादापर्यंत बदल होत गेले असे लक्षात येते. जागतिकीकरण या विषयावरील साहित्यामध्ये मोठ्या प्रमाणात भर पडत असली तरीदेखील लोकप्रशासन आणि जागतिकीकरण यांच्यातील सहसंबंधांवर पुरेसे लक्ष्य दिलेले नाही. शिवाय या क्षेत्रात झालेले मूठभर काम देखील व्यापक स्वरूपाचे नाही. मानवी इतिहासामधील या अभूतपूर्व घटनेचा वाचनीय लेखाजोखा या प्रकरणात घेतलेला आहे.

लोकप्रशासनावर जागतिकीकारणाचा नेमका कशाप्रकारे प्रभाव पडला हे शोधण्यापूर्वी जागतिकीकारणाचा व्यापक पद्धतीने आढावा इथे घेतला आहे. पुढच्या भागामध्ये आपण जागतिकीकरण ही संकल्पना समजून घेऊयात.

जागतिकीकरण: संकल्पना

आर्थिक, राजकीय, सामाजिक अथवा सांस्कृतिक घटकांमधील गुंतागुंतीच्या परस्परक्रियेमुळे जागतिकीकरणाच्या सर्वव्याप्त सामर्थ्यामुळे त्याने संपूर्ण जगाला व्यापून टाकले आहे. खरंतर या प्रक्रियेत नेमकेपणा नसल्याने ही संज्ञा जरा 'खोडसाळ' आहे. या प्रक्रियेमध्ये सहभागी असणारे अभ्यासक आणि अनेकविध व्यवसायी या दोघांतही या संज्ञेच्या अर्थाविषयी एकवाक्यता आलेली नाही. दोन दशके उलटून गेल्यानंतरही हे चर्चाविश्व अस्पष्ट आणि आकारहीन आहे. मानवी ज्ञानासंबंधी जवळजवळ सर्वच शाखांमधील अभ्यासकांची फळी या अभ्यासविषयात कार्यरत असल्याने याविषयीची साहित्यनिर्मिती मुबलक प्रमाणात झाली आहे. सात माणसे आणि हत्ती यांच्या गोष्टीप्रमाणे जागतिकीकरणाचे अनेक बाजूंनी अर्थांकन केले आहे. जागतिकीकरणाचे समर्थक आणि विरोधकांनी त्यांच्या साहित्यनिर्मितीत सारखेच योगदान दिले असून त्यामुळे हे चर्चाविश्व अधिक गुंतागुंतीचे आणि अस्पष्ट झाले आहे. एका बाजूला समर्थक ही मानवी इतिहासातील अभूतपूर्व घटना आहे अशी प्रशंसा करतात, तर विरोधक त्याच्या उघड उघड मांडलेल्या कार्यवाहीविषयी आणि त्याच्या प्रक्षेपित केलेल्या अपरिहार्यतेविषयी चिंतीत असलेले दिसतात. *The Handbook of Globalisation, Governance, and Public Administration* मध्ये या संकल्पनेतील दुविधा योग्य पद्धतीने मांडली आहे:

> जागतिकीकरणाचा संदर्भ विविध लोकांसाठी विभिन्न आहे. या संकल्पना वैविध्यपूर्ण, अन्योन्य आणि व्यापक असून त्यामुळे ती व्याख्यांच्या जाळ्यात अडकली आहे. अर्थशास्त्रज्ञांच्या मते, एक अखंडित जागतिक बाजारपेठ उभी राहण्याच्या दिशेने जागतिकीकरण हे एक उन्नत पाऊल आहे. राज्यशास्त्रज्ञांच्या मते, ही संकल्पना राज्यसंस्थेशी प्रादेशिक सार्वभौमत्व जोडणाऱ्या परंपरागत संकल्पनेपेक्षा वेगळी असून, जागतिकीकरणामुळे नवीन विश्वव्यवस्थेअंतर्गत सर्वोच्च दर्जाच्या आणि जागतिक अभिशासक संस्थांचा उगम होत आहे. व्यावसायिक अभ्यासक्रमातील अभ्यासक आणि सल्लागारांच्या दृष्टीने जागतिकीकरणामुळे 'सीमाविरहीत जग' निर्माण होत असून यामध्ये अमर्याद संधी उपलब्ध होतील. तर जागतिकीकरण हे शासन नाही तर केवळ खाजगी क्षेत्रातील निगमांना अनुसरते असे काहींचे मत आहे. वरील चर्चेतून जगाकडे पाहण्याचे निरनिराळे दृष्टिकोन प्रतीत होतात आणि त्यांचे हितसंबंध जपणाऱ्या दृष्टिकोनांना प्रोत्साहन देतात (फरझमंड २००७: १३).

पेट्रास आणि वेल्टमेयर (२००१: ८) यांनी जागतिकीकरणाची व्यापकता पुढील शब्दांत मांडली आहे:

> जागतिकीकरणामुळे दूरगामी आणि युगप्रवर्तक विकास झाला असून, त्यासाठीची कृती ते सूचित करते, अशा धारणेमुळे त्याने आभासी वर्चस्व संपादन केले आहे आणि त्यामुळे जागतिकीकरण हे अपरिहार्य असल्याची चर्चा सर्वत्र आहे. परिणामी कल्पनाशक्ती दुबळी होत असून, दुसरी अधिक न्याय्य सामाजिक आणि आर्थिक व्यवस्था निर्माण करण्यासाठी योग्य पर्याय निवडण्याची विचारशक्ती आणि कृती करण्याच्या क्षमतेला अटकाव निर्माण होतो.

वरील उद्‌गारावरून लेखकांचे जागतिकीकरणाविषयीचे आरोप स्पष्ट होतात. त्यांच्या मते, जागतिकीकरण हे वैचारिकदृष्ट्या दिशाभूल करणारे असून, खरे तर ते अगम्य अशा भांडवलशाहीचे आणि 'नव्याने उदयास येणाऱ्या आंतरराष्ट्रीय भांडवलशहांचे आर्थिक हितसंबंध' जपते. म्हणून लेखकांनी नवीन जागतिक व्यवस्था या नव्या संकल्पनेच्या वाढत्या वापरामागील आणि जागतिकीकरण हे 'अपरिहार्य, आवश्यक आणि भावी उत्कर्षाचे अग्रदूत' आहेत असे चित्र उभे करण्यामागचे आर्थिक हितसंबंध ओळखले आहेत.[६] याच धर्तीवर फरझमंड (२००७) यांनी भांडवलशाही आणि राज्यसंस्था हे परस्परपूरक असल्याने भांडवलशाही आणि जागतिकीकरण हेदेखील परस्परपूरक असतात यावर भर दिला आहे. वास्तविक पाहता, राज्य समाजवाद संपुष्टात येत असतानाच भांडवलशाहीचे जागतिक पातळीवर दृढीकरण झाल्याने जागतिकीकरणाविषयीच्या सार्वत्रिक चर्चेला वेग आला आहे.

मुळात जागतिकीकरणाचे स्वरूप आर्थिक असून, राजकीय, सामाजिक आणि सांस्कृतिक अशा विविध अंगांनी त्याचे अर्थांकन केले आहे. सोप्या पद्धतीने मांडायचे झाले तर, जागतिकीकरण म्हणजे जागतिक पातळीवरील वाढते परस्पर आर्थिक जोडलेपण, राजकीय अवकाश आणि राष्ट्रीय सार्वभौमत्व यांची पुनर्मांडणी आणि सर्वांत महत्त्वाचे म्हणजे 'जागतिक आणि स्थानिक संस्कृतींची वाढती आणि खोलवर रुजणारी समरसता' अशी व्याख्या करता येते (हेल्ड आणि मॅक्ग्रा २००३). अशा प्रकारे, जागतिकीकरणाचे आर्थिक, राजकीय आणि सामाजिक/सांस्कृतिक असे तीन विविध पैलू समोर येतात. आपण याठिकाणी वाचकाला सुसह्य होईल अशा प्रकारे ही संकल्पना उलगडायचा प्रयत्न करूयात. वॉटर्स (२००१ः ६-७) यांनी मांडणी केल्याप्रमाणे जागतिकीकरणाविषयीची सैद्धान्तिक चर्चा प्रमुख तीन वैचारिक भूमिकांभोवती गुंफली गेली आहेः

(*अ*) इतिहासाच्या उगमापासूनच जागतिकीकरणाच्या प्रक्रियेला प्रारंभ झाला आणि तेव्हापासून त्याचे प्रभावक्षेत्र विस्तारत गेले. परंतु आता अलीकडच्या काळात त्यामध्ये अचानकरित्या वेगाने वाढ झालेली दिसून येते.

(*आ*) जागतिकीकरण हे आधुनिकीकरण आणि भांडवलशाहीच्या विकासाशी समकालीन आहे आणि अलीकडच्या काळात तो विकास वेगाने होत आहे; अथवा

(*इ*) जागतिकीकरण हे अलीकडच्या काळातील घटीत असून उत्तरऔद्योगीकरण, उत्तरआधुनिकीकरण अथवा भांडवलाचे विसंघटन अशा सामाजिक प्रक्रियांशी संबंधित आहे.

जागतिकीकरणाचे मूळ स्वरूप *आर्थिक* असून ते विकासाच्या तीन विविध टप्प्यांशी जोडले जाते, त्यालाच संक्षिप्त स्वरूपात LPG म्हणजेच (L) उदारीकरण, (P) खाजगीकरण, (G) जागतिकीकरण असे म्हणतात. या तीनही प्रक्रिया वरील क्रमाने घडतात अशी मांडणी केली जात असली तरी जागतिकीकरण मात्र त्याच क्रमाने घडून येईल असे नाही. भगवती (२००४: ३) यांनी आर्थिक जागतिकीकरण म्हणजे 'राष्ट्रीय अर्थव्यवस्थांचे समाकलन व्यापार, थेट विदेशी गुंतवणूक (निगम आणि बहुराष्ट्रीय कंपन्याकडून होणारी), लघु-मुदतीच्या भांडवलाचा ओघ, जागतिक पातळीवरचे कामगारांचे आणि सर्वसामान्यपणे माणसांचे अभिसरण आणि तंत्रज्ञानाचे आदान या सर्व मार्गांनी आंतरराष्ट्रीय अर्थव्यवस्थेशी करणे' अशी व्याख्या केली आहे.

अगदी सोप्या भाषेत सांगायचे तर, *उदारीकरण* म्हणजे अर्थव्यवस्था खुली करणे. सर्वसाधारणपणे संरक्षणवादाच्या धोरणाचा भाग म्हणून राष्ट्रे त्यांच्या अर्थव्यवस्थांना बाह्य स्पर्धेपासून वाचवण्यासाठी प्रशुल्काची बंधने घालतात. सर्वसाधारणपणे, देशांचे परस्परांमध्ये आणि देशांतर्गत अशी तीन प्रकारची बंधने असतात. पहिले भौगोलिक बंधन; त्यामध्ये पर्वतराशी, समुद्र आणि इतर भौगोलिक घटकांचा समावेश होतो आणि त्यावर मात करणे सहज शक्य नसते. राजकीय बंधने म्हणजेच मानवनिर्मित सीमा, ज्या परिस्थितीनुसार आखल्या जातात आणि त्यांची पुनर्आखणी करता येते आणि तिसरे आणि शेवटचे म्हणजे प्रशुल्क बंधन, देश त्यांच्या व्यापाराच्या बचावासाठी घालतात. प्रशुल्क बंधने शिथिल करणे हा उदारीकरणाचा हेतू आहे. जीब्लेर्टो आणि मोम्मेन यांनी उदारीकरणाचे खालीलप्रमाणे घटक सांगितले आहेत: (*अ*) अकार्यक्षमता आणि शासनाची संरक्षणातील मक्तेदारी कमी करण्यासाठी राज्यसंस्थेचे आणि निमराष्ट्रीय उद्यमांचे खाजगीकरण; (*आ*) अतिवृद्धी प्रवृत्तींना आळा घालण्यासाठी वाढीव व्याजदर आकारणे आणि पत बाहेर काढणे; (*इ*) अंतर्गत बाजारपेठ खुली करण्यासाठी, स्थानिक बाजारपेठ जागतिक बाजारपेठीय स्पर्धेत उतरवण्यासाठी आणि विदेशी व्यापार विनिमयाला प्रोत्साहन देण्यासाठी व्यापाराचे उदारीकरण करणे; (*ई*) एतद्देशीय मागणीचे व्यवस्थापन करणे, त्यामुळे राज्यांच्या अनुदानामध्ये घट करणे आणि सामाजिक क्षेत्रातील खर्चदेखील कमी

होतात; (*उ*) आयातीच्या मूल्यांमध्ये वाढ करून आणि निर्यात अधिक स्पर्धात्मक करून आंतरराष्ट्रीय व्यवहार ताळेबंद सुधारण्यासाठी चलनाचे समायोजन करणे; (*ऊ*) चैनीच्या वस्तूंवरील आयात करामुळे निर्माण होणारे विरुपण दूर करण्यासाठी मुक्त बाजारपेठेनुसार या वस्तूंच्या किमती ठेवणे. उदारमतवादाच्या वरील सर्व वैशिष्ट्यांना संरचनात्मक समायोजन कार्यक्रम म्हणतात अथवा त्यांना विदेशी कर्जे मिळवण्यासाठीच्या आवश्यक पूर्वअटी असेही म्हटले जाते.

दुसऱ्या बाजूस, *खाजगीकरण* म्हणजे 'शासनाची भूमिका कमी करणे अथवा मालमत्तेच्या संबंधी व्यवहारांमध्ये अथवा मालकीमध्ये खाजगी क्षेत्राची भूमिका वाढवणे' (सावास १९८७). आजारी खाजगी क्षेत्रासाठी एखादा सशक्त उपाय म्हणून खाजगीकरणाला सुरुवात होण्यामागील किमान चार शक्ती अथवा ताण सावास यांनी सांगितले आहेत. त्यामध्ये व्यावहारिक, वैचारिक, व्यावसायिक आणि लोकानुरंजनाचे ताण यांचा समावेश होतो. व्यावहारिक तणावामध्ये व्यावहारिक कारणांसाठी खाजगीकरणाची मागणी केली जाते. यातून रोखीची कमतरता असलेल्या शासनांना अडचणीच्या काळात मदत मिळते. उदारमतवादी अथवा नवीन उजव्या विचाराच्या पुरस्कर्त्यांकडून होणारी खाजगीकरणाची मागणी हा वैचारिक दबाव असतो. नवीन उजव्या विचारसरणीच्या विचारवंतांना प्रातिनिधिक लोकशाही आणि नोकरशाही पद्धतीने होणाऱ्या व्यवस्थापनाविषयी आकस असल्याने, ते अतिरिक्त पुरवठा आणि उधळपट्टी यावरील उपाय म्हणून खाजगीकरणाचा प्रस्ताव मांडतात. खाजगीकरणाला उत्तेजन देण्यासाठी व्यवहार गट व्यावसायिक दबाव निर्माण करतात. कार्यक्षमता आणि काटकसर ही खाजगीकरणाची महत्त्वाची तत्त्वे असून, कोषागारातील रक्कम मोठ्या प्रमाणात काढून कर्मचाऱ्यांचे पगार, नियमित कामे आणि इतर अनेक अनुत्पादक खर्चांसाठी वापरत असल्याने शासन व्यावसायिक समूहांच्या टीकेचे लक्ष्य बनते. अंतिमतः लोकानुरंजनाचा दबाव हा कोणताही बदल घडवून आणण्यामध्ये सामाईक घटक असतो. लोकांकडून होणारी मागणी ही केवळ विपत्र पारित होण्यापुरती साहाय्यभूत पुरेशी नसून तिच्या पाठिंब्यावरच त्याची शाश्वतता अवलंबून असते. खाजगीकरणाचा निर्णय झाल्यानंतर तो अमलात आणणे गरजेचे असते. त्यासाठी सावास यांनी भारनियमन, हस्तांतरण, वापरकर्ता शुल्क आणि स्पर्धा या चार 'परस्परसंबंधी आणि एकमेकांना दृढ करणाऱ्या धोरणांची' चर्चा केली आहे.

१. *शासनावरील भार कमी करणे* हे खाजगीकरणाचे एक महत्त्वाचे धोरण आहे. याद्वारे शासनावरील कामाचा भार हा त्यातील गुंतवणूक कमी करणे, आर्थिक शिस्त आणणे आणि लवचीकता या मार्गांनी कमी केला येतो

आणि हळूहळू शासकीय व्यवहारांची जागा बाजारपेठ आणि स्वयंसेवी व्यवहार घेतात.

२. *सुपूर्द करणे* हे खाजगीकरणाचे आणखी एक धोरण आहे. ज्या क्षेत्रांमध्ये शासनाचा सहभाग अटळ असतो त्या ठिकाणी हे धोरण वापरले जाते. वेगळ्या शब्दांत सांगायचे तर, प्रमाणपत्रे, अधिकार आणि करार इत्यादी मार्गांनी सुपूर्द करून खाजगीकरणाचे धोरण राबवले जाते.

३. *वापरकर्ता शुल्क* 'जिथे व्यवहार्य' आहे त्याठिकाणी आकारणे हे खाजगीकरणाचे महत्त्वाचे धोरण आहे. संसाधने गोळा करणे हे त्यामागील उद्दिष्ट नसून त्यातून सेवेचे खरे मूल्य सूचित केले जाते.

४. *स्पर्धा* हि खाजगीकरणाचे आणखी एक धोरण आहे. खाजगीकरणाचे कार्यक्षमता आणि परिणामकारकता याकरिता समर्थन होत असले तरीदेखील, शासकीय खर्चात कपात करण्याच्या सल्ल्यामुळे आणि त्यामुळे होणाऱ्या तिजोरीतील खडखडाटामुळे खाजगीकरणावर प्रखर टीका होते (सावास १९८७).

दुसऱ्या बाजूस, *जागतिकीकरणा*मध्ये सर्वच दिशांनी येणाऱ्या कामगार आणि भांडवल यांच्या मुक्त प्रवाहाचे जागतिक बाजारपेठेशी एकीकरण होणे अपेक्षित आहे. अँड्रू सोबेल (२००९: १) यांच्या शब्दांत सांगायचे तर, जागतिकीकरणामध्ये अशा विविध प्रक्रियांचा समावेश होतो, त्यामुळे भौगोलिकदृष्ट्या लांब अंतरावर असणाऱ्या समाजातील लोक हे सांस्कृतिक, आर्थिक, राजकीय, सामाजिक, रोगशास्त्र, पर्यावरणशास्त्र यासंदर्भातील माहितीबाबत अधिक जवळ येत आहेत' जागतिकीकरणाच्या अंमलबजावणीसाठी निदान तीन प्रकारच्या पायाभूत सुविध आवश्यक आहेत. पहिली म्हणजे भौतिक (वाहतूक आणि बँकिंग व्यवस्था), मूल्यलक्ष्यी (व्यापार नियमांद्वारे) *Handbook of Globalization, Governance and Public Administration* (२००७) या ग्रंथामध्ये जागतिकीकरणासंबंधी विपुल प्रमाणात झालेले लेखन पद्धतशीरपणे मांडले आहे. त्यामध्ये जागतिकीकरणाचे सहा अर्थ स्पष्ट केलेले आहेत:

- जागतिकीकरण म्हणजे आंतरराष्ट्रीयीकरण
- जागतिकीकरण म्हणजे सीमा खुल्या करणे
- जागतिकीकरण ही एक प्रक्रिया आहे
- जागतिकीकरण ही विचारधारा आहे
- जागतिकीकरण एक घटित आहे
- जागतिकीकरण हे सर्वदूर पसरलेले, बहुव्याप्त घटित असून भांडवल संचयाची अखंड प्रक्रिया आहे (फरझमंड २००७).

जागतिकीकरणाचा राजकीय पैलू

राजकीय परिभाषेत सांगायचे तर, जागतिकीकरण राजकीय व्यवस्थेच्या पुनर्मांडणीची मागणी करते. जागतिकीकरणाने वेस्टफेलिया करारावेळी जन्मास आलेल्या 'राज्य-केंद्रित भू-राजनीती'पेक्षा 'भू-केंद्रित जागतिक राजनीती'च्या युगात प्रवेश केला आहे. तीस वर्षे चालू असलेल्या युद्धाची सांगता होताना १६४८ साली झालेल्या वेस्टफेलिया करारातून 'जागतिक व्यवस्थेची संरचना' तयार झाली आणि सार्वभौम राष्ट्र-राज्य व्यवस्थेला सुरुवात झाली. या व्यवस्थेच्या अधिकारितेचे मूळ प्रादेशिकता, सार्वभौमत्व आणि स्वायत्ततेच्या तत्त्वांमध्ये होते.[७] परंतु आता राष्ट्र-राज्य झाकोळले जात असून त्याचा मोठ्या प्रमाणात संकोच होत आहे अशा स्वरूपाच्या टीका होताना दिसतात. जागतिकीकरणामुळे वेस्टफेलिया करारानंतरच्या जागतिक व्यवस्थेत स्वतःचा शोध घेत असताना आपली तथाकथित स्थाने डळमळीत होतील अशी धास्ती सार्वभौम राष्ट्र-राज्यांमध्ये खोलवर रुतून बसली आहे. उदाहरणार्थ, उत्तर-राष्ट्रीय राज्यामुळे 'अनाथ' झालो असल्याबद्दल बॉमन यांनी नाराजी व्यक्त केली,[८] तर ससान यांनी 'निर्राष्ट्रीयीकृत राज्य' उदयास येत असल्याचा इशारा दिला (ससान यांनी डिल्लाँ यांच्या ग्रंथामध्ये उद्धृत केल्याप्रमाणे, २०१०ः ४७३-७४). तरीदेखील, जागतिकीकरणामुळे राष्ट्रराज्याचा अंत होईल अशी जी धास्ती सुरुवातीपासून वाटत होती, ती खरी ठरल्याचे दिसत नाही. वास्तविक पहाता, स्वयंसेवी संस्था, नागरी समाज संघटना, बाजारपेठ आणि जनसहभाग या आणि इतर अनेक बिगरशासकीय क्षेत्रांच्या अनुषंगाने राज्याची पुनर्स्थापना करण्याच्या उद्देशाने 'राजकीय शक्तीची पुनर्मांडणी' करण्याची निकडीची गरज आहे हे जागतिकीकरणाच्या निमित्ताने सिद्ध होत आहे. फरझमंड (२००७ः १२) यांनी हे वास्तव संक्षिप्त शब्दांत मांडले आहेः

> राज्य आणि प्रशासन यांच्या गाभ्याशी सातत्य हे तत्त्व व्यापक अर्थाने कार्यरत असते. परंतु, जागतिकीकरणामुळे मोठ्या प्रमाणात अनेक उलाढाली होत असल्याने राज्य आणि लोकप्रशासन यांचे स्वरूप आणि लक्षणे यांमध्ये बदल घडून येत आहेत. पूर्वीचे पारंपरिक कल्याणकारी राज्याचे स्वरूप पालटून ते निगम स्वरूपाचे कल्याणकारी राज्य होत आहे.

राज्यसंस्था ही संकल्पना पुन्हा एकदा अनन्यता, प्रादेशिकता, स्वायत्तता आणि सार्वभौमत्व या वैशिष्ट्यांवर भर देणाऱ्या वेस्टफेलिया कराराच्या चौकटीत बसवण्याची निकड ९/११च्या हल्ल्यानंतर अधिक तीव्रतेने जाणवली. ११ सप्टेंबर २००१ या दिवशी न्यूयॉर्क शहरावर झालेल्या भीषण दहशतवादी हल्ल्यामुळे जागतिकीकरणाचे चिंताजनक स्वरूप समोर आले. कामगार आणि भांडवल यांचा मुक्त वावर झाल्यामुळे मादक पदार्थ, शस्त्रास्त्रे आणि दहशतवाद अथवा दहशतवादी यांचे मुक्त

हस्तांतरण देखील सहज शक्य होत गेले. याचा परिणाम म्हणून अमेरिका आणि युरोप या देशांमधून नागरिकत्वाची बहुसंस्कृतिवाद ही अधिकृत संकल्पना नाकारून राष्ट्र-राज्याची मूळ संकल्पना पुन्हा अस्तित्वात आणावी आणि त्यांच्या भौगोलिक सीमा बंद करून घ्याव्यात अशी मागणी येऊ लागली. अशा प्रकारे, विकासासंबंधी सुरू असलेल्या संपूर्ण चर्चाविश्वात राज्याच्या स्थानामध्ये परिवर्तन होत असल्याचे दिसते. एका समाजशास्त्राच्या पाठ्यपुस्तकातील विस्तृत उताऱ्यामध्ये जागतिकीकरणाच्या युगातील राज्याचे स्थान अनिश्चित कसे आहे हे मांडले आहे:

> थोडक्यात पाहायचे तर, जागतिकीकरणामध्ये राज्यसंस्थेची भूमिका आणि सत्ता यांविषयीच्या मूल्यमापनामध्ये अंतर आहे हे स्पष्टच जाणवते. राज्यसंस्था किती प्रमाणात दुर्बल होते, अथवा निर्राष्ट्रीयीकृत कर्ता म्हणून नवे संस्थात्मक महत्त्व मिळवते, या अनुभवजन्य प्रश्नाचे उत्तर आगामी दशकांमध्ये शोधणे गरजेचे आहे. अमेरिका आणि युरोप या देशांमध्ये २००८-०९ सालातील मंदीच्या दरम्यान महामंडळे आणि वित्तीय बाजारपेठांचे पतन थांबवण्यासाठी या राष्ट्राच्या शासनांनी पहिल्यांदाच हस्तक्षेप केला. यावरून पुढच्या काही काळामध्ये तरी राष्ट्र-राज्य आणि त्याच्या नोकरशाही संरचना यांचा ऱ्हास निश्चितच होणार नाही (डिल्लाँ २०१०: ४७४).

जागतिकीकरणाचे सामाजिक/सांस्कृतिक पैलू

जागतिकीकरणाची प्रक्रिया सातत्याने होण्यासाठी सांस्कृतिक घटकदेखील महत्त्वाची भूमिका बजावतात. सांस्कृतिक घटक हे जागतिकीकरणाचा घटक आणि अविष्कार आहे. जागतिकीकरणाच्या सांस्कृतिक अथवा सामाजिक घटकांमध्ये दोन परस्परविरोधी प्रक्रियांचा समावेश होतो. जर या प्रक्रियांना सांस्कृतिक एकरूपतेची जोड मिळाली, तर जागतिक बाजारपेठांचे आर्थिक एकीकरण आणि राजकीय अवकाशाची आवश्यक पुनर्स्थापना होणे शक्य आहे, असा सर्वसामान्यपणे समज आहे. जागतिक सांस्कृतिक अवकाशाच्या एकीकरणामुळे जागतिक भांडवलाला आगेकूच करण्यास उत्तेजन मिळेल. यातूनच जागतिक सांस्कृतिक आचारपरंपरांमध्ये महत्त्वाचे अभिसरण झाले आहे.

जागतिकीकरण ही एक संकल्पना म्हणून पाहताना वरील तीनही घटक लक्षात घ्यावे लागतात. जागतिकीकरण ही संज्ञा ९०च्या दशकामध्ये सर्वपरिचित झाली तरीदेखील, तिचा उल्लेख प्रथमतः१९५९ साली *The Economist* या नियतकालिकामध्ये आढळतो. शिवाय 'जागतिक' या संज्ञेला देखील ४०० वर्षांचा इतिहास आहे (वॉटर्स २००१: ६-७). रॉबर्टसन[१] यांनी जागतिकीकरणाच्या विकासाचे पाच विविध टप्पे

सांगितले आहेत. पहिली भ्रूणावस्था (युरोपः १४००-१७५०), आरंभीचा टप्पा (युरोपः १७५०-१८२५), भरारीचा टप्पा (१८७५-१९२५), धुरीणत्वासाठीचा संघर्ष (१९२५-६९) आणि अनिश्चिततेचा टप्पा (१९६९-९२).

व्याख्या

समाजशास्त्रातील इतर संकल्पनांच्या व्याख्यांप्रमाणे, जागतिकीकरणाच्या व्याख्येमध्ये देखील नेमकेपणा नाही. यामागचे महत्त्वाचे कारण म्हणजे या संकल्पनेची जागतिकतावाद, जागतिक खेडे, आंतरराष्ट्रवाद या संकल्पनांशी सरमिसळ केली जाते. त्यामुळे जागतिकीकरणाची व्याख्या करण्यापूर्वी, तिची इतर संलग्न संकल्पनांबरोबर तुलना करून ती अधिक सुलभ करण्याचा आपण प्रयत्न करूया. सर्वसामान्यपणे जागतिकतावाद ही जगातील बाजारपेठांचे एकीकरण करणारी वैचारिक धारणा आहे. यापुढे जाऊन, जागतिकीकरण ही एक प्रक्रिया असून, त्यामध्ये जागतिक बाजारपेठांच्या एकीकरणाच्या विचारप्रक्रियेतील चार परस्परसंबंधी टप्प्यांचा निर्देश आढळतो. त्यामध्ये, 'राजकीय सीमांच्या पलीकडे सामाजिक, राजकीय आणि आर्थिक व्यवहार नेणे'; 'सामाजिक अस्तित्वाच्या प्रत्येक क्षेत्रातील परस्पर जोडलेपणाची तीव्रता अथवा वाढता आवाका'; 'गतिमान होत जाणारी जागतिक देवाणघेवाण आणि प्रक्रिया'; 'जागतिक आणि स्थानिक यांची घट्ट वीण' (बेलीज आणि स्मिथ २००५: २२ मध्ये मॅकग्र्यू यांनी उद्धृत केले आहे). फरझमंड (२००७: १३) (यांनी जागतिकीकरण आणि जागतिकतावाद यांमध्ये पूर्ण फरक असल्याचे सांगितले आहे. जागतिकीकरण ही एक वैचारिक व्यवस्था आणि प्रक्रिया आहे. शिवाय ती जागतिकतावादाची उद्दिष्टे साध्य करण्याचे साधन असून ती त्याचे हितसंबंध जोपासते. जागतिकीकरणाच्या चर्चाविश्वामध्ये जागतिक खेडे हा एक शब्दप्रयोग वारंवार आढळतो. मॅकलुहान यांच्या आदर्शवादनुसार, माहिती आणि संपर्क तंत्रज्ञान यांच्या अभूतपूर्वक विकासामुळे राष्ट्र-राज्यामधील वास्तविक अंतर मोठ्या प्रमाणात कमी झाले असल्याने संपूर्ण जग हे एका छोट्या खेड्याप्रमाणे जवळ आले आहे. जागतिकीकरणाला समानार्थी म्हणून वापरला जाणारा आणखी एक शब्दप्रयोग म्हणजे अर्थव्यवस्थांचे आंतरराष्ट्रीयीकरण होय. जागतिकीकरणाचे पर्यवसान अर्थव्यवस्थांच्या आंतरराष्ट्रीयीकरणामध्येच होत असले तरीदेखील, ती संकल्पना जागतिकीकरणाला पर्याय म्हणून वापरता येणार नाही. रमेश मिश्र (१९९९: ४) यांनी शब्दार्थासंबंधीच्या प्रश्नावर प्रकाश टाकला आहे. आंतरराष्ट्रवादामध्ये मुख्य आर्थिक एकके ही राष्ट्रीय असतात, तर जागतिकीकरणामध्ये भिन्न राष्ट्रीय अस्मिता टिकून राहण्याची शक्यता नसते. या सर्व चर्चेअंती आपण आता जागतिकीकरणाच्या कमीत

कमी विवाद्य व्याख्येपर्यंत जाऊयात. अँटनी गिडन्स यांनी (वॉटर्स २००१: ६-७ इथे उद्‌धृत केल्याप्रमाणे) खालीलप्रमाणे जागतिकीकरणाची व्याख्या केली आहे:

> ......संपूर्ण जगभरात निर्माण झालेल्या सामाजिक नातेसंबंधांची तीव्रता वाढल्याने दूरस्थ प्रदेश सुद्धा एकमेकांना जोडले गेल्याने, स्थानिक आणि अगदी मैलोन् मैल दूर अंतरांवर होणाऱ्या घडामोडी एकमेकींवर परिणाम करत असतात. ही एक विरोधविकासी प्रक्रिया आहे, कारण स्थानिक पातळीवर घडणाऱ्या घडामोडींना कारणीभूत ठरणाऱ्या आणि आकार देणाऱ्या दूर अंतरावरील घडामोडी दृश्य स्वरूपात पुढे येतात. सामाजिक दुवे ज्याप्रमाणे काळ आणि स्थळाच्या पलीकडे जातात, त्याचप्रमाणे स्थानिक स्थित्यंतरे देखील जागतिकीकरणाचाच भाग आहेत.

माल्कम वॉटर्स (२००१: ६-७) यांनी जागतिकीकरण म्हणजे 'एक अशी सामाजिक प्रक्रिया ज्यामध्ये आर्थिक, राजकीय आणि सांस्कृतिक व्यवस्थेवरील भौगोलिक बंधने शिथिल होतात. यामध्ये लोकांना त्यांच्यातील अंतर कमी होत असल्याची जाणीव असते आणि ते त्यानुसार वर्तन करतात' अशी व्याख्या केली आहे.

जागतिकीकरण: साम्राज्यवादाचा नवा चेहरा

जागतिकीकरण हा साम्राज्यवादाचा नवा चेहरा आहे का? सध्याच्या काळात ज्यापद्धतीने जागतिकीकरण हे अभिशासनाचा सक्तीचा आणि अटळ मार्ग म्हणून प्रक्षेपित केले जाते, त्यावरून प्रत्येक जबाबदार नागरिकाला हा प्रश्न पडतो. यामधून प्रबंधाला पूरक साहित्य निर्माण होत आहे. या साहित्याचे सार लक्षात घेतले तर, जागतिकीकरणाच्या भव्यदिव्य स्वरूपामुळे त्याने नवीन रूप धारण केले आहे, अथवा साम्रज्यावाद्यांनी पूर्वीच्या त्यांच्या वसाहतींवर पुन्हा दावा करण्यासाठी केलेला कावेबाजपणा आहे, असे विधान करता येते. याशिवाय, जागतिकीकरणामध्ये जागतिक बाजारपेठेचे नवउदारमतवादी स्वरूप आणि जगाचे वसाहतीकरण करण्याची साम्राज्यवादी मनीषा हे एकत्रितरित्या साधले गेले आहे, असा युक्तिवाद केला जातो. आता वसाहतवाद्यांचे पूर्वीच्या त्यांच्या वसाहतींवर थेट राजकीय आणि लष्करी नियंत्रण नसल्याने, त्यांच्यावर आर्थिक जागतिकीकरणाच्या मार्गे नव्याने नियंत्रण ठेवण्याचा प्रयत्न करीत आहेत. जागतिकीकरणाच्या आर्थिक, राजकीय आणि सामाजिक बाजूंसह उदयास येणाऱ्या नवउदारमतवादी स्वरूपामुळे नववसाहतवाद्यांना त्यांचे स्थान परत मिळवण्याची संधी अनेक वर्षांनंतर मिळते आहे. इम्यॅन्युअल वॉलस्टाईन[१०] या अमेरिकेतील समाजशास्त्रज्ञानी भांडवलवादालाच जागतिकीकरण असे म्हटले आहे. तरीदेखील जागतिकीकरणाचा उल्लेख ते अगदी कमी प्रमाणातच करतात. ते जागतिकीकरणाऐवजी याला 'जागतिक भांडवलशाही व्यवस्था' असे

संबोधतात. भांडवलशाही १९६०च्या दशकापासून अनेक पेचप्रसंगातून गेली असली तरी, जागतिकीकरणामुळे तिला जीवनदान मिळाले आहे असा युक्तिवाद केला जातो.

जागतिकीकरणाचे लोकप्रशासनावरील परिणाम

विश्लेषणाच्या सोयीसाठी जागतिकीकरणाच्या परिणामांची वर्गवारी आपण–संभाव्यता आणि समस्या या दोन शीर्षकांखाली करूया.

संभाव्यता

काही अभ्यासकांनी चित्र रंगवल्याप्रमाणे जागतिकीकरणाने लोकप्रशासनावर कोणतेही सखोल आघात केले नाहीत. याउलट, त्याने लोकप्रशासनाला स्वतःमधील बदलांद्वारे नवनवीन घडामोडींशी जुळवून घेण्यास आणि त्यायोगे अत्यावश्यक असलेल्या कार्यक्षमता आणि मितव्यय या बाबींना चालना देण्यास प्रवृत्त केले. जागतिकीकरणाने लोकप्रशासनामध्ये लवचीकता, विशेषिकरण आणि जाळीय संबंध यावर आधारित उत्तर-वेबर आणि उत्तर-नोकरशाही रूपरेषा अंतर्भूत करण्याचा प्रयत्न केला. जागतिकीकरणाचा लोकप्रशासनावरील प्रभावाची चर्चा आपण–संरचनात्मक, प्रक्रियात्मक आणि दृष्टिकोनात्मक अशा तीन शीर्षकांतर्गत करू या.

संरचनात्मक

संरचनात्मकदृष्ट्या, राज्यनियंत्रित आणि नोकरशाही व्यवस्थापनाचा प्रशासकीय रूपबंध यापासून अधिक लवचीक, बाजाराधिष्ठित प्रशासन इथपर्यंत, लोकप्रशासनाच्या एकंदर रूपरेषेमध्ये आमूलाग्र बदल झालेले आढळतात. वेबरने सुचविलेल्या अधिकारांच्या उतरंडीचे काटेकोर अंमल, नियमांनी बांधलेले, तटस्थता आणि निर्वैयक्तिक यावर आधारित अनुमानी लोकप्रशासनाच्या प्रकाराच्या अगदी विरुद्ध जागतिकीकरण-प्रेरित प्रशासनाने अधिकारांचे विकेंद्रीकरण, समान पातळीवरील अधिकारश्रेणी, कमीत कमी नोकरशाही रचना आणि अशा काही बाबींवर भर दिला (भट्टाचार्य २००१). म्हणून संरचनात्मकदृष्ट्याः

१. प्रशासन अधिकाधिक पारदर्शी होत आहे; आणि
२. वरून-खाली असणाऱ्या निर्णय-प्रक्रियेला पर्यायी असे स्थानिक नागरिकांचा वाढता सहभाग असलेले खालून-वर प्रारूप देण्यात आले.

प्रक्रियात्मक

प्रक्रियात्मक पातळीवरही, अशाच प्रकारचे काही विशिष्ट बदल झाले. उदाहरणादाखल पुढे काही दिले आहेत.

भाडेपट्टयाने देणे/करारबद्ध सेवा देणे

अलिकडच्या काळात, शासकीय कार्यक्रम आणि सेवा या खाजगी उद्योजकांना किंवा सेवापुरवठादार यांना उचित मूल्य देऊन स्पर्धात्मक बोलीद्वारे, सार्वजनिक धोरणांची अंमलबजावणी करण्याकरता देऊन, मोठ्या प्रमाणावर पैसा मिळवला जात आहे. अगदी अलीकडच्या काळापर्यंत, नागरिकांना मूलभूत सुखसोई उपलब्ध करून देणे ही लोकप्रशासनाची जबाबदारी समजली जात होती. मात्र आता, सार्वजनिक तिजोरीवर असलेला वाढता दबाव, जागतिकीकरणाच्या रेट्यामुळे कार्यक्षमता, मितव्यय आणि प्रभावक्षमतेचा स्वीकारलेला मार्ग यामुळे लोकप्रशासनाला काही सेवा या खाजगी सेवापुरवठादारांना भाडेतत्त्वावर चालवण्यास देणे भाग आहे. यामुळे सेवापुरवठादारांमध्ये स्पर्धात्मक वातावरण तयार झाले आणि उपलब्ध करावयाच्या सेवांचा दर्जा आणि गुणवत्ता यात सुधारणा झाली आहे. जिथे करारबद्ध सेवांना प्रचंड यश प्राप्त झाले अशा उदाहराणांच्या संख्येतही वाढ झाली. कार्यक्षमता सुधारण्याच्या दृष्टीने सेवा करारबद्ध करण्याचा प्रयोग हा केवळ पाश्चात्त्य शहरांकरता सीमित राहिला नाही, बदलाचे हे वारे पूर्वेकडील किनाऱ्यावर पोहोचले. अनेक आशियाई बलाढ्य देशांप्रमाणे, भारतातील प्रमुख शहरे ही त्याच बदलांच्या मार्गावर जात आहेत. सन १९९२मध्ये, नवी दिल्ली हे सार्वजनिक वाहतुकीचे खाजगीकरण स्वीकारणारे भारतातील पहिले शहर ठरले. हळूहळू इतर मोठ्या शहरांनी हाच कित्ता गिरवला. उदाहरणार्थ, १९९०च्या उत्तरार्धात अहमदाबाद शहराने, कार्यक्षमता आणि मितव्यय यांची हमी देण्याच्या दृष्टीने अनेक नागरी जबाबदाऱ्या खाजगी संस्थांकडे सोपवल्या. सन १९९६ साली वीजपुरवठ्याचे करण्यात आलेले खाजगीकरण आणि त्यापाठोपाठ सीजी रोड या शहरातील व्यावसायिकदृष्ट्या प्रमुख रस्त्याच्या विकासाच्या कामाचे कंत्राट अरविंद मिल्सला देणे, ही यातील सर्वांत लक्षणीय बाब ठरली.

गुणात्मक सेवा पुरवणे

जर का जागतिकीकरणाचा लोकप्रशासनावर काही सकारात्मक परिणाम झाला असेल तर तो म्हणजे, नागरिकांना दर्जेदार सेवा उपलब्ध करण्यात साहजिकपणे नव्याने निर्माण झालेले औत्सुक्य होय. जागतिकीकरणाच्या उदयाबरोबरच लोकप्रशासनाने दर्जात्मक सेवांची हमी देण्याकरता संपूर्ण दर्जा सुविधा व्यवस्थापन (टीक्यूएम) यासारख्या दर्जेदार सेवा उपक्रम (एसक्यूआय), मोबदल्यात सेवा, नागरिकांची सनद आणि इतर स्वीकारल्या. उपरोल्लेखित उपक्रमांपैकी, टीक्यूएमचा उल्लेख इथे विशेषकरून केला पाहिजे, कारण सेवांचा दर्जा टिकवून ठेवणारे हे व्यवस्थापकीय तंत्र संपूर्ण जगभरातील शहर प्रशासनांनी वाढत्या प्रमाणात वापरले आहे. टीक्यूएमचे

विविध भाषिक आविष्कार लक्षात घेऊन, त्याची ग्राहकांना त्वरेने, अचूक आणि शिष्टसंमत अशा सेवा अव्याहतपणे पुरवण्याच्या उद्देशाने केलेली उपाययोजना, अशी व्याख्या करता येईल. याशिवायही, नागरिकांची सनद हा दर्जेदार सार्वजनिक सेवांची हमी देणारा आणखी एक उपक्रम आहे.

> नागरिकांची सनद ही संकल्पना, नागरिकांच्या तसेच शासनाच्या पुढील हक्कांविषयी सर्वोत्कृष्ट समर्थन करतेः सार्वजनिक सेवा सहज, विनातक्रार मिळवण्याचा, निर्धारित दर्जानुसार आणि विनिर्दिष्ट सेवा मिळवण्याचा, कार्यक्षम आणि शिष्टसंमत सेवा मिळवण्याचा, सेवापुरवठादारांकडून पारदर्शी वर्तन असण्याचा आणि अशा इतर (शर्मा २००३ः ३२२).

आर.बी. जैन यांनी नागरिकांची सनद निश्चित करण्यातील कारणीभूत सहा घटक नमूद केले आहेतः

१. *मानके*ः व्यक्तिगत वापरकर्त्यांना सर्वसाधारणपणे अपेक्षित असलेल्या सेवांच्या सुस्पष्ट मानके निश्चित करणे, त्यावर देखरेख करणे आणि ती प्रकाशित करणे. या मानकांनुसार झालेल्या प्रत्यक्ष कामगिरीचा अहवाल प्रकाशित करणे.

२. *माहिती संचार आणि खुलेपणा*ः कोण कशापद्धतीने आणि कोणाच्या अखत्यारित काम करणार आहे याची सुगम शब्दामध्ये पूर्ण, अचूक माहिती तयार उपलब्ध करणे.

३. *निवड आणि सल्लामसलत*ः सार्वजनिक क्षेत्राने जिथे व्यवहार्य आहे तिथे निवडीचे स्वातंत्र्य द्यावे. जे सेवांचे वापरकर्ते आहेत त्यांच्याशी सातत्याने आणि सुव्यवस्थित संवाद असायलाच हवा. मानकांसंबंधी अंतिम निर्णय घेताना वापरकर्त्यांचे सेवांविषयक आणि त्यांचा प्राधान्यक्रम हा विचारात घेतलाच पाहिजे.

४. *सौजन्य आणि साहाय्यभूतता*ः सौजन्य आणि साहाय्यक सेवा उपलब्ध करणाऱ्या सार्वजनिक नोकरांनी सर्वसाधारणपणे ओळख दर्शवणारे नामाभिधान वापरले पाहिजे. पुरवलेल्या सेवांमध्ये समानता असण्याची हमी असेल आणि ज्यांना सेवा मिळवण्यास पात्र आहेत त्यांच्या सोईनुसार सेवा पुरवण्यात याव्यात.

५. *योग्य जागी योग्य बाबी*ः जर कोणतीही एखादी बाब चुकीची घडल्यास, क्षमायाचना, संपूर्ण स्पष्टीकरण आणि त्वरीत आणि परिणामकारक उपाययोजना उपलब्ध केली पाहिजे. जिथे शक्य असेल तिथे, व्यापक

प्रसिद्धी आणि वापरण्यास सुलभ, तसेच स्वतंत्रपणे परीक्षण केली जाणारी अशी तक्रार करण्याची प्रक्रिया उपलब्ध करून ती अखंडपणे अस्तित्वात असली पाहिजे.

६. *पैशांचा योग्य मोबदला*ः राष्ट्राला परवडतील अशी संसाधने वापरून, सक्षम आणि मितव्ययी सार्वजनिक सेवा पुरवणे. सरतेशेवटी, मानकांनुसार कामगिरी होत आहे किंवा कसे याचे स्वतंत्रपणे मूल्यमापन करणे.

अशा रीतीने, नागरिकांची सनद खालीलप्रमाणे असेलः

- एखाद्या शासकीय खात्याकडून सादर केले जाईल अशा सेवांचे विवरण समाविष्ट करणे;
- पुरवलेल्या सेवांची मानके आणि विहित मानकांची पूर्तता न झाल्यास अशा प्रसंगी त्यावरील उपलब्ध उपाययोजना निर्देशित करणे;
- वापरकर्त्यांच्या प्रतिक्रिया मिळवण्यात समाविष्ट असलेल्या अत्यावश्यक प्रक्रिया प्रदर्शित करण्यावर भर देणे;
- तक्रारी दाखल करताना अनुसरावयाच्या, वापरण्यास सोप्या विहित पद्धती संस्थित करणे आणि अशा तक्रारींच्या निवारणासाठी यंत्रणा उपलब्ध करणे;
- विविध प्रकारच्या सार्वजनिक व्यवहारांकरता प्रतिसाद-कालावधी निर्देशित करणे;
- व्यवस्था परीक्षण, कामगिरीचे परिवेक्षण आणि मूल्यमापन याकरता यंत्रणा निर्माण करणे; आणि
- अभिकरणाच्या कामगिरीची स्वतंत्रपणे छाननी करण्याकरता सोय उपलब्ध करणे (शर्मा २००३ः ३२२-२९).

कामगिरीचे मूल्यमापन

जागतिकीकरणाच्या प्रचंड रेट्याखाली असतानाच, कामगिरीची काटेकोर मूल्यमापन यंत्रणा हा आणखी एक महत्त्वाचा पद्धतीविषयक बदल अस्तित्वात आला. जेव्हा की, कोणत्याही एखाद्या प्रशासनाकडून पुरविल्या गेलेल्या सेवांचे मापन करणे हे नेहमीच शक्य असते असे नाही, कोणत्याही काळात कामगिरीचे मोजमाप करणे ही कल्पनाच केवळ प्रत्यक्षात येऊ शकते असे गृहीत धरले जाते. फ्रेडरिक टेलरच्या शास्त्रशुद्ध व्यवस्थापन सिद्धान्तामध्ये प्रथमतः जोरकसपणे केलेल्या समर्थनामध्ये दर्जाच्या हमीचे तंत्र म्हणून कामगिरी मापनाचे मूळ हे आढळून येते आणि त्याचा अगदी अलीकडचा आविष्कार म्हणजे नव-टेलरवाद किंवा नव सार्वजनिक व्यवस्थापन.

दृष्टिकोनात्मक

जागतिकीकरणाचा लोकप्रशासना संदर्भातील प्रभाव हा मानसिक किंवा वैचारिक पातळीवर सर्वदूर पडणे हे अगदी साहजिक होते. प्रशासक आणि नागरिक यांच्या अवधारणात व्यापक स्तरावर बदल होत गेला. विशेषतः, उत्तर वसाहतवादी देशांमधील नागरिक, हे आजपर्यंत वस्तू आणि सेवांचे निष्क्रिय प्रापक समजले जात होते. जागतिकीकरणाच्या उदयानंतर नागरिक हे विकासविषयक चर्चेच्या केंद्रस्थानी आले. नागरिकांची परंपरागत संकल्पना कालबाह्य होऊन त्याजागी ज्यांच्याशी गोड संबंध ठेवले पाहिजेत असे सक्रीय 'ग्राहक' अशी नवी संकल्पना रुजली. त्यामुळे, लोकांना सेवा पुरवणे ही बाब लोकप्रशासनातील नव्या पिढीच्या केंद्रस्थानी आले आहे. परिणामी, सार्वजनिक आणि खाजगी क्षेत्र यामधील दरी ही धूसर होत गेली आहे आणि त्यायोगे सार्वजनिक-खाजगी स्वयंसेवी संस्थांमधील आंतरसंवादाला अधिक चालना मिळाली.

त्यामुळे, जागतिकीकरणाने लोकप्रशासनाला बुद्धिमान, चुणचुणीत आणि पारदर्शी कार्यशैली प्राप्त करून दिली, जी कार्यक्षमता, मितव्ययी आणि प्रभावक्षमता या गुणांनी युक्त आहे.

समस्या

याचा अर्थ असा अजिबात होत नाही की, जागतिकीकरणाने लोकप्रशासनाला निर्भेळ आनंद दिला आहे. प्रत्यक्षात, जागतिकीकरणाच्या प्रक्रियेत अंगभूत सामावलेल्या सापेक्षतेमुळे लोकप्रशासन हे चहुबाजूंनी अशाश्वततेने व्यापले आहे. जागतिकीकरणाचा हा कालखंड अनेकविध आव्हाने घेऊन आला आहे. फरझमंड यांनी जागतिकीकरणाचे पुढील नकारात्मक परिणाम नोंदवले आहेतः 'राज्यांनी आपले सार्वभौमत्व गमावले, लोकशाही आक्रसत गेली, समूहभाव हरवला, जागतिक सत्ता संरचनेचे केंद्रीकरण झाले, निगम आणि शासकीय संघटनात्मक श्रेष्ठींचे वाढते केंद्रीकरण झाले आणि अल्प-विकसित देशांचे जागतिक पातळीवरील बड्या शक्तींवर अवलंबित्व वाढले, यांचा समावेश होतो' (फरझमंड १९९९: ५१५). या उपघटकामध्ये, आपण यातील काही आव्हानांवर दृष्टिक्षेप टाकू.

१. *राज्याचा ऱ्हास*: जागतिकीकरणाच्या कालखंडात लोकप्रशासनावरील सर्वांत मोठा आघात हा राज्यसंस्थेचा वाढता ऱ्हास होण्यात झाला. नव्या उजव्या विचारसरणीचे चित्र रंगवत असताना, जागतिकीकरणाची बाजू मांडणाऱ्यांनी राज्यसंस्थेच्या सामाजिक क्षेत्र यापासून अराजकियीकरणाकडे झालेल्या भूमिकेतील बदलाचे जोरकसपणे समर्थन केले.

२. *दारिद्र्यामध्ये झालेली वाढ*: वरील मुद्द्याचा हा स्वाभाविक परिणाम आहे. राज्यसंस्थेचे, विशेषतः सामाजिक क्षेत्र म्हणून असलेले स्वरूप हे संकुचित होत गेले, लुबाडणारे होत गेले. जागतिकीकरणाचा घातक परिमाण म्हणून सामान्य माणूस हा अधिकाधिक दरिद्री होत गेला. हे अनेक उदाहरणांमधून सिद्ध होत गेले.

३. *सामाजिक सुरक्षेच्या संबंधांना बाधा*: जागतिकीकरणाचा भारतासारख्या उत्तर वसाहतवादी देशांना सर्वांत जास्त दुर्बल करणारा हा परिमाण होता. संरचनात्मक समायोजन कार्यक्रमाचा एक भाग म्हणून, राज्यसंस्थेची सामाजिक क्षेत्र म्हणून असलेली भूमिका गुंडाळण्याचे जागतिकीकरणाने समर्थन केले आणि परिणामी सामाजिक क्षेत्राच्या केंद्रवर्ती असलेल्या आरोग्य, शिक्षण, पायाभूत सुविधा आणि यासारख्या क्षेत्रांना बाजाराच्या रेट्यामुळे असलेल्या चढउतारांना सामोरे जावे लागले. परिणामस्वरूप, सार्वजनिक सेवांचा वाढत गेलेला खर्च समाजातील सीमान्त गटावर निश्चितपणे पडला.

जागतिकीकरणाचा विकसनशील देशांवर झालेला परिणाम

आशिया, आफ्रिका आणि लॅटिन अमेरिकेतील बहुतेक देश हे वसाहतवादाचे बळी ठरले होते आणि दुष्परिणाम स्वरूपात शेती आणि उद्योगांचे खालावलेले उत्पादन, खालावलेला सामाजिक निर्देशांक, राजकीयदृष्ट्या अविकसित परिस्थिती आणि असे अनेक प्रश्न उद्‌भवले होते, या देशांसमोरील विशिष्ट परिस्थितीमुळे या देशांनी आक्रमकपणे राज्यप्रेरित विकासकामांचे समर्थन केले लोककल्याणाच्या विस्तृत योजना आखल्या. नवउदारीकरणाची रचना म्हणून जागतिकीकरणाने कल्याणकारी राज्याची कल्पना विशविशीत करून विकसनशील देशांना दुर्बल केले. या विभागमध्ये आपण, नवउदारमतवादाचे साधन असलेल्या बाजाराचा प्रभाव आणि राज्यसंस्थेचा अभाव यामुळे विकसनशील देश कशा प्रकारे कमकुवत होत गेले हे पाहणार आहोत.

निर्वसाहतीकरणाच्या काळात उदयास आलेल्या, नुकत्याच अस्तित्वात आल्या असल्याने आशिया, आफ्रिका आणि लॅटिन अमेरिकेतील विकसनशील देशांवर विकासाच्या दिशेने मार्गक्रमण करताना अनेक अपायकारक बाबी लादण्यात आल्या. परिणामी, व्यापक सामाजिक स्वरूपाची कल्याणकारी राज्यव्यवस्था अस्तित्वात आली. या देशांमध्ये, जागतिकीकरण नामक धक्कादायक आघात होईपर्यंत, कल्याणकारी राज्यव्यवस्था ही नव्याने अस्तित्वात आलेल्या घटनात्मक चौकटीशी

अतिशय सुसंवादी पद्धतीने कार्यरत होती. जागतिकीकरणाने या विकसनशील देशांसमोर अनेक गंभीर आव्हाने उभी केली. साहाय्याच्या शर्तींचा एक भाग म्हणून, विकसनशील देशांच्या अग्रणी नेत्यांना इतर अनेक बाबींप्रमाणे आंतरराष्ट्रीय व्यापार आणि व्यवसायाकरता, संरचनात्मक समायोजन कार्यक्रम स्वीकारणे क्रमप्राप्त ठरले. जर जागतिकीकरणाच्या प्रक्रियेला पूर्ण मुभा दिली, तर इथे संधींचा महापूर निर्माण होईल, असे जरी जागतिकीकरणाच्या समर्थकांनी जागतिकीकरणाच्या प्रक्रियेविषयी मत व्यक्त केलेले असले, तरीसुद्धा त्याचे प्रतिकूल परिणाम पूर्णपणे दृष्टिआड करता येणार नाहीत. भांडवलशाहीच्या वाढीत अंगभूत असलेली विषमता आणि असमानता ही सुदैवीच म्हटली पाहिजे, जागतिकीकरणाचा वाढीचा आलेख सुद्धा असमान आणि अनेक चढउतार असलेला दिसून येतो. एका बाजूला, काही औद्योगिकदृष्ट्या प्रगत राष्ट्रांनी जागतिकीकरणाच्या माध्यमातून अनेक लाभ उठवले, तर दुसऱ्या बाजूला अनेक अविकसित देशांना वाढती बेरोजगारी, दारिद्र्य, कुपोषण आणि हलाखीच्या झळा सहन कराव्या लागल्या.

संकुचित होत गेलेले सार्वजनिक क्षेत्र ही जागतिकीकरणाच्या विकसनशील देशांच्या संदर्भातील पहिली दुर्घटना ठरली. राज्यसंस्थेने सार्वजनिक क्षेत्राचा दुस्वास करत प्रतिपाळ केला होता. आरोग्य, शिक्षण आणि पायाभूत सोयीसुविधा या वर्षानुवर्षे राज्याकडून पुरवल्या जात आहेत. मात्र, जागतिकीकरणाच्या उद्यापासून, विशेषतः निधीच्या उपलब्धतेची अट म्हणून राज्यसंस्थेला सार्वजनिक क्षेत्रापासून दूर ठेवावे लागले आणि बाजारशक्तींच्या लहरींवर सोडून द्यावे लागले.

दुसरी, संरचनात्मक समायोजन कार्यक्रमाचा भाग म्हणून सार्वजनिक क्षेत्राला बाजारशक्तींना सामोरे जावे लागल्यामुळे विकसनशील देशांना, बहिष्कृत करणे, संसाधनांच्या वापरापासून वंचित ठेवणे आणि दारिद्र्य अशा अनेक दूरगामी आणि घातक परिणामांना सामोरे जावे लागले.

तिसरी, जागतिकीकरणाच्या प्रक्रियेमुळे विकसनशील देशाचा आर्थिक विकास शोषून घेतला. बहुतेक विकसनशील देशांना त्यांच्या बरोबरीच्या विकसित राष्ट्रांच्या अगदी उलट, या जागतिकीकरणाच्या व्यवस्थेत टिकून राहणे सुद्धा अवघड होते. ही सर्व उलथापालथ होत असताना आपले अस्तित्व टिकवून ठेवण्याकरता स्वतःला विकासाच्या शोषित अवस्थेतच समाधानी राहावे लागले. विकसनशील आणि अविकसित देशांना आपली सागरी संसाधने, खनिज साठे, किंवा कृषी उत्पादने काढून ती आवश्यकतेनुसार निर्यात बाजाराकरता उपलब्ध करावी लागली.

चौथी, आधीच्या मुद्दांच्या परिणामस्वरूप, जागतिकीकरणाच्या या सक्तीमुळे पर्यावरणावर अनेक गंभीर परिणाम झाले. उपरोल्लिखित सक्तीमुळे विकसनशील आणि

अविकसित देशांना, पर्यावरणाच्या ऱ्हासावरील उत्तरेकडील आणि दक्षिणेकडील देशांमध्ये झालेल्या व्यापक चर्चेमध्ये दक्षिणेकडील देशांनी आपल्या भूमिकेमधून, एक उदाहरण घालून दिले.

लोकप्रशासन यामध्ये न्यायाचे प्रशासन याचादेखील अंतर्भाव होतो. याचा संबंध हा प्रामुख्याने राष्ट्र राज्यातील प्रादेशिक अधिकारितेच्या समस्येशी असतो. जागतिकीकरणाच्या उदयाच्या बरोबरीने संबंधांचे वाढत गेलेले जाळे आणि आंतरसंबध यांमुळे वैश्विक न्यायाचा मुद्दा हा चर्चेत आला, जो दीर्घकाळ विश्वबंधुत्वाचा सर्वांत चांगला कल्पितादर्श समजला जात होता. वास्तविक, जागतिकीकरणाच्या यशामध्ये वैश्विक न्यायव्यवस्थेला प्रथमस्थानी असणे आवश्यक आहे. म्हणून, वैश्विक न्यायव्यवस्थेचा समस्या ही बाजाराच्या राजकीय अर्थव्यवस्थेत सामावून घेतली गेली पाहिजे. पुढच्या भागात आपण, वैश्विक न्यायव्यवस्था या संकल्पनेबद्दल आणि जागतिकीकरणामधून ती कशा प्रकारे विकसित झाली याविषयी चर्चा करणार आहोत.

वैश्विक न्यायव्यवस्थेची चिंता आणि उत्तरदायित्व

परस्परांवरील अवलंबित्वाच्या या काळात, वैश्विक पातळीवर मानवतेच्या दुःखद स्थितीबाबत वाढती चिंता दिसून येत आहे. मानवाधिकार आणि पर्यावरणाशी संबंधित न्यायनिवाड्याच्या समस्या सर्वच राष्ट्रांमध्ये उद्भवलेल्या दिसून येतात आणि राष्ट्र-राज्यांच्या परिघावर त्या सीमित राहणे केवळ अशक्य आहे. त्वरित संपर्क होऊ शकत असल्याने, जगातील कोणताही हिस्सा वैश्विक जाणीवजागृतीशी अनभिज्ञ राहू शकत नाही. मानवतेशी संबंधित अन्यायाच्या कोणत्याही प्रसंगाचे जागतिक पडसाद उमटणे हे साहजिकच आहे. प्रक्रियात्मक दृष्टिकोनातून पाहता, वैश्विक न्यायाची संकल्पना ही केवळ अशक्य बाब आहे, कारण त्यामध्ये जगातील सर्व राष्ट्रांनी, त्यांची वैशिष्ट्ये कोणतीही असली तरी, त्यांनी सामाईक शासनप्रणालीच्या छत्राखाली येऊन, सहभागी होणे गरजेचे असते.

वैश्विक न्यायाच्या संकल्पनेची नेहमीच आंतरराष्ट्रीय न्यायाशी गल्लत केली जाते. क्रिस ब्राऊन यांनी या दोन्हीमध्ये उचित फरक नोंदवला आहे, जो येथे देणे योग्य होईल. ब्राऊन यांच्या मते आंतरराष्ट्रीय न्याय म्हणजे (२००८: ६२१):

> ... याचा निहितार्थ असा की, आम्हाला राज्ये किंवा राष्ट्र यांच्या संबंधांमध्ये रस आहे, अशी काही एकके जी संयुक्त राष्ट्रांची सदस्य आहेत; या बाबतीतील न्याय हा अशा संबंधांमागे असलेल्या आदर्श तत्त्वांकडे निर्देश करतो, अधिक नेमकेपणाने सांगायचे झाल्यास आंतरराष्ट्रीय न्यायावरील चर्चा आंतरराष्ट्रीय

समुदायाने सामावून घेतलेली, किंवा संक्षिप्त केलेली होती. दुसऱ्या, बाजूला, वैश्विक न्याय अशा प्रकारे राष्ट्र-राज्याला विशेषाधिकार बहाल करत नाही; येथे न्याय संकल्पनेचा मार्गदर्शक विषय सर्वांगीण मानवता हा आहे, ज्या लोकांचा आपल्या पृथ्वीवर रहिवास आहे आणि कोणत्याही अर्थाने, त्यांचे हितसंबंध हे आंतरराज्यीय संबंधांमध्ये अंतर्निहित असलेल्या आदर्श तत्त्वांच्या आधारे राखले जातात असे गृहीत धरले जाऊ नये.

अगणित वैविध्य असलेल्या या जगाला न्यायव्यवस्थेच्या एकाच चौकटीमध्ये बंदिस्त करणे शक्य आहे का? वैश्विक न्याय या संकल्पनेच्या व्याप्तीविषयी क्वचितच एकमत झालेले असू शकते. वास्तविक, वैश्विक न्यायाच्या व्यवहार्यतेची समस्या ही तिच्या समर्थक आणि विरोधक यांमध्ये समान विभागलेली आहे. बहुवांशिक समूह, राज्यव्यवस्थेची परंपरा उचलून धरणारे यांसारख्या समर्थकांनी कधी ना कधी वैश्विक न्यायाची व्यवस्था अस्तित्वात येईल यावर त्यांचा विश्वास दृढ केला. नैतिक दृष्टिकोनातून, विशेषकरून नीतीविषयक सार्वत्रिकता वाद्यांच्या दृष्टिकोनातून विचार करता, निरपेक्ष नैतिक प्रमाणक ही काही राष्ट्र-राज्यांवर बंधनकारक असण्यापेक्षा, मानवतेने स्वतःवरच घातली पाहिजेत, असाही एक युक्तिवाद केला जातो. यावरील तात्त्विक समर्थन हे वैश्विक न्यायाचे अंमळ अव्यवहार्य उद्दिष्ट आहे. विशेषतः, अलीकडेच झालेल्या अभ्यासांतील निष्कर्षांचे धागेदोरे हे जॉन रॉल्स आणि अगदी नेमकेपणाने *द लॉ ऑफ पीपल्स* (१९९९) या त्यांच्या पुस्तकात तसेच बहुवांशिकतावाद्यांनी (मॅक्किनन्स २००८) घेतलेल्या भूमिकेमध्ये सापडतात.

हार्वर्ड येथील तत्त्वज्ञ जॉन रॉल्स हे त्यांच्या सामाजिक न्यायविषयक वैज्ञानिकीतील मध्यस्थीद्वारे केलेल्या आदर्शात्मक राजकीय सिद्धान्त पुनरुज्जीवित करण्याकरता दिलेल्या मौलिक सहभागाकरता ओळखले जातात. व्यापक दृष्टिकोनातून पाहता, रॉल्स यांच्या परिप्रेक्ष्यातील न्यायाबद्दलची भूमिका ही तीन भागात विभागता येईल. त्यांनी घेतलेली *सुरुवातीची भूमिका* ही १९६८ साली प्रकाशित झालेल्या न्यायाच्या सिद्धान्तावरील लेखात सापडते, ज्याने पुढे *अ थिअरी ऑफ जस्टिस* (१९७१) असे जाडजूड पुस्तकरूप धारण केले. *सुधारित भूमिका* ही त्याच्यावर आरोपित त्याने केलेल्या उदारमतवादी मूल्यांबाबत घेतलेल्या सौम्य भूमिकेवरील टोकाच्या टीकेमध्ये आढळून येते. रॉल्सने सन १९९३मध्ये, आपल्या उदारमतवादी भूमिकेचा *पॉलिटिकल लिबरॅलिझम* या पुस्तकामध्ये दावा करताना पुन्हा एकदा आपल्या न्यायाच्या सिद्धान्ताची सुधारित आवृत्ती मांडली. त्याच्या *नंतरच्या भूमिकेत,* रॉल्सने सामाजिक न्यायाचे त्याचे सैद्धान्तिकरण हे जागतिक पातळीवर मांडले. सन १९९९मध्ये प्रकाशित *द लॉ ऑफ पीपल्स* या पुस्तकात रॉल्सने आपल्या वैश्विक

न्यायाच्या संकल्पनेचा परिचय करून दिला. त्याचे *अ थिअरी ऑफ जस्टिस* हे पहिले पुस्तक, हे प्रामुख्याने नजीकच्या समुदायांच्या, विशेषकरून राष्ट्र राज्यांना नियंत्रित करणाऱ्या न्यायाच्या तत्त्वाशी संबंधित होते. याच्या अगदी उलट, *द लॉ ऑफ पीपल्स* या पुस्तकाचा चेहरा हा अधिक विश्वनागरिक समुदायाचा होता. त्याच्या अगोदरच्या प्रसिद्ध लेखनाप्रमाणेच, इथे सुद्धा रॉल्सने वैश्विक न्यायाची संकल्पना मांडण्याकरता विस्तृत तात्त्विक पायाभरणी केली. जर समुदायामध्ये चांगल्या लोकांची उदारमतवादी व्यवस्था असेल तरच वैश्विक न्यायाची संकल्पना प्रत्यक्षात येणे शक्य आहे, असा त्याचा विश्वास होता. त्याच्या आधीच्या लेखनाप्रमाणेच, त्याने *द लॉ ऑफ पीपल्स*मध्ये त्याच्या विश्वासार्ह आदर्श निवड स्थितीच्या, म्हणजेच मूळ स्थितीच्या, पूर्व-कल्पना केलेल्या बांधणीवर येऊन थांबतो. त्याच्या अगोदरच्या सूत्रबद्ध मांडणीच्या पुढच्या भागात, रॉल्स लोकांच्या कायद्यांची हमी देण्याकरता दोन 'मूळ भूमिका' अगोदरच गृहीत धरतो. पहिली मूळ भूमिका ही मूलभूत सामाजिक संरचना नियंत्रित करणाऱ्या 'सहकार्याच्या रास्त अटी' निश्चित करण्यासाठी मदत करते, त्याचवेळी, दुसरी मूळ भूमिका ही उदारमतवादी लोकांच्या निवडीप्रमाणे परराष्ट्र धोरण ठरवते (मॅक्किनॉन २००८). अन्य शब्दांत सांगायचे झाल्यास, रॉल्सचो वैश्विक न्यायाची योजना ही विस्तृत तात्त्विक आकृतिबंधावर आधारित सामाजिक न्यायाची जाण असलेल्या, उदारमतवादी समाजाची पूर्व-कल्पना करतो. स्थानिक सामाजिक न्यायाचे रूपांतरण हे जागतिक संदर्भात करता येऊ शकते असा त्याला विश्वास होता.

विश्वनागरिकत्व

वैश्विक न्याय या संकल्पनेचा आणखी एक तात्त्विक उगम हा विश्वनागरिकत्व या संकल्पनेमध्ये आढळून येतो. *स्टॅनफोर्ड एनसायक्लोपिडिया ऑफ फिलोसॉफी*मध्ये विश्वनागरिकत्वाची व्याख्या पुढील शब्दांत केली आहे:

> अखिल मानवजाती, मग त्या कोणत्याही राजकीय विचारधारेशी जोडलेल्या असोत, त्या एकाच समुदायाशी जोडलेल्या (किंवा किमान जोडल्या जाऊ शकतात) असतात आणि अशा समुदायाची जोपासना केली गेली पाहिजे अशी विश्वनागरिकत्व या संकल्पनेच्या सर्व दृष्टिकोनांच्या समान अस्पष्ट मध्यभागी कल्पना असते. विश्वनागरिकत्व या संकल्पनेची विविध रूपे ही या समुदायाची वेगवेगळ्या प्रकारे काल्पनिक रूपे मांडते. त्यातील काही राजकीय संस्थांना महत्त्व देतात, इतर काही नैतिक मूल्ये आणि संबंध यावर भर देतात, तर याहून इतर काही सामाईक बाजार किंवा सांस्कृतिक व्यष्टीकरणाचे आकृतिबंध यांची कल्पना करतात.

व्यापक दृष्टिकोनातून बोलायचे झाल्यास, विश्वनागरिकत्व या संकल्पनेचे, परिणामस्वरूप विश्वनागरिकत्व आणि मानव हक्कस्वरूप विश्वनागरिकत्व असे दोन पाठभेद दिसून येतात. वास्तविक, ज्याप्रमाणे राष्ट्रवाद्यांनुसार राष्ट्रातील नागरिकांचे त्या राष्ट्राप्रती निर्विष बंधन असते, त्याच्या अगदी विरुद्ध विश्वनागरिकत्व या संकल्पनेनुसार सर्व मानवजातीला समान नैतिक मूल्ये लागू होत असल्याने राष्ट्रांच्या सीमा आणि आमची व इतरांची नैतिक बंधने यांचा कोणताही संबंध नाही (मॅक्किनॉन २००८). म्हणून, विश्वनागरिकत्व या संकल्पनेच्या सिद्धान्तकांनी वैश्विक न्याय या संकल्पनेचे जोरदार समर्थन केले. ते आधुनिक समाजाच्या नैतिक विश्वात्मकता या गुणवैशिष्ट्याला सर्वाधिक महत्त्व देतात आणि न्यायनिवाडा करत असताना आपल्या देशातील नागरिक आणि इतर देशातील नागरिक असा भेद करत नाहीत.

वैश्विक न्याय या संकल्पनेवर खूप टीका झाली आहे. वास्तववाद्यांपासून, विशिष्टतावादी ते राष्ट्रवादी हे सर्व या संकल्पनेचे विरोधक आहेत. वरील भूमिकांमध्ये सुस्पष्ट फरक असला तरीही, जागतिक पातळीवर सामाजिक न्यायाची अपेक्षा करणे ही स्वप्नवत कल्पना आहे आणि या स्वप्नाचा पाठलाग केल्यास राष्ट्रीय हितसंबंधांचा त्याग करणे निरपवाद ठरेल अशी या सर्वांची सामाईक भावना होती. राष्ट्रीय हितसंबंधविषयक रणनीती पुढे नेण्यास पोषक वातावरणाअभावी वैश्विक नैतिक मानकांचे अनुपालन करण्यावर *वास्तववाद्यांनी* प्रश्नचिन्ह उभे केले. या विचारधारेची वैश्विक नैतिकतावाद किंवा आंतरराष्ट्रीय नैतिक बंधने ही गरीब आणि दरिद्री लोकांपर्यंत पोहोचण्यासंदर्भात भूमिका संशयास्पद आहे. हॅन्स मोर्गेन्थू, केनेथ वॉल्ट्झ आणि इतर अनेक हे या विचारधारेचे प्रमुख आणि अधिक प्रखर समर्थक आहेत. वैश्विक पातळीवरील उद्दिष्टे साध्य करत असताना, नैतिक मानके ही अनेकदा त्या त्या समाजाच्या अंगभूत गुणवैशिष्ट्यांमुळे झाकोळली जातात, असे विशिष्टतावाद्यांना वाटते आणि म्हणून, या विचारधारेच्या समर्थकांनी यावर टीका करताना नैतिक वैश्विकतावाद हा केवळ भास आहे आणि त्या त्या समाजाच्या विशिष्ट संस्कृतीवर लक्ष केंद्रित करावे असे सांगितले. मिशेल वाल्झर, जेम्स टुली आणि इतर हे या विचारसरणीचे प्रमुख प्रतिपादक होत. अशाच पद्धतीने *राष्ट्रवादी* विचारांच्या समर्थकांनी सुद्धा, नागरिकांना सर्व सेवा या देशांतर्गतच उपलब्ध झाल्या पाहिजेत हे त्यांचे पूर्वकार्य मानले असल्याने, वैश्विक न्यायाच्या संकल्पनेवर टीका केली.

निष्कर्षात्मक निरीक्षणे

जागतिकीकरणाची प्रक्रिया ही अजूनही निष्कर्षात्मक अवस्थेमध्ये अद्याप आलेली नसल्याने, जागतिकीकरण आणि लोकप्रशासन यांच्यातील गृहीत धरलेली

निष्कर्षात्मक निरीक्षणे नोंदवणे कोणत्याही दृष्टीने कठीण काम आहे. सन १९९० साली जागतिकीकरणाच्या प्रक्रियेला जेव्हापासून सुरुवात झाली, तेव्हापासून एक सर्वव्यापी घटक म्हणून जागतिकीकरणामुळे लोकप्रशासनाकरता अनेकविध संधी आणि समस्यांचा अक्षरशः महापूर निर्माण केला. मागील काही काळाच्या विश्लेषणावरून काही निरीक्षणे नोंदवता येतील.

एक म्हणजे, जागतिकीकरणामुळे लोकप्रशासनावर काही निश्चित प्रभाव पडला हे सत्य आहे आणि त्याची व्याख्याही नव्याने केली. जर आपण लोकप्रशासनच्या पारंपरिक रूपाशी जागतिकीकरणाच्या काळातील आवृत्तीची तुलना केल्यास, लोकप्रशासनाच्या संरचनात्मक, कार्यात्मक आणि दृष्टिकोनात्मक पैलूंवर जागतिकीकरणाचा अमीट ठसा स्पष्टपणे जाणवतो. वेबरच्या आकृतिबंधावर आधारित नियम, नियमने, पदसोपान पद्धती यांच्या काटेकोर रचनेवर आधारित लोकप्रशासनाच्या पारंपरिक रूपाविरुद्ध त्याचा समकालीन अवतार हा व्यापक अर्थाने बाजारसमर्थक युक्तिवाद करणाऱ्या टेलरप्रणित प्रशासकीय तत्त्वावर आधारित आहे.

दुसरे म्हणजे, जागतिकीकरण म्हणजे लोकप्रशासनाचा अंत असा याचा अर्थ नव्हे. त्याहीपेक्षा, नव्या अवतारामुळे लोकप्रशासनाला नव्या आव्हानांना सामोरे जाणे शक्य झाले. लोकप्रशासनाचे स्वरूप आणि व्याप्ती यावर जाणवण्याइतका प्रभाव दिसण्याकरता प्रशासनिक कल्याणकारी राज्याने निगम स्वरूपाच्या कल्याणकारी राज्य होण्यास मार्ग करून दिला.

तिसरे म्हणजे, जागतिकीकरणाने अधिकाधिक कार्यप्रवृत्त होऊ पाहणाऱ्या लोकप्रशासनाची वाढती गरज निर्माण केली. विकसनशील देशांबाबत ही वस्तुस्थिती तंतोतंत खरी आहे. वसाहतवादी कालखंडात समाईकपणे झालेले शोषण आणि परिणामस्वरूप आलेली अविकासितता यामध्ये अडकलेल्या आशिया, आफ्रिका आणि लॅटिन अमेरिकेतील विकसनशील देशांनी व्यापक लोकप्रशासन व्यवस्थेसह स्वतंत्र राष्ट्र राज्य म्हणून आपली वाटचाल सुरू केली. जागतिकीकरणाने लोकप्रशासनाची भूमिका कमीत कमी ठेवून त्याजागी बाजाराला अधिक वाव देण्याची भूमिका घेतल्यामुळे, अद्यापही दारिद्र्य, निरक्षरता, मागासलेपणा आणि कुपोषणाच्या दुष्टचक्रात अडकलेल्या या देशांपुढे गंभीर आव्हाने उभी केली. म्हणून, या देशांनी अत्यंत वेगाने आपली आर्थिक-सामाजिक आणि सांस्कृतिक प्रगती साधण्याकरता पश्चिमेकडील विकसित देशांप्रमाणे बाजारघटकांवर अवलंबून न राहता, आपल्या जुन्या जाणत्या लोकप्रशासनिक संस्थांवर आपली मदार टाकली पाहिजे.

चौथे म्हणजे, सोव्हिएत संघाच्या विघटनाचा परिणाम म्हणून साम्यवादाचा पर्याय कोसळल्याने नवी एकध्रुवीय जागतिक व्यवस्थेतील घटनांचे नियंत्रण अमेरिकेच्या

अखत्यारीत गेल्याचे संकेत दिले. आपल्या दूरदृष्टीमध्ये कोणताही वैचारिक पर्याय नसणाऱ्या, नवउदारमतवादी पद्धतीच्या मुक्त-बाजारपेठीय अर्थव्यवस्थेच्या स्वरूपातील जागतिकीकरणाला संपूर्ण जगामध्ये शक्ती प्राप्त झाली. जागतिकीकरणाच्या रूपाने निर्माण केलेल्या नोकरवर्ग, भांडवल आणि गुंतवणुकीच्या प्रचंड ओघामुळे, जिथे चिंतेचे आणि धास्तीचे वातावरण निर्माण झाले अशा उत्तरवसाहतवादी देशांमध्ये लोकप्रशासन हे अद्यापही प्रभावी होते. या काहीशा विलंब झालेल्या या आशिया, आफ्रिका आणि लॅटिन अमेरिकेतील देशांना आपल्या अनेक कमतरता भरून काढण्याकरता विस्तृत स्वरूपातील लोकप्रशासन विकसित करणे आवश्यक होते.

म्हणून, विशिष्ट प्रकारच्या द्वंद्वामध्ये सापडल्याने या देशांपैकी अनेक देशांकरता जागतिकीकरण ही अग्निपरीक्षा ठरली. ऐतिहासिक संदर्भात पाहता, हे देश जागतिकीकरणाच्या पुढील वाटचालीला ना रोखू शकत होते, ना पूर्णपणे स्वीकारू शकत होते, कारण त्यामध्ये लोकप्रशासनाचा आकार संकुचित करण्यावर टोकाचा भर होता. असे असून सुद्धा, उत्तरवसाहतवादी देशांना पटकन समजून उमजून जागतिकीकरणाची नवउदारमतवादी रचना स्वीकारावी लागली.

जागतिकीकरण या घटिताच्या अनुभवातून गेली तीन दशके आपण पुढे आल्यानंतर, जागतिकीकरणाच्या लोकप्रशासनावरील प्रभावाचे वस्तुनिष्ठपणे सापेक्ष मूल्यांकन करणे शक्य आहे. सुरुवातीला काही शंकाकुशंका होत्या तरीसुद्धा, जागतिकीकरण लोकप्रशासनाचा आकार पूर्णपणे संकुचित करू शकणार नाही, असे अनुभवातून असे सिद्ध झाले. त्याहीपेक्षा, आपल्या खास वैशिष्ट्यांमुळे या देशांच्या समोर उभ्या असलेल्या आव्हानांना सामोरे जाण्याकरता, त्यांना लोकप्रशासनाचा नव्याने शोध घ्यावा लागला.

म्हणून, लोकप्रशासनाला अद्याप आपली ओळख निर्माण करावयाची आहे, असा युक्तिवाद समारोप करताना करावा लागेल. त्याहीपेक्षा, या सगळ्यात लोकप्रशासनाच्या केंद्रवर्ती मूल्यांची संरचनात्मक जुळणी-पुनर्जुळणी-विघटन यांची सातत्याने हालचाल दिसून येते.

टिपा

१. तपशिलासाठी पाहा, फरझमंड (२००७: प्रकरण १).

२. पाहा बचर (१९९५); प्रास्ताविकात म्हटल्याप्रमाणे, हा ग्रंथ ब्रिटिश सामाजिक धोरण आणि लोकप्रशासन यांच्या विद्यार्थ्यांसाठी उपयुक्त आहे. शिवाय सामाजिक सेवेच्या अभिशासनाच्या विकासाचा लेखाजोखा इथे घेतलेला आहे.

३. तपशिलासाठी पाहा, Held and McGrew (2003: Part II, 105-90).

४. अली फरझमंड यांनी 'जागतिकीकरण आणि लोकप्रशासन' या लेखामध्ये जागतिकीकरणाचा लोकप्रशासनावरील विघातक परिणामांविषयी उहापोह केला आहे. त्यासाठी पाहा, फरझमंड (१९९९: ५०९-२२).

५. अधिक तपशिलासाठी पाहा, बचर (१९९५: प्रकरण ९, पृष्ठ क्र. १३७-३८).

६. पेट्रास आणि वेल्टमेयर यांनी भांडवलशाहीचे हितसंबंध जपण्याचे जागतिकीकरणाचे नव्या रूपातले छुपे प्रयोजन उघड केले आहे. तपशिलासाठी पाहा, पेट्रास आणि वेल्टमेयर (२००१).

७. जागतिकीकरणाने नव्या उत्तर वेस्टफेलिया जागतिक व्यवस्थेला प्रारंभ होत आहे. प्रामुख्याने भौगोलिक प्रदेश आणि स्वायत्तता यांच्यावर आधारित असणारे वेस्टफेलिया प्रारूप, जागतिकीकरणामुळे परस्परांशी जोडल्या गेलेल्या जगामध्ये कालबाह्य झाले आहे. तपशिलासाठी पाहा, क्रेस्नर (२००३). याच धर्तीवर, अँथनी मॅक्ग्रू यांनी 'Globalization and Global Politics' या लेखामध्ये जागतिकीकरणाच्या याच पैलूविषयी चर्चा केली आहे. अधिक वाचनासाठी पाहा, बेलिज आणि स्मिथ (२००५) मधील मॅक्ग्रू यांचा लेख.

८ झिगमंट बाऊमन, हे विख्यात समाजशास्त्रज्ञ, जागतिकीकरणाच्या शक्तींनी उभारलेल्या उत्तर-राष्ट्रीय (उत्तर वेस्टफेलिया) व्यवस्थेविषयी संदेहवादी आहेत. प्रवाही आणि वेगाने बदलणाऱ्या जागतिक व्यवस्थेविषयी ते साशंक आहेत. यावरील अधिक तपशिलासाठी पाहा, डील्लन (२०१०) मधील मायकेल डील्लन यांनी जागतिकीकरणावर उत्कृष्टपणे लिहिलेले प्रकरण.

९. आर. रॉबर्टसन (१९९२) हे जागतिकीकरणावरील महत्त्वाचे विचारवंत आहेत. जागतिकीकरण हे नवीन घटीत आहे, हे त्यांना मान्य नाही. त्यांच्या मते, ही आधुनिक-पूर्व काळातील संकल्पना असून तिचे ती प्रक्रिया पाच टप्प्यांमध्ये मांडली आहे. तपशिलासाठी पाहा, आर. रॉबर्टसन (१९९२) आणि वॉटर्स (२००१).

१० इम्यॅन्युअल वॉलर्स्टन यांची जागतिक व्यवस्थांच्या उत्कांतीविषयीच्या मीमांसेचा आढावा घेण्यासाठी पाहा, डील्लन (२०१०: ४७४).

संदर्भ

Arora, Ramesh. 2007. 'Organization Theories: Concerns and Orientations', in Ramesh Hooja and Ramesh Arora (eds), *Administrative Theories: Apporaches, Concepts, and Thinkers in Public Administration*. Jaipur, New Delhi: Rawat Publications.

Baylis, John and Steve Smith. 2005. *The Globalization of World Politics: An Introduction to International Relations* (3rd edition). New Delhi: Oxford University Press.

Bennis, Warren B. 1968. 'Beyond Bureaucracy', in Warren B. Bennis and Philip Slater (eds), *The Temporary Society*. Harper and Row Publishers. Reprinted in an abridged version in Nigro, F. and G. Nigro. 1983. *Readings in Public Administration*. New York: Harper and Row Publishers.

Bhagwati, Jagdish. 2004. *In Defense of Globalization*. New Delhi: Oxford University Press.

Butcher, Tony. 1995. *Delivering Welfare: The Governance of the Social Services in the 1990s*. Buckingham, Philadelphia: Open University Press.

Dhameja, Alaka (ed.). 2003. *Contemporary Debates in Public Administration*. New Delhi: Prentice-Hall of India.

Dillon, Michele. 2010. *Introduction to Sociological Theory: Theorists, Concepts, and Their Applicability to the 21st Century*. Sussex, UK: Wiley-Blackwell.

Dryzek, John S., Bonnie Honig, and Anne Phillips (eds). *The Oxford Handbook of Political Theory* (paperback edition). Oxford, New York: Oxford University Press.

Farazmand, Ali. 1999. 'Globalization and Public Administration', *Public Administration Review*, 59 (6, November–December): 509–22.

———. 2007. 'Globalization: A Theoretical Analysis with Implications for Governance and Public Administration', in Ali Farazmand and Jack Pinkowski (eds), *Handbook of Globalization, Governance, and Public Administration*. London, New York: Taylor & Francis.

Held, David and Anthony McGrew. 2003. *The Global Transformations Reader*. Cambridge: Polity Press.

Krasner, Stephen D. 2003. 'Compromising Westphalia', in David Held and Anthony McGrew (eds), *The Global Transformations Reader*. Cambridge: Polity Press.

McKinnon, Catriona. 2008. *Issues in Political Theory*. London: Oxford University Press.

Mishra, Ramesh. 1999. *Globalization and the Welfare State*. Cheltenham, UK: Edward Elgar.

Petras, James and Henry Veltmeyer. 2001. *Globalization Unmasked: Imperialism in the 21st Century*. London: Zed Books, in association with Madhyam Books, Delhi, 2001.

Rabin, Jack, W. Bartley Hildreth, and Gerald J. Miller (eds). 2007. *Handbook of Public Administration* (3rd edition). London, New York: Taylor and Francis.

Robertson, R. 1992. *Globalization*. London: SAGE Publications.

Savas, E.S. 1987. *Privatization: The Key to Better Government*. New Delhi: Tata McGraw-Hill.

Sharma, Arvind K. 2003. 'The Citizen's Charter Initiative: Pronouncement of a Paradigm Shift in Bureaucracy–Client Interface', in Alka Dhameja (ed.), *Contemporary Debates in Public Administration*. New Delhi: Prentice-Hall of India.

Sobel, Andrew (ed.). 2009. *Challenges of Globalization: Immigration, Social Welfare, Global Governance*. London, New York: Routledge.

Stanford Encyclopedia of Philosophy. Available at http://plato.stanford.edu/entries/cosmopolitanism/ (accessed on 29 December 2011).

Wignanya, P. and S. Sirivandana (eds). *Pro-Poor Growth and Governance in South Asia*. Colombo: Sage Publications.

Waters, Malcolm. 2001. *Globalization* (2nd edition). London, New York: outledge.

उपसंहार

१

लोकप्रशासन विविध प्रक्रियांमध्ये अंतर्निहित असल्यामुळे या ज्ञानशाखेचा अविरत क्रमविकास होत आहे. लोकप्रशासन राष्ट्रकेंद्रित असून राष्ट्राच्या कार्यांची व्यापकता आणि गुंतागुंत जसजशी वाढत आहे, तसतसे लोकप्रशासन गतिहीन राहणे अशक्य होत आहे. अशा प्रकारे, व्यापक सामाजिक, आर्थिक आणि राजकीय प्रक्रिया लोकप्रशासन क्रमविकासाला महत्त्वपूर्ण चालना देताना दिसतात. म्हणून, अभिशासनाचा सार्थ अभ्यास करण्यासाठी व्यापक सामाजिक, आर्थिक आणि राजकीय परिस्थिती लक्षात घ्यावी लागते; खेरीज, अभिशासनाच्या अभ्यासाचा प्रयत्न केवळ पुस्तकी प्रयत्न ठरतो. त्याचबरोबर, याला आणखी एक पैलूदेखील आहे. शासन लोकप्रशासनाच्या माध्यमातून कार्यरत असते. कुठलेही शासन समाज, अर्थरचना आणि राज्यपद्धती यांतील गुंतागुंतीच्या परस्परसंबंधांमध्ये स्थित असते. ही गुंतागुंत समजून घेतली नाही तर शासकीय कार्ये वेगवेगळ्या परिस्थितींमध्ये केवळ परिस्थितीविशिष्ट रचनात्मक प्रतिसाद आहेत असे लक्षात येते. लोकप्रशासनाचे कार्यक्षेत्र आणि राष्ट्राच्या इतर राजकीय संस्था यांतील स्पष्ट फरकावर आधारित असल्याने, वरवरचा अभ्यास करता प्रशासनाची संकल्पना अगदीच सोपी वाटते. मात्र, राष्ट्राची विचारधारेवर आधारित रूपरेषा ठरवताना लोकप्रशासनाने राजकीय संस्थांना वेळोवेळी दिलेले प्रतिसाद महत्त्वपूर्ण ठरतात. त्यामुळे, प्रशासनाची संकल्पना सोपी आहे ही समजूत तितकीशी खरी मानता येणार नाही. अशा प्रकारे, संरचनात्मकदृष्ट्या अखंड असले तरी परिस्थितीनुरूप कार्य करत असल्याने लोकप्रशासन हे कार्यात्मकदृष्ट्या गुंतागुंतीचे आहे. लोकप्रशासनाच्या भूमिकेचा विचार केला असता असे लक्षात येते की, बदलत्या सामाजिक-राजकीय परिस्थितीनुसार ही भूमिका बदलत जाते. अशा परिस्थितीमुळे लोकप्रशासनाची सतत बदलत जाणारी विचारधारा आणि नीतिमूल्ये आकार घेत जातात. शासन कार्यांची व्याप्ती आणि गुंतागुंत जसजशी वाढत जाते तसतसे सार्वजनिक नोकरशाहीची संरचना, भूमिका आणि प्रक्रिया वेबरने दिलेल्या पारंपरिक नोकरशाहीच्या साच्यामध्ये बघणे तितकेसे योग्य ठरत नाही. ऐतिहासिकदृष्ट्या उत्क्रांत होत जाणाऱ्या आणि विशिष्ट

स्वरूपाच्या सामाजिक बदलांना ओघवता प्रतिसाद देणाऱ्या लोकप्रशासनाची सुयोग्य संकल्पना आणि जाण कशी विकसित करावी हा सहज प्रश्न या निमित्ताने पुढे येतो. लोक आणि प्रशासन यांच्यामधील परस्पर संबंध येथे कळीचे ठरतात. अशा प्रकारच्या संबंधांमध्ये लोक प्रशासनासाठी उद्दिष्टे ठरवित असतात. अशा प्रकारे, लोकप्रशासन एक अशी व्यवस्था आहे ज्याला शाश्वतता नव्हे परंतु, वैधानिकता मात्र 'लोकां'कडून प्राप्त होते. ही वैधानिकता तत्कालीन परिस्थितीनुरूप संकल्पित केली जाते. म्हणून, लोकप्रशासनाच्या वैश्विक नमुन्याची मागणी करणे बौद्धिकदृष्ट्या व्यर्थ ठरते आणि म्हणूनच, स्थूलमानाने 'कार्यरत शासन' अशी व्याख्या असलेल्या लोक प्रशासनाच्या संकल्पनीकरणामध्ये 'लोकांची' भूमिका अत्यंत महत्त्वाची ठरते. एक व्यवहार म्हणून लोकप्रशासन ऐतिहासिक असू शकले तरी वैश्विक असू शकत नाही. याचे कारण असे की, लोकप्रशासन विशिष्ट ऐतिहासिक परिस्थितीनुसार स्पष्ट केले जाते मात्र, त्याचा वैश्विक स्पष्टीकरणात्मक नमुना असणे अशक्य आहे. म्हणून, 'विविध दृष्टिकोनांचा समन्वय साधून एक नवी कल्पना पुढे आणणे ज्यायोगे, लोकप्रशासनाची मूळ आणि मुख्य वैशिष्ट्ये देखील अधोरेखित होतील' अशा पद्धतीने लोकप्रशासनाची संकल्पना करणे योग्य ठरेल याला मान्यता मिळाली आहे (फार्मर २०१०: xi).

२

एक ज्ञानशाखा म्हणून लोकप्रशासनाचे स्वरूप सतत बदलत जात आहे हे बदलत्या शासन कार्यांमधून प्रतिबिंबित होते. प्रारंभी लोकशाही सामाजिक-राजकीय चौकटीमध्ये राष्ट्राची पुरेशी प्रशासकीय क्षमता विकसित करणे ही अभ्यासकांसाठी चिंतेची बाब राहिली आहे. 'लोकप्रशासनाचा अभ्यास', या मूळ लेखामध्ये वुड्रो विल्सन यांनी लोकप्रशासनाच्या नव्या युगाची पायाबांधणी केली. लोकप्रशासन समजून घेताना व त्याची व्याख्या करताना वुड्रो विल्सन यांना प्रशासनाचे क्षेत्र राजकारणापासून वेगळे ठेवलेले दिसते. त्यांनी अभ्यासांती सार्वजनिक क्षेत्रातील कार्यबांधणीची (राष्ट्राकडे) व ती कार्ये पार पडण्याची (प्रशासनाकडे) प्राथमिक जबाबदारी वेगवेगळ्या क्षेत्रांकडे दिल्याचे दिसून येते—म्हणजेच, राष्ट्राचे कायदेमंडळ व प्रशासन. म्हणूनच, 'राजकारण' आणि 'प्रशासन' ही अभिशासनाची दोन वेगवेगळी क्षेत्रे आहेत असे विल्सन यांना सुचविले (प्रशासकीय कार्यांमध्ये अकारण राजकीय आणि न्यायालयीन हस्तक्षेप होऊ नये म्हणून कदाचित ही विभागणी केली गेली असे म्हणता येईल). शिवाय, लोकप्रशासनाची 'व्यवहार सम' अशी व्याख्या करताना विल्सन यांना व्यावहारिक प्रशिक्षणावर आधारित लोकप्रशासन म्हणजे 'कृती करण्याची कला' यावर भर दिलेला दिसतो. तथापि, विल्सन यांना राजकारण आणि प्रशासन यांमध्ये भिंत बांधण्याचा

प्रयत्न केला असे म्हणणे योग्य ठरणार नाही. प्रशासकीय कार्यक्षमतेबाबत चिंता असल्याने प्रशासनामध्ये राजकीय हस्तक्षेप असू नये असे त्यांचे मत होते. तथापि, त्यांनी लोकप्रशासनातील उद्योग-सम व्यवहार्यतेवर दिलेला भर पुढे फ्रेडरिक टेलर यांच्या 'वैज्ञानिक व्यवस्थापन' सिद्धान्तातून अधिक स्पष्ट झाला. या सिद्धान्तानुसार प्रशासनाची औपचारिक जबाबदारी दोन गटांमध्ये विभागण्यात आली—व्यवस्थापन गट आणि कृती करणारा गट. व्यवस्थापन गट म्हणजे काय व कसे करावे हे ठरवणारा गट असून, कृती करणारा गट म्हणजे 'प्रत्यक्ष कार्ये' करणारा गट होय.

टेलर यांना लोकप्रशासनाची दोन क्षेत्रांमध्ये विभागणी केली होती. मात्र, डब्ल्यू. एफ. विलोबी यांनी त्यांच्या *लोकप्रशासनाची तत्त्वे* (१९२७) मध्ये लोकप्रशासनाच्या प्रत्यक्ष रचना व कार्यपद्धतीचा विचार केला. त्यांनी अभिशासनाचा 'संघटनात्मक' दृष्टिकोन मांडण्याचा प्रयत्न केला. त्यांच्या मते, लोकप्रशासन हे शासन कार्यान्वयित होण्याचे एक माध्यम असल्याने वैधानिक नियम आणि उदाहरणे यावर भर देण्यापेक्षा प्रशासकीय यंत्रणेची औपचारिक रचना आणि प्रक्रिया यांवर भर देण्यात यावा. विलोबी यांच्या मते, 'शासनाची अत्यंत तांत्रिक अशी कार्ये व्यापारी जगतापेक्षा कमी कार्यक्षम किंवा प्रामाणिक असून चालणार नाहीत'. वेगळ्या शब्दांत सांगावयाचे झाल्यास, 'सुरळीत' अभिशासनासाठी नोकरशाहीतील कार्यक्षमता अतिशय महत्त्वाची ठरते आणि म्हणूनच, लोकप्रशासनाची व्याख्या पारंपरिक नोकरशाही साच्यानुसारच केली जाते. यामध्ये लोकप्रशासन कुठल्या परिस्थितीमध्ये उलगडत जात आहे हा मुद्दा लक्षात घेतला जात नाही. लोकप्रशासन लोकांच्या नियंत्रणापासून वंचित राहू शकते का? किंवा, लोकप्रशासनाची विचारधारा ठरवणाऱ्या राजकीय सत्तेची मूल्ये लोकप्रशासनाला टाळता येणे शक्य आहे का? दुसऱ्या महायुद्धानंतरच्या काळात लोकप्रशासनातील एक नवा पायंडा दाखवून देण्यासाठी वालेस सायरे यांना लोकप्रशासनातील 'लोकशाही नियंत्रणाच्या नव्या तर्काचे' वाढते महत्त्व अधोरेखित केले. याला 'रूपरेषेतील बदल' असे संबोधून सायरे यांना असे मत व्यक्त केले की, 'प्रचलित पद्धतीत वरचढ ठरणारा लोकशाही नियंत्रणाचा तर्क हा पारदर्शी अभिशासन साध्य करण्याचा एक मार्ग आहे. यावरून लोकांच्या आज्ञेवर चालणारे, निवडून आलेल्या अधिकाऱ्यांच्या मर्जीनुसार चालणारे व उत्तरदायी अभिशासन साध्य केले जाते' (सायरे १९५८: १०३). एखाद्या अवकाशामध्ये अभिशासनाचे संकल्पनीकरण करता येत नाही तर, त्याचे स्वरूप जाणून घेण्यासाठी आजूबाजूची सामाजिक-राजकीय परिस्थिती महत्त्वाची ठरते असे विलोबी यांनी अधोरेखित केले. खरेतर, महत्त्वाची 'मूल्ये' स्पष्ट करून लोकप्रशासनाची पुनर्व्याख्या करण्यासाठी अनेक अभ्यासकांनी याच मताचा पाठपुरावा केलेला दिसतो.

लोकप्रशासन ही केवळ एक तांत्रिक यंत्रणा नसून ते मूल्यांवर आधारित आहे हा दृष्टिकोन नवलोकप्रशासनाच्या माध्यमातून पुढे आलेला दिसतो. लोकप्रशासन आणि राज्यशास्त्र या वेगवेगळ्या ज्ञानशाखा आहेत या आधारावर मूल्य आणि लोकप्रशासन यांमधील फरक स्पष्ट केला जातो. राज्यशास्त्र आणि लोकप्रशासन या दोन शाखांमध्ये 'समीक्षात्मक अंतर्भेद' होत नाही तोवर लोकप्रशासन समजून घेणे एकतर्फी ठरेल असे मत मांडण्यात आले. कारण लोकप्रशासनाचा अभ्यास म्हणजे राजकारणाचादेखील अभ्यास होय, या दोन अभ्यासशाखांमध्ये फरक करणे बौद्धिकदृष्ट्या 'घातक' ठरू शकेल. नवीन रूपरेषा शोधण्याचा प्रयत्न 'नवलोकप्रशासन' म्हणून ओळखला जातो. व्हिएतनामचे युद्ध आणि युरोप आणि अमेरिकेतील शहरी दंगली, या पार्श्वभूमीवर, १९६८ साली सर्व अभ्यासक मिनॉवब्रुक येथे लोकप्रशासनाच्या पैलूंची पुनर्व्याख्या करण्यासाठी एकत्र आले. ड्वाईट वाल्डो यांच्या कृपाछत्राखाली अभ्यासकांनी लोकप्रशासनाच्या नोकरशाही रूपरेषेला आव्हान दिले. याचे कारण असे की, या रुपरेषेमध्ये, शासनाला आकार देण्यात 'राजकीय पैलू'चे महत्त्व कमी लेखण्यात आले होते. राज्यशास्त्राबरोबरचे विरोधविकासी संबंध अधोरेखित करणाऱ्या लोकप्रशासनाच्या नव्या रूपरेषेचा प्रारंभ करणारे दोन खंड (मारिनी १९७१; वाल्डो १९७१) प्रकाशित करण्यात आले. शासनाच्या कार्यांमध्ये महत्त्वाच्या ठरणाऱ्या राजकीय मूल्यांप्रती लोकप्रशासनाने संवेदनशील असावे हा नवलोकप्रशासनाचा मूळ हेतू होता. जॉर्ज फ्रेड्रिकसन (१९७१ः ६९-७०) यांनी संक्षिप्तपणे असे मांडले आहे की, पूर्वीच्या प्रारूपांपेक्षा नवीन लोकप्रशासक कमी 'जातिवाचक' व अधिक 'सार्वजनिक', कमी 'गुणवाचक' व अधिक 'नियामक', 'संस्था-अभिमुख' नसून 'ग्राहक-अभिमुख' आणि 'तटस्थ' नसून 'आदर्श' आहे.

सन १९८०च्या दशकामध्ये व १९९०च्या दशकाच्या सुरुवातीला लोकप्रशासनामधील बदल स्पष्ट होता. या काळामध्ये लोकप्रशासनाचा संदर्भ अथवा स्वरूप बदललेले दिसते. हे बदललेले स्वरूप पुढील बाबींतून स्पष्ट होते- शासनाचा थेट सहभाग कमी होणे व अभिशासनाची सुरुवात, अधिक खाजगीकरण व कंत्राटे देणे, अधिक स्वयंसेवीकरण आणि सामाजिक क्षमता-बांधणी. हळूहळू सार्वजनिक हेतूंच्या मूल्यांऐवजी खासगी हिताच्या मूल्यांना महत्त्व प्राप्त झाले. पूर्वीच्या सोविएट संघाच्या विघटनानंतर वैश्विक पातळीवर बदललेल्या सामाजिक-आर्थिक व राजकीय परिस्थितीमध्ये लोकप्रशासनाची पुनर्व्याख्या करण्यासाठी नवलोकव्यवस्थापन या नव्या रूपरेषेचा उदय झाला. ही रूपरेषा विशेषतः बाजारपेठ-चलित असून, शासन कार्यांची व्याप्ती कमी केल्यास कार्यक्षम, पारदर्शी, परिणामकारक आणि उत्तरदायी अभिशासन साध्य करता येईल, अशी यामागील भावना आहे. नोकरशाही रचना कमीतकमी असल्यास अडचणीदेखील कमी असतील हा यामागील तर्क दिसून येतो. नवलोकव्यवस्थापन पुढील बाबींच्या

आधाराने नवलोकप्रशासनापासून वेगळे ठरवता येईलः (*अ*) व्यापार-व्यवस्थापन व्यवहारांना विशेष महत्त्व आणि (*आ*) लोकप्रशासनाची पुनर्बांधणी आणि संघटन यासाठी व्यक्तिगत व्यवहार्यता आणि बाजारपेठ यंत्रणेवरील अवलंबित्व. लोकसेवा-विरोधी पवित्र्यामुळे सार्वजनिक क्षेत्रातील विविध मागण्यांचे व्यवस्थापन हे एक मोठे आव्हान ठरले आहे. प्रशासन व्यवहार्य क्रियात्मकतेपेक्षा अधिक व्यापक आहे. त्याचे अनेक अर्थ असून ते संघर्ष आणि वादविवादामध्ये गुरफटलेले असते. कुठल्याही संघटनांच्या सांस्कृतिक वैशिष्ट्यांना आकार देणारी विविध मूल्ये ही यामागील मूळ कारण होत (द्विवेदी २००२ः २२-२७).

नवलोकव्यवस्थापनाची संकल्पना जागतिक भांडवलवादातून जन्माला आली आहे. भांडवलवादाचा उत्कर्ष होण्यासाठी प्रभावी राष्ट्र आणि स्थिर परिस्थिती असणे गरजेचे असते. यासाठी सुव्यवस्था आणि सामाजिक नियंत्रणाची देखील गरज असते. या दोन बाबींचा अभाव असल्यास बाजारपेठ जागतिक भांडवलवादाच्या अपेक्षेप्रमाणे कार्यक्षम राहू शकत नाही. भांडवलवादामध्ये सबल राष्ट्र आणि नोकरशाही व त्याचबरोबर धोरण प्रक्रिया व निष्पत्तीवरील सशक्त उद्योजकांचा प्रभाव याची मागणी अधोरेखित केली जाते. ही व्यवस्था कोलमडू नये म्हणून आणि भांडवलवादी विकासाला प्रोत्साहन देण्यासाठी सुयोग्य परिस्थिती निर्माण व्हावी म्हणून बाजारनेठ यंत्रणा अपयशी ठरल्यास शासनाच्या मध्यस्थीची गरज असते. अशा प्रकारे, आधुनिक राष्ट्र सार्वजनिक गुंतवणुकीच्या माध्यमातून भांडवलवाद आणि जागतिकीकरणाच्या जलद विकासामध्ये अत्यंत महत्त्वाची भूमिका बजावते. त्याचप्रमाणे हे राष्ट्र स्थिर आणि अराजकापासून दूर असलेल्या राजकीय व्यवस्थेला देखील अर्थसंकल्पाच्या माध्यमातून साहाय्य करते. म्हणजेच, अर्थसंकल्पातील सार्थ वाटा या व्यवस्थेला साहाय्य पुरवण्यासाठी राखून ठेवला जातो. याचे कारण असे की, जागतिकीकरण समृद्ध व्हावयाचे असेल तर सामाजिक-राजकीय सुव्यवस्थेचा विकास व शाश्वतता गरजेची असते व त्यासाठी ही राजकीय व्यवस्था महत्त्वाची भूमिका बजावते.

नवलोकव्यवस्थापनाचा उदय आणि सामाजिक बदल एकाच वेळी घडत असलेले दिसून येतात. या बाबीला सैद्धान्तिक दृष्टिकोनातून शासनापासून अभिशासनापर्यंतचा बदल असे संबोधले जातेः म्हणजेच, समन्वयीत, पदसोपान रचना आणि समाज-चलित प्रक्रियेपासून संगणक-आधारित देवाणघेवाण व वाटाघाटी अशी वाटचाल होय. अशा प्रकारे, नवलोकव्यवस्थापन अनेक कारणांसाठी लोकप्रशासनाच्या रूपरेषेतील बदल ठरतो.

एक, पारंपरिक निष्कर्षाभिमुख प्रशासन प्रक्रियाभिमुख प्रशासनात रूपांतरित झाले. या प्रकारच्या प्रशासनामध्ये कार्यांची दर्शके, मूल्यमापन, व कार्यावर आधारित वेतन आणि दर्जा सुधारणा यावर भर असतो; दोन, 'सामूहिक सोयींऐवजी'

व्यक्ती आधारित उत्पादनांच्या सुलभ सोयींवर भर दिला जातो. म्हणून, नागरिकाचे ग्राहकामध्ये रूपांतर होते आणि लोकप्रशासनातील उत्पादन रचना अलग अलग बाबींमध्ये विभागली जाते. जसे की, 'कंत्राटे देणे' किंवा 'खाजगीकरण'. तीन, रचनात्मकदृष्ट्या प्रशासनाचा आराखडा म्हणून 'पिरॅमिड' (स्तुपाकार) रचनेऐवजी 'क्लस्टर' (समूह) रचनेची निवड केली जाते. क्लस्टर प्रकारच्या रचनेमध्ये शासनाच्या औपचारिक परिघाबाहेरील स्वायत्त माध्यमे किंवा संस्थांना अभिशासनामध्ये लोकप्रशासनाच्या 'पूरक रचना' म्हणून सामावून घेतले जाते; सरतेशेवटी, असे लक्षात येते की, या प्रकारच्या प्रशासनामध्ये धोरणापेक्षा व्यवस्थापनावर अधिक भर दिला जातो. म्हणजेच, कुठलाही निर्णय घेण्यापूर्वी उत्पादन खर्च लक्षात घेतला जातो.

लोकप्रशासनाचा 'सुयोग्य' नमुना म्हणून नव लोक व्यवस्थापन नावीन्यपूर्ण पर्याय पुढे ठेवते यात कुठलीही शंका नाही. हे पुढील दोन बाबींवरून लक्षात येतेः (*अ*) यायोगे शासनाचे प्रशासन आणि खासगी प्रशासन हा वाद पुन्हा एकदा प्रकाशात आणला गेला आहे आणि (*आ*) विद्यमान परिस्थितीत लोकप्रशासनाच्या पैलूंची पुनर्व्याख्या व्हावी ही बाब या अनुषंगाने पुढे येते. म्हणजेच, 'राष्ट्र-अल्पिष्टवाद' दृष्टिकोनातून नोकरशाही-केंद्रित लोकप्रशासनाकडे नव्याने बघितले जाते. लोकप्रशासनाचे नव लोक व्यवस्थापन असे संकल्पनीकरण केले जाऊ शकते किंवा नाही हा मूलभूत प्रश्न होय. बाजारपेठ-चलित नवलोकव्यवस्थापन लोकप्रशासनापेक्षा दर्जात्मकदृष्ट्या भिन्न आहे. लोकप्रशासनामार्फत समूहाला आवश्यक वस्तू आणि सेवा पुरवठ्यातून सामूहिक जीवनाला साहाय्य करून ते विकसित केले जाते. तसेच, सामूहिक कार्यक्षमता प्रस्थापित करून विशिष्ट सुव्यवस्था रचनेच्या अनुषंगाने सामाजिक आणि राजकीय नियम तयार केले जातात. लोकप्रशासन हे एक असे क्षेत्र होय जेथे शासन आणि नागरिक विरोधविकास पद्धतीने संपर्कात येतात. म्हणून, सार्वजनिक धोरण केवळ शासन-चलित नसून अशा संपर्कातून आकार घेत असते. ही बाब संकल्पनात्मकदृष्ट्या 'सहभागाचे राजकारण' अशीही संबोधली जाते.

३

अभिशासन रूपरेषेने राष्ट्र-केंद्रित लोकप्रशासनाला आव्हान दिले आहे. 'अ-प्रशासित विकासाच्या' संदर्भाने, श्रेणीय नोकरशाहीने साध्य केलेल्या विकासाची व्यवहार्यता नाहीशी झालेली दिसते. ही नोकरशाही साधनांची कमतरता असल्याने विकास साध्य करू शकली नाही असे दिसून येते. एकीकडे गरिबी नाहीशी होण्याची कुठलीही चिन्हे दिसत नसताना, विकासाचे सर्व फायदे समाजातील शिष्टजनांना झाल्याचे दिसून येते. राष्ट्र-दिग्दर्शित विकासाची रूपरेषा अपुरी वाटल्याने विकेंद्रित आणि

लोक-केंद्रित स्व-विकास प्रारूपामध्ये स्थानिक लोक आणि स्थानिक संसाधने समाविष्ट करून घ्यावीत असा दृष्टिकोन पुढे आलेला दिसतो. विकास हा तज्ज्ञांकडून करण्यात आलेला आविष्कार नसून, स्थानिक पातळीवरील लोकांकडून साध्य होतो. विकासाच्या या संकल्पनीकरणामध्ये राष्ट्र आणि बाजारपेठ याखेरीज तिसरे क्षेत्र म्हणून विकसित झालेल्या सुसंस्कृत समाजाचे स्थान अत्यंत महत्त्वाचे ठरते. सामाजिक-समस्या सोडवण्याचा हा एक नवा मार्ग म्हणता येईल, ज्यामध्ये लोकप्रशासन नोकरशाहीपासून विलग आहे. लोकप्रशासनाच्या पारंपरिक संकल्पनीकरणापासून ते सुसंस्कृत-समाजकेंद्रित अभिशासन असा महत्त्वपूर्ण बदल होय. असे अभिशासन शासनाने पूर्वीच माघार घेतली आहे अशा क्षेत्रांमध्ये स्वयंप्रेरित कार्यांना वाव देते.

अभिशासनामधील सुसंस्कृत समाजाचे वाढते महत्त्व तीन बाबींवरून सिद्ध होतेः एक, सुसंस्कृत समाज 'शासनाचा भार' कमी करण्यात महत्त्वाची भूमिका बजावतो. विशेषतः उद्दिष्टे साध्य करण्यासाठी शासनाचा आकार लहान करण्यात आला आहे अशा विकसित देशांमध्ये ही भूमिका दिसून येते; दोन, जागतिक बँकेच्या 'सुशासन' योजनेमध्ये पारदर्शकता, मानवी हक्क आणि उत्तरदायित्वावर भर देण्यात आला आहे. या पार्श्वभूमीवर सुसंस्कृत समाजाची भूमिका न्याय्य ठरते; तीन, विकसनशील देशांमध्ये सुसंस्कृत समाजाला अधिक महत्त्व प्राप्त होण्याचे महत्त्वाचे कारण म्हणजे, या देशांमध्ये राष्ट्र-दिग्दर्शित विकास रूपरेषा दारिद्र्य निर्मूलन करण्यात अपयशी ठरली आहे. त्याचप्रमाणे, या देशांमध्ये 'असंवेदनशील' नोकरशाहीच्या उदयाला आळा घालण्यासाठी देखील सुसंस्कृत समाज महत्त्वाची भूमिका पार पाडतो. सुसंस्कृत समाज विकेंद्रित लोक-केंद्रित तृणमूल पातळीवरील अभिशासनाचे एकत्रीकरण करण्यास साहाय्य करतो. शासकीय संस्थांच्या परिघाबाहेर स्वायत्त सामाजिक कार्यांना व्यापक वाव मिळतो ही समजूत मूळ धरू लागली आहे; परिणामी, अवलंबित्वाची लक्षणे (किंवा शासनावरील अवलंबित्व) नाहीशी झालेली दिसतात. तसेच, विकासाच्या प्रक्रियेमध्ये लोक 'केवळ लक्ष्य' राहिले नसून सक्रियपणे सहभागी होतात. बदललेल्या परिस्थितीमध्ये, सुसंस्कृत समाज संस्था, म्हणजेच, अशासकीय किंवा स्वायत्त संस्था, अभिशासनासाठी महत्त्वपूर्ण ठरतात. विशेषतः पर्यावरण, मानवी हक्क, लिंग आणि लोकप्रशासनातील पारदर्शकता या क्षेत्रांमधील अभिशासनामध्ये सुसंस्कृत समाज महत्त्वाची भूमिका बजावतो.

लोकप्रशासनाच्या नव्या स्वरूपामध्ये, म्हणजेच, अभिशासन स्वरूपामध्ये राष्ट्र, बाजारपेठ आणि सुसंस्कृत समाज ही त्रयी स्पष्ट होते. हा लोकप्रशासनातील नवा दृष्टिकोन असून २००८च्या तिसऱ्या मिनॉवब्रुक परिषदेमध्ये या दृष्टिकोनावर भर दिलेला दिसतो. म्हणून, अभिशासन ही केवळ प्रक्रिया (ज्यामध्ये लोकप्रशासनाकडून

विशिष्ट प्रतिसाद दिला जातो) नसून, बाजारपेठ-चलित आणि सुसंस्कृत समाज-प्रेरित असा एक आराखडा आहे. बाजारपेठेने नागरिकांची ग्राहक किंवा उपभोक्ता अशी पुनर्व्याख्या केलेली दिसते. तसेच, लोकप्रशासनाच्या नोकरशाही नमुन्यामध्ये समाविष्ट नसलेली अनेक नागरी कार्ये सार्वजनिक क्षेत्रात समाविष्ट करून सुसंस्कृत समाजाने सार्वजनिक क्षेत्र अधिक व्यापक बनवले आहे. सुसंस्कृत समाज हे एक असे क्षेत्र आहे ज्यामध्ये सामाजिक चळवळी संघटित होतात. सुसंस्कृत समाजाच्या माध्यमातून वेगवेगळ्या प्रकारचे आणि परस्परविरोधी हितसंबंधदेखील प्रतिबिंबित होतात. त्यामुळे, संपूर्ण समाज, काही विशिष्ट क्षेत्रे आणि विशिष्ट समूहांची अभिमुखता यातून प्रतिबिंबित होते.[१] अशा प्रकारे, सुसंस्कृत समाज अभिशासनामध्ये सर्वाधिक परिणामकारक ठरू शकतो. नागरिक आणि राष्ट्रामध्ये दुवा साधून, शासनासमोर नागरिकांचे हित मांडून, सहभागात्मक नियम प्रत्यक्षात आणून, नागरिकांच्या दैनंदिन आयुष्यात शासनाच्या सहभागाला अटकाव करून ही परिणामकारकता साध्य करता येते. नव्या अभिशासन रूपरेषेमध्ये उत्तरदायित्वाची सर्व भागीदारांमध्ये समान विभागणी असते. अशा प्रकारे, सहभागात्मक अभिशासन माध्यमातून लोक नोकरशाही मधील अधिकार क्षेत्रे व अधिकारदान कमी करून उत्तरदायित्व साध्य करणे शक्य होते. यातून सहभागदेखील अधिक अर्थपूर्ण आणि परिणामकारक बनतो. म्हणजेच, सर्व भागीदार निर्णय प्रक्रियेमध्ये सहभागी होत असल्याने संघटनेच्या रचनेमध्ये देखील बदल होतो. म्हणजेच, श्रेणीय आणि केंद्रित स्वरूपाऐवजी, स्व-व्यवस्थापन अधिक व्यापक बनवण्यासाठी, अधिक विकेंद्रित आणि लवचीक स्वरूप स्वीकारले जाते.

वरील चर्चेवरून दोन महत्त्वाचे मुद्दे समोर येतातः एक, राष्ट्राच्या नियोजनातील अकार्यक्षमता आणि अनुत्पादकतेला बाजारपेठेच्या माध्यमातून परिणामकारक पर्याय मिळतो. तसेच, सुसंस्कृत समाजामध्ये अभिशासनाला विरोध आणि साहाय्यदेखील केले जाते. दोन, पाश्चिमात्य पद्धतीने पुरस्कृत केलेला संरचनात्मक समायोजन कार्यक्रम (SAP) अपयशी ठरल्याने दैशिक मुळाचा अभाव असलेल्या कार्यक्रमातील मूळ उणिवा पुढे आल्या. संरचनात्मक समायोजन कार्यक्रम (SAP) विकसनशील देशांमध्ये आर्थिक वाढीला चालना देण्यास अपयशी ठरलेच. मात्र, त्यामुळे असमानतादेखील वाढीस लागली. तसेच, गरिबांना शिक्षण आणि आरोग्य यांसारख्या मूलभूत गरजा मिळण्याची चिन्हेदेखील कमी झाली. म्हणून, दैशिक सरकारांकडे लक्ष वेधले गेले. संरचनात्मक समायोजन कार्यक्रमाची (SAP) पुनर्बांधणी करण्यापेक्षा आंतरराष्ट्रीय देणगीदार *सुशासनाला* महत्त्व देतात. ज्यायोगे, लोकशाहीकरण, उत्तरदायित्व आणि सहभाग या बाबींची गरज अधोरेखित केली जाते. अशा प्रकारे, सुसंस्कृत समाजाचे

सैद्धान्तिक समर्थन केले जाते. सुसंस्कृत समाजाला शासकीय अतिरिक्तते विरुद्ध 'निर्णायक विश्वासू' असे संबोधले जाते. तसेच, विकास प्रक्रियेतील लोकांचा सहभाग वाढवण्याचे हे साधन होय. अशा प्रकारे, सुसंस्कृत समाजाद्वारे अभिशासनातील सहभाग लोककेंद्रित आणि विकासाभिमुख होतो.

सुसंस्कृत समाज अभिशासनाचा एक अविभाज्य भाग आहे यात कुठलीही शंका बाळगता येणार नाही. हे एक स्पर्धात्मक क्षेत्र आहे ज्यायोगे, त्याच्या अभिशासनाबरोबरच्या संबंधांना नवे वळण मिळते. सुसंस्कृत समाजामध्ये राष्ट्रासारखीच सत्ता समीकरणे बघायला मिळतात. म्हणून, सुसंस्कृत समाजाला दुबळे समजणे सैद्धान्तिकदृष्ट्या दिशाभूल करणारे व व्यावहारिकदृष्ट्या चुकीचे ठरते. सुसंस्कृत समाजाचे अ-राजकीयीकरण करणे शक्य नाही, याचे कारण असे की, हा समाज वर्ग, जात, लिंग यांच्यातील परस्परसंबंधांमध्ये आकार घेत असतो. त्याचप्रमाणे, विशिष्ट ऐतिहासिक परिस्थितीत आकार घेतला असल्याने सुसंस्कृत समाज वैश्विक पद्धतीचा (सर्वत्र सारखा) असू शकत नाही. म्हणून, पुढील दोन कारणे लक्षात घेतली असता सुसंस्कृत समाज परिस्थिती-विशिष्ट असतो हे लक्षात येतेः एक, सुसंस्कृत समाजाला विशिष्ट सांस्कृतिक संदर्भ असल्याने इतर कुठल्याही सामाजिक परिस्थितीमध्ये हा तर्क लागू होणे शक्य होत नाही; दोन, काही राष्ट्र-दिग्दर्शित अर्थरचनांमध्ये विकास आणि अभिशासनामध्ये राष्ट्राची प्रमुख भूमिका असते. अशा परिस्थितीत, परिघाबाहेरील संस्था म्हणून सुसंस्कृत समाजाला मान्यता मिळेलच असे नाही. थोडक्यात, यावरून असे लक्षात येते की, राष्ट्र आणि समाज यांच्यातील संबंध समाजपरत्वे बदलत असल्याने वैश्विक प्रारूप म्हणून सुसंस्कृत समाजाचे संकल्पनीकरण करणे सहज शक्य होत नाही.

४

पारंपरिक नोकरशाहीला अनुसरून लोकप्रशासनाचे संकल्पनीकरण करणे अशक्य आहे हे आता निःसंकोचपणे सिद्ध झाले आहे. लोकप्रशासन परिस्थितीनुरूप घडत जाते व त्यामुळे त्याचे वैश्विक प्रारूप असणे शक्य नाही हेदेखील आता स्पष्ट झाले आहे. याखेरीज, लोक अभिशासन अधिक स्पष्ट करण्यामध्ये 'प्रयोजनाचे' महत्त्व कमी लेखून चालणार नाही. याचे कारण असे की, लोक अभिशासनामध्ये खासगी उद्योजकांप्रमाणे 'बाजारपेठेचा तर्क' लावून चालणार नाही. एकीकडे लोकप्रशासनाचे अनोकरशाहीकरण सुरू झाले असतानाच दुसरीकडे सामाजिक-आर्थिक वैशिष्ट्ये लक्षात घेतली जात होती यावरून, आर्थिक सुधारणांना भारताचा प्रतिसाद संतुलित पद्धतीचा होता असे म्हणता येईल (पाचव्या वेतन आयोगाच्या शिफारशींनी सूचित केल्याप्रमाणे खाजगीकरणाचा

दृष्टिकोन स्वीकारल्याने भारताचा या बाबतीतील प्रतिसाद स्पष्टपणे दिसून येतो). पूर्वीचा राष्ट्रकेंद्रित लोकप्रशासन नमुना अपयशी ठरल्यानंतर विद्यमान भारतामध्ये अभिशासन नव्या आणि कल्पक उपायांवर आधारलेले आहे असे दिसून येते. बौद्धिकदृष्ट्या लोकप्रशासनातील 'प्रत्येक परिस्थितीवर एकमेव तोडगा' असा दृष्टिकोन योग्य वाटत असला तरी प्रत्यक्षात मात्र हा दृष्टिकोन उचित ठरत नसल्याने हे उपाय देशाच्या विशिष्ट गरजा लक्षात घेऊन प्रत्यक्षात आणले गेले असे लक्षात येते. लोकप्रशासन आदर्शवादी असल्याने केवळ एक 'तांत्रिक प्रयत्न' म्हणून त्याचा पुनराविष्कार करणे शक्य नाही; तसेच, संदर्भानुसार व्याख्या होत असल्याने लोकप्रशासनाचे 'वैश्विक प्रारूप' अभिशासनाला 'ऐतिहासिक' प्रतिसाद म्हणून वापरणे अशक्य आहे.

टीप

१. या तपशिलासंबंधी अधिक माहितीसाठी कोहेन आणि अराटो (१९९२) पाहा.

संदर्भ

Cohen, J.L. and A. Arato. 1992. *Civil Society and Political Theory.* Cambridge: The MIT Press.

Dwivedi, O.P. 2002. 'The Challenge of Cultural Diversity for Good Governance', *Indian Journal of Public Administration*, xlviii (1, January–March): 22–27.

Farmer, David John. 2010. *Public Administration in Perspective: Theory and Practice through Multiple Lenses.* New York and London: ME Sharpe.

Frederickson, George. 1971. 'Toward a New Public Administration', in Frank Marini (ed.), *Toward a New Public Administration.* Chandler.

Marini, Frank (ed.). 1971. *Toward a New Public Administration.* Scranton: Chandler.

Sayre, Wallace S. 1958. 'Premises of Public Administration: Past and Emerging', *Public Administration Review,* Vol. 18.

Waldo, Dwight (ed.). 1971. *Public Administration in a Time of Turbulence.* Chandler.

नमुना प्रश्न

प्रकरण १

१.१ लोकप्रशासनाची व्याख्या करा. लोक प्रशासनाचे स्वरूप आणि व्याप्ती यावर चर्चा करा.

१.२ लोकप्रशासन म्हणजे काय? लोकप्रशासनाच्या व्यवस्थापकीय आणि सर्वंकष दृष्टिकोनांचे वर्णन करा.

१.३ लोकप्रशासन खाजगी प्रशासनापासून कसे वेगळे ठरते ते स्पष्ट करा.

१.४ एक ज्ञानशाखा म्हणून लोकप्रशासनाच्या उत्क्रांतीवर चर्चा करा.

१.५ अध्ययन ज्ञानशाखा म्हणून लोकप्रशासनाच्या क्रमविकास व वृद्धीतील विविध टप्प्यांचे परीक्षण करा.

१.६ नवलोकप्रशासन म्हणजे काय? त्याच्या लोकप्रशासनावरील परिणामांची चर्चा करा.

१.७ नवलोकव्यवस्थापनाचे टीकात्मक परीक्षण करा.

१.८ लोकप्रशासनावरील जागतिकीकरणाच्या परिणामावर चर्चा करा.

१.९ तिसरी मिनॉवब्रूक परिषद यावर निबंध लिहा.

१.१० लोकप्रशासन ज्ञानशाखेतील नवीन प्रवाह कोणते आहेत? विस्तृत वर्णन करा.

प्रकरण २

२.१ लोकप्रशासनातील सिद्धान्तबांधणीचा प्रयत्न धिम्या गतीचा आहे असे तुम्हाला वाटते का? लोकप्रशासनाच्या उत्क्रांतीच्या संदर्भाने वरील वाक्य स्पष्ट करा.

२.२ अभिजात संस्था सिद्धान्ताच्या मूलभूत तत्त्वांचे परीक्षण करा.

२.३ फ्रेडरिक टेलर यांनी मांडलेल्या वैज्ञानिक व्यवस्थापन सिद्धान्ताची व्यवच्छेदक वैशिष्ट्ये कोणती? वैज्ञानिक व्यवस्थापन सिद्धान्त कुठवर वैज्ञानिक मानला जातो? अशी कुठली क्षेत्रे आहेत जेथे लोकशाहीवादी आणि सहभागात्मक बाबींवर भर आहे?

२.४ संघटना सिद्धान्तातील मानवी संबंध दृष्टिकोनाचे टीकात्मक मूल्यांकन करा.

२.५ संघटना सिद्धान्तातील हॉथॉर्न अभ्यासाचे टीकात्मक परीक्षण करा.

२.६ 'सीमित तार्किकता' या संकल्पनेच्या संदर्भाने हर्बर्ट सायमन यांच्या तार्किक निर्णयक्षमता प्रारूपावर चर्चा करा.

२.७ वेबरनंतरच्या नोकरशाहीच्या संरचनात्मक आणि क्रियात्मक वैशिष्ट्यांचे परीक्षण करा. ही वैशिष्ट्ये विकास प्रशासनामध्ये उचित आहेत का?

२.८ नोकरशाहीच्या वेबरनंतरच्या काळातील विकासावर निबंध लिहा.

२.९ उत्तर नोकरशाही सिद्धान्ताचा अर्थ काय? वॉरेन बेनीस यांच्यानंतरचा उत्तर नोकरशाही संघटनांची बदलती रूपरेषा विशद करा.

२.१० संस्थेचा नैदानिक सिद्धान्त म्हणजे काय? संस्थेच्या विकृतिदर्शक सिद्धान्ताची विविध प्रतिरूपे स्पष्ट करा.

प्रकरण ३

३.१ अभिशासनाचा अर्थ काय? सुशासन संकल्पनेतून काय अभिप्रेत आहे? अभिशासनाची मुख्य वैशिष्ट्ये स्पष्ट करा.

३.२ अभिशासनाच्या प्रक्रियेमध्ये राष्ट्राची भूमिका काय?

३.३ निगम अभिशासन म्हणजे काय? संस्था अभिशासनाचा मार्ग का आवश्यक ठरतो?

३.४ निगम अभिशासनाचा विकास क्रमवार स्पष्ट करा. संस्था अभिशासनाचे महत्त्वाचे घटक अधोरेखित करा.

३.५ निगम अभिशासनाच्या भारतीय स्वरूपाचे स्पष्टीकरण करा.

३.६ डिजीटल (अंकीय) अभिशासन म्हणजे काय? संस्था अभिशासनाचे विविध घटक कुठले?

३.७ डिजीटल तफावत कशी भरून काढता येईल? या संदर्भाने काही शक्यता अधोरेखित करा.

३.८ लोकप्रशासनातील लिंगभावात्मक प्रतिमांचे थोडक्यात वर्णन करा.

३.९ लोकप्रशासनाच्या स्त्रीवादी परिसंवादातील विविध दृष्टिकोन कोणते ?

३.१० 'एक अभ्यासशाखा म्हणून लोकप्रशासन काही प्रमाणात उदारमतवादी झाले आहे' हे वाक्य तुम्हाला मान्य आहे का? तुमचा प्रतिसाद विशद करा.

प्रकरण ४

४.१ सार्वजनिक धोरण अभ्यासाच्या विविध नमुने आणि दृष्टिकोनांवर चर्चा करा.

४.२ 'सार्वजनिक धोरण हा लोकप्रशासनाचा गाभा आहे' या वाक्याच्या संदर्भाने सार्वजनिक धोरणाच्या समर्पक स्वरूपावर चर्चा करा.

४.३ सार्वजनिक धोरण म्हणजे काय? सार्वजनिक धोरणांची मांडणी कशी केली जाते? चर्चा करा.

४.४ सार्वजनिक धोरणाची व्याख्या करा. सार्वजनिक धोरण अंमलबजावणीतील आव्हानांवर चर्चा करा.

४.५ धोरण आखणी आणि मूल्यमापन प्रक्रियेवर चर्चा करा. मूल्यमापन प्रक्रियेत सुधारणा कशी घडवून आणता येईल?

४.६ 'मोठ्या प्रमाणात लिखित धोरणांपेक्षा कमी प्रमाणात का होईना पण धोरण अंमलबजावणी महत्त्वाची आहे' या वाक्याच्या संदर्भाने, सार्वजनिक धोरण अंमलबजावणीत अडथळा आणणाऱ्या विविध घटकांची चर्चा करा.

४.७ भारतातील सार्वजनिक धोरण आखणी व अंमलबजावणीचे टीकात्मक परीक्षण करा.

४.८ सार्वजनिक धोरणांच्या आखणीवर परिणाम करणाऱ्या विविध घटकांवर चर्चा करा.

४.९ धोरण अंमलबजावणीमधील नोकरशाहीच्या भूमिकेचे टीकात्मक परीक्षण करा.

४.१० धोरण अंमलबजावणीसाठी आवश्यक असणारी परिस्थिती सोदाहरण स्पष्ट करा.

प्रकरण ५

५.१ विकास प्रशासन म्हणजे काय? विकास प्रशासनाच्या विविध मूलतत्त्वांवर चर्चा करा.

५.२ विकास प्रशासनाची व्याख्या करा. विकसनशील देशांमधील त्याची भूमिका आणि समर्पकता यावर चर्चा करा.

५.३ विकास प्रशासनाच्या मुख्य वैशिष्ट्यांचे वर्णन करा. विकसनशील देशांमधील अडचणी समजून घेण्यासाठी हे कितपत उचित आहे?

५.४ विकास प्रशासनाच्या मुख्य गुणवैशिष्ट्यांवर चर्चा करा. उद्दिष्टे साध्य करताना प्रशासनासमोर काय अडथळे असतात?

५.५ विकास प्रशासनाच्या बदलत्या आकृतिबंधांवर निबंध लिहा.

५.६ विकास प्रशासन म्हणजे काय? परंपरागत आणि विकास प्रशासनामध्ये फरक करा.

५.७ विकास प्रशासन म्हणजे काय? या तंत्रामुळे विकसनशील देशांमधील विकासाची गती जलद झाली आहे का?

५.८ प्रशासकीय विकास आणि विकासाचे प्रशासन यांमध्ये फरक करा.

५.९ विकास प्रशासन ही एक 'कार्याभिमुख आणि उद्दिष्टाभिमुख प्रशासकीय व्यवस्था आहे'. चर्चा करा.

५.१० 'प्रशासनाच्या सर्व पातळ्यांवर सार्वजनिक सेवांची विचारसरणी, वर्तन, अभिमुखता आणि दृष्टिकोन यामध्ये क्रांतिकारी बदलांची विकास प्रशासन आवाहन करते' चर्चा करा.

प्रकरण ६

६.१ विकेंद्रीकरण म्हणजे काय? विकेंद्रीकरणाचे महत्त्व आणि दृष्टिकोन यावर चर्चा करा.

६.२ विकेंद्रीकरणामुळे प्रशासनाचे अधिक लोकशाहीकरण होते. चर्चा करा.

६.३ अधिकारप्रदान आणि विकेंद्रीकरण यांमध्ये फरक करा. विकेंद्रीकरणाच्या गुण आणि दोषांची चर्चा करा.

६.४ लोकशाही विकेंद्रीकरण म्हणजे काय? पंचायतींसाठीच्या ७३व्या घटनादुरुस्ती कायद्याच्या संदर्भाने लोकशाही विकेंद्रीकरणाचे परीक्षण करा.

६.५ ग्रामीण भारताच्या संदर्भाने प्रशासनाच्या कार्यात्मक आणि वित्तीय विकेंद्रीकरणाचे विश्लेषण करा.

६.६ ग्रामीण प्रशासनामधील विकेंद्रीकरणाच्या प्रक्रियेतील अडचणींवर चर्चा करा.

६.७ ७४व्या घटनादुरुस्ती कायद्याची मुख्य वैशिष्ट्ये कोणती?

६.८ ७३व्या आणि ७४व्या घटनादुरुस्ती कायद्यांच्या परिणामांवर चर्चा करा.

६.९ भारतातील पंचायती राज संस्थांच्या कार्याचे टीकात्मक परीक्षण करा.

६.१० भारतातील महत्त्वाचे ग्रामीण-शहरी विकास कार्यक्रम व त्यांचे व्यवस्थापनाचे थोडक्यात परीक्षण करा.

प्रकरण ७

७.१ समाज कल्याण प्रशासन म्हणजे काय? त्याच्या महत्त्वाच्या गुणवैशिष्ट्यांवर चर्चा करा.

७.२ समाज कल्याण प्रशासनाच्या उत्क्रांतीवर निबंध लिहा.

७.३ समाजातील दुर्बल घटकांचा विचार करता, भारतातील समाज कल्याण प्रशासनाच्या भूमिकेचे परीक्षण करा.

७.४ समाज कल्याण प्रशासनामुळे भारतातील दुर्बल घटकांचा कितपत फायदा झाला आहे? चर्चा करा.

७.५ अनुसूचित जाती व जमातींचा उद्धार करण्यासाठी भारत सरकारने कोणती पावले उचलली आहेत? चर्चा करा.

७.६ भारतातील समाज कल्याण प्रशासनाची संस्थात्मक रचना आणि कार्ये यांवर चर्चा करा.

७.७ भारतातील स्त्रियांसाठीच्या कल्याणकारी कार्यक्रमांच्या परिणामकारकतेचे परीक्षण करा.

७.८ 'स्वतंत्र अभ्यासशाखा म्हणून मान्यता मिळविण्यासाठी समाज कल्याण प्रशासनाला अजून बराच पल्ला गाठावयाचा आहे' भाष्य करा.

७.९ भारतातील समाज कल्याण प्रशासनासमोर कुठली महत्त्वाची आव्हाने आहेत? चर्चा करा.

७.१० समाज कल्याण प्रशासनाला कार्यक्षम कसे घडवता येईल? स्पष्ट करा.

प्रकरण ८

८.१ नागरिक आणि प्रशासनामधील परस्परसंबंधांची चर्चा करा.

८.२ भारतातील प्रशासनाबाबत नागरिकांचा काय दृष्टिकोन आहे? चर्चा करा.

८.३ नागरिक-केन्द्रीत प्रशासनाच्या आवश्यक पूर्वअटींवर चर्चा करा.

८.४ प्रशासनातील लोकसहभागावर निबंध लिहा.

८.५ उत्तरदायित्व म्हणजे काय? भारतातील प्रशासकीय उत्तरदायित्वावर चर्चा करा.

८.६ भारतातील नागरिकांमध्ये प्रशासनाबाबत असणाऱ्या असमाधानाला कुठले मुख्य घटक जबाबदार आहेत?

८.७ भारतातील महत्त्वाच्या तक्रार निवारण यंत्रणा कुठल्या? त्यांच्या परिणामकारकतेचे परीक्षण करा.

८.८ ई-शासनाच्या प्रशासनावर होणाऱ्या परिणामांची चर्चा करा.

८.९ नागरी सनद म्हणजे काय? प्रशासकीय उत्तरदायित्व साध्य करण्यासाठी तिच्या भूमिकेचे परीक्षण करा.

८.१० भारतातील 'माहितीच्या अधिकारा'वर निबंध लिहा.

प्रकरण ९

९.१ भारतातील लोकप्रशासनाची उत्क्रांती स्पष्ट करा.

९.२ भारतातील वसाहतवादाच्या काळातील लोकप्रशासनातील समिती कायद्यांच्या महत्त्वाचे मूल्यांकन करा.

९.३ भारतातील लोकप्रशासन बदलण्यामध्ये १८५८च्या राणीच्या जाहीरनाम्याचे जे महत्त्व होते त्याचे मूल्यांकन करा.

९.४ १८५८चा भारत शासन कायदा मान्य केल्यानंतर संसदीय आधिपत्याखालील भारतीय प्रशासनाची गुणवैशिष्ट्ये कोणती होती? विशद करा.

९.५ 'ब्रिटिशांची सत्ता असताना भारतातील प्रशासनामध्ये वसाहतवादी स्वारस्य सर्वाधिक होते' या वाक्याशी तुम्ही सहमत आहात का? प्रतिसाद विशद करा.

९.६ १९३५च्या भारत सरकार कायद्याचे टीकात्मक मूल्यमापन करा.

९.७ '१९४७ मध्ये सत्ता हस्तांतरण करण्याच्या दृष्टीने १९३५चा भारत सरकार कायदा महत्त्वाचा होता'. या मूल्यांकनाचा लेखाजोखा तुम्ही कसा मांडाल? प्रतिसाद विशद करा.

९.८ 'अखिल भारतीय नागरी सेवा म्हणजे दुसरे काही नसून यापूर्वीच्या भारतातील ब्रिटिश प्रशासनाचे सातत्य आहे' हे तुम्हाला मान्य आहे का? प्रतिसाद विशद करा.

९.९ भारतीय प्रशासकीय सेवा म्हणजे भारताच्या संघराज्य पद्धतीला आव्हान आहे या दृष्टिकोनाशी आपण सहमत आहात का? प्रतिसाद विशद करा.

९.१० प्रशासनाचे स्वरूप विद्यमान सामाजिक-आर्थिक परिस्थिती आणि राजकीय आकडेमोडीवर अवलंबून आहे असे म्हणणे योग्य ठरेल का? प्रतिसाद विशद करा.

प्रकरण १०

१०.१ अर्थसंकल्प म्हणजे काय? त्याच्या महत्त्वावर चर्चा करा.

१०.२ अर्थसंकल्पाचे वेगवेगळे प्रकार कोणते? चर्चा करा.

१०.३ 'अर्थसंकल्प हे सामाजिक-आर्थिक बदलाचे साधन आहे' या वाक्यावर चर्चा करा.

१०.४ कार्यालक्षी अर्थसंकल्प ही अर्थसंकल्पाची सुधारित आवृत्ती आहे. चर्चा करा.

१०.५ लिंगभावात्मक अर्थसंकल्प म्हणजे काय? स्त्रियांची प्रतिष्ठा सुधारण्यामध्ये त्याची काय भूमिका आहे? चर्चा करा.

१०.६ भारतातील अर्थसंकल्प आखणीच्या प्रक्रियेवर चर्चा करा.

१०.७ भारताच्या अर्थसंकल्पाच्या प्रक्रियेमधील विविध कर्त्यांच्या भूमिकेचे परीक्षण करा.

१०.८ अर्थसंकल्पीय नावीन्यावर निबंध लिहा.

१०.९ भारतातील वित्तीय प्रशासनावर निबंध लिहा.

१०.१० भारतातील वित्तीय प्रशासनामध्ये सुधारणा सुचवा.

प्रकरण ११

११.१ 'प्रशासकीय सुधारणे'च्या संकल्पनेवर चर्चा करा.

११.२ गेराल्ड कैडन यांच्या प्रशसकीय सुधारणेची कल्पना स्पष्ट करा.

११.३ स्वातंत्र्योत्तर भारतातील प्रशासकीय सुधारणांवर निबंध लिहा.

११.४ पहिल्या प्रशासकीय सुधारणा आयोगाच्या मुख्य शिफारसींवर चर्चा करा.

११.५ उत्तर उदारीकरण कालखंडातील भारतातील प्रशासकीय सुधारणेच्या बदलत्या स्वरूपाचे परीक्षण करा.

११.६ पाचव्या व सहाव्या वेतन आयोगाच्या भारतातील प्रशासकीय सुधारणांवरील मुख्य शिफारशी अधोरेखित करा.

११.७ भारतातील नागरी सेवा सुधारणांसाठी अलीकडच्या काळात राबवल्या गेलेल्या उपक्रमांवर चर्चा करा.

११.८ दुसऱ्या प्रशासकीय आयोगाच्या महत्त्वपूर्ण तरतुदी अधोरेखित करा.

११.९ भारतातील प्रशासकीय सुधारणांवर होणाऱ्या माहिती-तंत्रज्ञानाच्या परिणामांवर चर्चा करा.

११.१० 'लोकपाल आणि प्रशासकीय सुधारणा' यावर निबंध लिहा.

प्रकरण १२

१२.१ जागतिकीकरण म्हणजे काय? जागतिकीकरणाचे वेगवेगळे पैलू कोणते?

१२.२ उदारीकरण खाजगीकरण जागतिकीकरण किंवा उखाजा म्हणजे काय? आर्थिक वैश्विकरणाचे तीन टप्पे विशद करा.

१२.३ 'राष्ट्र राज्य पद्धतीच्या वेस्टफालियन प्रारूपाने वैश्विक आंतरसंबंधाच्या उत्तर वेस्टफालियन संरचनेचा मार्ग मोकळा करून दिला' जागतिकीकरणाच्या संदर्भाने हे वाक्य स्पष्ट करा.

१२.४ 'जागतिकीकरण म्हणजे नव्या रूपातील साम्राज्यवाद होय' नव्याने उदयाला आलेल्या राष्ट्रांवर झालेले याचे घातक परिणाम लक्षात घेऊन वरील वाक्य विशद करा.

१२.५ लोकप्रशासनावरील जागतिकीकरणाच्या परिणामांचे मूल्यांकन करा.

१२.६ जागतिक न्याय म्हणजे काय? जागतिक न्याय आणि आंतरराष्ट्रीय न्याय यांमध्ये फरक करा.

१२.७ जागतिक न्यायाच्या संकल्पनेमागील मुख्य तात्त्विक स्पष्टीकरणे कोणती?

१२.८ जागतिक न्यायाची संकल्पना व्यवहार्य आहे का?

१२.९ जागतिक न्याय ही संकल्पना विकसित करण्यात रॉल्स यांच्या योगदानावर संक्षिप्त टीप लिहा.

१२.१० विश्वबंधुत्ववाद म्हणजे काय? विश्वबंधुत्ववादाचे विविध प्रकार अधोरेखित करा.

लेखक परिचय

बिद्युत चक्रवर्ती हे सध्या भारतातील दिल्ली विद्यापीठाच्या राज्यशास्त्र विभागात अध्यापक म्हणून कार्यरत आहेत. यापूर्वी ते दिल्ली विद्यापीठातील सामाजिकशास्त्र विभागाचे अधिष्ठाता व राज्यशास्त्र विभागाचे प्रमुख म्हणूनही कार्यरत होते. त्यांनी लंडन स्कूल ऑफ इकॉनॉमिक्स; इंडियन इन्स्टिटट्यूट ऑफ मॅनेजमेंट (IIM), कोलकाता; मोनाश युनिव्हर्सिटी, ऑस्ट्रेलिया; नॅशनल युनिव्हर्सिटी ऑफ सिंगापूर आणि हॅम्बर्ग युनिव्हर्सिटी, जर्मनी या काही प्रतिष्ठित शैक्षणिक संस्थांमध्ये अध्यापन केले आहे.

डॉ. चक्रवर्ती यांनी सेज इंडिया या प्रकाशनसंस्थेकरता *इंडियन गव्हर्नमेंट अ‍ॅण्ड पॉलिटिक्स* (सहलेखक राजेंद्र कुमार पांडे, २००८) आणि *मॉडर्न इंडियन पॉलिटिकल थॉट* (सहलेखक राजेंद्र कुमार पांडे, २००९) ही दोन पुस्तके लिहिली आहेत.

प्रकाश चंद हे सध्या भारतातील दिल्ली विद्यापीठाच्या अखत्यारितील दयाळ सिंग (ई) महाविद्यालयात राज्यशास्त्राचे अध्यापक आहेत. *इंडियन सोशल सायन्स रिव्ह्यू, गांधी मार्ग, इंडियन जर्नल ऑफ पब्लिक अ‍ॅडमिनिस्ट्रेशन आणि अर्बन इंडिया अ‍ॅण्ड सोशल चेंज* या संशोधन नियतकालिकांमध्ये त्यांचे शोधनिबंध प्रकाशित झाले आहेत. लोकप्रशासन आणि भारतातील पर्यावरणीय अभिशासन ही त्यांच्या अभ्यासाची व संशोधनाची क्षेत्र आहेत.

अरिंदम रॉय हे भारताच्या पश्चिम बंगाल राज्यातील बरद्वान विद्यापीठात सहायक प्राध्यापक म्हणून कार्यरत आहेत. 'ग्रामपंचायतींमध्ये स्त्रियांचा सहभाग' आणि 'विकासोद्‌भव विस्थापन' यासारख्या अनेक शासकीय प्रकल्पांमध्ये त्यांनी काम केले आहे. 'शहरी प्रशासनावर जागतिकीकरणाचा परिणाम', 'दहशतवादः राज्यव्यवस्था

ही काही सज्जन नाही', आणि वैद्यकीय बहुजनवाद आणि लघुदृष्टीसंबंधी सार्वजनिक आरोग्य: मेमरी-१ मधील अडथळ्याचा अभ्यास (बरद्वान, पश्चिम बंगाल)' असे त्यांचे विविध साहित्य प्रकाशित झाले आहे. सध्या ते 'भारतातील सामाजिक-सांस्कृतिक विविधतेचा आरोग्यविषयक सेवांवरील परिणाम: बरद्वान जिल्ह्याचा (पश्चिम बंगाल) प्रातिनिधिक अभ्यासः १९९१-२००९' यावर कार्य करत आहेत. लोकप्रशासन आणि राजकीय सिद्धान्त हे त्यांचे अभ्यासाचे विषय आहेत.